കോടിക്കണക്കിന് മാതാപിതാക്കന്മാരും ഡോക്ടർമാരും ഈ പുസ്തകം ഇഷ്ടപ്പെടുന്നതെന്തുകൊണ്ട് ?

"ഇതില്ലാതെ അമ്മമാർക്ക് കഴിഞ്ഞുകൂടാൻ പറ്റില്ല"

– നീരാ, എം.ഡി.

* * *

"ഈ പുസ്തകം ഗർഭകാലത്തിലുണ്ടാകുന്ന
പ്രശ്നങ്ങൾക്കുള്ള അത്ഭുത പരിഹാരമാണ്
ഇത് ഉപയോഗിക്കാൻ വളരെ എളുപ്പമാണ്. ഇതിന്റെ വിഷയസൂചിയും വളരെ
നന്നായി തയ്യാറാക്കിയിട്ടുണ്ട്. നിങ്ങൾ ഏത് വിഷയത്തെപ്പറ്റി ചിന്തിച്ചാലും
അതിനെക്കുറിച്ച് നൊടിയിടയിൽ അറിയാൻ കഴിയും"

– ബ്രെംഡാസ്മാലെഗൈൻ ആർ.എൽ. ബിഎസ്എൻ.

* * *

"ഗർഭകാലത്തിൽ ഈ പുസ്തകം എനിക്ക് വളരെ അധികം സഹായകമായിരുന്നു.
ഈ പുസ്തകത്തിന്റെ സഹായം കൊണ്ട് പൂർണ്ണവിശ്വാസത്തോടെ നിങ്ങൾക്ക്
നിങ്ങളുടെ പ്രതീക്ഷകളെപ്പറ്റി അറിയാൻ കഴിയും"

– തെരേസാ ഓല്സൻ, അമ്മ

* * *

"ഈ പുസ്തകം ഒരു ജീവരക്ഷകനാണ്"

– മിഗുൽഎ, കൈനോ, എംഡി. എഫ് എ സി.ഓജി.

* * *

"ഒരു അമ്മയെന്ന നിലയിൽ ഈ പുസ്തകം ഒരു മാർഗദർശിയാണ്"

– ബാലാ, എം.ഡി.

* * *

"പുതിയ അമ്മമാർക്കുള്ള അത്ഭുത പുസ്തകം ഇതില്ലായിരുന്നെങ്കിൽ എനിക്ക്
ഒന്നും ചെയ്യാൻ കഴിയുമായിരുന്നില്ല"

– കാഥറൈൻ, അമ്മ

* * *

"എനിക്ക് ഈ പുസ്തകവുമായി നല്ല അടുപ്പമുണ്ട്. ഇത് അറിവുനിറഞ്ഞതാണ്"

– സൂസി. എം.ഡി.

* * *

"ഞാൻ ഗർഭിണിയാണെന്നറിഞ്ഞതും ഈ പുസ്തകം വായിക്കാൻ തുടങ്ങി.
അത് പിരിമുറുക്കമില്ലാത്ത ഗർഭാവസ്ഥയിലേക്ക് എന്നെ നയിച്ചു"

– കൈരോലീൻ, ഗോല്ഡ്സ്റ്റിൻ, അമ്മ

* * *

"ഭാവി മാതാ-പിതാക്കന്മാരെ ചിന്താവിമുക്തരാക്കാനും അറിവുനൽകുന്നതിനും ഉത്തമം. ഞാൻ ഇത് വായിക്കാൻ ഉപദേശിക്കുന്നു"

– സാനികാ, എം.ഡി.

* * * *

"ഈ പുസ്തകം പ്രസവത്തിനുമുൻപുള്ള ശുശ്രൂഷയുടെ കാര്യത്തിൽ വിപ്ലവം സൃഷ്ടിച്ചു"

– ജേംസ്, എം.ഡി.

* * *

"ഞാൻ എന്റെ രണ്ടുഗർഭകാലങ്ങളിലും വളരെ ശ്രദ്ധയോടുകൂടി ഈ പുസ്തകം വായിച്ചു. ഞാൻ ഒരു ബാലചികിത്സാ വിദഗ്ദയായതുകൊണ്ട് ഇതിൽ പറഞ്ഞിട്ടുള്ള കാര്യങ്ങൾ തികച്ചും ശരിയാണെന്ന് മനസ്സിലാക്കി"

– സൂസൻ, എം.ഡി.

* * *

"ഞാൻ എന്റെ രോഗികൾക്ക് ഈ പുസ്തകം വായിക്കാൻ നിർദ്ദേശം നൽകുന്നു"

– എലിസബെത്ത് ഡാലി

* * *

"പുസ്തകത്തിൽ പറഞ്ഞിട്ടുള്ള കാര്യങ്ങൾ മുഴുവൻ ശ്രേഷ്ഠമാണ്. അച്ഛനമ്മമാർക്ക് എളുപ്പത്തിൽ മനസ്സിലാക്കാൻ കഴിയും. ഞാൻ എപ്പോഴും ഈ പുസ്തകം വായിക്കാൻ നിർദ്ദേശിക്കുന്നു"

– ജേൻ, എം.ഡി.

* * *

"ഒരു മെറ്റേർണിറ്റി ഡിസൈനറും അമ്മയുമായ എന്റെ അഭിപ്രായം ഗർഭിണികൾക്ക് ഇതിനെക്കാൾ ശ്രേഷ്ഠമായ മറ്റൊരു പുസ്തകം കിട്ടാനില്ലെന്നാണ്"

– മദർ ഫൌണ്ടർ സി.ഇ.ഓ., ലിസ് ലൈംഗീ മെറ്റേർണിറ്റി

* * *

അമ്മയാകുമ്പോൾ എന്തുചെയ്യണം ?

ഇപ്പോൾ എന്തുണ്ടാകും ?
എങ്ങിനെ ഉണ്ടാകും ?

ഹാഡിമാർക്കോഫ് ആന്റ് ശരോൻ മേജൽ

ഡയമണ്ട് ബുക്സ്

എമ്മയുടെയും വയാതിന്റെയും പേരിൽ (എന്റെ ഏറ്റവും വലിയ പ്രതീക്ഷ)
എറിക് (എന്റെ എല്ലാമെല്ലാം)
ഹർലീൻ, സ്നേഹത്തോടെ
എല്ലാ മാതാപിതാക്കൾക്കും ശിശുക്കൾക്കും
അവർ എവിടെയാണെങ്കിലും

Published : **ഡയമണ്ട് പോക്കെറ്റ് ബുക്സ് ലിമിറ്റഡ്**
X-30, ഓഗ്ല ഇൻഡസ്ട്രിയൽ ഏരിയ ഫേസ് II,
ന്യൂഡെൽഹി - 110 020

ഫോൺ : 011-40712200

E-mail : sales@dpb.in

Website : www.diamondbook.in

ഞാൻ എന്റെ പഴയകൂട്ടുകാരൻ ഏർലീൻ ഐസൻബർഗ്ഗിനോട് അദ്ദേഹത്തിന്റെ മേൽനോട്ടത്തോടുകൂടിയ പ്രകൃതവും കരുണയും സത്യനിഷ്ഠയും എന്നെന്നും ജീവിച്ചിരിക്കുമെന്നും ഞങ്ങൾ എന്നെന്നും അങ്ങയെ സ്നേഹിക്കുകയും ഓർക്കുകയും ചെയ്യുമെന്നും പറയാൻ ആഗ്രഹിക്കുന്നു.

വളരെ-വളരെ നന്ദി

ഞാൻ കഴിഞ്ഞ 23 വർഷങ്ങളായി രണ്ടു കാര്യങ്ങൾ പഠിച്ചു. പുസ്തകങ്ങൾ താനേ എഴുതപ്പെടുന്നില്ല. ശിശുക്കൾ താനേ വളരുന്നില്ല. ഞാൻ എന്റെ മകളെ വളർത്തുക എന്നുള്ള ഔപചാരിക കാര്യം നിർവ്വഹിച്ചുകഴിഞ്ഞു വെങ്കിലും ആ കാര്യ നിർവ്വഹണത്തിലും ഈ പുസ്തകം എഴുതുന്നതിലും എന്റെ ഭർത്താവ് വളരെ പ്രധാനമായപങ്ക് നിർവ്വഹിച്ചിട്ടുണ്ട്. ഈ പുസ്തകം എഴുതുന്ന സമയത്ത് എന്റെ അനേകം സുഹൃത്തുക്കളും സഹപ്രവർത്തകരും മിത്രങ്ങളും അവരുടെ അമൂല്യങ്ങളായ അഭിപ്രായങ്ങളും നിർദ്ദേശങ്ങളും നൽകി സഹായിച്ചിട്ടുണ്ട്.

ചിലർ വന്നും പോയുമിരുന്നു, ചിലർ ആദ്യം മുതൽ അവസാനംവരെ എന്റെ സഹായത്തിനു ണ്ടായിരുന്നു. ഞാൻ അവർക്കെല്ലാം നന്ദി രേഖപ്പെടുത്തുന്നു. സാൻഡി ഹൈവാവേ - നിങ്ങളുടെ അമൂല്യസഹയോഗത്തിന് നന്ദി. നിങ്ങൾ ഒരു സഹോദരി എന്നതോടൊപ്പം ഒരു നല്ല തോഴിയുമായിരുന്നു.

സുജാനേറേഫർ - മിത്രവും പത്രാധിപരും അദ്ദേഹം ഈ പുസ്തകം തയ്യാറാക്കുന്നതിനും പുതിയ രൂപം നൽകുന്നതിനും എന്നെ സഹായിക്കുകയും പലതവണ നൂറുകണക്കിന് ശീർഷകങ്ങൾ, കാർട്ടൂണുകൾ, പാരഡി എന്നിവ തയ്യാറാക്കിതരുകയും ചെയ്തു.

പീറ്റർവർക്ക്മാൻ - ഒരു കർമ്മനിഷ്ഠനും വാക്കു പാലിക്കുന്നവനും പ്രസാധകനുമായ അദ്ദേഹം നമ്മുടെ പുസ്തകത്തിൽ പൂർണ്ണ വിശ്വാസമുള്ള ആളായിരുന്നു. എന്നാൽ മറ്റുള്ള ബുക്ക് കടക്കാർക്ക് ആ വിശ്വാസമുണ്ടായിരുന്നില്ല.

അദ്ദേഹം ഈ പുസ്തകം വേരുപിടിച്ചു പടർന്ന് പന്തലിക്കുന്നതുവരെ ധൈര്യത്തോടും പ്രതീക്ഷയോടുകൂടി ഞങ്ങളുടെ കൂടെ നിന്നു. ഡേവിഡ് മൈറ്റ് മേക്ഓവർ തയ്യാറാക്കാൻ കലാത്മക മായി സഹായിച്ചു. ജോൺ ഗില്മാൻ മേക്ഓവറും ചിത്രങ്ങളും തയ്യാറാക്കാൻ സഹായിച്ചു. ലീസ് ഹോലണ്ടർ ആദ്യം മുതൽ തന്നെ എനിക്ക് ഇഷ്ടപ്പെട്ട സ്ത്രീ ഡിസൈനറായിരുന്നു. ഇവർക്കുപുറമെ വീഗ്ടൈംഗ്, ടിംഗാ, ബ്രിയൻ, ലിനെറ്റ് എന്നിവരുടെ സഹായ സഹകരണങ്ങളും പറയത്തക്കതാണ്. കൈടൺ, ടാസംന്യൂസ്മാൻ, അയ്റീൻ എന്നിവരും പുസ്തക നിർമ്മാണത്തിൽ പൂർണ്ണമായി സഹകരിച്ചു. എന്റെ മറ്റുള്ള മിത്രങ്ങൾ സൂസീ, ഹെലന്റാ, ബേത്ത്, വാൾട്ടർ, ജേപി, മൈംസൻ കിം, എമി എന്നിവരുടെ പേരും ഇവിടെ ഉദ്ധരിക്കാൻ ആഗ്രഹിക്കുന്നു. പ്രിയപ്പെട്ട ശെറോൺ, സാനിയേലാ, എറിയാനേ, കീരാ, സോഫിയാ എന്നിവരുടെ സഹായവും ഉണ്ടായിരുന്നു. ഡോക്ടർ ജേ വിലപ്പെട്ട കാര്യങ്ങൾ പറഞ്ഞുതന്നു. ഞങ്ങളുടെ മെഡിക്കൽ അഡ്വൈസർ ഡോ. ചാറൽ സ്ലോക്വുഡ് ചികിത്സ സംബന്ധപ്പെട്ട വളരെ സൂക്ഷമമായ കാര്യങ്ങളിൽപ്പോലും ശ്രദ്ധചെലുത്തി. അദ്ദേഹത്തിന്റെ പാണ്ഡിത്യം കണ്ട് ആശ്ചര്യം തോന്നി. വാട്ടർ ഫ്രണ്ട്മീഡിയയിലെ എന്റെ സുഹൃത്തുക്കൾ സ്റ്റീവൻ, മായ്ക്ക്, വെൻബോലിൻ, ജിംകർട്ടിസ്, സരാഹ്ഹടർ എന്നിവർക്കും വളരെവളരെ നന്ദി. അവർ തങ്ങളുടെ അറിവും പ്രശ്നങ്ങളും എന്നോടൊപ്പം പങ്കുവച്ചു. മാർക്ക് കൈമലിന്റെ സൂക്ഷ്മ വിവേചനദൃഷ്ടി, തൊഴിൽ സംബന്ധമായ നിപുണത, സൗഹൃദ പൂർണ്ണമായ സഹയോഗം, എനിനനൈവിസന്റെ വ്യവസ്ഥ, ധൈര്യം, ദൃഢത, പിന്തുണ എന്നിവക്ക് നന്ദി.

ജെനിഫർഗ്രേഡിസ്, ഫ്രാൻക്രിടസ് എന്നിവരുടെ സഹായംകൊണ്ട് തഥ്യങ്ങളുടെ ശുദ്ധത പരിശോധിക്കാൻ കഴിഞ്ഞു. ഡോ. ജെസിക്ക ഗർഭാവസ്ഥയിൽ ചർമ്മ സംരക്ഷണത്തെപ്പറ്റിയ ഉപദേശങ്ങൾ തന്നതിന് നന്ദി. ഡോ. ഹാവി

മണ്ടേൽ എപ്പോഴും ചോദ്യങ്ങൾ ചോദിക്കാൻ പ്രേരിപ്പിച്ചു. "വാട്ട് ടു എക്സ്പെക്ട് ഫൗണ്ടേഷ"-ന്റെ എക്സിക്യൂട്ടീവ് ഡയറക്ടർ ലിസാ വർൻസ്റ്റീൻ, ജോ, ടൈഡി, സൈൻ എന്നിവർക്കും നന്ദി.

എന്റെ ഭർത്താവ് എറിക് ഓരോ കാര്യത്തിലും സഹായിച്ചു, അദ്ദേഹത്തിന്റെ സഹായങ്ങൾ എണ്ണിയാൽ അടങ്ങാത്തവയാണ്. അദ്ദേഹത്തിന്റെ സാമീപ്യം ജോലിക്കിടയിലും തികച്ചും സന്തോഷപ്രദമായിരുന്നു. ഞാൻ അദ്ദേഹത്തെ അളവറ്റ് സ്നേഹിക്കുന്നു. ഈമാ, വയാത്! ഞാൻ നിങ്ങളെ വളരെയധികം സ്നേഹിക്കുന്നു. നിങ്ങൾ എനിക്ക് അമ്മയാകാനുള്ള സൗഭാഗ്യം നൽകി.

പ്രിയപ്പെട്ട അച്ഛനും സ്നേഹിതനുമായ ഹാവാർഡ് ഐസൻവർഗ്ഗ്, വിക്ടർ ശർഗ ഈ, ജോൺ എന്നീയേലോ, ഈ ലോകത്തെ ഏറ്റവും മികച്ച അമ്മയായി അമ്മയും. അമ്മായി അച്ഛനുമായ ഐവീ നോർമൽ മർക്കാഫ്, റൈച്ചൽ, ഈഥാൻ, ലിജ, സൈംഡീ, ടിം എന്നിവർക്കും ഹൃദയപൂർവ്വമായ നന്ദിരേഖപ്പെടുത്തുന്നു.

നിത്യവും പലകുടുംബങ്ങളിലും ഗർഭാവസ്ഥ ഒരു സുഖപ്രദവും സ്വാഭാവികവുമായ അനുഭവമാക്കി മാറ്റിക്കൊടുക്കുന്നതിൽ തൽപരരായ എല്ലാ ഡോക്ടർമാർക്കും, നേഴ്സുമാർക്കും, മിഡ്വൈഫുമാർക്കും നന്ദി. ഞാൻ നേരത്തെ പറഞ്ഞതുപോലെ ഈ പുസ്തകത്തിന്റെ ഓരോ പതിപ്പിനേയും മേലും മേലും നന്നാക്കുവാൻ സഹായിച്ച എല്ലാ മാതാപിതാക്കന്മാർക്കും എന്റെ നന്ദി. എന്റെ വിലപ്പെട്ട സ്വത്ത് മാതാപിതാക്കന്മാരാണ്. തുടർന്ന് കാർഡും കത്തും ഈമെയിലും അയച്ചുകൊണ്ടിരിക്കുക.

വീണ്ടും ഒരിക്കൽക്കൂടി നന്ദി. വളരെവളരെ നന്ദി. ഭഗവാൻ നിങ്ങളുടെ എല്ലാ ആഗ്രഹങ്ങളും സഫലമാക്കട്ടെ.

heidi

ഉള്ളടക്കം

നാലാമത്തെ പ്രസിദ്ധീകരണം ഭൂമിക xvii

പരിചയം : ഈ പുസ്തകത്തിന്റെ ജനനം വീണ്ടും വീണ്ടും എന്തുകൊണ്ടുണ്ടായി xix

ഭാഗം - 1 ചില അത്യാവശ്യകാര്യങ്ങൾ

അദ്ധ്യായം - 1 ഗർഭാധാരണത്തിനുമുമ്പ് 2

ഗർഭധാരണത്തിനുമുമ്പ് - ചില നിർദ്ദേശങ്ങൾ 2

ശ്രദ്ധിക്കുക, പിൻ പോയിന്റ്, ഓവലേഷൻ ഗർഭധാരണത്തോട് ബന്ധപ്പെട്ട പ്രചാരത്തിലുള്ള കഥകൾ

ഭാവി പിതാക്കന്മാർക്ക് ചില നിർദ്ദേശങ്ങൾ 9

അദ്ധ്യായം - 2 നിങ്ങൾ ഗർഭിണിയാണോ ? 12

നിങ്ങൾ എന്തുവിചാരിക്കുന്നുണ്ടാകും ? 12

ഗർഭത്തിന്റെ ആദ്യലക്ഷണങ്ങൾ, ഗർഭിണിയാണെന്നുള്ള അറിവ്, ഒരു നേരിയ രേഖ, ക്രമക്കേട് പരിശോധിക്കുക, പോസിറ്റീവ് അല്ല, നിങ്ങൾ ഗർഭിണിയല്ല.

ഡോക്ടറെ തിരഞ്ഞെടുക്കൽ 18

പ്രസവ വിശേഷജ്ഞ ? ഫാമിലി ഡോക്ടർ ? മിഡ്വൈഫ് ? ജനനത്തിനുള്ള തിരഞ്ഞെടുപ്പ് ? പ്രാക്ടീസ് ചെയ്യുന്നവിധം, ഒരു ശരിയായ പ്രതീക്ഷകനെ തിരയുക, തിരഞ്ഞെടുക്കേണ്ടത് നിങ്ങളാണ്. രോഗിയും ഡോക്ടറും തമ്മിലുള്ള ബന്ധം.

അദ്ധ്യായം - 3 നിങ്ങളുടെ പ്രെഗ്നൻസി പ്രൊഫൈൽ 26

നിങ്ങളുടെ ശരീരത്തെപ്പറ്റിയ സംപൂർണ്ണജ്ഞാനം 26

ഈ പുസ്തകം എല്ലാവർക്കുമുള്ളതാണ്. ബെർത്ത് കൺട്രോൾ, ഫായ്ബ്രോയ്ഡ്, എൻഡോമെട്രിയോസിസ്, കോലോപോസ്കോപ്പി, എച്ച്.പി.വി., എസ്.ടി.ഡി., ഗർഭാവസ്ഥാ, ഹർപീസ്, ജനിടൽ ഹർപീസിന്റെ സൂചനയും ലക്ഷണവും

പ്രസവം സംബന്ധിച്ചുള്ള മുൻകൂട്ടിയുള്ള അറിവ് 31

രണ്ടാമത്തെ ഗർഭാവസ്ഥ ചരിത്രം തുടരുന്നു, പെട്ടെന്ന് രണ്ടാമത് ഗർഭം ധരിക്കുക, ഒരു വലിയ കുടുംബം, ഗർഭം അലസുന്ന പ്രശ്നം, ഡോക്ടറോട് തന്റെ എല്ലാ പ്രശ്നങ്ങളും വിശദമായി പറയുക, പ്രീടേംബെർത്ത്, സർവ്വിക്സിന്റെ കുറവ്, ആർ.എച്ചിന്റെ വിപരീതാവസ്ഥ.

നിങ്ങൾ മുമ്പ് എടുത്ത ചികിത്സയുടെ വിവരങ്ങൾ 41

റൂബെല്ലാ ആന്റിബോഡി ലെവൽ, ഗർഭാവസ്ഥയും കുത്തിവെയ്പും, അമിതവണ്ണം, ഗാസ്ട്രിക് ബൈപാസിനുശേഷം ഗർഭം ധരിക്കൽ, വണ്ണം കുറയുക, ക്രമമില്ലാത്ത ആഹാര രീതി, 35 വയസ്സിനുശേഷമുള്ള ഗർഭധാരണം, 35 ഒരു മാജിക് നമ്പറാണോ? അച്ഛന്റെ വയസ്സ്, ഗർഭാവസ്ഥയും സിങ്കിൾ മദർ, ജനനസംബന്ധ മായ ഉപദേശങ്ങൾ.

പ്രസവത്തിനുമുമ്പുള്ള രോഗകാരണം 47

ആദ്യത്തെ മൂന്നുമാസം 48

ആദ്യത്തെ മൂന്നുമാസം - അൾട്രാസൗണ്ട്, ആദ്യത്തെ മൂന്നുമാസം - കംബൈൻഡ് സ്ക്രീനിങ്ങ്, കോടിയോനിക് മില്ലസ് സാംപ്ലിങ്ങ്

ആദ്യത്തെയും രണ്ടാമത്തെയും മൂന്നാംമാസം 51

ഇന്റിഗ്രേറ്റഡ് സ്ക്രീനിങ്ങ്

രണ്ടാമത്തെ മൂന്നാംമാസം 51

ക്രൈസ് സ്ക്രീനിങ്ങ്, എമനിയോസെംടെസിഡ്, ഗർഭസ്ഥ ശിശുവിനെ സ്ക്രീൻ ചെയ്യുക, രണ്ടാമത്തെ മൂന്നാംമാസത്തെ അൾട്രാസൗണ്ട് - എന്തെങ്കിലും പ്രശ്നമുണ്ടെങ്കിൽ

അദ്ധ്യായം - 4 ഗർഭകാലത്തിൽ നിങ്ങളുടെ ജീവിതരീതി 56

നിങ്ങൾ എന്തുകരുതുന്നുണ്ടാകും ? 56

കളികളും വ്യായാമവും, കൈഫീൻ, കൈഫീൻ കൗണ്ടർ, മദ്യപാനം, പുകവലി, കുട്ടിക്കുള്ള വിലമതിക്കാൻ പറ്റാത്ത സമ്മാനം, പുകവലി ഉപേക്ഷിക്കുക, സെക്കൻഡ് ഹാൻഡ് സ്മോക്, മാർജ്ജുവാനയുടെ ഉപയോഗം, കൊക്കെൻ മറ്റും അന്യമാദക ദ്രവ്യങ്ങൾ, സെൽഫോൺ, മൈക്രോവേവ്, ഹോട്ട്ബ്ബിലുള്ള കുളി, വളർത്തുപൂച്ച, ഗാർഹിക തടസ്സങ്ങൾ, വായുമലിനീകരണം, ഗ്രീൻ-ഗ്രീൻ ടിപ്സ്, ഗാർഹിക പീഡനങ്ങൾ

വൈകല്പിക ചികിത്സ 68

അദ്ധ്യായം - 5 ഒൻപതാം മാസവും നിങ്ങളുടെ ആഹാരക്രമവും 71

ഒമ്പതാം മാസത്തെ ആരോഗ്യപ്രദമായ ആഹാരത്തിന്റെ ഒൻപത് അടിസ്ഥാന നിയമങ്ങൾ, നിങ്ങളുടെ ആഗ്രഹപ്രകാരം നടക്കുക, ആരോഗ്യകരമായ വികല്പം, സിക്സ് മീൽ സൊലൂഷൻ, കുറ്റബോധം എങ്ങനെ ? ഗർഭകാലത്തിൽ ഭക്ഷണം, സസ്യാഹാര പ്രോട്ടീനുകൾ

നിങ്ങൾ എന്തുവിചാരിക്കുന്നുണ്ടാകും? 83

മിൽക്ക് ഫ്രീമാമ്, പാശ്ചറൈസ്ഡ്, ആഹാരത്തിൽ മട്ടൺ, ബീഫ് എന്നിവ ചേർക്കാതിരിക്കുക, സസ്യാഹാരം, ലോകാർബ്ബ് ഡയറ്റ്, കൊളസ്ട്രോളിനെപ്പറ്റിയ ചിന്ത, ജംക്ഫുഡ് കഴിക്കരുത്, ആരോഗ്യകരമായ ആഹാരത്തിന്റെ കുറുക്കുവഴി-വീട്ടിൽ നിന്നല്ലാതെ പുറത്തുനിന്ന് ആഹാരം കഴിക്കാതിരിക്കുക, ലേബൽ നോക്കുക, പുറത്തുള്ള ആവരണത്തിൽനിന്ന് സാധനത്തിന്റെ ഗുണമേന്മ അറിയാൻ കഴിയുകയില്ല, പഴയ ആഹാരം, പഞ്ചസാരയുടെ അനിശ്ചിതത്വം, മൂലിക ചായ, ഭക്ഷണസാധനങ്ങളിൽ രാസവസ്തുക്കൾ, പ്രകൃതിദത്തമായത് തിരഞ്ഞെടുക്കുക, രണ്ടുപേർക്കും സുരക്ഷിതമായ ഭക്ഷണം.

ഭാഗം - 2 ഒൻപതുമാസങ്ങളും അവയുടെ പ്രാധാന്യവും
(ഗർഭധാരണം മുതൽ പ്രസവം വരെ)

അദ്ധ്യായം - 6 ആദ്യത്തെ മാസം 95

ഏകദേശം ഒന്നുമുതൽ നാല് ആഴ്ചകൾ

ഈ മാസത്തിൽ നിങ്ങളുടെ ശിശുവിന്റെ വളർച്ച 95

പ്രെഗ്നൻസി കണക്ഷൻ, പ്രെഗ്നൻസി ടൈംടേബിൾ

നിങ്ങൾ എന്തായിരിക്കും അനുഭവിച്ചറിയുന്നത് ? 96

ലക്ഷണം നേരത്തെതന്നെ കണ്ടുതുടങ്ങിയോ?

ഒരു കണ്ണോട്ടം, ആദ്യത്തെ ഗർഭാവസ്ഥ പരിശോധിക്കുക, ഒരു സംപൂർണ്ണ ശരീര പരിശോധന?

നിങ്ങൾ എന്തുവിചാരിക്കുന്നുണ്ടാകും ? 98

ബ്രേക്കിംഗ് ന്യൂസ്, പൂർണ്ണാരോഗ്യ ഗർഭാവസ്ഥ, വിറ്റമിൻ സപ്ലിമെന്റ്, ക്ഷീണം, മോണിംഗ് സിക്നസ്, നിങ്ങളുടെ മൂക്കിനറിയാം, ആവശ്യത്തൽ കൂടുതൽ ഉമിനീർ ചുരക്കുക, മെറ്റാലിക് സ്വാദ്, അടിക്കടി മൂത്രം വരുക, മാറിടത്തിൽ ഏർപ്പെടുന്ന മാറ്റങ്ങൾ, വയറിന്റെ അടിഭാഗത്തിൽ സമ്മർദ്ദം, നേരിയപാട്, ഡോക്ടർക്ക് എപ്പോൾ ഫോൺ ചെയ്യണം, എച്ച്.സി.ജി. ലെവൽ, വിഷമിക്കേണ്ട, പിരിമുറുക്കം, റിലാക്സ് ആയിരിക്കുക, ശുഭാപ്തി വിശ്വാസത്തോടുകൂടി ഇരിക്കുക.

ഗർഭകാലത്തിൽ സ്നേഹത്തോടെ ശുശ്രൂഷിക്കണം 112

നിങ്ങളുടെ തലമുടി, മുഖം, പല്ലുകൾ, ശരീരം, നിങ്ങളുടെ ഒരു ദിവസം, ഗർഭകാലവും നിങ്ങളുടെ മേക്കപ്പും, നിങ്ങളുടെ കൈയ്യും കാലും

അദ്ധ്യായം - 7 രണ്ടാം മാസം 118

ഏകദേശം 5 മുതൽ 8 ആഴ്ചകൾ

ഈ മാസത്തിൽ നിങ്ങളുടെ ശിശുവിന്റെ വളർച്ച 118

നിങ്ങൾ എന്തായിരിക്കും അനുഭവിച്ചറിയുന്നത് ? ഒരു കണ്ണോട്ടം

നിങ്ങൾ എന്തുവിചാരിക്കുന്നുണ്ടാകും?   120

നെഞ്ചെരിച്ചിലും അജീർണ്ണവും, കുറച്ച് ശ്രദ്ധിക്കുക, നെഞ്ചെരിച്ചിലും മുടിയും, ഭക്ഷണത്തിലെ ഇഷ്ടാനിഷ്ടങ്ങൾ, ഞരമ്പുകൾ പ്രത്യക്ഷപ്പെടുക, സ്പൈഡർ ഞരമ്പുകൾ, വെരിക്കോസ്‌വെയിൻ, കഴലകെട്ടുകയും വേദനയും, മുഖക്കുരു, തോൽ വരൾച്ച, എക്സിമ, മുഴക്കുകയും മറയുകയും ചെയ്യുക, എന്റെഫിഗർ, പൊക്കിൾ മുറിക്കുക, ഗർഭാശയത്തിന്റെ ആകൃതി, മൂത്രമൊഴിക്കുന്നതിൽ കഷ്ടം, മാനസികാവസ്ഥ മാറിക്കൊണ്ടിരിക്കുക, ഡിപ്രഷൻ, പരിഭ്രമം

ഗർഭകാലത്തിൽ നിങ്ങളുടെ തൂക്കം   130

എത്ര തൂക്കം കൂട്ടണം, ഏത് അനുപാതത്തിലാണ് തൂക്കം കൂട്ടേണ്ടത് ? ഭാരത്തിന്റെ ഏറ്റക്കുറച്ചിലിൽ തടസ്സം, തൂക്കം കൂടുന്നതുകൊണ്ടുള്ള അപകടം, തൂക്കം കൂട്ടുക

അദ്ധ്യായം - 8 മൂന്നാം മാസം   133

ഏകദേശം 9 മുതൽ 13 ആഴ്ചകൾ

ഈ മാസത്തിൽ നിങ്ങളുടെ ശിശുവിന്റെ വളർച്ച   133
നിങ്ങൾക്ക് എന്താണ് അനുഭവപ്പെടുക?   134
നിങ്ങൾ എന്തുകരുതുന്നുണ്ടാകും?   135

മലബന്ധം:– ക്ഷീണവും ഉത്സാഹമില്ലായ്മയും ഏർപ്പെടാനുള്ള മറ്റൊരു കാരണം, ശോധനക്കുറവ്, ഡയേറിയ, ഗ്യാസ്, തലവേദന, കോർപ്പസ്‌ലൂടെയംസിസ്റ്റ് എന്നാൽ എന്ത്? സ്‌ട്രെച്ച്‌മാർക്ക്, രണ്ടുപേർക്കുമുള്ള ബോഡി ആർട്ട്, ആദ്യത്തെ മൂന്നുമാസവും (quarterly) തൂക്കം വർദ്ധിക്കലും, കുട്ടി ആൺകുട്ടിയാണെന്ന് കാണപ്പെട്ടാൽ ആൺകുട്ടിതന്നെ, ഗർഭിണിയാണെന്ന് അറിയാൻ തുടങ്ങുകയോ, ഇരട്ടക്കുട്ടികൾ, ശിശുവിന്റെ ഹൃദയസ്പന്ദനം, അറ്റ്ഹോംഡോപ്പലർ, സംഭോഗേച്ഛ, ഇന്ദ്രിയത്തേജനത്തിനുശേഷം കോച്ചിവലി.

ഉദ്യോഗവും ഗർഭകാലവും   145

ചില തയ്യാറെടുപ്പുകൾ, ജോലിയും വിശ്രമവും ഒന്നിച്ച്, കോർപൽടണൽ സിൻഡ്രോം, ശാന്തമായിരിക്കുക, ഉദ്യോഗത്തിൽ തുടരുക, ജോലി മാറുക, ഗർഭാവസ്ഥയും തെറ്റായ പെരുമാറ്റവും.

അദ്ധ്യായം - 9 നാലാം മാസം   153

ഏകദേശം 14 മുതൽ 17 ആഴ്ചകൾ

ഈ മാസം നിങ്ങളുടെ ശിശുവിന്റെ വളർച്ച   153
നിങ്ങൾക്ക് എന്താണ് അനുഭവപ്പെടുക?   154
നിങ്ങൾ എന്തുകരുതുന്നുണ്ടാകും?   155

പല്ലിനോട് ബന്ധപ്പെട്ട പ്രശ്നങ്ങൾ, സൂക്ഷിക്കണം, ശ്വാസതടസ്സം, എക്സറേ, നാസാദ്വാരത്തിൽ അഴുക്ക്, മൂക്കിൽ നിന്ന് രക്തസ്രാവം, കൂർക്കംവലി, ഉറക്കം വരുന്നില്ലേ? അലർജ്ജി, അലർജ്ജി ഉള്ളപ്പോൾ കഴിക്കേണ്ട ആഹാരം, യോനി സ്രാവം, വർദ്ധിച്ച രക്തസമ്മർദ്ദം, മൂത്രത്തിൽ പഞ്ചസാര, അനീമിയ, അനീമിയ

യുടെ ലക്ഷണങ്ങൾ, ഗർഭത്തിലുള്ള ശിശുവിന്റെ ചലനങ്ങൾ, ബോഡി ഇമേജ്, ഗർഭകാലത്തെ ചിത്രങ്ങൾ, ഗർഭകാലത്തെ വസ്ത്രങ്ങൾ, തടിക്കുന്നതോടൊപ്പം മെലിഞ്ഞുകാണാനാനുള്ള ആഗ്രഹം, പ്രീബേബി സിറ്റർ, ഇഷ്ടപ്പെടാത്ത ഉപദേശങ്ങൾ, വയറിൽ തൊടുക, മറവി.

ഗർഭാവസ്ഥയും വ്യായാമവും   164

വ്യായാമം കൊണ്ടുള്ള ലാഭം, വർക്കൗട്ട്, കീഗൽ വ്യായാമം, വ്യായാമ ദൃഢത, തോളുകളും കാൽകളും നീട്ടുക, 30 മിനിറ്റ് പ്ലസ്, മുതുകുപിടിപ്പ്, കഴുത്തിന് വിശ്രമം, ഗർഭകാലത്തിൽ ഉചിതമായ വ്യായാമം തിരഞ്ഞെടുക്കൽ, പെൽവിസ് ടിൽട്ട്, കിടക്കയിൽനിന്ന് എണീക്കൽ, കാല് ഉയർത്തൽ, ടിപ് ഫ്ലൈറ്റ്സ്, കുത്തിയിരുപ്പ്, ഇടുപ്പ് വളയ്ക്കുക, ചെസ്റ്റ് സ്ട്രെച്ച്, നിങ്ങൾ വ്യായാമം ചെയ്യുന്നില്ലെങ്കിൽ

അദ്ധ്യായം - 10   അഞ്ചാംമാസം   178

ഏകദേശം 17 മുതൽ 22 ആഴ്ച

ഈ മാസം നിങ്ങളുടെ ശിശുവിന്റെ വളർച്ച   178
നിങ്ങൾക്ക് എന്താണ് അനുഭവപ്പെടുക?   179
നിങ്ങൾ എന്തുകരുതുന്നുണ്ടാകും?   180

വിയർക്കുക, തലചുറ്റുക, അളവുകടക്കുമ്പോൾ, മുതുകുവേദന, നിങ്ങളുടെ പുതിയ ചർമ്മം, കാലുകളുടെ വളർച്ച, മുടിയുടെയും നഖത്തിന്റെയും വേഗത്തിലുള്ള വളർച്ച, ദൃഷ്ടി, ഭ്രൂണത്തിന്റെ ഗതിവിധികൾ, ആറാം മാസത്തിലെ അൾട്രാസൗണ്ട്, ഒരു സുന്ദരമായ ചിത്രം, മറുപിള്ളയുടെ സ്ഥാനം, നിദ്രാവസ്ഥാ, അഞ്ചാം മാസം, ഗർഭപാത്രത്തിൽത്തന്നെ ക്ലാസ്റൂം, വലിയ കുട്ടിയെ എടുക്കുക, അച്ഛനമ്മ മാരാകുന്നതിന്റെ ഉത്സാഹം, സീറ്റ് ബെൽറ്റ് ഉപയോഗിക്കൽ, യാത്രാ ജെറ്റ് ലാഗ്, ഗർഭകാലവും ഉയരമുള്ള സ്ഥലവും, ഗർഭിണികളുടെ രുചി.

ലൈംഗികബന്ധവും ഗർഭിണിയും   194

സെക്സും മൂന്നാം മാസവും, നിങ്ങളുടെ മൂഡിന്റെ മാറ്റം ഗർഭകാലത്തിൽ സെക്സ്, വ്യായാമം, എപ്പോൾ സീമിതമായ സെക്സ് ആകാം, വിശ്രമിക്കുന്ന മുദ്ര, സ്വല്പത്തിൽ അധികം ആനന്ദം കകണ്ടെത്തുക.

അദ്ധ്യായം - 11   ആറാം മാസം   199

23 മുതൽ 27 ആഴ്ചകൾ

ഈ മാസം നിങ്ങളുടെ ശിശുവിന്റെ വളർച്ച   199
നിങ്ങൾക്ക് എന്താണ് അനുഭവപ്പെടുക   200
നിങ്ങൾ എന്തുകരുതുന്നുണ്ടാകും?   201

ഉറക്കം വരായ്ക, സമയത്തിന്റെ മഹത്വം, പൊക്കിൾ ഉയരുക, ശിശു തൊഴിക്കുന്നത്, വയറ്റിൽ ചൊറിച്ചിൽ ഏർപ്പെടുക, സൗന്ദര്യം കുറയുക, കൈ മരിവിക്കൽ, കാലുകൾ കോച്ചുക, ഹൈമറ്റൈസ്ഡ്, മാറിടത്തിൽ മുഴ, ഗർഭകാലത്തിനിടയിലോ പിന്നീടോ രക്തപ്പോക്ക്, പ്രീക്ലെംപീസിയാ, പ്രസവം സംബന്ധിച്ചുള്ള ഭയം.

അധ്യായം - 12 **ഏഴാം മാസം** 209

28 മുതൽ 31 ആഴ്ചകൾ

ഈ മാസത്തിൽ നിങ്ങളുടെ ശിശുവിന്റെ വളർച്ച 209

നിങ്ങൾക്ക് എന്താണ് അനുഭവപ്പെടുക? 210

നിങ്ങൾ എന്തുവിചാരിക്കുന്നുണ്ടാകും? 211

ബേബി ബ്രെയിൻ ഫുഡ്, ക്ഷീണത്തിന്റെ തിരിച്ചുവരവ്, വീക്കം, തോൽ പൊങ്ങുമ്പോൾ മെട്ടി എന്തുചെയ്യും, ശിയാടികാകിക്ക് എണ്ണുക, കാലുകളിൽ തളർച്ചയുടെ ലക്ഷണം, ശിശുവിന്റെ എക്കിൾ, പെട്ടെന്ന് വീഴുക, ആംഗ്രേജ്മും കുഞ്ഞിന്റെ തൊഴിയും, സ്വപ്നവും കല്പനയും, എല്ലാം നിയന്ത്രിക്കുക, ചില പ്രത്യേക തയ്യാറെടുപ്പുകൾ, ഗ്ലൂക്കോസ് സ്ക്രീനിങ്ങ് ടെസ്റ്റ്, സമയത്തിനുമുമ്പുള്ള പ്രസവലക്ഷണങ്ങൾ, തൂക്കം കുറവുള്ള ശിശു.

പ്രസവസമയത്ത് വേദനകുറക്കുക 219

വേദനയും മരുന്നുകളും, വേദനയില്ലാതെ... വേദനയും മാറ്റുചികിത്സയും, തീരുമാനമെടുക്കൽ

അധ്യായം - 13 **എട്ടാം മാസം** 224

32 മുതൽ 38 ആഴ്ചകൾ

ഈ മാസം നിങ്ങളുടെ ശിശുവിന്റെ വളർച്ച 224

നിങ്ങൾക്ക് എന്താണ് അനുഭവപ്പെടുക? 225

നിങ്ങൾ എന്തുവിചാരിക്കുന്നുണ്ടാകും? 226

ബ്രാക്സ്ടൺ ഹിക്സ് കാട്രൈക്സൻ, വാരിയെല്ലുകളിൽ തൊഴിക്കുക, ശ്വാസ തടസ്സം, പീഡിയാട്രിഷ്യനെ തിരഞ്ഞെടുക്കൽ, ബ്ലാഡറിലുള്ള നിയന്ത്രണം നഷ്ടപ്പെടുക, നിങ്ങൾ എങ്ങനെയാണ് കാരി ചെയ്യുന്നത് ? എട്ടാം മാസത്തെ ഗർഭം, നിങ്ങളുടെ ആകൃതിയും പ്രസവവും, നിങ്ങളുടെ തൂക്കവും ശിശുവിന്റെ ആകാരവും, ശിശുവിന്റെ മറിച്ചിൽ, മുഖം എവിടെയാണ്, ശിശു കിടക്കുന്നതെങ്ങിനെയാണ്, സിസേറിയൻ പ്രസവം, അറിഞ്ഞിരിക്കുക, ഇലക്ടീവ് സിസേറിയൻ, അടിക്കടി സിസേറിയൻ, സിസേറിയനുശേഷം വെജൈനൽ, ഗ്രൂപ്പ് ബി സ്ട്രൈപ്പ്, നല്ലപോലെ ആഹാരം കഴിക്കുക, കുളിക്കുക, വണ്ടി ഓടിക്കുക, യാത്ര ചെയ്യുക, ഗർഭാവസ്ഥയുടെ ഒടുവിലത്തെ മാസവും ലൈംഗികബന്ധവും, നിങ്ങൾ രണ്ടുപേരും.

മുലയൂട്ടൽ 237

മുലകൊടുക്കുന്നത് ഏറ്റവും നല്ലതാണെന്ന് പറയുന്നത് എന്തുകൊണ്ട്? മുലയൂട്ടാനുള്ള തയ്യാറെടുപ്പ്, മാറിടം - പ്രായോഗികം അല്ലെങ്കിൽ സെക്യൂലർ, കുപ്പിതിരഞ്ഞെടുക്കുന്നത് എന്തുകൊണ്ട്, മുലയൂട്ടുന്നതെന്തുകൊണ്ട്, നിങ്ങൾക്ക് മുലയൂട്ടാൻ കഴിയില്ലെങ്കിൽ മുലയൂട്ടരുത്, അച്ഛനും മുലയൂട്ടലും.

അദ്ധ്യായം - 14 | ഒൻപതാംമാസം — 243

36 മുതൽ 40 ആഴ്ച

ഈ മാസം നിങ്ങളുടെ ശിശുവിന്റെ വളർച്ച — 243

നിങ്ങൾക്ക് എന്താണ് അനുഭവപ്പെടുക? — 244

നിങ്ങൾ എന്തുവിചാരിക്കുന്നുണ്ടാകും? — 245

അടിക്കടി മൂത്രം ഒഴിക്കു, മുല ചുരക്കുക, നേർത്ത പാടുണ്ടാകുക, പന്നീർകുടം ഉടയുക, ശിശുപുറത്തേക്ക് വരുക, ശിശുവിന്റെ കരച്ചിൽ, ശിശുവിന്റെ ചലന ത്തിൽ മാറ്റം, തൂക്കം കുറയുക, നെറ്റിങ്ങ് ഇൻസ്റ്റിൻ ക്യറ്റ്, തയ്യാറാകുക, പ്രസവാരംഭത്തിന് സ്വയം എന്തുചെയ്യാം, ഓവർഡ്യൂ ശിശു, ചെറുതായി തടവി ക്കൊടുക്കുക, ജനനസമയത്ത് മറ്റുള്ളവരെ വിളിക്കുക, ആഹാരം, മറ്റൊരു നീണ്ട പ്രസവം, ചെറിയ അറിവ്, മാതൃത്വം, ആശുപത്രിക്കോ ബെർത്തിങ്ങ് സെന്ററി ലേക്കോ കൊണ്ടുപോകാം ?

സമയത്തിനുമുമ്പുള്ള ജനനത്തിന്റെ ലക്ഷണങ്ങൾ, ഫാൾഡ് ലേബർ, റിയൽ ലേബർ — 253

എല്ലാം നിറഞ്ഞിരിക്കണം, സമയത്തിന് മുമ്പ് ശിശു ജനിക്കുമ്പോഴുള്ള വേദനയുടെ ലക്ഷണം, ഫാൾസ്ലേബറിന്റെ ലക്ഷണങ്ങൾ, ശരിക്കുള്ള പ്രസവവേദനയുടെ ലക്ഷണങ്ങൾ, ഡോക്ടറെ എപ്പോൾ വിളിക്കണം, നിങ്ങൾ തയ്യാറാണോ?

അദ്ധ്യായം - 15 | പ്രസവവേദനയും പ്രസവവും — 256

നിങ്ങൾ എന്തുവിചാരിക്കുന്നുണ്ടാകും? — 256

മ്യൂക്കസ്പ്ലഗ്, രക്തംപോക്ക്, പന്നീർകുടം ഉടയുക, കൂടുതലായ അമ്നിയോടിക് ദ്രവം. ചുരുങ്ങുന്നതിൽ ക്രമക്കേട്, പ്രസവത്തിനിടക്ക് ഡോക്ടറെ വിളിക്കുക, ശരിയായ സമയത്ത് ആശുപത്രിയിൽ എത്താതിരിക്കുക, നിങ്ങൾ ഒറ്റക്കാണെങ്കിൽ എമർജെൻസി ഡെലിവറി, പ്രസവസമയം കുറയുക, ബാക്ക് ലേബർ, പ്രസവം ആരംഭിപ്പിക്കുക, ലേബർ ഇൻഡക്ഷൻ എങ്ങിനെയാണുണ്ടാകുന്നത്? പ്രസവത്തി നിടക്ക് തീറ്റയുംകുടിയും, റൊട്ടിൻ ഐ.വി., എമർജെൻസി ഡെലിവറി (സഹായിക്കോ കോച്ചിനോവേണ്ടിയുള്ള ടിംപ്സ്) ആശുപത്രിക്കുകൊണ്ടുപോകു മ്പോൾ, ശിശുവിനെ നിരീക്ഷിക്കുക, ആന്തരിക പരിശോധന, മെംബ്രേൻ ഉടയുക, എറ്റാസിയോപ്പമി, ഫോടർസൈസ്, ശൂന്യസ്ഥലത്തിന്റെ സമ്മർദ്ദം, പ്രസവലക്ഷണ ങ്ങൾ, ശിശുവിന്റെ ജനനവും സ്ട്രെച്ചുമാർക്കും, രക്തം കാണുമ്പോൾ.

ശിശുവിന്റെ ജനനം — 269

ശിശുവിന്റെ ജനനസമയത്തെ അവസ്ഥയും ഘട്ടവും

ലേബർ - ആദ്യത്തെനില — 269

ആദ്യത്തെഘട്ടം - വേഗം പ്രസവിക്കുക, ഡോക്ടറെ വിളിക്കുക
രണ്ടാംഘട്ടം - കലശലായ പ്രസവവേദന, ആശുപത്രിലോ ബെർത്ത് സെന്ററിലോ പോകുക, പ്രസവം താമസമാകുമ്പോൾ, ഹൈപവർവെന്റിലെന്റ് ആകരുത്,
മൂന്നാംഘട്ടം - സ്ഥാനം മാറിയുള്ള പ്രസവം

രണ്ടാമത്തെ അവസ്ഥ - തള്ളുകയും പ്രസവവും 276
ശിശുവിനെ ആദ്യം കാണുക

മൂന്നാമത്തെ അവസ്ഥ - മറുപിള്ള പുറത്തുവരുക 280
ഓപ്പറേഷൻമൂലം പ്രസവം

ഭാഗം - 3 ഇരട്ടകൾ, മൂന്നോ അതിൽകൂടുതലോ ശിശുക്കൾ
(നിങ്ങൾ ഒന്നിൽ കൂടുതൽ ശിശുക്കളുടെ അമ്മയാകാൻപോകുമ്പോൾ)

അദ്ധ്യായം - 16 ഒന്നിൽകൂടുതൽ ശിശുക്കൾ 284

നിങ്ങൾ എന്തുകരുതുന്നുണ്ടാകും? 284

ഒന്നിൽ കൂടുതൽ ശിശുക്കൾ ഉണ്ടെന്ന് അനുഭവപ്പെടുക, ഒന്നിൽ കൂടുതൽ ശിശു ക്കളെ ഗർഭം ധരിക്കുമ്പോൾ? തോഴനോ തുല്യരൂപമുള്ളവനോ, ഡോക്ടറെ തിര ഞ്ഞെടുക്കൽ ഗർഭ ലക്ഷണങ്ങൾ, ഒന്നിൽ കൂടുതൽ ശിശുക്കൾ ഗർഭത്തിലുള്ള പ്പോൾ നിങ്ങളുടെ ആഹാരക്രമം, തൂക്കംകൂടുക, ഒന്നിൽ കൂടുതൽ ശിശുക്കൾ ഗർഭത്തിലുള്ളപ്പോൾ നിങ്ങളുടെ തൂക്കം, ഒന്നിൽ കൂടുതൽ ശിശുക്കളുടെ പ്രസവ സീമാ ലൈൻ, വ്യായാമം, സമ്മിശ്ര ഭാവം, സംവേദനയില്ലാത്ത വാക്കുകൾ, മൾട്ടി പ്പിൾ കണക്ഷൻ, സുരക്ഷിതത്വത്തിന്റെ പ്രശ്നം, പലവിധത്തിലുള്ള ലാഭങ്ങൾ, ട്രിവൺ ടു ട്രിവൺ - ട്രാൻസ്ഫ്യൂഷൻ സിൻഡ്രോം, ബാസ്റെസ്റ്റ് വ്യാനിഷിങ്ങ് ട്രിവൺ സിൻഡ്രോം.

മൾട്ടിപ്പിൾ ശിശുക്കളുടെ ജനനം 292

ഇരട്ടയോ അതിൽ കൂടുതലോ ശിശുക്കൾക്ക് ജന്മം നൽകുമ്പോഴുള്ള പ്രസവവേദന, ഇരട്ടകളുടെ ജനനസമയം, ഇരട്ടകളെ പ്രസവിക്കൽ, രണ്ടുശിശുക്കൾക്ക് മുലയൂട്ടൽ, പൊസിഷൻ - പൊസിഷൻ, മൾട്ടിപ്പിൾ ഡെലിവറിക്കുശേഷം വിശ്രമം.

ഭാഗം - 4 ശിശുജനിച്ചശേഷം

അദ്ധ്യായം - 17 പ്രസവത്തിനുശേഷം ആദ്യത്തെ ആഴ്ച 296

നിങ്ങൾക്ക് എന്ത് അനുഭവപ്പെടുന്നുണ്ടാകും? 296
നിങ്ങൾ എന്തുകരുതുന്നുണ്ടാവും? 297

രക്തപ്പോക്ക്, വേദനക്കുശേഷം, പെരിനിയലിൽ വേദന, മൂത്രമൊഴിക്കാൻ ബുദ്ധിമുട്ട്, പ്രസവത്തിനുശേഷം എപ്പോൾ ഡോക്ടറെ വിളിക്കാം, ശോധനയിൽ ബുദ്ധിമുട്ട്, മുലകളുടെ വളർച്ച, മുലയിൽ പാൽ ഇല്ലാതിരിക്കു, വീട്ടിലേക്ക് മടങ്ങുക, പരസ്പര സ്നേഹം, മുറിയിൽ, ഓപ്പറേഷൻ മൂലമുള്ള പ്രസവം, കുഞ്ഞിനോ ടൊപ്പം വീട്ടിലേക്ക് മടങ്ങുക.

മുലയൂട്ടലിന്റെ ആരംഭം   306

മുലയൂട്ടലും ഐസിയുവിലെ നവജാത ശിശുവും, എങ്ങിനെ മുലയൂട്ടണം,
റിക്കാർഡ്‌വെയ്ക്കണം, മുലയിലുള്ള രക്തസംകുലത, ധൈര്യമായിരിക്കൂ,
മുലയൂട്ടുന്ന സമയത്ത് കഴിക്കേണ്ട ആഹാരം, പാൽ ഇറ്റുവീഴുക, മുലക്കണ്ണിൽ
മുറിവ്, മുലയൂട്ടുന്നതിൽ കുഴപ്പം ഏർപ്പെടുമ്പോൾ, സിസേറിയനുശേഷം മുലയൂട്ടൽ,
ഇരട്ടയോ അതിൽ കൂടുതലോ ശിശുക്കൾക്ക് മുലയൂട്ടൽ, മൾട്ടിപ്പിൾ നെഴ്‌സിങ്ങ്,
കുറച്ചുസമയമെടുക്കും.

അദ്ധ്യായം - 18 പ്രസവത്തിനുശേഷമുള്ള 6 ആഴ്ചകൾ   315

നിങ്ങൾക്ക് എന്ത് അനുഭവപ്പെടുന്നുണ്ടാകും?   315

പ്രസവശേഷമുള്ള പരിശോധന   316

നിങ്ങൾ എന്തുകരുതുന്നുണ്ടാകും?   316

ക്ഷീണം, മുടികൊഴിച്ചിൽ, മൂത്രത്തിൽ നിയന്ത്രണം, ഗ്യാസ് പോകുക, ഡോക്ടറുടെ
സഹായം തേടുക, പ്രസവത്തിനുശേഷം മുതുകിൽ വേദന, ശിശു ജനിച്ചശേഷം,
പ്രസവത്തിനുശേഷം ക്ലാന്തത, തൈറോയ്ഡിറ്റിസ് പ്രസവശേഷം തൂക്കം കുറയുക,
സി-സെക്‌ഷനിൽ നിന്ന് നീണ്ടകാല വിശ്രമം, സെക്‌സ്, വീണ്ടും ഗർഭധാരണം.

തന്റെ ആകൃതി അല്ലെങ്കിൽ ശരിയായ ആകൃതിയിൽ തിരിച്ചെത്തുക.   324

ബേസിക് പൊസിഷൻ, പെൽവിക്ടിൽട്ട്, ലഗ്‌സ്‌ലൈഡ്, ഹെഡ്/ഷോൾഡർ
(ആദ്യത്തെ 6 ആഴ്ചത്തെ വർക്ക്ഔട്ട്) സന്തോഷ വാർത്ത ഗ്യാപ്പ് നിറയട്ടെ.

ആദ്യഘട്ടം - പ്രസവിച്ച് 24 മണിക്കൂർ കഴിഞ്ഞ്

രണ്ടാം ഘട്ടം - പ്രസവിച്ച് മൂന്നുദിവസങ്ങൾക്കുശേഷം

മൂന്നാംഘട്ടം - പ്രസവ പരിശോധനക്കുശേഷം

ഭാഗം - 5 അച്ഛന്മാർക്കുവേണ്ടി

അദ്ധ്യായം - 19 അച്ഛനും ഗർഭം ധരിക്കുന്നു   329

നിങ്ങൾ എന്തുകരുതുന്നുണ്ടാകും?

ചില തയ്യാറെടുപ്പുകൾ, ഇഷ്ടാനിഷ്ടങ്ങൾ, സഹാനുഭൂതിയുടെ ലക്ഷണങ്ങൾ,
ഏകാന്തത അനുഭവപ്പെടൽ, സെക്‌സ്, സെക്‌സിനെപ്പറ്റി, ഗർഭാവസ്ഥയോട്
ബന്ധപ്പെട്ട സ്വപ്‌നങ്ങൾ, ഇവ നിങ്ങളുടെ ഹാർമ്മോൺ ആണോ? മാനസികാവ
സ്ഥയിലെ മാറ്റങ്ങൾ, ഗർഭാവസ്ഥയിൽ നിങ്ങളുടെ മനനില, പ്രസവത്തെപ്പറ്റിയുള്ള
ചിന്ത, ജീവിതത്തിലെ മാറ്റങ്ങളെപ്പറ്റിയുള്ള ഉത്കണ്ഠാ, ഒന്നിച്ചിരിക്കുവിൻ,
അച്ഛന്റെ മനസ്സിലെ ഭയം, മുലയൂട്ടൽ, വൈകാരികമായ മാറ്റം, ബന്ധങ്ങൾ,
പ്രസവത്തിനുശേഷം, മെംബ്രൈൻ, മനോഭാവത്തിൽ നിയന്ത്രണം വയ്ക്കുക.

ഭാഗം - 6 ഗർഭാധാരണവും നിങ്ങളുടെ ആരോഗ്യവും

അദ്ധ്യായം - 20 നിങ്ങൾക്ക് രോഗം ബാധിച്ചാൽ 345

നിങ്ങൾ എന്തുകരുതുന്നുണ്ടാകും? ജലദോഷവും ചുമയും, സൈനസൈറ്റിസ് 345

ഫ്ലൂ വരുന്ന കാലാവസ്ഥ, സ്റ്റെപ്ത്രോട്ട്യൂടീഐ, ബീസ്റ്റ് സംക്രമണം, വയറ്റിൽ കുഴപ്പം, സിസ്റ്ററിയോസിസ്, ടാക്സോ പ്ലാസ് മോസിസ്, സൈറ്റോമിഗെലോ വൈറസ്, ഫിഫ്ത്ത് ഡിസീസ്, മീസൈൽസ്, മംമ്സ്, ആരോഗ്യത്തോടെ ഇരിക്കൂ, റൂബെലാ, ലൈം ഡിസീസ്, ഹെപ്പെടൈടിസ് - എ.ബി.സി., ബെൽസ് പാൽസീ.

ഗർഭാവസ്ഥയും മരുന്നുകളും 351

സാധാരണ മരുന്നുകൾ, മൂലിക വൈദ്യം, ഗർഭാവസ്ഥയിൽ മരുന്നുകളുടെ ഉപയോഗം

അദ്ധ്യായം - 21 നിങ്ങൾക്ക് ഏതെങ്കിലും പഴയ രോഗമുണ്ടെങ്കിൽ 354

നിങ്ങൾ എന്തുകരുതുന്നുണ്ടാകും? 354

ആസ്ത്മ, കാൻസർ, സിസ്റ്റിക് ഫൈബ്രോയ്ഡ്, മ്ലാനത, പ്രമേഹം, എപിലിപ്സി, ഫൈബ്രോമൈൽഗിയാ, മരുന്നുകൾ കൊണ്ടുള്ള ലാഭം, ക്രോണിക് ഫാറ്റിഗ് സിൻഡ്രം, ഹൈപർ ടെൻഷൻ, ഇറിറ്റബിൾ ബൗൾസിൻഡ്രം, ലൂപ്സ്, മൾട്ടിപ്പിൾ സ്കലിറോസിസ്, ഫിനാഇൽകീടോൺ യൂറിയ, ശരീര വൈകല്യം, ട്രെയൂമെട്ടായ്സ് ആർത്ഥ റൈറ്റിസ്, സ്കോലിയോസിസ്, സികൽ സൈൽ അനീമിയ, തൈറോയിഡ്.

സഹായം സ്വീകരിക്കുക 364

ഭാഗം - 7 കുഴപ്പം പിടിച്ച ഗർഭാവസ്ഥ

അദ്ധ്യായം - 22 കുഴപ്പം പിടിച്ച ഗർഭാവസ്ഥക്കുവേണ്ട ഏർപ്പാടുകൾ 366

ഗർഭാവസ്ഥയിലെ കുഴപ്പങ്ങൾ 366

ഏർലിമിസ് കാരേജ്, വിവിധ തരത്തിലുള്ള മിസ്കാരേജ്, നിങ്ങൾ അറിയാൻ ആഗ്രഹിക്കുന്നുണ്ടാകും, ഇതിനുമുമ്പ് മിസ്കാരേജ് ഏർപ്പെട്ടിട്ടുണ്ടാവാം, മിസ് കാരേജിനുവേണ്ട ഏർപ്പാടുകൾ, ലേറ്റ് മിസ്കാരേജ്, മിസ്കാരേജിന്റെ ആവർത്തനം, എക്ടോപിയ പ്രെഗ്നൻസി, നിങ്ങൾ അറിയാൻ ആഗ്രഹിക്കുന്നുണ്ടോ? സബ്കോരി യോനിക് ബ്ലീഡ്, ഹൈപർ പെസിസ് ഗ്രേവിഡ്രം, നിങ്ങൾ അറിയാൻ ആഗ്രഹിക്കുന്നുണ്ടാകും, ഗാസ്റ്റനൽ സൈബെറ്റിക്സ്, നിങ്ങൾ അറിയാൻ ആഗ്രഹിക്കുന്നുണ്ടാകും, പ്രീക്ലൈംപ്സിയാ, പ്രീക്ലൈംപ്സിയയുടെ കാരണങ്ങൾ,

നിങ്ങൾ അറിയാൻ ആഗ്രഹിക്കുന്നുണ്ടാകും, ഹെല്ലപ്പ് സിൻഡ്രോം, ഇൻട്രായൂട്രൈൻ ഗ്രോത്ത് റെസ്ട്രിക്ഷൻ, പ്രീവിയ, നിങ്ങൾ അറിയാൻ ആഗ്രഹിക്കുന്നുണ്ടാകും, പ്ലസൻട്രാറാ എബ്റപ്ഷൻ, കോറിയോ എമനിയോനിടിസ്, നിങ്ങൾ അറിയാൻ ആഗ്രഹിക്കുന്നുണ്ടാകും, ഒലിഗോ ഹൈഡ്രാമനിയോസ്, ഹൈഡ്രാമനിയോസ്, പി.പി.ആർ.ഓ.എം, പ്രീടേം പ്രീമെപ്യൂർ റപ്ച്ചർ ഓഫ് മെംബ്രേൻ പ്രീ ടേം ലേബർ ആണെന്ന് മനസ്സിലാകുക, നിങ്ങൾ അറിയാൻ ആഗ്രഹിക്കുന്നുണ്ടാകും, സിംഫിസിസ് പ്യൂബിസ് ഡിസ്ഫങ്ങ്ഷൻ, കോർഡുംനോട്ടും ടൈംഗൽസും, ടൂ-വെസൽകോർഡ്.

സാധാരണമല്ലാത്ത പ്രസവ ജടിലതകൾ   381

മോലർ ഗർഭാവസ്ഥ, നിങ്ങൾ അറിയാൻ ആഗ്രഹിക്കുന്നുണ്ടാകും, കോറിയോ കാർസിനോമാ, നിങ്ങൾ അറിയാൻ ആഗ്രഹിക്കുന്നുണ്ടാകും, എക്ടോപ്സിയാ, നിങ്ങൾ അറിയാൻ ആഗ്രഹിക്കുന്നുണ്ടാകും, കൊളിസ്റ്റോസിസ്, ഡീപ്‌വീനെസ്, ഫ്രംബോസിസിൽ, പ്ലസാടാ എക്രീടാ, വാസാപ്രീവിയാ

ശിശുവിന്റെ ജനനവും അതിനുശേഷമുള്ള കുഴപ്പങ്ങളും   385

ഫാറ്റൽ ഡിസ്ട്രസ്, കോർഡ് പ്രൊലാപ്സ്, ഷോൾഡർ ഡിസ്റ്റോകിയാ, സീരിയറസ് പെരിനിയൽ ടിയർസ്, യൂട്രെയ്ൻ റപ്ച്ചർ, യൂട്രെയ്ൻ ഇൻവർഷൻ, പോസ്റ്റാപാർട്ടം ഹെമറേജ്, ശിശു ജനിച്ചശേഷമുള്ള സംക്രമണം.

നിങ്ങൾക്ക് ബെഡ്‌റെസ്റ്റ് എടുക്കണമെന്ന നിർദ്ദേശം ലഭിച്ചിട്ടുണ്ടെങ്കിൽ   389
വിവിധ രീതിയിലുള്ള ബെഡ് റെസ്റ്റ്

അദ്ധ്യായം - 23   ഗർഭാവസ്ഥയിൽപ്പെടുന്ന നഷ്ടങ്ങളെ അഭിമുഖീകരിക്കുക   392

മിസ് കാരേജ്   392

വ്യക്തിപരമായ പ്രതികരണം, രണ്ടാമത്തെ മിസ് കാരേജിനെ അഭിമുഖീകരിക്കുക, ഗർഭപാത്രത്തിൽത്തന്നെ ശിശു മരിക്കുക, ജനനത്തിനിടയിലോ ജനിച്ച ശേഷമോ കുഞ്ഞ് മരിക്കുക, പ്രസവശേഷം ക്ലാനതയും മരണവും, കുഞ്ഞിന്റെ മരണശേഷം മുലപ്പാൽ വറ്റിക്കുക, ഇരട്ടകളിൽ ഒരു കുഞ്ഞിന്റെ മരണം, എന്തുകൊണ്ട്? ദുഃഖം, വീണ്ടും പ്രയത്നിക്കുക.

അദ്ധ്യായം - 24   അടുത്ത കുഞ്ഞിനുള്ള തയ്യാറെടുപ്പ്   399

ഗർഭിണിയാക്കുന്നതിനുമുമ്പ് അച്ഛൻ എന്തുചെയ്യണം?   403

അനുബന്ധം   405

നാലാമത്തെ പതിപ്പിന്റെ മുഖവുര

ചാറൽസ് ജേ. ലാക്വുഡ്, എം.ഡി.

അനിതാ ഓ, കീഫേ (യാൽ യൂണിവേഴ്സിറ്റി സ്കൂൾ ഓഫ് മെഡിസിൻ, ഡിപ്പാർട്ടുമെന്റ് ആന്റ് ഓബ്സ്ട്രിക്സ്, ഗൈനക്കോളജി ആന്റ് റീ പ്രൊഡക്ടിവിൽ വുമൺ ഹെൽത്തിൽ ജോലിചെയ്യുന്നു ചെറുപ്പക്കാരിയായ പ്രൊഫസർ)

ഒരു ദിവസം എനിക്ക് ഒരു രോഗിയുടെ നന്ദി പ്രകടിപ്പിച്ചുള്ള കത്തുകിട്ടി. അതിൽ ഒരു ഹോക്കികളിക്കാരൻ കോളേജ് കുമാരന്റെ ഫോട്ടോ ഉണ്ടായിരുന്നു. പത്തൊൻപത് വർഷങ്ങൾക്കുമുമ്പ് ഞാൻ അവരുടെ പ്രസവം അറ്റന്റുചെയ്തിരുന്നു. എന്റെ സേവനം വളരെ ശ്രേഷ്ഠമാണ്. മനുഷ്യരുടെ ജീവിതത്തിലെ ഏറ്റവും അത്ഭുതവും, സുഖപ്രദവും സുന്ദരവുമായ നിമിഷമാണ് ശിശുവിന്റെ ജനനം. എനിക്ക് അതിൽ പങ്കുകൊള്ളാൻ അവസരം ലഭിക്കുന്നു. ഒരു പ്രസവവിശേഷജ്ഞയുടെ ജീവിതം സരളമല്ല. രാത്രി മൂന്നുമണിവരെ കൂടി ജോലി, പ്രസവത്തിൽ എന്തെങ്കിലും കുഴപ്പമുണ്ടെങ്കിൽ അതിനെക്കുറിച്ചുള്ള ഉത്കണ്ഠാ, എന്നിങ്ങനെ ഏതെങ്കിലും വെല്ലുവിളി മുന്നിലെത്തുമ്പോൾ ഞാൻ അതിനെ അഭിമുഖീകരിക്കുവാൻ തയ്യാറാകും. വിചിത്രമായ മിശ്രിത വികാരങ്ങളുടെ വേലിയേറ്റം ഉണ്ടാകും. എന്നാൽ ആകെക്കൂടി നോക്കിയാൽ ഈ ജോലിയുടെ സന്തോഷം ഒന്നുവേറെതന്നെയാണ്.

എന്റെ ജോലിയും ഗർഭാവസ്ഥപോലെ തന്നെ രോമാഞ്ചമണിയിക്കുന്നതാണെങ്കിലും മത്തുപിടിപ്പിക്കുന്നതാണ്. ഈ പുസ്തകം സ്വന്തം പ്രസവ വിശേഷജ്ഞയെപ്പോലെ നിങ്ങൾക്ക് വഴികാട്ടുന്നു. ഞാൻ പലവർഷങ്ങളായി എന്റെ രോഗികളെ ഈ പുസ്തകം വായിക്കാൻ ഉപദേശിക്കുന്നു. ഇതിൽ പല ഉപയോഗപ്രദമായ കാര്യങ്ങൾ പറഞ്ഞിട്ടുണ്ട്. നിങ്ങളുടെ ഡോക്ടറോ മിഡ് വൈഫോ തരുന്നതുപോലെയുള്ള അറിവാണിത്.

ഇത് നിങ്ങൾക്ക് പ്രശ്നപരിഹാരത്തിനുള്ള സ്പഷ്ടമായ ഉപദേശം നൽകുന്നു. ഗർഭധാരണത്തിനുമുമ്പ് എന്തെല്ലാം കാര്യങ്ങളിൽ ശ്രദ്ധിക്കണമെന്ന് വ്യക്തമായി പറഞ്ഞുതരുന്നു. നിങ്ങളുടെ ജീവിതരീതി, ജോലി, ആഹാരത്തിൽ വരുത്തേണ്ട മാറ്റങ്ങൾ എന്നിങ്ങനെ പല കാര്യങ്ങളും സ്പഷ്ടമാക്കുന്നു. ഓരോ ആഴ്ചയിലും നിങ്ങളുടെ ശിശുവിന്റെ വളർച്ചയുടെ വിവരവും തന്നിട്ടുണ്ട്. ഗർഭകാലത്തിൽ നിങ്ങളുടെ ശരീരത്തിന്റെ മറ്റ് അവയവങ്ങളിൽ ഉണ്ടാകുന്ന മാറ്റങ്ങളെക്കുറിച്ച് ചർച്ചയും സംശയനിവാരണവും തന്നിട്ടുണ്ട്. നിങ്ങൾ എന്തുവിചാരിക്കുന്നുണ്ടാകും, നിങ്ങൾക്ക് എന്ത് ടെസ്റ്റ് എടുക്കണം, എപ്പോൾ ഡോക്ടറെ കാണണം എന്നിങ്ങനെയുള്ള വിവരങ്ങൾ നൽകി ഒടുവിൽ നിങ്ങളെ വരാനിരിക്കുന്ന ആ പ്രത്യേക ദിവസത്തേക്ക് മാനസികമായും ശാരീരികമായും തയ്യാറാക്കുന്നു. നിങ്ങൾ ഡോക്ടറോട് ചോദിക്കാൻ മടിക്കുന്ന പല ചോദ്യങ്ങളുടെയും ഉത്തരവും ഇതിലുണ്ട്.

പ്രസവശേഷം മ്ലാനത, മുഖത്ത് ഏർപ്പെടുന്ന നീല പുള്ളികൾ എന്നിവയ്ക്ക്

പുറമെ ദീർഘകാലമായുള്ള രോഗങ്ങളെ പ്പറ്റിയും അറിവുലഭിക്കുന്നു.

ഇതിലെ ഒരദ്ധ്യായത്തിൽ പ്രസവത്തിന് മുമ്പോ പ്രസവശേഷമോ കുഞ്ഞ് നഷ്ട പ്പെടുന്ന അമ്മമാർക്കുള്ള നിർദ്ദേശങ്ങളുണ്ട്. ഈ പുസ്തകം നിങ്ങളുടെ പങ്കാളിയുടെയും കോച്ചിന്റെയും ഒരു നല്ല വഴികാട്ടിയാണ്. ഇരട്ടയോ അതിൽ കൂടുതലോ കുഞ്ഞുങ്ങളു ണ്ടായാൽ എന്താണ് ചെയ്യേണ്ടതെന്നും വിവരിച്ചിട്ടുണ്ട്.

ഒരു വിശേഷജ്ഞനായ എന്നിൽ ഈ പുസ്തകം വളരെ സ്വാധീനം ചെലുത്തിയി ട്ടുണ്ട്. ഒരു പത്രാധിപർ എന്ന നിലയിൽ ഇതിന്റെ ശരിയായ, സംക്ഷിപ്തമായ ലേഖന ശൈലി എന്നിൽ പ്രഭാവം ചെലുത്തിയി

രിക്കുന്നു. ഒരു അച്ഛനും ഭർത്താവുമായ എനിക്ക് തോന്നിയത് ലേഖകൻ ഭാവി പിതാവ് അറിഞ്ഞിരിക്കേണ്ട കാര്യങ്ങളെ പ്പറ്റിയും വിശദമായി എഴുതിയിട്ടുണ്ട് എന്നാണ്. എന്റെ ആയിരക്കണക്കിന് രോഗികളും സ്റ്റാഫും മറ്റ് രോഗികളും ഈ പുസ്തകം വായിച്ചു. ഈ പുസ്തകത്തെ ക്കുറിച്ച് അഭിപ്രായം പറയാനുള്ള ശരിയായ ജഡ്ജിമാർ അവരാണ്.

നിങ്ങൾ ഈ പുസ്തകം വായിക്കുന്നു ണ്ടെങ്കിൽ ഒരുപക്ഷേ ഗർഭിണി ആയിരി ക്കാം, അല്ലെങ്കിൽ ഉടൻ ഗർഭിണിയാകാൻ പോകുന്ന ആളായിരിക്കാം. അഭിനന്ദന ങ്ങൾ. മുതുക് ചാരി സുഖമായി കിടന്ന് ഈ രോമാഞ്ചം നൽകുന്ന യാത്ര തുടരുക.

ഈ പുസ്തകം വീണ്ടും വീണ്ടും പ്രസിദ്ധീകരിച്ചതെന്തുകൊണ്ട്

24 വർഷങ്ങൾക്കുമുമ്പ് ഞാൻ ഒരു മകൾക്ക് ജന്മം നൽകി. ഈ പുസ്തകം എഴുതാനും തുടങ്ങി. ഈമാമോൾ, അടുത്ത കുഞ്ഞ് (മകൻവയാത്) എന്നിവരെ വളർത്തുക, പുസ്തകം എഴുതുക എല്ലാംകൂടി വളരെ ശ്രമകരമായിരുന്നു, പക്ഷെ, അതോടൊപ്പം തന്നെ സന്തോഷപ്രദവും രുചികരവുമായിരുന്നു. ഇപ്പോൾ ഈ പുസ്തകം നിങ്ങളുടെ കൈകളിലെത്തിയിരിക്കുന്നു. ഇതിന്റെ പുതിയ സംസ്ക്കരണം പ്രസിദ്ധീകരിക്കുന്നതിൽ അതിയായ സന്തോഷമുണ്ട്.

എന്റെ ഈ പുസ്തകത്തിന്റെ പുതിയ പതിപ്പ് പ്രസിദ്ധീകരിക്കുന്നതിൽ എനിക്ക് വലിയ ഉത്സാഹമുണ്ട്. ഗർഭാശയത്തിലുള്ള ഭ്രൂണത്തിന്റെ ആഴ്ചതോറുമുള്ള വളർച്ചയും കുഞ്ഞിന്റെ രൂപത്തിലുള്ള വളർച്ചയും തുടർച്ചയായ വികാസവും, നെഞ്ചിലെ നീറ്റലും, പ്രശ്നങ്ങൾക്കുള്ള ഉത്തരവും അറിയാനാഗ്രഹിക്കുന്ന കാര്യങ്ങൾക്കുള്ള ഉത്തരവും ഈ പുസ്തകത്തിലുണ്ട്.

ഗർഭകാലത്തിൽ ജോലിചെയ്യുക, ചർമ്മസംരക്ഷണം, നഖവും മുടിയും സംരക്ഷിക്കുക, ഗർഭകാലത്തെ ജീവിതരീതിയും സംഭോഗവും, നിങ്ങളുടെ സൗഹൃദം, സങ്കല്പങ്ങൾ എന്നിങ്ങനെ എല്ലാ വലിയതും ചെറിയതുമായ കാര്യങ്ങളെപ്പറ്റി ചർച്ച ചെയ്തിട്ടുണ്ട്. നിങ്ങളുടെ ആഹാരത്തെപ്പറ്റിയുള്ള പ്രായോഗിക വർണ്ണനയുള്ള അദ്ധ്യായം നിങ്ങളുടെ കുഞ്ഞിന്റെയും പോഷണത്തിൽ മുഖ്യമായ പങ്കുവഹിക്കുന്നതാണ്.

ഗർഭം ധരിക്കുന്നതിനുമുമ്പ് ശ്രദ്ധിക്കേണ്ട കാര്യങ്ങൾ, ഇരട്ടക്കുട്ടികൾ എന്നിവയെക്കുറിച്ച് ഒരു വലിയ അദ്ധ്യായം തന്നെ ഉണ്ട്. ഇതിനുപുറമെ അച്ഛനാകാൻ പോകുന്ന ആൾ അറിഞ്ഞിരിക്കേണ്ട കാര്യങ്ങൾ, ഗർഭകാലത്തിൽ ഏർപ്പെടാവുന്ന പ്രശ്നങ്ങൾ എന്നിവയെക്കുറിച്ചും ചർച്ച ചെയ്തിട്ടുണ്ട്.

ഈ പുസ്തകം എഴുതുമ്പോൾ ഒരേ ഉദ്ദേശമേ ഉണ്ടായിരുന്നുള്ളു. അത് ഭാവി മാതാ-പിതാക്കൾ ഗർഭകാലത്ത് ചിന്താകുഴപ്പത്തിൽപ്പെടാതെ സന്തോഷത്തോടെ ഇരിക്കണമെന്നതായിരുന്നു. ഇപ്പോഴും ഉദ്ദേശം അതുതന്നെയാണ്.

എന്നാൽ പുസ്തകത്തിന്റെ രൂപം മുമ്പിലത്തെക്കാളും വളരെ വിസ്തൃതമായിട്ടുണ്ട്.

എല്ലാ ഭാവി മാതാക്കളും ഈ പുസ്തകത്തിൻ മൂലം പൂർണ്ണലാഭം അടയുകയും കുഞ്ഞിന്റെ വളർച്ചയിൽ സന്തോഷിക്കുകയും ചെയ്യുമെന്നാണ് എന്റെ വിശ്വാസം. നിങ്ങൾക്കെല്ലാവർക്കും ആരോഗ്യപൂർണ്ണമായ ഗർഭാവസ്ഥ ഉണ്ടാവാൻ ആശംസിക്കുന്നു. നിങ്ങൾ ആദർശ മാതാ-പിതാക്കളായിത്തീരട്ടെ. ദൈവം നിങ്ങളുടെ എല്ലാ ആഗ്രഹങ്ങളും പൂർത്തിയാക്കട്ടെ.

Heidi

ഭാഗം - 1

ചില അത്യാവശ്യകാര്യങ്ങൾ

ഗർഭം ധരിക്കുന്നതിനുമുമ്പ്

നിങ്ങൾ കുടുംബമുണ്ടാക്കാനോ അതിനെ വലുതാക്കാനോ തീരുമാനിച്ചുകഴിഞ്ഞു വല്ലേ! അടുത്തുതന്നെ നിങ്ങളുടെ വീട്ടിൽ ഒരു കൊച്ചു വിരുന്നുകാരൻ വരാൻ പോകുന്നു. അതല്ലെങ്കിൽ നിങ്ങളുടെ കുഞ്ഞിന് ഒരു കൊച്ചനുജനെയോ അനുജത്തിയെയോ കിട്ടാൻ പോകുന്നു. കുഞ്ഞിന്റെ വരവിന്റെ ശബ്ദം കേൾക്കുന്നതിനുമുമ്പ് നിങ്ങൾക്ക് ചില അത്യാവശ്യമായ കാര്യങ്ങൾ ചെയ്തുതീർക്കാനുണ്ട്. എങ്കിൽ മാത്രമെ നിങ്ങളും വരാനിരിക്കുന്ന നിങ്ങളുടെ കുഞ്ഞും പൂർണ്ണ ആരോഗ്യത്തോടെ ഇരിക്കൂ. ഈ നിർദ്ദേശങ്ങളുടെ സഹായത്തോടെ നിങ്ങൾക്കും ഭർത്താവിനും സ്വയം ഭാവിക്കുവേണ്ട തയ്യാറെടുപ്പുകൾ പൂർണ്ണമായി ചെയ്യാൻ കഴിയും.

നിങ്ങൾ ഇതുവരെ ഗർഭം ധരിച്ചിട്ടില്ലെങ്കിൽ സാരമില്ല, ശ്രമം തുടരുക. (ശ്രമത്തോടൊപ്പം സന്തോഷവാർത്തയും കേട്ടുകഴിഞ്ഞു) പുസ്തകത്തിന്റെ രണ്ടാം അദ്ധ്യായത്തിൽ നിന്ന് വായന തുടങ്ങുക. ഒന്നാം അദ്ധ്യായം ഗർഭം ധരിക്കാൻ ആഗ്രഹിക്കുന്ന അമ്മമാർക്കു വേണ്ടിയാണ്.

ഗർഭധാരണത്തിനുമുമ്പ് ചില നിർദ്ദേശങ്ങൾ

കുഞ്ഞോമന നിങ്ങളുടെ വീട്ടുമുറ്റത്തെത്താൻ കാത്തിരിക്കുകയാണ്. പക്ഷെ കുഞ്ഞെത്തുന്നതിനുമുമ്പ് നിങ്ങൾ ഈ ചെറിയകാര്യങ്ങൾ ശ്രദ്ധിക്കണം.

ഗർഭധാരണത്തിനുമുമ്പ് പരിശോധന:– നിങ്ങൾക്ക് പ്രസവത്തിനുമുമ്പ് ചികിത്സിക്കുന്ന ഡോക്ടറുടെ ആവശ്യമില്ലെങ്കിലും നിങ്ങൾ പതിവായി പരിശോധിപ്പിക്കുന്ന ലേഡീഡോക്ടറെ കാണുന്നത് നല്ലതാണ്. ഈ പരിശോധനകൊണ്ട് എന്തെങ്കിലും കുറവുകളുണ്ടെങ്കിൽ നേരത്തെതന്നെ അറിയാൻ കഴിയും. ചികിത്സയും എളുപ്പമാകും. ഗർഭാവസ്ഥയിൽ കഴിക്കാൻ പാടില്ലാത്ത മരുന്നുകളും ഡോക്ടർ ഒഴിവാക്കും - നിങ്ങളുടെ തൂക്കം, ഭക്ഷ ണം, ആഹാരക്രമങ്ങൾ, ജീവിതരീതി, കുത്തിവെയ്പ് എന്നീ വിഷയങ്ങളിലും അവരുടെ അഭിപ്രായം ചോദിക്കുക.

പ്രസവത്തിന് മുമ്പുതന്നെ ഡോക്ടറെ തിരഞ്ഞെടുക്കൽ:– നിങ്ങൾ ഗർഭിണിയല്ലെങ്കിലും നേരത്തെതന്നെ നിങ്ങൾക്കുവേണ്ടി വയറ്റാട്ടിയെയോ, മിഡ്വൈഫിനെയോ, പ്രീനെട്ടൽ ഡോക്ടറെയോ അന്വേഷിച്ചുവയ്ക്കുന്നത് നന്നായിരിക്കും. എന്തെന്നാൽ ഗർഭിണിയായി കഴിയുമ്പോൾ നിങ്ങൾ വളരെ തിരക്കിലായിരിക്കും. അതുകൊണ്ട് ആദ്യംതന്നെ അന്വേഷിച്ച്, അഭിപ്രായം കേട്ട് മനസ്സിൽ ഒരു ഡോക്ടറെ തിരഞ്ഞെടുത്തു വയ്ക്കണം.

ദന്ത ഡോക്ടറെ കാണുക:– ഗർഭിണിയാകുന്നതിനുമുമ്പ് തീർച്ചയായും ഒരു ദന്ത ഡോക്ടറെ കാണണം. എന്തെന്നാൽ ഗർഭാവസ്ഥ പല്ലുകളിലും മോണകളിലും തന്റെ പ്രഭാവം കാണിക്കും. ഗർഭാവസ്ഥയിൽ ഹാർമ്മോണുകൾമൂലം പല്ലുകളിലും മോണകളിലും പ്രശ്നങ്ങൾ അധികമാകാൻ സാദ്ധ്യതയുണ്ട്. ഗർഭകാലത്തിലുള്ള പ്രശ്നങ്ങളിൽ മോണകളിൽ ഏർപ്പെടുന്ന രോഗങ്ങളും ഉൾപ്പെടുന്നുണ്ടെന്ന് പഠനങ്ങളിൽ നിന്ന് അറിയാൻ കഴിഞ്ഞിട്ടുണ്ട്. കുഞ്ഞിനെ

ഈ ലോകത്തേക്ക് കൊണ്ടുവരുന്നതിനു മുമ്പ് ഒരുപ്രാവശ്യം പല്ലുഡോക്ടറെക്കൊണ്ട് സ്വയം പരിശോധിപ്പിക്കുക. പല്ലുകളുടെ എക്സ്റേ, ഫില്ലിംഗ്, സർജ്ജറി എന്നിവ ചെയ്യുക. ഗർഭകാലത്തിൽ ഇതെല്ലാം ചെയ്യാൻ കഴിയുകയില്ല.

കുടുംബവൃക്ഷം പരിശോധിക്കുക:–നിങ്ങളുടെയും ഭർത്താവിന്റെയും കുടുംബത്തിലുണ്ടായിരുന്നവരെപ്പറ്റി അന്വേഷിച്ച് രണ്ട് കുടുംബങ്ങളിലും ആർക്കെങ്കിലും എന്തെങ്കിലും അസുഖങ്ങൾ ഉണ്ടായിരുന്നോ എന്ന് കണ്ടുപിടിക്കണം. ഈ രോഗങ്ങളിൽ മുഖ്യമായത് ഡൗൺ സിൻഡ്രോം, ടേ-ഷേക് രോഗം, സികൽസെൽ അനീമിയ, തൈലാസീമിയാ, ഹീമോഫീലിയ, സിസ്റ്റിക് ഫൈബ്രോസിസ്, ഫ്രേഗായ്ൽ എക്സ് സിൻഡ്രോം എന്നിവയാണ്.

ഗർഭാവസ്ഥയുടെ മുൻപരിചയം:– നിങ്ങൾക്ക് ആദ്യഗർഭത്തിൽ എന്തെങ്കിലും പ്രശ്നങ്ങൾ ഏർപ്പെടുകയോ, സമയത്തിനു മുമ്പോ വൈകിയോ പ്രസവം നടക്കുകയോ, ഒന്നിൽ കൂടുതൽ ഗർഭങ്ങൾ അലസിപ്പോകുകയോ ചെയ്തിട്ടുണ്ടെങ്കിൽ അത് ആവർത്തിക്കാതിരിക്കാൻ നിങ്ങളുടെ ഡോക്ടറുടെ സഹായം തേടുക.

ആവശ്യം ഏർപ്പെടുകയാണെങ്കിൽ ജെനറ്റിക് സ്ക്രീനിങ്ങ് ചെയ്യിക്കുക:– പാരമ്പര്യമായുള്ള ഏതെങ്കിലും സിസ്റ്റ് സംബന്ധപ്പെട്ട രോഗത്തെക്കുറിച്ച് അറിവ് ലഭിച്ചാൽ ഡോക്ടറോട് ജെനറ്റിക് സ്ക്രീനിങ്ങിനെക്കുറിച്ച് അഭിപ്രായം ചോദിക്കുക. നിങ്ങൾ കാകേഷിയൻ ആണെങ്കിൽ സിസ്റ്റ് ഫൈബറോസിസ്, യഹൂദിയോ യൂറോപ്പിയനോ ആണെങ്കിൽ ടേ-ശേക്ക്, ആഫ്രിക്കനാണെങ്കിൽ സിക്കൽസെൽ ട്രൈറ്റ്, ഗ്രീക്ക്, ഇറ്റാലിയൻ, തെക്കുകിഴക്ക് ഏഷ്യ, ഫിലിപ്പിയൻസ് എന്നീ നാടുകളെ ചേർന്നവരാണെങ്കിൽ തൈലാസീമിയാ എന്നീ രോഗങ്ങൾ ബാധിക്കാൻ സാദ്ധ്യതയുണ്ട്.

ആദ്യം പലപ്രാവശ്യം ഗർഭം അലസുക, ഏതെങ്കിലും രക്തസംബന്ധമുള്ളവരെ വിവാഹം കഴിക്കുക, വളരെക്കാലത്തോളം ഗർഭം ധരിക്കാതിരിക്കുക എന്നീ പ്രശ്നങ്ങൾ ഏർപ്പെട്ടാൽ ജെനറ്റിക് സ്ക്രീനിങ്ങിന്റെ ആവശ്യം ഏർപ്പെടാം.

പരിശോധിക്കുക:–ഈ അന്വേഷണങ്ങൾക്കിടയിൽ ചില ടെസ്റ്റുകൾ എടുക്കാനും നിങ്ങൾ തയ്യാറായിരിക്കണം. ആ ടെസ്റ്റുകൾ താഴെ പറയുന്നവയാണ്.

* അനീമിയ ഉണ്ടോ എന്നറിയാൻ ഹീമോഗ്ലോബിൻ അല്ലെങ്കിൽ ഹിമൈറ്റോക്രറ്റ് പരിശോധന
* ആർ.എച്ച്. ഫാക്ടർ നെഗറ്റീവാണോ പോസിറ്റീവാണോ എന്നറിയാനുള്ള പരിശോധന. നിങ്ങൾ നെഗറ്റീവാണെങ്കിൽ പങ്കാളിക്കും പരിശോധന വേണ്ടിവരും (രണ്ടുപേരുടെതും നെഗറ്റീവാണെന്നുകണ്ടാൽ ഇതിനെപ്പറ്റി വ്യാകുലപ്പെടേണ്ടതില്ല)
* 'റുവേലാടിടർ' - റുവേലക്കെതിരെയുള്ള പ്രതിരോധശക്തി പരിശോധിക്കുന്നു.
* 'വൈറിസെലാടിടർ' - വൈറിസെലാക്കെതിരേയുള്ള പ്രതിരോധശക്തി പരിശോധിക്കുന്നു.
* ഹെപ്പിടൈറ്റീസ് ബീ (നിങ്ങൾ ഇതിനുള്ള കുത്തിവെയ്പ് ചെയ്തിട്ടില്ലെങ്കിലും നിങ്ങൾ ഹെൽത്ത് വർക്കറാണെങ്കിൽ)
* സൈറ്റോ മെഗാലോവൈറസ് ആന്റി ബോഡീസ് പരിശോധന ചെയ്യണം. നിങ്ങൾ ഇതിനുള്ള ചികിത്സ എടുത്തിട്ടുണ്ടെങ്കിൽ അതിനുശേഷം 6 മാസം വരെ ഗർഭം ധരിക്കരുത്.
* ടാക്സോപ്ലാ പ്സമോസിസ്ടിടർ നിങ്ങളുടെ വീട്ടിൽ പുറത്തു ചുറ്റികറങ്ങുകയും പച്ചമാംസം തിന്നുകയും ചെയ്യുന്ന വളർത്തുപൂച്ച ഉണ്ടെങ്കിലോ, നിങ്ങൾ കയ്യുറയിടാതെ തോട്ടപ്പണി ചെയ്യുന്നുണ്ടെങ്കിലോ ഈ ടെസ്റ്റ് ചെയ്യണം. കുത്തിവെച്ചിട്ടുണ്ടെങ്കിൽ പരിഭ്രമിക്കേണ്ടതില്ല. ഇല്ലെങ്കിൽ ശ്രദ്ധിക്കണം.
* തൈറോയ്ഡ് ഫങ്ങ്ഷൻ ഗർഭാവസ്ഥയിൽ സ്വാധീനം ചെലുത്തിയേക്കാം. നിങ്ങളുടെ കുടുംബത്തിൽ ആർക്കെങ്കിലും ഈ രോഗം ഉണ്ടായിരുന്നെങ്കിലോ നിങ്ങളിൽ ഈ രോഗലക്ഷണങ്ങൾ പ്രത്യക്ഷപ്പെട്ടാലോ പരി ശോധന അത്യാവശ്യമാണ്.
* യോനി സംബന്ധപ്പെട്ട രോഗങ്ങൾ. എല്ലാ ഗർഭിണികളും പതിവായി യോനി സംബന്ധപ്പെട്ട രോഗങ്ങൾക്ക് (സിഫിലിസ്, ഗോണേറിയ, കാൽമീഡിയ,

ഹർപ്പീസ്, എച്ച്.പി.വി., എച്ച്.ഐ.വി.)പരിശോധന നടത്തണം. നിങ്ങൾ ഈ രോഗത്തെക്കുറിച്ച് നിശ്ചിന്തരാണെങ്കിലും ഒരു പ്രാവശ്യം തീർച്ചയായും ടെസ്റ്റ് ചെയ്യണം.

ചികിത്സിപ്പിക്കുക:– ഏതെങ്കിലും പരിശോധന മൂലം എന്തെങ്കിലും രോഗമുണ്ടെന്ന് മനസ്സിലായാൽ തീർച്ചയായും അതിനുവേണ്ട ചികിത്സ ചെയ്യണം. എന്തെങ്കിലും ചെറിയ ശസ്ത്രക്രിയയോ ചികിത്സയോ നിങ്ങൾ തള്ളിവെച്ചിട്ടുണ്ടെങ്കിൽ ഉടനെ ചെയ്യണം. ഇക്കൂട്ടത്തിൽ താഴെ കാണുന്നവ ഉൾപ്പെടും.

* യൂട്രെൻ പോലിപ്സ്, ഫൈബ്രോയ്ഡ് സ്സിസ്റ്റ് അല്ലെങ്കിൽ ബെനിഗ് ട്യൂമർ.
* എൻഡോമീട്രാഓസിസ് (ഗർഭാശയത്തിന്റെ അടുത്തുള്ള സെല്ലുകൾ ശരീരത്തിന്റെ മറ്റ് ഭാഗത്തേക്ക് വ്യാപിച്ചിട്ടുണ്ടെങ്കിൽ).
* പെൽവിക്ക് ഇൻഫ്ലാമെട്രി രോഗം.
* മൂത്രാശയത്തിൽ അടിക്കടി ഉണ്ടാകുന്ന രോഗബാധ, ബാക്ടീരിയൽ വെജീനോസിസ്.
* ഏതെങ്കിലും എസ്.ടി.ഡി. രോഗം.

കുത്തിവെയ്ക്കുക:- നിങ്ങൾ കഴിഞ്ഞ പത്തു വർഷങ്ങളായി ടെറ്റനസ് - ഡിഫ്ത്തീരിയ ബൂസ്റ്റർ ഇഞ്ചെക്ഷൻ എടുത്തിട്ടില്ലെങ്കിൽ എടുക്കണം. (റുബേലാ) മീസെൽസ്, മംസ്, റുബേലാ എന്നിവയ്ക്ക് പ്രതിരോധ കുത്തിവെയ്പ്പ് നടത്തിയിട്ടില്ലെങ്കിൽ ഉടനെ ചെയ്യുക. അതുകഴിഞ്ഞ് ഒരു മാസം കഴിഞ്ഞേ ഗർഭം ധരിക്കാവൂ. അതിനുമുമ്പ് ഗർഭം ധരിച്ചാലും പരിഭ്രമിക്കേണ്ടതില്ല. നിങ്ങൾക്ക് ഹെപെടൈടിസ്ബീ, ചിക്കൻ പോക്സ് എന്നിവയെക്കുറിച്ച് ഭയമില്ലെങ്കിലും ഇപ്പോൾ കുത്തിവെയ്ക്കണം. നിങ്ങളുടെ പ്രായം 26-ന് താഴെയാണെങ്കിൽ എച്ച്.പി.വി.യുടെ മൂന്ന് ഡോസും എടുക്കേണ്ടിവരും. അതുകൊണ്ട് പദ്ധതി ആസൂത്രണം ചെയ്ത് മുന്നോട്ടു പോകുക.

ക്രോണിക് രോഗങ്ങളെ നിയന്ത്രിക്കുക:- നിങ്ങൾക്ക് പ്രമേഹം, ആസ്ത്മാ, ഹൃദയ രോഗം, എപിലെപ്സി എന്നിങ്ങനെയുള്ള രോഗബാധിതരാണെങ്കിൽ ഗർഭിണിയാകുന്നതിന് മുമ്പുതന്നെ ഡോക്ടറുടെ അഭിപ്രായം ചോദിക്കുകയും രോഗത്തെ നിയന്ത്രിക്കുകയും ചെയ്യണം. നല്ല പോലെ ശ്രദ്ധിക്കുക. നിങ്ങൾ ജന്മനാ 'ഫിനാഇൽ കീടോൺ യൂറിയാ' രോഗ ബാധിതയാണെങ്കിൽ ആരംഭത്തിൽതന്നെ 'ഫിനായ്ലേലെനിൻ' അടങ്ങിയ ഭക്ഷണം കഴിക്കാൻ തുടങ്ങുകയും ചെയ്യുക. ഇത് നിങ്ങളുടെയും കുഞ്ഞിന്റെയും ആരോഗ്യത്തിന് വളരെ നല്ലതായിരിക്കും.

നിങ്ങൾക്ക് അലർജ്ജി ഷോട്ട്സ് ആവശ്യമാണെങ്കിൽ ആദ്യംതന്നെ ശ്രദ്ധിക്കുക. മ്ലാനത, പ്രസന്നത നിറഞ്ഞ നിങ്ങളുടെ ഗർഭാവസ്ഥയിൽ തടസ്സം ഏർപ്പെടുത്തിയേക്കാം. അതുകൊണ്ട് ആദ്യംതന്നെ അതിനുവേണ്ട ചികിത്സ ചെയ്യുക.

ഗർഭനിരോധന വസ്തുക്കൾ ഉപയോഗിക്കാതിരിക്കുക:- കോണ്ഡം, ഡയഫ്രം എന്നിവ എടുത്തുകളയുക (പ്രസവശേഷം അവയുടെ ആവശ്യം വീണ്ടും ഏർപ്പെടും) ഗർഭ നിരോധന ഗുളികകൾ വെജീനൽറിങ്ങ് അല്ലെങ്കിൽ പാച്ച് ഉപയോഗിക്കുന്നുണ്ടെങ്കിൽ അതിനെക്കുറിച്ച് ഡോക്ടറോട് അഭിപ്രായം ചോദിക്കുക. മാസങ്ങൾക്കു മുമ്പ് ഇവ ഉപയോഗിക്കുന്നത് നിർത്തണം. അപ്പോഴേ ഉത്പാദനേന്ദ്രീയം ശരിക്ക് പ്രവർത്തിക്കാൻ തുടങ്ങുകയും രണ്ടു പ്രാവശ്യം മാസമുറ ശരിക്ക് ഉണ്ടാവുകയും ചെയ്യും. (ആ സമയത്ത് കോണ്ഡം ഉപയോഗിക്കുക) നിങ്ങളുടെ മാസമുറയുടെ ക്രമം ശരിയാവാൻ രണ്ടുമൂന്നു മാസമോ അതിൽ കൂടുതലോ സമയം എടുത്തേക്കാം.

നിങ്ങൾ 'ഐയുഡി' ഉപയോഗിക്കുന്നുണ്ടെങ്കിൽ അത് എടുത്തുകളയുക. ഡെപോപ്രോവേര നിറുത്തി ആറുമാസം വരെ കാത്തിരിക്കുക. പല സ്ത്രീകളും ഇത് നിറുത്തി പത്തുമാസംവരെയും ഗർഭിണിയാകാറില്ല. ഇതിനനുസരിച്ച് കണക്കുകൂട്ടി പദ്ധതി ആസൂത്രണം ചെയ്യുക.

ഭക്ഷണത്തിൽ പരിഷ്കരണം:– ചില പ്പോൾ നിങ്ങൾ രണ്ടുദിവസംവരെ ഭക്ഷണം കഴിക്കാതിരിക്കുന്നുണ്ടാകാം. എന്നാൽ നല്ല പഴക്കങ്ങൾ സ്വീകരിക്കുന്നതിൽ താമസമെന്തിന്? നിങ്ങൾ ഫോലിക് ആസിഡിന്റെ ഡോസ് കഴിക്കാൻ മറക്കരുത്. ഇതുമൂലം ഗർഭധാരണ ശക്തി വർദ്ധിക്കും. ഗർഭം ധരിക്കുന്നതിനുമുമ്പ് ആഹാരത്തിൽ ഈ

വിറ്റാമിൻ അധിക അളവിൽ ചേർക്കുന്നതു കൊണ്ട് ഗർഭവതികളായ സ്ത്രീകളിൽ 'ന്യൂറൽ ട്യൂബ് ഡിഫെക്ട്' ഏർപ്പെടാനുള്ള സാദ്ധ്യതകുറയുമെന്ന് പഠനങ്ങൾ തെളിയിച്ചിട്ടുണ്ട്.

ഇത് എല്ലാ തവിടുകളയാത്ത ധാന്യങ്ങളിലും പച്ചയിലയുള്ള പച്ചക്കറികളിലും ശുദ്ധീകരിച്ച ധാന്യങ്ങളിലും ഉണ്ട്. എന്നാൽ നിങ്ങൾ ഇത് മരുന്നുപോലെ കൃത്യമായ അളവിൽ കഴിക്കണം. ഇതിന് ഡോക്ടറുടെ ഉപദേശം സ്വീകരിക്കുക. ജംക്ഫുഡ്, കൊഴുപ്പുള്ള വസ്തുക്കൾ എന്നിവ ഭക്ഷിക്കാതിരിക്കുക. ആഹാരത്തിൽ പഴങ്ങൾ, പച്ചക്കറികൾ, കൊഴുപ്പ് കുറവായുള്ള ക്ഷീരവ്യവസായ കേന്ദ്രോത്പന്നങ്ങൾ എന്നിവയുടെ അളവ് കൂട്ടുക. കലോറി കൂട്ടേണ്ട ആവശ്യമില്ല.

മീനിനെപ്പറ്റി പറഞ്ഞ കാര്യങ്ങളും ശ്രദ്ധിക്കുക. എന്നാൽ മീനിൽ പോഷക തത്വങ്ങൾ ധാരാളമുള്ളതുകൊണ്ട് അത് കഴിക്കുന്നത് ഉപേക്ഷിക്കരുത്.

ഭക്ഷണരീതിയിലുള്ള നിങ്ങളുടെ ശീലങ്ങൾ മൂലം ഗർഭകാലത്തിൽ എന്തെങ്കി ലും ബുദ്ധിമുട്ട് ഏർപ്പെടുന്നുണ്ടെങ്കിൽ (വ്രതം, എനോറെക്സിയാ നവാസ്, ബുലീമിയാ, പ്രത്യേക ആഹാരം) അതിനെക്കുറിച്ച് ഡോക്ടറുടെ അഭിപ്രായം ചോദിക്കുക. പ്രസവത്തിനുമുമ്പ് വിറ്റാമിൻ കഴിക്കുക.

ഫോളിക് ആസിഡ് വേണ്ട അളവിന് ഭക്ഷണത്തിൽ ചേർത്താലും ഗർഭം ധരിക്കുന്നതിന്റെ രണ്ടുമാസം മുമ്പ് പ്രസവത്തിനു മുമ്പുള്ള സപ്ലിമെന്ററി എന്ന വിധത്തിൽ 400-എംസിജി ഡോസ് എടുക്കണം. ഇതുകൊണ്ട് പല ലാഭങ്ങളുമുണ്ട്. ഗർഭധാരണത്തിന് മുമ്പോ ആദ്യത്തെ ആഴ്ചകളിലോ മൾട്ടീവിറ്റാമിൻ കഴിക്കുന്ന സ്ത്രീകൾക്ക് ഛർദ്ദിയോ മനംപിരട്ടലോ ഉണ്ടാകുകയില്ലെന്ന് പഠനങ്ങൾ തെളിയിച്ചിട്ടുണ്ട്. 15 എം.ജി.ജിങ്ക് കൂടി ഇതിൽ ഉൾക്കൊള്ളിക്കുന്നതുകൊണ്ട് ഗർഭധാരണ ശക്തി വർദ്ധിക്കും. ആവശ്യത്തിൽ കൂടുതൽ പോഷകാംശങ്ങൾ ഉൾക്കൊള്ളുന്നത് ഹാനികരമാണെന്നുള്ളതുകൊണ്ട് ഡോക്ടറുടെ അഭിപ്രായ പ്രകാരമേ മുന്നോട്ട് പോകാവൂ.

തൂക്കം പരിശോധിക്കൽ:– തൂക്കം കൂടുകയോ കുറയുകയോ ചെയ്യുന്നത് ഗർഭധാരണശക്തിയെ സ്വാധീനിക്കും. നിങ്ങൾ ഗർഭം ധരിച്ചാലും ഗർഭകാലത്തിൽ പല വിധ കുഴപ്പങ്ങളും ഏർപ്പെടാൻ സാദ്ധ്യതയുണ്ട്. അതുകൊണ്ട് ആവശ്യത്തിനനുസരിച്ച് കലോറികളുടെ അളവ് കൂട്ടുകയോ കുറക്കുകയോ ചെയ്യണം.

തൂക്കം കുറക്കണമെങ്കിൽ മെല്ലെ മെല്ലെ കുറക്കുകയും ഗർഭധാരണം രണ്ടുമാസത്തേക്ക് നീട്ടിവെക്കുകയും ചെയ്യണം. വളരെ കഠിനവും അസന്തുലിതവുമായ ആഹാരനിയന്ത്രണം പാലിച്ചിരുന്നുവെങ്കിൽ സന്തുലിതമായ ആഹാരക്രമം ആരംഭിക്കണം. അപ്പോഴേ ശിശുവിന് ഒരു സ്വസ്ഥശരീരത്തിൽ തനിക്കുള്ള വാസസ്ഥലം ഏർപ്പെടുത്താൻ കഴിയൂ.

ഷേപ്-അപ്പ്, എന്നാൽ ശാന്തമായിരിക്കുക:– വ്യായാമം ചെയ്യുന്ന പതിവുണ്ടെങ്കിൽ നല്ലതാണ്. മാംസപേശികൾ ഫ്ലെക്സിബിളും ദൃഢവും ആയിത്തീരും. അനാവശ്യമായ തടിയും കുറയും, എന്നാൽ അമിത വ്യായാമം ചെയ്യരുത്. എന്തെന്നാൽ അതുകൊണ്ട് ഓവലേഷനിൽ കഷ്ടം ഏർപ്പെടുകയും നിങ്ങൾ ഗർഭിണിയാകാതിരിക്കുകയും ചെയ്യും. വർക്ക് ഔട്ടിനിടയിൽ ശാന്ത മായിരിക്കുക. ഹോട്ട് ടബ്ബ്, സാനാ, ഹീറ്റിങ്ങ് പാഡ്, ഇലക്ട്രിക് കേബിൾ എന്നിവ അധികം ഉപയോഗിക്കരുത്.

മെഡിക്കൽ ക്യാബിനെറ്റിന്റെ പരിശോധന:– ചില മരുന്നുകൾ ഗർഭം ധരിക്കുന്നതിനുമുമ്പോ ഗർഭകാലത്തിലോ കഴിക്കുന്നത് ആപൽക്കരമാണ്. നിങ്ങളും തുടർച്ചയായോ ഇടക്കിടക്കോ എന്തെങ്കിലും മരുന്ന് കഴിക്കുന്നുണ്ടെങ്കിൽ നിങ്ങളുടെ ഡോക്ടറുടെ അഭിപ്രായം ചോദിക്കുക. അങ്ങിനെയുള്ള മരുന്ന് കഴിക്കേണ്ട നിർബ്ബന്ധം ഏർപ്പെടുകയാണെങ്കിൽ അതിനുപകരമുള്ള മരുന്ന് ഏതാണെന്ന് അന്വേഷിക്കേണ്ട ശരിയായ സമയം ഇതുതന്നെയാണ്.

ഹെർബൽ മരുന്നുകളോ പകരത്തിനുള്ള മരുന്നുകളോ പ്രകൃതിദത്തമായതാണെന്ന് കരുതപ്പെടുന്നുണ്ടെങ്കിലും അത് പൂർണ്ണമായും സുരക്ഷിതമാണെന്ന് അതിന് അർത്ഥമില്ല. പല ഹെർബൽ മരുന്നുകളും (ഗിംകഗോബിലോബാ) ഗർഭധാരണത്തിൽ തന്നെ തടസ്സം ഏർപ്പെടുത്തിയേക്കാം. ഹെർബൽ ഡോക്ടർമാരുടെ അനുമതി ഇല്ലാതെ ഇങ്ങനെയുള്ള മരുന്നുകൾ കഴിക്ക

ശ്രദ്ധിക്കുക

കുഞ്ഞിന് ജന്മം നൽകാൻ തീരുമാനിച്ചാൽ ഭാര്യാഭർത്താക്കന്മാരുടെ ശരീരങ്ങൾ തമ്മിലുള്ള അടുപ്പം വർദ്ധിക്കുമെന്നത് തീർച്ചയാണ്. എന്നാൽ നിങ്ങളുടെ പ്രേമസംബന്ധം എന്താവും? വരാനുള്ള വിരുന്നുകാരനെക്കുറിച്ചുള്ള ചിന്തയിൽ സെക്സിനെക്കുറിച്ച് അശ്രദ്ധ കാണിക്കുന്നുണ്ടാവും.

എപ്പോഴും വരാനിരിക്കുന്ന കുഞ്ഞിനെക്കുറിച്ച് ചിന്തിച്ചിരുന്നാൽ സെക്സ് വിനോദമല്ലാതെ വെറുമൊരു ചടങ്ങുമാത്രമായിത്തീരും. നിങ്ങൾ ഒരു മെഷീൻ മാതിരി ഇതിനെ ഒരു ചടങ്ങായി കരുതിയാൽ ബന്ധങ്ങളിൽ വിള്ളൽ ഏർപ്പെടും. എന്നാൽ നിങ്ങൾ മനസ്സുവെച്ചാൽ മുമ്പിലത്തെപോലെ ഇതിനെ സന്തോഷപ്രദമാക്കാം. ഗർഭധാരണസമയത്ത് ഭർത്താവുമായി വൈകാരിക ബന്ധം പുലർത്തുവാൻ താഴെപ്പറയുന്ന കാര്യങ്ങൾ സഹായകമായിരിക്കും.

വെളിയിൽ പോകുക:– നിങ്ങൾ ഭർത്താവിന്റെ കൂടെ വീട്ടിൽ നിന്നോ പട്ടണത്തിൽനിന്നുതന്നെയോ വെളിയിൽപോയി കുറച്ചുസമയം ചെലവഴിക്കണം. എന്തെന്നാൽ ഇതിനുശേഷം വളരെ നാളുകൾക്ക് ഇങ്ങനെയുള്ള സന്ദർഭം കിട്ടുകയില്ല. നിങ്ങൾക്ക് സമയം കിട്ടുന്നില്ലെങ്കിൽ സാരമില്ല, വാരാന്ത്യത്തിൽ അങ്ങനെ ചെയ്യാം (കുതിരസവാരി, റാഫ്ട്ടിംഗ് എന്നിവ ചെയ്യുക). ഗർഭിണിയായി കഴിഞ്ഞാൽ ഇതൊന്നും ചെയ്യാൻ കഴിയില്ലല്ലോ? മ്യൂസിയം, സിനിമായൊക്കെ കാണാൻ പോകുക (ഇപ്പോൾ ബേബി സിറ്ററുടെ ആവശ്യ മില്ലല്ലോ?) അല്ലെങ്കിൽ നിങ്ങൾക്ക് ഇഷ്ടമുള്ള റെസ്റ്ററന്റിൽ പോയി ഭക്ഷണം കഴിക്കുക.

ആൽക്കഹോളിന്റെ അളവ്:– കുടിക്കുന്നതിന് മുമ്പ് കുറച്ച് ആലോചിക്കുക. ഗർഭാവസ്ഥയുടെ ആരംഭ ദിനങ്ങളിൽ ഒരു ചിലപെഗ്ഗ് കുടിക്കുന്നതുകൊണ്ട് വ്യത്യാസമൊന്നും ഏർപ്പെടുകയില്ല. എന്നാൽ അധിക അളവിൽ കുടിച്ചാൽ ഗർഭം ധരിക്കുന്നതിൽ താമസം ഏർപ്പെട്ടേക്കാം, അല്ലെങ്കിൽ ബുദ്ധിമുട്ട് ഏർപ്പെട്ടേക്കാം. നിങ്ങൾ ഗർഭവതിയായി കഴിഞ്ഞിട്ടുണ്ടാകാം. അങ്ങിനെയാണെങ്കിൽ മദ്യപാനം പൂർണ്ണമായി ഉപേക്ഷിക്കേണ്ടിവരും.

റൊമാൻസ് ചെയ്യുക:– സെക്സ് ബോറാകാതിരിക്കാൻ ബെഡ്റൂമിൽ കുറച്ചുനേരം റൊമാൻസ് ചെയ്യുക. സെക്സിനൈറ്റി, ഹോട്ട് മൂവി, സെക്സീ ടോയ്, പുതിയ ഹാവഭാവങ്ങൾ (കാമസൂത്രത്തിന്റെ സഹായം തേടുക) എന്നിവ സ്വീകരിക്കുക. കിടക്കയ്ക്കുപകരം ഊണുമേശ ഇട്ടാൽ എങ്ങിനെ ഉണ്ടാകും ? ഐസ് ക്രീം കഴിച്ച് ഹോട്ട്പഫ് കഴിക്കുന്നതിനുപകരം രണ്ടുംകൂട്ടി കുഴച്ചു കഴിച്ചാൽ എങ്ങനെ ഉണ്ടാകും? അധികം രോമാഞ്ചം ഇഷ്ടമല്ലെങ്കിൽ സാരമില്ല, നിലാവുള്ള രാത്രിയിൽ നടക്കാനിറങ്ങുക, തീകായാൻ ഇരിക്കുന്നതിന് പകരം കൈകോർത്തിരുന്ന് സ്വപ്നം കാണുക.

ഭർത്താവിനെക്കുറിച്ച് ചില കാര്യങ്ങൾ:– അദ്ദേഹവും നിങ്ങളെപ്പോലെ കുഞ്ഞിനുവേണ്ടി ചിന്തിതനാണോ? നിങ്ങളുടെ ശരീര താപനിലയെക്കുറിച്ചുള്ള ചാർട്ട് ഉണ്ടാക്കുന്നതിൽ സഹായിക്കുന്നതിനുപകരം സ്റ്റോക് മാർക്കെറ്റ് പറ്റിയ വിവരങ്ങൾ നോക്കുന്നതിൽ മുഴുകിയിരിക്കുകയാണോ? ഓരോ പ്രാവശ്യവും അദ്ദേഹം കുഞ്ഞുടുപ്പുകളുള്ള കടയുടെ മുന്നിലെത്തുമ്പോൾ ദീർഘനിശ്വാസം വിടാറുണ്ടോ? ഇതെല്ലാം കണ്ട് അദ്ദേഹത്തിന് കുഞ്ഞുവരുന്നതിൽ ഉത്സാഹമില്ലെന്ന് കരുതരുത്. ഒരുപക്ഷെ പിന്നീട് നിങ്ങളുടെകൂടെ ചിലവഴിക്കാൻ അധികം സമയം കിട്ടാൻവേണ്ടി അദ്ദേഹം ഇപ്പോൾ അധികം ശ്രദ്ധപതിപ്പിക്കുന്നതാവാം. അദ്ദേഹവും ഒരു പിതാവാകാൻ പോകുകയാണെന്ന കാര്യം ഓർമ്മവെക്കുക. ഇത് ഒരു ടീം വർക്കാണ്. നിങ്ങളെപ്പോലെ അദ്ദേഹവും ഈ കാര്യത്തിൽ ഗൗരവത്തിലാണ്. സമയം കിട്ടുമ്പോഴൊക്കെ തമ്മിൽ ഇതിനെക്കുറിച്ച് ചർച്ചചെയ്യുക. അദ്ദേഹത്തോട് ദേഷ്യപ്പെടുകയോ ശകാരിക്കുകയോ ചെയ്യാതിരിക്കുക. പരസ്പര ഐക്യം അനുഭവപ്പെടുന്നത് രണ്ടുപേർക്കും നല്ലതാണ്.

രുത്. ഡോക്ടർമാരോട് വരാനിരിക്കുന്ന ഗർഭധാരണത്തെപ്പറ്റി സൂചിപ്പിക്കണം.

കഫൈനിന്റെ അളവ്:– കഫൈൻ അടങ്ങിയ പദാർത്ഥങ്ങൾ തീർത്തും ഉപേക്ഷിക്കണമെന്ന് പറയുന്നില്ല. നിങ്ങൾ ഗർഭവതിയാകാനുള്ള തയ്യാറിലാണെങ്കിലോ ഗർഭവതിയാണെങ്കിലോപോലും കഫൈനുള്ള കാപ്പിയോ മറ്റെന്തിലും പാനീയമോ ദിവസത്തിൽ രണ്ടു കപ്പ് വീതം കുടിക്കാവുന്നതാണ്. എന്നാൽ നിങ്ങൾ ആവശ്യത്തിൽ കൂടുതൽ കാപ്പി കുടിക്കുന്ന ശീലമുള്ള ആളാണെങ്കിൽ ശ്രദ്ധിക്കണം. അധിക അളവിൽ കാപ്പി കുടിച്ചാൽ പ്രജനനശക്തി കുറയുമെന്ന് പല പഠനങ്ങളും തെളിയിച്ചി ട്ടുണ്ട്.

ലഹരി പദാർത്ഥങ്ങളുടെ സേവനം:– കുടിക്കുന്നതിനുമുമ്പ് ആലോചിക്കുക. ഗർഭകാലത്തിന്റെ ആരംഭഘട്ടത്തിൽ ഒന്നുരണ്ട് പെഗ്ഗ് കഴിച്ചാൽ വലിയ കുഴപ്പമില്ല. എന്നാൽ അധികം കഴിച്ചാൽ ഗർഭധാരണത്തിൽ കാലതാമസമോ കഷ്ടമോ ഏർപ്പെടാൻ സാദ്ധ്യതയുണ്ട്. നിങ്ങൾ ഗർഭിണിയായെങ്കിൽ മദ്യം കഴിക്കുന്നത് തികച്ചും ഒഴിവാക്കേണ്ടിവരും.

പിൻ പോയിന്റ് ഓവലേഷൻ

ഗർഭധാരണത്തിൽ ഓവലേഷന്റെ മുഖ്യത്വം നിങ്ങൾക്കറിയാമല്ലോ? ആ ദിവസം എന്നാണെന്ന് താഴെകൊടുത്തിട്ടുള്ള വഴികളിൽകൂടി നിങ്ങൾക്ക് ഊഹിക്കുവാൻ കഴിയും

കലണ്ടർ നോക്കുക:– സാധാരണ ഗതിയിൽ മാസമുറയ്ക്ക് നടുവിലാണ് ഓവലേഷൻ ഏർപ്പെടുന്നത്. സാധാരണ മാസമുറ 28 നാളിലാണ് ഏർപ്പെടുന്നത്. ആദ്യത്തെ മാസമുറയുടെ ആദ്യ ദിവസത്തിൽനിന്ന് അടുത്ത മാസമുറയുടെ ആദ്യ ദിവസംവരെ എണ്ണുന്നു. എന്നാൽ ഗർഭാവസ്ഥ പോലെതന്നെ മാസമുറയുടെ നാളുകളും ഓരോരുത്തർക്കും വ്യത്യസ്തമാണ്. 23-നും 25-നുമിടയ്ക്ക് ഏത് ദിവസവും മാസമുറ ഏർപ്പെടാം. നിങ്ങളുടെ ക്രമംതന്നെ ഓരോ മാസത്തിലും വ്യത്യസ്തമാകാം. കുറച്ചുമാസങ്ങൾ വരെ കണക്കുവെച്ചാൽ നിങ്ങൾക്ക് നിങ്ങളുടെ മാസമുറയുടെ ക്രമം മനസ്സിലാക്കാൻ കഴിയും. നിങ്ങളുടെ മാസമുറ ക്രമില്ലാതെയാണ് വരുന്നതെങ്കിൽ മറ്റുലക്ഷണങ്ങൾ ശ്രദ്ധിക്കുക.

നിങ്ങളുടെ താപനില പരിശോധിക്കുക:– നിങ്ങൾക്ക് നിങ്ങളുടെ ശരീരത്തിന്റെ ബൈസൽ താപനിലയുടെ റിക്കാർഡ് സൂക്ഷിക്കേണ്ടിവരും. കാലത്ത് കിടക്കയിൽ നിന്ന് എഴുന്നേറ്റ ഉടൻ ഒരു പ്രത്യേക തെർമ്മോമീറ്റർ മൂലം ശരീരത്തിന്റെ താപനില അളക്കണം. ഈ താപനില നിങ്ങളുടെ മാസമുറയുടെ ക്രമത്തിനനുസരിച്ച് മാറിക്കൊണ്ടിരിക്കും. ഓവലേഷന്റെ സമയത്താണ് ഏറ്റവും കുറവായിരിക്കുക, അതിനുശേഷം അരഡിഗ്രി വരെ കൂടും. ഈ ചാർട്ടുമൂലം ഓവലേഷന്റെ ദിവസം കണ്ടുപിടിക്കുന്നതോടൊപ്പം അതിന്റെ തെളിവും കിട്ടും. കുറച്ചുമാസങ്ങൾക്കുശേഷം നിങ്ങൾക്ക് മാസമുറയുടെ ക്രമം മനസ്സിലാക്കാൻ കഴിയും. പ്രസവ ദിവസത്തെക്കുറിച്ച് ഊഹിക്കാനും കഴിയും

നിങ്ങളുടെ അടിവസ്ത്രങ്ങൾ പരിശോധിക്കുക:– സർവ്വകിൾമ്യൂക്കസിന്റെ അളവും നിറവും മാറുന്നതുമൂലം ഇതിനുള്ള സൂചന ലഭിക്കുന്നു. മാസമുറ കഴിഞ്ഞശേഷം അങ്ങിനെ സംഭവിക്കുമെന്ന് പ്രതീക്ഷിക്കാനാവില്ല. മാസമുറയുടെ ചക്രം നീണ്ടുപോകുന്നതിനനുസരിച്ച് മ്യൂക്കസിന്റെ അളവും കൂടുന്നു. വിരലുകൊണ്ട് എടുത്ത് നോക്കിയാൽ അത് ഒട്ടുന്ന ഒരു പദാർത്ഥമായിരിക്കും. ഓവലേഷൻ അടുക്കുമ്പോൾ ആസ്രവം മുമ്പിലത്തേക്കാൾ നേർത്തതും, വൃത്തിയുള്ളതും വഴുവഴുപ്പുനിറഞ്ഞതുമായിത്തീരും. ഇത് വിരലിൽ എടുത്ത് കുറച്ചുദൂരംവരെ കമ്പിപോലെ വലിക്കുവാൻ കഴിയും. നിങ്ങൾക്ക് ബെഡ്റൂമിലേക്ക് പോകാനുള്ള നേരമായെന്നതിനുള്ള സൂചനയാണിത്. ഓവലേഷനുശേഷം യോനി വരളുകയോ ആ ദ്രവം കട്ടിയാകുകയോ ചെയ്യും. സർവകളിന്റെ അവസ്ഥ, ബൈസൽ ബോഡി ടെമ്പറേച്ചർ എന്നിവയുടെ സഹായം കൊണ്ട് ഓവലേഷന്റെ ശരിയായ തീയതി മനസ്സിലാക്കാൻ കഴിയും.

സർവ്വിക്സിന്റെ അവസ്ഥ:– സർവ്വിക്സിന്റെ സ്ഥിതിവെച്ചും ഓവലേഷൻ കണ്ടുപിടിക്കാൻ കഴിയും. മാസമുറയുടെ ചക്രത്തിന്റെ ആരംഭത്തിൽ യോനിക്കും ഗർഭാശയത്തിനും നടുവിലുള്ള മാർഗ്ഗം സ്വല്പം വലിഞ്ഞും അടഞ്ഞുമിരിക്കും. എന്നാൽ ഓവലേഷനുശേഷം മനസ്സിലാക്കാൻ കഴിയും.

ശ്രദ്ധിക്കുക:– നിങ്ങളുടെ ശരീരം സ്വയം ഓവലേഷന്റെ സൂചന നൽകും. ആ സമയത്ത് വയറിന്റെ അടിഭാഗത്ത് വേദനയും കോച്ചിവലിയും ഏർപ്പെടും. അപ്പോൾ ഓവറിയിൽ നിന്ന് മുട്ട റിലീസായെന്ന് മനസ്സിലാക്കാൻ കഴിയും.

ഒരുവടിയിൽ മൂത്രമൊഴിച്ച് പരിശോധിക്കുക:– ഇപ്പോൾ കടകളിൽ ഓവലേഷൻ ഡിടെക്ടർ കിറ്റ് ലഭ്യമാണ്. അത് ഹാർമോൺ ടെസ്റ്റുകൊണ്ട് ഓവലേഷന്റെ ശരിയായ സമയം കണ്ടുപിടിക്കും. നിങ്ങൾ മൂത്രത്തിൽ ആ വടിമുക്കി പരിശോധിക്കണം.

വാച്ചിൽ നോക്കുക:– വാച്ചുപോലെ കൈയ്യിൽ ധരിക്കാനുള്ള ഒരു യന്ത്രം കണ്ടുപിടിച്ചിട്ടുണ്ട്. അത് നിങ്ങളുടെ വിയർപ്പിലുള്ള ക്ലോറായ്ഡ്, സോഡിയം, പൊട്ടാഷ്യം എന്നിവയുടെ അളവ് നിരീക്ഷിക്കുന്നു. ഇത് മാസമുറയുടെ സമയത്ത് മാറിക്കൊണ്ടിരിക്കും. ഈ ക്ലോറായ്ഡിൻ ടെസ്റ്റ് നാലുദിവസം മുമ്പുതന്നെ ഓവലേഷന്റെ സൂചന നൽകും. ശരിയായ വിവരം കിട്ടാൻ തുടർച്ചയായി ആറുമണിക്കൂർവരെ ഈ യന്ത്രം കൈയ്യിൽ ധരിക്കണം.

തുപ്പൽ പരിശോധിക്കുക:– തുപ്പൽ പരിശോധനയിൽ എസ്ട്രോജന്റെ അളവ് കൂടുതലാണെങ്കിൽ ഓവലേഷൻ തുടങ്ങാൻ പോകുകയാണെന്നർത്ഥം. ആ പരീക്ഷണം കൊണ്ട് മിക്കവാറും ഇത് തീർച്ചയാണെന്ന് തെളിയും. ഈ 'പീ ആന്റ് സ്റ്റിക്' ടെസ്റ്റ് വളരെ ചിലവുകുറവായ ഒന്നാണ്.

പുകവലി ഉപേക്ഷിക്കുക:– പുകവലി നിങ്ങളുടെ മുട്ടകളുടെ ശക്തി കുറയ്ക്കും. ഗർഭധാരണം ശ്രമകരമാകുകയും ഗർഭം അലസാനുള്ള സാദ്ധ്യത വർദ്ധിപ്പിക്കുകയും ചെയ്യും. പുകവലിക്കുന്ന സ്വഭാവം ഉപേക്ഷിക്കുക, അത് വരാനിരിക്കുന്ന കുഞ്ഞിന് ഒരു വലിയ സമ്മാനമായിരിക്കും. പുകവലി ഉപേക്ഷിക്കാനുള്ള ചില എളുപ്പവഴികൾ ഈ പുസ്തകത്തിൽത്തന്നെ പറഞ്ഞിട്ടുണ്ട്. അവയെ പിൻപറ്റി ലാഭമടയുക.

നിയമവിരുദ്ധമായ മയക്കുമരുന്നുകൾക്ക് വിടപറയുക:– മാർജ്ജൂ ആനാ, കൊക്കേൻ, ക്രേക്ക്, ഹെറോയിൻ എന്നിങ്ങനെയുള്ള മയക്കുമരുന്നുകൾ ഗർഭകാലത്ത് ഉപയോഗിക്കുന്നത് അപകടകരമാണ്. നിങ്ങൾ തുടർച്ചയായോ, വല്ലപ്പോൾ മാത്രമോ ഉപയോഗിച്ചാലും ഇത് നിങ്ങളെ ഗർഭിണിയാകുവാൻ അനുവദിക്കുകയില്ല. നിങ്ങൾ ഗർഭിണിയായാലും അത് ഭ്രൂണത്തിന് കേട് സൃഷ്ടിക്കും. ഗർഭം അലസിപ്പിക്കുവാനുള്ള ലക്ഷണങ്ങൾ വർദ്ധിപ്പിക്കുവാൻ സാദ്ധ്യതയുണ്ട്. അതുകൊണ്ട് ഇവ ഉപയോഗിക്കുന്നത് തീർത്തും ഉപേക്ഷിക്കണം. അതിനുശേഷമേ ഗർഭം ധരിക്കുന്നതിനെക്കുറിച്ച് ചിന്തിക്കാവൂ.

റേഡിയേഷൻ ഒഴിവാക്കുക:– എക്സ്റേ എടുക്കുമ്പോൾ കഴിയുന്നതും പ്രജനന അവയവങ്ങൾ ശ്രദ്ധിക്കുക. നിങ്ങൾ ഗർഭിണിയാണെങ്കിൽ എക്സ്റേ എടുക്കുന്ന ആളോട് നിങ്ങൾ ഗർഭിണിയാണെന്നും അതുകൊണ്ട് പ്രത്യേകം ശ്രദ്ധിക്കണമെന്നും പറയുക.

ചുറ്റുപാടിൽ നിന്നുള്ള അപകടങ്ങൾ:–ചില രസായനങ്ങൾ അധിക അളവിൽ ഉപയോഗിക്കുകയോ നിങ്ങൾ അവയുമായി സമ്പർക്കത്തിൽ ഏർപ്പെടുകയോ ചെയ്താൽ ഗർഭധാരണത്തിനുമുമ്പോ പിന്നീട് ഭ്രൂണത്തിനോ കേട് സംഭവിക്കാം. ജോലിക്കിടയിൽ ഈ രസായനങ്ങൾ സൂക്ഷിച്ച് കൈകാര്യം ചെയ്യുക. മരുന്നുകൾ, ദന്ത ചികിത്സാലയം, കലാ, ഫോട്ടോഗ്രാഫി, ഗതാഗതം, കൃഷി, ലാൻഡ് സ്കേപ്പിംഗ്, നിർമ്മാണകാര്യങ്ങൾ, ഹെയർ ഡ്രെസ്സിങ്ങ്, കോസ്മോറ്റോളജി, ഡ്രൈ ക്ലീനിങ്ങ്, ഫാക്ടറി എന്നിവിടങ്ങളിൽ ജോലിചെയ്യുമ്പോൾ പ്രത്യേകം ശ്രദ്ധിക്കണം. കഴിയുമെങ്കിൽ കുറച്ചു സമയത്തേക്ക് അങ്ങിനെയുള്ള സ്ഥലങ്ങളിൽ നിന്ന് സ്ഥലമാറ്റം വാങ്ങുന്നത് നന്നായിരിക്കും.

ജോലിസ്ഥലത്തോ വീട്ടിലോ ലെഡ്ഡി (ഈയം)-ന്റെ അളവ് കൂടുതലായാൽ നിങ്ങൾക്കും കുഞ്ഞിനും നല്ലതല്ല. വീട്ടുപയോഗത്തിലുള്ള വിഷമുള്ള വസ്തുക്കൾ കൈകാര്യം ചെയ്യുമ്പോൾ സൂക്ഷിക്കുക.

സാമ്പത്തികമായി തയ്യാറാകുക:– ഇത് വളരെ ചിലവുള്ള ഒരു പ്രക്രിയയാണ്. അതുകൊണ്ട് നേരത്തെതന്നെ ഭർത്താവിനോടൊപ്പം ബഡ്ജെറ്റ് തയ്യാറാക്കുക. പ്രസവത്തിനുമുൻപും പിൻപുമുള്ള ചിലവുകൾക്ക് ഹെൽത്ത് ഇൻഷൂറൻസിൽ നിന്ന് പണം ലഭിക്കുമോ എന്ന് അന്വേഷിച്ചറിയുക. ഇതുവരെ അങ്ങനെയുള്ള പോളിസി അറിയിച്ചിട്ടില്ലെങ്കിൽ കുറച്ചുകാലം കാത്തിരിക്കുക. നിങ്ങൾ അങ്ങനെയുള്ള പോളിസി എടുത്തിട്ടില്ലെങ്കിൽ എടുക്കാനുള്ള ശരിയായ സമയം ഇതാണ്.

ചില മുഖ്യ അഭിപ്രായങ്ങൾ:–ഗർഭാവസ്ഥക്കിടയിൽ നിങ്ങളുടെ ജോലിയെപ്പറ്റി ആലോചിക്കുക. നിങ്ങൾ ജോലി മാറാൻ ഉദ്ദേശിക്കുന്നുണ്ടെങ്കിൽ ഇപ്പോൾത്തന്നെ അന്വേഷണം ആരംഭിക്കുക. നിങ്ങൾ ഉന്തിയ വയറുമായി ഇന്റർവ്യൂവിന് പോകാൻ ആഗ്രഹിക്കില്ലെന്നത് തീർച്ചയാണ്.

ഒരു നിഗമനത്തിലെത്തുവിൻ:– നിങ്ങളുടെ മാസമുറയും ഓവലേഷനും ശ്രദ്ധിക്കുക. അപ്പോൾ നിങ്ങൾക്ക് ശരിയായ സമയത്ത് സംഭോഗത്തിലേർപ്പെടാനും ഗർഭധാരണത്തിന്റെ ഉചിതമായ സമയത്തെക്കുറിച്ച് ഒരു നിഗമനത്തിലെത്താനും കഴിയും. സംഭോഗത്തിലേർപ്പെട്ട സമയവും ദിവസവും എഴുതിവെക്കുന്നതും നിഗമനത്തിലെത്തുന്നത് എളുപ്പമാക്കും.

കുറച്ചുസമയം കൊടുക്കുക:– ഒരു സാധാരണ ആരോഗ്യമുള്ള 25 വയസ്സായ യുവതിക്ക് ഗർഭിണിയാകാൻ ആറുമാസവും അതിൽ കൂടുതൽ പ്രായമുള്ളവർക്ക് അതിൽ കൂടുതൽ സമയവും വേണ്ടിവരുമെന്ന് ഓർക്കുക. നിങ്ങളുടെ ഭർത്താവിന് പ്രായക്കൂടുതലുണ്ടെങ്കിൽ അധികസമയം എടുക്കും. നിങ്ങൾക്ക് 35 വയസ്സായെങ്കിൽ ഏഴു മാസം കാത്തിരുന്നശേഷം ഡോക്ടറുടെ അഭിപ്രായം തേടുക.

വിശ്രമിക്കുക:– ഇത് ഏറ്റവും അനിവാര്യമായ കാര്യമാണ്. നിങ്ങൾക്ക് വരാനിരിക്കുന്ന സമയത്തെക്കുറിച്ച് ഉത്കണ്ഠയും പിരിമുറുക്കവും ഉണ്ടായിരിക്കാം. എന്നാൽ പിരിമുറുക്കം ഗർഭധാരണത്തിൽ തടസ്സം സൃഷ്ടിച്ചേക്കാം. സ്വല്പം ഏകാഗ്രതയും വിശ്രമവും നൽകുന്ന വ്യായാമങ്ങൾ ചെയ്യുക. പിരിമുറുക്കത്തിന് വിടനൽകുക.

ഭാവി പിതാക്കന്മാർക്ക് ചില നിർദ്ദേശങ്ങൾ

ഒരു അച്ഛനാകാൻ പോകുന്നതുകൊണ്ട് വേറെ മുറി ഏർപ്പാടാക്കുന്നതിനെക്കുറിച്ച് ഇപ്പോൾത്തന്നെ ചിന്തിക്കേണ്ടതില്ല. പക്ഷെ ഈ പ്രക്രിയയിൽ നിങ്ങളും പൂർണ്ണമായി സഹായിക്കണം. (അമ്മ ഒറ്റയ്ക്ക് എന്തു ചെയ്യും) ഈ നിർദ്ദേശത്തിന്റെ സഹായം കൊണ്ട് ഈ പ്രക്രിയ എളുപ്പമാക്കാൻ കഴിയും.

ഡോക്ടറെ സന്ദർശിക്കുക:– നിങ്ങൾക്ക് ഗർഭം ധരിക്കേണ്ടതില്ലെങ്കിലും ഡോക്ടറെ ക്കൊണ്ട് നിങ്ങളെ പരിശോധിപ്പിക്കണം. രണ്ട് ആരോഗ്യമുള്ള ശരീരങ്ങൾ ഒന്നുചേർന്നാൽ മാത്രമെ നല്ല ആരോഗ്യമുള്ള കുഞ്ഞ് ജനിക്കുകയുള്ളൂ. സംപൂർണ്ണ പരിശോധന മൂലമെ നിങ്ങൾക്ക് ടെസ്റ്റികുലർസിസ്റ്റ്, ട്യൂമർ എന്നീ രോഗങ്ങൾ ഉണ്ടോ, നിരുന്മേഷത അച്ഛനാകുന്നതിൽ നിന്ന് നിങ്ങളെ തടയുന്നുണ്ടോ എന്നെല്ലാം അറിയാൻ കഴിയൂ. സെക്ഷ്വൽ ഇഫെക്ട്, നാട്ടു മരുന്നുകൾ, ശുക്ലാണുക്കളുടെ എണ്ണം എന്നിവയെക്കുറിച്ച് ഡോക്ടറോട് ചോദിച്ച് മനസ്സിലാക്കുക. ഇതെല്ലാം അറിഞ്ഞുകഴിഞ്ഞാൽ നിങ്ങൾ ഒരു ആരോഗ്യമുള്ള കുഞ്ഞിന്റെ അച്ഛനാകാൻ തയ്യാറായി എന്നർത്ഥം.

ജെനറ്റിക് സ്ക്രീനിങ്ങ് ആവശ്യമുണ്ടെങ്കിൽ:– നിങ്ങളുടെ കുടുംബത്തിൽ എന്തെങ്കിലും പാരമ്പര്യരോഗമുണ്ടെങ്കിൽ നിങ്ങളുടെ ഭാര്യ സ്ക്രീനിങ്ങിന് തയ്യാറാകുമ്പോൾ നിങ്ങളും തീർച്ചയായും സ്ക്രീനിങ്ങ് ചെയ്യിക്കണം.

ഭക്ഷണത്തിൽ പരിഷ്കരണം:–ആഹാരത്തിൽ പോഷക വസ്തുക്കൾ കൂടുന്നതിനനുസരിച്ച് ശുക്ലാണുക്കളും ആരോഗ്യമുള്ളവയായിരിക്കും പഴങ്ങൾ, പച്ചക്കറികൾ, എല്ലാവിധ ധാന്യങ്ങൾ, പ്രോട്ടീൻ എന്നിവ ചേർന്ന സംതുലിത ആഹാരം കഴിക്കണം. വിറ്റമിൻ മിനറൽ എന്നിവയുടെ ഡോസും ഈ സമയത്ത് നിങ്ങൾക്ക് കഴിക്കാം. എന്തെന്നാൽ ആഹാരത്തിൽ നിന്ന് എല്ലാവിധ മുഖ്യപോഷക തത്വങ്ങളും ലഭിച്ചെന്നുവരില്ല. ഇതിൽ ഫോലിക് ആസിഡും ചേർക്കണം. പലപ്പോഴും ഇതിന്റെ കുറവുകൊണ്ട് ഗർഭധാരണത്തിൽ താമസം ഏർപ്പെടുക ശിശു ജനിക്കുമ്പോൾ തന്നെ വൈകല്യങ്ങൾ ഉണ്ടായിരിക്കുക എന്നിവ ഏർപ്പെടാറുണ്ട്.

ജീവിതരീതി ശ്രദ്ധിക്കുക:– പരീക്ഷണങ്ങൾ തുടർന്ന് നടക്കുന്നുണ്ടെങ്കിലും നിങ്ങൾ മയക്കുമരുന്നോ, മദ്യമോ അധിക അളവിൽ ഉപയോഗിക്കുന്ന ആളാണെങ്കിൽ എളുപ്പത്തിൽ അച്ഛനാകാൻ കഴിയില്ലെന്നുള്ളത് സ്പഷ്ടമാണ്. ഇതുകാരണം ശുക്ലം കുറയുകയും അണുക്കളുടെ എണ്ണം കുറയുകയും ടെസ്റ്റോ സ്റ്റെറോണിന്റെ നിലവാരം കുറയുകയും ചെയ്യുന്നു. ഇത് ഉചിതമല്ല. അധിക അളവിൽ മദ്യപാനം ചെയ്താൽ ശിശുവിന്റെ തൂക്കം കുറയും. നിങ്ങൾ മദ്യം കഴിക്കുന്നതിന്റെ അളവ് കുറച്ചാൽ ഭാര്യയ്ക്കും അങ്ങനെ ചെയ്യുന്നത് എളുപ്പമാകും. നിങ്ങൾക്ക് മദ്യപാനവും ലഹരി സാധനങ്ങളുടെ ഉപയോഗവും ഉപേക്ഷിക്കാൻ കഴിയുന്നില്ലെങ്കിൽ ഡോക്ടറുടെ സഹായം തേടുക.

തൂക്കം പരിശോധിക്കുക:– ബോഡിമാസ് ഇൻഡെക്സ് അധികമുള്ള പുരുഷന്മാർ സാധാരണക്കാരോട് ഒപ്പിട്ടാൽ നപുംസകങ്ങളായിരിക്കും. നിങ്ങളുടെ തൂക്കത്തിൽ 20 പൗണ്ട് വർദ്ധിച്ചാലും അതിന്റെ പ്രഭാവം കാണാൻ കഴിയും. അതുകൊണ്ട് ഭാര്യയെ ഗർഭിണിയാക്കാൻ ശ്രമിക്കുന്നതിന് മുമ്പ് നിങ്ങളുടെ തൂക്കം പരിശോധിക്കുക.

പുകവലി ഉപേക്ഷിക്കുക:– കള്ളത്തരങ്ങളൊന്നും നടപ്പില്ല. പുകവലി കൊണ്ട് ശുക്ലത്തിലെ അണുക്കളുടെ സംഖ്യ കുറയും. പുകവലി ഉപേക്ഷിക്കുന്നത് നിങ്ങളുടെ കുടുംബാംഗങ്ങളുടെ ആരോഗ്യത്തിനു തന്നെ ലാഭകരമാണ്. അവർക്കും നിങ്ങളുടെ സിഗററ്റിന്റെ പുക ആപത്കാരിയാണ്. നിങ്ങളുടെ കുഞ്ഞ് എസ്.ഐ.ഡി.എസ്.-ൽ (പെട്ടെന്ന് സാംക്രമിക രോഗങ്ങൾ മൂലം മരിക്കുക) നിന്ന് രക്ഷപ്പെടും.

രസായനങ്ങളുടെ സമ്പർക്കം ഒഴിവാക്കുക:– പെയിന്റ്, പശ, വാർണീഷ്, തീഷ്ണമായ രസായനങ്ങൾ എന്നിവയുമായി നേരിട്ടുള്ള സമ്പർക്കം ഒഴിവാക്കുക. ഇവമൂലവും നിങ്ങൾക്ക് വിഷമം ഏർപ്പെടും.

ജനനേന്ദ്രിയത്തെ കുളിർമയായിവെയ്ക്കുക:– വൃക്ഷണം അധികം ചൂടായാൽ ശുക്ല ഉത്പാദനത്തിൽ തടസ്സം ഏർപ്പെടും. വൃക്ഷണം ശരീരത്തിന്റെ താപനിലയെക്കാൾ സ്വല്പം

കോൺസെപ്ഷൻ മിസ് കോൺസെപ്ഷൻ

(ഗർഭാധാരണത്തോട് ബന്ധപ്പെട്ട പഴങ്കഥകൾ)

നിങ്ങൾ ഇന്റർനെറ്റിലും പഴയ വയറ്റാട്ടികളിൽ നിന്നും ഇതിനെക്കുറിച്ച് കേട്ടിരിക്കും.

പഴങ്കഥ:– ദിവസവും ലൈംഗീകബന്ധത്തിൽ ഏർപ്പെട്ടാൽ ശുക്ലാണുക്കളുടെ എണ്ണം കുറയുകയും ഗർഭധാരണം ദുഷ്കരമാകുകയും ചെയ്യും.

സത്യം:– മുമ്പ് ഇത് സത്യമാണെന്ന് കരുതിയിരുന്നു. എങ്കിലും ഓവലേഷന്റെ സമയത്ത് ദിവസവും ലൈംഗീക ബന്ധത്തിലേർപ്പെട്ടാൽ കൂടുതൽ നല്ല ഫലമാണ് കിട്ടുക എന്ന് പഠനങ്ങളിൽ നിന്ന് അറിയാൻ കഴിഞ്ഞിട്ടുണ്ട്.

പഴങ്കഥ:– ബോക്സർ ഷോർട്ട്സ് ധരിക്കുന്നതുകൊണ്ട് പ്രജനനശക്തി വർദ്ധിക്കും.

സത്യം:– വിജ്ഞാനികൾ ഈ ബോക്സർ ബ്രീഫിനെക്കുറിച്ചുള്ള തർക്കത്തിൽ കുടുങ്ങിയിരിക്കുകയാണ്. എന്നാൽ ഇതുകൊണ്ട് സ്വല്പം വ്യത്യാസം ഏർപ്പെടുമെന്നാണ് വിദഗ്ദന്മാരുടെ അഭിപ്രായം. വൃക്ഷണങ്ങളുടെ താപനില തണുപ്പായിരിക്കുകയും അവയിൽ കാറ്റോട്ടം ഏർപ്പെടുകയും ചെയ്യുന്ന രീതിയിലുള്ള അടിവസ്ത്രങ്ങളാണ് പുരുഷന്മാർ ധരിക്കേണ്ടത്.

പഴങ്കഥ:– ലൈംഗീകബന്ധത്തിൽ ഏർപ്പെടുമ്പോൾ മിഷനറി പൊസിഷൻ ഗർഭധാരണത്തിന് ഉത്തമമാണ്.

സത്യം:– ഓവലേഷന്റെ സമയത്ത് നേർത്തതാകുന്ന മ്യൂക്കസാണ് ശുക്ലാണുക്കളെ ഫെലോപിയൻ ട്യൂബുവരെ എടുത്തു ചെല്ലുന്നത്. ശുക്ലാണുക്കൾ അവിടെ എത്തുന്നില്ലെങ്കിൽ ഒരു പൊസിഷനും പ്രയോജനപ്രദമല്ല. ലൈംഗീകബന്ധത്തിനുശേഷം സ്വല്പനേരം നീണ്ടുനിവർന്ന് കിടക്കണം. അങ്ങനെ ചെയ്താൽ ശുക്ലം ഗർഭപാത്രത്തിനകത്ത് പ്രവേശിക്കുന്നതിനുമുമ്പ് യോനിവഴിയായി പുറത്തേക്ക് വരികയില്ല.

പഴങ്കഥ:– ലൂബ്രിക്കൻഡ് ശുക്ലത്തെ ശരിയായ സ്ഥലത്ത് എത്തിക്കാൻ സഹായിക്കും.

സത്യം:– ഇത് സത്യമല്ല. ഇതുകാരണം യോനിയുടെ പി.എച്ച്. ബാലൻസ് മാറും. അത് ശുക്ലത്തിന് നല്ലതല്ല.

പഴങ്കഥ:– പകലിൽ ലൈംഗീകബന്ധത്തിൽ ഏർപ്പെട്ടാൽ ഗർഭധാരണം എളുപ്പമാകും.

സത്യം:– കാലത്ത് ശുക്ലത്തിന്റെ തരം ഉയർന്നിരിക്കുമെങ്കിലും ഇതുകൊണ്ട് വൈദ്യശാസ്ത്രപരമായി പ്രയോജനമൊന്നുമില്ല. നിങ്ങൾക്ക് വേണമെങ്കിൽ കാലത്ത് ലൈംഗീക ബന്ധത്തിൽ ഏർപ്പെടാം. എന്നാൽ ഉച്ചയ്ക്കുശേഷം വേണമെന്ന് തോന്നിയാൽ ചെയ്യരുതെന്നൊന്നും കരുതേണ്ടതില്ല.

തണുത്തിരിക്കും. അപ്പോൾ അത് നിങ്ങളുടെ ശരീരത്തിൽ നിന്ന് വേറിട്ട് തൂങ്ങി നിൽക്കും. ഹോട്ട് ടബ്ബ് ബാത്ത്, സാനാ, ഇലക്ട്രിക് കേബിൾ, ടൈറ്റ് ജീൻസ് എന്നിവ ഉപേക്ഷിക്കണം. സിന്തെറ്റിക്ക് പാന്റ് അണ്ടർ വെയർ എന്നിവ ഉപയോഗിക്കരുത്. ലാപ് ടോപ് മടിയിൽ വെക്കരുത്. ഈ ഉപകരണം മൂലം ശരീരത്തിന്റെ കീഴ്ഭാഗത്തിന്റെ താപ നില വർദ്ധിക്കും. ലാപ്ടോപ് ഉപയോഗിക്കണമെങ്കിൽ ഡെസ്ക് ടോപ് ആയി ഉപയോഗിക്കുക.

പ്രജനനേന്ദ്രിയത്തെ സുരക്ഷിതമായി വെക്കുക:– നിങ്ങൾ ഏതെങ്കിലും പരുക്കൻ കളികളിൽ (ഫുട്ബോൾ, സോക്കർ, ബാസ്ക്കെറ്റ് ബോൾ, ഹോക്കി, ബേസ്ബോൾ, കുതിര സവാരി) ഏർപ്പെടുന്നുണ്ടെങ്കിൽ സുരക്ഷാകവചം മൂലം പ്രജനനേന്ദ്രിയ

ങ്ങളെ സംരക്ഷിക്കണം. അധികം സൈക്കിൾ ചവിട്ടുന്നതുകൊണ്ടും പ്രശ്നങ്ങൾ ഏർപ്പെടാം. സൈക്കിൾ സീറ്റിന്റെ അഴുത്തം മൂലം ധമനികൾക്ക് കേടുസംഭവിക്കുമെന്നാണ് വിദഗ്ദ്ധന്മാരുടെ അഭിപ്രായം. ജനനേന്ദ്രിയങ്ങളുടെ മരവിപ്പ് മാറിയില്ലെങ്കിൽ ഡോക്ടറെ കാണിക്കുക.

വിശ്രമം:– നിങ്ങൾ എല്ലാം മനസ്സിലാക്കിക്കഴിഞ്ഞു. ഇനി നിങ്ങൾ സമാധാനമായി ഈ പട്ടികയിൽ പറഞ്ഞ കാര്യങ്ങൾ പ്രായോഗികമാക്കുക. ജോലിത്തിരക്കിനിടയിൽ വിശ്രമിക്കാൻ മറക്കരുത്. പിരിമുറുക്കം മൂലം നിങ്ങളുടെ പ്രകടനത്തിന്റെതരം കുറയുകയും ശുക്ലം ഉണ്ടാകുന്നതിൽ തടസ്സം ഏർപ്പെടുകയും ചെയ്യും. ചിന്ത എത്ര കുറക്കുന്നുവോ അത്രയും വേഗം ഫലവും കിട്ടും. ശാന്തഭാവത്തോടെ പരിശ്രമിക്കുക.

• • •

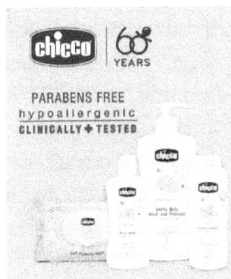

നിങ്ങൾ ഗർഭിണിയാണോ?

നിങ്ങളുടെ മാസമുറ ഒരു ദിവസമോ അല്ലെങ്കിൽ മൂന്നാഴ്ചയോ തള്ളിപ്പോയിട്ടുണ്ടാവാം, ആദ്യം തന്നെ നിങ്ങൾക്ക് എന്തോ കുഴപ്പമുണ്ടെന്ന് തോന്നുന്നുണ്ടാകാം, മാസമുറ വരാത്തതുകൊണ്ട് നിങ്ങൾ സ്വയം ഊഹിച്ചിട്ടുണ്ടാവാം, ചിലപ്പോൾ നിങ്ങൾ ഗർഭിണിയായതിന്റെ ലക്ഷണങ്ങൾ തെളിവായി കാണുന്നുണ്ടാകും. നിങ്ങൾ കഴിഞ്ഞ ആറുമാസങ്ങളായി പരിശ്രമിക്കുന്നുണ്ടാകാം. കഴിഞ്ഞ രണ്ടാഴ്ചകളായി നിങ്ങൾ ഗർഭനിരോധന സാധനങ്ങൾ ഉപയോഗിക്കാതെ ലൈംഗീക ബന്ധത്തിൽ ഏർപ്പെട്ടിരിക്കാം. ചിലപ്പോൾ നിങ്ങൾ ഇതുവരെ ശ്രമിച്ചിട്ടില്ലെന്നുമിരിക്കാം. ഏതുസ്ഥിതിയിലെങ്കിലുമാകട്ടെ, നിങ്ങൾ ഈ പുസ്തകം വായിക്കാൻ തുടങ്ങിയിട്ടുണ്ടെങ്കിൽ ഞാൻ ഗർഭിണിയാണോ? എന്നോർത്ത് നിങ്ങൾ ആശ്ചര്യപ്പെടുന്നുണ്ടാകും. ആകട്ടെ! ഞങ്ങൾ അത് കണ്ടുപിടിക്കാൻ നിങ്ങളെ സഹായിക്കാം.

നിങ്ങൾ എന്തുകരുതുന്നുണ്ടാകും ?

ഗർഭാവസ്ഥയുടെ ആരംഭലക്ഷണങ്ങൾ

"പ്രെഗ്നൻസി ടെസ്റ്റിനുമുമ്പുതന്നെ താൻ ഗർഭിണിയാണെന്നറിഞ്ഞു എന്ന് എന്റെ സ്നേഹിത പറഞ്ഞു. എനിക്കും മുമ്പു തന്നെ കണ്ടുപിടിക്കാൻ കഴിയുമോ?"

ഇതിനുള്ള ശരിയായ മാർഗ്ഗം നിങ്ങളുടെ പ്രെഗ്നൻസി ടെസ്റ്റ് പോസിറ്റീവ് ആവുന്നതാണ് അപ്പോൾ മാത്രമേ നിങ്ങൾ അമ്മയാകുവാൻ പോകുകയാണോ അല്ലയോ എന്ന് മനസ്സിലാക്കാൻ കഴിയൂ. പല സ്ത്രീകൾക്കും ആഴ്ചകളോളം ഗർഭത്തിന്റെ ലക്ഷണങ്ങൾ മനസ്സിലാക്കാൻ കഴിയുന്നില്ല. മറ്റുചിലർക്ക് നേരത്തെതന്നെ അവർ അമ്മയാകാൻ പോകുകയാണെന്ന് മനസ്സിലാക്കാൻ കഴിയും. നിങ്ങൾക്ക് അങ്ങനെയുള്ള എന്തെങ്കിലും ലക്ഷണം കാണുന്നുണ്ടെങ്കിൽ ഹോം പ്രെഗ്നൻസി ടെസ്റ്റ് കിറ്റ് വാങ്ങാൻ വൈകരുത്. ഏതെങ്കിലും മരുന്നുകടയിൽ നിന്ന് എളുപ്പത്തിൽ വാങ്ങാൻ കഴിയും.

സ്തനവും മുലക്കണ്ണും മൃദുവാകുക:- മാസമുറകൾക്കുമുമ്പ് സ്തനങ്ങളിൽ സ്പർശിക്കുമ്പോൾ വേദന ഉണ്ടാകുമെന്ന് നിങ്ങൾക്കറിയാമല്ലോ? ഗർഭധാരണത്തിനു മുമ്പ് സ്തനങ്ങൾ മൃദുവാകും ചില സ്ത്രീകളിൽ വലിയ, തൊട്ടാൽ വേദനിക്കുന്ന സ്തനങ്ങൾ ഗർഭലക്ഷണമായി കാണുന്നു. ഗർഭിണിയായി കഴിഞ്ഞാൽ സ്തനങ്ങളുടെ വലുപ്പത്തിൽ മാറ്റം വരുന്നതോടൊപ്പം മറ്റ് പലമാറ്റങ്ങളും ഏർപ്പെടും.

സ്താനാഗ്രങ്ങളുടെ കറുപ്പ്:- മുലക്കണ്ണിനു ചുറ്റുമുള്ള കറുപ്പ് ഭാഗത്തിന്റെ നിറം കൂടുതൽ കറുപ്പാകും. ഗർഭകാലത്തിൽ ഇങ്ങനെ സംഭവിക്കുന്നത് സ്വാഭാവികമാണ്. ഒപ്പംതന്നെ സ്തനങ്ങളുടെ വലുപ്പം കൂടാൻ തുടങ്ങുകയും ചെയ്യും. തൊലിയുടെ നിറംമാറുന്നത്, നിങ്ങളുടെ ശരീരത്തിൽ പ്രെഗ്നൻസി ഹാർമോൺസ് പ്രവർത്തിക്കാൻ തുടങ്ങിയതിന്റെ അടയാളമാണ്.

കോൾമയിർ കൊള്ളുന്നോ?:– ഇല്ല, ശരിക്കും ഇല്ല. പക്ഷെ മുലക്കണ്ണിന്റെ അടുത്തുള്ള കറുത്ത ഭാഗത്ത് ചെറിയ വീക്കം പോലെ കാണും. (മോണ്ട്ഗൂമറിട്യൂബർകൾസ്) വാസ്തവത്തിൽ ഇത് എണ്ണസ്രവിക്കുന്ന ഗ്രന്ഥികളാണ്. ഇത് മുലക്കണ്ണിനെയും അതിന് ചുറ്റുമുള്ള ഭാഗങ്ങളെയും എണ്ണമയമുള്ളതാക്കി മാറ്റുന്നു. കുഞ്ഞിന് മുലയൂട്ടുന്നതിനുള്ള തയ്യാറെടുപ്പുകളാണിവയെല്ലാം. വരാനിരിക്കുന്ന സമയത്തേക്കുവേണ്ടി ശരീരം സ്വയം തയ്യാറാകുകയാണ്.

കറ:- ഭ്രൂണം ഗർഭാശയത്തിൽ തനിക്കുള്ള സ്ഥാനം ഏർപ്പെടുത്തുമ്പോൾ പല സ്ത്രീകൾക്കും ചെറുതായി സ്രവം പുറത്തുവരും. അത് നിങ്ങളുടെ മാസമുറയ്ക്ക് കുറച്ചു ദിവസം മുമ്പായിരിക്കും. സ്രവത്തിന്റെ നിറം ഇളം റോസായിരിക്കും (ചുവപ്പല്ല).

അടിക്കടി മൂത്രമൊഴിക്കാൻ തോന്നുക:– നിങ്ങൾക്ക് അടിക്കടി മൂത്രമൊഴിക്കാൻ തോന്നുന്നുണ്ടോ? ഗർഭം ധരിച്ച് രണ്ടു മൂന്നാഴ്ചകൾ കഴിയുമ്പോൾ നിങ്ങൾക്ക് അടിക്കടി മൂത്രമൊഴിക്കേണ്ടിവരും. ഈ പുസ്തകത്തിൽനിന്ന് അതിന്റെ കാരണം മനസ്സിലാക്കാം.

ക്ഷീണം:– ക്ഷീണം കൊണ്ട് ശരീരം മുഴുവൻ തളർന്നുപോകും. ശക്തി ക്ഷയിക്കുകയും ആലസ്യം ഏർപ്പെടുകയും ചെയ്യും. നിങ്ങളുടെ ശരീരം വരാനിരിക്കുന്ന സമയത്തിനുവേണ്ടി തയ്യാറെടുക്കുകയാണ്.

മനംപിരട്ടുക:– ആദ്യത്തെ മൂന്നുമാസം മനംമടുപ്പ് കാരണം അടിക്കടി ബാത്ത്റൂമിലേക്ക് ഓടേണ്ടിവരും. ഗർഭം ധരിച്ച ഉടനെ തന്നെ ചില സ്ത്രീകൾക്ക് മനം മടുപ്പും ഛർദ്ദിയും (മോണിംഗ് സിക്ക്നസ്) ഉണ്ടാകും. സാധാരണ ഇത് ആറാമത്തെ ആഴ്ചയോടെയാണ് ആരംഭിക്കുന്നത്.

ഗന്ധത്തിനോട് സംവേദനശീലത:– പുതിയതായി ഗർഭം ധരിച്ച സ്ത്രീകൾക്ക് മണം തിരിച്ചറിയാനുള്ള ശക്തി വളരെ കൂടുതലാണ്. അവർക്ക് ഓരോ നല്ല-ചീത്ത മണവും പെട്ടെന്ന് തിരിച്ചറിയാൻ കഴിയും.

വീർക്കുക അല്ലെങ്കിൽ ബ്ലോട്ടിംഗ്:– വയറു വീർക്കുന്നതുപോലെ തോന്നുന്നുണ്ടോ? പിന്നീട് കുഞ്ഞിന്റെ ഭാരം കൊണ്ട് വയറു വീർക്കുമെങ്കിലും ആരംഭത്തിൽതന്നെ ചെറിയ അളവിൽ അത് അറിയാൻ കഴിയും.

താപനില വർദ്ധിക്കുക:– 'ബൈസൽ ബോഡി ടെമ്പറേച്ചർ'. ബൈസൽ ബോഡി തെർമോമീറ്റർ കൊണ്ട് കാലത്ത് നിങ്ങളുടെ ശരീരത്തിന്റെ താപനില അളന്നാൽ ഒരു ഡിഗ്രി വർദ്ധിച്ചിട്ടുണ്ടെന്ന് കാണാൻ കഴിയും. ഗർഭകാലത്തിൽ ഇത് വർദ്ധിച്ചുകൊണ്ടുതന്നെ ഇരിക്കും. ഇത് ഒരു ചെറിയ സൂചന മാത്രമാണെങ്കിലും ആ വലിയ വാർത്തയെക്കുറിച്ച് ഊഹിക്കാൻ കഴിയും.

മാസമുറ തെറ്റുക:– എപ്പോഴും ശരിയായ സമയത്തിൽ മാസമുറ വരുകയും ഇത്തവണ വരാതിരിക്കുകയും ചെയ്താൽ പരിശോധനയ്ക്കുമുമ്പുതന്നെ ഗർഭമാണെന്ന് ഊഹിക്കാൻ കഴിയും.

ഗർഭമാണെന്ന് മനസ്സിലാക്കുക

'ഞാൻ ഗർഭിണിയാണോ അല്ലയോ എന്ന് ശരിയായ രീതിയിൽ എങ്ങനെ കണ്ടുപിടിക്കാൻ കഴിയും?'

ആദ്യം നിങ്ങളുടെ മനസ്സ് പറയുന്നത് കേൾക്കുക. അപ്പോൾ നിങ്ങൾക്ക് കുറെശ്ശേ ഊഹിക്കാൻ കഴിയും ശരിയായ വിവര ത്തിന് വൈദ്യശാസ്ത്രത്തിന്റെ സഹായം തന്നെ തേടണം. ഇന്നത്തെക്കാലത്ത് നിങ്ങൾ ഗർഭിണിയാണോ എന്ന് കണ്ടുപിടിക്കാൻ പലവിധത്തിലുള്ള പരിശോധനകൾ ഉണ്ട്.

വീട്ടിൽത്തന്നെ ഗർഭ പരിശോധന:– ബാത്ത്റൂമിൽവെച്ച് വളരെ രഹസ്യമായിത്തന്നെ ഈ പരിശോധന നടത്താവുന്നതാണ്. ഇത് പെട്ടെന്ന് ചെയ്യാം. ചില പരിശോധനകൾ

മാസമുറ തെറ്റുന്നതിനുമുമ്പുതന്നെ ചെയ്യാവുന്നതാണ്. (ശരിയായ ഫലം കിട്ടാൻ മാസമുറ തെറ്റിയതിനുശേഷംതന്നെ പരിശോധിക്കണം).

മൂത്രത്തിൽ എച്ച്.സി.ജി. ഹാർമോണുണ്ടോ എന്ന് പരിശോധിക്കണം. ഇതാണ് പ്ലസൻട്രാ നിർമ്മിക്കുന്നത്. ഇത് നിങ്ങളുടെ രക്തത്തിൽ കലരാൻ അധികസമയം ആകുകയില്ല. മൂത്രത്തിൽ ഇതുണ്ടെങ്കിൽ നിങ്ങൾക്ക് പോസിറ്റീവ് റിസൽട്ട് കിട്ടും. ഇത് അധികം സംവേദനാശീലമുള്ളതല്ല. ഗർഭിണിയായി ഒരാഴ്ച കഴിഞ്ഞാൽ നിങ്ങളുടെ രക്തത്തിൽ എച്ച്.സി.ജി. ഉണ്ടാകും, പക്ഷെ ടെസ്റ്റിൽ ഇതിനെ പരിശോധിക്കാൻ കഴിയുകയില്ല. നിങ്ങൾ മാസമുറയ്ക്ക് ഏഴുദിവസങ്ങൾക്ക് മുമ്പ് പരിശോധിച്ചാൽ ഗർഭിണിയാണെങ്കിലും നെഗറ്റീവ് റിസൽട്ടേ കിട്ടുകയുള്ളൂ.

മാസമുറയ്ക്ക നാലുദിവസങ്ങൾക്കു മുമ്പ് പരിശോധിച്ചാൽ 60% ശരിയായ റിസൽട്ട് കിട്ടും. മാസമുറ വരേണ്ട ദിവസം പരിശോധിച്ചാൽ 90% ശരിയായ റിസൽട്ട് കിട്ടും. ഒരാഴ്ച കഴിഞ്ഞ് പരിശോധിച്ചാൽ 97% ശരിയായ ഫലം അറിയാം. സമയം കൂടുന്നതോടൊപ്പം ശരിയായ ഫലവും അറിയാൻ കഴിയും. നിങ്ങൾക്ക് ഈ ടെസ്റ്റുമൂലം ആദ്യം തന്നെ ഗർഭാവസ്ഥയെക്കുറിച്ച് അറിയാൻ കഴിയുന്നതുകൊണ്ട് നേരത്തെതന്നെ ഡോക്ടറുടെയോ വയറ്റാട്ടിയുടെയോ അഭിപ്രായം കേട്ട് പൂർണ്ണ സംരക്ഷണം ആരംഭിക്കാൻ കഴിയും. ഇതിനുശേഷം മെഡിക്കൽ ടെസ്റ്റ് ചെയ്യണം. പൂർണ്ണ പരിശോധനയും രക്തപരിശോധനയും ചെയ്ത് എല്ലാം തികച്ചും ഭദ്രമാണെന്ന് നിശ്ചയിക്കാം.

രക്തപരിശോധന:– ഗർഭം ധരിച്ച് ഒരാഴ്ച കഴിഞ്ഞ് രക്തം പരിശോധിച്ചാൽ നിങ്ങൾ ഗർഭിണിയാണോയെന്ന് 100% അറിയാൻ കഴിയും. രക്തത്തിലുള്ള എച്ച്.സി.ജി.യുടെ ശരിയായ തരം കണ്ടുപിടിച്ച് ഗർഭിണിയായ തീയതി പറയാൻ കഴിയും, എന്തെന്നാൽ ഗർഭാവസ്ഥ വർദ്ധിക്കുന്നതോടൊപ്പം രക്തത്തിലുള്ള എച്ച.സി.ജി.യുടെ അളവും കൂടും പല ഡോക്ടർമാരും രക്തത്തോടൊപ്പം മൂത്രവും പരിശോധിക്കുവാൻ നിർദ്ദേശിക്കുന്നുണ്ട്.

മെഡിക്കൽ പരിശോധന:– രക്തവും മൂത്രവും പരിശോധിച്ച് ഗർഭിണിയാണോ എന്ന് ശരിയായി കണ്ടുപിടിക്കാൻ കഴിയും. എന്നാൽ ഗർഭപാത്രത്തിന്റെ ആകൃതി, യോനി, സർവിക്സ് എന്നിവയുടെ നിറം, സർവിക്സിന്റെ നിർമ്മാണത്തിലുള്ള വ്യത്യാസം എന്നിവയെക്കുറിച്ചും വൈദ്യപരിശോധന നടത്താം.

ഒരു ലഘുരേഖ

"ഞാൻ വീട്ടിൽവെച്ച് ഹോം പ്രെഗ്നൻസി ടെസ്റ്റ് ചെയ്തപ്പോൾ ഒരു ചെറിയവര പോലെ കണ്ടു. ഞാൻ ഗർഭിണിയാണോ?"

നിങ്ങളുടെ രക്തത്തിലോ മൂത്രത്തിലോ എച്ച്.സി.ജി.യുടെ നിലവാരം കാണാനുണ്ടെങ്കിൽ മാത്രമെ ഈ പരിശോധനയിൽ പോസിറ്റീവ് റിസൽട്ട് (അനുകൂലഫലം) കാണുകയുള്ളൂ. നിങ്ങൾ ഗർഭിണിയാണെങ്കിൽ മാത്രമെ ഇത് നിങ്ങളുടെ ശരീരത്തിൽ ഉൽപ്പത്തിയാകുകയുള്ളൂ. പരിശോധനയിൽ ചെറിയ വരപോലെ വന്നാലും നിങ്ങൾ ഗർഭിണിയാണ്.

നിങ്ങൾ തടിച്ച രേഖയ്ക്കുപകരം നേരിയ രേഖയാണ് കണ്ടത്, നിങ്ങൾ ചെയ്ത ടെസ്റ്റിന്റെ നിലവാരത്തിലെ സംവേദന ശീലത്തിന്റെ തരം വെവ്വേറെ ആയതുകൊണ്ടാണ്. ഗർഭാവസ്ഥയിൽ എച്ച്.സി.ജി.യുടെ നിലവാരം ദിവസവും കൂടിക്കൊണ്ടിരിക്കും. ഗർഭം ധരിച്ച് എത്ര ദിവസമായെന്നും പരിശോധിക്കണം. നിങ്ങൾ വളരെ വേഗം പരിശോധിച്ചാൽ എച്ച്.സി.ജി. ഒരു നേരിയ വരയായി മാത്രമെ കാണാൻ കഴിയൂ.

നിങ്ങളുടെ പ്രെഗ്നൻസി ടെസ്റ്റിന്റെ സംവേദന ശീലത പരിശോധിക്കാൻ പാക്കെറ്റിന്റെ പുറകിൽ കൊടുത്തിട്ടുള്ള അളവും പരിമാണവും ശ്രദ്ധിച്ച് വായിക്കണം. ഇതിൽ കാണുന്ന ഇൻടാപാഷ്നൽ യൂനിട്ടിലെലിറ്ററിന്റെ അളവ് എത്രകുറയുന്നുവോ, പരിശോധന അത്രയും സംവേദനാശീലമാകും. 50 ലിറ്ററിനുപകരം 20 ലിറ്ററുള്ള ടെസ്റ്റിൽ നിന്ന് നിങ്ങൾക്ക് കൂടുതൽ വേഗത്തിൽ ഭേദപ്പെട്ട റിസൽട്ട് കിട്ടും. വിലകൂടിയ ടെസ്റ്റ് കൂടുതൽ സംവേദനാശീലമായിരിക്കും.

ഗർഭാവസ്ഥയിൽ ദിവസന്തോറും എച്ച്.സി.ജി.യുടെ ലെവൽ ഉയർന്നു കൊണ്ടിരിക്കും. നിങ്ങൾ വളരെ വേഗം ടെസ്റ്റുചെയ്താൽ നേരിയരേഖ മാത്രമെ കാണാൻ കഴിയൂ. രണ്ടുദിവസം കഴിഞ്ഞ് വീണ്ടും പരിശോധിക്കുക. നിങ്ങളുടെ എല്ലാ സംശയങ്ങളും മാറിക്കിട്ടും.

പോസിറ്റീവ് ആയില്ല

"എന്റെ ആദ്യത്തെ പ്രെഗ്നൻസി ടെസ്റ്റ് പോസിറ്റീവായിരുന്നു. പക്ഷെ കുറച്ചു സമയം കഴിഞ്ഞ് നെഗറ്റീവ് റിസൾട്ട് കിട്ടി. പിന്നീട് മാസമുറ വന്നു. ഇതെന്തു കൊണ്ടാണ്?"

നിങ്ങൾക്ക് കെമിക്കൽ പ്രെഗ്നൻസി ആയിരുന്നു എന്നു തോന്നുന്നു. ഗർഭാവസ്ഥ ആരംഭിക്കുന്നതിന് മുമ്പുതന്നെ അവസാനിക്കുന്നു. ഈ ഗർഭാവസ്ഥയിൽ അണ്ഡം ഫെർട്ടിലൈസ് ആയി ഗർഭപാത്രത്തിൽ നിക്ഷിപ്തമാകാൻ തുടങ്ങുന്നു എന്നാൽ പൂർണ്ണരൂപത്തിൽ നിക്ഷിപ്തമാകുന്നില്ല. ഗർഭാവസ്ഥയായി മാറുന്നതിനുപകരം ഇത് മാസമുറയിൽ കലാശിക്കുന്നു. എല്ലാ ഗർഭധാരണങ്ങളും 70% കെമിക്കൽ ആയിരിക്കുമെന്നാണ് വിദഗ്ദന്മാരുടെ നിഗമനം. മിക്കവാറും സ്ത്രീകൾ അവർ ഗർഭിണിയായെന്ന് അറിയുന്നതുപോലുമില്ല. (ഹോംപ്രെഗ്നൻസി ടെസ്റ്റ് ഇല്ലാതിരുന്ന കാലത്ത് വളരെ സമയത്തോളം ഗർഭിണിയായ വിവരം സ്ത്രീകൾ അറിഞ്ഞിരുന്നില്ല) പെട്ടെന്ന് പ്രെഗ്നൻസി ടെസ്റ്റ് എടുക്കുന്നതു കൊണ്ടും മാസമുറ വൈകിവരുന്നതു കൊണ്ടുമാണ് കെമിക്കൽ പ്രെഗ്നൻസിയുടെ ലക്ഷണം അറിയാൻ കഴിയുന്നത്.

വൈദ്യശാസ്ത്രപ്രകാരം കെമിക്കൽ പ്രഗ്നൻസി ഒരു ചക്രംപോലെയാണ് ഈ ഗർഭധാരണത്തിൽ ഗർഭം അലസൽ ഏർപ്പെടുന്നില്ല. നേരത്തെ ടെസ്റ്റുചെയ്യുന്ന നിങ്ങളേപ്പോലെയുള്ള മൃദുലവികാരങ്ങൾക്ക് അടിമകളായ സ്ത്രീകളെ സംബന്ധിച്ചിടത്തോളം കഥ വേറെയാണ്. ടെക്നിക്കിന്റെ ദൃഷ്ടിയിൽ ഇത് ഗർഭം അലസലല്ല. ഒരു പ്രതീക്ഷ നൽകപ്പെടലാണ്. അത് നിങ്ങളെയും ഭർത്താവിനെയും ദുഃഖിതരാക്കുന്നു. ഈ പുസ്തകത്തിൽതന്നെ ഈ സാഹചര്യത്തെ എങ്ങിനെ അഭിമുഖീകരിക്കണമെന്നുപറഞ്ഞിട്ടുണ്ട്.

ക്രമക്കടേ് പരിശോധിക്കുക

മാസമുറ ശരിയായ സമയത്തിൽ വരുന്നില്ലെങ്കിൽ പരിശോധനയുടെ തീയതി നിശ്ചയിക്കുന്നത് കഠിനമായി തീരും. മാസമുറയുടെ സമയം തന്നെ നിശ്ചിതമല്ലെങ്കിൽ എങ്ങനെ പരിശോധന നടത്തും? കഴിഞ്ഞ ആറുമാസങ്ങളിൽ മാസമുറയുടെ ഏറ്റവും നീണ്ട ചക്രം ഏതാണെന്ന് നോക്കി അതിനനുസരിച്ച് ഏർപ്പാടുചെയ്ത ടെസ്റ്റ് ചെയ്യണം. മാസമുറ വരാതിരിക്കുകയും ടെസ്റ്റ് നെഗറ്റീവായിരിക്കുകയും ചെയ്താൽ ചില ആഴ്ചകൾവരെ കാത്തിരുന്ന് വീണ്ടും പരിശോധിക്കുക.

ഒരു നെഗറ്റീവ് റിസൾട്ട്

"ഞാൻ ഗർഭിണിയാണെന്ന് എനിക്ക് തോന്നി, പക്ഷെ മൂന്ന് ടെസ്റ്റുകളും നെഗറ്റീവായി. ഞാൻ എന്തുചെയ്യണം?"

മൂന്ന് ടെസ്റ്റുകളും നെഗറ്റീവായിട്ടും നിങ്ങൾക്ക് നിങ്ങൾ ഗർഭിണിയാണെന്ന് തോന്നുന്നുണ്ടെങ്കിൽ ശരിയായ ഫലം കണ്ടുപിടിക്കുന്നതുവരെ ഒരു ഗർഭിണി എടുക്കേണ്ട എല്ലാ മുൻകരുതലുകളും എടുക്കണം. ഒരുപക്ഷേ നിങ്ങളുടെ ശരീരത്തിന് ടെസ്റ്റിനെക്കാൾ കൂടുതൽ നന്നായി അറിയുന്നുണ്ടാകാം. ഒരാഴ്ചവരെ കാത്തിരുന്ന് വീണ്ടും പരിശോധിക്കുക. ഒരുപക്ഷെ, നിങ്ങൾ ആദ്യം വളരെ നേരത്തെ ടെസ്റ്റ് എടുത്തിരിക്കാം. ഡോക്ടറെക്കൊണ്ട് രക്തവും പരിശോധിപ്പിക്കാം. അതുമൂലം കൂടുതൽ ശരിയായ രീതിയിൽ മൂത്രത്തിലുള്ള എച്ച്.സി.ജി.യുടെ നിലവാരത്തെക്കുറിച്ച് പറയാൻ കഴിയും. എല്ലാ ലക്ഷണങ്ങളും ഉണ്ടായിട്ടും ഗർഭിണിയാകാതെയും ഇരിക്കാം. ടെസ്റ്റ് നെഗറ്റീവാകുകയും

ക്രമക്കടേ് പരിശോധിക്കുക

നിങ്ങൾ ഗർഭിണിയല്ല, ഗർഭിണി ആകാൻ ആഗ്രഹിക്കുന്നു എങ്കിൽ ഗർഭം ധരിക്കുന്നതിന് മുമ്പുള്ള എല്ലാ ഘട്ടങ്ങളെയും പ്രത്യേകം ശ്രദ്ധിക്കണം. നിങ്ങൾക്ക് വളരെ വേഗം സന്തോഷവാർത്ത ലഭിക്കും.

സ്മാർട്ട് ടെസ്റ്റിങ്ങ്

ഹോം പാക്കേജ് ടെസ്റ്റ് വളരെ എളുപ്പമാണ്. ഇതിന് പ്രത്യേക പരിശീലനമൊന്നും ആവശ്യമില്ല. എന്നാൽ അതിൽ കൊടുത്തിട്ടുള്ള നിർദ്ദേശങ്ങൾ തീർച്ചയായും വായിച്ചു നോക്കണം. അതിലെ നിർദ്ദേശങ്ങൾ പിൻപറ്റുകയും ചെയ്യണം. ഈ നിർദ്ദേശങ്ങൾ ശ്രദ്ധിക്കുക. അല്ലെങ്കിൽ നിങ്ങൾക്ക് എന്താവും എന്താവില്ലയെന്നുള്ള കുഴപ്പത്തിൽ എല്ലാം മറന്നുപോകും.

* ബ്രാൻഡിനനുസരിച്ച് സ്റ്റിക്കിൽ കുറച്ച് സെക്കണ്ടുകൾവരെ മൂത്രം ഒഴിച്ചുകൊണ്ടിരിക്കുകയോ ഒരു പാത്രത്തിൽ മൂത്രം എടുത്ത് അതിൽ സ്റ്റിക് മുക്കിവെക്കുകയോ ചെയ്യണം. നടുവിലത്തെ മൂത്രം എടുക്കുമ്പോൾ ഫലം കൂടുതൽ ശരിയായ ഫലം അറിയാൻ കഴിയുമെന്നതിനാൽ ആ മൂത്രം എടുക്കാനാണ് മിക്കവാറും ഉപദേശിക്കുന്നത്. ഒന്നുരണ്ട് സെക്കണ്ടുവരെ മൂത്രമൊഴിച്ചശേഷം നിർത്തി സ്റ്റിക്ക് കൈയ്യിലെടുത്ത് അതുവഴി മൂത്രമൊഴിക്കുകയോ പാത്രത്തിൽ മൂത്രം എടുത്ത് അതിൽ സ്റ്റിക് മുക്കുകയോ ചെയ്യണം.

* പ്രഭാതസമയത്തെ മൂത്രം പരിശോധിക്കുന്നതാണ് നല്ലത്. നിങ്ങൾ മാസമുറയ്ക്ക് മുമ്പാണ് ടെസ്റ്റ് എടുക്കുന്നതെങ്കിൽ നാലുമണിക്കൂറുവരെ മൂത്രമൊഴിക്കാതെ പിന്നീട് പരിശോധിച്ചാൽ മൂത്രത്തിലെ എച്ച്.സി.ജി.യുടെ നിലവാരം അധികം സ്പഷ്ടമായി അറിയാൻ കഴിയും.

* കൺട്രോൾ ഇൻഡിക്കേറ്റർ ശ്രദ്ധിക്കുക. അപ്പോഴെ ടെസ്റ്റ് ശരിക്ക് നടക്കുന്നുണ്ടോ എന്നറിയൂ (ഡിജിറ്റൽ ടെസ്റ്റിൽ മിന്നുന്ന ഒരു കൺട്രോൾ അടയാളം ഉണ്ടാകും).

* സൂക്ഷിച്ചു നോക്കുക ഒരു തീരുമാനത്തിലെത്തുന്നതിന് മുമ്പ് നല്ലപോലെ ശ്രദ്ധിക്കുക. ഏതെങ്കിലും രേഖ കണ്ടാൽ (റോസോ, നീലയോ, പോസിറ്റീവ് സൂചന അല്ലെങ്കിൽ ഡിജിറ്റൽ റീഡിങ്ങ്) നിങ്ങൾ ഗർഭിണിയാണെന്ന് മനസ്സിലാക്കുക. റിസൾട്ട് പോസിറ്റീവായിരിക്കുകയും നിങ്ങൾ ഗർഭിണിയല്ലാതിരിക്കുകയും ചെയ്താൽ വീണ്ടും പരിശോധിക്കുക. ശരിയായ റിസൾട്ട് കിട്ടും.

മാസമുറ വരാതിരിക്കുകയും ചെയ്താൽ നിങ്ങൾ ഡോക്ടറിൽ നിന്ന് ഈ ലക്ഷണങ്ങളുടെ ജീവശാസ്ത്രപരമായ കാരണമെന്തെന്ന് മനസ്സിലാക്കുക. ഒരു പക്ഷേ വൈകാരികമായ കാരണങ്ങൾകൊണ്ട് നിങ്ങൾക്ക് ഈ ലക്ഷണങ്ങൾ ഉള്ളതുപോലെ തോന്നിയിരിക്കാം. പല സമയങ്ങളിൽ മനസ്സിന്റെ ആഗ്രഹത്തിന്റെ പ്രഭാവം ശരീരത്തിലും ഏർപ്പെടുന്നതുകൊണ്ട് ഗർഭിണി അല്ലെങ്കിലും ഗർഭ ലക്ഷണങ്ങൾ കാണാൻ തുടങ്ങും. ഗർഭിണിയാകാനുള്ള ആഗ്രഹം (അല്ലെങ്കിൽ അതേർപ്പെടാത്ത ഭയം).

ആദ്യത്തെ കൂടിക്കാഴ്ച എപ്പോൾ?

"എന്റെ ഹോം പ്രെഗ്നൻസി ടെസ്റ്റ് പോസിറ്റീവാണ്. ഞാൻ എപ്പോൾ ഡോക്ടറെ കാണണം"

ആരോഗ്യമുള്ള കുഞ്ഞ് ജനിക്കണമെങ്കിൽ പ്രസവത്തിനുമുമ്പ് മേൽനോട്ടവും അഭിപ്രായവും ലഭിച്ചുകൊണ്ടിരിക്കണം. ഹോം പ്രെഗ്നൻസി ടെസ്റ്റ് പോസിറ്റീവാണെന്ന് കണ്ടാൽ വൈകാതെ ഡോക്ടറെ സന്ദർശിക്കണം. ചില ആശുപത്രികളിൽ പോയ ഉടനെ പരിശോധിച്ച് നിർദ്ദേശങ്ങൾ നൽകാൻ തുടങ്ങും. എന്നാൽ ചില ഡോക്ടർമാർ ഗർഭാവസ്ഥ ആരംഭിച്ച് 7-8 ആഴ്ചകൾക്കുശേഷം പരിശോധിക്കുന്നതാണ് നല്ലതെന്ന് കരുതുന്നു. പല ഇടങ്ങളിലും ആദ്യ സന്ദർശനത്തിൽത്തന്നെ ഗർഭിണിയാണോ എന്ന് പരിശോധിക്കുമെന്നാണ് കരുതപ്പെടുന്നത്.

ഡോക്ടർ സന്ദർശന സമയം നൽകിയില്ലെങ്കിലും നിങ്ങളുടെയും കുഞ്ഞിന്റെയും സംരക്ഷണം ആരംഭിക്കാതിരിക്കരുത്. ടെസ്റ്റിന്റെ റിസൾട്ട് പോസിറ്റീവാണെന്ന് മനസ്സിലായതും താൻ ഒരു ഗർഭിണിയാണെന്ന് കരുതാൻ തുടങ്ങണം. നിങ്ങൾ മദ്യപാനവും പുകവലിയും ഉപേക്ഷിക്കണ

ഗർഭാവസ്ഥയിൽ ഉണ്ടാകാവുന്ന ലക്ഷണങ്ങൾ

സൂചന	എപ്പോൾ ഉയർന്നുവരും	ഏർപ്പെടാവുന്ന മറ്റുകാരണങ്ങൾ
യോനിസ്രവത്തിന്റെയും ഗർഭാശയ മുഖത്തിന്റെയും നിറം ഇളം വയലറ്റ് നിറമാകും	ആദ്യത്തെ മൂന്നുമാസം	മാസചക്രം പൂർണ്ണമാകില്ല
സർവ്വിക്സും ഗർഭാശയവും മൃദുവാകും	ഏകദേശം 6 ആഴ്ചകൾ	മാസമുറക്രമം താമസമാകുക
വയറിന്റെ അടിഭാഗവും ഗർഭാശയവും വിരിവടയുക	ഗർഭം ധരിച്ച് 8 മുതൽ 12 ആഴ്ചക്കുകൾ ക്കുശേഷം	ഫയ്ബ്രോയ്ഡ്ട്യൂമർ
യൂട്രായ്ൻ ആർട്ടറി പൾസേഷൻ	ഗർഭാവസ്ഥയുടെ ആരംഭം	ഫയ്ബ്രോയ്ഡ് ട്യൂമർ
ഭ്രൂണത്തിന്റെ ചലനം	ഗർഭിണിയായി 16-22 ആഴ്ചകളിൽ ആരംഭിക്കുന്നു	ഗ്യാസ്, വയറ്റിൽ ചുളിവ്

ഗർഭാവസ്ഥയുടെ അനുകൂല ലക്ഷണങ്ങൾ

സൂചന	എപ്പോൾ ഉയർന്നുവരും	ഏർപ്പെടാവുന്ന മറ്റുകാരണങ്ങൾ
അൾട്രാസൗണ്ടിന്റെ സഹായം കൊണ്ട് ഗ്യാസ്റ്റേഷനൽ സൈക് അല്ലെങ്കിൽ ഭ്രൂണത്തെ നോക്കുക	ഗർഭം ധരിച്ച് 4 മുതൽ 6 ആഴ്ചകൾക്കു ശേഷം	ഒന്നുമില്ല
ഭ്രൂണത്തിന്റെ ഹൃദയസ്പന്ദനം*	ഗർഭധാരണത്തിന്റെ** 10-12 ആഴ്ചകൾക്കു ശേഷം	ഒന്നുമില്ല

* ഗർഭാവസ്ഥയുടെ വൈദ്യപരിശോധന നടത്തുന്നു.

** ഏത് യന്ത്രം മൂലമാണ് പരിശോധന നടത്തുന്നത് എന്നതിനനുസരിച്ചിരിക്കും.

മെന്ന് നിങ്ങൾക്കറിയാമല്ലോ. ഭക്ഷണത്തിൽ പ്രോട്ടീൻ ഉണ്ടായിരിക്കണം എന്നിങ്ങനെ! പ്രെഗ്നൻസി പ്രോഗ്രാം തയ്യാറാക്കാൻ ഉദ്ദേശിക്കുന്നുണ്ടെങ്കിൽ ഡോക്ടർക്ക് ഫോൺചെയ്യാൻ മടിക്കരുത്. അവർ നിങ്ങളോട് ഒരു ചോദ്യോത്തര ഫോം പൂരിപ്പിക്കാൻ പറയും. അതിനുശേഷം പോഷകാഹാരങ്ങളുടെയും സുരക്ഷിതമായ മരുന്നുകളുടെയും ഒരു ലിസ്റ്റ് തയ്യാറാക്കും. നിങ്ങളോട് ആ പ്രഗ്നൻസി കാര്യപരിപാടി അനുസരിക്കാൻ പറയും.

നിങ്ങൾക്ക് ഡോക്ടറെ കാണാൻ സമയം കിട്ടുന്നില്ല, അല്ലെങ്കിൽ കഴിഞ്ഞ ഗർഭം അലസൽ അല്ലെങ്കിൽ മെഡിസിൻ റിപ്പോർട്ട് കാരണം അപകടമുണ്ടെന്ന് ഭയപ്പെടുന്നുണ്ടെങ്കിൽ, ആദ്യംതന്നെ പരിശോധനയ്ക്ക് ചെല്ലാമോ എന്ന് ഡോക്ടറോട് ചോദിക്കണം.

നിങ്ങളുടെ പ്രസവദിവസം

"എന്റെ ഡോക്ടർ പ്രസവത്തിന്റെ തീയതി പറഞ്ഞുതന്നിട്ടുണ്ട്. എന്നാൽ ഇത് എത്ര മാത്രം ശരിയാണ്?"

നിങ്ങളുടെ കുഞ്ഞ് ഡോക്ടർ പറഞ്ഞ ദിവസംതന്നെ ജനിക്കുമെന്ന് നിശ്ചയമായി പറയാൻ കഴിഞ്ഞിരുന്നെങ്കിൽ ഈ ലോകത്തിലെ കാര്യങ്ങൾ എത്ര എളുപ്പമായിരുന്നേനെ, പക്ഷെ അങ്ങനെ സംഭവിക്കുന്നില്ല. ഡോക്ടർ പറയുന്ന തീയതിയിൽ 20-ൽ ഒരു കുഞ്ഞുമാത്രമേ ജനിക്കുന്നുള്ളൂ എന്ന് പഠനങ്ങൾ തെളിയിച്ചിട്ടുണ്ട്. പൂർണ്ണ ഗർഭകാലം 38 മുതൽ 42 ആഴ്ചകൾവരെയാണ്. മിക്കവാറും ശിശുക്കൾ ആ തീയതിക്ക് രണ്ടാഴ്ചയ്ക്ക് അടുത്താണ് ജനിക്കുന്നത്. അതുകൊണ്ട് അച്ഛനമ്മമാർക്ക് ഊഹിക്കാനെ കഴിയൂ. വേറെ വഴിയൊന്നുമില്ല.

ഇതിനെ ഈ.സി.സി (പ്രസവത്തിന്റെ അനുമാനിക്കപ്പെട്ട തീയതി) എന്നുപറയും. നിങ്ങൾക്കുതരുന്ന തീയതി ഒരു ഊഹം മാത്രമാണ്. അത് കണക്കാക്കുന്നത് ഇപ്രകാരമാണ്. നിങ്ങളുടെ കഴിഞ്ഞ മാസമുറയുടെ ആദ്യദിവസത്തിൽ നിന്ന് മൂന്നുമാസം കുറച്ച് അതിൽ 7 ദിവസം ചേർക്കണം. ഉദാഹരണത്തിന് നിങ്ങളുടെ കഴിഞ്ഞ മാസമുറ 11 ഏപ്രിലിൽ ആരംഭിച്ചു എന്നു കരുതുക. മൂന്നുമാസം കുറക്കുമ്പോൾ ജനുവരി ആകും. ഇതിന്റെ കൂടെ 7 ദിവസങ്ങൾ കൂട്ടുമ്പോൾ നിങ്ങൾ പ്രസവിക്കുന്നത് ജനുവവരി 18-ന് ആയിരിക്കും.

മാസമുറ ശരിയായ ദിവസം വരുന്ന സ്ത്രീകൾക്കുമാത്രമേ ഈ നിയമം ശരിയാകുകയുള്ളൂ. നിങ്ങൾക്ക് ശരിയായ തീയതിയിൽ മാസമുറ വരുന്നില്ലെങ്കിൽ ഈ രീതി ശരിയാകുകയില്ല. 6 അല്ലെങ്കിൽ 7-ാമത്തെ ആഴ്ച നിങ്ങൾക്ക് മാസമുറ ഉണ്ടായില്ല. നിങ്ങൾ ഗർഭിണിയായെന്ന് പരിശോധനയിൽ നിന്ന് മനസ്സിലായി. അപ്പോൾ നിങ്ങൾ ഗർഭിണിയായത് എപ്പോഴാണ്? ഒരു വിശ്വസനീയമായ ഈ.സി.സി. ടെസ്റ്റ് എടുക്കുന്നത് അത്യാവശ്യമാണ്. അതുകൊണ്ട് നിങ്ങളും നിങ്ങളുടെ ഡോക്ടറും ഇത് മനസ്സിലാക്കാൻ ആഗ്രഹിക്കും. കൃത്യമായ തീയതി കണ്ടുപിടിക്കാൻ കഴിഞ്ഞെന്നുവരില്ല. എന്നാൽ ചില സൂചനകളുടെയും ലക്ഷണങ്ങളുടെയം സഹായം തേടാവുന്നതാണ്.

ഒന്നാമത്തെ സൂചന നിങ്ങളുടെ ഗർഭപാത്രത്തിന്റെ ആകൃതി. ആന്തരിക പരിശോധനക്കിടയിൽ ഇതും പരിശോധിക്കും. ഇതിൽ നിന്ന് നിങ്ങളുടെ ഗർഭാവസ്ഥയെക്കുറിച്ച് ഊഹിക്കാൻ കഴിയും. അൾട്രാസൗണ്ട് ടെസ്റ്റുമൂലം ഒരുവിധം ശരിയായി ഊഹിക്കാൻ കഴിയും. ഇത്രപെട്ടെന്ന് എല്ലാ സ്ത്രീകളെയും അൾട്രാസൗണ്ട് ടെസ്റ്റിന് വിധേയരാക്കുന്നില്ല. ചില ഡോക്ടർമാർ പതിവായി ഈ ടെസ്റ്റ് ചെയ്യാറുണ്ട്. എന്നാൽ മറ്റുചിലർ മാസമുറ ശരിയായ തീയതിയിൽ അല്ലാതിരിക്കുകയോ, ഗർഭം അലസിയ ചരിത്രമുണ്ടെങ്കിലോ, നിങ്ങളുടെ പ്രസവ തീയതി ഊഹിക്കാൻ കഴിയാതിരിക്കുകയോ ചെയ്യുമ്പോൾ മാത്രമെ ചെയ്യാറുള്ളൂ. മറ്റ് പല വഴികളിലും തീയതി കണ്ടുപിടിക്കാം. 9 മുതൽ 12 ആഴ്കളിൽ ഡോക്ടറുടെ സഹായം കൊണ്ട് ഹൃദയസ്പന്ദനം കേൾക്കാൻ കഴിയും. 16 മുതൽ 22 ആഴ്ചകളിൽ ജീവന്റെ ആദ്യത്തെ അനക്കം അനുഭവപ്പെടും. ഭ്രൂണത്തിന്റെ നീളം, അവസ്ഥ, എന്നിവ ഊഹിക്കാൻ കഴിയും. 20-ാം ആഴ്ചയിൽ ഇത് പൊക്കിൾവരെ എത്തും. ഈ സൂചനകൾ സഹായകമാണെങ്കിലും തീർത്തും ശരിയാണെന്ന് പറയാൻ കഴിയുകയില്ല. താൻ എപ്പോൾ പുറത്തുവരുമെന്ന് കുഞ്ഞിനുമാത്രമെ അറിയൂ. അത് നിങ്ങളോട് പറയാൻ വരികയുമില്ല.

ഡോക്ടറെ തിരഞ്ഞെടുക്കുക

അച്ഛനും അമ്മയുമാണ് ഒരു കുഞ്ഞിനെ ഈ ലോകത്തിലേക്ക് കൊണ്ടുവരുന്നതെന്ന്

എല്ലാവർക്കും അറിയാം. ഇവരെ കൂടാതെ മറ്റൊരു വ്യക്തിക്കുകൂടി അതിൽ മുഖ്യ പങ്കുണ്ട്. അവരുടെ സഹായമില്ലെങ്കിൽ ഈ കാര്യം ശ്രമകരമാകും. ആവ്യക്തിയാണ് ചോരക്കുഞ്ഞിനെ നല്ലവിധത്തിൽ ഈ ഭൂമിയിലേക്ക് കൊണ്ടുവരുന്നത്. അതുതന്നെ! ഡോക്ടറുടെ കാര്യമാണ് പറഞ്ഞത്. നിങ്ങളും ഭർത്താവും ഗർഭധാരണത്തിനു ശേഷം ശ്രദ്ധിക്കേണ്ട കാര്യങ്ങൾ ശ്രദ്ധിക്കുന്നുണ്ടാകും. എന്നാൽ ഇപ്പോൾ നിങ്ങൾ ഡോക്ടറെ തിരഞ്ഞെടുക്കണം. വളരെ ആലോചിച്ചശേഷം വേണം ഡോക്ടറെ തിരഞ്ഞെടുക്കാൻ. എന്തെന്നാൽ ഈ ഡോക്ടറോടൊപ്പമാണ് നിങ്ങളുടെ പ്രസവ കാലം കഴിച്ചുക്കൂട്ടേണ്ടത്.

പ്രസവ വിദഗ്ദൻ, കുടുംബഡോക്ടർ അല്ലെങ്കിൽ (മിഡ്‌വൈഫ്)

പ്രസവത്തിന് മുൻപും പ്രസവത്തിനു ശേഷവും നിങ്ങൾക്ക് വഴികാട്ടിയായിരിക്കാൻ പറ്റിയ ഒരു നല്ല ഡോക്ടറെ കണ്ടുപിടിക്കണം. ആദ്യം നിങ്ങളുടെ മെഡിക്കൽ ഹിസ്റ്ററി പ്രകാരം എന്തായിരിക്കും ശരിയെന്ന് കണ്ടുപിടിക്കണം.

പ്രസവവിദഗ്ദൻ:– ഗർഭധാരണം മുതൽ പ്രസവകാലത്തും അതിനുശേഷവും ഏർപ്പെടാവുന്ന എല്ലാ ആപത്തുകളെയും ധൈര്യപൂർവ്വം നേരിടാൻ കഴിവുള്ള ഒരു ഡോക്ടറെയാണോ നിങ്ങൾ കാണാൻ ആഗ്രഹിക്കുന്നത്. അങ്ങിനെയാണെങ്കിൽ നിങ്ങൾ ഒരു സ്പെഷ്യലിസ്റ്റ് ഗൈനക്കോളജിസ്റ്റ് ലേഡി ഡോക്ടറെ സമീപിക്കണം. അവർ സ്ത്രീകളെ സംബന്ധിച്ച രോഗങ്ങളെക്കുറിച്ചും വിശേഷമായ അറിവുള്ള ആളായിരിക്കും. അവർ പ്രസവസമയത്ത് നിങ്ങളെ സംരക്ഷിക്കുകയും ഗർഭാവസ്ഥയെപ്പറ്റി മാത്രമല്ല മറ്റ് സ്ത്രീ സംബന്ധമായ രോഗങ്ങൾ ഉണ്ടോ എന്നും പരിശോധിക്കും. അതായത് പൈപ്പ് സ്മിയർ, ഗർഭം തടയുന്നത്, സ്തനങ്ങൾ എന്നിവയെയും പരിശോധിക്കും. പല ഡോക്ടർമാരും സാധാരണ ചികിത്സയും ചെയ്യും. അതുകൊണ്ട് ചെറിയ അസുഖങ്ങൾക്കും ചികിത്സ നൽകും.

നിങ്ങൾക്ക് ഹൈറിസ്ക് പ്രെഗ്നൻസിയാണെങ്കിൽ സ്പെഷ്യലിസ്റ്റ് ഗൈനക്കോളജിസ്റ്റ് മഹിളാ രോഗ വിദഗ്ദയുടെ അടുത്തു തന്നെ പോകണം. ഈ വിഷയത്തിൽ നിങ്ങളെ സഹായിക്കാൻ കഴിയുന്ന വിദഗ്ദന്റെയും സഹായം തേടേണ്ടിവരും. സാധാരണ പ്രസവമാണെങ്കിലും സ്പെഷ്യലിസ്റ്റിന്റെ സഹായത്തോടെ പ്രസവിക്കാനാണ് 90% സ്ത്രീകളും ആഗ്രഹിക്കുന്നത്.

നിങ്ങൾ ഏതെങ്കിലും സ്ത്രീരോഗ വിദഗ്ദയെ കാണാൻ ഉദ്ദേശിക്കുന്നുണ്ടെങ്കിൽ അതിനുള്ള ശരിയായ സമയം ഇതാണ്.

നല്ലപോലെ അന്വേഷിച്ച് ഒരു നല്ല ഗൈനക്കോളജിസ്റ്റ്/സ്ത്രീരോഗ വിദഗ്ദയെ കണ്ടുപിടിക്കുക.

കുടുംബചികിത്സ:– എം.സി. കഴിഞ്ഞ ശേഷം പ്രാരംഭിക മേൽനോട്ടം, മാതൃത്വവുമായി ബന്ധപ്പെട്ടതും ശിശുസംബന്ധപ്പെട്ടതുമായ സംരക്ഷണത്തിനുള്ള ട്രെയ്നിങ്ങ് എന്നിവ കഴിഞ്ഞ ആളാണ് ഫാമിലി ഡോക്ടർ.

ജനനത്തെ സംബന്ധിച്ചുള്ള തിരഞ്ഞെടുപ്പ്

ഗർഭാവസ്ഥയിൽതന്നെ നിങ്ങളുടെ ഇഷ്ടവും സൗകര്യവും അനുസരിച്ച് കുഞ്ഞ് എവിടെ, ഏത് ചുറ്റുപാടിൽ ജനിക്കണമെന്ന് നിങ്ങൾക്ക് തീരുമാനിക്കാൻ കഴിയും.

താഴെക്കൊടുത്തിട്ടുള്ളതിൽ നിന്ന് ഏതെങ്കിലും ഒരു സ്ഥലം നിങ്ങൾക്ക് തിരഞ്ഞെടുക്കാം. നിങ്ങൾ ഭാര്യാഭർത്താക്കന്മാർ ചേർന്ന് നല്ലപോലെ ആലോചിച്ച് ബുദ്ധിപൂർവ്വമായ തീരുമാനമെടുക്കണം. അവസാനനിമിഷത്തിൽക്കൂടി നിങ്ങളുടെ ഇഷ്ടപ്രകാരം തീരുമാനം മാറ്റാവുന്നതാണ്.

ബെർത്തിങ്ങ് റൂം:– ബെർത്തിങ്ങ് റൂം ആശുപത്രിയിലെ ഒരു മുറിയാണ്. പ്രസവ ശേഷം ഡിസ്ചാർജ്ജ് ആകുന്നതുവരെ കുഞ്ഞ് നിങ്ങളുടെ അടുത്തായിരിക്കും. കുഞ്ഞിനെ നിങ്ങളുടെ അടുത്ത് ഒരു തൊട്ടിലിൽ കിടത്തും ഇത് നല്ല സൗകര്യപ്രദമാണ്.

ചില ബെർത്തിങ്ങ് റൂം പ്രസവവേദന, പ്രസവം, ആരോഗ്യം വീണ്ടെടുക്കുക എന്നിവയ്ക്കുമാത്രം ഉപയോഗപ്പെടുത്തും. ഇവയെ എൽ.ഡി.ആർ. എന്നുവിളിക്കും. നിങ്ങളും കുഞ്ഞും എൽ.ഡി.ആറിലാണെ

ങ്കിൽ ഒന്നു-രണ്ടുമണിക്കൂറുകൾക്കുശേഷം രണ്ടുപേരെയും പോസ്റ്റുപാർട്ടം റൂമിലേക്ക് മാറ്റും പല ആശുപത്രികളിലും ഈ റൂമിൽ കുഞ്ഞിന്റെ അച്ഛനെയോ സഹോദര-സഹോദരിയെയോ കൂടെ താമസിക്കാൻ അനുവദിക്കും.

മിക്കവാറും ബെർത്തിങ്ങ് റൂമുകളുടെ ചുമരുകളിൽ ഭംഗിയുള്ള വാൾപേപ്പർ, മങ്ങിയ പ്രകാശം, റോക്കിംങ്ങ് ചെയർ, നല്ല കർട്ടനുകൾ, ഭംഗിയുള്ള കിടക്കകൾ എന്നിവ ഉണ്ടായിരിക്കും. ഈ മുറി കണ്ടാൽ ആശുപത്രി മുറിയാണെന്നുതോന്നില്ല. എന്നാൽ ഈ മുറിയിൽ ഗർഭകാലത്തിലും പ്രസവസമയത്തിനിടക്കും ഏർപ്പെടാവുന്ന എല്ലാ അപകടങ്ങളിൽനിന്നും രക്ഷിക്കുവാനുള്ള ഉപകരണങ്ങൾ തയ്യാറാക്കിവെച്ചിട്ടുണ്ടാകും. ഇവ അലമാരികളിൽ മൂടിവെച്ചിരിക്കും. ആവശ്യം ഏർപ്പെടുമ്പോൾ മാത്രമെ പുറത്തെടുക്കൂ. കട്ടിലിന്റെ തലഭാഗം ഉയർത്തുകയും താഴ്ത്തുകയും ചെയ്യാൻ കഴിയും. കാൽഭാഗത്ത് അറ്റൻഡർക്ക് നിൽക്കാൻ സ്ഥലമുണ്ടാകും. പ്രസവശേഷം ചില മാറ്റങ്ങൾ വരുത്തും. നിങ്ങൾ വീണ്ടും അതേ ബെഡ്ഡിലേക്കുവരും. പല ആശുപത്രികളിലും ബെർത്തിങ്ങ് റൂമിനോടൊപ്പം ഷവർ, ബാത്ത്ടബ്ബ് എന്നീ സൗകര്യങ്ങളും ഉണ്ടായിരിക്കും. പ്രസവവേദനക്കിടയിൽ ഹൈഡ്രോതെറാപ്പി ചെയ്യാം. ബെർത്തിങ്ങ് സെന്ററിലും ആശുപത്രികളിലും വാട്ടർ ബെർത്തിനുള്ള ടബ്ബുകളുമുണ്ട്.

പലയിടത്തിലും സ്വന്തക്കാർക്ക് കാത്തിരിക്കാൻ സോഫകൾ ഇട്ടിരിക്കും. പല ഇടങ്ങളിലും സോഫാകംബെഡ്ഡ് ഉണ്ടായിരിക്കും, അതിൽ നിങ്ങളുടെ ഭർത്താവിന് രാത്രി ചിലവഴിക്കാൻ കഴിയും.

ചില ആശുപത്രികളിൽ അധികം കുഴപ്പമില്ലാത്ത ഗർഭിണികൾക്കുമാത്രമെ ബെർത്തിങ്ങ് റൂം ലഭിക്കുകയുള്ളൂ. നിങ്ങൾ ആത്തരത്തിൽ പെടുന്നില്ലെങ്കിൽ പരമ്പരാഗതമായ ലേബർ/ഡെലിവറി റൂമിലേക്ക് പോകേണ്ടിവരും. അവിടെ അധികം ടെക്നിക്കലായ വിധിമുറകൾ പ്രയോഗിക്കാൻ കഴിയും. അവിടെവെച്ച് സീ-സെക്ഷൻ ഓപ്പറേഷൻ ചെയ്യാനുള്ള സൗകര്യമുണ്ടാകും. പരമ്പരാഗതമായ ആശുപത്രികളിലും നിങ്ങൾക്ക് സൗഹൃദപൂർണ്ണമായ ചുറ്റുപാടും സ്നേഹപൂർണ്ണമായ പെരുമാറ്റവും ആത്മീയതയും ലഭിക്കട്ടെ എന്ന് പ്രാർത്ഥിക്കുന്നു.

ബെർത്തിങ്ങ് സെന്റർ:– ഇവിടെ നിങ്ങൾക്ക് പ്രസവ സംബന്ധമായ ശുശ്രൂഷാ, പ്രസവം, മുലയൂട്ടുന്നതിനെപ്പറ്റിയ ക്ലാസുകൾ മുതലായ എല്ലാ സൗകര്യങ്ങളും ഒരേ ഇടത്തിൽ ത്തന്നെ കിട്ടും. മിക്കവാറും എല്ലാ ബെർത്തിങ്ങ് സെന്ററുകളിലും പ്രൈവറ്റ് റൂം ഉണ്ടാകും. ഇവ സുഖ സൗകര്യങ്ങളുള്ളവയാണ്. ഇവയിൽ കുടുംബത്തിലെ മറ്റ് അംഗങ്ങൾക്ക് ഉപയോഗിക്കാൻ അടുക്കളയും ഉണ്ടായിരിക്കും, സ്പെഷ്യലിസ്റ്റുകളെയും ആവശ്യമുള്ളപ്പോൾ വിളിക്കും. അവർ അടിയന്തിരാവസ്ഥയിൽ പെട്ടെന്ന് വന്നുചേരും. ഇവിടെ അധികം നൂതന ഉപകരണങ്ങൾ ഉണ്ടായിരിക്കുകയില്ല, അതുകൊണ്ട് ആവശ്യം ഏർപ്പെട്ടാൽ ഗർഭിണിയെ അടുത്തുള്ള ഏതെങ്കിലും ഇടത്തേക്ക് മാറ്റും. ഇങ്ങനെയുള്ള ഇടങ്ങളിലേക്ക് ഗർഭത്തിൽ അധികം കുഴപ്പമൊന്നും ഇല്ലാത്ത സ്ത്രീകൾ മാത്രമേ പോകാവൂ. നിങ്ങളുടെ ഗർഭാവസ്ഥയിൽ എന്തെങ്കിലും കോംപ്ലിക്കേഷൻ ഉണ്ടെങ്കിൽ ഇങ്ങനെയുള്ള സ്ഥലത്ത് പ്രസവിക്കാൻ തീരുമാനിക്കരുത്.

ലെബോയർബെർത്ത്:– ഫ്രെഞ്ച് ഗൈനക്കോളജിസ്റ്റ് ഫ്രെഡറിക് ലെബോയർ, ഹിംസകൂടാതെ കുഞ്ഞിനെ ജനിപ്പിക്കാവുന്ന ഈ സിദ്ധാന്തത്തെക്കുറിച്ച് പറഞ്ഞപ്പോൾ വൈദ്യശാസ്ത്ര സമുദായം ആശ്ചര്യചകിതരായി. കുഞ്ഞ് ശാന്തവും സഹജവുമായ അന്തരീക്ഷത്തിൽ ജനിക്കാൻ ഇന്നത്തെക്കാലത്ത് അദ്ദേഹം പറഞ്ഞ പല ഉപായങ്ങളും പ്രയോഗിക്കാറുണ്ട്. മുറിയിലെ പ്രകാശം ആവശ്യാനുസരണം കുറക്കാവുന്ന രീതിയിലുള്ളമുറയിൽ കുഞ്ഞ് ജനിക്കുന്നു. ശിശു അമ്മയുടെ ഗർഭപാത്രത്തിൽ ഇരുട്ടിലാണ് വളരുന്നത്. അതുകൊണ്ട് പുറത്തുവന്നാലും അതുപോലുള്ള ചുറ്റുപാടാണ് നന്നായിരിക്കുക.

നവജാത ശിശുവിനെ ശക്തമായി തട്ടേണ്ട ആവശ്യമില്ലെന്നാണ് ഇപ്പോൾ കരുതപ്പെടുന്നത്. സ്വയം ശ്വാസോച്ഛ്വാസം ചെയ്യുന്നില്ലെങ്കിൽ അധികം ആക്രാമകമല്ലാത്തരീതി സ്വീകരിക്കണം. പല ആശുപത്രികളിലും പൊക്കിൾക്കൊടി ഉടനെ മുറിക്കാറില്ല, ഇത് അമ്മയും കുഞ്ഞും തമ്മിലുള്ള ഒടുവിലത്തെ ശരീരബന്ധനമാണ്. അവർ കുഞ്ഞിനെ ഇളം ചൂടുള്ള വെള്ളത്തിൽ കുളിപ്പിക്കാൻ പറഞ്ഞെങ്കിലും കുഞ്ഞിനെ അമ്മയുടെ കൈയ്യിൽ കൊടുക്കുക എന്ന സിദ്ധാന്തം തീർച്ചയായും പാലിക്കും.

ഈ സിദ്ധാന്തങ്ങളെല്ലാം കുറെയൊക്കെ പാലിക്കുന്നുണ്ടെങ്കിലും മധുരസംഗീതം, ഇടത്തരമായ പ്രകാശം, കുഞ്ഞിന് കുളിക്കാനുള്ള സൗകര്യം എന്നിവ കിട്ടുന്നത് എളുപ്പമല്ല. നിങ്ങൾ ഇതെല്ലാം ആഗ്രഹിക്കുന്നുണ്ടെങ്കിൽ ഡോക്ടറോട് അന്വേഷിക്കണം.

വീട്ടിൽ കുഞ്ഞിന്റെ ജനനം:– ചില സ്ത്രീകൾ അസുഖമുള്ളപ്പോൾ മാത്രമെ ആശുപത്രിക്ക് പോകാൻ ഇഷ്ടപ്പെടുന്നുള്ളൂ. അവരെ സംബന്ധിച്ചിടത്തോളം ഗർഭം ഒരു രോഗമല്ല. നിങ്ങൾ അവരിലൊരാളാണെങ്കിൽ നിങ്ങളും വീട്ടിൽതന്നെ പ്രസവിക്കാൻ ആഗ്രഹിക്കും ശരിയാണ്. നിങ്ങളുടെ കുഞ്ഞ് കുടുംബാംഗങ്ങളുടെയും സ്നേഹിതന്മാരുടെയും നടുവിൽ കണ്ണ് തുറക്കും. നിങ്ങൾക്ക് വീട്ടിൽ സ്വസ്ഥതയും പ്രൈവസിയും കിട്ടും. ആശുപത്രി നിയമങ്ങളുടെ കുരുക്കിൽപ്പെടേണ്ടതില്ല. പക്ഷെ എന്തെങ്കിലും അടിയന്തിരാവസ്ഥ ഏർപ്പെട്ടാൽ എന്തുചെയ്യും ? അപ്പോൾ അമ്മയ്ക്കും കുഞ്ഞിനും ആപത്ത് ഏർപ്പെടും.

നിങ്ങൾ താഴെ പറഞ്ഞിരിക്കുന്ന കാര്യങ്ങൾ ശ്രദ്ധിക്കണം:–

* നിങ്ങൾക്ക് ഹൈ ബി.പി., പ്രമേഹം തുടങ്ങിയ മറ്റ് ദീർഘകാല രോഗങ്ങൾ ഒന്നും ഇല്ലാതിരിക്കുക, നിങ്ങളുടെ ഇതിനുമുമ്പിലത്തെ പ്രസവം സാധാരണമായിരിക്കുക, നിങ്ങൾ ആപത്തുകുറഞ്ഞവരുടെ പട്ടികയിലുള്ള ആളായിരിക്കുക.
* നിങ്ങൾക്ക് ഉപദേശം നൽകാൻ നെഴ്സോ, മിഡ്വൈഫോ അത്യാവശ്യം ഏർപ്പെട്ടാൽ ഉപദേശം തേടാൻ ഒരു ഡോക്ടറോ ഉണ്ടായിരിക്കണം.
* അത്യാവശ്യം ഏർപ്പെട്ടാൽ ആശുപത്രിയിൽ എത്തിക്കാൻ തക്കവിധത്തിൽ ഒരു വാഹനം തയ്യാറായിരിക്കണം.

വെള്ളത്തിൽ ശിശുവിന്റെ ജനനം:– ഡോക്ടർമാർ ഈ രീതി പൂർണ്ണമായി അംഗീകരിച്ചിട്ടില്ല. ഈ രീതിയിൽ കുഞ്ഞിനെ വെള്ളത്തിനകത്ത് ജനിപ്പിക്കുന്നതുകൊണ്ട് പുറത്തുവന്നാലും കുഞ്ഞിന് താൻ ഇപ്പോഴും അമ്മയുടെ ഗർഭപാത്രത്തിലാണെന്നു തോന്നും. പ്രസവിച്ച ഉടൻ കുഞ്ഞിനെ വെള്ളത്തിൽനിന്ന് പുറത്തെടുത്ത് അമ്മയുടെ മടിയിൽ കിടത്തുന്നു. കുഞ്ഞ് ശ്വാസോച്ഛ്വാസം ചെയ്യാൻ തുടങ്ങിയിരിക്കില്ല എന്നതുകൊണ്ട് മുങ്ങുമെന്ന ഭയം ഇല്ല. ഈ രീതി, വീട്, ബെർത്ത് സെന്റർ, ആശുപത്രി എന്നീവിടങ്ങളിൽ പിൻപറ്റാം. പല ഭർത്താക്കന്മാരും ഭാര്യയെ സഹായിക്കാൻ അവരുടെ കൂടെ ടബ്ബിൽ ഇരിക്കും.

അധികം ആപത്തില്ലാത്ത ഗർഭാവസ്ഥയാണെങ്കിൽ ഈ രീതി സ്വീകരിക്കാം. ഡോക്ടറുടെ അഭിപ്രായപ്രകാരം മാത്രമെ ഇതു ചെയ്യാവൂ. നിങ്ങളുടെ ഗർഭാവസ്ഥ ജടിലമാണെങ്കിൽ മിഡ്വൈഫ് പറഞ്ഞാലും ഈ രീതി സ്വീകരിക്കരുത്.

നിങ്ങൾക്ക് ടബ്ബിലോ സാധാരണ രീതിയിലോ കുളിക്കാവുന്നതാണ്. വെള്ളം വേദന കുറയ്ക്കും. ഗുരുത്വാകർഷണത്തിന്റെ ശക്തിയിൽനിന്നും രക്ഷപ്പെടാം. പല ആശുപത്രികളിലും ബെർത്ത് സെന്ററുകളിലും ടബ്ബ് ഉപലബ്ദമാക്കിയിട്ടുണ്ട്.

അവർക്കും ഇതുപോലെ നിങ്ങളെ ശുശ്രൂഷിക്കാൻ കഴിയും. അവർക്ക് നിങ്ങളുടെയും കുടുംബത്തിന്റെയും ചരിത്രം മുഴുവൻ അറിയുന്നതുകൊണ്ട് അവർക്ക് നിങ്ങളുടെ ആരോഗ്യത്തിന്റെ എല്ലാ വശങ്ങളെക്കുറിച്ചുമുള്ള വിവരം നൽകാൻ കഴിയും. അസുഖമുണ്ടായാൽ അവർതന്നെ ഗൈനക്കോളജിസ്റ്റിന്റെ അടുത്തുപോകാൻ നിർദ്ദേശിക്കും. എന്നാലും നിങ്ങളുടെ ശുശ്രൂഷ അവരുടെ ചുമതലയിൽപ്പെട്ടതാണ്.

ട്രെയിൻഡ് നെഴ്സ്/മിഡ്വൈഫ്:– നിങ്ങളെ ഒരു രോഗിയായി കണക്കാക്കാതെ ഒരു വ്യക്തിയായി കണക്കാക്കി നിങ്ങളുടെ ശാരീരിക പ്രശ്നങ്ങൾതീർക്കാനും, കുഞ്ഞിനെ വളർത്തുക, മുലയൂട്ടുക എന്നീ കാര്യങ്ങളിൽ നിർദ്ദേശങ്ങൾ നൽകുകയും കുഞ്ഞിന്റെ ജനനം ഒരു ദൈവീക പ്രക്രിയയാക്കി മാറ്റുകയും ചെയ്യുന്ന ഒരു ആളിനെയാണ് നിങ്ങൾ തേടുന്നതെങ്കിൽ ഒരു നെഴ്സിനെയോ മിഡ്വൈഫിനെയോ സമീപിക്കുക.

മിഡ്വൈഫോ നെഴ്സോ വീട്ടിൽതന്നെ പ്രസവിക്കാൻ നിങ്ങളെ സഹായിക്കും. ബെർത്ത് സെന്ററിൽ, മാതൃ-ശിശുകേന്ദ്രം, ആശുപത്രി എന്നിവിടങ്ങളിൽ ട്രെയിൻഡ് മിഡ്വൈഫുമാരും നെഴ്സുമാരും ജോലി ചെയ്യുന്നു. അവർക്ക് ആപത്തുകുറഞ്ഞ

പ്രസവങ്ങൾ മാത്രമെ കൈകാര്യം ചെയ്യാൻ കഴിയൂ. പെട്ടെന്ന് എന്തെങ്കിലും കുഴപ്പം ഏർപ്പെട്ടാൽ അവർക്ക് ഡോക്ടറുടെയോ ആശുപത്രിയുടെയോ സഹായം തേടേണ്ടിവരും. ഇവരെ തിരഞ്ഞെടുക്കുന്നതിന് മുമ്പ് അവർ പരിശീലനം ലഭിച്ചവരാണോ എന്ന് അന്വേഷിക്കുക.

ചികിത്സാ രീതി

നിങ്ങൾ ഡോക്ടർ / ഗൈനക്കോളജിസ്റ്റ് / നെഴ്സ് / മിഡ്വൈഫ് തിരഞ്ഞെടുത്തുകഴിഞ്ഞു. ഇനി ഏത് രീതിയിലുള്ള ചികിത്സാ രീതിയാണ് സ്വീകരിക്കുന്നതെന്ന് തീരുമാനിക്കണം. എല്ലാ കാര്യത്തിലും ലാഭവും നഷ്ടവും ഉണ്ട്.

തനിച്ച് വൈദ്യ പരിശീലനം

ഇതിൽ ഡോക്ടർ തനിച്ച് ജോലി ചെയ്യുന്നു. ഡോക്ടർക്ക് എന്തെങ്കിലും കാരണവശാൽ പുറത്തുപോകേണ്ടിവന്നാൽ വേറെ ഒരു ഡോക്ടർ അവർക്കുവേണ്ടി ജോലി ചെയ്യും. ഫാമിലി ഡോക്ടർ അല്ലെങ്കിൽ ഗൈനക്കോളജിസ്റ്റ് ഈ കൂട്ടത്തിൽപ്പെടും. നെഴ്സും മിഡ്വൈഫും ഇവരോടുചേർന്ന് ജോലി ചെയ്യും. ഓരോ കൂടിക്കാഴ്ചയിലും നിങ്ങളെക്കുറിച്ച് അവർക്ക് കൂടുതൽ അറിയാൻ കഴിയുമെന്നതാണ് ഇവരുടെ മേൽനോട്ടത്തിൽ ഇരിക്കുന്നതുകൊണ്ടുള്ള ലാഭം. അതുകൊണ്ട് പ്രസവസമയത്ത് നിങ്ങൾക്ക് എല്ലാം സുഖകരമായിതോന്നും.

ഇതുകൊണ്ടുള്ള ദോഷമെന്തെന്നാൽ ഡോക്ടർ പുറത്തുപോകുകയും നിങ്ങൾക്ക് പ്രസവവേദന തുടങ്ങുകയും ചെയ്താൽ എന്തുചെയ്യും? പ്രസവവേദന എപ്പോൾ തുടങ്ങുമെന്ന് നിങ്ങൾക്കും അറിയില്ലല്ലോ! ഡോക്ടർ ഏർപ്പാടുചെയ്തിട്ടേ പോകൂ. എങ്കിലും അത് മതിയാകുകയില്ലെങ്കിലോ?

മറ്റൊരു ദോഷം നിങ്ങൾക്ക് ഗർഭകാലത്തിൽ ഡോക്ടറുമായുള്ള ഇടപാട് ശരിയാകുന്നില്ല എന്ന തോന്നൽ ഏർപ്പെടുന്നതാണ്. അതായത് നിങ്ങൾക്ക് ശുശ്രൂഷയും നിർദ്ദേശങ്ങളും ശരിയായ രീതിയിൽ കിട്ടുന്നില്ല എന്ന് തോന്നുക. അങ്ങനെയുള്ള ചുറ്റുപാടിൽ പുതിയ ഡോക്ടറെ തിരഞ്ഞെടുക്കേണ്ടിവരും.

ഡോക്ടർമാരുടെ സമൂഹം (ഗ്രൂപ്പ് മെഡിക്കൽ പ്രാക്ടീസ്):– ഈ പ്രക്രിയയിൽ രണ്ടോ അതിൽ കൂടുതലോ രോഗികളെ പരിശോധിക്കുന്നു. അവർ ഓരോരുത്തരെയായി പരിശോധിക്കുന്നു. നിങ്ങളുടെ അഭിപ്രായത്തിൽ ഏറ്റവും വിദഗ്ദനായ ഡോക്ടറെക്കൊണ്ട് പരിശോധിപ്പിക്കാനാണ് നിങ്ങൾ ശ്രമിക്കുക. ഗർഭകാലം പൂർണ്ണമാകുമ്പോൾ അവരെല്ലാവരും ചേർന്ന് നിങ്ങളെ പരിശോധിക്കുന്നു. ഫാമിലി ഡോക്ടറും ഗൈനക്കോളജിസ്റ്റും ഈ ലിസ്റ്റിൽപ്പെടും. എല്ലാ ഡോക്ടർമാരെയും നിങ്ങൾക്ക് പരിചയപ്പെടാൻ കഴിയുമെന്നുള്ളതാണ് ഇതുകൊണ്ടുള്ള ഏറ്റവും വലിയ നേട്ടം.

പ്രസവമുറിയിൽ നിങ്ങൾക്ക് പരിചയമില്ലാത്ത ഒരു മുഖവും കാണേണ്ടിവരില്ല. നിങ്ങൾ പ്രസവസമയത്ത് ഏറ്റവും പ്രിയപ്പെട്ട ഡോക്ടറുടെ കൂടെ ഉണ്ടാകണമെന്ന് ആഗ്രഹിക്കും, എന്നാൽ അത് സംഭവിക്കണമെന്നില്ല എന്നതാണ് ഈ പ്രക്രിയ കൊണ്ടുള്ള നഷ്ടം. വെവ്വേറെ ഡോക്ടർമാരുടെ അഭിപ്രായങ്ങൾ കേട്ട് നിങ്ങൾ കുഴയും അല്ലെങ്കിൽ നിങ്ങൾക്ക് ആശ്വാസം ലഭിക്കും. ഇത് നിങ്ങളുടെ മനഃസ്ഥിതിയെ അനുസരിച്ചിരിക്കും.

ചികിത്സാ സംഘടനാ പ്രവർത്തനം:– ഡോക്ടർ, ഗൈനക്കോളജിസ്റ്റ്, നെഴ്സ്, മിഡ്വൈഫ് എല്ലാം ചേർന്നാണ് ഇത് നടപ്പാക്കുന്നത്. ഇതിൽ നിന്നുള്ള ലാഭ-നഷ്ടങ്ങളും സാമൂഹിക പ്രവർത്തനങ്ങൾ പോലെതന്നെയാണ്. നിങ്ങൾക്ക് നെഴ്സിൽ അല്ലെങ്കിൽ മിഡ്വൈഫിൽ നിന്ന് കൂടുതൽ ഉപദേശവും സമയവും കിട്ടുമെന്നുള്ളതാണ് ഒരു ലാഭം. നിങ്ങളുടെ പ്രസവസമയത്ത് എന്തെങ്കിലും കുഴപ്പം ഏർപ്പെടുകയാണെങ്കിൽ ഉടനെ സഹായിക്കാൻ മിഡ്വൈഫിനോടൊപ്പം ഡോക്ടറും ഉണ്ടായിരിക്കണമോ എന്ന് നിങ്ങൾക്ക് തീരുമാനിക്കാൻ കഴിയും.

മാതൃത്വ കേന്ദ്രം - ബെർത്ത് സെന്റർ പ്രാക്ടീസ്:– ഇവിടെ പരിശീലനം ലഭിച്ച നെഴ്സാണ് എല്ലാം നോക്കി നടത്തുന്നത്. ആവശ്യം ഏർപ്പെടുമ്പോൾ മാത്രമെ ഡോക്ടറെ വിളിക്കുകയുള്ളൂ. പല ആശുപത്രികളിലും ഈ ബെർത്ത് സെന്റർ ഉണ്ട്. ഇവിടെ കുഴപ്പമില്ലാത്ത പ്രസവങ്ങൾ മാത്രമെ കൈകാര്യം ചെയ്യാറുള്ളൂ.

ഇവിടെ ചെലവുകുറവാണെന്നുള്ളതാണ് ഏറ്റവും വലിയ നേട്ടം. പ്രസവസമയത്ത് എന്തെങ്കിലും പ്രശ്നം ഏർപ്പെട്ടാൽ ഉടനെ ഡോക്ടറെ വിളിക്കേണ്ടിവരികയോ

പരിചയമില്ലാത്ത ഡോക്ടറെക്കൊണ്ട് പ്രസവം എടുപ്പിക്കേണ്ടിവരികയോ ചെയ്യു മെന്നതാണ് ഇതിലുള്ള ദോഷം.

ഒരു ശരിയായ പ്രതീക്ഷകനെ തിരയുക

ഒരു നല്ല ഡോക്ടറെയും ചികിത്സാ വിധി യും തിരഞ്ഞെടുത്തശേഷം ഒരു ശരിയായ പ്രതീക്ഷകനെ തിരഞ്ഞെടുക്കേണ്ടിവരും. ഇതിനുള്ള എളുപ്പവഴികൾ താഴെകൊടുത്ത വയാണ്.

* നിങ്ങളുടെ സ്ത്രീരോഗ വിദഗ്ദനും ഫാമിലി ഡോക്ടറും നിങ്ങൾക്ക് നല്ല നിർദ്ദേശങ്ങൾ തന്നേക്കാം.
* നിങ്ങളെപ്പോലെതന്നെ ആലോചിക്കു ന്നവരും അടുത്തകാലത്തിൽ പ്രസവ മെന്ന പ്രക്രിയയെ അനുഭവിച്ചവരു മായ നിങ്ങളുടെ സ്നേഹിതരും സഹ പ്രവർത്തകരും.
* നിങ്ങളുടെ പ്രദേശത്തുള്ള പ്രസവം നോക്കുന്ന നെഴ്സ് / മിഡ്വൈഫ്.
* നിങ്ങളുടെ പ്രദേശത്തുള്ള ചികിത്സാ-സംഘടനകളിൽ നിന്ന് ഡോക്ടർമാ രുടെ പേരും മേൽവിലാസവും ലഭിക്കും.
* നിങ്ങളുടെ പ്രദേശത്തുള്ള ആശുപത്രി യിൽ നിന്ന് നിങ്ങൾക്ക് ബെർത്ത് സെന്റ റിനെപ്പറ്റിയ വിവരങ്ങൾ ലഭിക്കും.
* ഈ ഉപായങ്ങളൊന്നും ഫലവത്തായി ല്ലെങ്കിൽ എല്ലോപേജിന്റെ സഹായം തേടാം. അതിൽനിന്ന് നല്ല ക്ലിനിക്, ആശുപത്രി എന്നിവയുടെ പേരും വിലാസവും ലഭിക്കും.
* നിങ്ങളുടെ ഹെൽത്ത് ഇൻഷ്യൂറൻസ് കമ്പനി ഡോക്ടർമാരുടെ പട്ടിക തരുന്നുണ്ടെങ്കിൽ സ്നേഹിതമാരുടെയും സഹപ്രവർത്തകരുടെയും സഹായ ത്തോടെ അവരിൽനിന്ന് നല്ല ഡോക്ടറെ തിരഞ്ഞെടുക്കുക. അതും ശരിയായില്ലെങ്കിൽ നിങ്ങൾതന്നെ ഡോക്ടർമാരെ സന്ദർശിക്കുക. നിങ്ങ ൾക്ക് സ്വയം നല്ല ഡോക്ടറെ തിരഞ്ഞെ ടുക്കാൻ കഴിയും.

തിരഞ്ഞെടുക്കേണ്ടത് നിങ്ങളാണ്

ഡോക്ടറുടെ പേരും വിലാസവും കണ്ടു പിടിച്ചശേഷം അവരെ കാണാനുള്ള സമയം നിശ്ചയിക്കുക. ആദ്യസന്ദർശനത്തിൽ ചോദിക്കാനുള്ള ചില ചോദ്യങ്ങൾ തയ്യാറാ ക്കുക. നിങ്ങൾ തമ്മിൽ സംസാരിക്കുമ്പോൾ അഭിപ്രായവവ്യത്യാസമുണ്ടാകില്ലെന്ന് കരു തരുത്. ആ വ്യക്തിക്കും നിങ്ങൾക്കും വൈ കാരികമായ ഐക്യം ഉണ്ടോ എന്ന് മനസ്സി ലാക്കാൻ ശ്രമിക്കുക. നിങ്ങൾ പറയുന്ന തെല്ലാം ശ്രദ്ധയോടെ കേൾക്കുന്നുണ്ടോ?

ഇൻഷ്യൂറൻസ് ചെയ്തിട്ടില്ലെങ്കിൽ

നിങ്ങൾ ഗർഭിണിയായിട്ടും ഇൻഷ്യൂർ ചെയ്തിട്ടില്ല എങ്കിൽ പ്രസവത്തിനു മുൻപും പിൻപുമുള്ള ചെലവുകളെ എങ്ങനെ പൂർത്തിചെയ്യണമെന്ന് നേര ത്തെതന്നെ തീരുമാനിക്കണം. നിങ്ങളുടെ പ്രസവ സംബന്ധമായ ശുശ്രൂഷകൾക്ക് ആര് ചിലവുചെയ്യും.

പിന്നീട് അവരോട് കുഞ്ഞിന്റെ ജനനം, മുലയൂട്ടൽ, ഓപ്പറേഷൻ എന്നീ മുഖ്യമായ വിഷയങ്ങളെക്കുറിച്ച് അഭിപ്രായം ചോദി ക്കണം. ഓരോ സ്റ്റേജിലും അവരുടെ അഭി പ്രായം എന്തായിരിക്കും. അവർ എന്തു മാർഗ്ഗമാണ് സ്വീകരിക്കാൻ ഇഷ്ടപ്പെടുക എന്നൊക്കെ മനസ്സിലാക്കണം.

ഡോക്ടറെ സന്ദർശിക്കുമ്പോൾ ഡോക്ടറെപ്പറ്റി എല്ലാ വിവരങ്ങളും ചോദി ച്ചറിയുന്നതോടൊപ്പം തന്നെപ്പറ്റി എല്ലാ വിവിരങ്ങളും പറയുകയും വേണം. ഒരു രോഗിയെ പോലെ ഡോക്ടറോട് ഒന്നും മറയ്ക്കാതിരിക്കുക, അപ്പോൾ അവർക്കും നിങ്ങളോട് സ്വാഭാവികമായി സംസാരി ക്കാൻ കഴിയും.

ഡോക്ടർ പ്രത്യക്ഷമായോ പരോക്ഷ മായോ ബന്ധപ്പെട്ടിരിക്കുന്ന ബെർത്ത് സെന്റർ അല്ലെങ്കിൽ ആശുപത്രിയെക്കു റിച്ചും അന്വേഷിച്ചറിയണം. അവരുടെ ആശുപത്രിയിൽ എന്തെല്ലാം സൗകര്യങ്ങൾ ഉണ്ടെന്നും ആവശ്യം എർപ്പെട്ടാൽ ആ സൗകര്യങ്ങൾ നിങ്ങൾക്ക് ലഭിക്കുമോ ? അവിടെ അച്ഛനും മക്കൾക്കും പ്രവേശന മുണ്ടോ? ഓപ്പറേഷൻ സൗകര്യമുണ്ടോ? എന്നെല്ലാം അന്വേഷിച്ചറിയണം.

അവസാന തീരുമാനമെടുക്കുന്നതിന് മുമ്പ് നിങ്ങളുടെ ഡോക്ടറെ കണ്ണടച്ച് വിശ്വസിക്കാമോ എന്നും ആലോചിച്ചു നോക്കണം. നിങ്ങളുടെ ജീവിതയാത്രയിൽ ഗർഭാവസ്ഥ വളരെ മഹത്വമുള്ള ഒന്നാണ്. ഈ യാത്രയിൽ നിങ്ങൾക്ക് പൂർണ്ണമായി വിശ്വസിക്കാവുന്ന ഒരു വഴികാട്ടിയുടെ ആവശ്യമുണ്ട്.

രോഗിയും ഡോക്ടറും തമ്മിലുള്ള ബന്ധം

ശരിയായ ഡോക്ടറെ തിരഞ്ഞെടുക്കു ന്നതാണ് ആദ്യത്തെ ചുവട്. ഡോക്ടർക്കും

രോഗിക്കുമിടയിൽ ഒരു നല്ല പങ്കാളിത്തം ഏർപ്പെടുന്നതാണ് അടുത്ത കാൽവെയ്പ്. അവർക്കൊന്നിച്ച് ശരിയായ രീതിയിൽ ജോലിചെയ്യാൻ കഴിയണം.

* ഡോക്ടറോട് സത്യമേ പറയാവൂ. സത്യമല്ലാതെ മറ്റൊന്നും പറയരുത്. നിങ്ങളുടെ ചികിത്സയുടെ ചരിത്രം മുഴുവൻ സങ്കോചമില്ലാതെ അവരോട് പറയണം. നിങ്ങളുടെ ഭക്ഷണരീതി ചീത്തശീലങ്ങൾ എന്നിവയെക്കുറിച്ച് പറയാൻ മറക്കരുത്. ഏതെങ്കിലും തരത്തിലുള്ള മരുന്നുകൾ (ഹെർബൽ, നിയമപരമായതും അല്ലാത്തതും) പുകയില, ആൽക്കഹോൾ എന്നിവ ഉപയോഗിക്കുന്നുണ്ടെങ്കിൽ അതിനെക്കുറിച്ചും പറയണം. നിങ്ങൾ പറയുന്നതെല്ലാം ഡോക്ടർ രഹസ്യമായി സൂക്ഷിക്കുമെന്ന് ഓർക്കുക.

* വീട്ടിൽ ഫ്രിഡ്ജിന്റെയും, ടി.വി.യുടെയും മുകളിലും പേഴ്സിലും ജോലിചെയ്യുന്ന മേശപ്പുറത്തും, വാതിലിനടുത്തും റൈറ്റിങ്ങ് പാഡ് വയ്ക്കണം. അപ്പോൾ ഡോക്ടറോട് ചോദിക്കേണ്ട ചോദ്യങ്ങൾ ഓർമ്മവന്ന ഉടൻ അതിൽ എഴുതാം. പലപ്പോഴും ഡോക്ടറെ കണ്ടുവന്നശേഷം പല ആവശ്യമുള്ള ചോദ്യങ്ങളും ചോദിക്കാൻ മറന്നത് ഓർമ്മവരും. ഓരോ തവണയും ഡോക്ടറെ കണ്ട് സംസാരിച്ചതിന്റെ റിക്കാർഡ് സൂക്ഷിക്കണം. എന്തെന്നാൽ കുറച്ചു ദിവസത്തിനുള്ളിൽതന്നെ നിങ്ങൾക്ക് ഡോക്ടറുടെ ഉപദേശങ്ങൾ മറന്നുപോകും. ഡോക്ടർ ഏതെങ്കിലും വിഷയത്തെപ്പറ്റിയോ മരുന്നിനെപ്പറ്റിയോ തുറന്നു സംസാരിക്കുന്നില്ലെങ്കിൽ നിങ്ങൾതന്നെ അതിനെപ്പറ്റി ചോദിക്കണം. അപ്പോൾതന്നെ അവ കുറിച്ചുവെച്ച് വീട്ടിൽവന്ന ഉടനെ തെളിവായി എഴുതിവെക്കണം. അപ്പോൾ ആവശ്യമുള്ള കാര്യങ്ങൾ മറക്കുകയില്ല.

* ഏതെങ്കിലും ലക്ഷണം കണ്ട് പരിഭ്രമിക്കുകയോ ഏതെങ്കിലും വിഷയത്തിൽ സംശയം തോന്നുകയോ ചെയ്താൽ ഉടൻതനന്നെ ഡോക്ടർക്ക് ഫോൺ ചെയ്യണം. ഏതെങ്കിലും മരുന്ന് അനുയോജ്യമല്ലാതിരിക്കാം. വെറുതെ വിഷമിക്കരുത്. ഡോക്ടറോട് ഫോണിൽ സംസാരിക്കുക. പ്രശ്നം ഗുരുതരമാണെങ്കിൽ ഈമെയിൽ ചെയ്യാം. ഏതെങ്കിലും പ്രശ്നം നിങ്ങളെ വിഷമിപ്പിക്കുന്നുണ്ടെങ്കിൽ അതിനെക്കുറിച്ച് ചോദിക്കുന്നതിൽ തെറ്റില്ല. ആ ചോദ്യം വിഡ്ഢിത്തമായാലും സാരമില്ല. നിങ്ങളുടെ വിഷമം തീരണം. ഒരു സ്ത്രീ ആദ്യമായി അമ്മയാകാൻ പോകുമ്പോൾ അവർക്ക് പല ചോദ്യങ്ങളും ചോദിക്കാനുണ്ടാകുമെന്ന് ഡോക്ടർമാർക്കും മിഡ്വൈഫിനും നല്ലപോലെ അറിയാം. ഫോണോ, ഈമെയിലോ ചെയ്യുമ്പോൾ എല്ലാ ലക്ഷണങ്ങളെപ്പറ്റിയും സ്പഷ്ടമായി പറയണം.

ഏതെങ്കിലും ഇടത്തിൽ വേദനയുണ്ടെങ്കിൽ വേദനിക്കുന്ന സ്ഥലം, സമയം എന്നിവ തെളിവായി പറയണം. വേദന ചെറുതാണോ കഠിനമാണോ സഹിക്കാൻ കഴിയുന്നുണ്ടോ ഇല്ലയോ എന്നും പറയണം. പൊസിഷൻ മാറുമ്പോൾ ആശ്വാസം കിട്ടുന്നുണ്ടോ എന്നു പറയാൻ കഴിഞ്ഞാൽ അതും പറയണം. യോനിയിൽ നിന്ന് എന്തെങ്കിലും ദ്രവം ഒഴുകുന്നുണ്ടെങ്കിൽ അതിന്റെ നിറമെന്താണ് കടും ചുവപ്പോ, തവിട്ടുനിറമോ, റോസ് നിറമോ, മഞ്ഞ നിറമോ? ഇത് എപ്പോൾ തുടങ്ങി? കുറവാണോ കൂടുതലാണോ? ഇതോടൊപ്പം പനി, മനം പിരട്ടൽ, ഛർദ്ദി, ജലദോഷം, വയറിളക്കം എന്നിവയുടെ അടയാളം കണ്ടാൽ അതും പറയണം.

* എല്ലാവിധത്തിലും അപ്ടുഡേറ്റ് ആയിരിക്കണം. പാരൻസിനെക്കുറിച്ചുള്ള പത്രികകൾ, വെബ്ബ്സൈറ്റ് എന്നിവ നോക്കണം. എന്നാൽ എല്ലാ കാര്യങ്ങളും പൂർണ്ണമായി വിശ്വസിക്കേണ്ടതില്ല. മീഡിയായിൽ കാണുന്ന റിപ്പോർട്ട് ചികിത്സാരൂപത്തിൽ ആധികാരികമായിരിക്കണമെന്നില്ല. എന്തെങ്കിലും പുതിയതായി കേൾക്കുകയോ വായിക്കുകയോ ചെയ്താൽ അത് പ്രയോഗിക്കുന്നതിനുമുമ്പ് ഡോക്ടറുടെ അഭിപ്രായം തേടണം. നിങ്ങളുടെ അറിവിന്റെ ഏറ്റവും നല്ല ഉറവിടം ഡോക്ടറാണ്.

* ഡോക്ടർ പറയാത്ത എന്തെങ്കിലും കാര്യം അറിഞ്ഞാൽ മനസ്സിൽവയ്ക്കുക. വെല്ലുവിളിക്കുന്ന മട്ടിലല്ല, സഹജമായി അതിനെക്കുറിച്ച് ചോദിക്കുക. അപ്പോൾ സത്യാവസ്ഥ മനസ്സിലാകും.

* ഡോക്ടർ തെറ്റിദ്ധാരണമൂലം എന്തെങ്കിലും കാര്യത്തിന് അനുമതി നൽകുകയോ എന്തെങ്കിലും പറയുകയോ ചെയ്താൽ (ഉദാ:- മെഡിക്കൽ ഹിസ്റ്ററി

ഉണ്ടായിരുന്നിട്ടും ലൈംഗീക ബന്ധത്തിന് അനുവാദം തരുക) നിങ്ങൾക്ക് ഇതിനുമുമ്പ് എന്ത് പ്രശ്നമാണ് ഉണ്ടായതെന്ന് ഓർമ്മിപ്പിക്കുക. നിങ്ങളുടെ മെഡിക്കൽ ഹിസ്റ്ററിയിലെ ഓരോ കാര്യവും അവർക്ക് ഓർമ്മയുണ്ടാകണമെന്നില്ല. നിങ്ങളുടെ ആരോഗ്യം സൂക്ഷിക്കേണ്ടത് നിങ്ങളുടെയും ചുമതലയാണ്. അതുകൊണ്ട് ഇങ്ങനെയുള്ള തെറ്റുകൾ ഏർപ്പെടാതെ സൂക്ഷിക്കുക.

- അവരോട് എല്ലാ കാര്യവും തുറന്നുപറയാൻ ആവശ്യപ്പെടുക. നിങ്ങൾ കഴിക്കുന്ന മരുന്നുകൊണ്ട് വല്ല സൈഡ് ഇഫെക്ടും ഉണ്ടോ? എടുക്കാൻ പറഞ്ഞിരിക്കുന്ന ടെസ്റ്റുകൾമൂലം എന്തെങ്കിലും ആപത്ത് ഏർപ്പെടാൻ സാദ്ധ്യതയുണ്ടോ? അതിന്റെ റിസൾട്ട് എപ്പോൾ കിട്ടും എന്നൊക്കെ ചേദിച്ചു മനസ്സിലാക്കണം.

- ഡോക്ടറുടെ സന്ദർശന സമയത്ത് എല്ലാ ചോദ്യങ്ങൾക്കും ഉത്തരം നൽകിയില്ലെങ്കിൽ ഉത്തരം കിട്ടാത്ത ചോദ്യങ്ങളുടെ ഒരു ലിസ്റ്റ് തയ്യാറാക്കണം. അടുത്ത സന്ദർശന സമയത്ത് കൂടുതൽ സമയം തരാൻ കഴിയുമോ? അല്ലെങ്കിൽ ഫോൺ മൂലമോ ഈമെയിൽ മൂലമോ സംശയനിവാരണം സാദ്ധ്യമാണോ എന്ന് ഡോക്ടറോട് ചോദിക്കണം.

- തൂക്കം, വിശ്രമം, മരുന്നുകൾ, വിറ്റാമിൻ, വ്യായാമം എന്നിവയെക്കുറിച്ചുള്ള ഡോക്ടറുടെ എല്ലാ നിർദ്ദേശങ്ങളും പൂർണ്ണമായി പാലിക്കണം. ഏതെങ്കിലും നിർദ്ദേശം പാലിക്കാൻ ബുദ്ധിമുട്ടുണ്ടെങ്കിൽ ഡോക്ടറോട് അതിനുപകരമുള്ളത് എന്താണെന്ന് ചോദിക്കണം.

- നിങ്ങളുടെ സംരക്ഷണം നിങ്ങൾതന്നെ ചെയ്യണമെന്ന് ഓർക്കുക. അതുകൊണ്ട് എല്ലാ നിർദ്ദേശങ്ങളും ശ്രദ്ധയോടെ കേൾക്കുക. ആഹാരകാര്യത്തിൽ തെറ്റായ ചിട്ടകൾ ഉപേക്ഷിക്കുക. ഒരു ആരോഗ്യമുള്ള കുഞ്ഞിന് ജന്മം നൽകുന്നത് നിങ്ങളുടെ ചുമതലയാണ്.

- പല ഇൻഷ്യൂറൻസ് കമ്പനികളും ഡോക്ടർക്കും രോഗിക്കും ഇടയിൽ തർക്കമുണ്ടായാൽ മദ്ധ്യസ്ഥം വഹിക്കും. ഡോക്ടർക്കും നിങ്ങൾക്കുമിടയിൽ എന്തെങ്കിലും പ്രശ്നമുണ്ടായാൽ ആരോഗ്യ സംഘടനയുടെ സഹായം തേടാവുന്നതാണ്.

ശരിയായ ഡോക്ടറെയോ മിഡ്വൈഫിനെയോ അല്ല തിരഞ്ഞെടുത്തതെന്ന് നിങ്ങൾക്ക് തോന്നുന്നുണ്ടെങ്കിൽ, നിങ്ങളുടെ കുഞ്ഞിന്റെ ജനനം അവരുടെ കൈയ്യിൽ സുരക്ഷിതമല്ലെന്ന് തോന്നിയാൽ ഡോക്ടറെ മാറ്റാൻ വൈകിക്കരുത്.

• • •

നിങ്ങളുടെ പ്രെഗ്നൻസി പ്രൊഫൈൽ

പരിശോധനയുടെ ഫലം അറിഞ്ഞുകഴിഞ്ഞു. നിങ്ങൾ അമ്മയാകാൻ പോകുന്നു. ഗർഭാശയത്തിന്റെ വികസിക്കുന്ന ആകൃതിയോടൊപ്പം ഉത്തേജനവും ചോദ്യങ്ങളുടെ പട്ടികയും നീളുന്നു. നിങ്ങൾ അസാധാരണമായി തോന്നുന്ന പല ഗർഭലക്ഷണങ്ങളെയും അഭിമുഖീകരിക്കും. പക്ഷെ ഇവയിൽ പലതും നിങ്ങളുടെ പ്രെഗ്നൻസി പ്രൊഫൈലുമായി ബന്ധപ്പെട്ടതായിരിക്കാം. പ്രെഗ്നൻസി പ്രൊഫൈൽ എന്നാൽ എന്താണ് ? ഇതിനെ നിങ്ങളുടെ ഗർഭാവസ്ഥയുടെ ചരിത്രമെന്നുപറയാം. നിങ്ങളുടെ ഗർഭാവവസ്ഥയിൽ അതിന്റെ സ്വാധീനമുണ്ടാകും. നിങ്ങൾ ഈ പ്രെഗ്നൻസി പ്രൊഫൈലിനെക്കുറിച്ച് പൂർണ്ണമായ അറിവു നേടണം. അപ്പോൾ ഡോക്ടറെ സന്ദർശിക്കുന്ന സമയത്ത് ഇതിനെക്കുറിച്ച് സംസാരിക്കാൻ കഴിയും.

ഈ പഠനത്തിലുള്ള പല വിഷയങ്ങളുമായും നിങ്ങൾക്ക് ഒന്നും ചെയ്യാനില്ലെന്ന് ഓർമ്മ വെയ്ക്കുക. ഓരോ സ്ത്രീയുടെയും ഗർഭാവസ്ഥാ വിവരണം (പ്രെഗ്നൻസി റിക്കാർഡ്) വെവ്വേറെയായിരിക്കും. നിങ്ങൾ ഇതിൽനിന്ന് ഉപയോഗമുള്ള കാര്യങ്ങൾ വായിക്കുകയും മറ്റുള്ളവ വിട്ടുകളയുകയും ചെയ്യുക.

ഈ പുസ്തകം എല്ലാവർക്കും വേണ്ടിയുള്ളതാണ്

നിങ്ങൾ ഈ പുസ്തകം വായിക്കുമ്പോൾ ഭാര്യാഭർത്താക്കന്മാർക്കിടയിലുള്ള പല കുടുംബപരമായ സംബോധനകൾ കാണാൻ കഴിയും. ഇതിനർത്ഥം ഒറ്റയ്ക്കു കഴിയുന്ന അമ്മക്കോ കല്യാണം കഴി യാതെ അമ്മയാകുന്ന സ്ത്രീക്കോ പാരമ്പര്യമല്ലാത്ത ബന്ധമുള്ളവർക്കോ ഇത് ഉപയോഗപ്രദമല്ലെന്നല്ല. നിങ്ങൾക്ക് ഉപയോഗമില്ലാത്തവ വിട്ടുകളയുക, മറ്റുള്ള അറിവുകൊണ്ട് മുഴുവൻ ലാഭവും അനുഭവിക്കുക.

നിങ്ങളുടെ ശരീരത്തെ സംബന്ധിച്ചുള്ള മുന്നറിവ്

ഗർഭകാലത്തിനിടയിൽ ഗർഭനിരോധനം

"ഞാൻ ഗർഭനിരോധന ഗുളികകൾ കഴിച്ചു കൊണ്ടിരിക്കുമ്പോൾതന്നെ ഗർഭിണിയായി. ഗർഭിണിയാണെന്നറിയാതിരുന്നതുകൊണ്ട് ഞാൻ മാസം മുഴുവൻ ഗുളിക കഴിച്ചുകൊണ്ടിരുന്നു. ഇതുകൊണ്ട് എന്റെ കുഞ്ഞിന് എന്തെങ്കിലും കുഴപ്പം സംഭവിക്കുമോ?"

ഗുളിക കഴിക്കുന്നത് നിർത്തി ഒരുമാസമുറ വന്നശേഷം നിങ്ങൾഗർഭിണിയായിരുന്നെങ്കിൽ നന്നായിരുന്നു. പക്ഷെ പ്രതീക്ഷിക്കാതെ സംഭവിച്ചതുകൊണ്ട് ഒന്നും ചെയ്യാൻ കഴിയില്ല. ഇതിൽ ഇത്ര വിഷമിക്കേണ്ട കാര്യമൊന്നുമില്ല. ഇങ്ങനെ സംഭവിച്ചാൽ കുഞ്ഞിന് എന്തെങ്കിലും കേട് സംഭവിക്കുമെന്നുള്ളതിന് തെളിവൊന്നുമില്ല. മനഃസമാധാനത്തിന് വേണമെങ്കിൽ നിങ്ങളുടെ ഡോക്ടറുടെ അഭിപ്രായം തേടുക.

"ഞാൻ കോണ്ടമും സ്പർമ്മീസൈഡ്സും ഉപയോഗിച്ചുകൊണ്ടിരിക്കുന്നതിനിടയിൽ ഗർഭിണിയായതറിയാതെ ഞാൻ അവ ഉപയോഗിച്ചുകൊണ്ടിരുന്നു. എനിക്ക് കുഞ്ഞു മൂലം എന്തെങ്കിലും വിഷമം ഏർപ്പെടുമോ?"

നിങ്ങൾ കോൺഡം സ്പർമ്മീസൈഡിനോടൊപ്പം അല്ലെങ്കിൽ സ്പർമ്മിസൈഡ്

കലർന്ന ഡൈഫ്രം എന്നിവ ഉപയോഗിക്കുന്നതിനിടയ്ക്ക് ഗർഭിണിയായെങ്കിൽ ഒന്നുമനസ്സിലാക്കുക. സ്പർമ്മീസൈഡ്നും ജന്മനാ ഉള്ള വൈകല്യങ്ങൾക്കും തമ്മിൽ യാതൊരു ബന്ധവുമില്ല. ഗർഭാരംഭത്തിൽ ഇവ ഉപയോഗിക്കുന്നതുകൊണ്ട് ഒരു പ്രശ്നവും ഏർപ്പെടില്ലെന്നും കണ്ടുപിടിച്ചിട്ടുണ്ട്. നിങ്ങൾ അറിയാതെ ഗർഭിണിയായെങ്കിലും സന്തോഷമായിരിക്കുക.

"ഞാൻ ഗർഭനിരോധനത്തിനായി ഐ.യു.ഡി. ഉപയോഗിച്ചിരുന്നു. എന്നാൽ ഞാൻ ഗർഭിണായാണെന്ന് ഈയിടെ മനസ്സിലാക്കാൻ കഴിഞ്ഞു. എന്റെ ഗർഭകാലം ആരോഗ്യപൂർണ്ണവും സുരക്ഷിതവുമായിരിക്കുമോ?"

ഗർഭനിരോധന വസ്തുക്കൾ ഉപയോഗിച്ചിട്ടും ഗർഭിണിയാകുക എന്നത് വിഷമിപ്പിക്കുന്ന കാര്യം തന്നെയാണ്. ആയിരത്തിൽ ഒരുത്തർക്കേ ഇങ്ങനെ ഏർപ്പെടുകയുള്ളൂ. ഐ.യു.ഡി. ഉപയോഗിച്ചിട്ടും ഗർഭിണിയായെങ്കിൽ ഒരുപക്ഷെ അതിന് സ്ഥാനഭ്രംശം ഏർപ്പെട്ടിരിക്കാം അല്ലെങ്കിൽ ശരിക്ക് ഒട്ടിയിട്ടുണ്ടാവില്ല.

നിങ്ങളുടെ മുമ്പിൽ രണ്ടുവികൽപങ്ങളാണുള്ളത്. അതിനെക്കുറിച്ച് എത്രയും വേഗം ഡോക്ടറോട് സംസാരിക്കണം. ഐ.യു.ഡി. വെക്കണോ എടുക്കണോ എന്ന് ഡോക്ടർ പരിശോധിച്ചശേഷം പറയും. ഐ.യു.ഡി. അതിന്റെ സ്ഥാനത്തുനിന്ന് വഴുതി പോയിരിക്കുകയും. അതിന്റെ നൂൽ കാണുകയും ചെയ്യുന്നുണ്ടെങ്കിൽ അതിനെ എടുത്തുമാറ്റണം. അല്ലെങ്കിൽ അത് പ്രസവസമയത്ത് പുറത്തുവരും. ഗർഭാവസ്ഥയുടെ ആരംഭകാലത്തിൽ തന്നെ നൂൽ കാണപ്പെട്ടാൽ രോഗം വ്യാപിക്കാനുള്ള സാദ്ധ്യത വർദ്ധിക്കും. ഇത് പെട്ടെന്ന് എടുത്തുമാറ്റിയാൽ സഫലവും ആരോഗ്യപൂർണ്ണവുമായ ഗർഭാവസ്ഥ ഏർപ്പെടുമെന്ന് ആശിക്കാം. അത് എടുത്തുമാറ്റിയില്ലെങ്കിൽ ഗർഭം അലസിയേക്കാം.

ആദ്യത്തെ മൂന്നാം മാസത്തിനിടയ്ക്ക് ഇത് ഉള്ളിൽതന്നെ ഉണ്ടെങ്കിൽ ഏതെങ്കിലും വിധത്തിലുള്ള രക്തപ്പോക്കോ, കോച്ചിവലി, പനി എന്നിവയോ ഏർപ്പെട്ടാൽ സൂക്ഷിക്കണം. ഇതുമൂലം പലതരത്തിലുള്ള ജടിലതകളെയും അഭിമുഖീകരിക്കേണ്ടി വന്നേക്കാം. ഡോക്ടറോട് എല്ലാ ലക്ഷണങ്ങളെപ്പറ്റിയും പറയാൻ വൈകിക്കരുത്.

ഫൈബ്രോയ്ഡ്

"എനിക്ക് വളരെക്കാലമായി ഫൈബ്രോയ്ഡ് ഉണ്ടായിരുന്നു. പക്ഷെ അതുകൊണ്ട് എനിക്ക് ഒരു ബുദ്ധിമുട്ടും ഉണ്ടായിരുന്നില്ല. ഗർഭാവസ്ഥയിൽ അതുകൊണ്ട് എന്തെങ്കിലും കഷ്ടമുണ്ടാകാൻ സാദ്ധ്യതയുണ്ടോ?"

ഫൈബ്രോയ്ഡ് നിങ്ങൾക്കും ഗർഭാവസ്ഥക്കുമിടയിൽ ഒരു ചുമരായി നിൽക്കില്ലെന്നാണ് വിശ്വാസം. ഗർഭാശയത്തിന്റെ ഭിത്തികളിൽ ഉള്ള ഈ നോൺമലിഗ് നെൻട് തടിപ്പ്, ഗർഭാവസ്ഥയിൽ തടസ്സമാകുന്നില്ല.

പക്ഷെ ഇങ്ങനെയുള്ള ഗർഭിണികൾക്ക് ചിലപ്പോൾ വയറിന്റെ അടിഭാഗത്ത് സമ്മർദ്ദമോ വേദനയോ ഏർപപ്പെടുന്നതായി പരാതി ഉണ്ടായേക്കാം. ഇത് ചിന്താധീനമായ വിഷയമല്ലെങ്കിലും തീർച്ചയായും ഡോക്ടറോട് പറയണം. നാലഞ്ചുദിവസം വിശ്രമിക്കുകയോ സുരക്ഷിതമായ വേദന സംഹാരി മരുന്ന് കഴിക്കുകയോ ചെയ്താൽ ശരിയാകും.

ചിലപ്പോൾ ഫൈബ്രോയ്ഡ്സ് കാരണം മറുപിള്ള വേർപെടുകയും പ്രീടേം ബെർത്ത് അല്ലെങ്കിൽ ബ്രീച്ച് ബെർത്ത് ഏർപ്പെടാനുള്ള സാദ്ധ്യത വർദ്ധിക്കുകയും ചെയ്യും. പക്ഷെ സൂക്ഷിച്ചാൽ ഈ ആപത്തുകളെല്ലാം ഒഴിവാക്കാൻ കഴിയും നിങ്ങളുടെ ഡോക്ടറോട് എല്ലാം തുറന്നു പറയുക. അപ്പോൾ അവർക്ക് എല്ലാ ആപത്തുകളെയും സൂക്ഷിക്കേണ്ട കാര്യങ്ങളെപ്പറ്റിയും പറഞ്ഞുതരാൻ കഴിയും. ഫൈബ്രോയ്ഡ് കാരണം സുഖപ്രസവം സാദ്ധ്യമല്ലെന്ന് തോന്നിയാൽ ഡോക്ടർ സി. സെക്ഷൻ പ്രസവത്തെക്കുറിച്ച് ഉപദേശം നൽകും. മിക്കവാറും കേസുകളിൽ പ്രസവത്തിൽ ഗർഭാശയം വികസിക്കുമ്പോൾ വലിയ ഫൈബ്രോയ്ഡുകളും പുറത്തു വരുന്നു.

"കുറച്ചുവർഷങ്ങൾക്ക് മുമ്പ് എന്റെ രണ്ട് ഫൈബ്രോയ്ഡുകൾ എടുത്തുകളഞ്ഞു. ഇതുകൊണ്ട് എന്റെ ഗർഭാവസ്ഥയിൽ

എന്തെങ്കിലും പ്രശ്നമുണ്ടാകാൻ സാദ്ധ്യതയുണ്ടോ?"

മിക്കവാറുമുള്ള കേസുകളിൽ ഗർഭാശയത്തിലുള്ള ഫൈബ്രോയ്ഡ് ട്യൂമർ ലാപ്രോസ്കോപ്പിമൂലമാണ് എടുത്തുകളയുന്നത്. അതുകൊണ്ട് ഗർഭാവസ്ഥയിൽ ബുദ്ധിമുട്ടൊന്നും ഉണ്ടാകുകയില്ല. വലിയ ഫൈബ്രോയ്ഡ് ആണ് എടുത്തുകളഞ്ഞിരിക്കുന്നത് എങ്കിൽ ഗർഭാശയം ബലഹീനമാകും. അതിൽ പ്രസവിക്കാനുള്ള ശക്തി ശേഷിക്കുകയില്ല. നിങ്ങളുടെ റിക്കാർഡ് നോക്കി ഡോക്ടർക്ക് അങ്ങിനെ തോന്നുകയാണെങ്കിൽ അവർ സി. സെക്ഷൻ പ്രസവത്തിനുള്ള നിർദ്ദേശം നൽകിയേക്കാം. സർജറിയുടെ സമയത്തിന് മുമ്പുതന്നെ പ്രസവവേദന തുടങ്ങിയാൽ ആ ലക്ഷണങ്ങൾ മനസ്സിലാക്കി, എത്രയും പെട്ടെന്ന് ഡോക്ടറെ സമീപിക്കുക.

എൻഡോമെട്രിയോസിസ്

"വർഷങ്ങളോളം എൻഡോമെട്രിയോസിസിനാൽ പീഢിതയായിരുന്നശേഷം ഞാൻ ഇപ്പോൾ ഗർഭിണിയായിരിക്കുന്നു. എന്റെ ഗർഭാവസ്ഥയിൽ എന്തെങ്കിലും പ്രശ്നം ഉണ്ടാകുമോ?"

ഇതിൽ രണ്ടുവിധത്തിലുള്ള വെല്ലുവിളികൾ സംബന്ധപ്പെട്ടിട്ടുണ്ട്. ഗർഭവതിയായെന്നതിന് അർത്ഥം നിങ്ങൾ ആദ്യത്തെ വെല്ലുവിളിയെ അതിജീവിച്ചിരിക്കുന്നു എന്നതാണ്. (അഭിനന്ദനങ്ങൾ) ഗർഭവതിയായതിനുശേഷം രണ്ടാമത്തെ വെല്ലുവിളിയെ അതിജീവിക്കാൻ സഹായം ലഭിക്കും.

ഗർഭാവസ്ഥയിൽ എൻഡോമെട്രിയോസിസിന്റെ ലക്ഷണങ്ങളിലും വേദനയിലും മാറ്റം കാണും. ഹാർമോണുകളുടെ മാറ്റം കൊണ്ടാണ് ഇത് സംഭവിക്കുന്നത്. ഓവലേഷനുശേഷം എൻഡോമെട്രിയൽ ചെറുതും മൃദുവായി മാറും. പല സ്ത്രീകളിലും ഇതിനേക്കാൾ മെച്ചപ്പെട്ട പരിണാമം കാണപ്പെട്ടിട്ടുണ്ട്. പല സ്ത്രീകളിലും ഗർഭകാലം മുഴുവൻ ഇതിന്റെ ലക്ഷണമേ കാണാൻ കഴിയുന്നില്ല. ചിലസ്ത്രീകൾക്ക് വേദനയും ശക്തിയായ ഉലച്ചലും ഏർപ്പെടുന്നതായി പരാതിപ്പെടാറുണ്ട്. എന്നാൽ കുഞ്ഞിന്റെ ജനനത്തിൽ ഒരു കഷ്ടവും ഉണ്ടാകാറില്ല. ഗർഭാശയ ഓപ്പറേഷൻ നടന്നിട്ടുണ്ടെങ്കിൽ ഡോക്ടർ സി സെക്ഷൻ ചെയ്യാൻ നിർദ്ദേശിച്ചേക്കാം.

ഗർഭാവസ്ഥയിൽ എൻഡോമെട്രിയോസിസിന്റെ ലക്ഷണം കാണപ്പെടുന്നില്ലെങ്കിലും ഇതിന്റെ ചികിത്സ നടക്കുന്നില്ല. ഗർഭാവസ്ഥയും ശുശ്രൂഷയുമൊക്കെ കഴിഞ്ഞശേഷം അതിന്റെ ലക്ഷണങ്ങൾ വീണ്ടും കാണാൻ തുടങ്ങും.

കൊലോപോസ്കോപ്പി

"ഒരുവർഷം മുമ്പ് ഞാൻ ഗർഭിണിയായി. അപ്പോൾ കൊലോപോസ്കോപ്പിയും സർവ്വയ്കൾ ബയോപ്സിയും ചെയ്യേണ്ടി വന്നു. (എന്റെ ഗർഭാവസ്ഥക്ക് എന്തെങ്കിലും ആപത്തുണ്ടോ?)"

പൈപ്സ്മിയറിൽ ക്രമമില്ലാത്ത സർവ്വയ്കൾ കോശങ്ങൾ കാണപ്പെട്ടാൽ കൊലോപോസ്കോപ്പി ചെയ്യും. സാധാരണ പ്രക്രിയയിൽ ഒരു പ്രത്യേകതരം മൈക്രോസ്കോപ്പിയുടെ സഹായം കൊണ്ട് യോനിയെയും സർവിക്സിനെയും നിരീക്ഷിക്കും. പൈപ്പ്സ്മിയറിൽ അസാമാന്യമായ കോശങ്ങൾ കാണപ്പെട്ടാൽ ഡോക്ടർ സർവ്വയ്കൾ ബയോപ്സി ചെയ്യും. ഇതിൽ സംശായാസ്പദമായ ഭാഗത്തുനിന്ന് മാതൃക എടുത്ത് പരീക്ഷണത്തിനായി ലാബിലേക്ക് അയക്കും. ഇതിന് ക്രയോസർജറിയോ (അസാധാരണ കോശങ്ങൾ ശേഖരിക്കുക) ലീപ്ചികിത്സയോ ചെയ്യപ്പെടും. ഇതുമൂലം ബാധിക്കപ്പെട്ട സർവ്വയ്കൾ ടിഷ്യൂക്കളെ വേദനയറിയാതെ ഇലക്ട്രിക്കൽ കറന്റുമൂലം എടുത്തുമാറ്റുന്നു. ഈ പ്രക്രിയ നടന്നാലും ഗർഭിണികൾ ആരോഗ്യമുള്ള കുഞ്ഞുങ്ങൾക്ക് ജന്മം നൽകുമെന്നുള്ളതാണ് ഒരു നല്ല വാർത്ത. എന്നാൽ എടുത്തുമാറ്റിയ ടിഷ്യൂക്കളുടെ അളവിനനുസരിച്ച് ചില സ്ത്രീകൾക്ക് ഗർഭകാലത്തിൽ കഷ്ടങ്ങൾ ഏർപ്പെട്ടേക്കാം. നിങ്ങളുടെ ഡോക്ടറോട് ഇത്തരത്തിലുള്ള സർജറിയോ ടെസ്റ്റോ ചെയ്ത വിവരങ്ങൾ തീർച്ചയായും പറയണം അപ്പോൾ മാത്രമെ കൂടുതൽ മെച്ചപ്പെട്ട രീതിയിൽ അവർക്ക് ചികിത്സിക്കാൻ കഴിയുകയുള്ളൂ.

ആദ്യത്തെ പ്രസവത്തിനുമുമ്പ് അസാധാരണ കോശങ്ങൾ ഉണ്ടെന്ന് കണ്ടുപിടിച്ചാൽ ഡോക്ടർ കൊലോപോസ്കോപ്പി ചെയ്യാൻ നിർദ്ദേശിച്ചേക്കാം. എന്നാൽ ശിശുവിന്റെ ജനനശേഷമേ ബയോപ്സിയും മറ്റും ചെയ്യുകയുള്ളൂ.

എച്ച്.പി.വി. (ഹ്യൂമൺ പൈപ്പിലോമാ വൈറസ്)

"ജെനിറ്റൽ എച്ച്.പി.വി. എന്റെ ഗർഭാവസ്ഥയ്ക്ക് ഹാനി ഏർപ്പെടുത്തുമോ?"

എച്ച്.പി.വി. ലൈംഗീകബന്ധം വഴി പകരുന്ന ഒരു വൈറസ്സാണ്. സാധാരണ ഇതിന്റെ ലക്ഷണങ്ങൾ സ്പഷ്ടമായി കാണാൻ കഴിയുകയില്ല. ഇത് 6 മുതൽ 10 മാസങ്ങളിൽ താനേ ശരിയാകും.

പലപ്പോഴും ഇതിന്റെ ലക്ഷണങ്ങൾ പ്രത്യക്ഷപ്പെടുമ്പോൾ പൈപ്പ് സ്മീയറിൽ നിന്ന് ചില കോശങ്ങളുടെ ക്രമക്കേട് അറിയാൻ കഴിയും. പലപ്പോഴും ഇളം മഞ്ഞയോ റോസോ നിറത്തിലുള്ള മറുകുകൾ പൊന്തിവരും ഇവ യോനി, മലദ്വാരം എന്നിവിടങ്ങളിൽ കാണപ്പെടുന്നു. ഇവമൂലം വേദന ഏർപ്പെടുന്നില്ല. എന്നാൽ ചിലപ്പോൾ നീറ്റൽ ഏർപ്പെടുകയും രക്തസ്രാവം ഉണ്ടാകുകയും ചെയ്യുന്നു. മിക്കവരിലും ഈ മറുകുകൾ ഒന്നുരണ്ടുമാസത്തിനകം താനേ ശരിയാകുന്നു.

ജെനിറ്റൽ എച്ച്.പി.വി. ഗർഭാവസ്ഥയെ എങ്ങനെയാണ് ബാധിക്കുന്നത്? ഇത് ഗർഭാവസ്ഥയെ നേരിട്ട് ബാധിക്കുന്നില്ലെങ്കിലും ചില ഗർഭിണികളിൽ ഈ മറുകുകൾ അധികം സക്രീയമാകുന്നു. നിങ്ങളുടെ മറുക് താനേ ശരിയാകുന്നില്ലെങ്കിൽ ഡോക്ടറെ കാണിക്കാൻ താമസിക്കരുത്. അവർ ഫ്രീസിങ്ങ്, ഇലക്ട്രിക്കൽ അല്ലെങ്കിൽ ലേസർ തെറാപ്പിമൂലം നീക്കം ചെയ്യും. ചില സന്ദർഭങ്ങളിൽ പ്രസവംവരെ ചികിത്സ മാറ്റിവെയ്ക്കേണ്ടിവരും.

നിങ്ങളും എച്ച്.പി.വി. ബാധിതയാണെങ്കിൽ ഡോക്ടർക്ക് സർവൈക്കിൾ സെല്ലും പരിശോധിക്കേണ്ടിവരും. ബയോപ്സിയും ചെയ്യേണ്ടതുണ്ടെങ്കിൽ കുഞ്ഞ് ജനിക്കുന്നതുവരെ അത് മാറ്റിവെക്കണം.

എച്ച്.പി.വി. ഒരു പകർച്ച വ്യാധിയാണ്. അതുകൊണ്ട് ഒരു വ്യക്തിയോടുകൂടി മാത്രം സുരക്ഷിതമായ ലൈംഗീകബന്ധം പുലർത്തുക. 26 വയസ്സിന് താഴെയുള്ള സ്ത്രീകൾക്ക് ഇതിനുള്ള വാക്സിനും ഇപ്പോൾ ലഭ്യമാണ്. എന്നാൽ ഗർഭാവസ്ഥയിൽ ഇത് ഉപയോഗിക്കരുത്. നിങ്ങൾ വാക്സിൻ എടുക്കാൻ തുടങ്ങിയശേഷം ഗർഭിണിയായെങ്കിൽ ബാക്കിയുള്ള ഡോസ് പ്രസവശേഷമേ എടുക്കാവൂ. മൂന്ന് ഡോസ് എടുത്താലെ ഈ സീരീസ് പൂർത്തിയാകൂ.

ഹർപ്പീസ്

"എനിക്ക് ജെനറ്റിക്കൽ ഹർപ്പീസ് ഉണ്ട്. എന്റെ ശിശുവിനെയും ഇത് ബാധിക്കുമോ?"

ഗർഭാവസ്ഥയിൽ ഹർപ്പീസ് വന്നാൽ നിങ്ങൾ വളരെ സൂക്ഷിക്കണം. എന്നാൽ ഇത് വളരെ അധികം ആപത്കരമായ ഒന്നല്ല. നിങ്ങളും ഡോക്ടറും വളരെ സൂക്ഷിച്ച് പ്രവർത്തിച്ചാൽ ഗർഭാവസ്ഥയിലും പ്രസവസമയത്തും ഒരു ബുദ്ധിമുട്ടും ഉണ്ടാകുകയില്ല, നിങ്ങളുടെ കുഞ്ഞും ആരോഗ്യവാനായിരിക്കും.

ഒന്നാമതായി നവജാത ശിശുക്കളിൽ ഇങ്ങനെയുള്ള പകർച്ചക്കുള്ള സാദ്ധ്യത ഒരു ശതമാനം മാത്രമാണ്. അമ്മയുടെ രോഗം കുഞ്ഞിന് പകരുന്നത് വളരെ കുറവാണ്. എന്നാൽ ആദ്യത്തെ മൂന്നുമാസങ്ങളിൽ ഇൻഫെക്ഷൻ ഉണ്ടായാൽ മിസ്കാരേജ്, പ്രീമെച്വർ ഡെലിവറി എന്നീ അപകടങ്ങൾക്കുള്ള സാദ്ധ്യത കൂടും.

ഇന്നത്തെ കാലത്ത് കുഞ്ഞുങ്ങൾക്ക് ഇങ്ങനെയുള്ള ആപത്തുകൾ ഇല്ലെന്നു തന്നെ പറയാം. നല്ല ചികിത്സ, ശുശ്രൂഷ എന്നിവമൂലം നിങ്ങൾക്ക് ഇതിനെ തടയാൻ കഴിയും.

ഹർപ്പീസ് ബാധിച്ച അമ്മമാരുടെ കുഞ്ഞുങ്ങളുടെ രക്ഷയ്ക്കായി അമ്മമാർക്ക് ആന്റി വൈറൽ മരുന്നുകൾ കൊടുക്കും. കുഞ്ഞിനെയും അതുബാധിച്ചിട്ടുണ്ടെങ്കിൽ കുഞ്ഞിനും ആന്റി-വൈറൽ മരുന്ന് കൊടുക്കും.

പ്രസവശേഷവും രോഗം തുടരുകയാണെങ്കിൽ വേണ്ടത്ര കരുതലിനുശേഷം അമ്മയ്ക്ക് കുഞ്ഞിനെ മുലയൂട്ടാൻ കഴിയും.

മറ്റ് എസ്.ടി.ഡി.യും ഗർഭാവസ്ഥയും

എസ്.ടി.ഡി. മിക്കവാറും എല്ലാ ഗർഭാവസ്ഥയെയും സ്വാധീനിക്കുമെന്നതിൽ ആശ്ചര്യമില്ല. നേരത്തെതന്നെ ഇവയെ കണ്ടുപിടിച്ച് ചികിത്സിക്കാൻ കഴിയും, എന്നാൽ സ്ത്രീകൾക്ക് ഇതിനെ പറ്റിയ അറിവ് ലഭിക്കാൻ കഴിയാത്തതുകൊണ്ട് എല്ലാ ഗർഭിണികളും ക്ലാമൈഡിയ, ഗോണേറിയ, ട്രൈക്കോമോനായ്സിസ്, ഹെപ്പറ്റൈറ്റിസ് - ബി, എച്ച്.ഐ.വി., സിഫിലിസ് എന്നീ രോഗങ്ങൾ ഉണ്ടോ എന്ന് പരിശോധിക്കേണ്ടതാണ്.

എസ്.ടി.ഡി. ഒരു പ്രത്യേക സമുദായത്തിലോ സാമ്പത്തിക നിലവാരത്തിലോ ഉള്ളവർക്കുമാത്രം ഏർപ്പെടാവുന്ന രോഗമല്ലെന്ന് ഓർക്കുക.

അത് വയസ്, ജാതി, സമുദായം, വരുമാനം, ഗ്രാമം, നഗരം, സ്ത്രീ, പുരുഷൻ എന്നീ വ്യത്യാസമില്ലാതെ ആർക്കും വരാവുന്ന രോഗമാണ്. മുഖ്യമായ എസ്.ടി.ഡി. രോഗങ്ങൾ താഴെക്കാണുന്നവയാണ്.

ഗോണേറിയ:– വളരെക്കാലമായി ഗോണേറിയ ഭ്രൂണത്തിന്റെ കഞ്ചെക്റ്റിവൈറ്റിസ്, അന്ധത, ഗംഭീര സംക്രമണം എന്നിവയുടെ കാരണമായി കരുതുന്നു. ഇത് രോഗബാധിത ഗർഭനാളം മൂലമാണ് ഏർപ്പെടുന്നത്. അതുകാരണം ആദ്യ സന്ദർശനത്തിൽത്തന്നെ ഗർഭിണി സ്ത്രീകളെ പരിശോധിക്കുന്നു. ഏതെങ്കിലും സ്ത്രീക്ക് ഈ രോഗം ഏർപ്പെടുമെന്നുള്ള ഭയമുണ്ടെങ്കിൽ ഗർഭകാലത്തിലോ അതിനുശേഷമോ ഇതിനുള്ള പരിശോധന നടത്താവുന്നതാണ്. ഗോണേറിയ ബാധിച്ചിട്ടുണ്ടെന്നുകണ്ടാൽ ആന്റി ബയോട്ടിക്സിന്റെ സഹായം മൂലം ചികിത്സിക്കാൻ ശ്രമിക്കാം. ഇതിനുശേഷം ഒരു കൾച്ചർ ചെയ്താൽ ആ സ്ത്രീ രോഗബാധയിൽനിന്ന് പൂർണ്ണമായും മുക്തയാകും. മുൻകരുതലായി നവജാത ശിശുവിന്റെ കണ്ണുകളിൽ ആന്റി ബയോട്ടിക്സ് ഒഴിവാക്കണം. ഈ ചികിത്സ കുറഞ്ഞത് ഒരു മണിക്കൂർവരെ തള്ളിവെക്കാം.

സിഫലിസ്:– ഈ രോഗം മൂലം പല ജനന വൈകല്യങ്ങൾ ഉണ്ടാകാൻ സാദ്ധ്യതയുള്ളതുകൊണ്ട് ഏറ്റവും ആദ്യം ഇതുണ്ടോ എന്ന് പരിശോധിക്കണം. രോഗം ബാധിച്ച സ്ത്രീക്ക് നാലാം മാസത്തിനുമുമ്പുതന്നെ ആന്റി ബയോട്ടിക്സ് കൊടുത്താൽ ഭ്രൂണത്തിന് അപകടം ഏർപ്പെടാതെ രക്ഷിക്കാൻ കഴിയും. എന്തെന്നാൽ ആ സമയത്താണ് രോഗം ഭ്രൂണത്തെ ബാധിക്കുന്നത്. കഴിഞ്ഞ ചില വർഷങ്ങളായി കുഞ്ഞിന് അമ്മയിൽനിന്ന് ഏർപ്പെടുന്ന ഇത്തരത്തിലുള്ള രോഗബാധ കുറഞ്ഞിട്ടുണ്ടെന്നുള്ളത് ഒരു നല്ല വാർത്തയാണ്.

ക്ലാമായ്ഡിയ:– 26-ാം വയസിൽ താഴെയുള്ള സ്ത്രീകളിൽ സിഫലിസ്, ഗോണേറിയ എന്നിവയെക്കാൾ കൂടുതൽ ക്ലാമായ്ഡിയയാണ് കൂടുതൽ കാണപ്പെടുന്നത്. ഈ രോഗം ഭ്രൂണത്തെയും ബാധിച്ചിട്ടുണ്ടെങ്കിൽ അമ്മയ്ക്കും കുഞ്ഞിനും ആപത്തായിത്തീരും. നിങ്ങൾ പലരുമായും ലൈംഗീകബന്ധം പുലർത്തിയ ആളാണെങ്കിൽ സ്ക്രീനിംങ്ങ് അനിവാര്യമാണ്, അങ്ങനെയുള്ള ചുറ്റുപാടിൽ രോഗസാദ്ധ്യത കൂടുതലാണ്. പകുതിയിൽ കൂടുതൽ സ്ത്രീകൾക്ക് ഈ രോഗബാധയുടെ ലക്ഷണങ്ങൾ മനസ്സിലാക്കാൻ കഴിയുന്നില്ല. അതുകൊണ്ട് പരിശോധിക്കാതെ ചികിത്സിക്കാൻ കഴിയുകയില്ല.

ഗർഭാവസ്ഥയ്ക്കുമുമ്പോ അതിനിടയിലോ ശരിയായ രീതിയിൽ ക്ലാമായ്ഡിയക്ക് ചികിത്സിച്ചാൽ ഇതിന്റെ സംക്രമണത്തിൽ നിന്ന് (നിമോണിയ, കണ്ണുകളിൽ ഗംഭീര രോഗബാധ) രക്ഷപ്പെടാൻ കഴിയും. ഗർഭം ധരിക്കുന്നതിനുമുമ്പുതന്നെ ചികിത്സിക്കണം. അപ്പോൾ അമ്മയുടെ രോഗം കുഞ്ഞിലേക്കു പകരുകയില്ല. ജനനശേഷം നവജാത ശിശുവിന് ശരിയായ രീതിയിൽ കൊടുക്കുന്ന ആന്റി ബയോട്ടിക്സ് കുഞ്ഞിനെ ക്ലാമായ്ഡിയ ഗോണേറിയ എന്നിവ പകരുന്നതിൽനിന്ന് രക്ഷിക്കും.

ട്രൈക്കോമോനായ്സിസ്:– ഇതിന്റെ ഏറ്റവും വലിയ ലക്ഷണം യോനിയിൽ നിന്ന് പച്ചനിറത്തിൽ ദുർഗന്ധമുള്ള ദ്രവം ഒഴുകുമെന്നതാണ്. പകുതിയിൽ കൂടുതൽ സ്ത്രീകൾ ഇതറിയുന്നില്ല. ഈ രോഗം മൂലം ഭയങ്കരമായ കഷ്ടങ്ങൾ ഏർപ്പെടുകയില്ലെങ്കിലും ഇതിന്റെ ലക്ഷണങ്ങൾ മൂലം അസ്വസ്ഥത ഏർപ്പെടും. ലക്ഷണങ്ങൾ സ്പഷ്ടമായി കാണുന്ന സ്ത്രീകൾക്ക് മാത്രമെ ഗർഭാവസ്ഥയിൽ ചികിത്സ നൽകാറുള്ളൂ.

എച്ച്.ഐ.വി. (ഹ്യൂമൺ ഇമ്മ്യൂൺ ഡിഫിഷ്യൻസി വൈറസ്) രോഗം പകർച്ച:– എല്ലാ സ്ത്രീകളുടെയും ഗർഭാവസ്ഥയുടെ ആരംഭത്തിൽ എച്ച്.ഐ.വി. രോഗം ബാധിച്ചിട്ടുണ്ടോ എന്ന് പരിശോധിക്കണം. ഇതുസംബന്ധപ്പെട്ട പൂർവ്വ ചരിത്രം ഉണ്ടെങ്കിലും ഇല്ലെങ്കിലും ഇത് ആവശ്യമാണ്. ഇതുമൂലമാണ് എയ്ഡ്സ് ഏർപ്പെടുന്നത്. അത് അമ്മയ്ക്ക് മാത്രമല്ല കുഞ്ഞിനും ഹാനികരമാണ്. ചികിത്സ എടുക്കാതെ അമ്മ കുഞ്ഞിന് ജന്മം നൽകിയാൽ 25% ശിശുക്കളെയും ഈ രോഗം ബാധിക്കും (ജനിച്ച് ആറുമാസങ്ങളിൽ രോഗമുണ്ടോ എന്ന് തീർച്ചയാകും) ഇന്നത്തെക്കാലത്ത് ഈ രോഗത്തിനുള്ള ചികിത്സയെക്കുറിച്ചുള്ള ഉണർവ്വ് ധാരാളം ഏർപ്പെട്ടിട്ടുണ്ട്. ഗർഭിണിയുടെ പരിശോധനയുടെ റിസൾട്ട് പോസിറ്റീവാണെങ്കിൽ വീണ്ടും പരിശോധിക്കണം. മിക്കവാറും ടെസ്റ്റിന്റെ റിസൾട്ട് ശരിയായിരിക്കുമെങ്കിലും ചില സമയങ്ങളിൽ വൈറസ് ഇല്ലെങ്കിലും പോസിറ്റീവ് ആണെന്ന റിസൾട്ട് വരാറുണ്ട്. രണ്ടാമത്തെ ടെസ്റ്റിലും റിസൾട്ട് പോസിറ്റീവാണെങ്കിൽ രോഗം ബാധിച്ച അമ്മയ്ക്ക് എന്റയർ ട്രോ വൈറൽ മരുന്നുകൾ കൊടുത്താൽ കുഞ്ഞിന് രോഗം ബാധിക്കുവാനുള്ള സാദ്ധ്യത കുറയും. സി-സെക്ഷൻ മൂലം പ്രസവം നടത്തിയാൽ രോഗം ബാധിക്കുക എന്ന ആപത്ത് കുറയും.

നിങ്ങൾക്ക് ഏതെങ്കിലും എസ്.ടി.ഡി. രോഗമുണ്ടെങ്കിൽ നിങ്ങളുടെ ഡോക്ടറുടെ നിർദ്ദേശ പ്രകാരം പരിശോധിപ്പിക്കുക. ടെസ്റ്റ് റിസൾട്ട് പോസിറ്റീവാണെങ്കിൽ ആവശ്യം ഏർപ്പെട്ടാൽ പൂർണ്ണമായി ചികിത്സിക്കുക. ഈ ചികിത്സമൂലം നിങ്ങളുടെ മാത്രമല്ല കുഞ്ഞിന്റെയും ആരോഗ്യം സുരക്ഷിതമായിരിക്കും.

പ്രസവസംബന്ധമായ മുൻഅറിവുകൾ

വിട്രോഫർട്ടിലൈസേഷൻ

"ഞാൻ വിട്രോഫർട്ടിലൈസേഷൻ മൂലം ഗർഭം ധരിച്ചു. എന്റെ ഗർഭാവസ്ഥ എത്ര വ്യത്യസ്തമായിരിക്കും?"

അഭിനന്ദനങ്ങൾ! നിങ്ങൾ പരീക്ഷണശാലയിൽ ഗർഭം ധരിച്ചാലും നിങ്ങളുടെ ഗർഭാവസ്ഥയിൽ ഒരു ബുദ്ധിമുട്ടും ഏർപ്പെടുകയില്ല. ഐ.വി.എഫ്. ഗർഭാവസ്ഥയെ സംബന്ധിച്ചിടത്തോളം ആദ്യത്തെ ആറ് ആഴ്ചകൾ സ്വല്പം വ്യത്യസ്ഥമായിരിക്കും. നിങ്ങൾക്ക് ഒന്നും തീർച്ചയായി അറിയാൻ കഴിയുകയില്ല. ആദ്യം മിസ്കാരേജ് ഏർപ്പെട്ടിട്ടുണ്ടെങ്കിൽ ലൈംഗീകബന്ധവും മറ്റ് ശാരീരിക പ്രവർത്തനങ്ങളും ചെയ്യരുത്. ഇതോടൊപ്പം ഗർഭിണിയാകുന്നതിന് മുമ്പ് രണ്ടുമാസം പ്രൊജെസ്റ്ററോൺ കൊടുക്കാം.

ഒരിക്കൽ ഈ അവസ്ഥ തരണം ചെയ്താൽ നിങ്ങളുടെ ഗർഭാവസ്ഥയും സാധാരണമാണെന്ന് നിങ്ങൾക്ക് വിശ്വാസമാകും. പക്ഷെ ഒന്നിൽ കൂടുതൽ ഭ്രൂണം വികസിച്ചിട്ടില്ലെങ്കിൽ മാത്രമെ ഇത് സാദ്ധ്യമാകൂ. 30%-ത്തിൽ കൂടുതൽ ഐ.വി.എഫ്. മാതാക്കൾക്ക് ഇങ്ങനെ തന്നെയാണ് അനുഭവപ്പെടുന്നത്. ഈ പുസ്തകത്തിൽ പിന്നീട് ഇതിനെപ്പറ്റി വിസ്തരിച്ച് പറയുന്നുണ്ട്.

രണ്ടാമത്തെ ഗർഭാവസ്ഥ

"ഇത് എന്റെ രണ്ടാമത്തെ ഗർഭധാരണമാണ്. ഇത് ആദ്യത്തെതിൽനിന്ന് എത്ര വ്യത്യസ്തമായിരിക്കും?"

രണ്ടുഗർഭങ്ങൾ എപ്പോഴും ഒരുപോലെ ആയിരിക്കുകയില്ല. നിങ്ങളുടെ 9 മാസങ്ങൾ തന്നെ ആദ്യത്തെ മാസത്തിൽ നിന്ന് എത്ര

വ്യത്യസ്തമായിരിക്കുമെന്ന് പറയാൻ കഴിയില്ല. ചില പൊതുവായ കാര്യങ്ങൾ പറയാമെങ്കിലും അത് എപ്പോഴും സത്യമാകണമെന്നില്ല.

* ആദ്യത്തേതിനോട് താരതമ്യപ്പെടുത്തുമ്പോൾ നിങ്ങൾക്ക് വേഗം ഗർഭിണിയാണെന്ന് ഊഹിക്കാൻ കഴിയും. സാധാരണ രണ്ടാമത്തെ തവണ ഗർഭാവസ്ഥയുടെ ലക്ഷണങ്ങൾ മനസ്സിലാക്കുന്നത് എളുപ്പമാണ്. പക്ഷെ അവ താരതമ്യേന കുറവായിരിക്കും. കാലത്ത് മനം പിരട്ടലോ ദഹനത്തിലുള്ള കുഴപ്പമോ ഒന്നും അധികം അനുഭവപ്പെടുകയില്ല അധികം ക്ഷീണം തോന്നും. ആദ്യത്തെ ഗർഭാവസ്ഥയിൽ കിട്ടിയ അളവ് പകലിൽ വിശ്രമമോ ഒന്നു മയങ്ങാനുള്ള സമയമോ ഇത്തവണ കുറവായിരിക്കുമല്ലോ.

  ഭക്ഷണത്തിന് രുചി ഇല്ലായ്മ, എന്തെങ്കിലും പ്രത്യേകമായി കഴിക്കാനുള്ള ആഗ്രഹം എന്നിവയും രണ്ടാമത്തെയോ അതിനുശേഷമോ ഉള്ള ഗർഭാവസ്ഥകളിൽ അധികം കാണപ്പെടുന്നില്ല. മാർഭാഗങ്ങളിലും അധികം മാറ്റം ഏർപ്പെടുന്നില്ല. സംവേദന ശീലവും ചിന്തയും മുമ്പിലത്തെപോലെ ഉണ്ടാകുകയില്ല. പ്രസവത്തിലും അധികം കഷ്ടം ഉണ്ടാകുകയില്ല.

* നിങ്ങൾ ഗർഭിണിയാണെന്ന് വേഗം തന്നെ കണ്ടാൽ അറിയാൻ കഴിയും, വയറ് തെളിഞ്ഞുകാണാൻ തുടങ്ങും. നിങ്ങൾക്ക് ഈ ഗർഭാവസ്ഥ ആദ്യത്തെതിൽ നിന്ന് വ്യത്യസ്തമാണെന്ന് സ്വയം മനസ്സിലാക്കാൻ കഴിയും. നിങ്ങളുടെ വയറ് ആദ്യത്തെക്കാൾ വീർത്തിരിക്കും. എന്തുകൊണ്ടെന്നാൽ ഈ കുഞ്ഞ് ആദ്യത്തെ കുഞ്ഞിനെക്കാൾ വലുതായിരിക്കും. വയറുവേദന മുതുകുവേദന എന്നിവയും ഗർഭാവസ്ഥയിലുണ്ടാകുന്ന മറ്റ് വിഷമങ്ങളും ആദ്യത്തെതിലും കുറവായിരിക്കും.

* കുഞ്ഞിന്റെ ചലനങ്ങൾ ആദ്യത്തെതിനേക്കാൾ വേഗം അറിയാൻ കഴിയും. മാംസപേശികൾ അയഞ്ഞതുകൊണ്ടാണ് ഇങ്ങനെ ഉണ്ടാകുന്നത്. നിങ്ങൾക്ക് എളുപ്പത്തിൽ അത് അറിയാൻ കഴിയും. ഒരുപക്ഷെ ആദ്യത്തെ ഗർഭാവസ്ഥയിൽ നിങ്ങൾക്ക് ഇത് ശരിക്ക് അറിയാൻ കഴിഞ്ഞിരിക്കുകയില്ല. മനസ്സിൽ രോമാഞ്ചമുണ്ടെങ്കിലും എല്ലാവരോടും ഈ സന്തോഷവാർത്ത പറയാനുള്ള ഉത്സാഹം തോന്നുകയില്ല. ഇത് ഒരു സാധാരണ പ്രതികരണമാണ്. ഇതുകൊണ്ട് രണ്ടാമത്തെ കുഞ്ഞിനോടുള്ള സ്നേഹത്തിന് കുറവൊന്നുമുണ്ടാകില്ല. നിങ്ങൾക്ക് ആദ്യത്തെ ശിശുവിനോടും ശാരീരികമായ സംബന്ധമുണ്ടെന്ന് ഓർമ്മ വേണം.

* പ്രസവവും ആദ്യത്തേതിനെക്കാളും എളുപ്പമായിരിക്കും. ആദ്യ പ്രസവസമയത്ത് മാംസപേശികൾ അയഞ്ഞിരിക്കും, അതുകൊണ്ട് രണ്ടാമത്തെ കുഞ്ഞ് ജനിക്കാൻ അധികം സമയമാകുകയില്ല. പ്രസവവേദനയും പ്രസവത്തിന്റെ ഓരോ ഘട്ടവും ചെറുതായിരിക്കും, കുഞ്ഞ് പുറത്തേക്ക് വരുന്നതിനും അധികം സമയമെടുക്കില്ല.

നിങ്ങൾ നല്ല രീതിയിൽ മൂത്ത കുഞ്ഞിനോട് രണ്ടാമത്തെ അതിഥിയുടെ വരവിനെക്കുറിച്ച് പറയണം. നല്ലപോലെ ആലോചിച്ച് ഉചിതമായ വാക്കുകൾ തെരഞ്ഞെടുക്കണം. അപ്പോഴേ ആ കുഞ്ഞും പുതിയ സഹോദര സഹോദരിയെ സ്വീകരിക്കാൻ മാനസികമായി തയ്യാറാകുകയുള്ളൂ.

"എന്റെ ആദ്യത്തെ കുഞ്ഞ് ആരോഗ്യവാനായിരുന്നു. ഞാൻ വീണ്ടും ഗർഭിണിയാണ്. ഇത്തവണയും എനിക്ക് അതേ ഭാഗ്യം കിട്ടുമോ?"

അതെ! ഇത്തവണയും നിങ്ങളുടെ കുഞ്ഞ് ജാക്ക്പോട്ട് നേടും. ഏറ്റവും നല്ല കാര്യം ഇത്തവണ ആദ്യത്തെക്കാൾ പല ആപത്തുകളും കുറവാണെന്നുള്ളതാണ്. നിങ്ങൾക്ക് കൂടുതൽ നല്ല ചികിത്സ, ശുശ്രൂഷ, ആഹാരം, വ്യായാമം, ജീവിത രീതി എന്നിവയുടെ ബലത്തിൽ കുഞ്ഞിന് ജന്മം നൽകാൻ കഴിയും.

പ്രസവം സംബന്ധപ്പെട്ട ചരിത്രത്തിന്റെ ആവർത്തനം

"എന്റെ ആദ്യത്തെത് സുഖപ്രസവം ആയിരുന്നില്ല. ഞാൻ എല്ലാ കഷ്ടകരമായ ലക്ഷണങ്ങളും സഹിച്ചു. ഇത്തവണയും അതെല്ലാം സഹിക്കേണ്ടിവരുമോ?"

ആദ്യത്തെ പ്രസവത്തിൽനിന്ന് വരാനിരിക്കുന്ന പ്രസവങ്ങളെ പറ്റിയ സൂചന ലഭിക്കുമെന്നതുകൊണ്ട് നിങ്ങൾക്ക് ആദ്യത്തെ

ചില കഷ്ടങ്ങൾ സഹിക്കേണ്ടിവന്നേക്കാം. എന്നാൽ ചിലമാറ്റങ്ങളും ഏർപ്പെട്ടേക്കാം. എല്ലാ ഗർഭാവസ്ഥകളും ഒരുപോലെ ആയിരിക്കില്ല. ഉദാഹരണത്തിന് ആദ്യത്തെ ഗർഭത്തിൽ മനം പിരട്ടലും അരുചിയും അധികമായിരുന്നെങ്കിൽ ഇത്തവണ അങ്ങനെ ഉണ്ടാകുകയില്ല. നിങ്ങളുടെ ജെനറ്റിക് അനുഭവങ്ങളിൽ നിന്ന് ഗർഭാവസ്ഥ എത്രയ്ക്ക് സുഖകരമോ വിഷമകരമോ ആയിരിക്കുമെന്ന് ഊഹിക്കാം. ഇതിൽ നിങ്ങൾക്ക് സ്വയം നിയന്ത്രിക്കാൻ കഴിയുന്ന ചിലകാരണങ്ങളും ഉണ്ട്. അവ താഴെപ്പറഞ്ഞിരിക്കുന്നവയാണ്.

പൊതുവായ ആരോഗ്യം:– നിങ്ങൾ പൂർണ്ണ ആരോഗ്യവതി ആണെങ്കിൽ ഗർഭാവസ്ഥയും സുഖകരമായിരിക്കും. അതുകൊണ്ട് ആരോഗ്യത്തിൽ പൂർണ്ണമായും ശ്രദ്ധിക്കണം.

തൂക്കം:– നിങ്ങൾ ഡോക്ടറുടെ നിർദ്ദേശപ്രകാരം പതുക്കെ-പതുക്കെ തൂക്കം കൂട്ടുകയോ ആവശ്യത്തിലധികമുള്ള തൂക്കം കുറക്കുകയോ ചെയ്താൽ വെരിക്കോസ് വെയിൻ, സ്ട്രെച്ച് മാർക്ക്, മുതുകുവേദന, ക്ഷീണം, ദഹനക്കേട്, ശ്വാസമെടുക്കാനുള്ള ബുദ്ധിമുട്ട് എന്നീ ബുദ്ധിമുട്ടുകളിൽ നിന്ന് മോചനം ലഭിക്കും.

ആഹാരം:– ഗർഭിണി എത്രനല്ല ആഹാരം കഴിക്കുന്നുവോ അത്രയ്ക്ക് ആരോഗ്യമുള്ള ശിശുവിന് ജന്മം നൽകാനുള്ള സാദ്ധ്യത വർദ്ധിക്കും. ഗർഭാവസ്ഥയും സന്തോഷപ്രദമായിരിക്കും. ഛർദ്ദി, മനംപിരട്ടൽ എന്നിവയിൽനിന്ന് മോചനം ലഭിക്കുന്നതോടൊപ്പം ക്ഷീണം, മലബന്ധം, യോനി സംക്രമണം, അനീമിയ, തലവേദന എന്നീ അസുഖങ്ങളിൽ നിന്നും ആശ്വാസം കിട്ടും. ഗർഭാവസ്ഥയിൽ എന്തെങ്കിലും അസുഖം ഏർപ്പെട്ടാലും ആരോഗ്യമുള്ള കുഞ്ഞിന് ജന്മം നൽകാനുള്ള സാദ്ധ്യത ഉണ്ടായിരിക്കും.

ആരോഗ്യം:– നിങ്ങൾ പൂർണ്ണ ആരോഗ്യവതിയായിരിക്കാൻ ആരോഗ്യത്തിൽ പൂർണ്ണ ശ്രദ്ധ പതിപ്പിക്കണം. രണ്ടാമത്തെയും അതിനുശേഷവുമുള്ള ഗർഭാവസ്ഥയിൽ വ്യായാമം വളരെ മഹത്വപൂർണ്ണമാണ്. ഇതുമൂലം വയറിന്റെ അടിഭാഗത്തുള്ള മാംസപേശികളുടെ ഏലാസ്റ്റിസിറ്റി വർദ്ധിക്കുന്നു. പലവിധത്തിലുള്ള വേദനകൾക്കും പ്രത്യേകിച്ച് പുറം വേദനക്കും ആശ്വാസം കിട്ടും.

ജീവിതരീതിയിൽ മാറ്റം:– ഇന്നത്തെ കൃത്രിമം നിറഞ്ഞ ജീവിതശൈലിയിൽ നിങ്ങൾക്ക് ഗർഭാവസ്ഥയിൽ വിഷമകരമായ ലക്ഷണങ്ങളെ അഭിമുഖീകരിക്കണ്ടേിവരും. മനം പിരട്ടൽ, ക്ഷീണം, തലവേദന, അജീർണം എന്നിങ്ങനെ പലതും. ജോലി അധികമാണെങ്കിൽ മറ്റുള്ളവരുടെ സഹായം തേടണം. പിരിമുറുക്കം അധികമാകുമ്പോൾ കുറച്ചു നേരം ജോലി ചെയ്യാതിരിക്കുകയോ, യോഗാ ചെയ്തോ, വിശ്രമത്തിനുള്ള മറ്റ് ടെക്നിക്കുകൾ ഉപയോഗിച്ചോ മനസ്സിനെ ശാന്തമാക്കുക അപ്പോൾ മുമ്പിലത്തേക്കാൾ ഭേദമാണെന്ന് നിങ്ങൾക്ക് തോന്നും.

രണ്ടാമത്തെ കുഞ്ഞ്:– മിക്ക ഗർഭിണികളും വീട്ടിലുള്ള മറ്റ് കുഞ്ഞുങ്ങളുടെ കാര്യത്തിൽ വ്യാപൃതരായിരിക്കുന്നതിനാൽ തന്റെ ഗർഭാവസ്ഥയോട് ബന്ധപ്പെട്ട വിഷമങ്ങളെക്കുറിച്ച് അറിയുന്നില്ല. ചില സ്ത്രീകൾക്ക് ഈ തിരക്കിനിടിയിൽ പല വൃത്തികെട്ട ലക്ഷണങ്ങളെയും അഭിമുഖീകരിക്കണ്ടേിവരും. ഉദാഹരണത്തിന് കാലത്ത് കുഞ്ഞുങ്ങളെ സ്കൂളിലേക്ക് അയയ്ക്കുക, രാത്രി ഭക്ഷണം കൊടുക്കുക എന്നീ തിരക്കുകൾക്കിടയിലെ പിരിമുറുക്കം മൂലം മനംപിരട്ടൽ, ക്ഷീണം എന്നീ പ്രശ്നങ്ങൾ വർദ്ധിക്കും. പുറം വേദന ഏർപ്പെടും. ശരിയായ സമയത്തിൽ മലവിസർജ്ജനം ചെയ്യാത്തതുകൊണ്ട് മലബന്ധം ഏർപ്പെടും. കുഞ്ഞുങ്ങൾക്ക് ജലദോഷം മറ്റും ചുമ എന്നിവ പിടിപെട്ടാൽ ആ കീടാണുക്കൾ ഗർഭിണിയിലേക്കും പകരുന്നു.

ഗർഭിണിയാണെന്ന് കരുതി മറ്റ് കുഞ്ഞുങ്ങളെ തന്നിൽ നിന്ന് അകറ്റിനിർത്താൻ പറ്റുകയില്ല. (ആദ്യഗർഭകാലത്ത് കിട്ടിയ ശുശ്രൂഷയും ലാളനയും നിങ്ങൾക്ക് കിട്ടുകയുമില്ല). നിങ്ങളുടെ കാര്യം നിങ്ങൾതന്നെ നോക്കിയാൽ മാതി. കുഞ്ഞിനെ ഉറക്കുമ്പോൾ നിങ്ങളും ഒന്നുമയങ്ങുക, ഭക്ഷണ കാര്യത്തിൽ ശ്രദ്ധിക്കുക, ഗർഭകാലത്തിൽ ബുദ്ധിമുട്ട് ഏർപ്പെടുകയോ വിഷമങ്ങൾ വർദ്ധിക്കുകയോ ചെയ്യത്തക്ക ജോലികളൊന്നും ചെയ്യാതിരിക്കുക.

"ഞാൻ ആദ്യ ഗർഭകാലത്ത് ചില കഷ്ടങ്ങളൊക്കെ അനുഭവിച്ചു. ഇത്തവണയും അങ്ങനെതന്നെ സംഭവിക്കുമോ?"

ഒരു ഗർഭം കുഴപ്പം നിറഞ്ഞതായിരുന്നു എങ്കിൽ രണ്ടാമത്തെതും അങ്ങനെതന്നെ ആവണമെന്നില്ല. ചിലപ്പോൾ അവയിൽ

ചില കുഴപ്പങ്ങൾ ഏർപ്പെട്ടെന്നുവരാം. എന്നാൽ എല്ലാവർക്കും അങ്ങനെതന്നെ ആകണമെന്നില്ല. ഇവയിൽ പലതും ഒരിക്കൽ മാത്രം ഏർപ്പെടുന്നവയായിരിക്കും. ഉദാഹരണത്തിന് പകർച്ചവ്യാധി, അപകടം എന്നിവ. ഈ കുഴപ്പങ്ങൾക്ക് ജീവിതരീതി കാരണമായിരുന്നു എങ്കിൽ ജീവിതരീതിയിൽ മാറ്റം വരുത്തിയാൽ അവ ഏർപ്പെടുകയില്ല (പുകവലി, മദ്യപാനം, ലഹരി പദാർത്ഥങ്ങൾ ഉപയോഗിക്കുക, ചുറ്റുപാട് എന്നിവ കാരണം ഏർപ്പെട്ടാൽ) ഒരുപക്ഷെ നിങ്ങൾ ഇത്തവണ മുമ്പിലത്തേക്കാൾ ചികിത്സാ സംബന്ധമായ മുൻകരുതലുകൾ എടുക്കുന്നുണ്ടാവാം. ഏതെങ്കിലും ദീർഘകാല രോഗങ്ങൾമൂലം ബുദ്ധിമുട്ടുണ്ടായിരുന്നെങ്കിൽ ഗർഭധാരണത്തിന് മുമ്പു തന്നെ അവക്കുള്ള ചികിത്സ ചെയ്യിച്ചിരിക്കാം. ഉദാഹരണം പ്രമേഹം, ഉയർന്ന രക്ത സമ്മർദ്ദം. ഈ ജഡിലതകളെല്ലാം ശ്രദ്ധിച്ചു കൊണ്ട് ഇത്തവണ ഡോക്ടർ നേരത്തെ തന്നെ സൂക്ഷിച്ച് നിങ്ങൾക്ക് പൂർണ്ണമായ ശുശ്രൂഷ നൽകുന്നുണ്ടാകാം. കാരണം എന്തായാലും വേണ്ടത്ര സൂക്ഷ്മതയുടെയും ശുശ്രൂഷയുടെയും ബലത്തിൽ ആരോഗ്യമുള്ള ശിശുവിന്റെ ജനനം ഉറപ്പു വരുത്താം.

വളരെ വേഗം രണ്ടാമതും ഗർഭം ധരിക്കുക

"ഞാൻ ആദ്യത്തെ കുഞ്ഞിനെ പ്രസവിച്ച് 10 ആഴ്ചകൾ കഴിഞ്ഞപ്പോൾ രണ്ടാമതും ഗർഭിണിയായി. ഇതുകൊണ്ട് എന്റെ ഗർഭത്തിലുള്ള കുഞ്ഞിന്റെ ആരോഗ്യത്തിന് എന്തെങ്കിലും കേട് സംഭവിക്കുമോ?"

ഒരു കുഞ്ഞ് ജനിച്ച ഉടനെ രണ്ടാമതും ഗർഭിണിയാകുക എന്നത് പിരിമുറുക്കം ഏർപ്പെടുത്തുന്ന കാര്യമാണ്. നിങ്ങൾ മാനസികമായി ഇതിന് തയ്യാറായിരിക്കുകയില്ല. ആദ്യം മനസ്സിനെ ശാന്തമാക്കുക. ഒരു കുഞ്ഞ് ജനിച്ച ഉടനെതന്നെ വീണ്ടും ഗർഭിണി ആയാൽ അത് അമ്മയുടെ ആരോഗ്യത്തെ ബാധിക്കുമെങ്കിലും ചില കാര്യങ്ങൾ ശ്രദ്ധിച്ചാൽ നിങ്ങൾക്ക് ഈ വെല്ലുവിളിയെ നേരിടാൻ കഴിയും.

* ഗർഭിണിയാണെന്നറിഞ്ഞ ഉടനെ പ്രസവ സംബന്ധമായ ശുശ്രൂഷകൾ തുടങ്ങുക.
* ഭക്ഷണ ക്രമത്തിൽ മാറ്റം വരുത്തുക. നിങ്ങൾ മൂത്ത കുഞ്ഞിന് മുല കൊടുക്കുന്നുണ്ടെങ്കിൽ നിങ്ങളുടെ ശരീരത്തിന് ഇപ്പോൾ വേണ്ടത്ര പോഷകാംശം ലഭിക്കുന്നുണ്ടാവില്ല. നിങ്ങൾക്കും ഗർഭത്തിലുള്ള കുഞ്ഞിനും ധാരാളം പോഷകാഹാരം കഴിക്കണം. ഡോക്ടറുടെ ഉപദേശപ്രകാരം പ്രോട്ടീൻ, അയേൺ, മറ്റ് വൈറ്റമിനുകൾ എന്നിവ ഭക്ഷണത്തിൽ ചേർക്കണം. ഭക്ഷണം കഴിക്കാൻ ധാരാളം സമയം ചിലവാക്കുക. നിങ്ങളുടെ ദിനചര്യ തിരക്കുപിടിച്ചതാണെങ്കിലും തനിക്കുവേണ്ടിയും സമയം ഉണ്ടാക്കിയേ തീരൂ.
* ആവശ്യത്തിന് തൂക്കം വർദ്ധിപ്പിക്കണം. നിങ്ങളുടെ ആദ്യ ശിശുവിനുവേണ്ടി ചെയ്തതെല്ലാം ഗർഭത്തിലുള്ള കുഞ്ഞിനുവേണ്ടിയും ചെയ്യണം. ഡോക്ടറുടെ അഭിപ്രായം ആരായുകയും അതിനനുസരിച്ച് തൂക്കം വർദ്ധിപ്പിക്കുകയും ചെയ്യുക. ഉത്തമപോഷകവസ്തുക്കളുള്ള ആഹാരത്തിന്റെ സഹായത്തോടെ മെല്ലെ-മെല്ലെ തൂക്കം വർദ്ധിപ്പിക്കുക. എത്ര ശ്രമിച്ചിട്ടും തൂക്കം കൂടുന്നില്ലെങ്കിൽ കലോറിയുടെ അളവ് ശ്രദ്ധിക്കുക.
* നിങ്ങൾ കുഞ്ഞിന് ഇപ്പോഴും മുലയൂട്ടുന്നുണ്ടെങ്കിൽ ഡോക്ടറുടെ അഭിപ്രായം അറിഞ്ഞ് ടിന്നിൽ വരുന്നതോ മറ്റുവിധത്തിലുള്ളതോ ആയ പാൽ കൊടുക്കാം. നിങ്ങൾക്ക് നിങ്ങളുടെ ചെറിയ കുഞ്ഞിന്റെയും ഗർഭത്തിൽ വളരുന്ന കുഞ്ഞിന്റെയും ആരോഗ്യത്തിൽ ശ്രദ്ധ പതിപ്പിക്കണം. എന്നാൽ സ്വയം വിശ്രമിക്കാൻ മറക്കരുത്.
* ഒരുപക്ഷേ നിങ്ങളുടെ ശരീരത്തിന് മറ്റുള്ളവരെക്കാൾ വിശ്രമം ആവശ്യമായിരിക്കാം. കുടുംബവും നോക്കി നടത്തണം. അതുകൊണ്ട് മുഖ്യത്വം കൊടുക്കേണ്ടത് ഏതിനാണെന്ന് തീരുമാനിക്കുക. അത്യാവശ്യമല്ലാത്ത കാര്യങ്ങളും നിങ്ങൾതന്നെ ചെയ്തുതീർക്കേണമെന്നില്ല. കുഞ്ഞ് ഉറങ്ങുമ്പോൾ നിങ്ങളും വിശ്രമിക്കുക. രാത്രി കുഞ്ഞിന് കുപ്പിയിൽ പാൽ കൊടുക്കേണ്ട ചുമതല അച്ഛനെ ഏൽപ്പിക്കുക. മുലയൂട്ടുന്നുണ്ടെങ്കിലും രാത്രിയിൽ കുഞ്ഞിനെ

കളിപ്പിക്കാൻ അച്ഛനെ ഏഴുന്നേൽപ്പിക്കാം.

* ക്ഷീണം തോന്നാത്ത വിധത്തിലുള്ള വ്യായാമം ചെയ്യുക. വ്യായാമത്തിന് സമയം ഒതുക്കാൻ നിവൃത്തിയില്ലെങ്കിൽ കുഞ്ഞിനെ ഉന്തുവണ്ടിയിൽ കിടത്തി (സ്റ്റാളർ) പതുക്കെ നടക്കാൻ പോവുക. കുഞ്ഞിനെ മറ്റാരെയെങ്കിലും ഏൽപ്പിച്ച് വ്യായാമ ക്ലാസുകളിൽ പോകാവുന്നതുമാണ്.

* ഗർഭാവസ്ഥയോട് ബന്ധപ്പെട്ട ആപത്തുകൾ നേരിടാതെ സൂക്ഷിക്കുക. പുകവലി, മദ്യപാനം എന്നിവ ഉപേക്ഷിക്കുക. നിങ്ങളെയും കുഞ്ഞിനെയും ഏതുവിധേനയും പിരിമുറുക്കത്തിൽ നിന്ന് രക്ഷിക്കുക.

ഒരു വലിയ കുടുംബം

"ഞാൻ ആറാമതും ഗർഭിണിയായിരിക്കുന്നു. ഇതുകൊണ്ട് എന്റെ കുഞ്ഞിന്റെ ആരോഗ്യത്തിന് എന്തെങ്കിലും കേട് ഏർപ്പെടുമോ?"

നിങ്ങൾക്ക് ഓരോ പ്രസവത്തിനു മുമ്പും വേണ്ടവിധത്തിലുള്ള ചികിത്സയും ശുശ്രൂഷയും കിട്ടിയിട്ടുണ്ടെങ്കിൽ ഇത്തവണയും നിങ്ങൾക്ക് ആരോഗ്യമുള്ള കുഞ്ഞ് ജനിക്കുമെന്ന് പ്രതീക്ഷിക്കാം. ഇരട്ടയോ മൂന്നോ കുട്ടികളല്ല ഗർഭത്തിലുള്ളതെങ്കിൽ ഈ ഗർഭാവസ്ഥയും മുൻപിലത്തേതു പോലെ സുരക്ഷിതമായിരിക്കും.

ഈ ഗർഭാവസ്ഥയിലും സന്തോഷത്തോടെ ഇരിക്കുന്നതോടൊപ്പം താഴെപ്പറഞ്ഞിരിക്കുന്ന കാര്യങ്ങളും ശ്രദ്ധിക്കുക:

* **വിശ്രമിക്കുക:–** കഴിയുന്നത്ര വിശ്രമിക്കുക. നിങ്ങൾ വിശ്രമിക്കുന്നുണ്ടാകും, പക്ഷെ അഞ്ചുകുഞ്ഞുങ്ങളെ പരിപാലിക്കുന്ന ഗർഭിണിയായ ഒരു അമ്മയ്ക്ക് ഇനിയും കൂടുതൽ വിശ്രമം ആവശ്യമായിത്തീരുന്നു.

* **സഹായം തേടുക:–** നിങ്ങളുടെ ജോലികളിൽ മറ്റുള്ളവരുടെ സഹായം തേടണം. ആദ്യം ഭർത്താവിന്റെ സഹായം സ്വീകരിക്കുക. നിങ്ങളുടെ വലിയ കുഞ്ഞുങ്ങളിൽ സ്വയം ജോലിചെയ്യാനുള്ള ശീലം ഏർപ്പെടുത്തണം. അവരെ അവരവരുടെ വയസിനനുസരിച്ചുള്ള ജോലി ഏൽപ്പിക്കുക. വീട്ടിലുള്ള മറ്റ് അംഗങ്ങളിൽ ആരെക്കൊണ്ടെങ്കിലും നിങ്ങളുടെ ചില ജോലികൾ ചെയ്യിക്കാൻ കഴിഞ്ഞാൽ വളരെ നല്ലതാണ്.

* **ആഹാരം:–** സാധാരണ കൊച്ചുകുഞ്ഞുങ്ങളുടെ അമ്മ അവരുടെ വയറുനിറക്കുന്ന തിരക്കിൽ തന്റെ ഭക്ഷണ കാര്യത്തിൽ ശ്രദ്ധിക്കുകയില്ല. ശരിയായ സമയത്തിൽ ഭക്ഷണം കഴിക്കാതിരിക്കുകയോ ജംക്ഫുഡ് കൊണ്ട് കാര്യം നടത്തുകയോ ചെയ്താൽ നിങ്ങളുടെ ശക്തിയുടെ നിലവാരം കുറയും. ഭക്ഷണം കഴിക്കാൻ വേണ്ടത്ര സമയം ഒതുക്കുക, ആരോഗ്യകരമായ ഭക്ഷണരീതി ക്രമീകരിക്കുന്നത് പ്രയോജനപ്രദമായിരിക്കും.

* **തൂക്കം:–** നിങ്ങളുടെ തൂക്കം ശ്രദ്ധിക്കുക. സാധാരണ പലപ്രാവശ്യം ഗർഭിണികളാകുന്ന സ്ത്രീകളുടെ തൂക്കം കുറച്ച് കൂടുതലായിരിക്കും. നിങ്ങളുടെ സ്ഥിതിയും അതാണെങ്കിൽ ഡോക്ടറുടെ അഭിപ്രായപ്രകാരം തൂക്കം കുറക്കുക. എന്നാൽ അളവിൽ കൂടുതൽ തൂക്കം കുറക്കുകയുമരുത്.

ഗർഭം അലസിപ്പിക്കുന്ന പ്രശ്നം

"ഞാൻ രണ്ടുപ്രാവശ്യം ഗർഭം അലസിപ്പിച്ചു. ഇതുമൂലം എൻറെ ഗർഭാവസ്ഥയിൽ എന്തെങ്കിലും പ്രശ്നമുണ്ടാകുമോ?"

ആദ്യത്തെ മൂന്നുമാസങ്ങളിൽ പല പ്രാവശ്യം ഗർഭം അലസിയിട്ടുണ്ടെങ്കിൽ

ഡോക്ടറോട് പറയുക

നിങ്ങളുടെ ചികിത്സായോ സ്ത്രീരോഗമോ പറ്റിയ ചരിത്രമുണ്ടെങ്കിൽ തീർച്ചയായും ഡോക്ടറോട് പറയണം. ഉദാഹരണമായി ആദ്യത്തെ ഗർഭാവസ്ഥ, മിസ്കാരേജ്, അബോർഷൻ, സർജറി, ഏതെങ്കിലും പകർച്ചവ്യാധി എന്നിവയെപ്പറ്റി ഡോക്ടറോട് പറയണം. ഡോക്ടർ ഇവയെപ്പറ്റി അറിഞ്ഞാൽ മെച്ചമായ രീതിയിൽ നിങ്ങളെ ചികിത്സിക്കാൻ കഴിയും. അദ്ദേഹം ഈ കാര്യങ്ങളൊക്കെ രഹസ്യമായി സൂക്ഷിക്കും.

അടുത്തുവരുന്ന ഗർഭാവസ്ഥയിൽ ഇതു മൂലം പ്രശ്നങ്ങളൊന്നും ഏർപ്പെടുകയില്ല. നിങ്ങളുടെ ഗർഭം 14 ആഴ്ചകൾക്കുമുമ്പ് അലസിയിട്ടുണ്ടെങ്കിൽ പരിഭ്രമിക്കണ്ടേതില്ല. 14-ൽ ഇരുന്ന് 27-വരെയുള്ള ആഴ്ചകളിൽ ഗർഭം അലസിയിട്ടുണ്ടെങ്കിൽ സമയമാകുന്ന തിനുമുമ്പ് പ്രസവം ഏർപ്പെടാനുള്ള സാദ്ധ്യത വർദ്ധിക്കുന്നു. ഡോക്ടറോട് ഈ ഗർഭം അലസിപ്പിക്കലിനെപ്പറ്റി നേരത്തെ തന്നെ പറയുക. അപ്പോൾ നിങ്ങൾക്ക് പൂർണ്ണമായ ചികിത്സയും ശുശ്രൂഷയും നൽകാൻ കഴിയും.

പ്രീടേം ബെർത്ത്

"എന്റെ ആദ്യഗർഭത്തിൽ പ്രീടേം ബെർത്ത് ഏർപ്പെട്ടുവെങ്കിലും ഞാൻ അതിനോടു ബന്ധപ്പെട്ട എല്ലാ പ്രശ്നങ്ങൾക്കും വേണ്ട ചികിത്സ ചെയ്തുകഴിഞ്ഞു. ഇപ്പോഴും അതേ പ്രശ്നം ഏർപ്പെടാനുള്ള സാദ്ധ്യത യുണ്ടോ?"

അഭിനന്ദനങ്ങൾ! നിങ്ങൾ ആദ്യംതന്നെ എല്ലാ ചികിത്സകളും ചെയ്തുകഴിഞ്ഞു വെങ്കിൽ നിങ്ങളുടെ കുഞ്ഞ് ശരിയായ സമയത്തേ ഈ ഭൂമിയിൽ കാൽവെയ്ക്കൂ.

എങ്കിലും ഡോക്ടറുടെ നിർദ്ദേശ പ്രകാരം നിങ്ങൾക്ക് പ്രീടേമിന്റെ ആപത്ത് ഏർപ്പെടാതിരിക്കാനുള്ള ചില മുൻകരുതലു കൾ എടുക്കാം.

ആദ്യമായി ഇക്കാര്യത്തിൽ പുതിയ പഠ നങ്ങൾ ഉണ്ടായിട്ടുണ്ടോ എന്ന് ചോദിക്കുക 16-ൽ ഇരുന്ന് 36 ആഴ്ചകൾക്കിടയിൽ ഷോട്ട് അല്ലെങ്കിൽ ജെൽ രൂപത്തിൽ പ്രൊജെസ്ട്രാൻ ഹാർമോൺ നൽകിയാൽ പ്രീടേം ബെർത്ത് ഒരു പരിധിവരെ തടയാ മെന്ന് ഗവേഷകന്മാർ കണ്ടുപിടിച്ചിട്ടുണ്ട്. നിങ്ങളുടെ ഡോക്ടറുടെ അഭിപ്രായമറിഞ്ഞ് നിങ്ങൾക്കും ഇത് എടുക്കാം.

സ്ക്രീനിങ്ങ് ടെസ്റ്റ് എടുക്കേണ്ട ആവശ്യ മുണ്ടോ എന്നും ഡോക്ടറോട് ചോദിക്ക ണം. ഈ ടെസ്റ്റിന്റെ റിസൾട്ട് പോസിറ്റീ വായാൽ വീണ്ടും ടെസ്റ്റ് ചെയ്യേണ്ടിവരും.

ഫാറ്റൽ ഫൈബ്രോനെക്ടീൻ (Fatal Fibronectin) സ്ക്രീനിങ്ങ് പരിശോധനമൂലം യോനിയിൽ പ്രോട്ടീൻ ഉണ്ടോ എന്ന വിവരം അറിയണമെങ്കിൽ എമ്നിയോട്ടിക് സൈക് ഗർഭാശയത്തിന്റെ ഭിത്തിയിൽ നിന്ന് വേർ പെടണം. (ഇത് സമയത്തിന് മുമ്പ് പ്രസവ വേദന ഏർപ്പെടാനുള്ള അടയാളമാണ്) ഈ പരിശോധനയുടെ റിസൾട്ട് നെഗറ്റീവാ ണെങ്കിൽ പിന്നീട് പരിഭ്രമിക്കേണ്ട കാര്യ മൊന്നുമില്ല. റിസൾട്ട് പോസിറ്റീവാകുകയും പ്രീടേം ലേബർ ഏർപ്പെടാനുള്ള സാദ്ധ്യത കാണപ്പെടുകയും ചെയ്താൽ ഡോക്ടർ നിങ്ങളുടെ ഗർഭാവസ്ഥ നീട്ടിക്കാനുള്ള ഉപായം ചെയ്യുകയോ, സമയത്തിനു മുമ്പുള്ള പ്രസവത്തിന് കുഞ്ഞിന്റെ ശ്വാസ കോശങ്ങളെ തയ്യാറാക്കുകയോ ചെയ്യും.

രണ്ടാമത്തെ സ്ക്രീനിങ്ങ് ടെസ്റ്റ് മൂലം സർവ്വിക്സിന്റെ നീട്ടം അറിയാൻ കഴിയും. അൾട്രാസൗണ്ടിന്റെ സഹായം മൂലം ഇതിനെ അളക്കാൻ കഴിയും. ഇത് ചെറുതായിരി ക്കുകയോ തുറക്കാനുള്ള സൂചന ലഭിക്കു കയോ ചെയ്താൽ ഡോക്ടർ നിങ്ങൾക്ക് ബെഡ് റെസ്റ്റ് എടുക്കാനുള്ള ഉപദേശം നൽകുകയോ സർവ്വിക്സിൽ തയ്യലിടുകയോ ചെയ്യും. (ഇനിയും 22 ആഴ്ചകൾ പൂർത്തി യായിട്ടില്ലെങ്കിൽ)

അറിവുമൂലം ശക്തി ലഭിക്കുന്നു. എന്നാൽ ഈ വിഷയത്തിൽ നിങ്ങൾ രണ്ടാ മത്തെ ശിശുവിന്റെ പ്രസവം ശരിയായ സമ യത്തിൽ ഏർപ്പെടുമെന്ന് തീർച്ചപ്പെ ടുത്താം. ഇത് ഒരു നല്ല കാര്യമാണ്.

സർവ്വിക്സിന്റെ കുറവ്

"എന്റെ ആദ്യത്തെ ഗർഭാവസ്ഥയിൽ അഞ്ചാംമാസം മിസ്കാരേജ് ആയി. ഇത് സർവ്വിക്സിന്റെ കുറവുകൊണ്ടാണെന്ന് ഡോക്ടർമാർ പറഞ്ഞു. ഈയിടെ ഹോം പ്രെഗ്നൻസി ടെസ്റ്റ് ചെയ്തപ്പോൾ റിസൾട്ട് പോസിറ്റീവായിരുന്നു. വീണ്ടും അതേ പ്രശ്നം ഏർപ്പെടുമോ എന്നാണ് എന്റെ ചിന്ത."

വീണ്ടും ഇത് ഏർപ്പെടുകയില്ലെന്നുള്ള താണ് നിങ്ങൾക്കുള്ള നല്ല വാർത്ത. എന്തെ ന്നാൽ ഇതിനകം ഡോക്ടർ നിങ്ങളുടെ ഈ പ്രശ്നം കണ്ടുപിടിച്ച് ചികിത്സിച്ചിട്ടു ണ്ടാകും. അതുകൊണ്ട് ഈ ഗർഭാവസ്ഥ യിൽ അങ്ങനെയുള്ള ബുദ്ധിമുട്ട് ഏർപ്പെടു കയില്ല. പൂർണ്ണ ശുശ്രൂഷയ്ക്കും ചികിത്സ ക്കും ശേഷം നിങ്ങൾക്ക് ഒരു ആരോഗ്യമുള്ള കുഞ്ഞിന് ജന്മം നൽകാൻ കഴിയും.

നിങ്ങൾ ഇത്തവണ ഡോക്ടറെ മാറ്റി യിട്ടുണ്ടെങ്കിൽ അദ്ദേഹത്തോടും എല്ലാ കാര്യങ്ങളും പറയണം. അപ്പോൾ മാത്രമെ

അദ്ദേഹത്തിന് ആവശ്യമുള്ള ചികിത്സയും ശുശ്രൂഷയും നൽകാൻ കഴിയൂ.

സർവ്വിക്സിൽ കുറവുണ്ടെങ്കിൽ അത് ഗർഭാശയത്തിൽ സമ്മർദ്ദം വർദ്ധിക്കുന്നതു മൂലം സമയത്തിനുമുമ്പ് തുറക്കുന്നു. 100-ൽ ഒന്നോരണ്ടോ പേർക്കുമാത്രമെ ഇത് സംഭവിക്കുന്നുള്ളൂ. സാധാരണ രണ്ടാമത്തെ മൂന്നാം മാസത്തിൽ (ആറാം മാസം) 10 മുതൽ 20 ശതമാനംവരെ മിസ് കാരേജിന്റെ കാരണം ഇതാണ്. ജെനറ്റിക് ദൗർബല്യം, പ്രസവത്തിനിടയിൽ സർവിക്സിൽ ഏർപ്പെടുന്ന വലിവ്, ബയോപ്സി, സർവായ്ക്കിൾ സർജറി, ലേസർ തെറാപ്പി എന്നിവ മൂലം ഇത് ഏർപ്പെടും. ഒന്നിൽക്കൂടുതൽ ശിശുക്കളുണ്ടെങ്കിലും ഈ ബുദ്ധിമുട്ട് ഏർപ്പെടും. എന്നാൽ ഗർഭത്തിൽ ഒരു കുഞ്ഞേയുള്ളൂവെങ്കിൽ ഈ പ്രശ്നം വീണ്ടും ഏർപ്പെടുകയില്ല.

ഏതെങ്കിലും ഗർഭിണിയുടെ രണ്ടാമത്തെ മൂന്നാം മാസത്തിൽ (ആറാം മാസം) ഗർഭാശയം ചുരുങ്ങുകയോ യോനിയിൽ നിന്ന് രക്തസ്രാവം ഉണ്ടാകുകയോ ചെയ്യാതെ വേദനയില്ലാത്ത മിസ് കാരേജ് ഏർപ്പെട്ടാൽ സർവിക്സിന്റെ ഈ പ്രശ്നം ഉണ്ടെന്ന് മനസ്സിലാക്കാൻ കഴിയും.

ഈ പ്രശ്നം ഏർപ്പെട്ടാൽ ഡോക്ടർ സർവിക്സിൽ തയ്യലിടും (12 മുതൽ 22 ആഴ്ചയ്ക്കിടയിൽ) ഇതിനെക്കുറിച്ചുള്ള പഠനങ്ങൾ ഇനിയും ബാക്കിയാണ്. സർവ്വിക്സ് തുറന്നിട്ടുണ്ടെന്ന് തോന്നുമ്പോഴേ മിക്കവാറും ഡോക്ടർമാർ ഈ മാർഗ്ഗം സ്വീകരിക്കാറുള്ളൂ. ഈ പ്രക്രിയ ലോക്കൽ അനസ്തീസിയ കൊടുത്ത് യോനിവഴിയാണ് ചെയ്യുന്നത്. സർജറി കഴിഞ്ഞ് 12 മണിക്കൂറുകൾ കഴിഞ്ഞാൽ നിങ്ങൾക്ക് സാധാരണ രീതിയിൽ പ്രവർത്തി തുടങ്ങാൻ കഴിയും. ഗർഭാവസ്ഥയുടെ ബാക്കി ദിവസങ്ങളിൽ നിങ്ങൾക്ക് ലൈംഗീകബന്ധത്തിൽ ഏർപ്പെടാൻ കഴിയുകയില്ല. ഇടക്കിടെ പരിശോധനക്കായി പേകേണ്ടിയും വരും. നിങ്ങളുടെ സ്ഥിതിയും ഡോക്ടറുടെ അഭിപ്രായവും ആശ്രയിച്ചായിരിക്കും തയ്യൽ പിരിക്കേണ്ട സമയം നിശ്ചയിക്കുന്നത്. പ്രസവ തീയതിക്ക് കുറച്ചുദിവസങ്ങൾക്ക് മുൻപാണ് അത് എടുത്തുമാറ്റുന്നത്. ചില സന്ദർഭങ്ങളിൽ പ്രസവവേദന തുടങ്ങുന്നതുവരെ എടുക്കാറില്ല. എന്തെങ്കിലും പകർച്ചവ്യാധിയോ, രക്തസ്രാവമോ മെംബ്രൈൻ കേടുവരികയോ ചെയ്യാതിരുന്നാൽ മാത്രമെ അങ്ങനെ ചെയ്യാറുള്ളൂ.

നിങ്ങൾ ആദ്യത്തെയോ രണ്ടാമത്തെയോ മൂന്നാം മാസത്തിൽ ചില ലക്ഷണങ്ങൾ ശ്രദ്ധിക്കണം. ഉദാഹരണമായി വയറിന്റെ അടിഭാഗത്തിൽ സമ്മർദ്ദം, രക്തത്തോടുകൂടിയ ഡിസ്ചാർജ്ജ്, മൂത്രാശയ സംക്രമണം യോനിയിൽ എന്തോ ഉള്ളതുപോലെ ഒരു തോന്നൽ എന്നിങ്ങനെ എന്തെങ്കിലും ലക്ഷണം അനുഭവപ്പെട്ടാൽ ഉടനെ ഡോക്ടറെ സന്ദർശിക്കണം.

ആർ.എച്ച്. പ്രതികൂലത

"ഡോക്ടറുടെ അഭിപ്രായമനുസരിച്ച് എന്റെ രക്ത ടെസ്റ്റിന്റെ റിസൾട്ട് നെഗറ്റീവാണ്. ഇതുകൊണ്ട് എന്റെ കുഞ്ഞിന് എന്തെങ്കിലും ഹാനി ഏർപ്പെടുമോ ?"

പരിഭ്രമിക്കേണ്ട കാര്യമില്ല. നിങ്ങൾക്കും ഡോക്ടർക്കും ഇക്കാര്യം അറിയാമല്ലോ? ഇനി നിങ്ങൾക്ക് കുഞ്ഞ് സുരക്ഷിതമായി ജനിക്കാൻ വേണ്ട മുൻകരുതലുകൾ എടുക്കാൻ കഴിയും.

ആർ.എച്ച്. പ്രതികൂലത എന്നാൽ എന്ത്? നിങ്ങളുടെ കുഞ്ഞിനെ ഇതിൽനിന്ന് രക്ഷിക്കേണ്ട ആവശ്യമെന്താണ്? ബയോളജിയിലെ ഒരു ചെറിയ പഠനത്തിൽനിന്ന് ഇക്കാര്യം മനസ്സിലാക്കാൻ കഴിയും. ശരീരത്തിലെ ഓരോ കോശത്തിന്റെയും ഉപരിതലത്തിൽ അസംഖ്യം ആൻടീജുകൾ ഉണ്ടായിരിക്കും. ഇത് അവയിലൊന്നാണ്.

ആർ.എച്ച്. ഫാക്ടർ ! എല്ലാരുടെ രക്തകോശങ്ങളിലും ആർ.എച്ച്. ഫാക്ടർ ഉണ്ടായിരിക്കുകയോ ഇല്ലാതിരിക്കുകയോ ചെയ്യാം. ആർ.എച്ച്. ഫാക്ടർ ഉണ്ടെങ്കിൽ അതിനെ ആർ.എച്ച്. പോസിറ്റീവ് എന്നു പറയും. ആർ.എച്ച്. ഫാക്ടർ ഇല്ലെങ്കിൽ ആർ.എച്ച്. നെഗറ്റീവ് എന്നുപറയും. ഗർഭാവസ്ഥയിൽ അമ്മ ആർ.എച്ച്. നെഗറ്റീവും കുഞ്ഞ് അച്ഛനെപ്പോലെ ആർ.എച്ച്. പോസിറ്റീവുമാണെങ്കിൽ അവ അമ്മയുടെ ഇമ്മ്യൂൺസിസ്റ്റത്തിന് അപരിചിതമായിരിക്കും. ഇമ്മ്യൂൺ പ്രക്രിയ അനുസരിച്ച് അമ്മയുടെ സിസ്റ്റം ഈ ആൻടിബോഡിയോട് ഏറ്റുമുട്ടാൻ സൈന്യത്തോടെ തയ്യാറെടുക്കും. ഇതിനെയാണ് നമ്മൾ ആർ. എച്ച്. പ്രതികൂലത എന്നുപറയുന്നത്. ആരംഭത്തിൽതന്നെ ഓരോ ഗർഭിണിയെയും പരിശോധിച്ച് ആർ.എച്ച്. ഫാക്ടറിനെ

ക്കുറിച്ചുള്ള വിവരം കണ്ടുപിടിക്കും. സ്ത്രീ ആർ.എച്ച്. പോസിറ്റീവാണെങ്കിൽ കുഞ്ഞ് ആർ.എച്ച്. പോസിറ്റീവായാലും നെഗറ്റീവായാലും വലിയ വ്യത്യാസമൊന്നും ഏർപ്പെടുകയില്ല.

അമ്മയും അച്ഛനും ആർ.എച്ച്. നെഗറ്റീവാണെങ്കിൽ കുഞ്ഞും ആർ.എച്ച്. നെഗറ്റീവായിരിക്കും. രണ്ട് നെഗറ്റീവ് കൂട്ടാളികൾക്ക് ഒരു പോസിറ്റീവ് ശിശുവിന് ജന്മം നൽകാൻ കഴിയുകയില്ല. എന്നാൽ അച്ഛൻ ആർ.എച്ച്. പോസിറ്റീവാണെങ്കിൽ കുഞ്ഞും പോസിറ്റീവാകാനുള്ള സാദ്ധ്യതയുണ്ട്. ഇതുമൂലം അമ്മയ്ക്കും കുഞ്ഞിനുമിടയിൽ പ്രതികൂലത ഏർപ്പെട്ടേക്കാം.

ആദ്യപ്രസവത്തിൽ ഈ പ്രശ്നം ഏർപ്പെടുന്നില്ല. പ്രസവം, അബോർഷൻ, മിസ്കാരേജ് എന്നിവക്കിടയിൽ കുഞ്ഞിന്റെ രക്തം അമ്മയുടെ രക്ത സംചരണചക്രത്തിൽ കലർന്നാൽ പ്രശ്നം ഏർപ്പെടും. അമ്മയുടെ ശരീരത്തിൽ ആർ.എച്ച്. ഫാക്ടറിനെ എതിർക്കാനുള്ള ആന്റിബോഡി ഉത്പ്പന്നമാകും. അമ്മ ആർ.എച്ച്. പോസിറ്റീവായ മറ്റൊരു കുഞ്ഞിനെ ഗർഭം ധരിക്കുന്നതുവരെ ഈ ആന്റിബോഡീസ് ഒരു ദേഷവും ചെയ്യുകയില്ല. പിന്നീട് അവ മറുപിള്ളയെ മറികടന്ന് കുഞ്ഞിന്റെ ചുകപ്പുകോശങ്ങളെ ആക്രമിക്കും. ഇതുമൂലം കുഞ്ഞിന് ലഘുവോ ഗംഭീരമോ ആയ അനീമിയ ഏർപ്പെടും. ഈ ആൻടിബോഡീസ് ആദ്യഗർഭത്തിൽ എന്തെങ്കിലും ഹാനി വിളയിക്കുന്നത് വളരെ ചുരുക്കമാണ്.

അങ്ങനെയുള്ള സ്ഥിതി ഒഴിവാക്കാനുള്ള ഏറ്റവും നല്ല ഉപായം ആൻടിബോഡി ഉണ്ടാകുന്നത് തടയുക എന്നതാണ്. 28-ാമത്തെ ആഴ്ച ഡോക്ടർ ആർ.എച്ച്. നെഗറ്റീവായ ഗർഭിണിക്ക് ആർ.എച്ച്. ഇമ്മ്യൂൺ-ഗ്ലോവ്യൂലിൻ ഇൻജെക്ഷൻ നൽകുന്നു. ഇതിനെ ആർ.എച്ച്. ഒഗൈം എന്നുപറയും. രക്ത പരിശോധനയിൽ നിന്ന് കുഞ്ഞ് ആർ.എച്ച്. പോസിറ്റീവാണെന്ന് മനസ്സിലായാൽ പ്രസവിച്ച് 72 മണിക്കൂറുകൾക്കുശേഷം വീണ്ടും ഒരു ഡോസ് കൊടുക്കും. കുഞ്ഞ് ആർ.എച്ച്. നെഗറ്റീവാണെങ്കിൽ ചികിത്സയുടെ ആവശ്യമില്ല. മിസ്കാരേജ്, എക്ടോപിക് പ്രെഗ്നെൻസി, അബോർഷൻ, കോറിയോണിക് വിൽസ്സാംപ്ലിങ്ങ്, അമ്നിയോസെന്റസിസ്, യോനിയിൽനിന്ന് രക്തപ്പോക്ക് അല്ലെങ്കിൽ മാനസിക ആഘാതം എന്നിവ ഏർപ്പെട്ടാലും ഈ ഇൻജെക്ഷൻ കൊടുക്കും. ആവശ്യം ഏർപ്പെടുകയാണെങ്കിൽ ഇതിന്റെ ഡോസ് മൂന്നാക്കുകയാണെങ്കിൽ അടുത്ത ഗർഭാവസ്ഥ സുരക്ഷിതമായിരിക്കും.

ആർ.എച്ച്. നെഗറ്റീവായ ഗർഭിണിക്ക് കഴിഞ്ഞ ഗർഭകാലത്തിൽ ആർ.എച്ച്. ഒഗൈം കൊടുക്കാതിരിക്കുകയും അവരുടെ ശരീരത്തിൽ ആർ.എച്ച്. ആൻടിബോഡി ഉത്പന്നമായിട്ടുണ്ടെന്ന് പരിശോധനയിൽ നിന്ന് തെളിയുകയും ചെയ്താൽ എമ്നിയോസെൻടസിസിന്റെ സഹായം കൊണ്ട് ഭ്രൂണത്തിന്റെ രക്തം പരിശോധിക്കാൻ കഴിയും. ഇത് ആർ.എച്ച്. നെഗറ്റീവാണെങ്കിൽ അമ്മയുടെയും കുഞ്ഞിന്റെയും രക്തം അനുകൂലമായിരിക്കും, ചികിത്സയുടെ ആവശ്യമില്ല. ഇത് ആർ.എച്ച്. പോസിറ്റീവ് ആണെങ്കിൽ അമ്മയുടെ രക്തവുമായി ചേരുകയില്ല, അപ്പോൾ ആൻടിബോഡിയുടെ ലെവൽ പതിവായി ശ്രദ്ധിക്കണം.

ഈ ലെവൽ ആപത്കരമായ രീതിയിൽ വർദ്ധിച്ചാൽ അൾട്രാസൗണ്ടിന്റെ സഹായത്തോടെ ഭ്രൂണത്തിന്റെ സ്ഥിതിയെപ്പറ്റി അറിയണം. ഭ്രൂണത്തിന് ഏതെങ്കിലും വിധത്തിലുള്ള ആപത്ത് ഉണ്ടായാൽ ഭ്രൂണത്തിന് ആർ.എച്ച്. നെഗറ്റീവ് ബ്ലഡ്ട്രാൻസ്ഫ്യൂഷൻ ആവശ്യമാകും.

ആർ.എച്ച്. ഒഗൈം ഉപയോഗിച്ചാൽ ബ്ലഡ്ട്രാൻസ്ഫ്യൂഷന്റെ ആവശ്യം ഏർപ്പെടില്ല, വരാനിരിക്കുന്ന ഗർഭാവസ്ഥകളും സുരക്ഷിതമായിരിക്കും.

രക്തത്തിൽ മറ്റുവിധത്തിലുള്ള ക്രമക്കേടുകൾ മൂലവും ഇങ്ങനെയുള്ള പ്രതികൂലത ഏർപ്പെടാം. ഉദാഹരണത്തിന് കൈൽ ആന്റിജൻ. ഇത് ആർ.എച്ച്. ഫാക്ടറിനോട് താരതമ്യപ്പെടുത്തുമ്പോൾ കുറവായിട്ടാണ് കാണപ്പെടുന്നത്. അമ്മയ്ക്ക് ഈ അന്റിജൻ ഇല്ലാതിരിക്കുകയും അച്ഛന് ഉണ്ടാകുകയും ചെയ്താൽ പ്രശ്നം ഏർപ്പെടും. ആദ്യം റൊട്ടീൻ ടെസ്റ്റുമൂലം അമ്മയുടെ ശരീരത്തിലുള്ള ആന്റിബോഡി പരിശോധിക്കും. ആന്റിബോഡി ഉണ്ടെങ്കിൽ അച്ഛന്റേത് പോസിറ്റീവാണോ എന്ന് പരിശോധിക്കും. പോസിറ്റീവാണെങ്കിൽ ആർ.എച്ച്. പ്രതികൂലതയ്ക്ക് നൽകുന്ന അതേ ചികിത്സ തന്നെ വേണ്ടിവരും.

നിങ്ങളുടെ പ്രെഗ്നെൻസി പ്രൊഫൈലും പ്രീടേം ബർത്തും

പ്രെഗ്നെൻസിയുടെ 11-ാമത്തെ ആഴ്ചയ്ക്കുമുമ്പുള്ള പ്രസവത്തെയാണ് പ്രീടേംബെർത്ത് എന്നുപറയുന്നത് 12% പ്രസവമേ അങ്ങനെ ഉണ്ടാകാറുള്ളൂ എന്നുള്ളത് നിങ്ങൾക്കുള്ള ഒരു സന്തോഷ വാർത്തയാണ്. ഇതിൽ പകുതിക്കുമേൽ സ്ത്രീകൾ അവർക്ക് പ്രീമെച്വർ ഡെലിവറി ആകുമെന്ന് അറിയുന്നവരുമാണ്.

നിങ്ങൾക്കും ഈ ആപത്ത് ഏർപ്പെടാൻ സാദ്ധ്യതയുണ്ടെങ്കിൽ അതിനെ തടയാനുള്ള ഏതെങ്കിലും മാർഗ്ഗം സ്വീകരിക്കാവുന്നതാണ്. ചിലകേസുകളിൽ ആപത്ത് ഉണ്ടെന്ന് മനസ്സിലാക്കിയാലും അതിൽ പൂർണ്ണ നിയന്ത്രണം ഏർപ്പെടുത്താൻ സാധിക്കുകയില്ല, മറ്റുചില കേസുകളിൽ ആപത്തിന്റെ ഭയം കുറക്കാൻ കഴിയും. താഴെകൊടുത്തിട്ടുള്ള ലക്ഷണങ്ങൾ ഏതെങ്കിലും കാണുന്നുണ്ടെങ്കിൽ അതുകുറക്കാൻ ശ്രമിക്കുക, അതിനെ നിയന്ത്രിച്ചാൽ, കുഞ്ഞിന് ശരിയായ സമയത്തിൽ ഈ ഭൂമിയിലേക്കുവരാൻ കഴിയും.

തൂക്കം കൂടുകയോ കുറയുകയോ ചെയ്യുക:– തൂക്കും ആവശ്യത്തിൽ കൂടുകയോ കുറയുകയോ ചെയ്താലും പ്രസവം വേഗത്തിലാകും. നിങ്ങൾ ശരിയായ രീതിയിൽ, ഡോക്ടറുടെ നിർദ്ദേശപ്രകാരം തൂക്കം വർദ്ധിപ്പിക്കണം. അതിനുവേണ്ടി ആരോഗ്യപൂർണ്ണമായ ഒരു ചുറ്റുപാട് ഏർപ്പെടുത്തിയാൽ അത് ഗർഭകാലം പൂർത്തിയായ ശേഷം ശരിയായ നേരത്തിൽ ഈ ലോകത്തിൽ കാലടിവെക്കാൻ കുഞ്ഞിന് സഹായകമായിരിക്കും.

പോഷകാഹാരത്തിന്റെ കുറവ്:– ശരിയായരീതിയിൽ തൂക്കം കൂടിയാൽ മാത്രം പോരാ. കുഞ്ഞിന്റെ ആരോഗ്യപൂർണ്ണമായ ജീവിതത്തിന്റെ തുടക്കം കുറിക്കുകയും ചെയ്യണം. സമയത്തിനുമുമ്പ് പ്രസവം ഏർപ്പെടുമെന്ന ഭയം ഉണ്ടാകാത്തവിധത്തിലുള്ള ആഹാരം കഴിക്കണം. കുഞ്ഞിന് ശരിയായ പോഷണം ലഭിച്ചാൽ ഈ ആപത്ത് ഒരളവുവരെ കുറയും. ദിവസത്തിൽ അഞ്ചുപ്രാവശ്യം പതിവായി ആഹാരം കഴിച്ചാൽ സമയത്തിനുമുമ്പുള്ള പ്രസവം തടയാൻ കഴിയുമെന്ന് നിരൂപിക്കപ്പെട്ടിട്ടുണ്ട്.

വളരെനേരം നിൽക്കുകയും കഠിനമായ ജോലികൾ ചെയ്യുകയും ചെയ്യുക:

ഡോക്ടറുടെ അഭിപ്രായപ്രകാരം ഗർഭത്തിന്റെ അവസാന നാളുകളിൽ കഴിയുന്നതും കുറച്ചുസമയമേ നിൽക്കാവൂ. വളരെനേരം നിൽക്കുകയോ കഠിനമായ ജോലികൾ ചെയ്യുകയോ ചെയ്താൽ പ്രീടേം ലേബർ ഏർപ്പെട്ടേക്കാം.

വൈകാരികമായ പിരിമുറുക്കം:– അസമയത്തുള്ള പ്രസവവേദനയും (പ്രീമെച്വർ ലേബർ) വൈകാരികമായ പിരിമുറുക്കവും തമ്മിൽ ദൃഢമായ സംബന്ധമുണ്ടെന്ന് പഠനങ്ങൾ തെളിയിച്ചിട്ടുണ്ട്. പല സന്ദർഭങ്ങളിലും പിരിമുറുക്കം കാരണം ഇങ്ങനെ ഏർപ്പെടുന്നത് ഒരുവിധത്തിലും കുറക്കുവാൻ കഴിയുന്നില്ല. ഉദാ:- ജോലി നഷ്ടപ്പെടുകയോ കുടുംബത്തിൽ ആരെങ്കിലും മരിക്കുകയോ ചെയ്യുക. നല്ല പോഷകാഹാരം, ടെക്നിക്കൽ വ്യായാമം, സ്വസ്ഥത, വിശ്രമം, എന്നിവയുടെ സന്തുലനം സ്നേഹിതന്മാരോടുള്ള സംഭാഷണം എന്നിവമൂലം പിരിമുറുക്കം കുറക്കാം, ഡോക്ടറുടെ സഹായവും തേടാം.

മദ്യവും മറ്റ് ലഹരി സാധനങ്ങളും കഴിക്കുക:– മദ്യവും ലഹരി സാധനങ്ങളും ഉപയോഗിക്കുന്ന സ്ത്രീകൾക്ക് സമയത്തിനുമുമ്പ് പ്രസവവേദന ഏർപ്പെടാനുള്ള സാദ്ധ്യത കൂടുതലാണ്.

പുകവലി:– പുകവലി കാരണവും സമയത്തിനുമുമ്പ് പ്രസവിക്കാൻ സാദ്ധ്യതയുണ്ട്. ഗർഭിണിയാകുന്നതിന് മുമ്പോ ഗർഭകാലത്തോ ഈ ശീലം ഉപേക്ഷിക്കുക. ഇപ്പോൾ ഉപേക്ഷിച്ചില്ലെങ്കിൽ ഇതിനെക്കാൾ നല്ല സമയം എപ്പോഴാണ് കിട്ടുക.

മോണകളിൽ രോഗസംക്രമണം:– മോണകളിലുള്ള രോഗങ്ങളും സമയത്തിനുമുമ്പുള്ള പ്രസവവേദനക്കുള്ള കാരണങ്ങളിലൊന്നാണെന്ന് പഠനങ്ങൾ തെളിയിച്ചിട്ടുണ്ട്. ചില ഗവേഷകന്മാരുടെ അഭിപ്രായം മോണയിൽ നീറ്റൽ ഏർപ്പെടു

ത്തുന്ന ബാക്ടീരിയ രക്തപ്രവാഹത്തിൽ പ്രവേശിക്കുന്നു എന്നാണ്.

ചില ഗവേഷകർ മറ്റൊരു സാദ്ധ്യതയെക്കുറിച്ചും പറയുന്നുണ്ട്. മോണകളിൽ വീക്കം ഏർപ്പെടുത്തുന്ന ബാക്ടീരിയ തടസ്സം ഏർപ്പെടുത്തുന്ന ശക്തികളെ ഉത്തേജിപ്പിക്കുന്നു. അതുമൂലം സർവിക്സിലും ഗർഭാശയത്തിലും നീറ്റൽ ഏർപ്പെടുകയും സമയത്തിനുമുമ്പ് പ്രസവിക്കുകയും ചെയ്യുന്നു. വായ വൃത്തിയായി സൂക്ഷിക്കാൻ പ്രത്യേകം ശ്രദ്ധിക്കണം. ബാക്ടീരിയകളിൽനിന്ന് പല്ലുകളെ രക്ഷിക്കണം. അതുമൂലം സമയത്തിനുമുമ്പുള്ള പ്രസവവേദന എന്ന ആപത്ത് കുറക്കാൻ കഴിയും.

ഗർഭാവസ്ഥയ്ക്കുമുമ്പ് ഇങ്ങനെയുള്ള രോഗസംക്രമണങ്ങളെ ചികിത്സിച്ച് ഗുണപ്പെടുത്തിയാൽ പല കുഴപ്പങ്ങൾക്കും സമയത്തിനുമുമ്പുള്ള പ്രസവവേദനയ്ക്കും മിക്കവാറും തീർവുകാണാൻ കഴിയും.

സമയത്തിനുമുമ്പുള്ള ആദ്യത്തെ പ്രസവം:– നിങ്ങളുടെ ആദ്യഗർഭാവസ്ഥയിലും ഇതുതന്നെ ഏർപ്പെട്ടിട്ടുണ്ടെങ്കിൽ ഈ ആപത്തിനുള്ള സാദ്ധ്യത കൂടുതലാകും. ഈ ആപത്ത് തടയാൻ നിങ്ങളുടെ ഡോക്ടർ രണ്ടുംമൂന്നും മൂന്നാം മാസങ്ങളിൽ (മൂന്നുമാസം ആറുമാസം) പ്രോജെസ്റ്റ് റോണിന്റെ ഡോസ് തരും.

താഴെ പറഞ്ഞിരിക്കുന്ന ആപത്തുകളെ നിയന്ത്രിക്കാൻ കഴിയില്ലെങ്കിലും കുറച്ച് പരിഷ്കരണം ചെയ്യാൻ കഴിയും. ഈ ആപത്തുകളെ അഭിമുഖീകരിക്കാൻ ഡോക്ടർ സ്വയം തയ്യാറാകുകയും നിങ്ങളെ തയ്യാറാക്കുകയും ചെയ്യാൻ ഡോക്ടർക്ക് കഴിയും.

മൾട്ടിപ്പ്ള്:– ഒന്നിൽ കൂടുതൽ ശിശുക്കൾ ഗർഭത്തിലുണ്ടെങ്കിൽ സാധാരണയിൽ നിന്ന് മൂന്നാഴ്ചകൾക്കുമുമ്പ് പ്രസവം ഏർപ്പെടും. (ഇരട്ടക്കുഞ്ഞുങ്ങളുടെ പൂർണ്ണ പ്രസവകാലം 27 ആഴ്ചകളാണ്. അതിനർത്ഥം മൂന്നാഴ്ചമുമ്പ് പ്രസവിച്ചാൽ അത് അത്രയ്ക്കുമുൻപല്ല എന്നാണ്). പ്രസവത്തിനുമുമ്പ് നല്ല ശുശ്രൂഷ, വേണ്ടത്ര പോഷകാഹാരം, മറ്റ് ആപത്തുകൾ കുറക്കുക, ഒടുവിലത്തെ മൂന്നുമാസം പൂർണ്ണവിശ്രമം എന്നിവമൂലം ആപത്ത് കുറക്കാൻ കഴിയും.

സർവിക്സിന്റെ പ്രശ്നം:– പല സ്ത്രീകൾക്കും സർവിക്സ് കാരണം സമയത്തിനുമുമ്പ് പ്രസവവേദന ഏർപ്പെടാൻ സാദ്ധ്യതയുണ്ട്. ഇടയ്ക്കിടെ അൾട്രാസൗണ്ട് പരിശോധന ചെയ്ത് ആപത്ത് ഏർപ്പെടാൻ സാദ്ധ്യതയുള്ള സ്ത്രീകളെ സഹായിക്കാൻ കഴിയും.

ഗർഭാവസ്ഥയിലെ ജഡിലതകൾ:– ഗ്യാസ്റ്റേഷ്നൽ ഡൈബെറ്റിക്സ്, പ്രീ എക്ലെംപ്സിയാ, ആവശ്യത്തിൽ കൂടുതൽ ആംനിയോട്ടിക് ഫ്ലൂയിഡ്, പ്ലാസൻടായോട് സംബന്ധപ്പെട്ട പ്രശ്നങ്ങൾ എന്നിവമൂലം സമയത്തിനുമുമ്പ് പ്രസവവേദന ഏർപ്പെടും.

ഈ ജഡിലതകളെ നിയന്ത്രിച്ച് ഗർഭകാലത്തിന്റെ സമയം നീട്ടാൻ കഴിയും.

ദീർഘകാലമായുള്ള രോഗം:– ഉയർന്ന രക്തസമ്മർദ്ദം, ഹൃദയം, കിഡ്നി, ലിവർ എന്നിവയെ സംബന്ധിച്ചരോഗങ്ങൾ, പ്രമേഹം എന്നീ ദീർഘകാലമായുള്ള രോഗങ്ങളും സമയത്തിനുമുമ്പുള്ള പ്രസവത്തിന് കാരണമായിത്തീരും. എന്നാൽ നല്ല ചികിത്സയും ശുശ്രൂഷയും മൂലം ഇവയിൽനിന്ന് രക്ഷനേടാം.

സാധാരണ രോഗസംക്രമണം:– സെക്സ് മൂലം ഏർപ്പെടുന്ന രോഗങ്ങൾമൂലം സമയത്തിനുമുമ്പ് പ്രസവം ഏർപ്പെടാം. രോഗസംക്രമണം മൂലം ശിശുവിന് ആപത്ത് ഏർപ്പെടാൻ സാദ്ധ്യതയുണ്ടെങ്കിൽ ശരീരം ശിശുവിന്റെ രക്ഷയ്ക്കുവേണ്ടി സമയത്തിനുമുമ്പ് പ്രസവിക്കാനുള്ള വഴി സ്വീകരിക്കും. സംക്രമണത്തിൽനിന്ന് രക്ഷിച്ച് ഒരു പരിധിവരെ ഈ പ്രശ്നത്തിൽ നിന്ന് രക്ഷനേടാൻ കഴിയും.

17 വയസ്സിന് താഴെയാണെങ്കിൽ:– 17 വയസ്സിന് താഴെയുള്ള പെൺകുട്ടികൾ ഗർഭവതിയായാൽ സമയത്തിനുമുമ്പ് പ്രസവിക്കാനുള്ള സാദ്ധ്യത കൂടുതലാണ്. നല്ല പോഷണവും പ്രസവത്തിനുമുമ്പ് നല്ല ശുശ്രൂഷമൂലം അമ്മയ്ക്കും കുഞ്ഞിനും പൂർണ്ണവികാസം ഏർപ്പെടുത്താം.

എയ്ഡ്സിന്റെ അർത്ഥം

"ഞാനും ഭർത്താവും ഒന്നുചേരുന്നതിനു മുമ്പ് പലരുമായും ശാരീരിക ബന്ധത്തിൽ ഏർപ്പെട്ടിട്ടുണ്ട്. എയ്ഡ്സിന്റെ ലക്ഷണ ങ്ങൾ പലവർഷങ്ങൾക്കുശേഷമെ പ്രത്യ ക്ഷപ്പെട്ടു എങ്കിൽ എനിക്ക് ഈ രോഗം പിടിപെട്ടിട്ടില്ലെന്നും എന്റെ കുഞ്ഞിന് ഈ രോഗം ബാധിക്കില്ലെന്നും കരുതി ഞാൻ എങ്ങിനെ സമാധാനിക്കും ?"

നിങ്ങളും നിങ്ങളുടെ ഭർത്താവും ഹൈ റിസ്ക്ക് ഗ്രൂപ്പ് ഹോമോഫീലിയംസ്, ഐ.ബി. ഡ്രഗ്സ് ഉപയോഗിക്കുന്നവരോ, ദ്വിലിംഗത്തിന്റെകൂടെയോ സമലിംഗത്തിന്റെ കൂടെയോ ലൈംഗീകബന്ധത്തിൽ ഏർപ്പെ ടുന്നവരോ അല്ലെങ്കിൽ പലരുമായും ലൈംഗീക ബന്ധത്തിൽ ഏർപ്പെട്ടാലും എയ്ഡ്സ് ഉണ്ടാവാനുള്ള സാദ്ധ്യത കുറവാണ്. ടെസ്റ്റ് പോസിറ്റീവായാൽ ഉടൻ ചികിത്സിക്കും. നിങ്ങളെയല്ല, കുഞ്ഞിനെ രക്ഷിക്കാൻ കഴിയും.

"ഡോക്ടർ എന്നോട് എച്ച്.ഐ.വി. ടെസ്റ്റിനെപ്പറ്റി ചോദിച്ചപ്പോൾ ഞാൻ ആശ്ചര്യപ്പെട്ടു. ഞാൻ ഹൈ റിസ്ക് ഗ്രൂപ്പിൽപോലും വരുന്നില്ല."

ഗർഭിണികളുടെ മെഡിക്കൽ ഹിസ്റ്ററിയിൽ എച്ച്.ഐ.വി.യെപ്പറ്റി പറഞ്ഞിട്ടുണ്ടെ ങ്കിലും ഇല്ലെങ്കിലും എച്ച്.ഐ.വി. ടെസ്റ്റ് എടുക്കുക എന്നത് ഒരു സാധാരണ രീതി യായിത്തീർന്നിട്ടുണ്ട്. മുൻകരുതൽ എന്ന നിലയ്ക്കും ഇത് നല്ലതാണ്. വിഷമിക്കണ്ട, ഡോക്ടർ നിങ്ങളുടെ നന്മയ്ക്കുവേണ്ടി തന്നെയാണ് ഈ ടെസ്റ്റിന്റെ കാര്യം പറഞ്ഞത്.

ഇതിനുമുമ്പുള്ള ചികിത്സയെപ്പറ്റിയ നിങ്ങളുടെ വിവരങ്ങൾ

റുബെലാ ആന്റിബോഡി ലെവൽ

"ഞാൻ കുഞ്ഞായിരുന്നപ്പോൾ റുബെലാ കുത്തിവെയ്പ്പ് നടത്തിയിരുന്നു. എന്നാൽ ഗർഭിണിയായതിനുശേഷം രക്തം പരിശോ ധിച്ചപ്പോൾ എന്റെ റുബെലാ ആന്റി ബോഡി ലെവൽ കുറവാണെന്ന് മനസ്സി ലായി. ഞാൻ എന്തുചെയ്യണം ?"

ഗർഭാവസ്ഥയും കുത്തിവെയ്പ്പും

പലവിധത്തിലുള്ള രോഗസംക്രമണ ങ്ങൾ ഗർഭാവസ്ഥയിൽ ബുദ്ധിമുട്ടുകൾ ഏർ പ്പെടുത്തിയേക്കാം. അതുകൊണ്ട് ഗർഭം ധരിക്കുന്നതിനുമുമ്പ് എല്ലാകുത്തി വെയ്പ്പുകളും നടത്തണം. ഗർഭം ധരിച്ച ശേഷം കുത്തിവെയ്പ്പ് നടത്താൻ കഴിയില്ല. ഉദാ:- എം.എം.ആർ. എന്നിവ ഗർഭകാലത്തിൽ ചിലകുത്തിവെയ്പ്പു കൾ നടത്താം, ചിലത് നടത്തരുത്. എല്ലാ ഗർഭിണികൾക്കും ടെറ്റനസ്, ഡിഫ്തീരിയ, ഹൈപെടൈറ്റിസ് ബി എന്നീ കുത്തി വെയ്പ്പുകൾ സുരക്ഷിതമായ രീതിയിൽ ചെയ്യണം.

നിങ്ങൾ റുബെലായെക്കുറിച്ച് ഇത്ര യ്ക്ക് വിഷമിക്കേണ്ട കാര്യമില്ല. ഇതുമൂലം ജനിക്കാവൻപോകുന്ന കുഞ്ഞിന് ഒരു കുഴപ്പവും ഏർപ്പെടുകയില്ല. ഈ രോഗത്തെക്കുറിച്ച് മുമ്പുതന്നെ വേണ്ടത്ര മുൻകരുതലുകൾ എടുക്കുന്നുണ്ട്.

നിങ്ങൾക്ക് ഗർഭാവസ്ഥയിൽ ഇതിനുള്ള കുത്തിവെയ്പ്പ് നടത്താൻ കഴിയില്ലെങ്കിലും പ്രസവശേഷം നിങ്ങൾ മുലയൂട്ടണ മെങ്കിലും ഇതിനുള്ള കുത്തിവെയ്പ്പ് നടത്തും.

വണ്ണം

"എന്റെ തൂക്കം 60 പൗണ്ടിന്റെ അടുത്താണ്, ഇതുകൊണ്ട് എനിക്കോ കുഞ്ഞിനോ ഗർഭ കാലത്തിൽ എന്തെങ്കിലും ആപത്ത് ഏർപ്പെടുമോ ?"

സാധാരണ തടിച്ച സ്ത്രീകളും ആരോ ഗ്യമുള്ള കുഞ്ഞുങ്ങൾക്ക് തന്നെയാണ് ജന്മം നൽകുന്നത്. എന്നാൽ വണ്ണക്കൂടുതൽമൂലം ആരോഗ്യത്തിന് ആപത്ത് ഏർപ്പെട്ടേക്കാം. ഗർഭാവസ്ഥയിലും ബുദ്ധിമുട്ടുണ്ടായേക്കാം. ഗർഭിണിയായതിനു പുറമെ നിങ്ങളുടെ തൂക്കവും കൂടുതലാണെങ്കിൽ ഗ്യാസ്റ്റേഷൻ ഡൈബെറ്റിക്സ് മാത്രമല്ല, ഉയർന്ന രക്ത

സമ്മർദ്ദവും ഏർപ്പെടാം. ഇതുമൂലം പല പ്രായോഗിക പ്രശ്നങ്ങളും ഗർഭകാലത്തിൽ ഏർപ്പെടും. ആരംഭത്തിൽ ചെയ്ത അൾട്രാ സൗണ്ട് അല്ലാതെ നിങ്ങളുടെ പ്രസവ തീയതി കണക്കാക്കാനുള്ള മറ്റുവഴിയൊന്നു മില്ല. എന്തെന്നാൽ വണ്ണക്കൂടുതലുള്ള സ്ത്രീ കളിൽ ഓവലേഷന്റെ സമയം, നിശ്ചിതമല്ല. പല ഡോക്ടർമാരും ഗർഭാശയത്തിന്റെ ആകൃതി, സ്ഥിതി, ഹൃദയത്തുടിപ്പ് എന്നിവ മൂലമാണ് അനുമാനിക്കുന്നത്. കൊഴുപ്പിന്റെ തടിപ്പുമൂലം ഇത് അസാദ്ധ്യമായിത്തീരും.

ഡോക്ടർക്ക് ഭ്രൂണത്തിന്റെ ആകൃതി യുടെയും സ്ഥിതിയുടെയും ശരിയായ വിവ രം കിട്ടുകയില്ല. നിങ്ങൾക്കും കുഞ്ഞിന്റെ ആദ്യത്തെ ചലനം പെട്ടെന്ന് മനസ്സിലാ ക്കാൻ കഴിയില്ല.

ഭ്രൂണം സാധാരണയിൽ കൂടുതൽ വലു താണെങ്കിൽ പ്രസവത്തിൽ ബുദ്ധിമുട്ടു ണ്ടാകും. സാധാരണ വണ്ണക്കൂടുതലുള്ള സ്ത്രീകൾക്ക് സംഭവിക്കുന്നതാണ് ഇത് (പ്രമേഹ രോഗികളും ഗർഭകാലത്തും അധികം ഭക്ഷണം കഴിക്കാത്തവരും ഇക്കൂ ട്ടത്തിൽപ്പെടും) സിസേറിയൻ ചെയ്യേണ്ടി വന്നാൽ സർജറിക്കിടയിലും അതിനു ശേഷവും ബുദ്ധിമുട്ടുകളുണ്ടായേക്കാം.

ഗർഭകാലത്തിനിടയിൽ ഏർപ്പെടുന്ന ബുദ്ധിമുട്ടുകളും അസ്വാഭാവികതയും നിങ്ങൾക്ക് സ്വയം അനുമാനിക്കാൻ കഴിയും. ഭാരം കൂടുന്നതുകൊണ്ട് മുതുകുവേദന, വെരിക്കോസ് വെയിൻ വീക്കം, നെഞ്ചെരി ച്ചിൽ എന്നീ പ്രശ്നങ്ങൾ ഏർപ്പെടും.

പരിഭ്രമിച്ചോ ! വേണ്ട, വേണ്ട ! ഡോക്ട ർക്കും നിങ്ങൾക്കും ഒത്തുചേർന്ന് കുഞ്ഞി നുനേരെ നീളുന്ന ഈ ആപത്ത് കുറക്കു വാൻ കഴിയും. നിങ്ങൾ കുറച്ചുകൂടുതൽ ശ്രദ്ധിക്കേണ്ടിവരും.

മെഡിക്കൽ തലത്തിൽ അപകടം കുറവായ ഗർഭിണികളോട് താരതമ്യപ്പെടു ത്തുമ്പോൾ നിങ്ങൾക്ക് കൂടുതൽ പരിശോ ധനകൾ നടത്തേണ്ടിവരും. ആരംഭ അൾട്രാ സൗണ്ട് ടെസ്റ്റ് ചെയ്ത് പ്രസവത്തിന്റെ തീയതി അനുമാനിക്കേണ്ടിവരും. പിന്നീട് ശിശുവിന്റെ ആകൃതി, സ്ഥിതി, ഗ്ലൂക്കോസ് ടോലറൻസ് ടെസ്റ്റ്, സ്ക്രീനിങ് എന്നിവ ചെയ്താൽ നിങ്ങൾ ഗ്യാസ്റ്റേഷണൽ പ്രമേ ഹരോഗിയാണോ എന്ന് കണ്ടുപിടിക്കാം. ഗർഭാവസ്ഥയുടെ അവസാനത്തിലും കുഞ്ഞിന്റെ ശരിയായ അവസ്ഥ മനസ്സിലാ ക്കുവാൻ നോൺസ്ട്രെഡ് മറ്റുപരിശോധ നകളും ചെയ്യേണ്ടിവരും.

ഗ്യാസ്റ്റിക് ബൈപാസ്സിനുശേഷം ഗർഭാവസ്ഥ

അഭിനന്ദനങ്ങൾ ! നിങ്ങൾ വണ്ണം കുറച്ചശേഷം ഗർഭം ധരിച്ചിരിക്കുന്നു. എന്നാൽ ഈ ബൈപാസ്സിനുശേഷം നിങ്ങളുടെ ഗർഭാവസ്ഥ എത്രമാത്രം സുരക്ഷിതമായിരിക്കുമെന്ന് നിങ്ങൾ ചിന്തിക്കുന്നുണ്ടാകും. സർജറിക്കുശേഷം 12-18 മാസം വരെ ഗർഭം ധരിക്ക രുതെന്ന് നിങ്ങൾക്ക് നിർദ്ദേശം നൽകിയിരിക്കും. എന്തെന്നാൽ തൂക്കം നല്ലപോലെ കുറഞ്ഞിരിക്കും, ശരിയായ പോഷണവും കിട്ടിക്കാണില്ല. എന്നാൽ ആ അവസ്ഥ തരണം ചെയ്തശേഷം നിങ്ങൾക്ക് എളുപ്പത്തിൽ സുരക്ഷിതമായ ഗർഭാവസ്ഥ ലഭിക്കുമെന്ന് പ്രതീക്ഷിക്കാം. അതിനുവേണ്ടി നിങ്ങൾക്ക് സ്വല്പം പരിശ്രമിക്കേണ്ടിവരും.

- നിങ്ങളുടെ ഗ്യാസ്റ്റിക് ബൈപ്പാസ് ഡോക്ടറോട് പ്രസവ വിദഗ്ദയുമായി സംസാരി ക്കാൻ പറയണം. നിങ്ങളെ സംബന്ധിച്ചുള്ള ഏതെങ്കിലും പ്രത്യേക നിർദ്ദേശങ്ങളു ണ്ടെങ്കിൽ അദ്ദേഹം അവരെ പറഞ്ഞ് മനസ്സിലാക്കും.
- ഗർഭാധാരണത്തിനുശേഷം വൈറ്റമിൻ, കാൽഷ്യം, അയേൺ, ഫോലിക് ആസിഡ്, വൈറ്റമിൻ B^{12} എന്നിവ വേണ്ടത്ര കഴിക്കണം. ഇക്കാര്യത്തിൽ ഡോക്ടറുടെ അഭിപ്രായം ചോദിച്ച് മരുന്ന് കഴിക്കണം.
- നിങ്ങളുടെ തൂക്കത്തിലും ശ്രദ്ധവേണം. സ്വൽപ്പം കൂട്ടണം. തൂക്കം കൂടിയില്ലെങ്കിൽ കുഞ്ഞിന്റെ പൂർണ്ണവളർച്ച സാദ്ധ്യമല്ല.
- ആഹാരത്തിന്റെ അളവിനേക്കാൾ ഗുണത്തിൽ ശ്രദ്ധിക്കണം. കുറച്ച് കഴിച്ചാലും അധികം പോഷണം നൽകുന്ന ഭക്ഷണം കഴിക്കണം.
- എപ്പോഴെങ്കിലും വയറ്റിൽ വല്ലാത്ത വേദനയോ രക്തസ്രാവമോ ഉണ്ടായാൽ ഉടൻ തന്നെ ഡോക്ടറെ കാണണം.

നിങ്ങൾ സ്വയം നിങ്ങളുടെ സംരക്ഷണം ഏറ്റെടുക്കുമെങ്കിൽ അതുകൊണ്ട് വളരെ വ്യത്യാസം ഏർപ്പെടും നിങ്ങൾക്ക് ഗർഭാവസ്ഥയിലെ ആപത്തുകൾ വർദ്ധിപ്പിക്കുന്ന പുകവലി, മദ്യപാനം എന്നിവ ഉപേക്ഷിക്കേണ്ടിവരും, തൂക്കത്തിന്റെ കാര്യവും ശ്രദ്ധിക്കണം, അത് മറ്റ് ഗർഭിണികളേ ക്കാളും കുറവുതന്നെ ആയിരിക്കും. അടിക്കടി ഡോക്ടർമാരുടെ അഭിപ്രായം ആരായണം. ഈ വിഷയത്തിൽ ഡോക്ടർ മാരുടെ അഭിപ്രായങ്ങൾ ഭിന്നമായിരിക്കും.

നിങ്ങളുടെ നിത്യേനയുള്ള ആഹാരത്തിൽ പോഷകതത്വങ്ങൾ ചേർക്കണം. കലോറിയുടെ അളവിനെപ്പറ്റിയും ശ്രദ്ധ വേണം. വൈറ്റമിൻ, പ്രോട്ടീൻ, മിനറൽസ് എന്നിവ ധാരാളം ഉൾക്കൊള്ളണം. ഭക്ഷണത്തിന്റെ അളവിലല്ല, ഗുണമേന്മയിലാണ് ശ്രദ്ധ പതിപ്പിക്കേണ്ടത്. ഭക്ഷണത്തോടൊപ്പം വൈറ്റമിൻ ഗുളികകൾ എന്നിവയും കഴിക്കണം. ഡോക്ടറോട് ചോദിച്ച് ശരിയായ രീതിയിലുള്ള വ്യായാമം ചെയ്യണം. ഇതിനാൽ നിങ്ങളുടെ തൂക്കം വർദ്ധിക്കാതിരിക്കുകയും കുഞ്ഞിന് ധാരാളം പോഷണം ലഭിക്കുകയും ചെയ്യും.

ഇതിനുശേഷവും ഗർഭം ധരിക്കാനുള്ള പ്ലാൻ ഉണ്ടെങ്കിൽ നിങ്ങളുടെ തൂക്കം എത്രയായിരിക്കണമെന്ന് തീരുമാനിച്ച ശേഷം മുന്നോട്ടുപോയാൽ നിങ്ങളുടെ ഗർഭകാലം മുഴുവൻ സുരക്ഷിതവും സുഖപ്രദവുമായിരിക്കും.

തൂക്കം കുറവായിരിക്കുക

"എന്റെ തൂക്കം വളരെ കുറവാണ്, അതുകൊണ്ട് എന്റെ ഗർഭാവസ്ഥയ്ക്ക് എന്തെങ്കിലും ആപത്ത് നേരിടുമോ ?"

അമ്മയുടെയും കുഞ്ഞിന്റെയും ആരോഗ്യത്തിന് ഹാനി ഏർപ്പെടാതിരിക്കാൻ, ഗർഭകാലത്തിൽ നല്ലപോലെ ഭക്ഷണം കഴിക്കണം. നിങ്ങലുടെ തൂക്കം വളരെ കുറവാണെങ്കിൽ ആഹാരത്തിന്റെ അളവ് കൂട്ടേണ്ടിവരും, അല്ലെങ്കിൽ തൂക്കക്കുറവുള്ള കുഞ്ഞ് ജനിക്കുക എന്ന അപകടത്തിന് സാദ്ധ്യതയുണ്ട്.

ശരീരത്തിൽ പോഷകതത്വങ്ങൾ കൂടുതലാകാൻ പഴങ്ങൾ, കായ്കറികൾ എന്നിവ ധാരാളം കഴിക്കണം.

ഡോക്ടർ സാധാരണ സ്ത്രീകളെക്കാൾ കുറച്ച് തൂക്കം കൂട്ടുവാൻ നിങ്ങളെ ഉപദേശിച്ചേക്കാം.

ക്രമക്കേടായ ഭക്ഷണം

"ഞാൻ പത്തുവർഷങ്ങളായി ബുലീമിയാ രോഗഗ്രസ്തയാണ്. ഗർഭം ധരിച്ചാൽ ഇതിൽനിന്ന് മോചനം കിട്ടുമെന്ന് ഞാൻ കരുതി. എന്നാൽ അതുണ്ടായില്ല. ഇതുകൊണ്ട് എന്റെ കുഞ്ഞിന് എന്തെങ്കിലും ഹാനി ഏർപ്പെടുമോ?"

നിങ്ങൾക്ക് പലവർഷങ്ങളായും ബുലീമിയാ (എനോറെക്സിയാ) രോഗത്തെ നിയന്ത്രിക്കാൻ കഴിഞ്ഞിട്ടില്ലെങ്കിൽ നിങ്ങളുടെ ശരീരത്തിൽ പോഷകതത്വം വളരെ കുറവാണെന്നാണ് അർത്ഥം. ഭാഗ്യംകൊണ്ട് ഗർഭത്തിന്റെ ആരംഭഘട്ടത്തിൽ അധികം പോഷണത്തിന്റെ ആവശ്യമില്ലാത്തതുകൊണ്ട് നിങ്ങൾക്ക് ഇനിയും ജാഗ്രതയോടുകൂടി ഇരിക്കാനുള്ള സമയമുണ്ട്. നിങ്ങൾക്ക് നിങ്ങളുടെ ശരീരത്തിലെ പോഷകതത്വത്തിന്റെ കുറവ് നികത്തി ആരോഗ്യമുള്ള കുഞ്ഞിന് ജന്മം നൽകാൻ കഴിയും.

ഈ വിഷയത്തിൽ വളരെ കുറച്ച് പരീക്ഷണങ്ങളെ നടത്തിയിട്ടുള്ളു. ഇതുമൂലം മാസമുറയുടെ ചക്രത്തിൽ വിഷമങ്ങൾ ഏർപ്പെട്ടേക്കാം. പഠനങ്ങൾ മൂലം താഴെ കൊടുത്തിട്ടുള്ള കാര്യങ്ങൾ മനസ്സിലാക്കാൻ കഴിഞ്ഞിട്ടുണ്ട്.

- നിങ്ങൾ ആഹാര രീതിയിലുള്ള ശീലങ്ങൾ മാറ്റുകയും ക്രമീകരിക്കുകയും ചെയ്താൽ ആരോഗ്യമുള്ള കുഞ്ഞ് ജനിക്കും.
- ഡോക്ടറോട് ആദ്യംതന്നെ ഇതിനെക്കുറിച്ച് പറയുക. അല്ലെങ്കിൽ സ്ഥിതി കൂടുതൽ മോശമാകും.
- നിങ്ങളുടെ കാര്യത്തിൽ ഏതെങ്കിലും വിദഗ്ദന്റെ ഉപദേശം പ്രയോജനപ്പെടും. ഗർഭാവസ്ഥയ്ക്കുശേഷം ഇത് അനിവാര്യമായിത്തീരും.
- നിങ്ങൾ ബുലീമിയാക്കുള്ള മരുന്നുകൾ തുടർച്ചയായി കഴിച്ചുകൊണ്ടിരുന്നാൽ കുഞ്ഞിന്റെ വികാസത്തിൽ ആപത്ത് ഏർപ്പെട്ടേക്കാം. അവ നിങ്ങളുടെ ശരീരത്തിൽ നിന്ന് പോഷകദ്രവ്യങ്ങൾ വലിച്ചെടുക്കുകയും കുഞ്ഞിന് അതിന്റെ ലാഭം കിട്ടാൻ കഴിയാതെ വരികയും ചെയ്യും. തുടർന്നുള്ള ഉപയോഗം മൂലം ഭ്രൂണത്തിൽ അസാധാര

ണത്വം ഏർപ്പെ ടുകയും ചെയ്തേക്കാം. ഗർഭിണികൾ ഡോക്ടറോട് അഭിപ്രായം ചോദിക്കാതെ ഈ മരുന്നുകൾ കഴിക്കരുത്.

- ബുലീമിയാ കാരണം ഗർഭം അലസുക, സമയത്തിനുമുമ്പ് പ്രസവം, തളർച്ച എന്നിവ ഏർപ്പെടാനുള്ള സാദ്ധ്യത വർദ്ധിക്കും. നിങ്ങൾക്ക് പഴയ ശീലങ്ങൾ ഉപേക്ഷിച്ച് കുഞ്ഞിന്റെയും നിങ്ങളുടെയും ആരോഗ്യത്തിൽ ശ്രദ്ധ പതിപ്പിക്കേണ്ടതുണ്ട്. ഇങ്ങനെ ചെയ്യുന്നതിൽ എന്തെങ്കിലും വിഷമം ഏർപ്പെട്ടാൽ ആരുടെയെങ്കിലും സഹായം സ്വീകരിക്കാവുന്നതാണ്.

- ഗർഭകാലത്തിൽ ശരിയായരീതിയിൽ തൂക്കം വർദ്ധിച്ചില്ലെങ്കിൽ പലവിധ വിഷമങ്ങളും ഏർപ്പെടും. കുഞ്ഞ് തന്റെ ഗ്യാസ്റ്റേഷനൽ (ഗർഭകാലം) പ്രായത്തിനേക്കാൾ ചെറുതായി ജനിക്കും.

  ജനിച്ചിട്ടില്ലാത്ത ആ കുഞ്ഞിനോടുള്ള നിങ്ങളുടെ കടമ നിർവഹിക്കാൻ ശരിയായ മുൻകരുതലുകൾ എടുക്ക ണം. ഗർഭകാലത്ത് തൂക്കം കൂട്ടേണ്ടത് എത്ര പ്രധാനപ്പെട്ട കാര്യമാണെന്ന് നിങ്ങൾ മനസ്സിലാക്കണം.

- ഗർഭാവസ്ഥയിൽ നിങ്ങളുടെ ശരീരത്തിന്റെ ഉരുണ്ടയായ ആകൃതി ശിശു ശരിയായ രീതിയിൽ വളരുന്നുണ്ടെന്നതിന്റെ സൂചനയാണ്. നിങ്ങളുടെ ശരീരത്തിനും ആ ആകൃതി ഉണ്ടാകണം.

- ശരിയായ സമയത്തിൽ ശരിയായ ആഹാരം കഴിച്ചാൽ തൂക്കം വർദ്ധിപ്പിക്കുന്നതിൽ ബുദ്ധിമുട്ടൊന്നും ഉണ്ടാകുകയില്ല. ഇതിനെപ്പറ്റി വിഷമിക്കേണ്ട, പ്രസവശേഷം നിങ്ങളുടെ ശരീരം പഴയ ആകൃതിയിലാകും. നിങ്ങൾക്ക് ആരോഗ്യമുള്ള ഒരു കുഞ്ഞിന്റെ അമ്മയാകുവാൻ കഴിയുകയും ചെയ്യും.

- നിങ്ങൾ വിശന്നിരിക്കുമ്പോൾ കുഞ്ഞിനും വിശക്കും. കുഞ്ഞ് പോഷകതത്വങ്ങൾക്ക് നിങ്ങളെയാണ് ആശ്രയിച്ചിരിക്കുന്നത്. നിങ്ങൾ ഭക്ഷണം കഴിച്ചില്ലെങ്കിൽ കുഞ്ഞും പട്ടിണിയാകും. ഛർദ്ദിയോ ലെംസെടിനോ മൂലം ശരീരത്തിൽനിന്ന് പോഷകതത്വം പുറത്തുപോയാൽ കുഞ്ഞിന് വളരാനുള്ള സന്ദർഭം ലഭിക്കുകയില്ല.

- വ്യായാമം മൂലവും ശരിയായരീതിയിൽ നിങ്ങളുടെ തൂക്കം വർദ്ധിപ്പിക്കാൻ കഴിയും. പക്ഷെ, ആ വ്യായാമം നിങ്ങളുടെ ഗർഭാവസ്ഥയ്ക്ക് അനുസരിച്ചുള്ളതായിരിക്കണം എന്നതിൽ പ്രത്യേകം ശ്രദ്ധവേണം. ഇതിനെക്കുറിച്ച് നിങ്ങളുടെ ഡോക്ടറുടെ അഭിപ്രായം ചോദിക്കണം. ആവശ്യത്തിൽ കൂടുതൽ വേഗത്തിലുള്ള വ്യായാമങ്ങൾ നിങ്ങൾക്ക് ഹാനികരമാകും.

- പ്രസവം കഴിഞ്ഞ ഉടൻ തൂക്കം കുറയുകയില്ല. പതുക്കെപ്പതുക്കെ ശരാശരിയായി തൂക്കം കുറക്കാം. നിങ്ങളുടെ പഴയ ആകൃതിയിലെത്താൻ കുറച്ചു കൂടുതൽ സമയമെടുത്തേക്കാം. ബുലീമിയാ രോഗഗ്രസ്തരായ സ്ത്രീകൾ പ്രസവത്തിനുശേഷം നിഷേധാത്മകമായ ധാരണ പുലർത്തി വീണ്ടും പഴയശീലങ്ങൾ സ്വീകരിക്കും. ആഗ്രഹമുണ്ടെങ്കിലും അവർക്ക് തങ്ങളുടെ ശിശുക്കളെ ശരിയായ രീതിയിൽ മുലയൂട്ടാൻ കഴിയുകയില്ല. ഇങ്ങനെയുള്ള സ്ത്രീകൾ പ്രസവശേഷവും വിദഗ്ദരുടെ അഭിപ്രായം സ്വീകരിച്ച് ആഹാരകാര്യത്തിലുള്ള തെറ്റായ ശീലങ്ങൾ മാറ്റി എടു ക്കണം.

  ഗർഭകാലത്തിൽ കുഞ്ഞിന്റെ ആരോഗ്യം നിങ്ങളുടെ ആരോഗ്യവുമായി ബന്ധപ്പെട്ടിരിക്കുന്നു. എന്നതാണ് ഏറ്റവും പ്രധാനപ്പെട്ടവിഷയം. നിങ്ങൾ ആരോഗ്യവതിയല്ലെങ്കിൽ ശിശുവിനും ആരോഗ്യമുണ്ടായിരിക്കുകയില്ല. വീട്, ഓഫീസ്, ഫ്രിഡ്ജ്, മേശ, മേശവലിപ്പ് എന്നിവയിൽ ആരോഗ്യമുള്ള ചിരിച്ചു കളിക്കുന്ന കുഞ്ഞുങ്ങളുടെ ചിത്രം ഒട്ടിച്ചുവെച്ചാൽ നിങ്ങൾക്ക് ഉത്സാഹം തോന്നും. നിങ്ങൾ കഴിക്കുന്ന ആഹാരത്തിലെ പോഷകതത്വങ്ങളെല്ലാം നിങ്ങളുടെ കുഞ്ഞിന് ലഭിക്കുന്നതായി സങ്കൽപ്പിക്കുക. ക്രമക്കേട് നിയന്ത്രിക്കാൻ കഴിയുന്നില്ലെങ്കിൽ ഡോക്ടറുടെ നിർദ്ദേശപ്രകാരം ആശുപത്രിയിൽ അഡ്മിറ്റായി ചികിത്സിപ്പിക്കുക.

35 വയസ്സിനുശേഷം അമ്മയാകുക

"എനിക്ക് 35 വയസ്സായി. ഞാൻ ആദ്യമായി അമ്മയാകാൻ പോകുകയാണ്. 35 വയസ്സിനു ശേഷം ഗർഭം ധരിച്ചാൽ പല അപകടങ്ങളും ഏർപ്പെട്ടേക്കാമെന്ന് കേട്ടിട്ടുണ്ട്. ഞാൻ എന്തെല്ലാം കാര്യങ്ങളാണ് ശ്രദ്ധിക്കേണ്ടത്?"

കഴിഞ്ഞ ഏതാനും വർഷങ്ങളായി 35 വയസ്സിനുശേഷം അമ്മയാകുന്ന സ്ത്രീക

35 എന്ന സംഖ്യ ഒരു ജാലവിദ്യയാണോ?

നിങ്ങൾ 35 വയസ്സ് കടന്നുകഴിഞ്ഞെങ്കിലും പ്രായം കുറഞ്ഞ സ്ത്രീകളെപ്പോലെ നിങ്ങൾക്ക് സ്ക്രീനിങ്ങും മറ്റ് ടെസ്റ്റുകളും ചെയ്യേണ്ടതില്ലെന്ന് അർത്ഥമില്ല.

എല്ലാ പ്രായത്തിലുള്ള സ്ത്രീകൾക്കും ഇതെല്ലാം അത്യാവശ്യമാണ്. ഈ പരിശോധനകൾമൂലം എന്തെങ്കിലും വ്യത്യാ സം കാണാൻ കഴിഞ്ഞാൽ കൂടുതൽ ടെസ്റ്റുകൾ ചെയ്യേണ്ടിവന്നേക്കാം.

ളുടെ എണ്ണം വളരെകൂടിയിട്ടുണ്ട്. നിങ്ങളുടെ വയസ്സ് 35-ൽ കൂടുതലാണെങ്കിൽ, ജീവിതത്തിൽ ആപത്തില്ലാത്ത സംഗതി ഒന്നുംതന്നെ ഇല്ലെന്ന സത്യവും നിങ്ങൾ അറിഞ്ഞിരിക്കും.

ഇന്നത്തെക്കാലത്ത് ഗർഭാവസ്ഥ അത്രയ്ക്ക് കുഴപ്പം പടിച്ചതല്ലെങ്കിലും വയസ്സ് കൂടുന്തോറും ആപത്തും കൂടിവരും. ഇന്ന് വൈദ്യശാസ്ത്രം ഇത്രയും പുരോഗമിച്ച സ്ഥിതിക്ക് സൗകര്യപ്രകാരം നിങ്ങളുടെ കുടുംബത്തെ വിസ്തൃതമാക്കാനുള്ള സ്വാതന്ത്ര്യം നിങ്ങൾക്കുണ്ട്.

ഈ പ്രായത്തിലുള്ള സ്ത്രീകൾക്കുള്ള ഏറ്റവും വലിയ ബുദ്ധിമുട്ട് അവർക്ക് ഗർഭം ധരിക്കാൻ കഴിയുന്നില്ല എന്നുള്ള താണ്. നിങ്ങൾ ഈ തടസ്സം തരണം ചെയ്ത് ഗർഭിണിയായാലും നിങ്ങൾക്ക് മറ്റൊരു വെല്ലുവിളിയെ അഭിമുഖീകരിക്കേണ്ടിവരും. നിങ്ങൾക്ക് ഡൗൺസിൻഡ്രോം ഉള്ള കുഞ്ഞ് ജനിച്ചേക്കാം. അമ്മയുടെ വയസ്സ് കൂടുന്നതോടൊപ്പം ഈ ആപത്തും വർദ്ധിച്ചു വരും. 25 വയസ്സുള്ള അമ്മമാരിൽ 1250-ൽ ഒരുത്തർക്കും, 30 വയസ്സുള്ള അമ്മമാരിൽ 1000-ൽ മൂന്നുപേർക്കും, 35 വയസ്സുള്ള അമ്മമാരിൽ 500-ൽ ഒരുത്തർക്കും ഈ പ്രശ്നം ഏർപ്പെട്ടേക്കാം. (ഈ പ്രശ്നം മെല്ലെമെല്ലെയാണ് വർദ്ധിക്കുന്നത്, 35-വയസ്സിൽ പെട്ടെന്ന് ഏർപ്പെടുനില്ലാ എന്ന് മനസ്സിലാക്കുക) സാധാരണയായി ഈ പ്രായത്തിലുള്ള ഗർഭിണികളുടെ ക്രോമസോമിൽ വ്യത്യാസം അധികം കാണപ്പെടുമെന്നാണ് കരുതുന്നത്. അവർ പല മരുന്നുകളും, എക്സ്റേ, സംക്രമണം, ഡ്രഗ്സ് എന്നിവയുടെ സമ്പർക്കത്തിൽ ഏർപ്പെട്ടു കഴിഞ്ഞിരിക്കും. ചില സമയങ്ങളിൽ മദ്ധ്യവയസ്ക്കനായ പിതാവിന്റെ ശുക്ലംമൂലവും ചില ബുദ്ധിമുട്ടുകൾ ഏർപ്പെടാറുണ്ട്.

വയസ്സുകൂടുന്നതിനനുസരിച്ച് മറ്റുചില ആപത്തുകളും വർദ്ധിക്കും. നിങ്ങളുടെ തൂക്കവും കൂടുതലാണെങ്കിൽ രക്തസമ്മ ർദ്ദം കൂടുതലാകും. എന്നാൽ സാധാരണ ഈ ലക്ഷണങ്ങളെ നിയന്ത്രിക്കാൻ കഴിയും. ഈ പ്രായത്തിലുള്ള ഗർഭിണികൾക്ക് ഗർഭം അലസൽ, പ്രീഎക്ലെംപ്സിയാ, പ്രീടേം ലേബർ എന്നീ ബുദ്ധിമുട്ടുകൾ ഏർപ്പെടാം.

ഈ പ്രായത്തിൽ പ്രസവവേദനയും പ്രസവിക്കാനുള്ള സമയവും കൂടുതലാകും. മാംസപേശികളുടെ കാഠിന്യവും വഴങ്ങിക്കൊടുക്കുന്ന ഗുണത്തിന്റെ കുറവും (ഫ്ലെക്സിബിളിറ്റി) കാരണം പ്രസവത്തിൽ ചില ബുദ്ധിമുട്ടുകൾ ഏർപ്പെട്ടേക്കാം. നിങ്ങളുടെ ഫിഗർ ശരിയാണ്, ശരിയായ സമയത്ത് വ്യായാമം ചെയ്യുന്നുണ്ട്, പോഷകഗുണങ്ങൾ അടങ്ങിയ സമ്പൂർണ്ണ ആഹാരം കഴിക്കുന്നുമുണ്ട് എങ്കിൽ ഇതി നെക്കുറിച്ച് വിഷമിക്കേണ്ട ആവശ്യമില്ല.

ഇവയ്ക്കുപുറമേ നിങ്ങൾക്ക് ഒരു സന്തോഷവാർത്ത കൂടിയുണ്ട്. ഡൗൺസിൻഡ്രോമിൽനിന്ന് രക്ഷപ്പെടാനാവില്ലെങ്കിലും പലവിധത്തിലുള്ള സ്ക്രീനിങ്ങ്, പരിശോധനകൾ എന്നിവമൂലം ഇത് കണ്ടുപിടിക്കാൻ കഴിയും. ആ പരിശോധനകളിൽ ശസ്ത്രക്രിയയുടെ ആവശ്യമില്ല, പണം മിച്ചമാവുന്നതോടൊപ്പം പിരിമുറുക്കത്തിന്റെ അളവും കുറയും. പ്രായക്കൂടുതലുള്ള ഗർഭിണികളിലുള്ള ദീർഘകാല രോഗങ്ങളിൽ നിയന്ത്രണവും എളുപ്പത്തിൽ ഏർപ്പെടുത്താൻ കഴിയും. മരുന്നുകളും ചികിത്സയും ശുശ്രൂഷയും മൂലം പല ആപത്തുകളും ഒഴിവാക്കാൻ കഴിയും.

മരുന്നുകൾക്കും ചികിത്സയ്ക്കും പുറമെ, നിങ്ങളുടെ ഗർഭാവസ്ഥയെ സുരക്ഷിതവും ആരോഗ്യ പൂർണ്ണവുമാക്കാൻ നിങ്ങൾക്ക് പലതും ചെയ്യാൻ കഴിയും. നിങ്ങളുടെ ആഹാരം, വ്യായാമം, പ്രസവത്തിനുമുമ്പുള്ള ശുശ്രൂഷകൾ എന്നിവയിൽ നല്ലപോലെ ശ്രദ്ധവേണം. നിങ്ങൾക്ക് പ്രെഗ്നൻസി പ്രൊഫൈലിലുള്ള ആപത്തുകൾ കുറക്കാൻ കഴിഞ്ഞാൽ ആരോഗ്യമുള്ള ഒരു കുഞ്ഞിന് ജന്മം നൽകാൻ കഴിയും. യുവമാതാക്കൾ ജന്മം നൽകുന്നതുപോലെയോ അതിനെക്കാൾ മെച്ചപ്പെട്ടതോ ആയ ഫലം നിങ്ങൾക്ക് ലഭിക്കും.

അതുകൊണ്ട് സമാധാനത്തോടെ നിങ്ങളുടെ ഗർഭാവസ്ഥയുടെ ആനന്ദം അനുഭവിക്കൂ. 25 വയസ്സിൽ കൂടുതലായാലും അമ്മയാകുന്നതിൽ ഒരു പ്രശ്നവുമില്ല.

അച്ഛന്റെ വയസ്സ്

"എനിക്ക് 31 വയസ്സായി. പക്ഷെ, ഭർ ത്താവ് 50 വയസ്സിൽ കൂടുതലുള്ള ആളാണ്. ഇതുകൊണ്ട് എന്റെ കുഞ്ഞിന് എന്തെ ങ്കിലും കുഴപ്പം ഏർപ്പെടുമോ?"

ഗർഭധാരണത്തിൽ പിതാവിന്റെ ചുമ തല ഗർഭം ധരിപ്പിക്കുക എന്നതുമാത്രമാണ് എന്നാണ് സാധാരണയുള്ള വിശ്വാസം. എന്നാൽ 20-ാം നൂറ്റാണ്ടിൽ പിതാവിന്റെ ശുക്ലത്തിൽ നിന്നാണ് കുഞ്ഞിന്റെ ലിംഗം നിർണ്ണയിക്കപ്പെടുന്നതെന്ന് കണ്ടുപിടിച്ചിരിക്കുന്നു. അത് ആണായിരിക്കുമോ പെണ്ണായിരിക്കുമോ ! ഒരു ആൺകുഞ്ഞിന് ജന്മം നൽകാൻ കഴിയാതെപോയതുകൊണ്ട് എത്ര റാണിമാരുടെ തലയാണ് അറുക്കപ്പെട്ടത്. വളരെക്കാലത്തിനുശേഷമാണ് ഗവേഷകർക്ക് സംശയം ഏർപ്പെടാൻ തുടങ്ങിയത്. പ്രായാധിക്യമുള്ള പിതാവിന്റെ ശുക്ലാണുക്കൾ മൂലമാണ് ശിശുവിന് പല വൈകല്യങ്ങളും ഏർപ്പെടുന്നതിനും ഗർഭം അലസിപ്പോകുന്നതിനുമുള്ള സാദ്ധ്യത വർദ്ധിക്കുന്നത്. മദ്ധ്യവയസ്കയായ അമ്മയെപ്പോലെ മദ്ധ്യവയസ്കനായ പിതാവിന്റെ സ്പർമ്മട്ടോസൈറ്റിസിലും ചുറ്റുപാടിന്റെ സ്വാധീനം ഏർപ്പെടുന്നു, ഇവയിലും ചീത്ത പ്രഭാവം ഉണ്ടാകുന്നു. അമ്മയുടെ പ്രായ ക്കൂടുതൽ മാത്രമല്ല മദ്ധ്യവയസ്കരായ ദമ്പതികളുടെ കാര്യത്തിലും ഗർഭം അലസാനുള്ള സാദ്ധ്യത കൂടുതലാണെന്ന് ഗവേഷകർ കണ്ടുപിടിച്ചിട്ടുണ്ട്. അച്ഛന്റെ വയസ്സ് അൻപതോ അതിൽ കൂടുതലോ ആണെങ്കിൽ ഡൗൺസിൻഡ്രോമിന്റെ സാദ്ധ്യതയും വർദ്ധിക്കും.

ഇതിനെക്കുറിച്ചുള്ള ഗവേഷണങ്ങൾ ഇനിയും പൂർത്തിയായിട്ടില്ലാത്തതുകൊണ്ട് തീർച്ചയായ തെളിവുകൾ ലഭിക്കുന്നില്ല. ജെനറ്റിക് അഡ്വൈസർ എല്ലാ പ്രായത്തിലുള്ള അമ്മമാരോടും ഏത് സ്ക്രീനിങ്ങ് എടുക്കാനുള്ള ഉപദേശം നൽകുന്നുവോ അതുമൂലം നിങ്ങൾക്കും ഒരളവിന് നിശ്ചിന്തരാകാൻ കഴിയും. നിങ്ങളുടെ സ്ക്രീനി ങ്ങിന്റെ പരിശോധന സാധാരണമാണെ ങ്കിൽ ഇതിനെക്കുറിച്ച് ചിന്തിക്കേണ്ടതില്ല. നിങ്ങൾക്ക് 'എമനിയോ സെൻടെനിസ്' ചെയ്യേണ്ട ആവശ്യവുമില്ല.

ജെനെറ്റിക് ഉപദേശം

"എനിക്ക് എന്തെങ്കിലും ജെനെറ്റിക് രോഗം ഉണ്ടാകുകയും അതിനെക്കുറിച്ച് അറിയാതിരിക്കുകയും ചെയ്യുമോ എന്നാണ് എന്റെ പേടി. ഞാൻ ജെനെറ്റിക് ഉപദേശം തേടണോ?"

ഇങ്ങനെയുള്ള പോരായ്മകൾ കുറച്ചൊക്കെ ഉണ്ടായിരിക്കും, പക്ഷെ അച്ഛനമ്മമാരിൽ ഉള്ള ഈ കുറവുകൾ കുഞ്ഞുങ്ങളിലും ഉണ്ടാകണമെന്നില്ല.

ഗർഭാധാരണത്തിന് മുമ്പോ അതിനുശേഷമോ അച്ഛന്റെയും അമ്മയുടെയും അല്ലെങ്കിൽ ഏതെങ്കിലും ഒരാളുടെ സമ്പൂർണ്ണപരിശോധന നടത്താം. എന്നാൽ എപ്പോഴും ഈ പരിശോധനയുടെ ആവശ്യം ഏർപ്പെടുന്നില്ല. ഏതെങ്കിലും നിശ്ചിതമായ ക്രമക്കേട് കാണുമ്പോഴാണ് ഇത് ചെയ്യേണ്ടിവരുന്നത്. ഈ സൂചന ഭൂമിശാസ്ത്രപരമോ ജാതി സംബന്ധപ്പെട്ടതോ കൂടെ ആയിരിക്കാം. ഉദാഹരണത്തിന് 'കാകേഷ്യ'യിലുള്ളവർക്ക് 'സിസ്റ്റിക് ഫൈബ്രോയ്ഡ്' ഉണ്ടോ എന്ന് പരിശോധിക്കാനുള്ള ഉപദേശം നൽകുന്നു. പൂർവികർ യൂറോപ്പിൽനിന്ന് വന്നിട്ടുള്ള യഹൂദ ദമ്പതികൾക്ക് ടേഷെക് അല്ലെ ങ്കിൽ 'കാനവാൻ' രോഗമുണ്ടോ എന്ന് പരിശോധിക്കാൻ നിർദ്ദേശം നൽകും. നിങ്ങ ളുടെ കുടുംബത്തിൽ എന്തെങ്കിലും രോഗ ത്തിന്റെ ചരിത്രമുണ്ടെങ്കിൽ തീർച്ചയായും അതിനെക്കുറിച്ചുള്ള പരിശോധന നടത്തണം.

ഗർഭാവസ്ഥയും സിങ്കിൾ മദറും

നിങ്ങൾ ഒരു സിങ്കിൾ മദർ ആണെങ്കിൽ നിങ്ങളുടെ ഗർഭാവസ്ഥയിൽ സഹായത്തിന് ആരുമില്ലെന്ന് അർത്ഥമില്ല. ഏതെങ്കിലും നല്ല മിത്രമോ ബന്ധുക്കളോ സഹായത്തിനെത്താം. അവർക്ക് ശാരീരികമായും വൈകാരികമായും നിങ്ങളെ സംരക്ഷിക്കാൻ കഴിയും. നിങ്ങളുടെ ഭയം, ചിന്ത, പിരിമുറുക്കം എന്നിവ മനസ്സിലാക്കുന്ന സ്നേഹിതരാകാൻ കഴിയും. ഈ സമയം ഒറ്റയ്ക്ക് ചിലവഴിക്കുന്നതിന് പകരം ഒരു സ്നേഹിതനെയോ സഹായിയെയോ കണ്ടുപിടിച്ചാൽ ഈ സമയം സുഗമമായി കഴിച്ചുക്കൂട്ടാൻ കഴിയും നിങ്ങളുടെ കൂട്ടാവാൻ പോകുന്ന കുഞ്ഞുക്കൂട്ടുകാരന് ഈ ലോകത്ത് കാൽവെയ്ക്കാൻ കഴിയുകയും ചെയ്യും.

അതുപോലെ കറുപ്പുവർഗ്ഗത്തിൽപ്പെട്ട ദമ്പതികൾ 'സികൽസെൽ അനീമിയ' ടെസ്റ്റ്, ഏഷ്യയിലുള്ളവർ 'പൈലസീമിയാ ടെസ്റ്റ്' എന്നിവ ചെയ്യണം.

മിക്കവാറും രണ്ടുപേരിൽ ഒരുത്തരെ പരിശോധിച്ചാൽ മതി. ആ ടെസ്റ്റ് പോസിറ്റീവ് ആയാൽ രണ്ടുപേരെയും പരിശോധിക്കണം. നിങ്ങളുടെ മുത്തച്ഛനോ മുത്തശ്ശിക്കോ മറ്റ് അടുത്ത ബന്ധുക്കൾക്കോ എന്തെങ്കിലും പഴയ രോഗം ഉള്ളതായ ചരിത്രമുണ്ടോ എന്ന് അന്വേഷിച്ചാൽ ഗർഭിണിയാകുന്നതിന് മുമ്പുതന്നെ ആശ്വസിക്കാം.

സാധാരണ മിക്ക മാതാ-പിതാക്കൾ ക്കും ജെനറ്റിക് ഉപദേശത്തിന്റെ ആവശ്യം നേരിടാറില്ല. ചില കേസുകളിൽ മാത്രം ഡോക്ടർക്ക് മാതാ-പിതാക്കളോട് ഇതിനെ ക്കുറിച്ച് സംസാരിക്കേണ്ടിവരും. അവർ താഴെ കൊടുത്തിട്ടുള്ള തരക്കാരാണ്.

- രക്തപരിശോധനയിൽ ദമ്പതികളുടെ രക്തത്തിൽ കുഞ്ഞുങ്ങളെ ബാധിക്കാവുന്ന ജെനറ്റിക് രോഗങ്ങൾ ഉണ്ടെന്ന് കണ്ടുപിടിക്കുക.
- ഇതിനുമുമ്പ് പലപ്രാവശ്യം ഗർഭം അലസിയിട്ടുണ്ടെങ്കിൽ.
- കുടുംബചരിത്രത്തിൽ ജെനറ്റിക് രോഗമുണ്ടെങ്കിൽ മിക്ക കേസുകളിലും മാതാ-പിതാക്കന്മാരുടെ ഡി.എൻ.എ. ടെസ്റ്റുമൂലം പല സംശയങ്ങൾക്കും നിവാരണമുണ്ടാകും.
- അച്ഛനമ്മമാരിൽ ആർക്കെങ്കിലും ജന്മനാ പോരായ്മകളുണ്ടെങ്കിൽ
- ഗർഭിണിയുടെ സ്ക്രീനിങ്ങ് ടെസ്റ്റ് പോസിറ്റീവാണെങ്കിൽ
- അടുത്ത ബന്ധമുള്ളവർ തമ്മിൽ വിവാഹിതരാകുമ്പോഴും ഈ പ്രശ്നം കാണാറുണ്ട്.

ഗർഭം ധരിക്കുന്നതിന് മുമ്പുതന്നെ ജെനറ്റിക് ഉപദേശം തേടണം. ദമ്പതി കൾക്ക് ഒരു ആരോഗ്യമുള്ള കുഞ്ഞിന് ജന്മം നൽകാൻ കഴിയുമോ ഇല്ലയോ എന്നതിനെ പ്പറ്റി അവർക്ക് ഉപദേശം നൽകാൻ കഴിയും. ചെയ്യാവുന്ന പരിശോധനക ളെയും ചികിത്സകളെയും പറ്റിയ വിവര വും തരാൻ കഴിയും. ജെനറ്റിക് ഉപദേശം മൂലം അനേകം ദമ്പതികളുടെ കുടുംബ ങ്ങൾ പിരിയുന്നത് തടുക്കപ്പെടുകയും ചികിത്സക്കുശേഷം ആരോഗ്യമുള്ള കുഞ്ഞിനെക്കുറിച്ചുള്ള സ്വപ്നം സത്യമായി മാറുകയും ചെയ്തിട്ടുണ്ട്.

"എനിക്കും ഭർത്താവിനും ഗർഭം അലസുന്ന കാര്യത്തിൽ വിശ്വാസമില്ല. എനിക്ക് 37 വയസ്സായി. കുഞ്ഞ് ജനിക്കുന്നതിന് മുമ്പ് ഞാൻ എന്തിന് പരിശോധിപ്പി ക്കണം?"

ഈ പരിശോധനകൾ മൂലം നിങ്ങൾക്ക് ഒരു പരിധിവരെ നിശ്ചിന്തരായിരിക്കാൻ കഴിയും. മിക്ക ശിശുക്കൾക്കും ഈ പരിശോ ധനക്കുശേഷം ക്ലീൻ ചിട്ട് ലഭിക്കുന്നു.

പരിശോധനയിൽ നിന്ന് എന്തെങ്കിലും കുഴപ്പം കണ്ട് ഗർഭം അലസിപ്പിക്കേണ്ടിവരുമ്പോൾ അമ്മക്കും അച്ഛനും ആ ആഘാതത്തിൽ നിന്ന് മോചിതരാകാനുള്ള സമയം ലഭിക്കും. അല്ലെങ്കിൽ 'സ്പെഷ്യൽ ചൈൽഡ്'-ന്റെ ലിസ്റ്റിൽപ്പെടുന്ന കുഞ്ഞിനെ വളർത്താൻ മാനസികമായി തയ്യാറാകും. അങ്ങിനെയുള്ള കുഞ്ഞുങ്ങൾക്ക് അവരുടേതായ ചില പ്രത്യേക ആവശ്യങ്ങൾ ഉണ്ടായിരിക്കും. പരിശോധന മൂലം പ്രസവം എപ്പോൾ എവിടെവെച്ചു വേണമെന്നും അറിയാൻ കഴിയും.

അച്ഛനമ്മമാർക്ക് പ്രസവത്തിനുമുമ്പു തന്നെ എങ്ങനെയുള്ള സാഹചര്യങ്ങൾ തങ്ങൾക്ക് അഭിമുഖീകരിക്കേണ്ടിവരുമെന്ന് അറിയാൻ കഴിയും. പലപ്പോഴും ജനിക്കുന്ന തിനുമുമ്പുതന്നെ ഈ കേട് ശരിയാക്കാ നുള്ള വഴിയും പരിശോധനമൂലം അറിയാൻ കഴിയും. ഡോക്ടർ നിങ്ങൾക്ക് പരിശോധന ചെയ്യാനുള്ള നിർദ്ദേശം നൽകിയിട്ടുണ്ടെങ്കിൽ അതിനെ അലക്ഷ്യപ്പെടുത്തരുത്. നിങ്ങളുടെ ഡോക്ടറുടെയോ ജെനറ്റിക് വിദഗ്ദ്ധന്റെയോ ഉപദേശം സ്വീകരിക്കുക. ഡോക്ടർ ഈ പരിശോധനമൂലം എന്തെങ്കിലും അമൂല്യമായ സൂചന നേടാൻ ആഗ്രഹിക്കുന്നുണ്ടെങ്കിൽ അദ്ദേഹത്തെ അതിൽ നിന്ന് തടയരുത്.

പ്രസവത്തിനുമുമ്പുള്ള അനുമാനം

കുഞ്ഞ് ആണോ പെണ്ണോ ? അതിന്റെ മുടി തവിട്ടുനിറമായിരിക്കുമോ, സ്വർണ്ണനിറമായിരിക്കുമോ? കണ്ണ് നീലയോ പച്ചയോ? മുഖം അമ്മയുടേതുപോലെയോ, നുണക്കുഴി അച്ഛന്റേതുപോലെയോ ? അതിന്റെ സ്വരം അച്ഛന്റേതുപോലെ ആയിരിക്കുമോ ?

മിക്കവാറും രണ്ടുപേരിൽ ഒരുത്തരെ പരിശോധിച്ചാൽ മതി. ആ ടെസ്റ്റ് പോസിറ്റീവായാൽ രണ്ടുപേരെയും പരിശോധി ക്കണം.

ജനിക്കുന്നതിന് മുൻപെന്നല്ല ഗർഭാധാരണത്തിന് മുമ്പുതന്നെ കുഞ്ഞ് അച്ഛനമ്മ

മാരുടെ അനുമാനത്തിനുള്ള വിഷയമായി ത്തീരുന്നു. എന്നാൽ ഒരു ചോദ്യത്തിനു മുമ്പിൽ അച്ഛനമ്മമാർ ചകിതരും വ്യാകുല രുമാണ്. ജനിക്കാൻ പോകുന്ന നമ്മുടെ കുഞ്ഞ് ആരോഗ്യവാനായിരിക്കുമോ? എന്നതാണ് ആ ചോദ്യം.

ഇതുവരെ കുഞ്ഞ് ജനിക്കുന്നതിന് മുമ്പുള്ള ഈ ചോദ്യത്തിന് ഉത്തരം നൽ കുക കഠിനമായിരുന്നു, എന്നാൽ ഇപ്പോൾ ആദ്യത്തെ മൂന്നാം മാസത്തിൽതന്നെ ഈ ചോദ്യത്തിന് ഉത്തരം നൽകാൻ കഴിയും. ഇപ്പോൾ പ്രസവത്തിനുമുമ്പുതന്നെ പല വിധ പരിശോധനകളും സ്ക്രീനിങ്ങും ചെയ്യാൻ തുടങ്ങിയിട്ടുണ്ട്.

മിക്കവാറും എല്ലാ അമ്മമാരും 40 ആഴ്ചകളിലെ പ്രസവകാലത്തിനുള്ളിൽ പലവിധ പരീക്ഷണങ്ങൾക്കും വിധേയ രാകും വയസ്സ്, പോഷണം, പ്രസവത്തിനു മുമ്പുള്ള നല്ല ശുശ്രൂഷ എന്നീ കാരണങ്ങൾ കൊണ്ട് നല്ല ആരോഗ്യമുള്ള കുഞ്ഞിന് ജന്മം നൽകുന്ന അമ്മമാരും ഇതിൽ അട ങ്ങും. സ്ക്രീനിങ്ങ് ടെസ്റ്റുമൂലം അമ്മക്കോ കുഞ്ഞിനോ ഒരു കുഴപ്പവും ഏർപ്പെടുക യില്ല; എന്നുമാത്രമല്ല, അവരുടെ ആരോഗ്യം വർദ്ധിക്കുകയും ചെയ്യും.

സി.വി.എസ്., അമ്നിയോ എന്നീ വിസ്തൃതമായ അൾട്രാസൗണ്ട് ടെസ്റ്റുക ളുടെ ആവശ്യം എല്ലാവർക്കും ഏർപ്പെടു ന്നില്ല. ടെസ്റ്റിന്റെ റിസൾട്ട് നെഗറ്റീവാണെ ങ്കിൽ മാതാപിതാക്കൾ അഡ്വാൻസ് ടെസ്റ്റുകൾക്ക് സാദ്ധ്യതയുണ്ടോ എന്ന് പരീക്ഷിക്കുന്നു. ഈ ടെസ്റ്റുകൾ താഴെ കൊടുത്തിട്ടുള്ള തരത്തിൽപ്പെട്ട സ്ത്രീക ൾക്ക് പ്രതീക്ഷ ലഭിക്കാൻ ഉപയോഗപ്പെടു ത്തുന്നു:–

- **35 വയസ്സിൽ കൂടുതലുള്ള സ്ത്രീകൾ:-** ആദ്യത്തെ സ്ക്രീനിങ്ങ് ടെസ്റ്റുകൊണ്ടു തന്നെ തൃപ്തിപ്പെട്ട് അമ്മമാർക്ക് ഡോക്ടറുടെ അഭിപ്രായ പ്രകാരം അടുത്ത ടെസ്റ്റുകൾ വേണ്ടെന്നു വെയ്ക്കാം.
- ഏതെങ്കിലും കാര്യത്തിൽ പ്രസവത്തിന് മുമ്പുള്ള എല്ലാ വിവരങ്ങളും അറിയേ ണ്ടത് ആവശ്യമാണോ എന്ന് ഡോക്ട റോട് ചോദിച്ചു മനസ്സിലാക്കണം.
- കുടുംബത്തിൽ ജെനറ്റിക് രോഗചരി ത്രമോ രോഗമോ ഉണ്ടോ എന്ന് കണ്ടു പിടിക്കുക.
- ഏതെങ്കിലും തരത്തിലുള്ള പകർച്ച വ്യാധി ഉണ്ടോ, അത് കുഞ്ഞിന്റെ ജനന വുമായി സംബന്ധപ്പെട്ടതാണോ എന്ന് കണ്ടുപിടിക്കുക. (റുബെലാ/ടാക്സോ പ്ലാസ്മോസിസ്).
- ഇതിനുമുമ്പ് ഗർഭം അലസുകയോ ജന്മ ജാത രോഗമുള്ള ശിശുവിന് ജന്മം നൽകുകയോ ചെയ്യുക.
- പ്രസവത്തിനുമുമ്പ് സ്ക്രീനിങ്ങ് ടെസ് റ്റിൽ പോസിറ്റീവ് റിസൾട്ട് ലഭിക്കുക.

കുഞ്ഞിന് ആപത്ത് ഏർപ്പെടുന്നരീതി യിലുള്ള ടെസ്റ്റുകൾ എടുക്കുന്നതെന്തി നാണ്? അതിനുള്ള മുഖ്യകാരണം കുഞ്ഞിന് എന്തെങ്കിലും രോഗമുണ്ടെങ്കിൽ അതിന് ചികിത്സ നൽകാനം ഇല്ലെങ്കിൽ അമ്മ യ്ക്കും അച്ഛനും ചിന്തയില്ലാതെ സന്തോഷ ത്തോടെ ഗർഭകാലം കഴിക്കാനും വേണ്ടിയാണ്.

ആദ്യത്തെ മൂന്നാം മാസം

ആദ്യത്തെ മൂന്നാം മാസം - അൾട്രാ സൗണ്ട്:- ഇതെന്താണ് ? ഇത് ഒരു സാധാ രണ സ്ക്രീനിങ്ങ് ടെസ്റ്റാണ്. ഇതിൽ കാതു കൊണ്ട് കേൾക്കാൻകഴിയുന്ന ഒരുവിധ ശബ്ദ തരംഗങ്ങൾ ഉപയോഗിക്കുന്നു. സോണോ ഗ്രാഫിയിൽ ഭ്രൂണത്തിന്റെ എക്സ്റേ എടുക്കാതെതന്നെ പരിശോധന നട ത്താൻ കഴിയും. ഇതുമൂലം പലജന്മജാത രോഗങ്ങളെ പ്പറ്റിയും അറിയാൻ കഴിയുമെങ്കിലും പല പ്പോഴും വലിയ കുറവുകൾ കാണാൻ കഴിയാതെ പോകും (എല്ലാം ശരിയാണെന്ന് തോന്നിയാലും ശരിയായിരിക്കില്ല).

ആദ്യത്തെ മൂന്നാം മാസം അൾട്രാ സൗണ്ട് ചെയ്താൽ:

- ഗർഭാവസ്ഥ ശരിയായ വിധത്തി ലാണോ എന്ന് പരിശോധിക്കാം.
- ഗർഭാവസ്ഥയുടെ തീയതി.
- ഭ്രൂണങ്ങളുടെ എണ്ണം
- രക്തസ്രാവം ഉണ്ടെങ്കിൽ അതിന്റെ കാരണം
- ഗർഭാധാരണ സമയത്ത് ഉപയോഗിച്ച ഐ.ഡി.യു. തേടുക.
- സി.വി.എസ്സിനുമുമ്പ് ഭ്രൂണത്തെ തേടുക.
- ക്രോമസോമുകൾക്ക് അസാമാന്യത ഏർപ്പെടാൻ സാദ്ധ്യതയുണ്ടോ എന്ന് പരിശോധിക്കുക.

ഇത് എങ്ങനെ സംഭവിക്കുന്നു?:– ട്രാൻസ് അബ്ഡോമിനൽ ടെസ്റ്റിനുവേണ്ടി ബ്ലാഡർ പൂർണ്ണമായി നിറക്കണം. വളരെയധികം വെള്ളമോ മറ്റെന്തെങ്കിലും ദ്രവപദാർ ത്ഥമോ

കുടിക്കുന്നതുകൊണ്ട് വയറു നിറഞ്ഞ് സ്വല്പം അസ്വസ്ഥത ഏർപ്പെടും. അതല്ലാതെ വേദനയോ മറ്റുബുദ്ധിമുട്ടു കളോ ഏർപ്പെടുകയില്ല. വയറിന്റെ അടി ഭാഗത്തിൽ ജെൽ തടവി ഒരു കാർഡ് അതിൽവെച്ച് തേയ്ക്കും.

നിങ്ങളെ മലർത്തികിടത്തും. ജെൽ തെയ്ക്കുന്നതുകൊണ്ട് ശബ്ദത്തിന്റെ തീവ്ര തയിൽ അഭിവൃദ്ധി ഏർപ്പെടും. ട്രാൻസ്വെ ജൈനൽ ടെസ്റ്റ് എടുക്കണമെങ്കിൽ ട്രാസ്ഡ്യൂസർ യോനിയിൽ പ്രവേശിപ്പിക്കും. യന്ത്രം ശരീരത്തിലെ ശബ്ദതരംഗങ്ങളെ സ്ക്രീനിൽ ചിത്രരൂപത്തിൽ കാണിക്കും.

ഇത് എപ്പോൾ ചെയ്യാം?:- ആദ്യത്തെ മൂന്നാം മാസത്തിൽ എപ്പോൾ വേണമെങ്കി ലും ചെയ്യാം. ഇതുചെയ്യാനുള്ള കാരണ ങ്ങൾ വെവ്വേറെ ആകാം. നിങ്ങളുടെ അവ സാന മാസമുറ കഴിഞ്ഞ് 4½ ആഴ്ചകൾ ക്കുശേഷം അൾട്രാസൗണ്ടിന്റെ സഹായം കൊണ്ട് ജെസ്റ്റേഷൻ സൈക്കിൾ നോക്കാൻ കഴിയും 5 മുതൽ 6 ആഴ്ചകൾക്കുശഷം ഹൃദയസ്പന്ദനം കേൾക്കാൻ കഴിയും.

ഇത് എത്രമാത്രം സംരക്ഷിതമാണ്?:- വർഷ ങ്ങളോളം ചെയ്ത പഠനങ്ങൾ മൂലം ഇതിൽ നിന്ന് ഒരു കേടും ഏർപ്പെടുകയില്ലെന്ന് മാത്ര മല്ല ലാഭവും ഉണ്ടെന്ന് തെളിഞ്ഞിട്ടുണ്ട്. മിക്ക ഡോക്ടർമാരും ഗർഭകാലത്തിൽ കുറഞ്ഞത് ഒരിക്കലെങ്കിലും അൾട്രാസൗണ്ട് ടെസ്റ്റ് ചെയ്യാൻ ശുപാർശ ചെയ്യുന്നു. പക്ഷെ എന്തെങ്കിലും മുഖ്യമായ കാരണമുണ്ടെ ങ്കിലേ അൾട്രാസൗണ്ട് ടെസ്റ്റ് ചെയ്യേണ്ട തുള്ളൂ എന്നാണ് പറയുന്നത്.

ആദ്യത്തെ മൂന്നാം മാസം (കംബൈൻഡ് സ്ക്രീനിങ്ങ്)

ഇതെന്താണ്?:– മൂന്നാം മാസത്തെ കംബൈൻഡ് സ്ക്രീനിങ്ങിൽ അൾട്രാ സൗണ്ടിനോടൊപ്പം ശിശുവിന്റെ രക്തവും പരിശോധിക്കുന്നു. ആദ്യം അൾട്രാസൗണ്ട് കുഞ്ഞിന്റെ മുതുകിന് താഴെയുള്ള ഭാഗ ത്തിൽ അക്യൂമലേറ്റായ ദ്രവത്തിന്റെ നേരിയ പാളി അളക്കും.

അക്യൂമിലേറ്റ് ആയിട്ടുള്ള ദ്രവത്തിൽ ന്യൂകൽട്രാൻസുലെൻസിയുടെ അളവ് കൂടു തലാണെങ്കിൽ ക്രോമസോമൽ അസാമാന്യ തയും (ഡൗൺ സിൻഡ്രോം, കോൺജെനി റ്റൽ ഹാർട്ട് ഡിഫെക്ട്) മറ്റു ജെനെറ്റിക്കൽ ഡിസോഡർകൾ ഏർപ്പെടുക എന്ന ആപത്ത് വർദ്ധിക്കും.

പിന്നീട് രക്തം പരിശോധിച്ച് പി.എ.പി. പി.- എ, എച്ച്.സി.ജി. (ഭ്രൂണം മൂലം ഉണ്ടാ കുന്ന രണ്ട് ഹാർമോണുകൾ, ഇത് അമ്മയുടെ രക്തപ്രവാഹത്തോട് കലരും.) എന്നിവ കണ്ടുപിടിക്കും. ഇവയുടെ ലെവലിനെ എൻ.ടി.യുടെ അളവിന്റെയും അമ്മ യുടെ വയസ്സിന്റെയും കൂടെ ചേർത്ത് ഡൗൺസിൻ ഡ്രോമിന്റെ സാദ്ധ്യത പരിശോധിക്കുന്നു.

ചില മെഡിസിൻ സെന്ററുകളിൽ ഈ അൾട്രാ സൗണ്ടിൽ ഭ്രൂണത്തിന്റെ നേസൽ ബോണിനെയും പരിശോധിക്കും. ആദ്യത്തെ അൾട്രാസൗണ്ട് ടെസ്റ്റിൽ ഈ ബോൺ കണ്ടുപിടിച്ചില്ലെങ്കിൽ ഡൗൺസിൻഡ്രോം ഏർപ്പെടാനുള്ള സാദ്ധ്യത വർദ്ധിക്കുന്നു എന്ന് പഠനങ്ങളിൽ നിന്ന് മനസ്സിലാക്കുവാൻ കഴിഞ്ഞിട്ടുണ്ട്. ചില പഠനങ്ങൾ ഇതിന് വിപ രീതമായ അഭിപ്രായം വ്യക്തമാക്കിയിട്ടുള്ളതു കൊണ്ട് ഇപ്പോഴും ഇക്കാര്യം വിവാദാസ്പദ മാണ്.

ഒന്നിച്ചുള്ള ഈ പരിശോധനമൂലം നിങ്ങൾക്ക് ഇൻവെസിവ് ഡൈഗനോസ്റ്റിക് ടെസ്റ്റിൽ നിന്നുകിട്ടുന്ന റിസൾട്ട് കിട്ടുന്നി ല്ലെങ്കിലും ഇതിന്റെ സഹായം കൊണ്ട് ഗൈനോസ്റ്റിക് ടെസ്റ്റ് ചെയ്യണോ വേണ്ടയോ എന്ന് തീരുമാനിക്കാൻ കഴിയും. ഈ റിസൾട്ടുകളിൽനിന്ന് കുഞ്ഞിന് ക്രോമ സോമൽ രോഗം ഏർപ്പെട്ടേക്കാമെന്ന് മനസ്സി ലായാൽ സീ.വീ.എസ്. (കോറിയോനിക് വില്ലസ് സാംപ്ലിങ്ങ് അല്ലെങ്കിൽ അമനിയോ സെൻടെസിസ്) പരിശോധന ചെയ്യാൻ പറഞ്ഞേക്കാം.

ടെസ്റ്റിൽ അധികം ആപത്തുകളുടെ സൂചന ലഭിച്ചില്ലെങ്കിൽ ഡോക്ടർ രണ്ടാ മത്തെ മൂന്നാം മാസം (ആറാം മാസം) ക്വയ്ഡ്സ്ക്രീൻ ടെസ്റ്റ് എടുക്കാൻ നിങ്ങളെ നിർദ്ദേശിച്ചേക്കാം. ഇത് ഹൃദയരോഗങ്ങളും കുറവുകളും സംബന്ധപ്പെട്ടതായതുകൊണ്ട് 20-ാമത്തെ ആഴ്ചക്കിടയിൽ ഫാറ്റൽ എക്കോ കാർഡിയോഗ്രാം ചെയ്യാനും ഉപദേ ശിച്ചേക്കാം. എൻ.ടി. പരിശോധനയുടെ റിസൾട്ട് ശരിയല്ലെങ്കിൽ പ്രീടേം ലേബർ ഏർ പ്പെടാനുള്ള സാദ്ധ്യത വർദ്ധിക്കും. അതു കൊണ്ട് അക്കാര്യത്തിലും ശ്രദ്ധവേണം.

ഇത് എപ്പോഴാണ് ചെയ്യേണ്ടത്?:- ആദ്യത്തെ മൂന്നാം മാസം കംബൈൻഡ് സ്ക്രീനിങ്ങ്, ഗർഭാവസ്ഥയുടെ 11 മുതൽ 14 ആഴ്ചകൾ ക്കുള്ളിൽ ചെയ്യും.

ഇത് എത്രയ്ക്ക് ശരിയായിരിക്കും:– ഈ സ്ക്രീൻ ടെസ്റ്റ്, നേരിട്ട് ക്രോമസോമൽ പ്രശ്നങ്ങളുടെ പരിശോധന നടത്തുകയോ നിശ്ചിതസ്ഥിതിയെക്കുറിച്ച് നിർണ്ണയിക്കുകയോ ചെയ്യുകയില്ല. കുഞ്ഞിന് എന്തോ ബുദ്ധിമുട്ടുണ്ടായേക്കാമെന്ന് ഊഹിക്കാൻ മാത്രമെ കഴിയൂ. അസാധാരണമായ റിസൾട്ട് കണ്ടാൽ അത് ക്രോമസോമിക്കൽ രോഗം തന്നെ ആയിരിക്കണമെന്ന് അർത്ഥമില്ല. ഇത് ആപത്തിന്റെ സൂചനമാത്രമായിരിക്കാം.

സാധാരണ അസാമാന്യ റിസൾട്ടുള്ള ആരോഗ്യവതികളായ സ്ത്രീകളും ആരോഗ്യമുള്ള കുഞ്ഞുങ്ങൾക്ക് ജന്മം നൽകാറുണ്ട്. സാധാരണ റിസൾട്ട് കിട്ടിയാലും ആരോഗ്യമുള്ള കുഞ്ഞുതന്നെ ജനിക്കുമെന്ന് ഉറപ്പൊന്നുമില്ല. ചിലപ്പോൾ ആ കുഞ്ഞിനും ക്രോമസോമിൽ കുഴപ്പങ്ങൾ ഉണ്ടായേക്കാം.

ഈ കംബൈൻഡ് സ്ക്രീൻ ടെസ്റ്റു മൂലം 80% ഡൗൺസിൻഡ്രോമിന്റെയും 80% ട്രൈസോമി പ്രശ്നങ്ങളുടെയും വിവരം ലഭിക്കും.

ഇത് എത്രമാത്രം സുരക്ഷിതമാണ്?:– അൾട്രാസൗൺഡും രക്തപരിശോധനയും വേദനയില്ലാത്ത പരിശോധനകളാണ് (നിങ്ങൾക്ക് സൂചികുത്തുന്ന വേദനസഹിക്കാമെങ്കിൽ) ഇതുകൊണ്ട് നിങ്ങൾക്കോ കുഞ്ഞിനോ ഒരു ആപത്തുമില്ല. പക്ഷെ, ഇങ്ങനെയുള്ള സ്ക്രീനിങ്ങ് ടെസ്റ്റ് ചെയ്യാൻ നല്ലതരമുള്ള അൾട്രാസൗണ്ട് ടെക്നിക് ആവശ്യമായതുകൊണ്ട് ഇത് നല്ലതരമുള്ള പ്രത്യേക ഉപകരണങ്ങൾ കൊണ്ട് ചെയ്യിക്കണമെന്നുമാത്രം. ഡോക്ടറും സോണോഗ്രാഫറും നല്ല പരിശീലനം ലഭിച്ചവരായിരിക്കണം. സാധാരണ ഉപകരണങ്ങൾ കൊണ്ട് പരിശോധിച്ചാൽ തെറ്റായ റിസൾട്ട് വന്നേക്കാം, അത് പിന്നീട് ആപത്തായി തീരാം. ഈ റിസൾട്ടുകൾ കണക്കിലെടുത്ത് എന്തെങ്കിലും തീരുമാനമെടുക്കുന്നതിനുമുമ്പ് ജെനെറ്റിക് ഉപദേഷ്ടാവിനെയോ പരിചയസമ്പന്നനായ ഡോക്ടറെയോ ആ റിസൾട്ട് കാണിച്ച് എന്തെങ്കിലും സംശയമുണ്ടെങ്കിൽ അതിനെക്കുറിച്ച് അഭിപ്രായം ചോദിക്കണം.

കോറിയോണിക് വില്ലസ് സാംപ്ലിങ്ങ്

ഇതെന്താണ്? സി.വി.എസ്. പ്രസവത്തിനു മുമ്പ് രോഗനിർണ്ണയം ചെയ്യാനുള്ള ഒരു പരിശോധനയാണ്. ഈ പരിശോധനയിൽ മറുപിള്ളയുടെ വിരലിന്റെ അത്രവലുപ്പ ത്തിൽ നിന്ന് ചെറിയ സെല്ലിന്റെ മാതൃക എടുത്ത് ക്രോമസോമൽ അസാധാരണത്വം ഉണ്ടോ എന്ന് പരിശോധിക്കുന്നു. ഇക്കാ ലത്ത് ഡൗൺസിൻഡ്രോം, ടേ-ഷേക്, സിക്കിൾ സെൽ അനീമിയാ, സിസ്റ്റിക് ഫൈബ്രോയ്ഡ് എന്നിവ പരിശോധിക്കാൻ സി.വി.എം. ടെസ്റ്റ് ചെയ്യുന്നുണ്ട്.

ഇതുമൂലം ന്യൂറൽ ട്യൂബ്, അനോട്ടമിക്കൽ രോഗങ്ങൾ എന്നിവ അറിയാൻ കഴിയുകയില്ല, ഏതെങ്കിലും വിശേഷ രോഗത്തിന്റെ ചരിത്രം കുടുംബത്തിൽ ഉണ്ടെങ്കിലോ അച്ഛനമ്മമാരിൽ ആർക്കെങ്കിലും അതുമാതിരിയുള്ള രോഗം ഉണ്ടെങ്കിലോ മാത്രമെ അതിനുള്ള പരിശോധന നടത്താറുള്ളൂ. (സി.വി.എസ്. ഇങ്ങനെയുള്ള ആയിരത്തിൽപ്പരം കുറവുകളെപ്പറ്റിയുള്ള വിവരം നൽകുന്നു).

ഇത് എങ്ങനെ സംഭവിക്കുന്നു?:– ഈ പരിശോധന ആശുപത്രിയിലാണ് ചെയ്യുന്നതെങ്കിലും ഡോക്ടറുടെ ക്ലീനിക്കിലും ചെയ്യാൻ കഴിയും. മറുപിള്ളയുടെ സ്ഥിതിക്കനുസ രിച്ച് യോനി, സർവിക്സ് ട്രാൻസ് സർവ്വേ ക്കിൾ, അല്ലെങ്കിൽ വയറിന്റെ അടിഭാഗ ത്തുള്ള ഭിത്തിവരെ സൂചി കയറ്റി (ട്രാൻസ് അബ്സോമിനൽസി.വി.എസ്.) സെല്ലുക ളുടെ മാതൃക എടുക്കുന്നു. ഏത് രീതിയിലും തികച്ചും വേദന ഇല്ലാതിരിക്കില്ല. എല്ലാ രീതിയിലും കുറച്ച് ബുദ്ധിമുട്ട് ഉണ്ടായിരിക്കും. പല സ്ത്രീകൾക്കും മാതൃക എടുക്കുമ്പോൾ കോച്ചിവലിയും ചെറിയ വേദനയും ഏർപ്പെടാറുണ്ട്. ഈ പ്രക്രിയക്ക് ആരംഭം മുതൽ അവസാനംവരെ 30 നിമിഷങ്ങൾ ആകും. എന്നാൽ മാതൃക എടുക്കാൻ ഒന്നോരണ്ടോ നിമിഷമേ ആകൂ.

ട്രാൻസ് അബ്ഡാക്കൽ മുറയിൽ നിങ്ങളെ മലർത്തിക്കിടത്തി യോനിയിലൂടെ ഒരു നീണ്ട മെലിഞ്ഞ ട്യൂബ് ഗർഭാശയം വരെ കടത്തുന്നു. ഇതിൽ അൾട്രാസൗണ്ട് ഘടിപ്പിച്ചിരിക്കും. ഡോക്ടർ ട്യൂബിനെ ശരിയായ സ്ഥിതിയിൽവെച്ച് സെല്ലിന്റെ മാതൃക എടുക്കും.

ട്രാൻസ് അബ്ഡോമിനൽ രീതിയിലും മലർത്തി തന്നെയാണ് കിടത്തുന്നത്. അൾട്രാസൗണ്ടിന്റെ സഹായം കൊണ്ട് മറുപിള്ളയുടെ സ്ഥിതിയും ഗർഭപാത്രത്തിന്റെ ഭിത്തികളുടെ സ്ഥാനവും ഊഹിക്കുന്നു. പിന്നീട് വയറിന്റെ അടിഭാഗത്ത് ഒരു സൂചി കടത്തി അതിന്റെ സഹായത്തോടെ എല്ലാ കാര്യങ്ങളും ചെയ്യുന്നു.

ഭ്രൂണത്തിനെ പരിശോധിക്കുന്നതുമൂലം അതിന്റെ ജെനറ്റിക് മേക്കപ്പിനെക്കുറിച്ച് പൂർണ്ണമായി അനുമാനിക്കാൻ കഴിയും. ഒന്നുരണ്ട് ആഴ്ചകളിൽ പരിശോധനയുടെ ഫലം അറിയാൻ കഴിയും.

ഇത് എപ്പോഴാണ് ചെയ്യേണ്ടത്?:– ഗർഭം ധരിച്ച് 10 മുതൽ 13 ആഴ്ചകൾക്കുള്ളിൽ ഈ പരിശോധന ചെയ്യണം. ഇത് ആദ്യത്തെ മൂന്നാം മാസത്തിലാണ് ചെയ്യുന്നത് എന്നും അമിനിയോസെൻടസിസിനെക്കാൾ എത്രയോ മുമ്പ് റിസൾട്ടുതരുമെന്നുള്ളതുമാണ് ഇതിൽ നിന്നുള്ള ലാഭം ആ ടെസ്റ്റ് 16 ആഴ്ചകൾക്കു ശേഷമേ ചെയ്യുകയുള്ളൂ. പ്രാരംഭ രോഗനിർണയം, മുമ്പുതന്നെ എന്തെങ്കിലും കുഴപ്പമോ ബുദ്ധിമുട്ടോ ഉണ്ടെങ്കിൽ അത് കണ്ടുപിടിച്ച് ചികിത്സിക്കാൻ ആഗ്രഹിക്കുന്നവർക്കുള്ളതാണ്. ആദ്യംതന്നെ ഗർഭം അലസിയാൽ ഇതുകാരണം അധികം ബുദ്ധിമുട്ടോ ദുഃഖമോ ഏർപ്പെടാതെ കഴിക്കാം.

ഇത് എത്രമാത്രം ശരിയായിരിക്കും?:– സി.വി.എസ്. 98% വരെ ക്രോമസോമൽ പ്രശ്നങ്ങളെക്കുറിച്ച് ശരിയായ വിവരം കണ്ടുപിടിക്കും.

ഇത് എത്രമാത്രം സുരക്ഷിതമായിരിക്കും?:– ഇത് സുരക്ഷിതവും വിശ്വസനീയവുമാണ്. 370-ൽ ഒരു ഗർഭമേ അലസാറുള്ളൂ. നല്ല പേരുകേട്ട പരിശോധനകേന്ദ്രം തിരഞ്ഞെടുക്കുകയും പത്ത് ആഴ്ചകൾ വരെ കാത്തിരിക്കുകയും വേണം. ഈ രീതിയുമായി ബന്ധപ്പെട്ട എല്ലാ ആപത്തുകളും ഇതുമൂലം കുറക്കാൻ കഴിയും.

സി.വി.എസ്. പരിശോധനയ്ക്കുശേഷം യോനിയിൽ നിന്ന് കുറച്ച് രക്തസ്രാവം ഉണ്ടായേക്കാം. ഇത് കണക്കിലെടുക്കേണ്ടതില്ലെങ്കിലും ഡോക്ടറോട് പറയണം. മൂന്നു ദിവസത്തിൽ കൂടുതൽ ഇത് തുടർന്നാൽ തീർച്ചയായും ഡോക്ടറെ കാണണം. ഇൻഫെക്ഷൻ ഏർപ്പെടുമെന്ന് ഭയക്കേണ്ടതില്ലെങ്കിലും കുറച്ച് ദിവസത്തിനുള്ളിൽ പനി വന്നാൽ ഡോക്ടറെ കാണണം.

ആദ്യത്തെയും രണ്ടാമത്തെയും മൂന്നാം മാസങ്ങൾ (ക്വാർട്ടർലി)

ഇന്റിഗ്രേറ്റഡ് സ്ക്രീനിങ്ങ്

ഇതെന്താണ്?:– ആദ്യത്തെ മൂന്നാം മാസത്തെ കംബൈൻഡ് സ്ക്രീനിങ്ങു പോലെ, ഇന്റിഗ്രേറ്റ് ടെസ്റ്റിലും അൾട്രാസൗണ്ടും ബ്ലഡ് ടെസ്റ്റും ചെയ്യും. എന്നാൽ ഇതിൽ അൾട്രാസൗണ്ട് (എൻ.ടി.യുടെ പരിശോധന), ആദ്യത്തെ ബ്ലഡ് ടെസ്റ്റ് പി.എ. പി.വി.യുടെ പരിശോധന എന്നിവ ആദ്യത്തെ മൂന്നാം മാസത്തിലേക്കും രണ്ടാമത്തെ ബ്ലഡ് ടെസ്റ്റ് (ക്വൈഡ് സ്ക്രീനിങ്ങുപോലെ നാലുതഥ്യങ്ങളുടെയും പരിശോധനയ്ക്ക്) രണ്ടാമത്തെ മൂന്നാം മാസത്തിലും (സെക്കൻഡ് ക്വാർട്ടർലി) ചെയ്യുന്നു. ഈ മൂന്ന് ടെസ്റ്റുകളുടെയും റിസൾട്ട് ഒരുമിച്ച് കിട്ടും.

രണ്ടാമത്തെ സ്ക്രീനിങ്ങ് ടെസ്റ്റു പോലെ ഇതും ക്രോമസോമൽ പ്രശ്നങ്ങളെക്കുറിച്ചുള്ള നേരിട്ടുള്ള പരിശോധനയോ ഏതെങ്കിലും പ്രത്യേക സ്ഥിതിയെക്കുറിച്ചുള്ള പരിശോധനയോ ചെയ്യുന്നില്ല; കുഞ്ഞിന് എന്തെങ്കിലും പ്രശ്നം ഏർപ്പെടാൻ സാദ്ധ്യതയുണ്ടോ എന്ന് ഊഹിക്കുക മാത്രമേ ചെയ്യുന്നുള്ളൂ. ഈ അറിവ് ലഭിച്ചശേഷം ഡോക്ടറുടെ അഭിപ്രായം ചോദിച്ച് ഡയഗ്നോസ്റ്റിക് ടെസ്റ്റ് ചെയ്യേണ്ടതുണ്ടോ എന്ന് തീരുമാനിക്കാം.

ഇത് എപ്പോഴാണ് ചെയ്യേണ്ടത്?:– അൾട്രാസൗണ്ട് 10 മുതൽ 14 ആഴ്ചകൾക്കുള്ളിൽ ചെയ്യണം. ആദ്യത്തെ ബ്ലഡ് ടെസ്റ്റും അൾട്രാസൗണ്ടും ഒരേ ദിവസം തന്നെ ചെയ്യണം. രണ്ടാമത്തെ ബ്ലഡ് ടെസ്റ്റ് 16 മുതൽ 18 ആഴ്ചകൾക്കുള്ളിൽ ചെയ്യണം. രണ്ടാമത്തെ ബ്ലഡ് ടെസ്റ്റിനുശേഷം പരിശോധനയുടെ റിസൾട്ട് ലഭിക്കും.

ഇത് എത്രമാത്രം ശരിയായിരിക്കും?:– ഗർഭാവസ്ഥയിൽ ആദ്യത്തെയും രണ്ടാമത്തെയും മൂന്നാം മാസങ്ങളുടെ ഒന്നിച്ചുള്ള റിസൾട്ട്, ആദ്യത്തെ മൂന്നാം മാസത്തെ പരിശോധനയേക്കാൾ മഹത്വപൂർണ്ണമാണ്. ഇന്റഗ്രേറ്റഡ് സ്ക്രീനിങ്ങ് ടെസ്റ്റുമൂലം 90% ഡൗൺ സിൻഡ്രോം കേസിനെപ്പറ്റിയും 80 മുതൽ 85% വരെ ന്യൂറൽ ടെസ്റ്റ് ഡിഫെക്ടുകളെപ്പറ്റിയും അറിയാൻ കഴിയും.

ഇത് എത്രയ്ക്ക് സുരക്ഷിതമാണ്?:– അൾട്രാസൗണ്ടിലും ബ്ലഡ്ടെസ്റ്റിലും വേദന ഉണ്ടാവില്ല. ഇതുമൂലം അമ്മയ്ക്കും കുഞ്ഞിനും ഒരു ആപത്തുമില്ല.

രണ്ടാമത്തെ മൂന്നാം മാസം

ക്വയ്ഡ് സ്ക്രീനിങ്ങ്

ഇതെന്താണ്?:– ഇതിൽ ഭ്രൂണം മൂലം ഉണ്ടാകുന്ന നാലുപദാർത്ഥങ്ങളെയും പരിശോധി

ക്കുന്നു. ഇവ അമ്മയുടെ രക്തപ്രവാഹത്തിൽ കലരുന്നു. ആൽഫാ ഫീടോപ്രോട്ടീൻ, എ.സി.ജി. ആസ്റ്റിയോൾ, ഇൻഹിബിൻ എ., എന്നീ മൂന്നുപദാർത്ഥങ്ങളുടെ പരി ശോധന മാത്രമെ ചില ഡോക്ടർമാർ ചെയ്യാറുള്ളൂ. എ.എഫ്.വി.യുടെ ലെവൽ വർദ്ധിക്കുന്നതിൽനിന്ന് 'ന്യൂറൽ ട്യൂബ് ഡിഫെക്ട്' ഉണ്ടെന്ന് അനുമാനിക്കാൻ കഴിയും. എ.എഫ്.വി.യുടെ ലെവൽ കുറയുകയോ അസാധാരണമായ ലെവൽ ഉണ്ടെന്ന് കാണുകയോ ചെയ്താൽ കുഞ്ഞിന് ക്രോമോസോമൽ അസാധാര ണത്വം ഏർപ്പെടാൻ സാദ്ധ്യതയുണ്ട്. ഉദ:- ഡൗൺസിൻഡ്രോം. എല്ലാ സ്ക്രീനിങ്ങ് ടെസ്റ്റുകളെയും പോലെ ക്വയ്സ് ടെസ്റ്റിന് ജന്മനാ ഉള്ള കുറവുകൾ കണ്ടുപിടിക്കാൻ കഴിയുകയില്ല. ഇത് ആപത്തിനെക്കുറിച്ച് ഊഹിക്കുക മാത്രമെ ചെയ്യുന്നുള്ളൂ. ഏതെങ്കിലും അസാധാരണമായ റിസൾട്ട് കണ്ടാൽ മേലും പരിശോധന ആവശ്യമാണെന്നാണ് അർത്ഥം.

ക്വയ്സ് സ്ക്രീനിങ്ങിൽ അസാധരണത്വം കണ്ട് വീണ്ടും പരിശോധന നടത്തിയപ്പോൾ ശരിയായ റിസൾട്ട് കിട്ടിയ സ്ത്രീകൾക്ക് ഗർഭകാലത്തിൽ കുഴപ്പങ്ങൾ ഏർപ്പെട്ടേക്കാം എന്നതാണ്. പഠനങ്ങളിൽ നിന്നു കിട്ടിയ രസകരമായ വിവരം. നിങ്ങൾക്കും ഇതുപോലെയുള്ള റിസൾട്ട് കിട്ടിയാൽ ഡോക്ടറുടെ അഭിപ്രായം തേടുക. ഇങ്ങനെയുള്ള കുഴപ്പങ്ങൾക്കും അസാധാരണമായ പരിണാമങ്ങൾക്കും തമ്മിൽ ഗാഢമായ ബന്ധമുണ്ടെന്ന കാര്യം ശ്രദ്ധിക്കുക.

ഇത് എപ്പോൾ ചെയ്യണം ?:– 14 മുതൽ 22 ആഴ്ചകൾക്കുള്ളിൽ ചെയ്യണം.

ഇതൊരു അതിശയമാണ്

ഡൈഗ്നോസ്റ്റിക് ടെസ്റ്റുമൂലം ശിശുവിന്റെ ലിംഗം എന്താണെന്ന് കണ്ടുപിടിക്കാൻ കഴിയും. എന്നാൽ പരിശോധന മൂലം ഇത് അറിയാൻ ആഗ്രഹിക്കുന്നുവോ? പ്രസവമുറിയിൽ ഈ രഹസ്യം വെളിപ്പെടുന്നത് ഇഷ്ടപ്പെടുന്നുവോ എന്ന് നിങ്ങൾതന്നെ തീരുമാനിക്കണം. ഡോക്ടറോട് ഇതിനെക്കുറിച്ച് നേരത്തേ തന്നെ സംസാരിച്ചാൽ നിങ്ങളുടെ സർപ്രൈസ് നിലനിൽക്കും. ഇപ്പോൾ നമ്മുടെ നാട്ടിൽ ആദ്യമേ ലിംഗത്തെപ്പറ്റി അറിയുന്നതിന് നിയമ തടസ്സമുണ്ട്.

ഇത് എത്രമാത്രം ശരിയായിരിക്കും?:– ഇത് ഏകദേശം 85% വരെ ന്യൂറൽ ട്യൂബ് ഡിഫെക്ട് കണ്ടുപിടിക്കും. 80% ഡൗൺ സിൻഡ്രോം, ട്രിസോമിയുടെ 18 പ്രശ്നങ്ങൾ എന്നിവയും കണ്ടുപിടിക്കാൻ കഴിയും. സ്വതന്ത്ര ക്വയ്ഡ് സ്ക്രീനിങ്ങിൽ തെറ്റായ പോസിറ്റീവ് റിസൾട്ട് ലഭിച്ചേക്കും. 50-ൽ ഒന്നോ രണ്ടോ സ്ത്രീകളിൽ മാത്രം ഹൈറീഡിങ്ങുകാരണം ഭ്രൂണത്തിൽ പ്രഭാവം ഏർപ്പെടും. ബാക്കിയുള്ള 48-49-ൽ പിന്നീട് ചെയ്യുന്ന പരിശോധനയിൽനിന്ന് ഹാർമോൺ നിരക്ക് അസാധാരണമാണെന്നും ഒന്നിൽക്കൂടുതൽ ഭ്രൂണം ഉണ്ടെന്നും മനസ്സിലാക്കാൻ കഴിയും. ആ ഭ്രൂണം കണക്കുകൂട്ടിയ പ്രായത്തിൽ കൂടുതൽ / കുറവുള്ളതായിരിക്കും. ചിലപ്പോൾ ടെസ്റ്റിന്റെ റിസൾട്ട് തെറ്റായിരിക്കും. ഗർഭകാല ത്തിൽ ഒരു ഭ്രൂണം മാത്രം ഉണ്ടായിരിക്കുകയും അൾട്രാ സൗണ്ടു മൂലം ശരിയായ ഡേറ്റ് അറിയാൻ കഴിയുകയും ചെയ്താൽ അതിനുശേഷം അമനിയോസെൻടസിസ് ചെയ്യാൻ നിർദ്ദേശിക്കും.

ഇത് എത്രമാത്രം സുരക്ഷിതമാണ്?:– ഇതിന് രക്തത്തിന്റെ മാതൃക മാത്രമേ ആവശ്യമുള്ളൂ. അതുകൊണ്ട് ഇത് വളരെ സുരക്ഷിതമാണ്. എല്ലാത്തിലും വലിയ ആപത്ത് പോസിറ്റീവ് റിസൾട്ടുവന്നാൽ ആപത്തായ പരിശോധന ചെയ്യേണ്ടിവരുമെന്നുള്ളതാണ്. ഈ സ്ക്രീനിങ്ങിന്റെ റിസൾട്ട് അനുസരിച്ച് എന്തെങ്കിലും തീരുമാനമെടുക്കുന്നതിന് മുമ്പ് ഏതെങ്കിലും അനുഭവ സമ്പന്നനായ ഡോക്ടറുടെയോ ജെനറ്റിക് അഡ്വൈസറുടെയോ അഭിപ്രായം ആരായണം.

അമനിയോ സെൻടെസിസ്

ഇത് എന്താണ്?:– ഭ്രൂണത്തെ ചുറ്റിയുള്ള അമിനിയോട്ടി ദ്രവത്തിലെ ഭ്രൂണകോശികാരസായനത്തിന്റെയും മൈക്രോ ഓർഗാനിസത്തിന്റെയും സഹായം കൊണ്ട് വളർന്നുവരുന്ന ശിശുവിനെക്കുറിച്ച് പല വിവരങ്ങളും അറിയാൻ കഴിയും. ഉദാ:- ജെനറ്റിക് മേക് അപ്പ്, ഇപ്പോഴത്തേയും പൂർണ്ണ വളർച്ചപ്രാപിക്കുമ്പോഴത്തേയും സ്ഥിതി. പ്രസവത്തിനുമുമ്പുള്ള രോഗനിർണ്ണയത്തിൽ ഈ പരിശോധന വളരെ മഹത്വപൂർണ്ണമാണ്. താഴെകൊടുത്തിട്ടുള്ള സന്ദർഭങ്ങളിലാണ് ഈ പരിശോധന നടത്തുന്നത്:-

- ഏതെങ്കിലും സ്ക്രീനിങ്ങ് ടെസ്റ്റിന്റെ റിസൾട്ട് അസാധാരണമായിരുന്നാൽ ഭ്രൂണത്തിന്റെ അമിനിയോട്ടിക് ദ്രവത്തിന്റെ പരിശോധന അത്യാവശ്യമാണ്.

ഇതുമൂലം ഭ്രൂണത്തിൽ എന്തെങ്കിലും അസാധാരണത്വം ഉണ്ടോ എന്ന് കണ്ടു പിടിക്കാൻ കഴിയും.

- അമ്മയ്ക്ക് 35 വയസ്സിൽ കൂടുതൽ പ്രായമുണ്ടെങ്കിൽ കുഞ്ഞിനെ ഡൗൺ സിൻഡ്രോം ബാധിച്ചേക്കാം. അപ്പോൾ ഡോക്ടറുടെ നിർദ്ദേശപ്രകാരം ഈ പരിശോധന ചെയ്യും.
- വീട്ടിൽ ക്രോമസോമിക്കൽ അസാധാരണത്വമുള്ള ഒരു കുഞ്ഞുണ്ടെങ്കിൽ അതായത് – സിൻഡ്രോം, മെറ്റബോളിക് ഡിസോഡർ എൻസൈം ഡിഫിഷ്യൻസി എന്നിവ ഉള്ള കുഞ്ഞുണ്ടെങ്കിൽ.
- അമ്മയ്ക്ക് ഹിമോഫീലിയ പോലുള്ള എക്സ്‌ലിംകഡ് ജെനെറ്റിക് അസാധാരണത്വം ഉണ്ടെങ്കിൽ
- ടാംസോ പ്ലാസ്മോസിസ്, ഫിഫ്ഥോ ഡിസീസ്, സൈറ്റോ മെഗാ ലോ വൈറസ് അല്ലെങ്കിൽ മറ്റേതെങ്കിലും ഭ്രൂണ സംക്രമണം ഏർപ്പെടാൻ സാദ്ധ്യതയുണ്ടെങ്കിൽ.
- പിന്നീട് ഗർഭാവസ്ഥയിൽ തന്നെ ഭ്രൂണത്തിന്റെ ശ്വാസകോശങ്ങളെ പരിശോധിക്കേണ്ടത് അനിവാര്യമാകും.

ഇത് എങ്ങനെയാണ് ചെയ്യുന്നത്?:– നിങ്ങളെ മലർത്തികിടത്തി അൾട്രാസൗണ്ടിന്റെ സഹായം കൊണ്ട് കുഞ്ഞിനെയും മറുപിള്ളയെയും കണ്ടുപിടിക്കും. അപ്പോഴേ ഡോക്ടർക്ക് ഈ പ്രക്രിയയിൽ അവയെ സ്പഷ്ടമായി കാണാൻ കഴിയൂ. ചിലപ്പോൾ ലോക്കൽ അനസ്തീഷ്യാ ഇഞ്ചെക്ഷൻ മൂലം വയറിന്റെ അടിഭാഗം മരവിപ്പിക്കും. എന്നാൽ ഈ ഇഞ്ചെക്ഷൻ ചെയ്യുന്നത് വളരെ അധികം വേദനാജനകമാണ്. അതുകൊണ്ട് ഡോക്ടർ അത് ഒഴിവാക്കും. ഗർഭാശയത്തിനകത്ത് ഒരു നീണ്ട പൊള്ളയായ സൂചി കടത്തി അതിൽക്കൂടി കുറച്ച് അമിനിയോട്ടിക് ദ്രവം പുറത്തെടുക്കും. (ഭ്രൂണം സ്വയം ആ ദ്രവം വീണ്ടും സൃഷ്ടിക്കും) അബദ്ധത്തിൽ പോലും ഭ്രൂണത്തിന് മുറിവേൽക്കാതിരിക്കാനും സൂചി തറക്കാതിരിക്കാനുംവേണ്ടി ഇതോടൊപ്പം തന്നെ അൾട്രാസൗണ്ട് ടെസ്റ്റും ചെയ്യും. ഈ പ്രക്രിയയ്ക്ക് അരമണിക്കൂർ സമയമേ വേണ്ടൂ. എന്നാൽ ദ്രവമെടുക്കാൻ 1-2 മിനിറ്റാകും. നിങ്ങൾ ആർ.എച്ച്. നെഗറ്റീവാണെങ്കിൽ നിങ്ങൾക്ക് അമിനിയോ സെൻടസിസിനുശേഷം ആർ.എച്ച്. ഒഗൈം ഇമ്മ്യൂൺ ഗ്ലോബുലിൻ ഇഞ്ചെക്ഷൻ നൽകും. ആർ.എച്ചിനോട് ബന്ധപ്പെട്ട പ്രശ്നങ്ങൾ ഏർപ്പെടാതിരിക്കാനാണ്.

ഇത് എപ്പോഴാണ് ചെയ്യേണ്ടത്?:– ഇത് ഗർഭാവസ്ഥയുടെ 16 മുതൽ 18 ആഴ്ചകൾക്കുള്ളിലാണ് ചെയ്യേണ്ടത്. എന്നാൽ പലപ്പോഴും 13-14 അല്ലെങ്കിൽ 23-24 ആഴ്ചയിൽ നടത്തും. 10 മുതൽ 14 നാളുകൾക്കുള്ളിൽ പരിശോധനയുടെ റിസൾട്ട് അറിയുകയും ചെയ്യും. പല പ്രയോഗശാലകളിലും ഫിഷ് ടെക്നിക് (ഫ്ലോറസെന്റ് ഇൻസീടൂ ഹൈബ്രീഡിസേഷൻ) പ്രയോഗിക്കാറുണ്ട്. ഇതിൽ കോശങ്ങളിലെ ചില നിശ്ചിത ക്രോമസോമുകളുടെ എണ്ണം പെട്ടെന്ന് എണ്ണിതിട്ടപ്പെടുത്തുന്നു. അമനിയോ സെൻടസിസ് മാതൃകയേക്കാൾ പെട്ടെന്ന് റിസൾട്ട് കിട്ടാനാണ് ഇത് ചെയ്യുന്നത്. ഈ റിസൾട്ട് പൂർണ്ണമല്ലാത്തതുകൊണ്ട് ലാബിൽ രണ്ടാമത് ക്രോമസോമൽ ടെസ്റ്റും നട ത്തുന്നു. ഈ ടെസ്റ്റ് ഒടുവിലത്തെ മൂന്നാം മാസത്തിൽ ചെയ്താൽ ഭ്രൂണത്തിന്റെ ശ്വാസകോശങ്ങളുടെ പൂർണവളർച്ചയും പരിശോധിക്കാൻ സാധിക്കും.

ഇത് എത്രമാത്രം ശരിയായിരിക്കും?:– ഇത് 99%-ൽ കൂടുതൽ ശരിയായിരിക്കും. ഒരു സാധാരണ ഫിഷ് ടെസ്റ്റ് 94% ശരിയായിരിക്കും.

ഇത് എത്രമാത്രം സുരക്ഷിതമായിരിക്കും?:– ഇത് തികച്ചും സുരക്ഷിതമാണെന്നാണ് കരുതപ്പെടുന്നത്. 1,600-ൽ ഒരുകേസിൽ മാത്രമേ ഗർഭം അലസാനുള്ള സാദ്ധ്യതയുള്ളൂ. ഈ പരിശോധനയ്ക്കുശേഷം ചില മണിക്കൂറുകൾവരെ വയറിൽ ചെറിയ കോച്ചലും വേദനയും അനുഭവപ്പെട്ടേ ക്കാം. ചില ഡോക്ടർമാർ ഇതിനുശേഷം വിശ്രമിക്കാൻ ഉപദേശിക്കം. ചിലപ്പോൾ നേരിയ രക്തസ്രാവമോ ദ്രവസ്രാവമോ ഏർപ്പെടാം. കുറച്ച് വിശ്രമിച്ചാൽ ഇത് ശരിയാകുമെങ്കിലും വേണ്ടത്ര മുൻകരുതലുകൾ എടുക്കാൻ മറക്കരുത്.

അമിനിയോ ജടിലത

അമിനിയോ സെൻടെസിസ്സിൽ സാധാരണയായി ജടിലതകൾ കുറവാണ്. 100-ൽ ഒരു പ്രക്രിയയിൽ അമിനിയോടിക് ദ്രവം ചോരുന്നതായി പരാതി ഏർപ്പെടാറുണ്ട്. നിങ്ങൾക്ക് യോനിയിൽ നിന്ന് എന്തെങ്കിലും ഒഴുകുന്നതായി തോന്നിയാൽ ഉടനെ ഡോക്ടറെ വിവരം അറിയിക്കുക. ഈ ഒഴുകൽ ചിലപ്പോൾ ഒരു ദിവസത്തിൽ നിൽക്കാൻ സാദ്ധ്യതയുണ്ട്. പക്ഷെ, ഈ നാളുകളിൽ പൂർണ്ണ വിശ്രമവും മുൻകരുതലും അത്യാവശ്യമാണ്.

രണ്ടാമത്തെ മൂന്നാം മാസം - അൾട്രാസൗണ്ട്

ഇതെന്താണ്?:– നിങ്ങൾ ഗർഭാധാരണത്തിനുശേഷം ആദ്യത്തെ മൂന്നാം മാസത്തിലോ കംബൈൻഡ് അല്ലെങ്കിൽ ഇന്റിഗ്രേറ്റഡ് സ്ക്രീനിങ്ങ് ടെസ്റ്റിലോ അൾട്രാസൗണ്ട് ചെയ്തിട്ടുണ്ടെങ്കിൽ രണ്ടാമത്തെ മൂന്നാം മാസം (സെക്കൻണ്ട് ക്വാർട്ടർലി) അൾട്രാസൗണ്ട് ചെയ്തേ തീരൂ. ഇതുമൂലം ഭ്രൂണത്തിന്റെ വളർച്ച, അവയവങ്ങളുടെ നിർമ്മാണം എന്നിവയെക്കുറിച്ച് മനസ്സിലാക്കാൻ കഴിയും. ഇതിൽ നിന്ന് കുഞ്ഞിന്റെ മെച്ചപ്പെട്ട ഒരു ചിത്രം നിങ്ങൾക്ക് ലഭിക്കും.

ഇപ്പോൾ അൾട്രാസൗണ്ടിലെ ചിത്രങ്ങൾ വളരെ വ്യക്തമായതുകൊണ്ട് അച്ഛനമ്മമാരെപ്പോലെയുള്ള സാധാരണക്കാർക്കുപോലും തലമുതൽ കാൽവരെ പൂർണ്ണ ആകൃതിയും തിരിച്ചറിയാൻ കഴിയും. അൾട്രാസൗണ്ടിൽ ഡോക്ടറുടെ സഹായത്തോടെ ശിശുവിന്റെ ഹൃദയസ്പന്ദനം, നട്ടെല്ലിന്റെ വളവ്, മുഖം, വശങ്ങൾ, കാലുകൾ എന്നിവ തിരിച്ചറിയാൻ കഴിയും. ശിശുവിരൽ കുടിക്കുന്നതായി പോലും കാണാൻ കഴിഞ്ഞെന്നു വരും, ലിംഗനിർണ്ണയവും സാദ്ധ്യമാകും. നിങ്ങൾ ഇത് സർപ്രൈസ് ആയി വയ്ക്കാൻ ആഗ്രഹിക്കുന്നുണ്ടെങ്കിൽ ഡോക്ടറെ നേരത്തെ തന്നെ അറിയിക്കണം. നിങ്ങൾക്ക് മിക്കവാറും ഈ അൾട്രാസൗണ്ടിന്റെ 3-സി അല്ലെങ്കിൽ 4 സി ഡിജിറ്റൽ വീഡിയോ വീട്ടിലേക്ക് കൊണ്ടുവരാൻ കഴിഞ്ഞേക്കാം. അത് കുടുംബാംഗങ്ങൾക്കും സ്നേഹിതന്മാർക്കും കാണിക്കാം.

ഇത് എപ്പോഴാണ് ചെയ്യേണ്ടത്?:– സാധാരണയായി 18 മുതൽ 22 ആഴ്ചകൾക്കി ടയിൽ ഇത് ചെയ്യും.

ഭ്രൂണം സ്ക്രീനിങ്ങ്

പലപ്പോഴും പരിശോധനക്കുശേഷം സ്ക്രീനിൽ ശരിയായ റിസൾട്ട് കിട്ടുന്നില്ല. അപ്പോൾ നിങ്ങൾ ശരിക്കും ഒഴിവാക്കാൻ ആഗ്രഹിക്കുന്ന പലതിനെക്കുറിച്ചും ചിന്തിക്കാൻ തുടങ്ങും. ഈ വിഷയത്തിൽ ഡോക്ടറുടെ അഭിപ്രായം അറിഞ്ഞശേഷമെ എന്തെങ്കിലും തീരുമാനമെടുക്കാവൂ. സാധാരണ 90% സ്ത്രീകളും പോസിറ്റീവ് സ്ക്രീനിങ്ങിനുശേഷം ആരോഗ്യമുള്ള ശിശുക്കൾക്ക് ജന്മം നൽകും.

ഇത് എത്രമാത്രം സുരക്ഷിതമാണ് ?:– ഇതിൽ ഒരു ആപത്തുമില്ലെന്ന് മാത്രമല്ല പല ലാഭങ്ങളും ഉണ്ട്. ഡോക്ടർ സാധാരണ ഗർഭാവസ്ഥയിൽ പല പ്രാവശ്യം അൾട്രാസൗണ്ട് പരിശോധന നടത്താൻ ഉപദേശിക്കും. ചില വിദഗ്ദന്മാർ പ്രത്യേക സാഹചര്യത്തിൽ മാത്രം അൾട്രാസൗണ്ട് ചെയ്താൽ മതി എന്നുപറയും.

പ്രസവത്തിനുമുമ്പുള്ള മറ്റ് പരിശോധനകൾ:– നാൾക്കുനാൾ ഈ കാര്യക്ഷേത്രം വികസിച്ചുവരുന്നു. മാർക്കെറ്റിൽ പല പുതിയ മരുന്നുകളും വന്നുകൊണ്ടിരിക്കുന്നു. അനേക പ്രകാരത്തിലുള്ള ടെസ്റ്റുകളും പരിശോധനകളും നടത്താൻ തുടങ്ങിയിരിക്കുന്നു. അവയിൽ പ്രധാനമായത് താഴെ കൊടുത്തിരിക്കുന്നു.

പർക്യൂടേനിയസ് അംമ്പ്ലിക്കൽ ബ്ലഡ് സാംപ്ലിങ്:– ഗർഭാവസ്ഥയുടെ 18-ാമത്തെ ആഴ്ചയിൽ പി.യു.ബി.എസ്. പരിശോധന നടത്തപ്പെടുന്നു. ഇതുമൂലം രക്തവും തോലും സംബന്ധപ്പെട്ട പല രോഗങ്ങളുടെ വിവരം ലഭിക്കും. അമനിയോ സെൻടസിസ് മൂലം ഇവ അറിയാൻ കഴിയുകയില്ല. അമനിയോ സെൻടസിസ്സിന്റെ റിസൾട്ടിൽ എന്തെങ്കിലും അസാധാരണത്വം കണ്ടാൽ ഈ പരിശോധന ചെയ്യുന്നു. ഇതുമൂലം കുഞ്ഞിന് എന്തെങ്കിലും ഗുരുതരമായ രോഗം ബാധിച്ചിട്ടുണ്ടോ എന്ന് അറിയാൻ കഴിയും. ഉദാ:- റുബെലാ, ടാക്സോ പ്ലാസ മോസിൽ, ഫിക്ക്ഡിസീസ് എന്നിവ ഈ പരിശോധന പുതിയതല്ല, ഇതിന്റെ റിസൾട്ടും ആധികാരികമാണെന്ന് കരുതപ്പെടുന്നു.

ഇതും അമനിയോ സെൻടസിസ് പോലെ തന്നെയാണ്, അൾട്രാസൗണ്ടിന്റെ സൂചി അമനിയോടിക് സൈക്കിൽ പ്രവേശിപ്പിക്കാതെ ഗർഭസ്ഥ ശിശുവിന്റെ അംമ്പ്ലിക്കൽ കോർസിലുള്ള രക്തനാളിയിൽ പ്രവേശിപ്പിക്കുന്നു എന്നതുമാത്രമാണ് വ്യത്യാസം. മൂന്നുദിവസങ്ങൾക്കുള്ളിൽ ഇതിന്റെ റിസൾട്ട് കിട്ടും. ഈ പരിശോധനമൂലം സമയത്തിനു മുമ്പ് പ്രസവം ഏർപ്പെടുകയോ പ്ലീഹ ഉടയുകയോ ചെയ്യുക എന്ന നേരിയ അപകട സാദ്ധ്യതയും ഉണ്ട്.

ഭ്രൂണ ലിംഗ നിർണ്ണയത്തിന് മെറ്റേണൽ ബ്ലഡ് ടെസ്റ്റ്:– ഈ ടെസ്റ്റ് പരീക്ഷണദശയിലാണ്. എന്നാൽ പരമ്പരാസിദ്ധമായ കാരണങ്ങളെപ്പറ്റിയുള്ള സ്ക്രീനിങ്ങിന് ഇത് നല്ലതാണ്. ഇത് ആൺകുഞ്ഞുങ്ങളിൽ മാത്രമെ സ്വാധീനം ചെലുത്തുകയുള്ളൂ.

സ്കിൻ സാംപ്ലിങ്:– ഭ്രൂണത്തിന്റെ തോലിന്റെ മാതൃക എടുത്ത് പരിശോധിക്കുന്നു.

എന്തെങ്കിലും പ്രശ്നമുണ്ടെങ്കിൽ

സാധാരണ റിസൾട്ടുകളിൽ നിന്ന് എല്ലാം ശരിയാണെന്നുതന്നെയാണ് അറിയുന്നത്. എന്നാൽ പല സന്ദർഭങ്ങളിലും മാതാപിതാക്കൾക്ക് ഹൃദയഭേദകമായ വിവരങ്ങളും ലഭിക്കാറുണ്ട്. അങ്ങനെയുള്ള സന്ദർഭത്തിൽ. ഭാവിയിൽ എന്തുചെയ്താൽ ആപത്ത് ഒഴിവാക്കാമെന്ന് വിദഗ്ദന്മാരുടെ ഉപദേശം തേടാവുന്നതാണ്.

ഗർഭാവസ്ഥയിൽതന്നെ ആലോചന:– ചില സന്ദർഭങ്ങളിൽ ജനിക്കാൻ പോകുന്ന ശിശു ആരോഗ്യവാനും നോർമലുമല്ലെന്ന് മാതാ-പിതാക്കൾ മനസ്സിലാക്കും. അവർ ഗർഭം അലസിപ്പിക്കാൻ തയ്യാറുമാവില്ല. കുഞ്ഞിന്റെ ജന്മത്തിനുമുമ്പുതന്നെ ആ സ്ഥിതിയെ അഭിമുഖീകരിക്കാൻ അവർ തങ്ങളെ തയ്യാർ ചെയ്യാൻ തുടങ്ങും. അവർക്ക് ആ കുഞ്ഞിന്റെ ജീവിതത്തെ മെച്ചപ്പെടുത്താനുള്ള ഉപായങ്ങൾ മനസ്സിലാക്കാൻ കഴിയും. അതിന്റെ പ്രശ്നങ്ങളെ നിവൃത്തി ചെയ്യാനുള്ള ധൈര്യം ശേഖരിക്കാൻ കഴിയും, വൈകാരികമായും വ്യാവഹാരികമായും ആ വെല്ലുവിളിയെ അഭിമുഖീകരിക്കാൻ കഴിയും.

ഗർഭാവസ്ഥയുടെ അവസാനം:– ഏതെങ്കിലും ടെസ്റ്റിന്റെ റിസൾട്ടിൽനിന്ന് വൈകല്യം പ്രാണനുതന്നെ ഹാനികരമാണെന്നുകണ്ടാൽ മാതാപിതാക്കൾ വിദഗ്ദരുടെ സഹായം തേടി ഗർഭം അലസിപ്പിക്കാൻ തയ്യാറായേക്കാം. അതിനുമുമ്പ് ആട്ടോപ്സി ടെസ്റ്റ് എടുക്കണം, അതിൽ ശ്രദ്ധയോടെ ഭ്രൂണത്തിന്റെ കോശത്തെ പരിശോധിക്കും. അപ്പോൾ അടുത്ത ഗർഭത്തിൽ ഇതുപോലെയുള്ള അസാധാരണത്വം ഏർപ്പെടാതെ തടയാം. അവർ ഈ പരിശോധനയ്ക്കും വിദഗ്ദന്റെ ഉപദേശത്തിനുശേഷം സ്വയം അടുത്ത പ്രാവശ്യത്തെ നോർമൽ പ്രെഗ്നൻസിക്ക് തങ്ങളെ തയ്യാർ ചെയ്യുന്നു. മിക്കകേസുകളിലും അടുത്ത തവണ ആരോഗ്യമുള്ള കുഞ്ഞ് ജനിക്കുന്നു.

പ്രസവത്തിനുമുമ്പ് ഭ്രൂണത്തെ ചികിത്സിക്കുക:– ബ്ലഡ് ട്രാൻസ്ഫ്യൂഷൻ, ആർ.എച്ച്. രോഗത്തിൽ സർജറി (ഉദാ:- അടഞ്ഞ ബ്ലാഡർ എടുത്തുകളയുക) എൻസൈം അല്ലെങ്കിൽ എന്തെങ്കിലും മരുന്ന് കൊടുക്കുക (പ്രസവം നേരത്തെ നടത്തണമെങ്കിൽ ശിശുവിന്റെ ശ്വാസകോശങ്ങളുടെ വികാസം വേഗമാക്കാൻ) അല്ലെങ്കിൽ പ്രസവത്തിനുമുമ്പുള്ള സർജറി, ജെനറ്റിക് മാനിപുലേഷൻ എന്നിവയും ഇതിൽ ഉൾപ്പെടുത്താം. ഇന്നത്തെ കാലത്ത് ഇതെല്ലാം വളരെ സാധാരണമായി തീർന്നിരിക്കുന്നു.

ശരീരത്തിലെ അവയവങ്ങൾ ദാനം ചെയ്യുക:– പരിശോധനയിൽ നിന്ന് ഭ്രൂണത്തിന് ജീവിച്ചിരിക്കാൻ കഴിയില്ലെന്ന് മനസ്സിലായാൽ അച്ഛനമ്മമാർക്ക് ഭ്രൂണത്തിന്റെ ആരോഗ്യമുള്ള അവയവങ്ങൾ മറ്റൊരു നവജാത ശിശുവിന് നൽകാനുള്ള തീരുമാനമെടുക്കാൻ കഴിയും. ഇതുമൂലം തങ്ങളുടെ നഷ്ടത്തിന്റെ ഒരംശമെങ്കിലും പൂർത്തിചെയ്യാൻ കഴിയുമെന്ന് അവർക്ക് ആശ്വസിക്കാം. ഇങ്ങനെയുള്ള സ്ഥിതിയിൽ ഏതെങ്കിലും നിയോനെട്ടോലജിസ്റ്റിന് ശരിയായ വിവരം തന്ന് നിങ്ങളെ സഹായിക്കാൻ കഴിയും.

പ്രസവത്തിനുമുമ്പുള്ള രോഗനിർണ്ണയത്തെ സംബന്ധിച്ചിടത്തോളം ഒരുകാര്യം നല്ലപോലെ ഓർക്കണം. എല്ലാ സൗകര്യങ്ങളുമുള്ള ലാബിൽ പോലും കുഴപ്പങ്ങൾ ഏർപ്പെടാൻ സാദ്ധ്യതയുണ്ട്. വിദഗ്ദന്മാരും നല്ല ടെക്നിഷ്യന്മാരും ഉണ്ടായാലും തെറ്റുകൾ സംഭവിച്ചെന്നുവരാം. അങ്ങനെയുള്ള അവസ്ഥയിൽ ഏതെങ്കിലും വിദഗ്ദന്റെ ഉപദേശം കൂടാതെ ഒരുകാര്യവും ചെയ്യരുത്.

സാധാരണ കേസുകളിൽ പരിശോധനയിൽ കുഞ്ഞിന് എന്തെങ്കിലും കുഴപ്പമുണ്ടെന്ന് കാണുന്നത് വളരെ കുറവാണെന്ന് ഓർക്കുക. സാധാരണ ആരോഗ്യമുള്ള അമ്മമാർ ആരോഗ്യമുള്ള കുഞ്ഞുങ്ങൾക്ക് ജന്മം നൽകുന്നു. ഒടുവിൽ എല്ലാ പ്രശ്നങ്ങളുടെയും സംശയങ്ങളുടെയും മൂടൽമഞ്ഞ് ഉറഞ്ഞുപോകുകയും ഗർഭാവസ്ഥ എന്ന സുഖമായ പരിണാമം മുന്നിലെത്തുകയും ചെയ്യുന്നു.

എം.ആർ.ഐ.:– ഇതുമൂലം ഭ്രൂണത്തെയും അതിലുള്ള അസാധാരണത്വത്തെയും പറ്റിയ എല്ലാ കാര്യങ്ങളും അറിയാൻ കഴിയും. ഗവേഷകർ കൂടുതൽ മെച്ചപ്പെട്ട ചിത്രം ലഭിക്കാൻ വേണ്ടി ഗവേഷണത്തിൽ മുഴുകിയിരിക്കുകയാണ്. ഗർഭകാലത്തിൽ ഇത് ഉപയോഗിക്കുന്നത് തികച്ചും സുരക്ഷിതമാണ്.

കോകാർഡിയോഗ്രാഫി:– ഇതുകൊണ്ട് ഭ്രൂണത്തിന്റെ ഹൃദയം പരിശോധിക്കുന്നു. ഈ അൾട്രാസൗണ്ട് ഹൃദയത്തിലേക്ക് വരുന്നതും പോകുന്നതുമായ രക്തപ്രവാഹവും കാണിക്കും.

• • •

ഗർഭാവസ്ഥയിലുള്ള നിങ്ങളുടെ ജീവിത രീതി

തീർച്ചയായും നിങ്ങൾ ഇപ്പോൾ നിങ്ങളുടെ ദൈനംദിന ജീവിതചര്യയിൽ ചിലമാറ്റങ്ങൾ കൊണ്ടുവരാൻ ആഗ്രഹിക്കും. ഇപ്പോൾ നിങ്ങൾ നിങ്ങൾക്കുവേണ്ടിയല്ല, മറ്റൊരാൾക്ക് വേണ്ടിയാണല്ലോ ജീവിക്കുന്നത്. നിങ്ങളുടെ ജീവിതരീതിയിൽ എത്ര വലിയ മാറ്റമാണ് ഏർപ്പെടാൻ പോകുന്നതെന്നോർക്കുമ്പോൾ നിങ്ങൾക്ക് ആശ്ചര്യമുണ്ടാകും. അത്താഴത്തിന് മുമ്പുള്ള കോക്ടേലിനെക്കുറിച്ച് ഓർത്തുനോക്കൂ പ്രസവം വരെ അത് ഒഴിവാക്കേണ്ടിവരുമോ? ഹോട്ട് ടബ്ബിലുള്ള മുങ്ങിക്കുളിയും ജിമ്മും ഒഴിവാക്കേണ്ടിവരുമോ? രൂക്ഷഗന്ധമുള്ള ദ്രവം കൊണ്ട് വീട്ടിലെ സിങ്ക് കഴുകാൻ കഴിയുമോ? പൂച്ചയുടെ തുപ്പലിനെക്കുറിച്ചും ശ്രദ്ധിക്കേണ്ടിവരുമോ? ഗർഭിണിയായാൽ മുറിയിൽ സ്നേഹിത സിഗററ്റുവിലക്കുകയോ, മൈക്രോവേവിൽ ഭക്ഷണ സാധനങ്ങൾ ചൂടാക്കുകയോ ചെയ്യുമ്പോൾ രണ്ടുപ്രാവശ്യം ആലോചിക്കേണ്ടിവരുമോ? ഇക്കാര്യങ്ങളെക്കുറിച്ച് നിങ്ങൾ സ്വപ്നത്തിൽപോലും ഓർത്തുകാണില്ല. പല കാര്യങ്ങളിലും ഉത്തരം അതെ, ഇതുശരിയാണ് (ഉദാ:- ഞാൻ വണ്ടി എടുക്കില്ല, നന്ദി) എന്നാൽ മറ്റുപലകാര്യങ്ങളിലും നിങ്ങൾക്ക് കുറച്ച് ശ്രദ്ധിച്ച് മുമ്പിലത്തെപ്പോലെ സന്തോഷത്തോടെയും ആഹ്ലാദത്തോടെയും ജീവിക്കാൻ കഴിയും.

നിങ്ങൾ എന്തുവിചാരിക്കുന്നുണ്ടാകും?

കളികളും വ്യായാമവും

"ഞാൻ ഗർഭിണിയാണെങ്കിലും പതിവായി ചെയ്യുന്ന വ്യായാമങ്ങൾ ചെയ്യാൻ കഴിയുമോ?"

ഗർഭിണിയാണെങ്കിൽ കളിക്കുന്നത് ഉപേക്ഷിക്കണമെന്ന് അർത്ഥമില്ല. പക്ഷേ കളിക്കുമ്പോൾ വയറ്റിൽ ഒരു കുരുന്ന് വളരുന്നുണ്ടെന്ന ഓർമ്മവേണം. സാധാരണ ഡോക്ടർമാർ ഗർഭിണികൾക്ക് തങ്ങളുടെ വ്യായാമം അല്ലെങ്കിൽ കളികൾ ശ്രദ്ധയോടെ തുടരാനുള്ള നിർദ്ദേശമാണ് നൽകുന്നത്. ഇത് വളരെ മഹത്വമുള്ള കാര്യമാണ്. നിങ്ങൾ ഏതെങ്കിലും പുതിയ കളിയോ വ്യായാമമോ ചെയ്യാൻ തുടങ്ങുന്നതിനു മുമ്പ് ഡോക്ടറുടെ ഉപദേശം തേടണം. ക്ഷീണം കൊണ്ട് സ്ഥിതി മോശമാകുന്ന അളവിന് വ്യായാമം ചെയ്യരുത്.

കഫൈൻ

"ഞാൻ ദിവസവും പലപ്രാവശ്യം ധാരാളം കാപ്പി കുടിച്ചിരുന്നു. ഞാൻ കഫൈൻ ഉപയോഗിക്കുന്നത് ഉപേക്ഷിക്കണോ?"

നിങ്ങൾ കാപ്പികുടിക്കുന്നത് തികച്ചും ഒഴിവാക്കേണ്ടതില്ല. കുറച്ച് കുറക്കേണ്ടിവരും. ഗർഭകാലത്തിൽ ഒരുദിവസം 200 മില്ലിഗ്രാം വരെ കഫൈൻ കഴിക്കുന്നതുകൊണ്ട് ഒരു കുഴപ്പവും ഇല്ലെന്ന് തെളിഞ്ഞിട്ടുണ്ട്. ഇത് നിങ്ങൾ പാൽ കലർന്ന കാപ്പിയാണോ ബ്ലാക്ക് കോഫിയാണോ കുടിക്കുന്നത് എന്നതിനെ ആശ്രയിച്ചിരിക്കും. നിങ്ങൾക്ക് കാപ്പിയുടെ അളവ് രണ്ട് കപ്പാക്കി കുറക്കേണ്ടിവരും. അധികം കടുപ്പമില്ലാത്ത കാപ്പി കുടിക്കുന്നതാണ് നല്ലത്. കടുപ്പമുള്ള കാപ്പിയുടെ അളവ് കുറക്കുകതന്നെ വേണം.

വാസ്തവത്തിൽ നിങ്ങൾ കാപ്പിയിൽ നിന്ന് ഉൾക്കൊള്ളുന്ന കഫൈൻ കാപ്പിയിൽ നിന്നുമാത്രമല്ല മറ്റ് പല ദ്രവപദാർത്ഥങ്ങളിൽ നിന്നും ലഭിക്കും. ഇത് കുഞ്ഞിന് എത്ര അളവിൽ പോയി ചേരുന്നുവെന്നതിനെപ്പറ്റി പറയാൻ കഴിയുകയില്ല. ഗർഭത്തിന്റെ ആരംഭകാലത്തിൽ കഫൈൻ അധികം കഴിച്ചാൽ ഗർഭം അലസുവാൻ സാദ്ധ്യതയുണ്ടെന്ന അഭിപ്രായത്തെക്കുറിച്ച് പുതിയ അറിവൊന്നും ലഭിച്ചിട്ടില്ല.

കഫൈനെക്കുറിച്ച് മറ്റൊരു കഥയുമുണ്ട്. ഇതിൽ പിക്-മി-അപ്പ് ശക്തി ഉണ്ടെങ്കിലും ഇത് കാൽഷിയം, മറ്റ് പോഷക തത്വങ്ങൾ എന്നിവ ശരീരത്തിൽ പൂർണ്ണമായി അലിഞ്ഞു ചേരുന്നതിനുമുമ്പുതന്നെ അവയെ ഒഴുക്കിക്കളയും. നിങ്ങൾക്ക് അടിക്കടി മൂത്രം ഒഴിക്കേണ്ടിവരും. കഫൈനിലുള്ള ഉത്തേജക ദ്രവ്യം നിങ്ങളുടെ മൂഡിലുള്ള ഏറ്റ-ഇറക്കങ്ങൾ വർദ്ധിപ്പിക്കും. നിങ്ങൾ ഉച്ചയ്ക്കുശേഷം ഇത് ഉൾക്കൊണ്ടാൽ രാത്രി ശരിക്ക് ഉറങ്ങാൻ കഴിയുകയില്ല. അധികം കഫൈൻ കഴിച്ചാൽ നിങ്ങൾക്കും കുഞ്ഞിനും ലഭിക്കുന്ന അയേണിന്റെ അളവ് കുറയും.

ഡോക്ടർമാർ ഇതിനെക്കുറിച്ച് വ്യത്യസ്തമായ അഭിപ്രായങ്ങളാണ് പറയുന്നത്. അതുകൊണ്ട് നിങ്ങൾ ഡോക്ടറോട് നിങ്ങൾ കുടിക്കുന്ന കാപ്പിയുടെ അളവിനെക്കുറിച്ച് അഭിപ്രായം ചോദിക്കുന്നതാണ് നല്ലത്. ദിവസവും ഉൾക്കൊള്ളുന്ന കഫൈനിന്റെ അളവ് കാപ്പിയുടെ കപ്പിന്റെ അളവുവെച്ച് കണക്കാക്കാൻ സാധിക്കുകയില്ല. കാപ്പിക്കുശേഷം കുടിക്കുന്ന മറ്റ് പാനീയങ്ങൾ, ഐസ് ക്രീം, ചായ, എനർജി ബാർ, ഡ്രിങ്ക്സ്, ചോക്ലെറ്റ് എന്നിവയിലും കഫൈൻ ഉണ്ട്. ഉൽപ്പന്നങ്ങളുടെ കണക്കനുസരിച്ച് കഫൈനിന്റെ അളവും വ്യത്യസ്തമായിരിക്കും. വീട്ടിൽ ഉണ്ടാക്കുന്ന കാപ്പിയിലേതിനേക്കാൾ കൂടുതൽ കഫൈൻ കോഫി ഹൗസിലെ ബ്രൂവിൽ ഉണ്ടായിരിക്കുമെന്നും നിങ്ങൾ മനസ്സിലാക്കണം.

കഫൈൻ കഴിക്കുന്ന ശീലം എങ്ങനെ മാറ്റിയെടുക്കാം. അത് നിങ്ങൾക്ക് കഫൈനിലുള്ള ഭ്രമം എത്രയാണ് എന്നതിനെ ആശ്രയിച്ചിരിക്കും. ഇത് നിങ്ങളുടെ പ്രഭാതത്തിന്റെ ഒരു മുഖ്യഅംശമാണ്, ജോലിചെയ്യാൻ അത്യാവശ്യമാണ്, ഉച്ചയുറക്കത്തിനുശേഷം വേണം, പകലിൽ എപ്പോൾ തോന്നുന്നുവോ അപ്പോൾ വേണം. കാലത്തുള്ള ഡോസ് കുടിച്ചോളൂ. എന്നാൽ ഉച്ചയ്ക്കുശേഷമുള്ള കാപ്പിയുടെ അളവുകുറക്കണം. കാപ്പിയിലെ എക്സ്പ്രസ്സോവിന്റെ അളവ് കുറച്ച് പാലിന്റെ അളവ് കൂട്ടുക. നിങ്ങൾക്ക് കാൽഷ്യം ബോണസ്സായി കിട്ടും.

നിങ്ങൾ കാപ്പി പഴക്കത്തിന് അടിമയാണെങ്കിൽ അത് പെട്ടെന്ന് ഉപേക്ഷിക്കാൻ കഴിയില്ലെന്ന കാര്യവും നിങ്ങൾ അറിഞ്ഞിരിക്കും. ഏതെങ്കിലും വസ്തുവിന്റെ ദുശ്ശീലം ഏർപ്പെട്ടാൽ അത് ഉപേക്ഷിക്കുമ്പോൾ പല ബുദ്ധിമുട്ടുകൾ കാണാൻ തുടങ്ങും. ഉദാ:- തലവേദന, അസ്വസ്ഥത, ക്ഷീണം, ആലസ്യം എന്നിവ. പതുക്കെപ്പതുക്കെ അതിന്റെ ഡോസ് കുറക്കണം. ആദ്യം ഒരു കപ്പ് കുറക്കണം. കുറച്ച് ദിവസത്തിനുള്ളിൽ അതുശീലമാകുമ്പോൾ ഓരോ കപ്പും അരക്കപ്പായി മാറ്റണം, നിങ്ങളുടെ ലക്ഷ്യത്തിലെത്തുന്നതുവരെ ഇങ്ങനെ കുറച്ചുകൊണ്ടിരിക്കണം.

നിങ്ങൾ താഴെ കൊടുത്തിരിക്കുന്ന നിർദ്ദേശങ്ങൾ സ്വീകരിച്ചാൽ ശക്തി കൂട്ടാൻ അടിക്കടി കാപ്പി കുടിക്കേണ്ടിവരില്ല.

- നിങ്ങളുടെ ബ്ലഡ്ഷുഗർ, ഊർജ്ജം എന്നിവയെ ഉയർന്ന നിലവാരത്തിൽവെക്കുക. ഫ്രെഷും ആരോഗ്യവർദ്ധകവുമായ ആഹാരം കഴിച്ചാൽ കഫൈൻ എടുക്കേണ്ട ആവശ്യം ഏർപ്പെടില്ല.
- ദിവസവും കുറച്ചുസമയം വ്യായാമം ചെയ്യുക. ഇതുമൂലം ശക്തിയുടെ ലെവലും എൻഡ്രോഫിൻ ചുരക്കുന്നതും കൂടുതലാകും. വ്യായാമത്തോടൊപ്പം കിട്ടുന്ന സ്വച്ഛവായു ആശ്ചര്യംതന്ന സൃഷ്ടിക്കും.
- ശരിയായ സമയത്ത് നല്ലപോലെ ഉറങ്ങുക. രാത്രി ശരിക്ക് ഉറങ്ങിയാൽ കാലത്ത് എഴുന്നേൽക്കുമ്പോൾ ഫ്രെഷ് ആയിരിക്കും. നിങ്ങൾക്ക് കാപ്പികുടിക്കേണ്ട ആവശ്യം ഏർപ്പെടുകയുമില്ല.

കഫൈൻ കൌണ്ടർ

നിങ്ങൾ ദിവസവും കഫൈൻ എത്ര അളവിൽ ഉൾക്കൊള്ളുന്നു. ഈ കണക്ക് 200 മില്ലി ഗ്രാമിൽ കുറവോ കൂടുതലോ ആകാം. ഈ പട്ടികയുടെ സഹായം തേടുക:-

1 കപ്പ് ബ്രൂകാപ്പി (8 ഔൺസ്)	=	135 മി. ഗ്രാം
1 കപ്പ് ഇൻസ്റ്റൻ്റ് കാപ്പി	=	95 മി. ഗ്രാം
1 കപ്പ് ഡീകേഫ് കാപ്പി	=	5 മി. ഗ്രാം
6 ഔൺസ് കൈപേ ചീനോ	=	90 മി. ഗ്രാം
1 ഔൺസ് എക്സ്പ്രസോ	=	90 മി. ഗ്രാം
1 കപ്പ് ചായ	=	90 മി. ഗ്രാം മുതൽ 60 മി. ഗ്രാം
(ഗ്രീൻ ടീയിലേക്കാൾ കൂടുതൽ കഫൈൻ കറുപ്പു ടീയിൽ ഉണ്ട്)		
1 ക്യാൻകോലാ (12 ഔൺസ്)	=	235 മി. ഗ്രാം
1 ക്യാൻ ഡയറ്റ് - കോലാ	=	45 മി. ഗ്രാം
1 ഔൺസ് മിൽക് ചോക്‌ലെറ്റ്	=	6 മി. ഗ്രാം
1 ഔൺസ് ഡാർക്ക് ചോക്‌ലെറ്റ്	=	20 മി. ഗ്രാം
1 കപ്പ് ചോക്‌ലെറ്റ് മിൽക്ക്	=	5 മി. ഗ്രാം
8 ഔൺസ് സ്കോഫീ ഐസ് ക്രീം	=	40-80 മി. ഗ്രാം

മദ്യപാനം

"ഞാൻ ഗർഭിണിയാണെന്ന് എനിക്ക് അറിയില്ലായിരുന്നു. ഞാൻ അറിയാതെ 2പ്രാവശ്യം മദ്യം കഴിച്ചു. ഇതുകൊണ്ട് കുഞ്ഞിന് എന്തെങ്കിലും കുഴപ്പം ഏർപ്പെടുമോ?"

സാധാരണ അമ്മമാർക്ക് ആരംഭത്തിൽ ഗർഭിണിയാണെന്ന് അറിയാൻ കഴിയില്ല. ഇതിനിടയ്ക്ക് ചില സമയം ഇങ്ങനെയുള്ള കാര്യങ്ങൾ ചെയ്തെന്നിരിക്കും. നേരത്തെ അറിഞ്ഞിരുന്നെങ്കിൽ ചെയ്യില്ലായിരിക്കും. അതുകൊണ്ടാണ് ഈ കാര്യങ്ങൾ ചർച്ച ചെയ്യുന്നത്.

ഗർഭത്തിന്റെ ആരംഭത്തിൽ അല്പം മദ്യം കഴിച്ചാൽ ഭ്രൂണത്തിന് കേടുവരുമെന്നതിന് തെളിവൊന്നും ലഭിച്ചിട്ടില്ല. അതുകൊണ്ട് പരിഭ്രമിക്കേണ്ടതില്ല.

എന്നാൽ നിങ്ങൾക്ക് ഇപ്പോൾ കുടിക്കുന്ന ശീലം ഉപേക്ഷിക്കേണ്ടിവരുമെന്നത് സത്യമാണ്. ഒൻപതുമാസവും രാത്രി ഉറങ്ങുന്നതിനുമുമ്പ് ഒരു ഗ്ലാസ് വീര്യം കുറഞ്ഞ വൈൻ കുടിച്ചിട്ടും ആരോഗ്യമുള്ള കുഞ്ഞുങ്ങൾക്ക് ജന്മം നൽകുന്ന സ്ത്രീകളെപ്പറ്റി നിങ്ങൾ കേട്ടിരിക്കും. എന്നാൽ ഇത് നിങ്ങളും സുരക്ഷിതയാണെന്നതിനുള്ള ഉത്തരവാദമല്ല. അമേരിക്കൻ അക്കാഡമിയിലെ ബാലചികിത്സകന്മാരുടെ അഭിപ്രായം ഗർഭിണിയായ അമ്മമാർ ആൽക്കഹോൾ കഴിക്കുന്നത് ഹാനികരമാണ് എന്നാണ് അങ്ങനെ പറഞ്ഞിട്ടുണ്ടെങ്കിലും നിങ്ങൾ മദ്യപാനത്തെക്കുറിച്ച് ബേജാറാകേണ്ടതില്ല, നിങ്ങൾ അറിയാതെയല്ലേ കുടിച്ചത്, സാരമില്ല. വേണമെങ്കിൽ ഡോക്ടറോട് ചോദിച്ച് നിങ്ങളുടെ സംശയം തീർക്കാം.

കുഞ്ഞുവിരുന്നുകാരൻ വരാനിരിക്കുമ്പോൾ സ്വയം കുറച്ച് സൂക്ഷിച്ചിരിക്കുന്നതിൽ തെറ്റെന്താണ്? ഏത് അളവിൽ കുടിച്ചാൽ അവൻ സുരക്ഷിതനായിരിക്കുമെന്ന് ആർക്കും പറയാൻ കഴിയില്ല ഗർഭകാലത്തിൽ ആൽക്കഹോൾ കഴിക്കുന്നതിനെക്കുറിച്ച് പറയുമ്പോൾ ഓരോ സ്ത്രീയും ഇത് കഴിക്കുമ്പോൾ കുഞ്ഞിന്റെ രക്തത്തിലും ഇത് കലരുന്നു എന്നോർക്കണം. ഒരു ഗർ ഭിണി ഒരിക്കലും തനിച്ച് മദ്യം കഴിക്കുന്നില്ല. അവൾ ഓരോ വൈൻ, ബിയർ അല്ലെങ്കിൽ കോക്ടെയ്ൽ ഗ്ലാസും തന്റെ ശിശുവിനൊപ്പമാണ് കുടിക്കുന്നത്. ഇങ്ങനെയുള്ള പരിതസ്ഥിതിയിൽ എന്തുസംഭവിക്കാനുള്ള സാദ്ധ്യതയാണുള്ളതെന്ന് നിങ്ങൾ സ്വയം ഊഹിച്ചുനോക്കൂ.

ഗർഭിണി സ്ത്രീ ദിവസവും 5-6 പെഗ് മദ്യമോ, ബിയറോ കഴിച്ചാൽ പലതരത്തിലുള്ള അത്യാഹിതങ്ങളും ഏർപ്പെടാൻ സാദ്ധ്യതയുണ്ട്. ഈ ഹാങ് ഓവർ ജീവിതകാലം മുഴുവൻ നിലനിൽക്കുമെന്നാണ് പറയുന്നത്. ഇങ്ങനെയുള്ള ചുറ്റുപാടിൽ ജനിക്കുന്ന കുഞ്ഞിന്റെ രൂപം പൂർണ്ണമായിരിക്കുകയില്ല, ബുദ്ധിസ്ഥിരത ഉണ്ടാകുകയില്ല. തല, മുഖം, ഹൃദയം, കൈ-കാലുകൾ, പ്രധാന നാഡീവ്യവസ്ഥ എന്നിവയിൽ കേട്

ഏർപ്പെട്ടേക്കാം. അവർ അൽപ്പായുസ്സുക്കളായിരിക്കും. ഏതെങ്കിലും കുഞ്ഞുങ്ങൾ രക്ഷപ്പെട്ടാലും അവർക്ക് എപ്പോഴും എന്തെങ്കിലും പ്രശ്നങ്ങൾ ഉണ്ടായിക്കൊണ്ടിരിക്കും. അവർക്ക് ശരിയായ തീരുമാനം എടുക്കാൻ കഴിയുകയില്ല. 21 വയസ്സാകുമ്പോഴേക്കും അവരും മദ്യത്തിന്റെ പിടിയിലാകും. ഗർഭകാലത്തിൽ എത്ര വേഗം മദ്യപാനം ഉപേക്ഷിക്കുന്നുവോ, ആപത്തും അത്രക്കു കുറയും.

നിങ്ങളുടെ മദ്യസേവയുടെ അളവ് എത്ര കൂടുന്നുവോ ആപത്തും അത്രയ്ക്ക് കൂടും. കുടിക്കുന്ന ദുശ്ശീലം മൂലം ഗർഭം അലസിയേക്കാം, പ്രസവസമയത്ത് ബുദ്ധിമുട്ടുകൾ ഏർപ്പെട്ടേക്കാം, ജനനസമയത്ത് കുഞ്ഞിന്റെ തൂക്കം കുറവായേക്കാം, അസ്വാഭാവിക വളർച്ച ഉണ്ടായേക്കാം. ഇതുമൂലം വളർച്ച സംബന്ധപ്പെട്ടതും മറ്റ് പെരുമാറ്റം സംബന്ധപ്പെട്ടതുമായ പല ലക്ഷണങ്ങളും കാണാൻ കഴിയും.

ചില സ്ത്രീകൾക്ക് ഗർഭകാലത്തിൽ മദ്യം ഉപേക്ഷിക്കുന്നത് എളുപ്പമായിരിക്കും. എന്തെന്നാൽ അതിന്റെ ഗന്ധത്തോട് അവർക്ക് വെറുപ്പുതോന്നും. ഇത് ഗർഭത്തിന്റെ ആരംഭം മുതൽ അവസാനംവരെ നിലനിൽക്കും. ഇതില്ലാതെ കഴിയില്ലെന്നുള്ളവർക്കും അത്താഴത്തിന്റെകൂടെ ചുവന്ന വൈൻ കഴിക്കുന്നവർക്കും അവരുടെ ജീവിതരീതിയിൽ കുറച്ചുമാറ്റം വരുത്തേണ്ടിവരും. നിങ്ങൾ വിശ്രമത്തിനുവേണ്ടിയാണ് കുടിക്കുന്നതെങ്കിൽ വേറെ എന്തെങ്കിലും വഴി തെരഞ്ഞെടുക്കുക - പാട്ടുകേൾക്കുക, ചൂടുവെള്ളത്തിൽ കുളിക്കുക, മാലിഷ് (എണ്ണ തേച്ച് തിരുമ്മുക) ചെയ്യുക, വ്യായാമം ചെയ്യുക അല്ലെങ്കിൽ ഏതെങ്കിലും പുസ്തകം വായിക്കൂ, നിങ്ങൾ കുടി ഉപേക്ഷിക്കാൻ ആഗ്രഹിക്കുന്നില്ല എങ്കിൽ ഉച്ചയൂണിന്റെ കൂടെ ബ്ലഡിമേരിക്കുപകരം വെർജിൻ മേരി കഴിക്കൂ, അത്താഴത്തിന്റെ കൂടെ ജ്യൂസ് അല്ലെങ്കിൽ ആൽക്കഹോൾ ഇല്ലാത്ത ബിയർ കഴിക്കൂ. ജ്യൂസിൽ വെള്ളം ചേർത്ത് വൈൻ കുടിക്കുന്നതുപോലെ കുടിക്കൂ. ഗ്ലാസും അന്തരീക്ഷവും അതുപോലെതന്നെ ആയിരിക്കട്ടെ. ഭർത്താവും കൂടെ ചേരുന്നുണ്ടെങ്കിൽ രസം ഇരട്ടിയാകും.

ആൽക്കഹോൾ ഉപേക്ഷിക്കുവാൻ ബുദ്ധിമുട്ടാണെങ്കിൽ ഡോക്ടറുടെ അഭിപ്രായം ആരായുക. അദ്ദേഹം ഏതെങ്കിലും വിധത്തിൽ ബുദ്ധിമുട്ട് നീക്കാനുള്ള വഴി കണ്ടെത്തും.

പൈപ്പും ചുരുട്ടും ഒഴിവാക്കുക

പൈപ്പും സിഗററ്റും ഒഴിവാക്കിയാൽ കുഞ്ഞും നിങ്ങൾക്ക് നന്ദിപറയും. പൈപ്പിൽ നിന്നും ചുരുട്ടിൽ നിന്നും സിഗററ്റിനേക്കാൾ കൂടുതൽ പുക അകത്ത് പ്രവേശിക്കുകയും കുഞ്ഞിന് ആപത്ത് ഏർപ്പെടുകയും ചെയ്യും. നിങ്ങൾ വരാനിരിക്കുന്ന വിരുന്നുകാരനെക്കുറിച്ചുള്ള വിവരം എല്ലാവരെയം കേൾപ്പിക്കാൻ ആഗ്രഹിക്കുന്നുണ്ടെങ്കിൽ ചോക്ലെറ്റുകൊണ്ട് ഉണ്ടാക്കിയ ചുരുട്ടോ പൈപ്പോ വലിച്ച് അറിയിക്കാം.

പുകവലി

"ഞാൻ കഴിഞ്ഞ പത്തുവർഷങ്ങളായി സിഗററ്റ് വലിച്ചുവരുന്നു. ഇതുകൊണ്ട് എന്റെ കുഞ്ഞിന് എന്തെങ്കിലും കുഴപ്പമുണ്ടാകുമോ?"

നിങ്ങൾ ഗർഭധാരണത്തിനുമുമ്പ് പുകവലിച്ചിരുന്നതുകൊണ്ട് കുഞ്ഞിന് കുഴപ്പം ഏർപ്പെടുകയില്ല എന്നത് സന്തോഷകരമാണ്. എന്നാൽ ഗർഭകാലത്തിൽ, പ്രത്യേകിച്ച് മൂന്നാം മാസത്തിൽ പുകവലിച്ചാൽ നിങ്ങളുടെ കുഞ്ഞിന്റെ ആരോഗ്യത്തിന് ആപത്ത് ഏർപ്പെടാം. നിങ്ങൾ പുകവലിക്കുമ്പോൾ പുകനിറഞ്ഞ ഗർഭപാത്രത്തിലാണ് ഭ്രൂണത്തെ വളർത്തുന്നത്. അതിന്റെ ഹൃദയഗതി വർദ്ധിക്കുന്നു, ഓക്സിജന്റെ കുറവു മൂലം അതിന് ശരിക്ക് വളരാൻ കഴിയുന്നില്ല.

ഇതുമൂലം ഭയങ്കരമായ പരിണാമങ്ങൾ ഏർപ്പെട്ടേക്കാം. ഗർഭകാലത്തിലും പല പ്രശ്നങ്ങൾ ഏർപ്പെട്ടേക്കാം. ഇവയിൽ ഇക്ടോപ്പിക് പ്രെഗ്നൻസി, അബ്നോർമൽ പ്ലാസെൻടൽ ഡിറ്റാച്ച്മെന്റ്, പ്രീമെച്വർ റെപ്ച്ചർ ഓഫ് മെംബ്രൈൻ എന്നിവ അടങ്ങും. സമയത്തിനുമുമ്പ് പ്രസവിക്കുകയും ചെയ്തേക്കാം. പുകവലികൊണ്ട് കുഞ്ഞിന്റെ വളർച്ച മോശമായ വിധത്തിൽ ബാധിക്കുമെന്നുള്ളതിന് തെളിവുകൾ ലഭിച്ചിട്ടുണ്ട്. ഏറ്റവും വലിയ ആപത്ത് ജനിക്കുന്ന കുഞ്ഞിന്റെ തൂക്കം, നീളം, തലയുടെ ചുറ്റളവ് എന്നിവ വളരെ കുറവായിരിക്കുമെന്നതാണ്. ഇതുകാരണം പ്രസവത്തിനിടയിൽ കുഞ്ഞിന് അസുഖം ബാധിക്കുകയോ മരിക്കുകയോ ചെയ്യും.

പുകവലിക്കുന്ന സ്ത്രീകളുടെ ശിശുക്കളിൽ സിഡസ് സിൻഡ്രോം കാണപ്പെടുന്നു.

പുകവലിക്കാത്ത സ്ത്രീകളുടെ കുഞ്ഞുങ്ങളെപ്പോലെ ഇവർ ആരോഗ്യവാന്മാരായിരിക്കുകയില്ല. ഈ കുഞ്ഞുങ്ങളിൽ ശാരീരികമായും ബുദ്ധിപരമായുമുള്ള കുറവുകൾ കാണപ്പെടുന്നു. അച്ഛനമ്മമാർ അവരുടെ അടുത്തുവെച്ച് പുകവലിച്ചുകൊണ്ടിരുന്നാൽ ഈ ആപത്ത് കൂടുതലാകും, ശ്വാസക്രമ ത്തിൽ തകരാറ് ഏർപ്പെടും, കാതുകളിൽ രോഗസംക്രമണം വേഗത്തിൽ ഏർപ്പെടും. സാധാരണ ഇങ്ങനെയുള്ള കുഞ്ഞുങ്ങളുടെ പെരുമാറ്റത്തിലും കുഴപ്പങ്ങൾ കാണാൻ കഴിയുമെന്ന് പഠനങ്ങളിൽനിന്ന് മനസ്സിലാക്കാൻ കഴിഞ്ഞിട്ടുണ്ട്. പുകവലിക്കാത്ത മാതാപിതാക്കളുടെ കുഞ്ഞുങ്ങളെക്കാൾ വേഗത്തിൽ, ജനിച്ച വർഷംതന്നെ ഈ കുഞ്ഞുങ്ങളെ രോഗങ്ങൾ ബാധിക്കും. വളർന്നശേഷം വളരെവേഗം തന്നെ അവർ പുകവലിക്കാരുടെ കൂട്ടത്തിൽ ചേരും.

പുകയിലയും ചീത്ത വിളവുകൾ സൃഷ്ടിക്കുന്നു. ഒരു ദിവസത്തിൽ ഒരു പാക്കറ്റ് സിഗററ്റ് വലിക്കുന്ന സ്ത്രീകളുടെ കുഞ്ഞുങ്ങളുടെ തൂക്കം ജനിക്കുമ്പോൾ തന്നെ വളരെ കുറവായിരിക്കും. നിങ്ങൾ സിഗററ്റ് വലിക്കുന്നുണ്ടെങ്കിൽ ആഞ്ഞ് വലിക്കാതിരിക്കുകയും അധികം സിഗററ്റ് വലിക്കാതിരിക്കുകയും ചെയ്യുക.

കുഞ്ഞിനുള്ള അമൂല്യ സമ്മാനം

കുഞ്ഞിന്റെ വരവിന്റെ സൂചന കിട്ടിയതും വീടുമുഴുവൻ സന്തോഷം കൊണ്ടുനിറയും. ഉടനെതന്നെ നിങ്ങൾ മദ്യവും സിഗററ്റും ഉപേക്ഷിക്കണം. പുകവലിക്കുകയും മദ്യപാനം ചെയ്യുകയും ചെയ്തിട്ടും ആരോഗ്യമുള്ള കുഞ്ഞുങ്ങളെ പ്രസവിക്കുന്ന സ്ത്രീകളെപ്പറ്റി നിങ്ങൾ കേട്ടിട്ടുണ്ടാകും, പക്ഷെ, അക്കാര്യം അവർ ഏത് അളവിൽ ഇവയെ ഉപയോഗിക്കുന്നുണ്ട് എന്നതിനെ ആശ്രയിച്ചിരിക്കും. നിങ്ങളും കുഞ്ഞും അത്രയ്ക്ക് ഭാഗ്യം ചെയ്തവരായിരിക്കണമെന്നില്ല. ഗർഭിണികളായ അമ്മമാരും കുഞ്ഞുങ്ങളും വേവ്വേറെ വിധത്തിലാണ് പ്രതികരിക്കുന്നത്. ചിലപ്പോൾ ഉടനെ ലക്ഷണങ്ങൾ ഒന്നും പ്രത്യക്ഷപ്പെട്ടില്ലെങ്കിലും ചില വർഷങ്ങൾക്കുശേഷം ശിശുരോഗിയും ഹൈപ്പർ ആക്ടീവ് ആവുകയും എന്തെങ്കിലും പഠിക്കുന്നതിൽ ബുദ്ധിമുട്ട് ഏർപ്പെടുകയും ചെയ്യും. നിക്കോട്ടിൻ കുറവുള്ള സിഗററ്റ് വലിക്കുന്നതുകൊണ്ട് ആപത്ത് നീങ്ങുന്നില്ല. ഇവ പൂർണ്ണമായി ഉപേക്ഷിക്കേണ്ടിവരും. മദ്യപാനം പുകവലി എന്നീ ചീത്ത പഴക്കങ്ങൾ ഉപേക്ഷിക്കുന്നത് അത്ര എളുപ്പമല്ല. എന്നാൽ നിങ്ങൾക്ക് അതിന് കഴിഞ്ഞാൽ ജനിക്കാൻ പോകുന്ന കുഞ്ഞിന് അത് ഒരു അമൂല്യ സമ്മാനമായിരിക്കും.

പുകവലിശീലം ഉപേക്ഷിക്കുക

ആശംസകൾ! നിങ്ങൾ കുഞ്ഞിന് പുകയില്ലാത്ത ആരോഗ്യമുള്ള അന്തരീക്ഷം നൽകുവാനുള്ള തീരുമാനം എടുത്തുകഴിഞ്ഞുവല്ലോ. ഇങ്ങനെ ചിന്തിക്കുന്നതുതന്നെയാണ് ആദ്യത്തെ സ്റ്റെപ്പ്. വാസ്തവത്തിൽ ഇപ്പോൾ സിഗററ്റ് ഉപേക്ഷിക്കുന്നത് ബുദ്ധിമുട്ടുള്ളകാര്യമായിരിക്കില്ല. താഴെ കൊടുത്തിട്ടുള്ള നിർദ്ദേശങ്ങളിൽ നിന്ന് സഹായം സ്വീകരിക്കാം:

നിങ്ങളുടെ ലക്ഷ്യം തിരിച്ചറിയുക:- നിങ്ങൾ ഗർഭിണിയാണ്. സിഗററ്റ് ഉപേക്ഷിക്കുക എന്ന ലക്ഷ്യത്തിന് ഇതിൽ കൂടുതൽ വലിയ കാരണം എന്തുവേണം.

ഉപേക്ഷിക്കേണ്ട രീതി:- സന്തോഷത്തോടെ ഈ പഴക്കത്തെ യാത്രയാക്കുക ആ ദിവസത്തേയ്ക്ക് കളി തമാശ നിറഞ്ഞ എന്തെങ്കിലും ജോലി തിരഞ്ഞെടുക്കുക. അപ്പോൾ സിഗററ്റിന്റെ കുറവ് അനുഭവപ്പെടുകയില്ല. സിഗററ്റ് വലിക്കേണ്ട ആവശ്യവും ഏർപ്പെടുകയില്ല.

പുകവലിക്കുന്നത് എന്തിനുവേണ്ടിയാണെന്ന് മനസ്സിലാക്കുക:- ആനന്ദം, ഉത്സാഹം, വിശ്രമം - ഇവയിൽ എന്തിന് വേണ്ടിയാണ് നിങ്ങൾ പുകവലിക്കുന്നത്. നിങ്ങൾ പിരിമുറുക്കവും നൈരാശ്യവും കുറയ്ക്കാൻ ആഗ്രഹിക്കുന്നുവോ? വായിലും കൈയ്യിലും എന്തെങ്കിലും പിടിച്ചുകൊണ്ടിരിക്കാൻ ആഗ്രഹിക്കുന്നുവോ? ആഗ്രഹം പൂർത്തീകരിക്കാനാണോ? ചുമ്മാ സിഗററ്റ് പുകയ്ക്കുകയാണോ? ഒരിക്കൽ നിങ്ങളുടെ ഉദ്ദേശം മനസ്സിലാക്കിക്കഴിഞ്ഞാൽ പകരത്തിനുള്ളത് കണ്ടുപിടിക്കാൻ എളുപ്പമാകും.

- ചുമ്മാ കൈയ്യിൽ എന്തെങ്കിലും പിടിക്കാനാണെങ്കിൽ പെൻസിലോ, റബ്ബർ ബാൻഡോ, പുല്ലോ പിടിക്കാൻ ശീലിക്കുക. തുന്നൽ പണിയിൽ ഏർപ്പെടുക, കംപ്യൂട്ടറിൽ കടംകഥകൾക്ക് ഉത്തരം കണ്ടുപിടിക്കുക, വീഡിയോ ഗെയിം

കളിക്കുക, ഈ മേൽ പരിശോധിക്കുക, അങ്ങനെ എന്തെങ്കിലും ചെയ്താൽ സിഗററ്റിന്റെ ഓർമ്മ വരികയില്ല.

- വായിൽ എന്തെങ്കിലും വയ്ക്കുന്ന ശീലം കൊണ്ടാണ് പുകവലിക്കുന്നതെങ്കിൽ സിഗററ്റിനുപകരം ടൂത്ത് പിക്, ച്യൂയിങ്കം, പച്ചക്കറികൾ, പോപ്പ് കോൺ, ലോലി പാപ്പ് എന്നിവ ഉപയോഗിച്ചു നോക്കുക.
- ഉത്സാഹത്തിനുവേണ്ടിയാണെങ്കിൽ പതുക്കെ നടക്കുക, ഏതെങ്കിലും പുസ്തകം വായിക്കുക അല്ലെങ്കിൽ സ്നേഹിതരുടെ കൂടെ വെടിപറയുക.
- പിരിമുറുക്കം കുറക്കാനാണെങ്കിൽ വ്യായാമം ചെയ്യുക, വിശ്രമിക്കാനുള്ള ടെക്നിക്കുകൾ സ്വീകരിക്കുക, മധുരസംഗീതം കേൾക്കുക, ഉല്ലാസയാത്രചെയ്യുക, മാലിഷ് ചെയ്യുക അല്ലെങ്കിൽ ശാരീരിക ബന്ധത്തിൽ ഏർപ്പെടാൻ തയ്യാറാവുക.
- ശീലം കൊണ്ടാണ് പുകവലിക്കുന്നതെങ്കിൽ പുകവലി നിരോധിച്ചിട്ടുള്ള സ്ഥലങ്ങളിൽ അധിക സമയം ചിലവഴിക്കുക.
- നിങ്ങൾ പുകവലിയോടൊപ്പം പ്രത്യേക രീതിയിലുള്ള ഭക്ഷണരീതിയും ശീലിച്ചിട്ടുണ്ടെങ്കിൽ ആ ശീലങ്ങൾ മാറ്റുക. നിങ്ങൾ പ്രാതലിനൊപ്പം സിഗററ്റ് വലിക്കും, കിടക്കയിൽവെച്ച് വലിക്കുകയില്ലെങ്കിൽ കിടക്കയിലിരുന്ന് പ്രാതൽ കഴിക്കുന്നത് തെറ്റില്ല.
- സിഗററ്റ് വലിക്കണമെന്ന് തോന്നുമ്പോൾ ഇടവിട്ടിടവിട്ട് ദീർഘശ്വാസം എടുക്കു, പിന്നീട് പതുക്കെപ്പതുക്കെ ശ്വാസം പുറത്തുവിടുക. നിങ്ങൾ സിഗററ്റിന്റെ പുക പുറത്തുവിടുന്നതുപോലെ ഭാവിക്കുക.

സിഗററ്റ് കണ്ടാൽ. . . .

- സിഗററ്റുകണ്ടാൽ നിങ്ങൾ വലിച്ചുതീർത്ത സിഗററ്റുകളെക്കുറിച്ച് ഓർമ്മിക്കുക. നിങ്ങൾ സിഗററ്റുവലിക്കാതിരിക്കുന്നത് കുഞ്ഞിന് എത്രമാത്രം ലാഭകരമാണെന്ന് ഓർത്തുനോക്കുക.

കുഞ്ഞിൽനിന്ന് പ്രേരണ സ്വീകരിക്കുക:-

- നിങ്ങളുടെ അടുക്കളയിലെ മേശ, അലമാരി, കതക് എന്നിവയിൽ കുഞ്ഞിന്റെ അൾട്രാസൗണ്ടിന്റെ ചിത്രങ്ങൾ ഒട്ടിച്ചുവെയ്ക്കുക. അതല്ലെങ്കിൽ ഭംഗിയുള്ള കുഞ്ഞുങ്ങളുടെ ചിത്രങ്ങൾ ഉപയോഗിക്കാം.

കുറച്ചു സഹായം സ്വീകരിക്കുക:–

- ഹിപ്നോസിസ് അക്യുപഞ്ചർ, വിശ്രമിക്കാനുള്ള ടെക്നിക്കുകൾ എന്നിവയുടെ സഹായം കൊണ്ട് പുകവലി ഉപേക്ഷിക്കാൻ കഴിയും. ഇക്കാര്യത്തിൽ നിങ്ങളെ സഹായിക്കാൻ കഴിയുന്ന പല സ്ഥാപനങ്ങളുമുണ്ട്. പുകവലി ഉപേക്ഷിക്കാൻ ശ്രമിക്കുന്ന മറ്റ് ഗർഭിണികളിൽ നിന്ന് ഓൺലൈൻ മൂലം സഹായം തേടാവുന്നതാണ്.

വീണ്ടും വീണ്ടും ശ്രമിക്കുക:-

- നിക്കോട്ടിൻ ഒരു ശക്തിയുള്ള ലഹരി സാധനമാണ്. ഇതിൽനിന്ന് മോചനം ലഭിക്കുക എളുപ്പമല്ല. ആദ്യംതന്നെ വിജയം ലഭിച്ചില്ലെങ്കിലും വീണ്ടുംവീണ്ടും ശ്രമിക്കുക. പരിശ്രമങ്ങൾക്കായി സ്വയം പ്രശംസിക്കുക തോൽവിയിൽ ലജ്ജിക്കാതെ ഇരട്ടി ആവേശത്തോടെ വീണ്ടും ശ്രമിക്കുക നിങ്ങൾക്ക് ഇത് ചെയ്യാൻ കഴിയും.

കുറിപ്പ്:- ഗർഭകാലത്തിനിടയിൽ നിക്കോട്ടിൻ പാച്ച്, ലോംജിസ്, ഗം എന്നിവ ഉപയോഗിക്കുന്നതും ആപത്ത് വിളയിച്ചേക്കാം. ഡോക്ടർ ഇവ ഉപയോഗിക്കുവാനുള്ള ഉപദേശം നൽകുന്നില്ല.

ഗർഭിണിയാകുന്നതിന്റെ മൂന്നുമാസങ്ങൾക്ക് മുമ്പുതന്നെ പുകവലി ഉപേക്ഷിക്കുന്ന സ്ത്രീക്ക് അപകടം കുറയുന്നതായി പഠനങ്ങളിൽ നിന്ന് അറിയാൻ കഴിഞ്ഞിട്ടുണ്ട്. പലപ്പോഴും ആദ്യം നിക്കോട്ടിൻ ഉപേക്ഷിക്കാൻ കഴിയാതെ വന്നാലും പിന്നീട് തങ്ങളുടെ ഉൾവിളികേട്ട് പല സ്ത്രീകളും സിഗററ്റുവലി ഉപേക്ഷിക്കാറുണ്ട്. ആദ്യംതന്നെ ഉപേക്ഷിച്ചാൽ വളരെ നല്ലതാണ്. പക്ഷെ പിന്നീടെങ്കിലും ഉപേക്ഷിച്ചാൽ കുഞ്ഞിന് ഓക്സിജൻ ശരിയായ രീതിയിൽ കിട്ടും.

പുകവലി ഉപേക്ഷിച്ചാൽ തൂക്കം കൂടുമെന്ന് നിങ്ങൾക്ക് തോന്നുന്നുണ്ടെങ്കിൽ, ഇതുവരെ അതിനുള്ള തെളിവ് ലഭിച്ചിട്ടില്ലെന്ന കാര്യം ഓർക്കുക. പുകവലിക്കുന്ന പലരും തടിച്ചിട്ടാണുള്ളത്, അത് നിർത്തുമ്പോൾ കുറച്ചുതൂക്കം കൂടാൻ സാദ്ധ്യതയുണ്ടെങ്കിലും പിന്നീട് എളുപ്പത്തിൽ അത് കുറക്കാൻ കഴിയും. ഈ പ്രക്രിയക്കിടയിൽ ഡയറ്റിങ്ങിനെക്കുറിച്ച് ചിന്തിക്കരുത്. അത് നിങ്ങളുടെയും കുഞ്ഞിന്റെയും ആരോഗ്യത്തിന് നല്ലതല്ല.

പലരിലും സിഗററ്റ് ഉപേക്ഷിച്ചതിനു ശേഷം പല ലക്ഷണങ്ങളും കാണാൻ തുടങ്ങുന്നു. വെവ്വേറെ ആളുകളിൽ അത് വേറെ-വേറെ വിധത്തിലായിരിക്കും. അസ്വസ്ഥത, ഉത്തേജനം, പിരിമുറുക്കം, പിടുത്തം, ശരീരം മരവിക്കുക, കൈകാലുകൾ വിറയ്ക്കുക, തലചുറ്റുക, ക്ഷീണം, ഉറക്കം, ഗ്യാസ് പ്രശ്നം എന്നിവ സാധാരണ ലക്ഷണങ്ങളാണ്. മാനസികമായും ശാരീരികമായുമുള്ള കാഴ്ചപ്പാടിലും സ്വാധീനം ഏർപ്പെടുമെന്ന് ചിലർ കരുതുന്നു. മിക്കവാറും എല്ലാവർക്കും കഫത്തിന്റെ പ്രശ്നവും ഏർപ്പെടും.

നിക്കോട്ടിന്റെ സ്വാധീനം കുറക്കാൻ ആഗ്രഹിക്കുന്നുണ്ടെങ്കിൽ കഫൈൻ കഴിക്കുന്നത് ഉപേക്ഷിക്കണം. ക്ഷീണത്തിൽനിന്ന് രക്ഷനേടാൻ വ്യായാമം ചെയ്യുക. മസ്തിഷ്കത്തിന് അധികം ക്ഷീണം ഏർപ്പെടുന്ന വിധത്തിലുള്ള ജോലികൾക്കുപകരം ലഘുവായ ജോലി ചെയ്യുക. മ്ലാനത കൂടുതലായാൽ ഡോക്ടറുടെ അഭിപ്രായം തേടുവാൻ താമസിക്കരുത്.

ഈ ലക്ഷണങ്ങൾ കുറച്ചുദിവസം മുതൽ ഏതാനും ആഴ്ചകൾവരെ തുടരും. എന്നാൽ ഇതിൽനിന്നുള്ള ലാഭം ജീവിതകാലം മുഴുവൻ നിലനിൽക്കും.

സെക്കൻഡ് ഹാൻഡ് സ്മോക്ക്

"ഞാൻ സിഗററ്റ് വലിക്കില്ല, പക്ഷെ എന്റെ ഭർത്താവ് വലിക്കും. ഇതുകൊണ്ട് കുഞ്ഞിന് എന്തെങ്കിലും കുഴപ്പം ഏർപ്പെടുമോ?"

പുകവലിയുടെ പുകമൂലം പുകവലിക്കുന്ന ആൾക്കുമാത്രമല്ല ആപത്ത് ഏർപ്പെടുന്നത്. അത് ചുറ്റുമുള്ളവരെയും അമ്മയുടെ ഗർഭത്തിലുള്ള ശിശുവിനെയും ബാധിക്കും നിങ്ങളുടെ ഭർത്താവ് സിഗററ്റ് വലിക്കുന്നുണ്ടെങ്കിൽ ഗർഭത്തിലുള്ള ശിശുവിന് നിങ്ങൾ വലിച്ചാൽ ഏർപ്പെടാവുന്ന അത്രതന്നെ ആപത്ത് ഏർപ്പെടും.

അദ്ദേഹത്തിന് സിഗററ്റുവലി ഉപേക്ഷിക്കാൻ കഴിയില്ലെങ്കിൽ വീട്ടിനുപുറത്ത്, നിങ്ങളിൽനിന്ന് ദൂരെ എവിടെയെങ്കിലും പോയി വലിക്കാൻ പറയുക (എന്നാലും കുറച്ചൊക്കെ ദോഷം ഏർപ്പെടുകതന്നെ ചെയ്യും).

പുകവലി ഉപേക്ഷിച്ചാൽ അവരുടെ മാത്രമല്ല കുഞ്ഞിന്റെയും ആരോഗ്യം മെച്ചപ്പെടും. കുഞ്ഞിന് ഈ പുക കാരണം ശ്വാസനാള സംബന്ധമായ രോഗങ്ങൾ ഏർപ്പെടാം. ഇതുമൂലം ശ്വാസകോശങ്ങൾക്ക് കേട് സംഭവിച്ചേക്കാം. നിങ്ങളുടെ കുഞ്ഞും ഒരുനാൾ പുകവലിക്കാരനായി തീർന്നേക്കാം.

സ്വന്തക്കാരും സ്നേഹിതന്മാരും പുകവലിക്കുന്നത് തടയാൻ നിങ്ങൾക്ക് കഴിയില്ലെങ്കിലും, കഴിയുന്നത്ര അവരിൽനിന്ന് അകന്നിരിക്കുക (അവർ സിഗററ്റ് വലിക്കുമ്പോൾ). നിങ്ങൾ ജോലിചെയ്യുന്ന സ്ഥലത്ത് പുകവലി നിരോധിച്ചുണ്ടെങ്കിൽ നിങ്ങൾക്ക് ശുദ്ധമായ വായു ശ്വസിക്കാൻ കഴിയും. അങ്ങനെയല്ലെങ്കിൽ പുകവലിമൂലം ഭ്രൂണത്തിന് ഏർപ്പെടുന്ന ദോഷങ്ങളെക്കുറിച്ച് നിങ്ങളുടെ കൂടെ ജോലി ചെയ്യുന്നവരെ പറഞ്ഞ് മനസ്സിലാക്കുക. അതുകൊണ്ടും പ്രയോജനമുണ്ടായില്ലെങ്കിൽ അവർ ഒരു നിശ്ചിത സ്ഥാനത്തു വെച്ചുമാത്രം സിഗററ്റ് വലിക്കാവൂ എന്ന് നിയമം ഉണ്ടാക്കിക്കാൻ ശ്രമിക്കുക. അതും സാദ്ധ്യമായില്ലെങ്കിൽ കുറച്ചുകാലം അവിടെ ജോലി ചെയ്യാതിരിക്കുക.

മാരിജു ആനാ ഉപയോഗിക്കുന്നത്

"ഞാൻ പലവർഷങ്ങളായി സാമൂഹിക രീതിയിൽ മാരിജൂ ആനാ ഉപയോഗിച്ചുവരുന്നു. ഇതുമൂലം എന്റെ ഗർഭത്തിലുള്ള ശിശുവിന് എന്തെങ്കിലും കുഴപ്പം ഏർപ്പെടുമോ?"

കഴിഞ്ഞകാര്യങ്ങൾ മറന്നേക്കൂ, എന്തെങ്കിലും പ്രശ്നം ഏർപ്പെടുമായിരുന്നെങ്കിൽ ഗർഭധാരണ സമയത്തേ ഏർപ്പെട്ടിരിക്കണം. ഇപ്പോൾ നിങ്ങൾ ഗർഭിണിയാണ്, അതുകൊണ്ട് വിഷമിക്കാനില്ല. ഗർഭധാരണത്തിനു മുമ്പ് കഴിച്ച മാരിജൂ ആനായുടെ ദോഷഫലം ഭ്രൂണത്തിന് ഏർപ്പെടുമെന്നതിന് ഇതുവരെ തെളിവൊന്നും ലഭിച്ചിട്ടില്ല.

എന്നാൽ ഇപ്പോൾ നിങ്ങൾക്ക് ഇത് ഉപേക്ഷിക്കേണ്ടിവരും. ഇതിനെക്കുറിച്ച് ഇതുവരെ തൃപ്തികരമായ പഠനങ്ങളൊന്നും ഉണ്ടായിട്ടില്ലാത്തതുകൊണ്ട് ഇതിനെക്കുറിച്ച് കൂടുതലൊന്നും പറയാൻ കഴിയില്ല. ഗർഭകാലത്തിൽ മാരിജൂ ആനാ ഉപയോഗിക്കുന്ന മിക്ക സ്ത്രീകളും മദ്യം, സിഗററ്റ് എന്നിങ്ങനെ മറ്റുപല ലഹരിസാധനങ്ങളും ഉപയോഗിക്കുന്നവരായിരിക്കും. അവർക്ക് പ്രസവത്തിനുമുമ്പുള്ള ശുശ്രൂഷയും ശരിക്ക് ചെയ്യാൻ കഴിയുകയില്ല. അപ്പോൾ എന്തുകൊണ്ടാണ് കേട് ഏർപ്പെടുന്നത് എന്നുപറയാൻ ബുദ്ധിമുട്ടാണ്. ഇതുവരെയുള്ള പഠനങ്ങളിൽനിന്ന് തെളിഞ്ഞിരിക്കുന്നത്

നിങ്ങൾ ലഹരിസാധനം ഉപയോഗിച്ചാൽ അത് ഗർഭത്തിലുള്ള ശിശുവിനെയും ബാധിക്കുമെന്നാണ്. ഇതുമൂലം ഭ്രൂണത്തിന് പൂർണ്ണമായി വികസിക്കാൻ കഴിയുകയില്ല. ചില പഠനങ്ങൾ മൂലം കൂടുതൽ വിപരീത പ്രഭാവം ഏർപ്പെടുമെന്നാണ് തെളിഞ്ഞിരിക്കുന്നത്. ഇതുമൂലം ശിശുവിന്റെ വളർച്ചയിൽ പല തടസ്സങ്ങളും ഏർപ്പെട്ടേക്കാം.

മറ്റ് ലഹരിസാധനങ്ങളെപ്പോലെതന്നെ ഇതും ഗർഭാവസ്ഥയ്ക്ക ഹാനികരമാണെന്ന് കരുതി ഉപേക്ഷിക്കണം. കഴിഞ്ഞതുകഴിഞ്ഞു. എന്നാൽ ഗർഭാവസ്ഥയിൽ ഇതൊന്നും പാടില്ല. സിഗററ്റ് ഉപേക്ഷിക്കാൻ ചിലവഴികൾ പറഞ്ഞിരുന്നുവല്ലോ, അതിൽ ചിലത് പരീക്ഷിച്ചുനോക്കുക. യോഗ, ധ്യാനം, മാലിഷ് എന്നിങ്ങനെ വിശ്രമിക്കാനുള്ള ടെക്നിക്കുകളിൽ ശ്രദ്ധ പതിപ്പിക്കുക. എന്നിട്ടും ഫലമുണ്ടായില്ലെങ്കിൽ ഡോക്ടറുടെ ഉപദേശം സ്വീകരിക്കുക.

കൊകൈനും മറ്റ് ലഹരിപദാർത്ഥങ്ങളും

"ഞാൻ ഒരാഴ്ച മുമ്പ് കൊകൈൻ കഴിച്ചു. അതിനുശേഷം ഞാൻ ഗർഭിണിയാണെന്ന് അറിഞ്ഞു. ഇതുകൊണ്ട് എന്റെ കുഞ്ഞിന് എന്തെങ്കിലും കുഴപ്പം ഏർപ്പെടുമോ?"

ആ കൊക്കൈനെക്കുറിച്ചുള്ള ചിന്തവിടുക. അത് അവസാനത്തെ ഡോസായിരിക്കട്ടെ. അതുകൊണ്ട് നിങ്ങളുടെ ശിശുവിന് ഒന്നും സംഭവിക്കില്ല. എന്നാൽ ഗർഭാവസ്ഥയിൽ കൊകൈൻ കഴിച്ചുകൊണ്ടിരുന്നാൽ ആപത്താണ്. ഇത് എത്രമാത്രം ഹാനികാരകമാണെന്ന് അനുമാനിക്കാൻ കഴിയില്ല. ഇതിന്റെ ഫലങ്ങൾ സ്പഷ്ടമായി അറിയാൻ കഴിയില്ല, എന്തെന്നാൽ സാധാരണ കൊകൈൻ കഴിക്കുന്നവർ സിഗററ്റും വലിക്കുന്നുണ്ടാകും. ലഹരി സാധനങ്ങളുടെ കുപ്രഭാവം ഭ്രൂണത്തിൽ ഏർപ്പെടുമെന്ന് പഠനങ്ങൾ തെളിയിച്ചിട്ടുണ്ട്. രക്തപ്രവാഹത്തിലും വളർച്ചയിലും തടസ്സം ഏർപ്പെടുന്നു, പ്രത്യേകിച്ച് ശിശുവിന്റെ തലയുടെ ഭാഗത്ത് ..... ഗർഭം അലസുക, സമയത്തിനു മുമ്പ് പ്രസവിക്കുക ജനനസമയത്ത് തൂക്കം കുറവായിരിക്കുക, ജനിച്ച് വളരെ സമയം കഴിഞ്ഞ് കരയുക എന്നീ പ്രശ്നങ്ങൾ കൂടാതെ ദീർഘകാലം നിലനിൽക്കുന്ന പ്രശ്നങ്ങളും ഏർപ്പെടും ഗർഭിണി എത്ര അധികം കൊകൈൻ ഉപയോഗിക്കുന്നുവോ അത്ര അധികം അത് കുഞ്ഞിന് ഹാനികരമായിരിക്കും.

ഈ വിവരം ഡോക്ടറെയും അറിയിക്കുക ഡോക്ടർക്കോ മിഡ്വൈഫിനോ നിങ്ങളുടെ മെഡിക്കൽ ഹിസ്റ്ററി അറിഞ്ഞിരിക്കുന്നത് നല്ലതാണ്. ആഗ്രഹിച്ചിട്ടും കൊകൈൻ ഉപേക്ഷിക്കാൻ കഴിയുന്നില്ലെങ്കിൽ ഡോക്ടറുടെ ഉപദേശം സ്വീകരിക്കുക.

ഹെറോയിൻ, എൽ.സി.ഡി., പി.സി.പി. എന്നിവയ്ക്കുപുറമേ നാർകോട്ടിക്, ട്രാങ്കുലൈസർസ്, സെഡേറ്റീവ്, ഉറക്ക ഗുളികകൾ എന്നിവയും ഹാനികാരികളാണ്. ഗർഭകാലത്തിൽ ലഹരി സാധനങ്ങൾ കഴിക്കാതിരുന്നാൽ നിങ്ങളുടെ പ്രസവം സുരക്ഷിതമായിരിക്കും.

സെൽഫോൺ

"ഞാൻ ദിവസവും സെൽഫോണിൽ മണിക്കൂറുകളോളം സംസാരിക്കും. ഇതുകൊണ്ട് എന്റെ കുഞ്ഞിന് എന്തെങ്കിലും കുഴപ്പം സംഭവിക്കുമോ?"

ഇന്നത്തെക്കാലത്ത് എല്ലാവരും സെൽഫോൺ ഉപയോഗിക്കുന്നുണ്ട്. നിങ്ങൾ ഉപയോഗിക്കുന്നുണ്ടെങ്കിൽ അതുകൊണ്ട് വ്യത്യാസമൊന്നും ഏർപ്പെടാൻ പോകുന്നില്ല. സെൽഫോൺ ഉപയോഗിക്കുന്നതുകൊണ്ട് ഗർഭാവസ്ഥയിൽ എന്തെങ്കിലും കേട് സംഭവിക്കുന്നതായി ഇതുവരെ തെളിവ് ലഭിച്ചിട്ടില്ല. ഇത് നിങ്ങൾക്ക് ലാഭം തന്നെയാണ്, നിങ്ങൾക്ക് എപ്പോൾ വേണമെങ്കിലും ഡോക്ടറോടും മിഡ്വൈഫിനോടും നിങ്ങളുടെ പ്രശ്നങ്ങളെക്കുറിച്ച് ചർച്ച ചെയ്യാമല്ലോ. ഇതുപോലെ ജോലിയുടെ കാര്യത്തിലും കുറച്ച് ആലോചിച്ച് വിശ്രമത്തിന് അധികസമയം കണ്ടെത്താൻ ശ്രമിക്കാം.

സെൽഫോൺ തികച്ചും നിർദ്ദോഷമാണെന്ന് പറയാൻ കഴിയുകയില്ല. വണ്ടി ഓടിക്കുമ്പോൾ ഫോണിൽ സംസാരിക്കുന്നത് അപകടകരമാണ്. കൈയ്യിൽ മൊബൈൽ ഇല്ലാതെ കാതിൽ ഘടിപ്പിച്ചാണ് സംസാരിക്കുന്നതെങ്കിലും, അതുകൊണ്ട് ശ്രദ്ധ വഴിമാറും. ഫോണിൽ സംസാരിക്കുമ്പോൾ ഒരു സുരക്ഷിതമായ സ്ഥലത്ത് ഇരിക്കുക. എപ്പോഴും സെൽഫോൺ കിടക്കയിലോ പോക്കറ്റിലോ വയ്ക്കാതിരിക്കുക.

മൈക്രോവേവ്

"ഞാൻ ദിവസവും മൈക്രോവേവിൽ ഭക്ഷണം പാകം ചെയ്യുകയോ ചൂടാക്കുകയോ ചെയ്യുന്നു. ഗർഭകാലത്തിൽ ഇത് ഉപയോഗിക്കുന്നത് സുരക്ഷിതമാണോ?"

നിങ്ങൾ അമ്മയാകാൻ പോകുകയാണ്. നിങ്ങളെ സംബന്ധിച്ചിടത്തോളം ഇത് ഒരു ചങ്ങാതിയാണ്. കുറഞ്ഞ സമയത്തിൽ കുറഞ്ഞ പരിശ്രമത്തിൽ പുതിയതും സ്വാദിഷ്ടവുമായ ആഹാരം തയ്യാറാകും. ഇതിന്റെ ഉപയോഗം പൂർണ്ണമായും സുരക്ഷിതമാണെന്നാണ് പഠനങ്ങളിൽനിന്ന് അറിയാൻ കഴിഞ്ഞിട്ടുള്ളത്. മൈക്രോവേവിൽ തയ്യാറാക്കാൻ കഴിയുന്ന ഭക്ഷണവസ്തുക്കൾ മാത്രം അതിൽ പാകം ചെയ്യുക, പ്ലാസ്റ്റിക് റാപ്പ് ഭക്ഷണത്തെ സ്പർശിക്കാതിരിക്കാൻ ശ്രദ്ധിക്കുക.

ഹോട്ട് ടബ്ബും സാനയും (Sauna)

നിങ്ങൾ പച്ചവെള്ളത്തിൽ കുളിക്കണമെന്നില്ല, പക്ഷെ ഹോട്ട് ടബ്ബിൽ കുളിക്കാതിരിക്കുന്നതാണ് നല്ലത്. ശരീരത്തിന്റെ താപനില 102° ഫാരൻഹീറ്റിൽ കൂടുതലാക്കുന്ന വസ്തുക്കൾ നിങ്ങൾക്കും കുഞ്ഞിനും പ്രത്യേകിച്ച് ആരംഭമാസങ്ങളിൽ ഹാനികാരകമാണ്. ആദ്യത്തെ പത്തുമിനിറ്റ് ശരീരത്തിന്റെ താപനില വർദ്ധിക്കുന്നില്ല എന്നാണ് പഠനങ്ങളിൽനിന്ന് അറിയാൻ കഴിഞ്ഞിട്ടുള്ളത്. എന്നാൽ സുരക്ഷകരുതി നിങ്ങളുടെ വയറ് ചൂടുവെള്ളത്തിൽ മുക്കിവെക്കാതിരിക്കുന്നതാണ് നല്ലത്. സാധാരണ സ്ത്രീകൾ ശരീരത്തിന്റെ താപനില 102° ആകുന്നതിനുമുമ്പുതന്നെ അസ്വാഭാവികത തോന്നുന്നതുകൊണ്ട് വെള്ളത്തിൽ നിന്നു പുറത്തുവരും. നിങ്ങളുടെ തൃപ്തിക്കുവേണ്ടി വേണമെങ്കിൽ ഡോക്ടറുടെ അഭിപ്രായം ചോദിച്ച് ഭ്രൂണസൗണ്ട് പരിശോധന ചെയ്യുക.

സാനാ അഥവാ സ്റ്റീംറൂമിൽ അധികനേരം തങ്ങുന്നത് നല്ലതല്ല. ഗർഭിണികൾക്ക് ഡീ ഹൈഡ്രേഷനും കുറഞ്ഞ രക്തസമ്മർദ്ദവും ഏർപ്പെടാനുള്ള സാദ്ധ്യത കൂടുതലാണ്. സ്റ്റീം റൂമിൽ പോകുന്നതുകൊണ്ട് ഇത് കൂടിയേക്കാം. ഈ പുസ്തകത്തിൽ സ്പാ ചികിത്സയോട് ബന്ധപ്പെട്ട മുൻകരുതലുകളെപ്പറ്റി പറഞ്ഞിട്ടുണ്ട്. അവയും ശ്രദ്ധിക്കുക.

വീട്ടിൽ വളർത്തുന്ന പൂച്ച

"എന്റെ വീട്ടിൽ രണ്ടുപൂച്ചകളുണ്ട്. ഇവ മൂലം കുഞ്ഞിന് അസുഖം വരുമെന്ന് കേട്ടിട്ടുണ്ട്. ഞാൻ പൂച്ചകളെ ഉപേക്ഷിക്കണമോ?"

- നിങ്ങളുടെ കൂട്ടുകാരനെ അങ്ങനെ ഒഴിവാക്കാൻ നോക്കരുത്. നിങ്ങൾ വളരെക്കാലമായി അവരുടെ കൂടെയാണ് കഴിയുന്നത്. അതുകൊണ്ട് പൂച്ചകളുമായി ബന്ധപ്പെട്ട രോഗമായ ടോസോപ്ലാസ്മോസിസ് എന്ന രോഗത്തെ എതിർക്കാനുള്ള ശക്തി നിങ്ങളുടെ ശരീരത്തിൽ ഉത്പന്നമായിരിക്കാം. 40% അമേരിക്കക്കാർ ഈ രോഗപ്രസ്തരാണെന്നാണ് അനുമാനം. വീട്ടിൽ വളർത്തുന്ന പൂച്ചകൾ വീട്ടിനുവെളിയിൽ അധികസമയം ചിലവഴിക്കുന്നവയാണെങ്കിൽ ആ വീട്ടിലുള്ളവർക്കാണ് അധികമായി ഈ പ്രശ്നം ഏർപ്പെടുന്നത്. പച്ചമാംസവും പാശ്ച്വറൈസ്ഡ് അല്ലാത്ത പാലും കുടിക്കുന്ന പൂച്ചകളിൽനിന്നും ഈ ആപത്ത് ഏർപ്പെട്ടേക്കാം. നിങ്ങൾക്ക് വേണമെ

ഇലക്ട്രിക്കൽ കമ്പിളിയും ഹീറ്റിങ്ങ് പ്യാഡും

വിറയ്ക്കുന്ന തണുപ്പിൽ ഹീറ്റിങ്ങ് പാഡും ഇലക്ട്രിക്കൽ കമ്പിളിയും ഉപയോഗിക്കണമെന്ന് തോന്നുമ്പോൾ പ്രിയന്റെ ആലിംഗനവും മോശമല്ല. തണുപ്പ് കൂടുതലാണെങ്കിൽ കമ്പിളികൊണ്ട് കിടക്ക ചൂടാക്കാം. ഉറങ്ങുമ്പോൾ അത് എടുത്തുമാറ്റണം. ഹീറ്റിങ്ങ് പാഡ് ടവ്വലുകൊണ്ട് പൊതിഞ്ഞശേഷമേ ശരീരഭാഗങ്ങളിൽ വയ്ക്കാവൂ. ഗർഭം വളരുന്നതോടൊപ്പം ശരീരത്തിൽത്തന്നെ വേണ്ടത്ര ചൂട് ഉത്പന്നമാകും. ഹീറ്റിങ്ങ് പാഡ് 15 നിമിഷത്തിൽ കൂടുതൽ ഉപയോഗിക്കരുത്. രാത്രി ഉറങ്ങുമ്പോൾ തീർച്ചയായും ഉപയോഗിക്കരുത്. നിങ്ങൾ അത് ഓൺ ചെയ്തുവെച്ചുകൊണ്ട് ഉറങ്ങാൻ പോകരുത്. ആദ്യം കുറച്ചുസമയം ഹീറ്റിങ്ങ് പാഡോ ഇലക്ട്രിക്കൽ കമ്പിളിയോ ഉപയോഗിച്ചിട്ടുണ്ടെങ്കിൽ അതുകൊണ്ട് ഒരു പ്രശ്നവും ഏർപ്പെടില്ല, വിഷമിക്കാതിരിക്കുക.

ങ്കിൽ ഇതിനുള്ള പരിശോധന ചെയ്യാവുന്നതാണ്. പരിശോധനയിൽനിന്ന് ഒന്നു തീർച്ചയായില്ലെങ്കിൽ താഴെ കൊടുത്തിരിക്കുന്ന മുൻകരുതലുകൾ എടുക്കാവുന്നതാണ്.

- പൂച്ചകളെ പരിശോധിപ്പിച്ച് അവയ്ക്ക് സംക്രമണ രോഗങ്ങളൊന്നും പിടിപെട്ടിട്ടില്ലെന്ന് ഉറപ്പുവരുത്തുക. എന്തെങ്കിലും ഇൻഫെക്ഷൻ ഉണ്ടെങ്കിൽ അസുഖം മാറുന്നതുവരെ ഏതെങ്കിലും സ്നേഹിതയുടെ വീട്ടിൽ കൊണ്ടുചെന്നാക്കുക. അതിനുശേഷം അവയെ പച്ച മാംസം തിന്നുക, കാട്ടുപൂച്ചകളുടെ കൂടെ ചുറ്റിത്തിരിയുക, മുറിയിൽ അവിടെയും ഇവിടെയും ചുറ്റിത്തിരിയുക, എലിയെയോ പക്ഷികളെയോ പിടിച്ചു തിന്നുക എന്നീ കാര്യങ്ങൾ ചെയ്യാൻ അനുവദിക്കാതിരിക്കുക.
- മറ്റാരെക്കൊണ്ടെങ്കിലും അവയെ വൃത്തിയാക്കിക്കുക. നിങ്ങൾക്കുതന്നെ അതുചെയ്യേണ്ടിവന്നാൽ കൈയ്യിൽ കൈയ്യുറ ധരിക്കുക, പൂച്ചകളെ തൊട്ട ഉടൻതന്നെ കൈകഴുകുക.
- തോട്ടപ്പണി ചെയ്യുമ്പോഴും കൈയ്യിൽ ഉറ ധരിക്കുക. മണ്ണിൽ പൂച്ച മല-മൂത്ര വിസർജ്ജനം ചെയ്തിട്ടുണ്ടെന്ന് സംശയമുണ്ടെങ്കിൽ അവിടെ ജോലി ചെയ്യരുത്. പൂച്ചയോ മറ്റ് മൃഗങ്ങളോ തോണ്ടിയിട്ട മണ്ണിൽ കുഞ്ഞുങ്ങളെ കളിക്കാൻ അനുവദിക്കരുത്.
- വീട്ടിലെ തോട്ടത്തിൽനിന്ന് പറിച്ച പഴങ്ങളും പച്ചക്കറികളും കഴുകിയശേഷം മാത്രം ഉപയോഗിക്കുക. അവയുടെ തോൽ കളഞ്ഞ് വേവിച്ച് കഴിക്കുക.
- പച്ചമാംസം വൃത്തിയാക്കിയശേഷം നല്ലപോലെ കൈ കഴുകുക.

എല്ലാ ഗർഭിണികളും ഈ പരിശോധന നടത്തി തങ്ങളുടെ സ്ഥിതി മനസ്സിലാക്കണമെന്നാണ് ഡോക്ടർ പറയുന്നത്. അവർക്ക് രോഗസംക്രമണം ഏർപ്പെട്ടിട്ടുണ്ടെങ്കിൽ വേണ്ടത്ര ജാഗ്രത പുലർത്തണം നിങ്ങളുടെ ഡോക്ടറുടെ അഭിപ്രായം ആരായുക.

ഗാർഹികമായ തടസ്സങ്ങൾ

"വീട്ടിൽ ശുചീകരണത്തിനായി ഉപയോഗിക്കുന്ന വസ്തുക്കൾ, കൊതുകിനെ കൊല്ലാനുള്ള മരുന്ന് ഇവയെല്ലാം ഉപയോഗിക്കുന്നതിൽ ഞാൻ എത്രമാത്രം ശ്രദ്ധിക്കണം. ഗർഭകാലത്തിൽ പൈപ്പിൽ വരുന്ന വെള്ള കുടിക്കുന്നത് സുരക്ഷിതമാണോ?"

ഗർഭകാലത്തിൽ ചെറിയ ചെറിയ കാര്യങ്ങൾപോലും വളരെ മുഖ്യമാണ്. നിങ്ങൾ രണ്ട് ജീവൻകൾക്കുവേണ്ടി ജീവിക്കുമ്പോൾ ശുചീകരണ വസ്തുക്കൾ, കൊതുകിനെ കൊല്ലുന്ന മരുന്നുകൾ, കുടിക്കുന്ന വെള്ളം ഇവയെല്ലാം കൂടി ഹാനികാരകമായിരിക്കുമെന്ന് നിങ്ങളും കേൾക്കുകയോ വായിക്കുകയോ ചെയ്തിരിക്കും. കുറച്ചു മുൻകരുതലെടുത്താൽ നിങ്ങൾക്കും കുഞ്ഞിനും വീടിനേക്കാൾ സുരക്ഷിതമായ സ്ഥലം വേറെയില്ല. നിങ്ങൾ മേൽപ്പറഞ്ഞ ഗാർഹിക തടസ്സങ്ങളെക്കുറിച്ച് താഴെ കൊടുത്തിരിക്കുന്ന വിവരങ്ങൾ അറിഞ്ഞിരിക്കണം:-

വീട് വൃത്തിയാക്കാൻ ഉപയോഗിക്കുന്ന വസ്തുക്കൾ:- അടുക്കള വൃത്തിയാക്കലോ, തീൻ മേശമിനുക്കലോ, ജോലി എന്തായാലും നിങ്ങൾ തന്നെ ചെയ്യണം. ഗർഭിണിയായിരിക്കുമ്പോൾ കുറച്ച് സൂക്ഷിക്കുക. ഈ നിർദ്ദേശങ്ങൾ ശ്രദ്ധിക്കുക:-

- ഈവക ഉത്പന്നങ്ങളുടെ ഗന്ധം വളരെ രൂക്ഷമാണെങ്കിൽ മൂക്കിന്റെ അടുത്തുകൊണ്ടുപോയി മണക്കാതിരിക്കുക. ഇതിനെ കാറ്റോട്ടമുള്ള സ്ഥലത്തുവെച്ച് ഉപയോഗിക്കുക. നിങ്ങളുടെ ഭർത്താവിനോട് ടൊയ്‌ലെറ്റ് കഴുകാൻ പറയുന്നതായിരിക്കും നല്ലത്.
- അമോണിയയും ക്ലോറിനും കലർന്ന വസ്തുക്കൾ (ഗർഭിണിയല്ലെങ്കിലും) ഒരിക്കലും ഒന്നുച്ച് കലക്കരുത്. ഇവ കൂട്ടിച്ചേർത്താൽ തീവ്രജ്വാലകൾ ഉയരും.
- ഓവൻ വൃത്തിയാക്കാനും ഡ്രൈക്ലീനിങ്ങിനും ഉപയോഗിക്കുന്ന ദ്രവം പോലെ വിഷം കലർന്നിട്ടുണ്ടെന്ന് ലേബൽ ഒട്ടിയ വസ്തുക്കൾ ഉപയോഗിക്കാതിരിക്കുക.
- ഏത് ഉത്പന്നവും ഉപയോഗിക്കുന്നതിനുമുമ്പ് കയ്യുറ ധരിക്കുക. ഇതുകൊണ്ട് കൈയ്യിലെ തോൽ സുരക്ഷിതമായിരിക്കും. രസായനവുമായി നേരിട്ട് സമ്പർക്കം ഏർപ്പെടുകയുമില്ല.

ലെഡ്:- ഇത് കുഞ്ഞുങ്ങൾക്ക് അധികം ഹാനികരമല്ലെങ്കിലും ഗർഭിണികൾക്കും കുഞ്ഞുങ്ങൾക്കും ഇതുകൊണ്ട് ദോഷം

സംഭവിച്ചേക്കാം. ഇതിൽനിന്ന് രക്ഷ നേടാൻ:–

- കുടിക്കുന്ന വെള്ളത്തിൽ ലെഡ് ഉണ്ടായിരിക്കും. നിങ്ങൾ കുടിക്കുന്ന വെള്ളത്തിൽ ഇതില്ലാതിരിക്കാൻ ശ്രദ്ധിക്കുക.
- പഴയ പെയിന്റിലും ലെഡ് ഉണ്ടാകും. നിങ്ങളുടെ വീട് 50 വർഷത്തിൽ കൂടുതൽ പഴക്കമുള്ളതാണെങ്കിൽ, പെയിന്റ് ഉതർന്നുവീഴുന്നുണ്ടെങ്കിൽ അത് ശരിയാക്കുന്നതുവരെ വേറെ എവിടെയെങ്കിലും വസിക്കുക. വീട്ടിലെ ചുമരിലേയോ ഫർണിച്ചറിലെയോ പെയിന്റ് ഉതിരുന്നുണ്ടെങ്കിൽ അത് റിപ്പെയർ ചെയ്യിക്കാൻ വൈകരുത്.
- മണ്ണ്, മൺപാത്രം, ചൈനാക്ലേയുടെ പഴയ പാത്രങ്ങൾ എന്നിവയിലും ലെഡ് ഉണ്ടായിരിക്കും. അതിന്റെ അളവ് സ്പഷ്ടമല്ലെങ്കിലും അതുപോലെയുള്ള പാത്രങ്ങളിൽ പുളിപ്പുള്ള പഴങ്ങൾ, വിനാഗിരി, തക്കാളി, മദ്യം, പാനീയങ്ങൾ എന്നിവ വിളമ്പാതിരിക്കുക.

പൈപ്പിലെ വെള്ളം:- സാധാരണ പൈപ്പ് വഴിയായി വരുന്ന വെള്ളം വൃത്തിയുള്ളതും സുരക്ഷിതവുമായിരിക്കും. സുരക്ഷിതമായ വെള്ളം മാത്രമെ കുഞ്ഞിന് ലഭിക്കാവൂ. അതുകൊണ്ട് താഴെപ്പറഞ്ഞിരിക്കുന്ന ഉപായങ്ങൾ ചെയ്യണം.

- അടുത്തുള്ള ആരോഗ്യകേന്ദ്രത്തിൽ പോയി കുടിക്കുന്ന വെള്ളം ശുദ്ധമാണോ എന്ന് പരിശോധിപ്പിക്കണം. മറ്റുള്ളവരുടെ വീട്ടിൽ ലഭിക്കുന്ന വെള്ളത്തേക്കാൾ അഴുക്കും ദുർഗന്ധവുമുള്ള വെള്ളമാണോ നിങ്ങൾക്ക് ലഭിക്കുന്നതെന്ന് നോക്കണം, ചിലപ്പോൾ ഡ്രെയ്നേജ് ലൈനിലെ വെള്ളവും കുടിക്കുന്ന വെള്ളവും തമ്മിൽ കലരാൻ ഇടയുണ്ട്. അല്ലെങ്കിൽ കുടിക്കുന്ന വെള്ളത്തിന്റെ പൈപ്പ് കേടുവന്നിരിക്കാം. അവരോട് വെള്ളം ശുദ്ധീകരിക്കുന്നതിനുള്ള വഴി ചോദിച്ചു മനസ്സിലാക്കുകയും എന്തെങ്കിലും സംശയം തോന്നിയാൽ തീർച്ചയായും പരിശോധിക്കുകയും ചെയ്യുക.
- പരിശോധനയിൽ നിന്ന് വെള്ളം ശുദ്ധമാണെന്ന് കണ്ടുപിടിച്ചാൽ ഫിൽട്ടർ ഘടിപ്പിക്കുകയോ അല്ലെങ്കിൽ കുടിക്കാനും ഭക്ഷണം പാകം ചെയ്യാനും കേൻ വാട്ടർ ഉപയോഗിക്കുകയോ ചെയ്യണം. എല്ലാ കേൻ വാട്ടറും ശുദ്ധമായിരിക്കുമെന്ന് കരുതരുത്. ചിലപ്പോൾ കേനിലും സാധാരണ വെള്ളം നിറച്ചിരിക്കാം. ചില കേൻ വാട്ടറുകളിൽ ശിശുവിന്റെ പല്ലുകൾക്ക് ആവശ്യമായ ഫ്ലോറൈഡ് ഉണ്ടായിരിക്കുകയില്ല. ഡിസ്റ്റിൽഡ് വാട്ടറും ഉപയോഗിക്കരുത്. അതിൽനിന്ന് ലാഭപ്രദമായ ഖനിജ പദാർത്ഥങ്ങൾ നീക്കിയിരിക്കും.
- പരിശോധനയിൽ വെള്ളത്തിൽ കൂടുതൽ ലെഡ് ഉണ്ടെന്ന് കണ്ടാൽ പൈപ്പ് ലൈൻ കണക്ഷൻ എടുക്കണം. ഇത് എപ്പോഴും സാദ്ധ്യമായെന്നുവരില്ല. അതുകൊണ്ട് കുടിക്കാനും ഭക്ഷണം പാകം ചെയ്യാനും എപ്പോഴും തണുത്ത വെള്ളം ഉപയോഗിക്കുക. വെള്ളം ഉപയോഗിക്കുന്നതിന് അഞ്ചു മിനിറ്റിനുമുമ്പേ പൈപ്പ് തുറന്നിടുക.
- വെള്ളത്തിൽ കൂടുതലായി മണം ഉണ്ടെങ്കിൽ തിളപ്പിക്കുകയോ 24 മണിക്കൂർ നേരാം മൂടാതെ വെക്കുകയോ ചെയ്താൽ മണം പോകും.

കീടനാശിനികൾ (പെസ്റ്റിസൈഡ്):– പലപ്പോഴും കീടങ്ങളിൽ നിന്ന് രക്ഷനേടാൻ കീടനാശിനികൾ ഉപയോഗിക്കേണ്ടിവരുന്നു. ഗർഭകാലത്തിലും ചില മുൻകരുതലുകളോടെ എല്ലാം ശരിയാക്കാം. അടുത്ത വീടുകളിൽ മരുന്ന് തെളിച്ചിട്ടുണ്ടെങ്കിൽ അതിന്റെ ഗന്ധം മാറുന്നതുവരെ അവിടെ പോകരുത്. വീടിന്റെ ജനലുകൾ അടയ്ക്കുക.

നിങ്ങളുടെ വീട്ടിൽ സ്പ്രേ ചെയ്യിക്കണമെങ്കിൽ പാത്രങ്ങളും ഭക്ഷണ സാധനങ്ങളും സുരക്ഷിതമായി വയ്ക്കാൻ പ്രത്യേകം ശ്രദ്ധിക്കണം. മരുന്നിന്റെ മണം പുറത്തുപോകാൻ ജനലുകൾ തുറന്നുവെയ്ക്കുക. എല്ലാ സ്ഥലവും കഴുകിത്തുടച്ച് വൃത്തിയാക്കിയശേഷമേ ഈ സ്ഥലത്തുവെച്ച് ഭക്ഷണം കഴിക്കാവൂ. കീടങ്ങളെ നിയന്ത്രിക്കാൻ പ്രകൃതിദത്തമായ വഴികൾ സ്വീകരിക്കുന്നതാണ് നല്ലത്. നിങ്ങളുടെ പൂന്തോട്ടത്തിലെ വലിയ പൈപ്പിലെ വെള്ളത്തിന്റെ ശക്തിയായ ധാര ഉപയോഗിക്കുക. ഈകാര്യത്തിനുവേണ്ടി പ്രത്യേകം തയ്യാറാക്കിയിട്ടുള്ള 'സോപ്പ് മിക്സ്' കിട്ടുന്നുണ്ട്, അത് ഉപയോഗിക്കുക. നിങ്ങളെ ഉപദ്രവിക്കുന്ന കീടങ്ങളെ നശിപ്പിക്കുന്ന കീടങ്ങളെ വളർത്തുക.

കീടനാശിനി ഉപയോഗിക്കുന്നത് ഒഴിച്ചു കൂടാത്തതാണെങ്കിൽ വിഷമില്ലാത്തവ ഉപയോഗിക്കുക. വിഷമല്ലാത്തതെന്ന് കരുതുന്ന കീടനാശിനികളും മണത്താൽ വിഷമുള്ളതായിത്തീരും, കണ്ണിൽ എരിച്ചൽ ഏർപ്പെട്ടേക്കാം. ഏതെങ്കിലും പ്രാദേശിക ചുറ്റുപാട് സംബന്ധപ്പെട്ട ക്യാമ്പിൽനിന്ന് പ്രകൃതിദത്തമായ രീതികളെപ്പറ്റി അഭിപ്രായം ആരായണം.

എങ്കിലും ഈ വസ്തുക്കളുടെ അല്പസ്വല്പ ഉപയോഗം കൊണ്ട് കുഴപ്പമൊന്നും ഏർപ്പെടുകയില്ല. നീണ്ടകാലം വരെ ഇവ ഉപയോഗിച്ചാൽ ഉദാ:- രസായന ഫാക്ടറികളിൽ ജോലിചെയ്യുന്നവർക്ക് - ഇതുകൊണ്ട് പ്രശ്നങ്ങൾ ഏർപ്പെടും.

പെയിന്റിന്റെ ഗന്ധം:- പശുപക്ഷികൾ പോലും കുഞ്ഞിന്റെ വരവിനുമുമ്പ് പല തയ്യാറെടുപ്പുകളും ചെയ്യുന്നു. പക്ഷികൾ കൂടുണ്ടാക്കുന്നു, അണ്ണാൻ തന്റെ വീട് കമ്പുകളും ഇലകളും കൊണ്ട് മൃദുവാക്കുന്നു. സ്ത്രീ-പുരുഷന്മാർ ഓൺലൈൻ ഡിസൈനുകൾ നോക്കുന്ന തിരക്കിലാകുന്നു. സാധാരണ ഇവയിൽ കുഞ്ഞിന്റെ മുറിയുടെ പെയിന്റിന്റെ കാര്യവും അടങ്ങുന്നു (നിങ്ങൾ നിറം തെരഞ്ഞെടുക്കുമ്പോൾ) ഇപ്പോൾ വരുന്ന പെയിന്റിൽ ലെഡ്ഡോ മെർക്കുറിയോ ചേർക്കുന്നില്ല; അതുകൊണ്ട് അത് ഗർഭകാലത്തേക്കും പൂർണ്ണ സുരക്ഷിതമാണെന്നാണ് കരുതപ്പെടുന്നത്. എന്നാലും മറ്റ് പല കാരണങ്ങളാലും വേറെ ആരെക്കൊണ്ടെങ്കിലും പെയിന്റ് ചെയ്യിക്കേണ്ടിവരും. ഗർഭകാലത്തിൽ ഭാരം അധികമായിരിക്കും. തുടർന്ന് പെയിന്റ് ചെയ്യുന്നതുകൊണ്ട് മുതുകിലുള്ള മാംസപേശികളിൽ സമ്മർദ്ദം ഏർപ്പെടുന്നതുകൊണ്ട് വേദന ഏർപ്പെട്ടേക്കാം. പെയിന്റ് ചെയ്യുന്ന സമയത്ത് ഏണിയിൽ കയറിനിൽക്കുമ്പോൾ കാൽവഴുതിയേക്കാം. പെയിന്റിന്റെ വാസന കാരണം ഛർദ്ധി ഏർപ്പെടാം.

വീട്ടിൽ പെയിന്റ് അടിക്കുമ്പോൾ വേറെ എവിടെയെങ്കിലും പോയി ഇരിക്കുക. വീട്ടിലെ എല്ലാ ജനലുകളും തുറന്നിടുക. പെയിന്റ് റിമൂവർ ഉപയോഗിക്കരുത്, അത് വളരെ വിഷമുള്ളവയാണ്. പഴയ പെയിന്റ് എടുത്തുകളയുമ്പോൾ, അതിൽ ലെഡ്ഡും മെർക്കുറിയും കലർന്നിരിക്കുന്നതുകൊണ്ട് സൂക്ഷിക്കണം.

ഗ്രീൻ-ഗ്രീൻ ടിപ്സ്

വീട്ടിനകത്തെ വായു സുഗന്ധിതമാക്കാൻ ആഗ്രഹിക്കുന്നുവോ? നിങ്ങളുടെ വീട് സസ്യശ്യാമളമാക്കുക. ചെടികൾ വായു മലിനീകരണം ഇല്ലാതാക്കി ഓക്സിജൻ തരും. അതോടൊപ്പം നിങ്ങളുടെ കണ്ണുകൾക്ക് കുളിർമ ലഭിക്കും. 'ഫിലോസെൻഡ്രോൺ' അല്ലെങ്കിൽ 'ഇംഗ്ലീഷ് ഐ.വി.' പോലെയുള്ള വിഷമുള്ള ചെടികൾ നടരുത്. പക്ഷെ കുഞ്ഞ് മുട്ടുകുത്തി നടക്കാൻ തുടങ്ങുമ്പോൾ ഇതിൽ ചിലമാറ്റങ്ങൾ വരുത്തേണ്ടിവരും.

വായു മലിനീകരണം

"പട്ടണത്തിലെ വായു മലിനീകരണം എന്റെ കുഞ്ഞിന് ദോഷം ചെയ്യുമോ?"

ദീർഘമായി ശ്വസിക്കുക. ഈ ദീർഘനിശ്വാസം വളരെ സുരക്ഷിതമാണ്. കോടിക്കണക്കിന് ഗർഭിണികൾ ഇതേ വായു ശ്വസിച്ച് ആരോഗ്യമുള്ള കുഞ്ഞുങ്ങൾക്ക് ജന്മം നൽകുന്നു. വായുവിൽ മാലിന്യം കലർത്തുന്ന വസ്തുക്കളുടെ സമ്പർക്കത്തിൽ വരാതിരിക്കുവാൻ ശ്രദ്ധിക്കുക.

- പുകനിറഞ്ഞ മുറിയിൽ ഇരിക്കരുത്. പുകയിലയുടെ പുക ഭ്രൂണത്തിന്റെ വളർച്ചയെ ബാധിക്കും. ബന്ധുമിത്രാദികളോടും, കൂടെ ജോലിചെയ്യുന്നവരോടും, കുടുംബാംഗങ്ങളോടും നിങ്ങളുടെ അടുത്തുവന്ന് പുകവലിക്കരുതെന്ന് പറയുക. സിഗററ്റിനോടൊപ്പം ചുരുട്ടും പൈപ്പും ഉപേക്ഷിക്കുക, ഇവയിൽ നിന്ന് കൂടുതൽ പുക വമിക്കും
- നിങ്ങളുടെ കാറിന്റെ ഇന്ധനം പരിശോധിക്കുക. ഗ്യാരേജിന്റെ കതവ് അടച്ച് വണ്ടി സ്റ്റാർട്ടു ചെയ്യാതിരിക്കുക. ഇഞ്ചിൻ സ്റ്റാർട്ട് ആയശേഷം വണ്ടിയുടെ കതവും ജനലുകളുടെ കണ്ണാടികളും അടയ്ക്കാം.
- നിങ്ങളുടെ നഗരത്തിൽ വായുമലിനീകരണം അധികമാണെങ്കിൽ അധിക സമയം വീട്ടിൽ ചെലവഴിക്കുക. ജനലുകൾ അടയ്ക്കുക, എ.സി. ഓൺ ചെയ്യുക. ആരോഗ്യ അധികാരിയുടെ എല്ലാ നിർദ്ദേശങ്ങളും പാലിക്കുക. വർക്ക് ഔട്ട് ചെയ്യണമെങ്കിൽ ജിമ്മിൽ പോകുക അല്ലെങ്കിൽ വീട്ടിൽത്തന്നെ ചെയ്യാവുന്ന ഏതെങ്കിലും വ്യായാമം ചെയ്യുക

- ഏതുകാലാവസ്ഥയിലും വൃത്തികെട്ട അന്തരീക്ഷത്തിൽ ഓടുകയോ സൈക്കിൾ ചവിട്ടുകയോ ചെയ്യരുത്. അങ്ങനെ ചെയ്താൽ കൂടുതൽ അശുദ്ധവായു അകത്തോട്ട് പ്രവേശിക്കും.
- പാർക്കോ മറ്റോ ഉള്ളതും റോഡരുകിൽ മരങ്ങളുള്ളതുമായ വഴിതിരഞ്ഞെടുക്കുക. മെയിൻ റോഡിലൂടെ പോകാതിരിക്കുക. മരങ്ങൾ ഏതുസ്ഥലത്തുള്ള വായുവിനെയും ശുദ്ധം ചെയ്യും.
- വീട്ടിൽ ഫയർ പ്ലെയ്സ്, ഗ്യാസ് സ്റ്റൗ, വിറകടുപ്പ് എന്നിവയിൽ നിന്ന് പുക പുറത്തുപോകാനുള്ള ഏർപ്പാടുകൾ ചെയ്തിരിക്കണം. ഫയർ പ്ലെയ്സിൽ വിറകു കത്തിക്കുന്നതിനുമുമ്പ് ചിമ്മിനി തുറക്കുക.
- ഈ പറഞ്ഞ ഗ്രീൻ-ഗ്രീൻ ഉപായങ്ങൾ ചെയ്തുനോക്കൂ. അവ വളരെ പ്രയോജനമുള്ളവയാണ്.

ഗാർഹിക പീഡനങ്ങൾ

എല്ലാ ഗർഭിണികളും ആഗ്രഹിക്കുന്നത് അവരുടെ കുഞ്ഞിനെ എല്ലാവിധത്തിലും രക്ഷിക്കണമെന്നാണ്. എന്നാൽ പല സ്ത്രീകൾക്കും ഗർഭാവസ്ഥയിൽ സ്വയം രക്ഷിക്കാൻ പോലും കഴിയാതെവരുന്നു എന്നത് വേദനാജനകമാണ്. അവർക്ക് ഗാർഹിക പീഡനങ്ങൾ അനുഭവിക്കേണ്ടിവരുന്നു. ഗർഭധാരണം നേരത്തെ തീരുമാനിച്ചതല്ലെങ്കിൽ അത് ഭർത്താവിന് അസൂയ, ദേഷ്യം, മനോഗ്രന്ഥി എന്നിവ ഏർപ്പെടാൻ കാരണമാകും. അയാളുടെ മനസ്സിൽ നിഷേധാത്മകമായ വിചാരങ്ങൾ ഉണ്ടാകും. പലപ്പോഴും ഈ വിചാരങ്ങൾ അമ്മയെയും കുഞ്ഞിനെയും പീഡിപ്പിക്കാനുള്ള കാരണമായിത്തീരും.

ഗർഭകാലത്തുള്ള കുഴപ്പങ്ങൾ, കാർ അപകടങ്ങൾ എന്നിവ കാരണം മരിക്കുന്നതിനേക്കാൾ കൂടുതൽ സ്ത്രീകൾ ഗാർഹിക പീഡനങ്ങൾ മൂലമാണ് മരിക്കുന്നത്. ഏകദേശം 20% സ്ത്രീകൾക്ക് ഭർത്താവിന്റെ പീഡനങ്ങൾക്ക് ഇരയാകേണ്ടിവരുന്നുണ്ട്. ശാരീരിക പീഡനങ്ങൾ ഏൽക്കുന്ന സ്ത്രീകൾ സമയത്തിനുമുമ്പ് പ്രസവിക്കാൻ സാദ്ധ്യതയുണ്ട്.

ഗർഭിണിക്കും കുഞ്ഞിനും ഏർപ്പെടുന്ന മുറിവിനെക്കാൾ ശാരീരികവും മാനസികവുമായ പീഡനങ്ങൾ കൂടുതൽ ദോഷം ചെയ്യും.പോഷണക്കുറവും പ്രസവത്തിനുമുമ്പുള്ള ശുശ്രൂഷ കുറയുന്നതുകൊണ്ട് ഇങ്ങനെയുള്ള അമ്മമാർക്ക് ആരോഗ്യമുള്ള കുഞ്ഞുങ്ങൾക്ക് ജന്മം നൽകാൻ കഴിയുന്നില്ല.

ജനിച്ച ഉടനെതന്നെ ആ കുഞ്ഞിനെയും പീഡിപ്പിക്കാൻ തുടങ്ങും. സമുദായത്തിലെ എല്ലാ വർഗ്ഗങ്ങളിലും ഇങ്ങനെയുള്ള സ്ത്രീകളെ കാണാൻ കഴിയും. അവരിൽ എല്ലാ പ്രായത്തിലും ജാതിയിലും വിദ്യാഭ്യാസയോഗ്യതയിലുമുള്ള സ്ത്രീകളെ കാണാൻ കഴിയും. നിങ്ങളും ഗാർഹിക പീഡനത്തിന് അടിമയാണെങ്കിൽ അത് നിങ്ങളുടെ കുറ്റമല്ലെന്ന് ഓർക്കുക. നിങ്ങൾ ഒരുതെറ്റും ചെയ്തിട്ടില്ല. ഇങ്ങനെയുള്ള ചീത്ത ബന്ധങ്ങളിൽനിന്ന് മോചനം നേടാൻ നിങ്ങൾ സഹായം തേടണം. ആരും തടഞ്ഞില്ലെങ്കിൽ പീഡനം അധികമാവും. നിങ്ങൾ ഈ ബന്ധത്തിൽ സുരക്ഷിതയല്ലെങ്കിൽ നിങ്ങളുടെ കുഞ്ഞും സുരക്ഷിതനായിരിക്കുകയില്ല.

നിങ്ങളുടെ ഡോക്ടറോട് സംസാരിക്കുക. വിശ്വസ്ത മിത്രങ്ങളെ വിവരം അറിയിക്കുക. അടുത്തുള്ള ഗാർഹിക പീഡന ഹോട്ട്ലൈനുമായി സമ്പർക്കം ഏർപ്പെടുത്തുക. രാജ്യത്തെങ്ങും നിങ്ങൾക്ക് താമസിക്കാനും പ്രസവത്തിനുമുമ്പുള്ള ശുശ്രൂഷകൾ ലഭിക്കാനുമുള്ള ഏർപ്പാടുകൾ ചെയ്യുന്ന പരിപാടികൾ നടത്തുന്നുണ്ട്.

പൂരകവും വൈകല്പികവുമായ ചികിത്സ

പണ്ടൊക്കെ വയറ്റാട്ടികൾ തന്നെയാണ് പാരമ്പര്യമായുള്ള ചികിത്സാരീതി പ്രകാരം ഈ പരിതസ്ഥിതിയെ കൈകാര്യം ചെയ്തിരുന്നത്. എന്നാൽ ഇപ്പോഴുള്ള ചികിത്സയുടെ പിരിവുകൾ മുമ്പിലത്തെക്കാൾ കൂടുതൽ കാര്യശേഷിയുള്ളവയും നമ്മുടെ ചികിത്സാരീതിയുടെ പൂരകവുമായി മാറിയിരിക്കുന്നു. അത് നിങ്ങളുടെ കുടുംബത്തിലെ ഒരു അംഗമായി മാറിയിരിക്കുന്നു.

പൂരകവും വൈകല്പികവുമായ ചികിത്സ ചെയ്യുന്ന ഡോക്ടർ തന്റെ രോഗികളുടെ ആരോഗ്യത്തിൽ വളരെ ശ്രദ്ധ ചെലുത്തുന്നുണ്ട്. അവർ ആരോഗ്യത്തിൽ പോഷകം, മാനസികം, ആദ്ധ്യാത്മികം, ശാരീരികം എന്നിവയുടെ സ്വാധീനത്തിന്റെ ചേർച്ചയെക്കുറിച്ചും പരിശോധിക്കും. അത് ശരീരം തന്റെ ആരോഗ്യരക്ഷ സ്വയം ചെയ്യുമെന്ന സിദ്ധാന്തത്തിൽ വിശ്വസിക്കുന്നു. അതിന്

കുറച്ചുപ്രകൃതിദത്തമായ പച്ചമരുന്നുകളു ടെയും സ്നേഹിതരുടെയും ശാരീരിക കൗശലങ്ങളുടെയും ആത്മാവിന്റെയും മന സ്സിന്റെയും സഹായം തേടേണ്ടിവരും.

ഗർഭാവസ്ഥ ഒരു രോഗമല്ല, ജീവിത ത്തിന്റെ ഒരുഭാഗമാണ്. ഗർഭിണികൾ പൂരക വും വൈകല്പികവുമായ ചികിത്സാരീതി കളുടെ സഹായം തേടണം. ഇന്നത്തെക്കാ ലത്ത് ഈ ചികിത്സാരീതികളെല്ലാം ഗർഭാവ സ്ഥക്കും പ്രസവത്തിനും വേണ്ട പൂരകങ്ങ ളാണെന്ന് തെളിഞ്ഞിട്ടുണ്ട് അവയാണ്.

അക്യുപഞ്ചർ:- പല ആയിരം വർഷങ്ങൾ ക്കുമുമ്പുതന്നെ ചൈനക്കാരന്മാർ അക്യു പഞ്ചർമൂലം ഗർഭാവസ്ഥയിലെ പല പ്രശ്ന ങ്ങളിൽ നിന്നും മോചനം ലഭിക്കുമെന്ന് കണ്ടുപിടിച്ചു. എന്നാൽ പരമ്പരാഗത പ്രസവ വിജ്ഞാനം കുറച്ചുകാലമായി ഇത് ശ്രദ്ധിക്കാൻ തുടങ്ങിയിട്ടുണ്ട്. ശാസ്ത്രീയ ഗവേഷണം പ്രാചീന ബുദ്ധിശാലിത്തര ത്തിനുനേരെ തിരിഞ്ഞിരിക്കുന്നു. അക്യുപ ഞ്ചർ മൂലം മസ്തിഷ്കത്തിൽ പലവിധത്തി ലുള്ള രസായനങ്ങൾ ചുരക്കുമെന്നും, വേദനയുടെ ലക്ഷണങ്ങൾ കുറയുമെന്നും ഗവേഷകന്മാർ കണ്ടുപിടിച്ചിട്ടുണ്ട്. ഇത് എങ്ങനെ സംഭവിക്കും? അക്യുപഞ്ചർ രീതിയിൽ വിദഗ്ദ്ധന്മാർ ശരീരത്തിന്റെ വിവിധ മെറിഡിയനുകളിൽ കനംകുറഞ്ഞ സൂചികൊണ്ട് കുത്തുന്നു. പഴയ പരമ്പരാ ഗതരീതി പ്രകാരം ഈ മാർഗ്ഗം "ചാനൽ" ആണ്. ഇതുവഴി ശരീരത്തിന്റെ ജീവൻ ശക്തി 'ചീ' പ്രവഹിക്കുന്നു.

ഇലക്ട്രിക് പഞ്ചർ രീതിമൂലം സൂചികു ത്തിയാൽ സ്നായുക്കൾ ഉത്തേജിപ്പിക്കപ്പെ ടുമെന്ന് ഗവേഷകർ കണ്ടുപിടിച്ചിട്ടുണ്ട്. ഇതുമൂലം എൻഡോർഫിനിന്റെ സ്രാവം വർദ്ധിക്കുകയും മുതുകുവേദന, ഛർദ്ദി, ഗർഭകാലത്തിൽ ഏർപ്പെടുന്ന വിഷാദം എന്നിങ്ങനെയുള്ള പലപ്രശ്നങ്ങളിൽ നിന്നും മോചനം കിട്ടും. പ്രസവ സമയ ത്തുള്ള വേദന കുറക്കാനും ഇത് ഉപയോഗി ക്കാവുന്നതാണ്. അക്യുപഞ്ചർമൂലം വന്ധ്യത യ്ക്കും പരിഹാരം കാണാവുന്നതാണ്.

അക്യുപ്രഷർ:- അക്യുപ്രഷർ അഥവാ 'ശി എത്സു'വും അക്യുപഞ്ചറിന്റെ സിദ്ധാന്ത പ്രകാരം തന്നെയാണ് പ്രവർത്തിക്കുന്നത്. ഇതിൽ സൂചി കുത്തുന്നതിനുപകരം കയ്യിലെ വിരലുകളും തള്ളവിരലും കൊണ്ട് അമർത്തിയശേഷം ധാന്യമണികൾ അമർ ത്തി ടേപ്പ് ഒട്ടിക്കും. മണിബന്ധത്തിന്റെ ഉൾ ഭാഗത്തെ ഒരു പ്രത്യേക ബിന്ദുവിൽ അമർ ത്തുന്നതുകൊണ്ട് ഛർദ്ദിയിൽ നിന്ന് മോച നം ലഭിക്കാൻ കഴിയും. ഇത്തരത്തിൽ കൈ-കാലുകളിൽ പല ബിന്ദുക്കളുമുണ്ട്. പ്രൊഫെഷനലിന്റെ സഹായത്തോടെ മാത്രമേ അവ കണ്ടുപിടിച്ച് അക്യുപ്രഷർ ചെയ്യാവൂ.

ബയോഫീഡ്ബാക്ക്:- ശാരീരികവും വൈ കാരികവുമായ പിരിമുറുക്കത്തിൽനിന്ന് മോചനം ലഭിക്കാൻ ജീവശാസ്ത്രപരമായ പ്രതികരണം മൂലം എങ്ങനെ പരിശ്രമിക്കാ മെന്ന് ഈരീതി മൂലം രോഗികളെ പഠിപ്പി ക്കുന്നു. ഇതുമൂലം തലവേദന, ഉറക്കമി ല്ലായ്മ, ഛർദ്ദി എന്നിങ്ങനെ ഗർഭാവസ്ഥ യിലുള്ള പല ലക്ഷണങ്ങളിൽനിന്നും ആശ്വാ സം ലഭിക്കും. രക്തസ്രാവം കുറയ്ക്കാനും, ഗ്ലാനത, ഉത്തേജന, പിരിമുറുക്കം എന്നി വയെ നേരിടുന്നതിനും ബയോഫീഡ് ബാക്ക് ഉപയോഗിക്കാം.

കീരോപ്രാക്ടിക് ചികിത്സ:- ഈ ചികിത്സാ രീതിയാൽ നട്ടെല്ല്, മറ്റുസന്ധികൾ, സ്നായു ക്കൾ എന്നിവ സാധാരണ രീതിയിൽ പ്രവർ ത്തിക്കുകയും സ്വയം ചികിത്സ ചെയ്യാ നുള്ള ശക്തി വർദ്ധിക്കുകയും ചെയ്യും. കീരോ പ്രാക്ടിക് മൂലം ഗർഭിണികൾക്ക് ഉറക്കം, പുറംവേദന, സന്ധിവേദന തുടങ്ങിയ വേദനകളിൽനിന്ന് മോചനം ലഭിക്കും. കീരോ പ്രാക്ടിക് ഗർഭിണികളിൽ പ്രയോഗിക്കുമ്പോൾ വയറിന്റെ അടി ഭാഗത്ത് അമർത്താതെ വളരെ സൂക്ഷി ച്ചാണ് ഉപയോഗിക്കുന്നത്.

മാലിഷ്:- മാലിഷ് ചെയ്താൽ ഛർദ്ദിക്കില്ല, പക്ഷെ ചില സ്ത്രീകൾ മാലിഷിനുശേഷം ഛർദ്ദി ഉണ്ടാകുന്നതായി പരാതിപ്പെടാ റുണ്ട്. ഇതുമൂലം പുറംവേദന, തലവേദന, സിയാടികാ എന്നിവയിൽനിന്ന് ആശ്വാസം ലഭിക്കുന്നതോടൊപ്പം ശരീരത്തിലെ മാംസ പേശികൾ പ്രസവത്തിന് തയ്യാറാകുകയും ചെയ്യുന്നു.

പ്രസവസമയത്ത് മാംസപേശികൾക്ക് സ്വസ്ഥത ലഭിക്കാനും വേദന കുറക്കാനും ഇത് ഉപയോഗിക്കുന്നു. ഇതുമൂലം പിരിമു റുക്കം നീങ്ങുന്നു. മാലിഷ് ചെയ്യുന്നതിന് മുമ്പ് മാലിഷ് ചെയ്യുന്ന ആൾക്ക് പ്രസവ ത്തിനുമുമ്പുള്ള മാലിഷ് ചെയ്യാൻ പരിചയ മുണ്ടോ എന്ന് നോക്കണം.

റിഫ്ലെക്സോളജി:- അക്യുപ്രഷർപോലെ റിഫ്ലെക്സോളജിയിലും കൈ-കാൽകളി ലും കാതിലും നേരിയ സമ്മർദ്ദം ചെലുത്തും. ഇതുമൂലം പലവിധത്തിലുള്ള വേദനകളിൽ നിന്നും വിമോചനം കിട്ടും. നിങ്ങൾ ഈ ചികിത്സയ്ക്ക് പോകുമ്പോൾ ഗർഭിണിയാ ണെന്ന വിവരം അറിയിക്കുക. അപ്പോൾ

അവർ വളരെ ശ്രദ്ധിച്ച് നിശ്ചിത ബിന്ദുക്കളിൽ സമ്മർദ്ദം ചെലുത്തും.

ജല ചികിത്സ (ഹൈഡ്രോതെറാപ്പി):– പല ആശുപത്രികളിലും ബെർത്ത് സെന്ററുകളിലും ഗർഭിണികളെ ചൂടുവെള്ളം നിറച്ച ടബ്ബിൽ കിടത്തും. പല സ്ത്രീകളും വെള്ളത്തിൽത്തന്നെ ശിശുക്കൾക്ക് ജന്മം നൽകാൻ ആഗ്രഹിക്കുന്നു.

അരോമാതെറാപ്പി:– ശരീരത്തിന്റെയും മനസ്സിന്റെയും ആത്മാവിന്റെയും ആരോഗ്യത്തിന് വാസന തൈലങ്ങൾ ഉപയോഗിക്കും ചില അരോമ വിദഗ്ദ്ധന്മാരുടെ അഭിപ്രായം ഇക്കാര്യത്തിൽ വളരെ അധികം സൂക്ഷിക്കണമെന്നാണ്. ചില തൈലങ്ങൾ ഗർഭിണികൾക്ക് ദോഷം ചെയ്തേക്കാം.

ധ്യാനം, മാനസിക ചിത്രീകരണം മറ്റും റിലാക്സേഷൻ ടെക്നിക്സ്:– ഇവയുടെ സഹായം കൊണ്ട് ഗർഭിണികൾക്ക് ശാരീരികവും മാനസികവുമായ പിരിമുറുക്കത്തിൽ നിന്ന് വിമോചനം കിട്ടും. ഇവയിൽ മോണിങ്ങ്സിക്ക്നസ് മുതൽ പ്രസവവേദനവരെയുള്ള എല്ലാം അടങ്ങും. ഇതുമൂലം ഭാവി മാതാക്കളുടെ ഉത്തേജനം ഒരളവുവരെ നിയന്ത്രിക്കാൻ കഴിയും. ഈ പുസ്തകത്തിൽ പറഞ്ഞിട്ടുള്ള വ്യായാമങ്ങൾ ചെയ്യുക.

സമ്മോഹിപ്പിക്കൽ (ഹിപ്നോതെറാപ്പി):– ഹിപ്നോട്ടിസം വഴിയും ഗർഭാവസ്ഥയുടെ ലക്ഷണങ്ങളിൽ നിന്ന് വിമോചനം നേടാം. പിരിമുറുക്കവും കുറയും, ഉറക്കമില്ലായ്മ നീങ്ങും. പ്രസവവേദനക്കിടയിൽ വേദന സഹിക്കാനും ശിശുവിന്റെ ജന്മം വേദന കുറഞ്ഞ സരളമായ ഒരു പ്രക്രിയയായി മാറ്റാനും കഴിയും. ഈ സ്ഥിതിയിൽ ശരീരത്തെ ഗാഢമായ റിലാക്സേഷൻ നിലയ്ക്ക് കൊണ്ടുപോകുന്നതുകൊണ്ട് ശരീരത്തിന് വേദന അനുഭവപ്പെടുകയില്ല. ഈ രീതി എല്ലാവർക്കും പ്രയോജനപ്പെടുകയില്ല. ചിലരിൽ മാത്രമേ ഹിപ്നോ തെറാപ്പിയിലെ നിർദ്ദേശങ്ങൾ ഫലം ചെയ്യുകയുള്ളൂ. ഏതെങ്കിലും ഹിപ്നോതെറാപ്പിസ്റ്റിന്റെ സഹായം തേടുന്നതിനുമുമ്പ് അയാൾ ശരിയായ പരിശീലനം ലഭിച്ച ആളാണോ, ഗർഭാവസ്ഥയിൽ തെറാപ്പി ചെയ്തു പരിചയമുണ്ടോ എന്നൊക്കെ മനസ്സിലാക്കണം.

മാക്സീബ്ഷൻ:– ഈ വൈകൽപ്പിക ചികിത്സാ രീതിയിൽ അക്യൂപങ്ചറിനോടൊപ്പം ഉസ്മാവും ചേർക്കപ്പെടുന്നതു കൊണ്ട് 'ബ്രീച്ച് ബേബി'യെ സാവധാനം തിരിച്ചുകിടത്താൻ കഴിയും. നിങ്ങളും ഈ ടെക്നിക് ഉപയോഗിക്കാൻ ആഗ്രഹിക്കുന്നുണ്ടെങ്കിൽ അനുഭവസമ്പന്നനായ അക്യൂപങ്ചറിസ്റ്റിന്റെ സഹായം തേടുക.

പച്ചില മരുന്നുകൾ കൊണ്ടുള്ള ചികിത്സ:– നൂറ്റാണ്ടുകളായി പച്ചില മരുന്നുകൊണ്ടുള്ള ചികിത്സ ചെയ്തുവരുന്നു. അവക്ക് ഗർഭാവസ്ഥയിൽ ഏർപ്പെടുന്ന ലക്ഷണങ്ങളിൽനിന്ന് മോചനം നൽകാൻ കഴിയും. എന്നാൽ ഇതു സംബന്ധമായ ഗവേഷണങ്ങളൊന്നും നടന്നിട്ടില്ലാത്തതുകൊണ്ട് വിദഗ്ദ്ധന്മാർ ഇവയെ ഉപയോഗിക്കുന്ന കാര്യത്തിൽ പൂർണ്ണ സമ്മതം നൽകുന്നില്ല.

പൂരകവും വൈകല്പികവുമായ ചികിത്സാരീതി പ്രസവ വിജ്ഞാനത്തിൽ പ്രവേശിച്ചുകഴിഞ്ഞു. ഇവ പ്രയോഗിക്കുന്നതിനുമുമ്പ് വേണ്ടത്ര മുൻകരുതലുകൾ എടുക്കണം ഇവയുടെ കുറവുകളെയും ശ്രദ്ധിക്കണം.

- നിങ്ങളുടെ വയറ്റാട്ടിയോടും ലേഡീഡോക്ടറോടും ഇതിനെക്കുറിച്ച് പറയണം. അപ്പോൾ നിങ്ങൾക്ക് സമ്പൂർണ്ണ പൂരക ചികിത്സ ലഭിക്കും. ഇതുമൂലം നിങ്ങൾക്കും ശിശുവിനും പൂർണ്ണ സുരക്ഷ ലഭിക്കും.
- പൂരകങ്ങളായ മരുന്നുകളിൽ (പച്ചമരുന്നുകളാൽ തയ്യാറാക്കിയത്) നിന്ന് നിങ്ങൾക്ക് പൂർണ്ണ സുരക്ഷ ലഭിക്കുമെന്ന് ആശ്വസിക്കാൻ കഴിയുകയില്ല. എന്തെന്നാൽ അത് സംബന്ധപ്പെട്ട ചികിത്സയെക്കുറിച്ച് പരീക്ഷണങ്ങൾ നടത്തപ്പെട്ടിട്ടില്ല. അവ ഉപയോഗിക്കുന്നതിൽ കഷ്ടമൊന്നും ഇല്ലെങ്കിലും നമ്മൾക്ക് അതിന്റെ ലാഭ-നഷ്ടത്തെക്കുറിച്ച് ആധികാരികമായി നിരൂപണം ചെയ്യാൻ കഴിയുകയില്ല. ഇത് സംബന്ധപ്പെട്ട കൂടുതൽ വിവരങ്ങൾ ലഭിക്കുന്നതുവരെ, ഈ മരുന്നുകൾ ഉപയോഗിക്കുന്നതിനുമുമ്പ് വിദഗ്ദ്ധന്മാരുടെ അഭിപ്രായം തീർച്ചയായും ചോദിക്കണം.
- ലാഭദായകമായ പല പൂരക പദ്ധതികൾ ഉണ്ട്. എന്നാൽ ഗർഭിണികൾ അവ ഉപയോഗിക്കുന്നതിനുമുമ്പ് ജാഗ്രതയായിരിക്കണം. അതുകൊണ്ട് തന്റെ ഡോക്ടറോട് ഗർഭാവസ്ഥയെക്കുറിച്ച് പറയാൻ മറക്കരുത്.
- ഇവയുടെ ചികിത്സാ പദ്ധതി നടപ്പാക്കുന്നരീതിയും പല കാര്യങ്ങളെയും ആശ്രയിച്ചിരിക്കുന്നു. പ്രകൃതിദത്തമായത് എന്നാൽ 'സുരക്ഷിത'മാണെന്നും രസായന സംബന്ധമായതെന്നാൽ 'ഹാനികാരക'മാണെന്നും അർത്ഥമില്ലെന്ന് ഓർക്കുക. നിങ്ങളുടെ ഗർഭാവസ്ഥയിൽ പൂരക ചികിത്സാ പദ്ധതികൾ ജാഗ്രതയോടുകൂടി ഉപയോഗിക്കുക.

••••

ഒൻപതാം മാസവും നിങ്ങളുടെ ഭക്ഷണരീതിയും

നിങ്ങൾക്കുള്ളിൽ ഒരു ചെറിയ കുരുന്നു ജീവൻ വളരുന്നുണ്ട്. കുഞ്ഞു കൈ-കാലുകളിലെ വിരലുകൾ, കാത്, കണ്ണ് എന്നിവ രൂപപ്പെട്ടുവരുന്നു. മസ്തിഷ്കത്തിലെ സെല്ലുകൾ (കോശങ്ങൾ) വേഗത്തിൽ വളർന്നുവരുന്നു. നിങ്ങൾക്ക് മനസ്സിലാക്കാൻ കഴിയുന്നതിനുമുമ്പുതന്നെ ആ കുരുന്ന് ഭ്രൂണം നിങ്ങളുടെ കുഞ്ഞായി തീരുകയും അതിനെ കൈയ്യിലെടുത്ത് ഉറക്കാൻ നിങ്ങൾക്ക് കഴിയുകയും ചെയ്യും.

ഇക്കാര്യത്തിന് വളരെ അദ്ധ്വാനിക്കേണ്ടിവരുമെന്നതിൽ ആശ്ചര്യമൊന്നുമില്ല. അന്യോന്യം സ്നേഹിക്കുന്ന മാതാ-പിതാക്കളുടെ കുഞ്ഞിനെ ദൈവം സംരക്ഷിക്കുമെന്നത് സന്തോഷകരമാണ്. അതിനർത്ഥം നിങ്ങളുടെ വീട്ടിൽ ഒരു ആരോഗ്യമുള്ള ഓമന കുഞ്ഞ് ജനിക്കുമെന്നാണ്. ഗർഭാവസ്ഥ മുഴുവൻ വിശ്രമത്തോടും ആരോഗ്യത്തോടും ചിലവഴിക്കണമെന്ന കാര്യം മാത്രം നിങ്ങൾ ശ്രദ്ധിക്കണം. നിങ്ങൾ ആദ്യം മുതൽ ഇക്കാര്യം ചെയ്യുന്നതുകൊണ്ട് ഇത് കഠിനമല്ല.

നിങ്ങൾ മൂന്നുനേരവും ആഹാരം കഴിക്കുന്നുണ്ട്. പക്ഷെ ഗർഭാവസ്ഥയിൽ ആഹാരം കഴിക്കുന്നതുകൊണ്ടുമാത്രം വെല്ലുവിളിയെ അഭിമുഖീകരിക്കാനാവില്ല. നിങ്ങളെക്കൊണ്ട് എത്ര കഴിക്കാൻ കഴിയുമോ അത്രയ്ക്ക് ആഹാരം കഴിക്കണം. നല്ലപോലെ ഭക്ഷണം കഴിക്കുന്നതുമൂലം നിങ്ങൾ നിങ്ങളുടെ മോനോ മോൾക്കോ ഒരു നല്ല ആരോഗ്യപൂർണ്ണമായ ജീവിതം സമ്മാനിക്കാൻ പോകുകയാണ്.

ഗർഭാവസ്ഥയിലുള്ള ആഹാരവ്യവസ്ഥ നിങ്ങൾക്കും കുഞ്ഞിനും വേണ്ടിയുള്ളതാണ്. ഇതുകൊണ്ട് ശിശുവിന് എന്തുലാഭമാണ് ഉണ്ടാവുക ? പല ലാഭങ്ങളിൽ ഒന്ന് ജനിക്കുന്ന സമയത്ത് കുഞ്ഞിന്റെ തൂക്കം കൂടുമെന്നുള്ളതാണ്. ബുദ്ധിനല്ലപോലെ വികസിച്ചിരിക്കും. ജനനസമയത്ത് ഏർപ്പെടാനിടയുള്ള കുറവുകളോ രോഗങ്ങളോ ഉണ്ടാവുകയില്ല. നിങ്ങൾ വിശ്വസിച്ചാലും ഇല്ലെങ്കിലും ഒരു കാര്യം പറയാം. നിങ്ങൾ ഇപ്പോൾത്തന്നെ രാത്രി ഭക്ഷണത്തിൽ പച്ച കാബേജും മറ്റ് പച്ചക്കറികളും ചേർത്താൽ നിങ്ങളുടെ പ്രീസ്കൂൾ കുഞ്ഞ് ആഹാര കാര്യത്തിൽ നല്ലശീലങ്ങളുള്ള ഒരു ആരോഗ്യമുള്ള വ്യക്തിയായിത്തീരും.

ഇതുകൊണ്ട് നിങ്ങളുടെ ശരീരത്തിനു മാത്രമല്ല ലാഭം കിട്ടുക. ഗർഭകാലത്തുള്ള നിങ്ങളുടെ ആഹാരരീതി നിങ്ങളുടെ സുഖപ്രസവത്തെ സ്ഥിരീകരിക്കും. നല്ല ആഹാരം കഴിക്കുന്ന സ്ത്രീകൾക്ക് അനീമിയ, ഗ്യാസ്റ്റേഷനൽ ഡൈബെറ്റിക്സ്, പ്രിക്ലെംപ്സിയ എന്നീ രോഗങ്ങൾ ഏർപ്പെടുകയില്ല. തിരഞ്ഞെടുത്ത ഭക്ഷണസാധനങ്ങൾ കഴിക്കുന്നതുകൊണ്ട് ആശ്വാസം ലഭിക്കുന്നു. നല്ല ഭക്ഷണം നിങ്ങളുടെ മൂഡിനെയും സമതുലനം ചെയ്യും. ഇങ്ങനെയുള്ള സ്ത്രീകളുടെ പ്രസവം സമയത്തിനുമുമ്പോ വൈകിയോ അല്ലാതെ ശരിയായ സമയത്തായിരിക്കും. പ്രസവത്തിനുശേഷം ശരീരത്തിന് പഴയ ആകൃതി ലഭിക്കാനും അധിക സമയം എടുക്കുകയില്ല.

നിങ്ങൾ ഈ ലാഭങ്ങളുടെ അർത്ഥം മനസ്സിലാക്കിയെങ്കിൽ, നിങ്ങളുടെ ഭക്ഷണം പോഷക സമൃദ്ധമാക്കിത്തീർക്കാൻ തുനിഞ്ഞിറങ്ങേണ്ടിവരും. എന്തെന്നാൽ ഗർഭാവസ്ഥയിലെ ആഹാരവും സാധാരണ സംതുലിത ആഹാരവും തമ്മിൽ വലിയ വ്യത്യാസമില്ല. ഗർഭാവസ്ഥയിൽ ആഹാരത്തിൽ ചെറിയ മാറ്റങ്ങൾ വരുത്തേണ്ടിവരും. എന്തെന്നാൽ ശിശുവിന് അധിക അളവിൽ കലോറിയുടെയും പോഷണത്തിന്റെയും ആവശ്യമുണ്ട്. അടിസ്ഥാനം അതുതന്നെ. പ്രോട്ടീൻ, കാൽഷ്യം, തവിടുകളയാത്ത ധാന്യങ്ങൾ, പഴം, പച്ചക്കറികൾ, ആരോഗ്യകരമായ കൊഴുപ്പ്, പൌഷ്ടികമായ സമതുലനം, എല്ലാം കേട്ടതുപോലെ

ഉണ്ട് അല്ലേ ? നമ്മുടെ ഡയറ്റീഷ്യന്മാർ പല വർഷങ്ങളായി ഇതൊക്കെ കഴിക്കാനുള്ള ഉപദേശമാണ് കൊടുത്തുവരുന്നത്.

മറ്റൊരു ശുഭവാർത്തയുണ്ട്. നിങ്ങൾ ഇതുവരെ വളരെ കുറവായ ആദർശ ആഹാരമേ കഴിക്കുന്നുള്ളൂ എങ്കിൽ അതിനെ ഗർഭാവസ്ഥാ ആഹാരമായി മാറ്റുന്നത് വലിയ കഷ്ടമുള്ള കാര്യമായിരിക്കില്ല. മാറ്റത്തെക്കുറിച്ച് ചിന്തിക്കാൻ തുടങ്ങിയാൽ തന്നെ ആരംഭിക്കാൻ തുടങ്ങും. നിങ്ങൾക്ക് ഉത്സാഹമായി കേക്കും ചിപ്പ്സും കഴിക്കാൻ കഴിയും. അതിൽ കുറച്ച് മാറ്റങ്ങൾ വരുത്തണമെന്നുമാത്രം. നിങ്ങൾക്ക് പല സ്വാദിഷ്ടമായ വസ്തുക്കളിൽ നിന്നും വിറ്റാമിൻ, ഖനിജ ലവണങ്ങൾ എന്നിവ ലഭിക്കും. ആരോഗ്യത്തോടൊപ്പം രുചിയിലും പൂർണ ശ്രദ്ധവേണം.

മെച്ചപ്പെടുത്താൻ വേണ്ടി ആഹാരത്തിൽ മാറ്റം വരുത്തുന്നതിനുമുമ്പ് ഒരു കാര്യം പ്രത്യേകം ശ്രദ്ധിക്കണം ഈ ലേഖനത്തിൽ ഗർഭാവസ്ഥയിൽ കഴിക്കേണ്ട ആദർശമായ ആഹാരത്തെക്കുറിച്ച് പറഞ്ഞിട്ടുണ്ട്. നിങ്ങൾക്ക് ഈ പോഷകാഹാരത്തോടെ അരുചി തോന്നിയാൽ നിങ്ങളുടെ ഇഷ്ടപ്രകാരം ഇതിൽ ചില മാറ്റങ്ങൾ വരുത്താവുന്നതാണ്. തികച്ചും അജ്ഞരായിരിക്കാതെ നല്ലപോലെ ആലോചിച്ച് ഭക്ഷണ ശീലങ്ങൾ സ്വീകരിക്കണമെന്നേ ഞങ്ങൾ പറയുന്നുള്ളൂ. നിങ്ങൾ ബർഗറോ, ഫ്രെഞ്ച് ഫ്രൈയോ കഴിക്കുന്നതിൽ തെറ്റില്ല, കൂടെ സാലഡും ചേർത്തേക്കൂ.

ഒൻപതുമാസത്തെ ആരോഗ്യകര മായ ആഹാരത്തിന്റെ ഒൻപത് അടിസ്ഥാന പരമായ നിയമങ്ങൾ

ഉരുള എണ്ണുക:- ഒൻപതുമാസവും കുഞ്ഞിനുവേണ്ടി വളരെ അധികം പോഷകാംശമുള്ള ആഹാരം കഴിക്കണം. ജനിക്കാൻ പോകുന്ന ശിശുവിന് ആരോഗ്യപൂർണ്ണമായ ഒരു ആരംഭം നൽകണം. ഓരോ ഉരുള ചവയ്ക്കുമ്പോഴും നിങ്ങളുടെ കുഞ്ഞിനെക്കുറിച്ച് ഓർക്കണം. ഓരോ ഉരുളയും കുഞ്ഞോമനയ്ക്ക് പോഷണം നൽകാനുള്ള സുവർണ്ണാവസരമാണെന്ന് ഓർക്കുക.

എല്ലാ കലോറിയും സമമായിരിക്കുകയില്ല:- കലോറി തിരഞ്ഞെടുക്കുമ്പോൾ ശ്രദ്ധിക്കുക. അതിന്റെ അളവിനേക്കാൾ ഗുണത്തിന് മുഖ്യത്വം കൊടുക്കുക. 10 ഉരുളക്കിഴങ്ങ് ചിപ്പ്സിൽ നിന്നു കിട്ടുന്ന 100 കലോറി, തോലോടുകൂടി വറുത്ത ഉരുളക്കിഴ ങ്ങിന്റെ 100 കലോറിക്ക് സമമാകുകയില്ല. നിങ്ങൾക്കും കുഞ്ഞിനും 2000 വെറും കലോറിയേക്കാൾ 2000 പോഷക കലോറി അധികം ഗുണം ചെയ്യും. പ്രസവശേഷം നിങ്ങളുടെ ശരീരത്തിൽ ഇതിന്റെ സ്വാധീനം കാണാൻ കഴിയും.

നിങ്ങളുടെ രീതിതന്നെ സ്വീകരിക്കൂ!

നിങ്ങളുടെ ആഹാരത്തിന്റെ അളവിനെക്കുറിച്ച് സംശയമുണ്ടോ ? നിങ്ങൾ ഭക്ഷണരീതിയെ ക്രമീകരിക്കാൻ ആഗ്രഹിക്കുന്നില്ലേ ? എന്തുകഴിക്കണം, എത്ര കഴിക്കണം എന്നീ ചോദ്യങ്ങൾ ചോദിക്കാൻ ആഗ്രഹിക്കുന്നില്ലേ ? സാരമില്ല, നിങ്ങൾ നിങ്ങളുടെ രീതിതന്നെ തുടർന്നോളൂ. സമതുലിതവും പോഷകാംശമുള്ളതുമായ ആഹാരം കഴിക്കുക. അതിൽ പഴങ്ങൾ, പാല്, തൈര്, ധാന്യങ്ങൾ, പച്ചക്കറികൾ എന്നിവയെല്ലാം ഉണ്ടായിരിക്കണം. ദിവസവും കൂടുതലായി 300 കലോറി ഭക്ഷിക്കണം. എന്നാലേ കാര്യം ശരിയാകൂ.

നിങ്ങൾക്ക് വിശന്നാൽ കുഞ്ഞിനും വിശക്കും:- നിങ്ങൾ കുഞ്ഞിനെ പട്ടിണിയിടാൻ ആഗ്രഹിക്കുന്നില്ലെങ്കിൽ ജനിക്കുന്നതിനുമുമ്പ് പട്ടിണിയിടുന്നതെന്തിനാണ്? അതിന് ദിവസവും ശരിയായ രീതിയിൽ പോഷണം ലഭിക്കേണ്ടത് അത്യാവശ്യമാണ്. നിങ്ങളാണ് 'യൂട്രൈൻ കഫേ' മൂലം പോഷണം അയച്ചു കൊടുക്കുന്നത്. നിങ്ങൾക്ക് വിശപ്പില്ലായിരിക്കും, പക്ഷേ കുഞ്ഞിന് വിശക്കും, അതുകൊണ്ട് ഭക്ഷണം കഴിക്കാതിരിക്കരുത്. ശരിയായ സമയത്ത് സമതുലിതമായ ആഹാരം കഴിക്കുക. ദിവസവും 5 നേരം ആഹാരം കഴിക്കുന്ന അമ്മമാർ ആരോഗ്യവതികളായിരിക്കുമെന്നാണ് പഠനങ്ങൾ തെളിയിച്ചിരിക്കുന്നത്. (3 പ്രാവശ്യം ആഹാരം കഴിക്കുക 2 പ്രാവശ്യം സ്നാക്സ് അല്ലെങ്കിൽ 6 പ്രാവശ്യം കുറച്ച് ആഹാരം) ഇത് പറയുന്നത് എളുപ്പമാണ്, പക്ഷെ ഭക്ഷണത്തിന്റെ പേര് കേൾക്കുമ്പോൾത്തന്നെ നിങ്ങൾക്ക് ഛർദ്ദിക്കാൻ തോന്നുന്നത് വളരെ കഷ്ടമാണ്. ഈ പുസ്തകത്തിൽ നിന്ന് നിങ്ങൾക്ക് പല ഉപയോഗപ്രദമായ നിർദ്ദേശങ്ങളും ലഭിക്കും.

കുറച്ച് പ്രവർത്തനവൈദഗ്ദ്യം:- ഇങ്ങനെ കണ്ണുമൂടി ഭക്ഷണം കഴിച്ചാൽ നിങ്ങളെ കാണാൻ എങ്ങിനെ ഉണ്ടാകും എന്നുകരുതി

ഭയക്കുന്നുണ്ടോ? ഇതിനെപ്പറ്റി അധികം ചിന്തിക്കേണ്ട. നിങ്ങൾക്ക് കുറച്ച് തന്റേടം വേണം. കൂടുതൽ കൊഴുപ്പുള്ള ഡെയറി ഉത്പന്നങ്ങൾക്ക് പകരം കൊഴുപ്പുസത്ത് കുറവുള്ള ഡെയറി ഉത്പന്നങ്ങൾ, പൊരിച്ചെടുത്തതിനുപകരം ആവിയിൽ വേവിച്ചതോ പുഴുങ്ങിയതോ ആയ പദാർത്ഥങ്ങൾ എന്നിവ കഴിക്കുക. വെണ്ണയുടെ അളവ് കുറക്കുകയോ പൊരിക്കുമ്പോൾ കുറച്ച് ഒലീവ് എണ്ണ ഉപയോഗിക്കുകയോ ചെയ്യുക. നിങ്ങളുടെ തൂക്കം കുറച്ചുമാത്രമേ കൂടുതാലാകുന്നുള്ളൂ എങ്കിൽ തൂക്കം കൂടാൻ സഹായിക്കുന്ന ഭക്ഷണ സാധനങ്ങൾ തിരഞ്ഞെടുക്കുക. നിങ്ങളുടെ തൂക്കം കൂടുതാലാണെങ്കിൽ തൂക്കം കൂട്ടാത്തതും കുഞ്ഞിന് പൂർണ്ണ പോഷകം ലഭിക്കാവുന്നതുമായ ഭക്ഷണ സാധനങ്ങൾ തിരഞ്ഞെടുക്കുക.

കാർബോഹൈഡ്രേറ്റ്:- പല ഗർഭിണികളും തടിക്കുമെന്ന പേടികൊണ്ട് ആഹാരത്തിൽ ഉരുളക്കിഴങ്ങുപോലെയുള്ള കാർബോഹൈഡ്രേറ്റിന്റെ അളവ് കുറക്കും. റിഫൈൻഡ് കാർബോ ഹൈഡ്രേറ്റ് അധികം പോഷണം നൽകില്ല എന്നതിൽ സംശയമില്ല. എന്നാൽ കോംപ്ലെക്സ് കാർബോഹൈഡ്രേറ്റ് (തവിടു കളയാത്ത ധാന്യങ്ങളിൽനിന്നും ഉണ്ടാക്കുന്ന റൊട്ടി, ബ്രൗൺ അരി, ഫ്രെഷായ പഴങ്ങളും പച്ചക്കറികളും, ഉണങ്ങിയ ബീൻസ്, പെയെർസ്, തോലോടു കൂടിയ ഉരുളക്കിഴങ്ങ് എന്നിവ) വിറ്റാമിൻ ബിയുടെ കുറവ് പൂർത്തിചെയ്യുന്നു. ആവശ്യമുള്ള ഫൈബറും പ്രോട്ടീനും നൽകുന്നു. ഇത് കുഞ്ഞിന് മാത്രമല്ല നിങ്ങൾക്കും ലാഭദായകമാണ്. ഇവ കഴിച്ചാൽ ഛർദ്ദി, മലബന്ധം എന്നിവ ഏർപ്പെടുകയില്ല. വയറുനിറഞ്ഞതുപോലെ തോന്നും, നിങ്ങളുടെ തൂക്കം കൂടുകയുമില്ല.

കോംപ്ലെക്സ് കാർബോ ഹൈഡ്രേറ്റ് അധികം കഴിച്ചാൽ കൂടുതൽ ഫൈബർ കിട്ടുന്നതായും 'ഗ്യാസ്റ്റേഷനൽ ഡൈബെറ്റിക്സ്' ഏർപ്പെടാനുള്ള സാദ്ധ്യത കുറയുന്നതായും പഠനങ്ങൾ തെളിയിച്ചിട്ടുണ്ട്. ഫൈബറിന്റെ അളവ് പതുക്കെപ്പതുക്കെ വർദ്ധിപ്പിക്കുക. പെട്ടെന്ന് ഫൈബറിന്റെ അളവ് കൂട്ടിയാൽ വയറിൽ ഗ്യാസ് ഉണ്ടാകും.

കുറച്ച് മധുരവുമാവാം:- മധുരം കഴിക്കാൻ ആർക്കാണ് ഇഷ്ടമല്ലാത്തത്. എന്നാൽ അധികം മധുരം നിങ്ങൾക്ക് ദോഷം വിളയിക്കുമെന്നാണ് ഗവേഷകരുടെ അഭിപ്രായം. ഇതുമൂലം തടികൂടുമെന്ന് മാത്രമല്ല പല്ലുകളെയും മോണകളെയും ബാധിക്കുന്ന രോഗം, പ്രമേഹം, ഹൃദയരോഗം, കൊളോൺ കാൻസർ എന്നിവയും ബാധിക്കാനുള്ള സാദ്ധ്യതയും വർദ്ധിക്കും. ചില മധുരമുള്ള വസ്തുക്കളിൽ പോഷകാംശം വളരെ കുറവായി രിക്കും. ഇവയിൽ ക്യാൻഡിയും സോഡയു മാണ് മുൻപന്തിയിലുള്ളത്.

റിഫൈൻഡ് പഞ്ചസാര പല രൂപ ത്തിൽ മാർക്കെറ്റിൽ കിട്ടുന്നുണ്ട്. കോൺസീ സ്ഡി ഹൈഡ്രേറ്റഡ് കരിമ്പുജ്ജൂസും ഇക്കൂട്ടത്തിൽ പ്പെടും.

തേൻ റിഫൈൻഡ് ചെയ്യാത്ത ഷുഗറാണ്. ഇതിൽ രോഗങ്ങളെ എതിരിടാനുള്ള ആന്റി ഓക്സിഡന്റ് ഉണ്ട്. ഇതിന്റെ സഹായം കൊണ്ട് പല പോഷകസത്തുള്ള പദാർത്ഥങ്ങളും നിങ്ങൾക്ക് തയ്യാറാക്കാൻ കഴിയും. പഞ്ചസാര അധികമുള്ള സാധന

ആരോഗ്യകരമായ വികൽപ്പം

നിങ്ങളുടെ പ്രിയപ്പെട്ട ആഹാരത്തിന്റെ ചില വികൽപ്പങ്ങൾ വേണമെങ്കിൽ ഈ പട്ടിക നോക്കുക:–

ഇതിനുപകരം	**ഇത് കഴിക്കുക**
പൊട്ടറ്റോ ചിപ്പ്സ്	സോയാ ചിപ്പ്സ്
പൊരിച്ച ചിക്കൻ	വേവിച്ച ചിക്കൻ
ഹോട്ട്ഫജ് സൺഡേ	പഴവും പഞ്ചസാരയും ചേർത്തു തണുത്ത തൈര്
ടാക്കോ ചിപ്പ്സ്,	വേവിച്ച സാസ്, ഫ്രെഞ്ചു ഫ്രൈ മധുരക്കിഴങ്ങ് ചിപ്പ്സ്
സാധാരണ ബ്രഡ്	ആട്ടാ ബ്രഡ്
സോഫ്ട് ഡ്രിങ്ക്സ്	പഴരസം
ഷുഗർ കുക്കീസ്	ഹോൾഗ്രേൻ ഫിഗ് ന്യൂടൺ

'സിക്സ് മീൽ' സൊല്യൂഷൻ

വല്ലാതെ ദാഹം തോന്നുക, നെഞ്ചെരിച്ചിൽ, മലബന്ധം അല്ലെങ്കിൽ വേറെ ഏതെങ്കിലും കാരണം കൊണ്ട് നിങ്ങൾക്ക് ഭക്ഷണം കഴിക്കാൻ കഴിയാതെ വരുമ്പോൾ 'സിക്സ് മീൽ' മൂലം പ്രശ്നം പരിഹരിക്കുക. ദിവസത്തിൽ മൂന്നുനേരം ഭക്ഷണം കഴിക്കുന്നതിനുപകരം അത് 6 ചെറിയ ചെറിയ ഭാഗങ്ങളായി വിഭജിക്കുക. ഇങ്ങനെ നിങ്ങളുടെ ഊർജ്ജത്തിന്റെ ലെവൽ നിലനിൽക്കും. തലവേദനയും വളരെ കുറയും. മൂഡിലും ഏറ്റവും ഇറക്കവും ഉണ്ടാകുകയില്ല.

ങ്ങൾ ഉപയോഗിക്കുന്നത് ഉപേക്ഷിക്കണം. കുറച്ചു മധുരമുള്ളതും പോഷകാംശമുള്ള തുമായ വസ്തുക്കൾ തിരഞ്ഞെടുക്കണം.

സ്വാദുള്ളതും പോഷകാംശം നിറഞ്ഞ തുമായ മധുരപദാർത്ഥങ്ങൾ വേണമെങ്കിൽ പഞ്ചസാരയ്ക്ക് പകരം പഴങ്ങൾ, ഉണ ങ്ങിയ പഴങ്ങൾ, പഴരസം എന്നിവ കഴി ക്കുക. ഇതുകൊണ്ട് നിങ്ങൾക്ക് മധുരത്തോ ടൊപ്പം വിറ്റാമിൻ, ഖനിജ ലവണം, ഫാറ്റോ കെമിക്കൽ എന്നിവയും കിട്ടും. നിങ്ങൾക്ക് ഗർഭകാലത്തിൽ തികച്ചും സുരക്ഷിതമായ കലോറി ഫ്രീ ഷുഗർ കഴിക്കാം.

പുഷ്ടികരമായ ആഹാരത്തിന്റെ ഉറവിടം:- പ്രകൃതിക്കും പോഷണത്തിനും തമ്മിൽ ഗാഢമായ ബന്ധമുണ്ട്. പല പ്രകൃതിദത്ത മായ ഭക്ഷണ സാധനങ്ങളും അതിന്റെ മൂല രൂപത്തിൽ പോഷകതത്വം നിറഞ്ഞതായി രിക്കും ഉദാ:– അതാതുകാലത്ത് ഉണ്ടാകുന്ന പുതിയ പഴങ്ങൾ, ടിന്നിലടച്ച പഴങ്ങൾ കഴി ക്കാതിരിക്കുന്നതാണ് നല്ലത്. കഴിക്കേണ്ടി വന്നാൽ ഉപ്പ്, പഞ്ചസാര, കൊഴുപ്പ് എന്നി വയുടെ അളവുകുറഞ്ഞ ടിന്നുകൾ തിര ഞ്ഞെടുക്കുക. ദിവസവും പച്ചക്കറികളും പഴങ്ങളും തീർച്ചയായും കഴിക്കണം. പഴ ങ്ങളും പച്ചക്കറികളും പാചകം ചെയ്യേ ണ്ടിവന്നാൽ ചെറുതായി ആവിയിൽ വേവി ക്കുക, അപ്പോൾ വൈറ്റമിനും ഖനിജ ലവണങ്ങളും നഷ്ടമാകില്ല.

> ## അപരാധബോധം എങ്ങനെ?
>
> നിങ്ങൾ രണ്ടുപേർക്കുവേണ്ടിയാണ് ആഹാരം കഴിക്കുന്നത്. അതുകൊണ്ട് നല്ലതുപോലെ ആലോചിച്ചശേഷമേ ആഹാര സാധനങ്ങൾ തിരഞ്ഞെടു ക്കാവൂ. എന്നാൽ ഇടയ്ക്ക് കുറച്ച് ഇളവു വരുത്താം. മനസ്സിനുപിടിച്ച ഏതെങ്കിലും പദാർത്ഥം (പോഷകതത്വം കുറഞ്ഞത്) കഴിക്കാൻ ആഗ്രഹം തോന്നിയാൽ ഒന്നു രണ്ടു പ്രാവശ്യം കഴിക്കുന്നതിൽ തെറ്റില്ല. ബ്ലൂബെറിമഫിനിൽ ബ്ലൂബെറിയേക്കാൾ കൂടുതൽ പഞ്ചസാര ഉണ്ടായിരിക്കും, എന്നാൽ ആഗ്രഹം തോന്നിയാൽ കഴിക്ക ണം. ഇഷ്ടമുള്ള കാൻഡി, ബർഗർ, കുക്കീസ്, ഐസ് ക്രീം എന്നിവ കഴിക്ക ണമെന്ന് തോന്നിയാൽ തീർച്ചയായും കഴി ക്കുക. പക്ഷെ, അതിന്റെ കൂടെ പോഷക തത്വങ്ങൾ പൂർണ്ണമാക്കുന്ന മറ്റെന്തെങ്കി ലും കൂടികഴിക്കണം. ഉദാ:- വാൾനട്ടുള്ള കാൻഡി കഴിക്കുക, ഐസ് ക്രീമിന്റെ മുകളിൽ കുറച്ച് ഉണങ്ങിയ പഴങ്ങളും വാഴപ്പഴത്തിന്റെ കഷ്ണങ്ങളും ഇടുക. ചീസും തക്കാളിയുമുള്ള ബർഗർ വാങ്ങുക, അതോടൊപ്പം കുറച്ച് സാലഡും വാങ്ങുക.
>
> ഇങ്ങനെയുള്ള ഭക്ഷണം അധികം കഴിക്കാതിരിക്കാൻ ശ്രദ്ധിക്കുക. ഇവ രുചിക്കുവേണ്ടിമാത്രം കഴിക്കുക. ഇവ കൊണ്ട് വയറ് നിറക്കരുത്. നിങ്ങളുടെ അളവിൽ കവിയരുത്. അളവിൽ കൂടുതൽ കഴിച്ചാൽ പിന്നീട് നാണം തോന്നും.

പ്രോസസ് ചെയ്ത ഭക്ഷണസാധനങ്ങ ളിൽ പലവിധത്തിലുള്ള രസായനങ്ങൾ, കൊഴുപ്പ്, പഞ്ചസാര എന്നിവചേർക്കു ന്നതുകൊണ്ട് അവയിലുള്ള പോഷകാംശം വളരെ കുറയും. സ്മോക്ഡ് ടർക്കിക്കുപ കരം പുതുതായി പൊരിച്ച ടർക്കി കഴി ക്കുക. ഉടക്കാത്ത ധാന്യങ്ങളിൽ നിന്നുണ്ടാ ക്കിയ മാക്രോണിയോടൊപ്പം ചീസ് കഴി ക്കുക. ചീസും ഫ്രെഷ് ആണെങ്കിൽ നന്നാ യിരിക്കും. ഓട്ട്സും കഴിക്കാവുന്നതാണ്.

ആരോഗ്യപ്രദമായ ഭക്ഷണത്തിന്റെ ആരം ഭം വീട്ടിൽ നിന്ന്:- നിങ്ങളുടെ ഭർത്താവ് സോഫയിൽ നിങ്ങളുടെ അടുത്തിരുന്ന് ഐസ് ക്രീം കഴിക്കുമ്പോൾ സ്വയം നിയന്ത്രി ക്കുന്നത് നിങ്ങൾക്ക് കഷ്ടമുള്ള കാര്യമായി രിക്കും. ആ സമയത്ത് നിങ്ങൾക്ക് പഴം കഴിക്കാൻ തോന്നുകയില്ല. അടുക്കളയിലെ അലമാരിയിൽ ഓറഞ്ച് ചീസ് ബോൾസ് ഉണ്ടെങ്കിൽ സോയാ ചിപ്പ്സ് രുചിക്കില്ല. വീട്ടിലുള്ള എല്ലാവരും ചേർന്ന് ആരോഗ്യ പൂർണ്ണമായ അന്തരീക്ഷം സൃഷ്ടിക്കാൻ ശ്രമിക്കണം.

വീട്ടിൽ ഉടക്കാത്ത ധാന്യം കൊണ്ടു ണ്ടാക്കിയ റൊട്ടിയും ഫ്രിഡ്ജിൽ തൈരും ഉണ്ടായിരിക്കണം. ആരോഗ്യകരമല്ലാത്ത ഭക്ഷണ സാധനങ്ങളുടെ ലിസ്റ്റിൽ വരാത്ത സ്നാക്സ് വീട്ടിൽനിന്ന് മാറ്റുക. പ്രസവ ത്തിനുശേഷവും ഇതേ ശീലം തുടരുക.

നല്ല ഭക്ഷണം മൂലം ഗർഭിണികൾക്ക് നല്ല ഫലം കിട്ടുകയും പല രോഗങ്ങളും ഏർപ്പെടാവുന്ന ആപത്ത് കുറയുകയും ചെയ്യും. എല്ലാവരും ചേർന്ന് ആരോഗ്യകര മായ ഭക്ഷണം കഴിക്കുന്ന കുടുംബത്തിലെ അംഗങ്ങളെല്ലാം എപ്പോഴും ആരോഗ്യ വാന്മാരായിരിക്കും.

ദുശ്ശീലങ്ങൾ ഉപേക്ഷിക്കുക:- പ്രസവത്തിനുമുമ്പ് ആരോഗ്യപ്രദമായ ആഹാരം കഴിച്ചാൽമാത്രം പോരാ ആൽക്കഹോൾ, പുകയില മറ്റ് ലഹരിസാധനങ്ങൾ കഴിക്കുന്നത് ഉപേക്ഷിക്കണം. നിങ്ങൾ നിങ്ങളുടെ ദുശ്ശീലങ്ങൾ ഇതുവരെ മാറ്റിയിട്ടില്ലെങ്കിൽ ഇപ്പോൾ തന്നെ നിങ്ങളും ജീവിതരീതിയിൽ മാറ്റം വരുത്താൻ തുടങ്ങണം.

ഗർഭാവസ്ഥയിൽ ഭക്ഷണരീതി

കലോറികൾ

ഗർഭിണികൾ രണ്ടുപേർക്കുവേണ്ടി ഭക്ഷണം കഴിക്കണമെന്നകാര്യം എല്ലാവർക്കും അറിയാം. എന്നാൽ ഇപ്പോൾ രണ്ടിൽ ഒരു ജീവൻ വളരെ ചെറുതാണെന്ന് ഓർമ്മ വേണം. അതിന് അമ്മയേക്കാൾ വളരെ കുറച്ച് കലോറികളുടെ ആവശ്യമേയുള്ളൂ. നിങ്ങൾ സാധാരണ തൂക്കമുള്ള സ്ത്രീയാണെങ്കിൽ നിങ്ങൾക്ക് 300 കലോറികളുടെ ആവശ്യമേയുള്ളൂ. ഇത് രണ്ടുഗ്ലാസ് പാട നീക്കിയ പാൽ (സ്കിമ്മ്ഡ് മിൽക്ക്) ഒരു കടോരി ഓട്ട്സ് എന്നിവയിൽ നിന്നുകിട്ടും.

ആദ്യത്തെ മൂന്നാം മാസം അധികം പോഷണത്തിന്റെ ആവശ്യം നേരിടുകയില്ല. അപ്പോൾ ഭ്രൂണത്തിന്റെ വലിപ്പം ഒരു കടുകുമണിയുടെ അത്രയെ ഉണ്ടാകൂ. രണ്ടാമത്തെ മൂന്നാം മാസം (ക്വാട്ടേർലി) അതിന് അധികം പോഷണം വേണ്ടിവരും. പിന്നീട് ശിശുവിന്റെ വലിപ്പം വർദ്ധിക്കുമ്പോൾ ദിവസവും 500 കലോറി അധികം ആവശ്യമാകും.

നിങ്ങൾക്കും കുഞ്ഞിനും ആവശ്യമുള്ള കലോറിയെക്കാൾ കൂടുതൽ ഭക്ഷണം കഴിക്കുന്നതുകൊണ്ട് ഒരു ലാഭവും ഇല്ല, ആവശ്യമില്ലാതെ നിങ്ങളുടെ തൂക്കം കൂടും. ഇതുകൊണ്ട് തൂക്കം കൂടുക മാത്രമല്ല, ഗർഭാവസ്ഥ കൂടുന്നതോടൊപ്പം കലോറിയും വേണ്ടത്ര കഴിച്ചില്ലെങ്കിൽ കുഞ്ഞിന്റെ വളർച്ച പതുക്കെയാകും.

ഈ അടിസ്ഥാന നിയമത്തിൽ നിന്ന് വ്യത്യസ്തമായ നാലുകാര്യങ്ങൾ ഉണ്ട്. ഇതിൽ ഏതെങ്കിലും ഒന്നെങ്കിലും നിങ്ങ ൾക്ക് ചേരുന്നതാണെങ്കിൽ ആദ്യം നിങ്ങ ളുടെ ഡോക്ടറോട് കലോറിയുടെ ആവ ശ്യം സംബന്ധപ്പെട്ട ഉപദേശം തേടുക. ആദ്യം തന്നെ നിങ്ങളുടെ തൂക്കം അധികമാണെങ്കിൽ നിങ്ങളുടെ ശരിയായ പോഷണത്തോടൊപ്പം അതേ അനുപാതത്തിൽ അധികം കലോറികൾ ആവശ്യമായിരിക്കും. നിങ്ങൾ കിശോരാവസ്ഥയിലാണെങ്കിൽ അതായത് വികാസാവസ്ഥയിലാണെങ്കിൽ നിങ്ങൾക്കും പോഷണത്തിന്റെ ആവശ്യം ഉണ്ടാകും. നിങ്ങൾ ഇരട്ടക്കുഞ്ഞുങ്ങൾക്ക് ജന്മം നൽകാൻ പോകുകയാണെങ്കിൽ ഓരോ ദിവസവും ഓരോ കുഞ്ഞിനും വേണ്ടി കൂടുതൽ 300 കലോറിവീതം കഴിക്കണം.

ഗർഭാവസ്ഥയിൽ കലോറി എണ്ണുക എന്നതിനർത്ഥം നിങ്ങൾ ശരിക്കും അത് എണ്ണണമെന്നല്ല. ഓരോ പ്രാവശ്യം ഭക്ഷണം കഴിച്ചശേഷം അത് എണ്ണുന്നതിനു പകരം ഒന്നുരണ്ട് ആഴ്ച കഴിഞ്ഞ് പരിശോധിച്ച് നിങ്ങളുടെ പുരോഗതി കണ്ടുപിടിക്കുക. ദിവസവും ഒരേസമയത്ത്, ഒരേ വസ്ത്രം ധരിച്ചോ, വസ്ത്രമില്ലാതെയോ, തൂക്കം നോക്കിയാൽ ഒരുനേരത്തെ ഭാരിച്ച ആഹാരം മൂലമോ ജീൻസിന്റെ തൂക്കം കാരണമോ നിങ്ങളുടെ തൂക്കത്തിൽ വ്യത്യാസം ഏർപ്പെടാതിരിക്കും. നിങ്ങളുടെ തൂക്കം ദിനചര്യക്കനുസരിച്ച് തികച്ചും ശരിയായ രീതിയിൽ വർദ്ധിക്കുന്നുണ്ടെങ്കിൽ നിങ്ങൾ ശരിയായ അളവിൽ കലോറി എടുക്കുന്നുണ്ടെന്നാണ് അർത്ഥം. ആവശ്യത്തിനനുസരിച്ച് ഭക്ഷണത്തിന്റെ അളവ് കൂട്ടുകയോ കുറയ്ക്കുകയോ ചെയ്യുക. എന്നാൽ കലോറിയോടൊപ്പം കഴിക്കുന്ന പോഷക തത്വങ്ങളെ ശ്രദ്ധിക്കാതിരിക്കരുത്.

പ്രോട്ടീൻ ആഹാരം ദിവസവും മൂന്നുപ്രാവശ്യം

നിങ്ങളുടെ കുഞ്ഞ് എങ്ങനെ വളരും? നിങ്ങൾ കഴിക്കുന്ന പ്രോട്ടീൻ അതിലുള്ള അമീനോ ആസിഡ്, മറ്റ് പോഷക തത്വങ്ങൾ എന്നിവയുടെ സഹായം കൊണ്ട് കുഞ്ഞ് വളരും. കുഞ്ഞിന്റെ സെല്ലുകൾ വളരെ വേഗം വളരുന്നതുകൊണ്ട് നിങ്ങളുടെ ഭക്ഷണത്തിൽ പ്രോട്ടീനിന്റെ അളവ് വളരെ മുഖ്യമാണ്. നിങ്ങൾ ദിവസവും 95 ഗ്രാം പ്രോട്ടീൻ കഴിക്കാൻ തീരുമാനിക്കണം.

കേൾക്കുമ്പോൾ വിചിത്രമായി തോന്നുന്നുണ്ടെങ്കിൽ ശ്രദ്ധിക്കുക. സാധാരണ അമേരിക്കക്കാർ ദിവസവും ഈ അളവ് കഴിക്കും. ഹൈപ്രോട്ടീൻ ആഹാരം കഴിക്കുന്നവർ ഇതിലും കൂടുതൽ കഴിക്കും.

നിങ്ങൾക്ക് തന്നിട്ടുള്ള ലിസ്റ്റനുസരിച്ച് ദിവസവും മൂന്നുപ്രാവശ്യം പ്രോട്ടീനുള്ള ആഹാരം കഴിക്കണം. പ്രോട്ടീനിന്റെ കണക്കെടുക്കുമ്പോൾ ഉയർന്ന കാൽഷ്യമുള്ള ആഹാരത്തിൽനിന്ന് കിട്ടുന്ന പ്രോട്ടീനെയും കണക്കിലെടുക്കാൻ മറക്കരുത്. ഒരു ഗ്ലാസ് പാലും ഒരു ഔൺസ് ചീസും കഴിച്ചാൽ $^{1}/_{3}$ അളവ് പ്രോട്ടീൻ കിട്ടും. ഒരു കപ്പ് തൈരിൽ നിന്ന് ഒരു സമയത്തേയ്ക്ക് വേണ്ടതിൽ പകുതി പ്രോട്ടീൻ കിട്ടും. ഉടക്കാത്ത ധാന്യത്തിലും പഴങ്ങളിലും പ്രോട്ടീൻ ധാരാളമുണ്ട്.

ദിവസവും ഈ പട്ടികയിൽ നിന്ന് പ്രോട്ടീൻ കലർന്ന വസ്തുക്കൾ തിരഞ്ഞെടുത്ത് നിങ്ങളുടെ ഭക്ഷണത്തിൽ ഉൾക്കൊള്ളിക്കുക. ഡെയറി ഉത്പന്നങ്ങളിൽ നിന്നും പ്രോട്ടീനിന്റെ കുറവ് നികത്താവുന്നതാണെന്ന് ഓർക്കുക.

24 ഔൺസ് പാൽ അല്ലെങ്കിൽ മോര്

1 കപ്പ് പനീർ

2 കപ്പ് തൈര്

3 ഔൺസ് മത്തങ്ങ പിഴിഞ്ഞ ജ്യൂസ്

4 വലിയ ഉടക്കാത്ത മുട്ട

7 മുട്ടയുടെ വെള്ള

3.5 ഔൺസ് ടിന്നിൽ അടച്ച ട്യൂനാ അല്ലെങ്കിൽ സാർഡിൻ

4 ഔൺസ് ടിന്നിൽ അടച്ച സാൽമൻ

4 ഔൺസ് വേവിച്ച ഷെൽഫിഷ് (ശ്രിംപ്, ലാബസ്റ്റർ ക്ലാംസ്, മൂസൽ)

4 ഔൺസ് (പാചകം ചെയ്യുന്നതിനു മുമ്പ്) ഫ്രെഷ് മത്സ്യം

4 ഔൺസ് (പാചകം ചെയ്യുന്നതിനു മുമ്പ്) ചിക്കൻ, ടർക്കി, താറാവ് അല്ലെങ്കിൽ മറ്റേതെങ്കിലും പക്ഷി പോൾട്ടറി ഉത്പന്നം

4 ഔൺസ് (പാചകം ചെയ്യുന്നതിനു മുമ്പ്) ലീൻ ബീഫ്, ആട്, ബിൽ, പോർക്ക് അല്ലെങ്കിൽ ബഫെലോ.

ദിവസവും നാലുപ്രാവശ്യം കാൽഷ്യാഹാരം

കുഞ്ഞിന്റെ പല്ലിനും എല്ലിനും ബലം കിട്ടാൻ ധാരാളം കാൽഷ്യം കഴിക്കണമെന്ന് നിങ്ങൾ സ്കൂളിൽ തീർച്ചയായും പഠിച്ചിരിക്കും. ഭ്രൂണമാണല്ലോ വികസിച്ച് ശിശുവാകുന്നത്. കാൽഷ്യം മാംസപേശികൾ, ഹൃദ യം, നാഡി എന്നിവയുടെ വികാസം, രക്തം ഉറയുക, എൻസൈമിന്റെ ഗതിവിധികൾ എന്നിവയ്ക്ക് അത്യാവശ്യമാണ്. നിങ്ങൾ ധാരാളം കാൽഷ്യം കഴിച്ചില്ലെങ്കിൽ കുഞ്ഞിന് മാത്രമല്ല ദോഷം ഏർപ്പെടുക. നിങ്ങളുടെ എല്ലുകളും ബാധിക്കും കുഞ്ഞിന്റെ എല്ലുകൾക്ക് ആവശ്യമായ കാൽഷ്യം നിങ്ങളുടെ ശരീരത്തിൽ നിന്ന് എടുക്കും. അതുകൊണ്ട് ഭാവിയിൽ നിങ്ങൾക്ക് ആസ്റ്ററിയോ പെറോസിസ് ഏർപ്പെട്ടേക്കാം. നിങ്ങൾ ദിവസവും നാലുപ്രാവശ്യം കാൽഷ്യം നിറഞ്ഞ ആഹാരം കഴിക്കണം.

ദിവസവും നാലുഗ്ലാസ് പാൽ കുടിക്കേണ്ടകാര്യം ജീർണ്ണിക്കാൻ കഴിയുന്നില്ല അല്ലേ? എപ്പോഴും കാൽഷ്യം ഗ്ലാസിൽ മാത്രമല്ല കിട്ടുന്നത്. നിങ്ങൾക്ക് ഒരു കപ്പ് യോഗട്ട് അല്ലെങ്കിൽ ചീസിന്റെ രൂപത്തിലും ഇത് കഴിക്കാം. സ്മൂദീസ്, സൂപ്പ്, കാസ്റോൾ, സെറെൽ, സിപ്പ, മാംസം, ഡസർട്ട് എന്നീ രൂപത്തിലും കഴിക്കാം.

ഡെയറി ഉത്പന്നങ്ങൾ കഴിക്കാൻ കഴിയാത്തവർക്ക് കാൽഷ്യം സാധാരണ രൂപത്തിലും കിട്ടും. കാൽഷ്യം കലർന്ന ഓറഞ്ചു ചാറ് ഒരു ഗ്ലാസ് എങ്ങനെ ഉണ്ടാകും? 4 ഔൺസ് ടിന്നിലടച്ച സാൽമനിൽനിന്ന് കാൽഷ്യത്തോടൊപ്പം പ്രോട്ടീനും കിട്ടും. ഫ്രെഷായ പഴുത്തപഴങ്ങൾ, പച്ചക്കറികൾ എന്നിവയിൽനിന്ന് വിറ്റാമിൻ സിയുടെ കുറവ് തീരും.

ഗർഭിണികൾക്ക് ആവശ്യത്തിനുള്ള കാൽഷ്യം ഭക്ഷണത്തിൽനിന്ന് ലഭിക്കുന്നില്ലെങ്കിൽ അവയുടെ ഡോസ് കഴിക്കാനുള്ള നിർദ്ദേശം നൽകാം.

നിത്യവും നാലുപ്രാവശ്യം കാൽഷ്യം നിറഞ്ഞ ആഹാരം കഴിക്കണം. ഈ കണക്കിൽ നിങ്ങൾ ചീസ് തൂവിയശേഷം കഴിച്ച ½ കപ്പ് തൈര് (യോഗട്ട്) അതിൽ ചേർക്കാൻ മറക്കരുത്.

താഴെ കൊടുത്തിട്ടുള്ള ലിസ്റ്റിലെ ഓരോ ഭക്ഷണ സാധനത്തിലും 300 മി.ഗ്രാം കാൽഷ്യം ഉണ്ടായിരിക്കും. ചില ഭക്ഷണ സാധനങ്ങളിൽ നിന്ന് കാൽഷ്യത്തോടൊ പ്പം പ്രോട്ടീനും ലഭിക്കും.

¼ കപ്പ് മത്തങ്ങ പിഴിഞ്ഞ ചീസ്

1 ഔൺസ് കട്ടിയുള്ള ചീസ്

½ കപ്പ് പാശ്ചറൈസ്ഡ് റിസോട്ടോ ചീസ്

1 കപ്പ് പാൽ അല്ലെങ്കിൽ ലസ്സി.

5 ഔൺസ് കാൽഷ്യം ചേർത്ത പാൽ (കുടിക്കുന്നതിനുമുമ്പ് നല്ലപോലെ ഇളക്കുക).

1/3 കപ്പ് കൊഴുപ്പില്ലാത്ത വറ്റിച്ച പാൽ (ഇതിൽ നിന്ന് 1 കപ്പ് തയ്യാറാക്കാം

1 കപ്പ് തൈര്

1 കപ്പ് കാൽഷ്യം കലർന്ന ജ്യൂസ് (കുടിക്കുന്നതിനുമുമ്പ് ഇളക്കുക).

4 ഔൺസ് ടിൻഡ് സാൽമൻ (എല്ലോടു കൂടിയത്)

3 ഔൺസ് ടിൻഡ് സാർഡിൻ (എല്ലോടു കൂടിയത്)

3 വലിയ സ്പൂൺ പൊടിച്ച എള്ള്

1 കപ്പ് പഴുത്ത മധുരമുള്ളങ്കി

1 - ½ കപ്പ് പഴുത്ത ചീനിപത്താ കാബേജ്

1-½ കപ്പ് പഴുത്ത എഡാമാമേ

1-1 3/4 വലിയ കപ്പ് ബ്ലാക്ക് സ്റ്റെപ്പ് മൊലാസിസ്,

കോട്ടേജ് ചീസ്, ടോഫൂ, ഉണങ്ങിയ അത്തിപ്പഴം, ബാദാം, പച്ചകാബേജ്, ബ്രോകോളി, പാലക്, ഉണങ്ങിയ ബീൻസ് എന്നിവയിൽ നിന്നും കാൽഷ്യം ലഭിക്കും.

സസ്യജപ്രോട്ടീനുകൾ

നിങ്ങൾ ദിവസംതോറും (പയറുവർഗ്ഗങ്ങൾ, ധാന്യങ്ങൾ, ഉണങ്ങിയ പഴങ്ങൾ) അളവെടുക്കുന്നുണ്ടെങ്കിൽ ഈ പട്ടിക പ്രകാരം തിരഞ്ഞെടുക്കുക. ഈ പോഷണം എല്ലാ ഗർഭിണികൾക്കും അത്യാവശ്യമാണ്.

ലേഗ്യൂമ്സ് (ഹാഫ് പ്രോട്ടീൻ സർവിങ്ങ്)

3/4 കപ്പ് വേവിച്ച ബീൻസ്, പരുപ്പുകൾ

3/4 കപ്പ് പച്ചപട്ടാണി

1-1½ ഔൺസ് നിലക്കടല

3 വലിയ സ്പൂൺ പീനട്ട് ബട്ടർ

¼ കപ്പ് മീസോ

4 ഔൺസ് ടോഫൂ (ബീൻകർഡ്)

3 ഔൺസ് ടെംപേ

1-1½ കപ്പ് സോയാ മിൽക്ക്

3 ഔൺസ് സോയാ ചീസ്

¼ കപ്പ് വെജ് 'ഗ്രൌണ്ട് ബീഫ്'

1 വലിയ വെജ് 'ഹോട്ട്ഡോഗ്' അല്ലെങ്കിൽ ബർഗർ

1 ഔൺസ് (വേവിക്കുന്നതിനുമുമ്പ്) സോയാ അല്ലെങ്കിൽ ഹൈപ്രോട്ടീൻ പാസ്താ

ഗ്രയിൻസ് (ഹാഫ് പ്രോട്ടീൻ സർവിങ്ങ്)

3 ഔൺസ് (പാചകം ചെയ്യുന്നതിനുമുമ്പ്) ഉടയ്ക്കാത്ത ഗോതമ്പിന്റെ പാസ്താ

3/4 കപ്പ് തുവരയുടെ തവിട്

1 കപ്പ് വേവിക്കാത്ത (2 കപ്പ് വേവിച്ച) തുവര

2 കപ്പ് റെഡി ടൂ ഈറ്റ് സെറൈൽ

½ കപ്പ് വേവിക്കാത്ത (1-1½ കപ്പ് വേവിച്ച) കാശ്കോസ്, വൾഗർ അല്ലെങ്കിൽ ബക്വീറ്റ്.

½ കപ്പ് വേവിക്കാത്തകുഇനോവാ

4 സ്ലൈസ് ഗോതമ്പ് ബ്രെഡ്

2 ഇംഗ്ലീഷ് മഫിൻ

നട്സും സീഡ്സും (ഹാഫ് പ്രോട്ടീൻ സർവിങ്ങ്)

3 ഔൺസ് നട്ട് (വാൾനട്ട് അല്ലെങ്കിൽ ബദാം)

2 ഔൺസ് എള്ള്, സൂര്യകാന്തി അല്ലെങ്കിൽ മത്തങ്ങക്കുരു.

½ കപ്പ് പൊടിച്ച ഫ്ലൈക്സീഡ് (പ്രോട്ടീനിന്റെ അളവ് വ്യത്യസ്ഥമായിരിക്കും അതുകൊണ്ട് ഹാഫ് സർവിങ്ങ് 12 മുതൽ 15 ഗ്രാം പ്രോട്ടീനുവേണ്ട ലെവൽ പരിശോധിക്കുക)

വിറ്റാമിൻ സി ആഹാരത്തിൽ ദിവസവും മൂന്നുപ്രാവശ്യം

നിങ്ങളുടെയും കുഞ്ഞിന്റെയും ടിഷ്യൂക്കളുടെ കേടുപാട് തീർക്കാനും മുറിവ് ഉണങ്ങാനും മറ്റ് പല പ്രക്രിയകൾക്കും വിറ്റാമിൻ ആവശ്യമാണ്. ബലമുള്ള എല്ലുകൾക്കും പല്ലുകൾക്കും ഇത് ആവശ്യമാണ്. ശരീരത്തിൽ ഇത് സംഭരിച്ചുവെക്കാൻ കഴിയുമെന്നതുകൊണ്ട് ഇത് ശരിയായ അളവിൽ കഴിക്കണം. കഴിക്കുമ്പോൾ വളരെ രുചിയുള്ള ചില വസ്തുക്കളിൽനിന്ന് വിറ്റാമിൻ സി ലഭിക്കും. ഓറഞ്ച് ജ്യൂസ് മാത്രമല്ല വിറ്റാമിൻ സി ലഭിക്കാനുള്ള ഏകമാർഗ്ഗമെന്ന് ഈ ലിസ്റ്റിൽ നിന്ന് നിങ്ങൾക്ക് മനസ്സിലാക്കാൻ കഴിയും.

വിറ്റാമിൻ സി-യുള്ള ആഹാരം പച്ച ഇലകൾ, മഞ്ഞപച്ചക്കറികൾ, മഞ്ഞപ്പഴങ്ങൾ എന്നിവയും കുറവും നികത്തും.

½ കപ്പ് നടുത്തരവലിപ്പത്തിലുള്ള ഗ്രേപ്പ് ഫ്രൂട്ട്

½ കപ്പ് ഗ്രേപ്പ് ഫ്രൂട്ട് ജ്യൂസ്

½ നടുത്തരവലിപ്പത്തിലുള്ള ഓറഞ്ച്

½ കപ്പ് ഓറഞ്ച് ജ്യൂസ്

2 വലിയ സ്പൂൺ ഓറഞ്ച്, വെള്ളമുന്തിരി അല്ലെങ്കിൽ വേറെ ഏതെങ്കിലും ജ്യൂസ് കോൺസൺട്രേറ്റ്

½ കപ്പ് ചെറുനാരങ്ങാ നീര്

½ നടുത്തരവലിപ്പമുള്ള മാമ്പഴം

½ നടുത്തരവലിപ്പമുള്ള ഓമയ്ക്കായ്

1/8 ചെറിയ കാൻടാലോപ്പ അല്ലെങ്കിൽ ഹണിഡ്യൂ (½ കപ്പ് ക്യൂബ്)

1/3 കപ്പ് സ്ട്രാബെറി

2/3 കപ്പ് ബ്ലാക്ബെറി അല്ലെങ്കിൽ രാസ്ബെറി.

½ നടുത്തരവലിപ്പമുള്ള കീവി

½ കപ്പ് ഫ്രെഷ് കൈതച്ചക്ക

2 കപ്പ് തണ്ണീർമത്തന്റെ കഷണങ്ങൾ

¼ നടുത്തരവലിപ്പമുള്ള ചുകപ്പ്, മഞ്ഞ അല്ലെങ്കിൽ ഓറഞ്ച് നിറമുള്ള ബേൽ പെപ്പർ

½ നടുത്തരവലിപ്പമുള്ള പച്ചവിളാംപഴം

½ കപ്പ് പച്ചയോ വേവിച്ചതോ ആയ ബ്രോക്കോളി

1 നടുത്തരവലിപ്പമുള്ള തക്കാളി

3/4 കപ്പ് തക്കാളിച്ചാറ്

½ കപ്പ് പച്ചക്കറി ജ്യൂസ്

½ കപ്പ് പച്ചയോ വേവിച്ചതോ ആയ കോളിഫ്ലവർ ½ കപ്പ് വേവിച്ച മാലേ

1 പാക്ക്ഡ് കപ്പ് പച്ച പാലക് അല്ലെങ്കിൽ ½ കപ്പ് വേവിച്ചത്

¼ കപ്പ് വേവിച്ച കടുക് അല്ലെങ്കിൽ പച്ച ടർനിപ്പ്

2 കപ്പ് റോമൻ സാലഡ് ഇല

3/4 കപ്പ്

1 മധുരകിഴങ്ങ് അല്ലെങ്കിൽ തോലോടു കൂടി ആവിയിൽ വേവിച്ച ഉരുളക്കിഴങ്ങ്

പച്ച ഇലകളും മഞ്ഞ പച്ചക്കറികളും മഞ്ഞപ്പഴങ്ങളും

ദിവസവും 3-4 പ്രാവശ്യം കഴിക്കുക. ഇവയിൽനിന്ന് വിറ്റാമിൻ എ കിട്ടുന്നു. വീറ്റാകറോട്ടീൻ കുഞ്ഞിന്റെ കോശങ്ങൾ, ആരോഗ്യമുള്ള ചർമ്മം, എല്ലുകൾ, കണ്ണ് എന്നിവയ്ക്ക് പ്രയോജനകരമാണ്. പച്ച ഇലകളുള്ള പച്ചക്കറികളും മഞ്ഞപ്പഴങ്ങളും വിറ്റാമിൻ ഇ, റായ്ബോഫ്ലോബിൻ, വിറ്റാമിൻ ബി, പല ഖനിജ ലവണങ്ങൾ, രോഗങ്ങളെ എതിർക്കുന്ന ഫോട്ടോ കെമിക്കൽ, ഫൈബർ എന്നിവ നിറഞ്ഞതാണ്. താഴെ കൊടുത്തിട്ടുള്ള പട്ടികയിൽ നിന്ന് ഇതിനെക്കുറിച്ചുള്ള മുഴുവിവരവും ലഭിക്കും. പച്ചക്കറികൾ ഇഷ്ടപ്പെടാത്തവർ ബ്രോകോലിയിൽ നിന്നും പാലക്കിൽ നിന്നും മാത്രമല്ല വിറ്റാമിൻ എ ലഭിക്കുന്നത് എന്നറിയുമ്പോൾ ആശ്ചര്യപ്പെടും. ഉണങ്ങിയ ആപ്രിക്കോട്ട്, മഞ്ഞപീച്ച്, കാൻടാലോപ്പ് (cantaloupe), മാമ്പഴം എന്നിവയിലും ധാരാളം വിറ്റാമിൻ എ ഉണ്ട്. ഇഷ്ടപ്പെട്ട പച്ചക്കറികളുടെ ജ്യൂസ് കഴിക്കാൻ ആഗ്രഹിക്കുന്നവർക്ക് പച്ചയോ മഞ്ഞയോ നിറമുള്ള പച്ചക്കറികൾ ദിവസവും ഭക്ഷണത്തിൽ ചേർക്കാമെന്നറിയുമ്പോൾ സന്തോഷമാവും. ഉദാ:- ഒരു ഗ്ലാസ് പച്ചക്കറിയുടെ സൂപ്പ്, ഒരുകടോരികാരറ്റ് സൂപ്പ് അല്ലെങ്കിൽ മാങ്ങസ്മൂദി കഴിക്കാം.

ദിവസത്തിൽ മൂന്നോ നാലോ പ്രാവശ്യം ആഹാരം കഴിക്കാൻ ശ്രമിക്കുക. ഇതിൽ കുറച്ച് പച്ച കായ്കറികൾ ചേർത്താൽ നാരുസത്ത് കിട്ടും. ഇവയിൽ പലഭക്ഷണ സാധനങ്ങളും വിറ്റാമിൻ സിയുടെ കുറവ് നികത്തുമെന്നകാര്യം ഓർമ്മവേണം.

1/8 കൈംടാലോപ് (½ കപ്പ് ക്യൂവ്)

2 വലിയ ഫ്രഷ് അല്ലെങ്കിൽ ഉണങ്ങിയ ആപ്രിക്കോട്

½ നടുത്തരവലിപ്പത്തിലുള്ള മാമ്പഴം

¼ നടുത്തരവലിപ്പത്തിലുള്ള ഓമക്ക

1 വലിയ നെക്ടറീൻ അല്ലെങ്കിൽ മഞ്ഞപീച്ച്

3/4 കപ്പ് റോസ് ഗ്രേപ്പ് ഫ്രൂട്ട് ജ്യൂസ്

1 റോസ് അല്ലെങ്കിൽ ചുവപ്പ് ഗ്രേപ്പ് ഫ്രൂട്ട്

1 ക്ലെമെൻടായ്ൻ

½ കാരറ്റ് (¼ കപ്പ് മത്തങ്ങാനീര്)

½ കപ്പ് പച്ചയോ വേവിച്ചതോ ആയ ബ്രോക്കോളി

1 കാൾസ്‌ലാ

¼ കപ്പ് വേവിച്ച സ്വിസ്കാർഡ്

1 കപ്പ് പാക്ക്ഡ് പച്ച ഇലകളുള്ള സാലഡ്

1 കപ്പ് പാക്ക്ഡ് ഫ്രെഷ് പാലക് അല്ലെങ്കിൽ ½ കപ്പ് വേവിച്ച പാലക്

¼ കപ്പ് വേവിച്ച സൂംവഷ്

½ ചെറിയ മധുരക്കിഴങ്ങ്

2 നടുത്തരവലിപ്പത്തിലുള്ള തക്കാളി

1 നടുത്തരവലിപ്പമുള്ള ചുവന്ന സിംലാമുളക്

¼ കപ്പ് ചതച്ച അയമോദകം

മറ്റ് പഴങ്ങളും പച്ചക്കറികളും

ഇവ ദിവസവും ഒന്നോ രണ്ടോ പ്രാവശ്യം കഴിക്കണം. ബീറ്റാകറോട്ടിൻ, വിറ്റാമിൻ സി എന്നിവ കഴിക്കുന്നതുകൂടാതെ മറ്റുള്ള പഴങ്ങളും പച്ചക്കറികളും കഴിക്കണം. ഇതുമൂലം നിങ്ങളുടെ ശരീരത്തിന് ഖനിജ ലവണങ്ങൾ, പൊട്ടാഷ്യം, മാഗ്നീഷ്യം എന്നിവ ധാരാളം ലഭിക്കും.

പല പഴങ്ങളിലും ധാരാളം ഫാറ്റോ കെമിക്കൽ, ആന്റി ഓക്സിഡെന്റ് എന്നിവയും കാണപ്പെടുന്നുണ്ട്. നിങ്ങൾ ദിവസവും ഒരു ആപ്പിൾ വീതം കഴിക്കുന്നുണ്ടെങ്കിൽ അതോടൊപ്പം മാതളംപഴവും ബ്ലൂബെറിയുംകൂടി കഴിച്ചാൽ പോഷണത്തിൽ ഒരുകുറവും ഇല്ലാതാകും. അനേകം പഴങ്ങളുടെയും പച്ചക്കറികളുടെയും ലിസ്റ്റിൽ നിന്ന് നിങ്ങൾക്ക് ഇഷ്ടമുള്ളവ കിട്ടുകതന്നെ ചെയ്യും. താഴെ കൊടുത്തിരിക്കുന്ന പട്ടികയിൽ നിന്ന് തിരഞ്ഞെടുക്കുക.

1 നടുത്തരവലിപ്പമുള്ള ആപ്പിൾ

½ കപ്പ് ആപ്പിൾ ജ്യൂസ് അല്ലെങ്കിൽ സോസ്

½ കപ്പ് മാതളപ്പഴച്ചാറ്

2 വലിയ സ്പൂൺ കോൺസെൻട്രേയ്റ്റ് ആപ്പിൾ ജ്യൂസ്.

1നടുത്തരവലിപ്പമുള്ള വാഴപ്പഴം

½ കപ്പ് ഫ്രഷ് ബെറി

¼ കപ്പ് പഴുത്ത കോൺബെറി

1 നടുത്തരവലിപ്പമുള്ള വെള്ള പീച്ച്

1 നടുത്തരവലിപ്പമുള്ള പേരക്കായ്

½ കപ്പ് കൈതച്ചക്ക ജ്യൂസ് (മധുരം ഉണ്ടാകരുത്)

2 ചെറിയ പ്ലം പഴങ്ങൾ

½ കപ്പ് ബ്ലൂബെറി

½ നടുത്തരവലിപ്പമുള്ള അവകാഡോ

½ കപ്പ് വേവിച്ച ഗ്രീൻബീൻസ്

½ കപ്പ് വേവിച്ച ഒകരാ

½ കപ്പ് നുറുക്കിയ ഉള്ളി

½ കപ്പ് വേവിച്ച ബീറ്റ്റൂട്ട് (പാർസ്നിപ്സ്)

½ കപ്പ് വേവിച്ച ജൂകീനീ

½ കപ്പ് വേവിച്ച സ്വീറ്റ് കോൺ

1 കപ്പ് നുറുക്കിയ സാലഡ് ഇല

½ കപ്പ് പച്ചപ്പട്ടാണി അല്ലെങ്കിൽ സ്നോപീസ്

മുഴുവനായ (ഉടയ്ക്കാത്ത) ധാന്യങ്ങളും തോലുകളയാത്ത പയറുവർഗ്ഗങ്ങളും

ദിവസവും ആറോ അതിൽക്കൂടുതലോ പ്രാവശ്യം തീർച്ചയായും കഴിക്കണം. ബാർലി, ഗോതമ്പ്, ഓട്സ്, ചോളം, അരി, തിന, പട്ടാണിപ്പയറ്, ബീൻസ്, നിലക്കടല എന്നിങ്ങനെയുള്ള തോടുള്ള ഭക്ഷ്യസാധനങ്ങൾ പോഷകം നിറഞ്ഞതാണ്. ഇതിൽ വിറ്റാമിൻ ബി12 (അത് മൃഗങ്ങളിൽ നിന്ന് കിട്ടുന്ന ഉത്പന്നങ്ങളിൽ നിന്ന് കിട്ടും) ഒഴികെ വിറ്റാമിൻ ബി യിലുള്ള എല്ലാ തത്വങ്ങളും ഉണ്ട്. ഇത് ശിശുവിന്റെ ശരീര വളർച്ചയെ സഹായിക്കും. ഇവയിൽ ജടിലമായ കാർബോ ഹൈഡ്രേറ്റ്, അയൺ, ഖനിജ ലവണങ്ങൾ എന്നിവയും ധാരാളം ഉണ്ട്. ഉദാ: സിംക്, സെനോലിയം, മാഗ്നീഷ്യം എന്നിവ ഗർഭാവസ്ഥയിൽ വളരെ പ്രധാനപ്പെട്ടവയാണ്.

സ്റ്റാർച്ചുള്ള ഭക്ഷണ സാധനങ്ങൾ കഴിക്കുന്നതുകൊണ്ട് മോണിങ്ങ് സിക്നസ് കുറയും. ഇവയിൽ പല പോഷകതത്വങ്ങളും ഒരുപോലെയാണ്. എല്ലാവിധത്തിലും തന്നിൽതന്നെ വളരെ ശക്തിയുള്ളതുമാണ്. ധാരാളം പോഷണം ലഭിക്കണമെങ്കിൽ നിങ്ങളുടെ ആഹാരത്തിൽ ഉടക്കാത്ത ധാന്യങ്ങളും തോലുള്ള പയറുവർഗ്ഗങ്ങളും ചേർക്കുക.

ചില പുതിയ പ്രയോഗങ്ങൾ പരീക്ഷിച്ചു നോക്കുക. മീൻ, ചിക്കൻ എന്നിവ ഗോതമ്പു റൊട്ടി (ബ്രെഡ്) പൊടിയിൽ പൊതിഞ്ഞ് ഹർബ്സും പാരമേസൻ ചീസും വിതറി ഭക്ഷിക്കുക. മറ്റ് പ്രോട്ടീൻ കലർന്ന ധാന്യം ക്വിനോവാ, സൈഡിഷ് ആയി ഉപയോഗിക്കുക. നിങ്ങളുടെ രുചിയുള്ള റെസിപ്പിയിൽ

വെള്ളഗോതമ്പ്

ഇപ്പോൾ നിങ്ങൾക്ക് വെള്ള ഗോതമ്പ് റൊട്ടി (ബ്രെഡ്) കഴിക്കാം. ഇത് പ്രകൃതിദത്തമായ വെള്ളഗോതമ്പുകൊണ്ട് ഉണ്ടാക്കിയതാണ്. അതിൽ ഇളമധുരം ഉണ്ടാകും. ഇത് സാധാരണ ബ്രെഡു പോലെ പ്രോസസ്ഡ്ധാന്യം കൊണ്ട് ഉണ്ടാക്കുന്നതല്ലാത്തതുകൊണ്ട് ഇതിൽ ധാരാളം പോഷകതത്വങ്ങൾ ഉണ്ടായിരിക്കും. നിങ്ങളുടെ രുചിക്കും ആവശ്യത്തിനും അനുസരിച്ച് വേണ്ടത് തിരഞ്ഞെടുക്കാം.

കുറച്ച് ഓട്സുകൂടി ചേർക്കുക. സൂപ്പിൽ ലീമായ്ക്കുപകരമം നേവീബീൻസ് ചേർക്കുക. റിഫൈൻഡ് ധാന്യത്തിൽ ഉടയ്ക്കാത്ത ധാന്യത്തിലുള്ള എല്ലാ ഗുണങ്ങളും വിശേഷതകളും ഉണ്ടാവില്ലെന്ന് നിങ്ങൾക്കറിയാമല്ലോ? അവയിൽ നാരുസത്ത്, പ്രോട്ടീൻ, വിറ്റാമിൻ ഖനിജ ലവണങ്ങൾ എന്നിവയുടെ അളവ് കുറയും.

താഴെ കൊടുത്തിട്ടുള്ള ലിസ്റ്റിൽ നിന്ന് ഇഷ്ടമുള്ള ഭക്ഷണസാധനങ്ങൾ തിരഞ്ഞെടുത്ത് ദിവസവും കഴിക്കുക. അവ ശരീരത്തിൽ പ്രോട്ടീനിന്റെ കുറവ് നികത്തുമെന്ന കാര്യം മറക്കാതിരിക്കുക.

1 ഏതെങ്കിലും മുഴുധാന്യം, ഗോതമ്പ് അല്ലെങ്കിൽ സോയാ കൊണ്ടുണ്ടാക്കിയ ബ്രെഡ് സാലഡ്.

½ മുഴുധാന്യം കൊണ്ടുണ്ടാക്കിയ പീടാ, റോൾ, ബൈഗൽ അല്ലെങ്കിൽ ടാർട്ടിലാ.

1 കപ്പ് മുഴുധാന്യം കൊണ്ടുണ്ടാക്കിയ സറൈൽ

½ കപ്പ് ഗ്രെനോലാ

2 വലിയ കപ്പ് വീറ്റ് ജർമ്മ്

½ കപ്പ് വേവിച്ച തവിടുകളയാത്ത അരി.

½ കപ്പ് വേവിച്ച ചോളം, കമ്പ് അല്ലെങ്കിൽ ക്വിനോവാ.

1 ഔൺസ് (വേവിക്കുന്നതിനുമുമ്പ്) മുഴുധാന്യം അല്ലെങ്കിൽ സോയാ പാസ്താ

½ കപ്പ് വേവിച്ച ബീൻസ്, പരുപ്പ്, സ്പിൽട്ട്.

2 കപ്പ് പോപ്പ്കോൺ

1 ഔൺസ് മുഴുധാന്യം സോയാക്രിസ്പ്

½ കപ്പ് മുഴുധാന്യം അല്ലെങ്കിൽ സോയാ ആട്ടാ

ദിവസവും അയേൺ കലർന്ന വസ്തുക്കൾ കഴിക്കുക

ഈ 9 മാസങ്ങളിൽ നിങ്ങൾക്കും കുഞ്ഞിനും ശരീരത്തിന്റെ എല്ലാ അത്യാവശ്യഗതിവിധികൾക്കും വളരെ അധികം അയേണിന്റെ ആവശ്യമുണ്ടാകും. അതുകൊണ്ട് ഭക്ഷണത്തിൽ അയേണിന്റെ അളവ് കൂട്ടുക. വിറ്റാമിൻ 'സി'യുള്ള ആഹാരം കഴിക്കുന്നതിനോടൊപ്പം ധാരാളം അയേൺ ഉള്ള ആഹാരവും കഴിക്കണം. നിങ്ങൾക്ക് ലിസ്റ്റിൽ നിന്ന് ഇഷ്ടമുള്ള ആഹാരം തിരഞ്ഞെടുക്കാം.

ആഹാരത്തിൽ നിന്നുമാത്രം ആവശ്യമുള്ള അയേൺ ലഭിക്കാത്തതുകൊണ്ട് ഡോക്ടർ നിങ്ങളുടെ ശരീരത്തിന്റെ ആവശ്യത്തിനനുസരിച്ച് അയേൺ ഗുളികകൾ കഴിക്കാൻ നിർദ്ദേശിക്കും. ധാരാളം അയേൺ ലഭിക്കണമെങ്കിൽ രണ്ടുനേരത്തെ ആഹാരത്തിനുനടുവിൽ വിറ്റാമിൻ 'സി'നിറഞ്ഞ ജ്യൂസും കഴിക്കുക. (ഉദാ:- കഫീൻ കലർന്ന പാനീയങ്ങൾ, നാരുസത്തുള്ള പദാർത്ഥങ്ങൾ, മറ്റ് കാൽഷ്യമുള്ള വസ്തുക്കൾ എന്നിവ.)

എല്ലാ പച്ചക്കറികളിലും പഴങ്ങളിലും ധാന്യങ്ങളിലും മാംസത്തിലും കുറച്ചെങ്കിലും അയേൺ ഉണ്ടായിരിക്കും. എന്നാൽ നിങ്ങൾക്ക് ധാരാളം അയേൺ ആവശ്യമുണ്ട്. ഈ അയേൺ കലർന്ന വസ്തുക്കൾ ശരീരത്തിന്റെ മറ്റ് ആവശ്യങ്ങളും പൂർത്തിചെയ്യും.

ബീഫ്, ബഫെലോ, ഡക്, ടർക്കി, വേവിച്ച ക്ലാംസ്, ഓയ്സ്റ്റർ, ചുട്ട ഉരുളക്കിഴങ്ങ്, പാലക്, കൈൽ, ടർനിപ്പ്, സീവീഡ്, മത്തങ്ങ കുരു, ഓട്സിന്റെ തവിട്, ബാർലി ബർഗ്ഗർ, ക്വിനോവാ, ബീൻസും പട്ടാണിയും, സോയാ ഉത്പന്നങ്ങൾ, ഉണങ്ങിയ പഴങ്ങൾ, ബ്ലാക്ക് സ്റ്റ്രെപ്പ് മൊലോസിസ്

കൊഴുപ്പും ഹൈഫാറ്റുമുള്ള ഭക്ഷണം ദിവസവും നാലുപ്രാവശ്യം (നിങ്ങളുടെ തൂക്കത്തിനനുസരിച്ച്)

കൊഴുപ്പ് പലപ്പോഴും ആവശ്യത്തിൽ കൂടുതലാകാറുണ്ടെന്ന് നിങ്ങൾക്കറിയാമല്ലോ! പച്ച ഇലകളും കായ്കളും വിറ്റാമിൻ 'സി'യും കഴിക്കുന്നതുകൊണ്ട് കുഴപ്പമില്ല. എന്നാൽ കൊഴുപ്പ് അളവോടുകൂടിയെ കഴിക്കാവൂ. അതുകൊണ്ട് അനാവശ്യമായ തടി കുറച്ചു കുറയും. ആഹാരത്തിൽ നിന്ന് കൊഴുപ്പ് തീർത്തും തള്ളിക്കളയുന്നതും ശരിയല്ല. എന്തെന്നാൽ കുഞ്ഞിന് അത് ആവശ്യമാണ്.

കുറച്ചുകൊഴുപ്പ്

കലോറി കുറക്കണമെങ്കിൽ സാലഡിലെ ഡ്രെസ്സിങ്ങും വറുക്കാനും പൊരിക്കാനുമുള്ള എണ്ണയും കുറയ്ക്കുക. പച്ചക്കറിയിൽ കുറച്ച് കൊഴുപ്പ് ചേർക്കുക. പച്ചക്കറികളോടൊപ്പം കുറച്ച് കൊഴുപ്പ് കഴിച്ചാൽ അവയിലുള്ള പോഷകാംശം പൂർണ്ണമായി ലഭിക്കുമെന്ന് പഠനങ്ങൾ തെളിയിച്ചിട്ടുണ്ട്. സാലഡിൽ ഡ്രെസ്സിങ്ങ്, സ്റ്റിർ ഫ്രൈ, നട്സ് എന്നിവ തൂവി കൊഴുപ്പ് കൂട്ടാം. ഇവ കുറച്ചു കൊഴുപ്പ് വളരെ സമയംവരെ നിലനിർത്തും.

മൂന്നാമത്തെ മൂന്നാം മാസം (9-ാം മാസം) ഇത് കൂടുതൽ മഹത്വമുള്ളതായിത്തീരും

ഗുഡ്ഫാറ്റ്സ്ഫാക്റ്റേഴ്സ്

നിങ്ങൾ കൊഴുപ്പിനെ ഭയപ്പെടുന്നുവോ? കൊഴുപ്പിനെ ഭയപ്പെടുന്നതിനു പകരം നല്ല കൊഴുപ്പ് സ്വീകരിക്കുക. എല്ലാ കൊഴുപ്പും ചീത്തയല്ല. ചില കൊഴുപ്പ് ഗർഭകാലത്തിൽ വളരെ ഉപയോഗപ്രദമാണ്. ഉദാ:– ഒമേഗാ 3 ഫാറ്റി ആസിഡ്! നിങ്ങളുടെ ഭക്ഷണത്തിൽ തീർച്ചയായും ഇത് ഉണ്ടായിരിക്കണം. ഡി.എച്ച്.എ. മൂലം ഭ്രൂണത്തിന്റെയും ശിശുവിന്റെയും മസ്തിഷ്കം, കണ്ണ് എന്നിവ പൂർണ്ണമായി വികസിക്കുന്നു. ഗർഭാവസ്ഥയിൽ ധാരാളം ഡി.എച്ച്.എ. കഴിക്കുന്ന അമ്മമാരുടെ കുഞ്ഞുങ്ങളുടെ കൈയ്യിനും കണ്ണിനും മെച്ചപ്പെട്ട ഗുണം കാണുന്നുണ്ടെന്ന് ഗവേഷകർ പറയുന്നു. അവസാനത്തെ മൂന്നുമാസവും മുലയൂട്ടുന്ന സമയത്തും ഇത് വളരെ ആവശ്യമാണ്.

ഇത് കുഞ്ഞിനുമാത്രമല്ല നിങ്ങൾക്കും ഉപയോഗപ്രദമാണ്. ഇതുമൂലം നിങ്ങളുടെ മൂഡിലുള്ള ഏറ്റ ഇറക്കത്തിൽ മാറ്റം കാണാം. സമയത്തിനുമുമ്പ് പ്രസവം, തളർച്ച എന്നിവയും ഉണ്ടാകുകയില്ല. നിങ്ങളുടെ കുഞ്ഞിന്റെ ഉറങ്ങുന്ന സ്വഭാവവും മെച്ചപ്പെട്ടതായിരിക്കും. നിങ്ങൾ ആദ്യം മുതൽ കഴിക്കുന്ന ആഹാരത്തിൽ ഡി.എച്ച്.എ. ധാരാളമുണ്ട്. ഉദാ: സാൽമൻ, മറ്റ് എണ്ണയുള്ള മത്സ്യങ്ങൾ, സാർസിൻ, വാൽനട്ട്. ഡി.എച്ച്.എ ധാരാള മുള്ള മുട്ട, ആരുഗുലാ, ക്രേവ്, ശ്രിംപ്, ഫലേമനീഡ്, ചിക്കൻ നിങ്ങൾക്ക് ഡോക്ടറോട് ഗർഭാവസ്ഥയിൽ സുരക്ഷി തമായ ഡി.എച്ച്.എ. സപ്ലിമെന്റിനെപ്പറ്റി ചോദിച്ച് മനസ്സിലാക്കാം. പ്രസവത്തി നുമുമ്പ് ഉപയോഗിക്കുന്ന ചില സപ്ലിമെന്റുകളിൽനിന്നും ഡി.എച്ച്.എ. ലഭിക്കും.

നിത്യവും കഴിക്കുന്ന കൊഴുപ്പിന്റെ കണക്കുവെയ്ക്കുക. നിങ്ങളുടെ കോട്ട പൂർത്തിയാക്കുക, എന്നാൽ ആവശ്യത്തിൽ കൂടുതൽ കൊഴുപ്പ് കഴിക്കാതിരിക്കുക. ഭക്ഷണം പാകം ചെയ്യാനും കൊഴുപ്പ് ഉപയോഗിക്കുന്നുണ്ടെന്ന കാര്യം മറക്കരുത്. നിങ്ങൾ ½ സ്പൂൺ വെണ്ണയിൽ മുട്ട പൊരിച്ചാൽ (½ സർവിങ്ങ്) അല്ലെങ്കിൽ കാലെസ്ലായിൽ 1 വലിയ സ്പൂൺ മെയോനീസ് (ഒരു സർവിങ്ങ്) ഇട്ടിട്ടുണ്ടെങ്കിൽ ഈ 1½ സർവിങ്ങ് നിങ്ങളുടെ കണക്കിൽവെയ്ക്കുക.

പോഷകാഹാരങ്ങൾ കഴിച്ചശേഷവും തൂക്കം വർദ്ധിക്കുന്നില്ലെങ്കിൽ കൊഴുപ്പിന്റെ അളവ് കുറച്ച് കൂടുതലാക്കുക. തൂക്കം വേഗമായി വർദ്ധിപ്പിക്കുന്നുണ്ടെങ്കിൽ കൊഴുപ്പിന്റെ അളവ് കുറച്ച് കുറയ്ക്കുക.

ഈ പട്ടികയിലുള്ള എല്ലാ വസ്തുക്കളും കൊഴുപ്പ് പോഷകമുള്ളതാണ്. എന്നാൽ ഇവയിൽ നിന്നുമാത്രമെ കൊഴുപ്പ് കിട്ടുകയുള്ളു എന്നില്ല. എന്നാൽ നിങ്ങൾക്ക് ഇവ വളരെ ആവശ്യമാണ്. നിങ്ങളുടെ തൂക്കം ശരിയായ രീതിയിൽ വർദ്ധിക്കുകയാണെങ്കിൽ ഒരു ദിവസം നാല് സർവിങ്ങ് കഴിക്കാം. അല്ലെങ്കിൽ കൊഴുപ്പിന്റെ അളവിനനുസരിച്ച് കൂട്ടുകയോ കുറയ്ക്കുകയോ ചെയ്യണം.

1 വലിയ സ്പൂൺ എണ്ണ (ഒലിവ്, കനോല, എള്ള്)

1 വലിയ സ്പൂൺ വെണ്ണ (മാർജറീൻ)

1 വലിയ സ്പൂൺ സാധാരണ മെയോനീസ്

2 വലിയ സ്പൂൺ സാലഡ് ഡ്രെസ്സിങ്ങ്.

2 വലിയ സ്പൂൺ ഹെവി ക്രീം

¼ കപ്പ് ഹാഫ് ആൻസ് ഹാഫ്

¼ കപ്പ് ഫെൻടീ ക്രീം

¼ കപ്പ് സാർ ക്രീം

2 വലിയ സ്പൂൺ സാധാരണ ക്രീം ചീസ്

2 വലിയ കപ്പ് നിലക്കടല അല്ലെങ്കിൽ ബദാം വെണ്ണ

ഉപ്പുചേർത്ത ഭക്ഷണ സാധനങ്ങൾ (സീമിതമായ അളവിൽ)

പണ്ടൊക്കെ ഗർഭാവസ്ഥയിൽ ഉപ്പ് ചേർത്ത ഭക്ഷണസാധനങ്ങൾ കുറഞ്ഞ അളവിൽ കഴിക്കാൻ നിർദ്ദേശിച്ചിരുന്നു; എന്തെന്നാൽ ഇതുമൂലം ശരീരത്തിൽ നീരുവന്ന് വീർക്കുന്നത് അധികമാകും. എന്നാൽ ഗർഭാവസ്ഥയിൽ ശരീരത്തിൽ തരള പദാർത്ഥങ്ങൾ വർദ്ധിക്കുന്നത് സാധാരണയാണെന്ന് പിന്നീട് മനസ്സിലാക്കാൻ കഴിഞ്ഞു. തരള പദാർത്ഥങ്ങളുടെ സമതുലനം ഏർപ്പെടുത്താൻ സോഡിയം അത്യാവശ്യമാണ്.

സോഡിയത്തിന്റെ അളവ് കുറഞ്ഞാലും ഭ്രൂണത്തിന് കേട് ഏർപ്പെടുത്തും. എന്നാൽ അച്ചാർ, ചട്ടിണി, സോസ് എന്നിവ അധികം കഴിച്ചാൽ കേട് ഏർപ്പെടുത്തും. സോഡിയത്തിന്റെ അളവ് കൂടിയാൽ രക്തസമ്മർദ്ദം ഉയരും.

തരളപദാർത്ഥം: 8 ഔൺസ് ദിവസവും

നിങ്ങൾ രണ്ടുപേർക്കുവേണ്ടിയാണ് ആഹാരം കഴിക്കുന്നത്. നിങ്ങളെപ്പോലെ കുഞ്ഞിന്റെ ശരീരവും ജലാംശം കൊണ്ടുണ്ടാക്കിയതാണ്. ഈ ദിവസങ്ങളിൽ ശരീരത്തിന് തരള പദാർത്ഥങ്ങൾ വളരെ ആവശ്യമാണ്. നിങ്ങൾ വെള്ളം കുറവായി കുടിക്കുന്ന കൂട്ടത്തിലാണെങ്കിൽ സൂക്ഷിക്കുക. വെള്ളം കുടിക്കുന്നതുകൊണ്ട് ചർമ്മം വരളുകയില്ല, മലബന്ധം ഏർപ്പെടുകയില്ല, ശരീരത്തിലുള്ള വിഷാംശം പുറത്തുപോകും. മൂത്രാശയ സമക്രമണം ഏർപ്പെടുകയില്ല, പ്രസവം എളുപ്പമാകും. ദിവസവും കുറഞ്ഞത് 8 ഗ്ലാസ് വെള്ളം കുടിക്കുക. ചൂട് കൂടുതലാണെങ്കിലോ വ്യായാമം ചെയ്യുകയാണെങ്കിലോ വെള്ളം അധികം കുടിക്കണം. ഭക്ഷണം കഴിക്കുന്നതിന് മുമ്പ് ഒരിക്കലും വെള്ളം കുടിക്കരുത്.

വെള്ളത്തിനുപുറമെ പാല്, പഴങ്ങൾ, പച്ചക്കറികളുടെ ചാറ്, ജ്യൂസ്, ചൂടുള്ളതോ തണുത്തതോ ആയ ചായ എന്നിവമൂലവും തരള പദാർത്ഥങ്ങളുടെ അളവ് കൂട്ടാം.

ഫ്രൂട്ട് ജ്യൂസിൽ പകുതി വെള്ളം ചേർത്ത് കുടിക്കുക, കലോറി കൂടുകയുമില്ല.

പ്രസവത്തിന് മുമ്പ് വിറ്റാമിൻ സപ്ലി മെന്റ് ഒരു പ്രെഗ്നൻസി ഫോർമുല - ദിവസവും

ഇത്ര നല്ലപോഷകാഹാരം കഴിച്ചിട്ടും വിറ്റാമിന്റെ മരുന്ന് കഴിക്കേണ്ട ആവശ്യം ഏർപ്പെടുന്നതെന്തുകൊണ്ടാണ്? നിങ്ങൾ വല്ല പ്രയോഗശാലയിലുമാണെങ്കിൽ ഓരോ തവണയും അളന്ന് മുറിച്ച് ആഹാരം കഴിക്കാൻ കഴിയുമായിരുന്നു. അപ്പോൾ ഇതിന്റെ ആവശ്യം നേരിടില്ലായിരുന്നു. എന്നാൽ അത് സാദ്ധ്യമല്ലല്ലോ? നിങ്ങളുടെ ജനിക്കാൻ പോകുന്ന കുഞ്ഞിന് തീർച്ച യായും വിറ്റാമിന്റെ ഡോസ് ആവശ്യമാണ്. പൌഷ്ടികഹാരത്തിൽ നിന്ന് കിട്ടാത്ത എല്ലാ പോഷക തത്വങ്ങളുടെയും കുറവ് ഇതുകൊണ്ട് നികത്താം.

എന്നാലും മരുന്ന് മരുന്നുതന്നെ. അത് നല്ല ആഹാരത്തിനുപകരമാവില്ല. നിങ്ങ ളുടെ ആഹാരത്തിൽ വിറ്റാമിനും പ്രോട്ടീനും ചേർക്കുന്നതാണ് നല്ലത്. ആഹാരത്തിൽ നിന്ന് നിങ്ങൾക്ക് വെള്ളവും നാരുസത്തും കിട്ടുന്നു. പല പ്രധാനപ്പെട്ട കലോറികളും പ്രോട്ടീനും മരുന്നിൽ നിന്ന് കിട്ടുകയില്ല.

ചില വിറ്റാമിനുകൾ അധികം കഴി ച്ചാൽ അത് ദോഷം ചെയ്യും. അവ ശരീര ത്തിന് വിഷത്തിന്റെ ഫലം ചെയ്യും

വിറ്റാമിൻ:- പ്രോട്ടീനിന്റെ ഒരുമരുന്നും ഡോക്ട റുടെ അനുവാദമില്ലതെ കഴിക്കരുത്. ഹെർബൽ മരുന്നുകളുടെ കാര്യത്തിലും ജാഗ്രതവേണം. ആഹാരത്തിൽ കാരറ്റും ബ്രോക്കോളിയും അധികം ചേർത്താലും കുഴപ്പമില്ല. ഇത് നിങ്ങൾക്ക് ഗുണം ചെയ്യും.

മരുന്നിൽ എന്താണുള്ളത്?

ഇത് നിങ്ങൾ എന്തുമരുന്നാണ് കഴിക്കുന്നത് എന്നതിനെ ആശ്രയിച്ചിരിക്കും. ഡോക്ടർ നിങ്ങളുടെ മെഡിക്കൽ ഹിസ്റ്ററിക്കനുസരിച്ചാണ് നിങ്ങൾക്കുള്ള മരുന്നുകൾ തിരഞ്ഞെടുക്കുന്നത്, അല്ലാതെ ഇതിന് കൃത്യമായ നിയമങ്ങളൊന്നുമില്ല. നിങ്ങൾ തന്നെ ഫാർമസിയിൽ പോകാൻ ഉദ്ദേശിക്കുന്നെങ്കിൽ ആദ്യം ഇത് വായിക്കുക.

- വിറ്റാമിൻ എയുടെ 4,000 ഐയു (വിനുവേണ്ടി) മി. ഗ്രാമിൽ കൂടുതൽ കഴിക്കരുത്. 10,000 ഐ.യുവിൽ കൂടുതൽ അളവ് വിഷമായിതീരാം. പല നിർമ്മാതാക്കളും വിറ്റാമിൻ എയുടെ അളവ് കുറക്കുകയോ അതിനുപകരം ബീറ്റാ-കറോട്ടിൻ ഉപയോഗിക്കുകയോ ചെയ്യാൻ തുടങ്ങിയിരിക്കുന്നു.
- കുറഞ്ഞത് 400 മുതൽ 600 മി. ഗ്രാം ഫോളിക് ആസിഡ്.
- 250 മി.ഗ്രാം കാൽഷ്യം. ആഹാരംവഴി കാൽഷ്യം കഴിക്കാൻ കഴിയുന്നില്ലെങ്കിൽ 1200 മി.ഗ്രാം വരെ ഡോസ് എടുക്കാവുന്നതാണ്. സപ്ലിമെന്ററി അയേണിനോടൊപ്പം കാൽഷ്യത്തിന്റെ

അളവ് 250 മി.ഗ്രാമിൽ കൂടുതൽ കഴിക്കരുത്. മിനറൽ, അയേൺ വലിച്ചെടുക്കുന്നതിൽ തടസ്സം ഏർപ്പെടുത്തും. അയേൺ സപ്ലിമെന്റ് കഴിക്കുന്നതിന് രണ്ടുമണിക്കൂർ മുമ്പോ ശേഷമോ കാൽഷ്യം കഴിക്കുക.

- 30 മി.ഗ്രാം അയേൺ
- 50 മുതൽ 80 മി.ഗ്രാം വിറ്റാമിൻ - സി, 15 മി.ഗ്രാം സിങ്ക്.
- 2 മി.ഗ്രാം. കോപ്പർ
- 2 മി.ഗ്രാം. വിറ്റാമിൻ ബി.
- വിറ്റാമിൻ ഡി. 500 മി.ഗ്രാമിൽ കൂടുതൽ കഴിക്കരുത്.
- വിറ്റാമിൻ ഈ - (16 മി.ഗ്രാം)
- ഥിയാമിൻ (1-4 മി.ഗ്രാം)
- റിയ്ബോഫ്ലോവിൻ (1-4 മി.ഗ്രാം) നിയാസിൻ (15 മി.ഗ്രാം) വിറ്റാമിൻ - ബി (2.6 മി.ഗ്രാം) ഈ ഡോസുകൊണ്ട് ഒരു കുഴപ്പവും ഏർപ്പെടില്ല.
- പല മരുന്നുകളിലും മഗ്നീഷ്യം, ഫ്ലോറായ്ഡ്, ബയോട്ടിൻ, ഫോസ്ഫറസ്, പാൻടോഥെനിക് ആസിഡ്, ബി6 എന്നിവ കലർന്നിട്ടുണ്ടാവാം.

ഡോക്ടറുടെ അഭിപ്രായം ചോദിക്കാതെ ഒരു മരുന്നും കഴിക്കരുത്

നിങ്ങൾ എന്തുവിചാരിക്കുന്നുണ്ടാകും?

മിൽക്ക് ഫ്രീമോം

"എനിക്ക് പാൽ ഇഷ്ടമല്ല. ദിവസവും നാല് കപ്പ് പാൽ കുടിക്കാൻ എനിക്ക് കഴിയുകയില്ല. എന്നാൽ കുഞ്ഞിന് പാൽ വേണ്ടേ?"

കുഞ്ഞിന് പാൽ അല്ല കാൽഷ്യമാണ് വേണ്ടത്. നിങ്ങളുടെ ആഹാരത്തിൽ പാലാണ് ഏറ്റവും നല്ലതും ദൈവം തന്നതുമായ കാൽഷ്യം സ്രോതസ്സ് അതുകൊണ്ടാണ് ഗർഭാവസ്ഥയിൽ പാൽ കുടിക്കാൻ നിർദ്ദേശിക്കുന്നത്. എന്നാൽ ഇതുകൊണ്ട് നിങ്ങളുടെ വായിലെ സ്വാദ് ചീത്തയാകുകയോ, ഗ്യാസ് ഏർപ്പെടുകയോ ചെയ്താൽ അത് കുടിക്കുന്നതിന് മുമ്പ് നല്ല പോലെ ആലോചിക്കണം. കുഞ്ഞിന്റെ പല്ലിനും എല്ലിനും പാലിൽ നിന്നുമാത്രമല്ല കാൽഷ്യം കിട്ടുക. ഇതുകിട്ടാൻ പാലിനുപ കരമായി മറ്റുപലതും ഉണ്ട്. ഹാർഡ് ചീസ്, യോഗർട്ട്, ലൈക്ടോസ് ഫ്രീ മിൽക്ക് എന്നിങ്ങനെയുള്ള ഡെയറി ഉത്പന്നങ്ങൾ കഴിക്കാം. ഇവയിൽ കാൽഷ്യം ഫോർട്ടിഫൈഡും ഉണ്ടായിരിക്കും. പാലിൽ ലാക്ട്ടോസ് ഗുളികകളിട്ട് കുടിച്ചാൽ പാലുകുടിച്ചശേഷം വയറിൽ കുഴപ്പം ഏർപ്പെടുകയില്ല, വേഗത്തിൽ ദഹിക്കും.

മൂന്നുമാസം ആകുമ്പോൾ നിങ്ങൾക്ക് സ്വയം കുറച്ചൊക്കെ ഡെയറി ഉത്പന്നങ്ങൾ കഴിക്കുന്നത് ശീലമാകും. ആ സമയത്താണ് ഭ്രൂണത്തിന് ഏറ്റവും കൂടുതൽ കാൽഷ്യത്തിന്റെ ആവശ്യം ഏർപ്പെടുന്നത്. നിങ്ങൾക്ക് അധികം കഷ്ടം ഏർപ്പെടാത്ത ചില ഉത്പന്നങ്ങൾ കണ്ടുപിടിക്കുക.

നിങ്ങൾക്ക് ഡെയറി ഉത്പന്നങ്ങളോട് അലർജിയാണെങ്കിൽ കാൽഷ്യമുള്ള ജ്യൂസ് കഴിക്കുക അല്ലെങ്കിൽ കാൽഷ്യമുള്ള നോൺ ഡെയറി ഉത്പന്നങ്ങൾ കഴിക്കുക.

നിങ്ങൾക്ക് പാലിന്റെ രുചി ഇഷ്ടമല്ലെങ്കിൽ സെറെൽ, സൂപ്പ്, സ്മൂദീസ് എന്നിങ്ങനെ മറ്റെന്തെങ്കിലും പാലുചേർത്ത് കഴിക്കുക.

പാശ്ചുറൈസ്ഡ്

1800-ന്റെ മദ്ധ്യത്തിലുള്ള പാശ്ചാത്യർ പാശ്ചുറൈസ് ചെയ്യുന്ന ടെക്നിക് കണ്ടുപിടിച്ചു. അത് വാസ്തവത്തിൽ ഉപമായില്ലാത്തതാണ്. നിങ്ങളെയും കുഞ്ഞിനെയും ബാക്ടീരിയ സംക്രമണത്തിൽ നിന്ന് രക്ഷിക്കാൻ ആഗ്രഹിക്കുന്നുണ്ടെങ്കിൽ പാശ്ചുറൈസ്ഡ് ഡെയറി ഉത്പന്നങ്ങൾ മാത്രം കഴിക്കുക. ഇപ്പോൾ പാശ്ചുറൈസ്ഡ് മുട്ടയും ലഭിക്കുന്നുണ്ട്. അതുകൊണ്ട് നിങ്ങൾക്ക് പലരോഗങ്ങളിൽ നിന്ന് രക്ഷപ്പെടാൻ കഴിയും. ഗർഭാവസ്ഥയിൽ കൊച്ചുകൊച്ചു മുൻകരുതലുകൾപോലും വളരെ ഉപയോഗപ്രദമായിരിക്കും. ഇവയെ ഒരു കാരണത്താലും തള്ളിക്കളയരുത്.

നിങ്ങൾക്ക് ആഹാരത്തിൽ നിന്ന് മുഴുവൻ കാൽഷ്യം ലഭിക്കുന്നില്ലെങ്കിൽ ഡോക്ടറോട് സപ്ലിമെന്റ് തരാൻ പറയണം. ഇപ്പോൾ ഇതിന്റെ മധുരമുള്ള ഗുളികകൾ വരുന്നുണ്ട് അത് വായിലിട്ട് ചപ്പിക്കഴിക്കാം. കാൽഷ്യം മാത്രമല്ല വിറ്റാമിൻ 'സി'യുടെ അളവിലും ശ്രദ്ധവേണം. ഇത് പശുവിൻ പാലിൽ ഉണ്ട്. ഇതും കാൽഷ്യത്തോടൊപ്പം കഴിക്കണം.

ആഹാരത്തിൽ റെഡ്മീറ്റ് ചേർക്കുക

"ഞാൻ ചിക്കനും ഫിഷും കഴിക്കും, പക്ഷെ റെഡ് മീറ്റ് കഴിക്കുകയില്ല. ഇതില്ലെങ്കിലും കുഞ്ഞിന് പോഷകതത്വങ്ങൾ ലഭിക്കുമോ?"

ഗർഭാവസ്ഥയിൽ ഫിഷ് പോൾട്ടറി ഉത്പന്നങ്ങൾ എന്നിവയാണ് അധികം പോഷകതത്വങ്ങൾ നൽകുന്നത്. ഇവയിൽ നിന്ന് അയേൺ മാത്രം ലഭിക്കുകയില്ല, അത് റെഡ്മീറ്റിൽ നിന്ന് ലഭിക്കും. ഇതിന്റെ കുറവ് പകരമായി ചിലത് കഴിക്കുക മൂലവും നികത്താവുന്നതാണ്.

സസ്യാഹാരികൾക്കുള്ള ഡയറ്റ്

"ഞാൻ ആരോഗ്യമുള്ള ഒരു സസ്യഭുക്കാണ്. എന്നാൽ എല്ലാവരും കുഞ്ഞിന്റെ ആരോഗ്യത്തിന് ഞാൻ മൃഗഉത്പന്നങ്ങൾ കഴിക്കണമെന്ന് പറയുന്നു".

സസ്യാഹാരികൾ അവരുടെ ഭക്ഷണത്തെ കുറച്ച് ക്രമപ്പെടുത്തിയാൽ അവർക്കും മാംസാഹാരികളെപ്പോലെ പൂർണ്ണ പോഷണം ലഭിക്കും. സസ്യാഹാരികൾ അവരുടെ ആഹാരത്തിൽ താഴെ കൊടുത്തിരിക്കുന്നവ തീർച്ചയായും ചേർക്കണം.

ആവശ്യമായ പ്രോട്ടീൻ അളവ്:– നിങ്ങൾ പാലും മുട്ടയും കഴിക്കുന്നുണ്ടെങ്കിൽ വേണ്ടത്ര പ്രോട്ടീൻ കിട്ടുന്നുണ്ടാകും. എന്നാൽ നിങ്ങൾ പൂർണ്ണ വെജിറ്റേറിയനാണെങ്കിൽ നിങ്ങളുടെ ഭക്ഷണത്തിൽ ഉണങ്ങിയ ബീൻസ്, പട്ടാണ്, മസൂർ, തോഫൂ, സോയ എന്നിവയുടെ അളവ് കൂട്ടിയാൽ പ്രോട്ടീനിന്റെ കുറവ് നികത്താം.

ആവശ്യമായ കാൽഷ്യത്തിന്റെ അളവ്:– ഡെയറി ഉത്പന്നങ്ങൾ കഴിക്കുന്ന സസ്യഭുക്കുകൾക്ക് ഒരു ബുദ്ധിമുട്ടുമില്ല, എന്നാൽ നിങ്ങൾ ഡെയറി ഉത്പന്നങ്ങൾ കഴിക്കുന്നില്ലെങ്കിൽ കാൽഷ്യമുള്ള ജ്യൂസ്, ചീരകൾ, പച്ചക്കറികൾ, എള്ള്, ബദാം, സോയാ ഉത്പന്നങ്ങൾ എന്നിവ ഉപയോഗപ്രദ മാകും. അതുപോരാതെ വന്നാൽ കാൽഷ്യം മരുന്നുകൾ കഴിക്കാം. പക്ഷെ, ഡോക്ടറുടെ അഭിപ്രായം അറിഞ്ഞശേഷമേ അതുകഴിക്കാവൂ.

വിറ്റാമിൻ B_{12}:– സാധാരണ B_{12}-ന്റെ കുറവുകാണാറില്ല. എന്നാൽ പൂർണ്ണ സസ്യഭുക്കുകളാണെങ്കിൽ ഇത് ലഭിക്കുന്നില്ല. എന്തെന്നാൽ ഇത് മൃഗങ്ങളിൽ നിന്ന് ലഭിക്കുന്ന ഉത്പന്നങ്ങളിൽ നിന്നുമാത്രമേ ലഭിക്കൂ. ഡോക്ടറുടെ അഭിപ്രായം ചോദിച്ച് ഫോളിക് ആസിഡ്, അയേൺ എന്നിവയോടൊപ്പം B_{12} മരുന്നും കഴിക്കണം. ഇവയ്ക്കുപുറമെ സോയാ മിൽക്ക്, ഫോർട്ടിഫൈഡ് സെറേൽ ആരോഗ്യകരമായ ഈസ്റ്റ് എന്നിവ മൂലവും ഇതിന്റെ കുറവ് നികത്താം.

വിറ്റാമിൻ 'ഡി':- സൂര്യപ്രകാശത്തിന്റെ വെളിച്ചത്തിൽ ചർമ്മം സ്വയം ഇത് നിർമ്മിക്കുന്നു. എന്നാൽ ആവശ്യത്തിൽ കൂടുതൽ നേരം വെയിലിൽ നിന്നാൽ തോൽ കറുത്തുപോകും. കറുപ്പുനിറമുള്ള സ്ത്രീകൾക്ക് ഇത് വേണ്ടത്ര എടുക്കാൻ കഴിയുകയില്ല. നിങ്ങൾ പശുവിൻ പാൽ കുടിക്കുന്നില്ലെങ്കിൽ വിറ്റാമിൻ 'ഡി' ഉള്ള സോയാ മിൽക്ക് കുടിക്കാം, അല്ലെങ്കിൽ മരുന്നിൽ ഇത് ചേർക്കുക. ബ്രെഡ്ഡിലും സെറേലിലും വിറ്റാമിൻ 'ഡി' ഫോർട്ടിഫായ്ഡ് ഉണ്ട്.

ലോ-കാർബ് ഡയറ്റ്:–

"ഞാൻ തൂക്കം കൂട്ടാൻ ലോ-കാർബ് ഹൈ പ്രോട്ടീൻ ഡയറ്റ് കഴിച്ചുകൊണ്ടിരുന്നു. ഗർഭാവസ്ഥയിലും അതേ ആഹാരം കഴിക്കാമോ?"

ഗർഭാവസ്ഥയിൽ ഏതൊരു പോഷകതത്വത്തിന്റെ കുറവും ശരിയല്ല. നിങ്ങൾ ശരിയായ പോഷകതത്വങ്ങൾ സമതുലനമായ അളവിൽ കഴിക്കണം. കുറഞ്ഞ കാർബുള്ള ആഹാരം കഴിച്ചാൽ ഫോളിക് ആസിഡിന്റെ കുറവ് ഏർപ്പെടും. ഇത് ശിശുവിന്റെ വളർച്ചയ്ക്ക് അത്യാവശ്യമാണ്. കുഞ്ഞിന്

ദോഷമായതൊക്കെ അമ്മയ്ക്കും ദോഷകരമാണ്. കോംപ്ലക്സ് കാർബ് മലബന്ധം ഏർപ്പെടാതെ രക്ഷിക്കും. വിറ്റാമിൻ 'ഡി' മോണിങ്ങ് സിക്നസിനെ നേരിടാനുള്ള ശക്തി നൽകും.

ഗർഭാവസ്ഥ ഡയറ്റിങ്ങിനുള്ളതല്ല സംപൂർണ്ണ പോഷകാഹാരം കഴിക്കാനുള്ള സമയമാണ്. തൂക്കം കുറയ്ക്കുന്നതിനെക്കുറിച്ചുള്ള ചിന്ത മറക്കുക, കുഞ്ഞിന് സമതുലിതമായ പോഷണം നൽകുക.

കൊളസ്ട്രോൾ പറ്റിയ ചിന്ത

"ഞാനും ഭർത്താവും ഞങ്ങളുടെ ആഹാരത്തിൽ കൊളസ്ട്രോളിന്റെ അളവ് വളരെ കുറച്ചിരിക്കുകയാണ്. എനിയ്ക്ക് ഇത് തുടരാൻ കഴിയുമോ?"

നിങ്ങൾ എന്തുകേട്ടു, എന്തുകേട്ടില്ല എന്ന് ഞങ്ങൾക്കറിയില്ല. ഗർഭാവസ്ഥയിൽ നിങ്ങൾക്ക് കൊളസ്ട്രോൾ കുറക്കേണ്ട ആവശ്യമില്ല. ഈ വയസ്സിൽ കൊളസ്ട്രോൾ മൂലം നിങ്ങളുടെ ധമനികളിൽ രക്തം കട്ടപിടിക്കുകയില്ല. ഇത് ഭ്രൂണത്തിന്റെ വളർച്ചയ്ക്ക് ആവശ്യമാണ്. ഗർഭിണിമാരായ അമ്മമാരുടെ ശരീരത്തിൽ ഇതിന്റെ ഉത്പാദനം സ്വയം വർദ്ധിക്കും. രക്തത്തിലെ കൊളസ്ട്രോളിന്റെ ലെവൽ 25 മുതൽ 40 ശതമാനം വരെ വർദ്ധിക്കും. അതുകൊണ്ട് നിങ്ങൾ കൊളസ്ട്രോൾ വർദ്ധിപ്പിക്കാനുള്ളത് കഴിക്കേണ്ടതില്ല. എന്നാൽ നിങ്ങൾക്ക് ഇഷ്ടംപോലെ മുട്ട കഴിക്കാം. കാൽഷ്യത്തിന്റെ കുറവ് നികത്താൻ ചീസ് കഴിക്കാം, അല്ലെങ്കിൽ വളരെ സന്തോഷത്തോടെ ബർഗ്ഗർ രുചിക്കാം.

ജങ്ക് ഫുഡ് കഴിക്കുക

"നട്സ്, ചിപ്പ്സ്, ഫാസ്റ്റ് ഫുഡ് എന്നിവ എന്റെ ദൗർബല്യമാണ്. ആരോഗ്യപ്രദമായ ഭക്ഷണം കഴിക്കണമെന്ന് എനിക്കറിയാം, കഴിക്കണമെന്ന് ആഗ്രഹവുമുണ്ട്. എന്നാൽ എനിക്ക് എന്റെ ശീലങ്ങൾ മാറ്റാൻ കഴിയുന്നില്ല."

നിങ്ങൾ ശീലം മാറ്റാൻ ആഗ്രഹിക്കുന്നുണ്ടെങ്കിൽ അതിനുള്ള ആദ്യത്തെ ചുവടുവെച്ചുകഴിഞ്ഞു. ആദ്യംതന്നെ അതിനായി സ്വയം അഭിനന്ദിക്കുക. ഈ മാറ്റത്തിനായി ചില ഗംഭീരമായ ചുവടുകൾ വയ്ക്കേണ്ടിവരും. എന്നാൽ പല വഴികളുണ്ട്, അവയുടെ സഹായം കൊണ്ട് നിങ്ങളുടെ ശീലം മാറ്റാൻ കഴിയും.

1. **ഭക്ഷണം കൈയ്യിൽ കൊണ്ടുപോകുക:-** പ്രഭാത ഭക്ഷണത്തോടൊപ്പം കാപ്പി കുടിക്കാൻ ആഗ്രഹമുണ്ടെങ്കിൽ വീട്ടിൽ നിന്നുതന്നെ പോഷകതത്വം നിറഞ്ഞതും ആരോഗ്യപ്രദവുമായ പ്രഭാത ഭക്ഷണം കൊണ്ടുപോകുക. അതിൽ കോംപ്ലക്സ് കാർബ്, പ്രോട്ടീൻ എന്നിവ കലർന്നിരിക്കണം. അങ്ങനെ നിങ്ങളുടെ വയറും നിറയും, ജങ്ക് ഫുഡ് കഴിക്കാനുള്ള ആഗ്രഹവും ഉണ്ടാവില്ല. കടയിൽപ്പോയി ഭക്ഷണ സാധനങ്ങൾ കണ്ടാൽ കൊതിതോന്നുമെന്ന് കരുതിയാൽ അവിടെ പോകാതിരിക്കുക. അടുത്തുള്ള കടയിൽ നിന്ന് ആരോഗ്യപ്രദമായ സാന്റ്വിച്ച് വരുത്തുക, അല്ലെങ്കിൽ വറുത്തതും പൊരിച്ചതുമായ സാധനങ്ങൾ കിട്ടാത്ത കടയിൽ പോകുക.

2. **കുറച്ച് പ്ലാനിങ്ങ് അത്യാവശ്യമാണ്:-** ഗർഭാവസ്ഥയിൽ തുടർച്ചയായി ആരോഗ്യപ്രദവും പോഷകാംശം നിറഞ്ഞതുമായ ആഹാരം ആവശ്യമാണ്. നിങ്ങളുടെ വീട്ടിലെ അലമാരയിൽ അങ്ങനെയുള്ള ഭക്ഷണ സാധനങ്ങൾ സൂക്ഷിക്കാൻ മറക്കരുത്. ഫോൺ ചെയ്താൽ വൃത്തിയുള്ളതും ആരോഗ്യപ്രദവുമായ ആഹാര സാധനങ്ങൾ വീട്ടിലെത്തിക്കുന്ന ഹോട്ടലുകളുടെയും റെസ്റ്റോറന്റുകളുടെയും ഫോൺ നമ്പർ കൈവശം വയ്ക്കുക. വിശപ്പ് വളരെ കൂടുതലാകുന്നതിനുമുമ്പ് ഭക്ഷണം ഓർഡർ ചെയ്യുക വീട്, ജോലി സ്ഥലം, ബാഗ്, കാർ എന്നീവിടങ്ങളിൽ വിശപ്പ് മാറ്റാനുള്ള ലഘുഭക്ഷണം കരുതിവെയ്ക്കുക. ഉദാ: പഴം, ട്രേൽമിക്സ്, സോയാ ചിപ്സ്, ഉടക്കാത്ത ധാന്യങ്ങളിൽ നിന്ന് ഉണ്ടാക്കിയ ഗ്രേനോലാബാറും, ക്രേകറും, യോഗർട്ട് അല്ലെങ്കിൽ സ്മൂദീസ്, സ്റ്റിംഗ് ചീസ് അല്ലെങ്കിൽ വെജീസ് ദാഹിക്കുമ്പോൾ സോഡ കുടിക്കാൻ തോന്നാതിരിക്കാൻ എപ്പോഴും കൈയ്യിൽ വെള്ളം സൂക്ഷിക്കുക.

3. **അത്യാഗ്രഹം ഒഴിവാക്കുക:-** കാൻഡി, ചിപ്പ്സ്, കുക്കീസ്, സോഫ്റ്റ് ഡ്രിങ്ക്സ് എന്നിവയെക്കുറിച്ചുള്ള ചിന്ത മനസ്സിൽ വരാതിരിക്കാൻ അവ വീട്ടിൽ വെയ്ക്കാതിരിക്കുക. പേസ്റ്റ്രി കഴിക്കാൻ കൊതിക്കരുത് അത് നിങ്ങൾക്ക് ദോഷം ചെയ്യും.

4. **പകരം കഴിക്കാവുന്നത് എന്താണെന്ന് അന്വേഷിക്കുക:-** വളരെ രുചികരമായ വസ്തുവിനുപകരമുള്ളത് എന്താണെന്ന് കണ്ടുപിടിക്കുക. രുചികുറയാത്തതും

എന്നാൽ നിങ്ങൾക്കുവേണ്ട പോഷകതത്വം തരുന്നതുമായ പകരം കഴിക്കാനുള്ള സാധനം തേടുക. നിങ്ങൾക്ക് ഐസ് ക്രീം കഴിക്കാൻ കൊതി തോന്നുന്നുണ്ടെങ്കിൽ നിങ്ങൾക്ക് മധുരമുള്ള ജ്യൂസ് ബാറോ അല്ലെങ്കിൽ കട്ടിയുള്ള ക്രീമുള്ള ഫ്രൂട്ട് സ്മൂദിയോ കഴിക്കാം.

5. കുഞ്ഞിന്റെ കാര്യം ശ്രദ്ധിക്കുക:- നിങ്ങൾ എന്തുകഴിക്കുന്നുവോ അതുതന്നെയാണ് കുഞ്ഞും കഴിക്കുന്നത്. പലപ്പോഴും നിങ്ങൾക്ക് ഇഷ്ടപ്പെട്ട ആഹാരം കഴിക്കാൻ കൊതി തോന്നുമ്പോൾ ഇക്കാര്യം ഓർക്കുന്നത് കഠിനമായിരിക്കും. നിങ്ങളുടെ മുറിയിൽ ഭംഗിയുള്ള കുഞ്ഞുങ്ങളുടെ ചിത്രങ്ങൾ ഒട്ടിച്ചുവെയ്ക്കുക. വീട്ടിലും, ഓഫീസിലും, കസേരയുടെ അടുത്ത് ഒട്ടിച്ചിട്ടുള്ള ഈ ചിത്രങ്ങൾ നിങ്ങളെ തെറ്റും ശരിയും മനസ്സിലാക്കാൻ പ്രേരിപ്പിക്കും.

6. നിങ്ങളുടെ അതിരുകൾ തിരിച്ചറിയുക:- എപ്പോഴെങ്കിലും കുറച്ച് ജങ്ക് ഫുഡ് കഴിക്കാം. എന്നാൽ ഒട്ടും കഴിക്കാതിരിക്കുന്നതാണ് നല്ലത്. നിങ്ങൾക്ക് കുറച്ചു കഴിച്ച ശേഷം മതി വരുന്നില്ല, കൂടുതൽ കഴിക്കണമെന്ന് തോന്നുന്നുവെങ്കിൽ നിങ്ങളുടെ അതിരുകൾ തിരിച്ചറിയുക.

7. നല്ല പഴക്കങ്ങൾ നീണ്ടകാലം വരെ കൂടെ ചെല്ലും:- നല്ല പഴക്കങ്ങൾ നീണ്ടകാലം വരെ കൂടെ ഉണ്ടായിരിക്കും. പ്രസവശേഷവും അമ്മയ്ക്ക് വളരെ കൂടുതൽ ഊർജ്ജം വേണം. ആ സമയത്ത് ഈ പഴക്കങ്ങൾ നിങ്ങൾക്ക് ഉപയോപ്രദമായിരിക്കും. കുഞ്ഞും ആരംഭം മുതൽ നല്ല പഴങ്ങളോടെ വളർന്ന് വലുതാകും.

ആരോഗ്യകരമായ ഭക്ഷണരീതിക്കുള്ള എളുപ്പവഴി:-

ഫാസ്റ്റ് ഫുഡ്സും ആരോഗ്യപ്രദമാക്കുന്നത് എങ്ങനെ?

- നിങ്ങൾ എപ്പോഴും തിരക്കിലാണെങ്കിൽ ബർഗറിനുവേണ്ടി ക്യൂ നിൽക്കുന്നതിനുപകരം പെട്ടെന്ന് പൊരിച്ച ടർക്കി ചീസ്, സാലഡ്, ടൊമാറ്റോ സാന്റ്വിച്ച് തയ്യാറാക്കാം.
- ദിവസവും രാത്രി ഡിന്നർ കഴിക്കാൻ കഴിയുന്നില്ലെങ്കിൽ രണ്ടുമൂന്ന് ദിവസത്തേക്കുള്ള ഡിന്നർ ഒന്നിച്ച് തയ്യാറാക്കി വെയ്ക്കുക.
- ആരോഗ്യപൂർണ്ണമായ വസ്തുക്കൾ തയ്യാറാക്കുമ്പോൾ കൂടുതൽ കുഴപ്പം വേണ്ട. നിങ്ങൾ തയ്യാറാക്കുന്നതെന്തായാലും അത് ലളിതവും പോഷകതത്വം നിറഞ്ഞതുമായിരിക്കാൻ ശ്രദ്ധിക്കുക. നിങ്ങൾക്ക് വേവിച്ച ബോൺലെസ് ചിക്കണിൽ ടൊമാറ്റോ സോസും മാജ്റേലാ ചീസും നിരത്തി അത് ബ്രോയ്ലറിൽ തയ്യാറാക്കാം. നിങ്ങളുടെ ഇഷ്ടം പോലെ കുറച്ചുമാറ്റങ്ങളും വരുത്താം.
- ഒന്നും ഉണ്ടാക്കാൻ തീരെ സമയമില്ലെങ്കിൽ സൂപ്പർ മാർക്കെറ്റിൽ നിന്ന് സൂപ്പ്, ജ്യൂസ് അല്ലെങ്കിൽ റെഡിമിക്സ് ഭക്ഷണസാധനങ്ങൾ വാങ്ങിക്കാം. ഇവ മൈക്രോവേവിൽവെച്ച് പെട്ടെന്ന് പാചകം ചെയ്ത് കഴിക്കാവുന്നതാണ്.

പുറത്തുപോയി ഭക്ഷണം കഴിക്കുക

"ഞാൻ ആരോഗ്യപ്രദമായ ആഹാരം കഴിക്കാൻ വളരെ അധികം ശ്രമിക്കുന്നുണ്ട്. എന്നാൽ മിക്കവാറും വീട്ടിൽ നിന്ന് പുറത്തുപോയി ആഹാരം കഴിക്കുന്നതുകൊണ്ട് അത് സാദ്ധ്യമാകുന്നില്ല."

- പല ഗർഭിണികൾക്കും റെസ്റ്റോറന്റിൽ പോയി മിനറൽ വാട്ടർ കുടിച്ചിട്ട് മാർട്ടിനീ കഴിക്കാതിരിക്കുക എന്നുള്ളത് അത്ര എളുപ്പമല്ല. നിങ്ങൾ കുഞ്ഞിന്റെ ആരോഗ്യത്തിന് നല്ലതും. നിങ്ങളുടെ കലോറി ബാങ്കിന്റെ കണക്കനുസരിച്ചുള്ളതുമായ ഭക്ഷണങ്ങൾ തിരഞ്ഞെടുക്കണം. താഴെ കൊടുത്തിരിക്കുന്ന നിർദ്ദേശങ്ങളുടെ സഹായത്തോടെ വീട്ടിനുവെളിയിൽ കഴിക്കുന്ന ലഞ്ച്, ഡിന്നർ എന്നിവയും നിങ്ങൾക്ക് അനുകൂലമാക്കാൻ കഴിയും.
- ബ്രെഡ് കഴിക്കുന്നതിനുമുമ്പ് മുഴു ധാന്യങ്ങൾ കൊണ്ടുണ്ടാക്കിയ വസ്തുക്കളോ മുഴുധാന്യം കൊണ്ട് ഉണ്ടാക്കിയ ബ്രെഡ്ഡോ കഴിക്കുന്നതിന് കഴിഞ്ഞില്ലെങ്കിൽ മറ്റേ ബ്രെഡ് അധികം കഴിക്കാ

തിരിക്കുക. കുറച്ച് വെണ്ണയോ ഒലിവ് ഓയിലോ തടവി കഴിക്കുക. റെസ്റ്റോറന്റിലെ സാലഡിലെ ഡ്രസ്സിങ്ങിൽ അല്ലെങ്കിൽ പച്ചക്കറികളിലുള്ള വെണ്ണയിലും എണ്ണയിലുമൊക്കെ കൊഴുപ്പാണ്ടാകും.

- ആദ്യത്തെ കോഴ്സിൽതന്നെ പച്ച സാലഡിന്റെ കൂടെ ശ്രിംപ് കോക്ടേൽ, സ്റ്റീമ്ഡ് സീഫുഡ്, ഗ്രിൽ ചെയ്ത പച്ചക്കറികൾ അല്ലെങ്കിൽ സൂപ്പ് എന്നിവ കഴിക്കാം.
- സൂപ്പാണ് കഴിക്കുന്നതെങ്കിൽ പച്ചക്കറികൾ ബേസ്ഡ് ആയിരിക്കണം (മധുരകിഴങ്ങ്, കാരറ്റ്, തക്കാളി). ലെൻടിൽ, ബീൻസൂപ്പ് എന്നിവയിലും ധാരാളം പ്രോട്ടീൻ ഉണ്ട്. ഇതിൽ മത്തങ്ങ രസ ചീസ് ചേർത്താൽ അത് ഭക്ഷണമായും കഴിക്കാം.
- നിങ്ങളുടെ മുഖ്യഭക്ഷണം ഗ്രിൽസ്, ബോയിൽഡ്, സ്റ്റീമ്ഡ് അല്ലെങ്കിൽ പോചർസ്ഫിഷ്, സീഫുഡ്, ചിക്കൻ ബ്രെസ്റ്റ് അല്ലെങ്കിൽ ബീഫ് ചേർത്ത് പ്രോട്ടീൻ ഉള്ളതാക്കുക. എന്തെങ്കിലും പ്രത്യേക ആഗ്രഹമുണ്ടെങ്കിൽ പറയാൻ മടിക്കരുത്. ആരും വേണ്ടെന്ന് പറയില്ല. ചിക്കൻ ബ്രെസ്റ്റ് ഫ്രൈക്കുപകരം ഗ്രിൽസ് തരാൻ അവരോട് പറയാം. സസ്യഭുക്കാണെങ്കിൽ ടോഫു, ബീൻസ്, പട്ടാണി, ചീസ് അല്ലെങ്കിൽ ഇവയെല്ലാം ചേർന്നത് കഴിക്കാം.
- ബേക്ക് ചെയ്ത വെള്ള അല്ലെങ്കിൽ മധുരമുള്ള മധുരക്കിഴങ്ങ്, ചോറ്, ബീൻസ്, പട്ടാണി, ഫ്രെഷ് ഗ്രീൻ വെജിറ്റബിൾസ് എന്നിവ തിരഞ്ഞെടുക്കുക.
- റെസ്റ്റോറന്റിൽ പഴങ്ങളും ഓഡർ ചെയ്യാം. ഉദാ: ഫ്രെഷ് ബെറി പഴങ്ങൾ മാത്രം മുറിച്ച് കഴിക്കേണ്ടതില്ല. അവയ്ക്കുമുകളിൽ രണ്ട് സ്പൂൺ ഫേംടീ ക്രീം, സോഡാ വാട്ടർ അല്ലെങ്കിൽ ഐസ്ക്രീം ഇട്ട് മറ്റുള്ളവരോടൊപ്പം ഡസർട്ട് കഴിക്കാം.

ലേബൽ വായിക്കുക:-

"ഞാൻ നല്ല പോഷകാംശങ്ങളുള്ള ആഹാരം കഴിക്കാൻ ആഗ്രഹിക്കുന്നു. എന്നാൽ വാങ്ങിയ ടിന്നുകളിലുള്ള ലേബൽ വായിക്കുന്നത് ബുദ്ധിമുട്ടായിരിക്കുന്നു. എനിക്ക് അത് മനസ്സിലാക്കാൻ കഴിയുന്നില്ല."

നിങ്ങളെ സഹായിക്കാൻ വേണ്ടിയാണ് ലേബൽ ഒട്ടിച്ചിരിക്കുന്നത്. അടുത്ത പ്രാവശ്യം ടിന്നിൽ അടച്ച ഭക്ഷണ സാധനങ്ങൾ വാങ്ങിക്കുമ്പോൾ ചെറിയ അക്ഷരത്തിൽ എഴുതിയിട്ടുള്ള പട്ടിക തീർച്ചയായും വായിക്കുക. അതിൽ പോഷണമൂല്യവും അതിൽ ചേർത്തിട്ടുള്ള സാധനങ്ങളുടെ പേരും എഴുതിയിരിക്കും.

ആ ഉത്പന്നത്തിൽ ഏത് വസ്തു അധിക അളവിൽ ഉണ്ട്, ഏത് കുറഞ്ഞ അളവിലുണ്ട് എന്ന് ആ ലിസ്റ്റിൽ നിന്ന് മനസ്സിലാക്കാൻ കഴിയും.

സെറേലിൽ റീഫൈൻഡ് ധാന്യമാണോ മുഴുധാന്യമാണോ എന്ന് ഒറ്റ നോട്ടത്തിൽ തന്നെ കണ്ടുപിടിക്കാൻ കഴിയും. ഭക്ഷണ സാധനത്തിൽ പഞ്ചസാര, ഉപ്പ്, കൊഴുപ്പ് മറ്റ് പദാർത്ഥങ്ങൾ എന്നിവ അധിക അളവിൽ ചേർത്തിട്ടുണ്ടോ എന്നും കണ്ടുപിടിക്കാം. പഞ്ചസാര ഏറ്റവും മുകളിലാണെങ്കിൽ അതല്ല ലിസ്റ്റിൽ വേറെവേറെ രൂപത്തിൽ ഉണ്ടെങ്കിൽ (കോൺസിറപ്പ്, തേൻ, പഞ്ചസാര) ആ വസ്തുവിൽ പഞ്ചസാര ധാരാളം ഉണ്ടെന്നാണ് അർത്ഥം.

പലപ്പോഴും പഞ്ചസാരയുടെ അളവ്, പോഷകതത്വങ്ങളുടെ അളവിൽ നിന്ന് വേറിട്ട്, തനിച്ച് നൽകിയിരിക്കും. ചിലപ്പോൾ പഴജ്യൂസുകളുടെ ബോക്സുകളിലുള്ള ലേബലിലും ഓറഞ്ച് ജ്യൂസിന്റെ ഡപ്പിയിലുള്ള ലേബലിലും പഞ്ചസാരയുടെ അളവ് ഒരേപോലെ എഴുതിയിരിക്കാം. എന്നാൽ ഇതിനർത്ഥം അവ ഒരേ അളവാണെന്നല്ല. ഉദാ: ഓറഞ്ചിനെയും കോൺസൂപ്പിനെയും താരതമ്യപ്പെടുത്തിയാൽ - ഓറഞ്ചിന്റെ ജ്യൂസിൽ തന്നെ പഴത്തിന്റെ മധുരം ഉണ്ടാകും, എന്നാൽ ഫ്രൂട്ട് ഡ്രിങ്കിൽ പഞ്ചസാര ചേർത്തിരിക്കും.

പ്രോട്ടീനിന്റെയും കലോറിയുടെയും കണക്കെടുക്കുന്ന ഗർഭിണികൾ ഈ ലേബൽ തീർച്ചയായും വായിക്കണം അത് അവർക്ക്

പുറംതോടിൽ നിന്ന് വസ്തുവിന്റെ ഗുണമേന്മ കണ്ടുപിടിക്കാൻ കഴിയുകയില്ല

അതെ, പഴങ്ങളുടെയും പച്ചക്കറികളുടെയും പുറമെയുള്ള നിറം നോക്കരുത്. നിറമുള്ള പഴങ്ങൾ (തോൽ അല്ല) വിറ്റാമിനും ഖനിജ ലവണങ്ങളും നിറഞ്ഞ താണ്. കടും പച്ചനിറമുള്ള വെള്ളരിക്കയ്ക്കു പകരം തോൽ കളഞ്ഞശേഷം പച്ചനിറമുള്ള വെള്ളരിക്ക കഴിക്കുക. പുറത്ത് മഞ്ഞയും ഉള്ളിൽ കടും നിറത്തിലുള്ളതുമായ തണ്ണി മത്തങ്ങകഴിക്കുക.

വളരെ ഉപയോഗപ്രദമായിരിക്കും. ഭക്ഷണ സാധനങ്ങൾ പോഷകാംശം അധികമുള്ളത് വാങ്ങിക്കുക.

പലപ്പോഴും വലിയ അക്ഷരത്തിൽ എഴുതിയിട്ടുണ്ടാകും - ഇംഗ്ലീഷ് മഫിൻ – "മുഴു ഗോതമ്പ്, തവിട്, ധാന്യം എന്നിവ കൊണ്ടുണ്ടാക്കിയത്". ചെറിയ അക്ഷരങ്ങൾ വായിച്ചാൽ അത് മൈദ കൊണ്ടുണ്ടാക്കിയതാണെന്ന് മനസ്സിലാകും. ലിസ്റ്റിൽ തവിടിന്റെ പേരുപോലും കാണില്ല. തേൻ പേരിനുമാത്രം ഉണ്ടാകും, അതിൽ പഞ്ചസാരയായിരിക്കും ചേർത്തിരിക്കുക.

"എൻറിച്ച്ഡ് അല്ലെങ്കിൽ ഫോർട്ടിഫൈഡ്" എന്ന ബാനറുകളെയും സൂക്ഷിക്കുക. ഒരു ഭക്ഷണ പദാർത്ഥത്തിൽ കുറച്ച് വിറ്റാമിൻ ചേർക്കുന്നത് കൊണ്ടുമാത്രം അത് നല്ലതാകുന്നില്ല. റിഫൈൻഡ് സെറേൽ (12 ഗ്രാം പഞ്ചസാരയും വിറ്റാമിനുമുള്ളത്) കഴിക്കുന്നതിനേക്കാൾ നല്ലത് പ്രകൃതിദത്തമായ പോഷകതത്വങ്ങളുള്ള ഓട്സ് മീൽ കഴിക്കുന്നതാണ്.

സുശീകഴിച്ചോട്ടേ !

"സുശീ എനിക്ക് വളരെ ഇഷ്ടമുള്ള ഭക്ഷണമാണ്. ഇത് ഗർഭാവസ്ഥയിൽ കഴിക്കരുതെന്ന് കേട്ടിട്ടുണ്ട്. അത് സത്യമാണോ?"

ക്ഷമിക്കണം, നിങ്ങൾ സുശീ, സാഷീസ്, പച്ച ഓയ്സ്റ്റർ, സേവിയച്ച്, ഫിഷ് ടാർട്ട്ഡ്, കാർപ്പെഷിയസ് പോലുള്ള ആഹാര സാധനങ്ങൾ കഴിക്കുന്നത് നിർത്തണം. അധികം വേവാത്ത മത്സ്യം, റോൾഫിഷ് എന്നിങ്ങനെയുള്ള എല്ലാ സീഫുഡുകളും വേവിച്ചിരിക്കുകയില്ല. നിങ്ങൾ ഇഷ്ടമുള്ള ജപ്പാനി റെസ്റ്റോറന്റിൽ പോകരുതെന്ന് ഇതിന് അർത്ഥമില്ല. നിങ്ങൾക്ക് വേവിച്ച മത്സ്യം, സീഫുഡ് അല്ലെങ്കിൽ പച്ചക്കറികൾ കഴിക്കാം. ഇതുവരെ നിങ്ങൾ ഈവിധത്തിലുള്ള ആഹാരമാണ് കഴിച്ചിരുന്നതെങ്കിൽ വിഷമിക്കേണ്ടതില്ല.

ഹോട്ട് ഹോട്ട് ഫിഷ്:-

"എനിക്ക് ചൂടുള്ളതും എരിവുള്ളതുമായ ഭക്ഷണം വളരെ ഇഷ്ടമാണ്. ഗർഭാവസ്ഥയിൽ ഇത് കഴിക്കുന്നത് ശരിയാണോ?"

നിങ്ങൾക്ക് നെഞ്ചെരിച്ചിൽ, അജീർണ്ണം എന്നീ പ്രശ്നങ്ങൾ ഇല്ലെങ്കിൽ മുളകും മസാലയുമുള്ള ഭക്ഷണങ്ങൾ, സാൽസാ, സ്റ്റിർ ഫ്രൈ എന്നിവ കഴിക്കാം. ഇതുകൊണ്ട് ദോഷമൊന്നും ഇല്ലെന്നു മാത്രമല്ല ചില മസാലകളിൽ നിന്ന് വിറ്റാമിൻ 'സി' ലഭിക്കുകയും ചെയ്യും.

ചീത്തയായ ഭക്ഷണം (പഴയത്):-

"ഇന്നുകാലത്ത് ഞാൻ പഴയ യോഗട്ട് കഴിച്ചു. ഒരാഴ്ച മുമ്പ് അതിന്റെ എക്സ്പെയറി ഡേറ്റ് കഴിഞ്ഞിരുന്നു. രുചിയിൽ മാറ്റമൊന്നും ഉണ്ടായിരുന്നില്ല. ഇതുകൊണ്ട് എന്തെങ്കിലും ദോഷം ഏർപ്പെടുമോ?"

കഴിഞ്ഞത് കഴിഞ്ഞു. എക്സ്പെയറി കഴിഞ്ഞശേഷം ഡെയറി ഉത്പന്നങ്ങൾ കഴിക്കുന്നത് ആപത്കരമാണ്. കഴിച്ച് 8 മണിക്കൂറുകൾക്കുള്ളിൽ ഭക്ഷണ വിഷബാധയുടെ ലക്ഷണങ്ങളൊന്നും കണ്ടില്ലെങ്കിൽ നിങ്ങൾക്ക് കേടൊന്നും സംഭവിച്ചിട്ടില്ലെന്നാണ് അർത്ഥം. യോഗട്ട് ഫ്രിഡ്ജിൽ തന്നെവെച്ചിരുന്നിരിക്കും. എന്തെങ്കിലും കഴിക്കുന്നതിനു മുമ്പ് എക്സ്പെയറി ഡേറ്റ് തീർച്ചയായും നോക്കണം.

"ഇന്നലെ രാത്രി എന്തോ കഴിച്ചതുമൂലം എനിക്ക് ഭക്ഷണ വിഷബാധ ഏർപ്പെട്ടിരിക്കുന്നതുകൊണ്ട്. ഛർദ്ദിയും വയറിളക്കവും ഉണ്ട്. ഇതുകാരണം എന്റെ കുഞ്ഞിന് എന്തെങ്കിലും കുഴപ്പം സംഭവിക്കുമോ?"

കുഞ്ഞിനേക്കാൾ കൂടുതൽ ദോഷം നിങ്ങൾക്കാണ് ഛർദ്ദിയും വയറിളക്കവും കാരണം ശരീരത്തിൽ ജലാംശം കുറയുമ്പോഴാണ് രണ്ടുപേർക്കും കൂടുതൽ ആപത്ത് ഏർപ്പെടുന്നത് വേണ്ടത്ര തരള പദാർത്ഥങ്ങൾ കഴിച്ചാൽ അങ്ങനെ സംഭവിക്കുകയില്ല. മലത്തിൽ രക്തമോ മ്യൂക്കസോ കണ്ടാൽ ഡോക്ടറെ സമീപിക്കാൻ വൈകരുത്.

പഞ്ചസാരക്കുപകരം:-

"എനിക്ക് അധികം തൂക്കം കൂട്ടേണ്ടതില്ല. എന്നാൽ മധുരം വളരെ ഇഷ്ടമാണ്. പഞ്ചസാരയ്ക്കുപകരം എന്തെങ്കിലും ഉപയോഗിക്കാൻ പറ്റുമോ?"

കേൾക്കാൻ നന്ന്. പക്ഷെ പഞ്ചസാരയ്ക്കുപകരം ഉപയോഗിക്കുന്ന വസ്തുക്കളും ഗർഭിണികളിൽ സമ്മിശ്രഫലം തന്നെയാണ് ചെയ്യുക. ഇവ സുരക്ഷിതമാണെങ്കിലും ഇതിനെക്കുറിച്ചുള്ള ഗവേഷണമൊന്നും നടന്നിട്ടില്ല.

സുക്രാലോസ് (സ്പലെംഡാ):- ഇത് പഞ്ചസാര കൊണ്ടാണ് ഉണ്ടാക്കുന്നത്. പക്ഷെ,

ഇതിനെ രാസായനിക രൂപത്തിൽ മാറ്റി ശരീരത്തിന് ഉൾക്കൊള്ളാൻ പറ്റാത്ത വിധത്തിലാക്കുന്നു. കലോറി വർദ്ധിപ്പിക്കാൻ ആഗ്രഹിക്കാത്ത ഗർഭിണികൾ ഇത് കഴിക്കാം. ചായയിലോ, കാപ്പിയിലോ, എന്തെങ്കിലും പാകം ചെയ്യുകയോ ബേക് ചെയ്യുകയോ ചെയ്യുമ്പോൾ അതിലോ ഇത് ചേർക്കാം. അല്ലെങ്കിൽ സുക്രാലോസ് കലർന്നിട്ടുള്ള ഉത്പന്നങ്ങൾ കഴിക്കാം. (ഡ്രിങ്ക്, യോഗട്ട്, കാൻസീ, ഐസ് ക്രീം) അളവോടെ കഴിക്കുന്നതാണ് നല്ലതെന്ന് ഓർമ്മ വേണം. പുതിയ ഉത്പന്നമായതുകൊണ്ട് ഇതിനെക്കുറിച്ചുള്ള സ്ഥിതിവിവരങ്ങൾ ലഭ്യമല്ല.

എസ്പാർട്ടം (ഊക്വൽന്യട്രാസ്വീറ്റ്):- ഇത് പാനീയം, യോഗട്ട്, ഫ്രോസൺഫ്രൂട്ട് എന്നിവയിൽ ചേർക്കാം. പക്ഷെ, പാകം ചെയ്യാനോ ബേക്ക് ചെയ്യാനോ കഴിയില്ല. എന്തെന്നാൽ അധികം വേവിച്ചാൽ ഇതിന്റെ മധുരം ഇല്ലാതാകും. മിക്കവാറും ഡോക്ടർമാർ ഇത് സുരക്ഷിതമാണെന്നും കുറച്ചൊക്കെ ഉപയോഗിക്കാമെന്നും പറയുന്നു. മറ്റ് ചില ഡോക്ടർമാരുടെ അഭിപ്രായം ഗർഭിണികൾ ക്രിത്രിമ മധുരം തിരഞ്ഞെടുക്കുമ്പോൾ വളരെ സൂക്ഷിക്കണമെന്നാണ്. നിങ്ങൾ നിങ്ങളുടെ ഡോക്ടറുടെ അഭിപ്രായം അറിഞ്ഞശേഷം തീരുമാനിക്കുക.

സാക്രീൻ:- മനുഷ്യർ സാക്രീൻ ഉപയോഗിക്കുന്നതിനെക്കുറിച്ച് അധികം ഗവേഷണങ്ങൾ നടന്നിട്ടില്ല. എന്നാൽ മൃഗങ്ങളിൽ പ്രയോഗിച്ചുനോക്കിയതിൽ നിന്ന് അറിയാൻ കഴിഞ്ഞത് ഇത് അധികം ഉപയോഗിക്കുന്ന പെൺ മൃഗങ്ങൾക്ക് ക്യാൻസർ ഉണ്ടാകാനുള്ള സാദ്ധ്യത അധികമാണെന്നാണ്. ഗർഭിണികളായ സ്ത്രീകൾക്കും ഈ ആപത്തുണ്ടോ എന്ന് വ്യക്തമായിട്ടില്ല. മിക്ക ഡോക്ടർമാരുടെയും അഭിപ്രായം ഇതിന്റെ ഉപയോഗം കഴിയുന്നതും കുറക്കണമെന്നാണ് നിങ്ങൾ മുമ്പ് കഴിച്ചിട്ടുള്ള സാക്രീനെപ്പറ്റി ഓർത്ത് വിഷമിക്കേണ്ടതില്ല.

ഐസുൽഫേം-കേ (സുനൈറ്റ്):- പഞ്ചസാരയേക്കാൾ ഇരുന്നൂറ് മടങ്ങ് മധുരമുള്ള ഇത് സ്വീറ്റ്നർബേക്ക്ഡ് വസ്തുക്കളിലും ജെലറ്റിൻ ഡേവർട്ട്, ചൂടുള്ളതും തണുത്തതുമായ പാനീയങ്ങൾ എന്നിവയിൽ ചേർക്കുന്നു. എഫ്.ഡി.എ.യുടെ അഭിപ്രായമനുസരിച്ച് ഗർഭാവസ്ഥയിൽ സീമിതമായ അളവിൽ ഇത് ഉപയോഗിക്കാവുന്നതാണ്. എന്നാൽ നിങ്ങളുടെ ഡോക്ടറോട് ഇതിനെക്കുറിച്ച് അദ്ദേഹത്തിന്റെ അഭിപ്രായം എന്താണെന്ന് ചോദിക്കുക.

സാർബിറ്റാൾ:- ഈ മധുരം പ്രകൃതിദത്തമായ പഴങ്ങൾ ബെറി എന്നിവയിലുണ്ട്. പഞ്ചസാരയുടെ പകുതി മധുരമുള്ള സാർബിടാൾ ഭക്ഷ്യസാധനങ്ങളിലും പാനീയങ്ങളിലും ചേർക്കാവുന്നതാണ്. ഗർഭാവസ്ഥയിൽ സീമിതമായ അളവിൽ കഴിക്കാം. കൂടുതൽ കഴിച്ചാൽ ഗ്യാസ്, ഡയേറിയ എന്നിവ ഏർപ്പെട്ടേക്കാം.

മെനിറ്റാൾ:- ഇത് പഞ്ചസാരയെക്കാൾ മധുരം കുറഞ്ഞതാണ്. പഞ്ചസാരയെക്കാൾ കലോറിയും കുറവാണ്. സാർബിറ്റാൾ പോലെ ഇതും അളവോടെ ഉപയോഗിക്കാം അധികം കഴിച്ചാൽ ഗ്യാസ്ട്രോ ഇൻഡെസ്റ്റൈനൽ പ്രോബ്ലം ഏർപ്പെട്ടേക്കാം.

ജായ്ലിറ്റാൾ:- ഇത് പ്രകൃതിദത്തമായ പല പഴങ്ങളിലും പച്ചക്കറികളിലും കാണപ്പെടുന്ന മധുരമാണ്. മെറ്റാബോലിസം ക്രിയമൂലം ശരീരവും സ്വയം ഇത് നിർമ്മിക്കും. ചൂയിങ്ഗം, ടൂത്ത് പേസ്റ്റ്, കാൻഡി, ചില ഭക്ഷണ പദാർത്ഥങ്ങൾ എന്നിവയിൽ ഇതുണ്ട്. ഇത് പല്ലുകൾ ക്ഷയിക്കുന്നത് തടയുന്നു. ഇതിൽ പഞ്ചസാരയെക്കാൾ 40 ശതമാനം കുറഞ്ഞ കലോറിയെ ഉള്ളൂ. ഗർഭാവസ്ഥയിൽ ഇത് അളവോടെ ഉപയോഗിക്കുക. ജായ്ലിറ്റാൾ ഉള്ള ഒരു ചൂയിങ്ഗം ചവയ്ക്കുന്നത് നല്ലതാണ്, പക്ഷെ നിങ്ങൾക്ക് ഇതിന്റെ അഞ്ച് പാക്കറ്റ് ചവയ്ക്കാൻ തോന്നില്ലേ ?

സ്റ്റേവിയ:- ഇത് ദക്ഷിണ അമേരിക്കയിലുള്ള ഔഷധച്ചെടികളിൽ നിന്ന് തയ്യാറാക്കുന്ന ഒരു സ്വീറ്റ്നർ ആണ്. ഇതിനെക്കുറിച്ചുള്ള ഗവേഷണങ്ങൾ ഇതുവരെ നടന്നിട്ടില്ല. ഇത് ഉപയോഗിക്കുന്നതിന് മുമ്പ് ഡോക്ടറോട് ചോദിക്കാൻ മറക്കരുത്.

ലാക്ടോജൻ:- ഈ മിൽക്ക് ഷുഗറിൽ പഞ്ചസാരയുടെ $^{1}/_{16}$ ഭാഗം മധുരമുണ്ടായിരിക്കും. ഇത് ഭക്ഷണ സാധനങ്ങളിൽ ഇളം മധുരമുണ്ടാക്കുന്നു. ലാക്ടോജൻ ഇൻടോളറെന്റിന്റെ ലക്ഷണങ്ങൾ കണ്ടാൽ ഇത് ഉപയോഗിക്കരുത്.

തേൻ:- ആന്റി ഓക്സി ഡന്റ് തത്വങ്ങൾ ഉള്ളതുകൊണ്ട് ഇപ്പോൾ തേനിന്റെ ഉപയോഗം വളരെ വർദ്ധിച്ചി ട്ടുണ്ട്. ഇത് പഞ്ചസാരയ്ക്കുപകരം ഉപയോഗിക്കാവുന്ന നല്ല വസ്തു ആണ്. പക്ഷെ, അതിൽ കലോറിയുടെ അളവ് കുറവല്ല.

ഇതിൽ ഒരു സ്പൂൺ പഞ്ചസാരയിലുള്ള കലോറിയേക്കാൾ 19 കലോറി അധികമുണ്ട്.

ഫ്രൂട്ട് ജ്യൂസ് കോൺസൺട്രേറ്റഡ്:- ഗ്രേപ്സ്, ആപ്പിൾ എന്നിവയുടെ കോൺസൺട്രേറ്റഡ് ജ്യൂസ് ഗർഭാവസ്ഥയിൽ വളരെ സുരക്ഷിതമാണ്. പല ഭക്ഷണ സാധനങ്ങളിലും പഞ്ചസാരയ്ക്കുപകരം ഉപയോഗിക്കാം. സൂപ്പർമാർക്കറ്റിൽ ഫ്രോസൺ അവസ്ഥയിൽ ഇവ ലഭിക്കും. ജാം, ജെല്ലി, മഴുധാന്യം എന്നിവ കൊണ്ടുണ്ടാക്കിയ കുക്കീസ്, മഫിൻ, സെറേൽ, ഗ്രാന്യൂലാ, ബാർ പോപ്പപ്ടോസ്റ്റർ പേസ്ട്രീസ് എന്നിവയിൽ ഇവ ചേർക്കാം.

ഇത് ഫ്രൂട്ട് ജ്യൂസിന്റെ മധുരമുള്ള ഉത്പന്നങ്ങൾ, മുഴു ധാന്യങ്ങൾ, ആരോഗ്യപൂർണ്ണമായ കൊഴുപ്പ്, പോഷകാംശമുള്ള ഭക്ഷണ പദാർത്ഥങ്ങൾ എന്നിവയിൽ നിന്നുണ്ടാക്കുന്നു ഇവ വാസ്തവത്തിൽ ഇണയറ്റതാണ്.

ഹെർബൽ ചായ:-

"ഞാൻ ധാരാളം ഹെർബൽ ചായകുടിക്കും. ഗർഭാവസ്ഥയിൽ ഇത് കുടിക്കുന്നത് സുരക്ഷിതമാണോ?"

രണ്ടുപേർക്കും വേണ്ടി നിങ്ങൾക്ക് ഹെർബൽ ചായ കുടിക്കണോ? വാസ്തവത്തിൽ ഇതിനെക്കുറിച്ച് വേണ്ടത്ര ഗവേഷണങ്ങൾ നടന്നിട്ടില്ല. അതുകൊണ്ട് നിങ്ങളുടെ ചോദ്യത്തിന് ശരിയായ ഉത്തരം തരാൻ കഴിയുകയില്ല. ചില ഹെർബൽ ചായകൾ സുരക്ഷിതമാണെങ്കിൽ ചിലത് സുരക്ഷിതമല്ല. ഉദാ: രസ്ബെറി ലീഫ് ചായ അധികം കുടിച്ചാൽ കോൺട്രാക്ഷൻ ഏർപ്പെടും. ഇത് നിങ്ങളുടെ വയസ്സിനനുസരിച്ച് നല്ലതോ ചീത്തയോ ആയേക്കാം.

ഗർഭാവസ്ഥയിൽ ഇക്കാര്യത്തിൽ സൂക്ഷിക്കണമെന്നാണ് പറയുക. സീമിതമായ അളവിൽ ഇവ ഉപയോഗിക്കുക. ഏത് ഹെർബൽ ചായയാണ് നിങ്ങൾക്ക് സുരക്ഷിതമെന്ന് നിങ്ങളുടെ ഡോക്ടറോട് ചോദിക്കുക.

ചായ കുടിക്കുന്നതിന് മുമ്പ് ലേബൽ നോക്കി നിങ്ങൾ ആപത്തിന്റെ സിപ്പല്ല വിഴുങ്ങുന്നത് എന്ന് സ്ഥിരീകരിക്കുക. ചിലവ ഫ്രൂട്ട് ബേസിനോടൊപ്പം ഔഷധച്ചെടികളും കലർന്നതാണ്. സാധാരണ ബ്ലാക്ക് ടീയിൽ ഓറഞ്ച്, ആപ്പിൾ, പൈനാപ്പിൾ, ഫ്രൂട്ട് ജ്യൂസ്, ചെറുനാരങ്ങതുണ്ട്, ചെറുനാരങ്ങാ ചാറ്, പേഴ്സ്, കറുവപ്പട്ട, ഗ്രാമ്പ്, ചുക്ക്, ഏലക്ക, എന്നിവ ചേർത്ത് കഴിക്കാം. ഏതുവിധത്തിലുള്ള ചായയാണെങ്കിലും അതുമൂലം ഫോലിക്ക് ആസിഡിന്റെ അളവ് കുറയും. ഇത് ഗർഭാവസ്ഥയിൽ വളരെ മുഖ്യമായ ഒന്നാണ്. അതുകൊണ്ട് ഹെർബൽ ചായകുടിച്ചാലും സീമിതമായ അളവിലെ കുടിക്കാവൂ. നിങ്ങളുടെ വീടിന്റെ പുറകുവശത്ത് വളരുന്ന ഏതെങ്കിലും ചായ കുടിക്കുന്നതിന് മുമ്പ് ഗർഭാവസ്ഥയിൽ സുരക്ഷിതമാണോ എന്ന് കണ്ടുപിടിക്കുക.

ഭക്ഷണ പദാർത്ഥങ്ങളിൽ രസായനം

"ടിന്നിൽ അടച്ചിട്ടുള്ള ഭക്ഷണ സാധനങ്ങളിൽ പ്രിസർവേറ്റീവ്, പച്ചക്കറികളിൽ കീടനാശിനി, മത്സ്യത്തിൽ ജി.സി.ബി., മർക്കറിയിൽ ആന്റി ബയോട്ടിക്, ഹോട്ട് ഡ്രഗ്സിൽ നൈട്രേറ്റ് എന്നിവ കലർന്നിരിക്കുന്നു. ഗർഭാവസ്ഥയിൽ സുരക്ഷിതമായ എന്താണ് കഴിക്കേണ്ടത്?"

ഇത്രയ്ക്ക് വിഷമിക്കേണ്ട. ഇതെല്ലാം കേട്ട് ഭയന്ന് പട്ടിണികിടക്കേണ്ട അവസ്ഥ ഏർപ്പെടില്ല. ഭക്ഷണ പദാർത്ഥങ്ങളിലുള്ള തത്വങ്ങളിൽ ചിലത് മാത്രമേ കുഞ്ഞിന് ദോഷം ഏർപ്പെടുത്തുന്നവയായിരിക്കൂ.

അതുകൊണ്ട് നിങ്ങൾ എപ്പോഴും സൂക്ഷിച്ചിരിക്കുന്നത് നല്ലതുതന്നെയാണ്. ഇക്കാലത്ത് അത് കഷ്ടമുള്ള കാര്യവുമല്ല. നിങ്ങൾക്കും കുഞ്ഞിനുമുള്ള ആരോഗ്യപ്രദമായ ഭക്ഷണരീതിക്കുള്ള ഞങ്ങളുടെ ടിപ്സ് ശ്രദ്ധിക്കുക. അപ്പോൾ വാങ്ങുന്ന സമയത്ത് നിങ്ങൾക്ക് അധികം ആലോചിക്കേണ്ടിവരില്ല.

- ഗർഭാവസ്ഥയ്ക്കുള്ള ആഹാരത്തിൽ നിന്ന് നിങ്ങളുടെ ഭക്ഷണം തിരഞ്ഞെടുക്കുക. അങ്ങനെ നിങ്ങൾക്ക് പലതരത്തിലുള്ള പ്രോസസ്ഡ് ആഹാരത്തിൽ നിന്ന് രക്ഷപ്പെടാം. പച്ചയും മഞ്ഞയും ഇലകളുള്ള കായ്കൾ, ഫയ്റ്റോ കെമിക്കൽ കലർന്ന പഴങ്ങൾ, പച്ചക്കറികൾ എന്നിവ ലഭിക്കും, ഇവ ആഹാരത്തിലുള്ള വിഷതത്വങ്ങളെ നിർവീര്യമാക്കും.
- കഴിയുന്നതും ഫ്രെഷ്, ഫ്രോസൻ അല്ലെങ്കിൽ ടിന്നിൽ അടച്ച ഓർഗാനിക് പദാർത്ഥങ്ങൾ മാത്രം കഴിക്കുക. അങ്ങനെ പ്രോസസ്ഡ് ഫുഡ്സ് റെസ്റ്ററന്റുകൾ ഒഴിവാക്കാം, നിങ്ങളുടെ ആഹാരം മുമ്പിലത്തെക്കാൾ പോഷകം നിറഞ്ഞതായിരിക്കുകയും ചെയ്യും.

- സന്ദർഭം കിട്ടുമ്പോഴൊക്കെ പ്രകൃതിദത്തമായ വസ്തുക്കൾ കഴിക്കുക, ക്രിത്രിമ വർണ്ണങ്ങളോ പ്രിസർവേറ്റീവോ ഉള്ള ഭക്ഷണം കഴിക്കാതിരിക്കുക. ലേബൽ ശ്രദ്ധയോടെ വായിക്കുക. എല്ലാ വസ്തുക്കളും നിങ്ങൾക്ക് സുരക്ഷിതമല്ലെന്നും പോഷകം നിറഞ്ഞതല്ലെന്നും ഓർക്കുക.
- നൈട്രേറ്റ് കലർന്ന ഹോട്ട്ഡോഗ്, സലാമീ, ബോലോഗനാ, സ്മോക്ഡ് ഫിഷ് മാംസം എന്നിവ കഴിക്കരുത്. ഇങ്ങനെയുള്ള പ്രിസർവേറ്റീവ്സ് കലർന്നിട്ടില്ലാത്ത ബ്രാൻഡ് നോക്കി വാങ്ങുക.
- മത്സ്യത്തിൽ നിന്ന് ലീൻ പ്രോട്ടീൻ കിട്ടുന്നു. ഇതിൽ ഒമേഗാ-3, ഫാറ്റി ആസിഡ് എന്നിവയുമുണ്ട്. ഇത് കുഞ്ഞിന്റെ മസ്തിഷ്ക രൂപീകരണത്തിന് സഹായകമാണ്. നിങ്ങൾ ഇതിനു മുമ്പ് ഇത് കഴിച്ചിട്ടില്ലെങ്കിൽ നിങ്ങൾക്ക് അരുചി ഏർപ്പെട്ടേക്കാം. ഗർഭിണികൾ മത്സ്യം കഴിച്ചാൽ ബുദ്ധിശാലികളായ കുഞ്ഞുങ്ങൾ ജനിക്കുമെന്നതിനെ പഠനങ്ങളും ഗവേഷണങ്ങളും ശരിവെയ്ക്കുന്നു. മത്സ്യം കഴിക്കുക എന്നാൽ നിങ്ങൾക്ക് സുരക്ഷിതമായ ഇനം മാത്രം തിരഞ്ഞെടുക്കുക. ഷാർക്ക്, സോർഡ് ഫിഷ്, കിങ്ങ് മൈകരേൽ, ടെയിൽഫിഷ്, ക്യൂനാ സ്റ്റീട്രസ് എന്നിവ ഒഴിവാക്കുക. ഈ വലിയ മത്സ്യങ്ങളിൽ മിഥായിൽ മെർക്കുറി എന്ന രസായനം ഉണ്ടായിരിക്കും. അത് ഭ്രൂണത്തിന്റെ വികസിച്ചുവരുന്ന നാഡീതന്ത്രത്തിന് കേട് ഏർപ്പെടുത്തിയേക്കാം. മുമ്പ് കഴിച്ചിട്ടുണ്ടെങ്കിൽ സാരമില്ല, ഇനി കഴിക്കാതിരിക്കുക.

നിങ്ങൾ ഒന്നുരണ്ടുപ്രാവശ്യം സോർഡ് ഫിഷ് കഴിച്ചുട്ടുണ്ടെങ്കിലും കുഴപ്പമില്ല, തുടർന്ന് കഴിച്ചാലെ ദോഷം ഏർപ്പെടുകയുള്ളൂ. ടിന്നിലടച്ച ട്യൂനാ, ഫ്രെഷായി വെള്ളത്തിൽനിന്ന് പിടിച്ച മീൻ എന്നിവ കഴിക്കുന്നതും കുറയ്ക്കുക. നിങ്ങൾ മാർക്കറ്റിൽ കിട്ടുന്ന മത്സ്യം കൂടുതൽ ഉപയോഗിക്കണം. പലപ്പോഴും മലിനീകരണം മൂലം ചില മത്സ്യങ്ങൾ വിഷമുള്ളതായി മാറാറുണ്ട്. ഡോക്ടറോട് ചോദിച്ചശേഷമേ നിങ്ങൾക്കുള്ള മത്സ്യം തിരഞ്ഞെടുക്കാവൂ.

സാൽമൻ, സോൾ, ഫ്ലൗണ്ടർ, ഹൈഡ് ഡാക്, ടിലാപിയാ, ഹൈലീ ബട്ട്, ഓഷൻ പർച്ച്, പൈലോക്, കാഡ്, ട്രൗട്ട് എന്നിവക്കുപുറമെ സമുദ്രത്തിൽ നിന്നുകിട്ടുന്ന ചെറിയ മത്സ്യങ്ങളും കഴിക്കാം. അവയിൽ ഒമേഗാ-3 വേണ്ടുവോളമുണ്ട്. എന്നാലെല്ലാ സീഫുഡും മറ്റുമത്സ്യങ്ങളും നല്ല പോലെ വേവിക്കാൻ പ്രത്യേകം ശ്രദ്ധിക്കണം.

- മീറ്റ് കഴിക്കുമ്പോൾ ലീൻ കട്ട് മാത്രമേ തിരഞ്ഞെടുക്കാവൂ, വേവിക്കുന്നതിനു മുമ്പ് അതിലുള്ള അനാവശ്യമായ കൊഴുപ്പ് മാറ്റുക. പോൾട്രി സാധനങ്ങളിൽ നിന്ന് കൊഴുപ്പിനോടൊപ്പം തോലും മാറ്റണം. അപ്പോൾ എത്രയും കുറഞ്ഞ അളവിലല്ലേ രസായനങ്ങൾ അകത്തു ചെല്ലൂ. ലിവർ, കിഡ്നി എന്നിവ കഴിക്കാതിരിക്കുന്നതാണ് നല്ലത്.
- നിങ്ങളുടെ ബഡ്ജെറ്റ് അനുവദിക്കുമെങ്കിൽ ഓർഗാനിക് മീറ്റും പോൾട്ടറി ഉത്പന്നങ്ങളും കഴിക്കുക, ഇതിൽ ഹാർമോൺ, ആന്റിബയോട്ടിക്സ് എന്നിവ കലർന്നിരിക്കുകയില്ല. നിങ്ങളുടെ ഡെയറി ഉത്പന്നങ്ങളും മുട്ടയും ഓർഗാനിക് ആയിരുന്നാൽ വളരെ നല്ലതാണ്. ഇവ രസായനങ്ങൾ മൂലം വാഷാക്തമാവുന്നില്ല, ഇവമൂലം രോഗ സമക്രമണം ഉണ്ടാകാനുള്ള സാദ്ധ്യതയുമില്ല. ഇവയിൽ കലോറി കുറവാണ്, ധാരാളം പ്രോട്ടീനും ഫൈബറുമുണ്ട്. ഇവയിൽ കുഞ്ഞിന് ലാഭകരമായ ഒമേഗാ-3 ഫാറ്റി ആസിഡുമുണ്ട്.

ഓർഗാനിക് തിരഞ്ഞെടുക്കുക

എപ്പോഴും പോക്കറ്റ് കാലിയാകുന്നതിനെക്കുറിച്ചുതന്നെ ചിന്തിക്കരുത്. ഓർഗാനിക് ഉത്പന്നങ്ങൾ തിരഞ്ഞെടുക്കുമ്പോൾ താഴെ പറഞ്ഞിരിക്കുന്ന കാര്യങ്ങൾ ശ്രദ്ധിക്കണം.

ഇവയെ ഓർഗാനിക്കായിത്തന്നെ കഴിക്കണം:– കഴുകിയശേഷവും ഇവയിൽ പെസ്റ്റിസായ്ഡിന്റെ പ്രഭാവം ഉണ്ടായിരിക്കും. ഉദാ: ആപ്പിൾ, ചെറി, മുന്തിരിങ്ങ, ഉരുളക്കിഴങ്ങ്, പാലക്.

ഇവയെ ഓർഗാനിക്കായി കഴിക്കരുത്:– സാധാരണ ഈ ഉത്പന്നങ്ങളിൽ പെസ്റ്റിസായ്ഡ് തങ്ങുന്നില്ല. ഉദാ: വാഴപ്പഴം, ലീച്ചി, മാമ്പഴം, കൈതച്ചക്ക, അയമോദകം, അവോകൈഡോബ്രോകോലി, ക്വാളിഫ്ലവർ, കോൺ, ഉള്ളി, മട്ടർ ബീഫ്, പോൾട്ടറി ഉത്പന്നങ്ങൾ എന്നിവ ഓർഗാനിക്കായി കഴിക്കണമെങ്കിൽ പേഴ്സ് കാലിയാക്കേണ്ടിവരും എന്തെന്നാൽ ഇവ വിലകൂടിയതാണ്.

- കഴിയുമെങ്കിൽ ഓർഗാനിക് ഉത്പന്നങ്ങൾ വാങ്ങുക. ഇവ എല്ലാ വിധത്തിലും രസായനങ്ങളുടെ സ്വാധീനം സ്പർശിച്ചിട്ടില്ലാത്തവയാണ്. അതുകൊണ്ട് ഒരളവുവരെ സുരക്ഷിതവുമാണ്. ഇവ നിങ്ങളുടെ സ്ഥലത്തുതന്നെ കിട്ടുകയും. വിലയെ പറ്റിയ ചിന്തയും ഇല്ല, എങ്കിൽ ഒട്ടും സംശയിക്കാതെ വാങ്ങിക്കാം. എന്നാൽ ബഡ്ജെറ്റിൽ ഒതുങ്ങുന്നില്ലെങ്കിൽ ചില പ്രത്യേക ജൈവീക ഉത്പന്നങ്ങൾ തന്നെ വാങ്ങുക.
- മുൻ കരുതലായി എല്ലാ പഴങ്ങളും പച്ചക്കറികളും കഴുകിയശേഷം മാത്രം ഉപയോഗിക്കുക. കഴുകിയാൽ കുറച്ച് വ്യത്യാസമുണ്ടാകും. എന്നാൽ വെള്ളത്തിൽ മുക്കുകയോ സ്പ്രെഡ്പ്രേവാഷ് ചെയ്യുകയോ ചെയ്താൽ കൂടുതൽ നന്നായിരിക്കും. പച്ചക്കറികളുടെ തോൽ കൈകൊണ്ട് നന്നായി തേയ്ച്ച് അതിൽ അഴുക്കോ, രസായന ദ്രവ്യങ്ങളുടെ ലെയറോ ഉണ്ടെങ്കിൽ അത് നീക്കം ചെയ്യുക.
- ലോക്കൽ ഉത്പന്നങ്ങളിൽ പോഷകാംശത്തിന്റെ അളവ് അധികം ഉണ്ടായിരിക്കും, അതുകൊണ്ട് സ്ഥാനീയ ഉത്പന്നങ്ങൾ വാങ്ങുക. ഇവരുടെ ഉത്പന്നങ്ങൾ ഓർഗാനിക് അല്ലെങ്കിലും അധികം ഹാനികരമല്ല, എന്തെന്നാൽ പല കർഷകർക്കും ആഗ്രഹമുണ്ടെങ്കിലും ഓർഗാനിക് സർട്ടിഫിക്കറ്റ് വാങ്ങാൻ കഴിയുന്നില്ല.
- നിങ്ങളുടെ ഭക്ഷണത്തിൽ വൈവിദ്ധ്യം കൊണ്ടുവരുക. വൈവിദ്ധ്യം മൂലമാണ് പോഷണം ലഭിക്കുക. വില കൂടിയ കാലാനുസൃതമല്ലാത്ത പഴങ്ങൾക്കും പച്ചക്കറികൾക്കും പകരം അതാതു കാലത്ത് ലഭിക്കുന്ന പഴങ്ങളും പച്ചക്കറികളും കഴിക്കുക.
- നിങ്ങളുടെ ആരോഗ്യം നല്ലപോലെ നോക്കുന്നുണ്ടെന്ന് സമ്മതിച്ചു. പക്ഷെ, ആരോഗ്യപൂർണ്ണമായ ഭക്ഷണത്തിന്റെ പുറകെ കണ്ണുമൂടി ഓടേണ്ട. ഇതുമൂലം നിങ്ങൾക്ക് പിരിമുറുക്കം ഏർപ്പെട്ടേക്കാം. പ്രകൃതിയോട് ഒട്ടിവാഴുക. പ്രകൃതിദത്തമായ ആഹാരം കഴിക്കുക, സമാധാനത്തോടെ ഇരിക്കുക.

പ്രോട്ടീനിന്റെ പൂർത്തി

മിക്ക സ്ത്രീകളും ഗർഭാവസ്ഥയിൽ ആവശ്യമുള്ള അളവിന് പ്രോട്ടീൻ കഴിക്കുന്നുണ്ട്. എന്നാൽ നിങ്ങൾക്ക് വേണ്ടത്ര പ്രോട്ടീൻ കഴിക്കാൻ കഴിയുന്നില്ലെന്ന് തോന്നുന്നുണ്ടെങ്കിൽ ഹൈ-പ്രോട്ടീൻ വൈഡട്ടായ്മ് സ്നാക് കഴിച്ച് ഈ കുറവ് നികത്താം. ഒരു മുട്ടയും രണ്ടുമുട്ടകളുടെ വെള്ളയും എടുത്ത് എഗ്ഗ് സാലഡ് ഉണ്ടാക്കി പകുതി പ്രോട്ടീൻ സർവിങ്ങിന്റെ കുറവ് നികത്താം. ഇതോടൊപ്പം തവിടു കളയാത്ത ധാന്യം കൊണ്ടുണ്ടാക്കിയ ക്രേക്കർസ് കഴിക്കുക. ഇരട്ടി മിൽക്ക് ഷേക് $^2/_3$ സർവിങ്ങിന്റെ കുറവു നികത്തും. $^3/_4$ കപ്പ് കൊഴുപ്പുകുറഞ്ഞ ചീസിൽ നിന്നും പ്രോട്ടീൻ സർവിങ്ങിന്റെ ആവശ്യം പൂർത്തിചെയ്യാം. ഇത് ഫ്രെഷ് ഫ്രൂട്ട്സ്, ഉണക്ക മുന്തിരി, മുനക്ക, അരിഞ്ഞ തക്കാളി, സാൽസ എന്നിവ കൊണ്ട് അലങ്കരിക്കാം. തരളമോ പൗഡർ രൂപത്തിലോ ഉള്ള പ്രോട്ടീൻ കൊണ്ട് ഈ കുറവ് നികത്തരുത്. അവയിൽ ഗർഭാവസ്ഥയിൽ നിങ്ങൾക്ക് ദോഷം ചെയ്യുന്ന തത്വങ്ങൾ ഉണ്ടായിരിക്കാം. ഇവ വളരെ വിലകൂടിയതുമാണ്. ഇതുമൂലം ആവശ്യത്തിൽ കൂടുതൽ പ്രോട്ടീൻ നിങ്ങളുടെ അകത്ത് പ്രവേശിച്ചേക്കാം.

രണ്ടുപേർക്കും സുരക്ഷിതമായ ഭക്ഷണം

നിങ്ങൾ പഴങ്ങളിൽ തെളിച്ചിട്ടുള്ള കീടനാശിനികളാൽ ഏർപ്പെടാവുന്ന ദോഷങ്ങളെക്കുറിച്ച് ചിന്താഗ്രസ്ഥയാണ്. അത് ശരിയുമാണ്. എന്തെന്നാൽ നിങ്ങൾ ഇപ്പോൾ രണ്ടുപേർക്കുവേണ്ടിയാണ് ഭക്ഷണം കഴിക്കുന്നത്. എന്നാൽ നിങ്ങൾ പീച്ച് വൃത്തിയാക്കാൻ ഉപയോഗിച്ച സ്പോഞ്ച് സിങ്കിൽ മൂന്നാഴ്ചയായി കിടന്നിരുന്നതാണെന്ന് ഓർത്തുനോക്കിയോ? അത് വൃത്തിയുള്ളതായിരുന്നുവോ?

ഇന്നലെ രാത്രി ചിക്കൻ വെട്ടാൻ ഉപയോഗിച്ച കത്തി കഴുകാതെയല്ലേ പേഴ്സ് മുറിച്ചത്. ചെറിയ-ചെറിയ വിഷയങ്ങളിൽ നിന്നാണ് വലിയ-വലിയ പ്രശ്നങ്ങൾ ഉണ്ടാകുന്നത്. വയറിൽ

ചെറിയ വേദന മുതൽ വലിയ കുഴപ്പം വരെ...... നെഞ്ചെരിച്ചലും ഒരു ലക്ഷണമാണ്. അതുകൊണ്ട് സ്മാർട്ട്മോം ആകുക.

- ഏതെങ്കിലും ഭക്ഷണ സാധനം സുരക്ഷിതമല്ലെന്ന് തോന്നിയാൽ അത് ഉപേക്ഷിക്കുന്നതാണ് നല്ലത്. കഴിക്കുന്നതിനുമുമ്പ് പാക്കറ്റിലുള്ള ലേബൽ വായിക്കാൻ മറക്കരുത്.
- ഫ്രിഡ്ജിൽ വച്ചതും ഐസ് വെക്കാത്തതുമായ മാംസം, മുട്ട, മത്സ്യം എന്നിവ കഴിക്കരുത്. ടിൻ തുറക്കുന്നതിനുമുമ്പ് കഴുകുക. ടിൻ ഓപ്പനറും യഥാസമയം ചൂടുവെള്ളത്തിൽ കഴുകുക.
- ഭക്ഷണം കഴിക്കുന്നതിനുമുമ്പ് മാംസം, മുട്ട, മത്സ്യം എന്നിവ തൊട്ടാൽ കൈ കഴുകുക. കൈയ്യിൽ മുറിവ് ഏർപ്പെട്ടിട്ടുണ്ടെങ്കിൽ ഭക്ഷണം പാകം ചെയ്യുന്നതിന് മുമ്പ് കൈയ്യുറ ധരിക്കുക. അപ്പപ്പോൾ കൈയ്യുറ കഴുകുക.
- കിച്ചൻ കൗണ്ടറും സിങ്കും വൃത്തിയായി സൂക്ഷിക്കുക. പാത്രം കഴുകുന്ന സ്പോഞ്ചും തുണിയും വൃത്തിയായി സൂക്ഷിക്കു, ഇടക്കിടെ അവ മാറ്റുക.
- തണുത്ത ഭക്ഷണം തണുത്തതായും ചൂടുള്ള ഭക്ഷണം ചൂടോടെയും വിളമ്പുക. ബാക്കിയുള്ള ആഹാരം അപ്പോൾതന്നെ ഫ്രിഡ്ജിൽ വെയ്ക്കുക. ആവിയിൽ ചൂടാക്കിയശേഷം മാത്രം കഴിക്കുക. ഫ്രിഡ്ജിൽവെച്ച സാധനം ഉരുകിയാൽ വീണ്ടും ഫ്രീസ് ചെയ്ത് കഴിക്കരുത്.
- അപ്പോഴപ്പോൾ ഫ്രിഡ്ജിന്റെ ടെംപറേച്ചർ പരിശോധിക്കു. ഫ്രിഡ്ജിന്റെ ടെംപറേച്ചർ 0◦F ആയിരിക്കണം. നിങ്ങളുടെ ഫ്രിഡ്ജ് അങ്ങനെയുള്ളതല്ലെങ്കിലും സാരമില്ല.
- ഫ്രിഡ്ജിൽവെച്ച ഭക്ഷണ സാധനം റൂം ടെംപറേച്ചറിൽവെച്ച് അലിയിക്കരുത്. നിങ്ങൾക്ക് തിരക്കുണ്ടെങ്കിൽ പച്ച വെള്ളത്തിൽ വച്ച് അലിയിക്കുക.
- മാംസം, മത്സ്യം, പോൾട്ടറി സാധനങ്ങൾ എന്നിവയെ കൗണ്ടർ ഫ്രീസ് ചെയ്യുന്നതിനുപകരം ഫ്രിഡ്ജിൽ മാരിനേറ്റ് ചെയ്യുക. പിന്നീട് മാരിനേറ്റ് നീക്കുക എന്തെന്നാൽ അതിൽ വിഷമുള്ള ബട്ടണുകൾ ഉണ്ടായിരിക്കും. നിങ്ങൾ മാരിനേറ്റിനെ ഡിപ്പായി ഉപയോഗിക്കാൻ ആഗ്രഹിക്കുന്നുണ്ടെങ്കിൽ ആദ്യം തന്നെ ചില ഭാഗങ്ങൾ നീക്കിക്കളയുക.
- ഗർഭാവസ്ഥയിൽ പച്ചയോ പാതി വേവിച്ചതോ ആയ മാംസം, പോൾട്ടറി ഉത്പന്നങ്ങൾ, മത്സ്യം, സീഫുഡ് എന്നിവ കഴിക്കരുത്. ഇവയെല്ലാം ശരിയായ താപനിലയിൽ പാകം ചെയ്യണം.
- മുട്ട നല്ലപോലെ അടിച്ചശേഷം പാകം ചെയ്യുക. എന്തെങ്കിലും ഭക്ഷണപദാർത്ഥത്തിൽ പച്ചമുട്ട ചേർത്തിട്ടുണ്ടെങ്കിൽ അത് വിരലുകൾ മുറിക്കാതെ നോക്കുക. മുട്ട പാശ്ച്വറൈസ്ഡ് ആണെങ്കിൽ കൂടുതൽ നന്നായിരിക്കും.
- പച്ചക്കറികൾ നല്ലപോലെ കഴുകുക. ഓർഗാനിക് പച്ചക്കറികളിൽ പൊടിയും മണ്ണും ഇല്ലാതിരിക്കണമെന്നില്ല.
- ബാക്ടീരിയ വളരാൻ സാദ്ധ്യതയുള്ള മുളച്ച വസ്തുക്കൾ കഴിക്കരുത്.
- പാശ്ച്വറൈസ്ഡ് ഡെയറി ഉത്പന്നങ്ങൾ വാങ്ങുക, അവയെ ഫ്രിഡ്ജിൽ വെയ്ക്കുക. അൺപാശ്ച്വറൈസ്ഡ് പാലുകൊണ്ടുണ്ടാക്കിയ വസ്തുക്കളും ഡെയറി പാലുകൊണ്ടുണ്ടാക്കിയ വസ്തുക്കളും ഡെയറി ഉത്പന്നങ്ങളും കഴിക്കാതിരിക്കുന്നതാണ് നല്ലത്. കഴിക്കേണ്ടിവന്നാൽ നല്ലപോലെ പാകം ചെയ്തുകഴിക്കുക.
- ഹോട്ട്ഡോഗ്, ഡെലീമീറ്റ്, കേൾഡ് സ്മോക്ക്ഡ് സീഫുഡ് എന്നിവ രോഗവ്യാപകമായേക്കാം. മുൻ കരുതലായി ഏത് മാംസവും കഴിക്കുന്നതിനുമുമ്പ് ആവിയിൽ ചൂടാക്കുക.
- ജ്യൂസ് പാശ്ച്വറൈസ്ഡ് ആയിരിക്കണം കരിമ്പ് ജ്യൂസ് ഫുഡ്സ്റ്റോറിലേതായാലും ശരി വഴിവക്കിലേതായാലും ശരി എപ്പോഴും പാശ്ച്വറൈസ്ഡ് ജ്യൂസ് മാത്രമെ കഴിക്കാവൂ. അത് തീർച്ചയില്ലെങ്കിൽ കുടിക്കാതിരിക്കുന്നതാണ് നല്ലത്.
- പുറത്തുനിന്ന് ആഹാരം കഴിക്കുമ്പോൾ വൃത്തിയുടെ കാര്യത്തിൽ പ്രത്യേക ശ്രദ്ധവേണം. കേടുവരാവുന്ന ഭക്ഷണ പദാർത്ഥങ്ങൾ വെളിയിൽ തുറന്ന് കിടക്കുകയോ ചൊത്ത്റൂം വൃത്തികേടായിരിക്കുകയോ ചെയ്താൽ ഈച്ചകൾക്കുവരാൻ വളരെ സൗകര്യമാകും. അങ്ങിനെയുള്ള സ്ഥലത്ത് പോകാതിരിക്കുന്നതാണ് നല്ലത്.

• • •

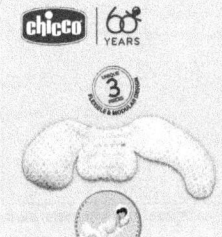

ഭാഗം – 2

ഒൻപതുമാസങ്ങളും അവയുടെ പ്രാധാന്യവും

(ഗർഭാധാരണം മുതൽ പ്രസവം വരെ)

ആദ്യത്തെ മാസം

ഏകദേശം 1 മുതൽ 4 ആഴ്ചകൾ

അഭിനന്ദനങ്ങൾ ! ഗർഭാവസ്ഥയിലേക്ക് സ്വാഗതം. നിങ്ങളെ കണ്ടാൽ ഗർഭിണിയാണെന്ന് തോന്നാൻ തുടങ്ങിയിട്ടില്ലെങ്കിലും നിങ്ങൾ സ്വയം അത് അറിയുന്നുണ്ടാകും. ക്ഷീണവും സ്തനങ്ങളിലുള്ള മാറ്റങ്ങളും മാത്രമല്ല മറ്റ് ലക്ഷണങ്ങളും കാണാൻ തുടങ്ങിയിട്ടുണ്ടാകും. ദിവസങ്ങൾ നീങ്ങുന്നതോടൊപ്പം നിങ്ങളുടെ ശരീരത്തിന്റെ ഓരോ ഭാഗത്തും ഏർപ്പെടുന്ന മാറ്റങ്ങൾ കാണാൻ തുടങ്ങും. നിങ്ങൾ പ്രതീക്ഷിക്കാത്ത ശരീര ഭാഗങ്ങളിൽ പോലും മാറ്റം കാണാം. നിങ്ങളുടെ ജീവിതരീതിയിലും മാറ്റം ഏർപ്പെടും.

പരിഭ്രമിക്കേണ്ട ! സ്വസ്ഥമായിരുന്നു ഗർഭാവസ്ഥയുടെ ആരംഭ സുഖം അനുഭവിക്കുക. ഇത് നിങ്ങളുടെ ജീവിതത്തിലെ കോൾമയിർകൊള്ളിക്കുന്ന സംഭവങ്ങളിൽ ഒന്നാണ്.

ഈ മാസം നിങ്ങളുടെ കുഞ്ഞിന്റെ വളർച്ച

ആദ്യത്തെ ആഴ്ച:- ഈ ആഴ്ച കുഞ്ഞിന്റെ കൗണ്ട്ഡൗൺ തുടങ്ങുകയായി. കുഞ്ഞിനെ ഇനിയും കാണാൻ തുടങ്ങിയിട്ടില്ല, ഉള്ളിലും ഇല്ല എങ്കിൽ ഇതിനെ ഗർഭാവസ്ഥയുടെ ആദ്യത്തെ ആഴ്ച എന്ന് എന്തിനാണ് പറയുന്നത് ? വാസ്തവത്തിൽ ശുക്ലവും മുട്ടയും ഒന്നുചേരുന്ന ശരിയായ സമയം നമുക്ക് കണക്കാക്കാൻ കഴിയുകയില്ല (നിങ്ങളുടെ ഇണയുടെ ശുക്ലം നിങ്ങളുടെ ശരീരത്തിൽ വളരെ സമയംവരെ മുട്ടയോട് ചേരാൻ വേണ്ടിക്കാതിരുന്നേക്കാം, അല്ലെങ്കിൽ നിങ്ങളുടെ മുട്ട ശുക്ല ത്തോട് ചേരാൻ വേണ്ടി ഒരു ദിവസം വരെ കാത്തിരുന്നേക്കാം)

നിങ്ങളുടെ കഴിഞ്ഞ മാസമുറയുടെ ദിവസം ആദ്യം കണക്കാക്കണം. അത് നിങ്ങളുടെ 40 ആഴ്ചത്തെ ഗർഭാവസ്ഥയുടെ ആരംഭമായി കണക്കാക്കുന്നു. ഇങ്ങനെ ഗർഭാവസ്ഥ ആരംഭിക്കുന്നതിനുമുമ്പുതന്നെ നിങ്ങൾ ഗർഭിണികളുടെ കൂട്ടത്തിൽ പ്പെടുന്നു.

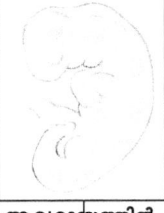

ആദ്യമാസത്തിൽ നിങ്ങളുടെ കുഞ്ഞ്

രണ്ടാമത്തെ ആഴ്ച:- ഇല്ല, ഇനിയും കുഞ്ഞ് രൂപം പ്രാപിച്ചിട്ടില്ല, പക്ഷെ, അത് ബ്രേക് എടുക്കാൻ തയ്യാറായിക്കഴിഞ്ഞു. വാസ്തവത്തിൽ ഓവലേഷന്റെ തയ്യാറെടുപ്പുകൾ തുടങ്ങിക്കഴിഞ്ഞു. നിങ്ങളുടെ ഗർഭാശയത്തിന്റെ ഭിത്തികൾക്ക് കട്ടികൂടാൻ തുടങ്ങി (ഇണ ചേർന്ന മുട്ടയ്ക്കുള്ള കൂട് തയ്യാറാകുകയാണ്). അണ്ഡകോശത്തിൽ ഫോളിക്കിൾ പരിപക്വമായി വരുന്നുണ്ട്. അവയിൽ ചിലത് വളരെ ചുറുചുറുക്കോടെ തങ്ങളുടെ കാര്യം ചെയ്തുകൊണ്ടിരിക്കുന്നു. ഏതോ ഒരു ഫോളിക്കിളിൽ ഒരു മുട്ട തന്റെ യാത്ര തുടങ്ങാൻ അക്ഷമയോടെ കാത്തിരിക്കുകയാണ്. അത്, ഒരു ജീവനുള്ള കോശം ഒരു ആൺകുഞ്ഞോ പെൺ കുഞ്ഞോ ആയിത്തീരാൻ പോകുകയാണ്. എന്നാൽ ആദ്യം ഇത് ഫെലോപിയൻ ട്യൂബിൽ മിഠറൈറ്റ് (ലക്കീസ് പർമ്) നോട് ചേരണം.

മൂന്നാമത്തെ ആഴ്ച:- അഭിനന്ദനങ്ങൾ ! നിങ്ങൾ ഗർഭം ധരിച്ചുക

ഴിഞ്ഞു. ഇതിനർ ത്ഥം എത്രയും വേഗം നിങ്ങളുടെ ഗർഭ ത്തിൽ ഒരു കുഞ്ഞ് ഉണ്ടാകുമെന്നാണ്. ജനിച്ചശേഷം നിങ്ങൾക്ക് മതിയാവോളം അതിനെ ലാളിക്കാൻ കഴിയും. ചില മണിക്കൂറുകൾക്കുള്ളിൽ ശുക്ലവും മുട്ടയും ഒന്നുചേർന്നാൽ ഫർട്ടിലൈസ്ഡ് സെൽ (ഒന്നുചേർന്ന സൈഗോട്ട്) വിഭജിക്കപ്പെടുകയും പിന്നീട് തുടർന്ന് വിഭജിക്കപ്പെട്ടുകൊണ്ടിരിക്കയും ചെയ്യും. കുറച്ച് ദിവസങ്ങൾക്കുള്ളിൽ നിങ്ങളുടെ ശിശുകോശങ്ങളുടെ ഒരു മൈക്രോസ്കോപ്പിക് ബോൾ ആയിത്തീരും. ബ്ലാസ്റ്റോസൈറ്റ് ഫെലോ പിയൻ ട്യൂബ് വഴി ഗർഭപാത്രത്തിലേക്കുള്ള യാത്ര തുടങ്ങും.

നാലാമത്തെ ആഴ്ച:- ഇത് ഇംപ്ലാന്റേഷന്റെ സമയമാണ്. ഇപ്പോൾ ഇതിനെ ഭ്രൂണം (എംബ്രിയോ) എന്നുപറയാൻ തുടങ്ങും. പ്രസവം വരെ ഇത് ഗർഭപാത്രത്തിൽ ത്തന്നെ ഇരിക്കും. ഒരിക്കൽ തന്റെ സ്ഥാനം കരസ്തമാക്കിയശേഷം ഇത് രണ്ടായി പിരിയും. ഒരു പകുതി നിങ്ങളുടെ ശിശുവും മറുപകുതി മറുപിള്ളയായും ആയിമാറും, അത് നിങ്ങളുടെ കുഞ്ഞിന്റെ ലൈഫ് ലൈൻ ആയിത്തീരും. ഇനിയും കോശങ്ങളുടെ ഒരു ചെറിയ പന്തിൽ കൂടുതൽ വളർന്നിട്ടില്ലെങ്കിലും അതിനെ സാധാരണമായി കണക്കാക്കരുത്. അത് വളരെ വലിയ യാത്ര കഴിഞ്ഞ് വന്നിരിക്കുകയാണ്. (എം. നിയോട്ടിക്സൈക്) പനീർകുടം തയ്യാറായിക്കൊണ്ടിരിക്കുകയാണ്. ഭ്രൂണത്തിന്റെ ഓരോ ലെയറും, ശരീരത്തിന്റെ വിശേഷ അംഗങ്ങളായി മാറാൻ പോകുകയാണ്. ഉള്ളിലെ ലെയർ (എൻഡോഡർമ്) പാചന തന്ത്രം, ലിവർ, ശ്വാസകോശം എന്നിവയായി മാറും. നടുവിലുള്ള ലെയർ (മെസോം ഡർമ്) ഹൃദയം, സെക്സ് ഓർഗൻ, എല്ലുകൾ, കിഡ്നി, മാംസപേശികൾ എന്നിവയായിമാറും. മൂന്നാമത്തെ ലെയർ (എക്ടോഡർമ്) നാഡിതന്ത്രം, മുടി, ചർമ്മം, കണ്ണുകൾ എന്നിവയായി മാറും.

പ്രെഗ്നൻസി ടൈംടേബിൾ

ഗർഭാവസ്ഥയെ മാസമായാണ് സാധാരണ കണക്കാക്കുന്നതെങ്കിലും ഡോക്ടറും മിഡ്വൈഫും ഇതിനെ ആഴ്ചകളായാണ് എണ്ണുന്നത്. ഇത് നിങ്ങൾക്ക് കുറച്ച് ബുദ്ധിമുട്ടായിരിക്കും. സാധാരണ ഗർഭാവസ്ഥ 40 ആഴ്ചകളാണെങ്കിലും ഇത് നിങ്ങളുടെ ഒടുവിലത്തെ മാസമുറയുടെ ആദ്യ ദിവസത്തിൽനിന്നാണ് കണക്കാക്കപ്പെടുന്നത്. അതിന്റെ രണ്ടാഴ്ചവരെ ഓവലേഷനും ഗർഭധാരണവും ഏർപ്പെടുകയില്ല. നിങ്ങളുടെ ഗർഭാവസ്ഥയുടെ മൂന്നാമത്തെ ആഴ്ചയിലാണ് നിങ്ങൾ ശരിക്കും ഗർഭിണിയാകുന്നത്. ഈ ഘട്ടങ്ങൾ തരണം ചെയ്ത് മുന്നോട്ടുപോകുമ്പോൾ നിങ്ങൾക്കും ആഴ്ചക്കണക്കിലുള്ള കാലണ്ടറിന്റെ കണക്കിൽ മാറ്റങ്ങൾ അളക്കാൻ കഴിയും. ഈ പുസ്തകം മാസക്കണക്കിലാണ് വിഭജിച്ചിട്ടുള്ളതെങ്കിലും ഇതിൽ ആഴ്ചക്കണക്കും കൊടുത്തിട്ടുണ്ട്.

1 മുതൽ 13 ആഴ്ചകൾ - ആദ്യത്തെ മൂന്നുമാസം = 1 മുതൽ 3 മാസം.

14 മുതൽ 27 ആഴ്ചകൾ - രണ്ടാമത്തെ മൂന്നുമാസം = 4 മുതൽ 6 മാസം

28 മുതൽ 40 ആഴ്ചകൾ - മൂന്നാമത്തെ മൂന്നുമാസം = 7 മുതൽ 9 മാസം എന്നിങ്ങനെ ഏകദേശമായി കണക്കാക്കുന്നു.

നിങ്ങൾക്ക് എന്ത് അനുഭവപ്പെടുന്നുണ്ടാകും ?

ഗർഭാവസ്ഥ വാസ്തവത്തിൽ ഒരു അത്ഭുതകരമായ അവസ്ഥയാണ്. അതിൽ നിങ്ങൾക്ക് പല പുതിയ അനുഭവങ്ങളിൽകൂടെയും ലക്ഷണങ്ങളിൽകൂടെയും കടന്നുപോകേണ്ടിവരും. പലപ്പോഴും നിങ്ങൾ അതിനെക്കുറിച്ച് മറ്റുള്ളവരോട് പറയും, എന്നാൽ പലപ്പോഴും ഒന്നും പറയാൻ കഴിയാതെവരും. മനംപിരട്ടലിനെപ്പറ്റി പറയാൻ കഴിയും. എന്നാൽ ഗ്യാസ് പോകുകയാണെങ്കിലോ? പലപ്പോഴും പലതും മറന്നു പോകും.

ഗർഭാവസ്ഥയിലെ ലക്ഷണങ്ങളെക്കുറിച്ചുള്ള ചില കാര്യങ്ങൾ പ്രത്യേകം ശ്രദ്ധിക്കുക. ഓരോ സ്ത്രീയുടെയും ഗർഭാവസ്ഥ വ്യത്യസ്തമായിരിക്കും. ചില ലക്ഷണങ്ങൾ മാത്രമെ എല്ലാവരിലും ഒരുപോലെ ഉണ്ടായിരിക്കുകയുള്ളൂ. നിങ്ങളുടെ സഹോദരിക്കോ സ്നേഹിതക്കോ ഗർഭാവസ്ഥയിൽ ഛർദ്ദി ഉണ്ടായിരുന്നിരിക്കില്ല, പക്ഷെ ചിലപ്പോൾ നിങ്ങളുടെ ദിവസം ആരംഭിക്കുന്നതുന്നെ ഛർദ്ദിയോടെ ആയെന്നുവരാം. വരാനിരിക്കുന്ന നാളുകളിൽ നിങ്ങൾക്ക് ശാരീരകവും മാനസികവുമായ പല ലക്ഷണങ്ങളെയും മാറ്റങ്ങളെയും അഭിമുഖീകരിക്കേണ്ടിവന്നെന്നിരിക്കും. അവയിൽ മിക്കതും സാധാരണമായിരിക്കും. എന്നാൽ നിങ്ങളുടെ മനസ്സിൽ എന്തെങ്കിലും സംശയം ഏർപ്പെ

ട്ടാൽ ഉടനെ ഡോക്ടറുടെ അഭിപ്രായം ചോദിയ്ക്കാൻ വൈകിക്കരുത്.

ഒരുപക്ഷെ നിങ്ങൾക്ക് താഴെപ്പറയുന ലക്ഷണങ്ങൾ അനുഭവപ്പെട്ടേക്കാം.

ശാരീരികം

- ഫർട്ടിലൈസ് എഗ് നിങ്ങളുടെ ഗർഭ പാത്രത്തിൽ ഇംപ്ലാന്റ് ആകുമ്പോൾ ചെറുതായി രക്തത്തിന്റെ പാടുകൾ കണ്ടേക്കാം. ഇതിനെ ഇംപ്ലാന്റേഷൻ ബ്ലീഡിങ്ങ് എന്നും പറയും.
- സ്തനങ്ങളിൽ പലവിധത്തിലുള്ള മാറ്റങ്ങൾ ഏർപ്പെടും, ചെറുതായി ഭാരം കൂടുക, മൃദുവാകുക, മുമ്പുള്ളതിനേക്കാൾ സെൻസിറ്റീവാകുക, മുലക്കണ്ണിന്റെ ചുറ്റുമുള്ള ഭാഗത്തിന്റെ നിറം കൂടുതൽ ഇരുണ്ടതായി മാറുക.
- വയറ് നിറഞ്ഞിരിക്കുന്നതായി തോന്നുക, വിരസത, ക്ഷീണം, ശക്തിക്കുറവ്, ഉറക്കം തൂങ്ങുക.
- അടിക്കടി മൂത്രം ഒഴിക്കുക.
- ഛർദ്ദിക്കുക അല്ലെങ്കിൽ മനംപിരട്ടുക, പല സ്ത്രീകൾക്കും ആറാമത്തെ ആഴ്ചവരെ ഇത് തുടങ്ങുന്നില്ല, അല്ലെങ്കിൽ കൂടുതൽ ഉമിനീർ ചുരക്കുന്നു.
- മണം കേൾക്കുമ്പോൾ സംവേദന ശീലത കൂടുന്നു.

വൈകാരികത

- പി.എം.എസ്സിനെപ്പോലെ വൈകാരികതയിൽ ഏറ്റവും ഇറക്കവും, കൂടുതൽ കരച്ചിൽ വരുക, പെട്ടെന്ന് ദേഷ്യം വരുക, അസ്വസ്ഥത എന്നിവ.
- വീട്ടിൽത്തന്നെ പ്രെഗ്നൻസി പരിശോധന ചെയ്യാനുള്ള വ്യാകുലതയും ഉത്കണ്ഠയും

ലക്ഷണങ്ങൾ നേരത്തെ കണ്ടുതുടങ്ങി

മിക്കവാറും ലക്ഷണങ്ങൾ ആറാമത്തെ ആഴ്ചകണ്ടുതുടങ്ങുന്നു. പക്ഷേ നിങ്ങൾക്ക് നേരത്തെതന്നെ ഈ ലക്ഷണങ്ങൾ കണ്ടുതുടങ്ങിയേക്കാം. അല്ലെങ്കിൽ വൈകി കണ്ടെന്നിരിക്കാം. എന്തെന്നാൽ ഓരോ ഗർഭാവസ്ഥയും സ്വയം വ്യത്യസ്തമായ ഒന്നായിരിക്കും.

ഗർഭാവസ്ഥയിൽ ആദ്യത്തെ പരിശോധന

ഗർഭാവസ്ഥയിൽ ആദ്യത്തെ പരിശോധനയ്ക്ക് പോകുന്നത് നിങ്ങളെ സംബന്ധിച്ചിടത്തോളം വളരെ മുഖ്യമായ ഒന്നാണ്. പല വിധത്തിലുള്ള മെഡിക്കൽ പരിശോധനകൾക്കും ടെസ്റ്റുകൾക്കും പുറമെ പല പുതിയ ചോദ്യങ്ങളും ചോദിക്കും. അപ്പോഴേ നിങ്ങളുടെ മെഡിക്കൽ ഹിസ്റ്ററി അവർക്ക് മനസ്സിലാക്കാൻ കഴിയൂ. ഡോക്ടർ നിങ്ങൾക്ക് പല ഉപദേശങ്ങളും തരും, നിങ്ങൾ നിങ്ങളുടെ പല ജിജ്ഞാസകൾക്കും മറുപടി കിട്ടണമെന്ന് ആഗ്രഹിക്കും. ഉദാ: വിറ്റാമിൻ ഗുളികകൾ കഴിക്കാമോ? എങ്ങനെയുള്ള വ്യായാമമാണ് ചെയ്യേണ്ടത് എന്നിങ്ങനെ പലതും.

വീട്ടിൽ നിന്നുതന്നെ ചോദ്യങ്ങൾ തയ്യാറാക്കി കൊണ്ടുപോകുക. കൈയ്യിൽ ഡയറിയും പേനായും കരുതിവെയ്ക്കുക. എന്തെങ്കിലും പ്രത്യേക കാര്യം പറഞ്ഞാൽ നോട്ടു പുസ്തകത്തിൽ കുറിക്കാനാണ്. ഡോക്ടർമാർ സാധാരണ ചെയ്യാറുള്ള ടെസ്റ്റിൽ നിന്ന് ഇത് കുറച്ച് വ്യത്യസ്ഥമായിരിക്കും.

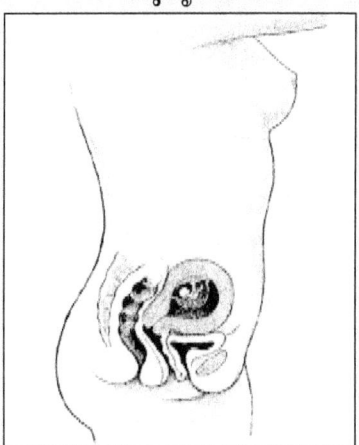

ഒരു ദൃഷ്ടി

പുറത്തുനിന്ന് നോക്കി അകത്തെ സ്ഥിതി മനസ്സിലാക്കാൻ കഴിയുകയില്ലെങ്കിലും നിങ്ങൾക്ക് നിങ്ങളുടെ ശരീരത്തിൽ ഏർപ്പെടുന്ന ചില മാറ്റങ്ങൾ മനസ്സിലാക്കാൻ കഴിയും. നിങ്ങളുടെ വയറ്റിൽ ചെറിയ അസ്വസ്ഥത ഉണ്ടാകും. മാറിടം സംവേദനാശീലമാകും. ഇപ്പോൾ നിങ്ങളുടെ അരക്കെട്ടിലേക്ക് ഒന്ന് കണ്ണോടിച്ചോളൂ. അടുത്ത ഒൻപതു മാസംവരെ വയറ് മുന്നോട്ട് തള്ളുന്നതു കൊണ്ട് നിങ്ങൾക്ക് അരക്കെട്ട് കാണാൻ കഴിയുകയില്ല.

ഗർഭാവസ്ഥ സ്ഥിരീകരിക്കുക:- നിങ്ങളുടെ ഡോക്ടർ താഴെ കൊടുത്തിരിക്കുന്ന പരിശോധനകൾ നടത്തും–

നിങ്ങളുടെ ഗർഭാവസ്ഥയുടെ ലക്ഷണങ്ങൾ, നിങ്ങളുടെ അവസാനത്തെ മാസമുറയുടെ ആദ്യത്തെ ദിവസം എന്നിവയിൽ നിന്നാണ് നിങ്ങളുടെ പ്രസവത്തിന്റെ തീയതി അനുമാനിക്കുന്നത്. ഗർഭാവസ്ഥയുടെ ശരിയായ വയസ് അനുമാനിക്കാൻ യൂട്രസ്സിന്റെയും സർവിക്സിന്റെയും പരിശോധന, ഗർഭാവസ്ഥ മനസ്സിലാക്കാൻ പ്രെഗ്നൻസി പരിശോധന (മൂത്രവും രക്തവും) എന്നീ പരിശോധനകൾ നടത്തും. ചില ഡോക്ടർമാർ ഈ അവസ്ഥയിൽ തന്നെ അൾട്രാ സൗണ്ടും ചെയ്യും. ഇത് ഗർഭാവസ്ഥയുടെ ശരിയായ തീയതി കണ്ടുപിടിക്കാനുള്ള ശരിയായ മാർഗ്ഗമാണ്.

സംപൂർണ്ണ ചരിത്രം:- നിങ്ങളുടെ ശരിയായ ശുശ്രൂഷയ്ക്ക് ഡോക്ടർ എല്ലാം അറിഞ്ഞിരിക്കേണ്ടത് അത്യാവശ്യമാണ്. ഡോക്ടറെ കാണുന്നതിനുമുമ്പ് വീട്ടിൽ നിന്നുതന്നെ തയ്യാറെടുപ്പുകൾ ചെയ്യണം. നിങ്ങളുടെ പഴയ മെഡിക്കൽ റിക്കാർഡ് വായിച്ചുനോക്കുക. എന്തെങ്കിലും ഗുരുതരമായ രോഗം, അലർജി, പോഷകാംശത്തോട് ബന്ധപ്പെട്ട മരുന്നുകൾ, ഇപ്പോഴോ അതോ ഗർഭം ധരിക്കുന്നതുവരെയോ കഴിച്ചിരുന്ന മരുന്നുകൾ, നിങ്ങളുടെ കുടുംബത്തിന്റെ മെഡിക്കൽ ഹിസ്റ്ററി, (ജെനറ്റിക് ഡിസോഡർ, ദീർഘകാല രോഗം, ഗർഭാവസ്ഥയുടെ അസാധാരണ പരിണാമം എന്നിവ) നിങ്ങളുടെ സ്ത്രീ രോഗം സംബന്ധപ്പെട്ട ചരിത്രം (ഋതുമതിയായപ്പോഴത്തെ വയസ്, ഋതുചക്രത്തിന്റെ കാലാവധി, സമയവും ക്രമീകൃതമായ സ്ഥിതിയും) ഗർഭാവസ്ഥ സംബന്ധപ്പെട്ട പഴയ റിക്കാർഡ് (ജനനം, മിസ്കാരേജ് അല്ലെങ്കിൽ അബോർഷൻ) ഇതിനുപുറമെ കഴിഞ്ഞ പ്രസവം ! നിങ്ങളുടെ വയസ്, തൊഴിൽ, ജീവിതരീതിയോട് ബന്ധപ്പെട്ട ശീലങ്ങൾ (ഭക്ഷണരീതി, വ്യായാമം, പുകവലി) എന്നിവയോടൊപ്പം ഗർഭാവസ്ഥയെ സ്വാധീനിക്കാവുന്ന നിങ്ങളുടെ സ്വന്ത ജീവിതത്തിലെ മറ്റ് കാര്യങ്ങളെപ്പറ്റിയും ചോദിക്കും. ഉദാ: കുഞ്ഞിന്റെ അച്ഛൻ, അയാളെപ്പറ്റിയുള്ള മറ്റുവിവരങ്ങൾ.

ഒരു പൂർണ്ണ ശരീര പരിശോധന:- നിങ്ങളുടെ ഹൃദയം, ശ്വാസകോശം, മാറിടം, വയറ്, രക്തസമ്മർദ്ദം എന്നിവ പരിശോധിക്കും. നിങ്ങളുടെ തൂക്കം, ഉയരം എന്നിവയും അളക്കും. പാർശ്വം, കൈ-കാലുകൾ എന്നിവ പരിശോധിച്ച് നിങ്ങൾക്ക് വെരിക്കോസ് വെയിൻ ഉണ്ടോ എന്ന് കണ്ടുപിടിക്കും. ഇതിനുപുറമെ നിങ്ങളുടെ എല്ലാ ആന്തരീക അവയവങ്ങളുടെയും ആകൃതിയും അവ തമ്മിലുള്ള അനുപാതം എന്നിവയും പരിശോധിക്കും.

പലവിധത്തിലുള്ള പരിശോധനകൾ:- ഓരോ ഗർഭിണിക്കും പലവിധത്തിലുള്ള പരിശോധനകൾ പതിവായി ചെയ്യിക്കേണ്ടിവരും. ചില സ്ഥലങ്ങളിൽ ഡോക്ടർമാർ ഇത് അത്യാവശ്യമാണെന്ന് കരുതുന്നു; പക്ഷെ ചിലയിടങ്ങളിൽ ആവശ്യമുണ്ടെങ്കിൽ മാത്രമെ ഈ പരിശോധനകൾ ചെയ്യാറുള്ളൂ. ആദ്യ സന്ദർശനത്തിൽ സാധാരണയായി താഴെകൊടുത്തിട്ടുള്ള പരിശോധനകൾ ചെയ്യും.

- രക്തത്തിന്റെ ഗ്രൂപ്പ്, Rh-ലെവൽ, എച്ച്.സി.ജി. ലെവലും അനീമിയ ഉണ്ടോ എന്ന പരിശോധനയ്ക്കായി രക്ത പരിശോധന.
- ഗ്ലൂക്കോസ്, പ്രോട്ടീൻ, വെള്ളരക്താണുക്കൾ, രക്തവും ബാക്ടീരിയയും എന്നിവ പരിശോധിക്കാൻ യൂറിന ലേസിസ്.
- ആന്റിബോഡി ലെവലും റൂവേലാ പോലുള്ള രോഗങ്ങൾക്കെതിരെയുള്ള പ്രതിരോധ ശക്തിയും പരിശോധിക്കാൻ ബ്ലെഡ് സ്ക്രീൻ.
- സിഫലിസ്, ഗോണോറിയ, ഹെപ്പെടൈടിസ്ബി ക്ലമായ്ഡിയ, എച്ച്.ഐ.വി. തുടങ്ങിയ സംക്രമണരോഗങ്ങൾക്കുള്ള പരിശോധന.
- അസാധാരണമായ സർവൈകൾ കോശങ്ങൾ ഉണ്ടോ എന്നറിയാൻ പൈപ്പ് സ്മിയർ എന്നിങ്ങനെ നിങ്ങളുടെ വയസ്സിനനുസരിച്ച് താഴെ കൊടുത്തിട്ടുള്ള പരിശോധനകളും ചെയ്യേണ്ടിവരും.
- സിസ്റ്റിക് ഫൈബ്രോയ്ഡ്, സിക്ലസെൽ അനീമിയയും മറ്റ് ജെനറ്റിക് രോഗങ്ങൾക്കും വേണ്ടിയുള്ള ജെനറ്റിക് പരിശോധന.
- പ്രമേഹം, ഉയർന്ന രക്തസമ്മർദ്ദം ഇതിന് മുമ്പ് തൂക്കക്കൂടുതലുള്ള കുഞ്ഞിന് ജന്മം നൽകിയിരിക്കുന്നുവോ, ജനന വൈകല്യങ്ങൾ ഉണ്ടോ? ആദ്യത്തെ ഗർഭാവസ്ഥയിൽ ഒരുപാട് തൂക്കം കൂടുതലായിരുന്നെങ്കിൽ ബ്ലെഡ് ഷുഗറിന്റെ ലെവൽ പരിശോധന (എല്ലാ സ്ത്രീകൾക്കും ഗ്യാസ്റ്റേഷനൽ ഡൈബെറ്റിക്സ് പരിശോധിക്കാൻ ഗ്ലൂക്കോസ് സ്ക്രീനിങ്ങ് ടെസ്റ്റ് ചെയ്യും.

ഇത് ഏകദേശം 28-ാമത്തെ ആഴ്ചയിലാണ് ചെയ്യുന്നത്.)

ചർച്ചയ്ക്കുള്ള അവസരം:- നിങ്ങളുടെ പല ജിജ്ഞാസകൾക്കും ചോദ്യങ്ങൾക്കും ഉത്തരം കണ്ടെത്താനുള്ള ശരിയായ അവസരമാണിത്.

നിങ്ങൾ എന്ത് വിചാരിക്കുന്നുണ്ടാകും?

ബ്രേക്കിങ്ങ് ന്യൂസ്

"ഞാൻ ഗർഭിണിയാണെന്ന് ബന്ധുമിത്രാദികളോട് എപ്പോഴാണ് പറയേണ്ടത് ?"

ഈ ചോദ്യത്തിന് ഉത്തരം നിങ്ങൾക്കേ പറയാൻ കഴിയൂ. ചില ഭാവി മാതാപിതാക്കൾ പെട്ടെന്ന് എല്ലാവരെയും അറിയിക്കാൻ ആഗ്രഹിക്കും. മറ്റ് ചിലർ വളരെ അടുത്ത സ്വന്തക്കാരെ മാത്രം മെല്ലെ-മെല്ലെ ഈ സന്തോഷവാർത്ത അറിയിക്കാൻ ആഗ്രഹിക്കും. മറ്റുള്ളവരോട് പറയേണ്ടതില്ല. സമയമാകുമ്പോൾ എല്ലാവർക്കും താനേ അറിയാൻ കഴിയും എന്നാണ് അവർ കരുതുന്നത്. ചിലർ ആദ്യത്തെ മൂന്നാം മാസവും അതിനോട് ബന്ധപ്പെട്ട പരിശോധനകളും കഴിയുന്നതുവരെ കാത്തിരിക്കും.

നിങ്ങൾ ഇഷ്ടംപോലെ ചെയ്തോളൂ. പക്ഷെ, ആദ്യം സന്തോഷ വാർത്ത നിങ്ങൾ രണ്ടുപേരും സംബന്ധപ്പെട്ടതാണെന്ന കാര്യം ഓർക്കുക.

സംപൂർണ്ണ ആരോഗ്യമുള്ള ഗർഭാവസ്ഥ

ഈ ആദ്യസന്ദർശനത്തിനും നിങ്ങളുടെ സംപൂർണ്ണ ഗർഭാവസ്ഥയ്ക്കും തമ്മിൽ ഗാഢമായ സംബന്ധമുണ്ടെന്നുള്ളതിൽ സംശയമില്ല. ഇങ്ങനെ നിങ്ങൾ ഒരു ആരോഗ്യമുള്ള കുഞ്ഞിന് ജന്മം നൽകും, ഏതെങ്കിലും വിധത്തിലുള്ള പ്രസവ സംബന്ധമായ ഗുരുതര പ്രശ്നങ്ങളിൽ നിന്ന് രക്ഷപ്പെടുകയും ചെയ്യും.

ആരോഗ്യകാര്യത്തിൽ ശുസ്രൂഷ ഇവിടെനിന്ന് ആരംഭിക്കുന്നു. ഡോക്ടറെ പതിവായി സന്ദർശിച്ചാൽ മാത്രം പോരാ. നിങ്ങളുടെ ശരീരത്തിലെ ഓരോ അവയവത്തെയും പ്രത്യേകം ശ്രദ്ധിക്കണം.

ഒൻപത് മാസങ്ങളും പൂർണ്ണ ആരോഗ്യവതിയായിരിക്കാൻ കച്ചകെട്ടിയിരിക്കണം. പല്ല് ഡോക്ടറെക്കൊണ്ട് പല്ലുകൾ പരിശോധിപ്പിക്കുക. ഏതെങ്കിലും പഴയ രോഗത്തിനുള്ള മരുന്ന് കഴിക്കുന്നുണ്ടെങ്കിൽ ഫാമിലി ഡോക്ടറുടെ അഭിപ്രായം ചോദിക്കുക. ചിലപ്പോൾ ചികിത്സയിൽ ചില മാറ്റങ്ങൾ വരുത്തേണ്ടി വന്നേക്കാം.

എന്തെങ്കിലും പുതിയ മെഡിക്കൽ പ്രശ്നം ഏർപ്പെട്ടാൽ അലക്ഷ്യപ്പെടുത്താതെ ഉടനെ ഡോക്ടറെ വിവരം അറിയിക്കുക. ചെറിയ അസുഖങ്ങളെപ്പോലും ഗൗരവമായി കണക്കാക്കുക. നിങ്ങളുടെ കുഞ്ഞിന് പൂർണ്ണ ആരോഗ്യമുള്ള ഒരു അമ്മയുടെ ആവശ്യമുണ്ട്.

വിറ്റാമിൻ സപ്ലിമെന്റ്

"ഞാൻ വിറ്റാമിൻ സപ്ലിമെന്റ് കഴിക്കണോ?"

ആർക്കും പൂർണ്ണമായ പൗഷ്ടിക ആഹാരം പതിവായി കഴിക്കാൻ കഴിയില്ല. ആരംഭ ദിവസങ്ങളിൽ മോണിങ്ങ് സിക്നസ് കാരണം മുഴുവൻ ഡോസും കഴിക്കുന്നത് കഠിനമായിരിക്കും. പൗഷ്ടിക ആഹാരത്തിനു പകരം വിറ്റാമിൻ മരുന്ന് കഴിച്ചാൽ മതിയാകുകയില്ലെങ്കിലും ഇതുപോലെ ആഹാരത്തോട് ബന്ധപ്പെട്ട ചില ആവശ്യങ്ങൾ തീർച്ചയായും പൂർത്തീകരിക്കപ്പെടും. ഇന്നാളുകളിൽ ശിശുവിന്റെ വളർച്ച ആരംഭിക്കുന്നതുകൊണ്ട് ഇത് ആവശ്യമാണ്.

വിറ്റാമിൻ അല്ലെങ്കിൽ ഫോളിക് ആസിഡ് കഴിക്കുന്ന ഗർഭിണികളുടെ കുഞ്ഞുങ്ങൾക്ക് ജന്മജാതമായ രോഗങ്ങൾ ബാധിക്കുന്നില്ല. വിറ്റാമിൻ B_6 കഴിച്ചാൽ മോണിങ്ങ് സിക്നസ് കുറയുമെന്ന് പഠനങ്ങൾ തെളിയിച്ചിട്ടുണ്ട്.

ഡോക്ടറുടെ അഭിപ്രായപ്രകാരം നിങ്ങൾക്ക് നിങ്ങളുടെ ഡോസ് നിർണയിക്കാം. പല സ്ത്രീകൾക്കും മോണിങ്ങ്സിക്നസ് കാരണം മരുന്നുകഴിക്കാൻ ബുദ്ധിമുട്ടുണ്ടാകും. മനസ്സ് പൂർണ്ണമായി ശാന്തമായിരിക്കുകയും ഛർദ്ദിവരാതിരിക്കുകയും ചെയ്യുമ്പോൾ മാത്രമെ മരുന്ന് കഴിക്കാവൂ. കോട്ടെഡ് ഗുളിക വിഴുങ്ങുന്നത് എളുപ്പമായിരിക്കും. നിങ്ങൾക്ക് വേണമെങ്കിൽ ചപ്പുന്ന ഗുളികകൾ കഴിക്കാം. ഛർദ്ദി കൂടുതലായാൽ എന്തെങ്കിലും കൈവൈദ്യം നോക്കുക. ഉദാ: 'ഇഞ്ചി'. ഗർഭാവസ്ഥയിലെ ആവശ്യങ്ങൾക്കനുസരിച്ചായിരിക്കണം നിങ്ങളുടെ മരുന്ന് മാറ്റുന്നതിനുമുമ്പ് ഡോക്ടറുടെ അഭിപ്രായം ചോദിക്കണം.

പല സ്ത്രീകൾക്കും അയേൺ കാരണം മലബന്ധം അല്ലെങ്കിൽ ഡയേറിയ ഏർപ്പെടും. ഡോക്ടർ നിങ്ങളുടെ പ്രശ്നത്തിനനു

സരിച്ച് മരുന്ന് മാറ്റിതരും. മറ്റ് വല്ല രൂപ ത്തിലും നിങ്ങൾക്ക് അയേൺ തരാൻ അദ്ദേഹം ശ്രമിക്കും.

"ഞാൻ ധാരാളം പോഷകാംശമുള്ള സെറേൽ ബ്രഡ് എന്നിവയും അതോടൊപ്പം തന്നെ വിറ്റാമിൻ ഡോസും കഴിക്കുന്നുണ്ട്. വിറ്റാമിന്റെ അളവ് കൂടിപ്പോകുമോ?"

സാധാരണ ഭക്ഷണത്തോടൊപ്പം വിറ്റാമിൻ കഴിച്ചാൽ ശരിയായിരിക്കും. എന്നാൽ നിങ്ങൾ ഫോർട്ടിഫൈഡ് ഉത്പന്നങ്ങളോടൊപ്പം വിറ്റാമിൻ മരുന്നുകൾ കഴിക്കുന്നുണ്ടെങ്കിൽ അതോടൊപ്പം പല സപ്ലിമെന്റുകളും ചേർക്കേണ്ടിവരും, പക്ഷെ ഡോക്ടറുടെ അഭിപ്രായം ചോദിക്കേണ്ടത് അത്യാവശ്യമാണ്. ഏത് ഉത്പന്നങ്ങളിൽ നിന്ന് വിറ്റാമിന്റെ നിത്യവും കഴിക്കേണ്ട ഡോസ് കൂടുന്നുവോ അവ കഴിക്കുമ്പോൾ ശ്രദ്ധിക്കണം. എന്തെന്നാൽ വിറ്റാമിൻ 'എ', 'ഡി', 'ഈ', 'കേ' എന്നിവ അധിക അളവിൽ കഴിച്ചാൽ അവ കേട് വിളയിക്കും.

മറ്റ് വിറ്റാമിനുകൾ വെള്ളത്തിൽ അലിയുന്നതുകൊണ്ട് അവയുടെ അളവ് കൂടുതലായാൽ അവ മൂത്രംവഴി പുറത്തുപോകും. അതുകൊണ്ടാണല്ലോ സപ്ലിമെന്റ് പ്രിയന്മാർ, ലോകത്ത് ഏറ്റവും വില കൂടിയ മൂത്രം അമേരിക്കക്കാരുടെതാണെന്ന് പറയുന്നത്.

ക്ഷീണം

"ഞാൻ ഗർഭിണിയാണ്. എനിയ്ക്ക് ദിവസം മുഴുവൻ ക്ഷീണം തോന്നുന്നു. പലപ്പോഴും സമയം തള്ളിനീക്കുന്നത് കഠിനമായി തോന്നുന്നു"

എന്താ, കാലത്ത് തലയണയിൽനിന്ന് തലപൊക്കാൻ കഴിയുന്നില്ലേ ? ദിവസം മുഴുവൻ കാൽ വലിച്ചു നീട്ടേണ്ടിവരുന്നുണ്ടോ ? രാത്രി ഉറങ്ങേണ്ട സമയംവരെ കാത്തിരിക്കാൻ വയ്യേ ? ഇതിൽ ആശ്ചര്യപ്പെടാൻ ഒന്നുമില്ല. നിങ്ങൾ ഗർഭിണിയാണ്. പുറത്ത് ഒന്നും കാണുന്നില്ലെങ്കിലും ഉള്ളിൽ കുഞ്ഞ് രൂപം പ്രാപിക്കുന്നതിന്റെ പ്രക്രിയ വേഗത്തിൽ നടന്നുകൊണ്ടിരിക്കുകയാണ്. ഈ സമയത്ത് നിങ്ങളുടെ ശരീരം ഒരു സാധാരണ സ്ത്രീയെക്കാൾ വളരെ കൂടുതൽ അദ്ധ്വാനിക്കുന്നുണ്ട്. അതുകൊണ്ട് നിങ്ങൾക്ക് എല്ലായ്പ്പോഴും ക്ഷീണം തോന്നും. അപ്പോൾ നിങ്ങളുടെ ശരീരം ആഗ്രഹിക്കുന്നതെന്താണ്? ഈ സമയത്ത് കുഞ്ഞിന്റെ രക്ഷാകവചമായ മറുപിള്ള തയ്യാറായിക്കൊണ്ടിരിക്കുകയാണ്. ഇത് ആദ്യത്തെ മൂന്നാം മാസത്തിനുള്ളിൽ പൂർത്തിയാകും. നിങ്ങളുടെ ശരീരത്തിൽ ഹാർമോൺ ലെവൽ വളരെ കൂടിയിരിക്കുന്നു. നിങ്ങൾ കൂടുതൽ രക്തം ഉത്പാദിപ്പിച്ചുകൊണ്ടിരിക്കുന്നു. നിങ്ങളുടെ ഹൃദയസ്പന്ദനം കൂടുതലും രക്തത്തിൽ പഞ്ചസാരയുടെ അളവ് കുറവുമാണ്. മെറ്റബോളിസം (ശരീര കോശങ്ങളുടെ സംഘടന വിഘടന പ്രക്രിയ) എപ്പോഴും ഊർജ്ജം വലിച്ചെടുക്കുകയാണ് (നിങ്ങൾ കിടക്കുകയാണെങ്കിൽ പോലും) നിങ്ങൾ കൂടുതൽ വെള്ളവും പോഷക പദാർത്ഥങ്ങളും ചിലവഴിക്കുകയാണ്. നിങ്ങളുടെ ശരീരം ഗർഭാവസ്ഥയുടെ ശാരീരികവും മാനസികവുമായ പല ആവശ്യങ്ങളും പൂർത്തീകരിക്കുന്നതിൽ മുഴുകിയിരിക്കുകയാണ്. ഇതുകാരണം ദിവസം മുഴുവനും നിങ്ങൾക്ക് ക്ഷീണവും നിരുത്സാഹവും അനുഭവപ്പെടുന്നുണ്ടെന്നതിൽ സംശയമില്ല.

നിങ്ങൾക്ക് ആശ്വാസം പകരാനുള്ള ചിലവഴികളുണ്ട്. നാലാം മാസത്തോടടുത്ത് ഹാർമോണുകളുടെയും വികാരങ്ങളുടെയും മാറ്റം പൂർത്തിയാകുമ്പോൾ നിങ്ങൾക്ക് സ്വല്പം ആശ്വാസം തോന്നും.

അതുവരെ ക്ഷീണം തോന്നുന്നു എന്നതിനർത്ഥം എല്ലാം സഹജമായി കണക്കാക്കണമെന്നാണ്. നിങ്ങളുടെ ശരീരത്തിന്റെ നിർദ്ദേശം കേൾക്കുക. അതിന് പൂർണ്ണ വിശ്രമം നൽകുക. നിങ്ങൾക്ക് ഞങ്ങളുടെ ചില ടിപ്സ് പരീക്ഷിച്ചുനോക്കാം.

സ്വയം ശ്രദ്ധിക്കുക:- നിങ്ങൾ ആദ്യമായി അമ്മയാകാൻ പോകുകയാണെങ്കിൽ ഈ സമയം പൂർണ്ണമായി ആസ്വദിക്കുക, ജീവിതത്തിൽ ഈ സന്ദർഭം രണ്ടാമത് വരില്ല. വീട്ടിൽ ഒന്നുരണ്ട് കുഞ്ഞുങ്ങളുണ്ടെങ്കിൽ നിങ്ങളുടെ ശ്രദ്ധ അവരിലായിരിക്കും. ഈ സമയത്ത് സൂപ്പർമോം ആകാൻ ശ്രമിക്കരുത്. വീട്ടിൽ രുചിയുള്ള ഒന്നാന്തരം ഭക്ഷണം പാകം ചെയ്യുകയോ വീട് വൃത്തിയാക്കുകയോ ചെയ്യുന്നതിനേക്കാൾ പ്രധാനം നിങ്ങളുടെ ശരീരത്തിന് വിശ്രമം നൽകുക എന്നതാണ്. സിങ്കിൽ എച്ചിൽ പാത്രങ്ങൾ കിടക്കട്ടെ. മേശക്കടിയിൽ പൊടിചേർന്നു കിടക്കട്ടെ, സാരമില്ല. സാധനങ്ങൾ വാങ്ങാൻ അലഞ്ഞുനടക്കുന്നതിന് പകരം ഓൺലൈൻ ഷോപ്പിങ്ങ് ചെയ്യൂ. മറ്റുള്ളവർ നിങ്ങളെ ശുശ്രൂഷിക്കട്ടെ, അമ്മായിയമ്മ വീട് വൃത്തിയാക്കാൻ സഹായിക്കുന്നെങ്കിൽ തടയേണ്ട. സ്നേഹിത നിങ്ങൾക്കുള്ള സാധനങ്ങളും കൂടി വാങ്ങിവരാൻ തയ്യാറാണെങ്കിൽ വളരെ നല്ലതായി. ഇങ്ങനെ നിങ്ങൾക്ക് വളരെ അധികം ഊർജ്ജം ലാഭിക്കാൻ

കഴിയും. രാത്രി കിടക്കുന്നതിനുമുമ്പ് കുറച്ചുനേരം ഉലാത്താനും കഴിയും.

ഉറക്കത്തിന്റെ കാര്യം ശ്രദ്ധിക്കുക:- സൂര്യ പ്രകാശം പരക്കുമ്പോഴേക്കും വളരെ ക്ഷീണം തോന്നുന്നുണ്ടോ? ഉച്ചയ്ക്ക് ഒന്ന് മയങ്ങാൻ കിട്ടുന്ന സന്ദർഭം വിട്ടുകളയരുത്. ഉറക്കം വരുന്നില്ലെങ്കിൽ കിടന്നുകൊണ്ട് എന്തെങ്കിലും വായിക്കുക ഇതുകൊണ്ട് ശരീരത്തിന് വിശ്രമം ലഭിക്കും. നിങ്ങൾ ജോലിക്കുപോകുന്ന സ്ത്രീയാണെങ്കിൽ ഓഫീസിൽ ഉറങ്ങുവാൻ കഴിഞ്ഞെന്നു വരില്ല. എല്ലാ ഓഫീസിലും സൗകര്യപ്രദ മായ സോഫയോ ചുറ്റുപാടുകളോ ഉണ്ടാ യെന്നുവരില്ല. നിങ്ങളുടെ ഓഫീസിൽ ലേഡീസ് റൂമുണ്ടെങ്കിൽ അവിടെ സോഫ യിലോ കസേരയിലോ കാൽ ഉയർത്തിവെച്ച് ഇരിക്കുക. നിങ്ങൾ ലഞ്ച് സമയത്താണ് വിശ്രമിക്കുന്നതെങ്കിൽ ഭക്ഷണത്തിന്റെ കാര്യവും ശ്രദ്ധിക്കുക.

കുഞ്ഞുങ്ങളുടെ സഹായം സ്വീകരിക്കുക:- നിങ്ങൾക്ക് വേറെയും കുഞ്ഞുങ്ങൾ ഉണ്ടോ? പലപ്പോഴും ജോലി കൂടുതൽ മൂലം അധികം ക്ഷീണം തോന്നും. ശരീരത്തിന് വിശ്രമിക്കാൻ സമയം കിട്ടുന്നില്ല. നിങ്ങ ൾക്ക് ക്ഷീണം പഴക്കമായിട്ടുണ്ടെങ്കിലും ഗർഭാവസ്ഥയിൽ നിങ്ങളുടെ ശരീരം ശ്രദ്ധി ക്കുക തന്നെ വേണം. കുഞ്ഞുങ്ങളോട് നിങ്ങളെ സഹായിക്കാൻ പറയണം. ജോലി കൾ ചെയ്യാൻ സഹായിച്ചാൽ നിങ്ങൾക്ക് വിശ്രമിക്കാൻ സമയം കിട്ടും. പാർക്കിൽ കുട്ടികളുടെ പുറകെ ഓടുന്നതിന് പകരം കിടന്നുകൊണ്ട് എന്തെങ്കിലും വായിക്കുക, കടംകഥകൾക്ക് ഉത്തരം കണ്ടുപിടിക്കുക അല്ലെങ്കിൽ ഏതെങ്കിലും ഡി.വി.ഡി. നോക്കുക. കുഞ്ഞുങ്ങൾ മയങ്ങുമ്പോൾ നിങ്ങളും എല്ലാ ജോലികളും ഉപേക്ഷിച്ച് വിശ്രമിക്കുക.

സ്വല്പംകൂടി ഉറങ്ങുക:- രാത്രി ഒരു മണി ക്കൂറെങ്കിലും കൂടുതൽ ഉറങ്ങിയാൽ അടുത്ത പ്രഭാതത്തിൽ പുത്തുണർവോടെ എഴുന്നേൽക്കാം. രാത്രി വൈകിയുള്ള സിനിമാ കാണുന്നതിനുപകരം കിടന്ന് ഉറങ്ങുക. ഭർത്താവിനോട് പ്രഭാത ഭക്ഷണം തയ്യാറാക്കാൻ പറയുക. അപ്പോൾ നിങ്ങ ൾക്ക് സാവധാനം എഴുന്നേറ്റാൽ മതി യല്ലോ? എന്നാൽ ആവശ്യത്തിൽ കൂടുതൽ ഉറക്കവും ക്ഷീണത്തിന് കാരണമാകുമെന്ന് ഓർക്കുക.

ഭക്ഷണ കാര്യത്തിൽ ശ്രദ്ധിക്കുക:- ഊർജ്ജ ത്തിന്റെ ലെവൽ നിലനിർത്താൻ ഭക്ഷണ കാര്യത്തിൽ പ്രത്യേകം ശ്രദ്ധിക്കണം. ഓരോ ദിവസവും വേണ്ടത്ര കലോറി കഴിക്കുക. വളരെ സമയംവരെ ഊർജ്ജത്തിന്റെ ലെവൽ നിലനിർത്താൻ കഴിയുന്ന ബൂസ്റ്റർ ഉപയോ ഗിക്കുക. ഉദാ: പ്രോട്ടീൻ, കോംപ്ലക്സ്, കാർബോ ഹൈഡ്രേറ്റ്, അയേൺ എന്നിവ യുള്ള ആഹാരം. ഇവയ്ക്കുപകരമുള്ള വസ്തുക്കളുമുണ്ട്. കഫൈൻ, പഞ്ചസാര എന്നിവയിൽ നിന്ന് ശരീരത്തിന് പെട്ടെന്ന് ഊർജ്ജം ലഭിക്കുന്നു; എന്നാൽ പിന്നീട് ശരീരം പെട്ടെന്ന് ക്ഷീണിക്കും. എനർജി ഡ്രിങ്ക്സ് മൂലം ബ്ലഡ് ഷുഗർ കൂടുതലാകും, എന്നാൽ പിന്നീട് ആദ്യത്തെക്കാൾ ക്ഷീണം തോന്നും. ചില ടിന്നിലടച്ച എനർജി ഡ്രിങ്കു കളിൽ ഗർഭാവസ്ഥയിൽ കേട് വിളയിക്കുന്ന തത്വങ്ങൾ അടങ്ങിയിരിക്കാം.

ഇടവിട്ടിടവിട്ട് ഭക്ഷണം കഴിക്കുക:- ഗർഭാ വസ്ഥയുടെ മറ്റ് ലക്ഷണങ്ങളെപ്പോലെ തന്നെ ക്ഷീണവും എപ്പോഴും ഉണ്ടായി രിക്കും. അതുകൊണ്ട് പകൽസമയത്ത് ഇട വിട്ടിടവിട്ട് എന്തെങ്കിലും കഴിച്ചുകൊണ്ടിരി ക്കണം. അപ്പോൾ ശരീരത്തിൽ ഊർജ്ജത്തി ന്റെ ലെവൽ ശരിയായിരിക്കും. ആഹാരം കഴിക്കുന്ന സമയത്ത് തീർച്ചയായും സംപൂർണ്ണ പോഷകാംശം നിറഞ്ഞ ആഹാരം കഴിക്കണം.

കുറച്ചുവ്യായാമം:- കുറച്ച് വ്യായാമവും ഉലാ ത്തലും തുടരുക. യോഗാഭ്യാസം ചെയ്യുക. കിടക്കയോടുള്ള പ്രേമം മറ്റൊരു സമയത്തും ഇത്രയ്ക്കുണ്ടാവില്ലെങ്കിലും അധികവിശ്രമം ക്ഷീണം വർദ്ധിപ്പിക്കുമെന്നതിൽ സംശയ മില്ല. ശരീരം ചലിപ്പിച്ചു കൊണ്ടിരിക്കണം. നിങ്ങളുടെ ജോലിക്കും വിശ്രമത്തിനുമിടയിൽ സമതുലനം പാലിക്കണം.

നാലാം മാസമാകുമ്പോഴേക്കും ക്ഷീണം കുറെയൊക്കെ കുറയും, എന്നാൽ ഒടുവിലത്തെ മൂന്നാം മാസം (6-9) ഇത് വീണ്ടും തിരിച്ചുവരും. നിങ്ങളുടെ രാത്രികൾ ഉറക്കമില്ലാത്തതായിത്തീരും. ഒരുപക്ഷേ കുഞ്ഞ് ജനിച്ചശേഷമുള്ള ചുമതലകൾ നിർവഹിക്കാൻ ദൈവം നിങ്ങൾക്ക് ട്രെയ്നിങ്ങ് തരികയായിരിക്കാം.

മോണിങ്ങ് സിക്നസ്:-

"എനിയ്ക്ക് ഇതുവരെ ഒരു മോണിങ്ങ് സിക്നസും ഉണ്ടായിട്ടില്ല. ഞാൻ ഇപ്പോഴും ഗർഭിണിയാണോ?"

ഗർഭാവസ്ഥയിൽ മോണിങ്ങ് സിക്നസ് അച്ചാറും ഐസ് ക്രീമും കഴിക്കാനുള്ള ആഗ്രഹം പോലെയാണ്. 75 ശതമാനം

നിങ്ങളുടെ മൂക്കിന് അറിയാം

ഗർഭിണിയായശേഷം റെസ്റ്റോറന്റിൽ കാൽവെച്ചാലെ അവിടെ പാചകം ചെയ്യുന്നതെന്താണെന്ന് നിങ്ങൾക്കറിയാൻ കഴിയുന്നുണ്ടെന്നുള്ള കാര്യം ശ്രദ്ധിച്ചിട്ടുണ്ടോ? വാസ്തവത്തിൽ ഗർഭാവസ്ഥയിൽ ഹാർമോണുകൾ കാരണമാണ് നിങ്ങളുടെ മണം തിരിച്ചറിയാനുള്ള ശക്തി വർദ്ധിക്കുന്നത്. ഇതുകാരണം പലപ്പോഴും മോണിങ്ങ് സിക്നസ് ഏർപ്പെടും. ഈ പ്രശ്നത്തിൽ നിന്ന് രക്ഷനേടാൻ താഴെപ്പറയുന്ന ഉപായങ്ങൾ സ്വീകരിക്കാം.

- മണം സഹിക്കാൻ കഴിയുന്നില്ലെങ്കിൽ അടുക്കളയിൽനിന്ന് പുറത്തുപോകുക. ഡിപ്പാർട്ടുമെന്റ് സ്റ്റോറിന്റെ പെർഫ്യൂം കോർണറിൽ പോകാതിരിക്കുക അല്ലെങ്കിൽ ആ റെസ്റ്റോറന്റിനോട് യാത്ര പറയുക.
- ദുർഗന്ധം പുറത്തുകളയാൻ മുറിയുടെ ജനാലകൾ തുറന്നുവെയ്ക്കുക അല്ലെങ്കിൽ എക്സാസ്റ്റ് ഫാൻ ഓൺ ചെയ്യുക.
- ഭർത്താവിനോട് എപ്പോഴും ശരീരം വൃത്തിയായി സൂക്ഷിക്കാൻ ശ്രദ്ധിക്കണമെന്ന് പറയുക. വല്ലതും കഴിച്ചശേഷം ബ്രഷ് ചെയ്യുകയും വസ്ത്രങ്ങൾ മാറ്റുകയും ചെയ്യുക. തീഷ്ണ ഗന്ധമുള്ള പെർഫ്യൂം ഉപയോഗിക്കുന്നവരുടെയും പുകവലിക്കുന്നവരുടെയും അടുത്തു പോകാതിരിക്കുക.
- നിങ്ങളുടെ മനസ്സിനിണങ്ങിയ മണ മുള്ള സ്ഥലത്ത് ഇരിക്കുക. ഉദാ: പുതിന, ചെറുനാരങ്ങ, ഇഞ്ചി എന്നിവ അമ്മയാകാൻ പോകുന്ന പല സ്ത്രീകൾക്കും ബേബി പൗഡറിന്റെ മണവും ഇഷ്ട പ്പെടും.

ഗർഭിണികൾ മോണിങ്ങ് സിക്നസ് മൂലം ഏർപ്പെടുന്ന ഛർദ്ദിയും മനംപിരട്ടലും കാരണം കഷ്ടപ്പെടുന്നുണ്ടെങ്കിൽ 25 ശതമാനം സ്ത്രീകൾക്ക് എപ്പോഴെങ്കിലും ഛർദ്ദിയോ മനംപിരട്ടലോ ഏർപ്പെടുകമാത്രമേ ചെയ്യുന്നുള്ളു. നിങ്ങൾ ഗർഭിണി മാത്രമല്ല ഭാഗ്യവതിയുമാണ്.

"എന്റെ മോണിങ്ങ് സിക്നസ് ദിവസം മുഴുവൻ നീണ്ടുനിൽക്കുന്നു. എനിക്ക് കുഞ്ഞിന് മുഴുവൻ പോഷകതത്വം നൽകാൻ കഴിയുന്നില്ലയോ എന്ന് പേടി തോന്നുന്നു."

ഈ മോണിങ്ങ് സിക്നസ് കാലത്ത്, ഉച്ചയ്ക്ക്, വൈകുന്നേരം, രാത്രി ഏത് നേരത്ത് വേണമെങ്കിലും ഏർപ്പെടാം. പക്ഷെ, ഇതിനെ മോണിങ്ങ് സിക്നസ് എന്നാണ് വിളിക്കുന്നത്. ഈസമയത്ത് നിങ്ങളുടെ കുഞ്ഞിന് അധിക അളവിൽ പോഷകതത്വങ്ങളുടെ ആവശ്യം ഏർപ്പെടുന്നില്ല. അതിന്റെ വലിപ്പം ഒരു പട്ടാണി മണിയുടെ അത്രയെ ഉണ്ടാകൂ. ഈ സമയത്ത് തൂക്കം കുറക്കുന്ന സ്ത്രീകളുടെ കുഞ്ഞുങ്ങൾക്കും ഒരു കേടും സംഭവിക്കുന്നില്ല. അവർ പിന്നീട് വരുന്ന മാസങ്ങളിൽ തങ്ങളുടെ തൂക്കം കൂട്ടും. മോണിങ്ങ് സിക്നസ് 12 മുതൽ 14 ആഴ്ചകൾവരെ മാത്രം ഉണ്ടാകാറുണ്ട്. (ഒരു ചിലർക്ക് 6 മാസം വരെയും മറ്റുചിലർക്ക് 9-ാം മാസം വരെയും ഉണ്ടാകാറുണ്ട്).

മോണിങ്ങ് സിക്നസ് ഏർപ്പെടുന്നത് എന്തുകൊണ്ടാണ് ? ഇതുപറ്റി തീർച്ചയായി ആർക്കും ഒന്നും പറയാൻ കഴിയില്ല. എന്നാൽ ചിലരുടെ അഭിപ്രായം ആദ്യത്തെ മൂന്നാം മാസം രക്തത്തിൽ എച്ച്.സി.ജി. യുടെ അധിക അളവ്, എസ്റ്റ്രോജന്റ് ലെവൽ വർദ്ധിക്കുക, ഗ്യാസ്ട്രോ ഈസോഫാജിയൽ റിഫ്ലെക്സ്, ദഹനക്കുറവ്, ഗന്ധത്തോടുള്ള വർദ്ധിച്ച സംവേദന ശീലത എന്നിവകാരണമാണെന്നാണ്.

എല്ലാ ഗർഭിണികൾക്കും ഒരു പോലെയുള്ള മോണിങ്ങ് സിക്നസ് അല്ല ഏർപ്പെടുന്നത്. ചിലർക്ക് ഇടയ്ക്കിടെ മനംപിരട്ടുക, ഛർദ്ദിക്കുക, മനംമടുപ്പ് എന്നിവ ഏർപ്പെടുന്നു. മറ്റ് ചിലർ തുടർച്ചയായി ഛർദ്ദിച്ചുകൊണ്ടിരിക്കും. ചിലർ ഇടയ്ക്കിടെ ഛർദ്ദിക്കും. ഇതിന് പല കാരണങ്ങൾ ഉണ്ടാകും.

ഹാർമോൺ ലെവൽ:- സാധാരണയിൽ കൂടുതൽ ഉയർന്ന ലെവൽ മോണിങ്ങ് സിക്നസ് വർദ്ധിപ്പിക്കും. കുറഞ്ഞ ലെവൽ ഇത് കുറക്കുകയോ ഇല്ലാതാക്കുകയോ ചെയ്യും. സാധാരണ ലെവലുള്ള സ്ത്രീകൾക്കും മോണിങ്ങ് സിക്നസ് ഉണ്ടാകുകയോ തീരെ ഇല്ലാതിരിക്കുകയോ ചെയ്യാം.

സംവേദനശീലത:- ചിലരുടെ മസ്തിഷ്ക്കം ആവശ്യത്തിലധികം സംവേദനശീലമായിരിക്കും. ഇങ്ങനെയുള്ള ഗർഭിണികൾ അധികം പരിഭ്രമിക്കുന്നു. നിങ്ങളും പെട്ടെന്ന് 'കാർസിക്, സീസിക്, ട്രേബൽ സിക്നസ്' എന്നിവക്കടിമയാകുമെങ്കിൽ

ഗർഭാവസ്ഥയിൽ അത് വളരെ കൂടുതലാകും. ആ സമയത്ത് ഇതൊക്കെ സഹിക്കേണ്ടിവരും.

പിരിമുറുക്കം:- വൈകാരിക പിരിമുറുക്കം ഗ്യാസ്ട്രോ ഇൻടസ്റ്റൈനൽ പ്രശ്നങ്ങൾക്ക് കാരണമാകാമെന്ന് എല്ലാവർക്കും അറിയാം. നിങ്ങൾക്ക് പിരിമുറുക്കമുണ്ടെങ്കിൽ മോണിങ്ങ് സിക്നസ്സിന്റെ ലക്ഷണങ്ങൾ കൂടുതൽ വഷളാകും.

ക്ഷീണം:- ശാരീരികവും മാനസികവുമായ ക്ഷീണവും മോണിങ്ങ് സിക്നസ്സിന്റെ ലക്ഷണങ്ങളെ ഉത്തേജിപ്പിക്കും. (അളവിൽ കൂടുതൽ മോണിങ്ങ് സിക്നസ് നിങ്ങളെ ക്ഷീണിപ്പിക്കും).

ആദ്യത്തെ ഗർഭാവസ്ഥയിലെ ലെവൽ:- ആദ്യത്തെ ഗർഭാവസ്ഥയിൽ മോണിങ്ങ് സിക്നസ്സിന്റെ ലെവൽ വളരെ ഗംഭീരമായിരിക്കും. ഇതിൽ ശാരീരികവും മാനസികവുമായ കാരണങ്ങൾ ചേർന്നിട്ടുണ്ടാവാം. ആദ്യത്തെ കാരണം ശരീരം ഇതുപോലെയുള്ള മാറ്റങ്ങൾക്ക് ഇനിയും തയ്യാറായിട്ടില്ല എന്നതാണ്. ആദ്യം ഗർഭം ധരിക്കുന്ന സ്ത്രീകൾക്ക് ഉത്തേജനം ഉണ്ടായിരിക്കും. ഇതുമൂലം അവരുടെ വിഷമങ്ങളും വർദ്ധിക്കുന്നു. മറ്റുള്ള പ്രസവങ്ങളിൽ സാധാരണ ആദ്യത്തെ കുഞ്ഞിനെ ശുശ്രൂഷയിലായിരിക്കും അവരുടെ ശ്രദ്ധ അതുകൊണ്ട് ഇങ്ങനെയുള്ള ലക്ഷണങ്ങൾ കാണുന്നില്ല, എങ്കിലും ചില വ്യത്യസ്തമായ കേസുകളും കാണാറുണ്ട്.

കാരണം എന്തായാലും മോണിങ്ങ് സിക്നസ്സിന്റെ പ്രഭാവം ഒരേതരത്തിലാണ്. ഇതിന് മരുന്നൊന്നും ഇല്ലെങ്കിലും എങ്ങിനെയെങ്കിലും ഈ സമയം കഴിച്ചുകൂട്ടാനും അതിനെ കുറച്ചെങ്കിലും സഹജമാക്കാനും താഴെ കൊടുത്തിരിക്കുന്ന ഉപായങ്ങൾ സ്വീകരിക്കാം.

- നേരത്തെ ഭക്ഷണം കഴിക്കുക. മോണിങ്ങ്സിക്നസ് നിങ്ങൾ ഉറങ്ങി എഴുന്നേൽക്കുന്നതുവരെ കാത്തിരിക്കില്ല. വെറും വയറ്റിലാണ് ഇത് കൂടുതൽ കഷ്ടപ്പെടുത്തുന്നത്, പ്രത്യേകിച്ച് രാത്രിയിലെ നീണ്ട ഉറക്കത്തിനുശേഷം വയറ് ഒഴിഞ്ഞിരിക്കുമ്പോൾ വയറിനുള്ളിലെ അമ്ലങ്ങൾക്ക് ദഹിപ്പിക്കാൻ ഒന്നും ഇല്ലാതാകുന്നു, അതുകൊണ്ട് മനം പിരട്ടൽ അധികമാകുന്നു. രാത്രി ഉറങ്ങാൻ പോകുന്നതിനുമുമ്പ് കിടക്കക്കരികിൽ തന്നെ എന്തെങ്കിലും ഭക്ഷണ സാധനം സൂക്ഷിക്കുക. അപ്പോൾ രാത്രിയിൽ വിശന്നാൽ നിങ്ങൾക്ക് അടുക്കളയിലേക്ക് പോകേണ്ടിവരില്ല. രാത്രിയിൽ ബാത്ത്റൂം പോകാൻ എഴുന്നേറ്റാൽ വായിൽ ഒന്നു രണ്ട് കഷ്ണം ഇടുക. അപ്പോൾ കാലത്ത് എഴുന്നേൽക്കുമ്പോൾ വയറ് കാലിയാണെന്ന് തോന്നുകയില്ല.
- രാത്രി വൈകി ഭക്ഷണം കഴിക്കുക. രാത്രി ഉറങ്ങുന്നതിനുമുമ്പ് ഒരു മഫിൻ, ഒരു ഗ്ലാസ് പാൽ, സ്ട്രിങ്ങ് ചീസ് അല്ലെങ്കിൽ ഉണങ്ങിയ ഖുബാനി കഴിക്കുക. കാലത്ത് എഴുന്നേൽക്കുമ്പോൾ വയറ് നിറഞ്ഞിരിക്കും.
- ലഘുവായ ഭക്ഷണം കഴിക്കുക. ആവശ്യത്തിൽ കൂടുതൽ വയറുനിറഞ്ഞാൽ മനം പിരട്ടൽ വർദ്ധിക്കും. വിശക്കുമ്പോൾ ഒന്നിച്ച് കഴിക്കുന്നതിനുപകരം ഇടയ്ക്കിടെ കുറേശ്ശെ ഭക്ഷണം കഴിക്കുക.
- ഇടക്കിടെ കഴിക്കുക. നിങ്ങളുടെ ബ്ലഡ് ഷുഗർ ലെവൽ ഒരേപോലെ നിലനിർത്തുക. അപ്പോൾ നിങ്ങളുടെ വയറ് എപ്പോഴും നിറഞ്ഞിരിക്കുന്നതുപോലെ തോന്നും. മൂന്നുനേരം വയറുനിറയെ ഭക്ഷണം കഴിക്കുന്നതിനുപകരം കുറഞ്ഞത് ആറുപ്രാവശ്യം കുറേശ്ശെ ഭക്ഷണം കഴിക്കുക. വീട്ടിൽ നിന്ന് പുറത്തുപോകുമ്പോൾ എന്തെങ്കിലും സ്നാക്സ് (ഉണങ്ങിയ പഴങ്ങൾ, ഗ്രെനോലാബാർ, ഡ്രൈസെറേൽ, ക്രൈകർസ്, സോയാ ചിപ്സ്, പ്രെസൽസ് എന്നിവ) കഴിക്കാതെ പുറത്തുപോകരുത്.
- നല്ലപോലെ ഭക്ഷണം കഴിക്കുക. നിങ്ങളുടെ ഭക്ഷണം പ്രോട്ടീൻ, കോംപ്ലക്സ് കാർബോ ഹൈഡ്രേറ്റ് എന്നിവ നിറഞ്ഞതായിരിക്കണം. നല്ലപോഷണത്തിൽ നിന്നും നിങ്ങൾക്ക് ധാരാളം സഹായം ലഭിക്കും.
- എന്തുകഴിക്കാൻ കഴിയുമോ അത് കഴിക്കുക. ഇപ്പോൾ വയറ്റിൽ എന്തെങ്കിലും ഇടുക എന്നതാണ് നിങ്ങളുടെ ആദ്യത്തെ ചുമതല. നിങ്ങൾ എന്തെങ്കിലും കഴിക്കണം. ഗർഭാവസ്ഥയിൽ പിന്നീട് സമതുലിത ആഹാരം കഴിക്കാനുള്ള സന്ദർഭം ധാരാളം കിട്ടും. ഇപ്പോൾ മനസ്സിന് പിടിച്ചത് കഴിക്കുക. ഇത് പോഷകാംശം നിറഞ്ഞതാണെങ്കിൽ വളരെ നല്ലത്.
- തരള പദാർത്ഥങ്ങൾ കഴിക്കുക. ഛർദ്ദി കാരണം നിങ്ങളുടെ ശരീരത്തിൽ ജലാംശം കുറഞ്ഞിരിക്കും. അതുകൊണ്ട് കൂടുതൽ തരള പദാർത്ഥങ്ങൾ കഴിക്കുക. തരള പദാർത്ഥങ്ങൾ കഴിക്കുന്നത് എല്ലു

പ്പമായി തോന്നുന്നുണ്ടെങ്കിൽ അവ മൂലം പോഷകാംശമുള്ളവ കഴിക്കുവാൻ ശ്രമിക്കുക. സ്മൂദീസ്, സൂപ്പ്, ജ്യൂസ് എന്നിവ വഴി വിറ്റാമിൻ, ധനിജലവണം എന്നിവ കഴിക്കുക.

തരള പദാർത്ഥങ്ങൾ കഴിക്കുമ്പോഴും മനം പിരട്ടൽ ഏർപ്പെട്ടാൽ ജലാംശം അധികമുള്ള ദൃഢ പദാർത്ഥം കഴിക്കുക. ഉദാ: ഫ്രെഷായ പഴങ്ങളും പച്ചക്കറികളും, സാലഡ്, ചെറുനാരങ്ങ, പുളിപ്പുള്ള പഴങ്ങൾ എന്നിവ ഒന്നിച്ച് കഴിച്ച് വയറ്റിൽ ഭാരം തോന്നുന്നുണ്ടെങ്കിൽ ഭക്ഷണത്തിന് നടുവിൽ തരള പദാർത്ഥങ്ങൾ കഴിക്കുക.

- താപനില മാറ്റിനോക്കുക. പല ഗർഭിണികൾക്കും തണുത്ത തരളപദാർത്ഥങ്ങളും ഭക്ഷണവും കഴിക്കുന്നത് എളുപ്പമായിരിക്കും. എന്നാൽ ചെറിയ ചൂടുള്ള ലഘു പദാർത്ഥം കഴിക്കാൻ ഇഷ്ടപ്പെടും. (തണുത്തതിന് പകരം ചൂടുള്ള സാൻഡ്‌വിച്ച്)
- ആഹാരം മാറ്റുക. നിങ്ങൾക്ക് വളരെ പ്രിയമുള്ള ക്രേക്കർസിന്റെ പേരുകേട്ടാലേ മനം പിരട്ടുന്നുണ്ടെങ്കിൽ വേറെ എന്തെങ്കിലും തിരഞ്ഞെടുക്കുക.
- ഏതെങ്കിലും ഭക്ഷണമോ അതിന്റെ മണമോ ഇഷ്ടമല്ലെങ്കിൽ അത് നിർബ്ബന്ധിച്ച് കഴിക്കരുത്. അതിന്റെ മണം വരുന്ന ഇടത്തിൽ പോയി ഇരിക്കുകയുമരുത്. നിങ്ങൾക്ക് മധുരമുള്ളതാണോ എരിവുള്ളതാണോ ഇഷ്ടമാകുന്നതെന്ന് സ്വയം കണ്ടുപിടിക്കാൻ കഴിയും. മധുരമുള്ളതാണ് ഇഷ്ടമെങ്കിൽ ബ്രേകോലിക്കും ചിക്കനും പകരം പീച്ചും യോഗട്ടും മൂലം വിറ്റാമിൻ 'എ'യും പ്രോട്ടീനും ആവശ്യത്തിന് കഴിക്കാൻ ശ്രമിക്കുക. എരിവുള്ളതാണ് ഇഷ്ടമെങ്കിൽ പ്രാതലിൽ പീസാ കഴിക്കുക.
- ഏത് മണവും സഹിക്കാൻ കഴിയും. ഏത് മണം കേട്ടാൽ മനം പിരട്ടുമെന്ന് ഗർഭിണികൾക്ക് സ്വയം അറിയാൻ കഴിയും. അതുകൊണ്ട് ആ അറിവുപ്രകാരം ഇഷ്ടമല്ലാത്ത വസ്തുക്കളെ ഉപേക്ഷിക്കുക. നിങ്ങളുടെ ഭർത്താവിന്റെ ആഫ്റ്റർ ഷേവ് ലോഷന്റെ മണം നിങ്ങളെ ഭ്രാന്ത് പിടിപ്പിച്ചിരുന്നു. പക്ഷെ, ഇപ്പോൾ അത് നിങ്ങളെ ബാത്ത്റൂമിലേക്ക് ഓടിക്കുന്നു, അതായത് ഛർദ്ദി വരുന്നു.
- സപ്ലിമെന്റ് ! നിങ്ങൾക്ക് കിട്ടാത്ത പോഷകതത്വങ്ങളുടെ കുറവ് നികത്താൻ വിറ്റാമിൻ ഡോസ് എടുക്കു. മനം പിരട്ടുമ്പോൾ മരുന്ന് കഴിക്കാതിരിക്കുക. അത് ഛർദ്ദിയോടൊപ്പം വെളിയേറും. നിങ്ങളുടെ ലക്ഷണങ്ങൾ കൂടുതൽ ഗംഭീരമാണെങ്കിൽ ഡോക്ടറോട് വിറ്റാമിൻ B_6 -ന്റെ അഡീഷണൽ സോസിനെപ്പറ്റി ചോദിക്കുക. ഇതുമൂലം നിങ്ങളുടെ ആരോഗ്യം ഒരളവുവരെ മുന്നേറും.
- ഇഞ്ചി കഴിച്ചു നോക്കുക. മനം പിരട്ടുന്നുണ്ടെങ്കിൽ ഇത് വളരെ ഫലം ചെയ്യും. ഭക്ഷണത്തിൽ, സൂപ്പിൽ അല്ലെങ്കിൽ മഫി നിൽ ഇത് ചേർക്കാം. ഇഞ്ചികലർന്ന ചായ കുടിക്കുക. ജിഞ്ചർ കാൻഡി അല്ലെങ്കിൽ ലോലിപോപ്പ് കഴിക്കാം. ഇഞ്ചികലർന്ന പാനീയങ്ങളും ആശ്വാസം നൽകും.

മനം പിരട്ടുന്നുണ്ടെങ്കിൽ ഇഞ്ചിയുടെ കഷ്ണം മണത്താലും ആശ്വാസം കിട്ടും. ചില സ്ത്രീകൾക്ക്, ചെറുനാരങ്ങ ചപ്പിയാൽ ആശ്വാസം കിട്ടും. ചെറുനാരങ്ങകൊണ്ട് പ്രയോജനമില്ലെങ്കിൽ നിങ്ങൾക്ക് പുളിപ്പ് മിഠായി ചപ്പാം.

- കുറച്ചുനേരം വെറുതെ വിശ്രമിക്കുകയോ ഉറങ്ങുകയോ ചെയ്യുക. എന്തെന്നാൽ ശാരീരികവും വൈകാരികവുമായ ക്ഷീണം മനം പിരട്ടൽ വർദ്ധിപ്പിക്കും.
- കാലത്ത് പിടഞ്ഞ് എഴുന്നേൽക്കരുത്. ഇതുകൊണ്ട് തീർച്ചയായും പരിഭ്രമം ഉണ്ടാകും. സാവധാനം എഴുന്നേൽക്കുക. എഴുന്നേറ്റ് മേശയിൽ നിന്ന് എന്തെങ്കിലും എടുത്ത് കഴിക്കുക. അതിനുശേഷം പതുക്കെ പ്രാതൽ കഴിക്കുക. നിങ്ങൾക്ക് മൂത്തകുഞ്ഞുണ്ടെങ്കിൽ ഇത് ബുദ്ധിമുട്ടാണ്. പക്ഷെ, കുഞ്ഞ് എഴുന്നേൽക്കുന്നതിന് മുമ്പ് എഴുന്നേൽക്കാൻ ശ്രമിക്കുക. അല്ലെങ്കിൽ ഭർത്താവിനോട് രാവിലത്തെ കാര്യങ്ങൾ നോക്കാൻ പറയുക.
- ടെൻഷൻ കുറയ്ക്കുക. ടെൻഷൻ കാരണം മനംപിരട്ടൽ വർദ്ധിക്കും.
- പല്ലുകളുടെ ശുദ്ധീകരണത്തിൽ ശ്രദ്ധിക്കുക. പല്ലുതേയ്ക്കുക. ഛർദ്ദിച്ചശേഷം നല്ലപോലെ കുലുക്കുഴിയുക ഇതുമൂലം പല്ലുകൾ വൃത്തിയാകും. പല്ലുകൾക്കും മോണകൾക്കും കേട് ഏർപ്പെടുകയില്ല.
- സീ - ബാൻഡ് കെട്ടുക 1 "വീതിയുള്ള ഇലാസ്റ്റിക് ബാൻഡ് രണ്ട് മണിബന്ധങ്ങളിലും കെട്ടുക. ഇതുമൂലം മണിബന്ധത്തിന്റെ ഉള്ളിലെ അക്യൂപഞ്ചർ ബിന്ദുക്കളിൽ സമ്മർദ്ദം ഏർപ്പെടും. മനം പിരട്ടുകയുമില്ല. ഇത് സാധാരണ മരുന്നുകടകളിൽ

കിട്ടും. ഇതുകൊണ്ട് ഒരുദോഷവും ഏർപ്പെടുകയുമില്ല. നിങ്ങളുടെ ഡോക്ടർ ബാറ്ററിയുള്ള ബാൻഡ് ഉപയോഗിക്കാൻ നിർദ്ദേശിച്ചേക്കാം. ഇതിനെ 'റിലീഫ് ബാൻഡ്' എന്നുപറയും" ഇലക്ട്രോണിക് സ്റ്റിമുലേഷന് ഇത് ഉപയോഗിക്കും.

- മോണിങ്ങ് സിക്നസ്സിന്റെ ഭീകരലക്ഷണങ്ങളിൽ നിന്ന് രക്ഷനേടാൻ വൈകൽപ്പിക ചികിത്സാ പദ്ധതികൾ - അക്യുപഞ്ചർ, അക്യുപ്രഷർ, ബയോഫീഡ് ബാക്ക്, ഹിപ്നോസിസ് എന്നിവ പ്രയോഗിക്കാം. ധ്യാനവും വിഷ്വലൈസേഷനും (മാനസിക ചിത്രണം) പ്രയോജനപ്പെട്ടേക്കാം.

മോണിങ്ങ് സിക്നസിന് ചിലമരുന്നുകളും കണ്ടുപിടിച്ചിട്ടുണ്ട് (ഡാക്സിലേമൈൻ). സ്ഥിതി വളരെ മോശമാകുമ്പോഴാണ് ഇത് കൊടുക്കുന്നത്. ഇതുമൂലം ഉറക്കം തൂങ്ങും. ഉറങ്ങുന്നത് നല്ലതാണ്, പക്ഷെ നിങ്ങൾ വണ്ടി ഓടിച്ച് ജോലിക്കു പോകുകയാണെങ്കിൽ ഇത് ശരിയല്ല. ഡോക്ടറോട് ചോദിക്കാതെ ഏതെങ്കിലും വിധത്തിലുള്ള പരമ്പരാഗതമായതോ മൂലിക വൈദ്യമോ ചെയ്യരുത്.

5% കേസുകളിൽ മാത്രമേ മെഡിക്കൽ ട്രീറ്റ്മെന്റിന്റെ ആവശ്യം ഏർപ്പെടാറുള്ളൂ.

ആവശ്യത്തിൽ കൂടുതൽ ഉമിനീർ ചുരക്കുക

"എന്റെ വായിൽ എപ്പോഴും ഉമിനീർ ചുരന്നുകൊണ്ടിരിക്കുന്നു. അത് വിഴുങ്ങിയാൽ എനിക്ക് മനം പിരട്ടുന്നു. എന്താണിങ്ങനെ സംഭവിക്കുന്നത്?"

ഗർഭാവസ്ഥയിൽ സാധാരണ വായിൽ അധികം ഉമിനീർ ചുരക്കും. മോണിങ്ങ് സിക്നസ്സുള്ള സ്ത്രീകളിൽ ഇത് അധികം കാണപ്പെടുന്നു. ആദ്യത്തെ ചില മാസങ്ങൾക്കുശേഷം ഈ പ്രശ്നം താനേ ശരിയാകും.

എല്ലായ്പോഴും തുപ്പുന്നതുകൊണ്ട് വിവശത ഏർപ്പെടും. മിന്റുള്ള പേസ്റ്റ് കൊണ്ട് പല്ലുതേക്കുക. എല്ലായ്പോഴും കുലുക്കുഴിയുക. അല്ലെങ്കിൽ പഞ്ചസാരയില്ലാത്ത ബബിൾഗം ചവയ്ക്കുക.

മെറ്റാലിക് സ്വാദ്

"എന്റെ വായിൽ എപ്പോഴും മെറ്റാലിക് സ്വാദ് അനുഭവപ്പെടുന്നു. ഇത് ഗർഭാവസ്ഥ കൊണ്ടാണോ? അതല്ല എന്തെങ്കിലും കഴിച്ചതുകൊണ്ടാണോ ഇങ്ങനെ സംഭവിക്കുന്നത്?"

ഹാർമോൺ മാറ്റം കാരണം ഗർഭിണികൾക്ക് വായിൽ വിചിത്രമായ സ്വാദ് അനുഭവപ്പെടും. ഹാർമോണുകൾ നിങ്ങളുടെ സ്വാദിനെ വളരെ അധികം നിയന്ത്രിക്കുന്നു. അത് നിയന്ത്രണാതീതമാകുമ്പോൾ സ്വാദ് ഗ്രന്ധികളിലും അതിന്റെ പ്രഭാവം ഏർപ്പെടുന്നു. ഹാർമോണുകളുടെ ലെവൽ നല്ല സ്ഥിതിയിലാകുവാൻ തുടങ്ങുമ്പോൾ (രണ്ടാമത്തെ മൂന്നാം മാസം) ഈ പ്രശ്നം താനേ കുറയാൻ തുടങ്ങും.

അതുവരെ ഇത് സഹിച്ചേ മതിയാകൂ. പുളിപ്പുള്ള പഴങ്ങൾ, ലെമനേഡ്, കാൻഡി എന്നിവ കഴിക്കുക. ഇതുമൂലം ഉമിനീരും കുറവായി ചുരക്കും. വായിൽ പി.എച്ച്. ലവലിനെ ന്യൂട്രലൈസ് ചെയ്യാൻ കഴിയും. ഡോക്ടറുടെ അഭിപ്രായം ചോദിച്ച് നിങ്ങൾക്ക് വിറ്റാമിനിന്റെ ഡോസും മാറ്റാൻ കഴിയും.

അടിക്കടി മൂത്രമൊഴിക്കുക

"എനിക്ക് ഓരോ ½ മണിക്കൂറിനുശേഷവും മൂത്രമൊഴിക്കേണ്ടിവരുന്നു. ഇത് സാധാരണമാണോ?"

ബാത്ത്റൂം നിങ്ങളുടെ വീട്ടിലെ ഏറ്റവും നല്ല ഇടമല്ലെന്ന് സമ്മതിക്കുന്നു. എന്നാൽ മിക്കവാറും സ്ത്രീകൾക്ക് ഈ അനുഭവമുണ്ടാകും. ആവശ്യം ഏർപ്പെട്ടാൽ പോയിതന്നെ ആകണം. രാത്രിയോ പകലോ, നിങ്ങൾക്ക് എഴുന്നേറ്റ് ബാത്ത്റൂം പോകേണ്ടിവരും. ഇത് വളരെ സൗകര്യപ്രദമല്ലെങ്കിലും സാധാരണമാണ്.

അടിക്കടി മൂത്രം ഒഴിക്കണമെന്ന് തോന്നുന്നതെന്തുകൊണ്ടാണ്? ഹാർമോണുകൾ കാരണം രക്തത്തോടൊപ്പം മൂത്രത്തിന്റെ പ്രവാഹവും വേഗത്തിലാകും. രണ്ടാമത്തെ ഗർഭാവസ്ഥയിൽ കിഡ്നിയുടെ ശക്തി മെച്ചപ്പെടും, ശരീരം ആവശ്യമില്ലാത്ത വസ്തുക്കൾ എളുപ്പത്തിൽ വെളിയേറ്റും (നിങ്ങൾ രണ്ടുപേർക്കുവേണ്ടി മല വിസർജ്ജനം ചെയ്യുന്നു). ഗർഭാശയത്തിന്റെ വലുപ്പം കൂടുന്തോറും ബ്ലാഡറിൽ സമ്മർദ്ദം ഏർപ്പെടും. അപ്പോൾ നിങ്ങൾക്ക് അടിക്കടി മൂത്രം ഒഴിക്കേണ്ടിവരും. രണ്ടാമത്തെ മൂന്നാം മാസത്തിൽ ഗർഭാശയം വയറിന്റെ ഒഴിഞ്ഞ ഭാഗത്തേക്ക് ഉയരുമ്പോൾ ഈ സമ്മർദ്ദം താനേകുറയും. മൂന്നാമത്തെ മൂന്നാം മാസം കുഞ്ഞിന്റെ തല പെൽവിസ് വരെ എത്തുന്നതുവരെ ഇത് താഴേക്ക് വരികയില്ല. ശരീരത്തിന്റെ ആന്തരിക അംഗങ്ങളുടെ പ്രവർത്തനരീതിക്കനുസരിച്ച് ഗർഭിണികളുടെ ശരീരത്തിൽ ഇതിന്റെ പ്രതികരണവും വ്യത്യസ്തമായി

രിക്കും. ചില സ്ത്രീകൾക്ക് ഇതുകാരണം ഒരു വ്യത്യാസവും തോന്നുകയില്ല, എന്നാൽ മറ്റുചിലർ ഒൻപതുമാസങ്ങളും ഇതു കാരണം കഷ്ടപ്പെടും.

മൂത്രമൊഴിക്കുമ്പോൾ ബ്ലാഡർ മുഴുവനും കാലിയാക്കണം. അതുമൂലം അടിക്കടി ബാത്ത്റൂമിൽ പോകേണ്ട പരേഡ് കുറച്ച് കുറക്കാം. ഈ ബുദ്ധിമുട്ട് ഒഴിവാക്കാൻ തരള പദാർത്ഥങ്ങൾ കഴിക്കുന്നത് കുറക്കരുത്. നിങ്ങൾക്കും നിങ്ങളുടെ ശരീരത്തിനും ധാരാളം തരളപദാർത്ഥങ്ങൾ ആവശ്യമുണ്ട്. ഡീഹൈഡ്രേഷൻ കാരണം മൂത്രാശയത്തിൽ രോഗം ഏർപ്പെട്ടേക്കാം.

കഫൈൻ കഴിക്കുന്നത് കുറക്കാൻ ശ്രദ്ധിക്കണം. രാത്രി അടിക്കടി മൂത്രമൊഴിക്കാൻ വേണ്ടി എഴുന്നേൽക്കേണ്ടിവരുന്നുണ്ടെങ്കിൽ രാത്രിയിൽ തരള പദാർത്ഥങ്ങൾ കഴിക്കുന്നതിന്റെ അളവ് കുറക്കുക.

മൂത്രം ഒഴിച്ചുവന്ന ഉടനെ തന്നെ വീണ്ടും മൂത്രം ഒഴിക്കണമെന്ന് തോന്നുകയാണെങ്കിൽ ഡോക്ടറോട് വിവരം പറയുക. ഒരുപക്ഷേ നിങ്ങൾക്ക് മൂത്രാശയത്തിൽ സംക്രമണം ഏർപ്പെട്ടിരിക്കാം.

"എനിക്ക് അടിക്കടി മൂത്രമൊഴിക്കാൻ പോകേണ്ടിവരാത്തതെന്തുകൊണ്ടാണ്?"

നിങ്ങൾക്ക് അടിക്കടി മൂത്രമൊഴിക്കാൻ പോകേണ്ടിവരുന്നില്ലെങ്കിൽ നിങ്ങളെ സംബന്ധിച്ചിടത്തോളം അത് സ്വാഭാവികമായിരിക്കാം. ദിവസവും കുറഞ്ഞത് 8 ഗ്ലാസ് വെള്ളം കുടിക്കണം. ഛർദ്ദിക്കുന്നുണ്ടെങ്കിൽ വെള്ളത്തിന്റെ അളവ് കൂട്ടണം. വെള്ളവും തരള പദാർത്ഥങ്ങളും കുറഞ്ഞ അളവിൽ ഉൾക്കൊണ്ടാൽ മൂത്രാശയ സംക്രമണം, ഡീഹൈഡ്രേഷൻ എന്നിവ ഏർപ്പെട്ടേക്കാം.

മാർപകങ്ങളിൽ ഏർപ്പെടുന്ന മാറ്റം

"എന്റെ മാർപകങ്ങൾ തിരിച്ചറിയാൻ പറ്റാത്ത അത്രവലുതാകുകയും മുമ്പിലത്തേക്കാൾ മൃദുവാകുകയും ചെയ്തിരിക്കുന്നു. ഇത് എപ്പോഴും ഇങ്ങനെ തന്നെ ഇരിക്കുമോ? ശിശുവിന്റെ ജനനശേഷം ശരിയാകുമോ?"

നിങ്ങൾ ഗർഭാവസ്ഥയിൽ വലുതാകുന്ന വസ്തുവിനെ ആദ്യമായി കാണുകയാണെന്ന് തോന്നുന്നു. രണ്ടാമത്തെ മൂന്നാം മാസംവരെ വയറ് അധികം വലുതാവുന്നില്ല, എന്നാൽ ഗർഭാവസ്ഥയിൽ കുറച്ച് സമയം കഴിഞ്ഞ ഉടൻ സ്തനങ്ങൾ വലുതാകാൻ തുടങ്ങും. നിങ്ങളുടെ ബ്രായുടെ കപ്പിന്റെ വലിപ്പം മൂന്നുമടങ്ങ് കൂടുതലായിട്ടുണ്ടാകും. നിങ്ങളുടെ മാർപകങ്ങളിൽ കൊഴുപ്പ് അടിഞ്ഞുകൂടുകയാണ്, രക്തപ്രവാഹവും വേഗത്തിലാകുന്നുണ്ട്. നിങ്ങളുടെ സ്തനങ്ങൾ കൊച്ചുകുഞ്ഞിന് ഭക്ഷണം കൊടുക്കാൻ തയ്യാറാകുകയാണ്.

സ്തനങ്ങളുടെ വലിപ്പം മാത്രമല്ല മറ്റ് പല മാറ്റങ്ങളും നിങ്ങൾക്ക് അറിയാൻ കഴിയും. മുലക്കണ്ണിന് ചുറ്റുമുള്ള തവിട്ടുനിറം വ്യാപിക്കുകയും നിറം കൂടുതൽ കടുപ്പമുള്ളതാകുകയും ചെയ്യും. ഇതിനുമുകളിൽ ചെറിയ-ചെറിയ കുമിളകൾ കാണാം. ഇവ ഗ്രന്ഥികളാണ്, ഗർഭാവസ്ഥയിൽ ഇവ കൂടുതൽ തെളിഞ്ഞുകാണപ്പെടും, പിന്നീട് സാധാരണ നിലയിലെത്തും. മാർപകങ്ങളിൽ നീല ഞരമ്പുകൾ പൊന്തിക്കാണും. അമ്മ കുഞ്ഞിനുവേണ്ട പോഷകതത്വങ്ങൾ എത്തിച്ചുകൊണ്ടിരിക്കുകയാണെന്ന് ഇതിൽ നിന്ന് മനസ്സിലാക്കാം. കുഞ്ഞിന് മുലയൂട്ടുകയോ അല്ലെങ്കിൽ പ്രസവം കഴിയുകയോ ചെയ്താൽ ഈ നീലഞരമ്പുകൾ അപ്രത്യക്ഷമാകും.

ഒൻപതുമാസം പൂർത്തിയാകുന്നതുവരെ ഇവയുടെ ആകൃതിയിൽ മാറ്റം വരുമെങ്കിലും ആദ്യത്തെ രണ്ട്-നാലുമാസങ്ങളിലാണ് കൂടുതൽ മാറ്റമുണ്ടാകുന്നത്. ആ സമയത്ത് ചെറുതായി (ചൂടോ-തണുപ്പോ) ആവി പിടിക്കുന്നത് ലാഭപ്രദമായിരിക്കും.

നിങ്ങൾ സ്തനങ്ങൾക്ക് ശരിയായ സപ്പോർട്ട് നൽകിയില്ലെങ്കിൽ അവ തൂങ്ങാൻ സാദ്ധ്യതയുണ്ട്. നല്ല സപ്പോർട്ട് നൽകുന്ന ബ്രാ തിരഞ്ഞെടുക്കണം. കോട്ടൺ സ്പോർട്സ് ബ്രാ ധരിക്കുക, ഇതാണ് ശരിയായത്.

ചില സ്ത്രീകളുടെ സ്തനങ്ങളുടെ ആകൃതിയിൽ പെട്ടെന്ന് മാറ്റം കാണാൻ കഴിയും. ചിലരിൽ ഈ മാറ്റം തിരിച്ചറിയാൻ കഴിയാത്തവിധം പതുക്കെ ആയിരിക്കും. ഗർഭാവസ്ഥയിലെ മറ്റ് മാറ്റങ്ങളെപ്പോലെ സ്തനങ്ങളിൽ ഏർപ്പെടുന്ന മാറ്റങ്ങളും സാധാരണമാണ്. സ്തനങ്ങളുടെ ആകൃതിയിൽ വലിയ മാറ്റം വരുന്നില്ലെങ്കിൽ നിങ്ങൾക്ക് അധിക വലിപ്പമുള്ള ബ്രാ ഉപയോഗിക്കേണ്ടിവരില്ല. എന്നാൽ ഇതുകൊണ്ട് മുലയൂട്ടുന്നതിനുള്ള കഴിവിൽ മാറ്റമൊന്നും ഏർപ്പെടുകയില്ല.

"ആദ്യ ഗർഭാവസ്ഥയിൽ എന്റെ സ്തനങ്ങൾ വളരെ വലുതായിരുന്നു. രണ്ടാമത്തെ ഗർഭാവസ്ഥയിൽ അങ്ങിനെ ഉണ്ടായില്ല. ഇത് സാധാരണമാണോ?"

കഴിഞ്ഞ തവണ നിങ്ങളുടെ ആദ്യത്തെ ഗർഭാവസ്ഥയായിരുന്നു. ഇത്തവണ സ്തനങ്ങൾ അത് അനുഭവിച്ചുകഴിഞ്ഞു. നാടകീയമായ മാറ്റങ്ങൾ ഏർപ്പെട്ടെന്നുവരില്ല. മെല്ലെമെല്ലെ മാറ്റം ഏർപ്പെട്ടേക്കാം. അല്ലെങ്കിൽ പ്രസവത്തിനുശേഷം മുലയൂട്ടുവാൻ ആകൃതി വലുതായേക്കാം. മെല്ലെമെല്ലെ വളരുന്ന പ്രക്രിയ തികച്ചും സാധാരണമാണ്. ഇവയിൽ കാണുന്ന മാറ്റം രണ്ട് ഗർഭാവസ്ഥകൾക്കിടയിൽ ഏർപ്പെടുന്ന മാറ്റങ്ങളിൽ ഒന്നാണ്.

വയറിന്റെ അടിഭാഗത്തിൽ സമ്മർദ്ദം

"എന്റെ വയറിന്റെ അടിഭാഗത്തിൽ എപ്പോഴും ചെറിയ സമ്മർദ്ദം ഏർപ്പെട്ടുകൊണ്ടിരിക്കുന്നു. ഞാൻ ഇത് കാര്യമായി കണക്കാക്കണോ?"

നിങ്ങൾ നിങ്ങളുടെ ശരീരത്തിന്റെ ഓരോ ശബ്ദവും തിരിച്ചറിയുന്നുണ്ടെന്ന് തോന്നുന്നു. അത് ഒരു നല്ല ലക്ഷണമാണ്. എന്നാൽ ഇതോട് സംബന്ധപ്പെട്ട വേദനയ്ക്കും ബുദ്ധിമുട്ടുകൾക്കും അധികം മുഖ്യത്വം കൊടുത്താൽ അത് നല്ലതല്ല.

വിഷമിക്കേണ്ട. ആദ്യഗർഭാവസ്ഥയിൽ വയറിന്റെ അടിഭാഗത്തിൽ ചെറുതായി കോച്ചി വലിയോ സമ്മർദ്ദമോ ഏർപ്പെട്ടാൽ എല്ലാം ശരിയാണ്, ഒരുപ്രശ്നവും ഇല്ല എന്നാണ് അർത്ഥം.

നിങ്ങളുടെ വയറിന്റെ അടിഭാഗത്തുള്ള സംവേദന ശീലമുള്ള ബോഡി റേഡാർ, ആ നാടകീയമായ മാറ്റങ്ങളുടെ സൂചന നൽകുകയായിരിക്കും. നിങ്ങൾക്ക് വർദ്ധിച്ച രക്തപ്രവാഹം, യുട്രൈൻ ലൈനിങ്ങ് തയ്യാറാകുക, ഗർഭാശയം വലുതാകുക എന്നിവ അനുഭവപ്പെടുന്നുണ്ടാകും. പലപ്പോഴും മലബന്ധം അല്ലെങ്കിൽ ഗ്യാസ് മൂലമുള്ള വേദന എന്നിവയും ഏർപ്പെട്ടിരിക്കാം.

തുടർച്ചയായി ഇങ്ങനെ അനുഭവപ്പെട്ടാൽ നിങ്ങൾക്ക് ഡോക്ടറുടെ അഭിപ്രായം തേടാവുന്നതാണ്.

ചെറുതായി കറപെടുക

"ഞാൻ ടോയ്ലെറ്റിൽ പോയിരിക്കുകയായിരുന്നു തുടക്കുമ്പോൾ രക്തത്തിന്റെ ചെറിയ കറ കാണാൻ കഴിഞ്ഞു. എനിക്ക് മിസ്കാരേജ് ഏർപ്പെട്ടുവോ?"

ഗർഭാവസ്ഥയിൽ ഇങ്ങനെ രക്തക്കറ കാണുമ്പോൾ പേടിതോന്നും എന്നാൽ എന്തെങ്കിലും കുഴപ്പമുണ്ടെന്ന് ഇതിന് അർത്ഥമില്ല. അഞ്ചിൽ ഒരു ഗർഭിണിക്ക് ഇതുപോലെ ചെറുതായ രക്തസ്രാവം (ബ്ലീഡിങ്ങ്) അനുഭവപ്പെടുന്നുണ്ട്. എന്നാൽ അവർ ആരോഗ്യമുള്ള കുഞ്ഞിന് ജന്മം നൽകുന്നുമുണ്ട്. ഒരുപക്ഷേ ഈ കറ മാസമുറയുടെ ആദ്യത്തിന്റെയോ അവസാനത്തിന്റെയോ സൂചനയായിരിക്കുക. മനസ്സ് ദൃഢപ്പെടുത്തി താഴെ കൊടുത്തിരിക്കുന്ന കാര്യങ്ങൾ വായിക്കുക. ഈ നേരിയ കറ താഴെ കൊടുത്തിട്ടുള്ള കാരണങ്ങളാൽ ഏർപ്പെട്ടേക്കാം.

യൂട്രൈൻ വാൾവ്ൽ എംബ്രിയോ വളരുക:– 20 മുതൽ 30 ശതമാനം സ്ത്രീകൾക്ക് ഈ സ്പോട്ടിങ്ങ് അതായത് 'ഇംപ്ലാന്റേഷൻ ബ്ലീഡിങ്ങ്' ഏർപ്പെടുന്നു. ഗർഭധാരണത്തിന്റെ 5 മുതൽ 10 ദിവസങ്ങൾക്കുശേഷം, നിങ്ങളുടെ മാസമുറ വരാനുള്ള സമയത്ത് ഇത് ഏർപ്പെടുന്നു. ഇത് നിങ്ങളുടെ മാസമുറയേക്കാൾ കുറച്ച്, കുറച്ചുമണിക്കൂറുകൾ മുതൽ കുറച്ച് ദിവസങ്ങൾക്ക് ഉണ്ടായേക്കാം. ഇത് ഇളം റോസ് നിറത്തിലോ തവിട്ടുനിറത്തിലോ ഉള്ള ബ്ലീഡിങ്ങായിരിക്കും. കോശങ്ങൾ കൊണ്ടുള്ള ചെറിയ പന്ത് ഗർഭാശയത്തിന്റെ ഭിത്തികൾ വഴി തന്റെ വഴി ഏർപ്പെടുത്തുമ്പോഴാണ് ഇത് സംഭവിക്കുന്നത്. 'ഇംപ്ലാന്റേഷൻ ബ്ലീഡിങ്ങ്' എന്നാൽ എന്തെങ്കിലും പ്രശ്നം ഉണ്ടെന്ന് അർത്ഥമില്ല.

ഇന്റർകോഴ്സ് (സംഭോഗം) അല്ലെങ്കിൽ ആന്തരിക പെൽവിക് പരിശോധന അല്ലെങ്കിൽ പൈംസ്മിയർ:– ഗർഭാവസ്ഥയിൽ സർവിക്സ് മുമ്പിലത്തേക്കാൾ കോമളമാകും. രക്തനാളങ്ങൾ പൊങ്ങിവരും, അവ ഇന്റർകോഴ്സോ ആന്തരിക പരിശോധനയോ കാരണം ചെറിയ ബ്ലീഡിങ്ങിന് കാരണമായേക്കാം.

ഇങ്ങനെയുള്ള ബ്ലീഡിങ്ങ് ഗർഭാവസ്ഥയിൽ എപ്പോൾ വേണമെങ്കിലും ഏർപ്പെട്ടേക്കാം. ഇത് സാധാരണ ഒരു പ്രശ്നത്തിന്റെയും സൂചനയല്ല. എങ്കിലും നിങ്ങളുടെ സമാധാനത്തിന് വേണമെങ്കിൽ ഡോക്ടറെ കൊണ്ട് പരിശോധിപ്പിക്കുക.

വെജൈന (യോനി) അല്ലെങ്കിൽ സർവിക്സ് സംക്രമണം:– ഇവ രണ്ടിന്റെയും സമക്രമണം മൂലവും രക്തസ്രാവം (ബ്ലീഡിങ്ങ്) ഏർപ്പെട്ടേക്കാം.

ഡോക്ടർക്ക് എപ്പോൾ ഫോൺ ചെയ്യണം

എന്തെങ്കിലും അടിയന്തിരാവസ്ഥ ഏർപ്പെടുന്നതിന് മുമ്പ് അതിന്റെ പ്രോട്ടോകോൾ തയ്യാറാക്കണം. പെട്ടെന്ന് എന്തെങ്കിലും പുതിയ ലക്ഷണം കാണപ്പെട്ടാൽ താഴെ കൊടുത്തിട്ടുള്ള മാർഗ്ഗങ്ങൾ സ്വീകരിക്കാം:–

ഏറ്റവും ആദ്യം ഡോക്ടറുടെ ഓഫീസിൽ ഫോൺ ചെയ്യുക. അദ്ദേഹം അവിടെ ഇല്ലെങ്കിൽ ലക്ഷണങ്ങളെപ്പറ്റിയുള്ള സന്ദേശം എൽപ്പിക്കുക. ഒരു ചില നിമിഷങ്ങളിൽ അവിടെ നിന്ന് ഫോൺ വന്നില്ലെങ്കിൽ വീണ്ടും ഫോൺ ചെയ്യുക. അടുത്തുള്ള അടിയന്തിരാവസ്ഥ മുറിയിലുള്ള നെഴ്സിനെ എല്ലാ സ്ഥിതികളും അറിയിക്കുക. അവർ വരാൻ ആവശ്യപ്പെട്ടാൽ ഡോക്ടർക്ക് സൂചന നൽകിയ ശേഷം അങ്ങോട്ട് പോകുക.

നിങ്ങളുടെ പ്രശ്നങ്ങളെയോ അപ്പോഴുള്ള ലക്ഷണങ്ങളെയോപ്പറ്റി പറയുന്ന സമയത്ത്, നിങ്ങൾക്ക് അനുഭവപ്പെടുന്ന ഓരോ ലക്ഷണത്തെപ്പറ്റിയും പറയണം. ഈ ലക്ഷണം ആദ്യം എപ്പോൾ കണ്ടു എന്നും അത് എത്രപ്രാവശ്യം ഉണ്ടായി എന്നും അത് എത്രമാത്രം സാധാരണമാണ്. ഗംഭീരമാണോ എന്നെല്ലാം അദ്ദേഹത്തോട് പറയണം.

ഉടൻ ഫോൺ ചെയ്യുക:–

- ചെറിയ കോച്ചിവലി, വയറിന്റെ അടിഭാഗത്ത് വേദനയോടൊപ്പം ബ്ലീഡിങ്ങ്.
- വയറിന്റെ അടിഭാഗത്ത്, നടുവിൽ അല്ലെങ്കിൽ രണ്ടുഭാഗത്ത് തുടർച്ചയായി വേദന, ചിലപ്പോൾ ബ്ലീഡിങ്ങ്.
- ആവശ്യത്തിൽ കൂടുതൽ ദാഹം, മൂത്രം കുറവ് അല്ലെങ്കിൽ നാൾ മുഴുവനും മൂത്രം വരാതിരിക്കുക.
- മൂത്രമൊഴിക്കുമ്പോൾ നീറ്റൽ അല്ലെ ങ്കിൽ വേദന, കഠിനമായ പനിയോടു കൂടിയ തലവേദന.
- 101.5^{0} ഫാരൻഹീറ്റ് തീവ്രമായ പനി.
- കൈകാലുകൾ, കണ്ണുകൾ എന്നിവയിൽ പെട്ടെന്ന് വീക്കം, കണ്ണുമങ്ങുക, പെട്ടെന്ന് തൂക്കം വർദ്ധിക്കുക.
- കണ്ണുമങ്ങുകയോ രണ്ടു-രണ്ടായി സാധാനങ്ങൾ കാണുക (കുറച്ചുസമയം വരെ)യോ ചെയ്യുക.
- രക്തപ്പോക്കോടുകൂടിയ ഡയേറിയ

അന്നുതന്നെ ഫോൺ ചെയ്യുക (രാത്രിയിൽ ബുദ്ധിമുട്ട് ഏർപ്പെട്ടാൽ അടുത്ത പ്രഭാതത്തിൽ)

- മൂത്രത്തിൽ രക്തം വരുക.
- കൈ-കാലുകൾ, കണ്ണുകൾ എന്നിവയിൽ വീക്കം.
- നീറ്റലോടുകൂടിയ മൂത്രവിസർജ്ജനം.
- ബോധക്കേട്
- ജലദോഷം അല്ലെങ്കിൽ ഫ്ലൂവിന്റെ ലക്ഷണങ്ങൾ ഇല്ലാതെ തന്നെ തീവ്രമായ പനി.
- മനംപിരട്ടലും ഛർദ്ദിയും (ഗർഭാവസ്ഥയ്ക്കുശേഷമുള്ള ദിനങ്ങളിൽ)
- മൂത്രത്തിന്റെ നിറം ഡാർക്ക് ആയിരിക്കുക, മലത്തിൽ മഞ്ഞനിറം അല്ലെങ്കിൽ മഞ്ഞപ്പിത്തത്തിന്റെ ലക്ഷണങ്ങൾ.

ഡോക്ടർ അദ്ദേഹത്തിന്റെ കണക്കുപ്രകാരമോ അല്ലെങ്കിൽ ലക്ഷണങ്ങളുടെ അടിസ്ഥാനത്തിലോ നിങ്ങളെ വിളിക്കും. നിങ്ങൾ ആദ്യമെ ഈ പ്രോട്ടോകോളിനെപ്പറ്റി ചോദിക്കണം.

പലപ്പോഴും ഒരു ലക്ഷണവും കാണാനില്ലെങ്കിലും നിങ്ങൾക്ക് അസ്വസ്ഥതയും ക്ഷീണവം അനുഭവപ്പെട്ടേക്കാം. ഒന്നുരണ്ട് ദിവസം ശ്രദ്ധിച്ചശേഷവും ക്ഷീണം മാറുന്നില്ലെങ്കിൽ ഡോക്ടറെ കാണുക. നിങ്ങൾക്ക് രക്തക്കുറവോ ശരീരത്തിൽ ഏതെങ്കിലും തരത്തിലുള്ള സംക്രമണമോ ഏർപ്പെട്ടിരിക്കാം. ഉദാ:- 'യു.ടീ.ഐ' ഒരു ലക്ഷണവും ഇല്ലാതെ തന്നെ തന്റെ പണിചെയ്യുന്നു. എപ്പോഴും ഏതെങ്കിലും തരത്തിലുള്ള സംശയം ഏർപ്പെട്ടാൽ തീർച്ചയായും ഡോക്ടറെ കാണുക.

സബ്കോറിയോണിക് ബ്ലീഡിങ്ങ്:- കോറിയൻ (പ്ലാസൻട്രായോടൊപ്പം പുറത്തുള്ള ഫാറ്റൽ മെംബ്രൈൻ) അല്ലെങ്കിൽ ഗർഭാശയം അല്ലെങ്കിൽ പ്ലാസൻടായുടെ നടുവിൽ രക്തം കൂടി ചേരുമ്പോഴാണ് ഇങ്ങനെയുള്ള രക്തസ്രാവം ഏർപ്പെടുന്നത്. ഇതുമൂലം ചെറുതായതോ ശക്തിയായതോ ആയ രക്തസ്രാവം ഏർപ്പെടാം. സാധാരണയായി ഇത് അൾട്രാ സൗണ്ട് മൂലം കണ്ടുപിടിക്കാൻ കഴിയുകയില്ല. ഈ ബ്ലീഡിങ്ങ് സ്വയം ശരിയാകും. ഇതുമൂലം ഒരു പ്രശ്നവും ഏർപ്പെടുകയില്ല.

ഗർഭാവസ്ഥയുടെ മറ്റ് ലക്ഷണങ്ങളെപ്പോലെ ചെറുതായ ബ്ലീഡിങ്ങും സാധാ രണ ലക്ഷണമാണ്. പല സ്ത്രീകൾക്കും ഗർഭാവസ്ഥ മുഴുവൻ ഈ ബ്ലീഡിങ്ങ് ഏർപ്പെട്ടുകൊണ്ടിരിക്കും. ചില സ്ത്രീകൾക്ക് ഒന്നുരണ്ട് ദിവസം മാത്രം ഉണ്ടായിരിക്കും. ചില സ്ത്രീകൾക്ക് മ്യൂകസിനോടൊപ്പം തവിട്ടുനിറത്തിലോ റോസ് നിറത്തിലോ ബ്ലീഡിങ്ങ് ഉണ്ടാകും, മറ്റ് ചിലർക്ക് ചുവപ്പു കഷ്ണങ്ങളായിരിക്കും. ഇവരെല്ലാവരിലും പൊതുവായ വിഷയം എല്ലാവരുടെയും ഗർഭാവസ്ഥ സുരക്ഷിതമാണെന്നുള്ളതാണ്. അവർ ആരോഗ്യമുള്ള ശിശുക്കൾക്ക് ജന്മം നൽകുന്നു. നിങ്ങൾ വിഷമിക്കേണ്ട കാര്യ മില്ല. എന്നാൽ ഇതിനെപ്പറ്റി തികച്ചും അശ്രദ്ധ കാണിക്കുന്നതും ശരിയല്ല.

ചെറിയ കോച്ചുവലിയോടൊപ്പം ചുവപ്പ് രക്തപ്പാടുകൾ കണ്ടാൽ (അതുകൊണ്ട് പാഡ് മുഴുവൻ നിറഞ്ഞാൽ) തീർച്ചയായും ഡോക്ടറോട് ചോദിക്കണം. അദ്ദേഹം അൾട്രാ സൗണ്ട് എടുക്കാൻ നിർദ്ദേശിച്ചേക്കാം. ആറ് ആഴ്ചകൾ കഴിഞ്ഞെങ്കിൽ നിങ്ങൾക്ക് കുഞ്ഞിന്റെ ഹൃദയസ്പന്ദനം കേൾക്കാൻ കഴിയും, അതിൽനിന്ന് എല്ലാം ശരിയാണെന്ന് നിങ്ങൾക്ക് മനസ്സിലാക്കാൻ കഴിയും.

ആ ചെറിയ പുള്ളികൾ ശക്തമായ ബ്ലീഡിങ്ങായി മാറിയാൽ ഉടൻതന്നെ ഡോക്ടറെ സമീപിക്കണം. അപ്പോഴും മനസ്സിൽ മിസ്കാരേജ് എന്ന വിചാരം കൊണ്ടുവരരുത്. ചില ഗർഭിണികൾക്ക് ഒരു കാരണവുമില്ലാതെ ശക്തമായ ബ്ലീഡിങ്ങ് ഉണ്ടാകും. പിന്നീട് അമ്മയും കുഞ്ഞും ആരോഗ്യത്തോടെ ഇരിക്കുകയും ചെയ്യും.

എച്ച്.സി.ജി. ലെവൽ

"ഡോക്ടർ എനിക്ക് ബ്ലെഡ്ടെസ്റ്റിന്റെ റിപ്പോർട്ട് തന്നു. അതിൽ എച്ച്.സി.ജി. ലെവൽ 412 ml U/L ആണ്. ഈ നമ്പറിന്റെ അർത്ഥമെന്താണ്?"

ഇതിനർത്ഥം നിങ്ങൾ തീർച്ചയായും ഗർഭിണിയാണെന്നാണ്. പുതിയതായി വികസിച്ച പ്ലസെന്റാ സെല്ലുകൾ ഫർട്ടിലൈസ് എഗ് ഇംപ്ലാന്റ് ആയി കുറച്ചുദിവസങ്ങൾക്കുള്ളിൽതന്നെ എച്ച്.സി.ജി. നിർമ്മിക്കുന്നു. നിങ്ങളുടെ മൂത്രം പരിശോധിച്ചാൽ ഇത് മനസ്സിലാക്കാൻ കഴിയും. ഇതിനുശേഷം രക്തപരിശോധന ചെയ്ത് ഡോക്ടർ ഗർഭാവസ്ഥ സ്ഥിരീകരിക്കുന്നു. ഗർഭാവസ്ഥയുടെ ആരംഭത്തിൽ രക്തത്തിൽ ഇതിന്റെ ലെവൽ അധികം ഉണ്ടാകുകയില്ല. എന്നാൽ ഏതാനും ദിവസങ്ങൾക്കുള്ളിൽ തന്നെ ഇത് ധാരാളം വർദ്ധിക്കുവാൻ തുടങ്ങുന്നു. ഇത് ഗർഭാവസ്ഥയുടെ 7 മുതൽ 12 ആഴ്ചകളിൽ ചരമാവസ്ഥയിൽ എത്തുന്നു. അതിനുശേഷം കുറയാൻ തുടങ്ങുന്നു.

മറ്റ് ഗർഭിണി സ്നേഹിതകളോടൊപ്പം ഈ നമ്പർ താരതമ്യപ്പെടുത്തി നോക്കരുത്. എന്തെന്നാൽ അവരുടെ എച്ച്.സി.ജി. ലെവലും നിങ്ങളുടെതും ഒന്നായിരിക്കുകയില്ല. അവ ഓരോ വ്യക്തിക്കും സമയത്തിനും അനുസരിച്ച് വെവ്വേറെ ആയിരിക്കും.

എച്ച്.സി.ജി. ലെവൽ

നിങ്ങൾ എച്ച്.സി.ജി. നമ്പർ ഗെയിം കളിക്കാൻ ആഗ്രഹിക്കുന്നുണ്ടോ? ഇവിടെനിങ്ങൾക്കായി ചില റേഞ്ച് കൊടുത്തിരിക്കുന്നു.

ഗർഭാവസ്ഥയുടെ ആഴ്ചകൾ	എച്ച്.സി.ജി. യുടെ അളവ് ml U/Lൽ
3 ആഴ്ച	5 മുതൽ 30
4 ആഴ്ച	5 മുതൽ 426
5 ആഴ്ച	19 മുതൽ 7340
6 ആഴ്ച	1,080 മുതൽ 56,500
7 മുതൽ 8 ആഴ്ച	7,650 മുതൽ 229,000
9 മുതൽ 12 ആഴ്ച	25,700 മുതൽ 288,000

നിങ്ങളുടെ എച്ച്.സി.ജി. ലെവൽ നിങ്ങളുടെ സംഖ്യയുടെ കണക്കനുസരിച്ച് ഒരു നിശ്ചിത ലെവലിൽ വർദ്ധിക്കുമെന്നതാണ് ഏറ്റവും കൂടുതൽ ശ്രദ്ധിക്കേണ്ട സംഗതി. പിന്നീട് താനേ അത് കുറയാൻ തുടങ്ങും. ഈ ബോക്സിന്റെ സഹായത്തോടെ നിങ്ങൾക്ക് ഇത് അനുമാനിക്കാൻ കഴിയും. ബോക്സിൽ കൊടുത്തിട്ടുള്ള നമ്പറും നിങ്ങളുടെ നമ്പറും ഒന്നാകണമെന്നില്ല. നിങ്ങൾ ഇതിനെക്കുറിച്ച് വിഷമിക്കേണ്ടതില്ല.

നിങ്ങളുടെ ഗർഭാവസ്ഥ സാധാരണ രീതിയിൽ മുന്നോട്ടുപോകുകയാണെങ്കിൽ ഇതിനെക്കുറിച്ച് കൂടുതൽ ചിന്തിക്കേണ്ടതില്ല. ഇതിനെക്കുറിച്ച് ഡോക്ടർ ശ്രദ്ധിച്ചുകൊള്ളും. അൾട്രാ സൗണ്ട് റിസൾട്ടിൽ നിന്നും വേണ്ടത്ര സ്പഷ്ടമായ ചിത്രം മുന്നിൽ തെളിയും. എന്തെങ്കിലും സംശയം ഏർപ്പെടാൻ സാദ്ധ്യതയുണ്ടെങ്കിൽ എപ്പോഴത്തെയും പോലെ ഡോക്ടറുടെ അഭിപ്രായം തേടുക.

വ്യാകുലപ്പെടേണ്ട

ചില ഗർഭിണികൾ ഒരു കാരണവുമില്ലാതെ ആദ്യത്തെ മൂന്നാം മാസത്തിലോ ഗർഭാവസ്ഥ മുഴുവനുമോ ചിന്താഗ്രസ്തരായിരിക്കും. ഈ ചിന്തകളിൽ ഏറ്റവും മുഖ്യമായത് 'ഗർഭം അലസുമോ' എന്ന ചിന്തയായിരിക്കും.

മിക്ക ഗർഭിണികളും സാധാരണ ലക്ഷണങ്ങളും ചെറിയ-ചെറിയ പ്രയാസങ്ങളും ഉണ്ടായാലും ആരോഗ്യമുള്ള കുഞ്ഞിന് ജന്മം നൽകുന്നു. എല്ലാ സാധാരണ ലക്ഷണങ്ങളെയും പോലെ വയറിന്റെ അടിഭാഗത്ത് കോച്ചി വലിക്കുക, വേദന, ചെറുതായി രക്തം പോകുക എന്നിവയും സാധാരണമാണ്. ഇവയെല്ലാം നിങ്ങളുടെ പരിഭ്രമത്തിന് കാരണമായി തീരുന്നുണ്ടെങ്കിലും ഇതുമൂലം ഗർഭാവസ്ഥക്ക് എന്തെങ്കിലും ആപത്ത് നേരിടുമെന്ന് കരുതരുത്. അടുത്ത സന്ദർശനത്തിൽ തീർച്ചയായും ഡോക്ടറുടെ അഭിപ്രായം ആരായണം. താഴെ കൊടുത്തിട്ടുള്ള ലക്ഷണങ്ങളാണ് കാണുന്നതെങ്കിൽ വ്യാകുലപ്പെടേണ്ടതില്ല.

- ചെറുതായ കോച്ചിവലി, വേദന, വയറിന്റെ അടിഭാഗത്ത്, നടുവിൽ അല്ലെങ്കിൽ പാർശ്വങ്ങളിൽ ചെറിയ വേദന. പലപ്പോഴും ഗർഭാശയത്തിന് പിൻതുണ നൽകുന്ന ലിഗമെന്റിന്റെ വലിവുകാരണമായിരിക്കും ഇങ്ങനെ സംഭവിക്കുന്നത്. തീവ്രമായ കോച്ചിവലിയോടൊപ്പം ബ്ലീഡിങ്ങും ഏർപ്പെടുന്നില്ലെങ്കിൽ പരിഭ്രമിക്കേണ്ട കാര്യമില്ല.
- ബ്ലീഡിങ്ങ് ഗർഭം അലസുന്നതുകൊണ്ടു മാത്രം ഏർപ്പെടുന്നില്ല. ഇതിന്റെ കാരണം നേരത്തെ തന്നെ വിവരിച്ചിട്ടുണ്ട്.

പലപ്പോഴും ലക്ഷണങ്ങളൊന്നും കാണാതിരിക്കുമ്പോഴും ഗർഭിണികൾ പരിഭ്രമിക്കും. സാധാരയായി മൂന്നാം മാസത്തിൽ അവർക്ക് താൻ ഗർഭിണിയല്ലെന്നു തോന്നും. ഗർഭമുണ്ടെന്ന് തീർച്ചയായ ശേഷം പരിഭ്രമിക്കുന്നതെന്തിന് ?

എല്ലാവരെയും പോലെ നിങ്ങൾക്കും മോണിങ്ങ് സിക്നസോ, മാർപകങ്ങളുടെ വലിപ്പം കൂടുകയോ ചെയ്യണമെന്നില്ല. ചിലപ്പോൾ നിങ്ങൾക്ക് ഈ ലക്ഷണങ്ങൾ ഉണ്ടായില്ലെന്നിരിക്കാം അല്ലെങ്കിൽ താമസിച്ച് ഏർപ്പെട്ടേക്കാം. ഓരോ ഗർഭിണിയിലും വ്യത്യസ്തമായ ലക്ഷണങ്ങൾ കാണ്ടേക്കാം, കണ്ടില്ലെന്നുംവരാം.

പിരിമുറുക്കം

"എന്റെ ജോലിയിൽ ധാരാളം പിരിമുറുക്കമുണ്ട്. ഞാൻ ഇപ്പോൾ ഗർഭിണിയാകാൻ ആഗ്രഹിച്ചിരുന്നില്ലെങ്കിലും പെട്ടെന്ന് ഗർഭിണിയായി. ഞാൻ ജോലി ഉപേക്ഷിക്കണോ?"

നിങ്ങൾ പിരിമുറുക്കത്തെ ഏത് രൂപത്തിലാണ് കണക്കാക്കുന്നത് എന്നതിനനുസരിച്ച് അത് നല്ലതോ ചീത്തയോ ആകും. നിങ്ങൾക്ക് അതിനെ നല്ലരൂപത്തിൽ എടുക്കാൻ കഴിയുമെങ്കിൽ ഇതിന്റെ ബലത്തിൽ വളരെ നല്ലവിധത്തിൽ പ്രദർശിപ്പിക്കാൻ കഴിയും. അല്ലെങ്കിൽ അത് നിങ്ങളിൽ സ്വാധീനം ചെലുത്തി നിങ്ങളെ നശിപ്പിക്കും. ചില പ്രത്യേക ലെവൽ പിരിമുറുക്കം ഗർഭാവസ്ഥയെ സ്വാധീനിക്കുന്നില്ലെന്നാണ് പഠനങ്ങൾ തെളിയിക്കുന്നത്. നിങ്ങൾക്ക് ആപിരിമുറുക്കത്തിൽ നിന്ന് വെളിയെവരാൻ കഴിയുമെങ്കിൽ നിങ്ങളുടെ കുഞ്ഞും അതിനെ അഭിമുഖീകരിക്കും. എന്നാൽ ഈ പിരിമുറുക്കം മൂലം നിങ്ങളുടെ ഉറക്കം നഷ്ടപ്പെടുകയോ, നിങ്ങളെ മ്ലാനതവലയം ചെയ്യുകയോ, തലവേദന, വയറുവേദന, വിശപ്പില്ലായ്മ എന്നിവ ഏർപ്പെടുകയും അതുകാരണം നിങ്ങൾ പുകവലി, മദ്യപാനം എന്നീ തെറ്റായ വഴികൾ സ്വീകരിക്കുകയോ ഉന്മേഷമില്ലാതിരിക്കുകയോ ചെയ്താൽ തീർച്ചയായും ഇത് ഒരു പ്രശ്നമായിത്തീരും. രണ്ടാമത്തെയും മൂന്നാമത്തെയും മാസങ്ങളിലും ഈ പിരിമുറുക്കത്തിന്റെ നകാരാത്മക പ്രതിക്രിയ തുടർന്നാൽ പിരിമുറുക്കം ഇല്ലാതാക്കുന്നതാണ് ആദ്യത്തെ കാര്യം. താഴെ കൊടുത്തിട്ടുള്ള ഉപായങ്ങൾ നിങ്ങൾക്ക് ഉപകരിച്ചേക്കാം.

ഭാരം കുറക്കുക:– നിങ്ങളുടെ മനസ്സിലെ ഭാരം ആരോടെങ്കിലും പങ്കുവെയ്ക്കുക. നിങ്ങളുടെ ഭർത്താവിനോട് എല്ലാ കാര്യങ്ങളും പങ്കുവെക്കണം. രാത്രി ഉറങ്ങാൻ പോകുന്നതിനുമുമ്പ് എല്ലാ പിരിമുറുക്കവും ചിന്തയും ഉപേക്ഷിക്കണം. എല്ലാ പ്രശ്നങ്ങളുടെയും പരിഹാരം തേടുക. ഒന്നിച്ച് ചിരിക്കുക, സംസാരിക്കുക. അദ്ദേഹത്തിനും പിരിമുറുക്കം ബാധിച്ചിട്ടുണ്ടെങ്കിൽ വേറെ ഏതെങ്കിലും സ്നേഹിതയുടെ സഹായം തേടുക. പിരിമുറുക്കത്തിന്റെ ശാരീരിക ലക്ഷണങ്ങളും കാണാൻ തുടങ്ങിയാൽ ഡോക്ടറുടെ അഭിപ്രായം ചോദിക്കുക.

റിലാക്സ് ആകുക

പിരിമുറുക്കം നിങ്ങളെ സ്വാധീനിക്കുന്നുവോ? എന്നാൽ നിങ്ങൾക്ക് യോഗായുടെ റിലാക്സേഷൻ ടെക്നിക്സ് സ്വീകരിക്കേണ്ടിവരും. ഏതെങ്കിലും യോഗാ ക്ലാസിൽ ചേർന്നോ അല്ലെങ്കിൽ വീട്ടിലിരിന്നു ഡി.വി.ഡിയുടെ സഹായം കൊണ്ടോ ഈ എളുപ്പമായ ടെക്നിക്കുകൾ നിങ്ങൾക്ക് എവിടെയും ഏതുസമയത്തും എളുപ്പത്തിൽ പഠിക്കാൻ കഴിയും. നിങ്ങളെ എപ്പോൾ ചിന്ത അലട്ടിയാലും ദിവസത്തിൽ ഒരിക്കൽ യോഗാ ചെയ്ത് ചിന്തയെ അകറ്റാൻ കഴിയും. കണ്ണുകൾ മൂടി ഇരിക്കുക. ഏതെങ്കിലും സുന്ദരമായ ദൃശ്യം കല്പന ചെയ്യുകയും കുഞ്ഞിനെ കൈയ്യിലെടുത്ത് ഇരിക്കുന്നതായി സങ്കല്പിക്കുകയും ചെയ്യുക. ശരീരത്തിലെ മാംസപേശികളെ എല്ലാം അയവായിവെക്കുക. 'ശരി' അല്ലെങ്കിൽ 'ഇല്ല' എന്ന് ഉച്ചത്തിൽ പറയുക.

ഇത് 10 മുതൽ 20 നിമിഷംവരെ തുടരുക. 1-2 മിനിറ്റുവരെ ചെയ്താലും വ്യത്യാസം കാണാം. നിങ്ങൾക്ക് പിരിമുറുക്കത്തിൽ നിന്നും ഉത്കണ്ഠയിൽ നിന്നും മോചനം ലഭിക്കും.

രണ്ടാമത്തെ ഗർഭാവസ്ഥ അമ്മമാരോട് കൂട്ടുകെട്ട് ഏർപ്പെടുത്തും. സൗഹൃദപൂർണ്ണമായ ചുറ്റുപാടിൽ നിങ്ങളുടെ മനസ്സിനെ വളരെ അധികം ശാന്തമാക്കും.

ഇതിനെപ്പറ്റി എന്തെങ്കിലും ചെയ്യുക:– നിങ്ങളുടെ പിരിമുറുക്കത്തിന്റെ കാരണങ്ങൾ കണ്ടുപിടിക്കുക. അവയെ എങ്ങനെ പരിഷ്കരിക്കാമെന്ന് നോക്കുക. മുഖ്യത്വമില്ലാത്ത ചില ജോലികൾ ഉപേക്ഷിക്കുക. നിങ്ങൾ വീട്ടിലും ഓഫീസിലും പല ചുമതലകളും ഏറ്റെടുത്തിട്ടുണ്ടെങ്കിൽ അവ ആരെ ഏൽപ്പിക്കാമെന്ന് തീരുമാനിക്കുക. അല്ലെങ്കിൽ എപ്പോൾവരെ നിർത്തിവെക്കാമെന്ന് ആലോചിക്കുക.

കൂടുതൽ പരിഭ്രമം ഏർപ്പെടുമ്പോൾ പേപ്പറും പേനായും എടുത്ത് ചെയ്യേണ്ട കാര്യങ്ങളുടെ ഒരു പട്ടിക തയ്യാറാക്കി അതൊക്കെ എപ്പോൾ ചെയ്യണമെന്ന് തീരുമാനിക്കുക. അപ്പോൾ നിങ്ങൾക്ക് എല്ലാം നിയന്ത്രണത്തിലാണെന്നും ഭാരം കുറച്ചു കുറഞ്ഞു എന്നും തോന്നും.

നല്ലപോലെ ഉറങ്ങുക:– ഉറക്കവും മരുന്നിൽ കുറഞ്ഞതല്ല, ഉറക്കം മൂലം ശരീരവും മനസ്സും ശാന്തമാകും. പലപ്പോഴും ഉറങ്ങുന്നതുകൊണ്ട് പിരിമുറുക്കവും ഉത്തേജനവും ശാന്തമാകാറുണ്ട്. നിങ്ങൾക്ക് ഉറങ്ങാൻ ബുദ്ധിമുട്ടുണ്ടെങ്കിൽ ഈ പുസ്തകത്തിൽ പറഞ്ഞിട്ടുള്ള ഉപായങ്ങൾ പരീക്ഷിച്ചു നോക്കുക.

വേണ്ടത്ര പോഷണം:– തിരക്കിട്ട ദിനചര്യ നിങ്ങളുടെ ഭക്ഷണക്രമത്തിലുള്ള ശീലങ്ങളെയും സ്വാധീനിക്കും.

ശുഭാപ്തി വിശ്വാസിയാകുക

ശുഭാപ്തി വിശ്വാസമുള്ളവർ ദീർഘായുസ്സും ആരോഗ്യവുമുള്ളവരായിരിക്കുമെന്നാണ് കരുതപ്പെടുന്നത്. ഗർഭിണിയായ അമ്മ ശുഭാപ്തി വിശ്വാസമുള്ളവളാണെങ്കിൽ കുഞ്ഞിന്റെ കാഴ്ചപ്പാടും മാറിയേക്കാം. ഗർഭിണികളിൽ പ്രസവത്തിന് മുമ്പ് ആപത്ത് ഏർപ്പെടാനുള്ള സാദ്ധ്യതയും വളരെ കുറവാണെന്നാണ് ഗവേഷകർ പറയുന്നത്. ഇങ്ങനെ ഗർഭാവസ്ഥയോട് ബന്ധപ്പെട്ട ആപത്തുകളും കുറയുന്നു.

പിരിമുറുക്കത്തിന്റെ ലെവൽ കുറഞ്ഞ ശുഭാപ്തി വിശ്വാസമുള്ള സ്ത്രീകളുടെ ഗർഭാവസ്ഥയിലുള്ള ആപത്തുകൾ തീർച്ചയായും കുറവായിരിക്കും. പിരിമുറുക്കത്തിന്റെ ഉയർന്ന ലെവലുള്ള സ്ത്രീകൾ ഗർഭാവസ്ഥയിലും അതിനുശേഷവും ആരോഗ്യപരമായ അനേകം പ്രശ്നങ്ങളിൽ അകപ്പെടും. പിരിമുറുക്കം കാരണം അവർ എല്ലാ കാര്യങ്ങളും തുറന്നു പറയുന്നില്ല. ശുഭാപ്തി വിശ്വാസമുള്ള സ്ത്രീകൾ മെച്ചപ്പെട്ട രീതിയിൽ തന്റെ ആരോഗ്യത്തിൽ ശ്രദ്ധപതിപ്പിക്കും. ശരിയായ ആഹാരം, വ്യായാമം, ശരിയായ ശുശ്രൂഷ എന്നിവ ചെയ്യും. പുകവലിയും മദ്യപാനവും ഉപേക്ഷിച്ച് മരുന്നുകൾ ശരിയായ രീതിയിൽ ഉപയോഗിക്കും. അവർ തങ്ങളുടെ അനുകൂലമായ പെരുമാറ്റവും വിചാരവും മൂലം ഗർഭാവസ്ഥയിൽ അനുകൂലമായ പ്രഭാവം ഏർപ്പെടുത്തും.

നിങ്ങളും നിങ്ങളുടെ ഗർഭാവസ്ഥയിൽ ഇതുപോലെയുള്ള ശുഭാപ്തി വിശ്വാസത്തോടുകൂടിയ രീതി സ്വീകരിച്ചാൽ പലതും നേടാൻ കഴിയും. ഗ്ലാസിലെ പാൽ 'പകുതി കാലി'യാണെന്ന് കരുതുന്നതിന് പകരം 'പകുതി നിറഞ്ഞിരിക്കുന്നു' എന്ന രീതിയിൽ നോക്കാൻ ശ്രമിക്കുക.

ഗർഭാവസ്ഥയിൽ തെറ്റായ ഭക്ഷണരീതി കൂടുതൽ കഷ്ടം നൽകും. ദിവസവും കുറഞ്ഞത് 6 പ്രാവശ്യം ലഘുവായി ഭക്ഷണം കഴിക്കണം. കുഴപ്പം പിടിച്ച കാർബോഹൈഡ്രേറ്റിന്റെയും പ്രോട്ടീനിന്റെയും അളവ് കൂട്ടുകയും, കഫൈൻ, പഞ്ചസാര എന്നിവയുടെ അളവ് കുറക്കുകയും ചെയ്യണം. പോഷകാഹാരങ്ങൾ കഴിക്കുന്നതുകൊണ്ടും പിരിമുറുക്കം കുറയും.

കുളിക്കുക:– ഇളം ചൂടുള്ള വെള്ളത്തിൽ കുളിക്കുക പിരിമുറുക്കം കുറയും. മനം ശാന്തമാകുകയും ചെയ്യും. നിങ്ങൾക്ക് നല്ല ഉറക്കവും വരും.

യോഗാ ചെയ്യുക:– പിരിമുറുക്കം കുറക്കാൻ യോഗായുടെയോ നീന്തൽ പോലുള്ള വ്യായാമങ്ങളുടെയോ സഹായം തേടുക. നിങ്ങളുടെ തിരക്കുപിടിച്ച ദിനചര്യക്കിടയിലും ഇതിനൊക്കെ തീർച്ചായായും സമയം കണ്ടെത്തണം.

മാറ്റു ചികിത്സാ:– സപ്ലിമെന്ററിയും വൈകൽപ്പികവുമായ ചികിത്സാ പദ്ധതികൾ മൂലവും പിരിമുറുക്കം കുറക്കാം. ഉദാ: അക്യുപഞ്ചർ, ബയോഫീഡ് ബാക്ക്, സമ്മോഹൻ തെറാപ്പി അല്ലെങ്കിൽ മാലിഷ്. ധ്യാനവും മാനസിക ചിത്രണവും പ്രയോജനപ്പെട്ടേക്കാം. ഉള്ളിന്റെയുള്ളിൽ സുന്ദരമായ പ്രകൃതി ചിത്രങ്ങൾ ഭാവനയിൽ കാണുക. റിലാക്സേഷൻ ടെക്നിക്കുകളുടെ പരിശീലനവും പ്രയോജനപ്രദമാകാം.

ഇവയിൽ നിന്ന് അകന്നു നിൽക്കുക:– പിരിമുറുക്കത്തിനോട് യുദ്ധം ചെയ്യുക, അതിനെ അഭിമുഖീകരിക്കുക. നല്ല സിനിമ കാണുകയോ പുസ്തകം വായിക്കുകയോ പാട്ടുകേൾക്കുകയോ ചെയ്യുക. കുഞ്ഞിന് ഭംഗിയുള്ള സോക്സ് തൈക്കുക. ഏതെങ്കിലും സുഹൃത്തിന്റെ കൂടെ ലഞ്ചിന് പോകുക. ഡയറി എഴുതുക. ഓൺലൈൻ സേർച്ച് ചെയ്യുക. അല്ലെങ്കിൽ വെറുതെ ഉലാത്താൻ പോകുക.

കാരണത്തെ തന്നെ നശിപ്പിക്കുക:- പിരിമുറുക്കത്തിനുള്ള ഏതെങ്കിലും കാരണം നശിപ്പിക്കാനോ നീക്കം ചെയ്യാനോ കഴിയുമെങ്കിൽ താമസിക്കേണ്ട. ജോലിയുടെ ഭാരം കൂടുതലാണെങ്കിൽ മറ്റുള്ളവരുമായി പങ്കുവെക്കുക. പിരിമുറുക്കം കൂടുതൽ കാരണം ജോലി മാറാൻ ആഗ്രഹിക്കുന്നുണ്ടെങ്കിൽ കുറച്ച് സമയത്തേക്കെങ്കിലും ആ വിചാരം മാറ്റിവെക്കുക. കുഞ്ഞ് ജനിച്ചശേഷം മാത്രം ഇതിനെക്കുറിച്ച് ചിന്തിക്കുക.

കുഞ്ഞ് ജനിച്ചശേഷം പിരിമുറുക്കം കൂടുമെന്നുള്ള കാര്യം ഓർക്കുക. അതുകൊണ്ട് ഇപ്പോൾതന്നെ അതുമായി ഒത്തുപോകാൻ ശീലിക്കുക.

ഗർഭാവസ്ഥയിൽ സ്നേഹപൂർണമായ സംരക്ഷണം

ഗർഭാവസ്ഥയിൽ മുഖത്ത് ഒരു പ്രത്യേക സൗന്ദര്യവും പ്രകാശവും തിളങ്ങുവാൻ തുടങ്ങുമെന്നതിൽ സംശയമില്ല. എന്നാലും നിങ്ങളുടെ സൗന്ദര്യത്തിന് മേക്ഓവർ ആവശ്യമാകും. ഗർഭവതിയായശേഷം, എക്നേക്രീം ഉപയോഗിക്കുന്നതിന് മുമ്പ്, അല്ലെങ്കിൽ ബിക്നി വ്യാക്സിന്റെ സ്പാ എടുക്കുന്നതിനുമുമ്പ് നിങ്ങൾ പലകാര്യങ്ങളും അറിഞ്ഞിരിക്കണം. ഇവിടെ നിങ്ങൾക്ക് തലമുതൽ കാൽവരെയുള്ള ഭാഗങ്ങളുടെ സംരക്ഷണത്തോട് ബന്ധപ്പെട്ട ടിപ്സ് തരുന്നുണ്ട്. അതിന്റെ സഹായം കൊണ്ട് നിങ്ങൾ സുന്ദരിയായി കാണപ്പെടുന്നതോടൊപ്പം സുരക്ഷിതയായിരിക്കുകയും ചെയ്യും.

നിങ്ങളുടെ തലമുടി

ഗർഭാവസ്ഥയിൽ നിങ്ങളുടെ തലമുടി വൃത്തികേടാകുകയോ, മുമ്പിലത്തേക്കാൾ നന്നാകുകയോ ചെയ്തേക്കാം. ഹാർമോണുകളുടെ വർദ്ധന കാരണം മുമ്പിലത്തേക്കാൾ മെച്ചപ്പെടാം. പക്ഷെ തലയിലെ മുടി മാത്രമല്ല വളരുക എന്നതാണ് സങ്കടകരമായ കാര്യം ദേഹം മുഴുവനുമുള്ള രോമങ്ങൾ വളരും.

കളറിങ്ങ്:– ഗർഭാവസ്ഥയിലും നിങ്ങൾ മുടിയിൽ ചായം തേക്കുകയാണെങ്കിൽ ചർമ്മത്തിൽ ഇറ്റുവീഴുന്ന രസായനങ്ങളെപ്പറ്റി ചർച്ചയുണ്ട്. പക്ഷെ ഇതുവരെ ഇവ ദോഷകരമാണെന്നുള്ളതിന് തെളിവൊന്നും ലഭിച്ചിട്ടില്ല. ആദ്യത്തെ മൂന്നാം മാസത്തിൽ ഇതിനെക്കുറിച്ച് സൂക്ഷിക്കണമെന്നാണ് വിദഗ്ദന്മാരുടെ ഉപദേശം.

പലരുടേയും അഭിപ്രായം ഗർഭാവസ്ഥ മുഴുവൻ മുടി ഡൈ ചെയ്യുന്നതിൽ കുഴപ്പമൊന്നുമില്ലെന്നാണ്. ഇക്കാര്യത്തിൽ ഡോക്ടറുടെ അഭിപ്രായം ചോദിക്കണം. എല്ലാ മുടിയിലും ചായം തേക്കുന്നതിൽ ബുദ്ധിമുട്ടുണ്ടെങ്കിൽ അവയെ ഹൈലൈറ്റ് ചെയ്യുക. അതുമൂലം കെമിക്കൽ മുടിവരെ എത്തുക

യുമില്ല. നിങ്ങളുടെ മുടിയിലെ ഹൈലൈറ്റ് വളരെ സമയം വരെ ഉണ്ടായിരിക്കുകയും ചെയ്യും. ഗർഭാവസ്ഥയിൽ എല്ലായ്പ്പോഴും പാർലറിൽ പോകേണ്ടിവരികയുമില്ല.

നിങ്ങളുടെ മുടിയിൽ അമോണിയ ഇല്ലാത്ത ഡൈ ചെയ്യാൻ കഴിയുമോ എന്ന് നിങ്ങളുടെ ഹെയർ കളറിസ്റ്റിനോട് ചോദിക്കുക. നിങ്ങളുടെ മുടി ഹാർമോണുകളുടെ മാറ്റം മൂലം വിചിത്രമായി പ്രതികരിച്ചേക്കാം. എന്ന് ഓർമ്മവെക്കുക. അവ സാധാരണ ഉണ്ടായിരുന്നതുപോലെ ആയിരിക്കുകയില്ല. തലയിലെ മുടി മുഴുവൻ ഡൈ ചെയ്യുന്നതിനുമുമ്പ് പാച്ച് ടെസ്റ്റ് ചെയ്തു നോക്കുക. ചുവന്ന മുടി ആഗ്രഹിച്ച നിങ്ങളുടെ മുടി വയ്‌ലറ്റ് ആകരുതല്ലോ.

മുടി സ്ട്രൈറ്റ് ചെയ്യാനുള്ള ടെക്നിക്കുകൾ:– നിങ്ങളുടെ ചുരുണ്ടമുടി നീട്ടുന്നതിനെക്കുറിച്ച് ആലോചിക്കുന്നുണ്ടോ? ഗർഭാവസ്ഥയിൽ ഇത് ചെയ്താൽ എന്തെങ്കിലും കുഴപ്പം ഏർപ്പെടുമെന്നതിനുള്ള തെളിവൊന്നും ലഭിച്ചിട്ടില്ല. ഇത് പൂർണ്ണ സുരക്ഷിതമാണെന്നതിനും തെളിവ് ലഭിച്ചിട്ടില്ല. അതുകൊണ്ട് നിങ്ങളുടെ ഡോക്ടറോട് അഭിപ്രായം ചോദിക്കുക. ആദ്യത്തെ മൂന്നാം മാസം മുടി അതിന്റെ സ്വാഭാവികമായ രീതിയിൽ തന്നെ വെക്കുന്നതാണ് നല്ലതെന്ന് നിങ്ങളും കേട്ടിരിക്കും.

നിങ്ങൾ മുടിനീട്ടാൻ ആഗ്രഹിക്കുന്നുണ്ടെങ്കിലും ചിലപ്പോൾ ഹാർമോണുകളുടെ മാറ്റം കാരണം നിങ്ങൾ ആഗ്രഹിച്ച ഫലം കിട്ടി എന്നുവരില്ല. രണ്ടാമത്തെ ഗർഭാവസ്ഥയിൽ മുടി ധാരാളം വളരുകയും ചെയ്യും. മുടി നീട്ടാൻ ശ്രമിച്ചാൽ ചിലപ്പോൾ വേരിൽ നിന്ന് വളരെ വേഗം ചുരുളാൻ തുടങ്ങിയെന്നും വരാം. നിങ്ങൾക്ക് 'തെർമൽ റീ കണ്ടീഷനിങ്ങ്' പ്രക്രിയ ഉപയോഗിക്കാവുന്നതാണ്. ഇതിൽ വീര്യം കൂടിയ രസായനങ്ങൾ ഉപയോഗപ്പെടുത്തുന്നില്ല. എന്നാൽ ഡോക്ടറോട് ചോദിച്ച ശേഷമെ ഇതും ചെയ്യാവൂ. അതല്ലെങ്കിൽ ഒരു ഫ്ലാറ്റ് അയേൺ വാങ്ങി മുടി സ്റ്റ്രെയ്റ്റ് ചെയ്യുക.

പെർമനെന്റ് അല്ലെങ്കിൽ ബോഡിവേവ്:– നിങ്ങളുടെ മുടി നിങ്ങൾ ആഗ്രഹിക്കുന്നത്ര അലയലയായി കാണപ്പെടുന്നില്ല. എന്നാൽ ഗർഭാവസ്ഥയിൽ പെർമനെന്റ് അല്ലെങ്കിൽ ബോഡിവേവിനെക്കുറിച്ച് ചിന്തിക്കരുത്. ഹാർമോണിന്റെ മാറ്റങ്ങൾ കാരണം എന്ത് പ്രതികരണം ഉണ്ടാകും, ഈ ടെക്നിക് പൂർണ്ണ സുരക്ഷിതമാണോ എന്നൊന്നും അറിയുകയില്ല. മുടിയുടെ മിച്ചമുള്ള സൗന്ദര്യവും നഷ്ടമാവരുതല്ലോ ?

ഹെയർ റീമൂവലും ലൈറ്റനിങ്ങ് ട്രീറ്റ്മെന്റും:– ഗർഭാവസ്ഥയിൽ ശരീരത്തിൽ വളരുന്ന രോമം കാരണം ബുദ്ധിമുട്ടുന്നുവോ? വിഷമിക്കേണ്ട. ഈ നില അധികസമയം വരെ നീണ്ടുനിൽക്കുകയില്ല. ഹാർമോണുകൾ കാരണം നിങ്ങളുടെ കക്ഷം, ചുണ്ടിന് താഴെ, മുതുക്, വയറ് എന്നിവിടങ്ങളിലുള്ള രോമത്തിന്റെ വളർച്ച വളരെകൂടി എന്നിരിക്കാം. എന്നാൽ ലേസർ, ഇലക്ട്രോളിസിസ്, ബ്ലീച്ചിങ്ങ് എന്നിവ ചെയ്യുന്നതിനുമുമ്പ് പുനരാലോചന ചെയ്യുകയോ ഡോക്ടറോട് അഭിപ്രായം ചോദിക്കുകയോ ചെയ്യണം. ഗർഭാവസ്ഥയിൽ രോമം നീക്കം ചെയ്യാനോ അവയുടെ നിറം കുറക്കാനോ ചെയ്യുന്ന ഈ ടെക്നിക്കുകൾ സുരക്ഷിതമാണെന്നുള്ളതിന് തെളിവൊന്നും ലഭിച്ചിട്ടില്ല. നിങ്ങൾ കുറഞ്ഞപക്ഷം ആദ്യത്തെ മൂന്നാം മാസംവരെ കാത്തിരുന്നാൽ നന്നായിരിക്കും. നിങ്ങൾ ഇതുവരെ എടുത്ത ട്രീറ്റ്മെന്റിനെക്കുറിച്ച് ആവശ്യമില്ലാതെ വിഷമിക്കേണ്ട, അതുകൊണ്ട് ഒരു ദോഷവും ഏർപ്പെടുകയില്ല.

ഷേവിങ്ങ്, മുടി പിഴുതെടുക്കുക, വ്യാക്സിങ്ങ്:– ഗർഭാവസ്ഥയിൽ ശരീരത്തിന്റെ ഏതെങ്കിലും അവയവത്തിൽ ആവശ്യമില്ലാത്ത മുടി വളർന്നേക്കാം. ഇതുനല്ല കാര്യമല്ല. എന്നാൽ നിങ്ങൾക്ക് ഈ രോമം ഷേവ് ചെയ്തുകളയാം അല്ലെങ്കിൽ വ്യാക്സ് ചെയ്യാം, ബിക്കിനിവ്യാക്സു ചെയ്യാം എന്നതാണ് നല്ലകാര്യം. എന്നാൽ ഗർഭാവസ്ഥയിൽ ചർമ്മം കൂടുതൽ സംവേദനശീലമായതുകൊണ്ട് സൂക്ഷിക്കണം. അല്ലെങ്കിൽ എളുപ്പത്തിൽ ഹാനി ഏർപ്പെട്ടേക്കാം. ഏതെങ്കിലും സലൂണിൽ പോയി എന്തെങ്കിലും ട്രീറ്റ്മെന്റ് എടുക്കുന്നതിനു മുമ്പ് നിങ്ങൾ ഗർഭിണിയാണെന്ന കാര്യം പറയണം. അപ്പോൾ അവർക്ക് കൂടുതൽ സൂക്ഷിക്കാൻ കഴിയും.

നിങ്ങളുടെ മുഖം

നിങ്ങളുടെ വയറുകണ്ട് നിങ്ങൾ ഗർഭിണിയാണെന്ന് അറിയാൻ കഴിഞ്ഞില്ലെങ്കിലും മുഖത്തുനിന്ന് മനസ്സിലാക്കാൻ കഴിയും. ഗർഭാവസ്ഥക്കിടയിൽ മുഖത്തിന് നല്ലതോ,

ചീത്തയോ, വളരെ ചീത്തയോ ഏതുവിധത്തിലുള്ള മാറ്റവും ഏർപ്പെടാം.

ഫേഷ്യൽ:– നിങ്ങൾ മുഖത്തുള്ള പ്രകാശത്തെപ്പറ്റി വായിച്ചുവല്ലോ, ആ അനുഗ്രഹം എല്ലാ ഗർഭിണികൾക്കും ലഭിക്കുന്നില്ല. ഗർഭാവസ്ഥക്കിടയിൽ ഫേഷ്യൽ ചെയ്യുന്നത് സുരക്ഷിതമാണെങ്കിലും ചർമ്മം വളരെ സംവേദന ശീലമായതുകൊണ്ട് 'ഗ്ലൈക്കോലിക് പീൽ', 'മൈക്രോഡർമ്മാ ബ്രേസിയൻ' എന്നിങ്ങനെയുള്ള ചികിത്സകൾ ചെയ്യാതിരിക്കുന്നതാണ് നല്ലത്. ഇവമൂലം ലാഭത്തിനു പകരം ഹാനി ഏർപ്പെട്ടേക്കാം. ഫേഷ്യലിനിടയിൽ മൈക്രോ കറന്റും കൊടുക്കും. പാർലറിൽ ഉള്ളവരെ നിങ്ങൾ ഗർഭിണിയാണെന്ന വിവരം അറിയിക്കുക. അവർ നിങ്ങളുടെ കാര്യത്തിൽ നല്ലപോലെ ശ്രദ്ധചെലുത്തും. ഏതെങ്കിലും ചികിത്സയുടെ സുരക്ഷയെപ്പറ്റി സംശയം തോന്നിയാൽ ഡോക്ടറുടെ അഭിപ്രായം കേട്ടശേഷം മുന്നോട്ട് പോകുക.

ആന്റി റിങ്കിൾ ട്രീറ്റ്മെന്റ്:– ചുളിവുള്ള കുഞ്ഞ് പ്രീയപ്പെട്ടതാണ്, എന്നാൽ അമ്മ അങ്ങനെയല്ല! ഏതെങ്കിലും ചർമ്മരോഗവിദഗ്ദനെ സമീപിക്കുന്നതിന് മുമ്പ് താഴെപ്പറയുന്ന കാര്യങ്ങൾ ശ്രദ്ധിക്കുക–

കൊലാംജൻ, റിസ്റ്റായ്ലേൻ, ജൂവേഡർമ്, ബോട്ടോക്സ് എന്നിവയും ഗർഭാവസ്ഥയും എന്നുള്ള വിഷയത്തെക്കുറിച്ച് പ്രത്യേക പഠനങ്ങളൊന്നും നടന്നിട്ടില്ല. അതുകൊണ്ട് ഇവയിൽ നിന്ന് അകന്നുനിൽക്കുന്നതാണ് നല്ലത്. ആന്റി റിങ്കിൾ ക്രീം ഉപയോഗിക്കാൻ ആഗ്രഹിക്കുന്നുണ്ടെങ്കിൽ ഉപയോഗിക്കുന്നതിന് മുമ്പ് നിർദ്ദേശങ്ങൾ വായിച്ചുനോക്കുക, ഡോക്ടറുടെ അഭിപ്രായവും തേടുക. വിറ്റാമിൻ എ, കെ അല്ലെങ്കിൽ ബി.എച്ച്.എ (ബീറ്റാ ഹൈഡ്രോക്സൈഡ്) എന്നിവയുള്ള ഉത്പന്നങ്ങളോട് കുറച്ചുകാലത്തേക്ക് നിങ്ങൾക്ക് യാത്ര പറയേണ്ടിവരും. മറ്റ് വിഷയങ്ങളെക്കുറിച്ചുള്ള സംശയങ്ങളും ഡോക്ടറോട് ചോദിക്കണം. അദ്ദേഹം ഫ്രൂട്ട് ആസിഡ് എ.എ.എച്ച്. (ആൽഫാ - ഹൈഡ്രോക്സിഡ് ആസിഡ്) ഉപയോഗിക്കാൻ അനുമതിച്ചേക്കാം. എന്നാൽ അത് ഉപയോഗിക്കുന്നതിനുമുമ്പും അഭിപ്രായം ചോദിക്കുക. ഗർഭാവസ്ഥയിൽ മുഖത്തെ ചുളിവുകൾ അധികം കാണാൻ കഴിയില്ലെന്ന കാര്യം നിങ്ങൾ ശ്രദ്ധിച്ചിരിക്കാം. നിങ്ങൾക്ക് കോസ്മെറ്റിക് പ്രക്രിയ ഇല്ലാതെതന്നെ കഴിച്ചുകൂട്ടാൻ കഴിയും.

എക്നേ ചികിത്സ:– ചെറുപ്പത്തിൽ കൂടുതൽ എക്നേ ആയോ? ഗർഭാവസ്ഥയിൽ നിങ്ങൾക്ക് ഹാർമോണുകളെ ഇക്കാര്യത്തിന് കുറ്റപ്പെടുത്താം. നിങ്ങൾക്ക് പരിചയമുള്ള ക്രീമുകളും മരുന്നുകളും ഉപയോഗിക്കുന്നതിനുമുമ്പ് ഡോക്ടറോട് ചോദിക്കാൻ മറക്കരുത്. പ്രസവത്തിനുമുമ്പ് ലേസർ ട്രീറ്റ്മെന്റ്, കെമിക്കൽ പീൽ മുതലായ ചികിത്സകൾ ചെയ്യുമ്പോൾ സൂക്ഷിക്കണം. എക്നേയുടെ രണ്ടുപേരുകേട്ട മരുന്നുകളാണ് ബീറ്റാ ഹൈഡ്രോക്സ് ആസിഡും സെലീസൈക്ലിക് ആസിഡും. ഇവയെപ്പറ്റിയ പരിശോധനകളൊന്നും നടന്നിട്ടില്ല. ചിലപ്പോൾ ചികിത്സക്കിടയിൽ അവ ചർമ്മത്തെ ബാധിച്ചെന്നുവരാം. ഇങ്ങനെയുള്ള ഉത്പന്നങ്ങളുടെ സുരക്ഷയെപ്പറ്റി ഡോക്ടറോട് ചോദിക്കുക. സാധാരണ ഇങ്ങനെയുള്ള മരുന്നുകളും ബെനിജോൽ പെറോക്സൈഡ് കലർന്ന മരുന്നുകളും സുരക്ഷിതമായി കരുതപ്പെടുന്നില്ല. ഗ്ലൈക്കോലിക് ആസിഡ്, എക്സ്ഫോലിയേറ്റിങ്ങ് സ്ക്രബ്, എരിപ്രോമൈസിൻ എന്നിവപോലുള്ള ആന്റി ബയോട്ടിക്സ് ഉപയോഗിക്കാമെങ്കിലും ഉപയോഗിക്കുന്നതിനുമുമ്പ് ഡോക്ടറോട് ചോദിക്കണം. ചിലപ്പോൾ അവയും ചർമ്മത്തിൽ അസ്വസ്ഥത ഏർപ്പെടുത്തിയേക്കാം. നിങ്ങൾക്ക് പ്രകൃതിദത്തമായ മരുന്നുകൾ ഉപയോഗിച്ചുനോക്കാം. ഉദാ:– ധാരാളം വെള്ളം കുടിക്കുക, ശരിയായ ഭക്ഷണരീതി, മുഖം പതിവായി വൃത്തിയാക്കുക. ഇതുമൂലം ഒരു ഹാനിയും ഏർപ്പെടുകയില്ല.

നിങ്ങളുടെ പല്ലുകൾ

നിങ്ങൾക്ക് ഗർഭാവസ്ഥയിൽ ധാരാളം പുഞ്ചിരിക്കേണ്ടിവരും. എന്താ, നിങ്ങളുടെ പല്ലുകൾ അതിന് തയ്യാറാണോ? കോസ്മെറ്റിക് ദന്ത ചികിത്സ വളരെ ലോകപ്രിയമാണെങ്കിലും ഗർഭാവസ്ഥയിൽ അത് ചെയ്യാറില്ല.

പല്ലുകളുടെ വെണ്മ:– മുത്തുപോലെ തിളങ്ങുന്ന പല്ലുകൾ ആഗ്രഹിക്കുന്നുവോ? ഗർഭാവസ്ഥയിൽ പല്ലുകൾക്ക് വെണ്മ നൽകുന്ന ഉത്പാദനങ്ങൾ കൊണ്ട് ബുദ്ധിമുട്ടൊന്നും ഏർപ്പെടുന്നില്ലെങ്കിലും കുറച്ചു മാസങ്ങളോളം കാത്തിരിക്കുന്നതാണ് നല്ലത്. പതിവായ പല്ലുകൾ വൃത്തിയാക്കുവാൻ പ്രത്യേകം ശ്രദ്ധിക്കുക. ഈ അവസ്ഥയിൽ നിങ്ങളുടെ സംവേദനശീലമായ മോണകൾക്കും ഇതുതന്നെയാണ് ആവശ്യം.

കോട്ടിങ്ങ് അല്ലെങ്കിൽ ക്യാപ് ഇടൽ (വീനർസ്):– ഇതിൽ അപകടകരമായതൊന്നുമില്ലെങ്കിലും പല്ലുകളോട് ബന്ധപ്പെട്ട ഏതുചികിത്സയും ചെയ്യാൻ പ്രസവംവരെ കാത്തിരിക്കുന്നതാണ് നല്ലത്. എന്തെന്നാൽ ഗർഭാവസ്ഥയിൽ മോണകൾ വളരെ സംവേദനശീലമാ (സെൻസിറ്റീവ്) കുന്നതുകൊണ്ട് ഏത് ദന്തചികിത്സയും മുമ്പിലത്തെക്കാൾ ബുദ്ധിമുട്ടുള്ളതാകും.

നിങ്ങളുടെ ശരീരം

ഗർഭാവസ്ഥയിൽ നിങ്ങളുടെ ശരീരം എത്രമാത്രം അദ്ധ്വാനിക്കുന്നുണ്ടെന്ന് നിങ്ങൾക്ക് അനുമാനിക്കാൻ കഴിയുകയില്ല. ഈ സമയത്ത് അതിന് ധാരാളം സ്നേഹവും സംരക്ഷണവും നൽകണം. ഇതിനെ സുരക്ഷിതമാക്കുന്നതെങ്ങിനെ എന്ന് പറഞ്ഞുതരാം, വരൂ.

മാലിഷ് (മസാജ്):– പുറംവേദനയോ രാത്രിയിൽ എഴുന്നേൽപ്പിക്കുന്ന വ്യാകുലതയോ ഇല്ലാതാകണമെങ്കിൽ ശരീരത്തെ മാലിഷ് ചെയ്യുക. ഗർഭാവസ്ഥയിൽ പിരിമുറുക്കത്തിൽ നിന്നും വേദനയിൽ നിന്നും രക്ഷപ്പെടാൻ ഇതിനേക്കാൾ നല്ല ഉപായമില്ല, എന്നാൽ ഇതിനോട് ബന്ധപ്പെട്ട ചില നിർദ്ദേശങ്ങൾ പാലിക്കണം. അപ്പോൾ മാത്രമെ മാലിഷ് വിശ്രമദായകമാകുന്നതോടൊപ്പം സുരക്ഷിതവുമാകൂ.

- ശരിയായ വ്യക്തിയെകൊണ്ട് മാലിഷ് ചെയ്യിക്കുക. മാലിഷ് ചെയ്യുന്ന ആൾക്ക് ലൈസൻസ് ഉണ്ടോ എന്ന് നോക്കുക ? അയാൾക്ക് ഗർഭാവസ്ഥയിൽ സൂക്ഷിക്കേണ്ട കാര്യങ്ങളുടെ അറിവുണ്ടോ എന്നും അന്വേഷിക്കുക.
- ഗർഭാവസ്ഥയുടെ ആദ്യത്തെ മൂന്നാം മാസം മാലിഷ് വേണ്ടെന്നുവെക്കുക, മാലിഷ് ചെയ്താൽ മോണിങ്ങ് സിക്നസും ഉറക്കം തൂങ്ങലും കൂടുതലാകും. നിങ്ങൾ ആദ്യത്തെ മൂന്നാം മാസം മാലിഷ് ചെയ്തു എങ്കിൽ സാരമില്ല, ഇതിൽ ആപത്തൊന്നുമില്ല.
- ശരിയായ പോശ്ചറിൽ (അവസ്ഥ) വിശ്രമിക്കുക. നാലാം മാസത്തിനുശേഷം അധികനേരം മലർന്നു കിടക്കരുത്. മാലിഷ് ചെയ്യുന്ന ആളോട്, മാലിഷ് ചെയ്യുന്ന സമയത്ത് പ്രത്യേകതരം തലയണ ഉപയോഗിക്കാൻ പറയണം, അല്ലെങ്കിൽ ഫോം കുഷൻ വയ്ക്കുക. ഇതു മൂലം നിങ്ങളുടെ ശരീരത്തിന് വിശ്രമം ലഭിക്കും.
- മണമില്ലാത്ത ലോഷൻ ഉപയോഗിക്കുക. തീവ്രമായ ഗന്ധം മൂലം നിങ്ങൾക്ക് ബുദ്ധിമുട്ട് ഏർപ്പെട്ടേക്കാം.
- ശരിയായ സ്ഥലത്തുമാത്രമെ മസാജ് ചെയ്യാവൂ. ശരീരത്തിലെ ചിലഭാഗങ്ങളിൽ സമ്മർദ്ദം ഏൽക്കുമ്പോൾ കോൺട്രാക്ഷൻ അധികമാകും. നിങ്ങൾക്ക് മാലിഷ് ചെയ്യുന്ന ആൾ ഗർഭാവസ്ഥയോട് ബന്ധപ്പെട്ട സംരക്ഷണത്തിനുള്ള ട്രെയ്നിങ്ങ് നേടിയിരിക്കണം. വയറിന്റെ അടിഭാഗത്ത് മാലിഷ് ചെയ്യരുത്. അയാൾ അധികം വേഗത്തിൽ കൈചലിപ്പിക്കുകയോ നിങ്ങൾക്ക് വേദന അനുഭവപ്പെടുകയോ ചെയ്താൽ ഉടനെ അയാളോട് പറയണം. ഈ വിഷയത്തിൽ കൂടുതൽ നല്ല അഭിപ്രായം പറയാൻ നിങ്ങൾക്കാണ് കഴിയുക.

അരോമ തെറാപ്പി:– ഗർഭവാസ്ഥയിൽ സെൻടിന്റെ കാര്യത്തിൽ കുറച്ച് സാമാന്യബുദ്ധി ഉപയോഗിക്കുക. ഇവയിലുള്ള ചില എണ്ണകൾ നിങ്ങൾക്ക് ദോഷം ചെയ്തേക്കാം. ഏതെങ്കിലും വിധത്തിലുള്ള അരോമതെറാപ്പി ചെയ്യുന്നത് സൂക്ഷിച്ചുവേണം. റോസ്, ലാവൻഡർ, മുല്ല, പിച്ചിപ്പൂവ്, ടൈംഗിൻ, നൈരോലി, യലാംഗ്-യലാംഗ് എന്നീ എണ്ണകൾ ഒരു പരിധിവരെ ഉപയോഗിക്കാവുന്നതാണ്.

എന്നാൽ ഗർഭിണികൾ ബേസിൽ, ജൂനീപർ, റോസ്മേരി, സേഗ് പെപ്പർമെന്റ്, മാറിനോ, ഥായ്മ് എന്നീ എണ്ണകൾ ഉപയോഗിക്കരുത്. ഇവമൂലം യൂട്രൈൻ കോൺട്രാക്ഷൻ ഏർപ്പെടും. (മിഡ്വൈഫ് പ്രസവസമയത്ത് ഈ എണ്ണകൾ ഉപയോഗിക്കുന്നു). നിങ്ങൾ ഈ എണ്ണകൾ ഉപയോഗിച്ചിട്ടുണ്ടെങ്കിൽ പരിഭ്രമിക്കേണ്ടതില്ല. ഈ എണ്ണകൾക്ക് ചർമ്മത്തിൽ കലരാൻ കഴിയുകയില്ല, എന്തെന്നാൽ പൃഷ്ഠഭാഗത്തുള്ള തോൽതടിച്ചിരിക്കും. ബാത്ത് & ബ്യൂട്ടി ഷോപ്പിൽ വിൽക്കുന്ന എല്ലാ ഉത്പന്നങ്ങളും സുരക്ഷിതമാണ്, അവയിലെ സെന്റ് കോൺസൺട്രേറ്റഡ് ആയിരിക്കരുതെന്നു മാത്രം.

ബോഡി ട്രീറ്റ്മെന്റ്, സ്ക്രബ്, റൈപ്, ഹൈഡ്രോ തെറപ്പി:– ബോഡി സ്ക്രബ് നിങ്ങളുടെ സെൻസിറ്റീവ് ചർമ്മത്തിന് ഹാനി ഏൽപ്പിക്കുന്നില്ലെങ്കിൽ അവ സുരക്ഷിതമായി കരുതാം. ചില ഹെർബൽ റൈപ് ലാഭകരമാണ്, എന്നാൽ ഇവ മൂലം നിങ്ങളുടെ ശരീരത്തിന്റെ താപനില കൂടും. ഹൈഡ്രോ തെറപ്പിയിലും 100° ഫാരൻ ഹീറ്റുവരെ ഇളം ചൂടുള്ള വെള്ളത്തിൽ കുളിക്കാം. എന്നാൽ

സാനാബാത്ത്, സ്റ്റീം റൂം, ഹോട്ട് ടബ്ബ് എന്നിവ ഉപയോഗിക്കരുത്.

ടൈനിങ്ങ് ബെഡ്, സ്പ്രേ ആന്റ് ലോഷൻ:– ഗർഭാവസ്ഥയിൽ മുഖത്തുള്ള മഞ്ഞളിപ്പു കാരണം വിഷമത്തിലാണോ. സോറി, ടൈനിങ്ങ് ബെഡ് നിങ്ങൾക്ക് പ്രയോജനപ്പെടുകയില്ല. ഇതുമൂലം ശരീരത്തിന്റെ താപനില ഗർഭസ്ഥ ശിശുവിന്റെ ശരീര വികാസത്തിന് ഘാതകമാകുന്ന വിധത്തിൽ ഉയരും. നിങ്ങൾ സൺഗ്ലാസ് ടൈനിങ്ങ് ലോഷൻ അല്ലെങ്കിൽ സ്പ്രേ ഉപയോഗിക്കാൻ പോവുകയാണെങ്കിൽ അതിനുമുമ്പ് ഡോക്ടറുടെ അഭിപ്രായം ചോദിക്കുക. പലപ്പോഴും ഹാർമോണുകളുടെ മാറ്റം മൂലം നിറംമാറുമെന്ന് നിങ്ങൾ അറിഞ്ഞിരിക്കണം. ഞങ്ങൾ ഈ പുസ്തകത്തിൽ ടാട്ടൂ, ഹെന്ന, ശരീരത്തിൽ

സ്പായുടെ ഒരു ദിവസം

ആഹാ! ഗർഭിണികൾക്ക് സ്പായിൽ കൂടുതൽ സുഖകരമായ മറ്റൊന്ന് ഉണ്ടായിരിക്കുകയില്ല. ഇപ്പോഴെല്ലാം പലയിടത്തും സ്പാ ചെയ്യാനുള്ള സൗകര്യം ലഭിക്കാൻ തുടങ്ങിയിട്ടുണ്ട്. സ്പാ ചെയ്യാൻ പോയ ഉടനെ നിങ്ങൾ ഗർഭിണിയാണെന്ന കാര്യം പറയണം. ഡോക്ടർ എന്തെങ്കിലും കാര്യം പ്രത്യേകം ശ്രദ്ധിക്കണമെന്ന് പറഞ്ഞിട്ടുണ്ടെങ്കിൽ അതും അവരോട് പറയണം അപ്പോൾ അവർക്ക് അതിനനുസരിച്ച് ട്രീറ്റുമെന്റ് തരാൻ കഴിയും. ഡോക്ടറോട് ചോദിച്ചശേഷം പോകുന്നതാണ് കൂടുതൽ നല്ലത്.

ഗർഭാവസ്ഥയും നിങ്ങളുടെ മേക്കപ്പും

ഗർഭാവസ്ഥയിൽ മുഖത്തിൽ ഏർപ്പെടുന്ന വീക്കം, നിറംമാറ്റം എന്നിവമൂലം മുഖത്തിന് പലവെല്ലുവിളികളെയും നേരിടേണ്ടി വരും. സ്വല്പം മേക്കപ്പ് ചെയ്ത് നിങ്ങൾക്ക് ഒരളവുവരെ ഇവയെ മറക്കാൻ കഴിയും.

ക്ലോസ്മാ, ഡീകളറേഷൻ എന്നിവ മൂലം മുഖത്തിൽ ഏർപ്പെട്ടിട്ടുള്ള കുറവുകൾ മറക്കാൻ കറെക്റ്റീവ് കൺസീലർ ഉപയോഗിക്കുക. ഡാർക്ക് സ്പോട്ടിന് ഹൈപ്പർ പിഗ്മെന്റേഷൻ മറക്കാൻ കഴിയുന്ന ഏതെങ്കിലും ബ്രാൻഡ് ഉപയോഗിക്കുക. എന്നാൽ ഈ മേക്കപ്പ് നോൺ കാർമെഡോജീനിക് ആവണമെന്ന കാര്യം പ്രത്യേകം ശ്രദ്ധിക്കണം. നിങ്ങളുടെ നിറത്തെക്കാൾ ഒരു ടോൺ കുറഞ്ഞ കൺസീലർ ഉപയോഗിക്കുക. ഇത് ഒരു മൂലയിൽ തേച്ച് മുഖം മുഴുവൻ പരത്തുക. പിന്നീട് പൗഡറിട്ട് അതിനെ സെറ്റ് ചെയ്യുക.

മുഖക്കുരു മറയ്ക്കാൻ അധികം മേക്കപ്പ് ചെയ്യരുത്. ഫൗണ്ടേഷനുശേഷം ചർമ്മത്തിന് ചേരുന്ന കൺസീലർ ഉപയോഗിച്ച് വിരലുകൊണ്ട് നന്നായി ഒരുപോലെയാക്കുക.

കവിളുകൾക്ക് ഭംഗിയുള്ള റോസ് കളർകൂടി കൊടുത്താൽ നിങ്ങളുടെ സൗന്ദര്യം ജ്വലിക്കും.

ഗർഭാവസ്ഥ കാരണം നിങ്ങളുടെ മൂക്ക് ചെറുതായി വീങ്ങിയിരിക്കാം. ഫൗണ്ടേഷന്റെ സഹായം കൊണ്ട് ഇത് കുറഞ്ഞതായി കാണിക്കാം. ഫൗണ്ടേഷൻ എല്ലായിടത്തും ഒരേപോലെ തേക്കുക.

തുള ഉണ്ടാക്കുക എന്നീ പ്രക്രിയകളോട് ബന്ധപ്പെട്ട സുരക്ഷയെപ്പറ്റിയും നിങ്ങൾക്ക് പറഞ്ഞുതരാം. അവയും ശ്രദ്ധിക്കുക

നിങ്ങളുടെ കൈകാലുകൾ

മൂന്നാമത്തെ മൂന്നാംമാസ (9-ാം)ത്തിനുശേഷം നിങ്ങൾക്ക് ശരിക്ക് നിങ്ങളുടെ കാലുകൾ കാണാൻ പോലും കഴിയുകയില്ല. പക്ഷെ ഗർഭാവസ്ഥ കൈ-കാലുകളിൽ തന്റെ സ്വാധീനം കാട്ടുകതന്നെ ചെയ്യും. നിങ്ങളുടെ കൈ-കാലുകളിൽ വീക്കമുണ്ടാകുമെങ്കിലും കാണാൻ നന്നായി തന്നെ ഇരിക്കും.

മെനിക്യൂറും പെഡിക്യൂറും:– ഗർഭാവസ്ഥയിൽ എളുപ്പത്തിൽ മെനിക്യൂറും പെഡിക്യൂറും ചെയ്യാൻ കഴിയും. ഈ സമയത്ത് നിങ്ങളുടെ നഖങ്ങൾ കൂടുതൽ ബലമുള്ളതും നീളമുള്ളതുമായിരിക്കും. നിങ്ങൾ പോകുന്ന സലൂൺ കാറ്റോട്ടമുള്ളതായിരിക്കണം. അവിടത്തെ രസായനങ്ങളുടെ തീക്ഷ്ണ ഗന്ധം നിങ്ങൾക്ക് ബുദ്ധിമുട്ടുണ്ടാക്കിയേക്കാം. മെനിക്യൂർ ചെയ്യുന്ന ആളോട്, പെഡിക്യൂർ ചെയ്യുന്നസമയത്ത് നെരിയാണിയിലുള്ള എല്ലിനും കുതികാലിനും നടുവിൽ മസാജ് ചെയ്യരുതെന്നുപറയണം. എക്രെലിക്കിനെ സംബന്ധിച്ചിടത്തോളം കുറച്ച് സൂക്ഷിക്കുന്നതാണ് നല്ലത്. എന്തെന്നാൽ ഗർഭാവസ്ഥയിൽ എല്ലാ കാര്യങ്ങളിലും സൂക്ഷിക്കുന്നതാണ് നല്ലത്. അത് പല കുഴപ്പങ്ങളിൽ നിന്നും നിങ്ങളെ രക്ഷിക്കും.

റിലാക്സ് ചെയ്യുക

യോഗാ, ധ്യാനം എന്നിവ കൂടാതെ മറ്റ് പല ഉപായങ്ങളും മൂലം നിങ്ങൾക്ക് റിലാക്സ് ആകാൻ പഠിക്കാം. നിങ്ങൾക്ക് ഏതെങ്കിലും ഒരു സംഘത്തിൽ അംഗമായി ചേരാം അല്ലെങ്കിൽ ആദ്യം മുതലേ യോഗാ കുറിച്ചുള്ള നിർദ്ദേശങ്ങൾ സ്വീകരിക്കാം. നിങ്ങളുടെ പക്കൽ ഇതിനൊന്നും സമയമില്ലെങ്കിൽ ഏതെങ്കിലും എളുപ്പമുള്ള റിലാക്സേഷൻ ടെക്നിക്ക് സ്വീകരിക്കുക. പിരിമുറുക്കം കുറച്ചെങ്കിലും കൂടിയിട്ടുണ്ടെങ്കിൽ ഇവ അഭ്യസിക്കുക:–

1. കണ്ണുമൂടി ഇരിക്കുക. ഏതെങ്കിലും ശാന്തസുന്ദരമായ ദൃശ്യം ഭാവനയിൽ കാണുക. പതുക്കെപതുക്കെ ശരീരത്തിലെ അംഗങ്ങളിലുള്ള മാംസപേശികളെ അയവുള്ളതാക്കാൻ ശീലിക്കുക. കഴിയുമെങ്കിൽ മൂക്കിൽ കൂടി ശ്വസിക്കുകയും മനസ്സിൽ എന്തെങ്കിലും വാക്ക് ഉരുവിടുകയും ചെയ്യുക. പത്തുമുതൽ 20 മിനിറ്റുകൾവരെ ഇത് തുടരുക.
2. മൂക്കിൽകൂടെ പതുക്കെ ദീർഘശ്വാസം എടുക്കുക, വയറ് പുറത്തേക്ക് തള്ളുക, നാലുവരെ എണ്ണുക. ചുമലിലും കഴുത്തിലുമുള്ള മാംസപേശികളെ അയവാക്കുക. പതുക്കെ ശ്വാസം പുറത്തോട്ടു വിട്ടുകൊണ്ട് 6 വരെ എണ്ണുക. 4 മുതൽ 6 പ്രാവശ്യം വരെ ഇത് ആവർത്തിച്ചാൽ പിരിമുറുക്കം കുറക്കാം.

ഗർഭം അലസാനുള്ള സാദ്ധ്യതയുടെ ലക്ഷണങ്ങൾ

ഡോക്ടറെ എപ്പോൾ ഉടനെ വിളിക്കണം:–

1. അടിവയറ്റിൽ വേദനയോടൊപ്പം രക്തസ്രാവവും ഉണ്ടാകുമ്പോൾ. പ്രാരംഭിക ഗർഭാവസ്ഥയിൽ ഇവ ഇക്ടോപിക് ഗർഭാവസ്ഥയുടെ ലക്ഷണമായേക്കാം.
2. ഒരു ദിവസത്തിൽ കൂടുതൽ കഠിനമായ വേദനയും രക്തത്തിന്റെ ചെറിയ പാടുകളും കണ്ടാൽ.
3. കടുത്ത രക്തസ്രാവമോ, രണ്ട്-മൂന്ന് ദിവസംവരെ ചെറുതായ രക്തസ്രാവമോ ഉണ്ടായാൽ.
4. ഗർഭം അലസൽ, രക്തപോക്ക്, കോച്ചിവലി എന്നിവയുടെ മെഡിക്കൽ ഹിസ്റ്ററി ഉണ്ടെങ്കിൽ

അപകട സമയത്ത് എപ്പോൾ സഹായം തേടണം:–

1. വളരെയധികം രക്തം പോകുകയോ അത് സഹിക്കാൻ കഴിയാതെ വരുകയോ ചെയ്യുമ്പോൾ.
2. ഇളം സ്ലേറ്റ് അല്ലെങ്കിൽ റോസ് നിറത്തിലുള്ള സ്രവം കണ്ടാൽ ഗർഭം അലസാൻ തുടങ്ങി എന്ന് മനസ്സിലാക്കുക. നിങ്ങളുടെ ഡോക്ടറുടെ അടുത്തുപോകാൻ കഴിഞ്ഞില്ലെങ്കിൽ അടുത്തുള്ള ഏതെങ്കിലും ക്ലീനിക്കിലേക്ക് ഉടനെ പോകുക. അവർ ഈ സ്രാവം ഒരു ജാറിൽ വെക്കാൻ പറയും. അതിൽനിന്ന് ഗർഭപാതം പൂർണ്ണമായോ, എന്തെങ്കിലും ആപത്തുണ്ടോ, ഡി.എൻ.സി. ചെയ്യേണ്ടിവരുമോ എന്നെല്ലാം അറിയാൻ കഴിയും.

• • •

രണ്ടാം മാസം

ഏകദേശം 5 മുതൽ 8 ആഴ്ചകൾ

നിങ്ങൾ ഇതുവരെ ഇക്കാര്യം ആരോടും പറഞ്ഞിരിക്കുകയില്ല, നിങ്ങൾ പറയാതെ ആർക്കും മനസ്സിലാക്കാൻ കഴിയുകയുമില്ല. (നിങ്ങൾ സ്വയം ആഗ്രഹിക്കാത്തതുവരെ) എന്നിരുന്നാലും ഉള്ളിന്റെ ഉള്ളിൽ കുഞ്ഞിന്റെ ചലനങ്ങൾ തുടങ്ങിക്കഴിഞ്ഞു. പല ലക്ഷണങ്ങളും കണ്ടുതുടങ്ങി. എവിടെ ചെന്നാലും മനംപിരട്ടലും വായിൽ ഉമിനീരും നിങ്ങളെ പിൻതുടരും. പകലും രാത്രിയും ബാത്ത്റൂമിൽ കയറി ഇറങ്ങിക്കൊണ്ടിരിക്കുന്നു. ഗ്യാസു കാരണം വയറ് വീർത്തിരിക്കുന്നു.

ഈ ലക്ഷണങ്ങളെല്ലാം നിങ്ങളുടെ ഉള്ളിൽ ഒരു പുതിയ ജീവൻ വളരുന്നുണ്ടെന്ന് നിങ്ങൾക്ക് ഉറപ്പ് നൽകിയിരിക്കും. നിങ്ങൾ ഗർഭിണിയാണെന്ന് മനസ്സിലാക്കിയിരിക്കും. ഇത് വയറിലെ കുഴപ്പത്തിന്റെ ലക്ഷണമല്ല. കൂടുതൽ ക്ഷീണം തോന്നുകയോ അടിക്കടി ബാത്ത് റൂം പോകേണ്ടിവരികയോ ചെയ്താൽ നിങ്ങൾ ഗർഭിണിയായതുകൊണ്ടാണ് ഇതെല്ലാം ഏർപ്പെടുന്നതെന്ന് നിങ്ങൾ സ്വയം മനസ്സിലാക്കാൻ തുടങ്ങിയിരിക്കും. മനസ്സിനെ ദൃഢപ്പെടുത്തുക, ഇത് ആരംഭം മാത്രമാണ്.

ഈ മാസം നിങ്ങളുടെ കുഞ്ഞിന്റെ വളർച്ച

അഞ്ചാമത്തെ ആഴ്ച:– നിങ്ങളുടെ വാലുള്ള ചെ റിയ ഭ്രൂണത്തെക്കണ്ടാൽ ഒരു കുഞ്ഞെന്നല്ല ടാട്പോൾ ആണെന്നേ തോന്നൂ. അത് വേഗത്തിൽ വളർന്ന് ഒരു ഓറഞ്ച് കുരുവിന്റെ അളവിന് വലുതായിരിക്കുന്നു. ഇപ്പോഴും ചെറുതാണെങ്കിലും മുമ്പിലത്തെക്കാൾ വലുതായിരിക്കുന്നു. ഈ ആഴ്ച ഹൃദയവും രൂപം പ്രാപിക്കാൻ തുടങ്ങിയിരിക്കുന്നു. ഏറ്റവും ആദ്യം ബ്ലെഡ് സർകുലേഷൻ സിസ്റ്റവും ഹൃദയവുമാണ് തയ്യാറാക്കുന്നത്. ഹൃദയത്തിന്റെ വലിപ്പം പോപ്പീസീഡിന്റെ അളവിലും രണ്ടു ട്യൂബുകൾ ഉള്ളതുമായിരിക്കും. ഇത് ഇനിയും ശരിക്ക് ജോലിചെയ്യാൻ പര്യാപ്തമായിട്ടില്ല.

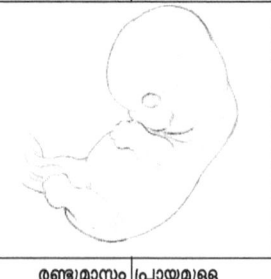

രണ്ടുമാസം പ്രായമുള്ള നിങ്ങളുടെ കുഞ്ഞ്

നിങ്ങൾക്ക് അൾട്രാസൗണ്ടിൽ ഇതിന്റെ ഹൃദയസ്പന്ദനം കേൾക്കാൻ കഴിയും. ന്യൂട്ടൽ ട്യൂബും ജോലിചെയ്യാൻ തുടങ്ങിയിരിക്കുന്നു. അത് നിങ്ങ ളുടെ കുഞ്ഞിന്റെ മസ്തിഷ്കവും നട്ടെല്ലുമായി മാറാൻ പോകുകയാണ്. ഇപ്പോൾ ഈ ട്യൂബ് തുറന്നാണ് ഇരിക്കുന്നത്. എന്നാൽ അടുത്ത ആഴ്ചക്കുള്ളേ അത് അടയും.

ആറാമത്തെ ആഴ്ച:– ഗർഭാവസ്ഥയിൽ ശിശുവിന്റെ മുഴു ആകൃതിയും അളക്കുന്നത് കുറച്ച് ബുദ്ധിമുട്ടായിരിക്കും. അതിന്റെ കുഞ്ഞുകാലുകൾ മടങ്ങിയിരിക്കും. അതു കൊണ്ട് തല മുതൽ ചന്തിവരെയെ അളക്കാറുള്ളു. ഈ ആഴ്ച അതിന്റെ വലിപ്പം നഖത്തിന്റെ അറ്റത്തിൽ കൂടുതലുണ്ടാകില്ല. ഈ ആഴ്ച കുഞ്ഞിന്റെ താടിയെല്ലുകൾ, കവിൾത്തടങ്ങൾ, താടി എന്നിവ വളരാൻ തുടങ്ങും. കാതുകൾ രൂപം കൊള്ളാനുള്ള തയ്യാറെടുപ്പുകളും

ആരംഭിക്കും. മുഖത്തിലെ രണ്ടുദ്വാരങ്ങളിൽ നിന്ന് കണ്ണുകൾ ഉണ്ടാകും. തലയ്ക്ക് മുമ്പി ലുള്ള ചെറിയ മുഴപോലുള്ള ഭാഗം കുറച്ചു ദിവസങ്ങളിൽ ബട്ടൺ വലിപ്പത്തിലുള്ള മൂക്കായിമാറും. ഈ ആഴ്ച കിഡ്നി, ലിവർ, ശ്വാസകോശങ്ങൾ എന്നിവയും രൂപം പ്രാപി ക്കാൻ തുടങ്ങും. നിങ്ങളുടെ കുഞ്ഞിന്റെ കുഞ്ഞ് ഹൃദയം ഒരു മിനിറ്റിൽ 80 പ്രാവശ്യം സ്പന്ദിക്കുകയും നിത്യവും ഇതേഗതിയിൽ വേഗംപ്രാപിച്ചു കൊണ്ടിരിക്കുകയും ചെയ്യും.

ഏഴാമത്തെ ആഴ്ച:– നിങ്ങളുടെ കുഞ്ഞി നെക്കുറിച്ചുള്ള ആശ്ചര്യജനകമായ കാര്യം, അത് ഗർഭധാരണ സമയത്തേക്കാൾ 10,000 മടങ്ങ് വലുതായിട്ടുണ്ടെന്നതാണ്. ഒരു ബ്ലൂബെറിയുടെ അളവ്, ഈ വളർച്ച മിക്ക വാറും തലഭാഗത്താണ് ഏർപ്പെട്ടിരിക്കുന്നത്. മസ്തിഷ്കത്തിലെ പുതിയ കോശങ്ങൾ ഒരു മിനിട്ടിന് 100 കോശങ്ങൾ എന്ന കണക്കിൽ ഉത്പന്നമായിരിക്കുന്നു. ഈ ആഴ്ച നിങ്ങ ളുടെ കുഞ്ഞിന്റെ വായ, ചുണ്ടുകൾ എന്നിവ രൂപം പ്രാപിക്കും. അതിന്റെ ശരീരത്തിൽ കൈ, കാൽ എന്നീ അവയവങ്ങൾ രൂപം പ്രാപിച്ചുവരികയാണ്. കുഞ്ഞിന്റെ കിഡ്നി യും ശരിയായ ഇടത്തിലിരുന്ന തന്റെ ജോലി ചെയ്യാൻ തുടങ്ങിയിരിക്കുന്നു. മൂത്രനിർമ്മാ ണം (മൂത്ര വിസർജ്ജനം), ഇപ്പോഴെ നിങ്ങ ൾക്ക് അഴുക്കായ ഡൈഫറിനെപ്പറ്റി ചിന്തിക്കേണ്ടതില്ല.

എട്ടാമത്തെ ആഴ്ച:– നിങ്ങളുടെ കുഞ്ഞ് കൊടുങ്കാറ്റിന്റെ വേഗത്തിൽ വളർന്നു കൊണ്ടിരിക്കുകയാണ്. അത് നീട്ടത്തിൽ ½ ഇഞ്ച് അതായത് റാസ്ബെറി (Raspberry) യുടെ അളവിലുണ്ട്. ആ റാസ്ബെറി ഒരളവ് മനുഷ്യാകൃതി പ്രാപിച്ചിട്ടുണ്ട്. അതിന്റെ ചുണ്ടുകൾ, മൂക്ക്, കൺപോളകൾ, കാലു കൾ, മുതുക് എല്ലിന്റെ രൂപം പ്രാപിക്കാൻ തുടങ്ങിയിരിക്കുന്നു. നിങ്ങൾക്ക് വെളിയിൽ നിന്ന് ഒന്നും കേൾക്കാൻ കഴിയുകയില്ല. എങ്കിലും നിങ്ങളുടെ കുഞ്ഞിന്റെ ഹൃദയം ഒരു മിനിറ്റിൽ 150 പ്രാവശ്യം സ്പന്ദിക്കും. (നിങ്ങളുടെ ഹൃദയഗതിയേക്കാൾ ഇരട്ടി). ഈ ആഴ്ച ചില പുതിയ മാറ്റങ്ങളും ഏർ പ്പെടാൻ പോകുന്നു — നിങ്ങളുടെ കുഞ്ഞ് തുടർച്ചയായി കുസൃതികൾ ചെയ്യാൻ തുടങ്ങിയിരിക്കുന്നു. എന്നാൽ ഇപ്പോൾ നിങ്ങൾക്ക് അത് അനുഭവപ്പെടുകയില്ല.

നിങ്ങൾക്ക് എന്തുതോന്നുന്നുണ്ടാകും ?
എപ്പോഴത്തെയും പോലെ ഒരു കാര്യം ഓർ ക്കുക, രണ്ട് ഗർഭാവസ്ഥകൾ ഒരുപോലെ ആയിരിക്കുകയില്ല. ചിലപ്പോൾ നിങ്ങൾക്ക് എല്ലാ ലക്ഷണങ്ങലും വീണ്ടും അനുഭവി ക്കേണ്ടിവന്നിരിക്കാം, അല്ലെങ്കിൽ ഒന്നു രണ്ടുലക്ഷണങ്ങളെ മാത്രം അഭിമുഖീകരി ക്കേണ്ടിവന്നേക്കാം. ചിലത് പോയമാസമെ തുടങ്ങിയിരിക്കാം. ചിലവ തികച്ചും പുതിയ തായിരിക്കും. മിക്ക ലക്ഷണങ്ങളും പ്രകട മായില്ലെന്നുംവരാം. ആശ്ചര്യപ്പെടുകയോ വിഷമിക്കുകയോ വേണ്ട ലക്ഷണങ്ങൾ കണ്ടാലും ഇല്ലെങ്കിലും നിങ്ങളുടെ ഗർഭാവ സ്ഥയിൽ ഒരു മാറ്റവും ഉണ്ടാകാൻ പോകു ന്നില്ല. ഈ മാസം നിങ്ങൾക്ക് താഴെ പറ യുന്ന ലക്ഷണങ്ങൾ അനുഭവപ്പെട്ടേക്കാം.

ശാരീരികം:– ക്ഷീണം, ശക്തികുറവ്, ഉറക്കം തൂങ്ങുക, എപ്പോഴും മൂത്രമൊഴിക്കാൻ തോന്നുക, മനം പിരട്ടൽ, ഛർദ്ദിയോടെയോ ഛർദ്ദി ഇല്ലാതെയോ അധികം ഉമിനീർ ചുരക്കുക, മലബന്ധം, നെഞ്ചെരിച്ചിൽ, അജീർണ്ണം, വയറുവീർക്കുക, ഭക്ഷണ സാധ നത്തോട് ഇഷ്ടം / അനിഷ്ടം.

- സ്തനങ്ങളിൽ മാറ്റം:– സംവേദനശീലത, ഭാരം തോന്നുക, നിപ്പിളുകളുടെ ചുറ്റുമുള്ള പിഗ്മെന്റിന്റെ നിറത്തിന് കടുപ്പം കൂടുക, അവയിൽ തടിച്ച മുഴകൾ പൊന്തിവരുക, ഇളം നീല രേഖകൾ കാണപ്പെടും. നിങ്ങ ളുടെ സ്തനങ്ങളിലേക്കുള്ള രക്തത്തിന്റെ വിതരണം വർദ്ധിക്കും.
- യോനിയിൽ നിന്ന് ഇളം വെള്ളനിറത്തി ലുള്ള ദ്രവം.
- ഇടക്കിടെ തലവേദന
- ചെറിയ ബോധക്ഷയം അല്ലെങ്കിൽ തല ചുറ്റൽ
- വയർ ചെറുതായി ഉരുണ്ടുവരുക.

വൈകാരികം:– വൈകാരികമായ ഏറ്റ- ഇറക്കം (ഉദാ:- പീ.എം.എസ്സിൽ ഉണ്ടാകുന്ന തുപോലെ) മൂഡിൽ ഏറ്റഇറക്കം വെറുതെ കരയാൻ തോന്നുക.

- പേടി, ആനന്ദം എന്നിങ്ങനെയുള്ള ഭാവ ങ്ങൾ പ്രകടമാകുക.
- ഗർഭാവസ്ഥ ഇല്ലാതാകുമോ എന്ന ഭയം.

ഈമാസത്തെ ചെക്കപ്പ്:– ഇത് നിങ്ങളുടെ ആദ്യത്തെ മെഡിക്കൽ പരിശോധനയാണെ ങ്കിൽ ഇതിനെപ്പറ്റി നേരത്തെ പറഞ്ഞുകഴി ഞ്ഞിരിക്കുന്നു. ഇത് രണ്ടാമത്തെ പരിശോധ

നയാണെങ്കിൽ അത് ആദ്യത്തെതിനെക്കാൾ ചെറുതായിരിക്കും. ആദ്യം എല്ലാ പരിശോധനകളും ചെയ്തുകഴിഞ്ഞെങ്കിൽ ഇത്തവണ അധികം വലിച്ചുനീട്ടേണ്ട ആവശ്യമില്ല. ഓരോ ഡോക്ടറും അവനവന്റെ രീതിയിലാണ് പരിശോധിക്കുന്നതെങ്കിലും ഈ പരിശോധനയിൽ താഴെപറഞ്ഞിരിക്കുന്നവ ഉണ്ടായിരിക്കുമെന്ന് പ്രതീക്ഷിക്കാം.

– കാരണവും രക്തസമ്മർദ്ദവും
– മൂത്രം, ഷുഗർ, പ്രോട്ടീൻ എന്നിവയുടെ പരിശോധനയ്ക്ക്
– വീക്കത്തിന് കൈ-കാലുകളും വെരിക്കോസ് വേയിനുവേണ്ടി കാലുകൾ
– നിങ്ങൾ അനുഭവിക്കുന്ന ചില ലക്ഷണങ്ങൾ
– നിങ്ങൾ അറിയാൻ ആഗ്രഹിക്കുന്ന ചില ചോദ്യങ്ങളും ജിജ്ഞാസകളും (ലിസ്റ്റ് കൂടെ കൊണ്ടുപോകുക).

ഒരു കണ്ണോട്ടം

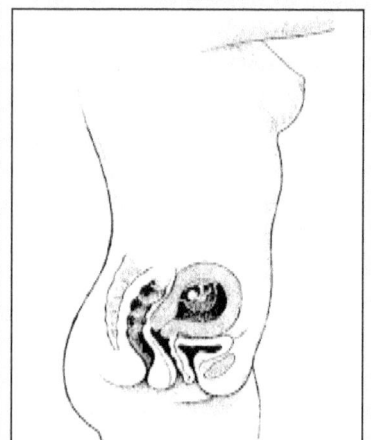

നിങ്ങളുടെ ചുറ്റുമുള്ളവർക്ക് നിങ്ങൾ ഗർഭിണിയാണെന്ന് തോന്നുന്നില്ലെങ്കിലും നിങ്ങൾക്ക് നിങ്ങളുടെ ഡ്രസ് ഇടുപ്പിൽ ഇറുകിയതായി തോന്നും. നിങ്ങൾക്ക് മുമ്പിലത്തെക്കാൾ വലിയ ബ്രാ ആവശ്യമായിവരും. ഈ മാസാവസാനമാകുമ്പോഴേക്കും മുഷ്ടിയുടെ അളവിലുണ്ടായിരുന്ന ഗർഭാശയം വലിയ ഗ്രേപ് ഫ്രൂട്ടിന്റെ അത്ര വലുതാകും.

നിങ്ങൾ എന്തുകരുതുന്നുണ്ടാകും ?

നെഞ്ചെരിച്ചിലും അജീർണ്ണവും

"എനിക്ക് എപ്പോഴും നെഞ്ചെരിച്ചിലും അജീർണ്ണവും ഏർപ്പെടുന്നതെന്താണ്? ഇതിന് ഞാൻ എന്തുചെയ്യണം?"

ഗർഭിണിയേക്കാൾ കൂടുതൽ നെഞ്ചെരിച്ചിൽ മറ്റാർക്കും ഏർപ്പെടുന്നില്ല. ഇതുമത്രമല്ല, ഗർഭാവസ്ഥ മുഴുവൻ നിങ്ങൾക്ക് അങ്ങനെതന്നെ അനുഭവപ്പെട്ടേക്കാം.

ഗർഭാവസ്ഥയുടെ ആരംഭത്തിൽ നിങ്ങളുടെ ശരീരത്തിൽ വളരെ അധികം പ്രൊജെസ്റ്ററോൺ, റിലെക്സിൻ എന്നീ ഹാർമോണുകൾ ഉണ്ടാകും. ഇവ ശരീരത്തിലുള്ള എല്ലാ മാംസപേശികളെയും ടിഷ്യൂക്കളെയും ശിഥിലമാക്കുന്നു. ഇവയിൽ ഗ്യാസ്ട്രൊ ഇൻഡസ്റ്റൈനൽ ട്രൈക്റ്റും ചേരും. അതിന്റെ ഫലമായി നിങ്ങളുടെ ദഹനപ്രക്രിയയിൽ ഭക്ഷണം ദഹിക്കാൻ കൂടുതൽ സമയമെടുക്കും. അതുകൊണ്ട് നിങ്ങൾക്ക് ദഹനക്കേടുണ്ടാകും. വയറിന്റെ മേൽഭാഗത്ത് വീർപ്പും നെഞ്ചെരിച്ചിലും ദഹനക്കുറവിന്റെ ലക്ഷണങ്ങളാണ്. ഇത് നിങ്ങൾക്ക് ബുദ്ധിമുട്ടാണെങ്കിലും കുഞ്ഞിന് ലാഭകരമാണ്. ഈ സാവധാനത്തിലുള്ള പ്രക്രിയ കാരണം പോഷകതത്വങ്ങൾ കൂടുതൽ നല്ലരീതിയിൽ രക്തപ്രവാഹത്തിൽ കലരുകയും മറുപിള്ളവരെ എത്തിച്ചേരുകയും ചെയ്യും.

ഇസോഫൈഗസിനെ വയറിൽ നിന്ന് വേർതിരിക്കുന്ന മാംസപേശികളുടെ വലയം ശിഥിലമാകുമ്പോൾ ആഹാരം ദഹിക്കാൻ താമസമാകും. വയറിൽ ഉണ്ടാകുന്ന ആസിഡ് സെൻസിറ്റീവ് ഇസോബൈഗിയൽ ഭിത്തികളെ ഉത്തേജിപ്പിക്കുന്നു. അതിന്റെ ഫലമായി അടുത്തുള്ള ഭാഗങ്ങളിലും നെഞ്ചിലും എരിച്ചൽ ഏർപ്പെടുന്നു. വാസ്തവത്തിൽ ഈ പ്രശ്നത്തിനും നിങ്ങളുടെ നെഞ്ചിനും തമ്മിൽ ഒരു ബന്ധവും ഇല്ല. ഒടുവിലത്തെ രണ്ട്-മൂന്നാം മാസങ്ങളിലും ഈ പ്രശ്നം വർദ്ധിച്ചേക്കാം. എന്തുകൊണ്ടെന്നാൽ നിങ്ങളുടെ വലുതായിവരുന്ന ഗർഭാശയം, വയറിൽ സമ്മർദ്ദം ഏർപ്പെടുത്തും.

ഗർഭാവസ്ഥയുടെ ഒൻപതുമാസങ്ങളും നിങ്ങൾക്ക് ഈ കഷ്ടത്തിൽനിന്ന് രക്ഷപ്പെടാനാവില്ല. എങ്കിലും അജീർണ്ണത്തിന്റെ എരിച്ചലിൽ നിന്ന് രക്ഷപ്പെടാനും ബുദ്ധിമുട്ട് കുറയ്ക്കാനും പരിശ്രമിച്ചു നോക്കാം.

- എന്തെങ്കിലും ഭക്ഷണസാധനം മൂലം ബുദ്ധിമുട്ട് വർദ്ധിക്കുകയാണെങ്കിൽ അതിനെ മെനുവിൽ നിന്ന് മാറ്റിക്കളയുവാൻ താമസിക്കരുത്. എരിവും മസാലയും കൂടുതലുള്ള ഭക്ഷണ സാധനങ്ങൾ കഴിക്കരുത്. വറുത്തതും കൊഴുപ്പുള്ളതുമായ ഭക്ഷണസാധനങ്ങൾ, പ്രോസസ് ചെയ്ത മാംസം, ചോക്കലേറ്റ്, കാപ്പി, കാർബൊനേറ്റഡ് പാനിയങ്ങൾ, മാംസം എന്നിവയും അധിക അളവിൽ കഴിക്കരുത്.
- ദഹനേന്ദ്രിയത്തിന് അധികം ജോലി കൊടുക്കരുത്. ഇടവിട്ടിടവിട്ട് കുറേശ്ശെയായി ഭക്ഷണം കഴിക്കുക. 'സിക്സ് മീൽ സൊല്യൂഷൻ' ഏറ്റവും നല്ലതാണ്.
- നിങ്ങൾ വേഗംവേഗം ഭക്ഷണം കഴിക്കുമ്പോൾ ഭക്ഷണത്തോടൊപ്പം വളരെ അധികം കാറ്റും ഉള്ളിൽ പ്രവേശിക്കുന്നു. ഇതുകാരണം ഗ്യാസ് ഉണ്ടാകുന്നു. വേഗം കഴിക്കുക എന്നതിന് അർത്ഥം നിങ്ങൾ ആഹാരം ശരിക്ക് ചവക്കുന്നില്ല എന്നാണ് ഇതുമൂലം വയറിന് കൂടുതൽ അദ്ധ്വാനിക്കേണ്ടിവരുന്നു. വളരെ വിശപ്പ് തോന്നിയാലും, നിങ്ങൾ ധൃതിയിലാണെങ്കിലും, ചെറിയ ഉരുളകളാക്കി നന്നായി ചവച്ച് സാവധാനം ആഹാരം കഴിക്കുക.
- ഭക്ഷണത്തോടൊപ്പം തരളപദാർത്ഥങ്ങളും കുടിക്കുക. ഭക്ഷണത്തേടൊപ്പം വളരെ അധികം തരളപദാർത്ഥം കുടിച്ചാൽ അജീർണ്ണം ഏർപ്പെടും. എന്തെങ്കിലും കുടിക്കണമെങ്കിൽ രണ്ട് ഭക്ഷ്യ സാധനങ്ങൾക്കിടയിൽ കുടിക്കുക.
- കിടന്നുകൊണ്ട് ഒന്നും ഭക്ഷിക്കയോ കുടിക്കുകയോ ചെയ്യരുത്. അപ്പോൾ ദഹന ദ്രവങ്ങൾക്ക് അധികം ബഹളം വയ്ക്കാൻ അവസരം ലഭിക്കുകയില്ല. ഭക്ഷണം കഴിച്ച ഉടനെ കിടക്കരുത്. ഇടുപ്പിനുപകരം മുട്ടുകൾ വളച്ച് കുനിയുക. നിങ്ങളുടെ തല എത്ര പ്രാവശ്യം താഴോട്ടു പോകുന്നുവോ അത്ര അധിക എരിച്ചലും ഉണ്ടാകും.
- പതുക്കെപ്പതുക്കെ തൂക്കം കൂട്ടുക. പതുക്കെപ്പതുക്കെ തൂക്കം കൂട്ടുന്നതുകൊണ്ട് ദഹനേന്ദ്രിയങ്ങളിൽ കുറഞ്ഞ സമ്മർദ്ദം ഏർപ്പെടും.
- ഇടുപ്പിലോ വയറിനടുത്തോ ഇറുക്കികെട്ടുന്ന വസ്ത്രങ്ങൾ ധരിക്കരുത്. വയറ് ഇറുക്കി കെട്ടിയാലും കൂടുതൽ എരിച്ചിൽ ഉണ്ടാകും.
- കാൽഷ്യം കലർന്നിട്ടുള്ള പോപ്പിന് നിങ്ങളുടെ എരിച്ചൽ കുറച്ച് ശാന്തമാക്കാൻ കഴിയും. ഡോക്ടറുടെ അഭിപ്രായം ചോദിക്കാതെ എരിച്ചിലിനുള്ള ഒരു മരുന്നും കഴിക്കരുത്. ആന്റി ആസിഡ് മൂലം കഷ്ടപ്പെടുന്നുണ്ടെങ്കിൽ നാട്ടുവൈദ്യം സ്വീകരിക്കുക – ഇളം ചൂടുള്ള പാലിൽ ഒരു സ്പൂൺ തേൻ, കുറച്ചു ബദാം അല്ലെങ്കിൽ പപ്പായ കഴിക്കുക.
- ഭക്ഷണം കഴിച്ചശേഷം പഞ്ചസാര ഇല്ലാത്ത ഗം ചവക്കുന്നതുകൊണ്ടും ആശ്വാസം കിട്ടും. മിന്റ് കൊണ്ട് അസ്വസ്ഥത വർദ്ധിക്കുമെന്നാണ് പലരുടെയും അഭിപ്രായം. അതുകൊണ്ട് മിന്റുള്ള ഗം ഉപയോഗിക്കരുത്.
- ഇനിയും പുകവലി ഉപേക്ഷിച്ചിട്ടില്ലെങ്കിൽ ദയവുചെയ്ത് ഉപേക്ഷിക്കുക.
- പിരിമുറുക്കവും എരിച്ചിലിന്റെയും ദഹനക്കേടിന്റെയും മുഖ്യകാരണമാണ്. ശാന്തമായിരിക്കാൻ ശീലിക്കുക. ധ്യാനം, മാനസിക ചിത്രണം, ബയോഫീഡ് ബാക്ക്, ഹിപ്നോസിസ് എന്നീ ടെക്നിക്കുകൾ സ്വീകരിക്കുക.

കുറച്ച് ശ്രദ്ധിക്കുക

നിങ്ങൾക്ക് ജി.ഈ.ആർ.ഡി. ബാധിച്ചിട്ടുണ്ടെങ്കിൽ ഗർഭാവസ്ഥയിൽ ഇതിന്റെ ചികിത്സയിൽ മാറ്റം വരുത്തേണ്ടിവരും. നെഞ്ചെരിച്ചിലിന് നിങ്ങൾ കഴിക്കുന്ന മരുന്നുകൾ ഇപ്പോൾ സുരക്ഷിതമായിരിക്കില്ല. ഡോക്ടറുടെ അഭിപ്രായം ആരായുന്നതോടൊപ്പം ഞങ്ങൾ തന്നിരിക്കുന്ന ഉപായങ്ങളും പരീക്ഷിച്ചുനോക്കുക.

നെഞ്ചിരിച്ചിലും മുടിയും?

നെഞ്ചെരിച്ചിലുണ്ടെങ്കിൽ കുഞ്ഞിന്റെ മുടി അടർത്തിയായിരിക്കുമെന്ന് സാധാരണ പറയും. ഇത് രണ്ടിനും ഉത്തരവാദി ഒരേ ഹാർമോൺ ആയതുകൊണ്ട് ഇപ്പോൾതന്നെ ബേബി ഷാംപൂ ശേഖരിക്കാൻ തുടങ്ങിക്കോളൂ.

ആഹാരത്തിലെ ഇഷ്ടാനിഷ്ടങ്ങൾ

"മുമ്പ് ഇഷ്ടമായിരുന്ന ഭക്ഷണസാധനങ്ങൾ ഇപ്പോൾ ഇഷ്ടമല്ലാതായി തുടങ്ങിയിരിക്കുന്നു. മുമ്പൊരിക്കലും കഴിക്കാറില്ലാത്ത

ഭക്ഷണ സാധനങ്ങൾ ഇഷ്ടപ്പെടാൻ തുടങ്ങിയിരിക്കുന്നു. എന്താണ് സംഭവിക്കുന്നത്?''

- അർദ്ധരാത്രി പൈജാമയ്ക്ക് മുകളിൽ റെയിൻ കോട്ട് ധരിച്ച് ഭർത്താവ് ഭാര്യക്ക് ഇഷ്ടമുള്ള ഐസ്ക്രീം വാങ്ങാൻ പോകുന്നത് നിങ്ങൾ സിനിമകളിൽ കണ്ടിരിക്കും, അല്ലെങ്കിൽ കഥകളിൽ വായിച്ചിരിക്കും. എന്നാൽ യഥാർത്ഥത്തിൽ അങ്ങിനെ ഒന്നും സംഭവിക്കില്ല. ഭർത്താവിന് അത്രയ്ക്ക് കഷ്ടപ്പെടേണ്ടിവരില്ല.

എന്നാൽ മിക്കഅമ്മമാരുടെയും സ്വാദിന് മാറ്റം വരാറുണ്ട്. അവർ ഏതെങ്കിലും ഭക്ഷണസാധനത്തോട് ഇഷ്ടമോ അല്ലെങ്കിൽ ഏതെങ്കിലും ഭക്ഷണ സാധനത്തിനോട് അരുചിയോ തോന്നും. ആദ്യത്തെ മൂന്നാം മാസം ഏർപ്പെടുന്ന ഹാർമോണുകളുടെ മാറ്റമാണ് ഇതിന് കുറ്റക്കാരൻ. പലപ്പോഴും നമ്മുടെ ശരീരത്തിന് നല്ലതായ വസ്തുക്കൾ നമുക്ക് രുചികരമായിതോന്നാൻ തുടങ്ങും. രുചികരമായി തോന്നാത്ത വസ്തുക്കളെ ശരീരം സ്വീകരിക്കുകയില്ല.

നിങ്ങളുടെ ശരീരത്തിന്റെ ഈ സൂചനകൾ മനസ്സിലാക്കി അതിനനുസരിച്ച് പ്രവർത്തിക്കുക. നിങ്ങൾ കോട്ടേജ് ചീസ് കഴിക്കാൻ ആഗ്രഹിക്കുന്നു എങ്കിൽ കഴിച്ച് മനസ്സിനെ ശാന്തമാക്കുക. ഇതുകൊണ്ട് നിങ്ങളുടെ ഡയറ്റ് കുറച്ച് അസന്തുലിതമാകുമെങ്കിലും സാരമില്ല. നിങ്ങളുടെ ആഗ്രഹം പൂർത്തിയായശേഷം മറ്റേതെങ്കിലും വിധത്തിൽ ഡയറ്റ് സന്തുലിതമാക്കാം.

നിങ്ങൾക്ക് ഇഷ്ടമുള്ള വസ്തു തികച്ചും വ്യത്യസ്തമാണെന്ന് തോന്നിയാൽ അതിനുപകരം മറ്റൊന്ന് തിരഞ്ഞെടുക്കുക. അതിൽ ധാരാളം പോഷകാംശവും ഉണ്ടായിരിക്കണം. കലോറി മാത്രം ഉണ്ടായാൽ പോരാ. ഫ്രോസൺ ചോക്ലേറ്റ് ബാറിനുപകരം ചോക്ലേറ്റ് ഫ്രോസൺ യോഗട്ട് കഴിക്കുക. ജെല്ലി ബീൻസിനുപകരം ബ്രോദ്യ മിക്സ് ബെഗ് കഴിക്കുക, ബേക്ഡ് ചീസ് പാകം ചെയ്തുകഴിക്കുക. നിങ്ങളുടെ മനസ്സിനെ കുറച്ച് സന്തോഷിപ്പിക്കുക. എങ്ങോട്ടെങ്കിലും കറങ്ങാൻ പോവുക, സ്നേഹിതന്മാരോട് വെടിപറയുക. നിങ്ങൾ പോഷകാംശമുള്ള സ്നാക്സ് അല്ല (ലഘുഭക്ഷണം) കഴിക്കുന്നതെങ്കിൽ കുറ്റബോധം വേണ്ട. പക്ഷെ അത് നിങ്ങൾക്കും കുഞ്ഞിനും ഹാനികരമാകാതിരിക്കുവാൻ ശ്രദ്ധിക്കുക. ആ ഭക്ഷണ സാധനങ്ങൾ ഒരു ശീലമാകാതിരിക്കട്ടെ.

നാലാം മാസമാകുമ്പോഴേക്കും ഈ ലക്ഷണങ്ങളൊക്കെ ഒരുവിധം കുറയും. പലപ്പോഴും വൈകാരികമായ ആവശ്യം കാരണം ഇഷ്ടപ്പെട്ട ഭക്ഷണം കഴിക്കാനുള്ള ആഗ്രഹം അവശേഷിക്കും. നിങ്ങളും ഭർത്താവും, ഇത് മനസ്സിലാക്കിയാൽ ഇത് ശാന്തമാക്കുന്നത് വളരെ എളുപ്പമാകും. അർദ്ധരാത്രിയിൽ എന്തെങ്കിലും കണ്ടതും കഴിക്കാൻ തോന്നിയാൽ മറ്റെന്തെങ്കിലും കഴിച്ച് ആശ്വസിക്കുക അല്ലെങ്കിൽ ഭർത്താവിനോടൊപ്പം ഒരു റോമാന്റിക് ആയ സ്ഥലത്തുപോയി ആഹ്ലാദിക്കുക.

ചില സ്ത്രീകൾ മണ്ണ്, ചാമ്പൽ, കടലാസ് എന്നിങ്ങനെയുള്ള വസ്തുക്കൾ കഴിക്കാൻ തുടങ്ങും, ഈ ശീലം ആപത്കരമാണ്. ഇതിൽ നിന്ന് പോഷകാംശത്തിന്റെ കുറവ് മനസ്സിലാക്കാൻ കഴിയും. പ്രത്യേകിച്ച് അയേണിന്റെ കുറവ്. ഡോക്ടറോട് ഇതിനെക്കുറിച്ച് പറയുക. ഐസ് കഴിക്കാൻ തോന്നുന്നതും അയേണിന്റെ കുറവുകാരണമായിരിക്കും.

ഞരമ്പുകൾ പുറത്തു കാണുക

''എന്റെ മാറിടത്തിലും വയറിലും ഇളം നീല നിറത്തിലുള്ള ഞരമ്പുകൾ കാണപ്പെടുന്നു. ഇത് സാധാരണ സംഭവിക്കുന്നതാണോ?''

ഇവമൂലം നിങ്ങളുടെ മാറിടവും വയറും റോഡ് മ്യാപ്പ് പോലെ കാണപ്പെടുന്നുണ്ടോ? വിഷമിക്കേണ്ട കാര്യമൊന്നും ഇല്ല. ശരീരം ശരിയായ രീതിയിൽ തന്റെ ജോലി ചെയ്യുന്നുണ്ടെന്നുള്ളതിന്റെ സൂചനയാണിത്. ഗർഭാവസ്ഥയിൽ കൂടുതൽ രക്തം പ്രവാഹിപ്പിക്കാനുള്ള ഞരമ്പുകളുടെ കൂട്ടത്തിൽപെട്ടവയാണ് ഇവ. തടിച്ചതോ മെലിഞ്ഞതോ ആയ ചർമ്മമുള്ള സ്ത്രീകളിൽ ഈ ഞരമ്പുകൾ സ്പഷ്ടമായും വേഗത്തിലും കാണാൻ തുടങ്ങും. ഇരുണ്ട നിറമുള്ള സ്ത്രീകളിൽ ഇവ കാണാൻ കഴിയാതിരിക്കുകയോ വളരെ വൈകി കാണാൻ തുടങ്ങുകയോ ചെയ്യും.

സ്പൈഡർ ഞെരമ്പുകൾ

''ഗർഭിണിയായതുമുതൽ എന്റെ തുടകളിൽ ചിലന്തിയെപ്പോലെ വഴുതനങ്ങ നിറത്തിലുള്ള വരകൾ കാണുന്നു. ഇവ വെരിക്കോസ്വെയിൻ ആണോ?''

അവ കാണാൻ ഭംഗിയുള്ളവയല്ല. പക്ഷെ അവ 'വെരിക്കോസ്വെയിൻ' അല്ല. ഇവ 'സ്പൈഡർ വെയിൻസ്' എന്നറിയപ്പെടുന്നു. ഇവ നിങ്ങളുടെ കാലുകളിൽ സ്ഥാനം

പിടിച്ചിട്ടുള്ളതിന് ചില കാരണങ്ങളുണ്ട്. കൂടുതൽ അളവിൽ രക്തം പ്രവഹിക്കുന്നതു കൊണ്ട് രക്തനാളങ്ങളിൽ സമ്മർദ്ദം ഏർപ്പെടുന്നു. അവവീങ്ങി പുറത്തുകാണാൻ തുടങ്ങുന്നു. പ്രഗ്നൻസി ഹാർമോണുകൾ മൂലവും ഇങ്ങനെ സംഭവിക്കാം. ജെനറ്റിക് കാരണങ്ങൾ കൊണ്ടും ഇത് ഏർപ്പെടാം.

നിങ്ങളുടെ ശരീരത്തിൽ 'സ്പൈഡർ വെയിൻസ്' പ്രത്യക്ഷപ്പെടാനുള്ള സാദ്ധ്യതയുണ്ടെങ്കിൽ നിങ്ങൾ എന്തുചെയ്താലും അതിനെ തടയാൻ കഴിയുകയില്ല. നിങ്ങളുടെ ആഹാരം ആരോഗ്യപ്രദമായിരിക്കണം. അതുകൊണ്ട് ആഹാരത്തിൽ വിറ്റാമിൻ സി ഉള്ള ഭക്ഷണം ചേർക്കുക. ഇതിൽനിന്ന് ശരീരം കോലാജനും എലാസ്റ്റിനും തയ്യാറാക്കുന്നു. ഇവ രക്തനാളികളുടെ കേടുപാടുകൾ തീർക്കും. ദിവസവും വ്യായാമം ചെയ്യണം, കാലുമടക്കി ഇരിക്കരുത്.

ഇതുകൊണ്ടൊന്നും കാര്യം നടന്നില്ലെങ്കിൽ പരിഭ്രമിക്കേണ്ട. പ്രസവത്തിനുശേഷം ഈ ഞരമ്പുകൾ നേർത്ത് മറഞ്ഞുപോകും. മറഞ്ഞില്ലെങ്കിൽ ഏതെങ്കിലും തോൽ രോഗവിദഗ്ദ്ധന്റെ സഹായം തേടാം. അദ്ദേഹം സെലൈൻ അല്ലെങ്കിൽ ഗ്ലിസറിൻ ഇംജെക്ഷൻ തരുകയോ ലേസറിന്റെ സഹായം തേടുകയോ ചെയ്യും. ഗർഭാവസ്ഥയിൽ ഈ ചികിത്സ ചെയ്യാൻ കഴിയില്ല. പ്രസവംവരെ അവയെ പ്രത്യേകമായി തയ്യാറാക്കിയ ക്ലീൻസറിന്റെ സഹായം കൊണ്ട് മറക്കേണ്ടിവരും.

വെരിക്കോസ് വെയിൻസ്

"എന്റെ അമ്മയ്ക്കും അമ്മൂമ്മയ്ക്കും ഗർഭാവസ്ഥയിൽ വെരിക്കോസ് വെയിനിന്റെ പ്രശ്നം ഉണ്ടായിരുന്നു. എനിക്ക് ഗർഭാവസ്ഥയിൽ ഇതിൽ നിന്ന് രക്ഷനേടാൻ കഴിയുമോ?"

ഇത് പാരമ്പര്യമായി വരുന്നതാണ്. അതുകൊണ്ട് നിങ്ങളുടെ കാലുകളിലും ഇത് ഉണ്ടാകുമെന്ന് വിശ്വസിക്കാം. നിങ്ങൾക്കുവേണമെങ്കിൽ ചില വസ്തുക്കൾ ഉപേക്ഷിക്കുന്നതു മൂലം ഈ കുടുംബപരമായ പാരമ്പര്യത്തെ ഇല്ലാതാക്കാൻ കഴിയും.

സാധാരണ ഇത് ആദ്യത്തെ ഗർഭാവസ്ഥയിലാണ് പൊന്തിവരുന്നത്, അടുത്തുള്ള ഗർഭാവസ്ഥകളിൽ കൂടുതൽ മോശമാകും. ഗർഭാവസ്ഥയിൽ രക്തത്തിന്റെ കൂടുതൽ പ്രവാഹം രക്തനാളങ്ങളിൽ പ്രത്യേകിച്ച് കാലിലെ ഞരമ്പുകളിൽ സമ്മർദ്ദം ഏർപ്പെടുത്തുന്നു. ഇവയ്ക്ക് ഗുരുത്വാകർഷണത്തിന് വിരുദ്ധമായി ജോലി ചെയ്യേണ്ടിവരുന്നു. അതായത് ആവശ്യത്തിലധികമുള്ള രക്തത്തെ ഹൃദയത്തിലേക്ക് തള്ളേണ്ടിവരുന്നു. ഗർഭാശയം കാരണം പെൽവിക് രക്തനാളങ്ങളിലും സമ്മർദ്ദം ഏർപ്പെടുന്നു. ചില ഹാർമോണുകളുടെ സ്വാധീനം മൂലം നിങ്ങൾക്ക് വെരിക്കോസ് വെയിൻ ബാധിക്കുന്നു.

ഇതിന്റെ ലക്ഷണങ്ങൾ തിരിച്ചറിയുന്നത് കഠിനമല്ല. എന്നാൽ അവ വളരെ വ്യത്യസ്തമായെന്നുമിരിക്കാം. ഇതുമൂലം കാലുകളിൽ ചെറുതോ വലുതോ ആയ വേദന, ഭാരക്കൂടുതൽ, വീക്കം അല്ലെങ്കിൽ ഇതൊന്നും ഇല്ലാതിരിക്കും. ഇളം നീലനിറത്തിലുള്ള ഞരമ്പുകളുടെ വര കാണാൻ കഴിയും. അല്ലെങ്കിൽ ഞെരിയാണിക്കുമുകളിൽ തുടവരെ പാമ്പിനെപ്പോലെ വളഞ്ഞ ഞരമ്പുകൾ കാണപ്പെടും.

ഗംഭീരമായ കേസുകളിൽ ഞരമ്പിന്റെ മുകളിലുള്ള ചർമ്മം വീങ്ങിയും വരണ്ടും കാണുന്നു (ഡോക്ടറുടെ അഭിപ്രായം ചോദിച്ചശേഷം മോയ്ശ്ചറൈസർ ഉപയോഗിക്കാം). പലപ്പോഴും ഞരമ്പുകളുടെ ഉപരിതലത്തിൽ ചെറിയ നീറ്റലും ഉണ്ടായേക്കാം. അതുകൊണ്ട് ഡോക്ടറോട് ഇതിന്റെ ലക്ഷണങ്ങളെപ്പറ്റി പറയാൻ വൈകരുത്.

- രക്തപ്രവാഹം നിലനിർത്തുക. അധികസമയം നിൽക്കുകയോ ഇരിക്കുകയോ ചെയ്യുന്നത് നല്ലതല്ല. ഇടക്കിടെ ഞെരിയാണി ആട്ടുക. കിടക്കുമ്പോൾ കാലുകൾക്കിടയിൽ തലയിണവെക്കുക. ഇടതുവശത്തേക്ക് ചരിഞ്ഞുകിടക്കുക. ഇതു മൂലം രക്തപ്രവാഹം ശരിയായിരിക്കും (ഇതേപോലെ മറ്റേ ഭാഗത്തും ഉണ്ടാകും).
- തൂക്കത്തിൽ ശ്രദ്ധ പതിപ്പിക്കുക. ആവശ്യത്തിൽ കൂടുതൽ തൂക്കമുണ്ടായാൽ രക്തസഞ്ചരണതന്ത്രത്തിന് ഇരട്ടി അദ്ധ്വാനിക്കേണ്ടിവരും.
- ഭാരമുള്ള വസ്തുക്കൾ പൊക്കി എടുക്കരുത്. ഇതുമൂലം ആ ഞരമ്പുകൾ വീങ്ങാനിടയുണ്ട്.
- മലവിസർജ്ജന സമയത്ത് സമ്മർദ്ദം ചെലുത്തരുത്. ഇതുകാരണം ഞരമ്പുകളിലും സമ്മർദ്ദം ഏർപ്പെടും. മലബന്ധം വരാതെ സൂക്ഷിക്കുക.
- സപ്പോർട്ടീവായ പാന്റീ ഹോസ് ധരി ക്കുക. അല്ലെങ്കിൽ എലാസ്റ്റിക് സ്റ്റോക്കിൻസ്

ധരിക്കുക. രാത്രി ഉറങ്ങുന്നതിന് മുമ്പ് ഇവ അഴിച്ചുവെയ്ക്കുക.

- രക്തപ്രവാഹത്തിന് തടസ്സം സൃഷ്ടിക്കുന്ന വസ്ത്രങ്ങൾ ധരിക്കരുത്.
- ഇറുക്കമായ പാന്റീസ്, ബെൽട്ട്, പാന്റിഹോസ്, എലാസ്റ്റിക് സോക്സ് എന്നിവ ധരിക്കരുത്. ഉയർന്ന ഹീലുള്ള ചെരുപ്പുകളും ദോഷം ചെയ്യും.
- നിത്യേന വ്യായാമം ചെയ്യുകയും ഉലാത്തുകയും ചെയ്യുക. ബുദ്ധിമുട്ട് തോന്നുന്നുണ്ടെങ്കിൽ എയ്റോബിക്സ്, ജോഗിങ്ങ്, സൈക്ലിങ്ങ്, ഭാരം തൂക്കുക എന്നിങ്ങനെയുള്ള വ്യായാമങ്ങൾ ചെയ്യരുത്.
- ആഹാരത്തിൽ ധാരാളം വിറ്റാമിൻ സി ചേർക്കുക. ഇതുമൂലം ഞരമ്പുകളുടെ ഫ്ലെക്സിബിലിറ്റിയും ആരോഗ്യവും സംരക്ഷിക്കപ്പെടും.

ഗർഭാവസ്ഥയിൽ ഈ ഞരമ്പുകളുടെ സർജറി ചെയ്യാൻ ഉപദേശിക്കാറില്ല. പ്രസവം കഴിഞ്ഞ് ചില മാസങ്ങൾക്കു ശേഷം ഇതുചെയ്യാം. സാധാരണ പ്രസവത്തിനുശേഷം ഇത് താനേ ശരിയാകും.

പെൽവെസ് (ശോണീകപാലം)ൽ വീക്കവും വേദനയും

"എന്റെ പെൽവെസ് ഏരിയായിൽ നല്ല വീക്കവും വേദനയുമുണ്ട്. എന്റെ വില്വ (യോനിയുടെ ഉൾഭാഗം) യിലും എന്തോ വിഷമമുണ്ട്. ഇതെല്ലാം എന്താണ്?"

കാലുകളിൽ വെരിക്കോസ് വെയിനിന്റെ പ്രശ്നമുണ്ട്. എന്നാൽ ഇവ ഒരിടത്തുമാത്രമല്ല ഉണ്ടാകുന്നത്. നിങ്ങളുടെ ആസനത്തിന്റെ ചുറ്റുപാടും ഇത് ഉണ്ടാകാം. ഇതിനെ 'ഹീമോറായ്ഡ്സ്' എന്നാണ് പറയുന്നത്. നിങ്ങൾക്കും ഇതേ പ്രശ്നമാണെന്നുതോന്നുന്നു. ഇതിനെ 'പെൽവെസ് കഞ്ചെൻഷൻ സിൻഡ്രോം' എന്നുപറയും.

ഇതുകാരണം ഈ ഭാഗത്തോ വയറിലോ വേദനയുണ്ടാവുകയും തുടർച്ചയായി വീക്കം അനുഭവപ്പെടുകയും ചെയ്യുന്നു. പലപ്പോഴും സംഭോഗത്തിനുശേഷം വേദന അനുഭവപ്പെടും. വെരിക്കോസ്‌വെയ്നിനുവേണ്ടി ചെയ്യുന്ന എല്ലാ ഉപായങ്ങളും ഇവിടെയും പരീക്ഷിച്ചുനോക്കുക. എന്നാൽ തീർച്ചയായും ഡോക്ടറെ കാണിക്കുക. ഇതിനുള്ള ചികിത്സയും പ്രസവത്തിനുശേഷമെ ചെയ്യാവൂ.

മുഖക്കുരുക്കൾ

"കിശോരാവസ്ഥയിൽ കാണപ്പെടുന്നതുപോലെ എന്റെ മുഖത്തിൽ മുഖക്കുരുക്കൾ കാണുന്നു".

ഗർഭാവസ്ഥയിൽ മുഖത്തിൽ പരക്കുന്ന ചുവപ്പ് അല്ലെങ്കിൽ പ്രകാശം പ്രസന്നത കാരണമുള്ളതല്ല. ഇത് ഹാർമോണുകളുടെ മാറ്റവും എണ്ണഗ്രന്ഥികളുടെ സ്രാവവും മൂലവുമാണ് ഏർപ്പെടുന്നത്. ചില ഗർഭിണികളുടെ ചർമ്മത്തിൽ മുഖക്കുരു ഏർപ്പെടുന്നു. ചില നിർദ്ദേശങ്ങളുടെ സഹായം കൊണ്ട് നിങ്ങൾക്ക് ഇവയെ കുറച്ചൊക്കെ നിയന്ത്രിക്കാൻ കഴിയും.

- ഏതെങ്കിലും നേരിയ ക്ലീൻസർകൊണ്ട് ദിവസവും രണ്ടുമൂന്ന് പ്രാവശ്യം മുഖം കഴുകുക. എന്നാൽ അധികം തേക്കരുത്, അല്ലെങ്കിൽ നിങ്ങളുടെ ചർമ്മം കൂടുതൽ സംവേദനാശീലമാകുകയും മുഖക്കുരുക്കൾ ഉണ്ടാകുകയും ചെയ്യും.
- മുഖക്കുരുവിനുള്ള ഒരു മരുന്നും ഡോക്ടറോട് ചോദിക്കാതെ ഉപയോഗിക്കരുത്. അവയെല്ലാം സുരക്ഷിതമായിരിക്കണമെന്നില്ല.
- ചർമ്മം ഉണങ്ങിയതായിരിക്കാൻ എണ്ണയില്ലാത്ത മോയ്ശ്ചറൈസർ ഉപയോഗിക്കുക. പലപ്പോഴും ചർമ്മം കൂടുതൽ വരണ്ടാലും മുഖക്കുരു ഉണ്ടാകും.
- നിങ്ങളുടെ മുഖത്തുള്ള രോമഛിദ്രങ്ങൾ അടക്കാത്ത കോസ്മെറ്റിക്സ് ഉപയോഗിക്കുക. ഇവയിൽ നോൺ-കോമഡോജെനിക് എന്ന് എഴുതിയിരിക്കും.
- മുഖത്തെ സ്പർശിക്കുന്ന ഓരോ വസ്തുവും ശുദ്ധമായിവയ്ക്കുക. നിങ്ങളുടെ മേക്കപ്പ് ബാഗിലെ എല്ലാ ബ്രഷുകളും വൃത്തിയായിരിക്കണം.
- മുഖക്കുരുക്കളെ ചൊറിയുകയോ നുള്ളുകയോ ചെയ്യരുത്, അല്ലെങ്കിൽ ഇൻഫെക്ഷൻ ഉണ്ടാകും. ഗർഭാവസ്ഥയിൽ ഈ ഭയം കൂടുതലാണ്. ഇതുകാരണം മുഖത്ത് പാടുകൾ ഏർപ്പെടും.
- സംതുലിതമായ പോഷകാഹാരം കഴിക്കുക.
- വെള്ളം ധാരാളം കുടിക്കുക. ഇതുമൂലം ചർമ്മം ആർദ്രവും ശുദ്ധവുമാകും.

വരണ്ട ചർമ്മം

"എന്റെ ചർമ്മം വളരെ വരണ്ടതാണ്. ഇതും ഗർഭാവസ്ഥ കാരണമാണോ?"

നിങ്ങളുടെ ഹാർമോണുകളാണ് ഈ വരണ്ട ചർമ്മത്തിന് കാരണക്കാർ. ഹാർമോൺ ചർമ്മത്തിലെ ആർദ്രതയും മൃദുത്വവും അപഹരിക്കുന്നു. ചർമ്മത്തെ ശിശുവിനെപ്പോലെ കോമളമാക്കി മാറ്റാൻ താഴെ പറഞ്ഞിട്ടുള്ള ഉപായങ്ങൾ സ്വീകരിക്കുക.

- സോപ്പില്ലാത്ത ക്ലിൻസർ ഉപയോഗിക്കുക. ഇത് പകലിൽ ഒരിക്കലും രാത്രി മേക്കപ്പ് കളഞ്ഞശേഷവും ഉപയോഗിക്കുക. ഇതിനുപുറമെ വെള്ളം കൊണ്ട് മുഖം കഴുകുക.
- ചെറുതായി നനഞ്ഞ ചർമ്മത്തിൽ മോയ്ശ്ചറൈസർ തേക്കുകയും ഇത് ദിവസവും പലപ്രാവശ്യം തുടരുകയും ചെയ്യുക.
- കുളിക്കാനുള്ള സമയം കുറയ്ക്കുക. അധികം കഴുകിയാലും ചർമ്മം വരളും. വെള്ളം അധികം ചൂടില്ലാതെ ഇളം ചൂടുള്ളതായിരിക്കണം. അധികം ചൂടുള്ള വെള്ളം മുഖത്തുള്ള സ്വാഭാവികമായ എണ്ണമയം വലിച്ചെടുക്കും. ചർമ്മത്തെ വരണ്ടതും ജീവനറ്റതുമാക്കി മാറ്റും.
- ടബ്ബിൽ വാസനയില്ലാത്ത ബാത്ത് ഓയിൽ ചേർക്കുക. വഴുക്കുന്നത് ശ്രദ്ധിച്ച് കാൽ വെക്കണം. നിങ്ങളുടെ കാൽ വഴുക്കരുതല്ലോ?
- ദിവസവും ധാരാളം വെള്ളം കുടിക്കുക, ആഹാരത്തിൽ കൊഴുപ്പുചേർക്കുക. ഒമേഗാ-3 കുഞ്ഞിനോടൊപ്പം നിങ്ങളുടെ ചർമ്മത്തിനും ലാഭദായകമാണ്.
- മുറികളിൽ ഉഷ്ണം ഇല്ലാതിരിക്കാൻ ശ്രദ്ധിക്കുക.
- വെയിൽ വരുന്നതിനുമുമ്പ് സൺസ്ക്രീൻ ഉപയോഗിക്കുക

എക്സിമ

"എനിക്ക് എപ്പോഴും എക്സിമയുടെ പ്രശ്നമുണ്ട്. എന്നാൽ ഗർഭാവസ്ഥയിൽ നില കൂടുതൽ മോശമായിരിക്കുന്നു. ഞാൻ എന്തു ചെയ്യണം?"

ദുർഭാഗ്യം കൊണ്ട് ഗർഭാവസ്ഥയിൽ ഹാർമോണുകൾ എക്സിമയെ കൂടുതൽ വഷളാക്കും. ഈ രോഗം കൊണ്ട് പീഡിതരായ സ്ത്രീകൾക്ക് തൊലിയിലുള്ള ചൊറിച്ചിലും വേദനയും അസഹ്യമായിരിക്കും. ചില എക്സിമ രോഗികളുടെ രോഗം ചിലമാസങ്ങൾക്ക് മാഞ്ഞുപോകുന്നു. വാസ്തവത്തിൽ അവർ ഭാഗ്യശാലികളാണ്.

ഗർഭാവസ്ഥയിൽ ഡോസ് കുറവായ ഹൈഡ്രോകാർട്ടിസോൺ മരുന്നുകളും ക്രീമും ഉപയോഗിക്കാവുന്നതാണ്. നിങ്ങളുടെ ചർമ്മരോഗ വിദഗ്ദന്റെ അഭിപ്രായം ആരായുക. ആന്റി ഹിസ്റ്റമൈൻ കൊണ്ടും ആശ്വാസം ലഭിക്കും, പക്ഷെ ആദ്യം ഡോക്ടറോട് ചോദിക്കുക. ചിലപ്പോൾ സാധാരണ ഉപയോഗിക്കുന്ന ആന്റിബയോട്ടിക്സ് സുരക്ഷിതമായെന്നിരിക്കില്ല, അതുകൊണ്ട് ഡോക്ടറോട് ചോദിക്കുക. പുതിയ നോൺ സ്റ്റീറോയ്ഡ് വസ്തുക്കൾ ഉപയോഗിക്കാൻ അനുമതി ലഭിക്കില്ല, എന്തുകൊണ്ടെന്നാൽ അവയെ ഗർഭാവസ്ഥയിൽ ഉപയോഗിക്കാമോ എന്ന് പരിശോധന നടന്നിട്ടില്ല.

നിങ്ങൾ എക്സിമാ ബാധിതയാണെങ്കിൽ ചികിത്സയേക്കാൾ നല്ലത് സംയമനമാണെന്ന് അറിഞ്ഞിരിക്കും.

- ചെറുതായി ചൊറിച്ചിൽ ഏർപ്പെടുമ്പോൾ നഖമല്ല തണുത്ത ഫൊമെൻടേഷൻ ഉപയോഗിക്കുക. ചൊറിഞ്ഞാൽ സ്ഥിതി മോശമാകും, ഇൻഫെക്ഷനും ഏർപ്പെടും. നഖം ചെറുതായി വെട്ടുക, ചൊറിച്ചിൽ ഏർപ്പെട്ടാൽ ഉടനെ നഖം കൊണ്ട് ചൊറിയരുത്, ഫൊമെന്റ് ചെയ്യുക.
- ലോൺഡ്രിഡിറ്റർജന്റ്, ഹൗസ്ഹോൾഡ് ക്ലീനർ, സോപ്പ്, ബെനൽ ബാത്ത്, കോസ്മെറ്റിക്സ്, പർഫ്യൂം, വൂൾ, ചെടികൾ, ആഭരണങ്ങൾ, മാംസം, പഴരസം എന്നീ ഉത്തേജക വസ്തുക്കൾ ഒഴിവാക്കുക.
- ചെറുതായി നനഞ്ഞ ചർമ്മത്തിലെ മോയ്ശ്ചറൈസർ തേക്കാവു, അപ്പോൾ അത് ഉണങ്ങുകയുമില്ല അതിൽ അടയാളം പടിയുകയുമില്ല.
- വെള്ളത്തിൽ അധികനേരം ചിലവഴിക്കരുത്. (പ്രത്യേകിച്ച് ചൂടുവെള്ളത്തിൽ)
- വിയർക്കാൻ അനുവദിക്കരുത്. ഭാവി മാതാക്കൾക്ക് ധാരാളം വിയർക്കും. സാധാരണ കോട്ടൺ വസ്ത്രങ്ങൾ ധരിക്കുക. സിന്തറ്റിക് വസ്ത്രങ്ങൾ ഉപേക്ഷിക്കുക.
- പിരിമുറുക്കം ഒഴിവാക്കുക. എപ്പോഴെങ്കിലും പിരിമുറുക്കം ഏർപ്പെട്ടാൽ മെല്ലെ ദീർഘമായി നിശ്വസിക്കുക.

ഇത് ഒരു പാരമ്പര്യമായ രോഗമാണ്. നിങ്ങൾക്ക് എക്സിമ ഉണ്ടെങ്കിൽ കുഞ്ഞിനും ഏർപ്പെട്ടേക്കാം. എന്നാൽ മുല കുടിക്കുന്ന കുട്ടികൾക്ക് ഈ അസുഖം ഏർപ്പെടാനുള്ള സാദ്ധ്യത കുറവാണെന്നാണ് പറയുന്നത്. നിങ്ങൾ കുഞ്ഞിന് മുലപ്പാൽ കൊടുക്കുക. അത് കുഞ്ഞിന് ബോണസ് ആയിരിക്കും.

വയറ് ഉന്തുകയും മറയുകയും ചെയ്യുന്നു

"ഒരു ദിവസം എന്റെ വയർ ഉന്തിയതായി കണ്ടാൽ അടുത്തദിവസം നിരപ്പായി കാണപ്പെടുന്നത് വിചിത്രമായി തോന്നുന്നു. ഇതെന്തുകൊണ്ടാണ്?"

ഇതെല്ലാം മലബന്ധത്തിന്റെയും ഗ്യാസിന്റെയും കളികളാണ്. ഇതുകാരണം വീർത്ത വയർ നിരപ്പാകാൻ അധികം സമയമെടുക്കില്ല. എത്രപെട്ടെന്ന് വീർക്കുന്നുവോ അതേ വേഗത്തിൽ മറയുകയും ചെയ്യും. വിഷമിക്കേണ്ട, വളരെ വേഗത്തിൽ നിങ്ങളുടെ ഉന്തിയവയറ് മറയാതെയാകുകയും അതിൽ നിങ്ങളുടെ കുഞ്ഞോമന സുഖമായിരിക്കുകയും ചെയ്യും.

എന്റെഫിഗർ

"കുഞ്ഞ് ജനിച്ചശേഷം എന്റെ ഫിഗർ മുമ്പിലത്തെതുമാതിരി മാറുമോ?"

ഇത് ഒരളവുവരെ നിങ്ങളെ ആശ്രയിച്ചാണ് ഇരിക്കുന്നത്. ഓരോ സാധാരണ സ്ത്രീയുടെയും തൂക്കം 2 മുതൽ 4 പൗണ്ടുവരെ വർദ്ധിക്കും, പ്രസവശേഷം അത് കുറയും. നിങ്ങൾ ശരിയായ രീതിയിൽ, ശരിയായ അളവിൽ ശരിയായ ഭക്ഷണം കഴിക്കുന്നുണ്ടെങ്കിൽ പ്രസവത്തിനുശേഷം നിങ്ങളുടെ ഫിഗർ തികച്ചും പഴയതുപോലെ ആയേക്കാം. പ്രസവശേഷവും നിങ്ങൾ ഉചിതമായ ആഹാരവും വ്യായാമവും ചെയ്യുന്നശീലം തുടർന്നാൽ ഷേപ്പ് തിരിച്ചു കിട്ടും. എന്നാൽ ഇതിന് കുറഞ്ഞത് ആറുമാസമാകും.

ഗർഭാവസ്ഥയിൽ തൂക്കം വർദ്ധിക്കുന്ന ചിന്ത ഉപേക്ഷിക്കുക, ഇത് നിങ്ങളുടെ ശിശുവിന്റെ പോഷണത്തിനും പിന്നീട് കുഞ്ഞിന് മുലയൂട്ടാനും അത്യാവശ്യമാണ്.

നാഭിഛേദനം

ഇത് കൂളാണ്, സ്റ്റൈലിഷാണ്, നിങ്ങളുടെ ഭംഗിയുള്ള പൊക്കിൾ കാണിക്കാനുള്ള ഏറ്റവും നല്ലവഴിയാണ്. എന്നാൽ വയറു വീർക്കാൻ തുടങ്ങിയാലോ? നിങ്ങൾക്ക് നിങ്ങളുടെ ബെല്ലിറിങ്ങ് അഴിച്ചുമാറ്റേണ്ടി വരുമോ? ഈ സ്ഥലം വീങ്ങുകയോ സംക്രമണം ഏർപ്പെടുകയോ ചെയ്യരുത്. ഇത് വഴിയായിരുന്നു നിങ്ങൾ നിങ്ങളുടെ അമ്മയുമായി ബന്ധപ്പെട്ടിരുന്നത്. ഇതുമായി നിങ്ങളുടെ കുഞ്ഞിന് ഒരുബന്ധവുമില്ല. പൊക്കിളിൽ ഛേദമുണ്ടാക്കുന്നതുകൊണ്ട് ശിശുവിന് ബുദ്ധിമുട്ടൊന്നുമുണ്ടാവില്ല. കുഞ്ഞിന്റെ ജന്മസമയത്തോ ഓപ്പറേഷന്റെ സമയത്തോപോലും ഒരു ബുദ്ധിമുട്ടുമുണ്ടാകില്ല.

എന്നാൽ നിങ്ങളുടെ വയറ് വലുതായി വരുമ്പോൾ ഈ ബെല്ലിറിങ്ങ് വസ്ത്രങ്ങളിൽ കുടുങ്ങും, അല്ലെങ്കിൽ നിങ്ങളുടെ ദേഹത്ത് കുത്തികയറും. നിങ്ങൾ ഇത് അഴിച്ചെടുക്കാൻ ആഗ്രഹിക്കുന്നുണ്ടെങ്കിൽ റിങ്ങിനെ ദ്വാരത്തിലിട്ട് കറക്കണം അല്ലെങ്കിൽ അത് ഉറച്ചുപോകും. ധരിച്ചുകൊണ്ടിരിക്കാൻ ആഗ്രഹിക്കുന്നെങ്കിൽ ടെഫ്ലോൺ കൊണ്ടുണ്ടാക്കിയ റിങ്ങ് ധരിക്കുക, അത് മാർദ്ധവമുള്ളതായിരിക്കും.

നാഭിഛേദനം ചെയ്യാൻ ആഗ്രഹിക്കുന്നുണ്ടെങ്കിൽ ഗർഭാവസ്ഥയിൽ അത് ചെയ്യരുത്. ഇത് പ്രസവശേഷം ചെയ്താൽ മതി. ഗർഭാവസ്ഥയിൽ ചർമ്മത്തിൽ ഛേദമുണ്ടാക്കുന്നത് നല്ലതല്ല. ഇതുമൂലം സംക്രമണം ഏർപ്പെടുക എന്ന ആപത്ത് വർദ്ധിക്കുന്നു.

ഗർഭാശയത്തിന്റെ ആകൃതി

"പരിശോധനക്കിടയിൽ എന്റെ ഗർഭാശയം കുറച്ച് ചെറുതാണെന്ന് മിഡ്വൈഫ് പറഞ്ഞു. കുഞ്ഞിന്റെ വളർച്ച ശരിയായ രീതിയിൽ ഉണ്ടാകില്ലെന്നാണോ ഇതിന്റെ അർത്ഥം?"

അച്ഛനമ്മമാർ ജനിക്കാത്ത കുഞ്ഞിന്റെ തൂക്കത്തെക്കുറിച്ച് ചിന്തിതരായിരിക്കും. എന്നാൽ ഇതിൽ വിഷമിക്കേണ്ട ഒരു കാര്യവുമില്ല. പുറത്തുനിന്ന് നിങ്ങളുടെ ഗർഭാശയത്തിന്റെ ആകൃതി അളന്ന് വൈജ്ഞാനിക രീതിയിൽ ഒന്നും പറയാൻ കഴിയുകയില്ല.

ഒരുപക്ഷെ, നിങ്ങളുടെ മിഡ്‌വൈഫ് അൾട്രാസൗണ്ട് ചെയ്യിക്കാൻ ആഗ്രഹിക്കുന്നുണ്ടാകും, എന്തെന്നാൽ അതില്ലാതെ ഒന്നും ചെയ്യാൻ കഴിയില്ല. അതിൽനിന്ന് ഗർഭാശയത്തിന്റെ വലുപ്പം ഗർഭാവസ്ഥയുടെ സാങ്കല്പിക തീയതി എന്നിവ അനുമാനിക്കാൻ കഴിയും.

ഗർഭാശയത്തിന്റെ വലിയ ആകാരം

"എന്റെ ഗർഭാശയത്തിന്റെ വലിപ്പം 10 ആഴ്ചകളുടെ വലുപ്പത്തിന്റെ കണക്കിലാണെന്ന് എന്നോട് പറഞ്ഞു. എന്നാൽ മാസമുറയുടെ കണക്കനുസരിച്ച് ഗർഭാവസ്ഥ എട്ടാഴ്ചകളുടെതാണ്. എന്റെ ഗർഭപാത്രം വലുതായിരിക്കുന്നത് എന്തുകൊണ്ടാണ്?"

നിങ്ങൾക്ക് എന്തെങ്കിലും തെറ്റുപറ്റിയിരിക്കാം. അല്ലെങ്കിൽ നിങ്ങൾക്ക് നിങ്ങളുടെ തീയതി ഓർമ്മയില്ലാതിരിക്കാം. വയറിൽ ഇരട്ടകളായിരിക്കാം, പക്ഷെ അവർ ഇത്ര പെട്ടെന്ന് ഗർഭാശയത്തിന്റെ ആകൃതിയെ സ്വാധീനിക്കുകയില്ല. ഡോക്ടർ നിങ്ങളോട് അൾട്രാ സൗണ്ട് ചെയ്യാൻ പറഞ്ഞേക്കാം. അതിനുശേഷമേ എന്തെങ്കിലും അറിയാൻ കഴിയൂ.

മൂത്രമൊഴിക്കാൻ ബുദ്ധിമുട്ട്

"കഴിഞ്ഞ ചില ദിവസങ്ങളായി എനിക്ക് മൂത്രമൊഴിക്കാൻ ഭയങ്കര ബുദ്ധിമുട്ടാണ്. ബ്ലാഡർ നിറഞ്ഞിരിക്കുമ്പോഴും മൂത്രമൊഴിക്കാൻ കഴിയുന്നില്ല"

നിങ്ങളുടെ ഗർഭപാത്രം ഒരുപക്ഷെ മുമ്പോട്ട് കുനിയുന്നതിനുപകരം പുറകോട്ട് കുനിഞ്ഞിരിക്കാം. അഞ്ചിൽ ഒരു ഗർഭിണിക്ക് ഈ പ്രശ്നം ഉണ്ടാകാറുണ്ട്. ബ്ലാഡറിൽ നിന്നുവരുന്ന ട്യൂബ് യൂറേത്രായിൽ സമ്മർദ്ദം ചെലുത്തുന്നതുകൊണ്ടാണ് മൂത്രമൊഴിക്കുന്നതിൽ ബുദ്ധിമുട്ട് ഏർപ്പെടുന്നത്. ബ്ലാഡർ കൂടുതൽ നിറയുമ്പോൾ മൂത്രം ഒഴുകാൻ തുടങ്ങും.

ഈ എല്ലാ കാര്യങ്ങളിലും ഒരു മെഡിക്കൽ ഇടപെടലും ഇല്ലാതെ തന്നെ ഗർഭാശയം, ആദ്യത്തെ മൂന്നാം മാസത്തിന്റെ ഒടുവിൽ സഹജസ്ഥിതിയിലെത്തും. നിങ്ങൾക്ക് വല്ലാത്ത ബുദ്ധിമുട്ട് ഏർപ്പെടുന്നുണ്ടെങ്കിൽ ഡോക്ടറെ കാണുക. ചിലപ്പോൾ അദ്ദേഹം കൈകൊണ്ട് ഗർഭാശയത്തെ ശരിയായ സ്ഥാനത്ത് ഉറപ്പിക്കാൻ ശ്രമിക്കും, അപ്പോൾ യൂറേത്രായിൽ സമ്മർദ്ദം ഏർപ്പെടുകയില്ല. ഈ രീതി പ്രയോജനപ്പെടും അല്ലെങ്കിൽ ട്യൂബുകൊണ്ട് മൂത്രം പുറത്തെടുക്കേണ്ടിവരും (കഥട്‌റൈസേഷൻ).

മൂത്രം വരുന്നവഴിയിൽ ഇൻഫെക്ഷൻ (സമക്രമണം) ഉണ്ടായാലും മൂത്രമൊഴിക്കുന്നതിൽ ബുദ്ധിമുട്ട് ഏർപ്പെടും.

മൂഡിൽ ഏറ്റ ഇറക്കങ്ങൾ

"ഗർഭാവസ്ഥയിൽ എപ്പോഴും സന്തോഷത്തോടെ ഇരിക്കണമെന്ന് എനിക്കറിയാം. ഞാൻ അങ്ങിനെതന്നെയാണ്, പക്ഷെ ചിലപ്പോൾ വല്ലാതെ മ്ലാനത ഏർപ്പെടുകയും കരയണമെന്ന് തോന്നുകയും ചെയ്യുന്നു."

മൂഡിൽ ഏറ്റ ഇറക്കങ്ങൾ ഏർപ്പെടും. ഗർഭാവസ്ഥയിൽ ഈ മാറ്റത്തെക്കുറിച്ച് പറയുകയേ വേണ്ട! ഒരു നിമിഷം നിങ്ങൾ ചന്ദ്രനിലാണെങ്കിൽ അടുത്ത നിമിഷം ഇൻഷ്വറൻസിന്റെ പണത്തിനുവേണ്ടി കരയുകയായിരിക്കും. ഇതിന് ഹാർമോണുകളെ കുറ്റപ്പെടുത്താമോ? ആദ്യത്തെ മൂന്നാം മാസം ഹാർമോണുകൾ അവയുടെ തനിനിറം കാട്ടുമ്പോൾ ഈ പ്രശ്നം ഉച്ചഘട്ടത്തിലായിരിക്കും. സാധാരണയായി പി.എം.എസ്സിനിടയിൽ ഈ പ്രശ്നം നേരിടുന്ന സ്ത്രീകൾക്ക് ഗർഭാവസ്ഥയിലും ഇത് സാധാരണമായിരിക്കും. ഏതെങ്കിലും ശാരീരികമോ, വൈകാരികമോ ആയ മാറ്റങ്ങൾ നിങ്ങളുടെ മൂഡിൽ മാറ്റം ഏർപ്പെടുത്തിയേക്കാം.

എന്നാൽ ആദ്യത്തെ മൂന്നാം മാസത്തിനുശേഷം ഇത് ഒരളവ് ശാന്തമാകും. നിങ്ങൾക്ക് ഗർഭാവസ്ഥയുടെ മാറ്റങ്ങൾ പരിചയമാകുകയും ചെയ്യും. ഇവയിൽ നിന്ന് പൂർണ്ണമായി രക്ഷനേടാൻ കഴിയില്ലെങ്കിലും രക്ഷപ്പെടാനുള്ള ഉപായങ്ങൾ ചെയ്തു നോക്കാം.

- ബ്ലഡ്ഷുഗർ ലെവൽ ഹൈ ആയിരിക്കണം. ഇതിനും മൂഡിനും എന്തുസംബന്ധം? വളരെ! ബ്ലഡ്ഷുഗർ കുറയുമ്പോൾ മൂഡും ചീത്തയാകും. മൂന്നു പ്രാവശ്യത്തെ മുഴു ആഹാരം ആറു പ്രാവശ്യത്തെ ലഘു ആഹാരമാക്കി മാറ്റുക. അതിൽ കോംപ്ലക്സ് കാർബും

പ്രോട്ടീനും ചേർക്കുക. ബ്ലഡ്ഷുഗറിന്റെ ലെവൽ ഉയർന്നാൽ മൂഡും ശരിയാകും.

- പഞ്ചസാരയുടെയും കഫൈനിന്റെയും അളവ് കുറയ്ക്കുക. ഇവമൂലം ബ്ലഡ് ഷുഗറിന്റെ ലെവൽ എത്രവേഗം ഉയരുന്നുവോ അതേവേഗത്തിൽ കുറയുകയും ചെയ്യും. ഇവ രണ്ടും പാകത്തിന് കഴിക്കുക.
- നിങ്ങളുടെ ഗർഭാവസ്ഥ ആഹാരയോജനയെ ശരിയായ രീതിയിൽ പാലിക്കുക. ആഹാരത്തിൽ ഒമേഗാ 3 ഫാറ്റി ആസിഡ് ചേർക്കുക (അഖരോട്ട്, മത്സ്യം, മുട്ട എന്നിവ) ഇതുമൂലം മൂഡ് മെച്ചപ്പെടുന്നതോടൊപ്പം കുഞ്ഞിന്റെ മസ്തിഷ്കവും വളരും.
- വ്യായാമം മൂലം എൻഡോർഫിൻ ചുരക്കുകയും നിങ്ങൾക്ക് മുമ്പിലത്തേക്കാൾ സുഖം തോന്നുകയും ചെയ്യും. ഡോക്ടറുടെ അഭിപ്രായം ചോദിച്ച് ദിനചര്യയിൽ വ്യായാമത്തെയും ചേർക്കുക. കുറച്ച് റോമാൻ ടിക് ആകുക. സെക്സ് ഇല്ലെങ്കിലും രണ്ടുപേരും ഒരുത്തർ മറ്റൊരുവരുടെ കൈപിടിച്ച് സോഫായിൽ ഇരിക്കുക, കഴിഞ്ഞ കാര്യങ്ങൾ അയവിറക്കുക, ആലിംഗനം, ചുംബനം എന്നിങ്ങനെ മൂഡ് മാറ്റുക. നിങ്ങൾ രണ്ടുപേരും ഈ സമയത്ത് പുതിയ വെല്ലുവിളികളെ അഭിമുഖീകരിച്ചു കൊണ്ടിരിക്കുകയാണ്. ആത്മീയത രണ്ടുപേരെയും കൂടുതൽ അടുപ്പിക്കും, മൂഡും ശരിയാകും.
- നിങ്ങളുടെ ജീവിതത്തിൽ പ്രകാശം കൊണ്ടുവരിക. സൂര്യപ്രകാശം മൂലവും മൂഡ് ശരിയാവും, എന്നാൽ സൺ സ്ക്രീൻ ഉപയോഗിക്കാൻ മറക്കരുത്.
- ചിന്താ, പിരിമുറുക്കം, വിവശത, അസുരക്ഷാ! ഗർഭാവസ്ഥയിൽ ഇങ്ങനെയുള്ള മിശ്രിത വിചാരങ്ങൾ തോന്നുന്നത് സ്വാഭാവികമാണ്. ഇവ നിങ്ങളെ ചൂഴുമ്പോൾ ആരോടെങ്കിലും സംസാരിക്കുക. നിങ്ങളുടെ ഭർത്താവ്, ഫ്രണ്ട് അല്ലെങ്കിൽ ഗർഭിണിയായ സ്നേഹിതയോട് മനസ്സിലുള്ളതെല്ലാം തുറന്ന് പറയുക. നിങ്ങളുടെ മൂഡ് ശരിയാകും.
- വിശ്രമിക്കാൻ പഠിക്കുക. ക്ഷീണം നിങ്ങളുടെ പിരിമുറുക്കത്തിന്റെ ഏറ്റ-ഇറക്കം വർദ്ധിപ്പിക്കും. നന്നായി ഉറങ്ങുക, എന്നാൽ ആവശ്യത്തിൽ കൂടുതൽ അല്ല. അല്ലെങ്കിൽ ക്ഷീണവും വൈകാരിക അസുരക്ഷയും വർദ്ധിക്കും.
- വിശ്രമിക്കാൻ പഠിക്കുക. പിരിമുറുക്കം നിങ്ങളെ വല്ലാതെ ക്ഷീണിതയാക്കും. ഇത് മാറ്റാനുള്ള ഉപായം ചെയ്യുക.
- നിങ്ങളുടെ പെരുമാറ്റം ഭർത്താവിനെ മുറിവേൽപ്പിക്കും. നിങ്ങൾ ഇങ്ങനെ പെരുമാറുന്നതെന്തുകൊണ്ടാണെന്ന് അദ്ദേഹത്തെ മനസ്സിലാക്കുക. അപ്പോൾ നിങ്ങളെ എങ്ങനെ സഹായിക്കാമെന്ന് അദ്ദേഹത്തിന് മനസ്സിലാകും. നിങ്ങൾക്ക് എന്തുവേണമെന്നും എന്തുവേണ്ട എന്നും അദ്ദേഹത്തോട് പറയുക. എന്തു ചെയ്താൽ നിങ്ങൾക്ക് ഇഷ്ടം തോന്നുമെന്നും എന്തുചെയ്താൽ ഇഷ്ടപ്പെടുകയില്ലെന്നും പറയുക. എല്ലാം തുറന്നു പറയുക, അപ്പോൾ തെറ്റിദ്ധാരണ ഏർപ്പെടാൻ സാദ്ധ്യതയില്ല.

ഡിപ്രഷൻ

"ഗർഭാവസ്ഥയിൽ മൂഡിന്റെ ഏറ്റ-ഇറക്കത്തിന്റെ ലക്ഷണങ്ങളെപ്പറ്റി അറിയില്ലായിരുന്നു. എന്നാൽ എനിക്ക് എപ്പോഴും ഡിപ്രഷൻ ഏർപ്പെടുന്നു"

- ഓരോ ഗർഭിണിയും മൂഡിലുള്ള ഏറ്റ-ഇറക്കങ്ങളെ അഭിമുഖീകരിക്കും. എന്നാൽ നിങ്ങൾ തുടർച്ചയായി നിരാശയിൽ മുഴുകിയിരിക്കുകയാണെങ്കിൽ ഗർഭാവസ്ഥയിൽ ഡിപ്രഷന്റെ പിടിയിലകപ്പെടുന്ന 10 മുതൽ 15 ശതമാനം സ്ത്രീകളിൽ നിങ്ങളും ഒരാളായിരിക്കും. അമ്മയാകാൻ പോകുന്ന സ്ത്രീ താഴെ കൊടുത്തിരിക്കുന്ന കാരണങ്ങൾമൂലം ഡിപ്രഷന് അടിമയായേക്കാം.
- മൂഡ് ഡിസോഡറിന്റെ വൈയക്തികമോ പരമ്പരാഗതമോ ആയ ചരിത്രം.
- ആർത്ഥികമോ വൈവാഹികമോ ആയ പിരിമുറുക്കം.
- കുഞ്ഞിന്റെ അച്ഛനിൽനിന്ന് വൈകാരിക സഹായത്തിന്റെയും ആശയവിനിമയത്തിന്റെയും കുറവ്.
- ഗർഭാവസ്ഥയുടെ ജടിലതകൾ മൂലം ആശുപത്രിയിൽ പ്രവേശിക്കുകയോ കിടക്കയിൽ വിശ്രമിക്കുകയോ ചെയ്യുക.
- ഏതെങ്കിലും സ്ത്രീ ക്രോണിക് രോഗിയാണെങ്കിൽ സ്വന്തം ആരോഗ്യത്തെ

പറ്റിയ ചിന്ത, കഴിഞ്ഞ ഗർഭാവസ്ഥക്കിടയിൽ ഏർപ്പെട്ട ജടിലതകൾ അല്ലെങ്കിൽ അസുഖം

- മിസ് ക്യാരേജ്, ജനനവൈകല്യം മറ്റ് പ്രശ്നങ്ങൾ എന്നിങ്ങനെയുള്ള വൈയക്തികമോ പരമ്പരാഗതമോ ആയ ചരിത്രമുണ്ടെങ്കിൽ കുഞ്ഞിനെക്കുറിച്ചുള്ള ചിന്ത.

മ്ലാനത, ശൂന്യത, വൈകാരിക ചിന്താ, കൂടുതലോ കുറവായോ ഉറക്കം വരുക, ആഹാര കാര്യത്തിലുള്ള ശീലങ്ങളിൽ മാറ്റം, കൂടുതൽ ക്ഷീണം, ജോലി, കളികൾ, മറ്റ് ഗതിവിധികളിൽ അരുചി, ഏകാഗ്രത കുറവ്, മൂഡിൽ ഏറ്റ-ഇറക്കം, തന്നെത്താൻ മുറിവേൽപ്പിക്കുന്ന ഭാവം, ശരീരത്തിൽ ഏതെങ്കിലും ഇടത്തിൽ വേദന അനുഭവപ്പെടുക എന്നിവ ഡിപ്രഷന്റെ ലക്ഷണങ്ങളാണ്. നിങ്ങളെയും ഇവ അലട്ടുന്നുണ്ടെങ്കിൽ ഞങ്ങൾ പറഞ്ഞ ഉപായങ്ങൾ പരീക്ഷിച്ചുനോക്കുക.

രണ്ടാഴ്ചവരെ ഈ ലക്ഷണങ്ങൾ കണ്ടില്ലെങ്കിൽ ഡോക്ടറോട് പറയുക, തൈറോയ്ഡ് ടെസ്റ്റ് എടുക്കാൻ പറഞ്ഞേക്കാം. ഡിപ്രഷൻ വർദ്ധിക്കുമ്പോൾ സൈക്കോതെറാപ്പി കൊടുത്തേക്കാം. ശരിയായ രീതിയിൽ സഹായം ലഭിക്കേണ്ടത് വളരെ അത്യാവശ്യമാണ് ഡിപ്രഷൻ മൂലം നിങ്ങൾക്ക് നിങ്ങളെയും കുഞ്ഞിനെയും വേണ്ടവിധത്തിൽ സംരക്ഷിക്കാൻ കഴിയാതെ വരും. ഗർഭാവസ്ഥയിൽ ദുഃഖം കാരണം പല ജടിലതകളും വർദ്ധിക്കും. ഇത് നിങ്ങളുടെ ആരോഗ്യത്തിനും വളരെ ഹാനി ഏർപ്പെടുത്തിയേക്കാം. ഡോക്ടറോ തെറപ്പിസ്റ്റോ, ചികിത്സയിൽ ആന്റി ഡിപ്രഷനുള്ള മരുന്ന് ചേർക്കണോ വേണ്ടയോ എന്ന് തീരുമാനിക്കും. അതുകൊണ്ടുള്ള ലാഭ-നഷ്ടങ്ങളെപ്പറ്റിയും പറയും.

ഏതെങ്കിലും മാറ്റ ചികിത്സ ചെയ്യുന്നതിനു മുൻപ് ഡോക്ടറോട് ചോദിക്കണം. ചികിത്സമാറ്റുന്നത് വളരെ സഹായകമായിരിക്കും. ഡോക്ടറുടെ അഭിപ്രായം ചോദിച്ച് മേഗാ 3 ഫാറ്റി ആസിഡിന്റെ സപ്ലിമെന്റും കഴിക്കാവുന്നതാണ്.

ഗർഭാവസ്ഥയിൽ മ്ലാനത ഉണ്ടായാൽ പ്രസവത്തിനുശേഷവും ഡിപ്രഷൻ ഏർപ്പെടാനുള്ള സാദ്ധ്യത വർദ്ധിക്കും. ഗർഭാവസ്ഥക്കുമുമ്പും ശരിയായ രീതിയിലുള്ള ചികിത്സ ലഭിച്ചാൽ ഡിപ്രഷൻ തടയാൻ കഴിയുമെന്നുള്ളത് ഒരു നല്ല വാർത്തയാണ്. നിങ്ങളുടെ ഡോക്ടറോട് ഇതിനെക്കുറിച്ച് അഭിപ്രായം ചോദിക്കുക.

പരിഭ്രമം നിറഞ്ഞ യാത്ര

ആദ്യഗർഭം ഏതൊരു സ്ത്രീക്കും ചിന്തക്കും പരിഭ്രമത്തിനും കാരണമാകും, എന്നാൽ ഈ ചിന്തഭയമായി മാറിയാലോ ?

നിങ്ങൾക്ക് മുമ്പുതന്നെ ഭയം ഏർപ്പെടാറുണ്ടെങ്കിൽ കൂടുതൽ ശ്രദ്ധിക്കണം. പേടികാരണം ഹൃദയസ്പന്ദനം കൂടുതലാകുന്നു, വിയർക്കുന്നു, കൈകാലുകൾ വിറക്കുന്നു, ശ്വാസമെടുക്കാൻ ബുദ്ധിമുട്ട് തോന്നുന്നു, തൊണ്ട വരളുന്നു. നെഞ്ചിൽ വേദന അനുഭവപ്പെടുന്നു. വയറിൽ കുഴപ്പം, ഹോട്ട് ഫ്ലാഷ്, കോൾഡ് ഫ്ലാഷ് എന്നീ കംപ്ലെയ്ന്റുകൾ ഏർപ്പെടും. ഇത് കുഞ്ഞിനെയും സ്വാധീനിക്കുമെന്ന് കരുതേണ്ട.

ഇങ്ങനെയുള്ള പ്രശ്നം ഏർപ്പെട്ടാൽ ഉടനെ ഡോക്ടറോട് പറയുക. ഇതുകാരണം നിങ്ങൾക്ക് ഭക്ഷണം കഴിക്കാനും ഉറങ്ങാനും കഴിയാതെ വന്നാൽ ഡോക്ടർ തെറാപ്പിയുടെ സഹായം കൊണ്ട് ചെറിയ മരുന്നിന്റെ ചെറിയ ഡോസ് തന്നേക്കും.

മരുന്നിനോടൊപ്പം വേറെ എന്തെങ്കിലും ചികിത്സയും സ്വീകരിക്കേണ്ടി വരും. ഭക്ഷണത്തിൽ ഒമേഗാ 3 ഫാറ്റി ആസിഡ് ചേർക്കുക, പഞ്ചസാരയും കഫൈനും ഉപയോഗിക്കാതിരിക്കുക, പതിവായി നിശ്ചിത സമയത്ത് വ്യായാമം ചെയ്യുക. ധ്യാനവും മറ്റ് റിലാക്സേഷൻ ടെക്നിക്കുകളും പഠിക്കുക. മറ്റ് ഗർഭിണികളോട് സംസാരിക്കുക. അപ്പോഴേ നിങ്ങൾക്ക് നിങ്ങളുടെ ഉത്തേജനത്തെ നിയന്ത്രിക്കാൻ കഴിയുകയുള്ളൂ.

ഗർഭാവസ്ഥയും നിങ്ങളുടെ തൂക്കവും

രണ്ട് ഗർഭിണികളെ ഡോക്ടറുടെ റൂമിന് പുറത്തെ വെയ്റ്റിങ്ങ് റൂമിലോ, ലിഫ്റ്റിലോ ബിസിനസ് മീറ്റിങ്ങിലോ ഒരുമിച്ച് നിറുത്തി നോക്കുക. അവർ തമ്മിലുള്ള സംഭാഷണം ഇങ്ങനെ ആയിരിക്കും– "നിങ്ങളുടെ ഡ്യൂഡേറ്റ് എന്താണ്?"

"കുഞ്ഞ് തൊഴിക്കുന്നുണ്ടോ?"

"നിങ്ങൾക്ക് അസുഖം തോന്നുന്നുണ്ടോ ?"

എല്ലാത്തിലും മുഖ്യമായ ചോദ്യം ഇതായിരിക്കും– "നിങ്ങളുടെ തൂക്കം എത്രകൂടിയിട്ടുണ്ട്?"

ഗർഭാവസ്ഥയിൽ എല്ലാ സ്ത്രീകളുടെയും തൂക്കം കൂടും. ഇത് ഒരളവിന് ആവശ്യവുമാണ്. ശരിയായ രീതിയിൽ തൂക്കം കൂടുന്നതുകൊണ്ട് കുഞ്ഞിന്റെ വളർച്ചയും ശരിയായ രീതിയിൽ പൂർണ്ണമാകും. എന്നാൽ ഈ ശരിയായ അളവ് എത്രയാണ്? എത്ര കൂടിയാൽ അധികമാകും? എത്ര കുറഞ്ഞാൽ കുറവായി കണക്കാക്കും? എത്രത്തോളം ഇത് വർദ്ധിപ്പിക്കണം? പ്രസവശേഷം തൂക്കം കുറയുമോ?

ഉത്തരം:– ഉവ്വ്! നിങ്ങൾ ശരിയായ വിധത്തിൽ ശരിയായ രീതിയിൽ ആഹാരം മൂലം ശരിയായ അളവ് വർദ്ധിപ്പിക്കുകയാണെങ്കിൽ തൂക്കം കുറയും.

നിങ്ങൾ എത്ര തൂക്കം കൂട്ടണം?

കുഞ്ഞ് വളരുന്ന സമയത്ത് നിങ്ങളുടെ തൂക്കം കൂട്ടുന്നത് വളരെ അത്യാവശ്യമാണ്, എന്നാൽ നിങ്ങൾ അധികം തൂക്കം കൂട്ടിയാൽ അതുകാരണം ബുദ്ധിമുട്ടുകൾ ഏർപ്പെട്ടേക്കാം. നിങ്ങളുടെ കുഞ്ഞിനും, ഗർഭാവസ്ഥയ്ക്കു തന്നെയും പ്രശ്നങ്ങൾ ഏർപ്പെട്ടേക്കാം. നിങ്ങൾ ആവശ്യത്തിന് തൂക്കം കൂട്ടിയില്ലെങ്കിലും ഇതേപോലെ സംഭവിച്ചേക്കാം.

ഗർഭാവസ്ഥയിൽ ശരിയായ അളവ് തൂക്കം കൂട്ടാനുള്ള ഫോർമുല എന്താണ്? ഓരോ ഗർഭാവസ്ഥയും ഗർഭിണിയും വെവ്വേറെ ആയിരിക്കും. അതുകൊണ്ട് ഫോർമുലയും ഒരേപോലെ ആയിരിക്കുകയില്ല. നിങ്ങൾക്ക് 40 ആഴ്ചത്തെ ഗർഭാവസ്ഥയ്ക്ക് എത്ര പൗണ്ട് തൂക്കം കൂട്ടേണ്ടതുണ്ട്? ഇത് ഗർഭാവസ്ഥക്കു മുമ്പ് നിങ്ങളുടെ തൂക്കം എന്തായിരുന്നു എന്നതിനെ ആശ്രയിച്ചിരിക്കും.

ഡോക്ടർ നിങ്ങൾക്ക് ശരിയായ രീതിയിൽ തൂക്കം കൂട്ടാനുള്ള വഴി പറഞ്ഞുതരും, നിങ്ങളുടെ ഗർഭാവസ്ഥക്കനുസരിച്ച് ടാർഗെറ്റും നിർദ്ദേശിക്കും. സാധാരണ പ്രീപ്രെഗ്നൻസി ബി.എം.ഐ.യുടെ കണക്കനുസരിച്ച് തൂക്കത്തിന്റെ ടാർഗെറ്റും നൽകും. ഇത് ശരീരത്തിലെ കൊഴുപ്പിന്റെ അളവാണ്. ഇതിൽ നിങ്ങളുടെ തൂക്കത്തെ പൗണ്ട് കണക്കിൽ 70 മടങ്ങാക്കും. പിന്നീട് നിങ്ങളുടെ ഇഞ്ച് സ്ക്വയർ ഹൈറ്റ് കൊണ്ട് വിഭാജിക്കും. ബി.എം.ഐ. ശരാശരിയാണെങ്കിൽ (18.5 മുതൽ 26-നുള്ളിൽ) നിങ്ങളെ 25 മുതൽ 35 പൗണ്ടുവരെ തൂക്കം കൂട്ടാൻ നിർദ്ദേശിക്കും. ഇത് സാധാരണ ശരാശരി ഗർഭിണികൾക്കുള്ളതാണ്. നിങ്ങൾക്ക് ഗർഭധാരണത്തിന്റെ ആരംഭഘട്ടങ്ങളിൽ തൂക്കക്കൂടുതലുണ്ടെങ്കിൽ (26 മുതൽ 29 ബി.എം.ഐ.) നിങ്ങളുടെ ലക്ഷ്യം 15 മുതൽ 25 പൗണ്ട് ആയിരിക്കും.

നിങ്ങൾ തടിച്ചിട്ടാണെങ്കിൽ (29-ൽ കൂടുതൽ ബി.എം.ഐ.) 15 മുതൽ 20 പൗണ്ടോ അതിൽ കുറവോ തൂക്കം കൂട്ടാൻ നിർദ്ദേശിക്കും. വളരെ മെലിഞ്ഞിട്ടാണെങ്കിൽ (18.5-ൽ താഴെ ബി.എം.ഐ.) നിങ്ങൾക്ക് 28 മുതൽ 40 പൗണ്ടുവരെ തൂക്കം കൂട്ടേണ്ടിവരും. ഒന്നിൽ കൂടുതൽ ശിശുക്കളുണ്ടെങ്കിൽ അതിനനുസരിച്ച് ആവശ്യവും വർദ്ധിക്കും.

ആദർശമായ തൂക്കം ലക്ഷ്യമാക്കുന്നത് ഒരു കാര്യമാണ്. അത് സാധിച്ചെടുക്കുന്നത് മറ്റൊരു കാര്യമാണ്. എന്തെന്നാൽ എപ്പോഴും ആദർശവും വാസ്തവവും തമ്മിൽ ഒത്തുപോകില്ല. ശരിയായ തൂക്കം കിട്ടുക എന്നതിന് അർത്ഥം ശരിയായ ആഹാരത്തിൽ ശ്രദ്ധിക്കുക എന്നത് മാത്രമല്ല. ഇതുകൂടാതെ മറ്റ് പലകാരണങ്ങളും ഉണ്ട്. നിങ്ങളുടെ മെറ്റബോളിസം, ജീൻസിന്റെ പ്രവർത്തനത്തിന്റെ ലെവൽ, ഗർഭാവസ്ഥയുടെ ലക്ഷണങ്ങൾ (നെഞ്ചെരിച്ചിൽ, മനം പിരട്ടൽ, ഭക്ഷണ സാധനങ്ങളോട് അരുചി) എന്നിവ നിങ്ങളെ ശരിയായ പൗണ്ടിന്റെ അളവിൽ നിന്ന് വളരെ ദൂരെ എടുത്തുചെല്ലാൻ കാരണക്കാരാകുന്നു. അതുകൊണ്ട് തുടർച്ചയായി തൂക്കം നോക്കിക്കൊണ്ടിരിക്കണം.

ഏത് നിരക്കിൽ തൂക്കം കൂട്ടണം?

ഗർഭാവസ്ഥയിൽ ഈ കാര്യം വളരെ പതുക്കെ ചെയ്യണം. അതാണ് നിങ്ങളുടെയും കുഞ്ഞിന്റെയും ശരീരത്തിന് ശരിയായിരിക്കുക. പൗണ്ടിന്റെ അളവോടൊപ്പം തന്നെ

അത് ഏത് നിരക്കിലാണ് കൂട്ടുന്നതെന്നതും വളരെ മുഖ്യമായ സംഗതിയാണ്. കുഞ്ഞ് നിങ്ങളുടെ ഗർഭപാത്രത്തിൽ കിടക്കുന്ന സമയത്ത് അതിന് ധാരാളം പോഷകാംശവും കലോറിയും ലഭിക്കണമെന്നതാണ് അതിന് കാരണം.

ശരിയായ രീതിയിൽ തൂക്കം കൂടുമ്പോൾ നിങ്ങളിൽ ഒരുവിധത്തിലുള്ള ശാരീരിക സമ്മർദ്ദവും വർദ്ധിക്കുകയില്ല, ചർമ്മത്തിൽ സ്ട്രെച്ച് മാർക്കും ഏർപ്പെടുകയില്ല. കുഞ്ഞ് ജനിച്ചശേഷം നിങ്ങളുടെ പഴയ ഷേപ്പ് തിരിച്ചുകിട്ടാനും താമസമുണ്ടാകില്ല.

മെല്ലെ എന്നതിനർത്ഥം 30 പൗണ്ടിനെ 40 ആഴ്ചകളിലായി വീതിക്കുക എന്നാണോ? അല്ല ഈ പറയുന്നത് ശരിയല്ല. ആദ്യത്തെ മൂന്നാം മാസത്തിൽ ശിശുവിന്റെ ആകൃതി ഒരു ചെറിയ ധാന്യമണിയിൽ കൂടുതൽ ഉണ്ടാകില്ല. അപ്പോൾ കുറഞ്ഞതോതിൽ തൂക്കം വർദ്ധിപ്പിച്ചാൽ മതി. ആദ്യത്തെ മൂന്നാം മാസം 2 മുതൽ 4 പൗണ്ട് മതി. ചില സ്ത്രീകൾക്ക് ഒട്ടും കൂട്ടാൻ കഴിയാതെ വരും (മോണിങ്ങ് സിക്നസ്, ഛർദ്ദി എന്നിവമൂലം) ചില സ്ത്രീകൾ കലോറിയുള്ള ആഹാരം കഴിക്കുന്നതുകൊണ്ട് തൂക്കം കൂടുതൽ വർദ്ധിക്കും. മെല്ലെമെല്ലെ തൂക്കം കൂട്ടുന്ന സ്ത്രീകൾക്ക് പിന്നീട് എളുപ്പമായിരിക്കും. അവർക്ക് ലക്ഷ്യത്തിലെത്താൻ ബുദ്ധിമുട്ടുണ്ടാവില്ല.

രണ്ടാമത്തെ മൂന്നാം മാസം കുഞ്ഞ് വളരാൻ തുടങ്ങുന്നു. അതുകൊണ്ട് നിങ്ങളും നിങ്ങളുടെ തൂക്കം കൂട്ടണം. നിങ്ങളുടെ തൂക്കം 4 മുതൽ 6 ആഴ്ചയിൽ ശരാശരി ഒരാഴ്ചയിൽ ഒന്നുമുതൽ 1½ പൗണ്ട് വർദ്ധിക്കണം. അതായത് മൊത്തം 12 മുതല് 14 പൗണ്ട്. ഒടുക്കത്തെ മൂന്നാം മാസം നിങ്ങളുടെ തൂക്കം 8 മുതൽ

തൂക്കം വർദ്ധനയിലെ തടസ്സങ്ങൾ

(തൂക്കം ഏകദേശം)

കുഞ്ഞ്	- 7½ പൗണ്ട്
മറുപിള്ള	- 1½ പൗണ്ട്
അമ്നിയോട്ടിക് ഫ്ലൂയിഡ്	- 2 പൗണ്ട്
യൂട്രൈൻ എൻലാർജ്മെന്റ്	- 2 പൗണ്ട്
മെറ്റേണൽ ബ്രെസ്റ്റ്ടിഷ്യൂ	- 2 പൗണ്ട്
മെറ്റേണൽ ബ്ലഡ്വോള്യം	- 4 പൗണ്ട്
മെറ്റേണൽ ടിഷ്യൂവിൽ ഫ്ലൂയിഡ്	- 4 പൗണ്ട്
മെറ്റേണൽ ഫാറ്റ് സ്റ്റോർ	- 7 പൗണ്ട്
മൊത്തം ശരാശരി	- 30 പൗണ്ട് മൊത്ത തൂക്കം കൂടും

തൂക്കം കൂടുന്നതുകൊണ്ടുള്ള ആപത്ത്

രണ്ടാമത്തെ മൂന്നാംമാസം ഒരാഴ്ചയിൽ 3 പൗണ്ടിൽ കൂടുതൽ തൂക്കം വർദ്ധിക്കുകയും ഇതിനുകാരണം കണ്ടവിധത്തിലുള്ള ഭക്ഷണരീതി അല്ലാതിരിക്കുകയും ചെയ്താൽ ഡോക്ടറെ കാണണം. 4 മുതൽ 8 മാസത്തിനുള്ളിൽ തുടർച്ചയായി രണ്ടാഴ്ചവരെ തൂക്കം വർദ്ധിക്കുന്നില്ലെങ്കിലും ഡോക്ടറോട് പറയണം.

തൂക്കം കൂട്ടുക

തൂക്കം കൂട്ടുകഗർഭാവസ്ഥയിൽ ആവശ്യത്തിൽ കൂടുതൽ തൂക്കം കൂട്ടുന്നത് പലതരത്തിലുള്ള പ്രശ്നങ്ങളെ ക്ഷണിച്ചുവരുത്തിയേക്കാം. നിങ്ങളുടെ കുഞ്ഞിന്റെ അളവിനെപ്പറ്റി അനുമാനിക്കാൻ കഴിയാതെ വരും. ഗർഭാവസ്ഥയുടെ ലക്ഷണങ്ങൾ കൂടുതൽ മോശമാകും. ഇതുമൂലം പ്രീടേം ലേബർ, ഗ്യാസ്റ്റേഷണൽ ഡൈബെറ്റിക്സ്, ഹൈപർടെൻഷൻ എന്നീ പ്രശ്നങ്ങൾ ഏർപ്പെടാനുള്ള സാദ്ധ്യത വർദ്ധിക്കും. വലുപ്പക്കൂടുതലുള്ള കുഞ്ഞിന് യോനിവഴിയായി പുറത്തുവരാൻ പ്രയാസം ഉണ്ടാകും. മുലയൂട്ടുന്നതിലും ബുദ്ധിമുട്ടുകൾ ഏർപ്പെടും.

ഗർഭാവസ്ഥക്കിടയിൽ അധികമായി ചേരുന്ന കൊഴുപ്പ് പിന്നീട് കുറക്കുന്നത് എളുപ്പമായിരിക്കുകയില്ല. പലപ്പോഴും ഇത് കൂടാനുള്ള സാധ്യതയും ഉണ്ട്. 20 പൗണ്ടിൽ കുറവായി തൂക്കം കൂട്ടുന്ന അമ്മമാരുടെ കുഞ്ഞുങ്ങൾ പ്രിമെച്വറായി ജനിച്ചേക്കാം. ഗർഭാശയത്തിൽ അവരുടെ രൂപത്തിന് ശരിയായ രീതിയിൽ വികസിക്കാൻ കഴിയുന്നില്ല. (ഇതിന് അപവാദങ്ങളുമുണ്ട്).

10 പൗണ്ടിൽ കൂടുതൽ വർദ്ധിക്കരുത്. ആ സമയത്ത് കുഞ്ഞിന്റെ തൂക്കം വർദ്ധിക്കേണ്ടത് അത്യാവശ്യമാണ്. ചില സ്ത്രീകളുടെ തൂക്കം ഒൻപതാം മാസത്തിൽ തീരെ കൂടുന്നില്ല, അല്ലെങ്കിൽ ഒന്നോ രണ്ടോ പൗണ്ട് കുറയും.

നിങ്ങൾക്ക് ഈ ലക്ഷ്യത്തെ അടയാൻ എത്രത്തോളം കഴിയും? ചിലപ്പോൾ ഭക്ഷണം കഴിക്കാൻ തോന്നുകയില്ല, ചിലപ്പോൾ മനം പിരട്ടും. നിങ്ങൾ എങ്ങനെ ലക്ഷ്യത്തിലെത്തും? പല ആഴ്ചകളിലും കഴിച്ച ഉടൻ എല്ലാം പുറത്തുവരും. അപ്പോൾ തൂക്കമെഷിനിലെ മുള്ളിനെപ്പറ്റി ചിന്തിക്കേണ്ട. നിങ്ങളുടെ ശരാശരി തൂക്കം ഓരോ ആഴ്ചയും ശരിയായ രീതിയിൽ വർദ്ധിക്കുന്നുണ്ടെങ്കിൽ നിങ്ങൾ പരിഭ്രമിക്കേണ്ടതില്ല. പകലിൽ ഒരേ സമയത്തിൽ, ഒരേമാതിരി വസ്ത്രം ധരിച്ച്, ആഴ്ചയിൽ ഒരു പ്രാവശ്യം തൂക്കം നോക്കുക. നിങ്ങൾ കൂടുതൽ സൂക്ഷിക്കാൻ ആഗ്രഹിക്കുന്നുണ്ടെങ്കിൽ ആഴ്ചയിൽ രണ്ടു പ്രാവശ്യം തൂക്കം നോക്കുക. ആദ്യത്തെ മൂന്നാം മാസം ആവശ്യത്തിൽ കൂടുതൽ തൂക്കം വർദ്ധിക്കുകയോ രണ്ടാമത്തെ മൂന്നാം മാസത്തിൽ ഇഷ്ടപ്രകാരം തൂക്കം വർദ്ധിക്കാതിരിക്കുകയോ ചെയ്താൽ അതിനെ ട്രാക്കിൽ കൊണ്ടുവരാൻ കിണഞ്ഞ് പരിശ്രമിക്കുക. ഗർഭാവസ്ഥയിൽ ഒരിക്കലും ഡയറ്റിങ്ങ് ചെയ്യാൻ ഉപദേശിക്കുകയില്ല. ഇത് ആപത്കരമായേക്കാം. ഡോക്ടറുടെ ഉപദേശപ്രകാരം വീണ്ടും തൂക്കത്തിന്റെ ടാർഗെറ്റ് നിർണ്ണയിച്ച് നിങ്ങളുടെ കുഞ്ഞിനെ പൂർണ്ണ വളർച്ച പ്രാപിക്കാൻ സഹായിക്കുക.

സുരക്ഷിതമായിരിക്കാൻ പഠിക്കുക

മിക്ക ഗർഭിണികൾക്കും ഗർഭാവസ്ഥയിലുള്ള ജഡിലതകളുടെ സ്ഥാനത്ത് വീട്, ഹൈവേ, മുറ്റം എന്നീ സ്ഥലങ്ങളിൽ ഏർപ്പെടുന്ന അപകടങ്ങളിൽ നിന്നാണ് കൂടുതൽ ഹാനി ഏർപ്പെടുന്നത്. പക്ഷെ ഈ അപകടങ്ങൾ നമ്മുടെ അശ്രദ്ധയുടെ ഫലമായാണ് ഏർപ്പെടുന്നത്. കുറച്ച് ശ്രദ്ധയും വിവേകവും കൊണ്ട് ഈ അപകടങ്ങളെ ഒഴിവാക്കാവുന്നതാണ്. ഗർഭാവസ്ഥയിൽ താഴെ കൊടുത്തിട്ടുള്ള കാര്യങ്ങൾ ശ്രദ്ധിച്ച് നിങ്ങൾക്ക് സുരക്ഷിതയായിരിക്കാം.

- നിങ്ങൾ ഇപ്പോൾ മുമ്പിലത്തെ പോലെയല്ലെന്ന് ഓർമ്മവെക്കുക. വയറിന്റെ ചുറ്റളവ് കൂടുന്നതോടൊപ്പം ഗുരുത്വാകർഷണ ശക്തിയുടെ കേന്ദ്രബിന്ദുവും മാറിയിരിക്കുന്നു. എവിടെയും പെട്ടെന്ന് നിങ്ങളുടെ ബാലൻസ് തെറ്റിയേക്കാം. മെല്ലെ-മെല്ലെ കാലുകൾ കാണാൻ കഴിയാതാകും. ഈ മാറ്റം അപകടങ്ങൾക്ക് കാരണമാകും.
- ഓട്ടോവിലായാലും വിമാനത്തിലായാലും നിങ്ങളുടെ സീറ്റ് ബെൽട്ട് കെട്ടിയിട്ടു തന്നെ ഇരിക്കുക. നിങ്ങൾ കാറിന്റെ മുൻ സീറ്റിൽ എയർബാഗ് വച്ചിരിക്കുകയാണെങ്കിൽ സീറ്റ് പുറകോട്ട് തള്ളുക. കാർ ഓടിക്കുകയാണെങ്കിൽ സ്റ്റീയറിങ്ങ് നെഞ്ചിന് നേരെ വളക്കുകയും അതിൽ നിന്ന് കുറഞ്ഞത് 10^0 ദൂരത്തിൽ ഇരിക്കുകയും ചെയ്യുക. അപ്പോൾ അത് വയറിൽ ഇടിക്കുകയില്ല, മടിയിലോ ഡാഷ്ബോർഡിലോ ഒന്നും വയ്ക്കരുത്. കഴിയുമെങ്കിൽ കാറിൽ പിൻസീറ്റിൽ ഇരിക്കുക.
- ആടുന്ന കസേരയിലോ ഏണിയിലോ കയറരുത്. അല്ലെങ്കിൽ താഴെ വീഴാനിടയുണ്ട്.
- ഉപ്പൂറ്റി ഉയർന്നതോ വഴുക്കുന്നതോ ആയ ചെരുപ്പ് ഉപയോഗിക്കരുത്. വഴുക്കുന്ന തറയിൽ സ്റ്റോക്കിൻസ് ധരിച്ച് നടക്കരുത്.
- ബാത്ത് ടബ്ബിൽ ഇറങ്ങുമ്പോളും പുറത്ത് വരുമ്പോഴും സൂക്ഷിക്കണം. അതിൽ വഴുക്കാത്ത മ്യാറ്റ് ഉപയോഗിക്കുക.
- വീട്ടിലുള്ള തടസ്സങ്ങൾ മാറ്റുക. കോണിപ്പടികളിൽ അനാവശ്യമായ വസ്തുക്കൾ ഇട്ടുവെക്കരുത്. ഇരുട്ട് ഉണ്ടാകരുത്. തറയിൽ ചരടുകൾ ഉണ്ടാവരുത്, പടിക്കെട്ടുകളിൽ ഐസ് കുമിഞ്ഞിരിക്കരുത്.
- രാത്രി ബാത്ത്റൂമിലേക്കുള്ള ലൈറ്റ് തെളിയിച്ചുവെച്ച് ഉറങ്ങുക. വഴിയിൽ ഒന്നും വയ്ക്കരുത്. രാത്രിയിൽ പല പ്രാവശ്യം ബാത്ത് റൂമിലേക്ക് പോകേണ്ടിവരും. അതുകൊണ്ട് ശ്രദ്ധിക്കേണ്ടത് അത്യാവശ്യമാണ്.
- എന്തുകളികളിച്ചാലും അതിലെ സുരക്ഷാനിയമങ്ങൾ പൂർണ്ണമായി പാലിക്കുക. ഒരു കാര്യവും അളവിൽ കൂടുതൽ ചെയ്യരുത്. പലപ്പോഴും ക്ഷീണം കാരണവും അപകടങ്ങൾ ഏർപ്പെടും.

മൂന്നാം മാസം

ഏകദേശം 9 മുതൽ 13 ആഴ്ചകൾ

ഒന്നാം മൂന്നാം മാസത്തിന്റെ അവസാന മാസത്തിൽ കാൽവെക്കുമ്പോൾ ഗർഭാവസ്ഥയുടെ പല പ്രാരംഭിക ലക്ഷണങ്ങളും മുമ്പിലത്തേക്കാൾ കൂടുതൽ ശക്തമാകും. അപ്പോൾ നിങ്ങളുടെ ക്ഷീണത്തിന് കാരണം ആദ്യത്തെ മൂന്നാം മാസത്തിന്റെ തളർച്ചയാണോ, രാത്രിയിൽ മൂന്നുപ്രാവശ്യം ബാത്ത് റൂം പോകാൻ വേണ്ടി എഴുന്നേറ്റതിന്റെ ക്ഷീണമാണോ എന്ന് പറയുന്നത് കഠിനമായിരിക്കും. ധൈര്യമുണ്ടെങ്കിൽ തല ഉയർത്തി സംസാരിക്കൂ. നല്ല നാളുകൾ വരാൻ പോകുന്നു. മോണിങ്ങ് സിക്നസ് കൊണ്ട് നില വളരെ മോശമായിട്ടുണ്ടെങ്കിൽ അതൊക്കെ ഒരു പരിധിവരെ നിയന്ത്രണത്തിലാകും. ഊർജ്ജത്തിന്റെ ലെവൽ ഉയരും. ബാത്ത്റൂം പോക്കും കുറച്ചുകുറയും. ഈ മാസത്തെ പരിശോധനയിൽ നിങ്ങൾക്ക് കുഞ്ഞിന്റെ ഹൃദയസ്പന്ദനം കേൾക്കാൻ കഴിയും. അപ്പോൾ നിങ്ങൾക്ക് അനുഭവിക്കുന്ന കഷ്ടങ്ങളൊന്നും ഒരു കഷ്ടമായി തോന്നില്ല.

ഈ മാസം നിങ്ങളുടെ കുഞ്ഞിന്റെ വളർച്ച

9-ാം ആഴ്ച:– ഇപ്പോൾ നിങ്ങളുടെ കുഞ്ഞിന്റെ നീളം ഒരു ഇഞ്ച് അതായത് ഒരു ഇടത്തരത്തിലുള്ള പച്ച ഒലീവിന്റെ അളവിലുണ്ടായിരിക്കും. അതിന്റെ തല മിക്കവാറും ഒരു ശിശുവിന്റെ തല പോലെ വികസിച്ചു വരുന്നു. ഈ ആഴ്ച ചെറിയ മാംസപേശികൾ രൂപം പ്രാപിക്കുന്നതുകൊണ്ട് അതിന് കൈകാലുകൾ ചലിപ്പിക്കാൻ കഴിയും. ഏകദേശം ഒരു മാസം കഴിയുമ്പോൾ നിങ്ങൾക്കും അതിന്റെ ഇടിയും തൊഴിയും അനുഭവപ്പെടും. ഇപ്പോൾ നിങ്ങൾക്ക് ഒന്നും കേൾക്കാൻ കഴിയുകയില്ല. നിങ്ങൾക്ക് 'ഡാപ്ലർ' ഉപകരണം മൂലം അതിന്റെ ഹൃദ യസ്പന്ദനം കേൾക്കാൻ കഴിയും. അതു കേട്ട് നിങ്ങളുടെ ഹൃദയവും വേഗത്തിൽ തുടിക്കും.

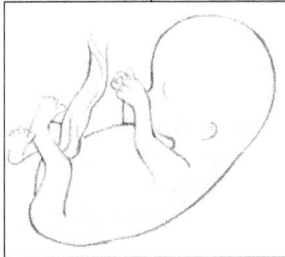

മൂന്നുമാസം പ്രായമുള്ള കുഞ്ഞ്

10-ാം ആഴ്ച:– ഏകദേശം ഒന്നര ഇഞ്ച് നീളമുള്ള നിങ്ങളുടെ കുഞ്ഞ് ദിനരാത്രം വളർന്നുവരികയാണ്. അതിന്റെ എല്ലുകൾ, കാർട്ടിലേജ്, മുട്ട്, നെരിയാണി എന്നിവ രൂപം പ്രാപിച്ചുവരുന്നു. കൈമുട്ടുകളും പ്രവർത്തിക്കാൻ തുടങ്ങിയിരിക്കുന്നു. മോണകളിൽ പല്ലുകൾ മുളക്കാൻ തുടങ്ങിയിരിക്കുന്നു. വയറിൽ ദഹനരസം ചുരക്കാൻ തുടങ്ങിയിരിക്കുന്നു. കിഡ്നി മൂത്രം വേർതിരിക്കാൻ തുടങ്ങിയിരിക്കുന്നു. നിങ്ങളുടെ കുഞ്ഞ് ആണാണെങ്കിൽ വൃക്ഷണവും ലിംഗവും രൂപം പ്രാപിച്ചിരിക്കുന്നു. (എന്തുപറഞ്ഞാലും, ആൺകുഞ്ഞ് ആൺകുഞ്ഞുതന്നെ ആയിരിക്കും)

11-ാം ആഴ്ച:– ഇപ്പോൾ നിങ്ങളുടെ കുഞ്ഞിന് 2 ഇഞ്ച് നീളമുണ്ട്. അതിന്റെ തൂക്കം $^1/_3$ ഔൺസ് ആണ്. അതിന്റെ ശരീരം നീണ്ടു വരുന്നു. തലയിൽ മുടിയും കൈ-കാൽകളിൽ നഖവും മുളക്കാനുള്ള തയ്യാറെടുപ്പിലാണ്. (അടുത്ത ചില മാസങ്ങളിൽ നഖം വളരും).

അൾട്രാസൗണ്ടുകൊണ്ട് ലിംഗ നിർണയം ചെയ്യാൻ കഴിയില്ലെങ്കിലും പെൺ കുഞ്ഞാണെങ്കിൽ ഓവറി രൂപം പ്രാപിക്കാൻ തുടങ്ങിക്കഴിഞ്ഞു.

ഇപ്പോൾ അതിൽ എല്ലാ മാനവീയ ഗുണങ്ങളും വന്നുകഴിഞ്ഞു. ശരീരത്തിൽ കൈ-കാലുകൾ ഉണ്ട്. കാതിന്റെ നിർമ്മാണം അവസാന അവസ്ഥയിലാണ്. മൂക്കിന്റെ രണ്ടുവശത്തും ദശകൾ തയ്യാറായിവരുന്നു. വായിൽ നാക്ക്, അണ്ണാക്ക്, നിപ്പിൾ എന്നിവ പ്രത്യക്ഷപ്പെടാൻ തുടങ്ങി.

12-ാം ആഴ്ച:- കുഞ്ഞിന്റെ വലിപ്പം കഴിഞ്ഞ മൂന്ന് ആഴ്ചകളേക്കാൾ ഇരട്ടി ആയിരിക്കുന്നു. ഇപ്പോൾ അതിന്റെ തൂക്കം ഒന്നര ഔൺസും നീട്ടം രണ്ടര ഇഞ്ചും ആയിരിക്കുന്നു. അതിന്റെ ശരീരം എല്ലാ അംഗങ്ങളുടെയും വികാസത്തിനുവേണ്ടി കഠിന അദ്ധ്വാനം ചെയ്തുവരുന്നു. എല്ലാ അവയവങ്ങളും രൂപം പ്രാപിച്ചുകഴിഞ്ഞു. എങ്കിലും ഇനിയും വളരെ അധികം ജോലികൾ ബാക്കിയുണ്ട്. പാചനതന്ത്രം ചുരുങ്ങാനുള്ള പരിശീലനം തുടങ്ങിക്കഴിഞ്ഞു. അത് ഭക്ഷണം കഴിക്കാൻ ശക്തിയാർജ്ജിച്ചു കഴിഞ്ഞു. ബോൺമാരോ ശ്വേത രക്താണുക്കളെ തയ്യാറാക്കുന്നു. അതുമൂലം ശിശു അരികിലുള്ള എല്ലാ കീടാണുക്കളെയും എതിർക്കാനുള്ള ശക്തി ആർജ്ജിക്കുന്നു. ബ്രെയ്നിൽ പിറ്റ്യൂട്രി ഗ്ലാൻഡ് ഹാർമോൺ തയ്യാറാകാൻ തുടങ്ങി. ഇതുമൂലം ഒരുനാൾ നിങ്ങളുടെ ശിശുവിന് തന്റെ ശിശുവിനെ തയ്യാറാക്കാൻ കഴിയും.

13-ാം ആഴ്ച:- ആദ്യത്തെ മൂന്നാം മാസം ജനിക്കാൻ പോകുന്നു. ഈ സമയം കുഞ്ഞിന്റെ നീളം മൂന്നിഞ്ച്, വലുപ്പം ഒരു പീച്ചിന്റെ അളവ്. അതിന്റെ തല അതിന്റെ നീട്ടത്തിന്റെ ഏകദേശം പാതിയാണ്, എന്നാൽ വളരെവേഗം തല ശരിയായ അനുപാതത്തിലാകും. അപ്പോഴേക്കും കുഞ്ഞിന്റെ കുടൽ (ഇതുവരെ അത് പൊക്കിൾ കൊടിയിലായിരുന്നു). വയറിൽ ശരിയായ ഇടത്തിൽ രൂപം പ്രാപിക്കുകയാണ്. ഈ ആഴ്ച അതിന്റെ വോക്കൽ കോഡും രൂപം പ്രാപിക്കും. (അത് കരയാൻ തയ്യാറെടുക്കുകയാണ്. . .)

നിങ്ങൾക്ക് എന്താണ് അനുഭവപ്പെടുന്നത്?

ഓരോ ഗർഭാവസ്ഥയും വിചിത്രമാണെന്ന കാര്യം എപ്പോഴത്തെയും പോലെ ഓർക്കുക. ഓരോ സ്ത്രീയും വ്യത്യസ്തയാണ്. നിങ്ങൾക്ക് ഒരേ സമയത്ത് അല്ലെങ്കിൽ വേറെ വേറെ വർഷങ്ങളിൽ ഈ എല്ലാ ലക്ഷണങ്ങളും അനുഭവിക്കാൻ കഴിയും. ചില ലക്ഷണങ്ങൾ കഴിഞ്ഞ മാസത്തിൽ നിന്നുതന്നെ അനുഭവിച്ചുവരുന്നുണ്ടാകും. ചിലത് പുതിയതായിരിക്കും. ഇവയ്ക്കുപുറമെ സാമാന്യമല്ലാത്ത ചില ലക്ഷണങ്ങളും കണ്ടേക്കാം. ഈ മാസത്തിൽ നിങ്ങൾക്ക് താഴെ കാണുന്ന ലക്ഷണങ്ങൾ അനുഭവപ്പെടും.

ശാരീരികം

- ക്ഷീണം, ഊർജ്ജക്കുറവ്, ഉറക്കം തൂങ്ങൽ.
- അടിക്കടി മൂത്രം ഒഴിക്കണമെന്ന തോന്നൽ

ഒരു കണ്ണോട്ടം

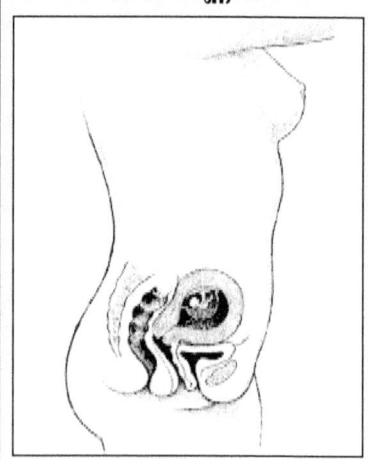

ഈ മാസം നിങ്ങളുടെ ഗർഭാശയത്തിന്റെ ആകൃതി ഒരു ഗ്രേപ് ഫ്രൂട്ടിനേക്കാൾ വലുതായിരിക്കും. ഇടുപ്പ് തടിക്കാൻ തുടങ്ങും. മാസാവസാനം നിങ്ങളുടെ പ്യൂനിക് ബോണിന്റെ മുകളിൽ വയറിന്റെ അടിഭാഗത്തിൽ ഗർഭാശയത്തെ അറിയാൻ കഴിയും.

- മനം പിരട്ടൽ – ഛർദ്ദിയോടെയും ഛർദ്ദി ഇല്ലാതെയും
- കൂടുതൽ ഉമിനീർ ചുരക്കുക.
- മലബന്ധം.
- നെഞ്ചെരിച്ചിൽ, അജീർണ്ണം, വയറ് വീർക്കുക.
- ഭക്ഷണത്തിലെ ഇഷ്ടാനിഷ്ടങ്ങൾ.
- വിശപ്പുതോന്നുക, മോണിങ്ങ് സിക്നസ് ശരിയായെങ്കിൽ
- സ്തനങ്ങളിൽ മാറ്റം – ഭാരം തോന്നുക, സംവേദന ശീലത, നിപ്പിളിന്റെ ചുറ്റുമുള്ള ഭാഗങ്ങളുടെ നിറം കടുത്തതാകുക, ആ ഭാഗത്ത് ചെറിയ മുഴകൾ പൊന്തിവരുക, ചർമ്മത്തിനടിയിൽ നീലരേഖകളുടെ വലപോലെ പരന്നുകാണുക.
- വയറ്, കാലുകൾ അല്ലെങ്കിൽ ശരീരത്തിന്റെ ചില ഭാഗങ്ങളിൽ ഞരമ്പുകൾ കാണപ്പെടുക.
- യോനി സ്രവത്തിൽ ചെറിയ വർദ്ധന.
- ചിലപ്പോൾ തലവേദന.
- ചിലപ്പോൾ തലചുറ്റുക.
- വയറ് ചെറുതായി ഗോളാകൃതിയാകുക, തുണികൾ ഇറുക്കമാകുക.

വൈകാരികം

- വൈകാരികമായ ഏറ്റ-ഇറക്കങ്ങൾ, മൂഡ് നന്നാകുക അല്ലെങ്കിൽ ചീത്തയാകുക, പെട്ടെന്ന് കരയണമെന്ന് തോന്നുക, വ്യാകുലത, പെട്ടെന്ന് ദേഷ്യം വരുക.
- അസൂയ, ഭയം, ആനന്ദം എന്നീ ഭാവങ്ങൾ പ്രകടിപ്പിക്കുക.
- ശാന്തി അനുഭവപ്പെടുക.
- ഗർഭാവസ്ഥ അല്ലെന്ന ഭയം

ഈ മാസത്തെ ചെക്കപ്പ്:– ഈ മാസം ഡോക്ടർ താഴെപ്പറഞ്ഞിട്ടുള്ള പരിശോധനകൾ ചെയ്യാൻ പറയുമെന്ന് വിശ്വസിക്കാം. എന്നാൽ ഓരോ ഡോക്ടറും അവരവരുടെ രീതി പ്രകാരമാണ് ചെക്കപ്പ് ചെയ്യുന്നത്.

- തൂക്കവും രക്തസമ്മർദ്ദവും
- പ്രോട്ടീനിനുവേണ്ടി മൂത്രവും, ഷുഗറും പരിശോധിക്കുക.
- ഭ്രൂണത്തിന്റെ ഹൃദയ സ്പന്ദനം.
- ഗർഭാശയത്തിന്റെ ആകൃതി (പുറത്തു നിന്ന്).
- ഫണ്ടസ് (ഗർഭാശയത്തിന്റെ മുകൾ ഭാഗം)ന്റെ ഉയരം.
- കൈ-കാലുകളിലെ വീക്കം, വെരിക്കോസ് വെയിൻ ഉണ്ടോ എന്ന് നോക്കാൻ കാലുകൾ.

- നിങ്ങൾ അറിയാൻ ആഗ്രഹിക്കുന്ന ചിലകാര്യങ്ങളും ചില ചോദ്യങ്ങളും

നിങ്ങൾ എന്തുകരുതുന്നുണ്ടാകും?

"എനിക്ക് കഴിഞ്ഞ ചില ആഴ്ചകളായി മലബന്ധം ഏർപ്പെടുന്നു. ഇത് സാധാരണമാണോ?"

ക്രമക്കേട്:– വയറ് വീർത്തുമുട്ടുക, ഗ്യാസ് എന്നിവ ഗർഭാവസ്ഥയിലെ സാധാരണ പ്രശ്നങ്ങളാണ്. ഇവക്കും ചില കാരണങ്ങളുണ്ട്. പ്രൊജെസ്റ്റോൻ ഹാർമോണുകളുടെ സാന്നിദ്ധ്യം ശരീരത്തിലെ എല്ലാ മാംസപേശികളെയും ദുർബലമാക്കുന്നു. ഭക്ഷണം വളരെ നേരം ദഹിക്കാതെ വയറ്റിൽതന്നെ കിടക്കുന്നു, അതായത് ദഹനക്രിയ വളരെ മന്ദമായി തീരുന്നു. ഈ സമയം കൊണ്ട് പോഷകാംശങ്ങൾ രക്ത പ്രവാഹത്തിൽ അലിഞ്ഞു ചേരുമെന്നുള്ളതാണ് ഇതുകൊണ്ടുള്ള ലാഭം. അത് കൂടുതൽ നല്ല രീതിയിൽ കുഞ്ഞിനും ലഭിക്കുന്നു. ഇതുകൊണ്ടുള്ള ദോഷം നിങ്ങളുടെ ശരീരത്തിലുള്ള അനാവശ്യവസ്തുക്കൾ പുറത്തുപോകാൻ തടസ്സം ഏർപ്പെടുന്നു എന്നതാണ്. നിങ്ങളുടെ വലുതായി വരുന്ന ഗർഭാശയം കുടലുകളിൽ സമ്മർദ്ദം ഏർപ്പെടുത്തുന്നു. നിങ്ങൾക്ക് മലബന്ധം ഏർപ്പെടുന്നത് എന്തുകൊണ്ടാണെന്ന് ഇപ്പോൾ നിങ്ങൾക്ക് മനസ്സിലാകുന്നുണ്ടാകും.

ഗർഭാവസ്ഥ മുഴുവൻ മലബന്ധം നിങ്ങളോടൊപ്പം ഉണ്ടായിരിക്കണമെന്നില്ല. ഇതിൽ നിന്ന് മുക്തിനേടാൻ താഴെ കൊടുത്തിരിക്കുന്ന ഉപായങ്ങൾ സ്വീകരിക്കാവുന്നതാണ്.

നാരുള്ള വസ്തുക്കൾ കഴിക്കുക:– നിങ്ങൾക്കും കുഞ്ഞിനും ഓരോ ദിവസവും 25 മുതൽ 35 വരെ നാരുള്ള ആഹാരം ആവശ്യമാണ്. നിങ്ങൾ എണ്ണേണ്ട ആവശ്യമില്ല, നാരുള്ള വസ്തുക്കൾ കഴിക്കാൻ ശ്രമിക്കുക. ഉദാ:– ഫ്രെഷായ പഴങ്ങൾ, പച്ചക്കറികൾ (പച്ചയോ ചെറുതായി വേവിച്ചതോ, തോലോടുകൂടിയത്) തവിടുകളായത്ത ധാന്യങ്ങളുടെ സെറേലും ബ്രെഡ്ഡും, വിത്തുള്ള സാധനങ്ങൾ (ബീൻസ്, പട്ടാണി) ഉണങ്ങിയ പഴങ്ങൾ. പച്ചയായ പച്ചക്കറികൾ വളരെ പ്രയോജനകരമാണ്. ഇവയോടൊപ്പം ചാറു നിറഞ്ഞ മധുരമുള്ള കിവി (ഒരു ചെറിയ പഴം, ഇതിൽ ധാരാളം ലെക്സെറ്റീവ് ഉണ്ട്) എന്നിവ കഴിക്കാം. ഇതുവരെ നാരുള്ള വസ്തുക്കൾ അധികം കഴിച്ചിട്ടില്ലെങ്കിൽ

മെല്ലെ-മെല്ലെ ഇതിന്റെ അളവ് കൂട്ടുക. അല്ലെങ്കിൽ ദഹനേന്ദ്രിയം എതിർപ്പ് പ്രകടിപ്പിക്കും. നിങ്ങളുടെ ആഹാരത്തിൽ നാരുസത്ത് കൂടുതലായതുകൊണ്ട് ഉദരവായുവും കൂടാനിടയുണ്ട്.

നിങ്ങളുടെ ആഹാരത്തിൽ ഗോതമ്പ് തവിടും ചേർക്കാം. ആവേശത്തിൽ കൂടുതൽ ഫൈബർ കഴിക്കരുത്. ഇവ പെട്ടെന്ന് നിങ്ങളുടെ ദഹനേന്ദ്രിയത്തിൽ എത്തിച്ചേരും. അങ്ങനെ മുഖ്യമായ പോഷകതത്ത്വങ്ങളും ശരീരത്തിൽ അലിഞ്ഞു ചേരാതെ വെളിയേറും.

റീഫൈൻഡ് സാധനങ്ങൾ കഴിക്കരുത്:– ഫൈബറുള്ള വസ്തുക്കൾ മലബന്ധം തടയാൻ ഉപയോഗപ്രദമാണെന്നതു പോലെ തന്നെ റീഫൈൻഡ് വസ്തുക്കൾ മലബന്ധത്തെ വർദ്ധിപ്പിക്കും. വൈറ്റ് ബ്രെഡ്, ചോറ്, മറ്റു ബേക് ചെയ്ത വസ്തുക്കൾ വർജ്ജിക്കുക.

തരള വസ്തുക്കൾ കുടിക്കുക:– നിങ്ങൾ വേണ്ടത്ര തരളപദാർത്ഥങ്ങൾ കുടിക്കുന്നുണ്ടെങ്കിൽ മലബന്ധം നിങ്ങളുടെ ഏഴയലത്തുപോലും വരികയില്ല. വെള്ളം, പഴങ്ങളുടെയും പച്ചക്കറികളുടെയും ചാറ് എന്നിവ ദഹനക്രിയയെ സഹായിക്കും. ഇളം ചൂടുള്ള വെള്ളം കുടിച്ചാൽ കൂടുതൽ നല്ലതാണ്. ഉദാ:- ഇളം ചൂടുവെള്ളത്തിൽ ചെറുനാരങ്ങച്ചാറ്- ഇതുകൊണ്ട് നിങ്ങളുടെ വയറിലെ കുടലുകൾ ചുരുങ്ങും. മറ്റൊരുവിധത്തിൽ പറഞ്ഞാൽ പ്രഷർ ഏർപ്പെടും.

ശരിയായ സമയത്ത് മലവിസർജ്ജനം ചെയ്യുക:– കുടലുകളുടെ പ്രവർത്തനത്തെ തുടർച്ചയായി തടഞ്ഞുവെച്ചാൽ നിയന്ത്രിക്കുന്ന മാംസപേശികൾ ദുർബലമാകും. അതുകൊണ്ട് ശരിയായ സമയം നിർണ്ണയിക്കുക. സമയത്തിന് കുറച്ചുമുമ്പുതന്നെ ഫൈബറുള്ള പ്രാതൽ കഴിച്ചാൽ ട്രാഫിക്കിന്റെ നടുവിൽ ഫാൻസി കാറിൽ യാത്ര ചെയ്യുമ്പോൾ മലവിസർജ്ജനം ചെയ്യണമെന്ന് തോന്നില്ല. നിങ്ങൾക്ക് വീട്ടിൽതന്നെ വയറ് വൃത്തിയാക്കിയിട്ട് പോകാൻ കഴിയും.

സിക്സ് മീൽ സൊല്യൂഷൻ:– ഹെവിയായി ഭക്ഷണം കഴിക്കുന്നതുകൊണ്ട് നിങ്ങളുടെ ദഹനേന്ദ്രിയങ്ങളിൽ സമ്മർദ്ദം ഏർപ്പെടുകയും അതുമൂലം മലബന്ധം ഉണ്ടാകുകയും ചെയ്യുന്നു. മൂന്നുനേരം വയറുനിറയെ ഭക്ഷണം കഴിക്കുന്നതിനുപകരം സിക്സ്മീൽ സൊല്യൂഷൻ സ്വീകരിക്കുക. അതായത് ദിവസവും ആറുപ്രാവശ്യം കുറച്ചുകുറച്ചായി ഭക്ഷണം കഴിക്കുക. ഇതുമൂലം ഗ്യാസ്, വയറുവീർക്കൽ എന്നിവയിൽ നിന്നും രക്ഷപ്പെടാം.

സപ്ലിമെന്റും മരുന്നുകളും:– പല സപ്ലിമെന്റുകളും മരുന്നുകളും ശക്തിവർദ്ധിപ്പിക്കുന്നതോടൊപ്പം മലബന്ധത്തെയും ക്ഷണിച്ചുവരുത്തും. ആന്റി ആസിഡ് ഗർഭിണികളുടെ മിത്രമെന്ന് അറിയപ്പെടുന്നു. നിങ്ങളുടെ ഡോക്ടറോട് ചോദിച്ച് അവ കഴിക്കാം. മെഗ്നീഷ്യം സപ്ലിമെന്റും മലബന്ധത്തെ ഇല്ലാതാക്കാൻ സഹായിക്കും.

കുറച്ച് ബാക്ടീരിയ കഴിക്കുക:– പ്രോബയോട്ടിക്സ് ബാക്ടീരിയ, കുടലിലുള്ള ബാക്ടീരിയയെ പ്രോത്സാഹിപ്പിക്കുന്നതുകൊണ്ട് ഭക്ഷണത്തിന്റെ ദഹനക്രിയ ശരിയായരീതിയിൽ നടക്കും. തൈര്, യോഗട്ട് എന്നിവകൊണ്ടുണ്ടാക്കിയ പാനീയങ്ങൾ കുടിക്കുക. ഡോക്ടറുടെ നിർദ്ദേശപ്രകാരം പ്രോബയോട്ടിക് ബാക്ടീരിയയും കഴിക്കാം. ഇതിന് ഒരു രുചിയുമില്ല. ഇതിന്റെ പൗഡർ ഏതെങ്കിലും സ്മൂദീസിൽ എളുപ്പത്തിൽ കലർത്താൻ കഴിയും.

വ്യായാമം ചെയ്യുക:– പ്രവർത്തന നിരതമായ ശരീരത്തിന് മലബന്ധം ഏർപ്പെടുകയില്ല. നിങ്ങളുടെ ദിനചര്യയിൽ അരമണിക്കൂർ ഉലാത്തലും കൂടി ചേർക്കുക. ഗർഭാവസ്ഥയിൽ ഇതോടൊപ്പം സുരക്ഷിതമായ വ്യായാമങ്ങളും ചെയ്യാവുന്നതാണ്.

ഈ എല്ലാ ഉപായങ്ങളും വിഫലമായാൽ ഡോക്ടറുടെ അഭിപ്രായം ചോദിക്കുക. നിങ്ങളുടെ ഇഷ്ടപ്രകാരം എന്തെങ്കിലും ഹെർബൽ മരുന്നുകളോ ആമണക്കെണ്ണയോ കഴിക്കരുത്.

മലബന്ധം

"എന്റെ എല്ലാ ഗർഭിണി സ്നേഹിതമാർക്കും മലബന്ധം ഉണ്ടെന്ന പരാതിയാണ്, പക്ഷെ, എനിക്കില്ല. ഞാൻ കൃത്യസമയത്ത് മലവിസർജ്ജനം ചെയ്യുന്നു. എന്റെ സിസ്റ്റം ശരിയായ രീതിയിൽ പ്രവർത്തിക്കുന്നുണ്ടോ?"

നിങ്ങൾ ആദ്യം മുതൽതന്നെ ഒരു ക്രമീകൃത ജീവിതം നയിക്കുന്നുണ്ടാവാം. അല്ലെങ്കിൽ ഗർഭധാരണത്തിന് ശേഷം ജീവിതരീതിയിൽ മാറ്റം വരുത്തിയിട്ടുണ്ടാകാം. തരളപദാർത്ഥങ്ങൾ, വ്യായാമം, ഫൈബർ കലർന്ന ഭക്ഷണപദാർത്ഥങ്ങൾ എന്നിവമൂലം ഗർഭാവസ്ഥയിൽ മലബന്ധത്തെ തീർച്ചയായും നിയന്ത്രിക്കാൻ കഴിയും. ഫൈബറുള്ള ഭക്ഷണസാധനങ്ങൾ കഴിച്ചുശീലമില്ലെങ്കിൽ

ക്ഷീണവും മലബന്ധവും മൂഡിയാവാനുള്ള മറ്റൊരു കാരണവും

ഇതെല്ലാം ഗ്യാസ്റ്റേഷ്ണൽ ഹാർമോണിന്റെ സമ്മാനമാണെങ്കിലും പലപ്പോഴും തൈറോക്സിൻ ഹാർമോണിന്റെ കുറവുകാരണവും ഇങ്ങനെ സംഭവിക്കാം. ചർമ്മത്തിന്റെ പ്രശ്നങ്ങൾ, തൂക്കം വർദ്ധിക്കുക, മാംസപേശികളിൽ വേദനയും കോച്ചലും, ഓർമ്മശക്തികുറയുക, കൈ-കാലുകളിൽ വീക്കം, തണുപ്പിനോട് സംവേദനാശീലത എന്നിവ ഇതിന്റെ ലക്ഷണങ്ങളാണ്. ഇവയ്ക്കുപുറമെ 'ഹൈപോ തൈറോയ്ഡിസ'വും ഏർപ്പെട്ടേക്കാം. ഇത് തൈറോയ്ഡിന്റെ കുറവുകൊണ്ടാണ്. 'ഹൈപർ തൈറോയ്ഡിസം' തൈറോയ്ഡിന്റെ അളവ് കൂടുന്നതുകൊണ്ടാണ് ഏർപ്പെടുന്നത്. ഇതിന്റെ ലക്ഷണങ്ങൾ സാധാരണ ഗർഭാവസ്ഥയുടെ ലക്ഷണങ്ങളെപ്പോലെ തന്നെയാണ്. നിങ്ങൾ ഇതിനുമുമ്പ് തൈറോയ്ഡിനുള്ള മരുന്ന് കഴിച്ചിട്ടുണ്ടെങ്കിൽ ഡോക്ടറോട് പറയണം, എന്തെന്നാൽ ഗർഭാവസ്ഥയിൽ തൈറോയ്ഡിന്റെ ആവശ്യം കുറഞ്ഞും കൂടിയുമിരിക്കും. കുടുംബത്തിൽ ആർക്കെങ്കിലും ഈ രോഗം ഉണ്ടായിരുന്നിരിക്കുകയും നിങ്ങൾക്കും അതേ ലക്ഷണങ്ങൾ കാണുകയും ചെയ്താൽ ഉടനെ ഡോക്ടറോട് പറയണം. ഒരു ചെറിയ ബ്ലഡ് ടെസ്റ്റുമൂലം ഇത് സ്ഥിരീകരിക്കാൻ കഴിയും.

കുറച്ച് ബുദ്ധിമുട്ടുണ്ടാകും. പക്ഷെ അതുകൊണ്ട് നിങ്ങളുടെ വയറ് ദിവസവും ശരിയായ സമയത്ത് ശുദ്ധമാകും.

ഡയേറിയ

"എനിക്ക് മലബന്ധമില്ല, പക്ഷെ കഴിഞ്ഞ രണ്ടാഴ്ചകളായി വയറിളകുന്നു - ഡയേറിയായാണെന്നും പറയാം. ഇത് സാധാരണ ഉണ്ടാകുന്നതാണോ?"

ഗർഭാവസ്ഥകളുടെ ലക്ഷണങ്ങളെപ്പറ്റി പറയുമ്പോൾ നിങ്ങൾക്ക് എന്തൊക്കെ സാധാരണമാണോ അതൊക്കെ ഇപ്പോഴും സാധാരണമാണ്. നിങ്ങൾക്ക് വയറിളക്കം സാധാരണമായിരിക്കാം. ഓരോ ശരീരവും ഗർഭാവസ്ഥ ഹാർമോണുകളോട് വെവ്വേറെ വിധത്തിൽ പ്രതികരിക്കും. ഒരുപക്ഷേ, നിങ്ങളുടെ ശരീരത്തിൽ ദഹനപ്രക്രിയ പതുക്കെ ആകുന്നതിന് പകരം വേഗത്തിലായിരിക്കും. ഇത് നിങ്ങളുടെ ആഹാരത്തിലുള്ള അനുകൂലമായ മാറ്റങ്ങളുടെയും വ്യായാമ ശീലത്തിന്റെയും ഫലമായിരിക്കാം.

വേണമെങ്കിൽ ആഹാരത്തിൽ ഉണങ്ങിയ പഴങ്ങൾ പോലെയുള്ള ഭക്ഷ്യസാധനങ്ങളുടെ അളവ് കുറച്ച് വാഴപ്പഴം ചേർത്താൽ മലം കട്ടികുറഞ്ഞതായിരിക്കില്ല. അയഞ്ഞ മലവിസർജ്ജനം മൂലം ശരീരത്തിൽ ജലാംശം കുറയും. അതുകൊണ്ട് വേണ്ടത്ര തരളപദാർത്ഥങ്ങൾ കഴിക്കണം.

പകലിൽ കുറഞ്ഞത് മൂന്നുപ്രാവശ്യം അയഞ്ഞ, രക്തം കലർന്ന അല്ലെങ്കിൽ മ്യൂക്കസുള്ള വയറിളക്കം ഉണ്ടെങ്കിൽ ഡോക്ടറെ കാണുക, നിങ്ങൾക്ക് ചികിത്സ വേണ്ടിവന്നേക്കാം.

ഗ്യാസ്

"എന്റെ വയറ് എപ്പോഴും വീർത്തിരിക്കുന്നു. ഗ്യാസ് പുറത്തേക്ക് പൊയ്ക്കോണ്ടിരിക്കുന്നു. ഗർഭാവസ്ഥ മുഴുവൻ ഇങ്ങനെ തന്നെ ആയിരിക്കുമോ?"

നിങ്ങൾക്ക് വളരെ അധികം ഗ്യാസ് പോകുന്നുണ്ടോ? നിങ്ങളുടെ ചുറ്റുമുള്ള അന്തരീക്ഷത്തിൽ ഇതുകാരണം ദുർഗന്ധം പരക്കുന്നുണ്ടോ? ക്ഷമിക്കുക, ഗർഭിണികൾക്ക് ഇത് സാധാരണമാണ്. ഗ്യാസിന്റെ വൃത്തികെട്ട ശബ്ദത്തിൽ നിന്നും ദുർഗന്ധത്തിൽ നിന്നും രക്ഷപ്പെടാൻ ആഗ്രഹിക്കുന്നുണ്ടോ? എങ്കിൽ താഴെ കൊടുത്തിട്ടുള്ള ഉപായങ്ങൾ സ്വീകരിച്ചുനോക്കുക.

നിശ്ചിത സമയത്ത് മലവിസർജ്ജനം ചെയ്യുക. മലബന്ധമോ വയറുവീർക്കലോ കൊണ്ടും ഗ്യാസ് ഉണ്ടാകും. ദിവസവും നിശ്ചിതസമയത്തിൽ മലവിസർജ്ജനം ചെയ്യുക.

സിക്സ് മീൽ:– ദിവസവും മൂന്നുനേരം വയറ് വീർക്കുന്നതുവരെ ആഹാരം കഴിക്കുന്നതിനുപകരം ഇടവിട്ടിടവിട്ട് കുറേശെക്കുറേശെ ഭക്ഷണം കഴിക്കുക. വയറ് കൂടുതൽ നിറഞ്ഞാൽ വീർത്തുമുട്ടും, ദഹനേന്ദ്രിയങ്ങളിൽ കൂടുതൽ സമ്മർദ്ദം ഏർപ്പെടും. 'സിക്സ് മീൽ സൊല്യൂഷൻ' സ്വീകരിക്കുക.

ഭക്ഷണം വിഴുങ്ങരുത്:– നിങ്ങൾ തിരക്കിട്ട് എന്തെങ്കിലും കഴിക്കുമ്പോൾ തിരക്കിനിടയിൽ ഒരുപാട് കാറ്റും ഉള്ളിലേക്ക് പ്രവേശിക്കും. ഇതാണ് നിങ്ങളുടെ വയറ്റിനകത്ത് ചെന്ന് ഗ്യാസായി മാറുന്നത്. ഭക്ഷണം കഴി

ക്കുന്നതിനുമുൻപ് ദീർഘശ്വാസം എടുക്കുന്ന തുകൊണ്ട് നിങ്ങൾക്ക് ആശ്വാസം ലഭിക്കും.

സമാധാനമായിരിക്കുക:– ഭക്ഷണം കഴിക്കു ന്നതിനിടയിൽ പിരിമുറുക്കമോ ഉത്തേജനമോ മൂലം വയറിൽ ധാരാളം കാറ്റ് പ്രവേശിക്കു കയും നിങ്ങൾ ഒരു ഗ്യാസ് ടാങ്കായി മാറുക യും ചെയ്യും.

ഗ്യാസ് ഉണ്ടാക്കുന്ന ഭക്ഷണസാധനങ്ങൾ:– ഓരോ വ്യക്തിയിലും ഇതിന്റെ പ്രഭാവം വേറെവേറെ ആയിരിക്കും. എന്തുഭക്ഷണം കഴിച്ചാലാണ് നിങ്ങളുടെ വയറിൽ ഗ്യാസ് ഉണ്ടാകുന്നതെന്ന് നിങ്ങൾക്കുതന്നെ കണ്ടു പിടിക്കാൻ കഴിയും. ഉള്ളി, കാബേജ്, വറു ത്തുതും പൊരിച്ചതുമായ സാധനങ്ങൾ, ഹെവി സോസ്, പഞ്ചസാര കലർന്ന മധുര പലഹാരങ്ങൾ, കാർബോണേറ്റഡ് പാനീയ ങ്ങൾ, ബീൻസ് എന്നിവ ഉപേക്ഷിക്കണം.

തിരക്കുകൂട്ടരുത്:– സ്വന്ത ഇഷ്ടത്തിന് എന്തെങ്കിലും ആന്റി ഗ്യാസ് മരുന്ന് കഴിക്കു ന്നതിനുപകരം ഡോക്ടറോട് ചോദിക്കുക. ഇളം ചൂടുവെള്ളത്തിൽ ചെറുനാരങ്ങ പിഴിഞ്ഞ് കുടിക്കുക. ഇതുമൂലം ഗ്യാസ് മാറും. ഇത് ഒരു കൈകണ്ട മരുന്നാണ്.

തലവേദന

"എനിക്ക് മുമ്പിലത്തെക്കാൾ വളരെവേഗം തല വേദനിക്കുന്നു. ഞാൻ എന്തെങ്കിലും മരുന്ന് കഴിക്കണോ?"

ഗർഭാവസ്ഥയിൽ വേദന സംഹാരി മരുന്നുകൾ കഴിക്കരുത്, അതുകൊണ്ട് ഈ സമയത്ത് തല കൂടുതൽ വേദനിക്കും. നിങ്ങ ൾക്ക് ഇത് സഹിക്കേണ്ടിവരുമെങ്കിലും രക്ഷ ക്കുള്ള എന്തെങ്കിലും ഉപായം ചെയ്യാവുന്ന താണ്. മരുന്ന് കഴിക്കാതെ തന്നെ ഭേദമാ കാനുള്ള എന്തെങ്കിലും ഉപായം ചെയ്യണം.

ആദ്യംതന്നെ തലവേദനയുടെ കാരണം കണ്ടുപിടിക്കണം. ഹാർമോണുകളുടെ മാറ്റം കൊണ്ടും ഗർഭാവസ്ഥയിൽ തലവേദന ഏർ പ്പെടും. ഇവമൂലം തലവേദന, ക്ഷീണം, പിരി മുറുക്കം, വിശപ്പ്, ശാരീരികവും മാനസിക വുമായ പിരിമുറുക്കം എന്നിവ വർദ്ധിക്കും.

ഇവയിൽ നിന്ന് രക്ഷപ്പെടാനുള്ള പല ഉപായങ്ങളും ഉണ്ടെങ്കിലും ഒരുമരുന്നും ക്യാപ്സൂളായി ലഭിക്കുന്നില്ല. പല കാര്യങ്ങ ളിലും കുറച്ച് ശ്രമിച്ചാൽ ഫലം കിട്ടും.

റിലാക്സ്:– ഗർഭാവസ്ഥയിൽ ഉത്തേജനവും പിരിമുറുക്കവും കാരണം സാധാരണ തല വേദന ഉണ്ടാകും. പല സ്ത്രീകൾക്കും ധ്യാനം, യോഗാ എന്നിവമൂലം ഗുണം ലഭിക്കും. നിങ്ങൾ ഏതെങ്കിലും റിലാക്സേ ഷൻ ടെക്നിക് പഠിച്ച് പ്രയോഗിച്ചുനോ ക്കുക. ഇരുട്ടുമുറിയിൽ 10 മിനിട്ട് കിടക്കുക. അല്ലെങ്കിൽ 10-15 മിനിറ്റ് ഡെസ്ക്കിലോ സോഫയിലോ കാൽപൊന്തിച്ചുവെയ്ക്കുക. ഇതുമൂലവും പിരിമുറുക്കത്തിനും തലവേദന യ്ക്കും ആശ്വാസം കിട്ടും.

പൂർണ്ണമായി വിശ്രമിക്കുക:– ഗർഭാവസ്ഥ യിൽ വിശ്രമക്കുറവുകൊണ്ടും തലവേദന ഏർപ്പെടും. പ്രത്യേകിച്ച് ആദ്യത്തെയും മൂന്നാമത്തെയും മൂന്നാം മാസത്തിൽ ക്ഷീണം അധികമായിരിക്കും. വളരെനേരം ജോലിചെയ്യുന്ന സ്ത്രീകൾക്കും കുഞ്ഞു ങ്ങളെ സംരക്ഷിക്കേണ്ടിവരുന്ന സ്ത്രീക ൾക്കും ശരിക്കും ഉറക്കംവരില്ല. നിങ്ങൾ വയറ് വലുതാകുന്നത് നോക്കിനോക്കി ചിന്തി ക്കാൻ തുടങ്ങും. "എനിക്ക് എപ്പോഴെങ്കിലും വിശ്രമം കിട്ടുമോ? കുഞ്ഞ് ജനിച്ചശേഷം എല്ലാ ജോലികളും എങ്ങനെ ചെയ്യും?" ഇതുകൊണ്ട് ക്ഷീണം ഇരട്ടിയാകും. സമയം കിട്ടുമ്പോഴൊക്കെ വിശ്രമിക്കുക. തലവേദന യിൽ വ്യത്യാസം ഉണ്ടാകും. ആവശ്യത്തിൽ കൂടുതൽ ഉറങ്ങരുത്, അതുകൊണ്ടും തല വേദന അധികമാകും.

നിശ്ചിത സമയത്തിൽ ഭക്ഷണം കഴിക്കുക:– രക്തസമ്മർദ്ദം കുറഞ്ഞിട്ടുണ്ടെങ്കിൽ വിശപ്പു കാരണവും തലവേദനിക്കും. വയറ്റിൽ ഒന്നും ഇല്ലാതിരിക്കരുത്. നിങ്ങളുടെ ബാഗ്, കാറിന്റെ കംപാർട്ടുമെന്റ് അല്ലെങ്കിൽ വീട്ടിൽ എപ്പോ ഴും പോഷകാംശമുള്ള സ്നാക്സ് (സോയാ ചിപ്സ്, ഗ്രെനോലാ ബാർ, ഡ്രൈഫ്രൂട്ട്സ്) വയ്ക്കുക. വിശപ്പു തോന്നുമ്പോൾ എടുത്തു കഴിക്കാമല്ലോ.

ശാന്തമായിരിക്കുക:– നിങ്ങൾക്ക് ബഹളം ഇഷ്ടമല്ലെങ്കിൽ ശബ്ദം കൊണ്ടും തലവേദ നിക്കാൻ തുടങ്ങും. ഒച്ചയും ബഹളവുമുള്ള സ്ഥലത്ത് പോകാതിരിക്കുക. നിങ്ങളുടെ ജോലി ശബ്ദവും ബഹളവുമുള്ള സ്ഥലത്തി ലാണെങ്കിൽ ബോസിനോട് പറഞ്ഞ് ഏതെ ങ്കിലും ശാന്തമായ സ്ഥലത്തേക്ക് സ്ഥലമാറ്റം വാങ്ങുക. വീട്ടിൽ ടി.വി., ടെലഫോൺ, റേഡിയോ എന്നിവയുടെ ശബ്ദം കുറച്ചു വയ്ക്കുക.

കോർപ്പസ്ലൂട്ടേയം സിസ്റ്റ് എന്നാൽ എന്ത്?

കോർപസ്ലൂട്ടേയം സിസ്റ്റ് എന്നാൽ എന്താണെന്നറിയാൻ നിങ്ങളും ആഗ്രഹിക്കുന്നുണ്ടാകും. വംശവർദ്ധനയുടെ ഓരോ മാസത്തിലും ഓവലേഷനുശേഷം കോശങ്ങളുടെ മഞ്ഞനിറത്തിലുള്ള ശരീരം പോലെ ഒന്ന് നിർമ്മിതമാകും. അതിനെയല്ലോ ബോഡി (കോർപ്പസ്ലൂട്ടേയം) എന്നുപറയും. ഇത് കുറച്ച് പ്രൊജെസ്ട്രോണും ഇസ്ട്രോജനും ഉണ്ടാക്കും. നിങ്ങൾ ഗർഭിണിയാകുമ്പോൾ ഇത് കുറയുന്നതിനുപകരം വളരാൻ തുടങ്ങുന്നു. (മറുപിള്ള രൂപം പ്രാപിക്കുന്നതുവരെ) സാധാരണ 10-ാമത്തെ ആഴ്ചയാകുമ്പോഴേക്കും ഇതിന്റെ പ്രവർത്തനം നിലയ്ക്കും. എന്നാൽ ചില ഗർഭാവസ്ഥകളിൽ ഇത് സിസ്റ്റായി മാറും.

ഇത് ഗർഭാവസ്ഥയിൽ ഒരു സ്വാധീനവും ചെലുത്തുന്നില്ല. രണ്ടാമത്തെ മൂന്നാം മാസം അത് താനേ ഇല്ലാതാകും. ഡോക്ടർ ഇതിനെ നിരീക്ഷിച്ചുകൊണ്ടിരിക്കും. അൾട്രാസൗണ്ട് മൂലം ഇതിനെക്കുറിച്ചുള്ള പുതിയ അറിവ് ലഭിച്ചുകൊണ്ടിരിക്കും. നിങ്ങളുടെ കുഞ്ഞിനെ ഒരുനോക്ക് കാണുവാനുള്ള സന്ദർഭവും കിട്ടും.

കാറ്റോട്ടമുള്ള സ്ഥലത്ത് ഇരിക്കുക:– ആൾക്കൂട്ടമോ, പുഴുക്കമോ ഉള്ള സ്ഥലത്ത് ഇരിക്കരുത്. അല്ലെങ്കിൽ തലവേദനിക്കാൻ തുടങ്ങും. നിങ്ങൾ അങ്ങനെയുള്ള സ്ഥലത്ത് കുടുങ്ങിപ്പോയെങ്കിൽ ഉടനെ പുറത്തുവന്ന് ശുദ്ധവായു ശ്വസിക്കുക. സ്വറ്ററും മറ്റും അഴിച്ചുമാറ്റുക. വെളിയിൽ പോകാൻ കഴിയാതെ വന്നാൽ ജനലുകൾ തുറക്കുക.

ലൈറ്റ് ശ്രദ്ധിക്കുക:– നിങ്ങളുടെ അടുത്തുള്ള പ്രകാശത്തെ ഒരു പുതിയ കണ്ണോട്ടത്തോടെ നോക്കുക. പലസ്ഥലത്തും ഫ്ലോറസെന്റ് ബൾബിന്റെ പ്രകാശം തലവേദന ഏർപ്പെടുത്തിയേക്കാം. ലൈറ്റിടാതെ കാര്യം സാധിക്കുകയില്ലെങ്കിൽ നടുനടുവിൽ പുറത്തുപോയി കാറ്റുകൊള്ളുക.

മാറ്റുചികിത്സ പ്രയോഗിച്ചുനോക്കുക:– അക്യുപഞ്ചർ, അക്യുപ്രഷർ, ബയോഫീഡ്ബാക്ക്, മാലിഷ് എന്നീ വികൽപ്പ ചികിത്സാ പദ്ധതികൾ പ്രയോഗിച്ചു നോക്കുക.

ചൂടോതണുപ്പോ ഫൊമെന്റ് ചെയ്യുക:– സൈനസ് മൂലമുള്ള തലവേദനയിൽ നിന്ന് രക്ഷപ്പെടാൻ ദിവസവും നാലുപ്രാവശ്യം 10 മിനിറ്റുവരെ 30-30, സെക്കന്റിന് തലയിൽ ചൂടോ തണുപ്പോ ഫൊമെന്റ് ചെയ്യുക. പിരിമുറുക്കം മൂലം തലവേദനിച്ചാൽ കഴുത്തിന്റെ പിൻഭാഗത്ത് ഐസ് വെയ്ക്കുകയോ കണ്ണ് മൂടുകയോ ചെയ്യുക. സാധാരണ ഐസ് പാക്ക് അല്ലെങ്കിൽ ജെൽ ബേസ്ഡ് നെക്പില്ലോ ഉപയോഗിക്കുക.

പോശ്ചർ ശരിയായിവയ്ക്കുക:– കുനിഞ്ഞോ വളഞ്ഞോ ഇരുന്ന് വളരെനേരം ജോലി ചെയ്യരുത് (കുഞ്ഞിന്റെ സ്റ്റോക്കിൻസ് തയ്ക്കുകയും മറ്റും) ഇരിക്കുന്ന പോശ്ചർ പറ്റി എപ്പോഴും ശ്രദ്ധിക്കുക.

മരുന്നുകഴിക്കുക:– ഭേദം തോന്നുന്നില്ലെങ്കിൽ മരുന്ന് കഴിക്കുക. ടൈലിസോൾ കഴിച്ചാൽ ആശ്വാസം കിട്ടും. ഇത് ഗർഭാവസ്ഥയിൽ സുരക്ഷിതമാണെന്നാണ് കരുതുന്നത്. ഡോക്ടറുടെ അഭിപ്രായം ചോദിച്ച് ശരിയായ ഡോസ് കഴിക്കുക. ചില മണിക്കൂറുകൾവരെ തുടർന്ന് വേദനിക്കുക, പനിക്കുക, അടിക്കടി വേദനിക്കുക, കൈ-കാലുകളിൽ വീക്കം എന്നിവ ഏർപ്പെട്ടാൽ ഡോക്ടറുടെ സഹായം തേടുക.

"എനിക്ക് മൈഗ്രേൻ തലവേദനയുണ്ട്. ഇത് ഗർഭാവസ്ഥയിൽ വളരെ കൂടുമെന്ന് ഞാൻ കേട്ടിട്ടുണ്ട്. ഇത് സത്യമാണോ?"

ചില ഗർഭിണികൾക്ക് ഗർഭാവസ്ഥയിൽ മൈഗ്രേൻ വർദ്ധിച്ചതായി തോന്നും. ചില ഭാഗ്യവതികൾക്ക് വേദന കുറവാകും. മൈഗ്രേൻ കൂടുകയോ കുറയുകയോ ചെയ്യുന്നതെന്തുകൊണ്ടാണെന്ന് അറിയാൻ കഴിഞ്ഞിട്ടില്ല.

നിങ്ങൾ ആദ്യംതന്നെ മൈഗ്രേൻ പീഡിതയാണെങ്കിൽ ഗർഭാവസ്ഥയിൽ എന്തുമരുന്ന് കഴിക്കുന്നതാണ് സുരക്ഷിതമെന്ന് ഡോക്ടറോട് ചോദിക്കണം. അങ്ങനെ ജീവൻ പോകുന്നതുപോലെയുള്ള വേദനയിൽനിന്ന് രക്ഷപ്പെടാനുള്ള ഉപായം നേരത്തെതന്നെ ചെയ്യാൻ കഴിയും.

മൈഗ്രേൻ ഉണ്ടാകാനുള്ള കാരണം മനസ്സിലാക്കാൻ കഴിഞ്ഞാൽ അതിനെ തടയാനുള്ള ഉപായവും നിങ്ങൾക്ക് ചെയ്യാൻ കഴിയും. ചോക്ക്‌ലേറ്റ്, ചീസ്, കാപ്പി അല്ലെങ്കിൽ പിന്നെ പിരിമുറുക്കം! മുഖത്ത് പച്ച വെള്ളം ഒഴിക്കുക. തണുത്ത വെള്ളത്തിൽ മുക്കിയ തുണികൊണ്ട് മുഖം തുടയ്ക്കുക. ശബ്ദം, പ്രകാശം, ഗന്ധം എന്നിവയിൽ നിന്ന് ദൂരെ ഏതെങ്കിലും ഇരുട്ടുമുറിയിൽ 2-3 മണിക്കൂറുകൾ കിടക്കുക. കണ്ണുമൂടി ധ്യാനം ചെയ്യുക, അല്ലെങ്കിൽ പാട്ടുകേൾക്കുക. വല്ലതും വായിക്കുകയോ ടി.വി. കാണുകയോ ചെയ്യരുത്. ബയോഫീഡ്ബാക്ക് അല്ലെങ്കിൽ അക്യൂപഞ്ചർ പോലെയുള്ള ടെക്നിക്കുകളും സ്വീകരിക്കാം.

സ്ട്രെച്ച്മാർക്ക്

"എന്റെ ശരീരത്തിൽ സ്ട്രെച്ച്മാർക്ക് ഏർപ്പെടുമോ എന്നാണെന്റെ പേടി. ഇത് തടുക്കാൻ കഴിയുമോ?"

ആർക്കും ഇത് ഇഷ്ടമല്ലെങ്കിലും മിക്ക ഗർഭിണികൾക്കും ഗർഭാവസ്ഥക്കിടയിൽ ബ്രെസ്റ്റ്, ഹിപ്സ് അല്ലെങ്കിൽ വയറിൽ ചെറിയ ചുവപ്പോ, റോസോ സ്ട്രെച്ച്മാർക്ക് കാണപ്പെടും.

നിങ്ങളുടെ തോലിനടിയിലെ ടിഷ്യൂകളുടെ ലെയറിൽ ചെറിയ വിള്ളൽ ഏർപ്പെടുമ്പോൾ ഈ അടയാളം ഉണ്ടാകും. ഇവ തങ്ങളുടെ സീമക്കുള്ളിൽ വലിയും, തോലിന് മൃദുത്വമുള്ളവരോ, പോഷണവും വ്യായാമവും കൊണ്ട് ചർമ്മത്തെ പോഷിപ്പിക്കുന്നവരോ ആയ ഗർഭിണികളായ അമ്മമാർ പലപ്രാവശ്യം അമ്മയായാലും ഇങ്ങനെയുള്ള സ്ട്രെച്ച് മാർക്കിൽ നിന്ന് രക്ഷപ്പെടും. നിങ്ങളുടെ അമ്മക്കും ഇതുപോലെയുള്ള സ്ട്രെച്ചു മാർക്ക് ഉണ്ടായിരുന്നെങ്കിൽ ഒരുപക്ഷെ നിങ്ങൾക്കും രക്ഷപ്പെടാൻ കഴിയുകയില്ല. അവർ ഇതിൽനിന്ന് രക്ഷപ്പെട്ട ഭാഗ്യവതികളുടെ കൂട്ടത്തിലാണെങ്കിൽ ചിലപ്പോൾ നിങ്ങൾക്കും രക്ഷപ്പെടാൻ കഴിഞ്ഞേക്കാം.

നിങ്ങൾക്കും ഇത് ഏർപ്പെടാതിരിക്കാൻ ചില ഉപായങ്ങൾ സ്വീകരിക്കാൻ കഴിയും. ഉദാ:– തൂക്കം പതുക്കെപ്പതുക്കെ കൂട്ടുക (തോലിൽ എത്രവേഗം വലിവ് ഏർപ്പെടുന്നുവോ അത്ര അധികം അടയാളങ്ങളും ഏർപ്പെടും) വിറ്റാമിൻ സി ഉള്ള ആഹാരങ്ങൾ കഴിക്കുന്നതുമൂലം ചർമ്മത്തിന്റെ മൃദുത്വം നിലനിൽക്കും. വേണമെങ്കിൽ കൊക്കോ വാട്ടർ പോലുള്ള മോയ്ശ്ചറൈസറും ഉപയോഗിക്കാം. ഇതുമൂലം ചർമ്മത്തിൽ വരൾച്ച ഏർപ്പെടുകയില്ല. വേദനയും ഉണ്ടാകില്ല.

ഭർത്താവിനോട് ഇത് വയറിൽ തടവിത്തരാൻ പറയുക. അദ്ദേഹം ഇത് വയറിൽ തടവുമ്പോൾ കുഞ്ഞിനും മസാജ് ചെയ്യുന്ന സുഖം കിട്ടും.

നിങ്ങളുടെ അടയാളങ്ങൾ അധികമാണെങ്കിലും പരിഭ്രമിക്കേണ്ട. പ്രസവത്തിനുശേഷം ചിലമാസങ്ങൾ കഴിയുമ്പോൾ അവ കുറയും. പ്രസവശേഷം ഏതെങ്കിലും ചർമ്മരോഗ വിദഗ്ദന്റെ അഭിപ്രായവും സ്വീകരിക്കാവുന്നതാണ്. അതുവരെ സഹിക്കുകയെ നിവൃത്തിയുള്ളൂ.

രണ്ടുപേർക്കും വേണ്ടിയുള്ള ബോഡി ആർട്ട്

'ഹോട്ട്മമ്മാ' ടാട്ടു പച്ചകുത്താൻ പോകുകയാണോ? കുറച്ച് ക്ഷമിക്കുക. അതിന്റെ മഷി നിങ്ങളുടെ രക്തത്തിൽ കലരുകയില്ലെങ്കിലും ആ സൂചികാരണം സംക്രമണം ഏർപ്പെട്ടേക്കാം. എന്തിന് ആപത്ത് വിലയ്ക്കുവാങ്ങുന്നു ?

പലപ്പോഴും ഗർഭാവസ്ഥയിൽ കുത്തിയ ടാട്ടു പ്രസവശേഷം വിചിത്രമായി കാണും. അതുകൊണ്ട് ബോഡി ആർട്ട് ചെയ്യുന്നതിന് കുറച്ചുകാലം കാത്തിരിക്കുക. നിങ്ങളുടെ കുഞ്ഞ് ഈ ലോകത്തേക്കുവന്നോട്ടെ!

ആഗ്രഹം പൂർത്തീകരിച്ചേ തീരു എങ്കിൽ മൈലാഞ്ചി ഉപയോഗിക്കുക. പ്രകൃതിദത്തമായ മൈലാഞ്ചിയെ ഉപയോഗിക്കാവൂ. കെമിക്കൽ കലർന്ന മൈലാഞ്ചി ദോഷം ചെയ്യും. ഇത് ഉപയോഗിക്കുന്നതിന് മുമ്പ് ഡോക്ടറോട് ചോദിക്കുക. എന്തെന്നാൽ കൂടുതൽ സെൻസിറ്റീവാണെങ്കിൽ ചർമ്മത്തിൽ അലർജി ഏർപ്പെട്ടേക്കാം. ഉപയോഗിക്കുന്നതിനു മുമ്പ് ചർമ്മത്തിൽ കുറച്ച് തേച്ച് പരീക്ഷിച്ചുനോക്കുക. 24 മണിക്കൂർവരെ പ്രശ്നമൊന്നും ഉണ്ടായില്ലെങ്കിൽ ഇത് ഉപയോഗിക്കുന്നത് സുരക്ഷിതമാണെന്ന് കരുതാം.

ആദ്യത്തെ മൂന്നാം മാസവും തൂക്കം വർദ്ധിക്കലും

"ആദ്യത്തെ മൂന്നാം മാസം കഴിയാൻ പോകുകയാണ് പക്ഷെ ഇതുവരെ എന്റെ തൂക്കം കൂടിയിട്ടില്ല".

ചില ഗർഭിണികൾക്ക് ആരംഭത്തിൽ തൂക്കം കൂട്ടാൻ കഴിയില്ല എന്നുമാത്രമല്ല ചിലരുടെ തൂക്കം കുറയുകയും ചെയ്യും. ഇത് മോണിങ്ങ് സിക്നസ് കാരണമാണ്. ഭാഗ്യം കൊണ്ട് ദൈവം സ്വയം നിങ്ങളുടെ കുഞ്ഞിനെ രക്ഷിക്കുന്നു, നിങ്ങൾ മനംപിരട്ടലും ഭക്ഷണത്തിനോടുള്ള അരുചിയും കാരണം ഒന്നും കഴിച്ചില്ലെങ്കിലും സാരമില്ല. ചെറിയ ഭ്രൂണത്തിന് അധികം പോഷകാംശത്തിന്റെ ആവശ്യമില്ല. അതിനർത്ഥം ഇപ്പോൾ തൂക്കം കൂടിയില്ലെങ്കിലും കുഞ്ഞിന് കുഴപ്പമൊന്നും ഏർപ്പെടില്ല എന്നാണ്. കുഞ്ഞിന്റെ വളർച്ചക്കനുസരിച്ച് ശരീരത്തിന് അധികം പോഷകാംശത്തിന്റെയും കലോറിയുടെയും ആവശ്യം ഏർപ്പെടും, അപ്പോൾ നിങ്ങൾക്ക് തൂക്കം കൂട്ടേണ്ടിവരും.

ഇപ്പോൾ അതിനെപ്പറ്റി ചിന്തിക്കേണ്ട. നാലാം മാസം മുതൽ നിങ്ങളുടെ തൂക്കം ശരിയായ രീതിയിൽ വർദ്ധിക്കാൻ തുടങ്ങും. തൂക്കം കൂട്ടുന്നതിൽ ബുദ്ധിമുട്ടുണ്ടെങ്കിൽ ആഹാരത്തിൽ കലോറിയുടെ അളവ് കൂട്ടുക. ഇടയ്ക്കിടയ്ക്ക് സ്നാക്സ് കഴിക്കുക. ആഹാരത്തിന്റെ അളവ് കൂട്ടുക. ഒരേ പ്രാവശ്യം അധികം കഴിക്കാൻ കഴിഞ്ഞില്ലെങ്കിൽ സാരമില്ല. സിക്സ് മീൽ സൊല്യൂഷൻ സ്വീകരിക്കുക. സലാഡ്, സൂപ്പ് എന്നിവ മെയിൻ കോഴ്സിൽ ചേർക്കാതിരിക്കുക. ഇവ നിങ്ങളുടെ വയറ് നിറക്കുകയും നിങ്ങൾക്ക് ഭക്ഷണം കഴിക്കാനുള്ള വിശപ്പ് ഇല്ലാതാകുകയും ചെയ്യും. കൊഴുപ്പുകലർന്ന ഭക്ഷണം (ഉണങ്ങിയ പഴങ്ങൾ, വിത്തുകൾ, അവക്കാഡോ, ഒലീവ് ഓയിൽ) എന്നിവ കഴിക്കുക, ജങ്ക്ഫുഡ് കഴിക്കാതിരിക്കുക. അങ്ങനെ തൂക്കം വർദ്ധിച്ചാൽ അതിന്റെ സ്വാധീനം കുഞ്ഞിലല്ല നിങ്ങളുടെ നിതംബത്തിലും തുടകളിലുമാണ് കാണുക.

"ഞാൻ ഗർഭം ധരിച്ച് 12 ആഴ്ചയായി. ഇതിനുള്ളിൽ എന്റെ തൂക്കം 13 പൗണ്ട് കൂടിയിരിക്കുന്നതുകണ്ട് ഞാൻ ഞെട്ടിപ്പോയി. ഇപ്പോൾ ഞാൻ എന്തുചെയ്യണം?"

പരിഭ്രമിക്കാതിരിക്കുക. പല സ്ത്രീകൾക്കും ആദ്യത്തെ മൂന്നാം മാസത്തിനുശേഷം ഇങ്ങനെയുള്ള ആഘാതം അഭിമുഖീകരിക്കേണ്ടി വരാറുണ്ട്. വേയിങ്ങ്മെഷിനിന്റെ മുള്ള് കണ്ടതും ഇത്ര അധികം തൂക്കം കൂടിയതെങ്ങനെയാണെന്ന് ആശ്ചര്യപ്പെടും. പലപ്പോഴും ഭക്ഷണരീതി കാരണമാണ് ഇങ്ങനെ ഉണ്ടാകുന്നത്. ആദ്യദിവസം തൊട്ടുതന്നെ അവർക്ക് രണ്ടുപേർക്കുവേണ്ടിയാണ് ഭക്ഷണം കഴിക്കുന്നതെന്ന് തോന്നാൻ തുടങ്ങും.

പലപ്പോഴും മനംപിരട്ടലോ ഛർദ്ദിയോ ഉണ്ടാകുമ്പോൾ ആവശ്യത്തിൽ കൂടുതൽ ഐസ്ക്രീം, പാസ്താ, ബർഗർ, ബ്രെഡ് എന്നിവ കഴിക്കാൻ തുടങ്ങും.

ഈ തൂക്കക്കൂടുതൽ കണ്ട് പരിഭ്രമിക്കേണ്ടതില്ല. ഈ തൂക്കം ആറുമാസംവരെ നീണ്ടുപോവില്ല, കുഞ്ഞ് വളരുന്നതിനോടൊപ്പം പതുക്കെപ്പതുക്കെ കൂടുതൽ പോഷകാംശത്തിന്റെ ആവശ്യവും വർദ്ധിക്കും. അതുകൊണ്ട് കലോറി കുറയ്ക്കുന്നതിനെപ്പറ്റി ചിന്തിക്കരുത്. കുറച്ച് ശ്രദ്ധിച്ചാൽ ഇതിന്റെ വേഗം കുറക്കാൻ കഴിയും.

ഗർഭിണിയാണെന്നറിയാൻ തുടങ്ങുക

"ഞാൻ ആദ്യത്തെ മൂന്നാം മാസത്തിലാണ് പക്ഷേ എന്റെ വയറ് കാണാൻ തുടങ്ങിയിരിക്കുന്നു."

ചില ഗർഭിണികളുടെ വയറ് വളരെ സമയംവരെ പുറത്തുകാണുന്നില്ല. ചിലരുടെ വയറ് ആരംഭത്തിലെ കാണാൻ തുടങ്ങും. ഓരോരുത്തരുടെയും ഗർഭാവസ്ഥ വ്യത്യസ്ഥമാണെന്നതാണ് ഇതിന് കാരണം. ഇപ്പോൾ തന്നെ വയറ് ഇത്രയ്ക്ക് വീർത്താൽ മാസം ചെല്ലുന്തോറും എന്തായിരിക്കും സ്ഥിതി എന്നതാണ് നിങ്ങളുടെ പേടി. പരിഭ്രമിക്കേണ്ട. ഗർഭിണിയാണോ എന്ന പേടി നിങ്ങളെ വേട്ടയാടാതിരിക്കുകയെങ്കിലും ചെയ്യുമല്ലോ!

ആൺകുട്ടി ആൺകുട്ടിതന്നെ

രണ്ടാമത്തെ മൂന്നാം മാസം അവസാനിച്ചതും നിങ്ങളുടെ നഷ്ടപ്പെട്ട വിശപ്പും തിരിച്ചുവരും. എന്നാൽ വളരെക്കൂടുതൽ വിശപ്പുതോന്നുന്നു എങ്കിൽ നിങ്ങളുടെ വയറിലുള്ളത് ആൺകുഞ്ഞാണ്. ആൺകുഞ്ഞുങ്ങളെ ഗർഭം ധരിച്ചിട്ടുള്ള അമ്മമാർ പെൺകുഞ്ഞുങ്ങളെ ഗർഭം ധരിച്ചിട്ടുള്ള അമ്മമാരെക്കാൾ കൂടുതൽ ഭക്ഷണം കഴിക്കുമെന്ന് പഠനങ്ങൾ തെളിയിച്ചിട്ടുണ്ട്. അതുകൊണ്ടാണ് ജനനസമയത്ത് ആൺകുഞ്ഞുങ്ങളുടെ തൂക്കം കൂടുതലായിരിക്കുന്നത്. നിങ്ങൾ ഭക്ഷണത്തെപ്പറ്റി മാത്രം ചിന്തിക്കുക.

വേഗം വയറുകാണാൻ തുടങ്ങുന്നതിനുള്ള കാരണം താഴെ കൊടുത്തിരിക്കുന്നവയാണ്:–

- നിങ്ങളുടെ രൂപം ചെറുതാണെങ്കിൽ വീർത്തുവരുന്ന ഗർഭാശയത്തിനെ മറയ്ക്കാൻ ഒരു സ്ഥലവും കിട്ടുകയില്ല, നിങ്ങളുടെ വയറ് ഉന്തിയത് കാണാനും കഴിയും. നിങ്ങളുടെ മാംസപേശികളുടെ കാഠിന്യം (ടോൺ) കുറവാണെങ്കിലും പെട്ടെന്ന് വയറ് വീർത്ത് കാണാൻ കഴിയും. അപ്പോൾ രണ്ടാമത്തെ ഗർഭാവസ്ഥയിലും വയറ് വീർത്തത് പെട്ടെന്ന് കാണാൻ കഴിയും. നിങ്ങലുടെ വയറിലെ മാംസപേശികൾ ആദ്യംതന്നെ വലിഞ്ഞിരിക്കുന്നതുകൊണ്ടാണ് ഇങ്ങനെ ഏർപ്പെടുന്നത്.
- ഗർഭിണിയായെന്ന് അറിഞ്ഞതും കൂടുതൽ ആഹാരം കഴിക്കാൻ തുടങ്ങിയാലും ഇതുതന്നെ സംഭവിക്കും. കൊഴുപ്പെല്ലാം എവിടെപോകും?
- നിങ്ങൾക്ക് ഗർഭാധാരണത്തിന്റെ ശരിയായ തീയതി കണക്കാക്കാൻ കഴിയാതെ വന്നാലും ഇതുതന്നെ സംഭവിക്കും.
- പലപ്പോഴും വയറിൽ ഗ്യാസോ, വീർപ്പുമുട്ടലോ ഉണ്ടായാലും വയറുവീർക്കും.
- പലപ്പോഴും ആദ്യത്തെ മൂന്നാം മാസത്തിൽ വയറ് അറിയാൻ തുടങ്ങും. ഇങ്ങനെയുള്ള സ്ത്രീകളുടെ വയറിൽ ഇരട്ടക്കുട്ടികൾ ഉണ്ടായിരിക്കാനും സാധ്യതയുണ്ട്. എന്നാൽ വയറ് വീർത്തതുകൊണ്ടുമാത്രം ഇരട്ടക്കുട്ടികൾ ഉണ്ടെന്ന് അർത്ഥമില്ല.

ഇരട്ടക്കുട്ടികൾ

"എന്റെ വയറിൽ ഇരട്ടക്കുട്ടികളുണ്ടോ എന്ന് ഡോക്ടർ എങ്ങനെ കണ്ടുപിടിക്കും?"

നിങ്ങൾക്ക് വയറിൽ രണ്ടുകുഞ്ഞുങ്ങളുണ്ടെന്ന് തോന്നുന്നുണ്ടോ? ഇത് കണ്ടുപിടിക്കാൻ പലമാർഗ്ഗങ്ങളുമുണ്ട്.

സമയത്തിന് മുമ്പ് വലുതായ ഗർഭാശയം:– ഇരട്ടകളുണ്ടോ എന്ന് കണ്ടുപിടിക്കാൻ വയറിന്റെയല്ല ഗർഭാശയത്തിന്റെ ആകൃതിയാണ് നോക്കേണ്ടത്. ഡ്യൂഡേറ്റിനോട് ഒപ്പിട്ടു നോക്കുമ്പോൾ ഗർഭാശയം കൂടുതൽ വേഗത്തിൽ വളരുന്നുണ്ടെങ്കിൽ നിങ്ങൾക്ക് മൾട്ടിപ്പിൾ പ്രെഗ്നൻസി ഏർപ്പെട്ടേക്കാം.

ഗർഭാവസ്ഥയിൽ വർദ്ധിച്ചുവരുന്ന ലക്ഷണങ്ങൾ:– ഇരട്ടക്കുട്ടികളുടെ കാര്യത്തിൽ ഗർഭാവസ്ഥയുടെ ലക്ഷണങ്ങൾ കൂടുതൽ മോശമായിരിക്കും. (മോണിങ്ങ് സിക്നസ്, അജീർണ്ണം എന്നിവ) എന്നാൽ പലപ്പോഴും ഒരു ഭ്രൂണം ഉള്ളപ്പോഴും അങ്ങനെ സംഭവിച്ചേക്കാം.

മുൻവിധി:– അമ്മ ഒരു കുഞ്ഞിനോ രണ്ടു കുഞ്ഞുങ്ങൾക്കോ ജന്മം നൽകാൻ പോകുന്നതെന്ന് പലകാരണങ്ങളും നിർണ്ണയിക്കും. 35 വയസ്സിൽ കൂടുതലുള്ള സ്ത്രീകളിലും ഐ.വി.എഫ്-ലും ഇതുപോലെ സംഭവിച്ചേക്കാം. പലപ്പോഴും ജെനറ്റിക് പ്രഭാവം മൂലവും ഇതുപോലെ ഏർപ്പെടാം.

ഡോക്ടർ രണ്ടുപേരുടെയും ഹൃദയസ്പന്ദനം തനിച്ച് തനിച്ച് കേൾക്കാൻ ശ്രമിക്കും. എന്നാൽ ഇത് വിജ്ഞാനരീതിയല്ല. അൾട്രാസൗണ്ട് മൂലമേ ഇരട്ടകളാണോ എന്ന് ശരിക്ക് കണ്ടുപിടിക്കാൻ കഴിയൂ. സാധാരണ ഈ രീതി പ്രയോജനകരമാണ് (ഒരു ഭ്രൂണം രണ്ടാമത്തെ ഭ്രൂണത്തിന്റെ പുറകിൽ മറഞ്ഞിട്ടില്ലെങ്കിൽ) ഇതുകൊണ്ട് മൾട്ടിപ്പിൾ പ്രെഗ്നൻസി കണ്ടുപിടിക്കാം.

കുഞ്ഞിന്റെ ഹൃദയസ്പന്ദനം

"എന്റെ സ്നേഹിതയ്ക്ക് അവളുടെ കുഞ്ഞിന്റെ ഹൃദയസ്പന്ദനം 10-ാമത്തെ ആഴ്ചയിൽ കേൾക്കാൻ കഴിഞ്ഞു. എനിക്ക് അതിനേക്കാൾ ഒരാഴ്ച കൂടുതലായി, പക്ഷെ ഇനിയും ഡോക്ടർക്ക് കുഞ്ഞിന്റെ ഹൃദയസ്പന്ദനം കേൾക്കാൻ കഴിഞ്ഞിട്ടില്ല."

ഏത് ഭാവി മാതാ-പിതാക്കൾക്കും ഓമന കുഞ്ഞിന്റെ ഹൃദയസ്പന്ദനം മധുര സംഗീതത്തിൽ കുറഞ്ഞതല്ല. നിങ്ങൾ ആദ്യത്തെ അൾട്രാ സൗണ്ടിൽ ഇത് അനുഭവിച്ചു കഴിഞ്ഞു എങ്കിലും ഡോക്ടറുടെ ഓഫീസിൽ ഡോപ്ലറിന്റെ സഹായം കൊണ്ട് അത് കേൾക്കുന്നതിന്റെ ആനന്ദം ഒന്നുവേറെ തന്നെയാണ്.

10 മുതൽ 12 ആഴ്ചക്കുള്ളിൽ ഡോപ്ലറുടെ സഹായം കൊണ്ട് കുഞ്ഞിന്റെ ഹൃദയസ്പന്ദനം കേൾക്കാമെങ്കിലും എല്ലാ മാതാപിതാക്കൾക്കും ഇത്രപെട്ടെന്ന് ആ ഭാഗ്യം ലഭിക്കുന്നില്ല. പലപ്പോഴും കുഞ്ഞിന്റെ പ്ലാസന്ടയുടെ സ്ഥിതികാരണം ഇത് സംഭവിക്കുന്നില്ല. ചിലപ്പോൾ നിങ്ങളുടെ വയറിൽ

കുഞ്ഞ് ആണോ പെണ്ണോ

പഴയ മിഡ്‌വൈഫുമാർ അല്ലെങ്കിൽ ഡോക്ടർമാരുടെ അഭിപ്രായം, കുഞ്ഞിന്റെ ഹൃദയസ്പന്ദനത്തിൽ നിന്ന് കുഞ്ഞിന്റെ ലിംഗം അനുമാനിക്കാമെന്നാണ്. 140-ൽ കൂടുതൽ ഹൃദയഗതി ഉണ്ടെങ്കിൽ പെൺകുട്ടിയും 140-ൽ കുറഞ്ഞാൽ ആൺകുട്ടിയുമായിരിക്കും. ആഹ്ലാദത്തിനു വേണ്ടി ഇത് സത്യമാണെന്ന് കരുതാമെങ്കിലും അതനുസരിച്ച് നേഴ്‌സറിയുടെ കളറുകൾ തിരഞ്ഞെടുക്കരുത്.

കൊഴുപ്പിന്റെ പല ലെയറുകളും കൂടി ചേർന്നിരിക്കും. ഡ്യൂഡേറ്റിന്റെ ഊഹവും ഇതു മൂലം തെറ്റായെന്നുവരാം. 14-ാം ആഴ്ചയാകുമ്പോഴേക്കും കുഞ്ഞിന്റെ ഹൃദയസ്പന്ദനം നിങ്ങൾക്കു കേൾക്കാൻ കഴിയും. അതുവരെ ക്ഷമിക്കാൻ വയ്യെങ്കിൽ ഡോക്ടർ അൾട്രാ സൗണ്ടിൽ അത് കാണിച്ചുതരും.

കുഞ്ഞിന്റെ ഹൃദയസ്പന്ദനം കേൾക്കുമ്പോൾ കുറച്ച് ശ്രദ്ധിക്കുക. സാധാരണ ഹൃദയസ്പന്ദനം മിനിറ്റിന് 100 പ്രാവശ്യമാണ്. കുഞ്ഞിന്റെ ശരിയായ നിരക്ക് ഗർഭാവസ്ഥയുടെ ആരംഭത്തിൽ മിനിറ്റിന് 110 നും 160 ഉം മദ്ധ്യത്തിൽ മിനിറ്റിന് 120 മുതൽ 160 വരെ ആയിരിക്കും. ഓരോ കുഞ്ഞിന്റെയും ഹൃദയസ്പന്ദനം വ്യത്യസ്തമാണ്. മറ്റുകുഞ്ഞുമായി ഇതിനെ താരതമ്യം ചെയ്യരുത്.

അറ്റ്ഹോം ഡോപ്ലർ

നിങ്ങളും ഒരു പ്രീനൈറ്റൽ ഹാർട്ട് ലിസനർ വാങ്ങാൻ ആഗ്രഹിക്കുന്നോ? ഇതുകൊണ്ട് നിങ്ങൾക്ക് വീട്ടിലിരുന്ന് കുഞ്ഞിന്റെ ഹൃദയസ്പന്ദനം കേൾക്കാൻ കഴിയും. ഈ ഉപകരണം സുരക്ഷിതമാണെങ്കിലും അഞ്ചാം മാസം വരെ കുഞ്ഞിന്റെ ഹൃദയസ്പന്ദനം കേൾപ്പിക്കാൻ ഇതിനുകഴിയില്ല. അതിനുമുമ്പ് ഇത് ഉപയോഗിച്ചു നോക്കിയാൽ നിരാശയായിരിക്കും ഫലം. കുഞ്ഞ് ശരിയായ സ്ഥിതിയിൽ അല്ലെങ്കിലും നിങ്ങൾക്ക് ഹൃദയസ്പന്ദനം കേൾക്കുന്നതിൽ ബുദ്ധിമുട്ട് ഏർപ്പെടാം. ഉപകരണം എത്രക്ക് നല്ലതാണോ, ഫലവും അത്രതന്നെ നല്ലതായിരിക്കുമെന്ന് ഓർക്കുക.

18 മുതൽ 20 ആഴ്ചകൾക്കുശേഷം നിങ്ങൾക്ക് ഈ സ്പന്ദനം ഡോപ്ലർ ഇല്ലാതെ തന്നെ റെഗുലർ സ്റ്റെതസ്കോപ്പിന്റെ സഹായത്താൽ കേൾക്കാൻ കഴിയും.

സെക്സിനോട് പ്രതിപത്തി

"എന്റെ എല്ലാ സ്നേഹിതമാരും പറയുന്നത് ഗർഭത്തിന്റെ ആരംഭഘട്ടത്തിൽ അവർക്കൊക്കെ സെക്സിനോടുള്ള പ്രതിപത്തി വർദ്ധിച്ചു എന്നാണ്. എനിക്ക് അങ്ങനെ തോന്നാത്തതെന്തുകൊണ്ടാണ്?"

ഗർഭാവസ്ഥകൊണ്ട് നിങ്ങളുടെ ജിവിതത്തിന്റെ പല വശങ്ങളിലും മാറ്റം വരുന്നു. സെക്സ് ലൈഫും ഇതിലൊന്നാണ്. ഹാർമോണുകൾ നിങ്ങളെ ശാരീരികമായോ, മാനസികമായോ, ഉത്തേജിപ്പിക്കുകയോ, നിരുന്മേഷപ്പെടുത്തുകയോ ചെയ്യും. എന്നാൽ ഓരോ സ്ത്രീയിലും ഇതിന്റെ പ്രഭാവം വ്യത്യസ്തമായിരിക്കും. ചിലർ ഹീറ്റാകുമെങ്കിൽ മറ്റു ചിലർ മഞ്ഞുകട്ടയെക്കാളും തണുത്തുപോകും. ചില ഗർഭിണികൾ ആദ്യമായി ശരിയായ അർത്ഥത്തിൽ സുഖത്തിന്റെ പരാകാഷ്ടാ (ഓർഗസം) അനുഭവിക്കും. ലൈംഗിക ജീവിതത്തിൽ രുചിയുള്ള ചില സ്ത്രീകൾക്ക് പെട്ടെന്ന് അതിനോട് വിരക്തി അനുഭവപ്പെടാൻ തുടങ്ങും. ഹാർമോണുകൾ ലൈംഗീകബന്ധത്തിനുള്ള ആഗ്രഹം വർദ്ധിപ്പിക്കുമെങ്കിലും ഛർദ്ദി, ക്ഷീണം മറ്റ് അന്യകാരണങ്ങൾക്ക് നടുവിൽ തടസ്സമായിത്തീരുന്നു. ഈ മാറ്റങ്ങളൊക്കെ സാധാരണമാണെങ്കിലും മനസ്സിൽ കുറ്റബോധം ഉത്പന്നമാകുകയും സെക്സിനോട് വൈമുഖ്യം ഏർപ്പെടുത്തുകയും ചെയ്യുന്നു.

ഈ സമയത്ത് നിങ്ങളുടെ സങ്കല്പത്തിൽ വളരെ മാറ്റം ഏർപ്പെടുമെന്ന കാര്യം ഓർമ്മ വേണം. ഒരു നിമിഷം സെക്സിൽ താല്പര്യം തോന്നിയാൽ അടുത്ത ചില മണിക്കൂറുകൾക്കുള്ളിൽ തന്നെ മൂഡ് മാറും. പരസ്പര ധാരണ, വിചാരവിനിമയം, ഹാസ്യ പ്രിയത എന്നിവയുടെ സഹായം കൊണ്ട് ഈ സ്ഥിതികളെ തരണം ചെയ്യാൻ കഴിയും. രണ്ടാമത്തെ മൂന്നാം മാസം ആകുമ്പോഴേക്കും എല്ലാം ഒരളവിന് പഴയതുപോലെ ആയിത്തീരും.

"ഞാൻ ഗർഭിണിയായതിനുശേഷം ലൈംഗീക ബന്ധത്തിനുള്ള ആഗ്രഹം കൂടിയിരിക്കുന്നു. എന്നാൽ എപ്പോഴും എനിക്ക് തൃപ്തിവരുന്നില്ല. ഇത് സാധാരണ ഏർപ്പെടുന്നതാണോ?"

ഇതിൽ അസാധാരണമായി ഒന്നുംതന്നെ ഇല്ല. നിങ്ങൾ ഭാഗ്യവതിയാണ്. ആദ്യത്തെ മൂന്നാം മാസത്തെ കഷ്ടകരമായ ലക്ഷണങ്ങൾക്കിടയിലും നിങ്ങളുടെ ലൈംഗീകബന്ധത്തിനുള്ള ആഗ്രഹം ദൃഢമായിരിക്കുന്നു. പെൽവിക് റീജനിൽ രക്തപ്രവാഹം വർദ്ധിപ്പിക്കുന്ന ഹാർമോണുകളോട് ഇതിന് നിങ്ങൾക്ക് നന്ദിപറയാം, നിങ്ങൾ ഹോട്ടായിരിക്കുന്നു. ഈ സമയത്ത് നിങ്ങൾ ഏത് സെക്സിമമ്മാക്കും പുറകിലല്ല. ഈ സമയത്ത് ലൈംഗികബന്ധത്തിനുശേഷം നിങ്ങൾക്ക് വ്യാകുലപ്പെടുകയോ മാസമുറയുടെ കണക്ക് നോക്കി ബന്ധപ്പെടുകയോ ചെയ്യേണ്ടതില്ലല്ലോ. സെക്സ് ബന്ധത്തിന്റെ ഈ രോചകമായ കഥ ആദ്യത്തെ മൂന്നാം മാസംവരെ തുടരും. അല്ലെങ്കിൽ ഗർഭാവസ്ഥ മുഴുവൻ നിങ്ങളോടൊപ്പം ഉണ്ടായിരിക്കും.

നിങ്ങളുടെ ഈ ആഗ്രഹം തികച്ചും സ്വാഭാവികമാണ്. ഇതിനെക്കുറിച്ച് ലജ്ജിക്കേണ്ട ആവശ്യമില്ല. നിങ്ങൾ നല്ല രീതിയിൽ പരമസുഖം അനുഭവിക്കുന്നുണ്ടെങ്കിൽ ഇതിൽ പരിഭ്രമിക്കാൻ ഒന്നുമില്ല. ജീവിതത്തിൽ ആദ്യമായാണ് ഇങ്ങനെ ഏർപ്പെടുന്നതെങ്കിൽ ആഘോഷിക്കേണ്ട കാര്യമാണ്. ഡോക്ടർ അനുവദിക്കുകയാണെങ്കിൽ വയറുവലുതാകുന്നതിന് മുമ്പ് ചില പുതിയ ആസനങ്ങൾ പരീക്ഷിച്ച് ഈ നിമിഷങ്ങളുടെ പൂർണ്ണ സുഖം അനുഭവിക്കുക.

"ഈയിടെയായി എന്റെ മനസ്സിൽ ലൈംഗീക ബന്ധത്തിനുള്ള ആഗ്രഹം ഉണ്ട്. പക്ഷെ എന്റെ ഭർത്താവിന് തീരെ മൂഡില്ല, എനിക്ക് ഇത് അത്ഭുതകരമായി തോന്നുന്നു."

നിങ്ങൾ തികച്ചും തയ്യാറാണെങ്കിൽ അദ്ദേഹം സഹകരിക്കാത്തത് എന്തുകൊണ്ടാണ്? ഇതിന് പല കാരണങ്ങൾ ഉണ്ട്. നിങ്ങൾക്കോ കുഞ്ഞിനോ പരുക്കേൽക്കാമെന്ന ഭയം (അങ്ങിനെ ഒരിക്കലും സംഭവിക്കുകയില്ല) കുഞ്ഞിന്റെ സാമീപ്യത്തിൽ ബന്ധം പുലർത്തുന്നു എന്ന തോന്നൽ, കുഞ്ഞ് അദ്ദേഹത്തിന്റെ ലിംഗം കാണുകയോ സ്പർശം തിരിച്ചറിയുകയോ ചെയ്യുമെന്ന തോന്നൽ. നിങ്ങളുടെ ശരീരത്തിൽ വരുന്ന മാറ്റങ്ങൾ കണ്ട് നിങ്ങൾ ഒരു കുഞ്ഞിന്റെ അമ്മയാകാൻ പോകുകയാണെന്ന് അദ്ദേഹം തന്നെതാനെ ഉപദേശിക്കുകയായിരിക്കാം.

പ്രിയതമന്റെ സ്ഥാനം പിതാവ് ഏറ്റെടുത്തിട്ടുണ്ടാകാം. അച്ഛനാകാൻ പോകുന്നവരുടെ മനസ്സിൽ സെക്സിനോടുള്ള അഭിരുചി കുറയുന്നത് സാധാരണയാണ്.

കാരണം എന്തായാലും നിങ്ങൾ അദ്ദേഹത്തിന്റെ ഈ പെരുമാറ്റത്തെ തെറ്റിദ്ധരിക്കരുത്. നിങ്ങളുടെ ഈ സന്ദർഭത്തെ അങ്ങനെ വിട്ടുകളയുകയും അരുത്. അദ്ദേഹത്തോട് തുറന്ന് സംസാരിക്കുക. ഈ സമയത്ത് സെക്സ് സുരക്ഷിതമാണെന്ന് അദ്ദേഹത്തെ പറഞ്ഞുമനസ്സിലാക്കുക, ഇതിനും ജനിക്കാൻ പോകുന്ന കുഞ്ഞിനും തമ്മിൽ ഒരു ബന്ധവുമില്ല, അപ്പോൾ അദ്ദേഹത്തിന്റെ മനസ്സിലുള്ള കെട്ട് താനെ അഴിയും. അദ്ദേഹത്തിൽ നിന്ന് ആരംഭം ഏർപ്പെടുമെന്ന് ആശിക്കാതെ നിങ്ങൾ മുൻകൈ എടുക്കുക. ഒരു സെക്സിനൈറ്റി, മൂൺലൈറ്റ്, മൃദു സംഗീതം എങ്ങിനെ ഉണ്ടാകും?

മാലിഷ്കൊണ്ടും അദ്ദേഹത്തിന്റെ മൂഡ് മാറുന്നില്ലെങ്കിൽ സോഫായിൽ നിന്നുതന്നെ സ്നേഹ പ്രകടനം തുടങ്ങുന്നതിൽ തെറ്റെന്താണ്?

മനസ്സ് ശാന്തമായാൽ അദ്ദേഹത്തിന് മൂഡ് വരും.

ഓർഗാസത്തിനുശേഷം കോച്ചിവലി

"എനിക്ക് ഓർഗാസത്തിനുശേഷം വയറിൽ കോച്ചിവലി ഏർപ്പെടുന്നു. ഇത് സ്വാഭാവികമാണോ? അല്ലെങ്കിൽ എന്തെങ്കിലും തെറ്റ് സംഭവിക്കുന്നുണ്ടോ?"

വിഷമിക്കേണ്ട, ഇതുകാരണം സെക്സ് വേണ്ടെന്നുവയ്ക്കുകയും വേണ്ട. കുഴപ്പമില്ലാത്ത ഗർഭാവസ്ഥകളിലും പലപ്പോഴും ഓർഗാസത്തിനുശേഷമോ അതിനിടയിലോ പുറം വേദനയോ വയറിൽ കോച്ചിവലിയോ ഏർപ്പെടാറുണ്ട്. ഗർഭാവസ്ഥയിൽ സാധാരണ സങ്കോചിക്കുമ്പോഴും ലൈംഗികബന്ധത്തിന് ശേഷവും ഇതുപോലെ ഏർപ്പെടാം. പലപ്പോഴും ഇത് തോന്നലായും ഇരിക്കാം. സെക്സിനിടയിൽ കുഞ്ഞിന് പരുക്കേൽക്കുമോ എന്ന ഭയം പീഡിപ്പിച്ചുകൊണ്ടിരിക്കും. ഇത് ശാരീരികവും മാനസികവുമായ കാരണങ്ങൾ കൂടിച്ചേർന്നതായും ഇരിക്കാം.

വേറെ വിധത്തിൽ പറഞ്ഞാൽ കോച്ചിവലി എന്നാൽ നിങ്ങളുടെ സന്തോഷം കൊണ്ട് കുഞ്ഞിന് ബുദ്ധിമുട്ടാകുന്നു എന്നല്ല അർത്ഥം. ഡോക്ടർ പച്ചക്കൊടി കാട്ടിയശേഷം നിങ്ങൾ ഭയക്കുന്നതെന്തിന് ?

കോച്ചിവലി ഏർപ്പെടുന്നുണ്ടെങ്കിൽ ഭർത്താവിനോട് മൃദുവായി പുറം തടവി തരാൻ പറയുക. ഇതുമൂലം നിങ്ങളുടെ പിരിമുറുക്കവും കുറയും.

ചില സ്ത്രീകൾക്ക് സെക്സിനുശേഷം കാലുകളിലും കോച്ചിവലി ഏർപ്പെടും. ഈ പുസ്തകത്തിൽ നിന്ന് നിങ്ങൾക്ക് അതിൽ നിന്ന് രക്ഷപ്പെടാനുള്ള ഉപായവും അറിയാൻ കഴിയും.

ജോലിയും ഗർഭാവസ്ഥയും

നിങ്ങൾ അമ്മയാകാൻ പോകുകയാണെങ്കിൽ നേരത്തെതന്നെ സ്വയം കുറെ ജോലികൾ വർദ്ധിപ്പിച്ചിട്ടുണ്ട്. ഉദ്യോഗത്തോടൊപ്പം കുഞ്ഞിന് ജന്മം നൽകുന്ന ജോലിയും നിങ്ങളുടെ ചുമതലയാണ്. അതായത് ഓവർടൈം ജോബ് നിങ്ങളുടെ ജോലിഭാരം ഇരട്ടിയായിട്ടുണ്ട്. നിങ്ങൾക്ക് കസ്റ്റമേഴ്സിന്റെയും ഡോക്ടറുടെയും കൂടെയുള്ള മീറ്റിംങ്ങുകൾ, ബാത്ത് റൂമിലേക്കും മാൽറൂമിലേക്കുമുള്ള ട്രിപ്പ്, ബിസിനസ് ലഞ്ചും മോണിങ്ങ് സിക്നസും സ്നേഹിത മുതൽ ബോസ് വരെ എല്ലാവരെയും വിവരം അറിയിക്കാനുള്ള ഉത്സുകതാ പൂർണ്ണ ആരോഗ്യത്തോടും പ്രോത്സാഹനത്തോടും ഇരിക്കാനുള്ള ശ്രമം കുഞ്ഞിന്റെ വരവിനും മെറ്റേർണിറ്റി ലീവ് എടുക്കാനുമുള്ള തയ്യാറെടുപ്പുകൾ എന്നീ വെല്ലുവിളികളെ നേരിടേണ്ടിവരും. നിങ്ങളുടെ സഹായത്തിന് ചില ടിപ്സ് താഴെ കൊടുത്തിരിക്കുന്നു.

ബോസിനോട് എപ്പോൾ പറയാം:– ബോസിനോട് ഇക്കാര്യം എപ്പോൾ പറയാമെന്ന് നിങ്ങൾ ആലോചിക്കുന്നുണ്ടാകും. ഇതിന് പ്രത്യേക നിയമമൊന്നും ഇല്ലെങ്കിലും നേരത്തെ പറയുന്നതാണ് നല്ലത്. നിങ്ങളുടെ ഉന്തിവരുന്ന വയറ് എല്ലാം പറഞ്ഞെന്നു വരും. ഇത് നിങ്ങൾ ജോലിചെയ്യുന്ന ചുറ്റുപാട് എത്രത്തോളം സൗഹൃദപൂർണ്ണമാണ് അല്ലെങ്കിൽ ഔപചാരികമാണ്, അല്ലെങ്കിൽ നിങ്ങൾ ശാരീരികവും വൈകാരികമായി ഇതിനെ എങ്ങനെ കണക്കാക്കുന്നു എന്നീ കാര്യങ്ങളെ ആശ്രയിച്ചിരിക്കുന്നു.

നിങ്ങൾക്ക് എന്ത് അനുഭവപ്പെടുന്നു:–നിങ്ങളുടെ അധിക സമയവും മോണിങ്ങ് സിക്നസ് കാരണം സിങ്കിനടുത്ത് ചിലവാകുന്നു, ആദ്യത്തെ മൂന്നുമാസത്തെ ക്ഷീണം കാരണം നിങ്ങൾക്ക് കിടക്കയിൽ നിന്ന് എഴുന്നേൽക്കാൻ കഴിയുന്നില്ല എങ്കിൽ ഈ രഹസ്യം അധികസമയംവരെ ഒളിക്കാൻ പറ്റുകയില്ല. നിങ്ങൾ തന്നെ എല്ലാവരോടും ബോസിനോടും ഇതിനെക്കുറിച്ച് പറയുന്നതാണ് നല്ലത്. നിങ്ങൾ തികച്ചും നോർമലാണെങ്കിൽ നിങ്ങളുടെ ഇഷ്ടം പോലെ കുറച്ച് സമയത്തേക്ക് ഇത് മറക്കാൻ കഴിയും.

നിങ്ങൾ എങ്ങനെയാണ് ജോലിചെയ്യുന്നത്:– നിങ്ങൾ ജോലിചെയ്യുന്ന സ്ഥിതി നിങ്ങൾക്കും കുഞ്ഞിനും ഹാനികരമാണെങ്കിൽ സ്ഥലം മാറ്റത്തിനോ ജോലിമാറ്റത്തിനോ വേണ്ടി ഈ വിവരം പറയേണ്ടിവരും.

ജോലി എങ്ങനെ നടക്കുന്നു:– ഏതെങ്കിലും ഗർഭിണി സ്ത്രീ ആ വിവരം ഓഫീസിൽ പറയുമ്പോൾ എല്ലാവരുടെയും മനസ്സിൽ ഒരേ ചോദ്യം പൊന്തിവരുന്നു– "അവർക്ക് ഗർഭാവസ്ഥയിൽ ജോലി ചെയ്യാൻ കഴിയുമോ? അവരുടെ മനസ്സ് ജോലിക്കുപകരം ജനിക്കാൻ പോകുന്ന കുഞ്ഞിലായിരിക്കുമോ? അവർ ജോലി പാതിയിൽ വിട്ടുപോകുമോ? ഏതെങ്കിലും റിപ്പോർട്ട് ഉണ്ടെങ്കിൽ അത് പൂർത്തിയാക്കിയശേഷമോ എന്തെങ്കിലും ഡീൽ ചെയ്യുകയോ, പുതിയ ഐഡിയ കൊടുക്കുകയോ ചെയ്തശേഷം ഗർഭിണിയാണെങ്കിലും ജോലിയിൽ ഒരുകുറവും വരുത്തുന്നില്ലെന്ന് തെളിയിച്ചശേഷമേ ഈ വിവരം പറയാവൂ."

എന്തെങ്കിലും വിവരം കിട്ടാനുണ്ടെങ്കിൽ:– നിങ്ങളുടെ ഏതെങ്കിലും പ്രദർശനത്തിന്റെ ഫലം അറിയാനുണ്ടെങ്കിൽ ശമ്പളം വർദ്ധിക്കുവാൻ പോകുകയാണെങ്കിൽ, പ്രമോഷന്റെ ചാൻസ് ഉണ്ടെങ്കിൽ അത് കഴിയുന്നതുവരെ ഇക്കാര്യം മറച്ചുവെക്കുക. നിങ്ങൾ ആദ്യംതന്നെ ഇക്കാര്യം പറഞ്ഞാൽ പുരോഗതിയുടെ മാർഗ്ഗത്തിൽ തടസ്സം ഏർപ്പെട്ടേക്കാം. നിങ്ങൾ വരാനിരിക്കുന്ന ദിവസങ്ങളിൽ ഒരു നല്ല ഉദ്യോഗസ്ഥയേക്കാൾ ഒരു നല്ല അമ്മയായിരിക്കും എന്ന് അവർക്ക് തോന്നിയേക്കാം.

വെടിപറച്ചിലിന്റെ ഫാക്ടറി:– അതെ. നിങ്ങൾ വെടിപറച്ചിലിന്റെ ഫാക്ടറിയിലാണ് ജോലി നോക്കുന്നതെങ്കിൽ സൂക്ഷിക്കുക. നിങ്ങൾ പറയുന്നതിനുമുമ്പ് ഈ കാര്യം ബോസിന്റെ കാതിലെത്തുന്നത് നിങ്ങൾക്ക് ഇഷ്ടപ്പെടുമോ? നിങ്ങളുടെ സമ്മതമില്ലാതെ മറ്റുള്ളവരുടെ മുമ്പിൽ വായ തുറക്കാത്ത വിശ്വസ്തരായ മിത്രങ്ങളോട് മാത്രമെ ഇക്കാര്യം പറയാവൂ.

എംപ്ലോയറുടെ പെരുമാറ്റം:– ഇക്കാര്യത്തിൽ എംപ്ലോയറുടെ പെരുമാറ്റം ഏതുവിധത്തിലാണെന്ന് അറിയണം. അടുത്തകാലത്ത് അമ്മമാരായ സ്ത്രീകളോട് രഹസ്യമായി

ഇതിനെപ്പറ്റി അന്വേഷിച്ചറിയണം. ഓഫീസിൽ മെറ്റേർണിറ്റി ലീവ് തരുന്നതിനെക്കുറിച്ച് എന്ത് നയമാണ് കൈക്കൊള്ളുന്നതെന്ന് അന്വേഷിച്ചറിയുക. എച്ച്.ആറിലുള്ള ഏതെങ്കിലും വ്യക്തിയെ കാണുന്നതും നല്ലതാണ്, നിങ്ങൾക്ക് കൂടുതൽ ശരിയായ വിവരം തരാൻ അവർക്ക് കഴിയും. കമ്പനി ഗർഭിണികളായ അമ്മമാരുടെ കാര്യത്തിൽ പൂർണ്ണ ശ്രദ്ധ പതിപ്പിക്കുന്നുണ്ടെങ്കിൽ, എത്രയും പെട്ടെന്ന് ഈ വിവരം അറിയിക്കണം. അല്ലെങ്കിൽ എന്താണ് ചെയ്യേണ്ടതെന്ന് നിങ്ങൾക്കുതന്നെ നന്നായി അറിയാം.

വിവരം അറിയിക്കുക:– നിങ്ങൾ ഈ കാര്യം അറിയിക്കാൻ തീരുമാനിച്ചു കഴിഞ്ഞാൽ ഇത് ശരിയായ രീതിയിൽ എങ്ങനെ എത്തിക്കണമെന്ന് നിശ്ചയിക്കുക.

നിങ്ങളെ സ്വയം തയ്യാറാക്കുക:– വിവരം അറിയിക്കുന്നതിനുമുമ്പ് നിങ്ങളുടെ ഓഫീസിൽ മെറ്റേർണിറ്റി ലീവ് പോളിസി എന്താണെന്ന് അന്വേഷിച്ച് അറിയുക. പലയിടങ്ങളിലും ശമ്പളത്തോടുകൂടിയ ലീവുകിട്ടും, എന്നാൽ മറ്റ് ചില സ്ഥലങ്ങളിൽ ശമ്പളം കൊടുക്കാറില്ല. പല സ്ഥലങ്ങളിൽ ഈ ലീവിനോടൊപ്പം സിക് ലീവും ചേർക്കാനുള്ള അനുമതിയുണ്ട്.

നിങ്ങളുടെ അവകാശം എന്താണെന്ന് അറിയുക:– ഗർഭിണിയായതുകൊണ്ട് എന്തെല്ലാം സൗകര്യങ്ങൾ ലഭിക്കാനുള്ള അവകാശം നിങ്ങൾക്കുണ്ടെന്ന് അറിയുക. അറിഞ്ഞാൽ മാത്രമെ നിങ്ങൾക്ക് ആ സൗകര്യങ്ങൾ കൊണ്ട് ലാഭമടയാൻ കഴിയൂ.

പദ്ധതി രൂപീകരിക്കുക:– ഓരോ കാര്യവും പൂർണ്ണമായ പദ്ധതി രൂപീകരിച്ച് ചെയ്യണം. അപ്പോൾ നിങ്ങളുടെ ജോലി ചെയ്യുന്നതിലുള്ള യോഗ്യതയെ പ്രശംസിക്കും. ഗർഭിണിയാണെന്ന വിവരം പറയുമ്പോൾ നിങ്ങൾക്ക് ഏകദേശം എത്രനാൾ ഓഫീസിലേക്ക് വരാൻ കഴിയും, എത്രനാൾ ലീവെടുക്കേണ്ടിവരും, പോകുന്നതിന് മുമ്പ് ജോലികളൊക്കെ എങ്ങനെ ചെയ്തുതീർക്കും, നിങ്ങളുടെ ജോലി എങ്ങനെ മറ്റുള്ളവരെ ഏൽപ്പിക്കും എന്നീ കാര്യങ്ങളും പറയണം. പിന്നീട് നിങ്ങൾ പാർട്ട് ടൈമായി ജോലി നോക്കാനാണ് ഉദ്ദേശിക്കുന്നതെങ്കിൽ അതും പറയണം. ഈ കാര്യങ്ങളൊക്കെ എഴുതിവെച്ചാൽ ഒന്നും മറക്കില്ല, നിങ്ങളുടെ കാര്യക്ഷമതയ്ക്ക് കൂടുതൽ മാർക്കും കിട്ടും.

സമയം കണ്ടെത്തുക:– പടികൾ, ലിഫ്റ്റ് അല്ലെങ്കിൽ മീറ്റിങ്ങ് എന്നിവിടങ്ങളിൽ വരുകയോ, പോകുകയോ ചെയ്യുമ്പോൾ ഈ വിവരം പറയരുത്. നിങ്ങളുടെ ബോസിനെ കാണാൻ സമയം കണ്ടെത്തുക, അദ്ദേഹം തിരക്കുകൂട്ടാതെ നിങ്ങളുടെ സംസാരം കേൾക്കട്ടെ. ഓഫീസിൽ അധികം ജോലിത്തിരക്ക് കാരണം പിരിമുറുക്കം ഇല്ലാത്ത സമയം തിരഞ്ഞെടുക്കുക. പെട്ടെന്ന് അന്തരീക്ഷം ചൂടുപിടിച്ചാൽ മീറ്റിങ്ങ് മാറ്റിവെക്കുക.

അനുകൂലമായിരിക്കുക:– നിങ്ങളുടെ സംസാരത്തിന്റെ ആരംഭം മാപ്പുചോദിക്കലും ഒഴികഴിവുമായി തുടങ്ങരുത്. ആത്മവിശ്വാസത്തോടെ നിങ്ങൾ ഗർഭിണി ആയതിൽ സന്തോഷവതിയാണെന്നും വീട്ടിലെയും ഓഫീസിലേയും കാര്യങ്ങൾ നന്നായി നോക്കാൻ കഴിയുമെന്നും പറയണം.

ഫ്ലെക്സിബിളായിരിക്കുക:– നിങ്ങൾ പദ്ധതി രൂപീകരിച്ചാലും അതിൽ ചെറിയമാറ്റങ്ങൾ ഏർപ്പെടുത്താൻ തയ്യാറായിരിക്കുക. അപ്പോൾ അവർക്ക് നിങ്ങൾ സ്വന്തം വാശിയിൽ ഉറച്ചുനിൽക്കുന്നില്ലെന്ന് തോന്നും, പക്ഷെ തികച്ചും അടിയറവ് പറയുകയും അരുത്. ഒരു പ്രായോഗികമായ ബോട്ടം ലൈൻ നിശ്ചയിക്കുക, അതിനനുസരിച്ച് മുന്നോട്ടുപോകുക.

എഴുതിവെക്കുക:– നിങ്ങളുടെ പ്രെഗ്നൻസി പ്രോട്ടോകോളും മെറ്റേർണിറ്റി ലീവിന്റെ പദ്ധതിയും ആസൂത്രണം ചെയ്തശേഷം അത് എഴുത്തുരൂപത്തിലാക്കുക അപ്പോൾ ഒരു തെറ്റിദ്ധാരണക്കും സാദ്ധ്യത ഉണ്ടാകില്ല. (ഞാൻ അങ്ങനെ പറഞ്ഞില്ലല്ലോ. . . .)

ജോലിയും വിശ്രമവും ഒരുമിച്ച്:

ക്ഷീണം, മനംപിരട്ടൽ, മുതുകുവേദന, വീങ്ങിയ നെരിയാണികൾ, എല്ലായ്പ്പോഴും മൂത്രമൊഴിക്കണം എന്ന തോന്നൽ. ഇവയ്ക്ക് നടുവിൽ ഒരു ഗർഭിണിക്ക് ജോലി ചെയ്യുന്ന സമയത്ത് എങ്ങനെ വിശ്രമം അനുഭവപ്പെടും വീങ്ങിയ കാലോടെ എല്ലായ്പ്പോഴും കുനിയേണ്ടിവരുകയോ സാധനങ്ങൾ ഉയർത്തേണ്ടിവരികയോ ചെയ്താൽ വിശ്രമം ലഭിക്കാൻ ഞങ്ങളുടെ ടിപ്സ് വായിച്ചു നോക്കുക:–

- സുഖകരമായ വസ്ത്രങ്ങൾ ധരിക്കുക. ഇറുകിയ വസ്ത്രങ്ങൾ ധരിക്കരുത്. അതു മൂലം രക്തപ്രവാഹം തടസ്സപ്പെടും. ഉയർന്ന ഹീലുള്ള ചെരുപ്പും ബുദ്ധിമുട്ടിക്കും. സ്പോർട്ടിങ്ങ് ഹോസ് ധരിച്ചാൽ വെരിക്കോസ്‌വേനിൽ നിന്ന് രക്ഷപ്പെടാൻ കഴിയും. ചിലപ്പോൾ നിങ്ങൾക്ക് മണിക്കൂറുകളോളം നിൽക്കേണ്ടിവരുന്നുണ്ടാകും.

ചില തയ്യാറെടുപ്പുകൾ

നിങ്ങളുടെ വീട്ടിൽ ഇതുവരെ ഒരു കുഞ്ഞുമില്ലെന്ന് സമ്മതിച്ചു. നിങ്ങളുടെ ഗർഭാവസ്ഥയ്ക്കും ജോലി സമയത്തിനും നടുവിൽ മാത്രമേ താരതമ്യം കൊണ്ടുവരേണ്ടതുള്ളൂ. നിങ്ങൾ നേരത്തെതന്നെ എല്ലാ തയ്യാറെടുപ്പുകളും പരിശീലനങ്ങളും എടുത്താൽ വരാനിരിക്കുന്ന സമയങ്ങളിൽ എളുപ്പമായിരിക്കും. ഞങ്ങളുടെ നിർദ്ദേശങ്ങളുടെ സഹായം കൊണ്ട് നിങ്ങൾക്ക് രണ്ടുമൂന്ന് ജോലികൾ ഒരുമിച്ച് ചെയ്താലും നോർമലായിരിക്കാൻ കഴിയും.

- നല്ലപോലെ ആലോചിച്ച് ദിനചര്യ തിരഞ്ഞെടുക്കുക. എല്ലാ ടെസ്റ്റുകളുടെയും പരിശോധനകളുടെയും സമയം ഉച്ചകഴിഞ്ഞായിരിക്കട്ടെ. ½ നാൾ ലീവെടുക്കണമെങ്കിൽ നേരത്തെതന്നെ ബോസിനോട് ചോദിക്കുക. ഈ നാളുകളുടെ ശരിയായ കണക്കുവെക്കുക.
- നിങ്ങളുടെ ഓർമ്മശക്തി ശരിയായിവെക്കുക. ഓരോ ജോലിയുടെയും ലിസ്റ്റ് തയ്യാറാക്കുക. എപ്പോഴും പേനയും പേപ്പറും അടുത്തുവെക്കുക, എന്തെങ്കിലും ഓർമ്മവന്നാൽ നോട്ട് ചെയ്യുക.
- നിങ്ങളുടെ അതിർത്തി എന്താണെന്ന് മനസ്സിലാക്കുകയും അളവ് കടക്കാതിരിക്കുകയും ചെയ്യുക. ഈ സമയത്ത് അളവിൽ കൂടുതൽ ജോലി ഏറ്റെടുക്കാതിരിക്കുകയും നിങ്ങളുടെ ജോലി മറ്റുള്ളവരെ ഏൽപ്പിക്കുകയും ചെയ്യുക. ഒരു സമയത്ത് ഒരു ജോലി മാത്രം ചെയ്യുക.
- ആരെങ്കിലും സഹായിക്കാൻ വന്നാൽ 'ശരി' എന്നുപറയാൻ മടിക്കരുത്. ഭാവിയിൽ അവരും നിങ്ങളോട് സഹായം ചോദിച്ചേക്കാം. എന്നാൽ ഇപ്പോൾ അവരുടെ ഊഴമാണ്.
- സ്വയം റീചാർജ്ജ് ചെയ്യുക (ശക്തി സംഭരിക്കുക) കുറച്ചുനേരം ഉലാത്തുക, ബാത്ത്റൂം പോയിവരുക. റിലാക്സേഷൻ ടെക്നിക്സ് സ്വീകരിക്കുക. അല്ലെങ്കിൽ കുറച്ചുനേരം നിങ്ങളുടെ ദിവാസ്വപ്നത്തിൽ ലയിച്ചിരിക്കുക.
- മനസ്സ് മ്ലാനമാകുമ്പോൾ മനസ്സിലെ കാര്യം പറയാൻ മടിക്കരുത്. നിങ്ങളും ഒരു മനുഷ്യസ്ത്രീ തന്നെയല്ലേ. മേശയ്ക്കുമേൽ ഫയലുകളുടെ കൂമ്പാരം കുമിഞ്ഞിരിക്കുകയും തലപൊന്തിക്കാൻ ധൈര്യമില്ലാതിരിക്കുകയും ചെയ്താൽ ബോസിനോട് മറ്റുള്ളവരുടെ സഹായമോ കൂടുതൽ സമയമോ ചോദിക്കുക. നിങ്ങൾ കഴിവില്ലാത്തവരോ മടിച്ചിയോ അല്ലെന്ന കാര്യം ഓർമ്മവെക്കുക, ഇപ്പോൾ നിങ്ങൾ ഗർഭിണിയാണ്.

- നിങ്ങളുടെ ഉള്ളിലെ ഋതു ഏതാണെന്ന് മനസ്സിലാക്കുക. നഗരത്തിലെ താപനില എന്തുമായ്ക്കൊള്ളട്ടെ. ഗർഭാവസ്ഥയിൽ നിങ്ങളുടെ ശരീരത്തിന്റെ താപനില മാറിക്കൊണ്ടിരിക്കും. ഒരു മിനിറ്റിൽ വിയർത്തൊഴുക്കും, അടുത്ത നിമിഷം തണുത്ത് വിറയ്ക്കും. തണുപ്പിലും ഉഷ്ണത്തിലും ഒരേപോലെ ധരിക്കാൻ പറ്റിയ വസ്ത്രങ്ങളേ ധരിക്കാവൂ. കഴിയുമെങ്കിൽ എപ്പോഴും നിങ്ങളുടെ ഡ്രോയറിൽ സ്വറ്ററും സ്കാർഫും സൂക്ഷിക്കുക. പെട്ടെന്ന് തണുപ്പുതോന്നിയാൽ നിങ്ങൾക്ക് ധരിക്കാമല്ലോ. ഈദിവസങ്ങളിൽ നിങ്ങളുടെ ശരീരത്തിന്റെ താപനില കൂടുതലായും കുറവായുമിരിക്കും.
- കാലിന് ഭാരം കൊടുത്ത് നിൽക്കരുത്. ജോലിക്കിടയിൽ മണിക്കൂറോളം നിൽക്കേണ്ടിവന്നാൽ ഇടക്കിടെ ഇരിക്കുകയോ ഉലാത്തുകയോ ചെയ്യുക. ഒരുകാൽ ചെറിയ സ്റ്റൂളിൽ വയ്ക്കുകയും മുട്ടുമടക്കുകയും ചെയ്യുക. അങ്ങനെകുറച്ച് ഭാരം കുറയും. എല്ലായ്പ്പോഴും കാല് മാറ്റുകയും കാലുകളെ ആട്ടിക്കൊണ്ടിരിക്കുകയും ചെയ്യുക.
- ഏതെങ്കിലും ബോക്സോ ഉയരമുള്ള വസ്തുവോ കണ്ടാൽ കുറച്ചുനേരം കാൽ അതിൽകയറ്റി പൊക്കിവയ്ക്കുക.
- ഇടയ്ക്ക് വിശ്രമിക്കുക. ഇരിക്കുകയാണെങ്കിൽ എഴുന്നേറ്റ് കുറച്ചുനേരം നടക്കുക. നിൽക്കുകയാണെങ്കിൽ കാൽ പൊന്തിച്ചുവെച്ച് ഇരിക്കുക. ക്യാബിനിൽ സോഫ ഉണ്ടെങ്കിൽ തരംകിട്ടുമ്പോഴൊക്കെ മലർന്നു കിടക്കുക. ശരീരത്തിന് വലിവ് ഏർപ്പെടുന്ന എന്തെങ്കിലും വ്യായാമം ചെയ്യുക, അപ്പോൾ മുതുക്, കാലുകൾ, കഴുത്ത് എന്നിവയ്ക്ക് ആശ്വാസം കിട്ടും. ഏകദേശം ഓരോ മണിക്കൂറിനുശേഷം രണ്ട് കൈകളും ഊന്നി മുതുകുവളയ്ക്കുക. ഇരുന്നുകൊണ്ട് കുനിയാൻ കഴിയുമെങ്കിൽ കൈകളെ കാൽവരെ കൊണ്ടുചെന്ന് കഴുത്തിന്റെയും ചുമലുകളുടെയും മുറുക്കം കുറക്കുക.

- നിങ്ങളുടെ കസേര ശരിയാക്കുക. മുതുകിന് വിശ്രമം കൊടുക്കാൻ ആഗ്രഹിക്കുന്നുണ്ടെങ്കിൽ കുഷൻ വയ്ക്കുക. നിങ്ങളുടെ സീറ്റിനടിയിൽ ഒരു ചെറിയ തലയിണവെക്കുക. കസേര വഴുതുമെങ്കിൽ മേശക്കും കസേരക്കും നടുവിൽ കുറച്ചു സ്ഥലം ഏർപ്പെടുത്തുക അപ്പോൾ നിങ്ങളുടെ വയറിന് വേണ്ടത്ര സ്ഥലം കിട്ടും.
- വാട്ടർകൂളറിന്റെ അടുത്ത് ഇരിക്കുക. അതെ, വെടിപറയാനല്ല, വെള്ളം നിറക്കാൻ. നിങ്ങൾ പകലിൽ ധാരാളം വെള്ളം കുടിക്കണം. അതുകൊണ്ട് ശരീരത്തിൽ വീക്കം ഉണ്ടാകുകയില്ല, മൂത്രാശയത്തിൽ സംക്രമണവും ഏർപ്പെടില്ല. ഇവയ്ക്കുപുറമെ മറ്റ് പല പ്രശ്നങ്ങളിൽ നിന്നും മോചനം കിട്ടും.
- ഓരോ മണിക്കൂറ് കഴിഞ്ഞാലും മൂത്രം ഒഴിക്കുക. ഇതുമൂലം സമക്രമണത്തിൽ നിന്ന് രക്ഷനേടാം. വേണമെങ്കിലും വേണ്ടെങ്കിലും തീർച്ചയായും മൂത്രമൊഴിക്കുക. നിങ്ങൾക്ക് ഇപ്പോൾ തിരക്കിട്ട് ഓടാൻ കഴിയില്ല. അതുകൊണ്ട് ഇടക്കിടെ മൂത്രമൊഴിക്കുക.
- ഓരോ ഗർഭിണിയായ അമ്മയ്ക്കും ഏറ്റവും ആവശ്യമായ ജോലി കുഞ്ഞിന്റെ വയറ് നിറക്കുക എന്നതാണ്. നിങ്ങളുടെ തിരക്കുപിടിച്ച ഷെഡ്യൂളിനിടയിൽ ഭക്ഷണത്തിന് സമയം ഒതുക്കാൻ മറക്കരുത്. നിങ്ങളുടെ മേശപ്പുറത്ത് എപ്പോഴും പോഷകാംശമുള്ള സ്നാക്സ് സൂക്ഷിക്കണം. പർസ് വലുതാണെങ്കിലും അതിലും എന്തെങ്കിലും കരുതിവെക്കുക. നിങ്ങൾക്കും കുഞ്ഞിനും വേണ്ടി ശരിയായ സമയത്തിൽ ആഹാരം കഴിക്കേണ്ടത് അത്യാവശ്യമാണ്.
- വേയിങ്ങ് മിഷ്യന്റെ മുകളിൽ കണ്ണുണ്ടായിരിക്കണം. ഓഫീസിലെ ടെൻഷൻ കാരണം കണ്ണുമൂടി ഭക്ഷണം കഴിക്കാൻ തുടങ്ങരുത്, അനാവശ്യമായി തൂക്കം വർദ്ധിക്കും. നിങ്ങളുടെ ഓഫീസ് ഏതെങ്കിലും വെൽഡിങ്ങ് മിഷ്യന്റേയോ റസ്റ്റാറന്റിന്റെയോ അടുത്താണെങ്കിൽ കൂടുതൽ ശ്രദ്ധിക്കണം.
- എപ്പോഴും കൈയ്യിൽ ടൂത്ത് ബ്രഷ് വച്ചിരിക്കണം. ഛർദ്ദികൊണ്ട് വിവശയാകുകയാണെങ്കിൽ ഇടക്കിടെ ബ്രഷ് ചെയ്യുന്നതുകൊണ്ട് പല്ലുകൾ വൃത്തിയാകും, ശ്വാസവും ഫ്രഷ് ആയിരിക്കും. മൗത്ത് വാഷും ഉപയോഗപ്രദമായിരിക്കും. കൂടുതൽ ഉമിനീർ ചുരക്കുന്നുണ്ടെങ്കിൽ അതുകൊണ്ടും വ്യത്യാസം ഏർപ്പെടും. (ആദ്യത്തെ മൂന്നാം മാസം, സാധാരണ ഇതെല്ലാം സഹജമാണ്. ഓഫീസിൽ ഇരിക്കാൻ തീരെ ഇഷ്ടമുണ്ടാകില്ല).
- സാധനങ്ങൾ പൊക്കി എടുക്കുമ്പോൾ മുതുകിൽ ഒരുവിധത്തിലുള്ള സമ്മർദ്ദം ഏർപ്പെടാതെ സൂക്ഷിക്കുക.
- പുക പടർന്ന സ്ഥലങ്ങളിൽ പോകരുത്. പുക നിങ്ങൾക്കും കുഞ്ഞിനും ഹാനികരമാണ്. ഇതുമൂലം ക്ഷീണവും ഉണ്ടാകും.
- ആവശ്യത്തിൽ കൂടുതൽ പിരിമുറുക്കം ഉണ്ടാകാൻ ഇടയാക്കരുത്, അത് ഒഴിവാക്കുക. ഐ പാഡ് ഉപയോഗിച്ച് പാട്ടുകേൾക്കുക. കണ്ണുമൂടി ധ്യാനം ചെയ്യുക. വീട്ടിന് ചുറ്റും നടക്കുക.
- നിങ്ങളുടെ ശരീരത്തിന്റെ ഭാഷ മനസ്സിലാക്കുക. ക്ഷീണം തോന്നുന്നുണ്ടെങ്കിൽ വേഗം ലീവെടുത്ത് വീട്ടിലേക്ക് പോകുന്നതിൽ തെറ്റുമില്ല.

കോർപ്പൽ ടണൽസിൻഡ്രോം

പകലും രാത്രിയും കീ-ബോർഡിൽ വിരലുകൾ ചലിപ്പിക്കുന്നവർക്കെ ഇതിനെപ്പറ്റി അറിയൂ. ഇതുകാരണം കൈകളിൽ വേദന ഏർപ്പെടുന്നു, അവ മരവിക്കുന്നു. അമ്മയാകാൻ പോകുന്ന സ്ത്രീകൾക്കും ഇതേ ബുദ്ധിമുട്ട് ഏർപ്പെടാവുന്നതാണ്. ഇത് ആപത്കരമല്ലെങ്കിലും കുറച്ച് ബുദ്ധിമുട്ടുള്ള കാര്യമായിരിക്കും. ഞങ്ങളുടെ ചില നിർദ്ദേശങ്ങൾ നിങ്ങൾക്ക് പ്രയോജനകരമായിരിക്കും.

- മണിക്കെട്ടിന് സൗകര്യപ്രദമായ കീ-ബോർഡ് ഉപയോഗിക്കുക.
- ടൈപ്പ് ചെയ്യുമ്പോൾ റിസ്റ്റ്ബാൻഡ് ധരിക്കുക.
- ഇടയ്ക്കിടെ കംപ്യൂട്ടറിൽനിന്ന് കുറച്ച് ബ്രേക്ക് എടുക്കുക.
- ഫോണിൽ അധികനേരം സംസാരിക്കുവാൻ സ്പീക്കർ ഫോണോ ഹാൻഡ് സെറ്റോ ഉപയോഗിക്കുക.
- വൈകുന്നേരം ചൂടുവെള്ളത്തിൽ കുറച്ചുനേരം കൈയിട്ടുകൊണ്ടിരുന്നാൽ വീക്കം കുറയും.
- ഡോക്ടറോട് ചോദിച്ചശേഷം മരുന്നു കഴിക്കുക, അക്യൂപഞ്ചർ എന്നിവ ചെയ്യിക്കുക.

ജോലിയും നിങ്ങളുടെ സുരക്ഷയും:– പല ജോലിസ്ഥലങ്ങളിലും ഗർഭിണികൾക്ക് ജനിക്കാൻ പോകുന്ന കുഞ്ഞിന് പൂർണ്ണ പോഷണവും സുരക്ഷയും നൽകാനുള്ള സൗകര്യമുണ്ടായിരിക്കും, ഇത് ജോലിയും ഗർഭാവസ്ഥയും ഒന്നിച്ച് മാനേജ് ചെയ്യാൻ ആഗ്രഹിക്കുന്ന സ്ത്രീകൾക്ക് ഒരു സന്തോഷ വാർത്തയാണ്.

എന്നാൽ ചില ജോലികൾ മറ്റ് ജോലികളോട് ഒപ്പിടുമ്പോൾ അധികം സുരക്ഷിതമാണെന്ന് കരുതപ്പെടുന്നു. കുറച്ച് സൂക്ഷിച്ചാൽ ജോലിചെയ്യുന്ന ചുറ്റുപാട് നിങ്ങളുടെ സൗകര്യത്തിന് മാറ്റി എടുക്കാൻ നിങ്ങൾക്ക്കഴിയും. നിങ്ങളുടെ കാര്യത്തിൽ ഡോക്ടറുടെ അഭിപ്രായം കേട്ടശേഷമേ മുന്നോട്ട് പോകാവൂ.

ഓഫീസ് ജോലികൾ:– തുടർച്ചയായി മേശക്കരികിൽ ഇരുന്ന് ജോലിചെയ്യുന്നവരുടെ കഴുത്ത്, മുതുക്, കാലുകൾ, തല എന്നിവിടങ്ങളിൽ എത്രവേദന ഉണ്ടാകുമെന്ന് എല്ലാവർക്കും അറിയാം. ഗർഭിണികൾക്ക് ഈ ബുദ്ധിമുട്ട് ഇനിയും കൂടുതലായിരിക്കും. കുഞ്ഞിന് കുഴപ്പമൊന്നും ഏർപ്പെടുകയില്ലെങ്കിലും അമ്മയുടെ ശരീരത്തിന് കഷ്ടം സഹിക്കേണ്ടിവരും. നിങ്ങൾ വളരെ നേരം ഇരുന്ന് ജോലിചെയ്യുന്നുണ്ടെങ്കിൽ ഇടക്കിടെ എഴുന്നേറ്റ് ഉലാത്തുക. കൈകൾ നീട്ടുക. കസേരയിൽ ഇരുന്നുകൊണ്ടുതന്നെ കഴുത്തും ചുമലുകളും വളയ്ക്കുക. കസേരക്കടുത്ത് ഒരു ചെറിയ സ്റ്റൂൾ വയ്ക്കുക, വീക്കമുള്ള കാൽ അതിന്മേൽവെച്ച് വിശ്രമിക്കാമല്ലോ. നിങ്ങളുടെ മുതുകിന് കുഷന്റെ സപ്പോർട്ട് നൽകുക.

കമ്പ്യൂട്ടറിൽ നിന്ന് സുരക്ഷ? ദൈവത്തിന് നന്ദി! കമ്പ്യൂട്ടർ സ്ക്രീനും ലാപ്ടോപ്പും ഗർഭവതികൾക്ക് ഹാനികരമല്ല! പക്ഷെ കമ്പ്യൂട്ടറിന് മുമ്പിൽ മണിക്കൂറുകളോളം ചിലവഴിക്കുന്നതുകാരണം തല ചുറ്റൽ, തലവേദന, മണിക്കെട്ടിൽ ചുളുക്ക്, കൈകൾ വെറുങ്ങലിക്കുക എന്നീ പരാതികൾ ഏർപ്പെടുന്നു. മുതുകുകൾക്ക് വിശ്രമം ലഭിക്കാവുന്ന വിധത്തിലുള്ള കസേര ഉപയോഗിക്കുക. മോണിട്ടർ ശരിയായ ഉയരത്തിൽ വയ്ക്കുക. അതിന്റെ ടോപ്പ് കണ്ണിന്റെ ലെവലിൽ ആയിരിക്കണം, ഇത് ഒരു കൈയ്യളവ് ദൂരത്തിലായിരിക്കണം. 'കോർപ്പൽ ടേണിങ്ങ് സിൻഡ്രോം' ഏർപ്പെടാൻ സാദ്ധ്യതയില്ലാത്ത വിധത്തിലുള്ള സ്ക്രീൻ ഉപയോഗിക്കുക. കീ-ബോർഡിൽ കൈവെക്കുമ്പോൾ അവ നിങ്ങളുടെ കൈമുട്ടുകൾക്ക് കീഴിലാകട്ടെ.

ആരോഗ്യസേവയോട് ബന്ധപ്പെട്ട കാര്യങ്ങൾ:– ഓരോ ഹെൽത്ത് കെയർ പ്രൊഫണലിന്റേയും എല്ലാറ്റിലും പ്രാഥമികത സ്വന്തം ആരോഗ്യ സംരക്ഷണമാണ്. അപ്പോൾ നിങ്ങൾ അമ്മയാകാൻ പോകുമ്പോൾ അത് അതിലും കൂടുതൽ അത്യാവശ്യമായി തീരുന്നു. ആദ്യംതന്നെ ഉപകരണങ്ങൾ സ്റ്ററിലൈസ് ചെയ്യുന്ന കെമിക്കലുകളിൽ നിന്ന് തന്നെയും കുഞ്ഞിനെയും രക്ഷിക്കണം. (ഉദാ:– ഏഥലീൻ ഓക്സൈഡ്, ഫോർമൽഡിഹായ്ഡ്) ചില ആന്റി ക്യാൻസർ മരുന്നുകൾ, ഹൈപടൈറ്റിസ് ബി, എയ്ഡ്സ് എന്നിങ്ങനെയുള്ള ചില സംക്രമണം, റേഡിയേഷൻ എന്നിവയിൽനിന്ന് സംരക്ഷിക്കണം. ഡോസ് കുറഞ്ഞ എക്സ്റേയോടൊപ്പം ജോലി ചെയ്യുന്ന ടെക്നിഷ്യന്മാർക്ക് റേഡിയേഷൻ മൂലം ആപത്ത് ഏർപ്പെടുകയില്ല. കുഞ്ഞുങ്ങളെ പ്രസവിക്കുന്ന വയസ്സിലുള്ള സ്ത്രീകൾ അധികം ഡോസുള്ള റേഡിയേഷന്റെ സമ്പർക്കത്തിൽ വരുന്നതിനുമുമ്പ് വിശേഷപ്പെട്ട ഉപകരണം ധരിക്കണമെന്ന് ശുപാർശ ചെയ്യപ്പെടുന്നു. അപ്പോൾ അവർക്ക് സുരക്ഷിതരായിരിക്കാൻ കഴിയും.

ശാന്തമായിരിക്കുക

ഏകദേശം 24 ആഴ്ചകളിൽ കുഞ്ഞിന്റെ കാതിന്റെ പുറം, മദ്ധ്യഭാഗം, ഉൾഭാഗം എന്നിവ വികസിച്ചു കഴിഞ്ഞിരിക്കും. 27 മുതൽ 30 ആഴ്ചകൾക്കുള്ളിൽ അതിന് പുറത്തുനിന്നുള്ള ശബ്ദങ്ങൾ കേൾക്കാൻ കഴിയും. കൂടുതൽ ബഹളം കുഞ്ഞിന് കേൾക്കാൻ കഴിയില്ലെങ്കിലും ഗർഭാവസ്ഥയിൽ അധികം ശബ്ദമുള്ള ഇടത്ത് പോകാതിരിക്കുന്നതാണ് നല്ലത്. അധിക ഉച്ചത്തിലുള്ള ശബ്ദം കുഞ്ഞിന്റെ ശ്രവണശക്തിയെ ബാധിക്കാനിടയുണ്ട്. ശബ്ദത്തിന്റെ തീവ്രത 40 മുതൽ 60 ഡെസിബെൽ വരെയാണെങ്കിൽ കുഞ്ഞ് പ്രിമെച്വറായോ തൂക്കം കുറവായോ ജനിക്കുവാനുള്ള സാദ്ധ്യതയുണ്ട്. 150 മുതൽ 155 തീവ്രതയുണ്ടെങ്കിലും ഇതേ കുഴപ്പങ്ങൾ തന്നെ ഏർപ്പെടാം. കൂടുതൽ ശബ്ദകോലാഹലത്തോടെ പാടുന്ന ക്ലബ്ബുകൾ അധിക ശബ്ദത്തോടെ പ്രവർത്തിക്കുന്ന മെഷീനുകൾ പ്രവർത്തിക്കുന്ന സ്ഥലങ്ങൾ എന്നിവിടങ്ങളിൽ ജോലിചെയ്യുന്ന ഗർഭിണികൾ കുറച്ച് സമയത്തേക്ക് സുരക്ഷിതമായ സ്ഥലത്തേക്ക് മാറ്റം വാങ്ങിക്കണം. കച്ചേരി കേൾക്കണമെങ്കിൽ എംഫീ തിയേറ്ററിന്റെ നടുവിൽ ഇരിക്കുക. വണ്ടിയിൽ ഉച്ചത്തിൽ പാട്ടുവയ്ക്കരുത്. അധികം ഉച്ചത്തിൽ പാട്ടു കേൾക്കുന്നതിനുപകരം ഹെഡ്ഫോൺവെച്ച് പാട്ടുകേൾക്കുക.

ജോലിക്കനുസരിച്ച് സുരക്ഷാനടപടികൾ എടുക്കണം. അല്ലെങ്കിൽ വേറെ എന്തെങ്കിലും സുരക്ഷിതമായ ജോലി അന്വേഷിക്കണം.

നിർമ്മാണകാര്യം:– നിങ്ങൾ ജോലിചെയ്യുന്ന സ്ഥലത്ത് ഭാരിച്ചതും ആപത്കാരികളുമായ മെഷിനുകൾ പ്രവർത്തിക്കുന്നുണ്ടെങ്കിൽ നിങ്ങളുടെ ബോസിനോട് ഡ്യൂട്ടിമാറ്റുന്നതിനെക്കുറിച്ച് സംസാരിക്കുക. ഉത്പന്നങ്ങളുടെ സുരക്ഷയെക്കുറിച്ച് നിർമ്മാതാവിനോട് ചോദിച്ച് മനസ്സിലാക്കാം ഒരു ഫാക്ടറിയിൽ എന്ത് നിർമ്മിക്കുന്നു, അവർ അതുണ്ടാകുന്നതെങ്ങനെയാണ് എന്നീ കാര്യങ്ങളെയും പലതും ആശ്രയിച്ചിരിക്കുന്നു.

കഠിനമായ ശരീരാദ്ധ്വാനം:– ഏതെങ്കിലും ഗർഭിണി സ്ത്രീ ഭാരക്കൂടുതലുള്ള വസ്തുക്കൾ ചുമക്കുകയോ, ശരീരാദ്ധ്വാനം ചെയ്യുകയോ മണിക്കൂറുകളോളം നിൽക്കുകയോ ചെയ്താൽ പ്രീടേം ലേബർ ഏർപ്പെടുവാനുള്ള ആപത്സാദ്ധ്യത വർദ്ധിക്കും. 20 മുതൽ 28 ആഴ്ചവരെ അധികം ശരീരാദ്ധ്വാനം ചെയ്യേണ്ട ആവശ്യമില്ലാത്ത ഇടത്ത് ജോലി നൽകാൻ ബോസിനോട് പറയണം. പ്രസവശേഷം നിങ്ങൾക്ക് പഴയ സ്ഥലത്തു തന്നെ ജോലിക്ക് മടങ്ങാം.

വൈകാരിക പിരിമുറുക്കമില്ലാത്ത ജോലി:– പലപ്പോഴും ജോലിസ്ഥലത്തുള്ള വൈകാരിക പിരിമുറുക്കവും ഗർഭിണികൾക്ക് ദോഷം ചെയ്തേക്കാം. പിരിമുറുക്കം കുറക്കാൻ പൂർണ്ണമായി ശ്രമിക്കണം. വേഗം മെറ്റേർണിറ്റി ലീവെടുക്കുകയോ പിരിമുറുക്കം കുറവായ സ്ഥലത്ത് ജോലിചെയ്യുകയോ ചെയ്യുക. ഇങ്ങനെ ചെയ്യുന്നത് എപ്പോഴും സാദ്ധ്യമായെന്നുവരില്ല. സാമ്പത്തിക രീതിയിൽ ജോലി അത്യാവശ്യമാണെങ്കിൽ അത് ഉപേക്ഷിക്കുന്നതിൽ നിന്ന് രക്ഷനേടാം അല്ലെങ്കിൽ ബുദ്ധിമുട്ട് അധികമാകും.

പതിവായി വ്യായാമം, ധ്യാനം, ആരോഗ്യകരമായ മറ്റ് കാര്യങ്ങൾ എന്നിവമൂലം പിരിമുറുക്കം കുറക്കണം ആവശ്യത്തിൽ കൂടുതൽ ജോലി, സമ്മർദ്ദം, പിരിമുറുക്കം എന്നിവ നിങ്ങളുടെ ഗർഭാവസ്ഥക്ക് ഹാനികരമാണെന്ന് ബോസിനോട് പറയുക. നിങ്ങൾ സ്വയം ജോലി (സെൽഫ് എംപ്ലായ്മെന്റ്) ചെയ്യുന്ന ആളാണെങ്കിൽ ജോലിയുടെ ഭാരം കുറക്കുന്നത് കഠിനമായിരിക്കും, എന്തെന്നാൽ ബോസും നിങ്ങൾതന്നെ ആണല്ലോ, എന്നാൽ ഇവിടെയുംകുറച്ച് ശ്രദ്ധിക്കുന്നതാണ് ബുദ്ധി.

മറ്റ് ജോലികൾ:– അദ്ധ്യാപികമാരും, സമാജസേവികമാരും എപ്പോഴും കുഞ്ഞുങ്ങളോടൊപ്പം ഇരിക്കുന്നതുകൊണ്ട് ഗർഭാവസ്ഥയെ ബാധിക്കാവുന്ന സംക്രമണങ്ങൾ ഏർപ്പെട്ടേക്കാം. ഉദാ:– ചിക്കൻപോക്സ്, ഫിഫ്ത്ത്ഡിസീസ് (അഞ്ചാംപനി), സി.എം.വി. എന്നിവ, മൃഗങ്ങളോടൊപ്പം ജോലി ചെയ്യുന്നവരെയും മാംസം വിൽക്കുന്നവരെയും 'ടാക്സോ പ്ലാസമോസിഡ്' ബാധിച്ചേക്കാം (അവരിൽ എതിർക്കാനുള്ള ശക്തി ഉണ്ടെങ്കിൽ കുഞ്ഞിന് ആപത്തുണ്ടാകുകയില്ല) ഏതെങ്കിലും തരത്തിലുള്ള ഇൻഫെക്ഷൻ ഏർപ്പെടാൻ സാദ്ധ്യതയുള്ള സ്ഥലത്താണ് ജോലിചെയ്യുന്നതെങ്കിൽ വളരെ അധികം സൂക്ഷിക്കണം. അടിക്കടി കൈ കഴുകണം, കൈയ്യുറ, മാസ്ക് എന്നിവ ഉപയോഗിക്കുക.

ഫ്ലൈറ്റ് അറ്റൻഡർ, പൈലറ്റ് എന്നിവർക്ക് പ്രീടേം ലേബർ ഏർപ്പെടാനുള്ള സാദ്ധ്യത കൂടുതലാണ്. ഹൈ ആപ്റ്റിറ്റ്യൂഡുള്ള ഫ്ലൈറ്റിൽ സൂര്യറേഡിയേഷന്റെ സമ്പർക്കത്തിൽ വരുന്നതുകൊണ്ടാണ് ഇത് സംഭവിക്കുന്നത്. അവർ കുറഞ്ഞ ദൂരമേ യാത്രചെയ്യാവൂ. അല്ലെങ്കിൽ ഗർഭാവസ്ഥയിൽ ഗ്രൗണ്ട്വർക്ക് ചെയ്യണം.

ആർട്ട് ഫോട്ടോഗ്രാഫി, കെമിസ്റ്റ്, കോസ്മെറ്റിഷ്യൻ, ഡ്രൈക്ലീനർ എന്നീ സ്ത്രീകൾക്ക് ഗർഭാവസ്ഥയിൽ പലതരത്തിലുള്ള കെമിക്കലുകളുമായി സമ്പർക്കം പുലർത്തേണ്ടിവരും. ആ ചുറ്റുപാടിൽ പ്രത്യേകം സൂക്ഷിക്കണം അല്ലെങ്കിൽ കുറച്ച് കാലത്തേക്ക് അവിടത്തെ ജോലി ഉപേക്ഷിക്കുക.

ജോലിയിൽ നിലച്ചിരിക്കുക:– നിങ്ങൾ അവസാനം വരെ ജോലിയിൽ തുടരാൻ നിശ്ചയിച്ചുവോ? പല ഗർഭിണികളും ഒമ്പതുമാസം പൂർത്തിയാകുന്നതുവരെ രണ്ട് കാര്യവും സമർത്ഥമായി നിർവഹിക്കും. ചില ജോലികളിൽ അവർക്ക് അധികം ബുദ്ധിമുട്ടുകൾ ഏർപ്പെടാറില്ല. നിങ്ങൾ ഡെസ്ക് വർക്കാണ് ചെയ്യുന്നതെങ്കിൽ നേരെ ബർത്ത് റൂമിലേക്കു പോകാൻ തീരുമാനിച്ചിരിക്കും. ജോലി സുഖകരമാണെങ്കിൽ, നിങ്ങൾ വീട്ടിലിരുന്ന് വ്യാക്വംക്ലീനറുമായി മല്ലടിക്കാൻ ആഗ്രഹിക്കില്ല, ഓഫീസിൽ കൂടുതൽ വിശ്രമം ലഭിക്കും. ഓഫീസിൽ നിന്ന് നടന്നുവരാനും പോകാനും കഴിയുന്നതും ലാഭപ്രദമായിരിക്കും (നിങ്ങൾ അധികഭാരം ചുമക്കരുതെന്നു മാത്രം).

ഗർഭാവസ്ഥയിൽ 65 മണിക്കൂർ ജോലി ചെയ്യുന്ന ഗർഭിണികളും കുറച്ച് ജോലി ചെയ്യുന്ന സ്ത്രീകളെപ്പോലെ തന്നെ സുരക്ഷിതരാണെന്ന് പഠനങ്ങൾ തെളിയിച്ചിട്ടുണ്ട്. ഏതെങ്കിലും ഗർഭിണി സ്ത്രീക്ക് ഇതിന് മുമ്പും

ഗർഭാവസ്ഥയും ദുർവ്യവഹാരവും

ഗർഭിണിയാണെന്നതുകൊണ്ട് ജോലിസ്ഥലത്ത് നിങ്ങളോട് ചീത്തയായി പെരുമാറുന്നുണ്ടോ? മിണ്ടാതിരിക്കാതെ വിശ്വസ്തനായ ഏതെങ്കിലും വ്യക്തിയോട് മനസ്സിലുള്ളത് പറയുക. അങ്ങനെയുള്ള എല്ലാ കാര്യങ്ങളുടെയും സംഭവങ്ങളുടെയും റിക്കാർഡ് സൂക്ഷിക്കുക. ആവശ്യം ഏർപ്പെടുമ്പോൾ തെളിവ് ഹാജരാക്കാമല്ലോ?

കുഞ്ഞ് ജനിച്ചിട്ടുണ്ട്, ഇപ്പോൾ ഗർഭാവസ്ഥയിൽ മണിക്കൂറുകൾ നിന്ന് ജോലിചെയ്യേണ്ടി വരുന്നുണ്ട്. പിരിമുറുക്കത്തോടെ ജീവിക്കുന്നു, ഭാരിച്ച ജോലികൾ ചെയ്യുന്നുവെങ്കിൽ പ്രീടേം ലേബർ, രക്തസമ്മർദ്ദം, തൂക്കം കുറഞ്ഞ കുഞ്ഞ് ജനിക്കുക എന്നീ ആപത്തുകൾ നേരിടാനുള്ള സാദ്ധ്യത വർദ്ധിക്കുന്നു.

സെയിൽസ്ഗേൾ, ഷെഫ്, റസ്റ്റോറന്റ് വർക്കർ, പോലീസ് അധികാരി, ഡോക്ടർ, നേഴ്സ് എന്നിവർ ഗർഭാവസ്ഥ 28 ആഴ്ചയായശേഷവും ജോലി ചെയ്യാമോ? അവർക്ക് ബുദ്ധിമുട്ടൊന്നും തോന്നുന്നില്ലെങ്കിൽ ജോലി തുടരാമെന്നാണ് ഡോക്ടർമാർ പറയുന്നത്. എന്നാൽ മുതുകുവേദന, വെരിക്കോസ് വെയിൻ, ഹെമറായ്ഡ് എന്നീ ബുദ്ധിമുട്ടുകൾ വർദ്ധിക്കുകതന്നെ ചെയ്യും.

കഴിയുമെങ്കിൽ കുറച്ചു മുമ്പുതന്നെ ലീവെടുക്കുക. അധികം ശ്രമകരമായതോ, വീണ് മുറിവേൽക്കാൻ സാദ്ധ്യതയുള്ളതോ ആയ ജോലികൾ ചെയ്യരുത്. ഓരോ ഗർഭിണിയും, ഓരോ ജോലിയും, ഓരോ ഗർഭാവസ്ഥയും വ്യത്യസ്തമാണെന്നതാണ് പ്രധാന കാര്യം. ഡോക്ടറെ കണ്ട് നിങ്ങളുടെ സ്ഥിതിക്കനുസരിച്ച് തീരുമാനങ്ങൾ എടുക്കണം.

ജോലി മാറുക:– ജീവിതത്തിൽ ഏർപ്പെടാൻ പോകുന്ന മറ്റ്മാറ്റങ്ങൾക്കുപുറമെ നിങ്ങൾ മറ്റൊരു മാറ്റവും കൊണ്ടുവരാൻ ആഗ്രഹിക്കും. അമ്മയാകാൻ പോകുന്ന സ്ത്രീക്ക് ജോലിമാറാൻ ഒരു നൂറുകാരണങ്ങൾ ഉണ്ടായേക്കാം. ജോലി സ്ഥലത്തെ ചുറ്റുപാട് സൗഹൃദപൂർണ്ണമല്ലാതിരിക്കാം. ജോലിക്കും മാതൃത്വത്തിനുമിടയിൽ സമതുലനം ഏർപ്പെടുത്തുന്നത് ബുദ്ധിമുട്ടായി തോന്നിയേക്കാം. ജോലി സമയത്തിന്റെ ദൈർഘ്യം കൂടുതലായിരിക്കാം. നിങ്ങൾക്ക് ജോലിയിൽ മടുപ്പ് തോന്നിയേക്കാം. നിങ്ങൾക്കും കുഞ്ഞിനും അവിടെ അപായസാദ്ധ്യത ഉണ്ടായേക്കാം. കാരണമെന്തായാലും ജോലി ഉപേക്ഷിക്കുന്നതിന് മുമ്പ് ചില കാര്യങ്ങളെക്കുറിച്ച് ഓർത്തുനോക്കണം.

പുതിയ ജോലി അന്വേഷിക്കാൻ സമയവും ശക്തിയും ഫോക്കസും ഉണ്ടായിരിക്കണം. നിങ്ങൾ ആരോഗ്യകരമായ ഗർഭാവസ്ഥയിൽ ശ്രദ്ധകേന്ദ്രീകരിച്ചിരിക്കുകയാണ്. നിങ്ങൾക്ക് ജോലി ലഭിക്കുന്നതിനുമുമ്പ് പല ഇന്റർവ്യൂകളും അഭിമുഖ സംഭാഷണങ്ങളും ചെയ്യേണ്ടിവരും. അതുകൊണ്ട് ഇക്കാര്യം ശ്രദ്ധിക്കാൻ പറ്റാതെവരും. ഗർഭാവസ്ഥയുടെ കഷ്ടതകൾക്കിടയിൽ ഒന്നാം സ്ഥാനം നേടുന്നത് ഒരു വെല്ലുവിളിയായിരിക്കും. പുതിയ ജോലിയിലും വളരെ ശ്രദ്ധപതിപ്പിക്കേണ്ടിയിരിക്കും, അതിനാൽ തെറ്റുചെയ്യാനുള്ള സാദ്ധ്യതയും ഉണ്ടാവുകയില്ല. നിങ്ങളിൽ ഇത്രയ്ക്ക് ധൈര്യവും ഉത്സാഹവും ഉണ്ടോ എന്ന് തീരുമാനിക്കുക.

പുതിയ സ്ഥലത്തേക്ക് പോകുന്നതിനു മുമ്പ് അവിടെ ചെല്ലുന്നതുകൊണ്ട് വല്ലലാഭവും ഉണ്ടോ എന്ന് നോക്കുക. കമ്പനി നിങ്ങൾക്ക് കൂടുതൽ ലീവ് തരുന്നതിനുപകരം ഹെൽത്ത് ഇൻഷ്യൂറൻസിന്റെ തുക ഇരട്ടിയായി വാങ്ങുന്നുണ്ടോ? അവർ വീട്ടിലിരുന്ന് ജോലിചെയ്യാൻ അനുവദിക്കുന്നുണ്ടോ? ആദ്യത്തെതിലും കൂടുതൽ ശമ്പളം കിട്ടുമോ? മേലോട്ടമായി നോക്കിയാൽ എളുപ്പമായി തോന്നാമെങ്കിലും വാസ്തവത്തിൽ കാര്യങ്ങൾ അത്ര എളുപ്പമല്ല. നിങ്ങളുടെ വീട്ടിലെ ചുറ്റുപാട് അല്ലെങ്കിൽതന്നെ കുഴഞ്ഞുമറിഞ്ഞു കിടക്കുകയാണ്. ഓഫീസിലും അതുപോലെ സംഭവിക്കുവാൻ നിങ്ങൾ ആഗ്രഹിക്കുമോ? പല കമ്പനികളിലും പുതിയതായി ജോലിയിൽ പ്രവേശിക്കുന്നവർക്ക് കുറഞ്ഞ ശമ്പളവും സൗകര്യങ്ങളും മാത്രമെ നൽകുന്നുള്ളു എന്ന കാര്യവും ഓർമ്മവെക്കുക.

ഗർഭിണിയാണെന്ന കാരണത്തിന് ജോലിയിൽ നിയമിക്കാതിരിക്കാനുള്ള അധികാരം എംപ്ലോയർക്ക് ഇല്ലെങ്കിലും ഇക്കാര്യം മറച്ച് നിങ്ങൾ ജോലിയിൽ പ്രവേശിച്ചാൽ കുറച്ചു ദിവസം കഴിഞ്ഞ് നിങ്ങൾ മെറ്റേർണിറ്റി ലീവിന് അപേക്ഷിക്കുമ്പോൾ നിങ്ങൾ തമ്മിലുള്ള ബന്ധം ചീത്തയാകാൻ സാദ്ധ്യതയുണ്ട്. അദ്ദേഹം നിങ്ങളെ നിയമിക്കാൻ തയ്യാറാണെന്ന് അറിഞ്ഞ ഉടനെ നിങ്ങൾ ഗർഭിണിയാണെന്ന കാര്യം അദ്ദേഹത്തെ അറിയിക്കുക.

പുതിയ ജോലിയിൽ പ്രവേശിച്ചശേഷമാണ് ഗർഭിണിയാണെന്ന വിവരം നിങ്ങൾ അറിയുന്നതെങ്കിൽ നടന്നത് സന്തോഷത്തോടെ സ്വീകരിക്കുക. നിങ്ങളിൽ നിന്ന് എന്തുജോലിയാണോ അവർ പ്രതീക്ഷിക്കുന്നത്, അത് ചെയ്തുതീർക്കുക. ജോലിയുടെ സുരക്ഷയെപ്പറ്റിയുള്ള നിങ്ങളുടെ അധികാരം എന്താണെന്ന് മനസ്സിലാക്കണം. സ്ഥിതി വിപരീതമാകരുതല്ലോ?

ജോലിക്കിടയിൽ സുരക്ഷയും വിശ്രമവും

ഇത് നിങ്ങളുടെ ആദ്യത്തെ ശിശുവായിരിക്കാം. എന്നാൽ നിങ്ങൾ ജോലിക്കും കുടുംബത്തിനും നടുവിൽ സമതുലനം ഏർപ്പെടുത്താൻ പഠിക്കണം. ആദ്യത്തെയും ഒടുവിലത്തെയും മൂന്നാം മാസം ഗർഭാവസ്ഥയുടെ ലക്ഷണങ്ങൾ പ്രത്യക്ഷമായി മുന്നിലെത്തും, അപ്പോൾ ക്ഷീണം നിങ്ങളെ കീഴടക്കും. ഞങ്ങളുടെ ടിപ്സ് സ്വീകരിച്ചാൽ നിങ്ങൾക്ക് രണ്ടിടങ്ങളെയും ശരിയായ രീതിയിൽ നിയന്ത്രിക്കാൻ കഴിയുമെന്നു മാത്രമല്ല ഇത് വളരെ എളുപ്പവും സുരക്ഷിതവുമായിരിക്കും.

- ദിവസവും മൂന്നുപ്രാവശ്യം ഭക്ഷണം കഴിക്കുകയും ഇടക്കിടെ ലഘുഭക്ഷണം കഴിക്കുകയും ചെയ്യുക. ജോലിതിരക്കിനിടയിൽ ആരോഗ്യകരമായ ലഘുഭക്ഷണങ്ങൾ കഴിക്കാതിരിക്കരുത്. വേണമെങ്കിൽ ഹാൻഡ് ബാഗിലും എപ്പോഴും എന്തെങ്കിലും ഭക്ഷണസാധനം സൂക്ഷിക്കാം.
- തൂക്കം പരിശോധിക്കുക. പിരിമുറുക്കം മൂലം തൂക്കം കുറഞ്ഞിട്ടില്ലല്ലോ എന്ന് നോക്കുക. വാട്ടർകൂളറെ നിങ്ങളുടെ കൂട്ടുകാരനാക്കുക. അടിക്കടി ഗ്ലാസ് നിറയ്ക്കാൻ അതിന്റെ അടുത്തുപോകേണ്ടിവരും. അല്ലെങ്കിൽ മേശപ്പുറത്ത് വെള്ളത്തിന്റെ ബോട്ടിൽ വെയ്ക്കുക, അത് കാലിയാകുമ്പോൾ നിറച്ചുകൊണ്ടേ ഇരിക്കുക. എത്ര അധികം വെള്ളം കുടിക്കുന്നുവോ അതേ അളവിൽ മൂത്രാശയ സംക്രമണത്തിനുള്ള സാദ്ധ്യത കുറയും. മൂത്രമൊഴിക്കണമെന്ന് തോന്നിയാൽ ഉടനെ മൂത്രമൊഴിക്കുക. രണ്ടുമണിക്കൂറിലൊരിക്കൽ മൂത്രമൊഴിക്കുക.
- വസ്ത്രങ്ങൾ സൗകര്യപ്രദമായിരിക്കണം. ഇറുകിയതോ രക്തപ്രവാഹത്തെ തടയുന്നതോ ആയ വസ്ത്രങ്ങൾ ധരിക്കരുത് മണിക്കൂറുകളോളം നിന്ന് ജോലി ചെയ്യുകയാണെങ്കിൽ സ്പോട്ടിങ്ങ് ഹോസ് ധരിക്കാൻ മറക്കരുത്. മണിക്കൂറുകളോളം നിൽക്കാൻ നിർബന്ധിതയാണെങ്കിൽ ഇടക്കിടെ ഇരിക്കുകയോ ഉലാത്തുകയോ ചെയ്യുക. ഒരു ചെറിയ സ്റ്റൂൾ കിട്ടുമെങ്കിൽ നിൽക്കുന്ന സമയത്ത് രണ്ടുകാലും മാറ്റിമാറ്റി സ്റ്റൂളിന് മുകളിൽ വയ്ക്കുക. ജോലിക്കിടയിൽ ബ്രേക് എടുക്കുക. നിൽക്കുകയാണെങ്കിൽ ഇരിക്കുക. ഇരിക്കുകയാണെങ്കിൽ എഴുന്നേറ്റ് ഉലാത്തുക. സൗകര്യമുണ്ടെങ്കിൽ സോഫായിൽ കിടന്ന് നടുനിവർത്തുക. മുതുക്, കാലുകൾ, കഴുത്ത് എന്നിവയിൽ വലിവ് ഏർപ്പെടുത്തുന്ന വിധത്തിലുള്ള വ്യായാമങ്ങൾ ചെയ്യുക.
- ശ്വാസത്തിൽ ശ്രദ്ധകേന്ദ്രീകരിക്കുക. പുകയുള്ള സ്ഥലത്ത് പോകാതിരിക്കുക. പുക കാരണം കുഞ്ഞിന് ആപത്ത് ഏർപ്പെടും, നിങ്ങൾക്ക് ക്ഷീണം തോന്നുകയും ചെയ്യും.
- എന്തെങ്കിലും സാധനം പൊക്കി എടുക്കുമ്പോൾ മുതുകിൽ സമ്മർദ്ദം ഏർപ്പെടാതിരിക്കാൻ സൂക്ഷിക്കുക.
- ഓരോ പ്രാവശ്യം ഭക്ഷണം കഴിച്ചശേഷവും പല്ലുകൾ ശുദ്ധം ചെയ്യുക. ശ്വാസം ഫ്രെഷായിരിക്കും, പല്ലുകൾ ആരോഗ്യപൂർണ്ണമായിരിക്കും, നിങ്ങൾക്ക് മനം പിരട്ടുകയുമില്ല. വായിൽ കൂടുതൽ ഉമിനീർ ചുരക്കുകയാണെങ്കിൽ മൗത്ത് വാഷ് ഉപയോഗിക്കുക. ആദ്യത്തെ മൂന്നാം മാസത്തിൽ സാധാരണയായി ഇങ്ങനെ സംഭവിക്കും.
- കോട്പൽ ടണൽ സിൻഡ്രോം, മുതുകു വേദന ഈ രണ്ട് പ്രശ്നങ്ങളും സാധാരണ ഓഫീസിൽ പോകുന്നവർക്ക് ഏർപ്പെടുന്ന പ്രശ്നങ്ങളാണ്. ഇക്കാര്യത്തിൽ പ്രത്യേകം ശ്രദ്ധവേണം.
- പിരിമുറുക്കം വരാതെ സൂക്ഷിക്കുക. സമയം കിട്ടുമ്പോഴെല്ലാം സ്വല്പം വിശ്രമിക്കുക. പാട്ടുകേൾക്കുക, കണ്ണുമൂടി കിടക്കുക, മനസ്സിനെ സന്തോഷമായി വയ്ക്കുക, ഉലാത്തുക. സ്വയം ഫ്രെഷായി തോന്നാൻ പറ്റിയ എന്തെങ്കിലും ചെയ്യുക.
- ശരീരത്തിന്റെ ഭാഷ മനസ്സിലാക്കുക. ക്ഷീണം തോന്നിയാൽ ജോലിയുടെ വേഗം കുറയ്ക്കുക. കുറച്ച് വിശ്രമിക്കുക, വൈകുന്നേരം ലീവെടുത്ത് വീട്ടിലേക്കുപോകുക.

നാലാം മാസം

ഏകദേശം 14 മുതൽ 17 ആഴ്ചകൾ

രണ്ടാമത്തെ മൂന്നാം മാസം തുടങ്ങിക്കഴിഞ്ഞു. ഇത് മിക്ക ഗർഭിണികൾക്കും സുഖകരമായിരിക്കും. ഇതോടൊപ്പം ശരീരത്തിലും പലമാറ്റങ്ങളും ഏർപ്പെടും. ഗർഭാവസ്ഥയിലെ കഷ്ടകരമായ പല ലക്ഷണങ്ങളും കുറയാൻ തുടങ്ങും. വീണ്ടും ഭക്ഷണ സാധനങ്ങളോട് അഭിരുചി ഏർപ്പെടും. മുമ്പിലത്തേക്കാൾ ഊർജ്ജം വർദ്ധിക്കും. സ്തനങ്ങളിലെ സംവേദനാശീലതയും കുറയും. ഈ നാൾകളിൽ വയറും അറിയാൻ തുടങ്ങും.

ഈ മാസം നിങ്ങളുടെ കുഞ്ഞിന്റെ വളർച്ച

14-ാം ആഴ്ച:– ഈ ആഴ്ചയിൽ ഭ്രൂണത്തിന്റെ വളർച്ചയുടെ ലെവൽ വേറെ വേറെ ആയിരിക്കും. ഈ ലെവൽ ഒഴികെ മറ്റുകാര്യങ്ങളിൽ എല്ലാ ശിശുക്കളുടെയും വികാസ പഥം ഒന്നായിരിക്കും. ഈ മാസംവരെ ശിശുവിന്റെ ആകൃതി ചുരുട്ടിയ മുഷ്ടിയുടെ അളവായിരുന്നു. ഇപ്പോൾ അത് ഒരളവിന് നേരായ അവസ്ഥയിലായിവരുന്നു. കഴുത്ത് മുമ്പിലത്തെക്കാൾ നീണ്ടുവരുന്നു. തല നേരെയാകുന്നു. ചെറിയ തലയിൽ രോമം മുളക്കാൻ തുടങ്ങിയിരിക്കുന്നു. തലയിലെ മുടിയോടൊപ്പം പുരികത്തിലെ രോമങ്ങളും വളരാൻ തുടങ്ങിയിരിക്കുന്നു. രോമത്തിന്റെ ഈ ലെയർ കുഞ്ഞിന് ചൂട് നൽകും. ശരീരത്തിൽ കൊഴുപ്പ് കൂടിച്ചേരാൻ തുടങ്ങുമ്പോൾ മുടിയുടെ ലെയർ കുറയും. സമയത്തിന് മുമ്പ് ജനിക്കുന്ന ശിശുക്കളുടെ ദേഹത്തിൽ രോമത്തിന്റെ ഈ ലെയർ കാണാൻ കഴിയും.

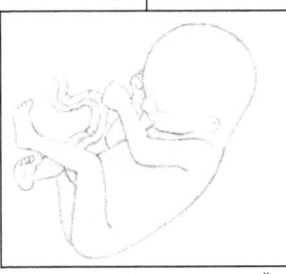

നാലുമാസം പ്രായമുള്ള കുഞ്ഞ്

15-ാം ആഴ്ച:– ഈ ആഴ്ച ശിശുവിന്റെ അളവ് 4½" ഉം തൂക്കം രണ്ടുമുതൽ മൂന്ന് ഔൺസുമായിരിക്കും അത് ഒരു ചെറിയ ഓറഞ്ചിന്റെ വലുപ്പത്തിലായിരിക്കും. അതിന്റെ കാതുകൾ ശരിയായ ഇടത്തിലായിക്കഴിഞ്ഞു. കണ്ണുകളും തലയുടെ മൂലയിൽനിന്ന് ചുറ്റിക്കറങ്ങി മുഖത്ത് എത്തിക്കഴിഞ്ഞു. അതിന് കാലിലെ വിരലുകൾ ഇളക്കാൻ കഴിയും. തള്ളവിരൽ ചപ്പുവാൻ കഴിയും. അതിന് എളുപ്പത്തിൽ ശ്വാസോഛ്വാസം ചെയ്യാൻ കഴിയും. നിങ്ങൾക്ക് അതിന്റെ ബഹളം അറിയാൻ കഴിയില്ലെങ്കിലും അതിന് സുഖമായി കൈകാലുകൾ ഇളക്കാൻ കഴിയും.

16-ാം ആഴ്ച:– ഇപ്പോൾ അതിന്റെ തൂക്കം 3 മുതൽ 5 ഔൺസും നീളം 4 ഇഞ്ചുമുതൽ 5 ഇഞ്ചും ആയിരിക്കും. അതിന്റെ മാംസപേശികൾ മുമ്പിലത്തെക്കാൾ ശക്തമായിതീരുകയാണ്.

അതിന്റെ മുഖത്തെ സൗന്ദര്യം വർദ്ധിച്ചുവരികയാണ്. കണ്ണുകൾ പ്രവർത്തിക്കാൻ തുടങ്ങിയിരിക്കുന്നു. പക്ഷെ

ഇനിയും കൺപോളകൾ മൂടാൻ തുടങ്ങിയിട്ടില്ല. അത് സ്പർശനത്തെ തിരിച്ചറിയാൻ തുടങ്ങിയിരിക്കുന്നു. നിങ്ങൾ ഉന്തിയ വയറിൽ സ്പർശിക്കുമ്പോൾ കുഞ്ഞിന് ആ സ്പർശനം അനുഭവപ്പെടുന്നു. നിങ്ങൾക്ക് അതിന്റെ ബഹളം മനസ്സിലാക്കാൻ കഴിയുകയില്ല.

17-ാം ആഴ്ച:– ഇപ്പോൾ ശിശു നിങ്ങളുടെ ഉള്ളംകൈയുടെ അളവിലായിരിക്കുന്നു. അതിന്റെ തൂക്കം 5 ഔൺസിൽ കൂടുതലും നീളം ഏകദേശം 5 ഇഞ്ചുമായിരിക്കും. അതിന്റെ ചർമ്മം സുതാര്യമാണ്, ശരീരത്തിൽ കൊഴുപ്പുകൂടിച്ചേരാൻ തുടങ്ങിയിരിക്കുന്നു. അത് ചപ്പുവാനും വിഴുങ്ങുവാനും പഠിച്ചുകഴിഞ്ഞു. ലോകത്ത് വന്നതും വയറുനിറക്കാൻ ആദ്യംതന്നെ അതിന് ഈ കാര്യമാണല്ലോ ചെയ്യേണ്ടത്. അതിന്റെ ഹൃദയസ്പന്ദനവും ക്രമീകൃതമായിരിക്കുന്നു.

നിങ്ങൾക്ക് എന്തനുഭവപ്പെടും?

ഓരോ സ്ത്രീയും ഗർഭാവസ്ഥയും വ്യത്യസ്തമായിരിക്കുമെന്ന് എപ്പോഴും പോലെ ഓർമ്മവെക്കുക. നിങ്ങൾ ഈ ലക്ഷണങ്ങളിൽ എല്ലാം തന്നെയോ അല്ലെങ്കിൽ ഒന്നോ രണ്ടോ മാത്രമോ അനുഭവിക്കുന്നുണ്ടാകും. ചിലത് കഴിഞ്ഞ മാസത്തിൽനിന്നുതന്നെ തുടർന്നുവരുന്നുണ്ടാകും, ചിലത് ഈ മാസം തുടങ്ങിയിട്ടുണ്ടാകും. ചില ലക്ഷണങ്ങൾ കാണാനേ ഉണ്ടാകില്ല, എന്തെന്നാൽ അത് നിങ്ങൾക്ക് പരിചയമായിക്കഴിഞ്ഞിരിക്കും. നിങ്ങൾക്ക് ഗർഭലക്ഷണങ്ങൾ കുറവാണെന്നുമിരിക്കാം ഈ മാസം നിങ്ങൾക്ക് താഴെ കൊടുത്തിരിക്കുന്ന ലക്ഷണങ്ങൾ അനുഭവപ്പെട്ടേക്കാം.

ശാരീരികം

- ക്ഷീണം
- മൂത്ര വിസർജ്ജനം കുറയുക
- മനംപിരട്ടലും ഛർദ്ദിയും നിൽക്കുകയോ കുറയുകയോ ചെയ്യുക. ചില സ്ത്രീകൾക്ക് മോണിങ്ങ് സിക്നസ് തുടരും
- മലബന്ധം
- നെഞ്ചെരിച്ചൽ, അജീർണ്ണം, വയറു വീർത്തുമുട്ടൽ, സ്തനങ്ങളുടെ വലുപ്പം കൂടുകയും മൃദുത്വവും കുറയുക.
- ചിലപ്പോൾ തലവേദന
- ചിലപ്പോൾ മയക്കവും തലചുറ്റലും
- മൂക്കടപ്പ്, മൂക്കിൽ നിന്ന് ചിലപ്പോൾ രക്തം വരുക, കാതിൽ അഴുക്ക് ചേരുക
- ബ്രഷ് ചെയ്യുമ്പോൾ രക്തം വരുക
- വിശപ്പുകൂടുക
- നെരിയാണി കാലുകൾ അല്ലെങ്കിൽ കൈകാലുകളിൽ വീക്കം
- കാലുകളിൽ വെരിക്കോസ്വെയിൻ, ഹെമറോയ്ഡ്
- യോനി സ്രാവത്തിൽ വർദ്ധന
- മാസ അവസാനത്തിൽ ഭ്രൂണത്തിന്റെ ഗതിവിധികൾ വർദ്ധിക്കുക (ഇത്ര പെട്ടെന്നല്ല)

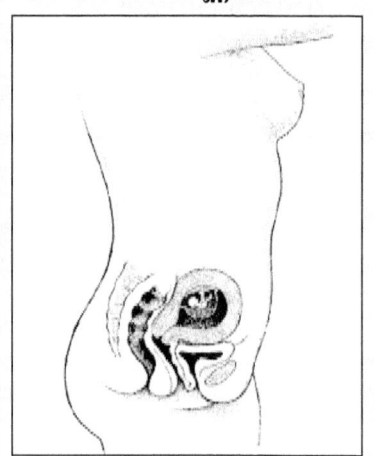

ഒരു കണ്ണോട്ടം

ചെറിയ തണ്ണിമത്തന്റെ വലിപ്പത്തിലുള്ള നിങ്ങളുടെ ഗർഭാശയം ഈ മാസം പെൽവിക്കാവിറ്റിയിൽ നിന്ന് പുറത്തേക്കു വരും. നാഭിയുടെ രണ്ടിഞ്ചിന് താഴെ ഇതിന്റെ മുകൾഭാഗം നിങ്ങൾക്ക് സ്പർശിച്ചറിയാൻ കഴിയും. ഡോക്ടറുടെ സഹായം കൊണ്ടുമാത്രമേ അറിയാൻ കഴിയൂ. ഈ ദിവസങ്ങളിൽ നിങ്ങളുടെ പഴയ വസ്ത്രങ്ങൾ ഇറുകിയതായിതീരും.

വൈകാരികം

മൂഡിൽ ഏറ്റ-ഇറക്കം, അസ്വസ്ഥത, മുൻ കോപം, പെട്ടെന്ന് കരയണമെന്ന് തോന്നുക.

- ഗർഭിണിയാണെന്ന് കാണപ്പെടുവാൻ ആഗ്രഹം.
- ഒരുതരത്തിലുള്ള വസ്ത്രവും പാക മാകാത്തതിന്റെ കുണ്ഠത. എന്തെന്നാൽ ഇപ്പോൾ ഗർഭാവസ്ഥയ്ക്കുള്ള വിശേഷ മായ വസ്ത്രങ്ങൾ ധരിക്കാറായിട്ടുമല്ല.
- ആരോഗ്യം ശരിയല്ലെന്ന ബോധം, മറവി, ഏകാഗ്രതക്കുറവ്.

ഈ മാസത്തെ പരിശോധന

ഈ മാസം ഡോക്ടർ താഴെ കൊടുത്തിട്ടുള്ള പരിശോധനകൾ ചെയ്യും. ഇത് കുറെ യൊക്കം നിങ്ങളുടെ ആവശ്യവും ഡോക്ട റുടെ രീതികളും ആശ്രയിച്ചിരിക്കും.

- തൂക്കവും രക്തസമ്മർദ്ദവും
- ഷുഗറും പ്രോട്ടീനും ടെസ്റ്റുചെയ്യാൻ മൂത്രം പരിശോധിക്കുക
- ഭ്രൂണത്തിന്റെ ഹൃദയസ്പന്ദനം
- ഗർഭാശയത്തിന്റെ ആകൃതി (പുറമെയുള്ള പരിശോധന)
- ഗർഭാശയത്തിന്റെ മുകൾഭാഗത്തിന്റെ ഉയരം
- കൈ-കാലുകളിലെ വീക്കവും വെരിക്കോസ് വെയിനും
- ചില വ്യത്യസ്തമായ ലക്ഷണങ്ങൾ
- നിങ്ങൾ ചോദിക്കാൻ ആഗ്രഹിക്കുന്ന ചില ചോദ്യങ്ങളും ജിജ്ഞാസകളും.

നിങ്ങൾ എന്തുകരുതുന്നുണ്ടാകും?

പല്ലുകൾ സംബന്ധപ്പെട്ട പ്രശ്നങ്ങൾ

"എന്റെ വായയുടെ സ്ഥിതി വളരെ മോശ മാണ്. ബ്രഷ് ചെയ്യുമ്പോൾ മോണകളിൽ നിന്ന് രക്തം വരുന്നു. അവയിൽ ദ്വാരമു ണ്ടെന്ന് തോന്നുന്നു. ഇപ്പോൾ പല്ലിന് ചികിത്സ ചെയ്യുന്നത് ശരിയാണോ?"

- പുഞ്ചിരിക്കൂ! നിങ്ങൾ ഗർഭിണിയാണ്. എന്നാൽ നിങ്ങൾക്ക് വീർത്തുവരുന്ന വയറിനെ ശ്രദ്ധിക്കുന്നത്ര നിങ്ങളുടെ വായയെയും പല്ലുകളെയും ശ്രദ്ധി ക്കാൻ കഴിയുന്നില്ലായിരിക്കാം. ഗർഭാ വസ്ഥാ ഹാർമോണുകൾ നിങ്ങളുടെ മോണകൾക്ക് അനുയോജ്യമായിരിക്കു കയില്ല. അവ നിങ്ങളുടെ മറ്റ് മ്യൂകസ് മെംബ്രേനുകൾ പോലെ വീങ്ങുന്നു. അവയിൽ നീറ്റൽ ഏർപ്പെടുകയും രക്തം വരുകയും ചെയ്യുന്നു. ഇതു കാരണം മോണകളെ പ്ലാക് ബാക്ടീരിയ ബാധിക്കാൻ സാദ്ധ്യതയുണ്ട്. പല സ്ത്രീ കളുടെയും നില വളരെ മോശമായി ത്തീരുന്നു. അവരെ 'ജിംജിവായ്റ്റിസ്' രോഗം ബാധിക്കുന്നു. ഞങ്ങളുടെ നിർദ്ദേശങ്ങൾ പരീക്ഷിച്ചുനോക്കുക. ആരോഗ്യമുള്ള മോണകൾ ലഭിക്കും.

> **ജാഗ്രത**
>
> ബ്രഷ് ചെയ്യുമ്പോൾ മോണകളിൽനിന്ന് രക്തം വരുന്നുണ്ടെങ്കിൽ ഡോക്ടറെ കാണുക. ചിലപ്പോൾ ഇത് 'പ്രെഗ്നൻസി ട്യൂമർ' കാരണമായിരിക്കാം. പക്ഷെ ഇതു കൊണ്ട് ആപത്തുകളൊന്നും ഏർ പ്പെടു കയില്ല. ഇത് പ്രസവത്തിനുശേഷം തനിയേ ശരിയാകും. എന്നാൽ കൂടുതൽ ബുദ്ധി മുട്ടുണ്ടെങ്കിൽ ഡോക്ടറോ, ദന്തരോഗ വിദഗ്ദനോ ഇതിനുള്ള ചികിത്സ ചെയ്യും.

- ദിവസവും ബ്രഷ് ചെയ്ത് പല്ലുകൾ വൃത്തിയാക്കുക. ക്ലോറൈഡുള്ള ടൂത്ത് പേസ്റ്റ് ഉപയോഗിക്കുക. നാക്കും വൃത്തിയാക്കുക. ഇതുമൂലം ശ്വാസം ഫ്രെഷ് ആയിരിക്കും, ബാക്ടീരിയ വളരുകയുമില്ല
- ഡോക്ടറുടെ അഭിപ്രായം ചോദിച്ച് കുലുക്കുഴിയാനുള്ള മരുന്ന് ഉപയോഗി ച്ചാൽ പല്ലുകളും മോണകളും ആരോഗ്യ മുള്ളതായിരിക്കും.
- ഭക്ഷണത്തിനുശേഷം ബ്രഷ് ചെയ്യാൻ കഴിഞ്ഞില്ലെങ്കിൽ ഷുഗർ ഇല്ലാത്ത ഗം ചവയ്ക്കുക. ഇതുകൊണ്ട് വായിൽ അധികം ഉമിനീർ ചുരക്കുകയും അത് പല്ലുകളെ വൃത്തിയാക്കുകയും ചെയ്യും. ഗം ജോയ്ലോടോൾ കലർന്നതാണെ ങ്കിൽ പല്ലുകൾ ജീർണിക്കുന്നതും നിൽ ക്കും. അതല്ലെങ്കിൽ കഠിനമായതെന്തെ ങ്കിലും ചവച്ചാൽ വായിൽ അമ്ലം ഉണ്ടാ കുന്നത് കുറയും.
- ഭക്ഷണത്തിനിടയിൽ എന്തുകഴിച്ചാലും അതിൽ ഒരു കണ്ണുവേണം. മധുരം കഴി ച്ചശേഷം ബ്രഷ് ചെയ്യാൻ കഴിയുമെ ങ്കിൽ മാത്രമെ അത് കഴിക്കാവൂ. വിറ്റാ മിൻ സി കലർന്ന വസ്തുക്കൾ കഴി ച്ചാൽ മോണകൾ ആരോഗ്യമായിരി ക്കും, അവയിൽ നിന്ന് രക്തം വരുക യില്ല. കാൽഷ്യത്തിന്റെ ഡോസ് എടുക്കാ നും മറക്കരുത്.

- പ്രശ്നമുണ്ടെങ്കിലും ഇല്ലെങ്കിലും ഗർഭാവസ്ഥയുടെ ഒൻപതുമാസങ്ങൾക്കിടയിൽ ഒരിക്കൽ തീർച്ചയായും പല്ലുകൾ പരിശോധിപ്പിക്കണം. പല്ലുകൾ വൃത്തിയായി വച്ചില്ലെങ്കിൽ മോണകളുടെ നില കൂടുതൽ മോശമാകും. ആദ്യം തന്നെ മോണകളിൽ പ്രശ്നമുണ്ടായിരുന്നുവെങ്കിൽ നിങ്ങളുടെ ഡോക്ടറെ കാണിക്കുക.

ഡോക്ടറെയോ ദന്തരോഗ വിദഗ്ദനെയോ കാണാൻ ഒട്ടും വൈകരുത്. ജിംജിവായ്റ്റിസിന് ചികിത്സിച്ചില്ലെങ്കിൽ മോണകൾക്ക് ഗംഭീരമായ പ്രശ്നങ്ങൾ ഏർപ്പെട്ടേക്കാം, അത് ഗർഭാവസ്ഥയിലെ ജടിലതകളുമായി ബന്ധപ്പെട്ടതാണ്. പല്ലുകൾ ജീർണിക്കുന്നതുകൊണ്ട് സംക്രമണം ഏർപ്പെടും. ഇത് അമ്മയ്ക്കും കുഞ്ഞിനും ഹാനികരമാണ്.

ഗർഭാവസ്ഥയിൽ ദന്തചികിത്സ അത്യാവശ്യമായി വന്നാലോ? ലോക്കൽ അനസ്തീഷ്യയും ആദ്യത്തെ മൂന്നാം മാസത്തിൽ നൈട്രസ് ഓക്സൈഡിന്റെ ചെറിയ ഡോസും സുരക്ഷിതമാണ്. എന്നാൽ അധിക ഗൗരവമുള്ള ചികിത്സകളൊക്കെ മാറ്റിവെക്കണം. പലപ്പോഴും ദന്തചികിത്സയ്ക്ക് മുൻപും പിൻപും ആന്റിബയോട്ടിക്സിന്റെ ഹെവി ഡോസ് എടുക്കേണ്ടിവരും, അതുകൊണ്ട് ആദ്യംതന്നെ നിങ്ങളുടെ ഡോക്ടറോട് ചോദിക്കുക.

എക്സ്-റേ

സുരക്ഷയെ കരുതി ഏതൊരു ഡെന്റൽ എക്സ്-റേയും പ്രസവംവരെ തള്ളിവയ്ക്കുന്നതാണ് നല്ലത്. പക്ഷെ ഇവയിലുള്ള ആപത്ത് വളരെ കുറയ്ക്കാൻ കഴിയും. എക്സ്-റേ വായിലായതുകൊണ്ട് അത് ഗർഭാശയത്തിൽ നിന്ന് വളരെ ദൂരെ ആയിരിക്കും. അതിന്റെ റേഡിയേഷൻ കുറച്ചു ദിവസം സാധാരണ സൺബാത്ത് എടുക്കുന്നതിന്റെ അത്രയെ ഉണ്ടാകൂ. എന്നാലും എക്സ്-റേ എടുത്തേ തീരൂ എങ്കിൽ താഴെ കൊടുത്തിരിക്കുന്ന കാര്യങ്ങൾ ശ്രദ്ധിക്കുക.

- എക്സ്-റേ എടുക്കുന്ന ആളോട് ആദ്യംതന്നെ നിങ്ങൾ ഗർഭിണിയാണെന്ന് പറയുക
- ഒരു നല്ല പരിചയസമ്പന്നനായ ടെക്നിഷ്യനെക്കൊണ്ടു മാത്രമേ എക്സ്-റേ എടുപ്പിക്കാവൂ
- അത്യാവശ്യമായ ശരീരഭാഗം മാത്രമേ റേഡിയേഷന്റെ സമ്പർക്കത്തിൽ വരാൻ പാടുള്ളൂ. ഗർഭാശയത്തിന്റെ രക്ഷയ്ക്ക് ലീഡ് എപ്രണും കഴുത്തിന്റെ രക്ഷയ്ക്കായി തൈറോയ്ഡ് കോളറും ധരിക്കുക
- എക്സ്-റേ എടുക്കുമ്പോൾ അനങ്ങരുത്, അല്ലെങ്കിൽ രണ്ടാമതും എക്സ്-റേ എടുക്കേണ്ടിവരും.
- നിങ്ങൾ അറിയാതെ മുൻപും എക്സ്-റേ എടുപ്പിച്ചിട്ടുണ്ടെങ്കിൽ അതിനെപ്പറ്റി വിഷമിക്കേണ്ട

ശ്വാസിക്കാൻ ബുദ്ധിമുട്ട്

"ചിലപ്പോഴൊക്കെ എനിക്ക് ശ്വാസിക്കാൻ ബുദ്ധിമുട്ട് ഏർപ്പെടുന്നു. ഇത് സാധാരണമാണോ?"

ദീർഘശ്വാസമെടുത്ത് ശാന്തമായിരിക്കുക. രണ്ടാമത്തെ മൂന്നാംമാസ ആരംഭത്തിൽ പല സ്ത്രീകൾക്കും ഇത് ഏർപ്പെടാറുണ്ട്. ഇതിന് ഗർഭാവസ്ഥാ ഹാർമോണുകളെ കുറ്റപ്പെടുത്താം. ഇവ മൂലം ശ്വാസത്തിന്റെ ആഴവും വേഗതയും വർദ്ധിക്കും. ഇതുമൂലം നിങ്ങളുടെ ക്ഷീണം വർദ്ധിച്ചേക്കാം. ശരീരത്തിലെ ക്യാലിപറീസ് വീങ്ങുന്നു, ഇവയിൽ ശ്വസനതന്ത്രവും അടങ്ങും. ശ്വാസകോശങ്ങളും ബ്രോങ്കൈൽ ട്യൂബിലെ മാംസപേശികളും ശിഥിലമാവുകയും ശ്വസിക്കാൻ ബുദ്ധിമുട്ട് ഏർപ്പെടുകയും ചെയ്യുന്നു. ഗർഭാവസ്ഥ വർദ്ധിക്കുമ്പോൾ ഗർഭാശയത്തിന്റെ തൂക്കം മൂലവും ഇങ്ങനെ സംഭവിക്കാം. ശ്വാസകോശങ്ങൾക്ക് പൂർണ്ണമായി വികസിക്കാൻ കഴിയുന്നില്ല.

ഇതുകൊണ്ട് നിങ്ങൾക്ക് കുറച്ച് അസ്വാഭാവികത അനുഭവപ്പെടാമെങ്കിലും ഇതുകൊണ്ട് കുഞ്ഞിന് ഒരു ബുദ്ധിമുട്ടും ഏർപ്പെടുകയില്ല. അതിനുവേണ്ട ഓക്സിജൻ ധാരാളം മറുപിള്ളയിൽ ഉണ്ടായിരിക്കും. നിങ്ങൾക്ക് ശ്വാസമെടുക്കാൻ അധികം ബുദ്ധിമുട്ടുണ്ടാവുകയോ, ചുണ്ട്വിരലുകളുടെ അറ്റം എന്നിവ നീലനിറമാകുകയോ, നെഞ്ചിൽ കഠിനമായ വേദന ഉണ്ടാകുകയോ, നാടിത്തുടിപ്പ് വേഗമാകുകയോ ചെയ്താൽ ഡോക്ടറെ കാണാൻ ഒട്ടും വൈകരുത്.

നാസാദ്വാരങ്ങളിലെ അഴുക്കും മൂക്കിൽ നിന്ന് രക്തം വരലും

"എന്റെ മൂക്കിൽ ധാരാളം അഴുക്കുചേരുന്നു. ചിലപ്പോൾ ഒരു കാരണവുമില്ലാതെ മൂക്കിൽ നിന്ന് രക്തം ഒഴുകുന്നു. ഇത് ഗർഭാവസ്ഥ കാരണമാണോ?"

ഈ ദിവസങ്ങളിൽ നിങ്ങളുടെ വയറ് വീർക്കുക മാത്രമല്ല ചെയ്യുന്നത്, എസ്ട്രോജന്റെയും പ്രൊജെക്ട്രോണിന്റെയും വർദ്ധിച്ചുവരുന്ന അളവ് മൂക്കിൽ മ്യൂക്കസ് അല്ലെങ്കിൽ അഴുക്ക് വർദ്ധിപ്പിക്കും.

ഈ മ്യൂക്കസ് ഉത്പാദിപ്പിക്കുന്നതിനുള്ള ഒരേ ഒരു കാരണം നിങ്ങളെ സംക്രമണം പരത്തുന്ന കീടാണുക്കളിൽ നിന്ന് രക്ഷിക്കുക എന്നുള്ളതാണ്. ഗർഭാവസ്ഥയിൽ മൂക്കിലെ അഴുക്ക് വർദ്ധിക്കുകയും ചിലപ്പോൾ മൂക്കിൽ നിന്ന് രക്തം വരികയും ചെയ്യും.

മൂക്ക് വല്ലാതെ അടയുകയാണെങ്കിൽ സലായ്ൻ സ്പ്രേ അല്ലെങ്കിൽ സലായ്ൻ സ്ട്രിപ്പ് ഉപയോഗിക്കാം. മുറിയിൽ ഹ്യൂമഡീഫയർ ഘടിപ്പിച്ചിട്ടുണ്ടെങ്കിലും മൂക്കടപ്പ് വേഗത്തിൽ മാറികിട്ടും. ഗർഭാവസ്ഥയിൽ ആന്റി ഹിസ്റ്റൈമെൻ സ്പ്രേ ഉപയോഗിക്കരുത്. നിങ്ങളുടെ ഡോക്ടറോട് ചോദിച്ച് മറ്റെന്തെങ്കിലും ഉപയോഗിക്കാവുന്നതാണ്.

വിറ്റാമിനുള്ള ആഹാരത്തോടൊപ്പം വിറ്റാമിൻ സി 250 മി.ഗ്രാം ഡോസും ആശ്വാസം നൽകും. മൂക്കിൽ നിന്നുള്ള രക്തപ്രവാഹവും കുറയും.

മൂക്കിൽ നിന്ന് രക്തം ഒഴുകുന്നുണ്ടെങ്കിൽ കുറച്ച് കുനിഞ്ഞുനിൽക്കുകയോ ഇരിക്കുകയോ ചെയ്യുക. അല്ലെങ്കിൽ കിടക്കുക. തള്ളവിരലും ചൂണ്ടുവിരലും ചേർത്ത് നാസാദ്വാരങ്ങളുടെ മുകൾഭാഗം അഞ്ചുനിമിഷംവരെ അമർത്തിപ്പിടിക്കുക. മൂന്നുപ്രാവശ്യം ഇത് ആവർത്തിച്ചശേഷവും രക്തം ഒഴുകുന്നത് നിന്നില്ലെങ്കിലോ വളരെ അധികം രക്തം ഒഴുകുന്നുണ്ടെങ്കിലോ ഡോക്ടറെ സമീപിക്കുക.

കൂർക്കംവലി

"ഞാൻ രാത്രിയിൽ കൂർക്കം വലിക്കുന്നുണ്ടെന്ന് എന്റെ ഭർത്താവ് പറഞ്ഞു. ഇതെന്തുകൊണ്ടാണ്?"

കൂർക്കം വലിക്കുന്ന ആളുടെയും അത് കേൾക്കുന്ന ആളുടെയും ഉറക്കം കെടുന്നു. എന്നാൽ ഗർഭാവസ്ഥയിൽ ഇത് സാധാരണമാണ്. അഴുക്ക് നിറഞ്ഞതുകൊണ്ടോ മൂക്ക് അടച്ചിരിക്കുന്നതുകൊണ്ടോ ഇങ്ങനെ സംഭവിക്കുന്നതാണെങ്കിൽ നേസൽഡ്രോപ്പ് ഒഴിക്കുന്നതുകൊണ്ടോ തല ഉയർത്തിവെച്ച് ഉറങ്ങുന്നതുകൊണ്ടോ ആശ്വാസം ലഭിച്ചേക്കാം. പ്രെഗ്നൻസി ഹാർമോണുകളും ഉന്തിയ തൂക്കം കൂടുതലുണ്ടെങ്കിലും കൂർക്കം വലിക്കും. അതുകൊണ്ട് ആവശ്യത്തിൽ കൂടുതൽ തൂക്കം വർദ്ധിക്കാതിരിക്കാൻ ശ്രദ്ധിക്കുക.

ചിലപ്പോൾ കൂർക്കംവലി 'സ്ലീപ് എപ്പനിയ' യുടെ ലക്ഷണമായിരിക്കും. ഇതിൽ ശ്വാസം കുറച്ചുനേരത്തേക്ക് നിലക്കുന്നു. നിങ്ങൾ രണ്ടുപേർക്കുവേണ്ടി ശ്വസിക്കുന്നതുകൊണ്ട് അടുത്ത സന്ദർശന സമയത്ത് ഡോക്ടറോട് ഇതിനെക്കുറിച്ച് പറയുവാൻ മറക്കരുത്.

> **ഉറക്കം വരുന്നില്ലാ?**
>
> വയറും നല്ല ഉറക്കത്തിന് തടസ്സം ഏർപ്പെടുത്തുന്നുണ്ടോ? എന്തെങ്കിലും ഉറക്കഗുളിക കഴിക്കുന്നതിന് മുമ്പ് ഡോക്ടറോട് ചോദിക്കുക. അല്ലെങ്കിൽ ഞങ്ങൾ ഈ പുസ്തകത്തിൽ പറഞ്ഞിട്ടുള്ള ഉപായങ്ങൾ പ്രയോഗിച്ചു നോക്കുക.

അലർജി

"ഗർഭാവസ്ഥ ആരംഭിച്ചതോടെ എനിക്ക് വല്ലാതെ അലർജിയും ഏർപ്പെടുന്നു. എന്റെ മൂക്ക് എപ്പോഴും ഒഴുകിക്കൊണ്ടിരിക്കുന്നു"

ഗർഭാവസ്ഥയിൽ മൂക്കിൽ മ്യൂക്കസ് വർദ്ധിക്കുന്നു. സാധാരണ കംജഷനെ നിങ്ങൾ അലർജിയായി തെറ്റിദ്ധരിച്ചിരിക്കുകയാണോ? പലരുടെയും അഭിപ്രായം ഗർഭാവസ്ഥയിൽ അവരുടെ അലർജി ഒരളവിന് നിയന്ത്രണത്തിലാകുന്നു എന്നാണ്. എന്നാൽ ചിലരുടെ സ്ഥിതികൂടുതൽ മോശമാകാറുണ്ട്. ചിലർ പറയുന്നത് അവരുടെ ലക്ഷണങ്ങൾ മുമ്പിലത്തെതുപോലെ തന്നെ ആണെന്നാണ്. നിങ്ങളുടെ ലക്ഷണം മോശമായി വരുന്നുണ്ടെന്നും നിങ്ങൾ ആ ഭാഗ്യശാലികളുടെ പട്ടികയിൽ പെടുന്നില്ലെന്നും തോന്നുന്നു. മരുന്നുകടയിൽ നിന്ന് വല്ല മരുന്നും വാങ്ങിക്കഴിക്കുന്നതിന് മുമ്പ് ഡോക്ടറോട് ചോദിക്കുക, എല്ലാ ആന്റി ഹിസ്റ്റമൈൻ മരുന്നുകളും ഗർഭാവസ്ഥയിൽ സുരക്ഷിതമല്ല. നിങ്ങൾ അറിയാതെ എന്തെങ്കിലും മരുന്ന് കഴിച്ചിട്ടുണ്ടെങ്കിൽ അതിനെപ്പറ്റി വിഷമിക്കേണ്ട.

ഗർഭധാരണത്തിനുമുമ്പ് അലർജി ഷോട്ട് എടുക്കാം. ഗർഭം ധരിച്ചശേഷം അലർജിഷോട്ട് എടുക്കുന്നത് ശരിയല്ലെന്നാണ് അലർജിസ്റ്റുകളുടെ അഭിപ്രായം.

അലർജി ഉള്ളപ്പോൾ കഴിക്കേണ്ട ആഹാരം

അമ്മയുടെ അലർജി കുഞ്ഞിലേക്കും പകരുമോ എന്ന പേടി എല്ലാവർക്കും ഉണ്ടാകും. മുലയൂട്ടുന്ന അമ്മമാർ അലർജി ഏർപ്പെടുത്തുന്ന ഭക്ഷണസാധനങ്ങൾ കൂടുതൽ കഴിച്ചാൽ അവരുടെ കുഞ്ഞിനും അലർജി ഉണ്ടാകുമെന്ന് പഠനങ്ങൾ തെളിയിച്ചിട്ടുണ്ട്.

നിങ്ങൾക്ക് അലർജി ഉണ്ടെങ്കിൽ ഭക്ഷണത്തിൽ നിന്ന് അലർജി ഏർപ്പെടുത്തുന്ന ഭക്ഷണ സാധനങ്ങൾ നീക്കം ചെയ്യുന്നതിന് മുമ്പ് ഡോക്ടറോട് അഭിപ്രായം ചോദിക്കുക. അങ്ങനെ ചെയ്യണമെന്ന് അദ്ദേഹം പറഞ്ഞാൽ മാത്രം അവ ഉപേക്ഷിക്കുക.

പ്രിവെൻഷൻ ഈസ് ബെറ്റർ ദാൻ ക്യൂർ:– ചികിത്സയെക്കാൾ നല്ലത് രോഗം വരാതെ സൂക്ഷിക്കുന്നതാണെന്ന് കേട്ടിട്ടില്ലേ? ആദ്യം നിങ്ങളുടെ അലർജിയുടെ കാരണം കണ്ടുപിടിക്കുക, പിന്നീട് അതിൽനിന്ന് രക്ഷ നേടാൻ ശ്രമിക്കുക. അങ്ങനെ വരാൻ പോകുന്ന കുഞ്ഞും അലർജിയിൽ നിന്ന് രക്ഷപ്പെടും. ഞങ്ങളുടെ നിർദ്ദേശങ്ങൾ പ്രയോഗിച്ച് നോക്കുക. വളരെ ഉപയോഗപ്രദമാണ്.

- നിങ്ങൾ പുറത്തുള്ള വായു മലിനീകരണം കാരണം ബുദ്ധിമുട്ടുകയാണെങ്കിൽ വീട്ടിനകത്ത് എ.സി. റൂമിൽ തന്നെ ഇരിക്കുക. പുറത്ത് നിന്നുവന്ന ഉടനെ കൈ-കാലുകൾ, വസ്ത്രങ്ങൾ എന്നിവ കഴുകുക. വീട്ടിൽ നിന്ന് പുറത്തുപോകുമ്പോൾ വലിയ ഫ്രെയ്മുള്ള കണ്ണട ധരിക്കുക, അപ്പോൾ പൊല്യൂഷൻ നിങ്ങളുടെ കണ്ണുകളെ ബാധിക്കുകയില്ല.
- പൊടികൊണ്ടുള്ള ബുദ്ധിമുട്ടാണെങ്കിൽ ആരോടെങ്കിലും വീട് തൂക്കാനും തുടയ്ക്കാനും പറയുക. ചൂലിനുപകരം വ്യാക്വംക്ലീനർ ഉപയോഗിക്കുക. പൊടി പിടിച്ച അലമാരകളുടെയും പുസ്തകങ്ങളുടെയും അടുത്ത് പോകാതിരിക്കുക.
- ഏതെങ്കിലും പ്രത്യേക തരത്തിലുള്ള ആഹാരം കഴിക്കുന്നതുകൊണ്ട് അലർജി ഏർപ്പെടുന്നുണ്ടെങ്കിൽ അതിനുപകരം മറ്റെന്തെങ്കിലും ഭക്ഷണസാധനം തിരഞ്ഞെടുക്കുക. അഞ്ചാം അദ്ധ്യായത്തിന്റെ സഹായം കൊണ്ട് നിങ്ങൾക്ക് ഗർഭാവസ്ഥയിലേക്കുള്ള ഭക്ഷണം തിരഞ്ഞെടുക്കാം.
- മൃഗങ്ങൾ മൂലം അലർജി ഏർപ്പെടുന്നുണ്ടെങ്കിൽ നിങ്ങളുടെ മിത്രങ്ങളോടും അതിനെപ്പറ്റി പറയുക. അപ്പോൾ നിങ്ങൾ അവരുടെ വീട്ടിലേക്ക് പോകുമ്പോൾ അവയെ അവിടെനിന്ന് മറ്റെവിടേക്കെങ്കിലും മാറ്റാൻ അവർക്ക് കഴിയും. നിങ്ങളുടെ വീട്ടിൽ അങ്ങനെയുള്ള ഏതെങ്കിലും മൃഗമുണ്ടെങ്കിൽ അതിനെ നിങ്ങളുടെ ബെഡ് റൂമിനടുത്ത് വരാൻ അനുവദിക്കരുത്.
- നിങ്ങൾക്ക് സിഗററ്റിൽ നിന്നും പുകയിലയുടെ പുകയിൽനിന്നും എളുപ്പത്തിൽ രക്ഷനേടാം, സർക്കാർ പലയിടങ്ങളിലും ഇതിന് റിസ്ട്രിക്ഷൻ വിധിച്ചിട്ടുണ്ട്. സിഗററ്റ്, പൈപ്പ്, ചുരുട്ട് എന്നിവയുടെ പുകയിൽ നിന്ന് അകന്നിരിക്കുക.

യോനി സ്രാവം

"എന്റെ യോനിയിൽനിന്ന് നേർത്ത വെള്ള നിറത്തിലുള്ള സ്രവം ഒഴുകുന്നു. എനിക്ക് എന്തെങ്കിലും ഇൻഫെക്ഷൻ ഏർപ്പെട്ടിട്ടുണ്ടോ?"

- നേർത്ത പാൽനിറത്തിലുള്ളതും ചെറിയ ഗന്ധമുള്ളതുമായ ഡിസ്ചാർജ്ജ് (ല്യൂകോറിയാ) സാധാരണ ഗർഭാവസ്ഥയിൽ ഉണ്ടാകുന്നതുതന്നെയാണ്. ഇത് നിങ്ങളുടെ യോനിയെ സംക്രമണത്തിൽനിന്ന് രക്ഷിക്കുന്നു, ബാക്ടീരിയായുടെ ആരോഗ്യപൂർണ്ണമായ സംതുലനം ഏർപ്പെടുത്തുന്നു. ദുർഭാഗ്യം കൊണ്ട് ഇതു കാരണം നിങ്ങളുടെ അടിവസ്ത്രങ്ങളുടെ നില വളരെ മോശമായി തീരുന്നു. അവസാനമാസങ്ങൾ അടുക്കുമ്പോൾ ഇത് കട്ടിയുള്ളതായി മാറും. അതുകൊണ്ട് ചില സ്ത്രീകൾ പാന്റി ലൈനർ പാഡ് ഉപയോഗിക്കും. ഇതിനായി ടൈപൂൺ ഉപയോഗിക്കരുത്, അതുമൂലം യോനിയിൽ വേണ്ടാത്ത കീടാണുക്കൾ ഉത്പത്തിയാകും.

ഇതുകൊണ്ട് നിങ്ങളുടെ ഭർത്താവിന് ഓറൽ സെക്സ് ചെയ്യാൻ ബുദ്ധിമുട്ടാകും. നിങ്ങൾക്ക് കുറച്ച് ബുദ്ധിമുട്ടുണ്ടാകും. എന്നാൽ ഇതിൽ വിഷമിക്കാൻ ഒന്നുമില്ല. നിങ്ങൾ ശരീരം വൃത്തിയായി സൂക്ഷിച്ചാൽ എല്ലാം ശരിയാകും. എന്നാൽ ഇതിനുവേണ്ടി 'ഡൗച്ച്' ചെയ്യരുത്. അങ്ങനെ ചെയ്താൽ യോനിയിലുള്ള മൈക്രോ ഓർഗാനിസത്തിന്റെ സമതുലനം നഷ്ടപ്പെടുകയും 'ബാക്ടീരിയൽ വെജൈനോസിസ്' ഏർപ്പെടുകയും ചെയ്യും.

വർദ്ധിച്ച രക്തസമ്മർദ്ദം

"കഴിഞ്ഞ തവണ ഡോക്ടറെ കണ്ടപ്പോൾ എന്റെ രക്തസമ്മർദ്ദം വർദ്ധിച്ചിട്ടുണ്ടെന്ന് പറഞ്ഞു. പേടിക്കാനുണ്ടോ?"

പേടിക്കണ്ട. ബ്ലഡ് പ്രഷറിനെക്കുറിച്ച് വിഷമിച്ചാൽ അത് വീണ്ടും കൂടുതലാകും. അതുട്രാഫിക്ജാം കാരണമോ വീട്ടിൽ പോയി ജോലികൾ ചെയ്തുതീർക്കേണ്ട തിരക്കുകാരണമോ നിങ്ങൾ അസ്വസ്തയായിരുന്നതു കൊണ്ടായിരിക്കും. നിങ്ങൾക്ക് കൂടുകയും കുറയുകയും ചെയ്യുന്ന തൂക്കം കാരണമോ പുതിയതായി പൊന്തിവരുന്ന ഗർഭലക്ഷണങ്ങളെപ്പറ്റി ഉള്ള ചിന്തയോ കുഞ്ഞിന്റെ ഹൃദയസ്പന്ദനം കേൾക്കുന്നതുകൊണ്ടുള്ള ഉത്സാഹമോ കൊണ്ടും ഏർപ്പെട്ടിരിക്കാം. ഒരുമണിക്കൂർ കഴിഞ്ഞ് നിങ്ങളുടെ മനനില സാധാരണമാകുമ്പോൾ രക്തസമ്മർദ്ദവും സാധാരണ നിലയിലായിരിക്കും. അടുത്ത തവണ രക്തസമ്മർദ്ദം പരിശോധിക്കാൻ പോകുമ്പോൾ മനസ്സിനെ ശാന്തമായി വയ്ക്കാനുള്ള ചില ടെക്നിക്കുകൾ സ്വീകരിക്കുക. നല്ല സന്തോഷകരമായ കാര്യങ്ങൾ ഓർക്കുക.

അടുത്ത തവണയും രക്തസമ്മർദ്ദം കുറച്ചുകൂടിയിട്ടുണ്ടെങ്കിൽ പരിഭ്രമിക്കേണ്ടതില്ല. ഇതുകൊണ്ട് ഒരു കേടും ഏർപ്പെടുകയില്ല, പ്രസവത്തിനുശേഷം ഇത് താനേ ശരിയാകും.

സാധാരണ ഗർഭിണി സ്ത്രീകളുടെ രക്തസമ്മർദ്ദം രണ്ടാമത്തെ മൂന്നാം മാസം കുറച്ച് കുറയും. കുഞ്ഞിന്റെ വളർച്ചക്കായി ശരീരത്തിന് മണിക്കൂറുകളോളം ജോലി ചെയ്യേണ്ടി വരുന്നതു കൊണ്ടാണ് ഇങ്ങനെ സംഭവിക്കുന്നത്.

എന്നാൽ മൂന്നാമത് മൂന്നാം മാസം ഇത് കുറച്ച് വർദ്ധിക്കുന്നു. രണ്ട്-മൂന്ന് കൂടിക്കാഴ്ചകൾക്കും പരിശോധനകൾക്കും ശേഷവും ഇത് ഇതേപോലെ വർദ്ധിച്ചിരിക്കുകയാണെങ്കിൽ ഡോക്ടർ ശ്രദ്ധയോടെ പരിശോധിക്കും. മൂത്രത്തിലെ പ്രോട്ടീൻ, കൈ-കാലുകളിലെ വീക്കം, പെട്ടെന്നുള്ള തൂക്കം വർദ്ധിക്കൽ എന്നിവയെല്ലാം ഇതിനോട് ബന്ധപ്പെട്ടതാണെന്നുള്ളതാണ് അതിന് കാരണം.

മൂത്രത്തിൽ ഷുഗർ

"കഴിഞ്ഞതവണ ഡോക്ടർ, എന്റെ മൂത്രത്തിൽ ഷുഗർ ഉണ്ടെന്ന് പറഞ്ഞു. പക്ഷെ വിഷമിക്കാനില്ല എന്നും പറഞ്ഞു. ഇത് പ്രമേഹത്തിന്റെ ലക്ഷണമാണോ?"

ഡോക്ടറുടെ ഉപദേശം സ്വീകരിക്കുക, വിഷമിക്കാതിരിക്കുക. നിങ്ങളുടെ ശരീരത്തിന് എന്തുചെയ്യണമോ അതുതന്നെയാണ് അത് ചെയ്തുകൊണ്ടിരിക്കുന്നത്. ഭ്രൂണത്തിന് ആവശ്യമായ അളവിൽ ഗ്ലൂക്കോസ് കിട്ടാനുള്ള മുഴുവൻ ഏർപ്പാടും ചെയ്യുകയാണ്.

ഇൻസുലിൻ ഹാർമോൺ നിങ്ങളുടെ ശരീരത്തിൽ ഗ്ലൂക്കോസ് ലെവൽ നിയന്ത്രിച്ചു വെക്കും. ശരീരത്തിലെ കോശങ്ങൾക്ക് ആവശ്യമായ പോഷണം ലഭിക്കണമെന്ന കാര്യവും ശ്രദ്ധിക്കും. ഗർഭാവസ്ഥയിൽ നിങ്ങളുടെ ശരീരം ഭ്രൂണത്തിന്റെ വളർച്ചക്ക് ആവശ്യമായ അളവിന് ഗ്ലൂക്കോസ് രക്തപ്രവാഹത്തിന് ഉണ്ടായിരിക്കാനും ശ്രമിക്കും. എന്നാൽ ഇത് എപ്പോഴും ശരിയായ രീതിയിൽ പ്രവർത്തിക്കുന്നില്ല. പലപ്പോഴും ആന്റി-ഇൻസുലിനിന്റെ പ്രവർത്തനം കൂടുതലായി അമ്മയ്ക്കും കുഞ്ഞിനും ആവശ്യത്തിൽ കൂടുതൽ ഷുഗർ രക്തപ്രവാഹത്തിൽ കലരുകയും ചെയ്യുന്നു, കിഡ്നിയാൽ ഇതിനെ നിയന്ത്രിക്കാൻ കഴിയുന്നില്ല. ആവശ്യത്തിൽ കൂടുതലായ ഈ ഷുഗർ മൂത്രം വഴിയായി പുറത്തുവരുന്നു. രണ്ടാമത്തെ മൂന്നാം മാസം ഇത് ഒരു സാധാരണ കാര്യമാണെന്ന് പറയാം. സാധാരണ 50% സ്ത്രീകൾക്കും ഈ സ്ഥിതിയെ അഭിമുഖീകരിക്കേണ്ടിവരാറുണ്ട്.

മിക്ക സ്ത്രീകളിലും ബ്ലഡ്ഷുഗർ വർദ്ധിക്കുമ്പോൾ ശരീരം ഇൻസുലിന്റെ അളവ് വർദ്ധിപ്പിച്ച് പ്രതികരിക്കുന്നു. അടുത്ത ടെസ്റ്റിന് പോകുമ്പോൾ എല്ലാം സാധാരണമായിരിക്കും. എന്നാൽ പ്രമേഹ ബാധിതരോ, പ്രമേഹം ബാധിക്കാനുള്ള ലക്ഷണങ്ങൾ ഉള്ളവരോ ആയ ചില സ്ത്രീകളുടെ ശരീരത്തിൽ അധിക അളവിൽ ഇൻസുലിൻ തയ്യാറാകുന്നില്ല. അവരുടെ മൂത്രത്തിലും രക്തത്തിലും അധിക അളവിൽ ഷുഗർ കാണപ്പെടുന്നു. ആദ്യംതന്നെ പ്രമേഹരോഗ ബാധിതരല്ലാത്ത സ്ത്രീകളെ സംബന്ധിച്ചിടത്തോളം ഇതിനെ 'ഗ്യാസ്റ്റേഷ്ണൽ ഡയബറ്റീസ്' എന്നുപറയും.

എല്ലാ ഗർഭിണികളെയും പോലെ നിങ്ങളും 26-ാം ആഴ്ചയിൽ ഗ്ലൂക്കോസ് സ്ക്രീനിങ്ങ് ടെസ്റ്റ് ചെയ്തിരിക്കണം. അപ്പോൾ ഗ്യാസ്റ്റേഷ്ണൽ ഡയബറ്റീസിന്റെ പരിശോധനയും ചെയ്യാം. അതുവരെ മൂത്രത്തിൽ വരുന്ന ഷുഗറിനെപ്പറ്റി അധികം വിഷമിക്കേണ്ടതില്ല.

അനീമിയ (രക്തക്കുറവ്)

"എന്റെ ഒരു സ്നേഹിതയ്ക്ക് ഗർഭാവസ്ഥയിൽ അനീമിയ ഏർപ്പെട്ടിരിക്കുന്നു. ഇത് സാധാരണമാണോ?"

സാധാരണ ഗർഭാവസ്ഥയിൽ അയേണിന്റെ കുറവുകൊണ്ട് അനീമിയാ (രക്തക്കുറവ്) ഏർപ്പെടുന്നു. എന്നാൽ നിങ്ങൾക്ക് ഇതിൽനിന്ന് രക്ഷപ്പെടാൻ കഴിയും. ഡോക്ടറെ ആദ്യം കണ്ടപ്പോൾ തന്നെ അനീമിയക്കുള്ള പരിശോധന ചെയ്തിട്ടുണ്ടാകും. എന്നാൽ ആ സമയത്ത് നിങ്ങളുടെ ശരീരത്തിൽ അയേണിന്റെ കുറവ് ഉണ്ടായിരിക്കണമെന്നില്ല.

സമയം നീങ്ങുന്നതോടൊപ്പം, ഏകദേശം 20 ആഴ്ചകൾക്കുശേഷം ശരീരത്തിൽ ചുവപ്പ് രക്താണുക്കളുടെ നിർമ്മാണത്തിന് അയേണിന്റെ ആവശ്യം വർദ്ധിക്കും. നിങ്ങൾ ദിവസവും ശരിയായ അളവിൽ അയേണിന്റെ ഡോസ് എടുക്കുന്നുണ്ടെങ്കിൽ അനീമിയാ ഉണ്ടാകില്ല. ഗർഭാവസ്ഥയിൽ ഡോക്ടർതന്നെ നിങ്ങൾക്ക് മരുന്ന് എഴുതിത്തരും. ആഹാരത്തിലും അയേണുള്ള വസ്തുക്കളുടെ അളവ് കൂട്ടണം. ഇതോടൊപ്പം വിറ്റാമിൻ - സി ഉള്ള വസ്തുക്കളും കഴിച്ചാൽ അയേൺ വലിച്ചെടുക്കാൻ സഹായകമായിരിക്കും.

അനീമിയയുടെ ലക്ഷണങ്ങൾ

അനീമിയാ ഉള്ള സ്ത്രീയുടെ മുഖം വിളറിയിരിക്കും. അവർ വളരെ ക്ഷീണിച്ചിരിക്കും. വളരെ ബലഹീനമായിരിക്കും, ചിലപ്പോൾ മയങ്ങിവീഴും. എല്ലാ ഡോക്ടർമാരും അയേൺ ഗുളികകൾ കൊടുക്കും. എന്നാൽ പെട്ടെന്ന് - പെട്ടെന്ന് രണ്ടുമൂന്ന് കുഞ്ഞുങ്ങൾക്ക് ജന്മം നൽകിയിട്ടുള്ളവരോ, ഛർദ്ദി നിൽക്കാതിരിക്കുകയോ, മോണിങ്ങ് സിക്നസ് കാരണം ഒന്നും കഴിക്കാതിരിക്കുകയോ, ഈറ്റിങ്ങ് ഡിസോഡർ കാരണം പോഷണക്കുറവ് ഏറ്റിട്ടുള്ളവരോ ആയ സ്ത്രീകൾക്ക് എളുപ്പത്തിൽ അനീമിയ ബാധിക്കും. ഡോക്ടറുടെ ശരിയായ മരുന്നും ആഹാരവും ഇവരെ രക്ഷിക്കും.

ഭ്രൂണത്തിന്റെ ചലനം

"എനിക്ക് ഇതുവരെ കുഞ്ഞിന്റെ ചലനം അറിയാൻ കഴിഞ്ഞിട്ടില്ല. എന്തെങ്കിലും കുഴപ്പമുണ്ടാകുമോ? എനിക്ക് ഈ ചലനം അറിയാൻ കഴിയാതിരിക്കുകയാണോ?"

എല്ലാ ടെസ്റ്റുകളും, അൾട്രാസൗണ്ടും, വയറ് ഉന്തിവരുന്നതും, കുഞ്ഞിന്റെ ഹൃദയസ്പന്ദനവും എല്ലാം മറന്നേക്കൂ. കുഞ്ഞിന്റെ ചലനം മാത്രമാണ് നിങ്ങൾ അമ്മയാകാൻ പോകുന്നതിന്റെ ശരിയായ സാക്ഷി.

ഇപ്പോൾ നിങ്ങൾ അത് തിരിച്ചറിയണം. സാധാരണ എല്ലാ അമ്മമാർക്കും നാലാം മാസത്തിലാണ് അറിയാൻ കഴിയുന്നത്. എന്നാൽ എംബ്രിയോ ഏഴാം ആഴ്ചയിൽ തന്നെ ചലിക്കാൻ തുടങ്ങുന്നു. അമ്മയ്ക്ക് ആ കുഞ്ഞു കൈ-കാലുകളുടെ അനക്കം അറിയാൻ കഴിയുന്നില്ല. 14 മുതൽ 26 ആഴ്ചകൾക്കുള്ളിൽ ഇത് അറിയാൻ തുടങ്ങുന്നു. എന്നാൽ 18 മുതൽ 22 ആഴ്ചകളിൽ അധികം സ്പഷ്ടമാകുന്നു. മുൻപ് അമ്മയായിട്ടുള്ള സ്ത്രീകൾ ഇത് പെട്ടെന്ന് തിരിച്ചറിയും. അവരുടെ വയറും ഗർഭാശയവും മാംസപേശികളും അയഞ്ഞിരിക്കുന്നതുകൊണ്ട് അറിയാൻ അധികം ബുദ്ധിമുട്ടുണ്ടാകില്ല. ആദ്യം അമ്മയാകുന്ന സ്ത്രീ തടിച്ചിട്ടുകൂടിയാണെങ്കിൽ പെട്ടെന്ന് ഇത് അറിയാൻ കഴിയുകയില്ല. പ്ലാസൻടായുടെ സ്ഥിതിയും ഇതിൽ സ്വാധീനം ചെലുത്തുന്നു. അതുകാരണം ചലനം അറിയാൻ ആഴ്ചകൾ കാലതാമസം ഏർപ്പെടുത്തുന്നു.

പലപ്പോഴും ഡ്യൂഡേറ്റ് തെറ്റായി കണക്കാക്കുന്നതുകൊണ്ടും കുഞ്ഞിന്റെ ചലനം അറിയുന്നില്ല. പലപ്പോഴും അമ്മ കുഞ്ഞിന്റെ ചലനത്തെ ഗ്യാസ് അല്ലെങ്കിൽ ദഹനേന്ദ്രിയത്തിലെ കുഴപ്പമായി കരുതുന്നു. ആരംഭത്തിലെ ചലനത്തെപ്പറ്റി പറയുന്നതും തിരിച്ചറിയുന്നതും കഠിനമാണ്. പലപ്പോഴും വയറിൽ എന്തോ പരിഭ്രമം പോലെയോ എന്തോ ഒരു ചെറിയ സാധനം വയറ് പുറത്തോട്ട് തള്ളുന്നതു പോലെയോ തോന്നും. അല്ലെങ്കിൽ പിന്നെ..... ഓരോ അമ്മയും ഈ ചലനത്തെ അവനവന്റെ രീതിയിലാണ് അനുഭവിക്കുന്നത്. അതെന്തായാലും അതുകൊണ്ട് നിങ്ങളുടെ മുഖത്ത് ഒരു പുഞ്ചിരിവിടരുകതന്നെ ചെയ്യും.

ബോഡി ഇമേജ്

"ഞാൻ എപ്പോഴും എന്റെ തൂക്കത്തിന്റെ കാര്യത്തിൽ ശ്രദ്ധിക്കും. ഇപ്പോൾ കണ്ണാടിയി

ലേക്കോ വേയിങ്ങ് മിഷ്യന്റെ മുകളിലേക്കോ നോക്കുമ്പോൾ പിരിമുറുക്കം ഏർപ്പെടുന്നു. ഞാൻ വല്ലാതെ തടിച്ചിരിക്കുന്നു."

നിങ്ങൾ നിങ്ങളുടെ ശരീരസൗന്ദര്യത്തെ പ്പറ്റി വളരെ ജാഗരൂകരാണെന്നറിയാം. എപ്പോഴും നിങ്ങളുടെ കണ്ണുകൾ വേയിങ്ങ് മിഷ്യന്റെ മുള്ളിലാണ്. അതുകൊണ്ട് ഇതെല്ലാം വളരെ ടെൻഷൻ നിറഞ്ഞതായിരിക്കും, എന്നാൽ അങ്ങനെ ആകരുത്. ഗർഭാവസ്ഥയിൽ അങ്ങനെതന്നെ ആയിരിക്കും. നിങ്ങളുടെ തൂക്കം കൂടുകതന്നെ വേണം. നിങ്ങളുടെ കുഞ്ഞിന് ആവശ്യത്തിന് പോഷണം കിട്ടേണ്ടേ!

മിക്കവർക്കും ഉരുണ്ടയായ ഗർഭിണികളെ കാണാനാണ് ഇഷ്ടം. ഭർത്താക്കന്മാർക്കും അതാണ് ഇഷ്ടം. കഴിഞ്ഞ നാളുകളിലെ ഓർമ്മയിൽ വിഷമിക്കാതെ ഈ ഉരുണ്ടയായ ഫിഗറിലുള്ള സന്തോഷം പൂർണ്ണമായി ആസ്വദിക്കുക. തൂക്കം കൂടുന്നതിനെക്കുറിച്ച് വിഷമിക്കാതെ കുഞ്ഞോമനയെ കുറിച്ചുള്ള സ്വപ്നം കാണുക. ഗർഭാവസ്ഥയിൽ ആഹാരം കഴിച്ചാൽ നിങ്ങളുടെ തൂക്കം കൂടും. പക്ഷെ നിങ്ങൾ തടിക്കുകയില്ല. തൂക്കം കൂടുന്നതിനർത്ഥം കുഞ്ഞിന് ശരിയായ പോഷണം ലഭിക്കുന്നുണ്ടെന്നാണ്. കുഞ്ഞ് ഈ ഭൂമിയിൽ എത്തിയതും നിങ്ങളുടെ തൂക്കം പഴയതുപോലെ ആയിത്തീരും.

നിങ്ങൾ ഡോക്ടറുടെ നിർദ്ദേശം ശ്രദ്ധിച്ചില്ലെങ്കിൽ പിരിമുറുക്കം നിങ്ങളെ എല്ലായ്പ്പോഴും ഫ്രിഡ്ജിന്റെ അടുത്തേക്ക് വലിച്ചിഴക്കുകയും നിങ്ങൾ ശരിക്ക് തടിച്ചിയാകുകയും ചെയ്യും. പെട്ടെന്ന് തൂക്കം കുറക്കുകയും അരുത്. ശരിയായ രീതിയിൽ തൂക്കം കൂട്ടണം. ആഹാരത്തിൽനിന്ന് അനാവശ്യമായ കലോറികൾ നീക്കം ചെയ്യണം, എന്നാൽ പോഷകാഹാരങ്ങളുടെ അളവ് കുറക്കരുത്.

തൂക്കത്തിൽ ശ്രദ്ധപതിപ്പിക്കുക, വ്യായാമം ചെയ്യുക. അതുമൂലം നിങ്ങളുടെ ശരീരത്തിന്റെ എല്ലാ ഭാഗത്തും ഒരേരീതിയിൽ തൂക്കം വർദ്ധിക്കും. വ്യായാമം ചെയ്യുന്നതുകൊണ്ട് എൻഡോർഫിൻ സ്രവിക്കുകയും നിങ്ങൾ പ്രസന്നവതിയായിരിക്കുകയും ചെയ്യും.

ഗർഭാവസ്ഥയുടെ ചിത്രങ്ങൾ

നിങ്ങൾ വളരെവേഗം ഈ ദിവസങ്ങളെപ്പറ്റി മറക്കും. നിങ്ങൾ കുഞ്ഞിനെ ലാളിക്കുന്നതിലും വളർത്തുന്നതിലും മുഴുകും. ഗർഭാവസ്ഥയിൽ ഓരോമാസവും ഓരോ ഫോട്ടോ എടുത്ത് ആൽബം ഉണ്ടാക്കുക. ഇതിൽ അൾട്രാസൗണ്ടിന്റെ കോപ്പിയും ഒട്ടിച്ചുവയ്ക്കാം. ഈ ദിവസങ്ങളിലെ സുന്ദരമായ ഓർമ്മകൾ നിങ്ങളുടെ കുഞ്ഞിനും ഇഷ്ടപ്പെടും.

വയറ് പൊന്തുന്നതോടൊപ്പം മെലിഞ്ഞു കാണാൻ ആഗ്രഹം

ഗർഭാവസ്ഥയിൽ തടിച്ചിയാകുന്നതിനു പകരം മെലിഞ്ഞതായി കാണാൻ ചില ടെക്നിക്കുകൾ സ്വീകരിക്കാം. അത് എങ്ങനെയാണെന്ന് പറഞ്ഞുതരാം.

കറുത്തനിറം:– കറുപ്പ്, നേവീ ബ്ലൂ, ചോക്കലേറ്റ് അല്ലെങ്കിൽ തവിട്ടുനിറം എന്നിങ്ങനെയുള്ള ഡാർക്ക് നിറങ്ങൾ നിങ്ങളുടെ ശരീരത്തെ മെലിഞ്ഞതായി കാണിക്കും. അല്ലെങ്കിൽ ടീ ഷർട്ടും കുഴൽ പോലത്തെ പാന്റ്സും ധരിച്ചോളൂ.

ഒരേ നിറം തിരഞ്ഞെടുക്കുക:– ശരീരത്തിൽ ഒരേ നിറത്തിലുള്ള വസ്ത്രം ധരിച്ചാലും മെലിഞ്ഞതായി കാണപ്പെടും. രണ്ട് കളറുകളുള്ള വസ്ത്രം ധരിക്കുമ്പോൾ മാംസത്തിന്റെ ലെയർ കൂടുതലാകാൻ തുടങ്ങിയ ഇടത്തേക്കാണ് എല്ലാവരുടെയും കണ്ണ് ചെല്ലുക.

നേർവരകൾ:– അതെ, നേർവരകളുള്ള വസ്ത്രം ധരിച്ചാൽ ഉയരക്കൂടുതലായും മെലിഞ്ഞതായും തോന്നും. ചരിഞ്ഞ വരകളുള്ളവ ധരിച്ചാൽ തടിച്ച് വൃത്തികേടായി തോന്നും. നീളത്തിലുള്ള സിപ്പ്, ബട്ടൺ, തുന്നൽപ്പണി എന്നിവയുള്ള വസ്ത്രങ്ങൾ ധരിക്കുക.

ചില പ്രത്യേക കാര്യങ്ങൾ:– ശരീരത്തിന്റെ ഏത് ഭാഗങ്ങൾ മറയ്ക്കാൻ ആഗ്രഹിക്കുന്നുവോ അവ വസ്ത്രങ്ങൾ കൊണ്ട് മറയ്ക്കുക. ഉദാ:- വീങ്ങിയ നെരിയാണികൾ ആരെയും കാണിക്കാൻ ഇഷ്ടപ്പെടുകയില്ല. അവയെ സൗകര്യപ്രദമായ ചെരുപ്പുകൾ കൊണ്ടോ പാന്റുകൊണ്ടോ മൂടുക.

ഫിറ്റായിരിക്കുക:– ഇറുകിപ്പിടിച്ചതല്ല പക്ഷെ, ഫിറ്റായിരിക്കുന്ന വസ്ത്രം ധരിക്കുക. അയഞ്ഞ് തൂങ്ങിക്കിടക്കുന്ന വസ്ത്രങ്ങൾ നിങ്ങളുടെ രൂപത്തെയും അതുപോലെതന്നെ കാണിക്കും. വസ്ത്രങ്ങൾ ഫിറ്റാണെങ്കിൽ നിങ്ങളും മെലിഞ്ഞ് സ്മാർട്ടായി കാണപ്പെടും.

ഗർഭാവസ്ഥക്കായി പ്രത്യേകം ഡിസൈൻ ചെയ്ത ഫാഷനബിൾ വസ്ത്രങ്ങൾ തിരഞ്ഞെടുക്കുക, അവ ധരിക്കാനുള്ള ശരിയായ സമയം ഇതാണ്. നിങ്ങൾ പഴയകാലത്തെ ചെറിയ ടോപ്പ് ധരിക്കാൻ ശ്രമി ച്ചാൽ നിങ്ങൾ തീർച്ചയായും മോഡൽ മാതിരി ഇരിക്കും. നിങ്ങളുടെ ഹെയർ സ്റ്റൈലിലും ചില മാറ്റങ്ങൾ വരുത്തുക, സുന്ദരിയാവും.

ഗർഭാവസ്ഥയിലെ വസ്ത്രങ്ങൾ

"എനിക്ക് പഴയ വസ്ത്രങ്ങൾ ധരിക്കാൻ കഴിയുന്നില്ല. എന്നാൽ ഗർഭാവസ്ഥയ്ക്കുള്ള വസ്ത്രങ്ങൾ വാങ്ങാൻ ധൈര്യം തോന്നുന്നില്ല"

ഗർഭിണികൾ ഒൻപതുമാസവും കുഴലിറക്കിയ മാതിരിയുള്ള വസ്ത്രങ്ങൾ ധരിച്ചിരുന്ന കാലം കഴിഞ്ഞു. ഇത് സ്റ്റൈലിന്റെ കാലമാണ്. ഇപ്പോഴൊക്കെ ഒന്നോടൊന്നുമെച്ചപ്പെട്ട ഭംഗിയുള്ള കളറുകളിലും മോഡലിലുമുള്ള വസ്ത്രങ്ങൾ വന്നുകൊണ്ടിരിക്കുന്നു. നിങ്ങളുടെ വീടിന്റെ അടുത്തുള്ള ഏതെങ്കിലും മെറ്റേർണിറ്റി സ്റ്റോറിൽ നിന്നോ ഏതെങ്കിലും വലിയ സ്റ്റോറിന്റെ 'മെറ്റേർണിറ്റി കോർണറിൽ' നിന്നോ നിങ്ങൾക്കുള്ള വസ്ത്രങ്ങൾ തിരഞ്ഞെടുക്കുക. അപ്പോൾ നിങ്ങൾക്ക് ശരിക്കും രോമാഞ്ചമുണ്ടാകും.

വാങ്ങുന്ന സമയത്ത് താഴെകൊടുത്തിട്ടുള്ള നിർദ്ദേശങ്ങൾ ശ്രദ്ധിക്കുക:–

- നിങ്ങളുടെ ശരീരം ഇനിയും വളരെ വലുതാകാനുണ്ട്. ഈ വസ്ത്രങ്ങൾ വളരെ വില കൂടിയവയായിരിക്കും, അതുകൊണ്ട് നല്ലപോലെ ആലോചിച്ചശേഷം ഇവ തിരഞ്ഞെടുക്കുക. കടയ്ക്ക് പോകുന്നതിനുമുമ്പ് നിങ്ങളുടെ അലമാര ഒന്ന് പരിശോധിക്കുക. ചിലപ്പോൾ നിങ്ങൾക്ക് പ്രയോജനപ്പെടാവുന്ന ഏതെങ്കിലും വസ്ത്രം കിട്ടിയേക്കാം. മെറ്റേർണിറ്റി സ്റ്റോറിൽ 'പ്രെഗ്നൻസി പില്ലോ' വും ഉണ്ടാകും. വസ്ത്രങ്ങൾ ട്രൈ ചെയ്യുമ്പോൾ അത് ഉപയോഗിച്ചാൽ കുറച്ചു മാസങ്ങൾക്കുശേഷം ആ വസ്ത്രങ്ങൾ നിങ്ങൾക്ക് ഫിറ്റ് ആകുമോ എന്ന് ഊഹിക്കാൻ കഴിയും.
- ഏത് സ്റ്റോറിൽനിന്ന് വാങ്ങുന്ന വസ്ത്രങ്ങളായാലും നിങ്ങൾക്ക് ഫിറ്റ് ആകുന്നുണ്ടെങ്കിൽ സുഖമായി ധരിക്കുക. ഇതുമൂലം അനാവശ്യ ചിലവ് കുറയ്ക്കാൻ കഴിയും. നിങ്ങൾ ആവശ്യത്തിൽ കൂടുതൽ ഫാഷന്റെ പുറകെ പോയാൽ നഷ്ടം തന്നെയാണ് ഉണ്ടാകുക. എന്തെന്നാൽ 'മെറ്റേർണിറ്റി ക്ലോത്ത്' കുറച്ചു കാലം മാത്രമേ ധരിക്കേണ്ടതുള്ളൂ. പ്രസവശേഷം ബേബി ഫാറ്റ് കുറഞ്ഞശേഷം അതിലേക്ക് നോക്കാൻ പോലും തോന്നില്ല.
- ഉന്തിയ വയറ് മറക്കുന്നമാതിരിയുള്ള വസ്ത്രം ധരിക്കുക. ലോ കട്ട് ജീൻസ്, പാന്റ്സ് എന്നിവ ധരിക്കാവുന്നതാണ്.
- അടിവസ്ത്രങ്ങളുടെ കാര്യത്തിൽ വിട്ടുവീഴ്ച പാടില്ല. ഏതെങ്കിലും ഒരു നല്ല സ്റ്റോറിൽ നിന്ന് നിങ്ങളുടെ വലുതായി വരുന്ന സ്തനങ്ങൾക്ക് ശരിയായ ആകൃതിയും സപ്പോർട്ടും നൽകുന്ന തരത്തിലുള്ള ബ്രാ തിരഞ്ഞെടുക്കുക. ഒരിക്കൽ രണ്ടിൽ കൂടുതൽ ബ്രാ വാങ്ങരുത്. നിങ്ങളുടെ സ്തനങ്ങളുടെ വളർച്ചക്കനുസരിച്ച് ബ്രാ മാറ്റേണ്ടിവരും.
- പ്രത്യേക മെറ്റേർണിറ്റി അണ്ടർവെയർ ധരിക്കേണ്ട ആവശ്യമില്ലെങ്കിലും വേണമെങ്കിൽ പറഞ്ഞുതരാം. പുതിയ സ്റ്റൈലിഷ് ഥാംങ്ങ്സും ബിക്കനീ പാന്റീസും ലഭ്യമാണ്. നിങ്ങളുടെ സൈസിനേക്കാൾ കുറച്ച് വലിയത് വാങ്ങുക. ഇത് കൂടുതൽ സെക്സിയാണ്. ഇഷ്ടപ്പെട്ട കളർ തിരഞ്ഞെടുക്കുക, പക്ഷെ തുണി കോട്ടൺ തന്നെ ആയിരിക്കണമെന്ന കാര്യം ശ്രദ്ധിക്കുക.
- ഭർത്താവിന്റെ അലമാരിയിലും ഒന്ന് എത്തിനോക്കുക. അദ്ദേഹത്തിന്റെ ചില വസ്ത്രങ്ങൾ ചിലപ്പോൾ നിങ്ങൾക്ക് പ്രയോജനപ്പെട്ടേക്കാം. ആദ്യത്തെ അഞ്ചാറുമാസങ്ങൾ നിങ്ങൾക്ക് സുഖമായി അദ്ദേഹത്തിന്റെ പാന്റ്, ടീ-ഷർട്ട്, ലാഗിങ്ങ് ഷർട്ട്, ഷോർട്ട്സ് എന്നിവ ധരിക്കാം. അതിനുശേഷം നിങ്ങളുടെ സ്വന്തം വസ്ത്രങ്ങൾക്ക് ഏർപ്പാട് ചെയ്യേണ്ടിവരും.
- മെറ്റേർണിറ്റി വസ്ത്രങ്ങളുടെ കാര്യത്തിൽ 'കൊടുക്കലും വാങ്ങലും' ശീലിക്കേണ്ടിവരും. മറ്റുള്ളവരുടെ വസ്ത്രങ്ങൾ പാകമാണെങ്കിൽ ധരിക്കുന്നതിൽ തെറ്റില്ല. ആ വസ്ത്രങ്ങൾ നിങ്ങളുടെ സഹായക സാധനങ്ങളുടെ കൂടെ ധരിക്കുക. അതിൽ കുറച്ച് പുതുമവരും. നിങ്ങൾ ധരിക്കാൻ ഇഷ്ടപ്പെടാത്ത മെറ്റേർണിറ്റി വസ്ത്രങ്ങൾ കൂട്ടുകാരികൾക്ക് കൊടുക്കുക. ഇതുമൂലം കുറഞ്ഞ ചിലവിൽ കാര്യം നടക്കും.

- ഗർഭാവസ്ഥയിൽ മെറ്റബോളിക് ലെവൽ കൂടുതലാകുന്നതുകൊണ്ട് ശരീരം ചൂടായിരിക്കും. അതുകൊണ്ട് കോട്ടൺ വസ്ത്രങ്ങൾ ധരിക്കുന്നതാണ് നല്ലത്. 'ഹീറ്റ് റേസ് ചൂടുകിരണങ്ങൾ' തട്ടാതെ സൂക്ഷിക്കുകയും വേണം. ഇളം നിറത്തിലുള്ള അയഞ്ഞ സുഖപ്രദമായ വസ്ത്രങ്ങൾ തിരഞ്ഞെടുക്കുക. തണുപ്പുള്ള കാലാവസ്ഥയാണെങ്കിൽ പല ലെയറുകളിൽ വസ്ത്രം ധരിക്കുക. അപ്പോൾ ഉഷ്ണം തോന്നുമ്പോൾ വസ്ത്രത്തിന്റെ ഭാരം കുറക്കാൻ കഴിയും.

പ്രീ-ബേബിസിറ്റർ

"ഇപ്പോൾ എന്റെ വയറ് വലുതായത് നന്നായി കാണാൻ തുടങ്ങിയിരിക്കുന്നു. ഞാൻ വാസ്തവത്തിൽ ഗർഭിണിയാണ്, ഞങ്ങൾ ആലോചിച്ച് എടുത്ത തീരുമാനമാണ് ഇതെങ്കിലും ഇപ്പോൾ പേടി തോന്നുന്നു"

നിങ്ങളുടെ പ്രശ്നവും പ്രീ-ബേബി സിറ്ററിന്റേതാണെന്ന് തോന്നുന്നു. നിങ്ങളെപ്പോലെ പല മാതാ-പിതാക്കൾക്കും ഗർഭാവസ്ഥയിൽ ഇങ്ങനെയുള്ള മാനസിക പ്രശ്നങ്ങളെ അഭിമുഖീകരിക്കേണ്ടിവരാറുണ്ട്. അവരുടെ തീരുമാനത്തിൽ തന്നെ അവർക്ക് സംശയം തോന്നാറുണ്ട്. ഈ ഒരു തീരുമാനം കൊണ്ട് നിങ്ങളുടെ ജീവിതം തന്നെ മാറാൻ പോകുകയാണെന്ന കാര്യം ഓർത്തുനോക്കൂ. നിങ്ങൾ എപ്പോൾ ഉണ്ണണം, കുടിക്കണം, ഉറങ്ങണം, എങ്ങനെ ജീവിക്കണം എന്നെല്ലാം തീരുമാനിക്കുന്നത് വരാനിരിക്കുന്ന കുഞ്ഞായിരിക്കും. നിങ്ങളുടെ ജീവിതത്തിന്റെ ക്രമം തന്നെ പുതിയതായി മാറും. ശാരീരികവും വൈകാരികവുമായ പല ആവശ്യങ്ങളും വർദ്ധിക്കും.

ഈ സമയത്ത് ഏർപ്പെടുന്ന പരിഭ്രമം ശരിതന്നെയാണ്. ഇങ്ങനെ കുഞ്ഞ് ജനിക്കുന്നതിന് മുമ്പുതന്നെ നിങ്ങൾ മാനസികമായി തയ്യാറാകും, എല്ലാവിധത്തിലുള്ള വെല്ലുവിളികളെയും അഭിമുഖീകരിക്കാനും കഴിയും. നിങ്ങളുടെ സുഹൃത്തുകളോടും സഹായികളോടും ഇതിനെക്കുറിച്ച് പറയുക. അവർക്ക് നിങ്ങളുടെ മനസ്സിന് ആശ്വാസവും സപ്പോർട്ടും നൽകാൻ കഴിയും.

ജീവിതം പൂർണ്ണമായി മാറുമെങ്കിലും ഈ മാറ്റം നല്ലതിനാണെന്ന് നിങ്ങൾക്ക് വേഗം തന്നെ മനസ്സിലാക്കാൻ കഴിയും.

ആവശ്യമില്ലാത്ത ഉപദേശങ്ങൾ

"എന്നെ കണ്ടാൽ ഞാൻ ഗർഭിണിയാണെന്ന് എല്ലാവർക്കും അറിയാൻ കഴിയും. സ്വന്തക്കാർ മുതൽ വന്നുപോകുന്ന ഓരോരുത്തരും എനിക്ക് ഓരോ ഉപദേശങ്ങൾ തരുന്നു. എനിക്ക് ഭ്രാന്തുപിടിക്കുമെന്ന് തോന്നുന്നു"

നിങ്ങളുടെ ഉന്തിയ വയറ് ഓരോ അനുഭവസ്ഥയായ സ്ത്രീയെയും ഉപദേശം നൽകാൻ പ്രേരിപ്പിക്കും. കാലത്ത് പാർക്കിൽ പോയി ജോഗിങ്ങ് ചെയ്യൂ, ഏതെങ്കിലും ഒരു മൂലയിൽ നിന്ന് ശബ്ദം കേൾക്കും. ഈ നിലയിൽ ഓടുന്നത് ശരിയല്ല. സൂപ്പർ മാർക്കെറ്റിൽ നിന്ന് രണ്ട് കൈയ്യിലും ബാഗ് എടുത്ത് നടന്നാൽ ഈ അവസ്ഥയിൽ ഇത്രഭാരം എടുത്ത് നടക്കരുതെന്ന് ആരെങ്കിലും പറയുകതന്നെ ചെയ്യും. ഐസ്ക്രീം പാർലറിൽ ഐസ്ക്രീം ഡബിൾഡിപ്പ് എടുത്താൽ ആരെങ്കിലും തീർച്ചയായും പറയും—

"ഹണീ, ഇത്ര ബേബി ഫാറ്റ് കുറക്കുന്നത് കഷ്ടമായി തീരും"

ഇതിനിടയ്ക്ക് ഉപദേശം തരുന്നവർ നിങ്ങൾക്ക് ജനിക്കാൻ പോകുന്ന കുഞ്ഞ് ആണോ, പെണ്ണോ എന്ന് ഊഹിക്കാനും തുടങ്ങും. നമ്മുടെ വയറ്റാട്ടികളുടെ അഭിപ്രായങ്ങളൊക്കെ വിജ്ഞാന രീതിയായി ധാരാളം പരിശോധിച്ചു കഴിഞ്ഞിട്ടുണ്ട്. എന്നാൽ ഈ വാലുംതലയുമില്ലാത്ത കാര്യങ്ങൾ ഒരു കാതുവഴികേട്ട് മറുകാതുവഴി വിട്ടുകളയുക. ആരുടെയെങ്കിലും ഉപദേശം നിങ്ങളുടെ മനസ്സിൽ സംശയം ഉളവാക്കുന്നുണ്ടെങ്കിൽ ഡോക്ടറോട് ചോദിക്കാൻ വൈകിക്കരുത്. ആവശ്യമില്ലാത്ത കാര്യങ്ങൾ കേട്ടുകേട്ട് അനാവശ്യമായ പിരിമുറുക്കം വിലക്കുവാങ്ങാതിരിക്കുന്നതാണ് നല്ലത്. നിങ്ങളുടെ വിനോദപ്രിയമായ സ്വഭാവത്തിന്റെ സഹായം തേടുക.

നിങ്ങളുടെ ഡോക്ടറുടെതല്ലാതെ മറ്റാരുടെയും ഉപദേശം കേൾക്കുന്നത് നിങ്ങൾക്ക് ഇഷ്ടമല്ലെന്ന് ഉപദേശം നൽകുന്നവരോട് അപ്പോൾതന്നെ തുറന്നുപറയുക. അല്ലെങ്കിൽ പുഞ്ചിരിച്ചുകൊണ്ട് അവരെ ശാസിച്ചുകൊണ്ട് മുന്നോട്ടുപോകുക.

പതുക്കെപ്പതുക്കെ നിങ്ങൾക്ക് ഇതെല്ലാം പരിചയമാകും, വരാനിരിക്കുന്ന സമയത്തിൽ ഇക്കൂട്ടരുടെ തിരക്ക് കൂടിവരും. ചെറിയ കുഞ്ഞിന്റെ അമ്മക്ക് ഉപദേശം നൽകുന്നവരും കുറവല്ല.

വയറുതൊടുക

"എന്റെ സ്നേഹിതർക്കും കൂടെ ജോലിചെയ്യുന്നവർക്കും അപരിചിതരായ സ്ത്രീകൾക്കുപോലും എന്റെ ഉന്തിയ വയറ് തൊട്ടുനോക്കുന്നത് ഇഷ്ടമാണ്, പക്ഷെ എനിക്ക് ഇത് തീരെ ഇഷ്ടമല്ല, എന്തുചെയ്യാം?"

കുഞ്ഞോമനയുള്ള ഉരുണ്ട ഉന്തിയ വയറ് ശരിക്കും കാണുന്നവരെ ആകർഷിക്കും. എന്നാൽ അമ്മയുടെ സമ്മതമില്ലാതെ അവരുടെ ജനിക്കാൻ പോകുന്ന കുഞ്ഞിനെ തൊടുന്നത് നല്ലതല്ല.

പല സ്ത്രീകൾക്കും ആകർഷണ കേന്ദ്രമാകുന്നത് ഇഷ്ടമാണ്. പക്ഷെ പലർക്കും ഇതുകൊണ്ട് ബുദ്ധിമുട്ടുണ്ടാകും. നിങ്ങൾക്ക് ഇത് ഇഷ്ടമല്ലെങ്കിൽ പറയാൻ മടിക്കരുത്. നിങ്ങൾക്ക് എന്റെ വയറുതൊടുന്നത് ഇഷ്ടമാണ്, പക്ഷെ എനിക്ക് അത് ഇഷ്ടമല്ല എന്ന് തുറന്നുപറയുക. അല്ലെങ്കിൽ ചിരിച്ചുകൊണ്ട് പറയുക, 'കൈവെക്കണ്ട, കുഞ്ഞ് ഉറങ്ങുകയാണ്' അല്ലെങ്കിൽ വയറ് കുറച്ച് തിരിക്കുകയോ, മുമ്പിലുള്ള ആൾക്ക് ഒരു നുള്ളുവെച്ചു കൊടുക്കുകയോ ചെയ്താൽ അവർ ആരെയെങ്കിലും തൊടുന്നതിനുമുമ്പ് നൂറുപ്രാവശ്യം ആലോചിക്കും. ഒന്നും പറയാതെ രണ്ട് കൈകൊണ്ടും വയറ് മൂടുക, മുമ്പിലുള്ള ആളുടെ കൈ നിങ്ങളുടെ നേരെ നീണ്ടതും നടുവിൽ വച്ചുതന്നെ തടയുക.

മറക്കുന്ന സ്വഭാവം

"കഴിഞ്ഞ ആഴ്ച ഞാൻ എന്റെ പെഴ്സ് വീട്ടിൽ മറന്നുവെച്ചു. ഇന്ന് മുഖ്യമായ ഒരു മീറ്റിങ്ങുള്ള കാര്യവും മറന്നു. എന്റെ ബുദ്ധി ഒന്നിലും ഫോക്കസ് ചെയ്യാൻ കഴിയുന്നില്ല. എന്റെ ബുദ്ധികെട്ടുപോയെന്നുതോന്നുന്നു."

പലഗർഭിണികൾക്കും അവരുടെ മറവി വർദ്ധിച്ചു വരുന്നതായി തോന്നും. തങ്ങളുടെ സംഘടന ശക്തിയിൽ വിശ്വാസമുള്ള സ്ത്രീകൾപോലും കുഴപ്പം പിടിച്ച പരിതസ്ഥിതികളിൽ പരിഭ്രമിക്കാൻ തുടങ്ങുന്നു. അവർക്ക് തങ്ങളുടെ ഉടമകൾ മാത്രമല്ല തങ്ങളുടെ നിയന്ത്രണവും നഷ്ടപ്പെടുന്നു.

പഠനങ്ങളിൽ നിന്ന് അറിയാൻ കഴിഞ്ഞിട്ടുള്ളത് ഗർഭിണികളുടെ തലച്ചോറിലെ കോശങ്ങളുടെ അളവ് കുറയുന്നു എന്നാണ് – ആൺകുഞ്ഞിന് ജന്മം നൽകാൻപോകുന്ന മാതാവിനെക്കാൾ പെൺകുഞ്ഞിന് ജന്മം നൽകാൻ പോകുന്ന അമ്മമാർക്ക് മറവി കൂടുമെന്നാണ് പറയുന്നത്. ഇതൊന്നും നിരന്തരമല്ലെന്നതാണ് നല്ലകാര്യം.

പ്രസവം കഴിഞ്ഞ് ചിലമാസങ്ങൾക്കുള്ളിൽ മസ്തിഷ്കം മുഴുവൻ ചുറുചുറുക്കോടെ ജോലി ചെയ്യാൻ തുടങ്ങും. ഇതും ഹാർമോണുകളുടെ മാറ്റം കൊണ്ട് ഏർപ്പെടുന്നതാണ്. ഉറക്കം മുഴുവനായില്ലെങ്കിൽ ഊർജ്ജം കുറയും മസ്തിഷ്കം കേന്ദ്രീകരിക്കാനും കഴിയില്ല. ഭാവി അമ്മയുടെ ശ്രദ്ധമുഴുവൻ കുഞ്ഞോമനയുടെ വസ്ത്രത്തിന്റെ നിറം, കുഞ്ഞിന്റെ പേര് എന്നിവ തിരഞ്ഞെടുക്കുന്നതിൽ മുഴുകിയിരിക്കും.

നിങ്ങൾ ഈ ശീലം കൊണ്ട് പിരിമുറുക്കം ഏർപ്പെടുത്തുമെങ്കിൽ സ്ഥിതി കൂടുതൽ മോശമാകും. കുറച്ച് കളി-തമാശകൊണ്ട് കാര്യം ശരിയാക്കാം. നിങ്ങൾക്കും ഭേദം തോന്നും വാസ്തവത്തിൽ ഇപ്പോൾ നിങ്ങൾ കുഞ്ഞിനെ ഉണ്ടാക്കുക എന്ന അത്യാവശ്യമായ ജോലിയിൽ മുഴുകിയിരിക്കുകയാണ്. അതുകൊണ്ട് മുമ്പിലത്തെപ്പോലെയുള്ള കഴിവ് എവിടെനിന്ന് കിട്ടും? വീട്ടിൽ ചെയ്യേണ്ട ജോലികളുടെ ലിസ്റ്റ് തയ്യാറാക്കി വയ്ക്കുക. വീട്ടിലെ താക്കോലുകൾ വയ്ക്കാൻ ഒരു സ്ഥലം നിശ്ചയിക്കുക. ഈ ശീലം മാറ്റാൻ ഒരു മരുന്നും കഴിക്കരുത്.

പതുക്കെപ്പതുക്കെ ഇങ്ങനെ ജോലിചെയ്യുന്നത് നിങ്ങൾക്ക് ശീലമാകും. കുഞ്ഞ് ജനിച്ചശേഷം മസ്തിഷ്കത്തിന്റെ ചുറുചുറുക്ക് തിരിച്ചുവരും, അപ്പോൾ നിങ്ങൾക്ക് നല്ലപോലെ ഉറങ്ങാനും കഴിയും.

ഗർഭാവസ്ഥയും വ്യായാമവും

ശരീരം മുഴുവൻ ക്ലേശം, നിങ്ങൾക്ക് ഉറങ്ങാൻ കഴിയുന്നില്ല, മുതുകിൽ കലശലായ വേദന, ഞെരിയാണിയിൽ വീക്കം, മോശമായ മലബന്ധം, വയറിൽ വീർപ്പുമുട്ടൽ, ഒരു സ്കൂളിലെ ഫുട്ബോൾ കളിക്കാർ മുഴുവൻ ചേർന്നുവിടുന്നത്ര ദുർഗന്ധം നിറഞ്ഞ ഗ്യാസ് നിങ്ങൾ വെളിയേറ്റും. മറ്റൊരുവിധത്തിൽ പറഞ്ഞാൽ നിങ്ങൾ ഗർഭിണിയാണ്. ഇത് കുറക്കാൻ കുറച്ച് പരിശ്രമിക്കാമെന്നാല്ലാതെ മറ്റൊന്നും ചെയ്യാൻ നിങ്ങൾക്ക് കഴിയില്ല.

വർക്ക് ഔട്ട് ?

ഗർഭാവസ്ഥയിൽ ദിവസവും 30 നിമിഷം വർക്ക് ഔട്ടിനുവേണ്ടി സമയം ഉണ്ടാക്കണം. അത് ബുദ്ധിമുട്ടാണെങ്കിൽ അതിനെ 10-20 നിമിഷങ്ങളായി വിഭജിക്കുക. ദിവസവും മൂന്ന് പ്രാവശ്യം പത്തു-പത്തു നിമിഷം നടന്നാലും വർക്ക് ഔട്ട് ആകും. ഇത് നിങ്ങളുടെ നിത്യ വൃത്തിയുടെ ഭാഗമാക്കുക, അപ്പോഴേ അത് നിങ്ങൾക്ക് ശീലമാകൂ. റൊട്ടീനായി ജിമ്മിന് പോകാൻ സമയമില്ലെങ്കിൽ ഓഫീസിൽ നിന്ന് മടങ്ങുമ്പോൾ രണ്ട് സ്റ്റോപ്പ് മുമ്പേതന്നെ ബെസ്സിൽ നിന്ന് ഇറങ്ങി വീട്ടിലേക്ക് നടക്കുക. കാർ കുറച്ചുദൂരെ പാർക്ക് ചെയ്ത് നടന്നു പോകുക. ലിഫ്റ്റിനുപകരം കോണിപ്പടികൾ ഉപയോഗിക്കുക. ഓഫീസിലെ ഏറ്റവും ദൂരത്തുള്ള ലേഡീസ് ടോയ്‌ലറ്റ് ഉപയോഗിക്കുക.

സമയമുണ്ട്, പക്ഷേ പ്രേരണയുടെ കുറവുണ്ട്. പ്രെഗ്നൻസി വ്യായാമം ചെയ്യുന്ന മുറിയിലേക്ക് ചെല്ലുക. പ്രെഗ്നൻസി യോഗാ ചെയ്യുക. പ്രെഗ്നൻസി ഡി.വി.ഡിയുടെ സഹായം കൊണ്ടും വർക്ക് ഔട്ട് ചെയ്യാം.

ശരിക്കും ഒന്നിളകാൻപോലും തോന്നാത്ത ഒരു സമയം വരും. എന്നാൽ ധൈര്യം കൈവെടിയാതെ എങ്ങനെയെങ്കിലും വർക്ക് ഔട്ട് ചെയ്യുകതന്നെ വേണം.

ദിവസവും 30 നിമിഷം വ്യായാമം ചെയ്യുന്നതുകൊണ്ട് പല ബുദ്ധിമുട്ടുകൾക്കും പരിഹാരം ഏർപ്പെടും. ആലസ്യം ഉപേക്ഷിച്ച് ദിവസവും കുറഞ്ഞത് അരമണിക്കൂർ വ്യായാമം ചെയ്യണം.

മിക്ക സ്ത്രീകളും ഈ ഉപദേശം സ്വീകരിച്ച് ഫിറ്റ് ആയിരിക്കുന്നു. ഡോക്ടർ വിലക്കിയില്ലെങ്കിൽ നിങ്ങൾക്ക് സ്വയം ഇത് നടപ്പിലാക്കാൻ കഴിയും. ഈ വ്യായാമം നിങ്ങൾക്കും കുഞ്ഞിനും എത്രമാത്രം ലാഭകരമാണെന്ന് നിങ്ങൾ മനസ്സിലാക്കണം.

വ്യായാമം കൊണ്ടുള്ള ലാഭം

പതിവായുള്ള വ്യായാമം കൊണ്ട്:–

- പലപ്പോഴും വളരെ അധികം വിശ്രമിച്ചാലും ക്ഷീണം തോന്നും. കുറച്ച് വ്യായാമം ചെയ്യുന്നതുകൊണ്ട് നിങ്ങളുടെ ഊർജ്ജത്തിന്റെ ലെവൽ വർദ്ധിക്കും.
- വ്യായാമം ചെയ്യുന്നതുകൊണ്ട് മുമ്പിലത്തെക്കാൾ നന്നായി ഉറങ്ങാൻ കഴിയും. ഉറങ്ങി എഴുന്നേറ്റശേഷം നവോന്മേഷം തോന്നും.
- വ്യായാമം ചെയ്താൽ ഗ്യാസ്റ്റേഷനൽ പ്രമേഹത്തിൽ നിന്ന് രക്ഷനേടാം.
- വ്യായാമം ചെയ്യുന്നതുകൊണ്ട് മസ്തിഷ്കത്തിൽ എൻഡോർഫിന്റെ സ്രാവം ഏർപ്പെടുന്നു. നിങ്ങളുടെ മൂഡ് മെച്ചപ്പെടുകയും സന്തോഷവതിയായിരിക്കുകയും ചെയ്യുന്നു. പിരിമുറുക്കവും ഉത്തേജനവും കുറയും.
- മുതുകുവേദനയിൽ നിന്നും സമ്മർദ്ദത്തിൽ നിന്നും ആശ്വാസം ലഭിക്കാനുള്ള നല്ല ഉപായമാണ് ഇത്.
- സ്ട്രെച്ചിങ്ങ് ചെയ്യുന്നതുകൊണ്ട് മാംസപേശികൾക്ക് വിശ്രമം ലഭിക്കുന്നു. അവയുടെ വളഞ്ഞുകൊടുക്കുന്ന തന്മ വർദ്ധിക്കുന്നു. മാംസപേശികളുടെ പിരിമുറുക്കം കുറയുന്നു. ഈ വ്യായാമങ്ങൾ എവിടെ എപ്പോൾ വേണമെങ്കിലും ചെയ്യാം. ഇതിനായി വിയർപ്പൊഴുക്കേണ്ട ആവശ്യവുമില്ല.
- പത്തുനിമിഷത്തെ ഉലാത്തൽ നിങ്ങൾക്ക് മലബന്ധത്തിൽ നിന്ന് മോചനം നൽകുന്നു. നിങ്ങളുടെ വയറ് വൃത്തിയായിരിക്കുകയും മുഖത്ത് പുത്തുണർവ് ഉണ്ടാകുകയും ചെയ്യും.

കീഗൽ വ്യായാമം

നിങ്ങൾ ഒരു വ്യായാമം മാത്രം ചെയ്യാൻ ആഗ്രഹിക്കുന്നു എങ്കിൽ ഇത് ചെയ്യുക. കീഗൽ മൂലം പെൽവിക് ഫ്ലോറിയ ബലപ്പെടും. ആവശ്യമില്ലാതുള്ള മൂത്രം ഒഴിക്കൽ നിയന്ത്രിക്കാൻ കഴിയും. നിങ്ങളുടെ ശരീരം പ്രസവവേദനക്കും പ്രസവത്തിനും തയ്യാറാകും. ഓപ്പറേഷനിൽ നിന്നും കീറിമുറിക്കലിൽ നിന്നും രക്ഷപ്പെടാം. മൂത്രമൊഴിക്കുന്ന സമയത്ത് നിർത്തുവാൻ മാംസപേശികളെ ചുരുക്കുന്നതുപോലെ കീഗൽ ചെയ്യുമ്പോൾ ചുരുക്കണം. ഇതുമൂലം പ്രസവശേഷം ലൈംഗിക ബന്ധത്തിൽ ഏർപ്പെടാനുള്ള നിങ്ങളുടെ കഴിവ് വർദ്ധിക്കും. ഈ പുസ്തകത്തിൽ കീഗലിനെക്കുറിച്ചുള്ള മറ്റുവിവരങ്ങളും കൊടുത്തിട്ടുണ്ട്.

കീഗൽ വ്യായാമം

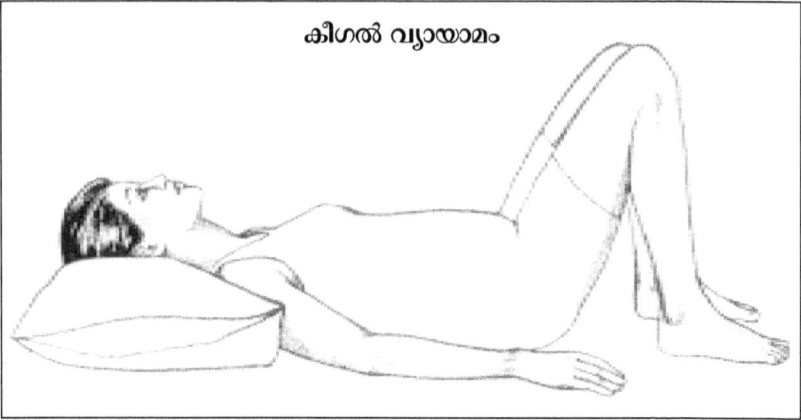

എക്സർസൈസ് സ്മാർട്ട്

കുഞ്ഞിനോടൊപ്പം വ്യായാമം ചെയ്യാൻ പോകുകയാണെങ്കിൽ ഞങ്ങളുടെ നിർദ്ദേശങ്ങൾ അനുസരിക്കുക:–

- ദാഹം ഉണ്ടെങ്കിലും ഇല്ലെങ്കിലും വ്യായാമത്തിനുമുമ്പ് എന്തെങ്കിലും കുടിക്കുക. എന്തെങ്കിലും കുടിച്ചാൽ ശരീരത്തിൽ വെള്ളത്തിന്റെ കുറവ് ഏർപ്പെടുകയില്ല. വർക്ക് ഔട്ടിനുശേഷവും എന്തെങ്കിലും കുടിക്കാൻ മറക്കരുത്. വിയർപ്പ് ഒഴുകുന്നതുകൊണ്ട് ഏർപ്പെടുന്ന തരള പദാർത്ഥങ്ങളുടെ കുറവ് പൂർത്തീകരിക്കാൻ മറക്കരുത്.
- ലഘുവായ സ്നാക്സ് കഴിക്കുക. വ്യായാമത്തിന് മുമ്പ് എന്തെങ്കിലും കുറച്ച് കഴിച്ചാൽ ഊർജ്ജത്തിന്റെ ലെവൽ നിലനിൽക്കും. നിങ്ങൾ കൂടുതൽ കലോറി അലിയിക്കുകയാണെങ്കിൽ ഇത് ഇനിയും കൂടുതൽ അനിവാര്യമായി തീരുന്നു.
- തണുത്ത താപനിലയിൽ ഇരിക്കുക. നിങ്ങളുടെ ശരീരത്തിന്റെ താപനില 1.5^{0}-ൽ കൂടുതൽ വർദ്ധിക്കാവുന്ന വ്യായാമങ്ങളൊന്നും ചെയ്യരുത്. സാനാ, സ്റ്റീം റൂം, ഹോട്ട് ടബ്ബ് എന്നിവ ഉപയോഗിക്കരുത്. അധികം ചൂടുള്ളതോ തിരക്കു കൂടുതലുള്ളതോ ആയ ചുറ്റുപാടിൽ ഇരിക്കരുത്. ചൂട് കൂടുമ്പോൾ ഏതെങ്കിലും എ.സി. മാളിൽ ഉലാത്തുക.
- തുറന്നതും, വഴങ്ങുന്നതും എളുപ്പം ശ്വാസോഛ്വാസം ചെയ്യാൻ കഴിയുന്നതുമായ വസ്ത്രങ്ങൾ ധരിക്കുക. മാറിൽ സപ്പോർട്ട് ലഭിക്കുന്ന വിധത്തിലുള്ള ബ്രാ ധരിക്കുക. സ്പോർട്സ് ബ്രാ ശരിയായിരിക്കും.
- ഏറ്റവും ആദ്യം കാലുകൾ ശ്രദ്ധിക്കുക. സ്ലിപ്പർ മാറ്റാനിരിക്കുകയാണെങ്കിൽ കാലിൽ മുറിവ് ഏർപ്പെടുന്നതിന് മുമ്പ് അവയെ മാറ്റുക. വർക്ക് ഔട്ടിന് അനുയോജ്യമായ ചെരുപ്പുകൾ വാങ്ങുക.
- ശരിയായ നിരപ്പിലുള്ളത് തിരഞ്ഞെടുക്കുക. ടൈൽസോ, സിമന്റോ ഇട്ട തറയ്ക്കുപകരം വർക്ക് ഔട്ടിന് മരം കൊണ്ടുള്ളതോ കാർപ്പെറ്റ് വിരിച്ചതോ ആയ തറ തിരഞ്ഞെടുക്കുക. വഴുക്കുന്ന തറയിൽ വർക്ക് ഔട്ട് ചെയ്യരുത്. കഠിനമായ റോഡുകൾക്ക് പകരം പുൽതകിടിയോ, മണ്ണുകൊണ്ടുള്ള ഫുട്പാത്തോ, നിരപ്പില്ലാത്ത സ്ഥലം ഉപയോഗിക്കുന്നതിന് പകരം സമതലമോ നന്നായിരിക്കും.
- ചരിവുള്ള ഭാഗങ്ങൾ ഉപേക്ഷിക്കുക. എന്തെന്നാൽ വീണാൽ ഏറ്റവും ആദ്യം അടിയേൽക്കുന്നത് വയറിലാണ്. നിങ്ങൾ ഇതുവരെ കളിച്ചിട്ടില്ലാത്തതോ, വയറിൽ ആഘാതമേൽക്കാൻ സാദ്ധ്യതയുള്ളതോ ആയ കളികൾ കളിക്കരുത്.
- നിരപ്പായ സ്ഥലത്ത് ഇരിക്കുക. നിങ്ങൾ ഉയരമുള്ള സ്ഥലത്താണ് ജീവിക്കുന്നതെങ്കിൽ 6000 അടിയിൽ കൂടുതൽ ഉയരത്തിൽ പോകേണ്ട ആവശ്യമുള്ള ഒരു കാര്യവും ചെയ്യരുത്. ഈ സമയത്ത്

സ്കൂവാ ഡൈവിങ്ങ് പോലുള്ള കളികളിൽ ഏർപ്പെടാതിരിക്കുക.

- നാലാം മാസത്തിനുശേഷം മലർന്നു കിടന്ന് വ്യായാമം ചെയ്യരുത്. ഗർഭാശയത്തിന്റെ വർദ്ധിച്ചുവരുന ഭാരം മൂലം രക്തനാളങ്ങളിൽ സമ്മർദ്ദം ഏർപ്പെടുകയും രക്തപ്രവാഹത്തിൽ തടസ്സം ഏർപ്പെടുകയും ചെയ്യും.
- ശരീരത്തിന്റെ ഏതെങ്കിലും ഭാഗം കോച്ചി വലിക്കുകയോ, മുറിവ് ഏർപ്പെടുകയോ ചെയ്യാവുന്ന ഒരു കാര്യവും ചെയ്യരുത്. പെട്ടെന്നുള്ള ശക്തിയായ ഉലച്ചലോ, ഷോക്കോ മൂലവും ദോഷം ഏർപ്പെട്ടേക്കാം. ശരീരത്തിന്റെ മൃദുത്വം പരിപാലിക്കുക. ആപത്കരമായ രീതിയിലുള്ള എഴുന്നേൽക്കലും ഇരിക്കലുമൊക്കെ ഉപേക്ഷിക്കുക. ഇപ്പോൾ നിങ്ങൾ ഒന്നല്ല 'രണ്ട്' ആണെന്നകാര്യം ഓർമ്മവേണം.

- വ്യായാമം ചെയ്യുന്ന ഗർഭിണികൾക്ക് പ്രസവസമയത്ത് കൂടുതൽ ബുദ്ധിമുട്ടേണ്ടിവരില്ലെന്നാണ് പറയുന്നത്. അവരുടെ പ്രസവം വേഗത്തിലും എളുപ്പത്തിലും കഴിയും. സീ. സെക്ഷൻ ചെയ്യേണ്ടിവരില്ല.
- വ്യായാമം ചെയ്താൽ നിങ്ങൾ ഗർഭാവസ്ഥയ്ക്കുശേഷവും ഫിറ്റായിരിക്കും. മുമ്പിലത്തെ ഫിഗർ തിരിച്ചുകിട്ടും. നിങ്ങൾക്ക് സന്തോഷത്തോടെ പഴയ ജീൻസ് ധരിക്കാൻ കഴിയും.
- കുഞ്ഞിന് വ്യായാമം കൊണ്ട് എന്തുലാഭം കിട്ടും. വർക്ക് ഔട്ടിനിടയിൽ ഏർപ്പെടുന്ന ശബ്ദങ്ങളും ഇളക്കവും കുഞ്ഞിന് അനുഭവപ്പെടുമെന്ന് പഠനങ്ങളിൽ നിന്ന് അറിയാൻ കഴിഞ്ഞിട്ടുണ്ട്.
- വ്യായാമം ചെയ്യുന്ന അമ്മമാർക്ക് ആരോഗ്യമുള്ള കുഞ്ഞുങ്ങൾ ജനിക്കുന്നു. പ്രസവ സമയത്ത് പുതിയ ലോകത്ത് കാൽ കുത്തുവാൻ അവർക്ക് ബുദ്ധിമുട്ടുണ്ടാകുകയില്ല, അവർ ജനനത്തിന്റെ പിരിമുറുക്കത്തിൽ നിന്ന് വേഗത്തിൽ മുക്തരാകും.
- നിങ്ങൾ വിശ്വസിച്ചാലും ഇല്ലെങ്കിലും പഠനങ്ങളിൽ നിന്നുതെളിഞ്ഞിട്ടുള്ള ഒരു കാര്യം, വ്യായാമം ചെയ്യുന്ന അമ്മമാരുടെ കുഞ്ഞുങ്ങൾ സാധാരണ കുഞ്ഞുങ്ങളെക്കാൾ ബുദ്ധിമാന്മാരായും ചുറുചുറുപ്പുള്ളവരായും ഇരിക്കുന്നുമെന്നുള്ളതാണ്. വ്യായാമം മൂലം അവരുടെ മാംസപേശികളോടൊപ്പം മസ്തിഷ്കത്തിന്റെ ശക്തിയും വർദ്ധിക്കും.
- ഇങ്ങനെയുള്ള കുഞ്ഞുങ്ങൾ രാത്രിയിൽ ശരിയായ സമയത്ത് നല്ലപോലെ ഉറങ്ങും, സ്വയം നല്ലപോലെ സംരക്ഷിക്കാൻ കഴിവുള്ളവരായിരിക്കും.

മുപ്പത് നിമിഷ പ്ലസ്

ഡോക്ടർ സമ്മതിച്ചാൽ നിങ്ങൾക്ക് നിങ്ങളുടെ ഇഷ്ടപ്രകാരം ഒരു ദിവസത്തിൽ ഒരു മണിക്കൂറിൽ കൂടുതൽ വർക്ക് ഔട്ട് ചെയ്യാം. ഈ അവസ്ഥയിൽ പെട്ടെന്ന് ക്ഷീണിക്കും, ക്ഷീണിച്ചാൽ പരുക്ക് ഏൽക്കും. ആവശ്യത്തിൽ കൂടുതൽ ക്ഷീണം മൂലം ശരീരത്തിൽ ജലാംശം കുറയും അല്ലെങ്കിൽ ശ്വസിക്കാൻ ബുദ്ധിമുട്ടുണ്ടാകും. ഈ സമയത്തിൽ അധികം കലോറി ചിലവാക്കിയാൽ കൂടുതൽ കലോറി ഉൾക്കൊള്ളേണ്ടിവരും. അതുകൊണ്ട് ആദ്യംതന്നെ അതിനുവേണ്ട ഏർപ്പാടുകൾ ചെയ്യണം.

ശരിയായരീതിയിൽ വ്യായാമം ചെയ്യുക

ഗർഭാവസ്ഥയിൽ പഴയ വസ്ത്രങ്ങൾ പാകമാകാത്തതുപോലെ നിങ്ങളുടെ ഫിറ്റ്നസ് റൊട്ടീനിലും ചിലമാറ്റങ്ങൾ വരുത്തണം. ഇപ്പോൾ നിങ്ങൾക്ക് ഒരുത്തർക്കുവേണ്ടി മാത്രമല്ല രണ്ടുപേർക്കുവേണ്ടി വ്യായാമം ചെയ്യേണ്ടതുണ്ട്. നിങ്ങൾ ജിമ്മിൽ പോയാലും ശരി ഉലാത്തിയാലും ശരി ഞങ്ങളുടെ ഈ നിർദ്ദേശങ്ങൾ ശ്രദ്ധിക്കുക.

ഡോക്ടറെ കാണുക:– സ്പീകർസിൽ നാടകെട്ടുന്നതിന് മുമ്പ് ഡോക്ടറെ കാണാൻ മറക്കരുത്. നിങ്ങളുടെ ഗർഭാവസ്ഥയിൽ എന്തെങ്കിലും ജടിലതകൾ ഉണ്ടെങ്കിൽ ഡോക്ടർ വ്യായാമം ചെയ്യരുതെന്നുപറഞ്ഞേക്കാം. അല്ലെങ്കിൽ ചില വ്യായാമങ്ങൾ മാത്രം ചെയ്യാൻ അനുമതിച്ചേക്കാം. അദ്ദേഹത്തിനോട് ചോദിച്ച് നിങ്ങളുടെ സ്ഥിതിയിൽ ഏത് ഫിറ്റ്നസ് റൊട്ടീനാണ് ശരിയെന്ന് മനസ്സിലാക്കുക. നിങ്ങൾ പൂർണ്ണ ആരോഗ്യവതിയാണെങ്കിലും ചില കളികൾ ഗർഭാവസ്ഥയ്ക്ക് അനുയോജ്യമല്ല.

ചുമലുകളും കാലുകളും നീട്ടുക

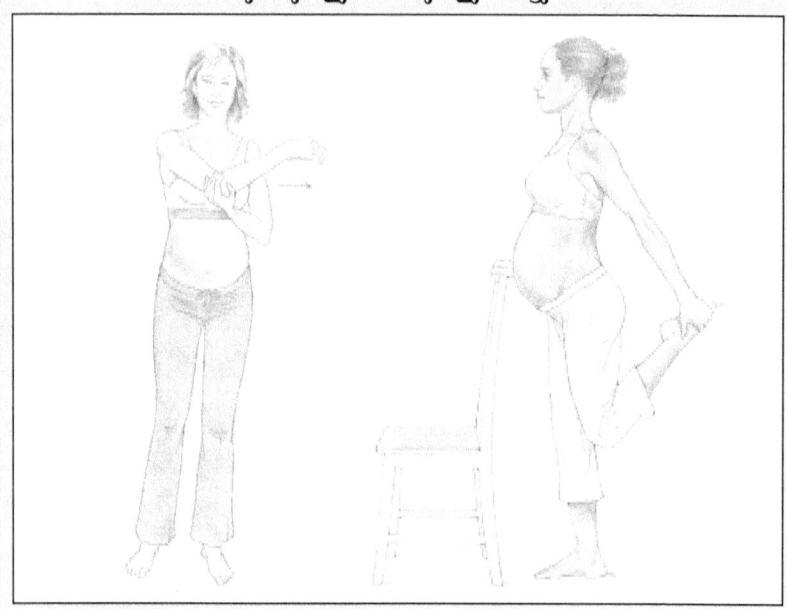

ചുമലുകളിലുള്ള വലിവ് കുറക്കാൻ കാലുകൾ അകറ്റി നിൽക്കുകയും കാൽമുട്ട് കുറച്ച് വളയ്ക്കുകയും ചെയ്യുക. ഇടതു കൈ നെഞ്ചുവരെ കൊണ്ടുവന്ന് ചെറുതായി കുനിക്കുക. വലതുകൈ ഇടതുകൈ മുട്ടിൽ ഉറപ്പിക്കുക. നിശ്വാസിച്ചുകൊണ്ട് അതിനെ വലതുതോളിന് നേരെ തള്ളുക. ഇത് 5 മുതൽ 10 തവണവരെ ആവർത്തി ക്കുക. പിന്നീട് അടുത്ത കൈകൊണ്ട് ചെയ്യുക.

നിന്നുകൊണ്ട് കാലുനീട്ടാൻ ഏതെങ്കിലും കസേരയുടെയോ കൗണ്ടറിന്റെയോ മുകൾ ഭാഗം പിടിക്കുക. കാൽമുട്ടുമടക്കി കാൽ നിതംബം വരെ കൊണ്ടുചെല്ലുക. വലതുകൈ കൊണ്ട് കാൽപിടിച്ച് ഉപ്പൂറ്റി നിതംബത്തിനരികിൽ കൊണ്ട് ചെന്ന് തുടപരത്തുക. മുതുക് നേരെ നിർത്തുക. 10 മുതൽ 30 സെക്കന്റുകൾവരെ ഇങ്ങനെ നിന്നശേഷം ഇടതുകാലു കൊണ്ട് ഇതാവർത്തിക്കുക.

ശരീരത്തിന്റെ മാറ്റങ്ങളെ ആദരിക്കുക:– ശരീരത്തിന്റെ സ്ഥിതിക്കനുസരിച്ച് നിങ്ങളുടെ റൊട്ടീനിലും മാറ്റങ്ങൾ വരുത്തുക. ശരീരത്തിന്റെ സമതുലനം മാറുന്നതിനോടൊപ്പം വർക്ക് ഔട്ടിലും മാറ്റങ്ങൾ കൊണ്ടുവരേണ്ടിവരും. ചില വ്യായാമങ്ങൾ കുറക്കേണ്ടിവരും. നിങ്ങൾ വർഷങ്ങളായി നടക്കുന്നുണ്ടെങ്കിലും ഗർഭാവസ്ഥയിൽ നടത്തത്തിന്റെ വേഗം കുറയും. കാലുകളിൽ വീക്കം ഉണ്ടാകും, അതുകൊണ്ട് പരിശീലനം കുറക്കേണ്ടിവരും. മലർന്നു കിടന്ന് ചെയ്യേണ്ട 'തായ്ചീ'യുടെ ചില മുദ്രകൾ രക്തപ്രവാഹത്തിൽ വിഘ്നം ഏർപ്പെടുത്തിയേക്കാം. അവ ഒരിക്കലും ചെയ്യരുത്.

തുടക്കം പതുക്കെ ആകട്ടെ:– പതുക്കെപ്പതുക്കെ ആരംഭിക്കുക. ആവശ്യത്തിൽ കൂടുതൽ ആവേശം കാണിച്ചാൽ ലാഭത്തിനുപകരം നഷ്ടം ഏർപ്പെടും. ആദ്യത്തെ ദിവസം 10 നിമിഷം ചെറുതായി വാം അപ്പ് ചെയ്ത് 5 നിമിഷം വർക്ക് ഔട്ട് ചെയ്യുക. ക്ഷീണം തോന്നുമ്പോൾ നിർത്തി കൂൾ-ഡൗൺ ആകുക. കുറച്ച് ദിവസങ്ങൾക്കുള്ളിൽ ശരീരത്തിന് ഇത് ശീലമായാൽ വർക്ക് ഔട്ടിന്റെ സമയം കൂട്ടാം. നിങ്ങൾ ആദ്യം മുതൽ ജിമ്മിൽ പോകുന്നുണ്ടെങ്കിൽ ഈ ദിവസങ്ങളിൽ നിങ്ങളുടെ ഇഷ്ടപ്രകാരം പുതിയ വ്യായാമമൊന്നും തിരഞ്ഞെടുക്കരുത്.

വർക്ക് ഔട്ടിനുമുമ്പ്:– നിങ്ങൾ വർക്ക് ഔട്ട് ആരംഭിക്കേണ്ട തിരക്കിലാണെങ്കിലും വർക്ക് ഔട്ട് തുടങ്ങുന്നതിന് മുമ്പ് ശരീരം വാം അപ്പ് ചെയ്താൽ ഹൃദയത്തിന്റെ ഗതി പെട്ടെന്ന് വർദ്ധിക്കാതിരിക്കുകയും വളരെ കുറഞ്ഞ പരുക്കുകൾ ഏൽക്കുകയും ചെയ്യും. തണുപ്പുകാലത്തും ഗർഭാവസ്ഥയിലും ഇക്കാര്യം പ്രത്യേകം ശ്രദ്ധിക്കണം. ഓടുന്നതിനുമുമ്പ് നടക്കുകയും നീന്തുന്നതിനുമുമ്പ് മെല്ലെമെല്ലെ തുഴയുകയോ ജോഗിങ്ങ് ചെയ്യുകയോ ചെയ്യുക.

വർക്ക് ഔട്ടിനുശേഷം:– നിങ്ങൾ പെട്ടെന്ന് വർക്ക് ഔട്ട് നിറുത്തിയാൽ മാംസപേശികളിൽ രക്തം തങ്ങിനിൽക്കുകയും ശരീരത്തിന്റെ മറ്റുഭാഗങ്ങൾക്ക് രക്തം ലഭിക്കാതെ വരികയും ചെയ്യും. അതിന്റെ ഫലമായി തലചുറ്റിയേക്കാം. ബോധക്കേട് ഛർദ്ദി എന്നിവ ഏർപ്പെടും. ഓടി അഞ്ചു നിമിഷം കഴിഞ്ഞേ നടക്കാവൂ. വേഗത്തിൽ നീന്തിയശേഷം പതുക്കെ നീന്തുക. ശരീരത്തെ പതുക്കെ ശിഥിലമാകാൻ അനുവദിക്കുക. നിലത്തിരുന്നാണ് വ്യായാമം ചെയ്യുന്നതെങ്കിൽ അവിടെനിന്ന് പതുക്കെ എഴുന്നേൽക്കുക.

വാച്ചിൽ കണ്ണുണ്ടായിരിക്കണം:– കുറവോ അധികമോ ആയ വ്യായാമം കൊണ്ട് ഒരു പ്രയോജനവും ഇല്ല. വാം അപ്പ് മുതൽ കൂൾ ഡൗൺ വരെയുള്ള മുഴുവൻ വർക്ക് ഔട്ടും ചെയ്യാൻ അരമണിക്കൂറുമുതൽ ഒരു മണിക്കൂറുവരെ ചെലവഴിക്കാം. ക്ഷീണം കൂടുതലാകരുത്.

വർക്ക് ഔട്ടിനെ വിഭജിക്കുക:– 30 നിമിഷം വർക്ക് ഔട്ട് ചെയ്യാൻ സമയം കിട്ടുന്നില്ലേ? നിങ്ങളുടെ വ്യായാമത്തിനെ രണ്ട്-മൂന്ന് അല്ലെങ്കിൽ നാലുഭാഗങ്ങളായി വിഭജിക്കുക. ഇങ്ങനെ മാംസപേശികളുടെ മൃദുത്വം നിലനിൽക്കും.

തീർച്ചയായും വ്യായാമം ചെയ്യുക:–ഒരാഴ്ച ആഴ്ചയിൽ നാലുപ്രാവശ്യം, അതിനടുത്ത ആഴ്ച തീരെ ഇല്ല, എന്നിങ്ങനെ വ്യായാമം ചെയ്യുന്ന ശീലം അരുത്. നിങ്ങൾ കഠിനമായ വർക്ക് ഔട്ടുമൂലം ക്ഷീണിച്ചിട്ടുണ്ടെങ്കിലും വാം അപ്പ് ചെയ്യാമല്ലോ? ഇങ്ങനെ വ്യായാമം നിരന്തരം തുടർന്നുകൊണ്ടിരിക്കണം ചില ഗർഭിണികളുടെ അഭിപ്രായം മുഴുവൻ വർക്ക് ഔട്ട് ചെയ്തില്ലെങ്കിലും കുറച്ച് വ്യായാമം ചെയ്യുന്നതുകൊണ്ട് ഭേദം തോന്നുന്നുണ്ട് എന്നാണ്.

ഡ്രോമഡ്രേ ഡ്രൂപ്

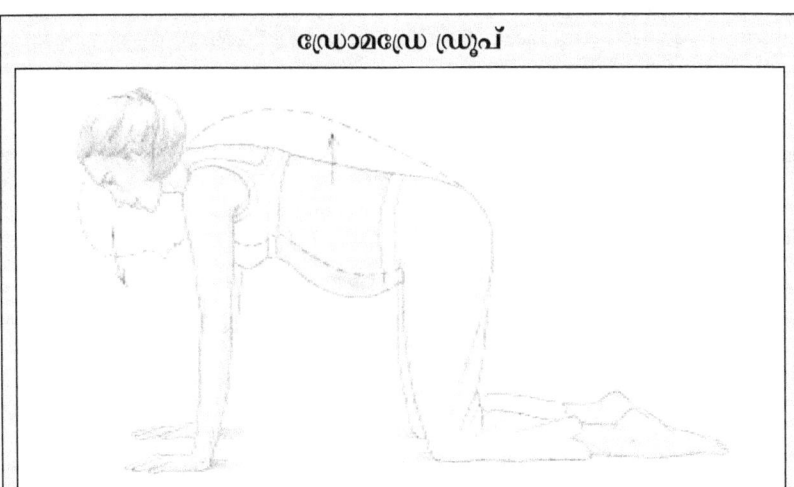

മുതുകിന്റെ പിടിപ്പുകുറക്കാൻ കൈകളും മുട്ടുകളും കുത്തി ഇരിക്കുക. തലനേരെ ആയിരിക്കണം. കഴുത്ത് നട്ടെല്ലിന്റെ ലെവലിലായിരിക്കണം. മുതുക് വില്ലുപോലെ വളക്കുക. അപ്പോൾ നിതംബങ്ങളിൽ കാഠിന്യം അനുഭവപ്പെടും. സ്വല്പം താഴോട്ട് കുനിയുക. വീണ്ടും പഴയ പൊസിഷനിലേക്ക് മടങ്ങുക. നിന്നുകൊണ്ടോ ഇരുന്നുകൊണ്ടോ ജോലിചെയ്യുന്നുണ്ടെങ്കിൽ ഈ വ്യായാമം ദിവസവും പല പ്രാവശ്യം ആവർത്തിക്കുക.

കഴുത്തിന് വിശ്രമം

ഇതുമൂലം കഴുത്തിന്റെ വലിഞ്ഞുമുറുക്കത്തിന് ആശ്വാസം ലഭിക്കുന്നു. ഒരു നല്ല സപ്പോർട്ടുള്ള കസേരയിൽ നിവർന്നിരിക്കുക. കണ്ണുകൾ മൂടി ദീർഘശ്വാസമെടുക്കുക. തല ഒരു ഭാഗത്തേക്ക് ചരിച്ച് ചുമലുവരെ കൊണ്ടുപോകുക. ചുമൽ പൊന്തിച്ച് തല തൊടരുത്, തല ബലപൂർവ്വം കീഴ്പ്പോട്ട് കൊണ്ടുപോകുകയും അരുത്. 6 സെക്കന്റു വരെ അങ്ങനെ നിറുത്തിയശേഷം അടുത്ത ഭാഗത്തേക്ക് ചരിച്ച് അതേപോലെ ചെയ്യുക. പിന്നീട് തല മുമ്പോട്ടുകൊണ്ടുപോകുക. താടി നെഞ്ചുവരെ കൊണ്ടുവരിക. കഴുത്ത് സാവാധാനം വലത്തെ ചുമലുവരെ തിരിക്കുക. ഇതും 3 മുതൽ 6 സെക്കന്റുവരെ ചെയ്യുക. ദിവസവും 3-4 പ്രാവശ്യം ഇത് ആവർത്തിക്കുക.

കലോറി മുഴുവനാക്കുക:– നിങ്ങൾക്ക് നിത്യവും വർക്ക് ഔട്ടിൽ ചിലവാകുന്ന കലോറിയുടെ പൂർത്തിക്കായി കൂടുതൽ ഭക്ഷണം കഴിക്കേണ്ടിവരും. ദിവസേന ചെയ്യുന്ന ½ മണിക്കൂർ വ്യായാമത്തിന് 150 മുതൽ 200 കൂടുതൽ കലോറി കഴിക്കേണ്ടിവരും. ധാരാളം കലോറികൾ കഴിച്ചശേഷവും നിങ്ങളുടെ തൂക്കം വർദ്ധിക്കുന്നില്ലെന്ന് നിങ്ങൾക്ക് തോന്നുന്നുണ്ടെങ്കിൽ, ഒരുപക്ഷേ നിങ്ങൾ ആവശ്യത്തിൽ കൂടുതൽ വ്യായാമം ചെയ്യുന്നുണ്ടാകും.

തരള പദാർത്ഥങ്ങളുടെ അളവ്:– ഓരോ അരമണിക്കൂറിലെ ഗതിവിധികൾക്കുശേഷവും ഒരു ഗ്ലാസ് കൂടുതൽ തരളപദാർത്ഥം ആവശ്യമായിവരും, അത് വിയർപ്പുകാരണം നഷ്ടപ്പെടുന്ന ജലാംശത്തെ പൂർത്തി ചെയ്യും. കൂടുതൽ വിയർക്കുകയോ, ചൂടു കൂടുതലായിരിക്കുകയോ ചെയ്താൽ കൂടുതൽ വെള്ളം കുടിക്കണം. വ്യായാമം ചെയ്യുന്നതിന് മുൻപും പിൻപും വ്യായാമത്തിനിടയിലും വെള്ളം കുടിക്കണം, എന്നാൽ ഒരു പ്രാവശ്യം 16 ഔൺസിൽ കൂടുതൽ കുടിക്കരുത്. വർക്ക് ഔട്ട് ചെയ്യാൻ തുടങ്ങുന്നതിന് 30-45 നിമിഷത്തിന് മുൻപ് മുതൽ തരള പദാർത്ഥങ്ങൾ കഴിക്കാൻ തുടങ്ങണം.

ശരിയായ സമൂഹം തിരഞ്ഞെടുക്കുക:– നിങ്ങൾ ഏതെങ്കിലും കൂട്ടത്തിൽ ചേർന്ന് വ്യായാമം ചെയ്യാൻ പോവുകയാണെങ്കിൽ അത് ഗർഭിണികൾക്ക് മാത്രമുള്ള സമൂഹമായിരിക്കണം. (സമൂഹത്തിന്റെ നിർവാഹകൻ എങ്ങനെയുള്ള ആളാണെന്ന് അന്വേഷിച്ചറിയുക) പല സ്ത്രീകൾക്കും തനിച്ച് വ്യായാമം ചെയ്യുന്നതിനേക്കാൾ ഇഷ്ടം കൂട്ടമായി വ്യായാമം ചെയ്യുന്നതാണ്. അവർക്ക് തുടർച്ചയായി ആരുടെയെങ്കിലും സഹായമോ ഫീഡ്ബ്യക്ക് ആവശ്യമായിരിക്കും. ഈ പരിപാടികളിൽ ഓരോ സ്ത്രീയുടെയും ആവശ്യവും കഴിവും അനുസരിച്ച് ആഴ്ചയിൽ മൂന്ന് ദിവസങ്ങളിൽ ക്ലാസെടുക്കും. അവരുടെ അടുത്ത് മെഡിക്കൽ ആന്റ് എക്സർസൈസ് വിദഗ്ദന്മാരും ഉണ്ടായിരിക്കും. അവർ നിങ്ങളുടെ എല്ലാ ചോദ്യങ്ങൾക്കും ഉത്തരം തരും.

കുറച്ച് വിനോദമാവട്ടെ:– ഏതെങ്കിലും വ്യായാമമോ പ്രവൃത്തിയോ നിങ്ങൾക്ക് ശിക്ഷയല്ല വിനോദമായിരിക്കണം. നിങ്ങൾ ഇഷ്ടപ്രകാരം ഏത് തിരഞ്ഞെടുക്കുന്നുവോ അതുതന്നെ തുടരുക. പ്രസവത്തിന് മുമ്പുള്ള യോഗാ മുതൽ ഡിന്നറിന് ശേഷമുള്ള ആടി ഉലഞ്ഞുള്ള ഉലാത്തൽവരെ എല്ലാം ഇതിൽ ഉൾപ്പെടും. ഏതെങ്കിലും ചങ്ങാതിയെയോ തോഴിയെയോ ഉലാത്താൻ കൂട്ടിന് വിളിക്കാം.

കുറച്ച് വിശ്രമത്തോടെ:– നിങ്ങൾക്ക് ക്ഷീണം തോന്നത്തക്കവിധത്തിൽ വ്യായാമം ചെയ്യരുത്. നിങ്ങൾ ഒരു മികച്ച അത്‌ലറ്റ് ആണെങ്കിൽ പോലും മുഴുവൻ കഴിവും ഉപയോഗിച്ച് വ്യായാമം ചെയ്യരുത്. വ്യായാമം കൂടുതലാവരുത്. മനസ്സിന് സുഖം തോന്നുന്നതുവരെ മാത്രമെ വ്യായാമം ചെയ്യാവൂ. കുറച്ചു വേദനയോ സമ്മർദ്ദമോ അനുഭവപ്പെട്ടാൽ ഉടനെ വ്യായാമം ചെയ്യുന്നത് നിർത്തണം. കുറച്ച് വിയർക്കുകയോ ചെറുതായി ശ്വസിക്കുവാൻ ബുദ്ധിമുട്ട്

തോന്നുകയോ ചെയ്താൽ സാരമില്ല. എന്നാൽ നിങ്ങൾക്ക് സംസാരിക്കാൻ പോലും കഴിയാത്ത അത്രയ്ക്ക് ശ്വാസതടസ്സം ഏർപ്പെടരുത്.

വർക്ക് ഔട്ട് കഴിഞ്ഞ് നിങ്ങൾ ഉറക്കം തൂങ്ങുന്നുണ്ടെങ്കിൽ വളരെ അധികം അദ്ധ്വാനിച്ചു എന്നാണ് അർത്ഥം. വ്യായാമത്തിനു ശേഷം നിങ്ങൾക്ക് കുറച്ച് സുഖം തോന്നണം, ആരോ ശരീരത്തിലെ ശക്തി മുഴുവൻ പിഴിഞ്ഞെടുത്തതു പോലെ തോന്നരുത്.

എപ്പോൾ നിറുത്തണം:– നിങ്ങളുടെ ശരീരം സ്വയം ക്ഷീണത്തിന്റെ സൂചന നൽകും. ആ സൂചന മനസ്സിലാക്കി വ്യായാമം ചെയ്യുന്നത് നിർത്തണം. നിതംബങ്ങൾ, മുതുക്, പെൽവിസ്, നെഞ്ച് അല്ലെങ്കിൽ തല എന്നീവിടങ്ങളിൽ എവിടെ യെങ്കിലും പെട്ടെന്ന് വേദന ഏർപ്പെട്ടാൽ ഡോക്ടറെ കാണാൻ വൈകരുത്. വ്യായാമം ചെയ്യുന്നത് നിറുത്തിയശേഷവും കോച്ചി വലി മാറാതിരിക്കുക, മൂത്രാശയത്തിൽ ചുരുക്കം, ചെറിയ തലചുറ്റൽ, ഹൃദയസ്പ ന്ദനം വേഗത്തിലാകുക, ശ്വാസം കഴിക്കാൻ വല്ലാത്ത ബുദ്ധിമുട്ട്, നടക്കുന്നതുപോലും കഷ്ടമാകുക, മാംസപേശികളിൽ നിയന്ത്രണമില്ലാതിരിക്കുക, പെട്ടെന്ന് തല വേദന, കൈകാലുകളിലും ഞെരിയാണിയിലും വീക്കം അധികമാകുക, അമ്നിയോട്ടിക് ദ്രവം ഇറ്റുവീഴാൻ തുടങ്ങുക, അല്ലെങ്കിൽ യോനിയിൽനിന്ന് രക്തപ്രവാഹം അല്ലെങ്കിൽ 28-ാം ആഴ്ചക്കുശേഷം കുഞ്ഞിന്റെ ചലനം കുറയുകയോ നിലയ്ക്കുകയോ ചെയ്യുക എന്നിവ ഏർപ്പെട്ടാൽ ഡോക്ടറെ സമീപിക്കുക. രണ്ടാമത്തെയോ മൂന്നാമത്തെയോ മൂന്നാം മാസത്തിൽ നിങ്ങളുടെ കഴിവിലും പ്രകടനങ്ങളിലും കുറവ് സംഭവിച്ചേക്കാം. ഇത് ഒരു സാധാരണ പ്രക്രിയയാണ്.

പെൽവിക്ക് ടിൽട്ട്

ഇതുമൂലം പോശ്ചറിൽ അഭിവൃദ്ധി ഏർപ്പെടും. മാംസപേശികളുടെ ശക്തികൂടും, പ്രസവവും എളുപ്പമാകും. മുതുക് ചുമരോട് ചേർത്ത് നട്ടെല്ലിന് സപ്പോർട്ട് കൊടുക്കുക. ശ്വാസം എടുക്കുമ്പോഴും പുറത്തേക്ക് വിടുമ്പോഴും മുതുക് ചുമരിനോട് ചേർത്ത് അമർത്തുക. ഷിയാടികാ ചെയ്യാൻ മുതുക് നേരെവച്ച് പെൽവിസ് അങ്ങുമിങ്ങുമായി ആട്ടുക. ഇത് ദിവസവും പലപ്രാവശ്യം ചെയ്യുക.

ഒടുവിലത്തെ മൂന്നാം മാസത്തിൽ:– മിക്ക സ്ത്രീകൾക്കും ഒടുവിലത്തെ മൂന്നാം മാസത്തിൽ പ്രത്യേകിച്ച് ഒൻപതാം മാസം തങ്ങളുടെ പ്രകടനം കുറക്കേണ്ടിവരുമെന്ന് തോന്നും. സ്റ്ററെച്ചിങ്ങ് റൊട്ടീൻ, ചെറുതായി ഉലാത്തുക അല്ലെങ്കിൽ വാട്ടർ വർക്ക് ഔട്ട് കൊണ്ടുതന്നെ ധാരാളം വ്യായാമമാകും. നിങ്ങൾ നല്ല അത്ലെറ്റിക് ഷേപ്പിലാണെങ്കിലും കൂടുതൽ കഠിനമായ വ്യായാമം ചെയ്യാൻ ആഗ്രഹിക്കുന്നുണ്ടെങ്കിൽ ഡോക്ടറുടെ അഭിപ്രായം കേട്ടശേഷം നിങ്ങളുടെ വ്യായാമം തുടരാവുന്നതാണ്.

വേണ്ടെങ്കിൽ വ്യായമം ചെയ്യേണ്ട:– ജോലിയൊന്നും ചെയ്യാതെ വളരെനേരം ഇരുന്നാലും നിങ്ങളുടെ കാലുകളിലെ ഞരമ്പുകളിൽ രക്തം കൂടിച്ചേരുകയും കാലിൽ വീക്കം ഏർപ്പെടുകയും ചെയ്യുന്നു. ഇതുമൂലം മറ്റ് പല ബുദ്ധിമുട്ടുകളും ഉണ്ടായേക്കാം. നിങ്ങൾ മണിക്കൂറുകളോളം ഇരുന്ന് ടി.വി. കാണുകയോ ജോലി ചെയ്യുകയോ, നീണ്ടയാത്ര ചെയ്യുകയോ ആണെങ്കിൽ ഇടക്കിടെ ബ്രേക്ക് എടുക്കണം. 5 മുതൽ 10 മിനിറ്റുവരെ നടക്കുക. സീറ്റിൽ ഇരുന്നുകൊണ്ടുതന്നെ കുറച്ച് വ്യായാമം ചെയ്യുക. ദീർഘശ്വാസം എടുക്കുക, കാലുകൾ കുറച്ച് പരത്തുക, കാലിലെ വിരലുകൾ കറക്കുക. വയറിലെയും നിതംബങ്ങളിലെയും മാംസ പേശികൾ സങ്കോചിപ്പിക്കുക. കൈയ്യിലും വീക്കം ഏർപ്പെടുന്നുണ്ടെങ്കിൽ കൈകൾ തലക്കുമുകളിൽ കൊണ്ടുപോകുക. അടിക്കടി മുഷ്ഠികൾ മൂടുകയും തുറക്കുകയും ചെയ്യുക.

ബൈസപ്പ്കേൾ

ആദ്യമായി ഭാരം പൊക്കുകയാണെങ്കിൽ 5 പൗണ്ടിൽനിന്ന് തുടങ്ങുക. 12 പൗണ്ടിൽ കൂടുതൽ ഭാരം ഒരിക്കലും പൊക്കരുത്. ചുമലിന്റെ വീതിയുടെ അളവിന് കാലുകൾ അകറ്റിവെക്കുക. മുട്ടുകൾ കൂട്ടിമുട്ടരുത്. കൈമുട്ടുകൾ ഉള്ളിലേക്കും നെഞ്ച് ഉയർന്നും ഇരിക്കണം. രണ്ട് കൈകളും മുന്നിൽ വച്ച് കൈകളുടെ ഭാരം ചുമലുകൾക്കു നേരെ കൊണ്ടുവന്ന് ശ്വാസം എടുക്കുക. ഭാരം നെഞ്ചിനുനേരെ വരുമ്പോൾ പതുക്കെപ്പതുക്കെ താഴെ ഇറക്കുക, വീണ്ടും ഇത് തുടരുക. 8 മുതൽ 10 പ്രാവശ്യം ചെയ്യുക. ക്ഷീണം തോന്നിയാൽ ബ്രേക്ക് എടുക്കുക. മാംസപേശികളിൽ നീറ്റൽ അനുഭവപ്പെടും. എന്നാൽ നിങ്ങളുടെമേൽ സമ്മർദ്ദം ചെലുത്തുകയോ ശ്വാസം തടയുകയോ ചെയ്യരുത്.

കാലുകൾ ഉയർത്തുക

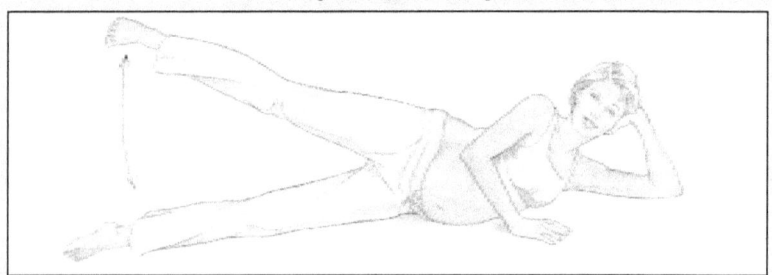

ഇതിൽ നിങ്ങളുടെ ശരീരത്തിന്റെ ഭാരം കൊണ്ടുതന്നെ തുടകളിലെ മാംസപേശികളെ ടോൺ ചെയ്യാവുന്നതാണ്. ഇടതുവശം ചരിഞ്ഞുകിടക്കുക. നിതംബവും കാൽമുട്ടുകളും ഒരേ ലെവലിൽ ആയിരിക്കണം. ഇടതുകൈ തറയിൽ ഇനി തലയ്ക്ക് മുട്ടുകൊടുക്കുക. ശ്വാസം എടുത്തുകൊണ്ട് വലതുകാൽ കഴിയുന്നത്ര ഉയർത്തുക, പിന്നീട് താഴ്ത്തുക. ഇത് 10 പ്രാവശ്യം ചെയ്തശേഷം അടുത്തകാൽ കൊണ്ട് ഇതാവർത്തിക്കുക.

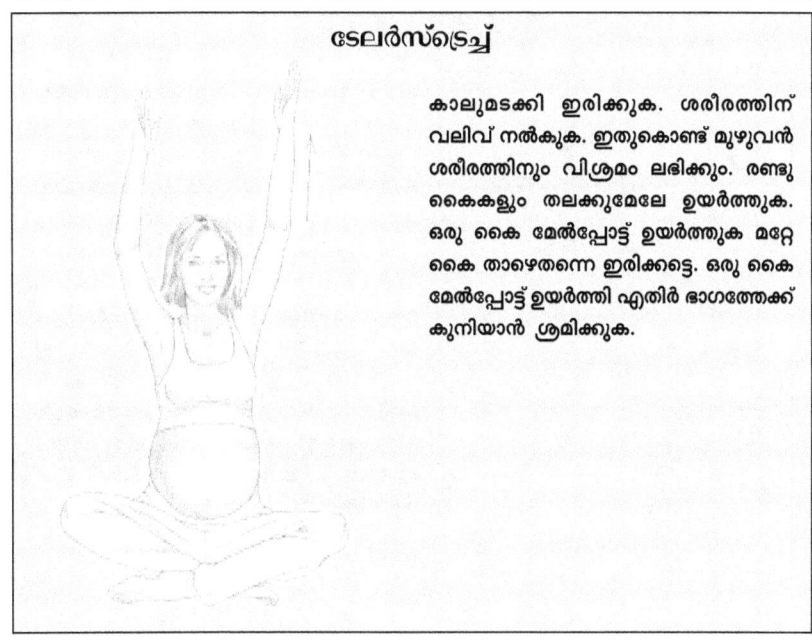

ടേലർസ്ട്രെച്ച്

കാലുമടക്കി ഇരിക്കുക. ശരീരത്തിന് വലിവ് നൽകുക. ഇതുകൊണ്ട് മുഴുവൻ ശരീരത്തിനും വിശ്രമം ലഭിക്കും. രണ്ടു കൈകളും തലക്കുമേലേ ഉയർത്തുക. ഒരു കൈ മേൽപ്പോട്ട് ഉയർത്തുക മറ്റേ കൈ താഴെതന്നെ ഇരിക്കട്ടെ. ഒരു കൈ മേൽപ്പോട്ട് ഉയർത്തി എതിർ ഭാഗത്തേക്ക് കുനിയാൻ ശ്രമിക്കുക.

ഗർഭാവസ്ഥക്ക് ഉചിതമായ വ്യായാമം തിരഞ്ഞെടുക്കുക

നിങ്ങൾക്ക് ഗർഭാവസ്ഥയിൽ വാട്ടർസ്കീ, കുതിരസവാരി എന്നീ മത്സരങ്ങളിൽ പങ്കെടുക്കാൻ കഴിയില്ലെന്നത് സത്യമാണ്. എന്നാലും ചില ഫിറ്റ്നസ് വ്യായാമങ്ങൾ ചെയ്യാമല്ലോ? ഗർഭിണികൾ വ്യായാമം തിരഞ്ഞെടുക്കുന്നതിന് മുമ്പ് ഡോക്ടറോട് ചോദിക്കണം. അപ്പോൾ ഗർഭാവസ്ഥയിൽ ആപത്കരമായ പല പ്രവൃത്തികളെപ്പറ്റിയും നിങ്ങൾക്ക് അറിയാൻ കഴിയും. ഫുട്ബോൾ, ബാസ്കറ്റ് ബോൾ, സ്കൂബാ ഡ്രൈവിങ്ങ്, മൗണ്ടൻ ബൈക്കിങ്ങ് ഇവയെല്ലാം ആപത്കരമാണ്. ഗർഭാവസ്ഥയിലെ വർക്ക് ഔട്ടിൽ എന്തുചെയ്യാം, എന്തുചെയ്യരുത് എന്നറിയാൻ താഴെ കൊടുത്തിരിക്കുന്ന ടിപ്സ് ശ്രദ്ധിക്കുക.

ഉലാത്തുക:– ഈ വ്യായാമം എപ്പോൾ വേണമെങ്കിലും, എവിടെ വേണമെങ്കിലും ചെയ്യാം. നിങ്ങളുടെ തിരക്കുപിടിച്ച ദിനചര്യയിൽ ഇതിനേക്കാൾ എളുപ്പമായ വ്യായാമം വേറെ ഇല്ല. നായയെ നടത്താൻ കൊണ്ടുപോകുമ്പോഴോ സാധനങ്ങൾ വാങ്ങാൻ പോകുമ്പോഴോ നടക്കുന്നത് ഇതിൽചേരും. 9-ാം മാസംവരെ ഒരു പേടിയും ഇല്ലാതെ ഇത് തുടരാം. ഇതിന് എന്തെങ്കിലും ഉപകരണമോ, ജിമ്മിലെ മെമ്പർഷിപ്പോ, ഫീസോ ഒന്നും ആവശ്യമില്ല. നിങ്ങൾക്ക് നല്ലതും സൗകര്യപ്രദവുമായ ചെരുപ്പുകളും വസ്ത്രങ്ങളും ആവശ്യമാണ്. പുതുതായി നടക്കാൻ തുടങ്ങുകയാണെങ്കിൽ അധികം നടക്കരുത്. ഭർത്താവിന്റെയോ, സ്നേഹിതന്മാരുടെയോ കൂടെ നടക്കാം. വേണമെങ്കിൽ വാക്കിങ്ങ് ക്ലബ് ആരംഭിക്കാം. കാലവസ്ഥ അനുകൂലമല്ലെങ്കിൽ മാളിൽ പോയി പതുക്കെ നടക്കുക.

ജോഗിങ്ങ്:– നിങ്ങൾക്ക് പരിചയമില്ലെങ്കിൽ ജോഗിങ്ങിന്റെ സമയവും ദൂരവും ഓർമ്മ വെക്കണം. ട്രെഡ്മില്ലിലും ഇക്കാര്യങ്ങൾ ശ്രദ്ധിക്കണം. ഗർഭാവസ്ഥയിൽ ലിഗ്മെന്റുകളും സന്ധികളും അയഞ്ഞിരിക്കുന്നതുകൊണ്ട് ഓടുന്നത് ബുദ്ധിമുട്ടായിരിക്കുമെന്ന കാര്യം ഓർമ്മവെയ്ക്കുക. വേഗത്തിൽ പരുക്കേൽക്കുകയും ചെയ്തേക്കാം. അതുകൊണ്ട് ആവശ്യത്തിൽ കൂടുതൽ ജോഗിങ്ങോ ട്രെഡ്മില്ലോ ചെയ്യരുത്.

ഹിപ്പ് ഫ്ലെക്സർസ്

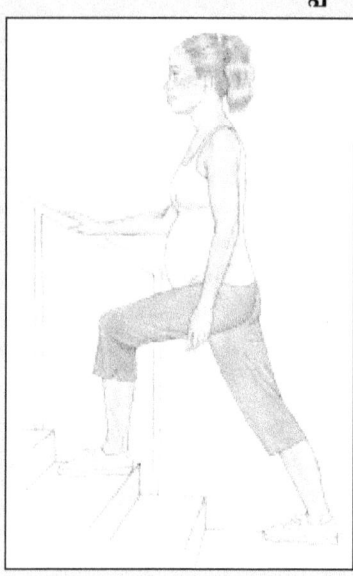

ഈ മാംസപേശികളുടെ സഹായം കൊണ്ടാണ് മുട്ടുമടക്കുകയും ഇടുപ്പ് വളക്കുകയും ചെയ്യുന്നത്. ഇതുകൊണ്ട് പ്രസവം വളരെ എളുപ്പമാകും. പടിക്കെട്ടുകളുടെ ഏറ്റവും അടിയിലെ പടിയിൽ നിൽക്കുക. ഒരു കൈകൊണ്ട് റേലിങ്ങിൽ പിടിക്കുക. ഒന്നാമത്തെയോ രണ്ടാമത്തെയോ പടിയിൽ ഒരു കാൽവെച്ച് മുട്ടുമടക്കുക. മറ്റൊരു കാൽ തറയിൽ ഉറപ്പിച്ച് മുട്ടുനേരെ വച്ചുനിൽക്കുക. മടക്കിയ കാൽ മുട്ടിന് നേരെ കുതിയ്ക്കുക. മുതുക് വളയ്ക്കരുത്. നേരെവച്ച കാലിൽ വലിവ് ഏർപ്പെടും. രണ്ടുകാലും മാറ്റിമാറ്റി ഇത് ആവർത്തിക്കുക.

കുന്തിച്ചിരിക്കുക

ഈ നിലയിൽ ഇരിക്കുമ്പോൾ തുടയിലെ മാംസപേശികൾ ടോൺ ആകും. കുന്തിച്ചിരുന്ന് പ്രസവിക്കാൻ ആഗ്രഹിക്കുന്ന സ്ത്രീകൾ ഈ വ്യായാമം തീർച്ചയായും ചെയ്യണം. കാലുകൾ ചുമലിന്റെ അകലത്തിൽ വിടർത്തിവയ്ക്കുക. മുതുക് നേരെവയ്ക്കുക. മുട്ടുകൾ മടക്കി-മെല്ലെ മെല്ലെ താഴെ കുന്തിച്ചിരിക്കുക. 10 മുതൽ 30 സെക്കന്റുകൾവരെ ഈ നിലയിൽ ഇരിക്കുക. പിന്നീട് മെല്ലെ-മെല്ലെ എഴുന്നേൽക്കുക. 5 പ്രാവശ്യം ഇത് ആവർത്തിക്കുക. വ്യായാമത്തിൽ സന്ധികളെയും ശ്രദ്ധിക്കുക. അവയ്ക്ക് എളുപ്പത്തിൽ പരുക്കേൽക്കും.

വ്യായാമം ചെയ്യാനുള്ള യന്ത്രങ്ങൾ:– ഗർഭാവസ്ഥയിൽ ട്രെഡ്മിൽ, എലിപ്ടിക്സ്, സ്റ്റെയർ ക്ലൈംബേർസ് എന്നിവ നല്ലതാണ്. മെഷീനിന്റെ വേഗം, കുനിയലും പിരിമുറുക്കവും എന്നീകാര്യങ്ങൾ നോക്കി ഇവ നിങ്ങൾക്ക് സൗകര്യപ്രദമാണോ എന്ന് തീരുമാനിക്കുക. ആദ്യം മെല്ലെ-മെല്ലെ തുടങ്ങുക. അവസാനത്തെ മൂന്നാം മാസം മെഷീനുകളിലുള്ളവർക്ക് ഔട്ട് വളരെ കഠിനമായിരിക്കും.

ഐറോബിക്സ്:– നല്ല ഷേപ്പും പരിചയവുമുള്ള അത്ലെറ്റിന് ഗർഭാവസ്ഥയിലും ഡാൻസ്, ഐറോബിക്സ് എന്നിവ തുടരാൻ കഴിയും. ആവശ്യത്തിൽ കൂടുതൽ ക്ഷീണം ഏർപ്പെടുത്തരുത്. നിങ്ങൾക്ക് ഇത് പുതിയതാണെങ്കിൽ വെള്ളത്തിലുള്ള വ്യായാമങ്ങൾ ചെയ്യുക. അവ നിങ്ങൾക്ക് ശരിയായിരിക്കും.

സ്റ്റെപ്പ്റൊട്ടീൻ:– നിങ്ങൾ മുമ്പിലത്തേക്കാൾ നല്ല ഷേപ്പിലാണ്. നിങ്ങൾക്ക് സ്റ്റെപ്പ്റൊട്ടീൻ ചെയ്ത് പരിചയമുണ്ടെങ്കിൽ ഗർഭാവസ്ഥയിലും ഇത് തുടരാം. ഈ ദിവസങ്ങളിൽ സന്ധികളിൽ എളുപ്പത്തിൽ പരുക്കേൽക്കാൻ സാദ്ധ്യതയുണ്ടെന്ന കാര്യം ഓർമ്മവേണം, അതുകൊണ്ട് ആവശ്യത്തിൽ കൂടുതൽ ക്ഷീണം ഏർപ്പെടുത്തരുത്. വീഴാൻ സാദ്ധ്യതയുള്ളത്ര ഉയരത്തിൽ കാൽവെക്കരുത്. വയറ് വലുതായി വരുകയാണ്. അതുകൊണ്ട് സമതുലനം കൈക്കൊള്ളേണ്ട കാര്യങ്ങളൊന്നും ചെയ്യരുത്.

കിക്ക് ബോക്സിങ്ങ്:– ഇതിന് കഠിനാദ്ധ്വാനവും വേഗവും ആവശ്യമാണ്. ഗർഭിണികൾക്ക് ഇത് രണ്ടും നല്ലതല്ല. നിങ്ങൾക്ക് ഇതിൽ നല്ല പരിചയമുണ്ടെങ്കിൽ കുറച്ച് പരിശീലനം ചെയ്യാം പുതിയകളിക്കാരാണെങ്കിൽ തീർച്ചയായും ഇത് ചെയ്യരുത്. നിങ്ങളിൽ സമ്മർദ്ദം ഏർപ്പെടുന്ന ഒരുകാര്യവും ചെയ്യരുത്. മറ്റ് കിക്കബോക്സർമാരിൽ നിന്ന് അകന്നുനിൽക്കുക. നിങ്ങളുടെ വയറ്റിൽ അറിയാതെ ചവിട്ടുകിട്ടുവാൻ നിങ്ങൾ ആഗ്രഹിക്കുകയില്ല. ക്ലാസിൽ എല്ലാവർക്കും നിങ്ങൾ ഗർഭിണിയാണെന്ന കാര്യം അറിയണം, അല്ലെങ്കിൽ ഗർഭിണികൾക്കുള്ള ക്ലാസിൽതന്നെ പോകുക.

നീന്തലും വെള്ളത്തിലെ വർക്ക് ഔട്ടും:– ഈ സമയത്ത് നിങ്ങൾ ചെറിയ ബിക്കിനി ധരിക്കാൻ ഇഷ്ടപ്പെടില്ലെന്നറിയാം. എന്നാൽ വെള്ളത്തിലെ വർക്ക് ഔട്ട് നിങ്ങൾക്ക് വളരെ ലാഭകരമായിരിക്കും. ഇതുമൂലം നിങ്ങളുടെ ശക്തിയും മൃദുത്വവും വർദ്ധിക്കും. സന്ധി

ഇടുപ്പ് കറക്കുക

നിങ്ങൾ കുറച്ചുനേരം വെറുതെ ഇരിക്കുകയോ നിങ്ങൾക്ക് അസ്വസ്ഥത അനുഭവപ്പെടുകയോ ചെയ്താൽ രക്തപ്രവാഹം വർദ്ധിപ്പിക്കാൻ ഈ വ്യായാമം ചെയ്യുക. രണ്ടുകാലുകളും അകറ്റിവെച്ച് നിൽക്കുക. ഒരു ഭാഗത്തുനിന്ന് മറ്റേ ഭാഗത്തേക്ക് മെല്ലെ-മെല്ലെ തിരിയുക. മുതുക് നിവർത്തി വെക്കുകയും കൈകളെ ആടാൻ അനുവദിക്കുകയും ചെയ്യുക. ഇരുന്നുകൊണ്ട് ഈ വ്യായാമം ചെയ്യാവുന്നതാണ്.

കൾക്ക് പരുക്കേൽക്കുകയില്ല. ആവശ്യത്തിൽ കൂടുതൽ ചൂടേൽക്കുമെന്ന ഭയവും ഇല്ല. കാലുകളിലെ വീക്കം ശിയാടികയുടെ വേദന എന്നിവയിൽ നിന്ന് ആശ്വാസം കിട്ടും പലയിടങ്ങളിലും സ്വിമ്മിങ്ങ്പൂളിൽ തന്നെ എറോബിക് ചെയ്യാനുള്ള സൗകര്യം ഏർപ്പെടുത്തിയിട്ടുണ്ട്. പക്ഷെ വഴുക്കാതെ സൂക്ഷിക്കണം, കുതിച്ചു ചാടരുത്, ക്ലോറിൻ കലർന്ന വെള്ളമുള്ള പൂളിൽ മാത്രമേ പോകാവൂ.

ഔട്ട്ഡോർ കളികൾ (ഹൈക്കിങ്ങ്, സ്കേറ്റിങ്ങ്, ബൈസൈക്ലിങ്ങ്, സ്കീയിങ്ങ്):– ഗർഭാവസ്ഥ പുതിയ കളികളുടെ വെല്ലുവിളിയെ അഭിമുഖീകരിക്കാനുള്ള സമയമല്ല. പ്രത്യേകിച്ച് കൂടുതൽ സമതുലനം കൈക്കൊള്ളേണ്ട കളികൾ പരിചയ സമ്പന്നരായ കളിക്കാർ മാത്രമേ തുടരാവൂ. ഹൈക്കിങ്ങ് ചെയ്യുമ്പോൾ സൂക്ഷിക്കുക. വഴുവഴുപ്പുള്ള സ്ഥലത്ത് ബൈക്ക് ഓടിക്കരുത് (വീഴാതിരിക്കുക) മത്സരത്തിൽ പങ്കെടുക്കുമ്പോൾ അധികം കുനിയരുത്. ഈ സമയം മത്സരത്തിൽ പങ്കെടുക്കാനുള്ളതല്ല. ആരംഭത്തിൽ ഐസ് സ്കേറ്റിങ്ങ് ചെയ്യാം, എന്നാൽ പിന്നീട് സമതുലനം പാലിക്കുന്നതിൽ നിങ്ങൾക്ക് ബുദ്ധിമുട്ട് ഏർപ്പെടും. കുതിരസവാരിയിലും ഇതുപോലെതന്നെ ശ്രദ്ധിക്കണം. ഏത് ഔട്ട് ഡോറുകളിയായാലും ക്ഷീണിക്കാതെ നോക്കുക.

ഭാരം ചുമക്കുന്ന പരിശീലനം:– ഭാരം ചുമക്കുന്നതുകൊണ്ട് നിങ്ങളുടെ മാംസപേശികളുടെ ടോൺ വർദ്ധിക്കും. എന്നാൽ ശ്വാസം തടസ്സപ്പെടുത്തേണ്ട വിധത്തിലുള്ള ഭാരം ചുമക്കരുത്. ഇതുമൂലം ഗർഭാശയത്തിലേക്കുള്ള രക്തപ്രവാഹത്തിൽ തടസ്സം ഉണ്ടാകും. വേണമെങ്കിൽ അധികം ഭാരമില്ലാത്ത വസ്തുക്കൾ ചുമക്കാം.

യോഗാ:– യോഗാ മൂലം അയവ് ഏർപ്പെടും (മനസ്സ്) കേന്ദ്രീകരിക്കാൻ സഹായകമാവുകയും ചെയ്യുന്നു. ഇത് ഗർഭാവസ്ഥക്ക് വളരെ നല്ലതാണ്. കുഞ്ഞിന് ഇതുകൊണ്ട് കൂടുതൽ ഓക്സിജൻ ലഭിക്കുന്നു. ശരീരത്തിന്റെ മൃദുത്വം വർദ്ധിക്കുന്നു. ഗർഭവും പ്രസവവും വളരെ എളുപ്പമായിത്തീരുന്നു. ഗർഭിണികളെ മാത്രം യോഗാ പഠിപ്പിക്കുന്ന ക്ലാസ് തിരഞ്ഞെടുക്കുക, എന്തെന്നാൽ സമയം വർദ്ധിക്കുന്നതോടൊപ്പം ചില പോസുകളിൽ മാറ്റം വരുത്തേണ്ടിവരും.

നെഞ്ചിനെ വലിക്കുക

ഗർഭാവസ്ഥയിൽ പോശ്ചറിലും ഗുരുത്വാകർഷണ കേന്ദ്രത്തിലും മാറ്റം വരുന്നു. ശരീരത്തിന് പല വിധത്തിലുള്ള വിട്ടുവീഴ്ചകളും ചെയ്യേണ്ടി വരും. അതിന്റെ ഫലമായി ശരീരത്തിന്റെ പല ഭാഗങ്ങളിലും ബുദ്ധിമുട്ടും വേദനയും ഉണ്ടാകും. നെഞ്ചിലെ മാംസപേശികൾക്ക് കുറച്ച് വലിവ് നൽകുന്നതുകൊണ്ട് ആശ്വാസം ലഭിക്കും. രക്ത പ്രവാഹത്തിലും അഭിവൃദ്ധി ഉണ്ടാകും. രണ്ടു കൈയ്യും കതവിന്റെ രണ്ടുഭാഗത്തായി ഉറപ്പിക്കുക. കുറച്ച് മുമ്പോട്ട് കുനിഞ്ഞ് നെഞ്ചിൽ വലിവ് എർപ്പെടുത്തുക. 10 മുതൽ 15 സെക്കന്റുകൾവരെ അതേ നിലയിൽ നിൽക്കുക. ഇത് 5 പ്രാവശ്യം ആവർത്തിക്കുക.

നോട്ട്:– ബിക്രം യോഗാ ചെയ്യരുത്, എന്തു കൊണ്ടെന്നാൽ ഇത് ചൂടുള്ള താപനിലയി ലാണ് ചെയ്യുക.

പ്ലൈറ്റ്സ്:– ഇതും യോഗാ പോലെതന്നെ യാണ്. ഇതുകൊണ്ടും മാംസപേശികളുടെ മൃദുത്വവും ശക്തിയും വർദ്ധിക്കുന്നു. നിങ്ങളുടെ പോശ്ചറിൽ പുരോഗമനം ഏർ പ്പെടുന്നു. മുതുക് വേദനയ്ക്ക് ആശ്വാസം ലഭിക്കുന്നു. ഗർഭിണികൾക്കുള്ള ക്ലാസിൽ ചേരുക, അല്ലെങ്കിൽ നിങ്ങൾ ഗർഭിണി യാണെന്ന കാര്യം ട്രെയ്നറോട് പറയുക.

താഈചീ:– ഇത് ധ്യാനത്തിന്റെ ഒരു പഴയ രീതിയാണ്. ഇത് വളരെ സാവധാനം ചെയ്യുന്ന പ്രക്രിയയാണ്, ശരീരത്തിന് പരുക്കേൽപ്പിക്കുന്നില്ല, എന്നാൽ ശരീരത്തിന് ശക്തി ലഭിക്കുകുയം ചെയ്യും. നിങ്ങൾക്ക് ഇത് ചെയ്ത് ശീലമുണ്ടെങ്കിൽ ഗർഭാവസ്ഥ യിലും ഇത് തുടരാം. ഗർഭിണികൾക്കുള്ള ക്ലാസിൽ മാത്രം പോകുക, അവിടെ നിങ്ങ ൾക്ക് എളുപ്പം സമതുലനം നിലനിർത്താൻ കഴിയും.

ശ്വസനക്രിയ:– നിങ്ങൾ വിശ്വസിച്ചാലും ഇല്ലെങ്കിലും, ശരിയായ രീതിയിൽ ചെയ്താൽ ശ്വസനക്രിയയും ഒരു വ്യായാമമാകാം എന്നതാണ് സത്യം. ദീർഘശ്വാസമെടുക്കു ന്നതുകൊണ്ട് ശരീരത്തോടുള്ള ജാഗ്രത വർദ്ധിക്കും. നിങ്ങൾക്ക് കൂടുതൽ ഓക്സി ജൻ ഉൾക്കൊള്ളാൻ കഴിയും. നിവർന്നിരുന്ന് രണ്ട് കൈകളും വയറിൽ വയ്ക്കുക. ശ്വാസം വലിക്കുമ്പോഴും നിശ്വസിക്കുമ്പോഴും വയറ് ഉയരുന്നതും താഴുന്നതും അനുഭവിച്ചറിയുക. മൂക്കുവഴി ശ്വാസമെടുത്ത് വായ് വഴി വെളിയേറ്റുക. എണ്ണിക്കൊണ്ട് ശ്വാസത്തിൽ ശ്രദ്ധകേന്ദ്രീകരിക്കുക. ശ്വാസം എടുക്കു മ്പോൾ 4 വരെയും നിശ്വസിക്കുമ്പോൾ 6 വരെയും എണ്ണുക. ദിവസവും ശ്വാസത്തിൽ ശ്രദ്ധ കേന്ദ്രീകരിക്കാൻ പരിശീലിക്കുക.

നിങ്ങൾ വ്യായാമം ചെയ്യുന്നില്ലെങ്കിൽ

ഗർഭാവസ്ഥയിൽ വ്യായാമം ചെയ്യുന്നത് വളരെ പ്രയോജനകരമാണ്. എന്നാൽ എന്തെങ്കിലും നിർബന്ധം കാരണമോ സമയക്കുറവുകൊണ്ടോ നിങ്ങൾ വ്യായാമം ചെയ്യുന്നില്ലെങ്കിലും സാരമില്ല. ഡോക്ടറുടെ വാക്ക് മാനിച്ച് നിങ്ങൾ കുഞ്ഞിന്റെ കാര്യം ശ്രദ്ധിക്കുകയാണല്ലോ! നിങ്ങൾക്ക് ഗർഭം അലസുകയോ, സമയത്തിന് മുമ്പ് പ്രസവി ക്കുകയോ, സർവിക്സിൽ കുറവോ, രണ്ടാമ ത്തെയോ മൂന്നാമത്തെയോ മൂന്നാം മാസ ത്തിൽ രക്തപ്പോക്ക്, ഹൃദയരോഗം, പ്രീ ക്ലെംപ്സിയാ എന്നിവ ഏർപ്പെട്ടതായ മെഡിക്കൽ ഹിസ്റ്ററിയോ ഉണ്ടെങ്കിൽ നിങ്ങളെ വ്യായാമം ചെയ്യാൻ അനുവദിക്കു കയില്ല.

നിങ്ങൾ ഇരട്ടകൾക്ക് ജന്മം നൽകാൻ പോകുകയാണെങ്കിലും ഉയർന്ന രക്ത സമ്മർദ്ദം, തൈറോയ്ഡ്, അനീമിയ അല്ലെ ങ്കിൽ മറ്റെന്തെങ്കിലും രോഗം ബാധിച്ചിട്ടുണ്ടെ ങ്കിലും നിങ്ങളുടെ തൂക്കം ആവശ്യത്തിൽ കുറ വാണെങ്കിലും ഇതുവരെ സുഖകരമായ ജീവിത രീതിയാണ് അനുഭവിച്ചിരുന്നതെങ്കി ലും, വ്യായാമം ചെയ്യാൻ അനുവദിക്കാതി രിക്കാം. ചില കേസുകളിൽ ചില തിരഞ്ഞെ ടുത്ത വ്യായാമങ്ങൾ മാത്രം ചെയ്യാൻ അനുവദിച്ചേക്കാം. ഗർഭാവസ്ഥയിൽ ഏത് വ്യായാമവും ചെയ്യുന്നതിന് മുമ്പ് ഡോക്ട റുടെ അഭിപ്രായം ചോദിക്കാൻ മറക്കരുത്.

• • •

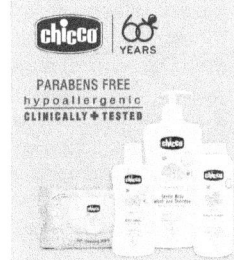

അഞ്ചാം മാസം

ഏകദേശം 18 മുതൽ 22 ആഴ്ചകൾ

കുറച്ചുസമയത്തിന് മുമ്പുവരെ ഒരു അസ്തിത്വവും ഇല്ലാതിരുന്ന ആൾക്ക് ഇപ്പോൾ ഒരു സുന്ദരമായ രൂപം കിട്ടിക്കഴിഞ്ഞു. എത്രയും വേഗം തന്നെ നിങ്ങൾക്ക് കുഞ്ഞിന്റെ അനക്കം കേൾക്കാൻ കഴിയും. നിങ്ങളുടെ ഉന്തിയ വയറ് നിങ്ങളെ ഗർഭാവസ്ഥയുടെ യാഥാർത്ഥ്യത്തിന്റെ അടുത്തേക്ക് കൊണ്ടുചെല്ലും. കുഞ്ഞ് നിങ്ങളുടെ നേഴ്സറിയിൽ അല്ലെങ്കിലും എത്രയും പെട്ടെന്ന് അത് അവിടെ കളിക്കുമെന്ന അറിവുതന്നെ ധാരാളമാണ്.

ഈ മാസം നിങ്ങളുടെ കുഞ്ഞിന്റെ വളർച്ച

18-ാം ആഴ്ച:– ഇപ്പോൾ നിങ്ങളുടെ കുഞ്ഞിന് ഏകദേശം 5½ ഇഞ്ച് നീളവും 5 ഔൺസ് തൂക്കവും ഉണ്ടായിരിക്കും. ഇത് ചിക്കൻ ബ്രെസ്റ്റിന്റെ അത്രയെ ഉണ്ടാകു. എന്നാൽ അതിനേക്കാൾ വളരെ കൂടുതൽ പ്രിയപ്പെട്ടതാണ്. നിങ്ങൾക്ക് അതിന്റെ തൊഴി, കുത്ത്, ബഹളം എന്നിവ അനുമാനിക്കാൻ കഴിയും. അതിന് ഇപ്പോൾ കോട്ടുവായ്, എക്കിൾ എന്നിവ വരാൻ തുടങ്ങിയിരിക്കുന്നു. നിങ്ങൾക്ക് അതിന്റെ എക്കിൾ അറിയാൻ കഴിയും. അതിന്റെ കൈ-കാലുകളുടെ സുന്ദരമായ രൂപം തയ്യാറായിക്കഴിഞ്ഞു.

19-ാം ആഴ്ച:– ഈ ആഴ്ച നിങ്ങളുടെ കുഞ്ഞിന്റെ നീളം 6 ഇഞ്ചും തൂക്കം ഏകദേശം ½ പൗണ്ടും ആയിരിക്കും. ഈ ആഴ്ച അത് ഒരു പഴംമാതിരിയിരിക്കും. അത് ഒരു വലിയ മാങ്ങ യുടെ ആകൃതിയിലായിരിക്കും ഗ്രീസീ ചീസിൽ മുങ്ങിയ മാങ്ങ! ഒരു ഗ്രീസീ വെള്ള വസ്തു അതിന്റെ തോലിനെ പൊതിഞ്ഞിരിക്കും. ഇത് കുഞ്ഞിനെ അമ്നിയോട്ടിക് ദ്രവത്തിൽ നിന്ന് രക്ഷിക്കും. ഈ സുരക്ഷ ഇല്ലെങ്കിൽ കുഞ്ഞ് ജനിച്ചാൽ അതിന്റെ ശരീരത്തിൽ ചുരുക്കങ്ങൾ ഉണ്ടായിരിക്കും. പ്രസവത്തിനുമുൻപ് ഈ കോട്ടിങ്ങ് അകലും. എന്നാൽ സമയത്തിനു മുൻപ് ജനിക്കുന്ന ചില ശിശുക്കൾ ഈ കോട്ടിങ്ങിനകത്തുതന്നെ ആയിരിക്കും.

നാലുമാസം പ്രായമുള്ള നിങ്ങളുടെ കുഞ്ഞ്

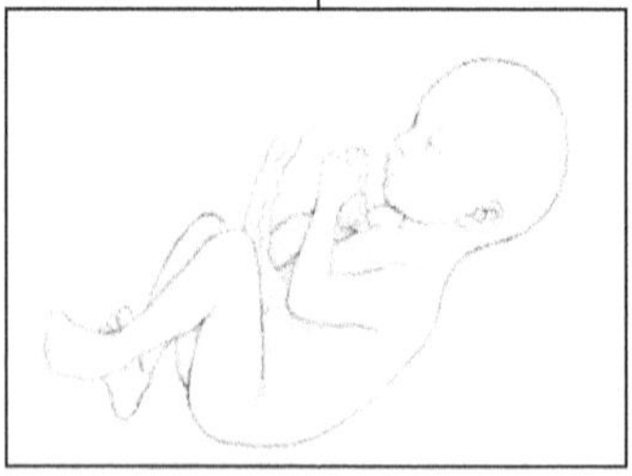

20-ാം ആഴ്ച:– ഈ ആഴ്ച തണ്ണീർ മത്തങ്ങയുടെ ആകൃതിയിലുള്ള നിങ്ങളുടെ വയറിൽ കാറ്റലോപ്പിന്റെ വലിപ്പത്തിലുള്ള കുഞ്ഞ് വളർന്നുവരുന്നു. അതിന് ഏകദേശം 6½ ഇഞ്ച് നീളവും 10 ഔൺസ് തൂക്കവും ഉണ്ട്. അൾട്രാ സൗണ്ടിന്റെ സഹായം കൊണ്ടു ഈ മാസം കുഞ്ഞിന്റെ ലിംഗം അറിയാൻ കഴിയും. അത് പെൺകുട്ടിയാണെങ്കിൽ അതിന്റെ ഗർഭാശയവും ഓവറികളും മുഴുവൻ രൂപം പ്രാപിച്ചിരിക്കും. യോനി മാർഗ്ഗവും തയ്യാറായിക്കൊണ്ടിരിക്കുകയാണ്. ആൺ കുഞ്ഞാണെങ്കിൽ അതിന്റെ വൃഷണം തയ്യാറായികൊണ്ടിരിക്കുകയാണ്. നിങ്ങളുടെ ഗർഭാശയത്തിൽ കുഞ്ഞിന് തുള്ളികളിക്കാനും സർക്കസ് കാണിക്കാനും തിരിയാനും വേണ്ടത്ര സ്ഥലമുണ്ട്. വരാനിരിക്കുന്നആഴ്ചകളിൽ നിങ്ങൾക്ക് കൂടുതൽ നല്ലവിധത്തിൽ ഇത് അറിയാൻ കഴിയും.

21-ാമത്തെ ആഴ്ച:– ഈ ആഴ്ച കുഞ്ഞിന്റെ ആകൃതി എന്തായിരിക്കും? അതിന് ഏകദേശം 7 ഇഞ്ച് നീളവും 11 ഔൺസ് തൂക്കവും ഉണ്ടായിരിക്കും. കുഞ്ഞിന് പഴം ഇഷ്ടമാകണമെന്ന് നിങ്ങൾ കരുതിയാൽ ഈ മാസം മുതൽ കഴിക്കാൻ തുടങ്ങുക, എന്തെന്നാൽ അമ്നിയോട്ടിക് ദ്രവം ദിവസവും നിങ്ങൾ കഴിക്കുന്ന ആഹാരത്തിനനുസരിച്ച് മാറിക്കൊണ്ടിരിക്കും. കുഞ്ഞ് ദിവസവും അതുകഴിച്ചാണ് വിഴുങ്ങാനും ദഹിപ്പിക്കാനും പരിശീലിക്കുന്നത്. നിങ്ങൾ കഴിക്കുന്ന ഭക്ഷണത്തിന്റെ രുചി കുഞ്ഞിനും ലഭിക്കുന്നുണ്ട്. അതിന്റെ കൈ-കാലുകൾ പൂർണ്ണമായും സമതുലനത്തിലാണ്. മസ്തിഷ്കത്തിലും മാംസപേശികളുടെ നടുവിലും ന്യൂറോൺ കൂടിചേർന്നു കഴിഞ്ഞു. ഇപ്പോൾ അതിന്റെ ചലനങ്ങൾ മുമ്പിലത്തേക്കാൾ അധികം ദൃഢമായിരിക്കും.

22-ാമത്തെ ആഴ്ച:– ഈ ആഴ്ച കുഞ്ഞിന്റെ തൂക്കം 1 പൗണ്ടും നീളം ഏകദേശം 8 ഇഞ്ചും ആയിരിക്കും. അത് ഒരു ചെറിയ ബൊമ്മയുടെ അളവിൽ ഉണ്ടാകും. എന്നാൽ നിങ്ങളുടെ ഈ ബൊമ്മയുടെ എല്ലാ ഇന്ദ്രിയങ്ങളും വികസിച്ചുവരികയാണ്. ഇപ്പോൾ തന്നെ അത് മുടിപിടിച്ചു വലിക്കാൻ ശീലിച്ചുതുടങ്ങി. അവിടെ വല്ലാത്ത ഇരുട്ടാണെങ്കിലും കുഞ്ഞ് ഇരുട്ടിന്റെയും വെളിച്ചത്തിന്റെയും വ്യത്യാസം കുറച്ചൊക്കെ മനസ്സിലാക്കാൻ തുടങ്ങിയിരിക്കുന്നു. നിങ്ങൾ വയറ്റിൽ ഫ്ലാഷ്ലൈറ്റ് അടിച്ചാൽ കുഞ്ഞ് പ്രതികരിക്കും, വെളിച്ചത്തിൽ നിന്ന് ദൂരെ മാറുവാൻ ശ്രമിക്കും. കുഞ്ഞിന് നിങ്ങളുടെയും ഭർത്താവിന്റെയും സ്വരം, വയറിലെ കുടുകുടാ ശബ്ദം, രക്തപ്രവാഹത്തിന്റെ ശബ്ദം, നിങ്ങളുടെ ഹൃദയം തുടിക്കുന്ന ശബ്ദം, ടി.വി.യുടെ ഉച്ചത്തിലുള്ള ശബ്ദം, ഉച്ചത്തിലുള്ള സൈറൺ, നായ കുരക്കുന്ന ശബ്ദം ഇവയെല്ലാം കേൾക്കാൻ കഴിയും. അതിന് എന്ത് കഴിക്കാനാണ് ഇഷ്ടം? നിങ്ങൾ അതിന് കൊടുക്കാൻ ആഗ്രഹിക്കുന്നതൊക്കെ സാലഡിന്റെ പ്ലേറ്റ് മുമ്പിൽ വച്ച് കഴിക്കാൻ തുടങ്ങുക.

നിങ്ങൾക്ക് എന്ത് അറിയാൻ കഴിയും?

ഓരോ ഗർഭിണിയും ഓരോ ഗർഭാവസ്ഥയും വ്യത്യസ്തമാണെന്ന കാര്യം എപ്പോഴും പോലെ ഓർമ്മയുണ്ടല്ലോ? ഒരുപക്ഷേ, നിങ്ങൾ എല്ലാ ലക്ഷണങ്ങളും ഒന്നിച്ച് അനുഭവിക്കുന്നുണ്ടാകാം. ചില ലക്ഷണങ്ങൾ നിങ്ങൾക്ക് ശീലമായിട്ടുണ്ടാകാം. ഈമാസം നിങ്ങൾക്ക് താഴെ കൊടുത്തിട്ടുള്ള ലക്ഷണങ്ങൾ അനുഭവപ്പെട്ടേക്കാം.

ശാരീരികം

- കൂടുതൽ ശക്തി
- ഭ്രൂണത്തിന്റെ ചലനം
- യോനിസ്രാവം കടുതലാകുക
- വയറിന്റെ അടിഭാഗത്തും പാർശ്വങ്ങളിലും വേദന
- മലബന്ധം
- നെഞ്ചെരിച്ചിൽ, അജീർണ്ണം, വയറ് വീർക്കുക
- ചിലപ്പോൾ തലവേദന, തലചുറ്റുക
- മുതുകുവേദന
- മൂക്കിലും കാതിലും അഴുക്ക്, ചിലപ്പോൾ മൂക്കിൽനിന്ന് രക്തം വരുക.
- ധാരാളം വിശക്കുക
- കാലുകളിൽ കോച്ചൽ
- ഞെരിയാണി, കാലുകൾ, മുഖം, കൈകൾ എന്നിവിടങ്ങളിൽ ചെറുതായ വീക്കം
- കാലുകളിലെ വെരിക്കോസ് വെയിൻ
- ചർമ്മം, വയറ് അല്ലെങ്കിൽ മുഖത്തിന്റെ നിറത്തിൽ മാറ്റം
- പൊക്കിൾ പൊങ്ങുക
- ഹൃദയസ്പന്ദനം വേഗത്തിലാകുക
- ഓർഗസമിൽ എളുപ്പമോ കഷ്ടമോ തോന്നുക

ഒരു കണ്ണോട്ടം

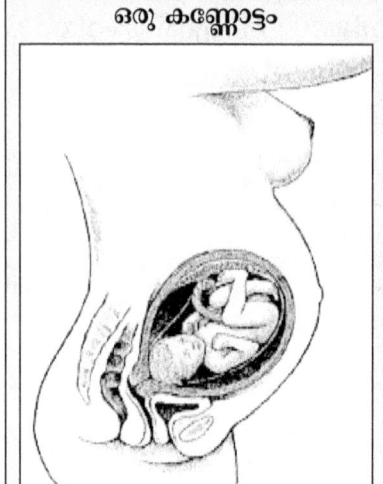

പകുതി ഗർഭാവസ്ഥ കഴിഞ്ഞു. ഏക ദേശം 20-ാം ആഴ്ചയിൽ ഗർഭാശയം നിങ്ങളുടെ നാഭിയെ സ്പർശിക്കും. ഈ മാസം അവസാനത്തിൽ ഗർഭാശയം നാഭിയിൽ നിന്ന് ഒരിഞ്ച് മുകളിലായിരി ക്കും. അതായത് ഇപ്പോൾ നിങ്ങൾ ഗർഭിണിയാണെന്ന കാര്യം ആരിൽ നിന്നും മറയ്ക്കാൻ കഴിയുകയില്ല.

വൈകാരികം

- ഗർഭാവസ്ഥയുടെ യാഥാർത്ഥ്യത്തിന്റെ അറിവ്
- മൂഡിന്റെ ഏറ്റ-ഇറക്കങ്ങളിൽ കുറവ്
- മസ്തിഷ്കവും മനസ്സും അലയുക.

ഈ മാസം ഡോക്ടർ താഴെ കൊടുത്തിട്ടുള്ള പരിശോധനകൾ ചെയ്യും.

ഇത് കുറെയൊക്കെ നിങ്ങളുടെ സ്ഥിതിയും ഡോക്ടറുടെ പരിശോധനാ രീതിയും ആശ്രയിച്ചി രിക്കും

- തൂക്കവും രക്തസമ്മർദ്ദവും
- ഷുഗറിനും പ്രോട്ടിനും വേണ്ടി മൂത്രം
- ഭ്രൂണത്തിന്റെ ഹൃദയസ്പന്ദനം
- പുറത്തുനിന്ന് ഗർഭാശയത്തിന്റെ ആകൃതി പരിശോധിക്കുക
- ഗർഭാശയത്തിന്റെ ഉയരം
- ചില പ്രത്യേക ലക്ഷണങ്ങൾ
- നിങ്ങളുടെ ചോദ്യങ്ങളും ജിജ്ഞാസയും

നിങ്ങൾ എന്തുകരുതുന്നുണ്ടാകും?

ചൂട് തോന്നുക

"എനിക്ക് എപ്പോഴും ചൂടുതോന്നുകയും വിയർക്കുകയും ചെയ്യുന്നു. മറ്റുള്ളവർ ക്കൊക്കെ താപനില സാധാരണമായി തോന്നുന്നു. ഇതെന്തുകൊണ്ടാണ് ?"

ഈ ദിവസങ്ങളിൽ നിങ്ങൾക്ക് വളരെ ചൂട് തോന്നുന്നുണ്ടാകും. ഇത് ഗർഭാവസ്ഥ യിലെ ഹാർമോണുകൾ കാരണമാണ്. ഞങ്ങൾക്ക് നിങ്ങളുടെ ഈ കുഴപ്പം തീർ ക്കാൻ കഴിയില്ലെങ്കിലും നിങ്ങൾക്ക് കുറച്ച് ആശ്വാസം ലഭിക്കാനുള്ള ചില ഉപായങ്ങൾ പറഞ്ഞുതരാൻ കഴിയും.

- അയഞ്ഞതും സൗകര്യപ്രദവുമായ വസ്ത്രങ്ങൾ ധരിക്കുക. ഘനമുള്ള ഒരു വസ്ത്രം ധരിക്കുന്നതിനുപകരം രണ്ട്- മൂന്ന് ലെയറായി വസ്ത്രം ധരിച്ചാൽ ചൂടുതോന്നുമ്പോൾ ഒന്ന്-രണ്ടെണ്ണം അഴിച്ചുമാറ്റാം
- ചൂടുകാലത്തിൽ വ്യായാമം ചെയ്യരുത്. രാത്രി ഭക്ഷണം കഴിച്ചശേഷം നടക്കാൻ പോകുക. അല്ലെങ്കിൽ എ.സി.യുള്ള ഫിറ്റ്നസ് സെന്ററിൽ പോകുക. ആവശ്യ ത്തിൽ കൂടുതൽ ഉഷ്ണം തോന്നുന്ന തിന് മുമ്പ് വ്യായാമം നിറുത്തുക.
- ഉഷ്ണം തോന്നിയാൽ കുളിക്കുകയോ നീന്തുകയോ ചെയ്യുക. ഈ വ്യായാമം ചെയ്താൽ വിയർക്കുകയില്ല.
- വീട്ടിൽ എ.സി. ഘടിപ്പിക്കുക. ഫാൻ കാറ്റുകൊണ്ട് ചൂട് കുറയില്ല. എ.സി. ഇല്ലെങ്കിൽ തിയേറ്റർ, മ്യൂസിയം, മാൾ അല്ലെങ്കിൽ ഏതെങ്കിലും സുഹൃത്തിന്റെ വീട്ടിൽ (എ.സി.യുള്ള സ്ഥലങ്ങളിൽ) അധിക സമയം ചിലവഴിക്കുക.
- വീട്ടിലെ താപനില നിങ്ങൾക്ക് അനു യോജ്യമായി മാറ്റുക. ഇതുകൊണ്ട് നിങ്ങ ളുടെ ഭർത്താവിന് സ്വെറ്റർ ധരിക്കേണ്ടി വന്നാലും സാരമില്ല.
- ധാരാളം വെള്ളം കുടിക്കുക. ശരീര ത്തിൽ ജലാംശം കുറയാതിരിക്കാൻ ശ്രദ്ധിക്കുക. ഒരു ദിവസം കുറഞ്ഞത് 8 ഗ്ലാസ് വെള്ളമെങ്കിലും കുടിക്കണം. വ്യായാമം ചെയ്യുന്നുണ്ടെങ്കിൽ അതിന്റെ അളവ് ഇനിയും കൂട്ടണം.
- ചെറുതായ സുഗന്ധമുള്ള പൗഡറി ട്ടാലും ചൂടിന് ആശ്വാസം തോന്നും.

- ശരീരത്തിൽനിന്ന് എത്ര വിയർപ്പ് ഒഴുകുന്നുണ്ടോ, അത്രയ്ക്ക് ദുർഗന്ധം കുറയും.

തലചുറ്റുക

"കിടന്നുകൊണ്ടിരിക്കുമ്പോഴോ ഇരിക്കുമ്പോഴോ അവിടെനിന്ന് പെട്ടെന്ന് എഴുന്നേറ്റാൽ തലചുറ്റുന്നു. ഇന്നലെ ഷോപ്പിങ്ങ് ചെയ്തുകൊണ്ടിരുന്നപ്പോൾ ഞാൻ മയങ്ങി വീണു. എനിക്ക് വല്ല കുഴപ്പവും ഉണ്ടോ?"

സാധാരണ ഗർഭാവസ്ഥയിൽ ഇങ്ങനെ ഏർപ്പെടാറുണ്ട്. പരിഭ്രമിക്കേണ്ട, ഇതിനെ ഗർഭാവസ്ഥയുടെ സാധാരണ ലക്ഷണമായി കണക്കാക്കാവുന്നതാണ്.

- ആദ്യത്തെ മൂന്നാം മാസത്തിൽ രക്തവിതരണം കുറവാകുന്നതുകൊണ്ടാണ് ഇങ്ങനെ സംഭവിക്കുന്നത്. രണ്ടാമത്തെ മൂന്നാം മാസം, ഗർഭാശയം പരന്ന് രക്തനാളങ്ങളെ അമർത്തുവാൻ തുടങ്ങുന്നതു കാരണം തലചുറ്റൽ ഏർപ്പെടുന്നു.
- ഗർഭാവസ്ഥ മുഴുവൻ നിങ്ങളുടെ രക്തനാളങ്ങൾ അയഞ്ഞിരിക്കുന്നു. കുഞ്ഞിനുനേരെയുള്ള രക്തപ്രവാഹം വേഗത്തിലാകുകയും അമ്മയ്ക്ക് നേരെയുള്ള രക്തപ്രവാഹം പതുക്കെ ആകുകയും ചെയ്യുന്നു. ഇതുമൂലം രക്തസമ്മർദ്ദം കുറയുകയും മസ്തിഷ്കത്തിന് വേണ്ടത്ര രക്തം ലഭിക്കാതിരിക്കയും ചെയ്യുന്നതുകൊണ്ട് തലചുറ്റൽ ഏർപ്പെടുന്നു.
- പെട്ടെന്ന് എഴുന്നേറ്റാലും ചെറിയ തലചുറ്റൽ ഉണ്ടാകും. മെല്ലെ-മെല്ലെ എഴുന്നേൽക്കണം. ഓടിപ്പോയി ഫോൺ എടുക്കാൻ തുടങ്ങിയാൽ തലചുറ്റി വീണ്ടും സോഫായിൽ ഇരിക്കേണ്ടിവരും.

അതിരുകടക്കുന്നുവോ?

ജോഗിങ്ങ് ചെയ്യുമ്പോൾ ക്ഷീണം തോന്നുന്നുവോ? വീട് വൃത്തിയാക്കുമ്പോൾ വ്യാക്വംക്ലീനർ ഉപയോഗിക്കുന്നത് കഷ്ടമായി തോന്നുന്നുണ്ടോ? അളവിൽ കൂടുതൽ ക്ഷീണിക്കുന്നത് നല്ലതല്ല. കുഞ്ഞിന് അത് ദോഷം ചെയ്യും. കുറച്ച് വിശ്രമിക്കുക. ജോലിക്കുശേഷം കുറച്ച് വിശ്രമിക്കുക. ചിലപ്പോൾ കൂടുതൽ ക്ഷീണം തോന്നിയാൽ വരാനിരിക്കുന്ന സമയത്തേക്കുള്ള ട്രെയ്നിങ്ങ് ആണെന്ന് കരുതുക. കുഞ്ഞുവന്നുകഴിഞ്ഞാൽ ജോലികളുടെ ലിസ്റ്റിന് കുറവുണ്ടാകില്ല, നിങ്ങൾ എപ്പോഴും തിരക്കിലായിരിക്കും.

- ബ്ലഡ് ഷുഗർ കുറഞ്ഞാലും തലചുറ്റും. ഭക്ഷണത്തിൽ പ്രോട്ടീനും കാൽഷ്യം കാർബും ചേർക്കുക. രണ്ട് ഭക്ഷണങ്ങൾക്കിടയിൽ എന്തെങ്കിലും ലഘുവായി കഴിക്കുക. എപ്പോഴും കൈയ്യിൽ എന്തെങ്കിലും സ്നാക്സ് കരുതിവെക്കുക.
- ഡീഹൈഡ്രേഷൻ മൂലവും ഇങ്ങനെ സംഭവിക്കാം. തരളപദാർത്ഥങ്ങൾ ധാരാളം കഴിക്കുക. വിയർക്കുന്നുണ്ടെങ്കിൽ തരള പദാർത്ഥങ്ങളുടെ അളവ് കൂട്ടുക.
- തിരക്കുള്ള സ്ഥലങ്ങളിലും, ബസ്സ്, ഓഫീസ്, ശ്വാസം മുട്ടുന്ന ചുറ്റുപാട് എന്നീവിടങ്ങളിലും തലചുറ്റും. അധികം വസ്ത്രങ്ങൾ ധരിക്കുന്നതുകൊണ്ട് പരിഭ്രമം തോന്നും, അപ്പോൾ വസ്ത്രങ്ങളുടെ ഭാരം കുറച്ചുകുറയ്ക്കുക. കുറച്ച് ശുദ്ധവായു ശ്വസിക്കാൻ നോക്കുക. പുറത്തുപോകാൻ കഴിയില്ലെങ്കിൽ കഴുത്തിന്റെയും ഇടുപ്പിന്റെയും അടുത്തുള്ള വസ്ത്രങ്ങൾ അയവാക്കുക.

മയക്കം വരുന്നുണ്ടെങ്കിൽ ഇടതുവശം ചരിഞ്ഞു കിടക്കുകയും കാലുകൾ ഉയർത്തി വയ്ക്കുകയോ കാൽമുട്ടുകളിൽ തലവച്ച് ഇരിക്കുകയോ ചെയ്യുക. ദീർഘശ്വാസമെടുക്കുകയും വസ്ത്രങ്ങൾ അയവാക്കുകയും ചെയ്യുക. കുറച്ച് സുഖം തോന്നിയതും എന്തെങ്കിലും കുടിക്കുകയോ കഴിക്കുകയോ ചെയ്യുക.

അടുത്ത സന്ദർശനത്തിൽ ഡോക്ടറോട് തീർച്ചയായും ഇതിനെപ്പറ്റി പറയുക. നിങ്ങൾക്ക് മയക്കമൊന്നും വരില്ല, ചെറുതായി മയക്കം വന്നാലും അതുകൊണ്ട് കുഞ്ഞിന് കുഴപ്പമൊന്നും ഏർപ്പെടില്ല. ഡോക്ടറോട് ഇതിനെപ്പറ്റി പറയാൻ മറക്കരുത്.

മുതുകുവേദന

"എന്റെ മുതുകിൽ നല്ല വേദനയുണ്ട്. ഒൻപത് മാസങ്ങൾ എങ്ങനെ കഴിച്ചുകൂട്ടുമെന്ന് എനിക്ക് പേടിതോന്നുന്നു."

ഗർഭാവസ്ഥയിൽ മുതുകിലും ശരീരത്തിന്റെ മറ്റുഭാഗങ്ങളിലും വേദന ഉണ്ടാകുന്നത് സ്വാഭാവികമാണെങ്കിലും നിങ്ങൾ തോൽവി സമ്മതിക്കണമെന്ന് അതിന് അർത്ഥമില്ല. ശരീരം ഓരോ നിമിഷവും വരാനിരിക്കുന്ന പ്രസവത്തിന് തന്നെ സ്വയം തയ്യാറാക്കുകയാണ് എന്നതിന്റെ സൂചനയാണത്. മുതുകുവേദനയും ഇതിന് വിധിവിലക്കല്ല.

പ്രസവ സമയത്ത് കുഞ്ഞിന് എളുപ്പത്തിൽ പുറത്തുവരാൻ കഴിയുന്നതിനായി, ഗർഭാവ സ്ഥയിൽ പെൽവിസ് സന്ധികൾ തുറക്കാൻ തുടങ്ങുന്നു. അപ്പോൾ നിങ്ങളുടെ ചുമലുക ളിലും കഴുത്തിലും വേദന ഏർപ്പെടുന്നു. വയറ് ഉന്താൻ തുടങ്ങുമ്പോൾ കാണുന്ന വർക്ക് നിങ്ങൾ ഗർഭിണിയാണെന്ന് അറിയാൻ കഴിയുന്നതോടൊപ്പം നിങ്ങളുടെ മുതുകിന്റെ വളവിലും മാംസപേശികളിലും വേദനയും സമ്മർദ്ദവും അനുഭവപ്പെടാനും തുടങ്ങുന്നു.

താഴെ കൊടുത്തിട്ടുള്ള ഉപായങ്ങളുടെ സഹായം കൊണ്ട് മുതുകുവേദനയ്ക്ക് ആശ്വാസം കാണാൻ കഴിയും.

ശരിയായ രീതിയിൽ ഇരിക്കുക. ഇരിക്കു മ്പോൾ നട്ടെല്ലിൽ പ്രഭാവം ഏർപ്പെടുന്നു. വീട്ടിലും ഓഫീസിലും നിങ്ങളുടെ കസേര മുതു കിന് സപ്പോർട്ടുകൊടുക്കുന്ന മാതിരിയായിരി ക്കണം. അതിന്റെ പിൻഭാഗം നേരായും രണ്ട് കൈകളും ബലമുള്ള കുഷൻ ഉള്ളതായും ഇരി ക്കണം. കസേര യുടെ മുൻഭാഗം പുറകോട്ട് തള്ളാൻ പറ്റുന്നവിധത്തിലുള്ളതാണെങ്കിൽ നല്ലതാണ്. കസേരയിൽ ഇരുന്ന് കാലുകൾ കുറച്ച് ഉയർത്തിവെക്കുക. കാലുകൾ ക്രോ സായി വയ്ക്കരുത്. അല്ലെങ്കിൽ പെൽവിസ് മുമ്പോട്ട് വളയുകയും മാംസപേശികളിൽ സമ്മർദ്ദം വർദ്ധിക്കുകയും ചെയ്യും.

- വളരെനേരംവരെ ഇരുന്നാലും മുതുകു വേദന വർദ്ധിക്കും. നിങ്ങൾ ഒരു മണി ക്കൂർ ഇരിക്കുകയായിരുന്നുവെങ്കിൽ എഴുന്നേറ്റ് കുറച്ചുനേരം നടക്കുകയും കാലുകളുടെ സ്ട്രെച്ചിങ്ങ് ചെയ്യുകയും വേണം ½ മണിക്കൂറിലൊരിക്കൽ ചെയ്താൽ ശരിയായിരിക്കും.
- അധികനേരം നിൽക്കുകയും അരുത്. അങ്ങനെ നിൽക്കേണ്ടിവന്നാൽ ഒരു കാൽ സ്റ്റൂളിന്മേൽ വയ്ക്കുക. ഇതു കൊണ്ട് മുതുകിന്റെ താഴെയുള്ള ഭാഗത്ത് അധികം ഭാരം ഏർപ്പെടാതിരി ക്കും. കഠിനമായ തറയിൽ നിൽക്കുകയാണെ ങ്കിൽ കാലുകൾക്കിടയിൽ ഫുട്ബോർ ഡ്വെക്കുന്നതുകൊണ്ട് കാലുകളിൽ സമ്മർദ്ദമേൽക്കുന്നത് കുറയും.
- ഭാരമുള്ള വസ്തുക്കൾ പൊക്കരുത്. എടു ക്കേണ്ടിവന്നാൽ മെല്ലെ-മെല്ലെ ഉയർ ത്തുക. നിങ്ങളുടെ സമതുലനം സ്ഥിരമാ ക്കിവയ്ക്കുക, മുട്ടുകളുടെ ബലത്തിൽ കുനിയുക, നിങ്ങളുടെ കൈകളുടെ സഹായം കൊണ്ട് സാധനങ്ങൾ എടുത്തു യർത്തുക. റേഷന്റെ ഭാരമുള്ള സഞ്ചി ഉയർത്തണമെങ്കിൽ സാധനങ്ങൾ രണ്ട് സഞ്ചിയിലാക്കി എടുത്താൽ സമതുലനം നിലനിൽക്കും.
- കൊടുത്തിരിക്കുന്ന നിർദ്ദേശങ്ങൾക്കനു

എഴുന്നേൽക്കുമ്പോൾ മുട്ടുകൾ മടക്കുക

സരിച്ചേ തൂക്കം കൂട്ടാൻ പാടുള്ളൂ. ഭാരം കൂടുതലായാൽ മുതുകിൽ സമ്മർദ്ദം കൂടുതലാകും.

- ശരിയായ വിധത്തിലുള്ള ചെരുപ്പുകൾ ധരിക്കുക. കൂടുതൽ ഉയർന്ന ഉപ്പൂറ്റിയുള്ള ചെരുപ്പ് ധരിച്ചാൽ മുതുകിൽ വേദന ഉണ്ടാകും. അതുകൊണ്ട് 2 ഇഞ്ച് ഹീലുള്ള ചെരുപ്പ് ധരിക്കുന്നത് ശരിയായിരിക്കും. മാംസപേശികൾക്ക് സ്വസ്ഥത നൽകുന്ന ആർത്തോപാഡിക് ചെരുപ്പുകളും ധരിക്കാവുന്നതാണ്.
- രാത്രിയിൽ ഒരു ബോഡി പില്ലോവെച്ച് ശരീരത്തെ സൗകര്യപ്രദമായ പൊസിഷനിൽ വെച്ച് ഉറങ്ങിയാൽ കാലത്ത് എഴുന്നേൽക്കുമ്പോൾ വേദനയ്ക്ക് നല്ല കുറവുണ്ടാകും. ഇതുകൂടാതെ കാലത്ത് ഉറങ്ങി എഴുന്നേറ്റശേഷം കട്ടിലിൽ നിന്ന് ഇറങ്ങുന്നതിനുമുമ്പ് കാലുകൾ താഴെ ഇറക്കി ആട്ടുക.
- ഷെൽഫിൽ ഉയരത്തിൽ വച്ചിരിക്കുന്ന സാധനങ്ങൾ സ്വയം എടുക്കാൻ തിരക്കു കൂട്ടരുത്. ചെറിയ സ്റ്റൂൾ ഉപയോഗിക്കുക അല്ലെങ്കിൽ മുതുകിൽ സമ്മർദ്ദം കൂടുതലാകും.
- ചൂടുവെള്ളവും തണുത്തവെള്ളവും കൊണ്ട് ഫൊമെന്റ് ചെയ്യാം. 15 നിമിഷം ഐസ് പാക്കും 15 നിമിഷം ഹീറ്റിങ്ങ് പാഡും വയ്ക്കുക. ഇവ രണ്ടും തുണിയിൽ പൊതിഞ്ഞേ ഉപയോഗിക്കാവൂ.
- ഇളം ചൂടുള്ള വെള്ളത്തിൽ കുളിക്കുകയോ മുതുക് മാലിഷ് ചെയ്യുകയോ ചെയ്യിക്കുക.
- നിങ്ങളുടെ മുതുക് ശരിയായ രീതിയിൽ മസാജ് ചെയ്യുക. പരിചയ സമ്പന്നരായ ആരെയെങ്കിലും കൊണ്ട് മസാജ് ചെയ്യിക്കുക. ഗർഭിണികൾക്ക് മസാജ് ചെയ്യേണ്ടത് എങ്ങിനെയാണെന്ന് അറിയുന്ന ആളായിരിക്കണം.
- വിശ്രമിക്കാൻ പഠിക്കുക. പലപ്പോഴും പിരിമുറുക്കം മൂലവും മുതുകുവേദന വർദ്ധിക്കും. വേദനകൂടുതലുണ്ടെങ്കിൽ റിലാക്സേഷൻ ടെക്നിക്കുകൾ സ്വീകരിക്കുക. ടെൻഷൻ കുറക്കാനുള്ള ഉപായങ്ങളും പ്രയോഗിക്കാം.
- വയറിലെ മാംസപേശികളെ ബലപ്പെടുത്തുന്ന സാധാരണ വ്യായാമം ചെയ്യുക. ജിംനാസ്റ്റിക് അല്ലെങ്കിൽ യോഗാ ക്ലാസിൽ പോകുക.
- വേദനക്കുറവ് തോന്നുന്നില്ലെങ്കിൽ ഡോക്ടറുടെ അഭിപ്രായപ്രകാരം മാറ്റു ചികിത്സാരീതി (അക്യൂപഞ്ചർ)യുടെ സഹായം തേടുക.

വയറുവേദന

"വയറിന്റെ അടിഭാഗത്ത് വേദനയും അസ്വസ്ഥതയും ഏർപ്പെടുന്നത് എന്തുകൊണ്ടാണ്?"

ഗർഭാവസ്ഥ വർദ്ധിക്കുന്നതോടൊപ്പം പല തരത്തിലുള്ള വേദനകളും വർദ്ധിക്കാൻ തുടങ്ങിയിരിക്കുന്നു എന്ന് നിങ്ങൾ കരുതുന്നുണ്ടാകും. നിങ്ങളുടെ ഗർഭാശയത്തിന് പിന്തുണ നൽകുവാൻ മാംസപേശികളിലും ലിഗ്മെന്റുകളിലും വലിവ് ഏർപ്പെട്ടുകൊണ്ടിരിക്കുകയാണ്. ഇതിനെ 'റൗണ്ട് ലിഗമെന്റ് പെയിൻ' എന്നാണ് ടെക്നിക്കൽ രീതിയിൽ പറയുന്നത്. മിക്ക ഗർഭിണികൾക്കും ഇത് അനുഭവപ്പെടുമെങ്കിലും ഈ അനുഭവം ഓരോരുത്തർക്കും വ്യത്യസ്തമായിരിക്കും. ഇത് കഠിനമായോ, മൃദുവായോ കുത്തുന്നതുപോലെയോ അല്ലെങ്കിൽ മധുരമായോ അനുഭവപ്പെടും. ഇതോടൊപ്പം പനി, ജലദോഷം, രക്തപ്പോക്ക്, തലചുറ്റൽ എന്നീ ലക്ഷണങ്ങൾ ഇല്ലെങ്കിൽ ഇത് ഒരു സാധാരണ ലക്ഷണമാണ്. കാലുകൾ കുറച്ച് ഉയർത്തിവച്ച് കിടക്കുന്നതുകൊണ്ട് കുറച്ച് ആശ്വാസം കിട്ടും. മറ്റ് ലക്ഷണങ്ങളെപ്പോലെ ഇതും ഡോക്ടറോട് പറയാൻ മറക്കരുത്.

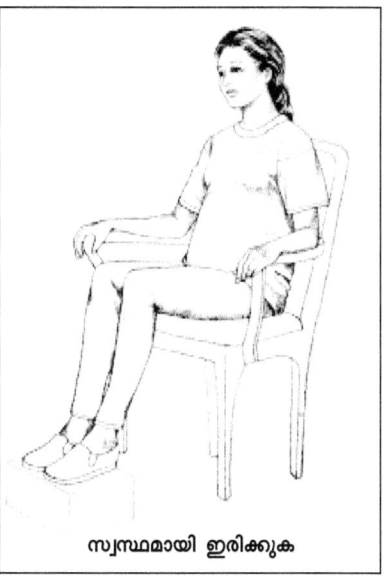

സ്വസ്ഥമായി ഇരിക്കുക

നിങ്ങളുടെ പുതിയ ചർമ്മം

ഗർഭാവസ്ഥ നിങ്ങളുടെ മുഴുവൻ ശരീരത്തിലും ഒരുവിധത്തിലല്ലെങ്കിൽ മറ്റൊരു വിധത്തിൽ തന്റെ പ്രഭാവം കാണിക്കും. ഈ ദിവസങ്ങളിൽ നിങ്ങളുടെ ചർമ്മത്തിൽ താഴെ കൊടുത്തിട്ടുള്ള മാറ്റങ്ങൾ ഏർപ്പെടും.

ലീനിയാ നിഗ്രാ:– ഗർഭാവസ്ഥയിൽ ഹാർമോണുകൾ കാരണം നിപ്പിളിന്റെ ചുറ്റുമുള്ള ഭാഗത്തിന്റെ നിറം കൂടുതൽ കറുപ്പാകുന്നതുപോലെ നാഭിയിൽ നിന്ന് താഴെവരെ പോകുന്ന വെള്ളരേഖ കൂടുതൽ സ്പഷ്ടമാകും. കറുപ്പുനിറമുള്ള സ്ത്രീകളിൽ ഇത് കൂടുതൽ വ്യക്തമായി കാണാൻ കഴിയും. ഇത് രണ്ടാമത്തെ മൂന്നാം മാസം പ്രത്യക്ഷപ്പെടുകയും പ്രസവം കഴിഞ്ഞ് ചില മാസങ്ങൾക്കു ശേഷം മങ്ങുകയും ചെയ്യുന്നു. വയറ്റാട്ടികൾ പറയുന്നത് ഈ രേഖ നാഭിവരെ പോകുകയാണെങ്കിൽ ജനിക്കാൻ പോകുന്നത് പെൺകുട്ടി ആയിരിക്കുമെന്നും വാരിയെല്ലുവരെ പോകുന്നുണ്ടെങ്കിൽ ആൺകുട്ടി ആയിരിക്കുമെന്നുമാണ്.

ഗർഭാവസ്ഥയിലെ മറുകുകൾ:– 50 മുതൽ 75 ശതമാനം ഗർഭിണി സ്ത്രീകളുടെ മുഖത്തിലും മറുകുകൾ ഏർപ്പെടും. കറുത്ത സ്ത്രീകളുടെ നെറ്റിയിലും മൂക്കിലും കവിളുകളിലും പാടുകൾ ഏർപ്പെടുന്നു. ഇത് പ്രസവിച്ച് ചില മാസങ്ങൾ കഴിയുമ്പോൾ താനെ മങ്ങും. അല്ലെങ്കിൽ ബ്ലീച്ച്, പീൽ അല്ലെങ്കിൽ ലേസറിന്റെ സഹായം തേടാവുന്നതാണ്. ഗർഭാവസ്ഥയിൽ ഈ ചികിത്സകൾ ചെയ്യരുത്. തൽക്കാലം കൺസീലർ ഉപയോഗിച്ച് ഇവയെ മറക്കാവുന്നതാണ്.

ഹൈപ്പർ പിഗ്മെന്റേഷൻ:– പല സ്ത്രീകളുടെയും ശരീരത്തിലെ ചർമ്മം ചില ഭാഗങ്ങളിൽ വളരെ കട്ടികൂടിയിരിക്കും. മറുകും ആഴത്തിലായിരിക്കും ഇതും പ്രസവശേഷം മങ്ങും. സൂര്യപ്രകാശത്തിൽ അധിക സമയം ചിലവഴിക്കരുത്. സൺ സ്ക്രീൻ ഉപയോഗിക്കുക. ഒരു വലിയ ഹാറ്റും മുഴുകൈയ്യുള്ള വസ്ത്രങ്ങളും സഹായകമായിരിക്കും.

ഉള്ളംകൈകളിലെയും അണ്ണാക്കിലെയും ചുവപ്പ്:– രക്തപ്രവാഹം വർദ്ധിക്കുന്നതുകൊണ്ടാണ് ഇത് ഏർപ്പെടുന്നത്. പച്ചവെള്ളം കൊണ്ട് കുറച്ച് ആശ്വാസം കിട്ടും. കൈകൊണ്ട് നേരിട്ട് ഒന്നും ചുടരുത്. കടുപ്പം കൂടിയ സോപ്പും സുഗന്ധമുള്ള ലോഷനുകളും ഉപയോഗിക്കരുത്. പ്രസവശേഷം ഇത് ശരിയാകും.

അരുമ്പാറ:– സാധാരണ ഗർഭിണികളിൽ അരുമ്പാറയുടെ പ്രശ്നം വർദ്ധിക്കുന്നു. ചർമ്മത്തിനുമുകളിൽ അനാവശ്യമായ ചർമ്മം കൂടിച്ചേരുന്നപോലെ ചേരുന്നു. ഇത് രണ്ടാമത്തെയോ, മൂന്നാമത്തെയോ മൂന്നാം മാസത്തിലാണ് ഉണ്ടാകുന്നത്. പ്രസവശേഷം എല്ലാം ശരിയാകും. ശരിയായില്ലെങ്കിൽ ഡോക്ടർ അവയെ എടുത്തുമാറ്റും.

ഹീറ്റ് റാഷസ്:– ഗർഭിണികൾ സാധാരണ ഹീറ്റ് റാഷസ് മൂലം കഷ്ടപ്പെടും. വിയർപ്പുള്ള ചർമ്മം തമ്മിൽ കൂട്ടിയുരുമ്മുമ്പോൾ ചർമ്മം ചുവപ്പ് നിറത്തിലാകുകയും ആ സ്ഥലത്തിൽ നീറ്റൽ ഏർപ്പെടുകയും ചെയ്യുന്നു. നെഞ്ചിന് താഴെ, പാർശ്വങ്ങളിൽ, തുടകൾക്ക് നടുവിൽ, വയറിന്റെ കീഴ്ഭാഗം എന്നീവിടങ്ങളിൽ അധികം അസ്വസ്ഥത ഏർപ്പെടുന്നു. ശരീരം വൃത്തിയായി സൂക്ഷിക്കുക. ആ സ്ഥലം തുണികൊണ്ട് ഒപ്പി ഉണക്കുകയും പൗഡർ ഇടുകയും ചെയ്യുക. കലാമിൻ ലോഷൻ പുരട്ടിയാൽ കുറച്ച് സുഖം തോന്നും. എന്നാൽ ആദ്യം ഡോക്ടറോട് ചോദിക്കാൻ മറക്കരുത്. രണ്ടുമൂന്ന് ദിവസം കഴിഞ്ഞിട്ടും ശരിയായില്ലെങ്കിൽ ഡോക്ടറുടെ അഭിപ്രായം ചോദിക്കുക.

എന്തും സംഭവിക്കാം:– ഇവയെല്ലാം ചില ഉദാഹരണങ്ങൾ മാത്രമാണ്. നിങ്ങളുടെ ചർമ്മം എങ്ങനെ വേണമെങ്കിലും പ്രതികരിച്ചേക്കാം.

കാലുകളുടെ വളർച്ച

"എന്റെ ചെരുപ്പുകൾ ഇറുകുന്നു. എന്റെ കാലുകളുടെ വലിപ്പം കൂടിവരുന്നുണ്ടോ?"

ഗർഭാവസ്ഥയിൽ വയറ് മാത്രമല്ല വലുതാകുന്നത്. മറ്റ് പല ഗർഭിണികളെയും പോലെ നിങ്ങൾക്കും കാല് വലുതാകുന്നതായി അനുഭവപ്പെട്ടേക്കാം. നിങ്ങൾ പുതിയ തരത്തിലുള്ള ചെരുപ്പ് വാങ്ങാൻ ഉദ്ദേശിക്കുന്നുണ്ടെങ്കിൽ ഇത് നല്ലകാര്യം തന്നെ. എന്നാൽ അടുത്തകാലത്ത് നിങ്ങൾ രണ്ടുമൂന്ന് വിലകൂടിയ ചെരുപ്പുകൾ വാങ്ങിയിട്ടുണ്ടെങ്കിൽ ഇത് വല്ലാത്ത ചീത്തകാര്യം തന്നെ.

ഈ ദിവസങ്ങളിൽ കാലിന്റെ വലിപ്പം കൂടുന്നതെന്തുകൊണ്ടാണ്? ഗർഭാവസ്ഥയിൽ തരള പദാർത്ഥങ്ങളുടെ അളവ് കൂടുന്നതും വീക്കം ഉണ്ടാകുന്നതുമല്ലാതെ ഇതിന് മറ്റൊരു കാരണം കൂടിയുണ്ട്. ഗർഭാവസ്ഥാ ഹാർമോൺ 'റിലാക്സിൻ' നിങ്ങളുടെ പെൽവിക്സിന്റെ ചുറ്റുപാടുമുള്ള ലിഗ്മെന്റുകളെയും സന്ധികളെയും കുഞ്ഞിന് കൂടുതൽ സ്ഥലം കിട്ടാൻ വേണ്ടി, അയവാക്കുന്നു. ഇതിന്റെ പ്രഭാവം കാലുകളിലെ ലിഗ്മെന്റുകളിലും ഏർപ്പെടുന്നു. കാലിലെ ലിഗ്മെന്റുകൾ അയയുമ്പോൾ അവയ്ക്ക് താഴെയുള്ള എല്ലുകൾ കുറച്ചു പരക്കുന്നു, ഇതുമൂലം പല സ്ത്രീകളുടെയും കാലുകൾ ½ ഇഞ്ചോ 2 ഇഞ്ചോ വലുതാകുന്നു. ഗർഭാവസ്ഥയ്ക്കുശേഷം സന്ധികൾ വീണ്ടും ടൈറ്റ് ആകുന്നു. ചിലപ്പോൾ കാലുകളുടെ സൈസ് എന്നെന്നേക്കുമായി വലുതായെന്നും വരാം.

അതുവരെ കാലുകളുടെ വീക്കം കുറക്കാൻ നൽകിയിരിക്കുന്ന നിർദ്ദേശങ്ങൾ പാലിക്കണം. കാലുകളുടെ സൈസ് ഒരിഞ്ച് വലുതായിട്ടുണ്ടെങ്കിൽ പുതിയ സൗകര്യപ്രദമായ ചെരുപ്പ് വാങ്ങണം. നിങ്ങൾക്ക് ഗർഭാവസ്ഥയിൽ ചെരുപ്പില്ലാതെ നടക്കേണ്ടിവരരുതല്ലോ! ചെരുപ്പ് വാങ്ങുമ്പോൾ ഫാഷനെക്കാൾ കൂടുതൽ സൗകര്യത്തിന് മുഖ്യത്വം കൊടുക്കുക. ചെരുപ്പിന്റെ ഹീൽ രണ്ടിഞ്ചിൽ കൂടുതലായിരിക്കരുത്. സോൾ എളുപ്പത്തിൽ ഫിറ്റാകുന്ന തരത്തിലുള്ളതായിരിക്കണം. ചെരുപ്പ് വൈകുന്നേരത്ത് വാങ്ങുക, അപ്പോഴാണ് കാലിൽ കൂടുതൽ വീക്കമുണ്ടാകുക. വീങ്ങിയതും വിയർപ്പു നിറഞ്ഞതുമായ കാലുകൾക്ക് ശ്വാസമെടുക്കാൻ പറ്റുന്ന രീതിയിലുള്ള വസ്തുകൊണ്ട് നിർമ്മിച്ച ചെരുപ്പേ വാങ്ങാവൂ (സിന്തറ്റിക് വാങ്ങുക).

വൈകുന്നേരത്ത് നിങ്ങളുടെ കാലുകളിൽ വേദന ഉണ്ടാകുന്നുണ്ടോ? പ്രത്യേക രീതിയിൽ നിർമ്മിച്ച ചെരുപ്പ് നിങ്ങളുടെ ബുദ്ധിമുട്ടുകുറക്കും. അതുമാത്രമല്ല കാലുവേദന, മുതുകുവേദന എന്നിവയിൽ നിന്നും ആശ്വാസം കിട്ടും. സന്ദർഭം കിട്ടുമ്പോഴൊക്കെ കാലുകൾ ഉയർത്തിവെച്ച് കിടക്കുക. വീട്ടിൽ ഇലാസ്റ്റിക്കുള്ള ചെരുപ്പ് ഉപയോഗിക്കുക. ഇത് ഫാഷനബിൾ അല്ലെങ്കിലും കാലുവേദനയിൽ നിന്നും ക്ഷീണത്തിൽ നിന്നും മുക്തിലഭിക്കും.

മുടിയും നഖവും വേഗം വളരുക

"ഈ ദിവസങ്ങളിൽ എന്റെ മുടിയും നഖവും വളരെവേഗം വളരുന്നതായി തോന്നുന്നു. ഇതെന്തുകൊണ്ടാണ്?"

പ്രെഗ്നൻസി ഹാർമോണുകളെല്ലാം ചേർന്ന് നിങ്ങളുടെ ഗർഭാവസ്ഥ വഷളാക്കാനുള്ള കുത്തക എടുത്തിട്ടുണ്ടെന്ന് തോന്നുന്നു. (മലബന്ധം, നെഞ്ചെരിച്ചൽ, ഛർദ്ദി) ഇവയ്ക്കുപുറമെ ചില ഹാർമോണുകൾ ഗർഭാവസ്ഥയിൽ ചില വസ്തുക്കളുടെ വളർച്ചയിൽ ഏറ്റക്കുറച്ചിൽ ഏർപ്പെടുത്തുന്നവയായും ഉണ്ട്. വേഗത്തിൽ വളരുന്ന നഖങ്ങളെ നിങ്ങൾക്ക് മെനിക്യൂർ ചെയ്യാവുന്നതാണ്. ഹെയർസ്റ്റൈലിസ്റ്റിന്റെ അടുത്തുപോകുന്നതിനുമുമ്പ് മുടി നീളത്തിൽ വളർത്താവുന്നതാണ്. മുടി മുമ്പിലത്തെക്കാൾ അടർത്തിയായിരിക്കും. ഇവയിലെ രക്തസഞ്ചാരത്തിലും മെറ്റമോളിസത്തിലും വൃദ്ധി ഏർപ്പെട്ടിരിക്കുന്നതുകൊണ്ട് മുടിക്കും നഖങ്ങളിലെ കോശങ്ങൾക്കും പോഷണം ലഭിക്കുന്നു. അവ മുമ്പിലത്തെക്കാൾ ആരോഗ്യവാന്മാരായിതീരുന്നു.

ഓരോ ലാഭത്തിനും ഒരു വിലകൊടുക്കേണ്ടതുണ്ട്. ഈ പോഷണത്തിന്റെ മറ്റു പല പ്രഭാവങ്ങളും പ്രത്യക്ഷപ്പെടും. ഇതുകാരണം നിങ്ങൾ ഇഷ്ടപ്പെടാത്ത പല ശരീരഭാഗങ്ങളിലും മുടി വളരും. ചുണ്ട്, താടി, കവിളുകൾ എന്നിവയ്ക്കുപുറമെ കൈകാലുകൾ, നെഞ്ച്, മുതുക്, വയറ് എന്നിവിടങ്ങളിലും ധാരാളം രോമം വളരാൻ തുടങ്ങും. നിങ്ങളുടെ നീണ്ട നഖങ്ങളും ഉണങ്ങി കാഠിന്യമുള്ളതായിത്തീരും.

രോമത്തിന്റെയും നഖത്തിന്റെയും ഈ വളർച്ച നിരന്തരമല്ലെന്ന് ഓർക്കുക.

പ്രസവം കഴിഞ്ഞാൽ എല്ലാം പഴയതു പോലെ ആകും മുടി പഴയതുപോലെ ചെറുതും മെലിഞ്ഞതുമാകും. നഖത്തിന്റെ വളർച്ചയും നിൽക്കും. കുഞ്ഞിനുവേണ്ടി ഏതായാലും നിങ്ങളുടെ നഖം മുറിക്കണ മല്ലോ!

കാഴ്ച

"ഗർഭാവസ്ഥക്കുശേഷം എന്റെ കണ്ണുക ളുടെ കാഴ്ച കുറഞ്ഞിരിക്കുന്നു. എന്റെ കോണ്ടാക്ട് ലെൻസും ശരിക്കു ജോലിചെയ്യു ന്നില്ല. ഇത് എന്റെ തോന്നലാണോ?"

ഇത് നിങ്ങളുടെ തോന്നലല്ല. ഈ ദിവസ ങ്ങളിൽ നിങ്ങളുടെ കാഴ്ചശക്തിക്ക് മങ്ങലേ ൽക്കുമെന്ന് മാത്രമല്ല കോണ്ടാക്ട് ലെൻസും അത്രയ്ക്ക് സൗകര്യപ്രദമായിരിക്കുകയില്ല. കണ്ണുകളിൽ വരൾച്ച കാരണം എരിച്ചൽ, ചൊറിച്ചൽ, വ്യാകുലത എന്നിവ ഏർപ്പെ ടും. കണ്ണുകളിൽ കൂടുതൽ കണ്ണുനീർവരാൻ തുടങ്ങിയാൽ കോണ്ടാക്ട് ഉപയോഗിക്കുന്ന സ്ത്രീകളുടെ കാഴ്ചക്ക് മങ്ങലേൽക്കും. പ്രസവശേഷം എല്ലാം പഴയതുപോലെ നോർമലാകും. അതുകൊണ്ട് എന്തെങ്കിലും പുതിയമാറ്റം ഏർപ്പെടുത്തുന്നതിന് മുമ്പ് ആലോചിക്കുക.

ഇത് 'കറെക്ടീവ് ലേസർ ഐ സർജറി' ചെയ്യിക്കാനുള്ള സമയമല്ല. ഇതുകൊണ്ട് കുഞ്ഞിന് കുഴപ്പമൊന്നും ഏൽക്കില്ലെങ്കി ലും നിങ്ങൾക്ക് നിയന്ത്രിക്കാൻ കുറച്ചു സമയം വേണ്ടിവരും. അതുകൊണ്ട് ഇത് പ്രസവശേഷം ചെയ്യുക. കണ്ണിൽ ഒഴിക്കുന്ന ചില മരുന്നുകൾ ഗർഭിണികൾക്ക് അനുയോ ജ്യമല്ലാത്തവയായെന്നും വരാം. ഗർഭധാര ണത്തിന് 6 മാസം മുമ്പും പ്രസവത്തിനു ശേഷം 6 മാസംവരെയും കണ്ണ് ഓപ്പറേഷൻ മാറ്റിവെക്കണമെന്നാണ് കണ്ണുഡോക്ടർ മാരുടെ അഭിപ്രായം.

കണ്ണിൽ കുറച്ച് കേടുണ്ടായാലും വലിയ കുഴപ്പമൊന്നും വരാനില്ല. എന്നാൽ പ്രശ്നം കൂടുതലാകുകയാണെങ്കിൽ ഡോക്ടറെ കാണാൻ വൈകരുത്. പെട്ടെന്ന് കാഴ്ച മങ്ങുകയോ, കണ്ണിനുമുമ്പിൽ കറുത്തപുള്ളി കൾ കാണപ്പെട്ട് രണ്ട്-മൂന്ന് മണിക്കൂറുക ളോളം അതു തുടരുകയും ചെയ്താൽ ഉടനെ ഡോക്ടറെ കാണുക. പെട്ടെന്ന് എഴുന്നേ ൽക്കുമ്പോൾ കണ്ണിന് മുമ്പിൽ കറുത്ത പുള്ളികൾ കാണപ്പെട്ടാൽ പരിഭ്രമിക്കേണ്ട, എന്നാൽ അടുത്ത സന്ദർശനസമയത്ത് ഡോക്ടറോട് തീർച്ചയായും ഇതിനെക്കുറിച്ച് പറയണം.

ഭ്രൂണത്തിന്റെ ചലനങ്ങൾ

"കഴിഞ്ഞ ആഴ്ച എനിക്ക് ദിവസവും വയറിൽ ചെറിയ ബഹളം അനുഭവപ്പെട്ടു. എന്നാൽ ഇന്ന് ഒന്നും അറിയുന്നില്ല. എല്ലാം ശരിയായിരിക്കും അല്ലേ?"

വയറ്റിൽ കുഞ്ഞ് തൊഴിക്കുക, പുറംതിരി യുക, തുള്ളുക, ഇടിക്കുക എന്നിവയെല്ലാം രോമാഞ്ചമുണ്ടാക്കുന്ന കാര്യങ്ങളാണ്. നല്ല ആരോഗ്യമുള്ള, ജീവനുള്ള ഒന്ന് നിങ്ങളുടെ വയറ്റിനുള്ളിൽ വളരുന്നുണ്ടെന്നുള്ളതിനുള്ള ബലമായ തെളിവുകളാണ് ഇവയെല്ലാം. ഈ ചലനങ്ങൾ പലപ്പോഴും ഭാവിമാതാക്ക ന്മാരുടെ മനസ്സിൽ പലചോദ്യങ്ങളും ശങ്ക കളും ഏർപ്പെടുത്തും. ഒരുനിമി ഷത്തിൽ കുഞ്ഞ് തൊഴിക്കുന്നതായി തോന്നും. അടുത്ത നിമിഷം അത് ഗ്യാസുകൊണ്ടാണോ എന്ന് സംശയിക്കും. ഒരു ദിവസം അതിന്റെ ചലനങ്ങൾ അടുങ്ങുന്നതേ ഇല്ലെങ്കിൽ അടുത്തദിവസം അത് ദീർഘനിദ്രയിലെന്ന പോലെ അനങ്ങുന്നതേ ഇല്ല.

പരിഭ്രമിക്കേണ്ട ഗർഭാവസ്ഥയിൽ കുഞ്ഞിന്റെ ചലനങ്ങളെപ്പറ്റി ഓർക്കുകയോ വ്യാകുലപ്പെടുകയോ ചെയ്യേണ്ടതില്ല. ചലനം എപ്പോൾ എത്രപ്രാവശ്യം ഏർപ്പെടുമെന്നത് നിശ്ചിതമല്ല, ഇത് മിക്കാവാറും മാറിവരും. പലപ്പോഴും കുഞ്ഞ് തന്റെ പൊസിഷൻ മാറ്റും. അതുകാരണവും അതിന്റെ ചലനം അറിയാൻ കഴിയാതെവരാം, ചിലപ്പോൾ നിങ്ങൾ നടക്കുകയോ ഗാഢനിദ്രയിലായിരി ക്കുകയോ ചെയ്യും - പലപ്പോഴും ജോലിത്തി രക്കുകാരണവും അതിന്റെ ചലനം അറി യാൻ കഴിയാതെവരും. ചില കുഞ്ഞുങ്ങൾ നടുരാത്രിയിലാണ് അവരുടെ കളി തുടങ്ങു ന്നത്, ആ സമയത്ത് അമ്മ ഗാഢനിദ്രയിലായി രിക്കും.

മണിക്കൂറുകളോളം കുഞ്ഞിന്റെ അനക്കം അറിയാൻ കഴിയാതെവന്നാൽ ഒരു ഗ്ലാസ് പാലോ ഓറഞ്ച് ജ്യൂസോ, സ്നാക്സോ കഴിച്ച് ഒരു ചില മണിക്കൂറുകൾ കിടക്കുക. നിങ്ങളുടെ അലസതയും ഭക്ഷണത്തിൽ നിന്നുകിട്ടിയ ഊർജ്ജവും കാരണം കുഞ്ഞ് ബഹളം വയ്ക്കാൻ തുടങ്ങും. അപ്പോഴും അനക്കമുണ്ടായില്ലെങ്കിലും വിഷമിക്കേണ്ട, ചില കുഞ്ഞുങ്ങളുടെ അനക്കം രണ്ടുമൂന്ന് ദിവസംവരെ അറിയാൻ കഴിഞ്ഞെന്നുവരില്ല. നിങ്ങളുടെ വിഷമം മാറിയില്ലെങ്കിൽ ഡോക്ടറെ കാണുക.

28-ാമത്തെ ആഴ്ചക്കുശേഷം കുഞ്ഞിന്റെ അനക്കം മുമ്പിലത്തെക്കാളും വേഗത്തിലാകും, അതുകൊണ്ട് നിങ്ങൾ ഓരോ നിമിഷവും അതിന്റെ അനക്കം ശ്രദ്ധിക്കുന്നത് ശീലിക്കണം.

രണ്ടാമത്തെ മൂന്നാം മാസത്തെ അൾട്രാസൗണ്ട്

"എന്റെ ഗർഭാവസ്ഥ സഹജമായും സാധാരണമായും പോയ്ക്കൊണ്ടിരിക്കുന്നു. പക്ഷെ ഡോക്ടറുടെ അഭിപ്രായം ഇത്തവണ ഞാൻ അൾട്രാ സൗണ്ട് ചെയ്യിക്കണമെന്നാണ്. വാസ്തവത്തിൽ ഇതിന്റെ ആവശ്യമുണ്ടോ?"

ഇപ്പോഴെല്ലാം എല്ലാ ഗർഭിണികളും രണ്ടാമത്തെ മൂന്നാം മാസം അൾട്രാസൗണ്ടു ചെയ്യും. അവരുടെ ഗർഭം സഹജവും സാധാരണവുമാണെങ്കിലും ഇത് ആവശ്യമാണ്. ഡോക്ടർ കുഞ്ഞിന്റെ വളർച്ച പൂർണ്ണമാണോ എന്ന് നോക്കാൻ ആഗ്രഹിക്കുന്നു. നിങ്ങൾക്കും അൾട്രാസൗണ്ടിന്റെ സഹായംകൊണ്ട് നിങ്ങളുടെ കുഞ്ഞിനെ കാണാനുള്ള സന്ദർഭം ലഭിക്കും. ഈ സമയത്ത് കുഞ്ഞ് ആണോ പെണ്ണോ എന്ന് അറിയാനും കഴിയും.

നിങ്ങൾ ആദ്യത്തെ മൂന്നാം മാസം ഡേറ്റ് അറിയാൻവേണ്ടി അൾട്രാസൗണ്ട് ചെയ്യുകയോ വിശദവിവരം അറിയാൻ സ്കാൻ ചെയ്യുകയോ ചെയ്തിട്ടുണ്ടെങ്കിലും കൂടുതൽ വിവരം അറിയാൻ ഡോക്ടർ ഇതുചെയ്യാൻ പറയും. ഉദാ:– കുഞ്ഞിന്റെ ആകൃതിയും എല്ലാ അവയവങ്ങളും, അമ്നിയോട്ടിക് ദ്രവത്തിന്റെ ശരിയായ അളവ്, മറുപിള്ളയുടെ ശരിയായ സ്ഥാനം എന്നിവ അറിയാൻ കഴിയും. ഇതുമൂലം ഡോക്ടർക്ക് നിങ്ങളുടെയും കുഞ്ഞിന്റെയും ആരോഗ്യപൂർണ്ണമായ ചിത്രം തെളിവായി ലഭിക്കും.

നിങ്ങൾക്ക് ആ അൾട്രാസൗണ്ടുപറ്റി ശരിക്ക് മനസ്സിലാക്കാൻ കഴിഞ്ഞില്ലെങ്കിൽ ഡോക്ടറോട് ചോദിക്കുന്നതിൽ സങ്കോചപ്പെടേണ്ടതില്ല.

> **ഒരു ഭംഗിയുള്ള ചിത്രം**
>
> രണ്ടാമത്തെ മൂന്നാം മാസത്തിൽ നിങ്ങൾക്ക് കുഞ്ഞിന്റെ സുന്ദരമായ ചിത്രം ലഭിച്ചു. ഇത് കമ്പ്യൂട്ടറിൽ സേവ് ചെയ്തു വെക്കുക. ഇത് ഫോട്ടോ വെബ് സൈറ്റിൽ സ്കാൻ ചെയ്ത് റിയൽ ഫോട്ടോ കൊണ്ട് ആസിഡ് ഫ്രീ പേപ്പറിൽ പ്രിന്റ് ചെയ്യുക. ഇതുമൂലം നിങ്ങളുടെ ഓർമ്മകൾ ഒരിക്കലും മങ്ങുകയില്ല.

മറുപിള്ളയുടെ സ്ഥാനം

"ഡോക്ടർ പറയുന്നത് എന്റെ മറുപിള്ള താഴെ സർവിക്സിന്റെ അടുത്താണെന്നാണ്. ഡോക്ടർ പറയുന്നത് വിഷമിക്കാനൊന്നുമില്ലെന്നാണെങ്കിലും എനിക്ക് ഇപ്പോൾതന്നെ ഉത്കണ്ഠ തോന്നി തുടങ്ങിയിരിക്കുന്നു."

നിങ്ങളുടെ കുഞ്ഞ് ഗർഭപാത്രത്തിൽ ഇവിടെയും അവിടെയും ചുറ്റിക്കറങ്ങുന്നുണ്ടോ? ഭ്രൂണത്തെ പോലെതന്നെ മറുപിള്ളയ്ക്കും ഗർഭാവസ്ഥയിൽ തന്റെ സ്ഥിതി മാറ്റാൻ കഴിയും. 10% മറുപിള്ള മാത്രമെ ഗർഭാശയത്തിന്റെ അടിഭാഗം വരെപോകാറുള്ളൂ. പ്രസവസമയം അടുക്കുന്നതുവരെ അത് മിക്കവാറും മുകളിലോട്ട് പോകും. ഇങ്ങനെ സംഭവിക്കാതെ മറുപിള്ള സർവിക്സിനെ(ഗർഭാശയത്തിന്റെ മുഖം) മൂടുകയാണെങ്കിൽ പ്ലസന്റാ പ്രീവിയാ ആണെന്ന് കണ്ടുപിടിക്കാൻ കഴിയും. ഏകദേശം 200ൽ ഒരുത്തർക്കേ ഇങ്ങനെ സംഭവിക്കാറുള്ളൂ. വേറുവിധത്തിൽ പറഞ്ഞാൽ ഡോക്ടർ പറയുന്നത് ശരിയാണ്. ഇപ്പോൾതന്നെ വിഷമിക്കാൻ തുടങ്ങേണ്ട, എല്ലാം ശരിയാകും.

"അൾട്രാ സൗണ്ടിനിടയിൽ ടെക്നിഷ്യൻ, എന്റെത് 'ഇന്റീരിയർ പ്ലാസന്ററാ' ആണെന്നു പറഞ്ഞു. ഇതിന്റെ അർത്ഥമെന്താണ്?"

നിങ്ങളുടെ കുഞ്ഞ് മറുപിള്ളയ്ക്ക് പുറകിലാണെന്നാണ് ഇതിനർത്ഥം. സാധാരണ ഒരു ഫെർട്ടിലൈസ് എഗ് സ്വയം ഗർഭാശയത്തിന്റെ പിൻഭാഗത്ത്, നിങ്ങളുടെ നട്ടെല്ലിന്റെ അടുത്ത് സ്ഥിതിചെയ്യുകയും പ്ലസന്ററാ ആയി വികസിക്കുകയും ചെയ്യും. ചിലപ്പോൾ ഇത് ഗർഭാശയത്തിന്റെ എതിർവശത്ത് നാഭിക്കരികിൽ സ്ഥിതിചെയ്യുന്നു. അത് ഗർഭാശയത്തിന്റെ മുൻഭാഗത്തേക്ക് വളരാൻ തുടങ്ങുകയും കുഞ്ഞ് ഇതിനുപുറകിലാകുകയും ചെയ്യുന്നു. നിങ്ങളുടെ കാര്യത്തിലും അതുതന്നെയാണ് സംഭവിച്ചിരിക്കുന്നത്. ഇത് ഏതുഭാഗത്തായാലും കുഞ്ഞിന് കുഴപ്പമൊന്നും സംഭവിക്കുകയില്ല. അതിന്റെ വളർച്ചയ്ക്കും മറുപിള്ളയ്ക്കും തമ്മിൽ ഒരു സംബന്ധവും ഇല്ല.

നിങ്ങൾക്ക് കുഞ്ഞിന്റെ ബഹളം, കുത്ത്, കളികൾ എന്നിവ ശരിക്ക് അനുഭവപ്പെടില്ല എന്നതാണ് ഇതുകൊണ്ടുള്ള

നഷ്ടം. മറുപിള്ള നിങ്ങൾ രണ്ടുപേർക്കുമിടയിൽ ഒരു കുഷ്യൻ പോലെ ഇരിക്കും.

ഇതുകൊണ്ട് അനാവശ്യമായി ചിന്ത വർദ്ധിക്കും. ഇതുമൂലം ഡോക്ടർക്ക് കുഞ്ഞിന്റെ ഹൃദയസ്പന്ദനം കേൾക്കുന്നതിലും ബുദ്ധിമുട്ട് ഏർപ്പെടും. ഈ അസൗകര്യങ്ങളൊക്കെ ഉണ്ടെങ്കിലും പരിഭ്രമിക്കേണ്ടതില്ല. ആന്റി ടിയർ പ്ലസന്റ സാധാരണ താനേ പോസ്റ്റീരിയർ പൊസിഷനിലേക്ക് വരും.

ഉറങ്ങുന്ന രീതി

"ഞാൻ എപ്പോഴും കമഴ്ന്നുകിടന്നാണ് ഉറങ്ങാറുള്ളത്. ഇപ്പോൾ എനിക്ക് പേടി തോന്നുന്നു. വേറെ വിധത്തിൽ ഉറങ്ങുന്നത് എനിക്ക് സൗകര്യപ്രദമല്ല."

ദുർഭാഗ്യവശാൽ ഗർഭാവസ്ഥയിൽ മലർന്നോ കമഴ്ന്നോ (സൗകര്യപ്രദമായ രീതിയിൽ) കിടന്ന് ഉറങ്ങുന്നത് ശരിയല്ല. കമഴ്ന്ന് കിടന്ന് ഉറങ്ങുക എന്നുപറഞ്ഞാൽ നിങ്ങൾ ഒരു തണ്ണീർമത്തന്റെ മുകളിൽ കിടന്നുറങ്ങുക. മലർന്ന കിടക്കുന്നത് സൗകര്യപ്രദമാണെങ്കിലും അപ്പോൾ ഗർഭാശയത്തിന്റെ ഭാരം മുഴുവൻ മുതുകിലും കുടലുകളിലും പ്രധാനപ്പെട്ട രക്തനാളങ്ങളിലും ആയിരിക്കും. ഈ സമ്മർദ്ദം മൂലം മുതുകുവേദന വർദ്ധിക്കും. ദഹനക്രിയയിൽ ബുദ്ധിമുട്ട് ഏർപ്പെടും. നിങ്ങൾക്ക് ഹൈപോ ടെൻഷൻ അല്ലെങ്കിൽ പ്രഷർ ഏർപ്പെടുകയും എപ്പോഴും ഉറക്കം തൂങ്ങുകയും ചെയ്യും.

ഇതിനർത്ഥം നിങ്ങൾക്ക് നിന്നുകൊണ്ട് ഉറങ്ങേണ്ടിവരുമെന്നല്ല. ഇടതുവശത്തേക്ക് ചരിയുകയും രണ്ടുകാലുകൾക്കുമിടയിൽ ഒരു തലയണവെക്കുകയും ചെയ്യുക. ഇത് കുഞ്ഞിനും സൗകര്യപ്രദമായിരിക്കും ഇതുകൊണ്ട് പ്ലസന്റായുടെ രക്തപ്രവാഹത്തിൽ തടസ്സം ഏർപ്പെടുകയില്ല. കിഡ്നി ശരിയായ രീതിയിൽ പ്രവർത്തിക്കും, അതായത് അനാവശ്യ വസ്തുക്കൾ ശരീരത്തിൽനിന്ന് പുറത്താകും. കൈ-കാലുകൾ, ഞെരിയാണി എന്നിവിടങ്ങളിലെ വീക്കം കുറവായിരിക്കും.

വളരെ കുറച്ചുപേർക്കേ രാത്രിമുഴുവൻ ഒരേവശത്തേക്ക് തിരിഞ്ഞുകിടന്ന് ഉറങ്ങാൻ കഴിയൂ. കണ്ണുതുറക്കുമ്പോൾ മലർന്നോ കമിഴ്ന്നോ കിടക്കുന്നതായി കണ്ടാൽ വിഷമിക്കേണ്ട.

ഇതുകൊണ്ട് ദോഷമൊന്നും ഏർപ്പെടുകയില്ല. ചരിഞ്ഞുകിടക്കുക. ചില രാത്രികൾ വരെ ഇത് വിചിത്രമായി തോന്നുമെങ്കിലും കുറച്ച് ദിവസം കഴിയുമ്പോൾ ഇത് ശീലമാകും. 5 അടി നീളവും ബൈജിന്റെ ആകൃതിയുമുള്ള തലയണവെച്ചാൽ നിങ്ങൾക്ക് ഇങ്ങനെ ഉറങ്ങുന്നത് എളുപ്പമായിരിക്കും. നിങ്ങളുടെ കൈയ്യിൽ ആ ആകൃതിയിലുള്ള തലയണ ഇല്ലെങ്കിൽ സാധാരണ തലയണ എടുത്ത് സൗകര്യപ്രദമായ രീതിയിൽ ശരീരത്തെവെച്ചാൽ ആഴ്ന്ന ഉറക്കം കിട്ടും.

ഗർഭാശയത്തിൽതന്നെ ക്ലാസ്

"എന്റെ സ്നേഹിത പറയുന്നത് ജനിക്കുന്നതിന് മുമ്പുതന്നെ കുഞ്ഞിനെ കച്ചേരിക്ക് കൊണ്ടുപോയാൽ കുഞ്ഞ് സംഗീത പ്രേമിയായി തീരുമെന്നാണ്. ഇന്നൊരു സ്നേഹിതയുടെ ഭർത്താവ് വയറ്റിലുള്ള കുഞ്ഞിനെ നല്ല-നല്ല കഥകൾ പറഞ്ഞു കേൾപ്പിക്കുന്നു. ഞാനും ഇതൊക്കെ ചെയ്യണോ?"

ഓരോ മാതാ-പിതാവും തങ്ങളുടെ കുഞ്ഞിന്റെ മുന്നേറ്റം ആഗ്രഹിക്കുന്നു. ഇപ്പോൾതന്നെ അതിന്റെ പഠിപ്പിനെപ്പറ്റി ചിന്തിക്കേണ്ടതില്ല.

രണ്ടാമത്തെ മൂന്നാം മാസാവസാനത്തിൽ കുഞ്ഞിന്റെ ശ്രവണശക്തി വികസി

അഞ്ചാം മാസം

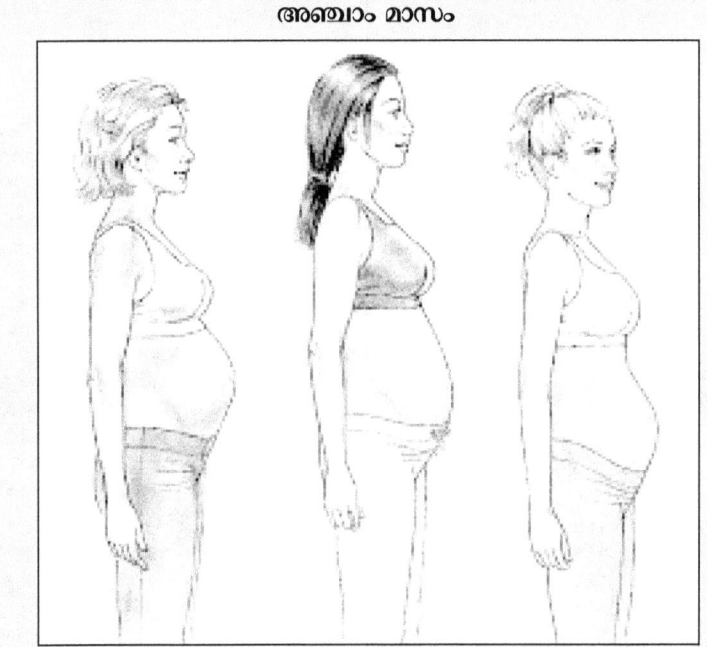

അഞ്ചാം മാസാവസാനത്തിൽ ഗർഭിണികൾ മൂന്ന് വ്യത്യസ്ഥരീതിയിൽ കാണപ്പെടും. ഇത് നിങ്ങളുടെ ആകൃതി, തൂക്കം, ഗർഭാശയത്തിന്റെ സ്ഥിതി എന്നിവയെ ആശ്രയിച്ചിരിക്കും നിങ്ങൾക്ക് ഉയർന്ന, കുറച്ചുതാഴ്ന്ന, അല്പം ഭാരമുള്ള അല്ലെങ്കിൽ വീതിയിലുള്ള വയറായിരിക്കും.

ക്കുമെന്നത് സത്യമാണെങ്കിലും അതി നർത്ഥം അത് കച്ചേരിയിൽ പാട്ടുകേൾക്കു കയും ജനിച്ചശേഷം സംഗീത വിദഗ്ദനാകു കയും ചെയ്യുമെന്നല്ല.

ജനിക്കാത്ത കുരുന്ന് ജീവന്റെ തലയിൽ ഇപ്പോൾതന്നെ ഇത്ര വലിയ ചുമതലകൾ കെട്ടിവെക്കരുത്. അത് വലുതായശേഷം തന്റെ കഴിവിനും ഇഷ്ടത്തിനുമനുസരിച്ച് എല്ലാം പഠിക്കും. നിങ്ങൾ ഗർഭപാത്രത്തെ തന്നെ ക്ലാസ് മുറിയാക്കി മാറ്റാൻ ശ്രമി ച്ചാൽ അതിന്റെ ദൈവീകമായ ഉറക്കത്തിൽ തടസ്സം ഏർപ്പെടും, അതിന്റെ ദൈവദത്ത മായ വളർച്ചയിലും തടസ്സം ഏർപ്പെടും.

നിങ്ങളുടെ കുഞ്ഞിന്റെ അസ്തിത്വം അനുഭവിച്ചറിയാൻ നിങ്ങൾക്ക് ഏത് മാർഗ്ഗ വും സ്വീകരിക്കാവുന്നതാണ്. അതിനു വേണ്ടി പാടുക, എന്തെങ്കിലും വായിച്ചു കേൾപ്പിക്കുക. കൈകൊണ്ട് തൊടുക. ഈ

രീതിയിലുള്ള പഠിപ്പുമൂലം അതിന് ഏതെ ങ്കിലും സർവ്വകലാശാലയിൽ നിന്ന് ഡിഗ്രി യൊന്നും കിട്ടില്ല, പക്ഷെ നിങ്ങൾക്കും കുഞ്ഞിനും തമ്മിലുള്ള അടുപ്പം വർദ്ധിക്കും.

ജനിക്കാത്ത കുഞ്ഞിന് ശാസ്ത്രീയ സംഗീതത്തിന്റെ സ്വരലഹരികൾ ഇഷ്ട പ്പെട്ടേക്കാം, ഇതുകൊണ്ട് ജനിച്ചശേഷവും അതിന് നേരിയ സംഗീതത്തിന് നടുവിൽ ശാന്തി ലഭിച്ചേക്കാം.

നിങ്ങളുടെ വയറ് കൈകൊണ്ട് മൃദു വായി തൊടുക. കുഞ്ഞോമനയെ പാട്ടു കേൾപ്പിക്കുക. അതിന് നിങ്ങളുടെ ശബ്ദം പരിചയമാകുകയും അടുപ്പം കൂടുകയും ചെയ്യും. കുഞ്ഞിനോട് സ്നേഹബന്ധം പുലർത്തുക. ഇപ്പോൾ തന്നെ പഠിപ്പിക്കാ നുള്ള ശ്രമം വേണ്ട, അതിന് ജീവിതം മുഴുവൻ ബാക്കിയുണ്ടല്ലോ. കുറഞ്ഞത്

ജനിക്കുന്നതിന് മുമ്പെങ്കിലും അതിനെ ഈ സ്പർദ്ധ നിറഞ്ഞ ലോകത്തിന്റെ നെട്ടോട്ടത്തിൽനിന്ന് മാറ്റിനിർത്തുക.

വലിയ കുഞ്ഞിനെ എടുക്കുക

"എനിക്ക് മൂന്നുവയസ്സുള്ള കുഞ്ഞുണ്ട്. അവൻ എപ്പോഴും എടുക്കണമെന്ന് വാശി പിടിക്കുന്നു. ഗർഭാവസ്ഥയിൽ അങ്ങനെ ചെയ്യുന്നത് ശരിയാണോ? എടുക്കുമ്പോൾ എന്റെ മുതുകിൽ കഠിനമായ വേദന ഏർപ്പെടുന്നു."

ഡോക്ടർ വിലക്കിയിട്ടില്ലെങ്കിൽ ഗർഭാവസ്ഥയിൽ ചെറിയ ഭാരം (35 മുതൽ 40 പൗണ്ടുവരെ) എടുക്കാവുന്നതാണ്. എന്നാൽ അത് നിങ്ങളുടെ മുതുകുവേദനയ്ക്ക് കാരണമായേക്കാം. അവന്റെ ശീലം മാറ്റിയില്ലെങ്കിൽ നിങ്ങളുടെ മുതുക് ചമ്മന്തിയാകും. കുട്ടിയോട് നടക്കാൻ പറയുക. അവന്റെ കൂടെ കുറച്ചു-കുറച്ചുദൂരം ഓടുക, പടികയറുക, അല്ലെങ്കിൽ കൂടെ നടന്നുകൊണ്ട് പാടുക. അവൻ എടുക്കാൻ പറയുന്നതിനുപകരം രണ്ടടിയെങ്കിലും നടക്കാൻ സമ്മതിച്ചാൽ അവനെ പ്രശംസിക്കുക. ഇരിക്കുമ്പോൾ മടിയിലിരുത്തി കൊഞ്ചിക്കുക. എടുക്കാതെ നിവൃത്തിയില്ലെന്ന് വരുന്നസന്ദർഭത്തിലേക്ക് നിങ്ങളുടെ മുതുകിന്റെ ശക്തി ചേർത്തുവെക്കുക.

അമ്മയും അച്ഛനും ആകുന്നതിനുള്ള കൊതി

"എനിക്ക് ഇതിൽ നിന്നെല്ലാം സന്തോഷം കിട്ടുമോ എന്ന് ആശ്ചര്യമായിരിക്കുന്നു. എനിക്ക് എന്താണ് അനുഭവപ്പെടുന്നതെന്ന് അനുമാനിക്കാനേ കഴിയുന്നില്ല."

മിക്കവാറും ജീവിതത്തിൽ പുതിയ-പുതിയ മാറ്റങ്ങളിലൂടെ നമ്മൾ കടന്നുപോകുന്നു. നിങ്ങളുടെ വീട്ടിൽ ഒരുകുഞ്ഞ് ജനിക്കാൻ പോകുന്നു എന്നത് ഒരു വലിയ മാറ്റം തന്നെയാണ്. ഈ മാറ്റം തീർച്ചയായും നിങ്ങളുടെ ജീവിതത്തിൽ സന്തോഷം കൊണ്ടുവരും. നിങ്ങളുടെ പ്രതീക്ഷകൾ പൂവണിയാൻ പോകുകയാണ്.

നിങ്ങൾ കളിച്ചു-ചിരിക്കുന്ന ഒരു കുഞ്ഞിനെ ആശുപത്രിയിൽ നിന്നുകൊണ്ടുവരാൻ ആഗ്രഹിക്കുന്നു എങ്കിൽ വാസ്തവത്തിൽ ജനിച്ച ഉടൻ ശിശുക്കൾ കാഴ്ചയ്ക്ക് എങ്ങിനെ ആയിരിക്കുമെന്ന കാര്യം അറിയണം. ചിലപ്പോൾ നിങ്ങളുടെ കുഞ്ഞ് കരഞ്ഞുകൊണ്ടായിരിക്കും വീട്ടിലേക്ക് വരുന്നത്, അതിന് നിങ്ങളോട് ഇനിയും അടുപ്പം ഏർപ്പെട്ടിട്ടുണ്ടാവില്ല. അല്ലെങ്കിലും അതിന് ചിരിക്കാൻ അറിയില്ലല്ലോ. നിങ്ങൾ ഭക്ഷണം കഴിക്കുകയോ, ബാത്റൂം പോകുകയോ, നല്ലപോലെ ഉറങ്ങുകയോ ചെയ്യുമ്പോഴായിരിക്കും അതിന് കണ്ണീരൊഴുക്കാനോ ഉറക്കെ കരയാനോ തോന്നുക.

നിങ്ങൾക്ക് കാലത്ത് നടക്കാൻ പോകാം, ഉച്ചയ്ക്ക് കാഴ്ചബംഗ്ലാവിൽ പോകാം, കുഞ്ഞിനെ നല്ല വസ്ത്രങ്ങൾ അണിയിച്ച് ഒരുക്കാം. എന്നൊക്കെ കരുതുന്നുണ്ടാകും. നിങ്ങൾക്ക് നടക്കാൻ പോകാം. പക്ഷെ പല പ്രഭാതങ്ങളും വൈകുന്നേരങ്ങളായി മാറാൻ അധികം സമയമെടുക്കില്ല. നിങ്ങൾക്കും കുഞ്ഞിനും പ്രകാശത്തിന്റെ തരിപോലും കാണാൻ കഴിയില്ല. പലപ്പോഴും തുണികഴുകുന്നതിൽ ഇളം ചൂട് കടന്നുപോകും. കുഞ്ഞ് കറപടിയിക്കാത്ത വസ്ത്രങ്ങൾ വളരെ കുറവായിരിക്കും.

നിങ്ങൾ യഥാർത്ഥത്തിൽ എന്തെങ്കിലും പ്രതീക്ഷിക്കുന്നുണ്ടെങ്കിൽ നിങ്ങളുടെ ജീവിതത്തിൽ നിങ്ങളുടെതുമാത്രം ചില അത്ഭുത നിമിഷങ്ങൾ ഉണ്ടാകും. നിങ്ങളുടെ തടിച്ചു-കൊഴുത്ത കുഞ്ഞിനെ മടിയിൽ വെച്ച് ഉമ്മവെക്കുന്നസുഖം, അതിന്റെ പല്ലില്ലാത്ത വായ കൊണ്ടുള്ള ചിരി ഇതൊക്കെ നിങ്ങൾക്കുമാത്രമുള്ളതാണ്. രാത്രിമുഴുവൻ ഉറക്കമിളക്കുന്ന, വൈകി ഭക്ഷണം കഴിക്കുന്ന, ഒരു കുന്നു വസ്ത്രം കഴുകുന്ന, ഭർത്താവിന്റെ കൂടെ അധികസമയം ചിലവഴിക്കാൻ കഴിയാത്ത എല്ലാ ദുഃഖ ങ്ങളെയും മറക്കാൻ അത് സഹായിക്കും. സന്തോഷം! ആനിമിഷങ്ങൾ പ്രതീക്ഷിക്കുക!

സീറ്റ് ബെൽറ്റ് കെട്ടുക

"കാറിൽ സീറ്റ് ബെൽറ്റ് കെട്ടുന്നത് ശരിയാണോ?"

ഗർഭിണിയായ അമ്മയ്ക്കും ജനിക്കാത്ത ശിശുവിനും യാത്രക്കിടയിൽ സീറ്റ് ബെൽറ്റ് ഉപയോഗിക്കേണ്ടത് അത്യാവശ്യമാണ്. പലസ്ഥലത്തും നിയമമാക്കിയിട്ടും ഉണ്ട്. സുരക്ഷക്കും സൗകര്യത്തിനും ബെൽറ്റ് വയറിനുതാഴെ, തുടയുടെ അടുത്ത് കെട്ടുക. ചുമലിലേക്കുള്ള ബെൽറ്റ് രണ്ട് സ്തനങ്ങൾക്കും മദ്ധ്യത്തിൽക്കൂടി എടുത്തുകൊണ്ട് കെട്ടുക. ബെൽറ്റിന്റെ സമ്മർദ്ദം മൂലം കുഞ്ഞിന് അപകടം ഏർപ്പെടുമെന്ന്

കരുതണ്ട, അത് നിങ്ങളുടെ ഗർഭാശയത്തിൽ പൂർണ്ണ സുരക്ഷിതമാണ്.

നിങ്ങൾ പാസഞ്ചർ സീറ്റിലാണ് ഇരിക്കുന്നതെങ്കിൽ സീറ്റ് പുറകോട്ട് തള്ളുക. അപ്പോൾ കാലുകൾ നീട്ടി ഇരിക്കാൻ കഴിയും. നിങ്ങൾ വണ്ടി ഓടിക്കുകയാണെങ്കിൽ ഡ്രൈവിങ്ങ് വീൽ നെഞ്ചിനടുത്തുകൊണ്ടു പോകുക. കഴിയുമെങ്കിൽ വീലിൽനിന്ന് പത്തിഞ്ച് ദൂരം പാലിക്കുക.

യാത്ര

"എനിക്ക് ഈ മാസം ഒഴിവുദിവസങ്ങളിൽ യാത്ര പോകാമോ?"

ഇതിനുശേഷം ഒരിക്കലും കുഞ്ഞിനോടൊപ്പം ഇത്ര എളുപ്പമായ യാത്രചെയ്യാനുള്ള സന്ദർഭം കിട്ടുകയില്ല. അടുത്തവർഷം കാറിൽ കുഞ്ഞിനോടൊപ്പം കളിപ്പാട്ടങ്ങൾ, വസ്ത്രങ്ങ്ൾ, ഡയഫർ, ബോട്ടിൽ എല്ലാം ഉണ്ടാകും. ഇപ്പോൾ ആദ്യത്തെ മൂന്നാം മാസത്തെ ക്ഷീണം, മനംപിരട്ടൽ പരിഭ്രമം എല്ലാം മാറിക്കിട്ടിക്കാണും. എന്നാൽ കുഞ്ഞും ഒരു വസ്തുവായി മാറുന്ന ബിന്ദുവിൽ ഇനിയും എത്തിയിട്ടില്ല.

നിങ്ങളുടെ സാധനങ്ങൾ കെട്ടിമുറുക്കുന്നതിന് മുമ്പ് ഡോക്ടറുടെ അഭിപ്രായം തീർച്ചയായും ചോദിക്കണം. എന്തെങ്കിലും വൈദ്യശാസ്ത്രപരമായ തടസ്സങ്ങൾ ഇല്ലെങ്കിൽ ഗർഭാവസ്ഥയിൽ യാത്രയ്ക്ക് പ്രത്യേക നിബന്ധനകളൊന്നുമില്ല. ഡോക്ടറുടെ അനുമതി കിട്ടിയതും സുരക്ഷിതമായ യാത്രയ്ക്ക് കുറച്ച് പദ്ധതികൾ ആസൂത്രണം ചെയ്യേണ്ടിവരും.

ശരിയായ സമയമാണ്:– നല്ല സുഖപ്രദമായ യാത്രയ്ക്ക് ശരിയായ സമയമായിരിക്കേണ്ടത് അത്യാവശ്യമാണ്. നിങ്ങളുടെ ആദ്യത്തെ മൂന്നാം മാസത്തിൽ യാത്ര ആസൂത്രണം ചെയ്താൽ തലചുറ്റുക, ഛർദ്ദി, മനംപിരട്ടൽ എന്നിവമൂലം സ്വൈരമുണ്ടാകില്ല. ഒടുക്കത്തെ മൂന്നാം മാസം പലപ്പോഴും യാത്രയ്ക്കുള്ള അനുമതി കിട്ടുകയില്ല.

ശരിയായ സ്ഥലം തിരഞ്ഞെടുക്കുക:– ചൂടോ പുഴുക്കമോ ഉള്ള ചുറ്റുപാടിൽ നിങ്ങളുടെ ബുദ്ധിമുട്ട് വർദ്ധിക്കും. അങ്ങനെയുള്ള സ്ഥലമാണ് തിരഞ്ഞെടുത്തിരിക്കുന്നതെങ്കിൽ ഹോട്ടലിലും വാഹനത്തിലും എ.സി. ഉണ്ടായിരിക്കണം. സൂര്യന്റെ കഠിനമായ ചൂടിൽനിന്ന് നിങ്ങളെ രക്ഷിക്കണം. അധികം ഉയരം കൂടിയ സ്ഥലങ്ങളിലേക്ക് യാത്ര ചെയ്താൽ നിങ്ങൾക്കും കുഞ്ഞിനും ഓക്സിജന്റെ കുറവ് ഏർപ്പെടും. ചിലസ്ഥലങ്ങളിൽ പോകുമ്പോൾ കുത്തിവെയ്പ് അനിവാര്യമാണ്. ഗർഭാവസ്ഥയിൽ അതുചെയ്യാൻ പാടില്ല. നിങ്ങളുടെ ഡോക്ടറോട് ചോദിക്കുക. ഒരു പ്രത്യേകസ്ഥലത്ത് സമക്രമണ രോഗം പിടിപെടുകയെന്ന ആപത്തുണ്ടായിരുന്നേക്കാം. നിങ്ങൾ അത് വിലയ്ക്കു വാങ്ങാൻ ഒരിക്കലും ആഗ്രഹിക്കുകയില്ല. ആഹാരസാധനങ്ങൾ മൂലം ഏർപ്പെടാവുന്ന രോഗങ്ങളെയും തള്ളിക്കളയരുത്.

നിങ്ങൾ ഏതെങ്കിലും ഗ്രൂപ്പ് ഗൈഡിന്റെ കൂടെ യാത്ര ചെയ്യുന്നതിനുപകരം സ്വന്തം ഇഷ്ടപ്രകാരം കറങ്ങാൻ പോകണം, ചുറ്റിക്കാണലും ഷോപ്പിങ്ങും എല്ലാം കഴിയുമ്പോഴേക്കും നിങ്ങൾക്ക് വിശ്രമിക്കേണ്ടിവരും, മറ്റുള്ളവർ ഷെഡ്യൂൾ അനുസരിച്ച് പോകാൻ ആഗ്രഹിക്കും.

പ്രെഗ്നൻസി കിറ്റ് കൈവശംവെക്കുക:– നിങ്ങളുടെ കൈയ്യിൽ വിറ്റാമിനുകളുടെ ഡോസ് മുഴുവൻ ഉണ്ടായിരിക്കണം. കുറച്ച് നല്ല സ്നാക്സ്, സി ബാൻഡ്, ഡോക്ടറുടെ നിർദ്ദേശപ്രകാരം വയറിലെ അസുഖങ്ങൾക്കുള്ള മരുന്ന്, സൗകര്യപ്രദമായ ചെരുപ്പ്, സൺസ്ക്രീൻ എന്നിവ കൈവശം വയ്ക്കുക.

നിങ്ങൾ വിദേശത്തേക്ക് പോകുകയാണെങ്കിൽ അവിടെയുള്ള ഡോക്ടറുടെ അഡ്രസ് കൈയ്യിൽ വയ്ക്കുക.

ജെറ്റ്ലാഗ്

ഗർഭാവസ്ഥയുടെ ക്ഷീണത്തോടൊപ്പം ജെറ്റ്ലാഗും ചേർന്നാൽ യാത്ര തുടങ്ങുന്നതിന് മുമ്പുതന്നെ അവസാനിക്കും. നിങ്ങൾക്ക് ടൈം സോനിൽനിന്ന് ഉണ്ടാകുന്ന ബുദ്ധിമുട്ടുകൾ അകറ്റാൻ കഴിയില്ലെങ്കിലും കുറക്കാൻ കഴിയും.

- പോകുന്നതിനുമുമ്പ് നിങ്ങളുടെ വാച്ച് ടൈം സോനിനനുസരിച്ച് സെറ്റ് ചെയ്യുക, ആ കണക്കനുസരിച്ച് നിങ്ങളെയും തയ്യാറാക്കുക. വിമാനത്തിൽ യാത്ര ചെയ്യുമ്പോൾ ടൈംസോൻ അനുസരിച്ച് ഉറങ്ങേണ്ട സമയമാണെങ്കിൽ ഉറങ്ങുകയോ ഉണർന്നിരിക്കുകയോ ചെയ്യുക.
- ലോക്കൽ ടൈമിനനുസരിച്ച് യാത്ര ചെയ്യുക. നിങ്ങൾ കാലത്ത് അവിടെ എത്തുകയാണെങ്കിൽ ഉറങ്ങുന്നതിനുപകരം കുളിച്ച് നടക്കാൻ പോകുക. കുറച്ചു വിശ്രമിക്കുക, എന്നാൽ ഉറങ്ങരുത്. രാത്രിയിൽ അവിടത്തെ രീതിയനുസരിച്ച് ഭക്ഷണം കഴിച്ച് ഉറങ്ങുക. അപ്പോൾ നിങ്ങളുടെ ശരീരത്തിന് അവിടത്തെ രീതിക്കനുസരിച്ച് പ്രവർത്തിക്കാൻ കഴിയും.
- വെയിലുകൊള്ളുന്നത് ശരീരത്തിന് ബയോളജിക്കൽ ബ്ലോക്കിനനുസരിച്ച് പ്രവർത്തിക്കുന്നതിന് സഹായകമായിരിക്കും. അവിടെ വെയിൽ ഇല്ലെങ്കിൽ കുറച്ചു നേരം തുറന്ന സ്ഥലത്ത് ചിലവഴിക്കുക.
- ഭക്ഷണരീതി ശരിയായിരിക്കണം, അല്ലെങ്കിൽ ജെറ്റ് ലാഗിന്റെ ലക്ഷണങ്ങൾ കൂടുതൽ ക്ഷീണിപ്പിക്കും. ശരിയായ സമയത്ത് ഭക്ഷണം കഴിക്കുകയും ഊർജ്ജത്തിന്റെ ലെവൽ നിലനിർത്തുകയും ചെയ്യുക. കുറച്ച് വ്യായാമവും ക്ഷീണമകറ്റാൻ നല്ലതാണ്.
- അത്ഭുതങ്ങൾ ഏർപ്പെടുമെന്ന് പ്രതീക്ഷിക്കരുത്. നിങ്ങളുടെ ഡോക്ടറുടെ അനുമതിയില്ലാതെ ജെറ്റ് ലാഗിനുള്ള മരുന്നൊന്നും കഴിക്കരുത്.
- രണ്ടു-മൂന്ന് ദിവസത്തിനകം നിങ്ങളുടെ ശരീരത്തിന് അവിടത്തെ സമയത്തിനനുസരിച്ച് പ്രവർത്തിക്കാൻ ശീലമാകും.

ഇതോടൊപ്പം നിങ്ങൾക്ക് ഉറക്കമില്ലായ്മയും ഏർപ്പെടാം. ഇത് ജറ്റ്ലാഗ് കൊണ്ടു മാത്രമല്ല, നിങ്ങൾ വയറ്റിൽ ചുമക്കുന്ന ഭാരം കൊണ്ടുകൂടി ആയിരിക്കും. ഇതു ചുമക്കാൻ ഏതെങ്കിലും കൂലിയെ വിളിക്കാനും നിങ്ങൾക്ക് കഴിയില്ല.

ഗർഭാവസ്ഥയും ഉയരത്തിലുള്ള സ്ഥലവും

ഗർഭാവസ്ഥയിൽ അധികം ഉയരത്തിലുള്ള പ്രദേശത്തേക്ക് പോകാനുള്ള വിചാരം ഉപേക്ഷിക്കുന്നതാണ് നല്ലത്. അവിടെ പോയാൽ നിങ്ങളുടെ അസ്വസ്ഥത വർദ്ധിക്കും. സമുദ്രതലത്തിൽ നിന്ന് ഉയരത്തിലുള്ള സ്ഥലത്തേക്ക് പോകേണ്ടിവന്നാൽ ഒരേ ദിവസത്തിൽ ഒരുപാട് ഉയരം കടക്കരുത്. ഒരേ ദിവസം 8000 അടി ഉയരത്തിലേക്ക് പോകുന്നതിനുപകരം 2000 അടി ഉയരം കടക്കുക. ഡോക്ടറോട് ചോദിച്ച് മൗണ്ടൻ സിക്നസിനുള്ള മരുന്നുകഴിക്കുക. ഒരേ പ്രാവശ്യം വയറ് നിറച്ചു ഭക്ഷണം കഴിക്കുന്നതി നുപകരം പല പ്രാവശ്യമായി കുറച്ചു കുറച്ച് ഭക്ഷണം കഴിക്കുകയും വെള്ളത്തിന്റെ അളവ് കൂട്ടുകയും ചെയ്യുക.

'ഇന്റർ നാഷണൽ അസോസിയേഷൻ ഫോർ മെഡിക്കൽ അസിസ്റ്റന്റ് റ്റു ട്രാവലേഴ്സ്'-ൽ നിന്ന് ഇങ്ങനെയുള്ള നിഘണ്ടു ലഭിക്കും. അതിൽ ലോകം മുഴുവനുമുള്ള ഇംഗ്ലീഷ് അറിയുന്ന ഡോക്ടർമാരുടെ പേരും മേൽവിലാസവും ഉണ്ടായിരിക്കും. പല വലിയ ഹോട്ടലുകളിൽ ഈ സൗകര്യം ലഭ്യമാണ്. നിങ്ങൾ മെഡിക്കൽ ട്രാവൽ ഇൻഷ്യൂറൻസ് ചെയ്തിട്ടുണ്ടെങ്കിൽ നിങ്ങളുടെ കൈവശം അവരുടെ നമ്പറും ഉണ്ടായിരിക്കണം.

ആരോഗ്യകരമായ ആഹാരക്രമം:– നിങ്ങൾ അവധിയിലാണെങ്കിലും കുഞ്ഞ് പകലും-രാത്രിയും കഠിന പരിശ്രമം ചെയ്തുകൊണ്ടിരിക്കുകയാണ്. നല്ലപോലെ ആലോചിച്ച ശേഷം ഭക്ഷണത്തിന് ഓഡർ കൊടുക്കുക. ആ പ്രദേശത്തെ ഭക്ഷണം രുചിക്കുന്നതോടൊപ്പം കുഞ്ഞിന് ആവശ്യമായ പോഷകാംശം മുഴുവൻ ലഭിക്കണമെന്ന കാര്യത്തിൽ ശ്രദ്ധവേണം. എല്ലാത്തിലും മുഖ്യമായ കാര്യം നിങ്ങളുടെ ഭക്ഷണം നിയമബന്ധമായിരിക്കണം എന്നതാണ്. ആറു കോഴ്സ് ഡിന്നർ കഴിക്കാൻ വേണ്ടി പ്രാതലോ ഉച്ചഭക്ഷണമോ ഉപേക്ഷിക്കരുത്.

തിരഞ്ഞെടുത്ത് ഭക്ഷിക്കുക:– ചില സ്ഥലങ്ങ

ഗർഭിണികളുടെ രുചി

അതെ, ഗർഭിണികളുടെ രക്തം വളരെ സ്വാദുള്ളതായിരിക്കും. അവർ മറ്റ് സ്ത്രീകളെ അപേക്ഷിച്ച് ഇരട്ടിവേഗത്തിൽ കൊതുകുകളെ ആകർഷിക്കുമെന്നാണ് വിജ്ഞാനികളുടെ അഭിപ്രായം. അവർ കൊതുകുകൾക്ക് പ്രിയപ്പെട്ട കാർബൺ ഡയോക്സൈഡ് ഗ്യാസ് കൂടുതൽ പുറത്തുവിടുന്നു. ഇവരുടെ ശരീരത്തിന്റെ താപനിലയും കൂടുതലായിരിക്കും. നിങ്ങൾ അധികം കൊതുകുകളുള്ള സ്ഥലത്തേക്ക് പോകുകയാണെങ്കിൽ പൂർണ്ണ സുരക്ഷയ്ക്കുള്ള ഏർപ്പാട് ചെയ്തിട്ടു പോകുക.

ളിൽ തോലുകളയാതെ പഴങ്ങളും പച്ചക്കറികളും കഴിക്കുന്നത് ദോഷകരമായിരിക്കും. നിങ്ങൾതന്നെ പഴങ്ങളുടെ തോല് കളയുക. പിന്നീട് കൈ കഴുകിയശേഷം പഴം കഴിക്കുക. പച്ചയോ പകുതിവെന്തതോ ആയ മാംസം, പോൾട്രി അല്ലെങ്കിൽ ഫ്രിഡ്ജിൽ വെച്ച ഡയറി ഉത്പന്നങ്ങൾ എന്നിവ ഒരിക്കലും കഴിക്കരുത്. പഴം കഴിക്കണമെ ങ്കിൽ വാഴപ്പഴം, ഓറഞ്ചുപോലെയുള്ള പഴങ്ങൾ കഴിക്കുക, ഇവയുടെ തോല് കട്ടിയുള്ളതായിരിക്കും.

വെള്ളം വൃത്തിയുള്ളതല്ലെങ്കിൽ കുടിക്കുകയോ, ബ്രഷ്ചെയ്യുകയോ ചെയ്യരുത്

കുടിക്കുന്ന വെള്ളം ശുദ്ധമല്ലെങ്കിൽ ബോട്ടിലിൽ വിൽക്കുന്ന വെള്ളം ഉപയോഗിക്കുക. ഐസും ശുദ്ധ ജലത്തിൽ നിന്നോ തിളപ്പിച്ച വെള്ളത്തിൽ നിന്നോ ഉണ്ടാക്കിയതാണെങ്കിൽ മാത്രമെ ഉപയോഗിക്കാവൂ.

അശുദ്ധ ജലത്തിൽ നീന്തരുത്:– ചില സ്ഥലങ്ങളിലുള്ള തടാകങ്ങളും കടലും മലനീകൃതമായിരിക്കാം. വെള്ളത്തിൽ മുങ്ങുന്നതിന് മുമ്പ് ഇതിനെക്കുറിച്ച് അന്വേഷിക്കണം. ക്ലോറിൻ കലർന്ന വെള്ളമുള്ള സ്വിമ്മിങ്ങ് പൂളിലേ നീന്താൻ പോകാവൂ.

മലബന്ധം വരാതെ നോക്കുക:– വീട്ടിൽ നിന്ന് പുറത്തുപോയതും ആഹാരത്തിന്റെ നിയമം തെറ്റും, മലബന്ധവും ഏർപ്പെടും. നാരുസത്തുള്ള ആഹാരം, തരളപദാർത്ഥം, വ്യായാമം, ഈ മൂന്ന് കാര്യങ്ങൾ റൊട്ടീനിൽ എപ്പോഴും ഉണ്ടായിരിക്കണം. നിങ്ങൾ കാലത്ത് നേരത്തെ പ്രാതൽ കഴിച്ചാൽ ഹോട്ടലിൽ നിന്ന് പുറപ്പെടുന്നതിനുമുമ്പ് ഫ്രെഷ് ആവാൻ സമയം കിട്ടും.

തീർച്ചയായും ബാത്ത് റൂമിൽ പോകുക:– ബാത്ത്റൂം പോകണമെന്നുതോന്നിയാൽ ഉടനെ പോകുക. മല-മൂത്രം തടഞ്ഞുവെക്കുന്നതുകൊണ്ട് മൂത്രാശയത്തിൽ സംക്രമണമോ മലബന്ധമോ ഏർപ്പെടും. മൂത്രമൊഴിക്കണമെന്നോ മലവിസർജ്ജനം ചെയ്യണമെന്നോ തോന്നിയാൽ ഉടനെ അടുത്തുള്ള റെസ്റ്റ്റൂം കണ്ടുപിടിച്ച് പോകുക.

കാലുകൾക്ക് വിശ്രമം:– നിങ്ങൾക്ക് വെരിക്കോസ് വെയിനിന്റെ പ്രശ്നം ഇല്ലെങ്കിലും യാത്രക്കിടയിൽ വളരെനേരം നിൽക്കേണ്ടി വരികയോ വണ്ടിയിൽ ഇരിക്കേണ്ടിവരികയോ ചെയ്താൽ കാലുകളിലും നെരിയാണിയിലും വീക്കം വരാതിരിക്കാൻ സ്പോർട്ട് ഹോസ് ഉപയോഗിക്കുക.

ശരീരം ഇളക്കിക്കൊണ്ടിരിക്കുക:– നിങ്ങൾ നീണ്ടനേരം ഇരുന്നുകൊണ്ട് ജോലി ചെയ്താൽ കാലുകളിലേക്കുള്ള രക്തപ്രവാഹത്തിൽ തടസ്സം ഏർപ്പെടും. കാലുകൾ പരത്തുക, ആട്ടുക, കുറച്ചുനേരം അവിടെയും ഇവിടെയും ഉലാത്തുക. കാലുകൾ മടക്കി ഇരിക്കുക. കുറച്ചുനേരം കാലുകൾ പൊക്കി വെക്കുക. ട്രെയിനിലോ വിമാനത്തിലോ യാത്രചെയ്യുകയാണെങ്കിൽ അരമണിക്കൂറിലൊരിക്കൽ എഴുന്നേറ്റ് നടക്കുക. കാറിലാണെങ്കിൽ രണ്ട് മണിക്കൂറിൽ കൂടുതൽ യാത്ര ചെയ്യരുത്. ഇടയ്ക്ക് വണ്ടി നിറുത്തി കുറച്ചുനേരം ഉലാത്തുക.

വിമാനത്തിലാണെങ്കിൽ:– വിമാനത്തിൽ യാത്ര ചെയ്യുകയാണെങ്കിൽ ഗർഭിണികൾക്കു വേണ്ടി എന്തെങ്കിലും പ്രത്യേക നിയമം ഉണ്ടോ എന്ന് അന്വേഷിക്കുക. ഉണ്ടെങ്കിൽ ബാത്റൂമിനടുത്തുള്ള സീറ്റ് ചോദിച്ചു വാങ്ങുക, അപ്പോൾ എല്ലായ്പ്പോഴും അവിടെ പോകാൻ ബുദ്ധിമുട്ടുണ്ടാകില്ല.

യാത്രക്കിടയിൽ ഭക്ഷണം കിട്ടുമോ? അതല്ല വാങ്ങിച്ചുകഴിക്കണോ എന്നും അന്വേഷിച്ചറിയണം. അവിടെ എന്തെങ്കിലും ലഘുഭക്ഷണമെ കിട്ടുകയുള്ളു എങ്കിൽ നിങ്ങൾക്കുള്ള ഭക്ഷണം വീട്ടിൽ നിന്നു കൊണ്ടുപോകുക. ഭക്ഷണം ശരിയായ രീതിയിൽ പൊതിയുക. വെള്ളം ശുദ്ധമായിരിക്കണം. വാട്ടർ ബോട്ടിൽ വാങ്ങുന്നതാണ് നല്ലത്. എല്ലായ്പ്പോഴും ബാത്ത്റൂം പോകേണ്ടിവരുകയും കാലുകൾക്ക് ആശ്വാസം ലഭിക്കുകയും ചെയ്യും.

സീറ്റുബെൽട്ട് സാവധാനം വയറിനു താഴെ കെട്ടുക. നിങ്ങൾ വേറെ ടൈം - സോണിലേക്ക് പോകുകയാണെങ്കിൽ ജെറ്റ് ലാഗിന്റെ കാര്യം ശ്രദ്ധിക്കുക. അവിടെ എത്തിച്ചേർന്നശേഷം ട്രിപ്പിനിടയിൽ വിശ്രമിക്കാനും സമയം കണ്ടെത്തണം.

കാറിലാണ് യാത്രചെയ്യുന്നതെങ്കിൽ:– ഒരു ബാഗ് നിറച്ച് പോഷകാംശമുള്ള സ്നാക്സും ഒരു ഫ്ലാസ്ക് നിറച്ച ജ്യൂസോ പാലോ കൊണ്ടുപോകുക. അപ്പോൾ വിശന്നാൽ റോഡരികിലുള്ള ഹോട്ടലിൽ നിന്ന് ഒന്നും കഴിക്കേണ്ടി വരില്ലല്ലോ. നിങ്ങളുടെ സീറ്റ് സൗകര്യപ്രദമായിരിക്കണം. പുറകിൽ സൗകര്യമായി ചായാൻ കുഷൻ ഉണ്ടായിരിക്കണം. കഴുത്തിലേക്കുള്ള പ്രത്യേകതരം കുഷനും വളരെ ഉപയോഗപ്രദമാണ്.

ട്രെയിനിൽ യാത്ര ചെയ്യുകയാണെങ്കിൽ:– ട്രെയിനിൽ ഫുൾ മെനു ഉള്ള ഡൈനിങ്ങുകാർ ഉണ്ടോ എന്ന് അന്വേഷിക്കണം. രാത്രി മുഴുവൻ യാത്ര ചെയ്യേണ്ടതുണ്ടെങ്കിൽ സ്ലീപ്പർ കാർ ബുക്ക് ചെയ്യുക. യാത്ര തുടങ്ങുന്നതിന് മുമ്പുതന്നെ നിങ്ങൾ ക്ഷീണിക്കരുതല്ലോ!

സെക്സും ഗർഭിണികളും

ധാർമികവും മെഡിക്കലുമായ അത്ഭുതങ്ങൾ പോകട്ടെ. ഓരോ ഗർഭാവസ്ഥയുടെയും ആരംഭം സെക്സിൽ നിന്നാണ്. പിന്നെ നിങ്ങളെ ഈ ദശയിലെത്തിച്ച സെക്സ് വേണ്ടെന്നുവയ്ക്കുന്നത് എന്തിന് ?

നിങ്ങൾ കുറച്ചോ അധികമോ ഇതിൽ ഏർപ്പെടുന്നുണ്ടാകാം, നിങ്ങൾക്ക് ഇതിൽ നിന്ന് പൂർണ്ണ ആനന്ദം ലഭിക്കുകയോ ലഭിക്കാതിരിക്കുകയോ ചെയ്യാം. വയറിൽ ശിശു വന്നശേഷം നിങ്ങളുടെ സെക്സ് ജീവിതത്തിൽ വളരെ മാറ്റങ്ങൾ വന്നിട്ടുണ്ടാകുമോ എന്ന കാര്യത്തിലാണ് കൂടുതൽ ആശങ്ക ബെഡ്റൂം, അടുക്കള, മുറികൾ എന്നിവിടങ്ങളിലെ ചവിട്ടുപടികളിൽ ഏത് സുരക്ഷിതമാണ്, ഏത് സുരക്ഷിതമല്ല, നിങ്ങളുടെ വീർത്ത വയറിന് ഏതുപോസ് ശരിയായിരിക്കും, നിങ്ങൾ രണ്ടുപേരുടെയും മൂഡ് ഒരുപോലെ അല്ലാത്തതെന്ത് എന്നീ കാര്യങ്ങൾ കൊണ്ട് ഗർഭകാലത്തെ സെക്സ് ഒരു വെല്ലുവിളിയാണെങ്കിലും വിഷമിക്കേണ്ട. കുറച്ച് ക്രിയേറ്റിവിറ്റിയും, ഹാസ്യപ്രിയതയും, ധാരാളം ധൈര്യവുമുണ്ടെങ്കിൽ നിങ്ങൾക്ക് പ്രെഗ്നൻസി സെക്സിനെയും ആകർഷകമാക്കാൻ കഴിയും.

സെക്സിനിടയിൽ കീഗൽ ചെയ്താൽ ആനന്ദത്തോടൊപ്പം വ്യായാമവും ആകും. ഇത് വളരെ ലാഭകരമായ വ്യായാമമാണ്. നിങ്ങൾക്ക് എവിടെ, എപ്പോൾ വേണമെങ്കിലും കീഗൽ ചെയ്യാം. പക്ഷെ സെക്സിനിടയിൽ ചെയ്താൽ ഇരട്ടി രസകരമായിരിക്കും. ഇന്നുവരെ ഒരിക്കലും ഒരു വ്യായാമത്തിലും ഇത്ര രസമുള്ളതായി കേട്ടിട്ടില്ല.

സെക്സും മൂന്നാം മാസവും

ഗർഭാവസ്ഥയിലെ ഒൻപതുമാസങ്ങളിലും അവരുടെ സെക്സ് ലൈഫ് റോളർ - കോസ്റ്റർ മാതിരി ഏറിയും-ഇറങ്ങിയും ഇരിക്കുമെന്ന് എല്ലാ ദമ്പതികൾക്കും അറിയാം. ആദ്യത്തെ മൂന്നാം മാസം ഗർഭാവസ്ഥാ ഹാർമോണുകൾ കാരണം പല സ്ത്രീകൾക്കും സെക്സിലുള്ള ആഗ്രഹം വർദ്ധിക്കുന്നു, പിന്നീട് പതുക്കെപ്പതുക്കെ അതിലുള്ള രുചി കുറഞ്ഞുവരുന്നു. ക്ഷീണം, മനംപിരട്ടൽ, ഛർദ്ദി, മാർപകങ്ങളിലുള്ള ചെറിയ വേദന, എന്നിവ സെക്സിൽ രുചി ഏർപ്പെടാൻ അനുവദിക്കുന്നില്ല. എന്നാൽ എല്ലാം ഗർഭാവസ്ഥയെയും പോലെ ഇക്കാര്യത്തിലും രണ്ട് സ്ത്രീകളുടെ അവസ്ഥ ഒരുപോലെ ആയിരിക്കുകയില്ല. ആദ്യത്തെ മൂന്നാം മാസം വളരെ ഹോട്ടായിരിക്കുമെന്ന കാര്യം നിങ്ങളും ശ്രദ്ധിച്ചിരിക്കും. ഇത് ഹാർമോണുകളുടെ സുഖകരമാറ്റമാണെന്ന് പറയാം. നിങ്ങളുടെ ഗുപ്ത ഇന്ദ്രീയങ്ങൾ മുമ്പിലത്തെക്കാൾ സെൻസിറ്റീവ് ആയിതീരുന്നു.

രണ്ടാമത്തെ മൂന്നാം മാസം ഗർഭാവസ്ഥയുടെ പല ലക്ഷണങ്ങളും പ്രകടമാകുമ്പോൾ സെക്സിന് അനുയോജ്യമായ ഊർജ്ജം അവശേഷിക്കുകയില്ല. ബെഡ്റൂമിന് പകരം ബാത്ത്റൂമിലായിരിക്കും അധികസമയം ചിലവഴിക്കുക. ഇതിനുമുമ്പ് ഒരിക്കലും നിങ്ങൾ പരമാനന്ദം അനുഭവിച്ചിരിക്കുകയില്ല, ചിലപ്പോൾ നിങ്ങൾക്ക് വീണ്ടും വീണ്ടും ഈ പരമാനന്ദം ലഭിക്കാനുള്ള സന്ദർഭം കിട്ടും. ശരീരത്തിലെ ഗുപ്ത അവയവങ്ങളിലേക്ക് മുമ്പിലത്തെക്കാളും രക്തപ്രവാഹം ഉണ്ടാകുന്നതുകൊണ്ടാണ് ഇങ്ങനെ സംഭവിക്കുന്നത്. ഓർഗെസം മുമ്പിലത്തെക്കാൾ ദീർഘവും ശക്തവും ആയിരിക്കും. എന്നാൽ ചില സ്ത്രീകൾക്ക് രണ്ടാമത്തെ മൂന്നാം മാസം ഈ പ്രിയകരമായ അനുഭവം നഷ്ടപ്പെടുന്നു.

പലസ്ത്രീകൾക്കും ഒൻപതുമാസവും ഇത് അനുഭവപ്പെടുന്നില്ല. ഗർഭാവസ്ഥയിൽ നിങ്ങൾക്ക് ഇതും സാധാരണമാക്കാൻ കഴിയും.

പ്രസവം അടുത്തുവരുന്തോറും വീർത്തു വരുന്ന വയറുവെച്ച് സെക്സ് അസാധ്യമായി തോന്നാൻ തുടങ്ങും. ഗർഭാവസ്ഥയുടെ ദുഃഖങ്ങളും കഷ്ടങ്ങളും എല്ലാ ആസക്തിയെയും തണുപ്പിക്കും. ആ സമയത്ത് വരാനിരിക്കുന്ന സമയത്തെക്കുറിച്ചുള്ള പ്രതീക്ഷയല്ലാതെ മറ്റൊന്നിലും ശ്രദ്ധപതിയുകയില്ല. എന്നാൽ ചില ദമ്പതികൾ ഈ തടസ്സങ്ങളെയെല്ലാം മാറികടന്ന് അവസാനം വരെ സെക്സ് ലൈഫ് ആസ്വദിക്കും.

നിങ്ങളുടെ മൂഡിലെ മാറ്റം

ഗർഭാവസ്ഥയിൽ ഏർപ്പെടുന്ന ഈ ശാരീരിക മാറ്റങ്ങൾ കാരണം സെക്സിനുള്ള ആഗ്രഹത്തിൽ അനുകൂലവും പ്രതികൂലവുമായ പ്രഭാവം ഏർപ്പെടുന്നു. നിങ്ങൾ ആ പ്രതികൂല പ്രഭാവത്തെ കഴിയുന്നതും കുറക്കാൻ പഠിച്ചാൽ സെക്സ് ജീവിതത്തിൽ അവയുടെ പ്രഭാവം അധികം ഏർപ്പെടുകയില്ല.

മനംപിരട്ടലും ഛർദ്ദിയും:– മോണിങ്ങ് സിക്നസ് നിങ്ങളുടെ നല്ല നിമിഷങ്ങളിൽ തടസ്സമായിത്തീരും. ഡിന്നർ സമയത്ത് നിങ്ങൾക്ക് മറ്റൊന്നും ചെയ്യാൻ കഴിയില്ല അല്ലേ! അതുകൊണ്ട് നല്ലപോലെ ആലോചിച്ച് സമയത്തിന്റെ സദുപയോഗം ചെയ്യാൻ പഠിക്കുക സൂര്യൻ ഉദിക്കുന്ന സമയത്ത് നിങ്ങൾക്ക് കൂടുതൽ അസ്വസ്ഥത ഏർപ്പെടുന്നുണ്ടെങ്കിൽ സെക്സിന് വൈകുന്നേരം ഒതുക്കുക. വൈകുന്നേരം കൂടുതൽ മനംപിരട്ടുന്നുണ്ടെങ്കിൽ കാലത്ത് സെഗ്സിനുവേണ്ടി സമയം ഒതുക്കുക. കാലത്തും വൈകുന്നേരത്തും നിങ്ങളുടെ നിലമോശമാണെങ്കിൽ ഈ ലക്ഷണങ്ങൾ ശരിയാകുന്നതുവരെ നിങ്ങൾ രണ്ടുപേർക്കും കാത്തിരിക്കേണ്ടിവരും. ആദ്യത്തെ മൂന്നാം മാസാവസാനം ആകുമ്പോഴേക്കും നില കുറെയൊക്കെ മെച്ചപ്പെടും. എന്തായാലും ആരോഗ്യം തികച്ചും ശരിയാകുന്നതുവരെ നിങ്ങളെ സെക്സിയാക്കാൻ ശ്രമിക്കരുത്. ഇതുകൊണ്ട് ഒരു പ്രയോജനവും ഉണ്ടാകില്ല.

ക്ഷീണം:– നിങ്ങൾക്ക് വസ്ത്രം അഴിച്ചുമാറ്റാനുള്ള ശക്തിപോലും ഇല്ലെങ്കിൽ ഈ ചുറ്റുപാടിൽ എങ്ങനെ സെക്സിൽ ഏർപ്പെടും. നാലാം മാസത്തിന്റെ അവസാനമാകുമ്പോഴേക്കും ക്ഷീണം ഒരുവിധം കുറയും. ഇത് ഒടുക്കത്തെ മൂന്നാം മാസത്തിൽ വീണ്ടും തിരിച്ചുവരും. അതുവരെ സമയം കിട്ടുമ്പോഴൊക്കെ കുറച്ചു റോമാന്റിക് ആകുക. ഇതിന് അത്താഴം കഴിയുന്നതുവരെ കാത്തിരിക്കേണ്ടതില്ല. ഉച്ച മയക്കത്തോടൊപ്പവും കുറച്ച് സെക്സ് ആകാം. അല്ലെങ്കിൽ കാലത്ത് കിടക്കയിൽ ദിവസം മുഴുവൻ ഓർക്കത്തക്കവിധത്തിൽ പ്രാതൽ കഴിക്കുക.

ഗർഭാവസ്ഥയിൽ സെക്സ്

ഗർഭാവസ്ഥയിൽ ഏതുരീതിയിലുള്ള സെക്സാണ് സുരക്ഷിതമെന്നറിയാൻ ഇതു വായിക്കുക:–

മുഖമൈഥുനം (ഓറൽ സെക്സ്):– ഓറൽ സെക്സ് കൊണ്ട് ഒരുദോഷവും ഏർപ്പെടുകയില്ല. നിങ്ങളുടെ ഗുപ്തഭാഗങ്ങളിൽ വേഗത്തിൽ ഊതരുതെന്ന് ഭർത്താവിനോട് പറയുക. ഇന്റർകോഴ്സുചെയ്യാൻ അനുമതിയില്ലെങ്കിൽ ഇങ്ങനെ രണ്ടുപേർക്കും ആനന്ദിക്കാം. പക്ഷെ ഭർത്താവിന് ഒരുവിധ എ.സി.ടി.ഡി. രോഗവും ഉണ്ടായിരിക്കരുത്.

ഗുദമൈഥുനം (ഏനൽസെക്സ്):– നിങ്ങൾ ഇത് ചെയ്യാൻ ആഗ്രഹിക്കുന്നുവെങ്കിൽ ഇതും സുരക്ഷിതം തന്നെയാണ്. എന്നാൽ സൂക്ഷിച്ചുചെയ്യണം. അതിനും കോൺഡം ഉപയോഗിക്കുക. സെക്സിനു മുമ്പ് ഗുദം നല്ലപോലെ വൃത്തിയാക്കുക. അല്ലെങ്കിൽ ഹാനികരമായ ബാക്ടീരിയ യോനി വഴിയായി അകത്തേക്ക് പ്രവേശിക്കുകയും കുഞ്ഞിന് സംക്രമണം ഏർപ്പെടുകയും ചെയ്യും.

ഹസ്തമൈഥുനം (മാസ്റ്റർ ബേഷൻ):– ഗർഭാവസ്ഥ അപകടകരമായിരിക്കുകയും ഓർഗസം അരുതെന്ന് വിലക്കിയിരിക്കുകയും ചെയ്തിട്ടുണ്ടെങ്കിൽ കൈകൊണ്ടുള്ള മൈഥുനം ചെയ്യാം. ഇത് പൂർണ്ണ സുരക്ഷിതമാണ്. ഇതുകൊണ്ട് നിങ്ങളുടെ എല്ലാ പിരിമുറുക്കവും മാറും.

വൈബ്രേറ്റർ:– ഉത്തേജനത്തിനായി ഡോക്ടർ, യോനിയിൽ വൈബ്രേറ്റർ ഘടിപ്പിക്കാൻ അനുമതി നൽകുകയാണെങ്കിൽ അത് അധികം ഉള്ളിലേക്ക് കൊണ്ടുപോകരുത്, നിങ്ങളുടെ സെക്സ് ടൈ വൃത്തിയായിരിക്കണം. ഇങ്ങനെ യന്ത്രത്തിന്റെ സഹായംകൊണ്ട് സെക്സിന്റെ ആനന്ദം അനുഭവിക്കാം.

മാറിവരുന്ന നിങ്ങളുടെ ആകൃതി:– നിങ്ങളുടെ വയറ് ഹിമാലയ പർവ്വതം പോലെ വീർത്തുവരുമ്പോൾ റൊമാൻസ് ചെയ്യുന്നത് അസ്വാഭാവികവും നിരർത്ഥകവുമായി തോന്നിയേക്കാം. ഇങ്ങനെയുള്ള ശരീരം നിങ്ങളെ സെക്സിയാക്കി കാട്ടുകയുമില്ല, എന്നാൽ ചില പുരുഷന്മാർക്ക് ഈ രൂപം കണ്ട് സെക്സിനുള്ള ആഗ്രഹം ഉണ്ടാകും. ലേസുവെച്ച ലിങ്കറികൊണ്ട് നിങ്ങളുടെ ശരീരം അലങ്കരിക്കുക, അല്ലെങ്കിൽ സ്നേഹക്കൂട്ടിനെ ചെറിയ കാൻഡിൽ ലൈറ്റുകൊണ്ട് പ്രകാശിപ്പിക്കുക. മനസ്സിൽ നിന്ന് വിപരീത വിചാരങ്ങൾ മാറ്റിക്കളയുക. ഗർഭാവസ്ഥയിൽ 'ബിഗ് ഈസ് ബ്യൂട്ടിഫുൾ' എന്ന വാക്യം ഓർമ്മിക്കുക.

കൊളസ്ട്രോൾ ഇറ്റുക:– ഗർഭാവസ്ഥയുടെ അവസാന മാസങ്ങളിൽ പല സ്ത്രീകൾക്കും സ്തനങ്ങൾ നിന്ന് കൊളസ്ട്രോൾ ഇറ്റു വീഴാൻ തുടങ്ങുന്നു. ഫോർപ്ലേക്കിടയിൽ ഇതു കാരണം നിങ്ങൾക്ക് കുറച്ച് കുഴപ്പം ഏർപ്പെട്ടേക്കാം. പേടിക്കേണ്ട, ഭർത്താവിന് ഇതുകൊണ്ട് ബുദ്ധിമുട്ടൊന്നും ഉണ്ടാവില്ല. നിങ്ങൾ ഇതിൽനിന്ന് ശ്രദ്ധതിരിച്ച് ശരീരത്തിന്റെ മറ്റുഭാഗങ്ങളിൽ ശ്രദ്ധ കേന്ദ്രീകരിക്കുക.

സെൻസിറ്റീവ് ബ്രസ്റ്റ്:– ചില ദമ്പതികൾക്ക് ഈ ദിവസങ്ങളിൽ സ്തനങ്ങളുടെ ആകർഷണം അധികമാകും. എന്നാൽ പല സ്ത്രീകളുടെയും സ്തനങ്ങൾ വീങ്ങിയിരിക്കും, തൊട്ടാൽ വേദനിക്കും. നിങ്ങളുടെ അവസ്ഥയും അതാണെങ്കിൽ ഭർത്താവിനോട് നേരത്തെതന്നെ അതിനെപ്പറ്റി പറയുക. ആദ്യത്തെ മൂന്നാം മാസത്തിനുശേഷം എല്ലാം ശരിയാകുമെന്നും പറയുക.

യോനിസ്രവത്തിൽ മാറ്റം:– ഗർഭാവസ്ഥയിൽ യോനിയിൽ നിന്നുള്ള സ്രവം കൂടുതലാകും. അതിന്റെ നിറത്തിലും ഗന്ധത്തിലും മാറ്റം ഏർപ്പെടും. നിങ്ങളുടെ യോനിവരണ്ടതാണെങ്കിൽ ഈ സ്രവം സെക്സിനെ കൂടുതൽ ആനന്ദപ്രദമാക്കും. പലപ്പോഴും ഈർപ്പം അധികമായതുകൊണ്ട് നിങ്ങളുടെ ഭർത്താവിന് സെക്സ് ചെയ്യുന്നത് കഠിനമായിത്തീരും. സ്രവത്തിന്റെ ഗന്ധവും രുചിയും കാരണം മുഖമൈഥുനം ചെയ്യാനും കഴിയുകയില്ല. പ്യൂബിക് ഏരിയയിലും തുടകളിലും ചെറിയ ഗന്ധമുള്ള തൈലം തടവിയാൽ കുറച്ച് ആശ്വാസം ലഭിച്ചേക്കാം. ചില ഗർഭിണികൾക്ക് സാധാരണ യോനിയിൽ വരൾച്ച ഏർപ്പെടും. അവർ സെക്സിനിടയിൽ വാട്ടർ ബേസ്ഡ് ലൂബ്രിക്കെൻഡ് (കെ.വൈ. അല്ലെങ്കിൽ ആസ്ട്രോഗ്ലൈഡ്) ഉപയോഗിക്കാം.

സർവിക്സിന്റെ സംവേദശീലവും രക്തസ്രാവവും:– ഗർഭാവസ്ഥയിൽ ഗർഭാശയത്തിന്റെ മുഖദ്വാരത്തിന്റെ സംവേദനശീലം വർദ്ധിക്കുന്നു. സംഭോഗസമയത്ത് ലിംഗം കൂടുതൽ അകത്തേക്കുപോയാൽ നേരിയ രക്തസ്രാവം ഏർപ്പെടുന്നു. പേടിക്കേണ്ട, പക്ഷെ ഡോക്ടറോട് അതുപറ്റി തീർച്ചയായും പറയുക.

ഇതിനുപുറമെ പല വൈകാരിക കാരണങ്ങളും നിങ്ങളുടെ സെക്സിലെ ആനന്ദത്തെ കുറച്ചേക്കാം. എല്ലാ കാര്യങ്ങളെപ്പറ്റിയും തുറന്നു സംസാരിക്കുന്നതാണ് നല്ലത്.

ഭ്രൂണത്തിന് പരുക്കേൽക്കുകയും മിസ്ക്യാരേജ് ആകുകയും ചെയ്യുമെന്ന ഭയം:– വിഷമിക്കാതിരിക്കുകയും സെക്സിന്റെ മുഴു ആനന്ദവും അനുഭവിക്കുകയും ചെയ്യുക. സാധാരണ ഗർഭാവസ്ഥയിൽ സെക്സ് കൊണ്ട് ഒരു ആപത്തും ഏർപ്പെടുകയില്ല. കുഞ്ഞ് സുഖമായി അമ്നിയോട്ടിക് ദ്രവത്തിനകത്ത് സുരക്ഷിതമായിരിക്കും. നിങ്ങളുടെ ഗർഭാശയം പൂർണ്ണമായി അടഞ്ഞാണ് ഇരിക്കുന്നത്. ഡോക്ടർ ഗർഭാവസ്ഥയിൽ സെക്സ് അരുതെന്ന് വിലക്കിയാൽ അതിനുള്ള കാരണം ആദ്യംതന്നെ വ്യക്തമാക്കും. അല്ലെങ്കിൽ നിങ്ങൾക്ക് വളരെ ആശ്വാസത്തോടെ നിങ്ങളുടെ സെക്സ് ജീവിതം അനുഭവിക്കാൻ കഴിയും.

ഓർഗസം മൂലം മിസ്ക്യാരേജോ സമയത്തിനുമുമ്പ് പ്രസവമോ ഏർപ്പെടുമെന്ന ഭയം:– പരമസുഖത്തിനുശേഷം ഗർഭാശയത്തിൽ കോൺട്രാക്ഷൻ ഏർപ്പെടുന്നു. പല സ്ത്രീകളിലും ഇത് വളരെ കൂടുതലായിരിക്കും. ഇത് സംഭോഗത്തിനുശേഷം അരമണിക്കൂർവരെ കൂടി നീണ്ടുനിന്നേക്കാം. എന്നാൽ ഇത് പ്രസവവേദനയുടെ സൂചനയല്ല. സാധാരണ ഗർഭാവസ്ഥയിൽ ഇതുകൊണ്ട് കുഴപ്പമൊന്നും ഏർപ്പെടുന്നില്ല. ഇതിൽ നിന്ന് രക്ഷപ്പെടാനുള്ള എന്തെങ്കിലും കാരണമുണ്ടെങ്കിൽ (മിസ്കാരേജ് അല്ലെങ്കിൽ പ്രീടേം ലേബർ പറ്റിയ ഭയം, പ്ലസന്റയുടെ പ്രശ്നം) ഡോക്ടർ മുൻകൂട്ടി പറഞ്ഞിരിക്കും.

ഭ്രൂണം എല്ലാം കാണുന്നുണ്ട് അല്ലെങ്കിൽ അതിന് മനസ്സിലാകും എന്ന ഭയം:– അങ്ങനെ സംഭവിക്കുകയേ ഇല്ല. പരമസുഖത്തിന്റെ സമയത്തുള്ള സങ്കുചനം മൂലം അതിന് ഊഞ്ഞാലാടുന്ന പോലെയുള്ള രസം ഉണ്ടാകും. നിങ്ങൾ എന്താണ് ചെയ്യുന്ന

തെന്ന് അതിന് കാണാൻ കഴിയുകയില്ലാ അതിന് ഇതൊന്നും ഓർമ്മയുണ്ടാകുകയുമില്ല. മൂത്രാശയത്തിന്റെ പ്രവർത്തനം കാരണമാണ് ഭ്രൂണത്തിന്റെ പ്രതിക്രിയ (സെക്സിനിടയിൽ ചലനം കുറയുക, പിന്നീട് ബഹളവും തൊഴിയും വേഗത്തിലാകുക, പരമസുഖത്തിനുശേഷം ഹൃദയസ്പന്ദനം വേഗത്തിലാകുക) വ്യക്തമാകുന്നത്.

കുഞ്ഞിന്റെ തലയിൽ പരുക്കേൽക്കുമെന്ന ഭയം:– നിങ്ങളുടെ ഭർത്താവ് പുറത്തുപറയുന്നില്ലെങ്കിലും അദ്ദേഹത്തിന്റെ മനസ്സിൽ ആ ഭയം ഉണ്ടായിരിക്കും. കുഞ്ഞിന്റെ തലവരെ എത്തത്തക്ക നീളം ഒരു ലിംഗത്തിനും ഉണ്ടാകുകയില്ല. കുഞ്ഞ് വളരെ സ്വസ്ഥതയോടെ തന്റെ വീട്ടിൽ ഇരിക്കുകയാണ്. കുഞ്ഞിന്റെ തല പെൽവിസിന്റെ അടുത്താണുതാനും, എന്നാലും ലിംഗത്തിന് അതിന് പരുക്കേൽപ്പിക്കുവാൻ കഴിയുകയില്ല. ഇതുകൊണ്ട് വ്യാകുലപ്പെടുകയാണെങ്കിൽ, ചെയ്യേണ്ട?

സെക്സ് മൂലം സമക്രമണം ഏർപ്പെടുമെന്ന ഭയം:– നിങ്ങളുടെ സർവിക്സിന്റെ മുഖം അടഞ്ഞിരിക്കുകയും ഭർത്താവിന് യൗവ്വന രോഗമൊന്നും ഇല്ലാതിരിക്കയും ചെയ്താൽ സംഭോഗം കൊണ്ട് നിങ്ങളുടെ കുഞ്ഞിന് സമക്രമണം ഏർപ്പെടുമെന്ന ഭയംവേണ്ട. കുഞ്ഞ് ശുക്ലത്തിൽനിന്നും സംക്രമണ കീടാനുക്കളിൽ നിന്നും പൂർണ്ണ സുരക്ഷിതനാണ്.

ആകർഷണത്തിന് അടിമയാകുന്ന ചിന്ത:– ഇപ്പോൾ നിങ്ങൾ പിരിമുറുത്തക്കിലാണെന്ന് സമ്മതിച്ചു. കുഞ്ഞുവരാനുള്ള സമയം അടുത്തുവരികയാണ്. ഇങ്ങനെയുള്ള അവസ്ഥയിൽ സെക്സ് വികാരങ്ങൾ ഏർപ്പെടുകയില്ല. വരാനിരിക്കുന്ന പുതിയ ചുമതലകൾ, വൈകാരികവും ആർത്ഥികവുമായ വെല്ലുവിളികൾ എന്നിവ മസ്തിഷ്കത്തിൽ ചുറ്റിക്കറങ്ങുന്നുണ്ടാകും. ഈ ചിന്തകളൊക്കെ കിടക്കയിലേക്ക് കൂടെ കൊണ്ടുപോകുന്നതിന് പകരം നേരത്തെതന്നെ പറയുക.

സുഖകരമായ പോസ്ച്ചർ

ഗർഭാവസ്ഥയിൽ സെക്സിന്റെ പോസ്ച്ചർ മാറ്റേണ്ടിവരും. നിങ്ങളുടെ ഭർത്താവിന് നിങ്ങളുടെ മുകളിൽ ഭാരം വരാത്ത വിധം പ്രവർത്തിക്കാൻ കഴിയുമെങ്കിൽ ശരി. അല്ലെങ്കിൽ നിങ്ങൾ ഒരുഭാഗത്ത് കിടക്കുക, അല്ലെങ്കിൽ ഭർത്താവിന്റെ മുകളിൽ കിടക്കാം. പോസ്ച്ചർ ഏതായാലും നിങ്ങൾക്ക് സൗകര്യപ്രദമായിരിക്കണം.

ബന്ധങ്ങളിൽ വരുന്ന മാറ്റം:– നിങ്ങൾക്ക് മാറിവരുന്ന ബന്ധങ്ങളുമായി ഒത്തുതീർപ്പിലെത്താൻ ബുദ്ധിമുട്ടായിരിക്കും. നിങ്ങൾ വെറും പ്രേമീ-പ്രേമികയോ, ഭാര്യാ-ഭർത്താക്കന്മാരോ അല്ലെന്നും മാതാ-പിതാക്കളാകാൻ പോകുന്നവരാണെന്നും നിങ്ങൾക്ക് തോന്നുന്നുണ്ടാകും. ഈ മാറ്റങ്ങൾ നിങ്ങളുടെ ബന്ധങ്ങളെ മുൻപിലത്തെക്കാളും കൂടുതൽ ദൃഢവും മധുരവുമാക്കിയേക്കാം.

അസൂയ:– ഭർത്താവിന്റെ മനസ്സിൽ അസൂയ ഉണ്ടായേക്കാം. ഗർഭാവസ്ഥ നിങ്ങളെ എല്ലാവരുടെയും ആകർഷണ കേന്ദ്രമാക്കി മാറ്റിയിട്ടുണ്ടെന്ന് അദ്ദേഹത്തിന് തോന്നാം. അല്ലെങ്കിൽ അദ്ദേഹം നിങ്ങളെ കുടുക്കിയിട്ട് സ്വയം ജീവിതം ആസ്വദിക്കുകയാണെന്ന് നിങ്ങൾക്ക് തോന്നാം. ഇങ്ങനെയുള്ള വിചാരങ്ങളൊക്കെ കിടക്കയിലേക്ക് വരുന്നതിനുമുമ്പു തന്നെ പങ്കുവെക്കുന്നതായിരിക്കും നല്ലത്.

ഗർഭാവസ്ഥയുടെ ഒടുവിൽ സെക്സ് കാരണം പ്രസവം വേഗത്തിലാകും:– ഗർഭം അടുക്കുമ്പോൾ പരമസുഖത്തിനുശേഷമുള്ള സങ്കുചനത്തിന് ശക്തി കൂടുമെന്നത് സത്യമാണ്. എന്നാൽ സർവിക്സ് തയ്യാറാകുന്നതുവരെ ഇതുകൊണ്ട് പ്രസവം ഏർപ്പെടുകയില്ല. ഗർഭാവസ്ഥയുടെ അവസാനംവരെ സെക്സിൽ ഏർപ്പെടുന്ന സ്ത്രീകൾ ശരിയായ സമയത്തുതന്നെയാണ് പ്രസവിക്കുന്നത് എന്ന് പഠനങ്ങൾ തെളിയിച്ചിരിക്കുന്നു.

ഇനിയൊരു കാര്യം കൂടിയുണ്ട്, ആദ്യം നിങ്ങളുടെ സെക്സിന്റെ ഉദ്ദേശം ഒരു കുഞ്ഞിന് ജന്മം നൽകുക എന്നതായിരുന്നു. എന്നാൽ ഇപ്പോൾ നിങ്ങൾ വിനോദത്തിന് വേണ്ടിയാണ് ഇതെല്ലാം ചെയ്യുന്നത്. അതുകൊണ്ട് മാസമുറയുടെ ഡേറ്റ്, ചാർട്ട്, കലണ്ടർ, ഗർഭനിരോധം എന്നിങ്ങനെയുള്ള വയ്യാവേലികളൊന്നുമില്ല. ഗർഭാവസ്ഥ അവരെ കൂടുതൽ അടുപ്പിക്കുന്നു എന്നാണ് പല ദമ്പതികളും പറയുന്നത്. അതുകൊണ്ട് വീർത്തവയറിനെ തടസ്സമായി കരുതാതെ അവർ പ്രേമത്തിന്റെ പ്രതീകമായി കണക്കാക്കുന്നു.

സെക്സ് സീമിതമായേക്കാം

ഗർഭാവസ്ഥയിൽ നിങ്ങൾക്കും ഭർത്താവിനും സെക്സ് സന്തോഷം നൽകുന്നതായിരിക്കും. നിങ്ങൾ രണ്ടുപേർക്കും ഇതിന്റെ മുഴുവൻ സുഖവും അനുഭവിക്കാൻ കഴിയും. എന്നാൽ എല്ലാവരും അത്രയ്ക്ക് ഭാഗ്യവാന്മാരായിരിക്കുകയില്ല. അപകടമുള്ള ഗർഭാവസ്ഥയിൽ കുറച്ചുസമയത്തേക്കോ അല്ലെങ്കിൽ ഒൻപതുമാസങ്ങളിലും സെക്സിന്റെ കാര്യത്തിൽ

സംയമനം പാലിക്കേണ്ടിവരും. അല്ലെങ്കിൽ സ്ത്രീ ചരമനിലയിൽ എത്താതെ സംഭോഗം ചെയ്യാൻ അനുവദിച്ചേക്കാം. അതുമല്ലെങ്കിൽ ഫോർപ്ലേ മാത്രം ചെയ്യാനുള്ള അനുവാദം കിട്ടും. ചിലപ്പോൾ കോണ്ടം ഉപയോഗിച്ച് ലിംഗം പ്രവേശിപ്പിക്കാനുള്ള അനുമതി കിട്ടും. ഡോക്ടർ നിങ്ങളോടും ഈ നിബന്ധനകളെ ക്കുറിച്ച് പറഞ്ഞിട്ടുണ്ടെങ്കിൽ മടിക്കാതെ അദ്ദേഹത്തോട് എല്ലാം ചോദിച്ചുമനസ്സിലാ ക്കണം. എന്തുകൊണ്ടാണ് തടഞ്ഞിരിക്കുന്ന തെന്ന് ചോദിച്ച് മനസ്സിലാക്കുക. ഇത് എത്ര കാലത്തേക്കാണെന്നും ചോദിക്കണം. താഴെ കൊടുത്തിരിക്കുന്ന പരിതസ്ഥിതികളിൽ സെക്സിന്റെ കാര്യത്തിൽ നിബന്ധനകൾ വിധിച്ചേക്കാം–

- പ്രീടേം ലേബർ ഏർപ്പെട്ടേക്കാമെന്ന സൂചന ലഭിക്കുകയോ ഇതിനുമുമ്പ് അങ്ങനെ ഏർപ്പെട്ടിരിക്കുകയോ ചെയ്താൽ.
- ഗർഭാശയത്തിൽ കുറവോ മറുപിള്ളയിൽ എന്തെങ്കിലും കുഴപ്പമോ ഉണ്ടെങ്കിൽ
- രക്തസ്രാവം ഉണ്ടായിരിക്കുകയോ മുമ്പ് മിസ്കാരേജ് ഏർപ്പെട്ടിരിക്കുകയോ ചെയ്താൽ

ഓർഗെസം മാത്രം ആകാമെന്നുപറ ഞ്ഞാൽ കൈകൊണ്ടുള്ള മൈഥുനം ചെ യ്യുക. സംഭോഗം ചെയ്യാം എന്നാൽ പരമസു ഖംവരെ പോകാൻ പാടില്ലെന്ന് പറഞ്ഞാൽ സംഭോഗം ചെയ്യുക, എന്നാൽ തൃപ്തികിട്ടി ല്ലെങ്കിലും ഭർത്താവിന്റെ സമ്പർക്കത്തിൽ വരാനുള്ള സന്ദർഭമെങ്കിലും കിട്ടും. ഇതൊ ന്നും ചെയ്യാനുള്ള അനുവാദമില്ലെങ്കിൽ ഈ നിബന്ധനകൾ നിങ്ങളുടെ ബന്ധത്തിന് നടു വിൽ തടസ്സമായി വരാതിരിക്കാൻ നോക്കുക. കൈ പിടിക്കുക, ആലിംഗനം ചെയ്യുക, ഒന്നിച്ച് പുറത്തുപോകുക എന്നീ റൊമന്റിക് രീതികൾ സ്വീകരിച്ച് അടുപ്പം വർദ്ധിപ്പിക്കുക.

കുറവിൽ കൂടുതൽ ആനന്ദിക്കുക

നല്ല യൗന സംബന്ധം ഒരേ രാത്രിയിൽ ഏർ പ്പെടുന്നില്ല. ഇതിന് ധൈര്യം, വിവേകം, പര സ്പരസ്നേഹം എന്നിവ ഉണ്ടായിരിക്കണം. ഗർഭാവസ്ഥയിൽ യൗനസംബന്ധത്തിന് പല മാനസികവും ശാരീരികവുമായ മാറ്റങ്ങ ളിൽകൂടി കടന്നുപോകേണ്ടിയിരിക്കുന്നു എന്നത് സത്യമാണ്. അവയെ അഭിമുഖീകരി ക്കാനുള്ള ചില ഉപായങ്ങൾ താഴെ കൊടുത്തി രിക്കുന്നു.

- സെക്സിനെപ്പറ്റി അപഗ്രധനം ചെയ്യുന്ന തിനുപകരം അതിന്റെ ആനന്ദം അനുഭവി ക്കുക. ഈ നിമിഷങ്ങൾ വെറുതെ നഷ്ടപ്പെ ടാൻ അനുവദിക്കാതിരിക്കുക. അളവിനുപ കരം ഗുണമേന്മയിൽ ശ്രദ്ധപതിപ്പിക്കുക. പഴയ സെക്സ് ലൈഫിനെയും ഇപ്പോഴത്തെ സെക്സ് ലൈഫിനെയും താരതമ്യം ചെയ്യാതിരിക്കുക. അതിൽ ഇപ്പോൾ വളരെ വ്യത്യാസം വന്നിട്ടുണ്ട്.
- അനുകൂലമായി ചിന്തിക്കുക. സെക്സ് മൂലം നിങ്ങളുടെ ശരീരം വരാനിരിക്കുന്ന പ്രസവത്തിന് തയ്യാറായിക്കൊണ്ടിരിക്കുകയാ ണെന്ന് ഓർക്കുക. നിങ്ങൾക്ക് സംഭോഗത്തി നിടയിൽ കീഗൽ ചെയ്യാൻ കഴിയുമെങ്കിൽ വളരെ നല്ലതാണ്. നിങ്ങളുടെ വണ്ണമുള്ള ശരീരം സെക്സിയാണെന്ന് കരുതുക. ഓരോ ആലിംഗനം കൊണ്ടും നിങ്ങൾ രണ്ടുപേരും കൂടുതൽ അടുക്കുകയാണെന്ന് കരുതുക.
- ചെറുതായി രോമാഞ്ചം ഏർപ്പെടട്ടെ. പഴയപൊസിഷൻ ശരിയാകുന്നില്ലെങ്കിൽ പുതിയതായി ചിലത് സ്വീകരിക്കുക. ഏതെ ങ്കിലും പൊസിഷനിൽ ഫിറ്റാകാൻ കുറച്ച് സമയമെടുക്കുമെന്ന കാര്യം ഓർമ്മിക്കുക.
- നിങ്ങളുടെ ആശങ്കളെ യഥാർത്ഥത്തിന്റെ സീമയിൽ വെക്കുക. ഈ ദിവസങ്ങളിൽ നിങ്ങൾക്ക് പല വിധത്തിലുള്ള വെല്ലുവിളി കളേയും അഭിമുഖീകരിക്കേണ്ടിവരും. ചില സ്ത്രീകൾക്ക് പരമസുഖത്തിലെത്താൻ അധികസമയം വേണ്ടിവരില്ല. മറ്റുചിലർ ഒമ്പ തുമാസവും ഇതിനുവേണ്ടി കാത്തിരിക്കും. പലപ്പോഴും പരമസുഖം ലഭിച്ചില്ലെങ്കിൽ ഒരാൾക്ക് മറ്റെയാളുടെ സാമീപ്യം തന്നെ ധാരാളമായിരിക്കുമെന്ന കാര്യം ഓർക്കുക.

ബന്ധങ്ങളിൽ ആശയവിനിമയത്തിനും മുഖ്യമായ പങ്കുണ്ടെന്ന കാര്യം മറക്കരുത്. പരസ്പര സംഭാഷണത്തിൽക്കൂടി നിങ്ങ ൾക്ക് ഈ വെല്ലുവിളികളുമായി ഒത്തുതീർപ്പിലെ ത്താൻ കഴിയും. എന്തെങ്കിലും പ്രശ്നമുണ്ടെ ങ്കിൽ അതിനെ കിടക്കയിലേക്ക് എടുത്തുചെ ല്ലാതെ നേരത്തെ തന്നെ പരിഹരിക്കുക. പരി ഹാരം കാണാൻ കഴിഞ്ഞില്ലെങ്കിൽ പ്രൊഫെ ഷനലിന്റെ സഹായം തേടുക. ഇപ്പോൾ നിങ്ങൾ രണ്ടുപേരെക്കുറിച്ചാണ് ചിന്തിക്കു ന്നത്, എങ്കിൽ വരാനിരിക്കുന്ന സമയത്ത് മൂന്നുപേരെക്കുറിച്ച് ചിന്തിക്കേണ്ടിവരും.

എല്ലാ ദമ്പതികളും ഗർഭാവസ്ഥയിലെ സെക്സിനെക്കുറിച്ച് വ്യത്യസ്ത രീതിയിലാണ് പ്രതികരിക്കുന്നത്. നിങ്ങൾ രണ്ടുപേർക്കും ഇപ്പോൾ ഏത് നന്നായി തോന്നുന്നുവോ അതുതന്നെയാണ് സ്വാഭാവികം. ഒരുത്തർ മറ്റൊരുത്തരുടെ കൈകളിൽ മതിമറന്നിരി ക്കുക, ഇതിൽ കൂടുതൽ നല്ല സമയം ഇനി കിട്ടുകയില്ല.

• • • •

ആറാം മാസം

ഏകദേശം 23 മുതൽ 27 ആഴ്ചകൾ

ഇപ്പോൾ വയറിനുള്ളിലെ ബഹളത്തെക്കുറിച്ച് ഒരു സംശയത്തിനും ഇടമില്ല. ഗ്യാസല്ല, ജീവനുള്ള കുഞ്ഞിന്റെ കളികളാണ്. എന്നാൽ ഗ്യാസ് ധാരാളം ഉണ്ടായിരിക്കും. ഇപ്പോൾ ചെറിയ-ചെറിയ തൊഴികളും കൈകൊണ്ടുള്ള കുത്തും ആരംഭിച്ചിരിക്കുന്നു. ചിലപ്പോൾ നിങ്ങൾക്ക് അതിന്റെ എക്കിളും അറിയാനുള്ള സന്ദർഭം ലഭിക്കും. ഈ മാസത്തോടെ രണ്ടാമത്തെ മൂന്നാം മാസം അവസാനിക്കും. ഇപ്പോൾ നിങ്ങൾ രണ്ടുപേർക്കും വളർച്ചയുടെ പലവഴികളും കയറാനുണ്ട്. നിങ്ങളുടെ കാലുകൾ ഒന്നുനോക്കുക. പതുക്കെപ്പതുക്കെ വയറ് വീർത്താൽ പിന്നെ കാണാൻ കഴിയുകയില്ല.

ഈ മാസം നിങ്ങളുടെ കുഞ്ഞിന്റെ വളർച്ച

23-ാം ആഴ്ച:– വയറിൽ ഒരു ജനലുണ്ടായിരുന്നെങ്കിൽ ഈ സമയം കുഞ്ഞിന്റെ ചർമ്മം എങ്ങനെ തൂങ്ങിക്കിടക്കുന്നു എന്ന് നിങ്ങൾക്ക് കാണാൻ കഴിയുമായിരുന്നു. ചർമ്മം കൊഴുപ്പുകാരണം വേഗത്തിൽ വളരുന്നു എന്നതാണ് ഇതിന് കാരണം. ചർമ്മത്തെ നിറക്കാൻ വേണ്ടത്ര കൊഴുപ്പ് ഇനിയും ചേർന്നിട്ടില്ല. ഈ ആഴ്ച ശിശുവിന്റെ നീളം ഏകദേശം 8 ഇഞ്ചും തൂക്കം ഏകദേശം ഒരു പൗണ്ടുമായിരിക്കും. മാസാവസാനം അതിന്റെ തൂക്കം ഇരട്ടിയാകും. ഒരിക്കൽ കൊഴുപ്പ് ഉണ്ടാകാൻ തുടങ്ങിയാൽ അതിന്റെ സുതാര്യത കുറയും. ഇപ്പോൾ ചർമ്മത്തിനടിയിലെ അംഗവും എല്ലുകളും കാണാൻ കഴിയും. എന്നാൽ എട്ടാം മാസമാകുമ്പോൾ ഈ സുതാര്യത ഉണ്ടാകില്ല.

24-ാം ആഴ്ച:– അതിന്റെ നീളം ഏകദേശം 8½ ഇഞ്ചും, തൂക്കം 1½ പൗണ്ടും ആയിരിക്കും. ഇപ്പോൾ നിങ്ങളുടെ കുഞ്ഞിന്റെ ആകൃതിയെ പഴങ്ങളോട് താരതമ്യം ചെയ്യാൻകഴിയില്ല. അത് ഓരോ ആഴ്ചയിലും ഏകദേശം 6 ഔൺസ് തൂക്കം കൂടിക്കൊണ്ടിരിക്കുന്നു. ഈ തൂക്കം മുഴുവൻ അവയവങ്ങൾ, എല്ലുകൾ, മാംസപേശികൾ, കൊഴുപ്പ് എന്നിവ കാരണമാണ് കൂടുന്നത്. ഇപ്പോൾ അതിന്റെ ഓമന മുഖം പൂർണ്ണമായി രൂപം പ്രാപിച്ചു കഴിഞ്ഞു. എന്നാൽ അതിന്റെ മുടിയിൽ പിഗ്മെന്റ് പ്രവർത്തിക്കാൻ തുടങ്ങിയിട്ടില്ല. അതുകൊണ്ട് അതിന്റെ മുടിയുടെ നിറം എന്താണെന്ന് പറയാൻ കഴിയുകയില്ല.

നിങ്ങളുടെ 5-ാമാസമായ കുഞ്ഞ്

25-ാം ആഴ്ച:– കുഞ്ഞ് നാളൊരുമേനിയും പൊഴുതൊരുവണ്ണവുമായി വളർന്നുകൊണ്ടിരിക്കുന്നു. ഇപ്പോൾ അതിന്റെ നീളം ഏകദേശം 9 ഇഞ്ചും തൂക്കം 1½ പൗണ്ടിനോടടുത്തുമാണ്. മറ്റുപല രസകരമായ വളർച്ചയും ഏർപ്പെട്ടുകൊണ്ടിരിക്കുന്നു. അതിന്റെ രക്തനാളങ്ങളിൽ രക്തം നിറഞ്ഞുകൊണ്ടിരിക്കുന്നു. ഈ ആഴ്ചയുടെ അവസാനത്തിൽ ശ്വാസകോശങ്ങളും സ്വചരവായു ശ്വസിക്കാൻ തയ്യാറാകും. ഇപ്പോൾ ശ്വാസകോശം പൂർണ്ണമായും തയ്യാറായിട്ടില്ല, അതിന് കുറച്ചു സമയം കൂടിവേണം.

അവയ്ക്ക് രക്ത പ്രവാഹത്തിൽ ഓക്സിജൻ എത്തിക്കാൻ കഴിയാറായിട്ടില്ല. ഈ ആഴ്ച അതിന്റെ അടഞ്ഞ നാസാദ്വാരങ്ങൾ തുറക്കും. അത് ശ്വസിക്കാൻ അഭ്യസിക്കും. അതിന്റെ വോക്കൽ കോഡും ജോലി ചെയ്യുന്നു. നിങ്ങൾ അതിന്റെ എക്കിൾ അനുഭവിച്ചറിഞ്ഞിരിക്കും.

26-ാം ആഴ്ച:– 2 പൗണ്ടിന്റെ ഒരു മാംസ കഷ്ണം നോക്കുക, കുഞ്ഞും ഇപ്പോൾ അത്രക്കേ ഉള്ളൂ. അതിന്റെ നീളം ഏകദേശം 9 ഇഞ്ചാണ്. അതിന്റെ കണ്ണ് പതുക്കെപ്പതുക്കെ തുറക്കാൻ തുടങ്ങിയിരിക്കുന്നു. ഇപ്പോൾ കണ്ണുകളുടെ നിറം എന്താണെന്ന് പറയാൻ കഴിയില്ല. അതിന് ഇരുട്ടിൽ കുറേശ്ശേ കാണാൻ കഴിയും. തീഷ്ണ പ്രകാശമോ ശബ്ദമോ ഏൾപ്പെട്ടാൽ അത് പ്രതികരിക്കും. അതുവേഗം തന്റെ കൺപോളകൾ ചിമ്മാൻ തുടങ്ങും.

27-ാം ആഴ്ച:– ഈ ആഴ്ച അതിന്റെ വളർച്ചയുടെ ചാർട്ട് പുതിയതായി ഉണ്ടാക്കേണ്ടിവരും. ഇപ്പോൾ അതിന്റെ തല മുതൽ കാൽ വരെ അളക്കാൻ കഴിയും. ഈ ആഴ്ച അതിന്റെ നീളം 15 ഇഞ്ചും തൂക്കം 2 പൗണ്ടിൽ കൂടുതലുമായിരിക്കും. അതിന്റെ രസനേന്ദ്രിയങ്ങളും ഉണരും. നിങ്ങൾ എന്തു കഴിച്ചാലും അമ്നിയോട്ടിക് ദ്രവം വഴിയായി കുഞ്ഞിന് അതിന്റെ രുചി ലഭിക്കും. ഉദാഹരണത്തിന് ചില ശിശുക്കൾക്ക് അമ്മ എരിവുള്ള ഭക്ഷണം കഴിച്ചാൽ എക്കിൾ എടുക്കാൻ തുടങ്ങും, അല്ലെങ്കിൽ വേഗത്തിൽ തൊഴിക്കാൻ തുടങ്ങും.

നിങ്ങൾക്ക് എന്ത് അനുഭവപ്പെടുന്നുണ്ടാകും?

എപ്പോഴുംപോലെ ഓർമ്മ ഇല്ലേ?, ഓരോ ഗർഭിണിയും ഗർഭാവസ്ഥയും വ്യത്യസ്തമാണെന്ന് നിങ്ങൾ ഒന്നിച്ചോ അല്ലെങ്കിൽ ഇടയ്ക്കിടക്കോ ഈ എല്ലാ ലക്ഷണങ്ങളെയും അനുഭവിക്കുന്നുണ്ടാകാം. ചില ലക്ഷണങ്ങൾ കഴിഞ്ഞമാസം മുതൽ നടന്നുകൊണ്ടിരിക്കുകയായിരിക്കും, ചിലത് തികച്ചും പുതിയതായിരിക്കും. ചില ലക്ഷണങ്ങൾ ശീലമായതുകൊണ്ട് അവയെ തിരിച്ചറിയുന്നതുപോലും കഠിനമായിരിക്കും. നിങ്ങളുടെ ലക്ഷണം ഇവയിൽനിന്ന് കുറച്ച് കുറവായും ഇരിക്കാം. ഈമാസം നിങ്ങൾക്ക് താഴെ പറയുന്ന ലക്ഷണങ്ങൾ അനുഭവപ്പെട്ടേക്കാം.

ഒരു കണ്ണോട്ടം

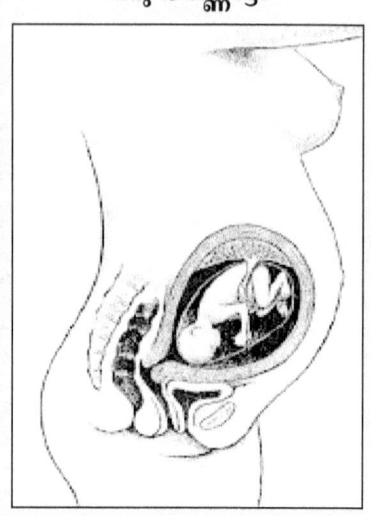

ഈ മാസത്തിന്റെ ആരംഭത്തിൽ നിങ്ങളുടെ ഗർഭാശയം നാഭിക്കടുത്ത് ഏകദേശം 1½ ഇഞ്ച് മുകളിലായിരിക്കും. മാസാവസാനത്തിൽ ഇതിന്റെ ഉയരം 2½ ഇഞ്ചുവരെയാകും. ഇപ്പോൾ അതിന്റെ ആകൃതി ഒരു ബാസ്ക്കറ്റ് ബോളിന്റെ അത്രയാണ്.

ശാരീരികം

- ഭ്രൂണത്തിന്റെ ചലനങ്ങളിൽ വർദ്ധന.
- യോനിയിൽനിന്ന് തുടർച്ചയായി സ്രാവം.
- വയറിന്റെ അടിഭാഗത്തും രണ്ടുവശത്തും വേദന.
- മലബന്ധം.
- നെഞ്ചെരിച്ചിൽ, അജീർണ്ണം വയറ് വീർക്കുക.
- ചിലപ്പോൾ തലവേദന, ബോധക്ഷയം, തലകറക്കം.
- മൂക്കടപ്പ്, ചിലപ്പോൾ മൂക്കിൽ നിന്ന് രക്തം വരുക, കാതിൽ അഴുക്ക്.

- ബ്രഷ് ചെയ്യുമ്പോൾ മോണകളിൽ നിന്ന് രക്തം വരുക.
- ധാരാളം വിശപ്പ് തോന്നുക.
- കാലുകളിൽ കോച്ചിവലി.
- ഞെരിയാണിയിലും കാലുകളിലും ചെറിയ വീക്കം.
- കാലുകളിൽ വെരിക്കോസ് വെയിൻ ഹെമറായ്ഡ്സ്.
- വയറിന്റെ അടിഭാഗത്ത് ചൊറിച്ചിൽ.
- നാഭി പുറത്തോട്ട് പൊന്തിവരുക.
- മുതുകുവേദന.
- വയറിന്റെ അടിഭാഗത്തും മുഖത്തും പിഗ്മെന്റേഷൻ.
- സ്ട്രെച്ച് മാർക്ക്സ്.
- മാറിടത്തിന്റെ വ്യാപ്തി.

വൈകാരികം

- മൂഡിന്റെ ഏറ്റ ഇറക്കം കുറയുക.
- ചിന്തയിൽ മുഴുകിയിരിക്കുക.
- ഗർഭാവസ്ഥകാരണം ചെറിയ മടുപ്പ്.
- ഭാവിയെക്കുറിച്ചുള്ള പിരിമുറുക്കം.
- ഭാവിയെക്കുറിച്ച് വളരെ ഉത്തേജനം

ഈമാസത്തെ ചെക്ക്-അപ്പ്

രണ്ടാമത്തെ മൂന്നാം മാസത്തിൽ ഡോക്ടർ താഴെപ്പറയുന്ന പരിശോധനകൾ ചെയ്തേക്കാം. ഇത് നിങ്ങളുടെ വയസ്സിനെയും ഡോക്ടറുടെ പരിശോധനാ രീതിയെയും ആശ്രയിച്ചിരിക്കും.

- തൂക്കവും രക്തസമ്മർദ്ദവും.
- ഷുഗറും പ്രോട്ടീനും പരിശോധിക്കാൻ വേണ്ടി മൂത്രം പരിശോധിക്കുക.
- ഗർഭാശയത്തിന്റെ ഉയരം.
- ഗർഭാശയത്തിന്റെ ആകൃതിയും ഭ്രൂണത്തിന്റെ സ്ഥിതിയും പുറത്തുനിന്ന് അനുമാനിക്കുക.
- കൈ-കാലുകളുടെ വീക്കം.
- നിങ്ങൾ അനുഭവിച്ചറിയുന്ന ചില പ്രത്യേകതരത്തിലുള്ള ലക്ഷണങ്ങൾ.
- നിങ്ങൾ ചോദിക്കാൻ ആഗ്രഹിക്കുന്ന ചോദ്യങ്ങളും അറിയാൻ ആഗ്രഹിക്കുന്ന കാര്യങ്ങളും.

നിങ്ങൾ എന്തുകരുതുന്നുണ്ടാവും?

ഉറക്കം വരാൻ ബുദ്ധിമുട്ട്

"എന്റെ ജീവിതത്തിൽ ഒരിക്കലും ഉറക്കം വരാൻ ബുദ്ധിമുട്ടുണ്ടായിട്ടില്ല. എന്നാൽ ഇപ്പോൾ രാത്രിയിൽ ഉറങ്ങാൻ കഴിയുന്നില്ല."

നടുരാത്രിയിൽ എല്ലായ്പ്പോഴും ബാത്തുറൂമിൽ പോകേണ്ടിവരിക, കാലുകളിലെ വേദന, നെഞ്ചെരിച്ചിൽ, ശരീരത്തിൽ ചൂടു തോന്നുക ഇവയോടൊപ്പം വയറ് ഇത്രക്ക് ഉന്തിനിൽക്കുകയും ചെയ്യുമ്പോൾ എങ്ങനെ നല്ല ഉറക്കംവരും. സാരമില്ല, നിങ്ങൾ വരാനിരിക്കുന്ന സമയത്തേക്കുള്ള ട്രെയ്നിങ്ങ് എടുക്കുകയാണ്. കുഞ്ഞോമന ഈ ഭൂമിയിലെത്തിക്കഴിഞ്ഞാൽ നിങ്ങൾക്ക് ഇതേപോലെ ഉണർന്നിരിക്കേണ്ടിവരും. എന്നാൽ ഇപ്പോൾതന്നെ ഇത്ര അധികം പരിശീലനം ചെയ്യരുത്. നല്ല ഉറക്കം വരാനുള്ള ചില ഉപായങ്ങൾ പ്രയോഗിച്ചുനോക്കുക.

- പകൽസമയത്ത് കുറച്ച് ശരീരാദ്ധ്വാനം ചെയ്യുക. പകലിൽ ജോലിചെയ്യുന്ന ശരീരം രാത്രിയിൽ ഗാഢനിദ്രയിൽ ലയിക്കും. ജോലിയൊന്നും ഇല്ലെങ്കിൽ വർക്ക്ഔട്ട് ചെയ്യുക. എന്നാൽ രാത്രി ഉറങ്ങുന്നതിനുമുമ്പ് വ്യായാമം ചെയ്യരുത്, അല്ലെങ്കിൽ നിങ്ങളുടെ മിച്ചമുള്ള ഉറക്കവും പറന്നുപോകും.
- മനസ്സിനെ ശാന്തമായി വയ്ക്കുക. വീട്ടിലോ ഓഫീസിലോ ജോലി കൂടുതലുണ്ടെങ്കിൽ മറ്റുള്ളവരുമായി പങ്കുവെക്കുക. കേൾക്കാൻ ആരുമില്ലെങ്കിൽ എല്ലാ ചിന്തകളും ഒരു കടലാസിൽ എഴുതിവച്ച് സ്വസ്ഥമായി ഉറങ്ങുക. ഇങ്ങനെ പ്രശ്നത്തിന് ഏതെങ്കിലും പരിഹാരം കണ്ടെത്തുക. രാത്രി ഉറങ്ങുമ്പോൾ ചോദ്യങ്ങൾക്കനുസരിച്ച് ഉത്തരങ്ങൾ മനസ്സിൽ കൊണ്ടുവരിക.
- രാത്രി ആഹാരം തിരക്കിട്ട് കഴിക്കാതെ പതുക്കെപ്പതുക്കെ സ്വസ്ഥമായി കഴിച്ചാൽ രാത്രിയിൽ നെഞ്ചെരിച്ചിൽ കാരണം തിരിഞ്ഞും മറിഞ്ഞും കിടക്കേണ്ടിവരില്ല. ഭക്ഷണം കഴിച്ച ഉടൻ കിടക്കരുത്. വയറുനിറഞ്ഞതും ഊർജ്ജവും നിറയും, അങ്ങനെ ഉറങ്ങുന്നത് ബുദ്ധിമുട്ടായിരിക്കും.

- ആവശ്യത്തിൽ കൂടുതൽ ഭക്ഷണവും ഉറക്കത്തിൽ തടസ്സം ഏർപ്പെടുത്തും. അടുത്തുതന്നെ ലഘുഭക്ഷണം എന്തെങ്കിലും കരുതിവെച്ചാൽ രാത്രി വിശക്കുമ്പോൾ എടുത്ത് കഴിക്കാം. മുത്തശ്ശി വൈദ്യം പരീക്ഷിച്ചുനോക്കുക. ഉറങ്ങുന്നതിന് മുമ്പ് ഒരു ഗ്ലാസ് ഇളം ചൂടുള്ള പാൽ കുടിക്കുക. പ്രോട്ടീനും കോംപ്ലെക്സ്കാർബ്ബും കൂടിച്ചേരുമ്പോഴും ഇതേ പ്രഭാവം തന്നെ ഉണ്ടാകും. ഏതെങ്കിലും പഴം കഴിക്കുക, ചീസോ കിസ്മിസോ കലർന്ന തൈര് കഴിക്കുക. പാലിൽ ഒരു മഫിനോ, ഓട്മീൽ കുക്കീസോ മുക്കി കഴിക്കുക.
- രാത്രി എല്ലായ്പ്പോഴും ബാത്ത്റൂം പോകേണ്ടിവരുന്നതുകൊണ്ട് ഉറക്കം നഷ്ടപ്പെടുന്നുണ്ടെങ്കിൽ വൈകുന്നേരം ആറുമണിക്കുശേഷം തരളപദാർത്ഥങ്ങൾ കഴിക്കുന്നത് കുറയ്ക്കുക. ദാഹിക്കുമ്പോൾ തീർച്ചയായും വെള്ളം കുടിക്കണം, എന്നാൽ ഉറങ്ങാൻ പോകുന്നതിനുമുമ്പ് 16 ഔൺസിന്റെ മുഴുബോട്ടിലും കാലിയാക്കരുത്.
- ഉച്ച കഴിഞ്ഞശേഷം ഏതുരൂപത്തിലുള്ള കഫൈനും കഴിക്കരുത്. ഇത് നിങ്ങളെ ആറുമണിക്കൂർവരെ ചുറുചുറുപ്പായി വെയ്ക്കും. പഞ്ചസാരയും നിങ്ങളുടെ ഊർജ്ജത്തിന്റെ ലെവൽ ഉയർത്തും.
- നിങ്ങളുടെ ഉറങ്ങാനുള്ള റൊട്ടീൻ തയ്യാറാക്കുക. ഇത് കുഞ്ഞുങ്ങൾക്ക് മാത്രമുള്ളതല്ല. നിങ്ങളും പഴയ റൊട്ടീൻ സ്വീകരിക്കുകയാണെങ്കിൽ ഗാഢനിദ്ര ലഭിക്കും. ഭക്ഷണത്തിനുശേഷം നിങ്ങളുടെ പ്രവർത്തനങ്ങൾ കുറക്കുക. കുറച്ചുനേരം എന്തെങ്കിലും സാധാരണ പുസ്തകങ്ങൾ വായിക്കുകയോ ടി.വി. കാണുകയോ ചെയ്യുക. ലളിതഗാനം കേൾക്കുക. യോഗായോ ശരീരം തളരാനുള്ള ടെക്നിക്കുകളോ ചെയ്യുക. ഇളം ചൂടുവെള്ളത്തിൽ കുളിക്കുകയോ കുറച്ചുനേരം റൊമാൻസ് ചെയ്യുകയോ ആകാം.
- ഗർഭാവസ്ഥയിൽ കിടക്കയിൽ ധാരാളം തലയണകൾ നിങ്ങളുടെ ശരീരത്തിന് ധാരാളം വിശ്രമം നൽകും. അവയെ ശരീരത്തിന് സൗകര്യപ്രദമായ രീതിയിൽ വയ്ക്കുക. സൗകര്യപ്രദമായ രീതിയിൽ കിടക്കുക, കിടക്ക ശരിയായിരിക്കണം. ബെഡ്റൂമും അധികം തണുപ്പോ ചൂടോ ഉള്ളതായിരിക്കരുത്.
- ശ്വാസം മുട്ടിക്കുന്ന അന്തരീക്ഷത്തിൽ ഉറക്കം വരില്ല. കിടപ്പുമുറി കാറ്റോട്ടമുള്ളതായിരിക്കണം. തല മൂടികിടന്ന് ഉറങ്ങരുത്. ഇതുകൊണ്ട് ഓക്സിജന്റെ കുറവ് ഏർപ്പെടുകയും കാർബൺ ഡയോക്സൈഡ് അധികമാകുകയും ചെയ്യും. തലവേദനിക്കാൻ തുടങ്ങും.
- ഉറക്ക ഗുളിക കഴിക്കുന്നതിനുമുമ്പ് ഡോക്ടറോട് ചോദിക്കുക. ഡോക്ടർ മെഗ്നീഷ്യം ഗുളികയാണ് എഴുതിയിരിക്കുന്നതെങ്കിൽ കിടക്കാൻ പോകുന്നതിനുമുമ്പ് കഴിക്കുക, എന്തെന്നാൽ മെഗ്നീഷ്യം ശരീരത്തെ തളർത്തും.
- കിടക്കയിൽവെച്ച് ഉറക്കമോ സെക്സോ അല്ലാതെ മറ്റുകാര്യങ്ങളൊന്നും ചെയ്യരുത്. മറ്റുകാര്യങ്ങളൊക്കെ വീട്ടിലെ മറ്റുമുറികളിൽ വച്ച് ചെയ്താൽ കിടക്കകണ്ടതും ഉറക്കംവരും.
- ക്ഷീണം തോന്നുമ്പോഴെ ഉറങ്ങാൻ പോകാവൂ. വാച്ചുനോക്കി കിടക്കാൻ പോയാൽ ഉറക്കം വരില്ല. എന്നാൽ ആവശ്യത്തിൽ കൂടുതൽ ക്ഷീണിക്കാനും പാടില്ല. അതുകൊണ്ട് ഉറക്കംവരാൻ ബുദ്ധിമുട്ടാകും.
- നിങ്ങളുടെ ഉറക്കത്തെ മണിക്കൂറുകളാൽ ബന്ധിക്കരുത്. ഉറക്കം സംബന്ധപ്പെട്ട ബുദ്ധിമുട്ടുകളുണ്ടെന്ന് പറയുന്ന ചിലർ ആവശ്യത്തിൽ കൂടുതൽ ഉറങ്ങുന്നവരാണ്. നിങ്ങൾക്ക് തുടർച്ചയായി ക്ഷീണം തോന്നുന്നില്ലെങ്കിൽ നിങ്ങൾ നല്ലപോലെ ഉറങ്ങുന്നുണ്ടെന്നാണ് അർത്ഥം.
- ഉറക്കം വരുന്നില്ലെങ്കിൽ വെറുതെ കിടക്കുന്നതിന് പകരം മറ്റെന്തെങ്കിലും ചെയ്യുക. ആ സമയത്ത് ഉറക്കം വരാത്തതിനെപ്പറ്റി വിഷമിക്കരുത്.

സമയത്തെ തടവിലാക്കുക

ഒരു പെട്ടിയെടുത്ത് അതിൽ നിങ്ങളുടെ ഗർഭാവസ്ഥയിലെ ഫോട്ടോകൾ, ഭർത്താവിന്റെയും വളർത്തുമൃഗത്തിന്റെയും ഫോട്ടോ എന്നിവവെക്കുക. നിങ്ങൾക്ക് ഇഷ്ടപ്പെട്ട റെസ്റ്റാറന്റിലെ മെനു, ഇപ്പോഴത്തെ ഏതെങ്കിലും മാഗസീൻ, ന്യൂസ് പേപ്പർ എന്നിവയും വയ്ക്കുക. ആ പെട്ടി അടച്ചുവയ്ക്കുക. കുഞ്ഞ് കുറച്ച് വലുതാകുമ്പോൾ അവന്റെ ജന്മത്തിന് മുമ്പുള്ള ഈ വസ്തുക്കൾ കാണുമ്പോൾ അവന് നല്ല രസം തോന്നും.

- അപൂർണ്ണമായ ഉറക്കത്തെക്കുറിച്ച് ചിന്തിച്ച് ബാക്കി ഉറക്കവും കെടുത്തരുത്.

പൊക്കിൾ ഉന്തിനിൽക്കുക

"എന്റെ പൊക്കിൾ തികച്ചും ഉള്ളിലോട്ടായിരുന്നു. ഇപ്പോൾ അത് പുറത്തോട്ട് ഉന്തിനിൽക്കുന്നു. പ്രസവശേഷവും ഇത് ഇങ്ങനെ തന്നെ ആയിരിക്കുമോ?"

അത് ഇപ്പോൾ നിങ്ങളുടെ വസ്ത്രത്തെ സ്പർശിക്കുന്നുണ്ടോ? വിഷമിക്കേണ്ടാ, ഗർഭാവസ്ഥയിൽ സാധാരണ ഇങ്ങനെ ഉണ്ടാകും. വീർത്തുവരുന്ന ഗർഭാശയം മേലോട്ട് വരുമ്പോൾ നാഭിയും പൊന്തിവരും. പ്രസവത്തിനുശേഷം കുറച്ചുസമയം കഴിഞ്ഞാൽ ഇത് താനേ ശരിയാകും. അതുവരെ ഇതിലുള്ള അഴുക്ക് വൃത്തിയാക്കുക. ഫാഷനെന്നുതോന്നുന്നുണ്ടെങ്കിൽ ബാൻഡേജുകൊണ്ട് ഇതിനെ മൂടാം. ഗർഭാവസ്ഥയുടെ അഭിമാനിക്കാവുന്ന സമ്മാനങ്ങളിൽ ഇതും ഒന്നായതുകൊണ്ട് ലജ്ജിക്കേണ്ടതില്ലെന്ന് ഓർക്കുക.

കുഞ്ഞിന്റെ തൊഴി

"ചിലപ്പോൾ എന്റെ കുഞ്ഞുനാൾ മുഴുവൻ തൊഴിച്ചുകൊണ്ടിരിക്കുന്നു. ചിലപ്പോൾ ദിവസം മുഴുവൻ ശാന്തമായിരിക്കുന്നു. ഇത് സാധാരണമാണോ?"

ശിശുക്കളും മനുഷ്യരാണ്. ചിലപ്പോൾ അവർക്ക് കളിക്കാനും ചാടാനും ബഹളം വയ്ക്കാനും തോന്നും, ചിലപ്പോൾ മിണ്ടാതെ കിടക്കും. അതിന്റെ ബഹളം നിങ്ങളുടെ ഗതിവിധികളെ ആശ്രയിച്ചിരിക്കും. നിങ്ങൾ ദിവസം മുഴുവൻ ക്രിയാത്മകമായിരുന്നാൽ കുഞ്ഞും നിങ്ങളുടെ താളത്തിനനുസരിച്ച് ഇളകിക്കൊണ്ടിരിക്കുകയും വളരെ കുറച്ച് ബഹളംവയ്ക്കുകയും ചെയ്യും. നിങ്ങൾക്ക് ജോലി തിരക്കിനിടയിൽ ആ ബഹളം അറിയാനും കഴിയില്ല. നിങ്ങൾ ശാന്തമായിരിക്കുമ്പോൾ അതിന്റെ ബഹളവും വർദ്ധിക്കും.

കുഞ്ഞുങ്ങൾ സാധാരണ 24 മുതൽ 28 ആഴ്ചകളിലാണ് ഏറ്റവും കൂടുതൽ പ്രവർത്തന നിരതമാകുന്നത്. ആ സമയത്ത് അവർക്ക് കൂടുതൽ കുതിക്കുകയോ ചാടുകയോ അഭ്യാസം കാട്ടുകയോ ഭക്ഷണം കഴിക്കുകയോ ചെയ്യാൻ കഴിയില്ല. അതുകൊണ്ട് ജോലിത്തിരക്കുള്ള അമ്മയ്ക്ക് അവരുടെ ചെറിയ ചലനങ്ങൾ അനുമാനിക്കാൻ കഴിയുന്നില്ല. 28 മുതൽ 32 ആഴ്ചകളിൽ ഭ്രൂണത്തിന്റെ ബഹളം കൂടുതൽ വ്യക്തമായും വേഗത്തിലും സംഘടിതവു മായിരിക്കും.

ആന്റി ടിയർ പ്ലസന്റായുടെ സ്ഥിതിയാണെങ്കിൽ കുഞ്ഞിന്റെ ചലനം അനുഭവപ്പെടാൻ കൂടുതൽ സമയമെടുക്കും.

നിങ്ങളുടെ കുഞ്ഞിന്റെ ചലനത്തെ മറ്റ് സ്ത്രീകളുടെ ഗർഭത്തിലുള്ള കുഞ്ഞുങ്ങളുടെ ചലനത്തോട് താരതമ്യം ചെയ്യരുത്. ഓരോ കുഞ്ഞിന്റെ ചലനത്തിന്റെയും വളർച്ചയുടെയും രീതി വ്യത്യസ്തമായിരിക്കും. ചില കുഞ്ഞുങ്ങൾ എപ്പോഴും ചുറുചുറുപ്പായിരിക്കും. ചില കുഞ്ഞുങ്ങൾക്ക് ശാന്തമായിരിക്കുന്നതായിരിക്കും ഇഷ്ടം. ചിലർ വളരെ പതിവായി പ്രവർത്തിക്കുന്നതുകൊണ്ട് അമ്മമാർക്ക് അവരുടെ ചലനത്തെവെച്ച് വാച്ച് അഡ്ജസ്റ്റ് ചെയ്യാം. ചില കുഞ്ഞുങ്ങൾക്ക് അവരുടെ സ്വന്ത ഇഷ്ടപ്രകാരം നടക്കുന്നതാണ് ഇഷ്ടം. 28-ാമത്തെ ആഴ്ച വരെ കുഞ്ഞിന്റെ ചലനത്തിന്റെ റിക്കാർഡ് വയ്ക്കേണ്ട ആവശ്യമില്ല.

"ചിലപ്പോൾ കുഞ്ഞ് വളരെ മോശമായ വിധത്തിൽ തൊഴിക്കുന്നതുകൊണ്ട് എനിക്ക് വേദനിക്കുന്നു."

ഗർഭാവസ്ഥയിൽ നിങ്ങളുടെ കുഞ്ഞ് പൂർണ്ണവികാസം പ്രാപിച്ചുവരികയാണ്. അത് ദിനംപ്രതി ശക്തിശാലിയായിക്കൊണ്ടിരിക്കുകയാണ്. അതുകൊണ്ട് പതുക്കെയുള്ള തൊഴി ഇപ്പോൾ ശക്തികൂടിയതായിതീരുകയാണ്. നിങ്ങൾക്ക് വയറ്, സർവിക്സ്, വാരിയെല്ല് എന്നീവിടങ്ങളിൽ ശക്തമായ തൊഴി കിട്ടുന്നതുകൊണ്ട് വേദന തോന്നിയാൽ ആശ്ചര്യപ്പെടേണ്ട. ഇങ്ങനെയുള്ള ആക്രമണം ഉണ്ടാകുമ്പോൾ നിങ്ങളുടെ പൊസിഷൻ മാറ്റാൻ ശ്രമിക്കുക. ഇതുമൂലം കുഞ്ഞിന്റെ സ്ഥാനചലനം മാറുകയും കുറച്ചുനേരത്തേക്ക് തൊഴിക്കുന്നത് നിറുത്തുകയും ചെയ്യും.

"കുഞ്ഞ് എപ്പോഴും തൊഴിച്ചുകൊണ്ടേ ഇരിക്കുന്നു. എന്റെ വയറ്റിൽ ഇരട്ടകുട്ടികളാണോ?"

ഓരോ ഗർഭിണിക്കും എന്തെങ്കിലും കാരണം കൊണ്ട് വയറ്റിൽ ഇരട്ടകളാണോ എന്ന് സംശയം തോന്നും. വാസ്തവത്തിൽ കുഞ്ഞ് പലതരത്തിലുള്ള അഭ്യാസങ്ങൾ ചെയ്യും. നിങ്ങൾക്ക് രണ്ടുകൈകൾ കൊണ്ടല്ല വേറെ എന്തോ ഒന്നുംകൂടി കുത്തുന്നുണ്ട് എന്ന് തോന്നിയാൽ അത് കുഞ്ഞിന്റെ കൈമുട്ടോ, കാൽമുട്ടോ അല്ലെങ്കിൽ കാലിന്റെ

ചലനമോ ആയിരിക്കാം. നിങ്ങളുടെ വയറിൽ വാസ്തവത്തിൽ ഇരട്ടകളാണെങ്കിൽ അൾട്രാസൗണ്ടിൽ നിന്ന് ഇതിനകം അത് മനസ്സിലായിരിക്കും.

വയറിൽ ചൊറിച്ചിൽ

"എന്റെ വയറിൽ തുടർച്ചയായി ചൊറിച്ചിൽ ഏർപ്പെടുന്നു. ഇതുകാരണം എനിക്ക് ഭ്രാന്ത് പിടിക്കുന്നു."

ഗർഭാവസ്ഥയിൽ വയറിൽ ചൊറിച്ചിൽ ഉണ്ടാകും. വയറ് വീർക്കുന്നതോടൊപ്പം ചൊറിച്ചിലും അധികമാകും. വയറിലെ ചർമ്മത്തിൽ വലിവ് ഏർപ്പെടുന്നതുകൊണ്ട് അതിലെ ഈർപ്പം നഷ്ടപ്പെടുന്നതുകൊണ്ടാണ് ചൊറിച്ചിൽ ഉണ്ടാകുന്നത്. നഖം കൊണ്ട് ചൊറിഞ്ഞാൽ നില കൂടുതൽ മോശമാകും. മോയ്‌സ്ചറൈസർ തേച്ചാൽ കുറച്ച് ആശ്വാസം കിട്ടും. ചൊറിച്ചിൽ തടയാൻ കലാമിൻ ലോഷൻ തടവുകയോ ഓട്ട്മീൽ ബാത്ത് എടുക്കുകയോ ചെയ്യുക. നിങ്ങളുടെ ചൊറിച്ചിലിന് ശുഷ്കചർമ്മവുമായി ഒരു ബന്ധവുമില്ലാതിരിക്കുകയോ വയറിൽ റാഷസ് കാണുകയോ ചെയ്താൽ ഡോക്ടറെ കാണാൻ വൈകരുത്.

ശരിക്കു ചെയ്യാതിരിക്കുക

"ഞാൻ എന്തെടുത്താലും താഴെ വീഴുന്നു. ഞാൻ പെട്ടെന്ന് ഇത്രക്ക് ശരിയല്ലാതായതെങ്ങനെ?"

വയറിൽ വേണ്ടാത്ത മാംസം കൂടുന്നതല്ലാതെ ഗർഭാവസ്ഥയിൽ മറ്റ് പല മാറ്റങ്ങളും ഏർപ്പെടും. സന്ധികളും ലിഗ്മെന്റും അയയുകയും വെള്ളം കൂടിച്ചേരുകയും ചെയ്യുന്നതുകൊണ്ട് നിങ്ങളുടെ പിടി അയയുന്നു. നിങ്ങൾ ഗർഭാവസ്ഥയിലെ വെല്ലുവിളികളെ അഭിമുഖീകരിച്ചുകൊണ്ടിരിക്കുകയാണ്. മറവി കൂടുതലാകുകയാണ്. അതുകൊണ്ട് നിങ്ങൾക്ക് ഒരു കാര്യത്തിലും ഏകാഗ്രത പാലിക്കാൻ കഴിയുന്നില്ല. വയറിന്റെ ഭാരം കൂടുന്നതോടൊപ്പം നിങ്ങളുടെ ഗുരുത്വാകർഷണ കേന്ദ്രവും മാറിയിരിക്കുന്നു. അതുകൊണ്ട് ചിലപ്പോൾ നിങ്ങളുടെ ബാലൻസും തെറ്റുന്നു. നിങ്ങൾ കോണികയറുമ്പോൾ, ചരിവിലിരുന്ന് ഇറങ്ങുമ്പോൾ, ഭാരമുള്ള വസ്തുക്കൾ എടുക്കുമ്പോൾ ഈ സമതുലനക്കുറവ് അനുഭവപ്പെടും. വയറ് വീർത്തതുകൊണ്ട് കാലിന്റെ മുമ്പിലുള്ള സാധനങ്ങൾ നിങ്ങൾക്ക് കാണാൻ കഴിയുകയില്ല, കുഴപ്പം കാരണം താഴെ വീഴും. ഗർഭാവസ്ഥയിലെ ക്ഷീണവും ഇതിന് ഒരു കാരണമായി പറയാം.

ഇത്തരത്തിലുള്ള വിഡ്ഢിത്തം കാരണം മുൻകോപം വരും. കാറിന്റെ താക്കോൽ കൂട്ടം വല്ലപ്പോഴും താഴെ വീണാൽ അതെടുക്കുന്നതിനിടയിൽ മുതുകിലോ കഴുത്തിലോ വേദന ഉണ്ടാകും.

നിങ്ങൾ പെട്ടെന്ന് വീണാൽ എന്തെങ്കിലും ഗുരുതരമായ മുറിവ് ഏർപ്പെടാനും ഇടയുണ്ട്. നിങ്ങളുടെ ദൈനംദിന ജോലികളിൽ കുറച്ചുമാറ്റം വരുത്തേണ്ടിവരും. വീട്ടിലെ കണ്ണാടി പാത്രങ്ങൾ കഴുകുന്ന ജോലി മറ്റാരെയെങ്കിലും ഏൽപ്പിക്കുക. തറ വഴുവഴുപ്പുള്ളതാണെങ്കിൽ സൂക്ഷിച്ച് നടക്കുക. ആവശ്യമില്ലാത്ത കുഷനുണ്ടെങ്കിൽ ടബ്ബിൽവെക്കുക. പടിക്കെട്ടിൽ സാധനങ്ങൾ വയ്ക്കരുത്, നിങ്ങൾ തടുക്കിവീണേക്കാം. കസേരയിൽ കയറിനിന്ന് ഒരു കാര്യവും ചെയ്യരുത്. ക്ഷീണം തോന്നുന്നുണ്ടെങ്കിൽ അധികം ജോലി ചെയ്യരുത്. നിങ്ങളുടെ ലിമിറ്റ് മനസ്സിലാക്കി അതിനനുസരിച്ച് നടക്കുകയും ഇതിനെ ലൈറ്റായി എടുക്കുകയും ചെയ്യാൻ പഠിക്കുക.

കൈ മരവിക്കുക

"അർദ്ധരാത്രിയിൽ കണ്ണുതുറക്കുമ്പോൾ എന്റെ കൈയ്യിലെ വിരലുകൾ മരവിച്ചതായി അനുഭവപ്പെടുന്നു. ഇതും ഗർഭാവസ്ഥ കാരണമാണോ?"

നീരുവന്ന് വീർത്ത ടിഷ്യൂക്കൾ കാരണം ഞരമ്പുകളിൽ സമ്മർദ്ദം ഏർപ്പെടുമ്പോൾ സാധാരണയായി ഗർഭിണികൾക്ക് കൈ-കാലുകളിലെ വിരലുകൾ മരവിച്ചതായി അനുഭവപ്പെടുന്നു. ഇത് സാധാരണ ലക്ഷണമാണ്. ആ വേദനയും മരവിപ്പും നിങ്ങളുടെ വലതുകൈയ്യിലാണ് ഏർപ്പെടുന്നതെങ്കിൽ നിങ്ങൾക്ക് കോർപ്പൽ ടണൽ സിൻഡ്രോം ബാധിച്ചിരിക്കാം. ഒരേ കൈകൊണ്ട് അധിക ജോലികൾ ചെയ്യുന്നവർക്ക് സാധാരണ ഈ പ്രശ്നം ഏർപ്പെടാറുണ്ട്. പല ഗർഭിണികൾക്കും കോർപ്പൽ ടണൽ ബാധിച്ചിട്ടുണ്ടെങ്കിൽ ഇതിന്റെ പ്രഭാവം കൊണ്ട് വിരലുകൾ മരവിക്കുകയും എരിച്ചലും വേദനയും അനുഭവപ്പെടുകയും ചെയ്യും. ഈ ലക്ഷണം കൈയ്യിലും മണിബന്ധത്തിലും വ്യാപിച്ച് ഭുജങ്ങളിലേക്ക് വ്യാപിച്ചേക്കാം.

സി.ടി.എസ്സിന്റെ വേദന എപ്പോൾ വേണമെങ്കിലും ഏർപ്പെടാമെങ്കിലും സാധാരണ രാത്രിയിലാണ് അധികം അനുഭവപ്പെടുന്നത്. കൈയ്യിൽ തലവെച്ച് കിടക്കുന്നതുകൊണ്ട് നില കൂടുതൽ മോശമാകും. രാത്രി ഉറങ്ങുമ്പോൾ കൈകൾ ഉയർന്ന തലയണയിൽ തനിയെവച്ച് ഉറങ്ങുക. മരവിപ്പ് തോന്നുമ്പോൾ കൈ കുടയുക. ഇതുകാരണം ഉറക്കത്തിൽ തടസ്സം ഏർപ്പെട്ടാൽ ഡോക്ടറുടെ അഭിപ്രായം ചോദിക്കുക. മണിബന്ധത്തിൽ സ്പിൽട്ട് ധരിക്കുകയോ അക്യുപഞ്ചർ ചെയ്യുകയോ ചെയ്താൽ ആശ്വാസം കിട്ടും.

സി.ടി.എസ്സിന് കൊടുക്കുന്ന നോൺ സ്റ്റീറോയ്ഡ്, ആന്റി ഇംക്ജാമെട്ര് എന്നീ മരുന്നുകൾ ഗർഭാവസ്ഥക്കിടയിൽ കൊടുക്കാറില്ല. നിങ്ങളുടെ ഡോക്ടറോട് അന്വേഷിക്കുക. പ്രസവത്തിനുശേഷം വീക്കം കുറയുമ്പോൾ സി.ടി.എസ്സിൽ നിന്നും താനേ ആശ്വാസം ലഭിക്കും.

"എല്ലായ്പ്പോഴും കാലുകൾ കോച്ചുന്നതുകൊണ്ട് എനിക്ക് രാത്രി ഉറങ്ങാൻ കഴിയുന്നില്ല"

രണ്ടാമത്തെ മൂന്നാം മാസം സാധാരണയായി കാലുകളിൽ കോച്ചൽ ഉണ്ടെന്ന് പരാതിപ്പെടാറുണ്ട്. ഇതിന്റെ ശരിയായ കാരണം ആർക്കും അറിയുകയില്ല. പല കാരണങ്ങൾ പറയാം, ഗർഭാവസ്ഥയിലെ ഭാരം, രക്തനാളങ്ങൾമൂലം കാലുകളിൽ സമ്മർദ്ദം, ആഹാരം (ഫോസ്ഫറസ് കൂടുതലാകുക, കാൽഷ്യത്തിന്റെയും മെഗ്നീഷ്യത്തിന്റെയും കുറവ്) എന്നിവയെ ഇതിന് കാരണക്കാരാണെന്ന് പറയാം. ഹാർമോണുകളെയും ഇതിന് കാരണമായി കണക്കാക്കാം. എന്തെന്നാൽ ഇവമൂലവും പല ബുദ്ധിമുട്ടുകളും ഏർപ്പെടും.

കാരണം എന്തായാലും നിങ്ങൾക്ക് അവയിൽ നിന്ന് രക്ഷപ്പെടാനുള്ള ഉപായങ്ങൾ ചെയ്യാൻ കഴിയും.

- കാലുകളിൽ കോച്ചൽ ഏർപ്പെട്ടാൽ കാലുകൾ നീട്ടിവെക്കുക. നിങ്ങളുടെ ഞെരിയാണിയും കാലടിയും മേൽപ്പോട്ടുവലിക്കുക. ഇതുകൊണ്ട് വേദന കുറയും. രാത്രി ഉറങ്ങുന്നതിനുമുമ്പ് പല പ്രാവശ്യം രണ്ടുകാലുകളിലും ഇപ്രകാരം ചെയ്യുക. സ്ട്രെച്ചിങ്ങ് വ്യായാമം കൊണ്ട് വേദന ഉണ്ടാകുന്നതിനുമുമ്പുതന്നെ അത് തടയാൻ കഴിയും. ഉറങ്ങുന്നതിന് മുമ്പ് ചുമരിൽ നിന്ന് രണ്ടടി ദൂരത്തിൽ നിൽക്കുക. കൈപ്പത്തികൾ ചുമരിൽ ഉറപ്പിക്കുക. മുന്നോട്ട് കുനിയുക. കുതികാൽ തറയിൽ ഉറപ്പിച്ചിരിക്കണം. 10 സെക്കന്റുകൾവരെ അങ്ങനെതന്നെ നിൽക്കുക. പിന്നീട് 5 സെക്കന്റ് വിശ്രമിക്കുക. ഇത് മൂന്ന് പ്രാവശ്യം ആവർത്തിക്കുക.
- നിങ്ങളുടെ കാലുകളുടെ അനാവശ്യ ഭാരം കുറക്കാൻ കാലുകൾ ഉയർത്തി വെച്ചിരിക്കുക. പകലിൽ സ്പോർട്ട്സ് ഹോസ് ധരിക്കുക. കാലുകളുടെ വഴങ്ങുന്ന ഗുണം നിലനിർത്തുക.
- തണുത്ത സ്ഥലത്തുനിന്നാലും ഈ കോച്ചുവലിക്ക് ആശ്വാസം കിട്ടും.

ഒന്നും ശരിയല്ലെന്ന് തോന്നുമ്പോൾ

ചിലപ്പോൾ വയറിൽ കഠിനമായ വേദന, യോനിയിലെ സ്രവത്തിന്റെ നിറം മാറുക, മുതുകിലോ പെൽവിക് ഏരിയയിലോ വേദന എന്നിങ്ങനെയുള്ള ഏതെങ്കിലും ലക്ഷണം ഗുരുതരമാണെന്നു തോന്നിയാൽ ഡോക്ടറെ വിളിക്കാൻ താമസിക്കരുത്. നിങ്ങളുടെ മുമ്പിലത്തെ ലക്ഷണങ്ങളെ പ്പറ്റിയും പറഞ്ഞാൽ അദ്ദേഹത്തിന് ഇതുരണ്ടും ഒന്നുചേർത്തുനോക്കാൻ കഴിയും. നിങ്ങൾക്കുതന്നെയാണ് നിങ്ങളുടെ ശരീരത്തെക്കുറിച്ച് ഏറ്റവും നന്നായി അറിയാൻ കഴിയുകമെന്ന ഓർമ്മ വേണം. അത് നിങ്ങളോട് എന്താണ് പറയാൻ ആഗ്രഹിക്കുന്നതെന്ന് കേൾക്കുക.

- നിങ്ങൾക്ക് മാലിഷിന്റെയും ഫൊമന്റേഷന്റെയും സഹായം സ്വീകരിക്കാം. ഫ്ലെക്സിങ്ങും തണുത്ത തറയും കൊണ്ട് ആശ്വാസം ലഭിച്ചില്ലെങ്കിൽ മാലിഷും ഫൊമന്റേഷനും പരീക്ഷിക്കേണ്ട.
- ദിവസവും കുറഞ്ഞത് എട്ട് ഗ്ലാസ് വെള്ളം തീർച്ചയായും കുടിക്കുക.
- തികച്ചും സമതുലിതമായ ആഹാരം കഴിക്കുക. അതിൽ കാൽഷ്യവും മഗ്നീഷ്യവും ധാരാളം ഉണ്ടായിരിക്കണം.

പലപ്പോഴും കോച്ചൽ കൂടുതലാകുന്നതുകൊണ്ട് മാംസപേശികളിലും വീക്കം ഏർപ്പെട്ടേക്കാം. അതുകൊണ്ട് തീരെ പരിഭ്രമിക്കരുത്. വേദന കൂടുതലുണ്ടെങ്കിൽ ഡോക്ടറെ കാണിക്കുക. ചിലപ്പോൾ ഞരമ്പിൽ രക്തബിന്ദുക്കൾ കട്ടപിടിച്ചിട്ടുണ്ടാകും.

ഹെമറോയ്ഡ്സ്

"എനിക്ക് ഹെമറോയ്ഡ്സിന്റെ പ്രശ്നം ഉണ്ട്. ഗർഭാവസ്ഥയിൽ ഇത് കൂടുതൽ മോശമാകുമെന്ന് കേട്ടിട്ടുണ്ട്. ഇതിൽനിന്ന് രക്ഷ നേടാൻ ഞാൻ എന്താണ് ചെയ്യേണ്ടത് ?"

ഏകദേശം 50% സ്ത്രീകൾ ഈ ബുദ്ധിമുട്ട് അനുഭവിക്കുന്നുണ്ട്. കാലുകളിൽ വെരിക്കോസ് വെയിൻസുപോലെ മലാശയത്തിലെ ഞരമ്പുകളും ബാധിക്കപ്പെടുന്നു. ഗർഭാശയത്തിന്റെ വർദ്ധിച്ചുവരുന്ന സമ്മർദ്ദം കാരണം പെൽവിക് ഏരിയയിൽ രക്തപ്രവാഹം അധികമാകുന്നതുകൊണ്ട്. മലാശയത്തിലെ ഞരമ്പുകൾ വീർക്കുന്നു. അവയിൽ ചെറിയ ചൊറിച്ചിലും ഏർപ്പെടുന്നു. മലബന്ധമോ പൈൽസോ ഉണ്ടായേക്കാം. ഞരമ്പുകൾ മുന്തിരിങ്ങയുടെ കൊത്തുപോലെ ആകുന്നതുകൊണ്ടാണ് ഇതിനെ പൈൽസ് എന്നുപറയുന്നത്.

ആദ്യം മലബന്ധം ഏർപ്പെടാതെ സൂക്ഷിക്കുക. കീഗൽ വ്യായാമം ചെയ്യുക. വളരെ നേരം നിൽക്കുകയോ ഇരിക്കുകയോ ചെയ്യേണ്ട ജോലികൾ ചെയ്യാതിരിക്കുക. മൂത്രമൊഴിക്കണമെന്ന് തോന്നിയാൽ താമസിക്കരുത്. സ്റ്റെപ്സ്റ്റൂൾ ഇരുന്ന് മലവിസർജ്ജനം ചെയ്യുന്നത് എളുപ്പമായിരിക്കും.

ഹൈജൽ പാക്ക് അല്ലെങ്കിൽ ഐസ് പാക്ക് ചെയ്താൽ കുറച്ച് ആശ്വാസം കിട്ടും. ഇളം ചൂടുവെള്ളത്തിൽ കുളിക്കുന്നതുകൊണ്ട് ആശ്വാസം കിട്ടും. ഇരിക്കുമ്പോൾ വേദന തോന്നുന്നുണ്ടെങ്കിൽ അടിയിൽ തലയണവച്ച് ഇരിക്കുക. ഏതെങ്കിലും മരുന്ന് കഴിക്കുന്നതിനുമുമ്പ് ഡോക്ടറോട് ചോദിക്കുക. കൈവൈദ്യം ചെയ്തുനോക്കരുത്. അവർ ഒരു സ്പൂൺ മിനറൽ ഓയിൽ തേച്ചുനോക്കാൻ പറയും. ഇതുമൂലം പല വിലമതിക്കാൻ കഴിയാത്ത പോഷകതത്വങ്ങളും പിൻവാതിൽ വഴി പുറത്തുപോകും. എപ്പോഴെങ്കിലും ഇതുകാരണം രക്തപോക്കുണ്ടായാൽ ഉടനെ ഡോക്ടറോട് പറയുക.

സാധാരണ ഹെമറോയ്ഡ്സ് പ്രസവത്തിനുശേഷം ശരിയാകും, അത് അത്രയ്ക്ക് അപകടകാരിയല്ല. ചിലപ്പോൾ പ്രസവശേഷവും ഇത് ഉണ്ടായെന്നുവരും.

മാറിടത്തിൽ ഗ്രന്ഥി

"എന്റെ മാറിടത്തിന്റെ ഒരു മൂലയിൽ ചെറിയ ഗ്രന്ഥി പോലെയുണ്ട്. അതെന്താണ്?"

കുഞ്ഞിന് മുലയൂട്ടാൻ ഇനിയും ധാരാളം സമയമുണ്ടെങ്കിലും സ്തനങ്ങൾ അവരുടെ ജോലി തുടങ്ങിക്കഴിഞ്ഞു. ഗർഭാവസ്ഥയുടെ ഈ ദിവസങ്ങളിൽ മാറിടത്തിൽ ചുകന്ന മൃദുവായ ഗ്രന്ഥികൾ കാണപ്പെടും. കുറച്ച് ഫൊമെന്റ് ചെയ്യുകയോ മാലിഷ് ചെയ്യുകയോ ചെയ്താൽ ഈ ഗ്രന്ഥികൾ താനേ ശരിയാകും. ഈ ദിവസങ്ങളിൽ അണ്ടർ വെയർ ബ്രാ ധരിക്കരുതെന്നും, ഏതു വസ്ത്രം ധരിച്ചാലും അതുകൊണ്ട് സ്തനങ്ങൾക്ക് സപ്പോർട്ട് ലഭിക്കണമെന്നുമാണ് വിശേഷജ്ഞന്മാരുടെ അഭിപ്രായം.

ഗർഭാവസ്ഥയിലും സ്തനങ്ങളെ മാസംതോറും പരിശോധിപ്പിക്കണമെന്ന കാര്യം

മറക്കരുത്. സ്തനങ്ങളിൽ ഏർപ്പെടുന്ന മാറ്റങ്ങൾ കാരണം ഈ പരിശോധന കുറച്ച് കഠിനമാണെങ്കിലും ഈ ഗ്രന്ഥികൾ ഡോക്ടർക്ക് തീർച്ചയായും കാണിക്കണം.

കുഞ്ഞ് ജനിക്കുന്നതുകൊണ്ട് ഉണ്ടാകുന്ന വേദന

"ഞാൻ അമ്മയാകാൻ പോകുന്നതിനെക്കുറിച്ച് ആകാംക്ഷഭരിതയാണ്. കുഞ്ഞ് ജനിക്കുന്ന അനുഭവം എങ്ങിനെയാണ്. വേദനയെക്കുറിച്ചോർക്കുമ്പോൾ എനിക്ക് വല്ലാത്ത വിഷമം തോന്നുന്നു"

സാധാരണ എല്ലാ അമ്മമാരും കുഞ്ഞ് ജനിക്കുന്നതിനെക്കുറിച്ച് ആകാംക്ഷഭരിതരാണ്. എന്നാൽ അവർക്ക് പ്രസവവേദനയെക്കുറിച്ച് ഓർക്കുമ്പോൾതന്നെ പരിഭ്രമം തോന്നാൻ തുടങ്ങുന്നു. ഇതിൽ ആശ്ചര്യപ്പെടാൻ ഒന്നുമില്ല. ഇതുവരെ ഒരു വേദനയും അനുഭവിച്ചിട്ടില്ലാത്തവർക്ക് ഇത് ഭൂതം തന്നെയാണ്.

പ്രസവസമയത്തുള്ള വേദന ജീവിത പ്രക്രിയയുടെ ഒരു ഭാഗമാണെന്ന് ഓർമ്മവെക്കുക. നൂറ്റാണ്ടുകളായി സ്ത്രീകൾ തന്നെയാണ് ഇത് സഹിച്ചുവരുന്നത്. ഈ വേദനക്ക് ഒരു അനുകൂല ഉദ്ദേശവും ഉണ്ട്. ഈ വേദനക്കുശേഷമാണല്ലോ. ഓമനകുഞ്ഞ് നിങ്ങളുടെ കൈകളിലെത്തുന്നത്. ഈ വേദന കുറച്ചുനേരത്തേക്കേ ഉണ്ടാകൂ. ഇത് ജീവിതകാലം മുഴുവൻ നിങ്ങളുടെ കൂടെ ഉണ്ടായിരിക്കില്ല. വേണമെങ്കിലോ ചോദിക്കുമ്പോഴോ മാത്രമെ വേദന കുറക്കാനുള്ള മരുന്ന് കൊടുക്കാറുള്ളൂ. ഈ വേദന കണ്ട് പരിഭ്രമിക്കണ്ട. ഇതിനെ അഭിമുഖീകരിക്കാൻ തയ്യാറാവുക. നിങ്ങളുടെ മനസ്സിനെയും ശരീരത്തിനെയും ഈ വേദന സഹിക്കാൻ തയ്യാറാക്കുക.

അറിവുനേടുക:– വാസ്തവത്തിൽ തങ്ങളുടെ ശരീരത്തിൽ എന്താണ് സംഭവിക്കുന്നതെന്ന് സ്ത്രീകൾക്ക് മനസ്സിലാക്കാൻ കഴിയുന്നില്ല, അതുകൊണ്ടാണ് അവർ കൂടുതൽ പരിഭ്രമിക്കുന്നത്. അതുകൊണ്ട് വേദന ഉണ്ടാകുന്നു എന്നുമാത്രമെ അവർക്ക് അറിയാൻ കഴിയുന്നുള്ളൂ. നമ്മൾക്ക് അറിയാത്ത കാര്യങ്ങൾ നമ്മെ കൂടുതൽ ഭയപ്പെടുത്തുന്നു. അതുകൊണ്ട് ഇതിനെപ്പറ്റി കൂടുതൽ അറിവുനേടാൻ ശ്രമിക്കുക.

ഗർഭാവസ്ഥക്ക് നടുവിലോ പിന്നീടുള്ള ദിവസങ്ങളിലോ രക്തസ്രാവം

രണ്ടാമത്തെയോ മൂന്നാമത്തെയോ മൂന്നാം മാസത്തിൽ ഇളം റോസ് നിറത്തിലുള്ള രക്തസ്രാവം കണ്ട് പരിഭ്രമിക്കേണ്ട. ഇത് ഇന്റേർണൽ പരിശോധന കാരണമോ, സംഭോഗം കാരണമോ ഏർപ്പെട്ടേക്കാം. ഇതോടൊപ്പം ഭയങ്കര വേദനയും കൂടുതൽ രക്തപ്പോക്കും ഉണ്ടെങ്കിൽ ഡോക്ടറെ കാണാൻ വൈകരുത്. അദ്ദേഹം അൾട്രാസൗണ്ടുമൂലം ശരിയായ സ്ഥിതി എന്താണെന്ന് കണ്ടുപിടിക്കും.

പ്രീക്ലെംസിയയുടെ കാരണം

പ്രീക്ലെംസിയ അതായത് ഗർഭാവസ്ഥക്കിടയിൽ "ഹൈപർ ടെൻഷൻ". ഇത് സാധാരണ 3 മുതൽ 7 ശതമാനം ഗർഭാവസ്ഥകളിൽ ഉണ്ടാകും. ഇത് ശരിയായ സമയത്ത് കണ്ടുപിടിച്ചാൽ പലജഡിലതകളിൽ നിന്നും രക്ഷനേടാൻ കഴിയും. പെട്ടെന്ന് തൂക്കം കൂടുക, കൈ-കാലുകൾ വീങ്ങുക, തലവേദന, വയറുവേദന അല്ലെങ്കിൽ കണ്ണ് മഞ്ഞളിക്കുക എന്നിവയാണ് ഇതിന്റെ പ്രാരംഭലക്ഷണങ്ങൾ. ഇങ്ങനെയുള്ള എന്തെങ്കിലും ലക്ഷണം കണ്ടാൽ ഡോക്ടറെ ഉടനെ കാണണം. പതിവായ മെഡിക്കൽ ശുശ്രൂഷ ഏത് രോഗത്തിന്റെ ജഡിലതകളിൽ നിന്നും നിങ്ങളെ രക്ഷിക്കും.

വ്യായാമം ചെയ്യുക:– ഈ പ്രക്രിയകളെല്ലാം ശരീരത്തോട് ബന്ധപ്പെട്ടതാണ്. അതുകൊണ്ട് ഡോക്ടറുടെ ഉപദേശം കേട്ട് സ്ട്രെച്ചിങ്ങിലെയും, ടോണിങ്ങിലെയും എല്ലാ വ്യായാമങ്ങളും ചെയ്തുകൊണ്ടിരിക്കുക. അപ്പോൾ ശരീരത്തിന്റെ ശക്തിയും വഴങ്ങുന്ന തന്മയും പ്രസവസമയത്ത് ഉപയോഗപ്പെടും. കീഗൽ വ്യായാമം ചെയ്യാനും മറക്കരുത്.

ടീം ഉണ്ടാക്കുക:– നിങ്ങളോട് അനുകമ്പയുള്ള ആരെയെങ്കിലും കൂട്ടുപിടിക്കുക. അത് നിങ്ങളുടെ ചങ്ങാതിയോ, ഭർത്താവോ, ബന്ധുവോ ആവാം. അവർ പ്രസവസമയത്ത് നിങ്ങളെ സഹായിക്കും, നിങ്ങളുടെ ഭയവും പിരിമുറുക്കവും മാറ്റിത്തരും.

പ്രസവത്തോട് ബന്ധപ്പെട്ടഭയം

"ഞാൻ പ്രസവത്തിനിടയിൽ എന്തെങ്കിലും കുഴപ്പം കാണിക്കുമോ എന്നാണ് എന്റെ ഭയം"

ഇപ്പോൾ നിങ്ങൾ ആ സ്ഥിതിയിൽ അല്ലാത്തതുകൊണ്ട് നിലവിളിക്കുക, കരയുക, എന്തെങ്കിലും കുഴപ്പം കാട്ടുക എന്നിവയെപ്പറ്റി ഓർക്കുമ്പോൾ തന്നെ പേടിതോന്നും. എന്നാൽ പ്രസവവേദന തുടങ്ങിക്കഴിഞ്ഞാൽ ഇക്കാര്യമെല്ലാം മനസ്സിൽ നിന്ന് മാറും. നിങ്ങളുടെ റൂമിലുള്ള നേഴ്സോ, സഹായിയോ ആരായാലും അവർ മുമ്പും ഇതൊക്കെ കണ്ടിട്ടുള്ളതാണ്. സ്ത്രീകൾ ഈ അവസ്ഥയിൽ എങ്ങനെ പെരുമാറുമെന്ന് അവർക്കറിയാം. നിങ്ങൾ വേണമെങ്കിൽ നല്ലപോലെ നിലവിളിച്ചോളൂ. എന്നാൽ നിങ്ങൾക്ക് മൗനമായി ബുദ്ധിമുട്ട് സഹിക്കാൻ കഴിയുമെങ്കിൽ മറ്റുള്ളവരെ പ്പോലെ ഒച്ചവെക്കേണ്ടതില്ല.

• • •

ഏഴാം മാസം

ഏകദേശം 28 മുതൽ 31 ആഴ്ചകൾ

മൂന്നാമത്തെ അതായത് ഒടുക്കത്തെ മൂന്നാം മാസത്തിലേക്ക് സ്വാഗതം. വിശ്വസിച്ചാലും ഇല്ലെങ്കിലും നിങ്ങൾ ഓട്ടത്തിൽ വളരെ മുമ്പിലെത്തിക്കഴിഞ്ഞു. കുഞ്ഞോമനയെ കയ്യിലെടുത്ത് ഉമ്മ കൊടുക്കാൻ ഇനി കുറച്ചുസമയമെ വേണ്ടു. ഈ ദിവസങ്ങളിൽ ഗർഭാവസ്ഥയിലെ ബുദ്ധിമുട്ടുകൾ കൂടാതെ നിങ്ങളുടെ ഉത്തേജനവും ഉത്സുകതയും ഉച്ചഘട്ടത്തിലായിരിക്കും. അതുകൊണ്ട് നിങ്ങളുടെ ഭാരം പതിന്മടങ്ങ് കൂടുതലാണെന്ന് തോന്നും.

ഗർഭാവസ്ഥയുടെ അവസാന ഘട്ടം എന്നാൽ പ്രസവത്തിന്റെ സമയം അടുത്തു എന്നാണ് അർത്ഥം. നിങ്ങൾ അതിനെക്കുറിച്ച് പദ്ധതി ആസൂത്രണം ചെയ്യണം. തയ്യാറെടുപ്പുകൾ ചെയ്യണം, അതിനെക്കുറിച്ച് അറിവുനേടണം.

ഈ മാസം നിങ്ങളുടെ കുഞ്ഞിന്റെ വളർച്ച

28-ാമത്തെ ആഴ്ച:– ഈ മാസം നിങ്ങളുടെ പ്രിയപ്പെട്ട കുഞ്ഞിന് 2½ പൗണ്ട് തൂക്കവും ഏകദേശം 10 ഇഞ്ച് നീളവും ഉണ്ടായിരിക്കും. അതോടൊപ്പം അത് ചുമക്കുവാനും, ചപ്പാനും, എക്കിൾ എടുക്കാനും പഠിച്ചുകഴിഞ്ഞു. കുഞ്ഞിനെക്കുറിച്ചുള്ള സ്വപ്നത്തിൽ മുഴുകിയോ? അതും കണ്ണുചിമ്മി അമ്മയെ സ്വപ്നത്തിൽ കാണുന്നുണ്ടാകും. അതിനും ഇപ്പോൾ റൈം (റാപ്പിഡ് ഐമൂവ്മെന്റ്) സ്ലീപ്പ് വരാൻ തുടങ്ങിയിരിക്കുന്നു. എന്നാൽ അത് ഇനിയും ജന്മദിനത്തിനു വേണ്ടി തയ്യാറായിട്ടില്ല. അതിന്റെ ശ്വാസകോശങ്ങൾ പൂർണ്ണമായി വളർന്നുകഴിഞ്ഞു. എന്നാൽ ഇനിയും പല വളർച്ചകളും ബാക്കിയുണ്ട്.

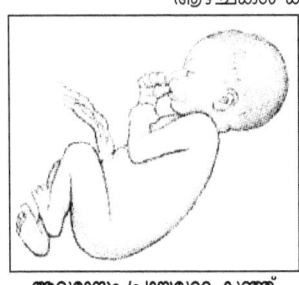

ആറുമാസം പ്രായമുള്ള കുഞ്ഞ്

29-ാമത്തെ ആഴ്ച:– ഇപ്പോൾ കുഞ്ഞിന് 17 ഇഞ്ച് നീളവും 3 പൗണ്ട് തൂക്കവും ഉണ്ടായിരിക്കും. അതിന്റെ നീളം ജനനത്തിന് തയ്യാറായെങ്കിലും മറ്റുപല ജോലികളും ബാക്കിയുണ്ട്. വാസ്തവത്തിൽ അടുത്ത 11 ആഴ്ചകൾ കുഞ്ഞിന്റെ തൂക്കം ഇരട്ടിയോ മൂന്നിരട്ടിയോ ആകും. ഈ തൂക്കം അതിന്റെ ശരീരത്തിൽ കൂടിച്ചേരുന്ന കൊഴുപ്പ് കാരണമാണ് കൂടുന്നത്. ഇപ്പോൾ നിങ്ങൾക്ക് ഗർഭപാത്രത്തിന്റെ ഭാരം കൂടിയതായി തോന്നും. തൊഴിക്കുപകരം കൈ മുട്ടോ കാൽമുട്ടോ കൊണ്ടുള്ള കുത്ത് അനുഭവപ്പെടും.

30-ാമത്തെ ആഴ്ച:– 17 ഇഞ്ച് നീളവും 3 പൗണ്ട് തൂക്കവുമുള്ള കുഞ്ഞോമന! അത് പ്രതിദിനം വളർന്നുകൊണ്ടിരിക്കുകയാണ്. നിങ്ങൾക്ക് വയറിന്റെ പുറത്തുനിന്ന് അതിനെപ്പറ്റി അനുമാനിക്കാൻ കഴിയുകയില്ല. അതിന്റെ മസ്തിഷ്കവും പുറം ലോകത്തേക്കു വരാൻ തയ്യാറായിക്കൊണ്ടിരിക്കുകയാണ്. അതിന്റെ മസ്തിഷ്കത്തിലെ ടിഷ്യൂക്കൾ പതുക്കെപ്പതുക്കെ വളരും, എന്തെന്നാൽ അതിന് മുട്ടുകുത്തി നടക്കണം, സ്കൂളിലേക്ക് പോകണം, പിന്നീട് ഒരു പൂർണ്ണ മസ്തിഷ്കമുള്ള വ്യക്തിയാകണം. അതിന്റെ ശരീരത്തിന്റെ താപനിലയും റെഗുലറായി തുടങ്ങി. അതിന്റെ ശരീരത്തിൽ മുടിയും വളർന്നിരിക്കുന്നു.

31-ാമത്തെ ആഴ്ച:– കുഞ്ഞിന്റെ തൂക്കം 3 പൗണ്ടിനും 5 പൗണ്ടിനും നടുവിലാണെങ്കിലും അതിന് പ്രസവം വരെ ഇനിയും വളരെ തൂക്കം കൂട്ടേണ്ടതുണ്ട്. അത് തന്റെ ജന്മംവരെ വളരെ വേഗത്തിൽ വളർന്നു കൊണ്ടിരിക്കും. അതിന്റെ മസ്തിഷ്കത്തിന്റെ സമ്പർക്കവും ഏർപ്പെടാൻ തുടങ്ങിയിരിക്കുന്നു. അത് തന്റെ പഞ്ചേന്ദ്രിയങ്ങളുടെ സൂചന മനസ്സിലാക്കാൻ തുടങ്ങിയിരിക്കുന്നു. ഈ ദിവസങ്ങളിൽ വളരെനേരം റൈം സ്ലീപ്പിൽ ഇരിക്കാൻ തുടങ്ങിയിരിക്കുന്നു. തൊഴിക്കുന്നതുവെച്ച് അത് ഉറങ്ങുകയാണോ ഉണർന്നിരിക്കുകയാണോ എന്ന് നിങ്ങൾക്ക് മനസ്സിലാക്കാൻ കഴിയും.

നിങ്ങൾക്ക് എന്ത് അനുഭവപ്പെടുന്നുണ്ടാകും?

ഓരോ ഗർഭാവസ്ഥയും ഓരോ സ്ത്രീയും വ്യത്യസ്തരായിരിക്കുമെന്ന കാര്യം എപ്പോഴും പോലെ ഓർക്കുക. നിങ്ങൾ ഒരുമിച്ചോ അല്ലെങ്കിൽ ഇടയ്ക്കിടെയോ ഈ ലക്ഷണങ്ങൾ അനുഭവിക്കുന്നുണ്ടാകും. ചില ലക്ഷണങ്ങൾ പോയമാസം മുതൽ തുടരുന്നുണ്ടാകും. ചിലത് പുതിയതായിരിക്കും. ചില ലക്ഷണങ്ങൾ നിങ്ങൾക്ക് ശീലമായതുകൊണ്ട് തിരിച്ചറിയുന്നതുപോലും കഠിനമായിരിക്കും. നിങ്ങളുടെ ലക്ഷണങ്ങൾ ചിലപ്പോൾ ഇതിൽ കുറവായിരിക്കും. ഈമാസം നിങ്ങൾക്ക് താഴെക്കൊടുത്തിരിക്കുന്ന ലക്ഷണങ്ങൾ അനുഭവപ്പെട്ടേക്കാം.

ശാരീരികം

- ഭ്രൂണത്തിന്റെ ചലനങ്ങൾ മുമ്പിലത്തെക്കാൾ കൂടുതൽ
- യോനി സ്രാവം വർദ്ധിക്കുക.
- വയറിന്റെ അടിഭാഗത്തും രണ്ടുവശങ്ങളിലും വേദന.
- മലബന്ധം
- നെഞ്ചുവേദന, അജീർണ്ണം, വയറുവീർക്കുക.
- തലവേദന, മയക്കം അല്ലെങ്കിൽ തലചുറ്റൽ.
- മൂക്കടപ്പ്, മൂക്കിൽനിന്ന് ചോര വരലും, കാതിൽ അഴുക്ക്.
- ബ്രഷ് ചെയ്യുമ്പോൾ മോണകളിൽ നിന്ന് രക്തം വരുക.
- കാലുകൾ കോച്ചുക.

ബേബി ബ്രെയിൻ ഫുഡ്

നിങ്ങൾ കുഞ്ഞിന്റെ മസ്തിഷ്കത്തിന് പോഷണം നൽകിക്കൊണ്ടിരിക്കുന്നുവോ? അതിന്റെ മസ്തിഷ്കത്തിന്റെ വികാസത്തിന് മൂന്നാമത്തെ മൂന്നാം മാസം ഒമേഗാ - 3 കൊടുക്കേണ്ടത് അനിവാര്യമാണ്.

ഒരു കണ്ണോട്ടം

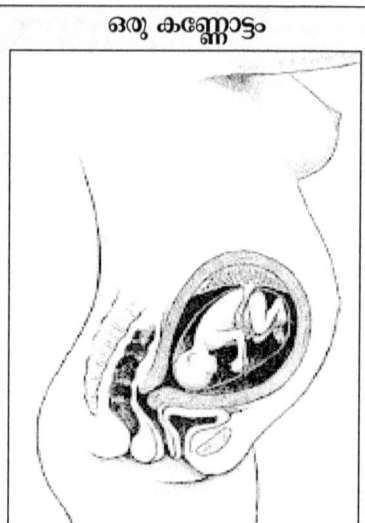

ഈ മാസത്തിന്റെ ആരംഭത്തിൽ ഗർഭാശയം പ്യൂബിക്ക് ബോണിന്റെ ഏകദേശം 11 ഇഞ്ച് മുകളിലായിരിക്കും. അടുത്ത മാസം കുഞ്ഞിന്റെ തല കുറച്ചുവലുതാകും. നിങ്ങൾക്ക് നാഭിക്ക് 4½ ഇഞ്ചു മുകളിൽ ഇത് അനുഭവിച്ചറിയാൻ കഴിയും. അതിന് 8 മുതൽ 10 ആഴ്ചകൾവരെ ഇനിയും വളരണം. ആശ്ചര്യമായോ!

- മുതുകുവേദന
- കാലുകളിൽ വെരിക്കോസ് വെയിൻ
- ഹെമറോയ്ഡ്
- വയറിൽ ചൊറിച്ചിൽ
- നാഭി പൊന്തിവരുക
- സ്ട്രെച്ച് മാർക്സ്
- ശ്വാസം എടുക്കാൻ ബുദ്ധിമുട്ട്
- ഉറക്കം വരാതിരിക്കുക
- ഗർഭാശയം സങ്കോചിക്കുക
- കാര്യങ്ങൾ ശരിക്കുചെയ്യാൻ കഴിയാതെ വരുക
- നെഞ്ചിന്റെ വ്യാപ്തി

വൈകാരികം

- ഉത്തേജനത്തിന്റെ വൃദ്ധി
- ചിന്തയിൽ മുഴുകിയിരിക്കുക
- വിചിത്രമായ സ്വപ്നങ്ങൾ കാണുക
- മ്ലാനതയും മുഷിച്ചിലും വർദ്ധിക്കുക
- ശാരീരികമായി നല്ല അവസ്ഥയിലാകുമ്പോൾ സന്തോഷം

ഈ മാസത്തെ ചെക്അപ്പ്

ഈ മാസത്തെ ചെക്കപ്പിൽ രണ്ടുപുതിയ കാര്യങ്ങൾ ചേർക്കും. മൂന്നാമത്തെ മൂന്നാം മാസത്തിന്റെ ആരംഭത്തിൽ നിങ്ങൾക്ക് താഴെ കൊടുത്തിട്ടുള്ള ചെക്കപ്പുകൾ ചെയ്യേണ്ടിവരും. പക്ഷെ ഇത് നിങ്ങളുടെ ആരോഗ്യ സ്ഥിതിയോ ഡോക്ടറുടെ പരിശോധനാ രീതിയോ അനുസരിച്ചിരിക്കും.

- തൂക്കവും രക്തസമ്മർദ്ധവും
- ഷുഗറിനും പ്രോട്ടീനും വേണ്ടി മൂത്ര പരിശോധന
- ഗർഭാശയത്തിന്റെ ഉയരം
- ഗർഭാശയത്തിന്റെ ആകൃതിയും സ്ഥിതിയും
- കൈ-കാലുകളിൽ വീക്കം
- ഗ്ലൂക്കോസ് സ്ക്രീനിങ്ങ് ടെസ്റ്റ്
- അനീമിയക്കുവേണ്ടി രക്തപരിശോധന
- നിങ്ങൾക്കനുഭവപ്പെടുന്ന ചില പുതിയ ലക്ഷണങ്ങൾ

നിങ്ങൾ എന്തുകരുതുന്നുണ്ടാകും?

ക്ഷീണത്തിന്റെ തിരിച്ചുവരവ്

"കഴിഞ്ഞ ചില മാസങ്ങളിൽ എന്റെ നഷ്ടപ്പെട്ട ഊർജ്ജം തിരിച്ചുകിട്ടിയിരുന്നു. എന്നാൽ ഇപ്പോൾ ഞാൻ വീണ്ടും തോറ്റുകൊണ്ടിരിക്കുകയാണ്. മൂന്നാമത്തെ മൂന്നാം മാസം ഇങ്ങനെ ക്ഷീണം കൂടുതലാകുമോ?"

ഗർഭാവസ്ഥ ഏറ്റ-ഇറക്കങ്ങൾ നിറഞ്ഞതാണ്. മൂഡിന്റെ കാര്യത്തിൽ മാത്രമല്ല ഊർജ്ജത്തിന്റെ ലെവലിന്റെ കാര്യത്തിലും ഇതു തന്നെ പറയാം. ആദ്യത്തെ മൂന്നാം മാസത്തെ ക്ഷീണത്തിനുശേഷം സാധാരണ രണ്ടാമത്തെ മൂന്നാം മാസത്തിൽ നഷ്ടപ്പെട്ട ഊർജ്ജം തിരിച്ചുവരുന്നു. അതുകൊണ്ട് നിങ്ങൾക്ക് രണ്ടാമത്തെ മൂന്നാം മാസം എന്തുവേണമെങ്കിലും ചെയ്യാൻ കഴിയും (വ്യായാമം! സെക്സ്! യാത്ര!) എന്നാൽ മൂന്നാമത്തെ മൂന്നാം മാസത്തിലെത്തിയതും മിക്ക അമ്മമാരും വീണ്ടും ക്ഷീണത്തിന്റെ പിടിയിലാകാൻ തുടങ്ങും, സോഫയിൽ കിടക്കുകയല്ലാതെ മറ്റൊരു രക്ഷയും കാണില്ല.

ഇതിൽ ആശ്ചര്യപ്പെടാൻ ഒന്നുംതന്നെ ഇല്ല. മൂന്നാമത്തെ മൂന്നാം മാസത്തിൽ ക്ഷീണം തോന്നുന്നത് സ്വാഭാവികമാണെങ്കിലും ഇതുകൂടാതെ മറ്റ് പല കാരണങ്ങൾ കൊണ്ടും നിങ്ങൾ ക്ഷീണിക്കും. ഇപ്പോൾ നിങ്ങൾ എത്ര ഭാരമാണ് ചുമക്കുന്നതെന്ന് നോക്കൂ. ഈ വർദ്ധിച്ച ഭാരം നിങ്ങളുടെ ക്ഷീണത്തിന്റെ കാരണമായി തീർന്നിരിക്കുന്നു. ഇതുകാരണം വീർത്ത വയറുകൊണ്ട് നിങ്ങൾക്ക് രാത്രിയിൽ സുഖമായി ഉറങ്ങാൻപോലും കഴിയുന്നുണ്ടാവില്ല. നിങ്ങളുടെ മസ്തിഷ്കത്തിൽ ജോലികളുടെ ലിസ്റ്റ് പതുക്കെ ചുറ്റുന്നുണ്ടാകും (സാമാനം, കുഞ്ഞിന്റെ പേര്, ഡോക്ടറോട് ചോദിക്കേണ്ട ചോദ്യങ്ങൾ എന്നിവ). ഊർജ്ജത്തിന്റെ ലെവൽ കുറഞ്ഞുകൊണ്ടേ പോകുന്നു. ഇതിനുപുറമെ മൂത്തകുട്ടിക്ക് ഭക്ഷണം കൊടുക്കുക, വീട്ടിലും ഓഫീസിലുമുള്ള പല ചുമതലകൾ എന്നിവയിൽ ബുദ്ധി കുടുങ്ങിയിരിക്കുന്നു. ഇതെല്ലാം കാരണം ക്ഷീണം ഇരട്ടിയോ, നാലിരട്ടിയോ ആയിത്തീരും.

എന്നാൽ സാധാരണ മൂന്നാമത്തെ മൂന്നാം മാസത്തോടൊപ്പം ക്ഷീണവും തിരിച്ചുവരും. ഇതിനർത്ഥം മൂന്നുമാസം ജോലിയിൽ നിന്നും

അവധിയെടുത്ത് സോഫായിൽ കിടക്കണമെന്നല്ല. ക്ഷീണം, ശരീരം വിശ്രമിക്കാൻ ആഗ്രഹിക്കുന്നു എന്നതിനുള്ള ഒരു സൂചന മാത്രമാണ്. വേഗത്തിൽ ഓടുന്ന നിങ്ങളുടെ ജീവിതത്തിന് കുറച്ച് വിശ്രമം കൊടുക്കുക. അത്യാവശ്യമല്ലാത്ത ജോലികൾ ലിസ്റ്റിൽ നിന്ന് നീക്കുക. ദിനചര്യയിൽ കുറച്ച് ശിഥിലതാ ടെക്നിക്കുകൾ കൂടിചേർക്കുക. പക്ഷെ അത് നിങ്ങൾക്ക് യോജിച്ചതായിരിക്കണം. 30 നിമിഷം ഉലാത്തിയാൽ നിങ്ങൾക്ക് ഊർജ്ജം കിട്ടും. എന്നാൽ ഒരു മണിക്കൂർ ഉലാത്തിയാൽ വീണ്ടും സോഫായെ ആശ്രയിക്കേണ്ടിവരും. ശരിയായ സമയത്തെ വ്യായാമം ചെയ്യാവൂ. ഉറങ്ങാൻ പോകുന്ന സമയത്ത് വ്യായാമം ചെയ്താൽ മിച്ചമുള്ള ഉറക്കവും ഓടിപ്പോകും, എന്തെന്നാൽ ശരീരം ശാന്തമാകാൻ സമയമെടുക്കും - വയറ് കാലിയായിരിക്കരുത്. ഊർജ്ജത്തിന്റെ ലെവൽ നിലനിർത്തുവാൻ ഇടക്കിടെ പോഷകാംശമുള്ള സ്നാക്സ് കഴിക്കുക. ഉദാ:– ചീസും ക്രൈകർസും, ട്രേൽമിക്സ്, യോഗർട്ടും മൂദിസും അല്ലെങ്കിൽ നിങ്ങൾക്ക് ഇഷ്ടമുള്ള സ്നാക്സ്. കഫൈനെയും പഞ്ചസാരയെയുംകാൾ കൂടുതൽ മെച്ചപ്പെട്ട ഊർജ്ജം ഇവയിൽ നിന്ന് ലഭിക്കും.

മൂന്നാമത്തെ മൂന്നാം മാസത്തെ ക്ഷീണം മൂലം, അമ്മയാവാൻ പോകുന്ന നിങ്ങൾ നിങ്ങളുടെ ഓരോ ഇറ്റ് ഊർജ്ജവും ചേർത്തു വെക്കണമെന്ന് ദൈവം നിങ്ങൾക്ക് സൂചന നൽകുകയാണ്. നിങ്ങളുടെ ശക്തി മുഴുവൻ പ്രസവത്തിനുവേണ്ടി ശേഖരിച്ചുവെക്കണം. അതിനുശേഷവും ശക്തിയുടെയും ഊർജ്ജത്തിന്റെയും ആവശ്യം ഏർപ്പെടും.

കൂടുതൽ വിശ്രമത്തിനുശേഷവും നിങ്ങളുടെ ക്ഷീണം കുറഞ്ഞില്ലെങ്കിൽ ഡോക്ടറെ കാണണം. ചിലപ്പോൾ അനീമിയ കാരണവും മൂന്നാമത്തെ മൂന്നാം മാസം ക്ഷീണം തോന്നാറുണ്ട്. ഇതിനുവേണ്ടി ഡോക്ടർ ഏഴാമത്തെ മാസം രക്തപരിശോധന ചെയ്യുന്നു. അപ്പോൾ നേരത്തെ തന്നെ അനീമിയക്ക് ചികിത്സ ചെയ്യാൻ കഴിയും.

വീക്കം

"സന്ധ്യയാകുമ്പോഴേക്കും എന്റെ കാലിലും ഞെരിയാണികളിലും വീക്കം ഏർപ്പെടുന്നു. ഇതെന്തുകൊണ്ടാണ്?"

ഈ ദിവസങ്ങളിൽ നിങ്ങളുടെ വയറു മാത്രമല്ല വീർക്കുന്നത്. ഗർഭിണികൾക്ക് ഇതു കൂടാതെ മറ്റുപലതും സഹിക്കേണ്ടിവരുന്നു.

മോതിരങ്ങളെ എന്തുചെയ്യും?

നിങ്ങളുടെ കൈവിരലുകളും പതുക്കെപ്പതുക്കെ വീങ്ങിക്കൊണ്ടിരിക്കുകയാണ്. ഇവയിൽ അണിഞ്ഞിട്ടുള്ള മോതിരങ്ങൾ പിന്നീട് ആപത്തായിത്തീരും. അവ അഴിക്കാൻ ഇപ്പോൾതന്നെ ബുദ്ധിമുട്ടുണ്ടെങ്കിൽ കാലത്ത് കൈ നനച്ചശേഷം അഴിക്കുക. അഴിക്കുന്ന സമയത്ത് കൈയ്യിൽ കുറച്ച് സോപ്പ് പുരട്ടുക.

നിങ്ങളുടെ ചെരുപ്പുകൾ ടൈറ്റാകുക മാത്രമല്ല കൈയ്യിലെ മോതിരങ്ങൾ അഴിക്കാൻ ബുദ്ധിമുട്ടാകുകയും ചെയ്യുന്നു. ഗർഭാവസ്ഥയിൽ കൈ-കാലുകളും ഞെരിയാണിയുമൊക്കെ വീങ്ങുന്നത് ഒരു സാധാരണ കാര്യമാണ്. എന്തെന്നാൽ ഇന്നാൾക്കളിൽ ശരീരത്തിൽ ദ്രവാംശം കൂടുതലാകുന്നു. ഗർഭാവസ്ഥയിൽ ഏകദേശം 75% സ്ത്രീകൾ എപ്പോഴെങ്കിലും വീക്കത്തെക്കുറിച്ച് പരാതി പറയാറുണ്ട്. എന്നാൽ 25% സ്ത്രീകൾക്ക് അങ്ങനെയുള്ള ഒരു പരാതിയും ഉണ്ടാകാറില്ല. ചൂടുകാലത്ത് അധികനേരം നിൽക്കുകയോ ഇരിക്കുകയോ ചെയ്താലോ അല്ലെങ്കിൽ സന്ധ്യസമയത്തോ ഈ വീക്കം കൂടുന്നുണ്ടെന്ന് നിങ്ങൾ ശ്രദ്ധിച്ചിരിക്കും. മണിക്കൂറുകളോളം വിശ്രമിക്കുകയോ നല്ലപോലെ ഉറങ്ങുകയോ ചെയ്താൽ ഈ വീക്കം കുറെയൊക്കെ കുറയും.

സാധാരണ ഈ വീക്കം കൊണ്ട് ചെറിയ ബുദ്ധിമുട്ടേ ഉണ്ടാകാറുള്ളൂ. എന്നാൽ ഫാഷനുമായി ഒത്തുതീർപ്പിലെത്തേണ്ടിവരും. നിങ്ങൾക്ക് നിങ്ങളുടെ സ്റ്റൈലിഷ് ഷൂ ധരിക്കാൻ കഴിയില്ല. എന്നാലും ഈ വീക്കത്തിൽ നിന്ന് ആശ്വാസം കിട്ടാൻ താഴെ പറയുന്ന ഉപായങ്ങൾ പ്രയോഗിച്ചുനോക്കാം.

- വളരെനേരം നിന്നുകൊണ്ട് ജോലി ചെയ്യുകയായിരുന്നെങ്കിൽ കുറച്ചു നേരം ഇരിക്കുക. കുറെനേരം ഇരുന്നു ജോലിചെയ്യുകയായിരുന്നെങ്കിൽ കുറച്ചുനേരം എഴുന്നേറ്റ് ഉലാത്തുക. ഓഫീസിൽ ഇടക്കിടെ എഴുന്നേറ്റ് നിൽക്കുക. 5 നിമിഷത്തെ ഉലാത്തൽ കൊണ്ട് ശരീരത്തിലെ രക്തസഞ്ചാരം നേരെയാകും.
- കാലുകൾ ഉയർത്തിവയ്ക്കുക. ഇരിക്കുമ്പോഴും കാലുകൾ ഉയർത്തിവയ്ക്കുക. നിങ്ങൾക്കുമാത്രമെ ഇരിക്കുമ്പോൾ കാലുകൾ ഉയർത്തിവെക്കാനുള്ള അവകാശമുള്ളൂ.

- ചരിഞ്ഞുകിടന്ന് വിശ്രമിക്കുക. നിങ്ങൾ ഇതുവരെ അങ്ങനെയല്ല ഉറങ്ങിയിരുന്നതെങ്കിൽ അങ്ങനെ ഉറങ്ങാൻ ശീലിക്കുക. ഇതുകൊണ്ട് കിഡ്നിയും പൂർണ്ണ വേഗത്തിൽ ജോലിചെയ്തുകൊണ്ടിരിക്കും. ആവശ്യമില്ലാത്ത ദ്രവം ശരീരത്തിൽനിന്ന് പുറത്തുപോകുകയും വീക്കം കുറയുകയും ചെയ്യും.
- ഈ സമയത്ത് ഫാഷനല്ല ശരീരത്തിന്റെ വിശ്രമമാണ് നോക്കേണ്ടത്. കുറച്ചു സമയം ഫാഷൻ നോക്കിയാൽ ശരി, വീട്ടിൽ വന്ന ഉടൻ സൗകര്യപ്രദമായ ചെരുപ്പ് ധരിക്കുക.
- ഡോക്ടർ അനുവാദം തന്നിട്ടുണ്ടെങ്കിൽ വ്യായാമം ചെയ്തുകൊണ്ടിരിക്കുക, വീക്കം കുറെയൊക്കെ കുറയും. നടക്കുന്നതുകൊണ്ട് രക്ത സഞ്ചാരമുണ്ടാകും. രക്തം ഒരിടത്ത് കെട്ടിനിൽക്കുകയില്ല. നീന്തുന്നതും വെള്ളത്തിൽ ഐറോബിക്സ് ചെയ്യുന്നതും ലാഭകരമായിരിക്കും. വെള്ളം കൊണ്ട് ടിഷ്യുക്കളിൽ സമ്മർദ്ദം ഏർപ്പെടും, ദ്രവം നിങ്ങളുടെ ഞരമ്പുകൾ വഴിയായി കിഡ്നിയിൽ എത്തും. പിന്നീട് അത് ശരീരത്തിൽ നിന്ന് വെളിയേറ്റപ്പെടും.
- നിങ്ങൾ എത്ര അധികം വെള്ളം കുടിക്കുന്നുവോ അത്രയും നല്ലതാണ്. ദിവസവും 8 ഗ്ലാസ് വെള്ളം കുടിക്കുന്നതുകൊണ്ട് ശരീരത്തിലെ അനാവശ്യ വസ്തുക്കൾ പുറം തള്ളപ്പെട്ടുകൊണ്ടിരിക്കും. ദ്രവമോ തരളമോ ആയ വസ്തുക്കളുടെ അളവുകുറച്ചാൽ വീക്കം കുറയുകയില്ല.
- സ്വാദിന് വേണ്ടത്ര മാത്രമേ ഉപ്പ് ഉപയോഗിക്കാവൂ. ഉപ്പ് കുറവായി കഴിച്ചാൽ വീക്കം കുറയുമെന്നാണ് പറയുന്നത്. എന്നാൽ ഉപ്പ് കുറഞ്ഞാലും വീക്കം കൂടുമെന്നാണ് ഇപ്പോൾ അറിയാൻ കഴിഞ്ഞിരിക്കുന്നത്, അതുകൊണ്ട് ആവശ്യത്തിന് വേണ്ടത്ര ഉപ്പ് കഴിക്കുക.
- സ്പോർട്ട്സ് ഹോസ് കാണാൻ സെക്സിയായിരിക്കില്ല. പക്ഷെ ഇതുകൊണ്ട് നിങ്ങളുടെ കാലുകൾക്ക് സപ്പോർട്ട് കിട്ടും. ഗർഭാവസ്ഥയിൽ ധരിക്കാൻ പലവിധത്തിലുള്ള ഹോസുകൾ ലഭ്യമാണ്. നിങ്ങൾക്ക് നിങ്ങളുടെ ഇഷ്ട പ്രകാരം ഏതുവേണമെങ്കിലും തിരഞ്ഞെടുക്കാം.

സൃഷ്ടിയെക്കുറിച്ചുള്ള ഒരു നല്ല കാര്യം അത് സ്ഥിരമല്ല എന്നുള്ളതാണ്. പ്രസവശേഷം കൈ-കാലുകളിലെ വീക്കം മറയുന്നു. ചില സ്ത്രീകൾക്ക് ഈ വീക്കം മാറാൻ ഒരാഴ്ചയോ ഒരുമാസമോ കൂടെ ആകും. അതുവരെ കണ്ടുരസിക്കുക, വയറ് വലുതായിരുന്നപ്പോൾ നിങ്ങൾക്ക് കാലു കാണാൻ കഴിഞ്ഞിരുന്നില്ലല്ലോ!

നിങ്ങളുടെ വീക്കം സാധാരണയിൽ കവിഞ്ഞാതാണെന്ന് തോന്നിയാൽ ഡോക്ടറെ കാണിക്കുക. 'പ്രീക്ലൈംപിയ', കാരണവും സാധാരണയിൽ കൂടുതൽ വീക്കം ഏർപ്പെട്ടേക്കാം. എന്നാൽ ഇതോടൊപ്പം പെട്ടെന്ന് തൂക്കം കൂടുക, രക്തസമ്മർദ്ദം കൂടുക, മൂത്രത്തിൽ പ്രോട്ടീനിന്റെ അളവ് കൂടുക എന്നീ ലക്ഷണങ്ങളും കാണപ്പെടും. ഡോക്ടർ ഓരോ പ്രാവശ്യവും ഈ ലക്ഷണങ്ങളുണ്ടോ എന്ന് പരിശോധിക്കും. അതുകൊണ്ട് ഇതിനെപ്പറ്റി വിഷമിക്കേണ്ട. വീക്കത്തോടൊപ്പം തൂക്കം കൂടുകയും, തലവേദന, കാഴ്ചമങ്ങൽ എന്നിവയും ഏർപ്പെട്ടാൽ ഡോക്ടറെ കാണാൻ വൈകിക്കരുത്.

ചർമ്മത്തിന്റെ വീക്കം (മുഴ)

"സ്ട്രെച്ച് മാർക്ക് വ്യത്തികേടായി കാണാൻ തുടങ്ങിയിട്ടില്ലെങ്കിലും ഇപ്പോൾ ഈ സ്ട്രെച്ച് മാർക്കുകളിൽ ചില മുഴകൾ പോലെ പൊന്തിവന്നിരിക്കുന്നു. ഇത് എന്താണ്?"

സന്തോഷിക്കൂ പ്രസവത്തിന് ഇനി മൂന്നു മാസത്തിൽ കുറവായ സമയമല്ലേ ഉള്ളൂ. നിങ്ങൾക്ക് എളുപ്പത്തിൽ ഈ വൃത്തികെട്ട ലക്ഷണങ്ങളിൽ നിന്ന് മോചനം ലഭിക്കും. അതുവരെ ഇത് നിങ്ങൾക്കും കുഞ്ഞിനും ഹാനികരമല്ലെന്ന് മനസ്സിലാക്കുക. ഇതിനെ പാലിർമ്മോഫിക് ഈറപ്ഷൻ ഓഫ് പ്രഗ്നൻസി എന്നുപറയും. പ്രസവശേഷം ഇത് ശരിയാകും. രണ്ടാമത്തെ ഗർഭാവസ്ഥയിൽ പ്രകടമാകുകയും ഇല്ല. ഇത് സാധാരണ സ്ട്രെച്ച് മാർക്കിലാണ് പൊന്തിവരുന്നത്. ചിലപ്പോൾ തുടകൾ, നിതംബം, കൈകൾ എന്നീവിടങ്ങളിലും കാണും. ഡോക്ടറെ കാണിക്കുക, അദ്ദേഹം എന്തെങ്കിലും മരുന്നോ അന്റി ഹിസ്റ്റമൈനോ തരുകയോ ഇതിനെ കുറയ്ക്കാനുള്ള വഴി പറഞ്ഞു തരികയോ ചെയ്യും.

ഗർഭാവസ്ഥയിൽ ചർമ്മത്തിൽ പലവിധത്തിലുള്ള പ്രതികരണങ്ങളും കാണപ്പെട്ടേക്കാം. ഏതുവിധത്തിലുള്ള ലക്ഷണവും കാണാൻ കഴിയും. നിങ്ങൾ തീർച്ചയായും ഇത് ഡോക്ടറെ കാണിക്കണം, എന്നാൽ അധികം ഗുരുതരമായി കരുതേണ്ടതില്ല.

മുതുകിന്റെ കീഴ്ഭാഗത്തും കാലുകളിലും വേദന (ശിയാടികാ)

"എന്റെ മുതുകിന്റെ കീഴ്ഭാഗത്തും നിതംബം വഴിയായി കാലുകളിലും വേദനിക്കുന്നു. ഇതെന്തുകൊണ്ടാണ്?"

നിങ്ങളുടെ ശരീരത്തിലെ ശിയാടികാ ഞരമ്പുകളിൽ സമ്മർദ്ദം ഏർപ്പെടുന്നുണ്ടെന്ന് തോന്നുന്നു. നിങ്ങളുടെ കുഞ്ഞ് പ്രസവത്തിനുള്ള ശരിയായ സ്ഥിതിയിലേക്ക് വന്നുകൊണ്ടിരിക്കുന്നു. ഈ പ്രക്രിയയിൽ അതിന്റെ തലയും വലുതായ ഗർഭാശയവും ശിയാടികാ ഞരമ്പുകളിൽ ഭാരം ചെലുത്തുന്നുണ്ടാകും. ഈ ശിയാടികാ കാരണമാണ് നിങ്ങളുടെ മുതുകിന്റെ കീഴ് ഭാഗത്തും നിതംബങ്ങൾ വഴിയായി കാലുകളിലും ശക്തമായതോ, ലഘുവായതോ, രൂക്ഷമായതോ ആയ വേദന ഏർപ്പെടുകയോ മരവിപ്പ് തോന്നുകയോ ചെയ്യുന്നത്.

ശിയാടികാ വേദന വളരെ ശക്തമായിരിക്കും. കുഞ്ഞ് തന്റെ പൊസിഷൻ മാറ്റിയാൽ കുറച്ച് ആശ്വാസം കിട്ടും. ഇത് പ്രസവം വരെ ഉണ്ടായിരിക്കും. അല്ലെങ്കിൽ പ്രസവം കഴിഞ്ഞ് കുറച്ചുസമയം വരെ ഉണ്ടാകാം.

നിങ്ങൾക്ക് ശിയാടികായിൽ നിന്ന് ആശ്വാസം ലഭിക്കാൻ താഴെ കൊടുത്തിരിക്കുന്ന ഉപായങ്ങൾ സ്വീകരിക്കാവുന്നതാണ്:

- സമയം കിട്ടുമ്പോഴൊക്കെ വിശ്രമിക്കുക. കിടക്കുന്നതുകൊണ്ടും കാലുകൾക്ക് ആശ്വാസം കിട്ടും, പക്ഷെ നിങ്ങൾക്ക് ആശ്വാസകരമായ പോസിഷനിലായിരിക്കണം എന്നുമാത്രം.
- കാലുകൾ ചൂടുപിടിപ്പിക്കുക. ഹീറ്റിങ്ങ് പാഡ് ഉപയോഗിച്ചാൽ വേദനയ്ക്ക ആശ്വാസം കിട്ടും. ചെറിയ ചൂടുള്ള വെള്ളം കൊണ്ട് ഫൊമെന്റ് ചെയ്യാവുന്നതാണ്.
- പെൽവിക്ടിൽട്ട് അല്ലെങ്കിൽ സ്ട്രെച്ച് വ്യായാമം ചെയ്യുന്നതുകൊണ്ട് കുറച്ച സമ്മർദ്ദം കുറയും.
- നീന്തുക, വെള്ളത്തിലുള്ള വ്യായാമം എന്നിവ ശിയാടികാ കാരണമുള്ള വേദന കുറക്കാനുള്ള ഒന്നാന്തരം ഉപായങ്ങളാണ്. ഇതുകൊണ്ട് മുതുകിലുള്ള മാംസപേശികളിൽ വലിവും ശക്തിയും വർദ്ധിക്കുകയും ശിയാടികായുടെ വേദനയിൽ നിന്ന് ആശ്വാസവും കിട്ടും.
- ഏതെങ്കിലും മാറ്റ് ചികിത്സ സ്വീകരിക്കുക. അക്യുപഞ്ചർ, കീറോപ്രേക്ടിക്, മാലിഷ് എന്നിവ ചെയ്താൽ കുറച്ച് ആശ്വാസം കിട്ടും. വേദന അസഹ്യമാണെങ്കിൽ ഡോക്ടറെ കണ്ട് എന്തെങ്കിലും മരുന്നുകഴിക്കുക.

കാലുകളിൽ അസ്വസ്ഥതയുടെ ലക്ഷണം

"എന്റെ കാലുകളിലെ അസ്വസ്ഥത കാരണം ക്ഷീണമുണ്ടായിട്ടും എനിക്ക് ഉറങ്ങാൻ കഴിയുന്നില്ല. ഞാൻ കാലുകളുടെ കോച്ചൽ മാറ്റാനുള്ള എല്ലാ ഉപായങ്ങളും ചെയ്തുനോക്കി. ഇനി ഞാൻ എന്തുചെയ്യും?"

ഒടുക്കത്തെ മൂന്നാം മാസം സാധാരണ റെസ്റ്റ്ലെസ്ലെഗ് സിൻഡ്രോം നിങ്ങളുടെയും നല്ല ഉറക്കത്തിന്റെയും നടുവിൽ തടസ്സമായി തീർന്നേക്കാം. കാലുകളിൽ അസ്വസ്ഥത, ഉത്കണ്ഠ, വിചിത്രമായ വ്യാകുലത എന്നിവ അനുഭവപ്പെടും. സാധാരണ രാത്രിയിലാണ് ഇത് ഏർപ്പെടുന്നതെങ്കിലും ഉച്ചയ്ക്ക് കിടക്കുമ്പോഴും ഈ പ്രശ്നം ഏർപ്പെട്ടേക്കാം.

ഗർഭിണികളുടെ കാലുകളിൽ അസ്വസ്ഥത ഏർപ്പെടുന്നതെന്തുകൊണ്ടാണെന്ന് വിദഗ്ദ്ധന്മാർക്ക് പറയാൻ കഴിഞ്ഞിട്ടില്ല. ഇതിന് എന്തെങ്കിലും ജെനറ്റിക് കാരണങ്ങൾ ഉണ്ടായിരിക്കാം. അവർക്ക് ഇതിനുള്ള ചികിത്സയെക്കുറിച്ചും പ്രത്യേകിച്ചൊന്നും അറിയുകയില്ല. കാലുകളുടെ കോച്ചിവലി മാറ്റാനുള്ള എല്ലാ ഉപായങ്ങളും ഇവിടെ പരാജയപ്പെടുന്നു. മരുന്നുകളും സുരക്ഷിതമല്ല, എന്തെന്നാൽ കാലുകളിലെ അസ്വസ്ഥതക്കുള്ള എല്ലാ മരുന്നുകളും ഗർഭാവസ്ഥയിലും ഉപയോഗിക്കാമോ എന്ന് പരീക്ഷിച്ചിട്ടില്ല. ഇതിനെക്കുറിച്ച് ആദ്യം ഡോക്ടറോട് അഭിപ്രായം ചോദിക്കുക.

ഒരുപക്ഷേ പിരിമുറുക്കം, ഭക്ഷണം, അന്തരീക്ഷത്തിലെ മറ്റുകാരണങ്ങൾ എന്നിവ കാരണം പ്രശ്നം വർദ്ധിച്ചുകൊണ്ടിരിക്കുകയായിരിക്കും. നിങ്ങളുടെ ആഹാരക്രമത്തിലും ജീവിതരീതിയിലും ശീലങ്ങളിലും ശ്രദ്ധപതിക്കുക. ചില സ്ത്രീകൾക്ക് രാത്രിയിൽ കാർബോ ഹൈഡ്രേറ്റ് കഴിച്ചാൽ കാലുകളിലുള്ള അസ്വസ്ഥതയുടെ പ്രശ്നം വർദ്ധിക്കും. പലപ്പോഴും അയേണിന്റെ കുറവുകൊണ്ട് ഉണ്ടാകുന്ന അനീമിയ കാരണവും കാലുകളിൽ അസ്വസ്ഥത ഏർപ്പെടും. ഡോക്ടറോട്

ചോദിച്ചശേഷമെ എന്തെങ്കിലും ഉപായം സ്വീകരിക്കാവൂ. യോഗാ, അക്യൂപഞ്ചർ, ധ്യാനം എന്നിവമൂലം കുറെയൊക്കെ ആശ്വാസം കിട്ടും. ഉറക്കത്തിന്റെ കാര്യത്തിലും നിങ്ങൾ ദുർഭാഗ്യവതിയാണെങ്കിൽ ചിലപ്പോൾ നിങ്ങൾക്ക് പ്രസവം വരെ കാലുകളിൽ അസ്വസ്ഥത സഹിക്കേണ്ടിവരും. പ്രസവശേഷവും നിങ്ങൾക്ക് മരുന്നുകഴിക്കാൻ കഴിയുക ഇല്ല. എന്തെന്നാൽ അപ്പോൾ നിങ്ങൾ കുഞ്ഞിന് മുലയൂട്ടുന്നുണ്ടാകും.

കുഞ്ഞിന്റെ എക്കിൾ

"ചിലപ്പോൾ എനിക്ക് വയറിൽ ശക്തമായ ഉലച്ചൽ അനുഭവപ്പെടുന്നു. ഇത് തൊഴിയാണോ, മറ്റെന്തെങ്കിലുമാണോ?"

നിങ്ങൾ വിശ്വസിച്ചാലും ഇല്ലെങ്കിലും വയറിലും കുഞ്ഞിന് എക്കിൾ എടുക്കും. പലർക്കും പകലിൽ വളരെനേരം വരെ എക്കിളെടുക്കും. എന്നാൽ ചില കുഞ്ഞുങ്ങൾക്ക് തീരെ വരുന്നില്ല. ജന്മത്തിനുശേഷം ഇതുതുടരുന്നു.

ഇപ്പോൾ തന്നെ എക്കിൾ തടുക്കാനുള്ള ഉപായങ്ങൾ പ്രയോഗിച്ചു നോക്കേണ്ട ആവശ്യമില്ല. ഇതുകൊണ്ട് നിങ്ങളുടെ ഗർഭസ്ഥ ശിശുവിന് ഒരു ബുദ്ധിമുട്ടും ഉണ്ടാകുകയില്ല. ഇപ്പോൾ നിങ്ങൾ വയറിൽ നടക്കുന്ന ഈ വിനോദത്തെ രസിക്കുക.

പെട്ടെന്ന് വീഴുക

"ഞാൻ പുറത്തുപോയപ്പോൾ പെട്ടെന്ന് താഴെ വീണു. എന്റെ വയറ് ഫുട്പാത്തിൽ ഇടിച്ചു. ഇതുകൊണ്ട് കുഞ്ഞിന് പരുക്കേൽക്കുമോ?"

മൂന്നാമത്തെ മൂന്നാം മാസത്തിൽ സാധാരണ നിങ്ങളുടെ സമതുലനം തെറ്റും. വയറ് വീർക്കുന്നതുകൊണ്ട് ഗുരുത്വാകർഷണത്തിന്റെ കേന്ദ്രവും മാറും. കാലടികൾ ശക്തമല്ലാത്തതുകൊണ്ട് കമിഴ്ന്ന് വീണേക്കും. നിങ്ങളുടെ കൈയ്യിൽ നിന്ന് സാധനങ്ങൾ വഴുതി വീഴും. നിങ്ങൾ പകലിലും സ്വപ്നം കാണുന്നു, വയറിനുതാഴെ കാലു കാണാൻ കഴിയുന്നില്ല, അതുകൊണ്ട് എവിടെയെങ്കിലും വീഴുമോ എന്ന ഭയം എപ്പോഴും ഉണ്ടായിരിക്കും.

നിങ്ങളുടെ കുഞ്ഞ് പൂർണ്ണ സുരക്ഷിതനാണ്. നിങ്ങളുടെ ചെറുതായ ഉന്തലോ, മാന്തലോ അതിനെ ഒന്നും ചെയ്യില്ല. കുഞ്ഞ് ഷോക്ക് അബ്സർബ്ഷൻ സിസ്റ്റത്തിൽ സുരക്ഷിതനാണ്. അത് അമ്നിയോട്ടിക് ദ്രവം, കഠിനമായ മെംബ്രെൻ, ഇലാസ്റ്റിക് മാംസപേശികൾ, ഗർഭാശയം, വയറിലെ ക്യാവിറ്റി എന്നിവയാൽ നിർമ്മിതമാണ്. നിങ്ങൾക്ക് ഗുരുതരമായ പരുക്കേറ്റാൽ മാത്രമെ കുഞ്ഞിന് പരുക്കേൽക്കുകയുള്ളൂ. നിങ്ങൾക്ക് ആശുപത്രിക്ക് പോകേണ്ടിവരികയും ചെയ്യും. നിങ്ങൾക്ക് ഇനിയും ഉത്കണ്ഠ മാറിയിട്ടില്ലെങ്കിൽ ഡോക്ടറെ കണ്ട് ആശ്വാസം തേടുക.

ഓർഗസവും കുഞ്ഞിന്റെ തൊഴിയും

"എന്റെ ഓർഗസത്തിനുശേഷം കുറെ നേരത്തേക്ക് കുഞ്ഞ് തൊഴിക്കുന്നത് നിർത്തുന്നു. ഈ സമയത്ത് സെക്സ് സുരക്ഷിതമല്ലെന്നാണോ അതിനർത്ഥം?"

ഈ ദിവസങ്ങളിൽ നിങ്ങൾ എന്തു ചെയ്താലും കുഞ്ഞും നിങ്ങളുടെകൂടെ ഉണ്ടായിരിക്കും. സെക്സിന്റെ കാര്യം വരുമ്പോൾ ആ സമയത്ത് കുഞ്ഞിന് ഉറക്കം വരും. സെക്സിനിടയ്ക്ക് റോക്കിങ്ങും ഓർഗസം കൊണ്ട് ഗർഭാശയത്തിൽ ഏർപ്പെടുന്ന സങ്കുചനവും കുഞ്ഞിനെ സ്വർഗ്ഗലോകത്ത് എത്തിക്കുന്നു. എന്നാൽ മറ്റുചില കുഞ്ഞുങ്ങൾ ഈ പ്രക്രിയയ്ക്കുശേഷം കൂടുതൽ ചുറുചുറുക്ക് ഉള്ളവരായി കാണപ്പെടുന്നു. ഈ പ്രതികരണത്തിനർത്ഥം സെക്സ് സുരക്ഷിതമല്ലെന്നല്ല. നിങ്ങൾ രണ്ടുപേർക്കുമിടയിൽ എന്താണ് നടക്കുന്നതെന്ന് കുഞ്ഞിന് മനസ്സിലാകുന്നുണ്ടെന്നുമല്ല. അവൻ ഇപ്പോൾ ഇരുട്ടിൽ സുഖമായിരിക്കുകയാണ്.

ഡോക്ടർ നിരോധിച്ചിട്ടില്ലെങ്കിൽ പ്രസവം വരെ സെക്സ് ആവാം. വരാനിരിക്കുന്ന ദിവസങ്ങളിൽ ഇതുപോലെയുള്ള സന്ദർഭം നിങ്ങൾക്ക് ഉടനെ ലഭിക്കുകയില്ല.

സ്വപ്നവും കല്പനകളും

"ഞാൻ രാത്രിയും പകലും കുഞ്ഞിനെക്കുറിച്ച് വിചിത്രമായ സ്വപ്നങ്ങൾ കാണുന്നു. എന്താ, എന്റെ ബുദ്ധി കെട്ടുപോയോ?"

ഗർഭാവസ്ഥയിൽ സാധാരണ നല്ലതും ചീത്തയുമായ സ്വപ്നങ്ങൾ വരാറുണ്ട്. ചിലപ്പോൾ കുഞ്ഞിനെ ബസ്സിൽ തനിച്ചു വിട്ടു എന്നുതോന്നും, ചിലപ്പോൾ തോന്നും അതിനെ പാർക്കിൽ നടക്കാൻ കൊണ്ടുപോയിരിക്കുകയാണെന്ന്, ചിലപ്പോൾ വാലുള്ള വിചിത്ര ജീവിക്ക് ജന്മം നൽകിയ

തായി തോന്നും, ഈ സ്വപ്നങ്ങളൊക്കെ ഗർഭാവസ്ഥയിൽ സാധാരണമാണ്. നിങ്ങൾക്ക് നിങ്ങളുടെ ബുദ്ധി ഇല്ലാതായോ എന്നു പോലും സംശയം തോന്നും. ഈ സമയത്ത് നിങ്ങളുടെ ഉപബോധ മനസ്സ് കുഞ്ഞിനെ ക്കുറിച്ചുള്ള പലവിധ ചിന്ത, ഉത്തേജനം, കുണ്ഠാ, ഉത്സാഹം, സുരക്ഷ എന്നിവ കൊണ്ട് നിറഞ്ഞിരിക്കുകയാണ്. നിങ്ങൾക്ക് ആഗ്രഹിച്ചാലും ഈ ഭാവങ്ങൾ പ്രകടിപ്പി ക്കാൻ കഴിയുകയില്ല. രാത്രിയിൽ സ്വപ്നംവഴി അവ പ്രകടമാകുന്നു.

ഇതിൽ ഹാർമോണുകളുടെയും മുഴുപ ങ്കുണ്ട്. നിങ്ങൾ ഗാഢനിദ്രയിലല്ലെങ്കിൽ ഉണർ ന്നാലും നിങ്ങൾക്ക് ആ സ്വപ്നങ്ങൾ ഓർമ്മ യുണ്ടാകും. നിങ്ങൾ രാത്രി ആവശ്യത്തിൽ കൂടുതൽ എഴുന്നേൽക്കുന്നതു കൊണ്ട് റൈം ഡ്രീം സൈക്കിളിനിടയിലും എഴുന്നേൽക്കുന്നു ണ്ടാകും. അതുകൊണ്ട് നിങ്ങൾക്ക് ആ സ്വപ്നങ്ങൾ മുഴുവൻ ഓർമ്മയുണ്ടാകും.

ഗർഭാവസ്ഥയിൽ സാധാരണ സ്ത്രീകൾ താഴെ കൊടുത്തിരിക്കുന്ന സ്വപ്നങ്ങളും ഫാന്റസിയും കാണും:–

- ങ്ഹാ! സ്വപ്നങ്ങൾ എന്തെങ്കിലും വസ്തുക്കൾ കാണാതാകുകയോ തെറ്റായ ഇടത്തിൽ വയ്ക്കുകയോ ചെയ്യുന്നതായി സ്വപ്നം (കാറിന്റെ താക്കോൽ മുതൽ കുഞ്ഞുവരെ); കുഞ്ഞിന് ഭക്ഷണം കൊടുക്കാൻ മറന്നു, ഡോക്ടറെ കാണാൻ പോകാൻ മറന്നു, കടയിൽ പ്പോയപ്പോൾ കുഞ്ഞ് വീട്ടിൽ തനിച്ചായി, കുഞ്ഞിനെ നോക്കാൻ പൂർണ്ണമായി തയ്യാറായില്ല.
- ങ്ഹാ! സ്വപ്നങ്ങൾ, ആക്രമണങ്ങൾ, ഗുണ്ടകളോ മൃഗങ്ങളോ ആക്രമിച്ച് മുറി പ്പെടുത്തുന്നു, നിങ്ങൾ ഉന്തേറ്റ് താഴെ വീഴുന്നു.
- രക്ഷിക്കണേ! സ്വപ്നങ്ങൾ - കാറിൽ, ചെറിയ മുറിയിൽ, തുരങ്കത്തിൽ കുടുങ്ങു മെന്ന ഭയം, കുളത്തിൽ മുങ്ങുക, കുഞ്ഞിന്റെ വരവിനുശേഷം ജീവിതം ബന്ധിക്കപ്പെടുക.
- ഓ ഇല്ല! സ്വപ്നങ്ങൾ! തൂക്കം കൂടുന്നില്ല അല്ലെങ്കിൽ രാത്രിയോട് രാത്രി തൂക്കംകൂടി, ഒന്നും കഴിച്ചില്ല, അല്ലെങ്കിൽ ആവശ്യ ത്തിൽ കൂടുതൽ കഴിച്ചു.
- ഹും! സ്വപ്നങ്ങൾ, നിങ്ങളുടെ ഭർത്താ വിന് നിങ്ങളെ പിടിക്കാതായി, അദ്ദേഹം മറ്റാരോടോ സംസാരിക്കുന്നു, ഗർഭാവ സ്ഥയിലെ ഈ ഫിഗർ ജീവിതകാലം മുഴുവൻ ഉണ്ടാകുമെന്ന് നിങ്ങൾക്ക് പേടി തോന്നുന്നു, നിങ്ങൾ ഒരിക്കലും വീണ്ടും ആകർഷണീയയാകില്ല.
- സെക്സ് സംബന്ധപ്പെട്ട സ്വപ്നങ്ങൾ - സംഭോഗവും അനുകൂലവും പ്രതികൂല വുമായ സ്വപ്നങ്ങൾ - ഗർഭാവസ്ഥയിൽ സെക്സിനെക്കുറിച്ചുള്ള തെറ്റിദ്ധാരണ കൾ മൂലമാണ് ഇങ്ങനെയുള്ള സ്വപ്ന ങ്ങൾ കാണുന്നത്.
- മരിക്കുന്നതും വീണ്ടും ജനിക്കുന്നതുമായ സ്വപ്നങ്ങൾ, അമ്മ-അച്ഛൻ അല്ലെങ്കിൽ ബന്ധുക്കൾ മരിക്കുന്നതായി സ്വപ്നം, മനസ്സ് ചിലപ്പോൾ പുതിയതും പഴയതു മായ തലമുറകൾക്കിടയിൽ ബന്ധം ഏർ പ്പെടുത്താൻ ആഗ്രഹിക്കുകയായിരിക്കും.
- കുഞ്ഞിനോടൊപ്പം സമയം ചിലവഴിക്കു ന്നതായി സ്വപ്നം, അതായത് പ്രസവ ത്തിന് മുമ്പുതന്നെ നിങ്ങളെ പാരന്റി ങ്ങിന് തയ്യാറാക്കുകയാണ്.
- കുഞ്ഞിനെക്കുറിച്ച് പലവിധമായ സങ്കല്പങ്ങൾ. അത് ചെറുത്-വലുതായി, വളഞ്ഞ് ജനിക്കും, ഇതിൽ നിന്ന് കുഞ്ഞി ന്റെയും നിങ്ങളുടെയും ആരോഗ്യത്തെ ക്കുറിച്ചുള്ള ചിന്ത വ്യക്തമാകുനനു. കുഞ്ഞിന്റെ ജന്മസിദ്ധമായ കഴിവ്. ജനിച്ച ഉടനെ സംസാരിക്കാനും നട ക്കാനും തുടങ്ങുക. ഇതിൽനിന്ന് നിങ്ങൾ കുഞ്ഞിന്റെ ബുദ്ധിപരമായ ഭാവിയെ ക്കുറിച്ച് ചിന്താകുലയാണെന്നും മനസ്സി ലാകുന്നു. അതുപോലെ തന്നെ കുഞ്ഞിന്റെ കണ്ണും മുടിയുമൊക്കെ അമ്മയെപ്പോലെയോ അച്ഛനെപ്പോലെ യോ എന്ന് സ്വപ്നം കാണും. കുഞ്ഞി നെപ്പറ്റിയുള്ള പേടിപ്പിക്കുന്ന സ്വപ്ന ങ്ങൾ നിങ്ങൾ നവജാത ശിശുവിനെ സംരക്ഷിക്കുന്ന കാര്യത്തെക്കുറിച്ച് പേടിക്കുന്നു എന്നതിന്റെ സൂചനയാണ്.

പ്രസവത്തിനോട് ബന്ധപ്പെട്ട സ്വപ്നങ്ങ ളും കണ്ടേക്കാം. ഉദ:- നിങ്ങൾക്ക് കുഞ്ഞിന് ജന്മം നൽകാൻ കഴിയുന്നില്ല. ഇതിൽനിന്ന് കുഞ്ഞിനെ കുറിച്ചുള്ള നിങ്ങളുടെ ചിന്ത വ്യക്തമാകുന്നു. സ്വപ്നം കണ്ടോളൂ. പക്ഷെ അതിനുശേഷം നിങ്ങളുടെ ഉറക്കം കളയരുത്. സ്വപ്നങ്ങളും നെഞ്ചെരിച്ചിലും, സ്ട്രെച്ച്മാർ ക്കും പോലെ സാധാരണമാണ്. നിങ്ങൾ മാത്ര മല്ല കുഞ്ഞിന്റെ ഭാവി പിതാവും ഇങ്ങനെ യുള്ള സ്വപ്നങ്ങൾ കാണുന്നുണ്ടാകുമെന്ന് ഓർക്കുക. അവിടെ ഹാർമോണിനെ കുറ്റം പറയാനും പറ്റില്ല. രണ്ടുപേരും ഒരുത്തരെ മറ്റൊരുത്തർ തന്റെ സ്വപ്നങ്ങളെപ്പറ്റി പറഞ്ഞു കേൾപ്പിച്ചാൽ നിങ്ങൾ തമ്മിലുള്ള അടുപ്പം കൂടും.

എല്ലാം നിയന്ത്രിക്കുക

"ഞാൻ വീട്, ജോലി, കല്യാണം, കുഞ്ഞ് എല്ലാം ഒന്നിച്ച് എങ്ങനെ നിയന്ത്രിക്കുമെന്ന് എനിക്ക് പേടിയാകുന്നു"

നിങ്ങൾക്ക് എല്ലാം ഒരുമിച്ച് നിയന്ത്രിക്കാൻ കഴിയില്ലെന്ന് ഓർമ്മവയ്ക്കുക. എന്തുചെയ്യുന്നുവോ അത് ശരിയായി ചെയ്യണമെന്നും ഓർക്കുക. നിങ്ങൾക്ക് സൂപ്പർമേൻ ആകാൻ കഴിയില്ല. ഒരു നല്ല വ്യക്തിയാകാൻ ശ്രമിക്കുക. എല്ലാ പുതിയ അമ്മമാരും വീട് വൃത്തിയായിരിക്കണം, കുഞ്ഞിന്റെ സംരക്ഷണം നല്ലപോലെ നടക്കണം, അഴുക്ക് തുണികൾ കൂടി ക്കിടക്കരുത്, വീട്ടിൽ രുചിയുള്ള ആഹാരം തയ്യാറാക്കണം, ഭർത്താ വിന്റെ മുന്നിൽ സെക്സിയായിരിക്കണം എന്നൊക്കെ ആഗ്രഹി ക്കും. ഇതൊക്കെ പറ യാൻ എളുപ്പമാണ്. എന്നാൽ എല്ലാം ഒരു മിച്ച് ചെയ്യുക സാധ്യ മല്ല.

നിങ്ങൾ നിങ്ങളുടെ പുതിയ ജീവിതം ഏതു രൂപത്തിൽ ഉൾക്കൊള്ളുമെന്നത്, നിങ്ങൾ എത്രവേഗം ഈ യാഥാർത്ഥ്യം മനസ്സിലാക്കുമെന്നതിനെ ആശ്രയിച്ചിരിക്കും. വെല്ലുവിളികൾ മുന്നിലെത്തുന്നതിന് മുമ്പ് ഈ യാഥാർത്ഥ്യം മനസ്സിലാക്കിയാൽ നന്ന്.

ഏറ്റവും ആദ്യം പ്രാധാന്യത്തിനനുസരിച്ച് മുൻഗണ നിശ്ചയിക്കണം. ജോലി, ഭർത്താവ്, കുഞ്ഞ് എന്നിവക്കാണ് മുൻഗണനയെങ്കിൽ വീടിന്റെ ശുചീകരണം ഒതുക്കി വെക്കണം. കുറച്ചുകാലത്തേക്ക് മറ്റാരോടെങ്കിലും ഭക്ഷണം തയ്യാറാക്കാൻ പറയണം അല്ലെങ്കിൽ തുണി തിരു മാൻ ഒരാളെ ഏർപ്പാടാ ക്കാം. കുറച്ചു സമയ ത്തേക്ക് ജോലി ഉപേ ക്ഷിക്കുകയോ വീട്ടിലിരു ന്നുതന്നെ ജോലി ചെ യ്യുകയോ, ചെയ്യാൻ കഴിയുമെങ്കിൽ അതിന നുസരിച്ച് നിങ്ങളുടെ മുൻഗണന നിശ്ചയി ക്കാം. ജോലി ഉപേക്ഷി ക്കുകയോ വീട്ടിലിരുന്നു തന്നെ ജോലി ചെയ്യു കയോ ചെയ്യാൻ കഴി യുമെങ്കിൽ അതിനനു സരിച്ച് നിങ്ങളുടെ മുൻഗണന നിശ്ചയിക്കാം.

മുൻഗണന തീരുമാനിച്ചശേഷം തികച്ചും യഥാർത്ഥമല്ലാത്ത വിശ്വാസങ്ങൾവെച്ച് പുലർത്തരുത്. ഏതെങ്കിലും പരിചയസമ്പന്നയായ അമ്മയോട് ചോദിക്കുക, അവർക്ക് വൈകിയ വേളയിലെങ്കിലും എല്ലാം തനിച്ച് ചെയ്തുതീർക്കാൻ കഴിയില്ലെന്ന് മനസ്സിലായിട്ടുണ്ടാകും. നിങ്ങളും അങ്ങനെ ചെയ്യാൻ ശ്രമിച്ചാൽ പിരിമുറുക്കം മാത്രമായിരിക്കും മിച്ചം. ചില സമയങ്ങളിൽ നിങ്ങൾക്ക് എല്ലാം വ്യർത്ഥമാണെന്ന് തോന്നിപ്പോകും. കിടക്ക വിരിച്ചിട്ടില്ല, അഴുക്കുതുണി കൂടനിറഞ്ഞ് കവിയുന്നു, സെക്സിയായി തോന്നണ

ചില പ്രത്യേക തയ്യാറെടുപ്പുകൾ

കുഞ്ഞ് പ്രസവത്തിന് ഇനിയും തയ്യാറായിട്ടില്ലെങ്കിലും നിങ്ങൾക്ക് നിങ്ങളുടെ ശരീരത്തെ തയ്യാറാക്കേണ്ടതുണ്ട്. പെൽവീക്കിലെ മാംസപേശികളാണ് ഗർഭാശയത്തിനും മൂത്രാശയം എന്നീ അവയവങ്ങൾക്കും പിന്തുണ നൽകുന്നത്. കുഞ്ഞിന് പുറത്തുവരാൻ സൗകര്യമായ രീതിയിലാണ് ഇവയെ നിർമ്മിച്ചിരിക്കുന്നത്. ഈ മാംസപേശികൾ തന്നെയാണ് ചിരിക്കുമ്പോഴും ചുമക്കുമ്പോഴും മൂത്രം ഒഴുകാതെ തടയുന്നത്. നിങ്ങൾക്ക് സംഭോഗസമയത്ത് തൃപ്തി ഏർപ്പെടുത്തുന്നതും ഈ മാംസപേശികൾ തന്നെയാണ്. കീഗൽ വ്യായാമത്തിന്റെ സഹായം മൂലം എളുപ്പത്തിൽ ഈ മാംസപേശികളുടെ വ്യായാമം ചെയ്യാവുന്നതാണ്. ദിവസവും മൂന്നുപ്രാവശ്യം കീഗൽ വ്യായാമം ചെയ്താൽ ദീർഘകാലത്തേക്കോ അല്പകാലത്തേക്കോ ലാഭം നൽകും. ഗർഭാവസ്ഥയിലും അതിനുശേഷവും ഉള്ള ബുദ്ധിമുട്ടുകളും പെട്ടെന്ന് മാറികിട്ടും. പ്രസവശേഷം യോനിക്ക് പഴയ രൂപം കിട്ടാനും അധികസമയം എടുക്കില്ല.

നിങ്ങൾ യോനിയുടെയും ഗുദത്തിന്റെയും അടുത്തുള്ള മാംസപേശികളെ മൂത്രപ്രവാഹം തടയുന്നതുപോലെ സങ്കോചിപ്പിക്കുക. 10 സെക്കന്റുവരെ അതേ നിലയിൽ നിൽക്കുക, പിന്നീട് അയവായി വിടുക. കീഗൽ ചെയ്യുമ്പോൾ നിങ്ങളുടെ ശ്രദ്ധ മുഴുവൻ ഈ മാംസപേശികളിലായിരിക്കണം. വയറിലെയോ തുടയിലെയോ നിതംബങ്ങളിലേയോ മാംസപേശികൾ സങ്കോചിക്കുന്നുണ്ടെങ്കിൽ നിങ്ങൾക്ക് പൂർണ്ണമായി ശ്രദ്ധകേന്ദ്രീകരിക്കാൻ കഴിയുന്നില്ല എന്നാണർത്ഥം. നിങ്ങൾക്ക് കടയിൽ സാധനങ്ങൾ വാങ്ങുമ്പോഴും ഏതെങ്കിലും ക്യൂവിൽ നിൽക്കുമ്പോഴും ഈ വ്യായാമം ചെയ്യാം. ഇതുകൊണ്ട് പെൽവിക് ഫ്ലോറിലെ മാംസപേശികൾ ദൃഢമായിത്തീരും. സെക്സിനിടയിലും ഇതുചെയ്യുക. ഒരു പുതിയ ആനന്ദം ലഭിക്കും.

മെങ്കിൽ ആദ്യം എണ്ണ വഴിയുന്ന തലകഴുകണം. ഇത്ര ഉയർന്ന ലെവൽ വച്ചാൽ അതുവരെ എത്തിച്ചേരുന്നത് കഷ്ടം മാത്രമല്ല അസാദ്ധ്യവുമായിത്തീരും.

ഓരോ വിജയിച്ച അമ്മയുടെയും പുറകിൽ ഒരു അച്ഛനുണ്ടായിരിക്കും. അദ്ദേഹം വീട്ടുജോലികളിൽ സഹായിക്കുന്നു. രാത്രിയിൽ കുഞ്ഞിന്റെകൂടെ ഉണർന്നിരിക്കുന്നു. അദ്ദേഹം ജോലിത്തിരക്കിലാണെങ്കിൽ വീട്ടിലെ മറ്റേതെങ്കിലും അംഗത്തിന്റെയോ സ്നേഹിതയുടേയോ സഹായം തേടാവുന്നതാണ്.

ഗ്ലൂക്കോസ് സ്ക്രീനിങ്ങ് ടെസ്റ്റ്

"എനിക്ക് ഗ്യാസ്റ്റേഷണൽ ഡൈബെറ്റീസ് പരിശോധിക്കാൻ ഗ്ലൂക്കോസ് സ്ക്രീനിങ്ങ് ടെസ്റ്റ് ചെയ്യണമെന്ന് ഡോക്ടർ പറഞ്ഞു. ഇതിന്റെ ആവശ്യമെന്താണ്? ഈ ടെസ്റ്റ് ചെയ്യുന്നതെങ്ങനെ?"

ഇതിൽ പരിഭ്രമിക്കാൻ ഒന്നുമില്ല. സാധാരണയായി ഡോക്ടർമാർ 24 മുതൽ 28 ആഴ്ചകൾക്കിടയിൽ, ഗർഭിണികളിൽ തടിച്ചവരോ, കുടുംബത്തിൽ പ്രമേഹത്തിന്റെ ചരിത്രമുള്ളവരോ ആയ സ്ത്രീകൾക്ക് ഈ ടെസ്റ്റ് ചെയ്യാനുള്ള നിർദ്ദേശം നൽകും.

നിങ്ങൾ മധുരപ്രിയയാണെങ്കിൽ ഈ ടെസ്റ്റ് നിങ്ങൾക്ക് കൂടുതൽ എളുപ്പമായിരിക്കും. നിങ്ങൾക്ക് മധുരമുള്ള ഗ്ലൂക്കോസ് ഡ്രിങ്ക് കുടിക്കേണ്ടിവരും, അതിന്റെ രുചി ഓറഞ്ച് ഡോസുമാതിരിയായിരിക്കും. ഇത് കുടിക്കുന്നതുകൊണ്ട് ഒരു കുഴപ്പവും ഉണ്ടാകില്ല. നിങ്ങൾക്ക് മധുരം ഇഷ്ടമ ല്ലെങ്കിൽ ചെറുതായി ഛർദ്ദി വരും. പരിശോ ധനയിൽ നിങ്ങൾ വേണ്ടത്ര ഇൻസുലിൻ നിർമ്മിക്കുന്നില്ലെന്ന് കണ്ടാൽ നിങ്ങൾക്ക് 'ഗ്ലൂക്കോസ് ടോലറൻസ് ടെസ്റ്റ്' എടുക്കേണ്ടിവരും. ഇതിൽ ഗ്യാസ്റ്റേഷനൽ പ്രമേഹത്തിനുള്ള പരിശോധന നടത്തും.

ഇത് സാധാരണ 4 മുതൽ 7 ശതമാനം ഗർഭിണികൾക്കും ഉണ്ടായിരിക്കും, പലതരത്തിലുള്ള കുഴപ്പങ്ങളും എർപ്പെടും. ആഹാരം, വ്യായാമം, ജീവിതരീതി എന്നിവ മൂലം ഒരളവുവരെ ഇതിൽ നിന്ന് രക്ഷനേടാം. ആവശ്യം എർപ്പെട്ടാൽ മരുന്നും കഴിക്കാവുന്നതാണ്.

സമയത്തിനുമുമ്പുള്ള പ്രസവത്തിന്റെ സൂചന

സമയത്തിനുമുമ്പ് കുഞ്ഞ് ജനിക്കാനുള്ള അടയാളങ്ങൾ കുറവാണെങ്കിലും ഓരോ അമ്മയും അതിനെക്കുറിച്ച് അറിഞ്ഞിരിക്കണം. ആദ്യംതന്നെ അറിയാൻ കഴിഞ്ഞാൽ പല കുഴപ്പങ്ങളിൽ നിന്നും രക്ഷ നേടാൻ കഴിയും. നിങ്ങൾക്ക് ഇതിന്റെ ആവശ്യമില്ലെങ്കിലും ഇതിനെക്കുറിച്ച് അറിഞ്ഞിരിക്കേണ്ടതാണ്. 37 ആഴ്ചകൾക്കുമുമ്പ് താഴെ കൊടുത്തിരിക്കുന്ന ലക്ഷണങ്ങളിൽനിന്ന് എന്തെങ്കിലും കണ്ടാൽ ഉടനെ ഡോക്ടർക്ക് ഫോൺ ചെയ്യുക.

1. ഡയേറിയാ, ഛർദ്ദി, അജീർണ്ണമില്ലാതെ തന്നെ തുടർച്ചയായി വയറിൽ കോച്ചിവലി.
2. ഓരോ പത്തുമിനിറ്റിനുശേഷവും വേദനയോടുകൂടി സങ്കോചിക്കുക. "ബ്രേക്സൻ ഹിക്സ് കോൺട്രാക്ഷനു"മായി ഇതിനെ ബന്ധപ്പെടുത്തരുത്.
3. വയറിന്റെ അടിഭാഗത്തിൽ തുടർച്ചയായി വേദന അനുഭവപ്പെടുക.
4. യോനിസ്രവത്തിൽ മാറ്റം, അത് റോസ് അല്ലെങ്കിൽ ബ്രൗൺ നിറത്തിലുള്ള രക്തത്തോടുകൂടിയത്.
5. പെൽവിക് ഏരിയായിൽ വേദനയും സമ്മർദ്ദവും
6. യോനിയിൽ നിന്ന് തുടർച്ചയായി സ്രവം ഒഴുകുക.

ഇവയിൽ ചില ലക്ഷണങ്ങളെ കാണൂ, എല്ലാം കാണില്ലെന്ന് ഓർക്കുക. ഇതിൽ ഏതെങ്കിലും ലക്ഷണം കണ്ടതും ഡോക്ടറെ കാണാൻ വൈകരുത്. എപ്പോഴും സുരക്ഷിതത്വത്തിന്റെ കാര്യം ശ്രദ്ധിക്കുക. ഇത് ഗർഭാവസ്ഥയിലെ ആദ്യത്തെ നിയമമാണ്.

തൂക്കം കുറവുള്ള കുഞ്ഞ്

"തൂക്കം കുറവുള്ള കുഞ്ഞിന്റെ ജനനത്തെ പ്പറ്റി ഞാൻ പലയിടത്തിലും വായിച്ചിട്ടുണ്ട്. ഇതിൽ നിന്ന് രക്ഷപ്പെടാൻ എന്തെങ്കിലും ചെയ്യാൻ കഴിയുമോ?"

തൂക്കം കുറഞ്ഞ കുഞ്ഞ് ജനിക്കുന്നതിന്റെ ചില കാരണങ്ങൾ ഒഴിവാക്കാവുന്നതാണ്. ഈ പുസ്തകം വായിക്കുന്നുണ്ടെങ്കിൽ നിങ്ങൾ ആദ്യം മുതൽ തന്നെ ആ കാര്യം ചെയ്തുവരുന്നുണ്ട്. സാധാരണ മദ്യം, പുകയില, ഡ്രഗ്സ് എന്നിവ കഴിക്കുന്ന സ്ത്രീകളുടെ കുഞ്ഞുങ്ങൾക്ക് ജനിക്കുമ്പോൾ തന്നെ തൂക്കം കുറവായിരിക്കും. വൈകാരിക മായ പിരിമുറുക്കം, പോഷണക്കുറവ് പ്രസ വത്തിന് മുമ്പുള്ള ശുശ്രൂഷക്കുറവ് എന്നീ കാരണങ്ങൾക്ക് പരിഹാരം കാണാവുന്ന താണ്. ഇതിനുപുറമെ അമ്മ ദീർഘകാലമായി രോഗഗ്രസ്ഥയാണെങ്കിൽ ഡോക്ടറുടെ നിർദ്ദേശ പ്രകാരം പരിഹാരം കാണാം. പലപ്പോഴും സമയത്തിനുമുമ്പുള്ള പ്രസവവും തടു ക്കാൻ കഴിയും. ചില കുഞ്ഞുങ്ങൾ ജന്മനാ ചെറിയതായിരിക്കും, അതിന് ഒന്നും ചെയ്യാൻ കഴിയില്ല.

മറുപിള്ളയിൽ കുറവ്, 'ജെനറ്റിക് ഡിസോഡർ' അമ്മയുടെ തൂക്കവും അവരുടെ ജനന സമയത്ത് കുറവായിരുന്നാൽ, ഗർഭകാലം ഓമ്പതുമാസത്തിൽ കുറവായിരിക്കുക എന്നിവ കാരണമായേക്കാം. എന്നാൽ ഇക്കാര്യങ്ങളിലും നല്ല ആഹാര വും പ്രസവത്തിനുമുമ്പുള്ള ശുശ്രൂഷയും മൂലം കുഞ്ഞിന്റെ തൂക്കം വർദ്ധിപ്പിക്കാം. കുഞ്ഞ് ചെറുതാണെങ്കിൽ മെഡിക്കൽ കെയർ അതിനെ രക്ഷിക്കാനും ആരോഗ്യ ത്തോടെ വളർന്ന് വികസിക്കാനും സഹായിക്കും.

നിങ്ങൾ ഇതിനെപ്പറ്റി കൂടുതൽ ചിന്തയിലാണെങ്കിൽ ഡോക്ടറെ കാണുക. അദ്ദേഹം അൾട്രാസൗണ്ടിന്റെ സഹായത്താൽ ഭ്രൂണം ശരിയായ രീതിയിൽ വളരുന്നുണ്ടോ എന്ന് കണ്ടുപിടിക്കും. അതിന്റെ വളർച്ച ശരിയായ രീതിയിലല്ലെന്നുകണ്ടാൽ അതിനു വേണ്ട ഉചിതമായ ചികിത്സ നൽകും.

പ്രസവസമയത്ത് വേദന കുറക്കുക

നിങ്ങൾക്ക് ഇതിനെ അഭിമുഖീകരിക്കേണ്ടി വരികതന്നെ ചെയ്യും. ഏകദേശം 15 മണിക്കൂറുകളോളമുള്ള പ്രസവ സമയം പാർക്കിൽ ഉലാത്തുന്നതുപോലെയല്ല. പ്രസവം വളരെ ശ്രമകരമായ ഒരു കാര്യമാണ്. കുഞ്ഞിന്റെ ജനനസമയത്ത് കുഞ്ഞിന് സർവിക്സ് (ഗർഭാശയ മുഖം), യോനി മാർഗ്ഗം എന്നി വയിൽകൂടി വെളിയിൽ വരാൻവേണ്ടി ഗർഭാ ശയം അടിക്കടി ചുരുങ്ങും. ഇത് അതേ വെജീന തന്നെയാണ്. ഇതിനെ നിങ്ങൾ ഒരു ടൈംപൂനിനെക്കാളും ചെറുതായി കരുതി യിരുന്നു. മറ്റൊരു കാര്യം കൂടിയുണ്ട് ഈ വേദനയുടെ ഒരു അനുകൂലമായ വശമുണ്ട്. ഇത് നിങ്ങളുടെ കുഞ്ഞിനെ നിങ്ങളുടെ കൈകളിലെത്തിക്കും.

നിങ്ങൾക്ക് ഓപ്പറേഷൻ ചെയ്യേണ്ടതില്ല, പ്രസവവേദന സഹിക്കണമെങ്കിൽ അത് കുറക്കാൻ പല ടെക്നിക്കുകളും ഉണ്ട്. നിങ്ങൾക്ക് മരുന്നുകൊണ്ടോ, മരുന്നില്ലാതെയോ, അതുരണ്ടും ചേർന്ന ഉപായങ്ങൾ മൂലമോ വേദന കുറക്കാവുന്നതാണ്.

നിങ്ങൾക്ക് ഒരു മരുന്നും ഉപയോഗിക്കാതെ പ്രസവിക്കാം. അല്ലെങ്കിൽ അക്യൂപഞ്ചർ, ഹിപ്പ്നോട്ടിസം എന്നീ മാറ്റുചികിത്സകൾ തിരഞ്ഞെടുക്കാം. എന്തെങ്കിലും വേദന സംഹാരി മരുന്ന് കഴിച്ച് വേദനയില്ലാതെ പ്രസവിക്കാം. പ്രസവസമയം മുഴുവൻ നിങ്ങൾ ഉണർന്നിരിക്കും.

നിങ്ങൾ എന്ത് മാറ്റുചികിത്സ ഉപയോഗിക്കാനാണ് ആഗ്രഹിക്കുന്നത്? നിങ്ങൾ ഇതിനെപ്പറ്റി എല്ലാം അറിഞ്ഞിരിക്കണം. ഇതിനെക്കുറിച്ച് നിങ്ങളുടെ ഡോക്ടറുടെ അഭിപ്രായം ചോദിക്കുക. പ്രസവിച്ചിട്ടുള്ള സ്നേഹിതമാരോട് ചോദിക്കുക. അതിനുശേഷം നിങ്ങൾക്കുള്ള ശരിയായ മാറ്റുവഴി ഏതാണെന്ന് ആലോചിക്കുക. നിങ്ങൾക്ക് ഒരേവഴി ഉപയോഗിക്കുകയോ അല്ലെങ്കിൽ പല ടെക്നിക്കുകൾ ചേർത്തുചെയ്യുകയോ ആവാം. ഇതിനുപുറമെ ശരീരത്തിന്റെ വഴങ്ങുന്ന ഗുണവും നിലനിർത്തുക. ഇതാണ് ഏറ്റവും അത്യാവശ്യം. ഡോക്ടർ നിങ്ങൾക്ക് നോർമൽ ഡെലിവറിയാണെന്ന് പറഞ്ഞാൽ നിങ്ങൾക്ക് ഇഷ്ടമുള്ള എന്തെങ്കിലും

മാറ്റുവൈദ്യം കൈക്കൊള്ളാവുന്നതാണ്.

മരുന്നുകളും വേദനയും

വേദന സംഹാരികളെപ്പറ്റി പറയുകയാണെങ്കിൽ പ്രസവത്തിനിടയിൽ ഉപയോഗിക്കാവുന്ന പല മരുന്നുകളുമുണ്ട്. ഇവയിൽ അനസ്തെറ്റിക് (വേദന അറിയുകയില്ല, ഉറക്കംവരും) അനാലജെസിക് (വേദന നിവാരിണി) അടൈക്സിസ് (ട്രാംകുലൈസർ) ഇതിൽ നിങ്ങൾക്ക് അനുയോജ്യമായത് തിരഞ്ഞെടുക്കുക. നിങ്ങൾക്ക് എന്തെങ്കിലും മെഡിക്കൽ ഹിസ്റ്ററി ഉണ്ടെങ്കിലോ, ഇപ്പോഴത്തെ സ്ഥിതി വ്യത്യസ്തമാണെങ്കിലോ തിരഞ്ഞെടുക്കാനുള്ള സാദ്ധ്യത നിങ്ങൾക്ക് സീമിതമായിരിക്കും.

ഒരു മരുന്ന് എത്രമാത്രം വേദനകുറക്കുമെന്നും, അത് നിങ്ങളിൽ എത്രക്ക് ഫലപ്രദമായിരിക്കുമെന്നും നോക്കണം. എന്തെന്നാൽ വെവ്വേറെ മരുന്നുകൾ വ്യത്യസ്ത വ്യക്തികളിൽ വ്യത്യസ്തമായ പ്രഭാവം ഏർപ്പെടുത്തും. നിങ്ങൾ തിരഞ്ഞെടുത്ത മരുന്ന് കിട്ടാതെ വന്നാൽ ആ സമയത്ത് ചിലപ്പോൾ നിങ്ങൾക്ക് വേറെ മരുന്ന് തരേണ്ടിവരും. പക്ഷെ, വേദനയുടെ മരുന്ന് നിങ്ങളും ഡോക്ടറും ആഗ്രഹിക്കുന്ന വിധത്തിലാണ് കൊടുക്കാറുള്ളത്.

പ്രസവവേദനയെയും അതിനുള്ള പ്രത്യേക മരുന്നുകളെയും കുറിച്ചാണ് ഇവിടെ പറഞ്ഞിരിക്കുന്നത്.

എപ്പിഡ്രൂറൽ:– $^2/_3$ ഗർഭിണികൾ ആശുപത്രിയിൽ പ്രസവവേദന കുറക്കാൻ ഈ മരുന്നാണ് ഉപയോഗിക്കുന്നത് ഇത് അധിക അളവിൽ ആവശ്യമില്ലെന്നതാണ് ഇതിന്റെ ലോകപ്രിയതയുടെ ഒരുകാരണം. ശരീരത്തിന്റെ അടിഭാഗത്ത് ലോക്കൽ പെയിൻ റിലീഫ് കൊടുക്കുന്നു. നിങ്ങൾ പൂർണ്ണമായി ഉണർന്നിരിക്കുകയും കുഞ്ഞിനെ സ്വാഗതം ചെയ്യാൻ തയ്യാറായിരിക്കുകയും ചെയ്യുന്നു. മറ്റ് മരുന്നുകളോട് താരതമ്യപ്പെടുത്തി നോക്കുമ്പോൾ ഇത് കുഞ്ഞിനും പൂർണ്ണ സുരക്ഷിതമാണ്. ഇതിന്റെ ഇൻജെക്ഷൻ നട്ടെല്ലിലാണ് ഇടുന്നത്. ഇത് മറ്റ് മരുന്നുകളെപ്പോലെ രക്തപ്രവാഹത്തിൽ കലരുന്നില്ല. നിങ്ങൾ ആവശ്യപ്പെട്ടാൽ മാത്രമെ നൽകുകയുള്ളൂ. ഇതുമൂലം ഓപ്പറേഷനിൽ ആപത്തും ഏർപ്പെടുന്നില്ല എന്ന് പഠനങ്ങൾ വ്യക്തമാക്കുന്നു. പ്രസവത്തിന്റെ പ്രക്രിയയിലും താമസം ഏർപ്പെടുന്നില്ല. പ്രസവ പ്രക്രിയ താമസമായാൽ ഡോക്ടർ നിങ്ങൾക്ക് പീട്ടോസിൻ ഹാർമോൺ തന്ന് പ്രസവത്തെ സാധാരണ ഗതിയിലാക്കും.

എപ്പിഡ്രൂറലിന്റെ ഇടയിൽ എന്ത് പ്രതീക്ഷിക്കാം:–

- എപ്പിഡ്രൂറൽ തരുന്നതിനുമുമ്പ് ഐ.വി. ആരംഭിച്ച് നിങ്ങളുടെ ബ്ലഡ്പ്രഷർ കുറയാതെ നോക്കും.
- ചില ആശുപത്രികളിൽ, ബ്ലാഡറിൽ കൈഥേറ്റർ ഇട്ട് ആ പ്രക്രിയക്കിടയിൽ മൂത്രമൊഴിക്കാൻ സൗകര്യപ്പെടുത്തുന്നു. മരുന്നുകാരണം മൂത്രം തടസ്സപ്പെടുന്നു. പല ആശുപത്രികളിലും ആവശ്യമുണ്ടെങ്കിൽ കൈഥേറ്റർ ഉപയോഗിക്കും.
- നിങ്ങളുടെ മുതുകിന്റെ മദ്ധ്യഭാഗത്തോ അടിഭാഗത്തോ ആന്റിസെപ്റ്റിക് ലോഷൻ തടവുകയും മുതുകിന്റെ ആ ഭാഗത്ത് ലോക്കൽ അനസ്ഥീഷ്യാ തന്ന് മരവിപ്പിക്കുകയും ചെയ്യും. മരവിച്ച വശത്തുകൂടി ഒരു വലിയ സൂചി നട്ടെല്ലിന്റെ എപ്പിഡ്യൂറലുള്ള സ്ഥാനത്തേക്ക് കയറ്റുന്നു. നിങ്ങൾ ചരിഞ്ഞുകിടക്കുമ്പോഴോ ആരുടെയെങ്കിലും സഹായത്തോടെ മേശമേൽ കുനിഞ്ഞു നിൽക്കുമ്പോഴോ ആണ് ഇത് ചെയ്യുന്നത്. പലർക്കും സൂചികുത്തുമ്പോൾ വേദന അനുഭവപ്പെടുന്നു. നിങ്ങൾ ഭാഗ്യവതിയാണെങ്കിൽ മിക്ക സ്ത്രീകളെയും പോലെ നിങ്ങൾക്കും ഒന്നും അറിയുകയില്ല. പ്രസവവേദനയോട് താരതമ്യപ്പെടുത്തുമ്പോൾ സൂചികുത്തുന്ന വേദന ഒന്നുമില്ല.
- സൂചി പുറത്തെടുത്ത് ആ സ്ഥാനത്ത് ഒരു ചെറിയ കൈഥേറ്റർ ട്യൂബ് ഇടുന്നു. നിങ്ങൾക്ക് അനങ്ങാൻ കഴിയാൻ വേണ്ടി ഈ ട്യൂബ് മുതുകിൽ ടേപ്പുവെച്ച് ഒട്ടിക്കുന്നു. ആദ്യത്തെ ഡോസ് കൊടുത്ത് 3 മുതൽ 5 മിനിറ്റിനുള്ളിൽ തന്നെ ഗർഭാശയത്തിലെ നാഡികൾ മരവിക്കും. 10 മിനിറ്റിനുശേഷം പൂർണ്ണ വിശ്രമാവസ്ഥയിലെത്തും. മരുന്നു കൊണ്ട് ശരീരത്തിന്റെ അടിഭാഗം മുഴുവൻ മരവിക്കും. നിങ്ങൾക്ക് കോൺട്രാക്ഷൻ (സങ്കുചിക്കുന്നത്) അറിയുകയില്ല.
- തുടർച്ചയായി നിങ്ങളുടെ ബ്ലഡ് പ്രഷർ പരിശോധിച്ചുകൊണ്ടിരിക്കും.
- പലപ്പോഴും എപ്പിഡ്യൂറൽ കാരണം

ഭ്രൂണത്തിന്റെ ഹൃദയസ്പന്ദനം മന്ദഗതിയിലാകും. അതുകൊണ്ട് ഭ്രൂണത്തെയും നിരീക്ഷിച്ചുകൊണ്ടിരിക്കും. ഇതുകൊണ്ട് നിങ്ങൾക്ക് അനങ്ങുന്നതിൽ ബുദ്ധിമുട്ടാകുമെങ്കിലും നിങ്ങൾ രണ്ടുപേരെയും കോൺട്രാക്ഷനെയും നിരീക്ഷിക്കുന്നത് ഡോക്ടർക്ക് എളുപ്പമാകും.

ഈ ചികിത്സാ രീതിയിൽ പാർശ്വഫല ങ്ങൾ വളരെ കുറവാണെന്നുള്ളത് സന്തോഷപ്രദമാണ്. പല സ്ത്രീകൾക്കും ശരീരത്തിന്റെ ഒരു ഭാഗമെ മരവിച്ചതായി തോന്നുകയുള്ളൂ. ബാക്ക് ലേബറിന്റെ കാര്യത്തിൽ ഇതിന് പൂർണ്ണമായി വേദനയെ നിയന്ത്രിക്കാൻ കഴിയുന്നില്ല.

സ്പൈനൽ എപ്പിഡ്യൂറൽ:– ഇതും പരമ്പരാഗതമായ എപ്പിഡ്യൂറൽ പോലെതന്നെ വേദന സംഹാരിയാണ്. എന്നാൽ ഇതിൽ മരുന്നിന്റെ ചെറിയ ഡോസ് എടുക്കും. എല്ലാ ഇടത്തിലും ഈ സൗകര്യം ലഭിക്കുന്നില്ല. നിങ്ങൾ ആദ്യം ഇതിനെക്കുറിച്ച് അന്വേഷിച്ചറിയുക. അനസ്തീഷ്യായുടെ ഡോക്ടർക്ക് നട്ടെല്ലിലെ ദ്രവത്തിൽ ഇതിന്റെ ചെറിയ ഡോസ് കൊടുത്ത് നിങ്ങൾക്ക് വേദനയിൽ നിന്ന് മോചനം നൽകാൻ കഴിയും. എന്നാൽ നിങ്ങളുടെ കാലുകളും മാംസപേശികളും മരവിക്കുകയില്ല, അതുകൊണ്ട് നിങ്ങൾക്ക് ഇവയെ ഉപയോഗിക്കാം. നിങ്ങളുടെ വേദന കുറഞ്ഞില്ലെങ്കിൽ കെെഥീറ്ററിന്റെ സഹായത്തോടെ കൂടുതൽ മരുന്ന് തരാൻ കഴിയും. കാലുകൾ മരവിച്ചില്ലെങ്കിലും നിങ്ങൾക്ക് വളരെ ബലക്കുറവ് തോന്നും. അതുകൊണ്ട് ആ സമയത്ത് നിങ്ങൾ നടക്കാൻ ആഗ്രഹിക്കുകയില്ല.

സ്പൈനൽ ബ്ലോക്ക് അല്ലെങ്കിൽ സൈഡൽ ബ്ലോക്ക്:– ഇക്കാലത്ത് ഈ രണ്ട് ബ്ലോക്കുകളുടെയും ഉപയോഗം ഇല്ലെന്നുതന്നെ പറയാം. നിങ്ങൾ എപ്പിഡ്യൂറൽ എടുക്കാതിരിക്കുകയും പ്രസവത്തിനിടയിൽ വേദനക്ക് നിവാരണം ആഗ്രഹിക്കുകയും ചെയ്താൽ സ്പൈനൽ ബ്ലോക്ക് കൊടുക്കാം. ഇതിലും സ്പൈനൽ കോഡിലെ ദ്രവത്തിലേക്ക് ഇഞ്ചെക്ഷൻ കൊടുക്കുകയാണ് ചെയ്യുക. ഇതുകൊണ്ട് ബ്ലഡ് പ്രഷർ കുറയും.

പുഡെൻഡൽ ബ്ലോക്ക്:– വെജൈനൽ ഡെലിവറിക്കിടയിൽ ഇത് ഉപയോഗിക്കുന്നു. സൂചി വഴിയായി മരുന്ന് ചെലുത്തുന്നതുകൊണ്ട് ആ ഭാഗം മരവിക്കുന്നു. ഫോർസപ്പ്സ് അല്ലെങ്കിൽ വ്യാക്വം എക്സ്ട്രാക്ഷൻ ചെയ്യുക

> **വേദനയില്ലാതെ....**
>
> പുറത്തേക്ക് തള്ളാൻ വേദനയുടെ ആവശ്യമുണ്ടോ? ഇല്ല, എപ്പിഡ്യൂറലിനുശേഷവും കുഞ്ഞിനെ പുറത്തേക്ക് തള്ളുന്നതിൽ ബുദ്ധിമുട്ടൊന്നും ഉണ്ടായിട്ടില്ലെന്നാണ് മിക്ക സ്ത്രീകളും പറയുന്നത്. നേഴ്സ് അവർക്ക് കോൺട്രാക്ഷന്റെ സമയം പറഞ്ഞുകൊടുക്കുമ്പോൾ അവർ ശക്തി പ്രയോഗിക്കുന്നു. വേദനയില്ലാതെ കാര്യം നടക്കുന്നില്ലെന്ന് കണ്ടാൽ എപ്പിഡ്യൂറൽ നിറുത്തുന്നു. പ്രസവത്തിനുശേഷം വീണ്ടും മരുന്നുകൊടുത്ത് ആ ഭാഗം മരവിപ്പിക്കാവുന്നതാണ്.

യാണെങ്കിൽ ഈ രീതി പ്രയോജനപ്പെടും. ഇതിന്റെ പ്രഭാവം എപ്പിസിയോട്ടമിവരെ ഉണ്ടാകും.

ജനറൽ അനസ്തീഷ്യ:– ഇപ്പോഴൊക്കെ സാധാരണ പ്രസവത്തിൽ ഇത് ഉപയോഗിക്കാറില്ല. എമർജെൻസി സർവികൽ ഡെലിവറിയിലാണ് ഇത് കൊടുക്കുന്നത്. ഇതുകൊണ്ട് ഉറക്കം വരും, നിങ്ങൾ പ്രസവത്തിനിടയിൽ അബോധാവസ്ഥയിലായിരിക്കും ബോധം വന്നശേഷം മനംപിരട്ടൽ, ഛർദ്ദി അല്ലെങ്കിൽ ചുമ എന്നിവയുണ്ടാകും.

ഇതിന്റെ പ്രഭാവം അമ്മയോടൊപ്പം കുഞ്ഞിലും ഏർപ്പെടും. കുഞ്ഞിന് ഇതിന്റെ അധികം പ്രഭാവം ഏർപ്പെടുന്നതിനുമുമ്പ് പുറത്തെടുക്കാൻ ശ്രമിക്കും. കുഞ്ഞിന് വേണ്ടത്ര ഓക്സിജൻ കിട്ടാനും മരുന്നിന്റെ സ്വാധീനം ഏൽക്കാതിരിക്കാനും വേണ്ടി ഡോക്ടർ നിങ്ങൾക്ക് ഓക്സിജൻ തരും.

ഡൈമെറോൾ:– ഈ വേദന സംഹാരി ധാരാളം ഉപയോഗത്തിലുണ്ട്. ഇതുകൊണ്ട് വേദന കുറയുന്നതോടൊപ്പം അമ്മയ്ക്ക് കോൺട്രാക്ഷൻ സഹിക്കാനും എളുപ്പമായിരിക്കും. രണ്ടുമുതൽ നാല് മണിക്കൂറുകളിൽ ഇതിനെ ആവർത്തിക്കാം. ഇതിന് ചില പാർശ്വഫലങ്ങളും ഏർപ്പെട്ടേക്കാം. ഉദാ:– ഛർദ്ദി, മനംപിരട്ടൽ അല്ലെങ്കിൽ രക്തസമ്മർദ്ദം കുറയുക. നിങ്ങൾ പ്രസവത്തിന് എത്രസമയം മുമ്പ് ഇത് എടുത്തു എന്നതിനെ ആശ്രയിച്ചാണ് കുഞ്ഞിൽ ഇതിന്റെ പ്രഭാവം ഏർപ്പെടുന്നത്. പ്രസവത്തോടൊപ്പം ഇത് എടുത്തിട്ടുണ്ടെങ്കിൽ കുഞ്ഞ് ഉറങ്ങിയേക്കാം, ശ്വാസമെടുക്കാൻ ബുദ്ധിമുട്ടുണ്ടാവും,

അതിന് ഓക്സിജൻ കൊടുക്കേണ്ടിവരും. ഈ പ്രഭാവം നിരന്തരമല്ല, അതിനെ ചികിത്സി ക്കാവുന്നതാണ്.

ട്രാങ്കുലൈസർസ്:– ഇവ മൂലം അമ്മയ്ക്ക് തികച്ചും ശാന്തമായി കുഞ്ഞിന് ജന്മം നൽകുന്ന പ്രക്രിയയിൽ സഹകരിക്കാൻ കഴിയും. ഇവമൂലം വേദന സംഹാരികളുടെ ശക്തിയും വർദ്ധിക്കും. അമ്മയുടെ അസ്വസ്ഥത കാരണം പ്രസവത്തിൽ ബുദ്ധി മുട്ട് ഏർപ്പെട്ടാൽ ഇതുകൊടുക്കാം. ചില സ്ത്രീകൾ ഉറക്കം തൂങ്ങുന്നത് ഇഷ്ടപ്പെടു മ്പോൾ പലരും ജീവിതത്തിലെ ഏറ്റവും ഓർമ്മിക്കേണ്ടതായ ആ നിമിഷങ്ങൾ നഷ്ട പ്പെടുന്നതായി കരുതുന്നു. ഡോസുകൊണ്ട് വളരെ വ്യത്യാസം ഉണ്ടാകും. കൂടുതൽ ഡോസ് ചിലപ്പോൾ ചെറിയ ദോഷം ചെയ്തേക്കാം. ഇതുകൊണ്ട് കുഞ്ഞിന് ദോഷമൊന്നും ഉണ്ടാകുന്നില്ലെങ്കിലും ഡോക്ടർ അത്യാവശ്യമുണ്ടെങ്കിൽ മാത്രമെ ഇത് ഉപയോഗിക്കുന്നുള്ളൂ. നിങ്ങൾ നിങ്ങ ളുടെ ഉത്തേജനം ശാന്തമാക്കാൻ മരുന്ന് കഴി ക്കുന്നതിനുപകരം റിലാക്സേഷൻ ടെക്നി ക്സ് പഠിക്കണം.

വേദനയും മാറ്റുചികിത്സയും

ഒരു സ്ത്രീയും പ്രസവത്തിനിടയിൽ മരുന്നു കഴിക്കാൻ ആഗ്രഹിക്കുന്നില്ല എന്നാൽ ആ സമയം സൗകര്യപ്രദമാക്കാൻ ആഗ്രഹിക്കു കയും ചെയ്യുന്നു. ഇതിന് മാറ്റുചികിത്സാ പദ്ധതികൾ സ്വീകരിക്കാവുന്നതാണ്. ഈയിടെയായി പല പാരമ്പര്യമുള്ള ഡോക്ടർ മാരും ഈ ടെക്നിക്കുകളുടെ സഹായം തേടാൻ തുടങ്ങിയിട്ടുണ്ട്. നിങ്ങൾ എപിഡ്യൂ റൽ തന്നെയാണ് ഉപയോഗിക്കുന്നതെങ്കിലും പ്രസവത്തിനുമുമ്പ് ഈ ടെക്നിക്കുകൾ പരിശീലിക്കുകയും ലൈസെൻസുള്ള ഏതെങ്കിലും വിദഗ്ദന്റെ കീഴിൽ ട്രെയിനിങ്ങ് എടുക്കുകയും ചെയ്യുക. അദ്ദേഹത്തിന് ഗർഭാവസ്ഥ, പ്രസവം എന്നിവയെക്കുറിച്ച് നല്ല പരിചയമുണ്ടായിരിക്കണം.

അക്യൂപഞ്ചറും അക്യൂപ്രഷറും:– ചൈന ക്കാർ ആയിരക്കണക്കിന് വർഷങ്ങൾക്ക് മുമ്പുതന്നെ അക്യൂപഞ്ചർ, അക്യൂപ്രഷർ എന്നീ വേദന മാറ്റാനുള്ള ടെക്നിക്കുകൾ അറിഞ്ഞിരുന്നു എന്ന് വിജ്ഞാന പഠനങ്ങൾ കരുതുന്നു. അക്യൂപഞ്ചറിന്റെ സഹായം കൊണ്ട് ശരീരത്തിലെ ചില പ്രത്യേക ബിന്ദു ക്കളിൽ സൂചികൊണ്ട് കുത്തി പ്രസവവേദന കുറക്കാവുന്നതാണ്. അക്യൂപ്രഷറിൽ കൈവിരലുകൾ മാത്രം ഉപയോഗിച്ച് ചില പ്രത്യേക ബിന്ദുക്കളിൽ സമ്മർദ്ദം ചെലു ത്തുന്നു. നിങ്ങൾ പ്രസവസമയത്ത് ഇവയിൽ പ്രത്യേകിച്ച് ഏതെങ്കിലും ഉപയോഗിക്കാൻ ആഗ്രഹിക്കുന്നുണ്ടെങ്കിൽ ഡോക്ടറോട് നേരത്തെ തന്നെ വിവരം പറയുക.

റിഫ്ലെക്സോളജി:– കാലിലെ ചില പ്രത്യേക ബിന്ദുക്കളിൽ മാലിഷ് ചെയ്യുന്നതുകൊണ്ട് പ്രസവവേദന കുറക്കാമെന്ന് അവർ കരു തുന്നു. ഇതുകൊണ്ട് പ്രസവിക്കാൻ എടു ക്കുന്ന സമയവും കുറയുന്നു. ചില ബിന്ദു ക്കൾ വളരെ ശക്തിശാലികളായതുകൊണ്ട് പ്രസവവേദന തുടങ്ങുന്നതിനുമുമ്പ് അവയെ അമർത്തുകയോ ഉത്തേജിപ്പിക്കുകയോ ചെയ്യരുത്.

ഫിസിക്കൽ തെറാപ്പി:– മാലിഷ് അല്ലെങ്കിൽ ചൂടോ തണുപ്പോ ഫൊമെന്റേഷൻ കൊണ്ടും പ്രസവവേദന കുറക്കാം. പരിചയ സമ്പന്നമായ കൈകൾ കൊണ്ടുള്ള മാലിഷ് വേദന കുറക്കാൻ സഹായിക്കും.

ഹൈഡ്രോതെറാപ്പി:– പ്രസവത്തിനിടയിൽ ഇളം ചൂടുള്ള വെള്ളം ആശ്വാസം തരും. പ്രസവത്തിനിടയിൽ വെള്ളം നിറച്ച ടബ്ബിൽ കിടത്തി, പ്രസവവേദന കുറക്കാവുന്നതാണ്. പല ആശുപത്രികളിലും ഇതിനുള്ള സൗകര്യമുണ്ട്.

ഹിപ്നോബർത്തിങ്ങ്:– ഹിപ്നോട്ടിസം വേദന കുറക്കുകയോ ശരീരത്തിന്റെ ഏതെ ങ്കിലും ഭാഗത്തെ മരവിപ്പിക്കുകയോ ചെയ്യു ന്നില്ല, നിങ്ങൾ ദീർഘനേരം റിലാക്സ് ആകും. ഇത് എല്ലാവരിലും പ്രയോഗിക്കാൻ പറ്റുകയില്ല. നിങ്ങൾക്ക് ഗർഭാവസ്ഥയിൽ തന്നെ അനുഭവസമ്പന്നനായ ഒരു വിദഗ്ദന്റെ സഹായത്തോടെ ഇത് പരിശീലി ക്കണം. നിങ്ങൾക്ക് ആ സമയത്തുള്ള വേദനയിൽ നിന്ന് മോചനം ലഭിക്കുന്നതോ ടൊപ്പം കുഞ്ഞ് ജനിക്കുന്ന സമയത്തുള്ള എല്ലാ കാര്യങ്ങളും നേരിട്ടുകാണാനും കഴിയുമെന്നുള്ളതാണ് ഇതുകൊണ്ടുള്ള മറ്റൊരു ലാഭം. കുഞ്ഞിലും ശാരീരികമായ ഒരു പ്രഭാവവും ഏർപ്പെടുകയില്ല.

ഡിസ്ട്രാക്ഷൻ:– നിങ്ങൾക്ക് ഡിസ്ട്രാ ക്ഷൻ അതായത് ശ്രദ്ധതിരിക്കുന്ന ടെക്നിക്കുകളും ഉപയോഗിക്കാവുന്ന

താണ്. ഉദാ:- ടി.വി. കാണുക, പാട്ടു കേൾക്കുക, ധ്യാനം ചെയ്യുക എന്നിവ. ഇതുകൊണ്ട് നിങ്ങളുടെ ശ്രദ്ധ വേദനയിൽ നിന്ന് വേറെ വഴിയിൽ തിരിയും. ഏതെങ്കിലും ഇഷ്ടമുള്ള ചിത്രത്തിലോ സീനറിയിലോ കൂടി ശ്രദ്ധ കേന്ദ്രീകരിക്കാവുന്നതാണ്. ഇതുകൂടാതെ മനസ്സിൽ ചില ദൃശ്യങ്ങൾ ചിത്രീകരിക്കുന്ന വ്യായാമവും ചെയ്യാവുന്നതാണ്. കുഞ്ഞ് ഗർഭാശയത്തിൽനിന്ന് പുറത്തുവരുന്നതായും നിങ്ങൾ അതിനെ കൈയ്യിൽ എടുക്കുന്നതായും സങ്കല്പിക്കുക. അങ്ങനെ നിങ്ങൾക്ക് ധാരാളം ആശ്വാസം അനുഭവപ്പെടും.

ട്രാൻസ്ക്യൂടേനിയസ് ഇലക്ട്രിക്കൽ നെർവ്സ്റ്റിമുലേഷൻ:– ഈ രീതിയിൽ ഇലക്ട്രോഡ്, ചെറിയ വോൾട്ടേജിന്റെ പൾസുകൊണ്ട് ഗർഭാശയത്തെയും സർവിക്സിലെ നാഡികളെയും ഉത്തേജിപ്പിക്കുന്നതുകൊണ്ട് വേദന കുറയുന്നു. പക്ഷെ ഇതിനെപ്പറ്റി ശരിയായ തെളിവുകളൊന്നും ലഭിച്ചിട്ടില്ല.

തീരുമാനിക്കുക

പ്രസവ സമയത്ത് വേദന കുറക്കാനുള്ള എല്ലാ ടെക്നിക്കുകളും പഠിച്ചു കഴിഞ്ഞല്ലോ! ഇതിൽ ഏത് ടെക്നിക്കാണ് സ്വീകരിക്കേണ്ടതെന്ന് തീരുമാനിക്കുന്നതിനുമുമ്പ് താഴെ കൊടുത്തിരിക്കുന്ന കാര്യങ്ങൾ ശ്രദ്ധിക്കുക.

- ഡോക്ടറോട് തുറന്ന് സംസാരിക്കുക. അദ്ദേഹം തീരുമാനമെടുക്കാൻ സഹായിക്കും. മരുന്നുകളും പദ്ധതികളും കൊണ്ടുള്ള എല്ലാ ലാഭനഷ്ടങ്ങളെക്കുറിച്ചും ആദ്യംതന്നെ മനസ്സിലാക്കുക.
- മാറ്റു ചികിത്സ തിരഞ്ഞുവെക്കുക. പ്രസവ സമയത്തെ സ്ഥിതി എങ്ങനെ മാറുമെന്ന് നിങ്ങൾക്കറിയില്ലല്ലോ? നിങ്ങൾ മരുന്ന് കഴിക്കില്ലെന്ന് കരുതിയാലും ചിലപ്പോൾ കഴിക്കേണ്ടിവന്നേക്കാം. നിങ്ങൾ മരുന്നുകഴിക്കാമെന്ന് കരുതിയാൽ അതില്ലാതെ തന്നെ കാര്യം നടന്നേക്കാം. അതുകൊണ്ട് പലവിധത്തിലുള്ള ടെക്നിക്കുകളുടെ പരിശീലനവും അറിവും നേടുക.

പ്രസവവേദന നിങ്ങളുടെ രീതിയനുസരിച്ചോ ഡോക്ടറുടെ രീതി അനുസരിച്ചോ കുറയട്ടെ. ഒടുവിൽ ഫലം അനുകൂലമാകണം. കുഞ്ഞോമന, ലഡ്ഢുകുട്ടി നിങ്ങളുടെ കൈയ്യിലെത്തണം. ഇതാണ് എല്ലാത്തിനെക്കാളും മുഖ്യമായ കാര്യം.

• • • •

എട്ടാം മാസം

ഏകദേശം 32 മുതൽ 35 ആഴ്ചകൾ

എട്ടാം മാസത്തിലും നിങ്ങൾ വരാനിരിക്കുന്ന ദിവസത്തിനുവേണ്ടി നിങ്ങളെ തയ്യാറിക്കൊണ്ടിരിക്കുകയായിരിക്കും. കുഞ്ഞിന്റെ ജനനത്തെക്കുറിച്ചോർത്ത് നിങ്ങൾ ഉത്സാഹവതിയായിരിക്കും. ഇത് നിങ്ങളുടെ ആദ്യത്തെ പ്രസവമാണെങ്കിൽ നിങ്ങൾ രണ്ടു പേരും കുഞ്ഞിന്റെ വരവിനെക്കുറിച്ചോർക്കുന്നുണ്ടാവും. നിങ്ങൾക്ക് ഇതിനെക്കുറിച്ച് പരിഭ്രമമുണ്ടെങ്കിൽ അച്ഛനമ്മമാർ, സ്നേഹിതമാർ, സുഹൃത്തുക്കൾ എന്നിവരോട് സംസാരിക്കുക. അവരും ആദ്യത്തെ ഗർഭാവസ്ഥക്കിടയിൽ ഇതുപോലെയുള്ള മാനസിക സമ്മർദ്ദം അനുഭവിച്ചിട്ടുണ്ടാകും.

ഈ മാസം നിങ്ങളുടെ കുഞ്ഞിന്റെ വളർച്ച

32-ാമത്തെ ആഴ്ച:– ഈ മാസം നിങ്ങളുടെ കുഞ്ഞിന്റെ തൂക്കം 4 പൗണ്ടും നീളം 19 ഇഞ്ചുമായിരിക്കും. ഈ ദിവസങ്ങളിൽ വളർച്ച മാത്രമല്ല ഉണ്ടാകുന്നത്. നിങ്ങൾ വരാനിരിക്കുന്ന ദിവസത്തിനുവേണ്ടി തയ്യാറാകുന്നതുപോലെ കുഞ്ഞും വരാനിരിക്കുന്ന നിമിഷങ്ങൾക്കുവേണ്ട തയ്യാറെടുപ്പിലാണ്. ചില ആഴ്ചകളിൽ അതിന് ചപ്പുക, ശ്വാസമെടുക്കുക, വിഴുങ്ങുക, തൊഴിക്കുക എന്നിവയ്ക്കുള്ള പരിശീലനം എടുക്കേണ്ടതുണ്ട്. എങ്കിലെ ഗർഭപാത്രത്തിൽനിന്ന് പുറത്തുപോയാൽ ഈ ലോകത്ത് ജീവിക്കാൻ കഴിയൂ. ഇപ്പോൾ അത് വിരൽ ചൂപ്പാൻ പഠിച്ചു. ഇപ്പോൾ നിങ്ങളുടെ കുഞ്ഞിന്റെ ചർമ്മം സുതാര്യമല്ല. അത് നിങ്ങളുടെതുപോലെ ആയിരിക്കുന്നു. എന്തെന്നാൽ അതിന്റെ കീഴെ കൊഴുപ്പ് ശേഖരിച്ചുകഴിഞ്ഞു.

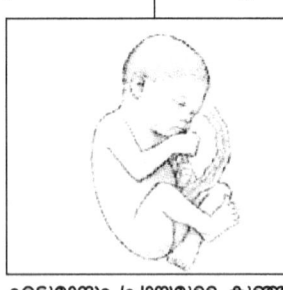

എട്ടുമാസം പ്രായമുള്ള കുഞ്ഞ്

33-ാമത്തെ ആഴ്ച:– കുഞ്ഞും നിങ്ങളെപ്പോലെതന്നെ വേഗത്തിൽ തൂക്കം വർദ്ധിപ്പിക്കുകയാണ്. അപ്പോഴുള്ള കണക്കനുസരിച്ച് അതിന്റെ തൂക്കം ഏകദേശം 4½ പൗണ്ടായിരിക്കും. ഈ ആഴ്ച ഒരിഞ്ച് നീളം കൂടിയിട്ടുണ്ടാകും. തൂക്കം നാൾക്കുനാൾ കൂടിവരികയാണ്. ഇപ്പോൾ വയറിൽ അമ്നിയോട്ടിക് ദ്രവത്തിന് സ്ഥലം മിച്ചമില്ല. അതുകൊണ്ടാണ് കുഞ്ഞിന്റെ തൊഴി കൊണ്ട് അസ്വസ്ഥത ഏർപ്പെടുന്നത്. ഇപ്പോൾ നിങ്ങൾ രണ്ടുപേർക്കുമിടയിൽ ദ്രവം കുഷൻപോലെ ജോലി ചെയ്യുന്നില്ല. കുഞ്ഞിൽ ഇമ്യൂൺ സിസ്റ്റം ഉണ്ടാകാൻ വേണ്ടി നിങ്ങളിൽനിന്ന് ആന്റിബോഡീസും അതിന്റെ അരികിലേക്ക് ചെല്ലുന്നു. അത് വെളിയിൽ വരുമ്പോൾ ഈ ആന്റിബോഡീസും അതോടൊപ്പമുള്ളതുകൊണ്ട് കീടാണുക്കളിൽ നിന്നും രക്ഷനേടാൻ കഴിയും.

34-ാമത്തെ ആഴ്ച:– ഇപ്പോൾ കുഞ്ഞിന്റെ നീളം ഏകദേശം 20 ഇഞ്ചും തൂക്കം 5 പൗണ്ടും ആയിരിക്കും. അത് ആൺ കുഞ്ഞാണെങ്കിൽ അതിന്റെ ഗുപ്ത

അവയവങ്ങളെല്ലാം വളർന്നിട്ടുണ്ടാകും. എല്ലാ കുഞ്ഞുങ്ങളുടെയും നഖവും വിരലുകളുടെ അറ്റംവരെ എത്തിക്കഴിഞ്ഞിരിക്കും. നിങ്ങളുടെ സാധനങ്ങളുടെ ലിസ്റ്റിൽ നെയിൽ കട്ടർ എഴുതാൻ മറക്കണ്ട.

35-ാമത്തെ ആഴ്ച:– ഈ സമയം കുഞ്ഞിന് നിൽക്കാൻ കഴിയുമെങ്കിൽ അതിന്റെ നീളം ഏകദേശം 20 ഇഞ്ചും തൂക്കം 5½ പൗണ്ടുമായിരിക്കും. ജനനംവരെ അതിന്റെ തൂക്കം, തലച്ചോറ്, കോശങ്ങൾ എന്നിവ വളരും. അതിന്റെ ബുദ്ധിവേഗത്തിൽ വികസിക്കുകയാണ്. വേഗത്തിൽ അത് ഗർഭാശയത്തിൽ തലകീഴോട്ടും ഉടൽ മേലോട്ടുമായുള്ള പോസിലേക്ക് വരാൻ പോകുകയാണ്. പ്രസവസമയത്ത് കുഞ്ഞിന്റെ തല ആദ്യം പുറത്തുവരുന്നതാണ് ശരി. കുഞ്ഞിന്റെ തല വലുതാണെങ്കിലും ഇപ്പോഴും അത് മൃദുവാണ്.

നിങ്ങൾക്ക് എന്ത് അനുഭവപ്പെടുന്നുണ്ടാവും?

ഓരോ സ്ത്രീയും ഓരോ ഗർഭാവസ്ഥയും വ്യത്യസ്തമാണെന്ന കാര്യം എപ്പോഴും പോലെ ഇപ്പോഴും ഓർക്കുക. ചിലപ്പോൾ നിങ്ങൾക്ക് എല്ലാ ലക്ഷണങ്ങളും ഒന്നിച്ച് അനുഭവപ്പെടും അല്ലെങ്കിൽ വെവ്വേറെ സമയങ്ങളിൽ വെവ്വേറെ ലക്ഷണങ്ങൾ അനുഭവപ്പെടും. ചില ലക്ഷണങ്ങൾ പഴയതായിരിക്കും. ചിലത് ഈ മാസം പുതിയതായി വന്നുചേർന്നതായിരിക്കും. ചിലത് നിങ്ങൾ ശ്രദ്ധിക്കുകയേഇല്ല, എന്തെന്നാൽ നിങ്ങൾക്ക് അത് ശീലമായിപ്പോയി. ഈ മാസം നിങ്ങൾക്ക് എന്തെല്ലാം അനുഭവപ്പെടും:–

ശാരീരികം

- ഭ്രൂണത്തിന്റെ ചലനങ്ങളിലുള്ള വേഗവും ശക്തിയും
- ഭ്രൂണത്തിന്റെ ദൃഢവും ക്രമബന്ധവുമായ പ്രവർത്തനങ്ങൾ
- യോനി സ്രവം കൂടുതലാകുക
- മലബന്ധം കൂടുതലാകുക
- ദഹനക്കേട്, വയറ് വീർക്കുക
- തലവേദന, മയക്കം, തലചുറ്റൽ
- മൂക്കടപ്പ്, മൂക്കിൽനിന്ന് രക്തംവരുക അല്ലെങ്കിൽ കാതിൽ അഴുക്കുചേരുക

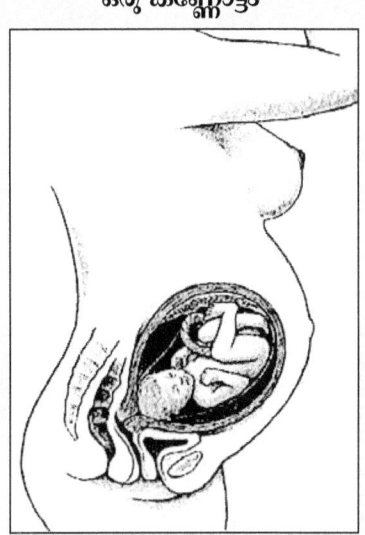

ഒരു കണ്ണോട്ടം

പ്യൂബിക്ക് ബോണിൽ നിന്ന് ഗർഭാശയത്തിന്റെ ഉയരം സെ.മീ. ൽ അളന്നാൽ ഗർഭാവസ്ഥയുടെ ആഴ്ചകളുമായി അതിന് ബന്ധമുണ്ടാകും. 34-ാമത്തെ ആഴ്ചയിൽ പ്യൂബിക്ക് ബോണിൽ നിന്ന് ഗർഭാശയത്തിന്റെ ഉയരം ഏകദേശം 34 സെ.മീ. ആയിരിക്കും.

- സെൻസിറ്റീവായ മോണകൾ
- കാലുകളിൽ കോച്ചിവലി
- മുതുകുവേദന
- പെൽവിസിൽ സമ്മർദ്ദം അല്ലെങ്കിൽ വേദന
- ഞെരിയാണി, കൈകാലുകൾ, മുഖം എന്നീവിടങ്ങളിൽ നേരിയ വീക്കം
- കാലുകളിൽ വെരിക്കോസ് വെയിൻസ്
- ഹെമറോയ്ഡ്സ്
- പൊക്കിൾ പൊന്തിവരുക
- സ്ട്രെച്ച്മാർക്സ്
- ശ്വാസമെടുക്കാൻ ബുദ്ധിമുട്ട്
- ഉറങ്ങാൻ ബുദ്ധിമുട്ട്
- സങ്കുചത്തിന്റെ പരിശീലനം (ബ്രേക്ഡൗൺ ഹിക്സ്)
- മാറിടത്തിന്റെ വ്യാപ്തി
- നിപ്പിളിൽനിന്ന് കൊളസ്ട്രം ഒഴുകുക

വൈകാരികം

- ഗർഭാവസ്ഥ അവസാനിക്കാനുള്ള കൊതി
- പ്രസവ വേദനയെയും പ്രസവത്തെയും പറ്റിയുള്ള ചിന്ത
- മനസ്സ് ചിന്തയിൽ മുഴുകിയിരിക്കുക
- ആദ്യത്തെ പ്രസവമാണെങ്കിൽ അമ്മയാകുന്നതിന്റെ ഉത്കണ്ഠ
- ഒരു വിചിത്രമായ ഉത്തേജനം

ഈ മാസത്തെ ചെക്ക്അപ്പ്

32-ാമത്തെ ആഴ്ചക്കുശേഷം ഡോക്ടർ നിങ്ങളോട് ഓരോ രണ്ടാഴ്ചയ്ക്കുശേഷവും വരാൻ പറഞ്ഞേക്കും. അപ്പോഴെ നിങ്ങളുടെയും കുഞ്ഞിന്റെയും വളർച്ചയിൽ പൂർണ്ണമായി ശ്രദ്ധപതിക്കാൻ അദ്ദേഹത്തിന് കഴിയൂ. ഈ മാസത്തെ ചെക്കപ്പിൽ താഴെ കൊടുത്തിരിക്കുന്ന പരിശോധനകൾ ചെയ്യേണ്ടിവരും. എന്നാൽ ഇത് ഡോക്ടറുടെ പരിശോധനാ രീതിയെയും നിങ്ങളുടെ നിലയെയും അനുസരിച്ചിരിക്കും.

- തൂക്കവും രക്തസമ്മർദ്ദവും
- ഷുഗറും പ്രോട്ടീനും പരിശോധിക്കാൻ വേണ്ടി മൂത്ര പരിശോധന
- ഭ്രൂണത്തിന്റെ ഹൃദയസ്പന്ദനം
- ഗർഭാശയത്തിന്റെ ഉയരം
- വെളിയിൽനിന്ന് ഭ്രൂണത്തിന്റെ ആകൃതിയും സ്ഥിതിയും
- കൈ-കാലുകളിലെ വീക്കം
- ഗ്രൂപ്പ് ബി സ്ട്രെപ് ടെസ്റ്റ്
- കുറച്ച് പുതിയതും അറിയാത്തതുമായ ലക്ഷണങ്ങൾ
- നിങ്ങളുടെ ചില ചോദ്യങ്ങളും ജിജ്ഞാസകളും

നിങ്ങൾ എന്തുകരുതുന്നുണ്ടാകും?

ബ്രെക്സ്റ്റൺഹിക്സ് കോൺട്രാക്ഷൻ

"ചിലപ്പോൾ എന്റെ ഗർഭാശയം മേൽപ്പോട്ടായി കഠിനമായി തീരുന്നു. ഇതെന്തുകൊണ്ടാണ്?"

ഇത് പരിശീലനമാണ്. പ്രസവം അടുക്കാൻ പോകുന്നു. ശരീരം സ്വയം അതിനുവേണ്ടി വാം അപ്പ് ചെയ്തുകൊണ്ടിരിക്കുകയാണ്. ഇതിനെ ബ്രെക്സ്റ്റൺ ഹിക്സ് കോൺട്രാക്ഷൻ എന്നുപറയും. ഇത് 20-ാമത്തെ ആഴ്ചക്കുശേഷം ആരംഭിക്കുന്നു. എന്നാൽ ഒടുവിലത്തെ മാസങ്ങളിൽ ഇത് കൂടുതൽ അറിയാൻ കഴിയും. ഗർഭാവസ്ഥ ഇതിനുമുമ്പും ഏർപ്പെട്ടിട്ടുണ്ടെങ്കിൽ ഇത് കൂടുതൽ തീവ്രമായിരിക്കും. ഗർഭാശയം മുകളിൽനിന്ന് കുറച്ച് ചുരു ങ്ങുന്നു. പിന്നീട് അടിഭാഗം വരെ അത് അനുഭവപ്പെടുന്നു. ഈ സ്ഥിതി 15 മുതൽ 30 സെക്കന്റുകൾവരെ നിലനിൽക്കും. ചിലപ്പോൾ അത് രണ്ടുനിമിഷംവരെയോ അതിൽ കൂടുതലോ നീണ്ടു എന്നുംവരാം.

ആ സമയത്ത് നിങ്ങൾ നിങ്ങളുടെ വയറിനെ ശ്രദ്ധിച്ചാൽ നിങ്ങൾ എന്താണ് അനുഭവിക്കുന്നത് എന്ന് അറിയാൻ കഴിയും. എന്നാൽ ഇതിനെ കൂടുതൽ ഗൗരവമായി എടുക്കേണ്ടതില്ല.

ഗർഭാവസ്ഥ അവസാനിക്കാറാകുമ്പോൾ പലപ്പോഴും ഇത് അറിയാൻ കഴിയാതെവരും. ശരിയായ വേദന തുടങ്ങിക്കഴിഞ്ഞു എന്നുതോന്നും. പക്ഷെ ഇതുകൊണ്ട് കുഞ്ഞിന്റെ ജനനം ഏർപ്പെടുന്നില്ല. എന്നാൽ സർവിക്സിന്റെ പ്രവർത്തനം ആരംഭിക്കുന്നത് എളുപ്പമായിരിക്കും.

ഇങ്ങനെയുള്ള അവസ്ഥയിൽ നിങ്ങളുടെ സ്ഥിതി മാറ്റുക. നിൽക്കുകയാണെങ്കിൽ കിടക്കുക. ഇരിക്കുകയാണെങ്കിൽ നടക്കാൻ തുടങ്ങുക. ധാരാളം തരളപദാർത്ഥങ്ങൾ കുടിക്കുക. ഡീഹൈഡ്രേഷൻ കാരണവും സങ്കുചനം ഏർപ്പെടും. ഇതിനിടയിൽ നിങ്ങൾക്ക് പ്രസവ വ്യായാമങ്ങളും കുഞ്ഞിന്റെ ജനനത്തിന്റെ ടെക്നിക്കുകളും പരിശീലിക്കാം. ഇത് പിന്നീട് എളുപ്പമായിരിക്കും. കോൺട്രാക്ഷൻ നിൽക്കാതിരിക്കുകയും മുമ്പിലത്തെക്കാൾ വേഗത്തിലാകുകയും ചെയ്താൽ ഡോക്ടറെ അറിയിക്കുക. ഒരു മണിക്കൂറിൽ നാലുപ്രാവശ്യത്തിൽ കൂടുതൽ ഇങ്ങനെ സംഭവിച്ചാൽ ഡോക്ടറോട് പറയുക. അദ്ദേഹത്തോട് എല്ലാ കാര്യവും വ്യക്തമായി പറയണം.

വാരിയെല്ലുകളിൽ തൊഴിക്കുക

"കുഞ്ഞിന്റെ തൊഴി എന്റെ വാരിയെല്ലുകളിൽ കുടുങ്ങിയതായി എനിക്ക് തോന്നുന്നു. ഇതുകൊണ്ട് വല്ലാത്ത വേദനയും തോന്നുന്നു"

അവസാനമാസങ്ങളിൽ സാധാരണ ഇങ്ങനെ ഉണ്ടാകും. നിങ്ങൾ നിങ്ങളുടെ സ്ഥിതി മാറ്റുമ്പോൾ കുഞ്ഞ് തന്റെ സ്ഥിതി മാറ്റും. അല്ലെങ്കിൽ നിങ്ങൾ ഒരു വ്യായാമം ചെയ്യുക. ഒരു കൈ തലക്കുമേലെ ഉയർത്തി ശ്വാസമെടു

ക്കുക, കൈ താഴോട്ട് കൊണ്ടുവരുമ്പോൾ ശ്വാസം പുറത്തുവിടുക. രണ്ടുകൈകളും മാറ്റിമാറ്റി ഇങ്ങനെ കുറച്ചുനേരം ചെയ്യുക. അതുകൊണ്ടും പ്രയോജനമില്ലെങ്കിൽ പരിശോധിക്കുക. പലപ്പോഴും സന്ധികളിൽ അയവുകൊണ്ടും ഇങ്ങനെ ഉണ്ടായേക്കാം. അത് ഗർഭാവസ്ഥയിൽ ഹാർമോണുകളുടെ സമ്മാനമാണ്. 'എസിടേമിനോഫേൻ' കൊണ്ട് വേദനയ്ക്ക് ആശ്വാസം കിട്ടും. എന്നാൽ ഇതിനിടയ്ക്ക് ഭാരക്കൂടുതലുള്ള സാധനങ്ങളൊന്നും എടുക്കരുത്. അല്ലെങ്കിൽ സ്ഥിതി കൂടുതൽ മോശമാകും.

ശ്വസിക്കാൻ ബുദ്ധിമുട്ട്

"എനിക്ക് പൂർണ്ണ ഊർജ്ജം ഉണ്ടായിരിക്കുന്ന സമയത്തുതന്നെ ചിലപ്പോൾ ശ്വാസിക്കാൻ ബുദ്ധിമുട്ടുതോന്നുന്നു. ഇത് എന്തുകൊണ്ടാണ്? കുഞ്ഞിനുവേണ്ടത്ര ഓക്സിജൻ കിട്ടുന്നില്ലേ?"

ഇക്കാലത്ത് ശ്വാസം മുട്ടുന്നത് ഒരു സാധാരണ സംഗതിയാണ്. നിങ്ങളുടെ ഗർഭാശയത്തിലുള്ള കുഞ്ഞിന് തന്റെ ആകാരം വ്യാപിപ്പിക്കേണ്ടതുണ്ട്. കുഞ്ഞിന്റെ ഭാരം കാരണം എല്ലാ അവയവങ്ങളിലും സമ്മർദ്ദം ഏർപ്പെടും. നിങ്ങളുടെ ശ്വാസകോശങ്ങൾക്ക് ശ്വാസം എടുക്കുന്ന സമയത്ത് പൂർണ്ണമായി വികസിക്കാൻ കഴിയുന്നില്ല. ഈ ദിവസങ്ങളിൽ പടികൾ കയറി വരുന്നത് കണ്ടാൽ നിങ്ങൾ മാരത്തോൺ പന്തയം കഴിഞ്ഞ് ജയിച്ചു വന്നിരിക്കുകയാണെന്ന് തോന്നും. നിങ്ങളുടെ കുഞ്ഞിന് ഒരു ബുദ്ധിമുട്ടും ഏർപ്പെട്ടിരിക്കില്ല. അതിന്റെ കൈയ്യിൽ വേണ്ടത്ര ഓക്സിജൻ ഉണ്ട്.

പ്രസവത്തിന് രണ്ട്-മൂന്നാഴ്ചകൾക്ക് മുമ്പ് ഈ സ്ഥിതിക്ക് ആശ്വാസം കിട്ടും. അതുവരെ കുനിയുന്നതിനുപകരം നിവർന്നിരിക്കുക. അല്ലെങ്കിൽ രണ്ടുമൂന്ന് തലയണകളുടെ സപ്പോർട്ട് കൊടുക്കുക.

പലപ്പോഴും ഇത് അയേൺ കുറയുന്നതിന്റെ സൂചനയായിരിക്കും. അതുകൊണ്ട് ഡോക്ടറോട് ഇതിനെപ്പറ്റി ചോദിക്കുക. തുടർച്ചയായി ശ്വാസമെടുക്കാൻ ബുദ്ധിമുട്ട് തോന്നുന്നുണ്ടെങ്കിൽ ഡോക്ടറുടെ അഭിപ്രായം ചോദിക്കുക. ചുണ്ടുകളിലോ വിരലുകളിലോ നീലനിറം, നെഞ്ചുവേദന, മലബന്ധം കൂടുതലാകാനുള്ള സൂചന എന്നിവ കണ്ടാൽ അലക്ഷ്യപ്പെടുത്തരുത്.

ബാല ചികിത്സാവിദഗ്ദ്ധനെ തിരഞ്ഞെടുക്കൽ

വളരെ ആലോചിച്ചുവേണം ബാല ചികിത്സാവിദഗ്ദ്ധനെ തിരഞ്ഞെടുക്കാൻ അർദ്ധരാത്രിയിൽ വേണ്ടിവന്നാലും അദ്ദേഹത്തോട് ഒരു മടിയും കൂടാതെ സമ്പർക്കം പുലർത്താൻ കഴിയണം. നിങ്ങളുടെ ഡോക്ടർ, സ്നേഹിതൻ, സഹപ്രവർത്തകർ, ആശുപത്രി അല്ലെങ്കിൽ ബർത്ത്സെന്ററിൽ ഇതിനെക്കുറിച്ച് അന്വേഷിച്ചറിയുക. നിങ്ങൾ ഇൻഷ്യൂർ ചെയ്തിട്ടുണ്ടെങ്കിൽ അവർ തരുന്ന ലിസ്റ്റിൽ നിന്ന് തിരഞ്ഞെടുക്കേണ്ടിവരും.

രണ്ട്-മൂന്നുപേരെ തിരഞ്ഞെടുത്തശേഷം സന്ദർശനത്തിനുള്ള സമയം ചോദിച്ചുവാങ്ങിക്കുക. പ്രത്യേക കാര്യങ്ങളെക്കുറിച്ച് സംസാരിക്കുക. എല്ലാ സന്ദർശന സമയത്തും ഡോക്ടർ ഉണ്ടാകുമോ? പ്രത്യേക സാഹചര്യങ്ങളിൽ മാത്രമേ ഡോക്ടറെ കാണാൻ കഴിയൂ ? ആ ഡോക്ടറും ആശുപത്രിയും ആധികാരികമാണോ എന്നൊക്കെ അന്വേഷിച്ചറിയണം. പ്രസവിച്ച ഉടൻ കുഞ്ഞിനെ പരിശോധിക്കാൻ അദ്ദേഹത്തിന് ആശുപത്രിയിലേക്ക് വരാൻ കഴിയുമോ? എന്നും അറിയണം.

ബ്ലാഡറിൽ നിയന്ത്രണമില്ലാതാകുക

"ഇന്നലെ രാത്രി ഞാൻ ഒരു കോമഡി സിനിമ കാണുകയായിരുന്നു. അടിക്കടി ചിരിക്കുന്നതുകൊണ്ട് എന്റെ ബ്ലാഡറിൽനിന്ന് മൂത്രം ഒഴുകിക്കൊണ്ടിരുന്നു ഇതെന്തുകൊണ്ടാണ്?"

- അടിക്കടി ബാത്റൂമിലേക്ക് ഓടിയാൽ മാത്രം മതിയാകുന്നില്ല. മൂന്നാമത്തെ മൂന്നാം മാസത്തിൽ മറ്റൊരു ബുദ്ധിമുട്ട് വന്നുചേർന്നിട്ടുണ്ട്. ചിരിക്കുകയോ, ചുമക്കുകയോ, ഭാരം എടുത്ത് പൊന്തിക്കുകയോ ചെയ്താൽ മൂത്രാശയത്തിൽ നിന്ന് മൂത്രം ഇറ്റുവീഴാൻ തുടങ്ങുന്നു. ഗർഭാശയം വലുതായി കൊണ്ടേ വരുന്നതുകൊണ്ട് മൂത്രാശയത്തിൽ സമ്മർദ്ദം ഏർപ്പെടുന്നു. പല സ്ത്രീകൾക്കും അടിക്കടി മൂത്രമൊഴിക്കണം എന്നുതോന്നുന്നു. താഴെ കൊടുത്തിരിക്കുന്ന ഉപായങ്ങൾ നിങ്ങൾക്ക് ഉപയോഗപ്രദമായിരിക്കും:-
- മൂത്രമൊഴിക്കുമ്പോൾ സാവധാനം മുഴുവൻ മൂത്രവും മൂത്രാശയത്തിൽനിന്ന് വെളിയേറ്റുക.

- കീഗൽ വ്യായാമം ചെയ്തുകൊണ്ടിരുന്നാൽ ഇപ്പോഴത്തേക്ക് ആശ്വാസവും കിട്ടും. വരാനിരിക്കുന്ന സമയത്ത് നിങ്ങളുടെ പഴയ ഫിഗറും തിരിച്ചുകിട്ടും.
- ചുമക്കുമ്പോഴും, തുമ്മുമ്പോഴും, ചിരിക്കുമ്പോഴും കീഗൽ ചെയ്യുകയോ കാലുകൾ മടക്കുകയോ ചെയ്യുക.
- പാന്റീസിൽ ലൈനർ ഉപയോഗിക്കുക.
- ശരിയായ സമയത്ത് മൂത്രമൊഴിച്ചില്ലെങ്കിലും ബ്ലാഡറിൽ സമ്മർദ്ദം ഏർപ്പെടും.
- മലബന്ധം മൂലവും പെൽവിക്സിലെ മാംസപേശികൾ ബലഹീനമാകും, മലബന്ധം വരാതെ സൂക്ഷിക്കുക.
- എല്ലായ്പോഴും മൂത്രമൊഴിക്കണമെന്ന് തോന്നുന്നെങ്കിൽ ബ്ലാഡറിനെ നിയന്ത്രിക്കാൻ പഠിക്കുക. ഒരുമണിക്കൂറിനു പകരം ½ മണിക്കൂറിനുശേഷം ബാത്ത് റൂമിൽ പോകുക. പതുക്കെപ്പതുക്കെ സമയദൈർഘ്യം കൂട്ടുക. അപ്പോൾ നിങ്ങൾക്ക് ഓടിക്കിതച്ച് ബാത്ത്റൂമിൽ പോകേണ്ടിവരില്ല.
- എന്തുതന്നെ ആയാലും ദിവസവും എട്ടുഗ്ലാസ് വെള്ളം കുടിക്കാൻ മറക്കരുത്. വെള്ളം കുടിക്കുന്നത് കുറച്ചാൽ യോനി മാർഗ്ഗത്തിൽ സംക്രമണം ഏർപ്പെടും.

ആ സമയത്ത് മൂത്രം മാത്രമാണോ ഇറ്റുവീഴുന്നതെന്ന് മനസ്സിലാക്കണം. അമ്നിയോട്ടിക് ദ്രവവും കൂടെ വരുന്നുണ്ടോ എന്ന് നോക്കാൻ അത് മണത്തുനോക്കുക. മൂത്രത്തിന്റെ ഗന്ധമില്ലെങ്കിൽ ഡോക്ടറോട് ചോദിക്കണം.

നിങ്ങൾ എങ്ങനെയാണ് കാരി ചെയ്യുന്നത്?

"എന്റെ വയറ് കണ്ടാൽ എട്ടുമാസത്തിൽ കുറവായെ തോന്നൂ എന്നാണ് എല്ലാവരും പറയുന്നത്. വയറ്റാട്ടി പറയുന്നത് എല്ലാം ശരിയാണ് എന്നാണ് എന്റെ കുഞ്ഞിന്റെ വികാസം അപൂർണ്ണമാണോ?"

ഗർഭത്തിന്റെ 8-ാം മാസം

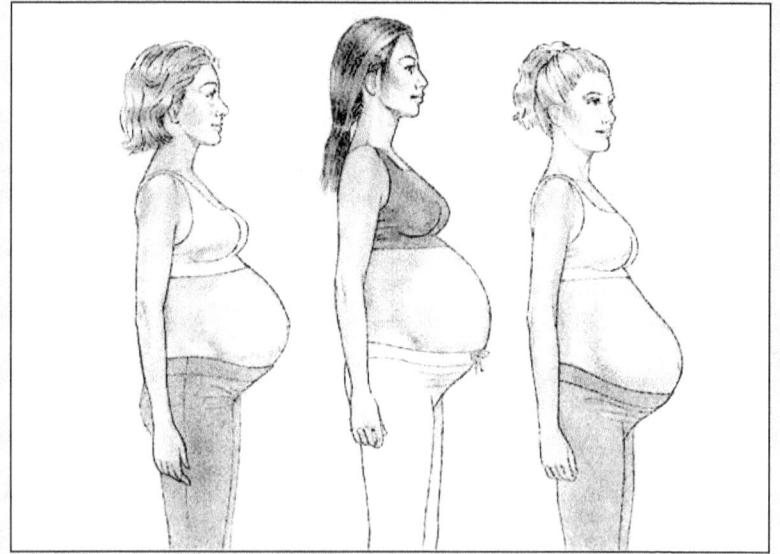

സ്ത്രീകൾ എട്ടാം മാസത്തിൽ ഈ ചിത്രങ്ങളിൽ കാണുന്ന മൂന്ന് വ്യത്യസ്ത രീതികളിലാണ് കാണപ്പെടുന്നത്. ഇത് നിങ്ങളുടെ ആകൃതി, സ്ഥിതി, തൂക്കം, കുഞ്ഞിന്റെ സ്ഥിതിയും തൂക്കവും എന്നിവയെ ആശ്രയിച്ചിരിക്കുന്നു. കുറച്ച് ഉയരത്തിൽ, താഴെ ചെറുതായി, പരന്ന് അല്ലെങ്കിൽ കാണാൻ. വളരെ ചെറുതായി നിങ്ങളുടെ വയറ് ഉണ്ടായിരിക്കും.

ഏതൊരമ്മയുടെയും വയറ് നോക്കി കുഞ്ഞിനെപ്പറ്റി പറയാൻ കഴിയില്ല. നിങ്ങൾ ഗർഭത്തെ എങ്ങനെയാണ് ധാരാണം ചെയ്യുന്നത് എന്നതാണ് കൂടുതൽ പ്രധാനം.

- **നിങ്ങളുടെ സ്വന്തം ശരീരം:–** ആകൃതി എല്ലുകളുടെ ഘടന, വയറിന്റെ ആകൃതി എന്നിവ പലതരത്തിലായിരിക്കും. ഒരു പൊക്കം കുറഞ്ഞ സ്ത്രീയുടെ പൊന്തൽ ഒരു പൊക്കമുള്ള സ്ത്രീയുടേതുമായി താരതമ്യപ്പെടുത്തുമ്പോൾ ചെറുതായിരിക്കാം. അധികം തടിയുള്ള സ്ത്രീകളുടെ വയറ് അറിയാനേ കഴിയില്ല, എന്തെന്നാൽ അവരുടെ വയറ്റിൽ ആദ്യംതന്നെ കുഞ്ഞിനുവേണ്ടത്ര സ്ഥലം ഉണ്ടായിരിക്കും.
- **നിങ്ങളുടെ മാംസപേശികളുടെ ടോൺ:–** നിങ്ങളുടെ മാംസപേശികൾ ദൃഢമാണെങ്കിൽ അയഞ്ഞ മാംസപേശികളുള്ള സ്ത്രീയോട് താരതമ്യപ്പെടുത്തുമ്പോൾ നിങ്ങളുടെ വയറ് അധികം ഉന്തിനിൽക്കുകയില്ല.
- **കുഞ്ഞിന്റെ സ്ഥിതി:–** നിങ്ങളുടെ കുഞ്ഞ് അകത്ത് ഏത് സ്ഥിതിയിലാണെന്നതിനെ അനുസരിച്ചാണ് വയറിന്റെ പുറത്തോട്ടുള്ള ഉന്തിനിൽക്കൽ.
- **നിങ്ങളുടെ തൂക്കം:–** അമ്മയുടെ തൂക്കം കൂടുന്നതുകൊണ്ട് ഉള്ളിലുള്ള കുഞ്ഞിന്റെ തൂക്കവും കൂടണമെന്നില്ല.

നിങ്ങളുടെ ഭർത്തൃ സഹോദരി, ചേട്ടത്തിയമ്മ, സഹ പ്രവർത്തക എന്നിവരേക്കാൾ ഡോക്ടർക്കാണ് കുഞ്ഞിന്റെ വളർച്ച എങ്ങനെയുണ്ടെന്ന് പറയാൻ കഴിയുക. അദ്ദേഹം തുടർച്ചയായി നിങ്ങളുടെ ഗർഭാശയവും വളർച്ചയും നിരീക്ഷിച്ചുകൊണ്ടിരിക്കുകയാണ്. വയറ് മാത്രം നോക്കി കുഞ്ഞിന്റെ വളർച്ചയെപ്പറ്റി പറയാൻ കഴിയില്ല. അതിന് അൾട്രാസൗണ്ടും മറ്റ് മെഡിക്കൽ പരിശോധനകളും ചെയ്യേണ്ടിവരും. ഉള്ളിൽ എന്താണ് നടക്കുന്നതെന്ന് പുറത്തു നിന്ന് ഊഹിക്കാൻ കഴിയുകയില്ല.

"എന്റെ നിതംബങ്ങൾ തടിച്ചിട്ടല്ലാത്തതുകൊണ്ട് എനിക്ക് ആൺകുട്ടിയാണ് ജനിക്കാൻ പോകുന്നതെന്ന് എല്ലാവരും പറയുന്നു. എന്റെ വയറുമാത്രമെ ഉന്തിയിട്ടുള്ളു. ഇതിൽ എന്തെങ്കിലും സത്യമുണ്ടോ?"

ഇത് വയറ്റാട്ടികളുടെ ഊഹമാണ്. ഇത് 50% ശരിയാകാറുണ്ട്. ഇത് ശരിയാകാം, ആകാതിരിക്കയും ചെയ്യാം. നിങ്ങൾക്ക് വേണമെങ്കിൽ അങ്ങനെ ഊഹിക്കാം. പക്ഷെ അതിനുവേണ്ടി കുഞ്ഞിന്റെ മുറിയുടെ നിറമോ വസ്ത്രങ്ങളോ തിരഞ്ഞെടുക്കാതിരിക്കുന്നതാണ് നല്ലത്.

നിങ്ങളുടെ ആകൃതിയും പ്രസവവും

"എന്റെ ഉയരം 5 അടിയാണ്. എനിക്ക് പ്രസവ സമയത്ത് എന്തെങ്കിലും ബുദ്ധിമുട്ടുണ്ടാകുമോ?"

കുഞ്ഞിന് ജന്മം നൽകുന്ന സമയത്ത് നിങ്ങളുടെ പുറത്തെയല്ല അകത്തെ ആകൃതിയാണ് കൂടുതൽ പ്രധാനം. പെൽവിസും കുഞ്ഞിന്റെ തലയുടെ ആകൃതിയുമാണ് സുഖപ്രസവമാണോ അല്ലയോ എന്ന് തീരുമാനിക്കുന്നത്. ഇതിനും നിങ്ങളുടെ ഉയരത്തിനും തമ്മിൽ ഒരു ബന്ധവുമില്ല. ഉയരം കുറഞ്ഞാൽ നിങ്ങളുടെ പെൽവിക് ഏരിയയും ചെറുതായിരിക്കണമെന്നില്ല. അത് പൊക്കമുള്ള സ്ത്രീയുടെതിനേക്കാളും വലുതാകാം.

നിങ്ങൾ എങ്ങനെ ഈ വലുപ്പത്തെക്കുറിച്ച് കണ്ടുപിടിക്കും? ഇത് ലെവലിനനുസരിച്ചല്ല ഉണ്ടാകുന്നത്. (ചെറുത്, നടുത്തരം, കുറച്ചുവലുത്) ഡോക്ടർക്ക് ആദ്യത്തെ ചെക്കപ്പിൽ ഇതിന്റെ വലുപ്പത്തെക്കുറിച്ച് ഊഹിക്കാൻ കഴിയും. കുഞ്ഞിന്റെ തല പുറത്തുവരാൻ ബുദ്ധിമുട്ടുണ്ടാകുമെന്ന് അദ്ദേഹത്തിന് സംശയം തോന്നിയാൽ അൾട്രാ സൗണ്ടിന്റെ സഹായം സ്വീകരിക്കും.

സാധാരണയായി ദൈവം കുഞ്ഞിന്റെ തല വലുതും അമ്മയുടെ ശരീരം അതിന് ചെറുതുമായി സൃഷ്ടിക്കാറില്ല. കുഞ്ഞ് സുഖമായി ഈ ലോകത്ത് പ്രവേശിക്കുന്നു, നിങ്ങൾക്കും അതുപോലെ തന്നെ സംഭവിക്കുമെന്ന് എനിക്ക് പൂർണ്ണ വിശ്വാസമുണ്ട്.

നിങ്ങളുടെ തൂക്കവും കുഞ്ഞിന്റെ ആകൃതിയും

"എന്റെ തൂക്കം നല്ലപോലെ കൂടിയിട്ടുണ്ട്. കുഞ്ഞും വലുതായിട്ടുണ്ടെന്നും പ്രസവത്തിൽ ബുദ്ധിമുട്ടുണ്ടാകുമെന്നുമാണ് എനിക്ക് തോന്നുന്നത്"

നിങ്ങളുടെ തൂക്കം കൂടിയിട്ടുണ്ടെങ്കിൽ കുഞ്ഞിന്റെ തക്കവും കൂടണമെന്ന് അതിനർ

ത്ഥമില്ല. നിങ്ങളുടെ കുഞ്ഞിന്റെ തൂക്കം വർദ്ധിക്കുന്നത് മറ്റുപല കാരണങ്ങളെയും ആശ്രയിച്ചാണ് — ജെനറ്റിക്, നിങ്ങൾ ജനിക്കുമ്പോൾ ഉണ്ടായിരുന്ന നിങ്ങളുടെ തൂക്കം, നിങ്ങൾ കഴിക്കുന്ന ആഹാരം. ഈ കണക്കനുസരിച്ച് 35-40 പൗണ്ട് തൂക്കം കൂടിയാൽ 6-7 പൗണ്ടുള്ള കുഞ്ഞായിരിക്കും. 45 പൗണ്ട് തൂക്കം കൂടിയാൽ 8 പൗണ്ടുള്ള കുഞ്ഞായിരിക്കും. ശരാശരി തൂക്കം തുടർച്ചയായി കൂടുന്നതനുസരിച്ച് കുഞ്ഞും വലുതാകും.

ഡോക്ടർക്ക് നിങ്ങളുടെ വയറിന്റെയും ഗർഭാശയത്തിന്റെയും ഉയരം അളന്ന് കുഞ്ഞിന്റെ വലിപ്പം ഊഹിക്കാൻ കഴിയും. ഇതിൽ ഒന്നോ അരയോ പൗണ്ട് കൂടുതലോ കുറവോ ആയേക്കാം. അൾട്രാ സൗണ്ടു കൊണ്ടും ഊഹിക്കാമെങ്കിലും അത് തികച്ചും ശരിയാകണമെന്നില്ല.

കുഞ്ഞിന്റെ വലിപ്പത്തിനും പ്രസവത്തിന്റെ ബുദ്ധിമുട്ടിനും തമ്മിൽ ഒരു ബന്ധവുമില്ലെങ്കിലും 6-7 പൗണ്ടിന്റെ കുഞ്ഞ് 9-10 പൗണ്ടുള്ള കുഞ്ഞിനെക്കാൾ വേഗത്തിൽ പുറത്തുവരും. മിക്കവാറും സ്ത്രീകൾ തൂക്കം കൂടുതലുള്ള ശിശുക്കൾക്കും ഒരു ബുദ്ധിമുട്ടുമില്ലാതെ ജന്മം നൽകാറുണ്ട്. നിങ്ങളുടെ പെൽവിക്സുമായി താരതമ്യപ്പെടുത്തുമ്പോൾ കുഞ്ഞിന്റെ തല എത്ര വലുതാണെന്നു മാത്രമാണ് ഇവിടെ നോക്കേണ്ടത്.

കുഞ്ഞിന്റെ സ്ഥിതി

"എന്റെ കുഞ്ഞിന്റെ മുഖം ഏതുഭാഗത്താണെന്ന് ഞാൻ എങ്ങിനെ കണ്ടുപിടിക്കും. അത് പ്രസവത്തിലേക്കുള്ള ശരിയായ വഴിയിലാണോ എന്ന് എങ്ങനെ കണ്ടുപിടിക്കും?"

പുറത്തുനിന്ന് കുഞ്ഞിന്റെ കൈ-കാൽ, കൈമുട്ടുകൾ, കാൽമുട്ടുകൾ എന്നിവ അനുമാനിക്കുന്നത് വളരെ വിനോദമായിരിക്കും. എന്നാൽ ഇത് കുഞ്ഞിന്റെ ശരിയായ സ്ഥിതി കണ്ടുപിടിക്കാനുള്ള രീതിയല്ല. ഡോക്ടർക്ക് നിങ്ങളുടെ കുഞ്ഞിന്റെ അവയവങ്ങളുടെ ശരിയായ സ്ഥിതി അനുമാനിക്കാൻ കഴിയും.

കുഞ്ഞിന്റെ ഹൃദയസ്പന്ദനത്തിൽ നിന്നും അതിന്റെ ശരിയായ സ്ഥിതി അനുമാനിക്കാം. അതിന്റെ തല മുമ്പിലാണെങ്കിൽ ഹൃദയസ്പന്ദനം വയറിന്റെ അടിഭാഗത്തിന്റെ പകുതി ഭാഗത്തിൽ കേൾക്കാൻ കഴിയും. കുഞ്ഞിന്റെ മുതുക് നിങ്ങളുടെ മുമ്പോട്ടാണെങ്കിൽ ഇത് ശക്തമായി കേൾക്കാം. എന്തെങ്കിലും സംശയമുണ്ടെങ്കിൽ അൾട്രാസൗണ്ടു മൂലം പലതും അറിയാൻ കഴിയും.

നിങ്ങൾക്ക് വിനോദത്തിനുവേണ്ടി ഈ വഴികൾ ചെയ്തുനോക്കാം.

- കുഞ്ഞിന്റെ മുതുക് പരന്നിരിക്കും. കൈകാലുകൾ ചെറുതായിരിക്കും.
- എട്ടാം മാസത്തിൽ അതിന്റെ തല നിങ്ങളുടെ പെൽവിസിന്റെ അടുത്തായിരിക്കും.
- അതിന്റെ നിതംബം തലയേക്കാൾ കൂടുതൽ മൃദുവായിരിക്കും.

ബ്രീച്ച് ബേബി

"കഴിഞ്ഞ സന്ദർശനത്തിൽ ഡോക്ടർ കുഞ്ഞിന്റെ തല എന്റെ വാരിയെല്ലുകൾക്ക് അരികിലാണ് എന്ന് പറഞ്ഞു. ഇതിനർത്ഥം അത് ബ്രീച്ച് ബേബി ആണെന്നാണോ?"

ചിലപ്പോൾ കുഞ്ഞ് ജിംനാസ്റ്റിക് ചെയ്യുകയായിരിക്കും. വാസ്തവത്തിൽ മിക്കവാറും എല്ലാ ശിശുക്കളും 32 മുതൽ 38 ആഴ്ചകൾക്കുള്ളിൽ ശരിയായ സ്ഥാനത്തു വന്നുചേരും. ചില കുഞ്ഞുങ്ങൾക്ക് മാത്രമെ ജനനത്തിന് കുറച്ചുദിവസങ്ങൾക്ക് മുമ്പു വരെ ശരിയായ രീതിയിൽ ഉറക്കാൻ കഴിയാതെ വരികയുള്ളു. അതിന്റെ അടിഭാഗം താഴോട്ടായിരിക്കും. അതിനർത്ഥം ജനന സമയത്തും അത് ബ്രീച്ച് ആയിരിക്കുമെന്നല്ല.

പ്രസവത്തിനുമുമ്പും അത് ബ്രീച്ച് സ്ഥിതിയിലാണെങ്കിൽ ഡോക്ടറോട് ചോദിച്ച് എന്തെങ്കിലും ഒരു ഉപായം ചെയ്യാം. പരിഭ്രമിക്കേണ്ടതില്ല.

ബ്രീച്ച് ബേബിയെ തിരിക്കുക

ചില ഡോക്ടർമാർ ബ്രീച്ച് ബേബിയെ തിരിക്കാൻ വ്യായാമം ചെയ്യാൻ നിർദ്ദേശിക്കും. തല കുനിച്ച് കൈകൾ അല്ലെങ്കിൽ കാൽമുട്ടുകൾ ഊന്നിയിരുന്ന് മുമ്പോട്ടും പുറകോട്ടും ആടുക. പെൽവിക്സ് ടിൽട്ട്. എന്നാൽ ഈ വ്യായാമങ്ങൾ ചെയ്യുന്നതിന് മുമ്പ് ഡോക്ടറുടെ അഭിപ്രായം ചോദിക്കാൻ മറക്കരുത്.

മുഖം എവിടെയാണ്

കുഞ്ഞിന്റെ പൊസിഷനെപ്പറ്റി പറയുമ്പോൾ, കുഞ്ഞിന്റെ തല താഴെയും, മുഖം നിങ്ങളുടെ പുറകുവശത്തും താടി നെഞ്ചോട് ചേർന്നുമാണെങ്കിൽ നിങ്ങൾ ഭാഗ്യവതിയാണ്. ഈ ഓകിപുട്ട് എന്റീരിയർ പൊസിഷൻ ജനനത്തിന് ആദർശമായ പൊസിഷനാണ് എന്നാണ് കണക്കാക്കുന്നത്. എന്തെന്നാൽ പ്രസവ സമയത്ത് അതിന്റെ തല എളുപ്പത്തിൽ പുറത്തുവരും. കുഞ്ഞിന്റെ വായ നിങ്ങളുടെ വയറിന്റെ നേരെ ആണെങ്കിൽ (ഓക്കിപുട്ട് പോസ്റ്റീരിയർ) ദോഷകരമാണ്. അതിന്റെ തലയോട് നിങ്ങളുടെ നട്ടെല്ലിൽ സമ്മർദ്ദം ചെലുത്തും, അത് പുറത്തുവരാനും താമസമാകും.

പ്രസവ ദിവസം അടുക്കുമ്പോൾ ഡോക്ടർ അതിന്റെ പൊസിഷൻ അറിയാൻ ശ്രമിക്കും. അതിന്റെ സ്ഥിതി പോസ്റ്റീരിയലാണെങ്കിൽ വിഷമിക്കേണ്ട. പല ശിശുക്കളും പ്രസവ സമയത്ത് ശരിയായ സ്ഥിതിയിലേക്ക് വരും. പലയിടത്തും ഡോക്ടർമാർ വ്യായാമം കൊണ്ട് പൊസിഷൻ മാറ്റാൻ ശ്രമിക്കും.

കുഞ്ഞ് കിടക്കുന്നതെങ്ങനെയാണ്?

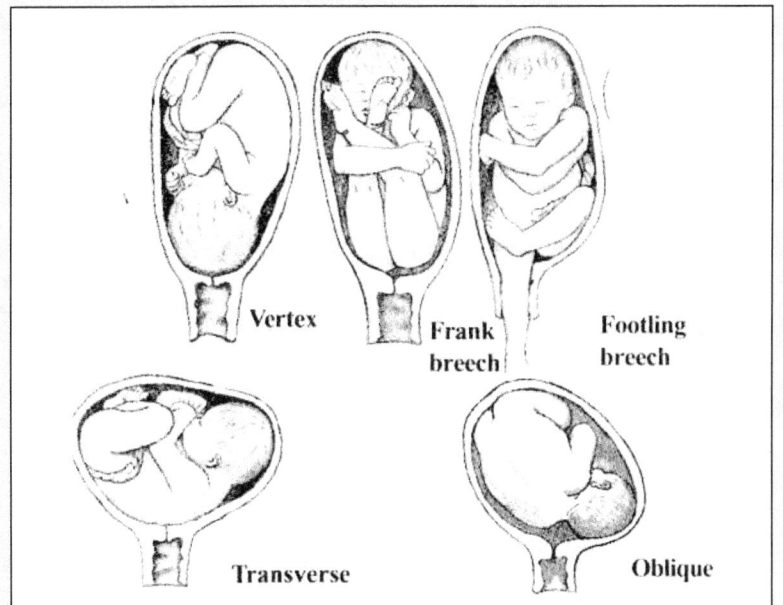

Vertex
Frank breech
Footling breech
Transverse
Oblique

പ്രസവത്തെപ്പറ്റി സംസാരിക്കുമ്പോൾ കുഞ്ഞിന്റെ ലൊക്കേഷൻ വളരെ പ്രധാനപ്പെട്ടതാണ്. മിക്ക ശിശുക്കളും തലകീഴോട്ട്, അതായത് വർട്ടിക്ക്സ് പൊസിഷനിൽ ആയിരിക്കും. ബ്രീച്ച് ശിശു പലലൊക്കേഷനുകളിലും ആയിരിക്കും. ഉദാ:– ഫ്രാങ്ക് ബ്രീച്ചിൽ കുഞ്ഞിന്റെ നിതംബം താഴ്പ്പോട്ടായിരിക്കും, രണ്ട് കാലുകളും മേൽപ്പോട്ടായിരിക്കും. കൈകൾ കൊണ്ടുക്കാലുകൾ മുറുക്കിപ്പിടിച്ചിരിക്കും. ഫുട്ട്ലിങ്ങ് ബ്രീച്ചിൽ കുഞ്ഞിന്റെ ഒരു കാലോ രണ്ട് കാലുകളുമോ താഴ്പ്പോട്ടായിരിക്കും. ട്രാൻസ്വെഴ്സ് പൊസിഷനിൽ കുഞ്ഞിന്റെ മുതുക് ഗർഭാശയ മുഖത്തിന് നേരെ ആയിരിക്കും. ഓബ്ലിക് പൊസിഷനിൽ കുഞ്ഞിന്റെ തല അമ്മയുടെ നിതംബങ്ങൾക്കുനേരെ ആയിരിക്കും.

"ബ്രീച്ച് ബേബിയെ തിരിക്കാൻ എന്തു ചെയ്യാം?"

കുഞ്ഞിന്റെ പൊസിഷൻ മാറ്റാൻ പല ഉപായങ്ങളും ചെയ്യാവുന്നതാണ്. ഡോക്ടർ നിങ്ങളോട് ചില എളുപ്പമായ വ്യായാമങ്ങൾ ചെയ്യാൻ പറഞ്ഞേക്കാം. ഈ പുസ്തകത്തിലും അതിനെപ്പറ്റി പറഞ്ഞിട്ടുണ്ട്. അക്യൂപഞ്ചറും, ഹെർബൽ ട്രീറ്റ്മെന്റും ചെയ്യാവുന്നതാണ്.

ഇത്രയൊക്കെ ചെയ്തിട്ടും കുഞ്ഞ് ശരിയായ പൊസിഷനിൽ വന്നില്ലെങ്കിൽ ഡോക്ടർ കൈകൊണ്ട് അത് ശരിയാക്കാനുള്ള തീരുമാനം എടുത്തേക്കാം. ഇതിനെ എക്സ്റ്റേണൽ ഡിഫെലിക് വർജിൻ ഈസിവി എന്നുപറയും. ഈ സിവി സാധാരണ 37-ാമത്തെയോ 38-ാമത്തെയോ ആഴ്ചയിലാണ് ചെയ്യുന്നത്. അപ്പോൾ കുഞ്ഞ് കുറച്ച് വിശ്രമാവസ്ഥയിലായിരിക്കും. മിക്ക ഡോക്ടർമാരും എപിഡ്യൂറലിനുശേഷം ഇത് ചെയ്യുവാനാണ് ഇഷ്ടപ്പെടുന്നത്. അവർ പതുക്കെപ്പതുക്കെ കുഞ്ഞിനെ കൈകൊണ്ട് താഴോട്ട് കൊണ്ടുവരാൻ ശ്രമിക്കും. ഓരോ കാര്യത്തിലും തുടർച്ചയായി ശ്രദ്ധ ചെലുത്തിക്കൊണ്ടിരിക്കും.

ഈ സി വി ചെയ്യുന്ന കേസുകളിൽ $^2/_3$ ഭാഗം തികച്ചും വിജയിക്കാറുണ്ട്. ഇതിനു മുമ്പ് ഗർഭിണിയായിട്ടുള്ള സ്ത്രീകളിൽ ഈ വിജയത്തിന്റെ നിരക്ക് ഇനിയും വർദ്ധിക്കും. ചില കുഞ്ഞുങ്ങൾ ഇതിന് തികച്ചും തയ്യാറാകുന്നില്ല, ചിലത് സർക്കസ് ചെയ്ത് വീണ്ടും ബ്രീച്ച് സ്ഥിതിയിലേക്കുതന്നെ തിരിച്ചുപോകും.

"കുഞ്ഞ് ബ്രീച്ച് സ്ഥിതിയിലാണെങ്കിൽ പ്രസവ സമയത്ത് എന്തു പ്രഭാവമാണ് ഉണ്ടാകുക? എനിക്ക് യോനിവഴിയായി കുഞ്ഞിന് ജന്മം നൽകാൻ കഴിയുമോ?"

നിങ്ങൾക്ക് യോനിവഴി (വെജേനൽ ബർത്ത്) കുഞ്ഞിന് ജന്മം നൽകാൻ കഴിയുമോ എന്നത് പല കാര്യങ്ങളെയും ആശ്രയിച്ചിരിക്കുന്നു. അതിൽ ഡോക്ടറുടെ നീതിയും നിങ്ങളുടെ സ്ഥിതിയും അടങ്ങും. പല ഡോക്ടർമാരും ബ്രീച്ച് ബേബിയാണെങ്കിൽ ഡിസെക്ഷൻ ചെയ്യുന്നതാണ് നല്ലതെന്ന് കരുതുന്നു. ഇതാണ് വളരെ സുരക്ഷിതമെന്ന് പഠനങ്ങൾ തെളിയിച്ചിട്ടുണ്ട്. ഫ്രെഞ്ച് ബ്രീച്ച് സ്ഥിതിയിലാണെങ്കിൽ പെൽപിബർണിൽ ധാരാളം സ്ഥലമുണ്ടായിരിക്കും. ഡിസെക്ഷൻ ചെയ്യാതെ തന്നെ കാര്യം നടക്കും. അവസാന നിമിഷത്തിൽ കുഞ്ഞ് ഏത് സ്ഥിതിയിലാണ് എന്നതിനനുസരിച്ച് ഡോക്ടർ തീരുമാനമെടുക്കുമെന്നതാണ് എല്ലാത്തിലും വലിയത്. ഡോക്ടറോട് ചോദിച്ച് എല്ലാ മാറ്റുവഴികളെപ്പറ്റിയും ആലോചിച്ചാൽ ആ സമയത്ത് നിങ്ങൾക്ക് പരിഭ്രമമോ പേടിയോ തോന്നുകയില്ല.

"കുഞ്ഞ് ഓബ്ലിക് പൊസിഷനിലാണെന്നാണ് ഡോക്ടർ പറഞ്ഞത്. ഇതെന്താണ്? ഇതുകൊണ്ട് പ്രസവത്തിൽ എന്ത് പ്രഭാവമാണ് ഉണ്ടാകുക?"

ഈ സ്ഥിതിയിൽ കുഞ്ഞ് കുറച്ച് ക്രമക്കേടായ നിലയിലാണ് കിടക്കുന്നത്. അതിന്റെ തല നിങ്ങളുടെ നിതംബങ്ങൾക്ക് നേരെയാണ് പോകുന്നത്. ഡോക്ടറുടെ സഹായം കൊണ്ട് അതിനെ ശരിയായ പൊസിഷനിലേക്ക് കൊണ്ടുവരേണ്ടിവരും. അല്ലെങ്കിൽ യോനി വഴിയുള്ള ജനനത്തിന് ബുദ്ധിമുട്ടായിരിക്കും. അങ്ങനെ ചെയ്യാൻ കഴിഞ്ഞില്ലെങ്കിൽ ഡിസെക്ഷൻ ചെയ്യേണ്ടിവരും. പലപ്പോഴും കുഞ്ഞ് 'ട്രാൻസ്‌വേഴ്സ്' പൊസിഷനിലായിരിക്കും, അപ്പോഴും ഈ രീതിതന്നെ സ്വീകരിക്കും.

സിസേറിയൻ ഡെലിവറി

"ഡോക്ടർ എന്നോട് സിസേറിയൻ ഡെലിവറിയെക്കുറിച്ച് പറഞ്ഞു. അതുകൊണ്ട് ഞാൻ വളരെ നിരാശയാണ്"

ഈ ഓപ്പറേഷൻ വലുതാണെങ്കിലും വളരെ സുരക്ഷിതമാണെന്നാണ് കരുതപ്പെടുന്നത്. സാധാരണയായി ഈ രീതി സ്വീകരിക്കാറുണ്ട്. 30% സ്ത്രീകളും ഈ രീതിയിലൂടെയാണ് കുഞ്ഞുങ്ങൾക്ക് ജന്മം നൽകുന്നത്.

ഈ വാർത്ത നിങ്ങളുടെ ഹൃദയം തകർക്കുന്നതാണ് എന്ന് സമ്മതിച്ചു. എന്തുകൊണ്ടെന്നാൽ നിങ്ങൾ അത് ആഗ്രഹിക്കുന്നില്ല. നിങ്ങൾ കുഞ്ഞിനെ സ്വഭാവിക രീതിയിൽ ഈ ഭൂമിയിലേക്ക് കൊണ്ടുവരാൻ ആഗ്രഹിക്കുന്നു. എന്നാൽ ഇപ്പോൾ ഓപ്പറേഷനോട് ബന്ധപ്പെട്ട എല്ലാ കാര്യങ്ങളും ശ്രദ്ധിക്കുക.

ഇപ്പോൾ എല്ലാ ആശുപത്രികളിലും ഇതിനുവേണ്ട എല്ലാ സൗകര്യങ്ങളും ഏർപ്പെടുത്തിയിട്ടുണ്ട്. ഇത് കുഞ്ഞിനും എത്ര ആശ്വാസകരമായിരിക്കുമെന്ന് ആലോചിച്ചുനോക്കൂ. മെഡിക്കൽ ടേം പറ്റി സംസാരിക്കുകയാണെങ്കിൽ കുഞ്ഞിന് സുരക്ഷിതമായ പ്രസവമാണ്

ഏറ്റവും നല്ലത്. ഈ സമയത്ത് കുഞ്ഞിന് ഇതിൽ കൂടുതൽ സുരക്ഷിതമായത് മറ്റൊന്നുമില്ല. ഡെലിവറിക്കുശേഷം ആരോഗ്യമുള്ള കുഞ്ഞ് നിങ്ങളുടെ കൈകളിലെത്തും. ഇത് നല്ലതാണെന്ന് തന്നെയല്ലെ കരുതുക.

"എനിക്ക് അറിയാവുന്ന എല്ലാ സ്ത്രീകളും ഈ ദിവസങ്ങളിൽ സി-സെക്ഷൻ മൂലമാണ് കുഞ്ഞുങ്ങൾക്ക് ജന്മം നൽകുന്നതെന്ന് തോന്നുന്നതെന്തുകൊണ്ടാണ്?"

കഴിഞ്ഞ ചിലവർഷങ്ങളായി സി-സെക്ഷൻ ധാരാളം ചെയ്യാൻ തുടങ്ങിയിട്ടുണ്ട്. ഇതിന്റെ കാരണങ്ങൾ താഴെ കൊടുത്തിരിക്കുന്നു.

സുരക്ഷാ:– ഇത് അമ്മയ്ക്കും കുഞ്ഞിനും സുരക്ഷിതമാണ്. ഈ ദിവസങ്ങളിൽ ഉയർന്ന നിലവാരമുള്ള ടെക്നിക്കുകളാണ് ഉപയോഗിക്കുന്നത്.

വലിയ കുഞ്ഞ്:– കുഞ്ഞ് വലുതാണെങ്കിൽ അതിനെ യോനിവഴി പുറത്തെടുക്കാറില്ല, അതുകൊണ്ട് ഓപ്പറേഷൻ ചെയ്യേണ്ടിവരും.

വലിയ അമ്മമാർ:– അതെ, തടികൂടുതലാണെങ്കിലും സി-സെക്ഷൻ ചെയ്യേണ്ടിവരാറുണ്ട്. അമ്മയ്ക്ക് തടി കൂടുതലാണെങ്കിൽ പ്രസവകാലം ദീർഘമാകും ഓപ്പറേഷൻ ടേബിളിൽ മാത്രമെ പൂർണ്ണമാകുകയും ചെയ്യൂ.

പ്രായക്കൂടുതലുള്ള അമ്മമാർ:– 30 വർഷത്തിൽ കൂടുതൽ പ്രായമുള്ള അമ്മമാർക്കും സി-സെക്ഷൻ ചെയ്യിക്കേണ്ടിവരും, അല്ലെങ്കിൽ അമ്മ ദീർഘകാലമായി രോഗപീഢിതയായിരുന്നാലും ഇത് ചെയ്യേണ്ടിവരും.

രണ്ടാമത്തെ പ്രാവശ്യം സി-സെക്ഷൻ ചെയ്യുക:– ചില കേസുകളിൽ ഒരു പ്രാവശ്യം സി-സെക്ഷൻ കഴിഞ്ഞശേഷം ഡോക്ടർ, അടുത്ത പ്രസവം യോനി മാർഗ്ഗത്തിൽകൂടി ആകാമെന്ന് നിർദ്ദേശിക്കുന്നു. എന്നാൽ അതുകഴിയാതെ വന്നാൽ വീണ്ടും ഓപ്പറേഷൻ ചെയ്യാൻ അനുവദിക്കുന്നു.

ഏറ്റവും കുറഞ്ഞ ആയുധങ്ങൾ കൊണ്ടുള്ള പ്രസവം:– ഇക്കാലത്ത് വളരെ കുറച്ചു കുഞ്ഞുങ്ങൾക്ക് മാത്രമെ ഫോർസപ്സ് അല്ലെങ്കിൽ മറ്റ് ഉപകരണങ്ങളുടെ സഹായം കൊണ്ട് ജന്മം നൽകുന്നുള്ളൂ. അതിനർത്ഥം ഡോക്ടർമാർ ഓപ്പറേഷനാണ് അതിനെക്കാൾ സുരക്ഷിതമെന്ന് കരുതുന്നു എന്നാണ്.

അമ്മമാരുടെ എണ്ണം:– ഇക്കാലത്ത് അമ്മമാരും ഇതുചെയ്യാനാണ് ആഗ്രഹിക്കുന്നത്. എന്തെന്നാൽ ഇത് സുരക്ഷിതവും വേദന ഇല്ലാത്തതുമായ രീതിയാണ്.

സംതൃപ്തി:– ആശുപത്രികളിൽ ഈ പ്രക്രിയ മുമ്പുതന്നെ വളരെ സംതൃപ്തികരമാക്കിയിട്ടുണ്ട്. പ്രസവത്തിനോട് താരതമ്യപ്പെടുത്തുമ്പോൾ ഈ പ്രക്രിയക്ക് കുറച്ച് സമയമെ വേണ്ടിവരുന്നുള്ളൂ.

"സിസേറിയൻ വേണ്ടിവരുമെന്ന് നേരത്തെ അറിയാൻ കഴിയുമോ? അവസാന നിമിഷത്തിൽ പറയുമോ? അതിന്റെ കാരണമെന്തായിരിക്കും?"

അറിഞ്ഞിരിക്കുക

അറിവ് കൂടുന്തോറും ജന്മം നൽകുന്ന അനുഭവം കൂടുതൽ നന്നായിരിക്കും. പ്രസവ വേദന തുടങ്ങുന്നതിനുമുമ്പ് ഡോക്ടറോട് താഴെ കൊടുത്തിരിക്കുന്ന കാര്യങ്ങൾ ചോദിച്ച് മനസ്സിലാക്കുക.

- പ്രസവം തുടങ്ങിയില്ലെങ്കിൽ സി-സെക്ഷന് മുമ്പ് മറ്റുവല്ല ഉപായവും സ്വീകരിക്കാമോ?
- എങ്ങിനെയാണ് മുറിക്കുക?
- ബേബി ബ്രീച്ച് ആണെങ്കിൽ എന്താണ് ചെയ്യുക?
- നിങ്ങളുടെ കോച്ചിനെയും കൂടെവെക്കാമോ?
- നിങ്ങളുടെ ഭർത്താവിന് ശിശു ജനിച്ച ഉടനെ അതിനെ എടുക്കാൻ കഴിയുമോ?
- നിങ്ങൾക്ക് സുഖം പ്രാപിക്കാൻ എത്ര സമയമെടുക്കാം?
- നിങ്ങൾക്ക് എത്രമാത്രം കഷ്ടങ്ങളും ബുദ്ധിമുട്ടുകളും സഹിക്കേണ്ടിവരും?
- ഇതുപോലെ സി-സെക്ഷനെക്കുറിച്ചും എല്ലാ അറിവുകളും നേടുക.

പല സ്ത്രീകൾക്കും ആദ്യം ഇക്കാര്യത്തെക്കുറിച്ചുള്ള സംശയം ഉണ്ടാകുന്നില്ല, എന്നാൽ ചിലർ ആദ്യം മുതലെ ഇതിന് തയ്യാറായിരിക്കും. ഇതിന് ഓരോ ഡോക്ടറും വെവ്വേറെ പ്രോട്ടോക്കാൾ ഉപയോഗിക്കുന്നു.

- അമ്മയ്ക്ക് പ്രസവിക്കാൻ കഴിയാതെ വരുമ്പോൾ ഓപ്പറേഷൻ ചെയ്യുന്നു.
- കുഞ്ഞിന്റെ തല അമ്മയുടെ പെൽവിസിനെക്കാൾ ഒരുപാട് വലുതാണെന്ന് തോന്നുമ്പോൾ
- വയറിൽ രണ്ടോ മൂന്നോ കുഞ്ഞുങ്ങളുണ്ടെങ്കിൽ
- കുഞ്ഞ് ബ്രീച്ചോ മറ്റേതെങ്കിലും അപകടകരമായ പൊസിഷനിലാണെങ്കിൽ
- അമ്മയ്ക്ക് പ്രസവിക്കാനുള്ള കഴിവില്ലാത്ത വിധത്തിലുള്ള ഏതെങ്കിലും രോഗം പിടിപ്പെട്ടിട്ടുണ്ടെങ്കിൽ
- അമ്മയുടെ തടി
- യോനി സംബന്ധപ്പെട്ട ഏതെങ്കിലും സംക്രമണം
- മറുപിള്ള ഗർഭാശയത്തിന്റെ ഭിത്തികളിൽ നിന്ന് പെട്ടെന്ന് വേർപെടുകയും അത് സർവൈകളിന്റെ ദ്വാരം പൂർണ്ണമായി അടക്കുകയും ചെയ്താൽ.

ചിലപ്പോൾ പ്രസവ വേദന തുടങ്ങുന്നതുവരെ സി-സെക്ഷനെക്കുറിച്ച് തീരുമാനമെടുക്കാൻ കഴിയാതെ വരും:–

- പ്രസവകാലം വളരെ അധികം നീണ്ടുപോകുകയും കുഞ്ഞിന് പുറത്തുവരാൻ കഴിയാതിരിക്കുകയും ഡോക്ടർ ചെയ്ത എല്ലാ ഉപായങ്ങളും വ്യർത്ഥമാവുകയും ചെയ്താൽ
- കുഴൽ വഴുതിപോവുക
- ഗർഭാശയം ഉടയുക.

നിങ്ങൾക്ക് ആദ്യംതന്നെ ഇതിനെക്കുറിച്ച് സംശയം തോന്നുകയോ ഡോക്ടർ ഇത് സ്ഥിരീകരിക്കുകയോ ചെയ്താൽ ഇത് സംബന്ധപ്പെട്ട് എല്ലാ കാര്യങ്ങളും മനസ്സിലാക്കുക.

ഇലക്ടീവ് സിസേറിയൻ

"പല സ്ത്രീകളും സി-സെക്ഷൻ തിരഞ്ഞെടുക്കുന്നു. ഞാനും അങ്ങനെ ചെയ്യണോ?"

ഇന്നത്തെക്കാലത്ത് ഇത് വളരെ പ്രചാരത്തിലുണ്ടെങ്കിലും അതിനുവേണ്ടി നിങ്ങൾ ഇത് തിരഞ്ഞെടുക്കേണ്ടതില്ല. ഇക്കാര്യം ഗൗരവമായി പരിഗണിച്ച് ഡോക്ടറോട് എല്ലാ വശങ്ങളെപ്പറ്റിയും ചർച്ച ചെയ്ത ശേഷം മാത്രം തീരുമാനമെടുക്കുക.

നിങ്ങൾക്ക് പറയാനുള്ള കാരണങ്ങൾ എന്തായാലും താഴെ കൊടുത്തിരിക്കുന്ന കാരണങ്ങൾ ഉണ്ടെങ്കിൽ മാത്രം ഓപ്പറേഷൻ ചെയ്യാൻ തീരുമാനിക്കുക –

യോനിയിൽക്കൂടി കുഞ്ഞ് ജനിക്കുമ്പോഴുണ്ടാകുന്ന വേദന:– വേദനയിൽ നിന്ന് രക്ഷപ്പെടുവാൻ വേണ്ടി ഓപ്പറേഷൻ തിരഞ്ഞെടുക്കുന്നത് ബുദ്ധിയല്ല. വേദനയിൽ നിന്ന് രക്ഷപ്പെടാൻ മറ്റ് പല മാർഗ്ഗങ്ങളും സ്വീകരിക്കാവുന്നതാണ്.

വെജേനൽ ബർത്തിനുശേഷം ഏർപ്പെടാവുന്ന പ്രഭാവങ്ങളെക്കുറിച്ചുള്ള ഭയം:– നിങ്ങൾക്ക് യോനിമാർഗ്ഗത്തിലുള്ള മാംസപേശികൾ അയയുമെന്ന ഭയമുണ്ടെങ്കിൽ കീഗൽ വ്യായാമം മൂലം ഈ ആപത്ത് ഒരളവുവരെ തടയാം. ഓപ്പറേഷനുശേഷവും പാർശ്വഫലങ്ങൾ ഏർപ്പെടുമല്ലോ?

ഇഷ്ടപ്രകാരം കുഞ്ഞിന്റെ ജനനം:– ഓപ്പറേഷനുശേഷം നിങ്ങൾക്ക് നീണ്ട ദിവസങ്ങൾവരെ ആശുപത്രിയിൽ താമസിക്കേണ്ടിവരും. നിങ്ങൾക്കും കുഞ്ഞിനും ഓപ്പറേഷൻ കാരണം എന്തെങ്കിലും ആപത്തും നേർന്നേക്കാം.

രണ്ടാമത്തെ കുഞ്ഞിന്റെ ജനനം:– നിങ്ങൾ ആദ്യംതന്നെ ഈ സന്ദർഭം ഉപയോഗിച്ചാൽ അടുത്ത കുഞ്ഞിന്റെ ജനനസമയത്ത് വെജേനൽ ബർത്ത് തിരഞ്ഞെടുക്കാൻ കഴിയുകയില്ല. അപ്പോഴും നിങ്ങൾക്ക് ഈ രീതിതന്നെ സ്വീകരിക്കേണ്ടിവരും.

കുഞ്ഞ് പുറത്തുവരാൻ പൂർണ്ണമായും തയ്യാറായിരിക്കുന്ന സമയമാണ് പ്രസവത്തിനുള്ള ശരിയായ സമയം. നിങ്ങൾ നേരത്തെ തന്നെ ഓപ്പറേഷൻ ചെയ്യിച്ചാൽ അത് കുഞ്ഞിന്റെ വരവിനുള്ള തെറ്റായ സമയമായേക്കാം.

ഇത്രയൊക്കെ ആയിട്ടും നിങ്ങൾ ഓപ്പറേഷൻ തന്നെ ചെയ്യാൻ ആഗ്രഹിക്കുകയാണെങ്കിൽ ഡോക്ടറുടെ അഭിപ്രായം ചോദിക്കുക. അത് നിങ്ങൾക്കും കുഞ്ഞിനും ശരിയായിരിക്കുമോ എന്ന് അറിയുക.

വീണ്ടും വീണ്ടും സിസേറിയൻ

"എന്റെ രണ്ട് സി-സെക്ഷൻ കഴിഞ്ഞു. എനിക്ക് ഇനിയും കുറഞ്ഞത് രണ്ടുകുട്ടികൾ കൂടി വേണമെന്നുണ്ട്. എനിക്ക് എത്ര സി-സെക്ഷൻ ചെയ്യിക്കാൻ കഴിയും?"

ഇക്കാര്യത്തിൽ പരിധികളൊന്നുമില്ല. ഏത് സ്ത്രീക്കും എത്രപ്രാവശ്യം വേണമെങ്കിലും സി-സെക്ഷൻ ചെയ്യിക്കാം. അത് കഴിഞ്ഞ സി-സെക്ഷനിൽ എങ്ങനെയാണ് മുറിച്ചിരിക്കുന്നത് എന്നതിനെ ആശ്രയിച്ചിരിക്കും. മുറിവ് എത്ര വലുതാണ് എന്ന് നോക്കണം. ഇതിനെക്കുറിച്ച് ആദ്യം നിങ്ങളുടെ ഡോക്ടറോട് സംസാരിക്കുക.

എവിടെ എങ്ങിനെയാണ് മുറിച്ചിരിക്കുന്നത്. ഉണങ്ങാൻ എത്ര സമയമെടുത്തു. ഈ കാര്യങ്ങളെ ആശ്രയിച്ചാണ് സി-സെക്ഷൻ അപകടകരമാണോ എന്ന് അറിയുക. ഈ ഗർഭാവസ്ഥക്കിടയിൽ നിങ്ങൾ കുറച്ച് ശ്രദ്ധിച്ചാൽ എല്ലാം ശരിയാകാവുന്നതാണ്.

സിസേറിയനുശേഷം വെജയ്നൽ ബർത്ത്

"കഴിഞ്ഞ തവണ എനിക്ക് സിസേറിയൻ ചെയ്തു. ഇത്തവണ ഞാൻ വെജയ്നൽ ബർത്തിന് ശ്രമിക്കണോ?"

പണ്ട് ഡോക്ടർമാരും വയറ്റാട്ടികളും അങ്ങിനെയാണ് ഉപദേശിച്ചിരുന്നത്. പക്ഷെ മുറിച്ച സ്ഥലത്ത് കേട് സംഭവിക്കാൻ സാദ്ധ്യതയുള്ളതുകൊണ്ട് രണ്ടാമത്തെ പ്രാവശ്യവും സിസേറിയൻ ചെയ്യുന്നതാണ് സുരക്ഷിതമെന്നാണ് പഠനങ്ങളിൽ നിന്ന് അറിയാൻ കഴിഞ്ഞിട്ടുള്ളത്. 60% സ്ത്രീകൾക്ക് സി-സെക്ഷൻ കഴിഞ്ഞശേഷവും വെജയ്നൽ ബർത്ത് ചെയ്യാൻ കഴിയുന്നുണ്ട്. ശ്രദ്ധിക്കുകയാണെങ്കിൽ രണ്ട് സി-സെക്ഷനുശേഷവും ഇങ്ങനെ സംഭവിക്കാവുന്നതാണ്. പഠനങ്ങളിൽ നിന്ന് തെളിഞ്ഞിട്ടുള്ള ഭയം 10% കേസുകളിൽ മാത്രമെ സത്യമാകാറുള്ളൂ.

നിങ്ങൾ നിങ്ങളുടെ തീരുമാനത്തിൽ ഉറച്ച് നിൽക്കുകയാണെങ്കിൽ നിങ്ങളെ പ്രോത്സാഹിപ്പിക്കുന്ന വിധത്തിലുള്ള ഡോക്ടറെ തിരഞ്ഞെടുക്കുക. പൂർണ്ണമായി പരിശ്രമിച്ചശേഷവും ഇത് സംഭവിച്ചില്ലെങ്കിൽ നിരാശയാകേണ്ട. നിങ്ങളുടെ കുഞ്ഞിന് ഏത് നല്ലതാണോ അതുതന്നെയാണ് നിങ്ങൾക്കും നല്ലതെന്ന കാര്യം ഓർമ്മവെക്കുക.

ഗ്രൂപ്പ് ബി സ്ട്രെപ്പ്

"എന്റെ ഡോക്ടർ ഗ്രൂപ്പ് ബി സ്ട്രെപ്പിന്റെ സംക്രമണം ഏർപ്പെട്ടിട്ടുണ്ടോ എന്ന് പരിശോധിക്കാൻ പറഞ്ഞു. ഇതെന്താണ്?"

നിങ്ങളുടെ ഡോക്ടർ സുരക്ഷക്കുവേണ്ട എല്ലാ ഏർപ്പാടുകളും ചെയ്യാൻ ആഗ്രഹിക്കുന്നു എന്നാണ് അതിനർത്ഥം. കുഞ്ഞ് ജനിച്ച ഉടനെതന്നെ തൊണ്ടയിൽ സംക്രമണം ഏർപ്പെടരുതെന്ന് അദ്ദേഹം കരുതുന്നു.

ജീവിഎസ് ആരോഗ്യമുള്ള ഒരു സ്ത്രീയുടെ യോനിയിലുണ്ടാകുന്ന ഒരു ബാക്ടീരിയയാണ്. 10 മുതൽ 35%വരെ സ്ത്രീകൾക്ക് ഈ സംക്രമണം ഉണ്ടായിരിക്കും. ഇതുമൂലം കുഞ്ഞിന്റെ തൊണ്ടയിൽ ഗുരുതരമായ സംക്രമണം ഏർപ്പെട്ടേക്കാം.

നിങ്ങൾക്ക് ഇതിന്റെ ലക്ഷണങ്ങളൊന്നും കാണാൻ കഴിയില്ലെന്നത് ശരിതന്നെ. എന്നാൽ നിങ്ങൾക്ക് സംക്രമണം ഉണ്ടോ എന്ന് അറിയാനെങ്കിലും കഴിയും. ഡോക്ടർ നിങ്ങൾക്ക് ചില മരുന്നുകൾ തരും. അത് കഴിച്ചാൽ സംക്രമണം ഇല്ലാതാകുകയും കുഞ്ഞിന് സുരക്ഷിതമായി ജനിക്കുവാൻ കഴിയുകയും ചെയ്യും.

35 മുതൽ 37 ആഴ്ചകൾക്കുള്ളിൽ സാധാരണ ഈ പരിശോധന ചെയ്യും. നിങ്ങളുടെ ഡോക്ടർ ചെയ്തില്ലെങ്കിൽ നിങ്ങൾക്ക് അദ്ദേഹത്തോട് പറഞ്ഞ് ചെയ്യിക്കാവുന്നതാണ്. ഇത് 'പൈപ്പ് സ്മിയർ ടെസ്റ്റ്' മാതിരിയാണ് ചെയ്യുന്നത്. പരിശോധനയുടെ റിസൽട്ട് പോസിറ്റീവാണെങ്കിൽ ആന്റി ബയോട്ടിക്സ് ഇഞ്ചെക്ഷൻ തരും. മൂത്ര പരിശോധന മൂലവും ഇതുകണ്ടുപിടിക്കാം. വേണമെങ്കിൽ നിങ്ങൾക്ക് ഇതിനുള്ള മരുന്ന് കഴിക്കാം.

പ്രസവത്തിന് കുറച്ചുസമയം മുമ്പും പരിശോധനയുടെ റിസൽട്ട് പോസിറ്റീവാണെങ്കിലും ചികിത്സാമൂലം ആപത്ത് ഒഴിവാക്കാൻ കഴിയും. നിങ്ങളുടെ ആദ്യത്തെ കുഞ്ഞിന് ഈ സംക്രമണം ഉണ്ടായിരുന്നു എങ്കിൽ ഡോക്ടർ ആപത്ത് ഏർപ്പെടാതിരിക്കാൻ ഒരു പരിശോധനയും ചെയ്യാതെ തന്നെ നിങ്ങൾക്ക് ഇതിനുള്ള മരുന്ന് തരും.

നന്നായി ഭക്ഷണം കഴിക്കുക

ഈ ദിവസങ്ങളിൽ ഒരു പശുവിനെപ്പോലെ നിങ്ങൾ എപ്പോഴും അയവിറക്കുകയാണെന്ന് നിങ്ങൾക്ക് തോന്നുന്നുണ്ടാകും. വാസ്തവത്തിൽ നിങ്ങളുടെയും കുഞ്ഞിന്റെയും പോഷണത്തിന് അത് വളരെ അത്യാവശ്യമാണ്. ദിവസവും കുറഞ്ഞത് ആറുപ്രാവശ്യം ആഹാരം കഴിക്കണമെന്ന് തീരുമാനിക്കുകയും നന്നായി ഭക്ഷണം കഴിക്കുകയും ചെയ്യുക.

കുളിക്കുക

"ഗർഭാവസ്ഥയുടെ അവസാന ദിവസങ്ങളിലും കുളിക്കുന്നത് ശരിയാണോ?"

അതെ, ഇളം ചൂടുള്ള വെള്ളത്തിൽ കുളിക്കുന്നതുകൊണ്ട് ശരീരത്തിന് ആശ്വാസം ലഭിക്കും. കുളിക്കുമ്പോൾ വെള്ളം യോനിവഴി അകത്തോട്ട് പോകുമെന്ന് നിങ്ങൾക്ക് തോന്നുന്നു എങ്കിൽ അത് ശരിയല്ല. നിങ്ങൾ ബലം പ്രയോഗിച്ച് ഒഴിച്ചാലും അത് ഉള്ളിലേക്ക് പോകില്ല. എങ്ങിനെയെങ്കിലും കുറച്ച് വെള്ളം അകത്തേക്ക് പോയാലും സർവൈക്കിൾ മ്യൂക്കസ് ഗർഭാശയത്തിന്റെ മുഖദ്വാരം അടച്ച് ഒരു സംക്രമണ വസ്തുവും ഉള്ളിലേക്ക് പോകാതെ തടുക്കും.

പ്രസവവേദനക്കിടയിലും നിങ്ങൾക്ക് കുളിക്കാം. ഹൈഡ്രോ തെറാപ്പിവഴി പ്രസവവേദന കുറക്കാൻ കഴിയും. നിങ്ങൾക്ക് വേണമെങ്കിൽ കുഞ്ഞിന് ജന്മം നൽകാനുള്ള വികൽപ്പവും തിരഞ്ഞെടുക്കാവുന്നതാണ്.

പക്ഷെ കാല് വഴുക്കാതിരിക്കാൻ നിങ്ങളുടെ ടബ്ബിൽ മാറ്റ് വിരിച്ചിരിക്കണം. എപ്പോഴും പോലെ ബബൽ ബാത്ത് ചെയ്യാതിരിക്കുക.

വണ്ടി ഓടിക്കുക

"എനിക്ക് വീലിനുപുറകിൽ ഇരിക്കാൻ കഴിയുന്നില്ല. ഇപ്പോഴും വണ്ടി ഓടിക്കാമോ?"

നിങ്ങൾ സീറ്റിൽ ഫിറ്റായാൽ വണ്ടി ഓടിക്കാം. സീറ്റ് പുറകോട്ട് തള്ളുകയും വീൽ മേൽപ്പോട്ട് കുനിക്കുകയും ചെയ്താൽ നിങ്ങൾക്ക് ഇരിക്കാൻ വേണ്ടത്ര സ്ഥലം കിട്ടും.

പുറകിലെ സീറ്റിലാണ് ഇരിക്കുന്നതെങ്കിലും കാറിൽ തുടർച്ചയായി ഒരു മണിക്കൂറിൽ കൂടുതൽ ഇരിക്കരുത്. നീണ്ട ദൂരം യാത്രചെയ്യുമ്പോൾ വണ്ടി ഓടിച്ചാലും ഇല്ലെങ്കിലും നിങ്ങൾ ക്ഷീണിക്കും. പോകേണ്ടത് അത്യാവശ്യമാണെങ്കിൽ ഓരോ മണിക്കൂർ കഴിയുമ്പോഴും താഴെ ഇറങ്ങി കുറച്ചുനേരം നടക്കുക. കഴുത്തിന്റെയും മുതുകിന്റെയും കോച്ചുവലി മാറാൻ കുറച്ച് വ്യായാമം ചെയ്യുക.

പ്രസവ വേദനക്കിടയിൽ സ്വയം വണ്ടി ഓടിച്ച് ആശുപത്രിയിലേക്ക് പോകരുത്. ശക്തമായ കോൺട്രാക്ഷൻ ഏർപ്പെട്ടാൽ റോഡിൽവെച്ച് അപകടം ഏർപ്പെട്ടേക്കാം. നിങ്ങൾ പിൻസീറ്റിലാണ് ഇരിക്കുന്നതെങ്കിലും സീറ്റ് ബെൽട്ട് കെട്ടാൻ മറക്കരുത്.

യാത്ര ചെയ്യുക

"ഈ മാസം എനിക്ക് അത്യാവശ്യമായി ഒരു ബിസിനസ് ട്രിപ്പ് പോകേണ്ടതുണ്ട്. ഈ ദിവസങ്ങളിൽ യാത്ര ചെയ്യുന്നത് സുരക്ഷിതമാണോ? ഞാൻ എന്റെ യാത്ര ക്യാൻസൽ ചെയ്യണോ?"

യാത്രക്കുള്ള തയ്യാറെടുപ്പിന് മുമ്പ് ഡോക്ടറെ കാണുക. ഡോക്ടർമാർ ഇതിനെപ്പറ്റി വ്യത്യസ്തമായ അഭിപ്രായങ്ങളാണ് പറയുന്നത്. പോകാനുള്ള അനുമതി കിട്ടുന്നതും കിട്ടാതിരിക്കുന്നതും നിങ്ങളുടെ സ്ഥിതിയെയും മറ്റുകാരണങ്ങളെയും ആശ്രയിച്ചാണ് ഇരിക്കുന്നത്. നിങ്ങൾ സമയത്തിന് മുമ്പ് പ്രസവിക്കുമെന്ന സംശയമുണ്ടെങ്കിൽ അനുമതി കിട്ടുകയില്ല. ഈ സമയത്ത് യാത്ര ചെയ്യുന്നതുകൊണ്ട് നിങ്ങളുടെ കഴുത്തിലും മുതുകിലുമുള്ള വേദന കൂടുതലാകും. ശാരീരികവും വൈകാരികവുമായ പിരിമുറുക്കം വർദ്ധിക്കും. അതുകൊണ്ട് നിങ്ങൾക്ക് എന്ത് അനുഭവപ്പെടുന്നു എന്ന് ആദ്യം നോക്കണം. ഈ യാത്ര പ്രസവം കഴിയുംവരെ നീട്ടിവെക്കാൻ പറ്റുമോ എന്നും നോക്കണം. ഇതുമൂലം നിങ്ങളിൽ എന്തുമാത്രം സമ്മർദ്ദം ഏർപ്പെടുമെന്നും നോക്കണം. വിമാനത്തിലാണ് യാത്ര ചെയ്യുന്നതെങ്കിൽ അവരുടെ എല്ലാ നിർദ്ദേശങ്ങളും പാലിക്കുക. പല എയർലൈൻസ് കമ്പനികളും ഒൻപതാം മാസത്തിൽ ഡോക്ടറുടെ അനുമതിയില്ലാതെ ഗർഭിണികളെ യാത്രചെയ്യാൻ അനുവദിക്കുകയില്ല.

ഡോക്ടർ സമ്മതിച്ചാലും നിങ്ങൾ പല കാര്യങ്ങളും ശ്രദ്ധിക്കണം. നിങ്ങളുടെ കാര്യത്തിൽ പ്രത്യേകം ശ്രദ്ധവേണം. എന്തെങ്കിലും അത്യാവശ്യം ഏർപ്പെട്ടാൽ സഹായിക്കാൻ ദീർഘയാത്ര പോകുമ്പോൾ ഭർത്താവിനെയും കൂടെ കൂട്ടിക്കൊണ്ടു പോകുക.

ഗർഭാവസ്ഥയുടെ അവസാന മാസവും സെക്സും

"ഗർഭാവസ്ഥയുടെ അവസാന മാസത്തെയും സെക്സിനെയും പറ്റി ഞാൻ പലതും കേട്ടിട്ടുണ്ട്. അതുകൊണ്ട് ഞാൻ കുഴപ്പത്തി

ലാണ്. ഇതുകൊണ്ട് പ്രസവം വേഗത്തിലാകുമോ?"

ഇക്കാര്യത്തിൽ ഗവേഷണം നടന്നിട്ടില്ലെന്ന് പറയാൻ പറ്റില്ല, പക്ഷെ വാസ്തവത്തിൽ ഇത് നിങ്ങൾ രണ്ടുപേരെയും ആശ്രയിച്ചാണിരിക്കുന്നത്. ഇത് തുടരണോ വേണ്ടയോ എന്ന് നിങ്ങൾ രണ്ടുപേരും ചേർന്ന് ആലോചിച്ച് തീരുമാനിക്കണം. സംഭോഗത്തിനോ പരമസുഖത്തിനോ പ്രസവവുമായി ഒരു ബന്ധവുമില്ല. ഉള്ളിൽ പ്രസവത്തിനുള്ള എല്ലാ തയ്യാറുകളും ചെയ്തുകഴിഞ്ഞിട്ടുണ്ടെങ്കിൽ കുറച്ച് വ്യത്യാസം ഏർപ്പെട്ടേക്കാം. സാധാരണ ഡോക്ടർമാരും വയറ്റാട്ടികളും തങ്ങളുടെ രോഗികൾക്ക് (ഗർഭിണികൾ) സെക്സിന് അനുമതി നൽകാറുണ്ട്. പല ദമ്പതികളും ഒരു പ്രശ്നവുമില്ലാതെ അങ്ങനെതന്നെ ചെയ്യുന്നുമുണ്ട്.

നിങ്ങളുടെ സ്ഥിതിക്കനുസരിച്ച് ഇത് നിങ്ങൾക്ക് സുരക്ഷിതമാണോ എന്ന് ഡോക്ടറോട് ചോദിക്കുക. പച്ചക്കൊടി കാണിച്ചാൽ തൃപ്തി വരുവോളം എന്തുവേണമെങ്കിലും ചെയ്യാം. ചുവപ്പ് കൊടിയാണ് കാണിച്ചിരിക്കുന്നതെങ്കിൽ ഒരുവർക്കൊരുവർ അടുക്കാൻ മറ്റ് വല്ല ഉപായവും ചെയ്യേണ്ടിവരും. ഒരു റോമാന്റിക് ക്യാൻഡിൽ ലൈറ്റ് ഡിന്നർ അല്ലെങ്കിൽ ഒരു നീണ്ട ഉലാത്തൽ എങ്ങനെ ഉണ്ടാകും. ഒന്നിച്ച് കുളിക്കുന്ന രസം അനുഭവിക്കുക. വാചകമടിക്കുക, മാലിഷ് ചെയ്യുക, എന്തുവേണമെങ്കിലും ചെയ്യൂ. പക്ഷെ ഡോക്ടർ പറഞ്ഞ കാര്യം അലക്ഷ്യം ചെയ്യരുത്. ഇനി ഇങ്ങനെയുള്ള സന്ദർഭം രാത്രിയിൽ കുഞ്ഞ് ഉറങ്ങിയ ശേഷമേ കിട്ടൂ.

നിങ്ങൾ രണ്ടുപേരും

"കുഞ്ഞ് ഇനിയും ജനിച്ചിട്ടില്ല. എന്റെയും ഭർത്താവിന്റെയും ബന്ധത്തിൽ ഇപ്പോൾ തന്നെ മാറ്റം വന്നുതുടങ്ങിയിരിക്കുന്നു. ഞങ്ങൾ രണ്ടുപേരും ഞങ്ങളെപ്പറ്റി ചിന്തിക്കുന്നതിന് പകരം കുഞ്ഞിനെയും അതിന്റെ ജനനത്തെയും പറ്റി മാത്രമാണ് ഓർക്കുന്നത്."

കുഞ്ഞ് നിങ്ങളുടെ ജീവിതത്തിൽ ഒരുപാട് കാര്യങ്ങൾ കൊണ്ടുവരും – സുഖം, ഉത്തേജനം, ഉത്സാഹം, ഒരുപാട് അഴുക്ക് ഡയഫർ എന്നിങ്ങനെ പലതും. എന്നാൽ രൂപം ചെറുതാണെങ്കിലും വലിയ മാറ്റം കൊണ്ടുവരാൻ അതിന് നേരം അധികമാവുകയില്ല.

നിങ്ങൾ രണ്ടുപേർക്കും നിങ്ങളുടെ ബന്ധത്തിലും ഈ മാറ്റം തന്നെയാണ് കാണാൻ കഴിയുന്നത്. നിങ്ങൾ രണ്ടിൽ നിന്ന് മൂന്നാകുമ്പോൾ നിങ്ങളുടെ മുൻഗണനയിലും സത്യത്തിൽ ചില മാറ്റങ്ങൾ ഏർപ്പെടും. ഈ മാറ്റങ്ങളെ നൈസർഗ്ഗിക മാറ്റമായി കണക്കാക്കി സ്വീകരിക്കുന്നു. കുഞ്ഞ് വരുന്നതിന് മുമ്പു തന്നെയുള്ള ഈ മാറ്റം നിങ്ങളുടെ നന്മക്ക് തന്നെയാണ്. കുഞ്ഞ് ജനിക്കുന്നതിന് മുമ്പു തന്നെ ഇനി ജീവിതത്തിൽ റോമാന്റിക് ആവുന്ന രീതികളിൽ മാറ്റം ഏർപ്പെടുമെന്ന് മനസ്സിലാക്കുന്ന ദമ്പതികൾ നല്ല രീതിയിൽ വെല്ലുവിളികളെ നേരിടും. അതുകൊണ്ട് മുൻകൂട്ടിയെ ആലോചിച്ച് ഈ മാറ്റത്തിന് തയ്യാറാകുക.

വീട്ടിലേക്ക് വളരെ അധികം സന്തോഷം കൊണ്ടുവരുന്ന ആ കുരുന്ന് ജീവനുവേണ്ടി നിങ്ങളുടെ വൈകാരിക ഊർജ്ജത്തിന്റെ ഒരു ചെറിയ അംശം മിച്ചപ്പെടുത്തിവയ്ക്കുക. കുഞ്ഞിനോടൊപ്പം നിങ്ങളുടെ വൈവാഹിക ജീവിതത്തിന്റെ മേൽനോട്ടവും ചെയ്യാൻ പഠിക്കണം. കുഞ്ഞിനുവേണ്ടിയുള്ള തയ്യാറെടുപ്പുകൾ ചെയ്തുകൊണ്ടിരിക്കുമ്പോൾ ജീവിതത്തിലെ റൊമാൻസിനെ അലക്ഷ്യം ചെയ്യരുത്. കുറഞ്ഞപക്ഷം ആഴ്ചയിൽ ചില നിമിഷങ്ങളെങ്കിലും കുഞ്ഞിനെക്കുറിച്ച് ഒന്നും സംസാരിക്കാതിരിക്കുക. ഒന്നിച്ച് സിനിമ കാണുക. കുഞ്ഞിനുവേണ്ടി എന്തെങ്കിലും വാങ്ങുമ്പോൾ ഭർത്താവിനുവേണ്ടിയും എന്തെങ്കിലും വാങ്ങാൻ മറക്കരുത്. അദ്ദേഹത്തിനുവേണ്ടി എന്തെങ്കിലും കളിയുടെയോ ഷോവിന്റെയോ ടിക്കറ്റ് വാങ്ങുക. ഡിന്നറിന്റെ സമയത്ത് അദ്ദേഹത്തിന്റെ ക്ഷേമം അന്വേഷിക്കുക, കഴിഞ്ഞുപോയ ദിവസങ്ങളിലെ സന്തോഷകരമായ ഓർമ്മകൾ ആവർത്തിക്കുക. നിങ്ങളുടെ അടുത്ത ഹണിമൂണിനുള്ള ഏർപ്പാടുകൾ ചെയ്യുക. സെക്സ് ഇല്ലെങ്കിലും സ്പർശന സുഖം നൽകാമല്ലോ?

ഇങ്ങനെ വളരെ വേഗം നിങ്ങൾക്ക് രണ്ടിനുപകരം മൂന്നുപേരുള്ള കുടുംബത്തിന്റെ രസവും ആനന്ദവും അനുഭവിക്കാൻ കഴിയും.

മുലയൂട്ടൽ

കഴിഞ്ഞ 30 ആഴ്ചകളായി നിങ്ങളുടെ സ്തനങ്ങളുടെ ആകൃതി എങ്ങനെ വലുതായി വരുന്നു എന്ന് നിങ്ങൾ കാണുന്നുണ്ട്. വാസ്തവത്തിൽ ഈ രൂപമാറ്റം വെറുതെ

ഉണ്ടായതല്ല. ഇവ ഒരു വലിയ ചുമതല നിർവ്വഹിക്കുവാൻ തന്നെ തയ്യാർചെയ്തു വരികയാണ്. ദൈവം ഇവയ്ക്ക് പാൽ കൊടുക്കുന്ന ചുമതല ഏൽപ്പിച്ചിരിക്കുന്നു. അവ അതിന് തയ്യാറാകുകയാണ്.

മുലയൂട്ടാൻ മുലകൾ തയ്യാറായിക്കഴിഞ്ഞു. എന്നാൽ അതിനെക്കുറിച്ച് നിങ്ങൾ പലതും മനസ്സിലാക്കേണ്ടതുണ്ട്. നിങ്ങൾ കുഞ്ഞിന് മുലയൂട്ടാതെ മറ്റുവല്ല വഴിയും സ്വീകരിക്കാൻ പോകുകയാണെങ്കിലും മുലയൂട്ടുന്നത് കൊണ്ടുള്ള ലാഭങ്ങളെക്കുറിച്ച് നിങ്ങൾ തീർച്ചയായും അറിഞ്ഞിരിക്കണം.

മുലപ്പാൽ തന്നെയാണ് എല്ലാത്തിലും ഉത്തമമായത്, എന്തുകൊണ്ട്?

ആട്ടിന്റെ പാൽ ആട്ടുകുട്ടിക്ക് അമൃതാണ്, പശുവിന്റെ പാൽ പശുക്കുട്ടിക്ക് അമൃതാണ്. അതേപോലെ അമ്മയുടെ മുലപ്പാൽ കുഞ്ഞിനുള്ള ഏറ്റവും ഉത്തമമായ ആഹാരമാണ്. ഇതിന്റെ ചില കാരണങ്ങൾ താഴെ കൊടുത്തിരിക്കുന്നു:–

ഇത് പോഷകാംശം നിറഞ്ഞ ആഹാരമാണ്:– നവജാത ശിശുവിന്റെ പോഷകത്തിനുവേണ്ട എല്ലാ ആവശ്യങ്ങളും പൂർത്തീകരിക്കാൻ തക്ക രീതിയിലാണ് അത് നിർമ്മിച്ചിരിക്കുന്നത്. ഇതിൽ പശുവിൻ പാലിൽഇല്ലാത്ത കുറഞ്ഞത് 100 വസ്തുക്കൾ ഉണ്ട് ഈ പാലിലെ പ്രോട്ടീൻ 'ലെക്ടൽ വ്യൂമീൻ' ആണ്, ഇത് എളുപ്പത്തിൽ ദഹിക്കുന്നതും കൂടുതൽ പോഷകാംശമുള്ളതുമാണ്. ഇതിൽ പശുവിൻ പാലിലുള്ള അത്രതന്നെ കൊഴുപ്പുണ്ടെങ്കിലും അമ്മയുടെ പാലിലുള്ള കൊഴുപ്പ് കുഞ്ഞിന് നല്ലതാണ്.

ഇത് സുരക്ഷിതമാണ്:– നിങ്ങൾക്ക് തികച്ചും നിശ്ചിന്തരായി കുഞ്ഞിന് നിങ്ങളുടെ പാൽ കൊടുക്കാം. ഇത് നല്ലപോലെ തയ്യാറാക്കിയതും കീടാണുക്കളില്ലാത്തതുമാണ്. ഇത് ചീത്തയാകുകയോ പഴയതാകുകയോ ചെയ്യില്ല.

വയറിന് ഏറ്റവും നല്ലതാണ്:– മുലകുടിക്കുന്ന കുഞ്ഞുങ്ങൾക്ക് മലബന്ധം ഏർപ്പെടുകയില്ല. അവർ എളുപ്പത്തിൽ അമ്മയുടെ പാല് ദഹിപ്പിക്കുന്നു. ദഹന സംബന്ധമായ പ്രശ്നങ്ങൾ മാത്രമല്ല ഡയേറിയയും ഏർപ്പെടില്ല. കുഞ്ഞിന് കട്ടിയായ ആഹാരം കൊടുക്കുന്നതുവരെ അതിന്റെ മലത്തിൽ നിന്ന് ദുർഗന്ധവും വമിക്കുകയില്ല. ഇങ്ങനെയുള്ള കുഞ്ഞുങ്ങൾക്ക് ഡയ്പർ റാഷസ് അധികം ഉണ്ടാവില്ല.

കൊഴുപ്പിനെ കട്ടിയില്ലാത്തതാക്കുന്നു:– കൊഴുപ്പിന് കട്ടിയില്ലാത്തതുകൊണ്ട് കുഞ്ഞിന്റെ തൂക്കം അധികം വർദ്ധിക്കുന്നില്ല. കുഞ്ഞിന് ആറുമാസം അമ്മയുടെ പാല് കിട്ടിയാൽ വരുംകാലത്തിലും അധികം തടിക്കാനുള്ള സാദ്ധ്യത കുറയും. കിശോരാവസ്ഥയിൽ കൊളസ്ട്രാളിന്റെ ലെവൽ കുറയുന്നതിനോടും ഇതിനെ ബന്ധപ്പെടുത്താം.

ബ്രേൻ ബൂസ്റ്റർ:– മുല കുടിക്കുന്ന കുഞ്ഞുങ്ങളുടെ ബുദ്ധിശക്തിയും വികസിക്കും. ഇതിനെ കുഞ്ഞിന്റെ ബുദ്ധി വികസിപ്പിക്കുന്ന ഫാറ്റി ആസിഡ് ഡി.എച്ച്.എ.യ്ക്കു പുറമെ അമ്മയെയും കുഞ്ഞിനെയും അടുപ്പിക്കുന്നതിനോടും ബന്ധപ്പെടുത്താം. മുലകുടിക്കുന്ന സമയത്ത് അമ്മയും കുഞ്ഞും തമ്മിലുള്ള അടുപ്പം കൊണ്ട് ബുദ്ധിശക്തിയും വികസിക്കും.

അലർജിയിൽനിന്ന് രക്ഷ:– കുഞ്ഞിന് അമ്മയുടെ പാലിൽ നിന്നുകിട്ടുന്ന ഏതെങ്കിലും പ്രത്യേക ആഹാരം കാരണം അലർജി ഏർപ്പെട്ടില്ലെങ്കിൽ ഒരു കുഞ്ഞിനും അമ്മയുടെ പാലുകൊണ്ട് അലർജിക് ആകുകയില്ല. പശുവിൻ പാലിൽനിന്ന് കിട്ടുന്ന ബിറ്റാ-ലാക്ടേ-ഗ്ലോബ്യൂലിൻ കാരണം ഗുരുതരമായ അല്ലെങ്കിൽ ചെറുതായ അലർജിയുടെ ലക്ഷണങ്ങൾ കാണപ്പെടും. ഫോർമുലാ പാൽ കുടിക്കുന്ന കുഞ്ഞുങ്ങളെ അപേക്ഷിച്ച് മുലപ്പാൽ കുടിക്കുന്ന കുഞ്ഞുങ്ങൾക്ക് ശ്വാസം മുട്ടലിന്റെ അസുഖം കുറവായിട്ടാണ് ഏർപ്പെടുന്നതെന്നാണ് പഠനങ്ങൾ തെളിയിച്ചിരിക്കുന്നത്.

സംക്രമണത്തിൽ നിന്ന് രക്ഷ:– ഇങ്ങനെയുള്ള കുഞ്ഞ് ഡയേറിയയിൽ നിന്നും മറ്റുപലതരത്തിലുള്ള സംക്രമണങ്ങളിൽ നിന്നും രക്ഷപ്പെടും. ഇതിൽ യു.ടി.ഐ.യും കാതിലെ സംക്രമണവും ഉൾപ്പെടും. മുലപ്പാൽ കുടിക്കുന്ന കുഞ്ഞുങ്ങളെ വൈക്ടീരിയൽ മെനിഞ്ചയ്ടിസ്, എസ്.ഐ.ഓ.എസ്, പ്രമേഹം, കുഞ്ഞുങ്ങളിൽ കാണപ്പെടുന്ന ക്യാൻസർ എന്നിവ ബാധിക്കാനുള്ള സാദ്ധ്യത കുറവാണെന്ന് പഠനങ്ങൾ തെളിയിച്ചിട്ടുണ്ട്. മുലപ്പാലിൽ നിന്ന് അവർക്ക് ലഭിക്കുന്ന കൊളസ്ട്രോൾ പല രോഗങ്ങളിൽ നിന്നും അവരെ രക്ഷിക്കുന്നു.

മോണകളുടെയും പല്ലുകളുടെയും ദൃഢത:– സ്തനത്തിൽ നിന്ന് പാല് കുടിക്കുമ്പോൾ കുപ്പിയിൽ നിന്ന് കുടിക്കുന്നതിനേക്കാൾ കൂടുതൽ പ്രയത്നിച്ച് ഉറുഞ്ചേണ്ടിയിരിക്കു

ന്നതുകൊണ്ട് മോണകൾ, പല്ല്, അണ്ണാക്ക് എന്നിവ പൂർണ്ണമായി വികസിക്കും. മുല പ്പാൽ കുടിക്കുന്ന കുഞ്ഞുങ്ങൾക്ക് പിൽ ക്കാലത്തും പല്ല് സംബന്ധപ്പെട്ട പ്രശ്നങ്ങൾ കുറവായിരിക്കുമെന്നാണ് പുതിയ പഠന ങ്ങൾ തെളിയിച്ചിരിക്കുന്നത്.

സ്വാദേന്ദ്രിയങ്ങളുടെ വ്യാപ്തി:– നിങ്ങൾ കഴിക്കുന്നതെന്തായാലും അതിന്റെ രുചി മുല പ്പാൽ വഴിയായി കുഞ്ഞിന് ലഭിക്കുന്നു. ഇങ്ങനെ കുഞ്ഞിന്റെ സ്വാദേന്ദ്രിയങ്ങൾ വിക സിക്കുന്നു. കുപ്പിപ്പാല് കുടിക്കുന്ന കുട്ടികളെ അപേക്ഷിച്ച് അവർക്ക് വേഗത്തിൽ പുതിയ സ്വാദുകൾ അറിയാൻ കഴിയും. ഇങ്ങനെ യുള്ള കുഞ്ഞുങ്ങൾ വലുതാകുമ്പോൾ പെട്ടെന്ന് പുതിയ സ്വാദുകൾ സ്വീകരിക്കും, ഭക്ഷണ കാര്യത്തിൽ ബുദ്ധിമുട്ടിക്കുകയില്ല.

മുല കൊടുക്കുന്ന അമ്മമാർക്ക് പല സൗകര്യങ്ങളുമുണ്ട്:–

സൗകര്യം:– മുല കൊടുക്കുന്ന അമ്മമാർക്ക് നേരത്തെകൂട്ടി ഒരു ഏർപ്പാടും ചെയ്യേണ്ട തില്ല. ഇതിന് ഒരു സാധനവും വേണ്ട. പാർ ക്കിലോ, വിമാനത്തിലോ, വീട്ടിൽ അർദ്ധരാത്രി യിലോ മുലയൂട്ടാം. എവിടേക്കെങ്കിലും പോകുന്നതിന് മുമ്പ് കുഞ്ഞിന്റെ പാൽകുപ്പി, നിപ്പിൾ, പാൽപ്പൊടി, ബിബ്, ഒന്നുംകൂടെ കൊണ്ടുപോകേണ്ടതില്ല. നിങ്ങൾ കുഞ്ഞിന്റെ മിൽക്ക് ബാങ്ക്കൂടെ എടുത്തുകൊണ്ടാണ് നടക്കുന്നത്. അർദ്ധരാത്രി അടുക്കളയിൽ പോയി പാലുണ്ടാക്കേണ്ടതില്ല, കിടക്കയിൽ തന്നെ പാലുകൊടുത്ത് കുഞ്ഞിനെ ഉറക്കാം. നിങ്ങളും കുഞ്ഞും ഒരുമിച്ചല്ല, നിങ്ങൾ ഓഫീ സിലാണെങ്കിൽ നേരത്തെതന്നെ പാലെടുത്ത് ഫ്രിഡ്ജിൽ വയ്ക്കാം. എല്ലാത്തിലും വലിയ കാര്യം ഇതിന് പണച്ചിലവും ഇല്ല എന്ന താണ്.

അഭിവൃദ്ധിയുടെ വേഗം:– ശിശു മുലപ്പാൽ കുടിക്കുമ്പോൾ ഓക്സിട്ടോസിൻ എന്ന ഹാർമോണിന്റെ സ്രവം ഏർപ്പെടുന്നു. അതുകൊണ്ട് ഗർഭാശയത്തിന് തന്റെ പഴയ രൂപത്തിലേക്ക് മാറാൻ കുറച്ചുസമയമേ വേണ്ടിവരുന്നുള്ളു. പ്രസവത്തിനുശേഷമുള്ള രക്തസ്രാവവും കുറയും. കുഞ്ഞിന് പാലു കൊടുക്കുന്നതുകൊണ്ട് നിങ്ങൾക്കും കുറച്ചുനേരം ഇരുന്ന് വിശ്രമിക്കാൻ സമയം കിട്ടും. ഗർഭാവസ്ഥക്കുശേഷം ഈ വിശ്ര മവും നിങ്ങൾക്ക് ആവശ്യമാണ്.

ഗർഭാവസ്ഥക്കുമുമ്പുള്ള രൂപം:– നിങ്ങൾ പാലുകൂടുതൽ ഉണ്ടാകാൻ വേണ്ടി ആഹാര ത്തിൽ കലോറിയുടെ അളവ് കൂട്ടുന്നത് കുഞ്ഞിനാണ് പ്രയോജനപ്പെടുന്നത്. അതു കൊണ്ട് നിങ്ങളുടെ രൂപം പഴയതുപോലെ ആകാൻ അധികം സമയമെടുക്കില്ല. അങ്ങനെ നിങ്ങൾക്ക് വേഗം തന്നെ നിങ്ങ ളുടെ മൃഗരാജകടി (മെലിഞ്ഞ ഇടുപ്പ്) കാണാൻ കഴിയും.

മാസമുറവരാൻ വൈകുക:– നിങ്ങൾക്ക് മാസമുറ വരാനും വൈകും. ഇതിനെക്കുറിച്ച് ആർക്കാണ് പരാതി ഉണ്ടാകുക. നിങ്ങൾ രണ്ടുകുഞ്ഞുങ്ങൾക്കിടയിൽ ദൂരം ഏർപ്പെടു ത്താൻ ആഗ്രഹിക്കുന്നുണ്ടെങ്കിൽ കുടുംബാ സൂത്രണത്തിനുള്ള മാർഗ്ഗം സ്വീകരിക്കുക. ചില അമ്മമാർ മുലയൂട്ടുന്നതുകൊണ്ടുമാത്രം ഗർഭധാരണത്തിൽ നിന്ന് രക്ഷപ്പെടുന്നു. എന്നാൽ നാലുമാസങ്ങൾക്കുശേഷം മാസ മുറയുടെ ചക്രം ആരംഭിക്കുകയും ചിലർ ആദ്യത്തെ മാസമുറയ്ക്ക് മുമ്പുതന്നെ ഗർഭിണിയാകുകയും ചെയ്യുന്നു.

എല്ലുകളുടെ ബലം:– മുലയൂട്ടുന്നതുകൊണ്ട് നിങ്ങളുടെ എല്ലുകളിലെ ഖനീജ പദാർത്ഥ ങ്ങൾ മെച്ചപ്പെടുന്നു. മാസമുറ നിന്നതിനു ശേഷം ഏർപ്പെടുന്ന ടിപ്പ്ഫാക്ച്ചർ ഏർപ്പെ ടാനുള്ള സാദ്ധ്യത കുറയുന്നു. നിങ്ങൾ പാല് കൂടുതലുണ്ടാകാൻ വേണ്ടിയും നിങ്ങളുടെ ആവശ്യങ്ങൾ പൂർത്തീകരിക്കാനുംവേണ്ടി ധാരാളം കാൽഷ്യം കഴിച്ചാൽ ശരിയായി രിക്കും.

ആരോഗ്യത്തിന് ലാഭം:– കുഞ്ഞിന് മുലയൂട്ടു ന്നതുകൊണ്ട് പലവിധത്തിലുള്ള ക്യാൻസർ കളും വരുമെന്നുള്ള ആപത്ത് കുറയും. ഇങ്ങനെയുള്ള സ്ത്രീകൾക്ക് ഓവറിയിലും ബ്രസ്റ്റിലും കാൻസർ വരാനുള്ള സാദ്ധ്യത കുറയുന്നു. അവർക്ക് ടൈപ്പ് II പ്രമേഹവും പിടിപെടുന്നില്ല.

എല്ലാത്തിലും വലിയ ബോണസ്:– മുലയൂട്ടു ന്നതുകൊണ്ട് നിങ്ങളും കുഞ്ഞും ഒരു ദിവ സത്തിൽ കുറഞ്ഞത് 6 അല്ലെങ്കിൽ 8 പ്രാവശ്യം ഒരാൾക്കൊരാൾ അടുത്തുവരുന്നു. ഈ അടുപ്പം കാരണം അമ്മക്കും കുഞ്ഞിനു മിടയിൽ വൈകാരികമായ അടുപ്പം ഉണ്ടാകുന്നു. കുഞ്ഞിന്റെ ബുദ്ധിശക്തിയും വികസിക്കുന്നു.

നിങ്ങൾ ഇരട്ടക്കുട്ടികൾക്കാണ് ജന്മം നൽകിയിരിക്കുന്നതെങ്കിൽ നിങ്ങൾക്ക് ഈ ലാഭങ്ങളൊക്കെ ഇരട്ടിയായി കിട്ടും.

മുലയൂട്ടാനുള്ള തയ്യാറെടുപ്പുകൾ

ദൈവം എല്ലാ ഏർപ്പാടുകളും ചെയ്തിട്ടുള്ളതുകൊണ്ട് നിങ്ങൾക്ക് അധികം അദ്ധ്വാനിക്കേണ്ടതില്ല, ഗർഭാവസ്ഥയുടെ അവസാന ദിവസങ്ങളിൽ മുലകണ്ണുകൾ വൃത്തിയായി സൂക്ഷിക്കാൻ പ്രത്യേകം ശ്രദ്ധിക്കുക. വരണ്ടിരിക്കുന്നുണ്ടെങ്കിൽ ലെനോലിൻ ബേസ്ഡ് ക്രീം പുരട്ടുക. സമയമാകുന്നതിന് മുമ്പ് ചെറിയ നിപ്പിളുകളെ വലിക്കുകയോ ഞെക്കുകയോ ചെയ്യരുത്. ഇതുകൊണ്ട് വീക്കമോ സംക്രമണമോ ഏർപ്പെടാം.

നിങ്ങളുടെ മുലക്കണ്ണ് ഉള്ളിലേക്ക് അമർന്നിരിക്കുകയാണെങ്കിൽ കുഞ്ഞിന് പാലു കൊടുക്കാൻ ബുദ്ധിമുട്ടുണ്ടാകും. ഇതിനെപ്പറ്റി നേരത്തെതന്നെ ഡോക്ടറോട് ചോദിച്ച് ചെയ്യാവുന്ന ഉപായം ചെയ്യുക.

മുലകൾ സെക്ഷ്വലാണോ പ്രായോഗികമാണോ?

അതല്ല രണ്ടുമാണോ? ഇതുകൊണ്ട് നിങ്ങൾക്ക് രണ്ടുറോളും ചെയ്യേണ്ടതുണ്ട് (പ്രേമികയും അമ്മയും) ഇതുരണ്ടും അതാത് സ്ഥാനത്ത് പ്രധാനപ്പെട്ടതാണ്. ചിലപ്പോൾ മുലയൂട്ടൽ തന്നെ നിങ്ങളുടെ ഭർത്താവിൽ അനുഭൂതി ഉണർത്തിയേക്കാം. അതുകൊണ്ട് മുലയൂട്ടാൻ തീരുമാനിക്കുമ്പോൾ ഇതിനെക്കുറിച്ചും ആലോചിക്കുക.

ബോട്ടിൽ തിരഞ്ഞെടുക്കുന്നത് എന്തുകൊണ്ട്?

നിങ്ങൾ മുലയൂട്ടേണ്ട എന്നുതീരുമാനിച്ചിരിക്കാം, അല്ലെങ്കിൽ നിങ്ങൾക്ക് മുലയൂട്ടാൻ കഴിയാതിരിക്കാം. അങ്ങിനെയുള്ള ചുറ്റുപാടിൽ ബോട്ടിൽ തിരഞ്ഞെടുക്കുന്ന കാര്യത്തിൽ പരിഭ്രമം വേണ്ട. അതുകൊണ്ടും പല ലാഭങ്ങളുമുണ്ട്.

ചുമതല പങ്കിടുക:– ബോട്ടിൽ പാൽ തയ്യാറാക്കാനുള്ള ചുമതല അച്ഛനെയും ഏൽപ്പിക്കാവുന്നതാണ്. മുലപ്പാൽ കുടിക്കുന്ന കുഞ്ഞുങ്ങളുടെ അച്ഛന്മാരും അവരെ കുളിപ്പിക്കുകയും മറ്റുജോലികൾ ചെയ്യുകയും ചെയ്യാൻ സഹായിക്കാം.

അധികസ്വാതന്ത്ര്യം:– ബോട്ടിൽ പാൽകുടിക്കുന്ന കുഞ്ഞുങ്ങളുടെ അമ്മമാർ കൂടുതൽ സ്വതന്ത്രരായിരിക്കും. അവർക്ക് പുറത്തുപോയി ജോലിചെയ്യാൻ എളുപ്പമായിരിക്കും. പാലെടുക്കുക, സൂക്ഷിക്കുക എന്നീ ചിന്തകളൊന്നും അവർക്കില്ല. കുഞ്ഞിനെ വീട്ടിലാക്കി എവിടെവേണമെങ്കിലും പോകാൻ അവർക്ക് കഴിയും. രാത്രി പുറത്ത് എവിടെ വേണമെങ്കിലും താമസിക്കാനും കഴിയും. മുലയൂട്ടുന്ന അമ്മമാർക്കും ഈ മാറ്റ് ഏർപ്പാട് ചെയ്യാൻ കഴിയും.

റൊമാൻസ് ചെയ്യാനുള്ള സമയം:– ബോട്ടിൽ പാൽ കുടിക്കുന്ന കുഞ്ഞ് നിങ്ങളുടെ റൊമാൻസിൽ തടസ്സം ഏർപ്പെടുത്തില്ല. സ്തനപാനം ഇതിന് ശരിയല്ല, ലാക്ടേഷൻ ഹാർമോൺ നിങ്ങളുടെ യോനിയെ കുറച്ച് വരണ്ടതാക്കുന്നു. സ്തനങ്ങളിൽ നിന്ന് ഒഴുകുന്ന പാൽ കുഴപ്പം ഏർപ്പെടുത്തും. ബോട്ടിൽ പാൽ കുടിക്കുന്ന കുഞ്ഞുങ്ങളുടെ

ബ്രെസ്റ്റ് സർജറിക്കുശേഷം മുലയൂട്ടൽ

പല അമ്മമാരും ഇതിനുശേഷവും കുഞ്ഞിന് മുലയൂട്ടുന്നു, എന്നാൽ ചില അമ്മമാർക്ക് ശരിക്ക് പാൽ ചുരക്കുന്നില്ല. ഓപ്പറേഷനുശേഷം കുഞ്ഞിനെ മുലയൂട്ടാൻ കഴിയുമോ, അതിന്റെ കൂടെ ബോട്ടിൽ പാലും കൊടുക്കേണ്ടിവരുമോ, എന്നൊക്കെ നിങ്ങളുടെ സർജനോട് ചോദിച്ചറിയുക. നിങ്ങൾ മുലയൂട്ടാൻ തുടങ്ങിയാൽ എത്ര പാലുചുരക്കുന്നുണ്ട് എന്ന് നോക്കുക. കുഞ്ഞിന് എത്ര പാല് കിട്ടുന്നുണ്ട്, എത്ര പോഷണം കിട്ടുന്നുണ്ട് എന്ന് നോക്കണം. കുഞ്ഞിന്റെ നനഞ്ഞ ഡയഫറിൽ നിന്ന് ഇത് അനുമാനിക്കാം. കുഞ്ഞിന് പാൽ മതിയാകുന്നില്ലെങ്കിൽ അതിന്റെകൂടെ ബോട്ടിൽ പാലും കൊടുക്കേണ്ടിവരും. അമ്മയുടെ പാൽ കുറച്ച് കിട്ടിയാലും അത് കുഞ്ഞിന് ലാഭദായകമാണെന്നകാര്യം ഓർക്കുക.

ഇതൊക്കെ ബ്രെസ്റ്റ് സർജറിയെയും അതിന്റെ രീതിയെയും ആശ്രയിച്ചിരിക്കും. കുഞ്ഞിന്റെ വളർച്ചയും പ്രത്യേകം ശ്രദ്ധിക്കണം. അതിന് വേണ്ടത്ര പാൽ കിട്ടുന്നുണ്ടോ എന്ന് അതിൽ നിന്ന് അറിയാൻ കഴിയും.

അമ്മമാർക്ക് റൊമാൻസിന് വേണ്ടത്ര സമയം കിട്ടും.

ഭക്ഷണം കഴിക്കാൻ സ്വാതന്ത്ര്യം:– നിങ്ങ ൾക്ക് ഇഷ്ടമുള്ള ആഹാരം കഴിക്കാം. മുല യൂട്ടുന്ന അമ്മമാർ ഗ്യാസ് ഏർപ്പെടുത്തുന്ന തും എരിവും മസാലയും കൂടുതലുള്ളതുമായ ആഹാരസാധനങ്ങൾ അധികം കഴിക്കരുത്. മുലയൂട്ടാത്തവർക്ക് ഇഷ്ടം പോലെ വൈനും കോക്ക്ടെയ്‌ലും കുടിക്കാം. അവർക്ക് കുഞ്ഞു ങ്ങളുടെ പോഷക സംബന്ധമായ ആവശ്യ ങ്ങളെക്കുറിച്ച് ചിന്തിക്കേണ്ടതില്ല.

മറ്റുള്ളവരുടെ മുമ്പിൽ പ്രദർശിപ്പിക്കേണ്ട തില്ല:– നിങ്ങൾക്ക് മറ്റുള്ളവരുടെ മുമ്പിൽ വെച്ച് കുഞ്ഞിന് മുലയൂട്ടാൻ കഴിയുന്നില്ലെ ങ്കിൽ ബോട്ടിൽ പകരമായി ഉപയോഗിക്കാം. മുലയൂട്ടുന്ന അമ്മമാർ കുറച്ചുസമയത്തിൽ തന്നെ എല്ലാവരുടെയും നടുവിൽവച്ചു തന്നെ മറച്ചുകൊണ്ട് കുഞ്ഞിന് പാൽ കൊടുക്കാൻ പഠിക്കും.

പിരിമുറുക്കം കുറയും:– പല സ്ത്രീകൾക്കും മുലയൂട്ടുക എന്ന് കേട്ടാൽതന്നെ പരിഭ്രമവും ടെൻഷനും ഉണ്ടാകും. നിങ്ങൾ ശ്രമിച്ചു നോക്കൂ. കുറച്ചുദിവസത്തിൽ എല്ലാം പഠി ക്കുവാൻ കഴിയും. ഇതുകൊണ്ട് നിങ്ങളുടെ പിരിമുറുക്കവും ഒരളവിന് കുറയും.

മുലയൂട്ടുവാൻ തീരുമാനിക്കുന്നത് എന്തു കൊണ്ട്:– മിക്ക സ്ത്രീകൾക്കും ഈ തിരഞ്ഞെടുക്കലിന്റെ കാരണം സ്പഷ്ട മാണ്. അവർ ഗർഭം ധരിക്കുന്നതിനുമുമ്പു തന്നെ കുഞ്ഞിനെ മുലയൂട്ടുന്നതുകൊണ്ടുള്ള നന്മകളെക്കുറിച്ച് അറിഞ്ഞശേഷം ഇത് സ്വീകരിക്കുന്നു. ചിലർക്ക് പെട്ടെന്ന് ഒരു തീരുമാനമെടുക്കാൻ കഴിയുന്നില്ല. ചിലർ മുലയൂട്ടുന്നത് അവരെക്കൊണ്ട് കഴിയാത്ത കാര്യമാണെന്ന് കരുതുന്നു. കുഞ്ഞിന് കുറച്ചുദിവസങ്ങൾക്കെങ്കിലും മുല കുടിക്കു ന്നതുകൊണ്ടുള്ള ലാഭം തീർച്ചയായും നൽകി യാൽ നന്നായിരിക്കും

ആദ്യത്തെ ചില ആഴ്ചകളിൽ ഇതെല്ലാം വളരെ കുഴപ്പം പിടിച്ചതായി തോന്നാം. ആദ്യത്തെ മാസത്തിലോ 6 ആഴ്ചകളിൽ തന്നെയോ മുലയൂട്ടൽ തുടരാൻ കഴിയുമോ ഇല്ലയോ എന്ന് അമ്മയ്ക്കക്ക് അനുമാനി ക്കാൻ കഴിയും.

ബോട്ടിൽ പാലും മുലപ്പാലും ഒരുമിച്ച്:– നിങ്ങളുടെ ജീവിത രീതിക്കനുസരിച്ച് ഇതി നെക്കുറിച്ച് തീരുമാനമെടുക്കുന്നതായിരിക്കും നല്ലത്. കുഞ്ഞിന് മുലയൂട്ടുന്നതോടൊപ്പം ബോട്ടിൽ പാലും കൊടുക്കുക. മുല കുടി ക്കാൻ ശീലിപ്പിച്ചില്ലെങ്കിൽ കുഞ്ഞിന് ബോട്ടിൽ പാലുതന്നെ ശീലമാകും. പിന്നീട് കുഞ്ഞ് മുലകുടിക്കാൻ കൂട്ടാക്കില്ല. എന്തെ ന്നാൽ മുലക്കണ്ണിൽ നിന്ന് പാൽ ഉറുഞ്ചി കുടിക്കുമ്പോൾ കൂടുതൽ അദ്ധ്വാനിക്കേണ്ടി വരും.

നിങ്ങൾക്ക് മുലയൂട്ടാൻ കഴിയുകയില്ലെങ്കിലോ നിങ്ങൾ മുലയൂട്ടാൻ പാടില്ലെങ്കിലോ

ദൗർഭാഗ്യവശാൽ എല്ലാ അമ്മമാർക്കും മുല യൂട്ടാനുള്ള സന്ദർഭം ലഭിക്കുന്നില്ല. പല അമ്മ മാർക്കും ആഗ്രഹമുണ്ടെങ്കിലും കുഞ്ഞിന് മുലപ്പാൽ കൊടുക്കാൻ കഴിയുന്നില്ല. അമ്മയു ടെയും കുഞ്ഞിന്റെയും ആരോഗ്യം, വൈകാ രികവും ശാരീരികവുമായ കാരണങ്ങൾ എന്നിവമൂലം മുലയൂട്ടാൻ കഴിയാതെ വരുന്നു. അതിനുള്ള കാരണങ്ങൾ താഴെ കൊടുത്തിരിക്കുന്നു.

- എന്തെങ്കിലും മാരകരോഗമുണ്ടെങ്കിൽ അമ്മക്ക് കുഞ്ഞിന് മുലപ്പാൽ കൊടു ക്കാൻ കഴിയാതെവരും.
- എന്തെങ്കിലും ഗുരുതരമായ സംക്രമണ രോഗം ഉദാ:– ടി.ബി. ഉണ്ടെങ്കിൽ മാറിൽ നിന്ന് പാൽ പിഴിഞ്ഞെടുത്തും കുഞ്ഞിന് കൊടുക്കാവുന്നതാണ്.
- ആന്റി തൈറോയ്ഡ്, ആന്റി ഹൈപ്പർ ടെന്റിവ് ഡ്രഗ്സ്, ആന്റി കാൻസർ മരുന്നു കൾ എന്നിവ കഴിക്കുന്നുണ്ടെങ്കിൽ
- നിങ്ങൾ വളരെക്കാലമായി തുടർന്ന് എന്തെങ്കിലും മരുന്ന് കഴിക്കുന്നുണ്ടെ ങ്കിൽ മുലയൂട്ടുമ്പോഴും അത് കഴിക്കുന്നത് സുരക്ഷിതമാണോ? അല്ലെങ്കിൽ അതിനു പകരം എന്ത് മരുന്നാണ് കഴിക്കേണ്ട തെന്ന് ഡോക്ടറോട് ചോദിക്കുക.

അച്ഛനും മുലകുടിയും

അച്ഛന്മാർ സഹകരിക്കുകയാണെങ്കിൽ 96% അമ്മമാരും മുലയൂട്ടാൻ തയ്യാറാകു മെന്നാണ് അദ്ധ്യായനകർത്താക്കൾ പറ യുന്നത്. അല്ലെങ്കിൽ ഈ ശതമാനം 26 ആയി കുറയുമെന്നാണ് സ്ഥിതിവിവരക്ക ണക്കുകൾ രേഖപ്പെടുത്തുന്നത്. അച്ഛന് എളുപ്പത്തിൽ മുലയൂട്ടുന്ന അമ്മയെ സഹായിക്കാൻ കഴിയും, ഇതുകൊണ്ട് പരസ്പര പ്രേമവും വർദ്ധിക്കാം. അതു കൊണ്ട്, അച്ഛാ! ഈ ടീമിൽ ചേരാൻ തയ്യാറായിക്കൊള്ളൂ.

പുകവലിയും മുലകുടിയും

നിക്കോട്ടിൻ പാലിൽ കലരുന്നതുകൊണ്ട് ശിശുവിന് മുലകൊടുക്കാൻ ആഗ്രഹിക്കുന്നുണ്ടെങ്കിൽ സിഗററ്റുവലി നിറുത്തേണ്ടി വരും. ഇത് നിങ്ങളുടെയും കുഞ്ഞിന്റെയും നന്മക്ക് വേണ്ടിയാണ്. നിങ്ങൾക്ക് പുകവലി ഉപേക്ഷിക്കാൻ കഴിയുന്നില്ലെങ്കിൽ കുഞ്ഞിന് മുലയൂട്ടുന്നതിന് പകരം മറ്റെന്തെങ്കിലും വഴി തിരഞ്ഞെടുക്കുക. എങ്കിലെ കുഞ്ഞിനെ സെക്കൻഡ് ഹാൻഡ് സ്മോക്ക് എന്ന ആപത്തിൽ നിന്ന് രക്ഷിക്കാൻ കഴിയൂ. ഇങ്ങനെ ഭാവിയിൽ കുഞ്ഞിനും പുകവലിക്കുന്ന സ്വഭാവം വരാതെ തടയാം.

- സിഗററ്റിന്റെ എണ്ണം കുറക്കുക
- നിക്കോട്ടിൻ കുറവുള്ള ബ്രാൻഡ് നോക്കി വാങ്ങിക്കുക.
- സിഗററ്റുവലിച്ച് കുറഞ്ഞത് 95 മിനിറ്റുകൾക്ക് ശേഷമേ മുലയൂട്ടാവൂ. അപ്പോൾ പാലിൽ നിക്കോട്ടിൻ ഉണ്ടാവില്ല.
- കുഞ്ഞിന്റെ മുമ്പിൽവെച്ചോ അവൻ അടുത്തെവിടെയെങ്കിലും ഉണ്ടെങ്കിലോ പുകവലിക്കരുത്. ഇതുകൊണ്ട് കുഞ്ഞിന് ശ്വാസം കഴിക്കാൻ ബുദ്ധിമുട്ടുണ്ടാകും.

- ജോലി ചെയ്യുന്ന സ്ഥലത്ത് എന്തെങ്കിലും വിഷമുള്ള രസായനത്തിന്റെ സമീപം ജോലിചെയ്യുക.
- അളവില്ലാതെ മദ്യപിക്കുക.
- ഏതെങ്കിലും തരത്തിലുള്ള ഡ്രഗ്സ് ഉപയോഗിക്കുക.
- എച്ച്.ഐ.വി. അല്ലെങ്കിൽ ഡ്രഗ്സ് പോലുള്ള ഏതെങ്കിലും സംക്രമണ രോഗം.
- ചിലപ്പോൾ നവജാത ശിശു അമ്മയുടെ പാൽ കുടിക്കാൻ അസമർത്ഥനായിരിക്കും.
- സമയത്തിനുമുമ്പ് ജനിക്കുന്ന കുഞ്ഞിന് മുല ഉറുഞ്ചുന്നത് ശ്രമകരമായിരിക്കും. പലപ്പോഴും കുഞ്ഞിനെ തീവ്ര ചികിത്സായൂണിറ്റിൽവെക്കും. ഇങ്ങനെയുള്ള സന്ദർഭത്തിൽ നേഴ്സിന്റെ സഹായത്തോടെ പാൽ പിഴിഞ്ഞെടുത്ത് കുഞ്ഞിന് കൊടുക്കാം.
- ന്യൂല്യാക്ടോസ് ഇൻടോളറൻസ്: മനുഷ്യന്റെയോ പശുവിന്റെയോ പാൽ ദഹിക്കുന്നില്ലെങ്കിൽ. അതിന്റെ കൂടെ എന്തെങ്കിലും പാൽപ്പൊടിയും (ഫോർമുല) കൊടുത്താൽ അങ്ങനെയുള്ള കുഞ്ഞുങ്ങൾക്ക് അമ്മയുടെ പാൽ കുടിക്കാൻ കഴിയും.
- വായിലുള്ള ചില കുറവുകൾ കാരണം കുഞ്ഞിന് മുല ഉറുഞ്ചാൻ കഴിയുന്നില്ല. അവർക്ക് പാൽ പിഴിഞ്ഞെടുത്ത് കൊടുക്കാവുന്നതാണ്.
- പലപ്പോഴും എത്ര ശ്രമിച്ചാലും പാൽ മതിയാകാതെ വരികയും കുഞ്ഞ് പട്ടിണിയാകുകയും ചെയ്യും.

നിങ്ങൾ ശ്രമിച്ചിട്ടും കുഞ്ഞിന് പാൽ കൊടുക്കാൻ കഴിയാതെ വന്നാൽ നിങ്ങളുടെ മനസ്സിൽ ഹീനഭാവനയോ അപരാധബോധമോ ഏർപ്പെടേണ്ടതില്ല. നിങ്ങൾ കുഞ്ഞിന് മതിവരുവോളം സ്നേഹവും ലാളനയും സേവയുമൊക്കെ ചെയ്യുന്നുണ്ടല്ലോ.

• • • •

ഒൻപതാം മാസം

ഏകദേശം 36 മുതൽ 40 ആഴ്ചകൾ

ഒടുവിൽ നിങ്ങൾ വളരെക്കാലമായി കാത്തിരുന്ന ആ മാസവും വന്നുചേർന്നു. ഈ സന്ദർഭത്തിൽ കുറച്ച് ചിന്ത ഉണ്ടാകുന്നത് സ്വാഭാവികം തന്നെയാണ്. നിങ്ങൾ കുഞ്ഞിനെ സ്വാഗതം ചെയ്യാൻ പൂർണ്ണ തയ്യാറെടുപ്പ് ചെയ്തുകഴിഞ്ഞിരിക്കാം. അല്ലെങ്കിൽ ഇനിയും തയ്യാറായിട്ടുണ്ടാകുകയില്ല. പലവിധത്തിലുള്ള ഗതിവിധികൾ (ഡോക്ടറെ കാണുക, കടയിൽനിന്ന് സാധനങ്ങൾ വാങ്ങുക, പ്രൊജെക്റ്റ്, കുഞ്ഞിന്റെ മുറിക്കുള്ള നിറം തിരഞ്ഞെടുക്കുക) ചെയ്തശേഷവും നിങ്ങൾക്ക് ഈ മാസം ഏറ്റവും നീണ്ടതാണെന്ന് തോന്നും നിങ്ങൾ ശരിയായ സമയത്ത് പ്രസവിച്ചില്ലെങ്കിൽ പത്താംമാസം ഇതിനേക്കാൾ നീണ്ടതായി തോന്നിയേക്കാം.

ഈ മാസം നിങ്ങളുടെ കുഞ്ഞിന്റെ വളർച്ച

36-ാമത്തെ ആഴ്ച:– ഇപ്പോൾ നിങ്ങളുടെ കുഞ്ഞിന്റെ തൂക്കം ഏകദേശം 6 പൗണ്ടും നീളം 20 ഇഞ്ചുമായിരിക്കും. കുഞ്ഞ് നിങ്ങളുടെ കൈയ്യിൽ കിടന്ന് കളിക്കാൻ ഏകദേശം തയ്യാറായിക്കഴിഞ്ഞു. ഈ സമയത്ത് കുഞ്ഞിന്റെ ശരീരവ്യവസ്ഥ പുറത്തുള്ള ജീവിതത്തിന് തയ്യാറായിരിക്കുന്നു. ദഹനേന്ദ്രിയങ്ങളുടെ ജോലിമാത്രം ഇനിയും ആരംഭിച്ചിട്ടില്ല. ഇപ്പോൾ കുഴൽവഴി പോഷകാംശങ്ങൾ കുഞ്ഞിന്റെ ശരീരത്തിൽ എത്തിക്കൊണ്ടിരിക്കുകയാണ്. അതുകൊണ്ട് കുഞ്ഞിന് ദഹിപ്പിക്കുന്ന ജോലി ചെയ്യേണ്ടതില്ല. കുഞ്ഞ് മുലപ്പാലോ ബോട്ടിൽ പാലോ കുടിക്കാൻ തുടങ്ങിയതും ദഹനേന്ദ്രിയങ്ങൾ പ്രവർത്തിക്കാൻ തുടങ്ങും, ഡയപർ അഴുക്കാകാൻ തുടങ്ങും.

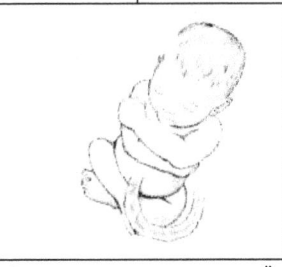

9 മാസം പ്രായമുള്ള കുഞ്ഞ്

37-ാമത്തെ ആഴ്ച:– ഒരു രസകരമായ വാർത്ത കുഞ്ഞ് ഇന്ന് ജനിച്ചാലും അത് ഫുൾടേം ആയാണ് കണക്കാക്കുക. അത് പൂർണ്ണവളർച്ച പ്രാപിച്ചുകഴിഞ്ഞു എന്ന് അതിനർത്ഥമില്ല. ഈ ആഴ്ച കുഞ്ഞിന്റെ തൂക്കം ½ പൗണ്ട് കൂടിയേക്കാം. ഈ സമയത്ത് ശരാശരി ഭ്രൂണത്തിന്റെ തൂക്കം 6½ പൗണ്ട് ആയിരിക്കും (പക്ഷെ ഓരോ ഭ്രൂണത്തിന്റെയും തൂക്കം വെവ്വേറെ ആയിരിക്കും). നിങ്ങളുടെ സുന്ദരകുട്ടന്റെ കവിളുകളിലും കൈമുട്ടുകളിലും ചുമലുകളിലും മണിബന്ധത്തിലുമൊക്കെ കൊഴുപ്പ് ചേരുന്നു.

38-ാമത്തെ ആഴ്ച:– കുഞ്ഞിന്റെ തൂക്കം ഏകദേശം 7 പൗണ്ട് നീളം 20 ഇഞ്ചും ആയിരിക്കും. അത് വരാനിരിക്കുന്ന നാളുകൾക്കു വേണ്ടി ഒരുവിധം തയ്യാറായിരിക്കുകയാണ്. അതിന് ചില കാര്യങ്ങൾ ചെയ്തുതീർക്കാനുണ്ട്. തന്റെ ശ്വാസകോശങ്ങളെ തയ്യാറാക്കാനുണ്ട്. പിന്നീട് അത് നിങ്ങളുടെ കൈകളിൽ എത്തും.

39-ാമത്തെ ആഴ്ച:– ഈ സമയം പ്രസവം വരെ വളർച്ച കുറച്ച് സ്തംഭിക്കും. ശരാശരി തൂക്കം 7-8 പൗണ്ടും നീളം 19-21 ഇഞ്ചിന് നടുവിലുമായിരിക്കും. റോസ് നിറത്തിലുള്ള ചർമ്മം കുറച്ച് വെള്ളയാകാൻ തുടങ്ങിയിരിക്കുന്നു. തോലിന്റെ യഥാർത്ഥ നിറം പിഗ്മെന്റേഷനുശേഷമെ അറിയാൻ കഴിയൂ. ഇപ്പോൾ അതിന്റെ തല നിങ്ങളുടെ പെൽവിസുവരെ എത്തിക്കഴിഞ്ഞിരിക്കും. നിങ്ങൾക്ക് ശ്വാസമെടുക്കാൻ എളുപ്പമായിരിക്കും എന്നാൽ നടക്കാൻ ബുദ്ധിമുട്ടായിരിക്കുമെന്നാണ് ഇതിനർത്ഥം.

40-ാമത്തെ ആഴ്ച:– അഭിനന്ദനങ്ങൾ ! ഗർഭാവസ്ഥ അവസാനിക്കാനുള്ള സമയം അടുത്തുകഴിഞ്ഞു. ഇപ്പോൾ കുഞ്ഞിന്റെ തൂക്കം ഏകദേശം 6-9 പൗണ്ടും നീളം 19-22 ഇഞ്ചിന് നടുവിലുമായിരിക്കും. തൂക്കത്തിലും നീളത്തിലും ഏറ്റക്കുറച്ചിൽ ഉണ്ടായേക്കാം. കുഞ്ഞ് നിങ്ങളെ ആദ്യമായി കാണുകയാണെങ്കിലും നിങ്ങളുടെ സ്വരം തിരിച്ചറിയും അത് ഡ്യൂഡേറ്റിന് മുമ്പാണോ, ശേഷമാണോ ജനിക്കുന്നത് എന്നാണ് ഇനി നോക്കേണ്ടത്.

41-ാമത്തെ ആഴ്ച:– അതിനുപുറത്തുവരാൻ സമയം എടുക്കുന്നു എന്നാണ് തോന്നുന്നത്. 5% ലും കുറവായേ കുഞ്ഞുങ്ങൾ പറഞ്ഞ തീയതിയിൽ ജനിക്കാറുള്ളൂ. 80% കുട്ടികൾ തങ്ങളുടെ ഗർഭാശയ ഹോട്ടലിൽ നിന്ന് എളുപ്പത്തിൽ പുറത്തുവരാൻ ഇഷ്ടപ്പെടുന്നില്ല. പലപ്പോഴും ഡേറ്റ് ഓവർഡ്യൂ ആകുകയല്ല, നിങ്ങളുടെ കണക്ക് തെറ്റുകയാണ് എന്ന് ഓർമ്മവേണം. ഡേറ്റിന് വളരെ ദിവസങ്ങൾ കഴിഞ്ഞ് ജനിക്കുന്ന കുഞ്ഞുങ്ങൾ ചുരുക്കങ്ങളും, വരണ്ട ചർമ്മവുമുള്ളവരായിരിക്കും. എന്തെന്നാൽ പ്രസവ ദിവസത്തിനുമുമ്പുതന്നെ അവയുടെ സുരക്ഷാ ആവരണം തീർന്നുപോകുന്നു. പക്ഷെ ഈ ലക്ഷണങ്ങൾ നിരന്തരമല്ല. അവയുടെ നഖങ്ങൾ വളർന്നിരിക്കും. അവ മറ്റ് കുഞ്ഞുങ്ങളേക്കാൾ ജാഗരൂകരായിരിക്കും. കണ്ണ് നന്നായി തുറന്നിരിക്കും. ഡോക്ടർ ഇങ്ങനെയുള്ള കുഞ്ഞുങ്ങളെ തുടർച്ചയായി നിരീക്ഷിക്കുന്നു.

നിങ്ങൾക്ക് എന്ത് അനുഭവപ്പെടുന്നുണ്ടാകും?

ചിലപ്പോൾ നിങ്ങൾക്ക് എല്ലാ ലക്ഷണങ്ങളും ഒന്നിച്ച് അനുഭവപ്പെടുന്നുണ്ടാകും. അല്ലെങ്കിൽ ചില ലക്ഷണങ്ങൾ മാത്രം അനുഭവപ്പെടും. ചില ലക്ഷണങ്ങൾ കഴിഞ്ഞ മാസം മുതൽ ഉണ്ടായിരിക്കും, ചിലത് പുതിയതായിരിക്കും. ചിലത് പഴയതായതുകൊണ്ട് നിങ്ങൾ അവയെ ശ്രദ്ധിക്കുക പോലുമില്ല. സൂചനകളും കാണാൻ കഴിയും.

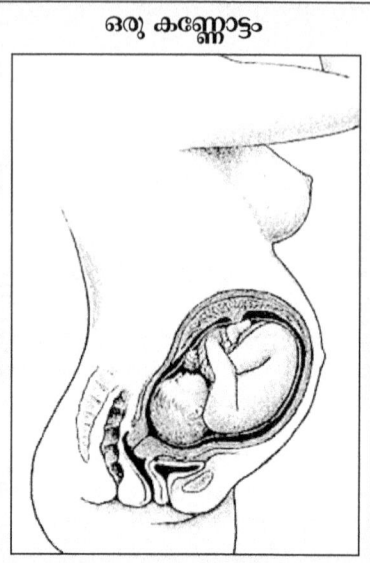

ഒരു കണ്ണോട്ടം

ഇപ്പോൾ നിങ്ങളുടെ ഗർഭാശയം ശരിക്ക് വാരിയെല്ലുകൾക്ക് താഴെയാണ്. അതിന്റെ അളവിലും പ്രത്യേകിച്ച് മാറ്റം കാണാനില്ല. ക്യൂബിക് ബോണിൽനിന്ന് ഗർഭാശയത്തിന്റെ ഉയരം ഏകദേശം 30 മുതൽ 40 സെ.മീ. ആണ് നിങ്ങളുടെ വയറ് വലുതായിക്കൊണ്ടേ പോകുന്നു. എന്തെന്നാൽ കുഞ്ഞ് ഈ ലോകത്ത് കാലുകുത്താനുള്ള തയ്യാറെടുപ്പിലാണ്.

ശാരീരികം

"ഭ്രൂണത്തിന്റെ ഗതിവിധികളിൽ ചിലമാറ്റങ്ങൾ, കുഞ്ഞിന്റെ ചലനത്തിൽ കുറവ്, എന്തെന്നാൽ അതിന് കളിക്കാൻ കുറച്ച് സ്ഥലമേ കിട്ടുന്നുള്ളൂ"

- യോനിസ്രവം മുമ്പിലത്തേക്കാൾ കട്ടികൂടിയതായിരിക്കും. കൂടുതൽ മ്യൂക്സ് ഉണ്ടാകാൻ തുടങ്ങും. അത് സംഭോഗത്തിന് ശേഷമോ പെൽവിക് പരിശോധനക്കുശേഷമോ ഇളം റോസ് അല്ലെങ്കിൽ ചുവപ്പുനിറത്തിലായിരിക്കും.

- മലബന്ധം
- നെഞ്ചെരിച്ചിൽ, അജീർണ്ണം, വയറ് വീർക്കൽ
- ചിലപ്പോൾ തലചുറ്റൽ, മയക്കം.
- മൂക്കടപ്പും മൂക്കിൽനിന്ന് രക്തംവരലും, കാതിൽ അഴുക്ക് ചേരുക.
- സെൻസിറ്റീവ് മോണകൾ
- രാത്രി കാല് കോച്ചിവലിക്കുക
- മുതുകിൽ വേദനയും കനം തോന്നുകയും ചെയ്യുക.
- നിതംബങ്ങളിലും പെൽവിക്കിലും വ്യാകുലതയും വേദനയും.
- വയറുവേദന, പൊക്കിൾ ഉന്തിവരുക.
- സ്ട്രെച്ച് മാർക്ക്സ്
- കാലുകളിൽ വെരിക്കോസ്‌വെയിൻസ്
- ഹെമറോയ്ഡ്സ്
- ബേബി ഡ്രോപ്പിങ്ങിനുശേഷം ശ്വാസമെടുക്കാൻ എളുപ്പം.
- മൂത്രാശയത്തിൽ സമ്മർദ്ദം വർദ്ധിക്കുന്നതുകൊണ്ട് എല്ലായ്പ്പോഴും മൂത്രം വരുക.
- ബ്രെക്സ്റ്റൺഹിക്സ് കോൺട്രാക്ഷൻ (കുറച്ചു വേദനയും ഉണ്ടായേക്കാം)
- ശരീരത്തിൽ തളർച്ച.
- നിപ്പിളിൽ നിന്ന് കൊലസ്ട്രാം ഒഴുകുക.
- കൂടുതൽ ക്ഷീണമോ ഊർജ്ജമോ (ബെസ്റ്റിങ്ങ് സിൻഡ്രോം) അല്ലെങ്കിൽ രണ്ടും.
- വിശപ്പ് കൂടുകയോ വിശപ്പില്ലാതിരിക്കുകയോ ചെയ്യുക.

വൈകാരികം

- കൂടുതൽ ഉത്തേജനം, കൂടുതൽ പിരിമുറുക്കം, മസ്തിഷ്കം കാലിയായി തോന്നുക.
- ഇത്രത്തോളം എത്തിയതിന്റെ ആശ്വാസം.
- സംവേദന ശീലതയും വ്യാകുലതയും.
- അധൈര്യം, മുൻകോപം
- കുഞ്ഞിനെക്കുറിച്ചുള്ള സങ്കൽപ്പങ്ങളും സ്വപ്നങ്ങളും.

ഈ മാസത്തെ ചെക്കപ്പ്

നിങ്ങൾ ഡോക്ടറുടെ അടുത്ത് ആവശ്യത്തിൽ കൂടുതൽ സമയം ചിലവഴിക്കും. ഡോക്ടറെ കാണാൻ കാത്തിരിക്കുമ്പോൾ വായിക്കാൻ നല്ല പുസ്തകങ്ങൾ കൈയ്യിൽ വെക്കുക. ഈ ദിവസങ്ങളിൽ ഡോക്ടർ കുഞ്ഞിനെ പരിശോധിച്ച് പ്രസവത്തിന് ഇനി എത്ര സമയം ഉണ്ടെന്ന് പറയും. ഈ മാസത്തെ ചെക്കപ്പിനെപ്പറ്റിയാണ് പറഞ്ഞത്. ഇത് കുറെയൊക്കെ നിങ്ങളുടെ സ്ഥിതിയെയും ഡോക്ടറുടെ പരിശോധനാരീതിയെയും ആശ്രയിച്ചിരിക്കും.

- നിങ്ങളുടെ തൂക്കം കൂടുന്നത് നിൽക്കുകയോ സാവധാനത്തിലാകുകയോ ചെയ്യുന്നുണ്ടോ?
- രക്തസമ്മർദ്ദം കുറച്ചുകൂടുന്നു.
- നിങ്ങളുടെ മൂത്രം (ഷുഗറും പ്രോട്ടീനും പരിശോധിക്കാൻ വേണ്ടി).
- കൈ-കാലുകളിലെ വീക്കം പരിശോധിക്കുക.
- നിങ്ങളുടെ സർവിക്സ് (ആന്തരിക പരിശോധന, ഗർഭാശയത്തിന്റെ മുഖം തുറന്നിട്ടുണ്ടോ എന്നറിയാൻ)
- ഗർഭാശയത്തിന്റെ ഉയരം.
- ഭ്രൂണത്തിന്റെ ഹൃദയസ്പന്ദനം.
- ഭ്രൂണത്തിന്റെ ആകൃതി (നിങ്ങൾക്ക് അനുമാനിക്കാം).
- ചില ചോദ്യങ്ങളും ജിജ്ഞാസകളും അതിന്റെ ഉത്തരങ്ങളും.

ഡോക്ടർ നിങ്ങൾക്ക് പ്രസവത്തോട് ബന്ധപ്പെട്ട ചില നിർദ്ദേശങ്ങൾ നൽകിയേക്കാം. അദ്ദേഹം തന്നില്ലെങ്കിൽ നിങ്ങൾക്ക് അതിനെപ്പറ്റി ചോദിക്കാവുന്നതാണ്.

നിങ്ങൾ എന്തുകരുതുന്നുണ്ടാകും?

എല്ലായ്പ്പോഴും മൂത്രം വരുക

"കഴിഞ്ഞ ചില ആഴ്ചകളായി എനിക്ക് എല്ലായ്പ്പോഴും ബാത്ത്റൂം പോകേണ്ടി വരുന്നു. ഇത് സാധാരണമാണോ?"

ആദ്യത്തെ മൂന്നാം മാസത്തെ പ്രശ്നം വീണ്ടും തിരിച്ചെത്തി. ഗർഭാശയം വീണ്ടും മൂത്രാശയത്തിൽ സമ്മർദ്ദം ചെലുത്താൻ തുടങ്ങി. എന്നാൽ ഇപ്പോൾ അതിന്റെ ഭാരം മുമ്പിലത്തേക്കാൾ കൂടുതലാണ്. ഈ മൂത്രത്തോടൊപ്പം സംക്രമണമൊന്നും ഏർപ്പെടുന്നില്ലെങ്കിൽ ഇതിനെ സാധാരണമായി കണക്കാക്കാം. ഇതിൽ നിന്ന് രക്ഷനേടാൻ വേണ്ടി തരളപദാർത്ഥങ്ങൾ കഴിക്കുന്നത് കുറക്കരുത്. ഈ സമയത്ത് അവ അത്യാവശ്യമാണ്. മൂത്രമൊഴിക്കണമെന്ന് തോന്നിയാൽ മടിക്കാതെ പോകുക.

സ്തനങ്ങളിൽ നിന്ന് ഒഴുകൽ

"ഒൻപതാംമാസം സ്തനങ്ങളിൽ നിന്ന് പാൽ ഒഴുകാൻ തുടങ്ങിയതായി എന്റെ ഒരു സ്നേഹിത പറഞ്ഞു. എനിക്ക് അങ്ങനെ ഉണ്ടാകുന്നില്ല. എന്റെ ശരീരത്തിൽ പാൽ ഉണ്ടാകുന്നില്ലേ?"

കുടിക്കാനുള്ള കുഞ്ഞ് വരുന്നതുവരെ പാൽ ഉണ്ടാകുകയില്ല. പലപ്പോഴും പ്രസവിച്ച് മൂന്ന് നാല് ദിവസംവരെ പാൽ ഉണ്ടാകാറില്ല. നിങ്ങളുടെ സ്നേഹിത കൊളസ്ട്രാമിനെപ്പറ്റിയായിരിക്കും പറഞ്ഞത്. ഇത് ഇളം മഞ്ഞനിറത്തിലുള്ള തരള പദാർത്ഥമാണ്. ഇത് മുലയിൽ പാൽ ചുരക്കുന്നതിന് മുൻപുണ്ടാകുന്നു. ഇതിൽ വളരെ അധികം ആന്റിബോഡീസ് ഉണ്ട്. ഇതിനുപുറമെ അധികം പ്രോട്ടീൻ, കുറഞ്ഞ കൊഴുപ്പ്, മിൽക്ക് ഷുഗർ എന്നിവയും ഉണ്ടായിരിക്കും. ഇതിനുശേഷം സ്തനങ്ങളിൽ പാൽ ചുരക്കും.

കൊളസ്ട്രോം ഒഴുകിയില്ലെങ്കിലും അത് നിങ്ങളുടെ ശരീരത്തിൽ തയ്യാറാകുന്നുണ്ടാകും. നിപ്പിൾ പതുക്കെ അമർത്തിയാൽ ഇതിന്റെ ചില തുള്ളികൾ കാണാൻ കഴിയും. അധികം അമർത്തിയാൽ നിപ്പിളിൽ മുറിവുണ്ടാകും. തുള്ളികൾ കണ്ടില്ലെങ്കിലും പരിഭ്രമിക്കേണ്ട, കുഞ്ഞ് വന്നതും തന്റെ ആഹാരത്തിനുള്ള ഏർപ്പാട് ചെയ്തോളും. ഒഴുകിയില്ലെങ്കിൽ നിങ്ങൾക്ക് കുഞ്ഞിനുവേണ്ടത്ര പാൽ കൊടുക്കാൻ കഴിയില്ല എന്ന് അർത്ഥമില്ല.

കൊളസ്ട്രോം അധികം ഒഴുകിയാൽ വസ്ത്രം വൃത്തികേടാകാതിരിക്കാൻ നിങ്ങൾക്ക് ബ്രാവിന്റെ ഉള്ളിൽ നേർസിങ്ങ് പാഡ് വെക്കേണ്ടിവരും. നിങ്ങൾ കുറച്ച് ലൂസായ ഗൗൺ, ടീ-ഷർട്ട്, ബ്രാ, നൈറ്റ് ഗൗൺ എന്നിവ ധരിക്കാൻ ശീലിക്കണം.

ചെറുതായി കറയാകുക

"ഇന്നുകാലത്ത് സെക്സിനുശേഷം ചെറുതായ കറയുണ്ടായി. പ്രസവവേദന തുടങ്ങാൻ പോകുകയാണോ?"

ആന്തരിക പരിശോധനക്കോ സംഭോഗത്തിനോ ശേഷം ഇളം ചുവപ്പോ തവിട്ടു നിറമോ ഉള്ള കറ കണ്ടാൽ പ്രസവവേദന തുടങ്ങാറായി എന്ന് അർത്ഥമില്ല. റോസ് അല്ലെങ്കിൽ തവിട്ടുനിറത്തിലുള്ള മ്യൂക്കസിനോടൊപ്പം സങ്കുചനവും ഏർപ്പെട്ടാൽ നിങ്ങൾ സംഭോഗം ചെയ്താലും ഇല്ലെങ്കിലും പ്രസവവേദന തുടങ്ങാനുള്ള ലക്ഷണമായിരിക്കും.

സംഭോഗത്തിനുശേഷം ഉടനെ ചുവപ്പ് നിറത്തിലുള്ള ശക്തമായ രക്തസ്രാവം ഏർപ്പെട്ടാൽ തീർച്ചയായും ഡോക്ടറെ കാണിക്കണം.

പനീർകുടം ഉടയുക

"എല്ലാവരുടെയും മുമ്പിൽവച്ച് പനീർകുടം ഉടയുമോ എന്നാണ് എന്റെ ഭയം"

മിക്ക സ്ത്രീകളും ഗർഭാവസ്ഥയുടെ അവസാന ദിവസങ്ങളിൽ, എല്ലാവരുടെയും മുമ്പിൽവെച്ച് അമ്നിയോട്ടിക് ദ്രവത്തിന്റെ സഞ്ചി ഉടയുമോ എന്ന് ഭയപ്പെടുന്നു. 85% സ്ത്രീകൾക്കും ലേബർ റൂമിൽ ചെന്ന ശേഷമെ ഇത് ഉടയാറുള്ളൂ ബാക്കി 15% സ്ത്രീകളുടെ സഞ്ചി നേരത്തെ ഉടയുന്നു, എന്നാൽ ഇതും എല്ലാവരുടെയും മുമ്പിൽ വെച്ച് നടക്കുന്നില്ല. നിങ്ങൾ കിടക്കുമ്പോഴായിരിക്കും ഇത് സംഭവിക്കുക. നിങ്ങൾ റോഡിൽ എല്ലാവരുടെയും മുമ്പിൽ കിടക്കാൻ പോകുന്നില്ലല്ലോ! സഞ്ചി ഉടഞ്ഞാലും എല്ലാം ഒരുമിച്ച് പുറത്തുവരുന്നില്ല. നിങ്ങൾ നിൽക്കുകയോ ഇരിക്കുകയോ ചെയ്യുമ്പോൾ കുഞ്ഞിന്റെ തല ബോട്ടിലിന്റെ കോർക്കുപോലെ പ്രവർത്തിക്കും. അമ്നിയോട്ടിക് ദ്രവത്തെ ഗർഭാശയത്തിന്റെ ഉള്ളിൽതന്നെ തടുത്തുനിർത്തുന്നു.

എപ്പോഴെങ്കിലും അങ്ങനെ സംഭവിച്ചാലും വിഷമിക്കേണ്ട, ആരും നിങ്ങളെ തുറിച്ചുനോക്കില്ല. അവർ നിങ്ങളുടെ അവസ്ഥ കണ്ടില്ലെന്ന് നടിച്ച് നിങ്ങളെ സഹായിക്കാൻ നോക്കും. നിങ്ങൾ ഗർഭിണിയാണെന്ന് എല്ലാവർക്കും അറിയാം. നിങ്ങളുടെ പ്രസവം അടുത്തു എന്നതാണ് ഇതുകൊണ്ടുള്ള ലാഭം. അതായത് 24 മണിക്കൂറിനുള്ളിൽ കുഞ്ഞ് ജനിക്കും. പ്രസവം തുടങ്ങിയില്ലെങ്കിൽ ഡോക്ടർ നിങ്ങൾക്കുവേണ്ടി അത് തുടങ്ങിവയ്ക്കും.

അവസാന ദിവസങ്ങളിൽ വേണമെങ്കിൽ ചെറിയ പാഡ്വെച്ചാൽ നിങ്ങൾക്ക് സുരക്ഷിതയാണെന്ന തോന്നലുണ്ടാകും. വീട്ടിലും

കിടക്കവിരിക്കടിയിൽ ഘനമുള്ള ടൗവ്വലോ റബ്ബർ ഷീറ്റോ വിരിച്ചുവെയ്ക്കുക, ചില പ്പോൾ അർദ്ധരാത്രിയിലും ഇത് സംഭ വിച്ചേക്കാം.

കുഞ്ഞ് താഴ്ന്നുവരുക

"38 ആഴ്ചകൾ കഴിഞ്ഞിട്ടും കുഞ്ഞ് താഴെ ഇറങ്ങിയിട്ടില്ല. ഞാൻ പ്രസവിക്കാൻ വൈകുമോ?"

കുഞ്ഞ് പുറത്തേക്ക് വരാനുള്ള വഴിയിൽ എത്തിയിട്ടില്ലെങ്കിൽ പ്രസവത്തിന് ഇനിയും താമസമുണ്ടെന്നാണ് അർത്ഥം. കുഞ്ഞ് വഴുതി അമ്മയുടെ പെൽവിക് ഏരിയയിലെ ത്തുമ്പോഴാണ് ഇങ്ങനെ സംഭവിക്കുന്നത്. ആദ്യപ്രസവത്തിൽ പ്രസവത്തിന് രണ്ട്-നാല് ആഴ്ചകൾക്ക് മുമ്പുതന്നെ ഡ്രോപ്പിങ്ങ് ഏർപ്പെടുന്നു. രണ്ടാമത്തെയോ മൂന്നാമ ത്തെയോ പ്രസവത്തിൽ പ്രസവവേദന തുടങ്ങുന്നതുവരെ ഇതുണ്ടാവില്ല. നിങ്ങളുടെ ഡ്രോപ്പിങ്ങ് നേരത്തെ ഏർപ്പെടാം അല്ലെ ങ്കിൽ പിന്നീടും ഏർപ്പെടാം. കുഞ്ഞിന്റെ തല താഴോട്ടുവന്ന് വീണ്ടും മേൽപ്പോട്ടുപോകു കയും ചെയ്യാം.

ഈ വ്യത്യാസം നിങ്ങൾക്ക് സ്വയം അനുഭവിച്ചറിയാൻ കഴിയും. ഡയഫ്രാഗ്മിൽ നിന്ന് ഗർഭാശയത്തിന്റെ സമ്മർദ്ദം കുറയു മ്പോൾ നിങ്ങൾക്ക് ശ്വസിക്കുന്നത് എളുപ്പ മായിത്തീരും. നിങ്ങൾക്ക് മുമ്പിലത്തെക്കാൾ എളുപ്പത്തിൽ ഭക്ഷണം കഴിക്കാൻ കഴിയും. നെഞ്ചെരിച്ചലും അജീർണ്ണവും ഉണ്ടാകില്ല. എന്നാൽ മറ്റുപല ബുദ്ധിമുട്ടുകളും കൂടെ ചേരും. നിങ്ങൾക്ക് അപ്പോഴപ്പോൾ മൂത്ര മൊഴിക്കാൻ പോകേണ്ടിവരും, സന്ധികളിലെ വേദനകൂടുതലാകും. നിങ്ങളുടെ സമതുലനം നഷ്ടപ്പെട്ടതുപോലെയാകും.

പലപ്പോഴും ഇതെല്ലാം ഉണ്ടായാലും നിങ്ങൾക്ക് വ്യത്യാസം തോന്നുകയില്ല. എന്തെന്നാൽ ചില ലക്ഷണങ്ങൾ ആദ്യം തൊട്ടേ കൂടെയുള്ളവയാണ്. നിങ്ങൾക്ക് അത് അധികം അനുഭവപ്പെടുന്നതേയില്ല.

ഡോക്ടർ കുഞ്ഞിന്റെ തലയുടെ സ്ഥിതി യറിയാൻ ആന്തരിക പരിശോധന നടത്തും. വയറ് അമർത്തിനോക്കി അതിന്റെ സ്ഥിതി പരിശോധിക്കും.

കുഞ്ഞ് അതിന്റെ ഗതിക്കനുസരിച്ച് ഏത് സ്ഥിതിയിൽ വേണമെങ്കിലുമായിരിക്കും. ചിലപ്പോൾ അത് താഴെക്കുവരാൻ തുടങ്ങി യിരിക്കും. അത് തികച്ചും താഴെക്കുവന്ന ശേഷം പ്രസവിക്കും. ഇങ്ങനെയുള്ള സന്ദർഭ ത്തിൽ നിങ്ങൾ കുറച്ചേ അദ്ധ്വാനിക്കേണ്ട തുള്ളൂ.

> **കുഞ്ഞിന്റെ കരച്ചിൽ...**
>
> ജനിച്ച ഉടൻ ഏറ്റവും ആദ്യം കുഞ്ഞിന്റെ കരച്ചിൽ കേൾക്കാം. എന്നാൽ ഗർഭാശ യത്തിൽ ഉള്ളപ്പോഴും അത് കരയുമെന്ന് പറഞ്ഞാൽ നിങ്ങൾക്ക് വിശ്വാസം വരില്ല. ഉച്ചത്തിലുള്ള ശബ്ദം കേട്ടാൽ ഗർഭത്തി ലുള്ള കുഞ്ഞിന്റെ മുഖത്ത് കരയുന്ന ഭാവം വരുമെന്ന് പഠനങ്ങൾ തെളിയിച്ചി രിക്കുന്നു. അവർ നിങ്ങളെ ബുദ്ധിമുട്ടി ക്കാൻ ആദ്യംതന്നെ കരയാനുള്ള തയ്യാറെടുപ്പോടെയാണ് വരുന്നത്.

കുഞ്ഞിന്റെ ചലനത്തിൽ മാറ്റം

"എന്റെ കുഞ്ഞ് ശക്തിയായി തൊഴിക്കുന്നു. എനിക്ക് ഇപ്പോഴും അതിന്റെ ചലനം അറിയാൻ കഴിയുന്നുണ്ട്. എന്നാൽ ഇപ്പോൾ മുമ്പിലത്തെ അത്രതന്നെ ചലിക്കുന്നില്ല"

5-ാം മാസത്തിൽ അതിന് സർക്കസ് കാണിക്കാനും തൊഴിക്കാനും വേണ്ടത്ര സ്ഥലം ഉണ്ടായിരുന്നു. എന്നാൽ ഇപ്പോൾ നിലമാറിയിരിക്കുന്നു. അതിന് അധികം സ്ഥലം കിട്ടുന്നില്ല. അതിന്റെ തല പെൽവിക് സിന്റെ നേരെ ചെന്നുകഴിഞ്ഞാൽ അതിന്റെ ചലനം ഇനിയും കുറയും. ഈ സമയത്ത് ചലനം കൂടുകയോ കുറയുകയോ ചെയ്യുന്ന തുകൊണ്ട് ഒരു വ്യത്യാസവുമില്ല. എന്നാൽ പെട്ടെന്ന് ശക്തിയായ തള്ളിനുശേഷം ചലനം തികച്ചും നിലച്ചതായി തോന്നിയാൽ ഉടനെ ഡോക്ടറെ കാണിക്കുക.

"ഇന്ന് എനിക്ക് കുഞ്ഞിന്റെ ചലനം തീരെ അനുഭവപ്പെടുന്നില്ല. ഇതിനർത്ഥം എന്താണ്?"

നിങ്ങൾക്ക് 'ബേബികിറ്റ് കൗണ്ടി'ന്റെ ഫോർമുല പറഞ്ഞുതരേണ്ടതുണ്ട്. അതനുസ രിച്ച് കുഞ്ഞിന്റെ ചലനത്തിന്റെ കണക്കെടു

തൂക്കം കുറയുക

ഗർഭാവസ്ഥയുടെ അവസാനത്തെ ദിവസങ്ങളിൽ അമ്മയുടെ തൂക്കം കൂടുന്നതും നിൽക്കും. ഇതെന്തുകൊണ്ടാണ്. വാസ്തവത്തിൽ ഇത് സാധാരണ കാര്യമാണ്. ഇതിനർത്ഥം ശരീരം പ്രസവത്തിന് തയ്യാറായെന്നാണ് നിങ്ങളുടെ ശരീരത്തിലെ അമ്നിയോട്ടിക് ദ്രവം കുറയാൻ തുടങ്ങി. ഇത് നിങ്ങൾക്ക് ഇഷ്ടപ്പെട്ടു എങ്കിൽ പ്രസവ ദിവസത്തിനുവേണ്ടി കാത്തിരിക്കുക. അന്ന് നിങ്ങളുടെ ജീവിതത്തിൽ മുമ്പോരിക്കലും കുറഞ്ഞിട്ടില്ലാത്ത അത്രക്ക് തൂക്കം കുറയും.

ക്കുക. ആ കണക്കനുസരിച്ച് ചലിക്കുന്നില്ലെങ്കിൽ ഡോക്ടറെ കാണിക്കുക. ഡോക്ടർ ഈ കുറവിന്റെ കാരണം അറിയുന്നത് നല്ലതാണ്. എന്നാൽ കുറച്ച് ബഹളമുണ്ടാക്കുന്ന മടിയനായ കുഞ്ഞും ആരോഗ്യത്തോടെ ജനിക്കും.

ചിലപ്പോൾ ചലനം തീർത്തും ഇല്ലാതാകാനുള്ള എന്തെങ്കിലും ഗുരുതരമായ കാരണവും ഉണ്ടായേക്കാം. ഈ കാരണത്തെ അലക്ഷ്യം ചെയ്യാതെ ഡോക്ടറുടെ അഭിപ്രായം ചോദിക്കുക.

"പ്രസവം അടുക്കുമ്പോൾ കുഞ്ഞിന്റെ ബഹളം കുറയുമെന്ന് കേട്ടിട്ടുണ്ട്. എന്നാൽ എന്റെ കുഞ്ഞ് ഇപ്പോഴും വളരെ ചുറുചുറുപ്പായിരിക്കുന്നു."

ഓരോ കുഞ്ഞും വ്യത്യസ്ഥനാണ്. അതിന്റെ ചുറുചുറുപ്പും വ്യത്യസ്തമായിരിക്കും. ചില കുഞ്ഞുങ്ങൾ മടിയന്മാരായിരിക്കും, ചിലർ തന്റെ മുഴുശക്തിയും കാണിക്കും. പ്രസവം അടുക്കുമ്പോൾ സ്ഥലക്കുറവ് കാരണം കുഞ്ഞിന്റെ ചലനം കുറച്ചുകുറയും. എന്നാൽ നിങ്ങൾക്ക് കുഞ്ഞിന്റെ ചലനത്തെ ശരിക്ക് അനുമാനിക്കാൻ കഴിയുമെങ്കിൽ പരിഭ്രമിക്കേണ്ടതില്ല.

നെസ്റ്റിങ്ങ് ഇൻസ്റ്റിങ്ങ്സ്റ്റ്

"നെസ്റ്റിങ്ങ് ഇൻസ്റ്റിങ്ങ്സ്റ്റ് കെട്ടുകഥയാണോ അതോ സത്യമാണോ?"

പക്ഷികളെപ്പോലെ മനുഷ്യരിലും ഈ ഭാവന കാണപ്പെടുന്നു. പക്ഷി മുട്ടയിടുന്നതിന് മുമ്പ് കൂടുകെട്ടുന്നതുപോലെ മനുഷ്യമനസ്സിലും ഈ വ്യഗ്രത ഏർപ്പെടുന്നു. പ്രസവത്തിന് കുറച്ചുസമയം മുമ്പ് അമ്മമാർ വീടിന്റെ മൂല-മുടുക്കെല്ലാം അടിച്ച് -തുടച്ച് വൃത്തിയാക്കാൻ ആഗ്രഹിക്കുന്നു. എല്ലാ വസ്തുക്കളും ശരിയായ സ്ഥലത്തിൽ അടുക്കി വെക്കുന്നു. ചിലർ വീട്ടിൽ 6 മാസത്തേക്ക് വേണ്ട പ്രൊവിഷൻ വാങ്ങി വെക്കാൻ വ്യാകുലത കാട്ടുന്നു. ചിലർ കുഞ്ഞിനുള്ള മുറിയുടെ (നർസറി) മൂലമുടുക്കെല്ലാം വൃത്തിയാക്കുന്നു. അടുക്കള പുതുവിധമായി സജ്ജീകരിക്കുന്നു. മണിക്കൂറുകളോളം കുഞ്ഞിനുവേണ്ട സാധനങ്ങൾ പരിശോധിക്കുന്നു.

പലപ്പോഴും അഡ്രെയിനിലിന്റെ ലെവൽ കൂടുന്നതുകൊണ്ടും ഇത് ഏർപ്പെടും. എന്നാൽ എല്ലാവരിലും ഇതുണ്ടാകുന്നില്ലെന്ന് ഓർക്കുക. ചില സ്ത്രീകൾ സന്തോഷത്തോടെ ടി.വി.യുടെ മുൻപിലിരുന്ന്, ഭക്ഷണം കഴിച്ച് സമയം ചിലവാക്കുന്നു. അവർക്ക് ഇങ്ങനെയുള്ള ആഗ്രഹങ്ങളൊന്നും ഉണ്ടാകുന്നില്ല.

തയ്യാറാകുവിൻ

കുഞ്ഞിന് ജനനം നൽകുവാൻ തയ്യാറാകുന്നതാണ് ഏറ്റവും കൂടുതൽ പ്രധാനപ്പെട്ട കാര്യം. ഇതിനെക്കുറിച്ച് പുസ്തകങ്ങളിൽ നിന്നോ ഡി.വി.ഡി. പോലെയുള്ള മറ്റേതെങ്കിലും സോഴ്സിൽ നിന്നോ അറിയാൻ കഴിയും. അവ തീർച്ചയായും വായിക്കുകയോ കേൾക്കുകയോ ചെയ്യുക. ആ സമയത്ത് വേദനയിൽ നിന്ന് ശ്രദ്ധ തിരിക്കുവാൻ നാം എന്തുചെയ്യാൻ ആഗ്രഹിക്കും? ഡോക്ടർ അനുവദിച്ചാൽ നിങ്ങൾക്ക് പാട്ടുകേൾക്കാം, ടി.വി. കാണാം, ഭർത്താവിനോടൊപ്പം പോക്കർ കളിക്കാം, ലാപ്ടോപ്പിൽ ജോലിചെയ്യാം അല്ലെങ്കിൽ ഫോണിൽ വാചകമടിക്കാം.

ചിലപ്പോൾ നിങ്ങൾക്ക് ഇതൊന്നും ഉപയോഗിക്കാൻ സന്ദർഭം കിട്ടാതെ വരാം. എന്നാൽ അത്യാവശ്യ സാധനങ്ങൾ കൂടെ എടുത്തുപോകാൻ മറക്കരുത്.

പ്രസവം ആരംഭിക്കാൻ സ്വയം എന്തുചെയ്യാം

നിങ്ങൾ ഗർഭിണിയാണ്. പ്രസവത്തിന്റെ തീയതി ഊഹിച്ചിട്ടുണ്ടെങ്കിലും എത്രസമയം ആകുമെന്ന് ദൈവത്തിനേ അറിയൂ. ഈ കാര്യം സ്വയം ഏറ്റെടുത്ത് എന്തെങ്കിലും ടെക്നിക് നിങ്ങൾ സ്വീകരിക്കേണ്ടതുണ്ടോ? ഈ ടെക്നിക്കുകൾ ഉപയോഗപ്രദമാണോ? വയറ്റാട്ടികളുടെ മരുന്ന് കുറിപ്പ് പ്രയോജന പ്പെടുമോ? വാസ്തവത്തിൽ ഇതിനെക്കുറിച്ച് പറയുന്നത് കഷ്ടമാണ്. എന്തെന്നാൽ പലപ്പോഴും ഈ രീതികളെ സ്വീകരിക്കുന്ന സമയത്ത് പെട്ടെന്ന് പ്രസവം താനേ ഏർ പ്പെടും. എന്നാലും നിങ്ങൾ താഴെക്കൊടു ത്തിരിക്കുന്ന മാർഗ്ഗങ്ങൾ പ്രയോഗിച്ചു നോക്കാൻ ആഗ്രഹിക്കുന്നുണ്ടെങ്കിൽ, അത് നിങ്ങളുടെ ഇഷ്ടം.

ഉലാത്തുക:– ഉലാത്തുന്നതുകൊണ്ട് ഗുരു ത്വാകർഷണം കാരണം, കുഞ്ഞിന് താഴോട്ടു വരുന്നത് എളുപ്പമാകും. ഇതുകൊണ്ട് പ്രസവം ആരംഭിക്കുകയില്ലെങ്കിലും ശരീര ത്തിന് പ്രസവത്തിന് തയ്യാറാവാൻ സഹായ കമായിരിക്കും.

സെക്സ്:– നിങ്ങൾ ഇപ്പോൾ ഒരു കുട്ടി നീർ ക്കുതിരയെപോലെ ഉണ്ടെങ്കിലും സെക്സി ന്റെ സുഖം അനുഭവിക്കുന്നതിൽ തെറ്റില്ല. ഇതോടൊപ്പം മറ്റൊരു കാര്യവും നടന്നേ ക്കാം. വീര്യം കാരണം കോൺട്രാക്ഷൻ ഉത്തേജിതമാകുമെന്ന് പഠനങ്ങളിൽ നിന്ന് മനസ്സിലായിട്ടുണ്ട്. ചില പഠനങ്ങൾ പറയു ന്നത് അവസാനം വരെ സെക്സിൽ ഏർ പ്പെടുന്ന സ്ത്രീകൾക്ക് സെക്സിൽ ഏർപ്പെ ടാത്ത സ്ത്രീകളെക്കാൾ വൈകിയാണ് കുഞ്ഞ് ജനിക്കുന്നതെന്നാണ്. നിങ്ങൾക്ക് ഏതാണ് നല്ലതെന്ന് തോന്നുന്നുവോ അത് ചെയ്യുക. ഇതിനുപുറമെ നൂറ്റാണ്ടുകളായി ചില വീട്ട് വൈദ്യങ്ങൾ പ്രയോഗത്തിലുണ്ട്. ഇത് പ്രയോഗിച്ചുനോക്കുന്നതിനുമുമ്പ് ഡോക്ടറോട് തീർച്ചയായും അഭിപ്രായം ചോദിക്കണം. അവയാണ്.

നിപ്പൾ ഉത്തേജിപ്പിക്കുക:– നിപ്പിളുകളെ ഉത്തേജിപ്പിക്കുന്നതുകൊണ്ട് നിങ്ങളുടെ ശരീരത്തിൽ താനേ ഓക്സിട്ടോസിൻ ഉണ്ടാകുകയും പ്രസവവേദന ആരംഭിക്കു കയും ചെയ്യും. ഈ കാര്യം ദിവസത്തിൽ പല പ്രാവശ്യം ചെയ്യേണ്ടിവരും. ഇതു കൊണ്ട് വളരെ തീവ്രവും ദീർഘവുമായ പ്രസവവേദന ഉണ്ടാകും ഈ രീതി സ്വീകരിക്കുന്നതിനുമുമ്പ് പലതവണ ആലോചിച്ചു നോക്കണം.

കാസ്റ്റർ ഓയിൽ:– കാസ്റ്റർ ഓയിൽ കോക് ടെയിൽ ഉപയോഗിച്ച് പ്രസവം ആരംഭി ക്കാൻ ആഗ്രഹിക്കുന്നുവോ. അതുകൊണ്ട് എല്ലായ്പ്പോഴും കക്കൂസിൽ പോകേണ്ടി വരും. ഗർഭാശയത്തിൽ കോൺട്രാക്ഷനും ആരംഭിക്കും. ഇത് കഴിക്കുന്നതുകൊണ്ട് നിങ്ങൾക്ക് ഡയേറിയ, വയറിൽ കോച്ചി വലി അല്ലെങ്കിൽ ഛർദ്ദി ഉണ്ടാകും. അതു കൊണ്ട് ഇക്കാര്യം ചെയ്യുന്നതിന് മുമ്പ് നല്ലപോലെ ആലോചിക്കുക.

ആയുർവേദ ചായയും ചികിത്സയും:– റാസ്ബെറിയുടെ ഇലകൊണ്ടുണ്ടാക്കിയ ചായയും മറ്റുപലതരത്തിലുള്ള ചികിത്സ യും മുത്തശ്ശിയമ്മ പറഞ്ഞുതരും. എന്നാൽ ഇവ സുരക്ഷിതമാണോ എന്ന് ഗവേഷണം ചെയ്തിട്ടില്ല. അതുകൊണ്ട് ഡോക്ടറോട് ചോദിക്കാതെ കഴിക്കരുത്.

ഒരു ചില ആഴ്ചകളിൽ സ്വയമോ ഡോക്ടറുടെ സഹായം കൊണ്ടോ നിങ്ങൾ പ്രസവിക്കും. അതുവരെ ക്ഷമയോടെ കാത്തിരിക്കുക.

നിങ്ങൾക്കും അങ്ങനെ തോന്നുണ്ടെങ്കിൽ ദയവുചെയ്ത് കുഞ്ഞിന്റെ നർസറിയുടെ ജോലി സ്വയം ഏറ്റെടുക്കാതിരിക്കുക. നിങ്ങൾ കോണിയിൽ നിന്ന് വീണേക്കാം. വീട്ടുജോലി കളൊക്കെ സ്വയമേ ചെയ്ത് ക്ഷീണിക്കരുത്. നിങ്ങൾക്ക് ഇനിയും വളരെ അധികം ഊർജ്ജം മിച്ചപ്പെടുത്തിവെക്കേണ്ടതുണ്ട്. സ്വന്തം സീമകൾ മറക്കരുത്. നിങ്ങൾ ഒരു വ്യക്തിയാണ്. എല്ലാ കാര്യങ്ങളും തനിച്ച് ചെയ്യാൻ കഴിയുകയില്ല.

ഒൻപതുമാസങ്ങൾ പൂർത്തിയായ ശേഷം ജനിക്കുന്ന കുഞ്ഞ് (ഓവർ ഡ്യൂ ശിശു)

"പ്രസവത്തിന് ഒരാഴ്ച കൂടുതലായി. എനിക്ക് താനേ പ്രസവവേദന തുടങ്ങുമോ?"

നിങ്ങൾ വലിയ ഉത്സാഹത്തോടെ പ്രസവത്തിന്റെ കണക്ക് കൂട്ടിയ തീയതി

കാത്തിരിക്കുകയായിരുന്നു. ആ ദിവസം കഴിഞ്ഞിട്ടും പ്രസവവേദന തുടങ്ങിയില്ല. ആശ നിരാശയായി മാറി. പഠനങ്ങളിൽ നിന്ന് തെളിഞ്ഞിട്ടുള്ളത് നിങ്ങൾ ഓവർഡ്യൂ എന്ന് പറയുന്നതിൽ 70% കേസുകളും ഓവർഡ്യൂ അല്ല, കണക്കുകൂട്ടലിലെ തെറ്റാണെന്നാണ്. വാസ്തവത്തിൽ നിങ്ങളുടെ കേസ് ഓവർഡ്യൂ ആണെങ്കിൽ ഡോക്ടർ ഇത്ര ദിവസം കാത്തിരിക്കുകയില്ല. 41-ാമത്തെ ആഴ്ച തന്നെ പ്രസവിപ്പിക്കാനുള്ള പ്രക്രിയ ആരംഭിച്ചിരിക്കും. എന്തെന്നാൽ അമ്നിയോട്ടിക് ദ്രവത്തിന്റെ ലെവൽ കുറയുകയും ഗർഭാശയ ഗൃഹം കുഞ്ഞിന് ഉപയുക്തമല്ലാതായി തീരുകയും ചെയ്യുമെന്ന് പഠനങ്ങൾ തെളിയിച്ചിട്ടുണ്ട്.

“ഓവർഡ്യൂ ശിശുവിന് ഉള്ളിൽ ശരിയായ രീതിയിലിരിക്കാൻ കഴിയില്ലെന്ന് ഞാൻ കേട്ടിട്ടുണ്ട്. എനിക്ക് 40 ആഴ്ചകൾ പൂർത്തിയായി. എന്റെ കുഞ്ഞിനെ ജനിപ്പിക്കണമോ?”

40 ആഴ്ചകൾ പൂർത്തിയായാൽ കുഞ്ഞ് ഗർഭാശയത്തിൽ നിന്ന് പുറത്തുവരാൻ തിരക്കുകൂട്ടുന്നു എന്ന് അർത്ഥമില്ല.

ഗർഭാവസ്ഥ വാസ്തവത്തിൽ 42 ആഴ്ചകൾ ആയാൽ ആ വീട് കുഞ്ഞിന് അനുപയുക്തമാകാൻ തുടങ്ങും. മറുപിള്ളയിൽ നന്ന് വേണ്ടത്ര പോഷണവും ഓക്സിജനും കിട്ടുകയില്ല. അമ്നിയോട്ടിക് ദ്രവത്തിന്റെ അളവ് കുറയാൻ തുടങ്ങും.

ഇങ്ങനെയുള്ള കുഞ്ഞുങ്ങളെ ‘പോസ്റ്റ് മെച്വർ’ എന്നുപറയും. അവയുടെ ചർമ്മം വരണ്ടും, തൂങ്ങിയും, ലൂസായും, ചുളിവുള്ളതായുമിരിക്കും. എന്തെന്നാൽ തോലിനെ സംരക്ഷിക്കുന്ന ലെയർ വീണുപോയിരിക്കും. മറ്റ് നവജാത ശിശുക്കളോട് താരതമ്യപ്പെടുത്തുമ്പോൾ അവരുടെ നഖങ്ങളും മുടിയും വലുതായിരിക്കും. അവർ മറ്റുകുഞ്ഞുങ്ങളെക്കാൾ ജാഗരൂകരായിരിക്കും, നല്ലപോലെ കണ്ണുതുറന്നിരിക്കും. ഇവരെ ഓപ്പറേഷൻ ചെയ്ത് പുറത്തെടുക്കേണ്ടിവരും. ഇവരുടെ തലയുടെ ചുറ്റളവ് വലുതായിരിക്കും. ജനിച്ച ശേഷം കുറച്ചുനേരം ഇവരെ നർസറിയിൽ വെക്കേണ്ടിവരും. എന്നാൽ അവർ പൂർണ്ണ ആരോഗ്യവാന്മാരായിരിക്കും.

ഗർഭാവസ്ഥയുടെ 41-ാം ആഴ്ചയിൽ തന്നെ ഡോക്ടർ പ്രസവം ആരംഭിപ്പിക്കാൻ ആഗ്രഹിക്കുന്നു. ചില ഡോക്ടർമാർ കുറച്ചുകൂടി കാത്തിരിക്കും. അവർ കുഞ്ഞിനെ നിരീക്ഷിച്ചുകൊണ്ടിരിക്കുന്നു. നിങ്ങളുടെ കുഞ്ഞ് ഒരു കുഴപ്പവുമില്ലാതെ ഗർഭാശയ ഹോട്ടലിൽ നിന്ന് ചെക്കൗട്ട് ആകുവാൻ സമ്മതിക്കുമെന്ന് വിശ്വസിക്കുക.

കുറച്ചുമാലിഷ്

കുഞ്ഞുവരാൻ കാത്തിരിക്കുകയാണെങ്കിൽ ഒന്നും ചെയ്യേണ്ട. നിങ്ങളുടെ പെരിനിയത്തെ മാലിഷ്ചെയ്യുക. ഇതുകൊണ്ട് നിങ്ങളുടെ യോനിയുടെയും ഗുദത്തിന്റെയും ഇടയ്ക്കുള്ള മാർഗ്ഗം കുഞ്ഞിന് വരാൻ കുറച്ച് തയ്യാറാകും. ഇതുകൊണ്ട് നിങ്ങൾ എപ്പിസിയോട്ടമിയിൽ നിന്നും രക്ഷപ്പെടുമെന്നാണ് വിദഗ്ദ്ധന്മാരുടെ അഭിപ്രായം. നിങ്ങളുടെ കൈകൾ വൃത്തിയായും നഖം മുറിച്ചും സൂക്ഷിക്കുക. കൈയ്യിൽ കുറച്ച് കെ.വൈ. ജെല്ലി എടുത്ത് യോനിയിൽ തടവുക. ഗുദത്തിന് നേരെ അമർത്തി മാലിഷ് ചെയ്യുക. ഗർഭാവസ്ഥയുടെ അവസാനത്തെ ആഴ്ചകളിൽ ദിവസവും അഞ്ച്-ഏഴുമിനിറ്റുവരെ ഇങ്ങനെ ചെയ്യുക. നിങ്ങൾ ഇത് ചെയ്യാൻ ഇഷ്ടപ്പെടുന്നില്ലെങ്കിൽ പരിഭ്രമിക്കേണ്ട സമയമാകുമ്പോൾ കുഞ്ഞുതന്നെ ഇതിന് തയ്യാറായിക്കൊള്ളും. നിങ്ങൾ ഇതിനു മുമ്പും പ്രസവിച്ചിട്ടുണ്ടെങ്കിൽ തികച്ചും ഇതിന്റെ ആവശ്യമില്ല.

മാലിഷ് ചെയ്യാൻ ആഗ്രഹിക്കുന്നു എങ്കിൽ കൈകൊണ്ട് പതുക്കെ ചെയ്യുക. പ്രസവത്തിനുമുമ്പ് ചർമ്മത്തിൽ ഏതെങ്കിലും പോറൽ ഏർപ്പെടുന്നതോ വീങ്ങുന്നതോ നിങ്ങൾക്കും ഇഷ്ടമുള്ള കാര്യമായിരിക്കില്ല. അതുകൊണ്ട് ശ്രദ്ധിച്ചു ചെയ്യുന്നതാണ് നല്ലത്.

ജനനസമയത്ത് മറ്റുള്ളവരെ വിളിക്കുക

"കുഞ്ഞ് ജനിക്കാൻ പോകുന്നതിനെക്കുറിച്ചോർത്ത് ഞാൻ വല്ലാത്ത ഉത്സാഹത്തിലാണ്. ഈ സന്തോഷം സഹോദരിമാരോടും സ്നേഹിതമാരോടുമൊപ്പം പങ്കുവെക്കാൻ ആഗ്രഹിക്കുന്നു. അവരെ എല്ലാവരെയും എന്റെയും ഭർത്താവിന്റെയും കൂടെ ബെർത്ത് റൂമിനകത്തേക്ക് വിളിക്കുന്നത് ശരിയാണോ?"

നിങ്ങൾ നിങ്ങളുടെ ഈ അനുഭവം മറ്റുള്ളവരുമായി പങ്കുവെക്കാൻ ആഗ്രഹിക്കുന്നു. സ്വന്തങ്ങളുമായി കാണാൻ ആഗ്രഹിക്കുന്നതിൽ തെറ്റൊന്നുമില്ല.

എപ്പിഡ്യൂറൽ ഉപയോഗിക്കുന്നതുകൊണ്ട് വേദന കുറയുന്നതുകൊണ്ട് മിക്ക സ്ത്രീകൾക്കും ഇതിനുശേഷം വേദന അനുഭവപ്പെടാറില്ല. അവർ ഈ സമയത്തെ സന്തോഷത്തോടെ ചിലവഴിക്കാൻ ആഗ്രഹിക്കുന്നു. പലസ്ഥലങ്ങളിലും വിരുന്നുകാരെ ഇരുത്താനുള്ള ഏർപ്പാടുകൾ ഉണ്ടായിരിക്കും. ചില സ്ഥലങ്ങളിൽ ഭർത്താവിനെ ഓപ്പറേഷൻ റൂമിൽപോലും പോകാൻ അനുവദിക്കും.

സ്വന്തങ്ങളുടെ സഹായവും സാമീപ്യവും കൊണ്ട് ഗർഭിണികൾക്ക് ധൈര്യം കിട്ടുമെന്നാണ് പല ഡോക്ടർമാരും പറയുന്നത്. എന്നാൽ ഇങ്ങനെയുള്ള വിരുന്നുകാരെ വിളിക്കുന്നതിനുമുമ്പ് ചില കാര്യങ്ങൾ ശ്രദ്ധിക്കേണ്ടതുണ്ട്. നിങ്ങളുടെ ഡോക്ടറും ആശുപത്രിയിലെ അന്തരീക്ഷവും ഇതിന് അനുമതി നൽകുമോ ?

നിങ്ങളുടെ ഈ ദയനീയാവസ്ഥയിൽ പല ജോഡി കണ്ണുകൾ നിങ്ങളിൽ ഉറച്ചിരിക്കുന്നത് നിങ്ങൾക്ക് ഇഷ്ടപ്പെടുമോ? അവരുടെ പരിഭ്രമം നിങ്ങളെയും വിഷമിപ്പിക്കില്ലേ? ആവരുടെ സംസാരം കേട്ട് പരിഭ്രമിച്ച് നിങ്ങൾ ശാന്തമായ അന്തരീക്ഷം കിട്ടാൻ ആഗ്രഹിക്കില്ലേ? കുഞ്ഞിന്റെ ജനനത്തിൽ ശ്രദ്ധിക്കാതെ അവർക്ക് വിരുന്നൊരുക്കുന്നതിലേക്ക് നിങ്ങളുടെ ശ്രദ്ധതിരിയില്ലേ?

നിങ്ങൾക്ക് ആരെങ്കിലും കൂടെ ഉണ്ടായിരിക്കണമെന്ന് ആഗ്രഹമുണ്ടെങ്കിൽ, സി-സെക്ഷൻ ചെയ്യുമ്പോൾ അവർക്ക് പുറത്ത് കാത്തിരിക്കേണ്ടിവരുമെന്ന് നേരത്തെ തന്നെ അവരോട് പറയണം. നിങ്ങൾ ആരെയും വിളിക്കാൻ ആഗ്രഹിക്കുന്നില്ലെങ്കിൽ ഭർത്താവിനോടൊപ്പം പോകുക, കുഞ്ഞിനെ വീട്ടിലേക്ക് കൊണ്ടുവന്നശേഷം എല്ലാവരെയും വിളിക്കുക.

> ### ഭക്ഷണം?
>
> പ്രസവസമയത്ത് എന്തുകഴിക്കും. പഴയ വയറ്റാട്ടികൾ പറയുന്നത് എന്തെങ്കിലും എരിവുള്ളത് കഴിക്കണമെന്നാണ്. അതു കൊണ്ട് വയറ് വൃത്തിയാകും. തക്കാളി, കൈതച്ചക്ക എന്നിവ കഴിക്കാനും പറയുന്നുണ്ട്.
>
> നിങ്ങൾ എന്തുകഴിച്ചാലും അത് നിങ്ങൾക്കും കുഞ്ഞിനും അനുയോജ്യമായിരിക്കണം. മറ്റുള്ള കണ്ണിൽ കണ്ട സാധനങ്ങളിൽ എന്തിരിക്കുന്നു?

ഒരു നീണ്ട പ്രസവം കൂടി?

"എന്റെ ആദ്യത്തെ പ്രസവത്തിന് 30 മണിക്കൂറുകളായി. മൂന്നുമണിക്കൂർവരെ തള്ളിയതിനുശേഷമാണ് പ്രസവം കഴിഞ്ഞത്. ഒരു കുഴപ്പം ഉണ്ടായില്ലെങ്കിലും വീണ്ടും ഇതൊക്കെ അനുഭവിക്കാൻ എനിക്ക് പേടിയാകുന്നു"

ഇത്ര വലിയ വെല്ലുവിളിയെ അഭിമുഖീകരിച്ചശേഷം ഏതെങ്കിലും ധൈര്യശാലിക്കു മാത്രമെ വീണ്ടും ഇതിനെ നേരിടാനുള്ള ധൈര്യമുണ്ടാകൂ. എന്നാൽ രണ്ടാമത്തെ പ്രസവത്തെക്കുറിച്ച് ഒന്നും തീർത്തു പറയാൻ കഴിയില്ലെന്ന് വിശ്വസിക്കുക. ഇത് കുഞ്ഞിന്റെ സ്ഥിതിയെയും മറ്റുപല കാര്യങ്ങളെയും ആശ്രയിച്ചിരിക്കും.

രണ്ടാമത്തെ പ്രസവത്തിൽ ആദ്യത്തെതിനേക്കാൾ കുറച്ചുസമയമെ എടുക്കൂ എന്നാണ് പറയാറുള്ളത്. അകത്തുള്ള മാംസപേശികൾ അയയുന്നതുകൊണ്ട് പ്രസവം ആദ്യത്തെതിനെക്കാൾ എളുപ്പമായിരിക്കും. പലപ്പോഴും മണിക്കൂറുകൾ തള്ളുന്നതിനുപകരം മിനിറ്റുകളിൽ തന്നെ കുഞ്ഞ് പുറത്തുവരും.

മാതൃത്വം

"കുഞ്ഞ് വരാറായപ്പോൾ എനിക്ക് കുഞ്ഞിന്റെ സംരക്ഷണത്തെക്കുറിച്ചുള്ള ചിന്ത അലട്ടുന്നു. ഞാൻ ഇന്നുവരെ ഒരു നവജാത ശിശുവിനെ എടുത്തിട്ടില്ല."

മിക്ക സ്ത്രീകളും ജന്മനാ അമ്മമാരാകുന്നില്ല. കരയുന്ന കുഞ്ഞിന്റെ കരച്ചിൽ മാറ്റുക, ഡയപ്പർ മാറ്റുക, കുഞ്ഞിനെ കുളിപ്പിക്കുക എന്നീ കാര്യങ്ങൾ താനേഅറിഞ്ഞു കൊള്ളും. മാതൃത്വം ഒരു കലയാണ്. അതിന്

കുറച്ച് അറിവ്

പ്രസവവേദന തുടങ്ങി എത്രനേരം കഴിഞ്ഞാണ് നിങ്ങൾ ഡോക്ടറെ വിളിക്കാൻ ആഗ്രഹിക്കുന്നത്? പനീർകുടം ഉടയുന്നതുവരെ കാത്തിരിക്കുമോ? ചെറുതായി വേദന തുടങ്ങിയ ഉടനെ ആശുപത്രിയിലേക്ക് ഫോൺ ചെയ്യുമോ? ഈ കാര്യങ്ങളെപ്പറ്റി നേരത്തെതന്നെ ഡോക്ടറുടെ അഭിപ്രായം ചോദിച്ച് അദ്ദേഹത്തിന്റെ നിർദ്ദേശങ്ങൾ എവിടെ എങ്കിലും എഴുതിവെക്കുക. ആശുപത്രിയിൽ എത്താൻ എത്രസമയമെടുക്കും, ഏതുവഴിയിൽകൂടി പോകാനാണ് ഉദ്ദേശിക്കുന്നത് എന്നീ കാര്യങ്ങളും അറിഞ്ഞിരിക്കണം. വീട്ടിലുള്ള കുഞ്ഞുങ്ങൾ, വയസായവർ, വളർത്തുമൃഗങ്ങൾ എന്നിവർക്കുവേണ്ട ഏർപ്പാടുകൾ ചെയ്യണം. അവസാന നിമിഷത്തിൽ കുഴപ്പമുണ്ടാകരുതല്ലോ!

നിങ്ങളുടെ സാധനങ്ങൾക്കിടയിൽ എല്ലാം എഴുതിയ ഒരു കോപ്പിവെക്കുകയോ അല്ലെങ്കിൽ ഫ്രിഡ്ജിൽ ഒട്ടിച്ചുവെക്കുകയോ ചെയ്യുക.

ആശുപത്രി അല്ലെങ്കിൽ ബെർത്തിങ് പ്ലെയ്സിലേക്ക് എന്തുകൊണ്ടുപോകണം?

നിങ്ങൾക്കുവേണമെങ്കിൽ കൈയ്യും വീശി ആശുപത്രിയിലേക്ക് പോകാം. പക്ഷെ ഇത് നല്ലതല്ല. നിങ്ങൾക്ക് വേണ്ട സാധനങ്ങൾ കൈയ്യിൽ കൊണ്ടുപോയാൽ എളുപ്പമായിരിക്കും. എന്നാൽ ഒരു സ്യൂട്ട്കേസ് നിറയെ എടുത്തുകൊണ്ടുപോകരുത്. നിങ്ങൾക്ക് അത്യാവശ്യമായ സാധനങ്ങൾ മാത്രം കൊണ്ടുപോകുക. ഉദാ:-

ലേബർ അല്ലെങ്കിൽ ബെർത്തിങ് റൂമിലേക്ക് വേണ്ടത്

- നിങ്ങളെ ശുശ്രൂഷിക്കുന്ന സ്റ്റാഫിന്റെ പേര് ഡോക്ടറുടെ നിർദ്ദേശങ്ങൾ എന്നിവ എഴുതാൻ ഒരു പാഡും പെന്നും.
- കോൺട്രാക്ഷൻ ശ്രദ്ധിക്കാൻ ഒരു റിസ്റ്റ്വാച്ച്. ഈ ദിവസങ്ങളിൽ നിങ്ങളുടെ ഭർത്താവിന്റെ കൈയ്യിൽ എപ്പോഴും വാച്ച് കെട്ടിയിരിക്കാൻ ശ്രദ്ധിക്കുക.
- നിങ്ങൾക്ക് ഇഷ്ടപ്പെട്ട ആഡിയോ-വീഡിയോ സിഡിയോടൊപ്പം എം.പി.ത്രി. പ്ലേയർ, ടേപ്റിക്കാർഡർ എന്നിവ.
- ആശുപത്രിക്കാർ അനുവദിക്കുമെങ്കിൽ ക്യാമറയും വീഡിയോ ക്യാമറയും. കൂടുതൽ ബാറ്ററി എടുത്തുകൊണ്ടുപോകാൻ മറക്കരുത്.
- നിങ്ങൾക്ക് ഇഷ്ടപ്പെട്ട എണ്ണയും ലോഷനും ഇത് മാലിഷ് ചെയ്യാൻ ഉപയോഗപ്പെടും.
- മുതുകുവേദനയിൽ നിന്ന് ആശ്വാസത്തിന് മസാജർ അല്ലെങ്കിൽ ടെന്നിസ് ബാൾ, ബാൾ കൗണ്ടർ പ്രഷറിന് ഉപയോഗപ്പെടും.
- നിങ്ങൾക്ക് ഇഷ്ടപ്പെട്ട തലയണ.
- പഞ്ചസാരയില്ലാത്ത ലോലിപാപ്പ് ക്യാൻഡി.
- ടൂത്ത് ബ്രഷ്, ടൂത്ത്പേസ്റ്റ്, മൗത്ത് വാഷ് എന്നിവ
- ഘനമുള്ള സ്റ്റോക്കിൻസ്
- സൗകര്യപ്രദമായ ചെരുപ്പുകൾ അവ ധരിച്ചാൽ ഉലാത്തുന്ന സമയത്ത് ബുദ്ധിമുട്ടുണ്ടാകില്ല.
- നീളമുള്ള മുടി കെട്ടിവയ്ക്കാൻ ക്ലിപ്പും ഹാൻഡ് ബ്രഷും.
- നിങ്ങളുടെ ഭർത്താവിന് കഴിക്കാൻ കുറച്ച് ഭക്ഷണസാധനങ്ങൾ.
- മൊബൈൽ ഫോണും ചാർജ്ജറും.

പ്രസവശേഷം വേണ്ടവ

- രാത്രി ധരിക്കാൻ ഗൗണോ തുറന്ന വസ്ത്രമോ. മുലയൂട്ടുന്നുണ്ടെങ്കിൽ മുൻഭാഗം തുറക്കാൻ ബട്ടണുകളുള്ള കുപ്പായവും നേഴ്സിങ് ബ്രായും.
- കുറച്ച് പുസ്തകങ്ങൾ (കുഞ്ഞുങ്ങളെക്കുറിച്ചുള്ളത്)
- കുറച്ച് സ്നാക്സ് ആശുപത്രിയിൽവെച്ച് വിശപ്പ് തോന്നിയാൽ അതുകഴിക്കേണ്ട സമയത്ത് കാത്തിരിക്കേണ്ടിവരില്ലല്ലോ.
- വീട്ടിലെയും കുടുംബത്തിലെയും അംഗങ്ങളുടെ ഫോൺനമ്പർ.
- വീട്ടിലേക്ക് പോകുമ്പോൾ ധരിക്കാനുള്ള വസ്ത്രങ്ങൾ. അപ്പോഴും നിങ്ങളുടെ ശരീരം അഞ്ചുമാസ ഗർഭിണിയെപ്പോലെ ഉണ്ടാകും.
- വീട്ടിലേക്ക് കൊണ്ടുപോകുമ്പോൾ കുഞ്ഞിനെ ധരിപ്പിക്കാനുള്ള വസ്ത്രങ്ങൾ. ടി.ഷർട്ട്, ബൂട്ട്, കമ്പിളി, ഡയഫർ എന്നിവ.
- ചെറിയ കാർ സീറ്റ്. ആശുപത്രിക്കാർ കാർസീറ്റില്ലാതെ കുഞ്ഞിനെ കൊണ്ടുപോകാൻ അനുവദിക്കുകയില്ല.

കുറച്ച് പരിശീലനവും ധൈര്യവും വേണം.

ഇപ്പോൾ പഴയതുപോലെ സ്ത്രീകൾ മറ്റുള്ളവരുടെ കുഞ്ഞിനെ ഊട്ടുകയോ കുടുംബത്തിലെ പുതിയതായി ജനിച്ച കുഞ്ഞിനെ മണിക്കൂറുകളോളം ശുശ്രൂഷിക്കുകയോ ചെയ്യില്ല.

ഇന്നത്തെക്കാലത്ത് മിക്ക ഗർഭിണിയും ഇതിനുമുമ്പ് ഒരു നവജാത ശിശുവിനെയും എടുത്തിട്ടുണ്ടാകുകയില്ല. കുഞ്ഞ് ജനിച്ച ശേഷമാണ് അവർ ട്രെയിനിങ്ങ് എടുക്കുന്നത്. പാരന്റിങ്ങ് പറ്റിയ പുസ്തകങ്ങളിൽനിന്നും, വെബ്സൈറ്റിൽനിന്നും, ബേബി കെയർ ക്ലാസുകളിൽ നിന്നും നിങ്ങൾക്ക് പലതും പഠിക്കാൻ കഴിയും. ആദ്യത്തെ ഒന്നുരണ്ട് ആഴ്ചകളിൽ കുറച്ച് ബുദ്ധിമുട്ടുണ്ടാകും. എന്നാൽ പതുക്കെപ്പതുക്കെ കുഞ്ഞിന്റെ ആവശ്യങ്ങൾ തന്നെ നിങ്ങളെ പലതും പഠിപ്പിക്കും.

പേടികുറയാൻ തുടങ്ങും. രാത്രിമുഴുവൻ നിങ്ങൾക്ക് കുഞ്ഞിന്റെ കൂടെ ഉണർന്നിരിക്കാൻ കഴിയുകയും ഒരു ചുമതലാബോധം ഉണ്ടാകുകയും ചെയ്യും. നിങ്ങൾക്ക് സൗകര്യമായി കുഞ്ഞിനെ മടിയിൽവച്ച് കംപ്യൂട്ടറിൽ ജോലിചെയ്യാൻ കഴിയും. അല്ലെങ്കിൽ കുഞ്ഞിനെ ഒക്കത്തുവെച്ച് വാക്വം ക്ലീനർ കൊണ്ട് വീട് വൃത്തിയാക്കും നിങ്ങൾക്ക് സ്വയം അമ്മയാണെന്ന ബോധം ഉണ്ടാകുകയും കുഞ്ഞിനുവേണ്ടി കവിതകളും താരാട്ടും പാടാൻ തുടങ്ങും എന്നാൽ ഇതൊന്നും ഇപ്പോൾ അനുഭവിച്ചറിയാൻ കഴിയില്ല എന്നതാണ് കഷ്ടമായ കാര്യം. നിങ്ങൾ പഴയ അമ്മമാരെയും പുതിയ അച്ഛനമ്മമാരെയും കണ്ട് എല്ലാം പഠിക്കും.

എല്ലാം ധാരാളം ഉണ്ടാകണം

ഈ ദിവസങ്ങളിൽ നല്ലപോലെ പർച്ചെയ്സ് ചെയ്യുക. അടുക്കള, ബാത്ത്റൂം എന്നല്ല വീട്ടിലെ ഒരു മൂലയിലും സാധാനങ്ങളുടെ കുറവുണ്ടാകരുത്. ഇപ്പോൾതന്നെ കാർസീറ്റും ഡയഫറും വാങ്ങിവെക്കണം. പ്രസവശേഷം കുഞ്ഞിനെ വിട്ട് കടയ്ക്കുപോകാൻ കഴിയില്ല, ശരീരത്തിൽ ശക്തിയും ഉണ്ടാവില്ല.

ഫ്രിഡ്ജിൽ ഉണങ്ങിയതും പാക്കറ്റിൽ അടച്ചതുമായ ഭക്ഷണസാധനങ്ങൾ സൂക്ഷിക്കുക. ഉപയോഗിച്ചശേഷം കളയാവുന്ന ഡിസ്പോസബിൾ പാത്രങ്ങൾ, ടൗവ്വലുകൾ, കർച്ചീഫ് എന്നിവ വാങ്ങിക്കുക. കുറച്ചുദിവസത്തേക്ക് നിങ്ങൾക്ക് പാത്രം കഴുകാൻ കഴിയുകയില്ല.

മൈക്രോവേവിൽ വച്ച് ചൂടാക്കി കഴിക്കാവുന്ന ഭക്ഷണസാധനങ്ങൾ തയ്യാറാക്കി ഫ്രിഡ്ജിൽ സൂക്ഷിക്കുക.

കോഡ് ബ്ലഡ്ബാങ്ക്

ഈ പ്രക്രിയ ഇപ്പോഴും പരിശോധനാ അവസ്ഥയിലാണ്. എന്നാൽ പല മാതാപിതാക്കളും തങ്ങളുടെ നവജാത ശിശുക്കളുടെ ഗർഭനാളത്തിലെ രക്തം കോർഡ് ബ്ലഡ്ബാങ്കിൽ സൂക്ഷിക്കാൻ തുടങ്ങിയിട്ടുണ്ട്. അതുകൊണ്ട് ഭാവിയിൽ എന്തെങ്കിലും ഗംഭീര രോഗം പിടിപെട്ടാൽ എളുപ്പത്തിൽ ചികിത്സിക്കാൻ കഴിയും.

കോർഡ്ബ്ലഡ് എടുക്കുന്ന രീതി തികച്ചും വേദനാരഹിതമാണ്. കുഞ്ഞിന്റെ പൊക്കിൾകൊടി മുറിച്ചശേഷം ഈ രക്തം എടുക്കുന്നു. ഇത് അമ്മക്കും കുഞ്ഞിനും പൂർണ്ണ സുരക്ഷിതമാണ്. എന്നാൽ ഇതിനെ സൂക്ഷിക്കുന്ന പ്രക്രിയ ചിലവുകൂടിയതാണ്. ആപത്ത് കുറഞ്ഞ കുടുംബങ്ങൾക്ക് ഇതുകൊണ്ടുള്ള ലാഭം പൂർണ്ണമായും അറിയാൻ കഴിഞ്ഞിട്ടില്ല.

അതുകൊണ്ട് ഇക്കാര്യം ഇനിയും വിസ്തൃതമായ രീതിയിൽ പ്രചാരത്തിലെത്തിയിട്ടില്ല. ഈ രക്തമുണ്ടെങ്കിൽ ലൂക്കീമിയ, ലിക്ഫോമാ, ന്യൂടോബ്ലസാസ്ടോമാ, സിക്ല്-സൈൽ അനീമിയ, സബ്ലാസ്റ്റിക് അനീമിയ, ഥൈലാസീമിയ എന്നിങ്ങനെയുള്ള രോഗങ്ങൾക്ക് ശമനം കാണാൻ സഹായകമായിരിക്കും. നിങ്ങളുടെ ആശുപത്രിയിലും കോഡ് ബ്ലഡ് ബാങ്ക് ഉണ്ടെങ്കിൽ, നിങ്ങൾക്ക് വേണമെങ്കിൽ, ഇത് സ്വീകരിക്കുന്നതിൽ തെറ്റില്ല.

പ്രീലേബർ, ഫാൾസ് ലേബർ, റിയൽ ലേബർ

ടി.വിയിൽ എല്ലാം നന്നായി തോന്നും. രാത്രി 3 മണിക്ക് ഒരു സ്ത്രീ എഴുന്നേറ്റ് വയറിൽ കൈവച്ചുകൊണ്ടുപറയും — "ഹണീ, സമയമായി"

അവൾക്ക് ശരിയായ സമയം അറിഞ്ഞതെങ്ങനെ ആണെന്നകാര്യമാണ് ആശ്ചര്യം. അവൾ ഇത്ര വിശ്വാസത്തോടെ പ്രസവത്തെപ്പറ്റി പറഞ്ഞതെങ്ങനെയാണ്?

അതും ആദ്യത്തെ ഗർഭാവസ്ഥയിൽ അവൾ സാവധാനം ആശുപത്രിയിലേക്ക് പോകാൻ തയ്യാറാകുകയും പ്രസവത്തിനായി എത്തുകയും ചെയ്യും. സംശയമില്ല, ഇതൊക്കെ ആദ്യം തന്നെ സ്ക്രിപ്റ്റിൽ എഴുതിയിട്ടുണ്ടാകും.

നമ്മുടെ കാര്യമാണെങ്കിൽ നമ്മുടെ കൈയ്യിൽ ഒരു സ്ക്രിപ്റ്റും ഇല്ലല്ലോ! രാത്രി മൂന്നുമണിക്ക് എഴുന്നേൽക്കുമ്പോഴും അത് ശരിക്കുള്ള പ്രസവ വേദനയാണോ, ബ്രേക്സ്ടൺ ഹിക്സ് ആണോ എന്ന് അറിയാൻ കഴിയില്ല. അസമയത്ത് എഴുന്നേറ്റ് ലൈറ്റ് ഇട്ട് ശരിയായ സമയത്തിനുവേണ്ടി കാത്തിരിക്കണോ? ഭർത്താവിനെ ഉണർത്തണോ? അർദ്ധരാത്രിയിൽ ഡോക്ടറെ ഉണർത്തി എനിക്ക് ഫാൾസ്പെയിൻ ഏർപ്പെട്ടിരിക്കുന്നു എന്ന് പറയണോ? ഞാൻ ഫാൾസ് പെയിൻ വന്നാൽത്തന്നെ നിലവിളിക്കുന്ന സ്ത്രീകളുടെ കൂട്ടത്തിലാണോ? ചൈൽഡ് ബെർത്ത് ക്ലാസിൽ, ലേബർ തിരിച്ചറിയാൻ കഴിയാത്ത ഒരേ സ്ത്രീ ഞാനാണോ? ഞാൻ വൈകി ആശുപത്രിക്ക് പോകുകയും വഴിയിൽവെച്ച് പ്രസവിക്കുകയും ചെയ്യുമോ? ഇതുമാതിരിയുള്ള ചോദ്യങ്ങൾ കോൺട്രാക്ഷനെക്കാൾ വേഗത്തിൽ മസ്തിഷ്കത്തിൽ ചുറ്റിത്തിരിയാൻ തുടങ്ങും.

എല്ലാ ഗർഭിണികൾക്കും ഈ ഭയം ഉണ്ടാകുമെന്നതാണ് സത്യം. എന്നാൽ നിങ്ങൾക്ക് ഇതിനെക്കുറിച്ച് അധികം ബേജാറാകേണ്ടതില്ല. ഞങ്ങൾ നിങ്ങൾക്ക് പ്രസവത്തോട് സംബന്ധപ്പെട്ട എല്ലാ സൂചനകളെയും ലക്ഷണങ്ങളെയും കുറിച്ച് അറിവ് നൽകുന്നുണ്ട്.

സമയത്തിന് മുമ്പുള്ള പ്രസവ ലക്ഷണങ്ങൾ

ലേബറിനുമുമ്പ് സമയത്തിനുമുമ്പുള്ള പ്രസവത്തിന്റെ ലക്ഷണങ്ങൾ പ്രത്യക്ഷപ്പെടുന്നു. മുഖ്യമായ കാര്യം ആരംഭിക്കുവാൻ പോകുകയാണെന്നാണ് ഇതിനർത്ഥം. സമയത്തിനുമുമ്പുള്ള പ്രസവത്തിന്റെ ശാരീരിക മാറ്റങ്ങൾ ചിലപ്പോൾ ലേബറിന്റെ ഒരുമാസം മുമ്പുതന്നെ പ്രത്യക്ഷപ്പെടുന്നു, അല്ലെങ്കിൽ ചില മണിക്കൂറുകൾക്കുമുമ്പും ആവാം. ഡോക്ടർ ആ സമയത്ത് പരിശോധിച്ച് ഗർഭാശയത്തിന്റെ മുഖം വികസിച്ചിട്ടുണ്ടോ എന്നുപറയും. ഇതല്ലാതെ വേറെ പല ലക്ഷണങ്ങളും ഉണ്ട്. നിങ്ങൾക്ക് അവയെയും ശ്രദ്ധിക്കാം.

ഡ്രോപ്പിങ്ങ്:– ആദ്യമായി അമ്മയാകാൻ പോകുന്ന സ്ത്രീകളും ഭ്രൂണം ലേബർ ആരംഭിക്കുന്നതിന്റെ 2-4 ആഴ്ചകൾക്ക് മുമ്പുതന്നെ പെൽവിസിന് നേരെ വരുന്നു. രണ്ടാമത്തെ പ്രസവത്തിൽ പ്രസവ സമയത്തേ ഇങ്ങനെ സംഭവിക്കൂ.

പെൽവിസിലും ഗുദത്തിന്റെ മാർഗ്ഗത്തിലും സമ്മർദ്ദം:– മാസമുറയുടെ സമയത്തുണ്ടാകുന്ന കോച്ചൽപോലെ ചെറിയ വേദന അനുഭവപ്പെടുന്നു. ഇതിനുപുറമെ മുതുകിന്റെ അടിഭാഗത്തും വേദന ഉണ്ടാകുന്നു.

തൂക്കം കുറയുകയോ തീരെ വർദ്ധിക്കാതിരിക്കുകയോ ചെയ്യുക:– ഒൻപതാം മാസത്തിൽ പ്രസവം അടുത്തുവരുമ്പോൾ തൂക്കം പതുക്കെപ്പതുക്കെ വർദ്ധിക്കുന്നു. 2-3 പൗണ്ട് കുറയുകയും ചെയ്തേക്കാം.

ഊർജ്ജത്തിന്റെ ലെവലിൽ മാറ്റം:– ചില സ്ത്രീകൾക്ക് വളരെ അധികം ക്ഷീണം തോന്നുന്നു. എന്നാൽ മറ്റുചിലർ മുമ്പിലത്തെക്കാൾ ഊർജ്ജം ധാരാളം വർദ്ധിച്ചിട്ടുണ്ടെന്ന് പറയുന്നു. 'നെസ്റ്റിങ്ങ് ഇൻസ്റ്റിങ്ങ്റ്റ്' ഉള്ളപ്പോൾ അവർ കുഞ്ഞിനെ വീട്ടിലേക്ക് കൊണ്ടുവരുന്നതിന് മുമ്പ് എല്ലാം സജ്ജീകരിക്കാൻ ആഗ്രഹിക്കുന്നു. വീട്ടിന്റെ മൂലമുടുക്കുകളെല്ലാം ക്രമീകരിക്കാൻ ആഗ്രഹിക്കുന്നു.

യോനിയിലെ സ്രവത്തിൽ മാറ്റം:– ശ്രദ്ധിച്ചു നോക്കിയാൽ സ്രവം മുമ്പിലത്തെക്കാൾ വർദ്ധിക്കുകയും കട്ടിയായിരിക്കുകയും ചെയ്തതായി കാണാൻ കഴിയും.

മ്യൂക്കസ് പ്ലഗ് നീങ്ങുക:– സർവിക്സ് ഘനം കുറഞ്ഞ് തുറക്കാൻ തുടങ്ങുമ്പോൾ ഗർഭാശയത്തിൽ സീൽപോലെ സ്ഥിതിചെയ്യുന്ന പ്ലഗ് അവിടെ നിന്ന് നീങ്ങുന്നു. പ്രസവത്തിന്റെ ഒന്നുരണ്ടാഴ്ചകൾക്ക് മുമ്പ് യോനിയിൽ നിന്ന് മ്യൂക്കസിന്റെ ചെറിയ തുണ്ടുകൾ പുറത്തുവരുന്നത് കാണാൻ കഴിയും.

റോസോ ചുവപ്പോ പാടുകൾ:– സർവിക്സ് വികസിക്കാൻ തുടങ്ങുമ്പോൾ റോസ് നിറത്തിലോ ചുവപ്പുനിറത്തിലോ ഉള്ള മ്യൂക്കസ് പുറത്തുവരുന്നു. ഇത് പ്രസവത്തിന് 24 മണിക്കൂറുകൾക്ക് മുമ്പ് ഉണ്ടാകും, എന്നാൽ ചിലപ്പോൾ കുറച്ചു ദിവസങ്ങൾക്കുമുമ്പും ഉണ്ടാകാം.

ബ്രേക്സ്ടൺ ഹിക്സ് കോൺട്രാക്ഷൻ:– ഇത് ആദ്യത്തെതിനെക്കാൾ ശക്തവും വേദനാജനകവുമാണ്.

ഡയേറിയ:– പല സ്ത്രീകൾക്കും പ്രസവത്തിന് മുമ്പ് വയറിളക്കം ഉണ്ടാകും.

ഫാൾസ് ലേബറിന്റെ ലക്ഷണങ്ങൾ

ലേബറാണോ അല്ലയോ? ഇതൊന്നുമല്ലെങ്കിൽ ശരിയായ ലേബർ ആരംഭിക്കുന്നില്ല. ഉദാ:– കോൺട്രാക്ഷൻ ശരിയായ രീതിയിൽ ഉണ്ടാകുന്നില്ല, അതിന്റെ എണ്ണവും കൂടുന്നില്ല. ശരിയായ കോൺട്രാക്ഷൻ പതുക്കെ പ്പതുക്കെ വർദ്ധിച്ച് നീണ്ട് കൂടുതൽ വേദനാജനകമാകുകയും ചെയ്യുന്നു.

- നിങ്ങൾ പൊസിഷൻ മാറ്റുകയോ ഉലാത്തുകയോ ചെയ്താൽ കോൺട്രാക്ഷൻ നിൽക്കും. പലപ്പോഴും സമയത്തിനുമുമ്പുള്ള ശരിയായ പ്രസവത്തിലും ഇത് സംഭവിക്കാറുണ്ട്.
- തവിട്ടുനിറത്തിലുള്ള സ്രവം, ആന്തരിക പരിശോധനയുടെയോ സംഭോഗത്തിന്റെയോ കാരണമായി സ്രവിക്കും.
- സംകുലനത്തിനനുസരിച്ച് കുഞ്ഞിന്റെ ചലനങ്ങളും വേഗത്തിലാകുന്നു.

ഫാൾസ് പെയിൻ കൊണ്ട് ദോഷമൊന്നും ഉണ്ടാകുന്നില്ല. നിങ്ങൾ സാധനങ്ങളും കൊണ്ട് ആശുപത്രിയിൽ എത്തിയെങ്കിൽ നിങ്ങൾ വരാനിരിക്കുന്ന സംഭവത്തിന് വേണ്ടതയ്യാറെടുപ്പും പരിശീലനവും ചെയ്യുകയാണെന്ന് കരുതുക. അപ്പോൾ സമയം വരുമ്പോൾ നിങ്ങൾക്ക് ഒരു ബുദ്ധിമുട്ടും ഉണ്ടാകില്ല.

ശരിയായ പ്രസവവേദനയുടെ ലക്ഷണങ്ങൾ

ശരിയായ പ്രസവം എപ്പോഴാണ് തുടങ്ങുന്നതെന്ന് ആർക്കും പറയാൻ കഴിയുകയില്ല. എന്നാൽ ഇതിൽ പലതരത്തിലുള്ള കാരണങ്ങൾ ഉൾപ്പെടുത്താം. കുഞ്ഞിന്റെ മസ്തിഷ്കത്തിൽ നിന്ന് അമ്മയ്ക്ക് സന്ദേശം ലഭിക്കും, 'അമ്മേ! എന്നെ ഇവിടെനിന്ന് പുറത്തെടുക്കൂ' ഈ സന്ദേശം കിട്ടിയതും അമ്മയുടെ ശരീരത്തിലെ ഹാർമോണുകൾ പ്രവർത്തനം ആരംഭിക്കുന്നു. ഇതുകാരണം കോൺട്രാക്ഷൻ ആരംഭിപ്പിക്കുന്ന പ്രോസ്റ്റാഗ്ലൈൻഡിൻസ്, ഓക്സീടോസിൻ എന്നീ സ്രവങ്ങൾ ഉത്പത്തിയാകാൻ തുടങ്ങുന്നു.

പ്രീലേബറിലെ സങ്കുചനം ശരിക്കുള്ള ലേബറിന്റേതായി മാറുന്നു. എന്നാൽ.

- സങ്കുചനം കുറയുന്നതിനുപകരം കൂടുതലാകുകയും സ്ഥിതിമാറുകയും ചെയ്താലും വ്യത്യാസമൊന്നും ഉണ്ടാകില്ല.
- സങ്കുചനം മുമ്പിലത്തെക്കാൾ അധികവും തുടർച്ചയായും വേദനാജനകവും ക്രമബന്ധവും ആകാൻ തുടങ്ങുന്നു. എന്നാൽ എല്ലാ സങ്കുചനവും ദീർഘവും വേദനാജനകവും ആയിരിക്കുകയില്ല (30 മുതൽ 70 സെക്കന്റ്) എന്നാൽ അതിന്റെ തീഷ്ണത വർദ്ധിക്കും.
- ആദ്യം സങ്കുചനം മാസമുറപോലെ വലിവോ ഗ്യാസോ കാരണമുള്ള ബഹളം മാതിരിയായിരിക്കും. പിന്നീട് വയറിന്റെ അടിഭാഗത്തിൽ സമ്മർദ്ദം ഏർപ്പെടും. വയറ് അല്ലെങ്കിൽ മുതുകിന്റെ കീഴ്ഭാഗം വഴിയായി വേദന തുടകൾവരെ വ്യാപിക്കുന്നു. എന്നാൽ പലപ്പോവും ഫാൾസ് ലേബറിലും ഇങ്ങനെയൊക്കെ ഉണ്ടാകും.
- റോസോ, ഇളം ചുവപ്പോ നിറത്തിലുള്ള രക്തസ്രവം ഏർപ്പെടുന്നു.

15 ശതമാനം ലേബറിൽ പന്നീർകുടം ലേബറിന് മുമ്പുതന്നെ ശക്തിയായ ഉലച്ചലോടെ ഉടയുന്നു. ചില സ്ത്രീകൾക്ക് ലേബറിനോടൊപ്പമാണ് ഉടയുന്നത്, ചിലപ്പോൾ ഡോക്ടർക്ക് കൃത്രിമ രൂപത്തിൽ അത് ഉടക്കേണ്ടിവരുന്നു.

എപ്പോൾ ഡോക്ടറെ വിളിക്കണം

ഇതിനെപ്പറ്റി ഡോക്ടർ നിങ്ങളോട് പറഞ്ഞിരിക്കും. സങ്കുചനം 5 മുതൽ 7 മിനിട്ടിന്റെ ഇടവേളയിൽ ഏർപ്പെടാൻ തുടങ്ങും. പക്ഷെ ഇങ്ങനെയുള്ള ഇടവേളക്കുവേണ്ടി കാത്തിരിക്കരുത്, ഇങ്ങനെ തന്നെ ഏർപ്പെടണമെന്നില്ല. സങ്കുചനം ഏർപ്പെടുകയും നിങ്ങൾക്ക് ശരിയായ പ്രസവ വേദനയാണെന്ന് വിശ്വസിക്കാൻ കഴിയാതെ വരികയും ചെയ്താൽ ഡോക്ടർക്ക് ഫോൺ ചെയ്യുന്നതിൽ തെറ്റില്ല. അദ്ദേഹത്തെ അർദ്ധരാത്രിയിൽ എഴുന്നേൽപ്പിക്കാൻ മടിക്കണ്ട, നിങ്ങളുടെ പ്രസവത്തിന്റെ സൂചന തെറ്റായതാണെങ്കിലും സാരമില്ല. നിങ്ങൾ അങ്ങനെ പറയുന്ന ആദ്യത്തെയോ അവസാനത്തെ ഗർഭിണിയല്ല. അത് നിങ്ങൾക്ക് തെറ്റായതാണെന്ന് തോന്നിയാലും സൂക്ഷിക്കുന്നതിൽ തെറ്റില്ല.

നിങ്ങളുടെ ഡ്യൂഡേറ്റിന് പല ആഴ്ചകൾ ബാക്കിയുണ്ടെങ്കിലും പെട്ടെന്ന് സങ്കുചനം ആരംഭിക്കുകയും പന്നീർകുടം ഉടയുകയും ചെയ്താൽ ഡോക്ടറെ വിളിക്കാൻ താമസിക്കരുത്. ചുവപ്പുനിറത്തിലുള്ള രക്തസ്രാവം ഏർപ്പെടുകയോ സർവിക്സിലോ യോനിയിലോ ചുവപ്പ് അനുഭവപ്പെടുകയോ ചെയ്താൽ ഉടനെ ഡോക്ടറെ വിളിക്കുക.

നിങ്ങൾ തയ്യാറാണോ?

കുഞ്ഞിനെ സ്വീകരിക്കാൻ നിങ്ങൾ തയ്യാറാണോ? ഇതിന് ഞങ്ങളുടെ അടുത്ത അദ്ധ്യായം വായിക്കുക.

ലേബറും ഡെലിവറിയും

ഈ ദിവസങ്ങളിൽ നിങ്ങൾ ദിവസങ്ങൾ എണ്ണുന്നതിൽ മുഴുകിയിരിക്കുകയാണോ? വീണ്ടും നിങ്ങളുടെ കാലുകാണാൻ തിരക്കായോ? കമിഴ്ന്നു കിടന്നോ സുഖമായോ ഉറങ്ങാൻ ആഗ്രഹിക്കുന്നുവോ? വിഷമിക്കേണ്ട, ഗർഭാവസ്ഥ അവസാനിക്കാൻ പോകുകയാണ്. കുഞ്ഞ് വയറിലല്ല നിങ്ങളുടെ കൈകളിൽ വരാൻ പോകുന്ന നിമിഷം അടുത്തു കഴിഞ്ഞു. നിങ്ങൾ കുഞ്ഞിനെ നിങ്ങളുടെ അടുത്ത് എത്തിക്കുന്ന ആ പ്രക്രിയയെക്കുറിച്ചുതന്നെ ഓർത്തുകൊണ്ടിരിക്കുകയായിരിക്കും. പ്രസവ വേദന എപ്പോൾ ആരംഭിക്കുമെന്നോർത്ത് നിങ്ങൾ വിഷമിക്കുകയാണോ? രണ്ടാമത്തെ പ്രധാനപ്പെട്ട കാര്യം അത് എപ്പോൾ അവസാനിക്കുമെന്നതാണ്. എനിക്ക് വേദന സഹിക്കാൻ കഴിയുമോ? എപീഡ്യൂറൽ വേണ്ടിവരുമോ?

ഭ്രൂണത്തിന്റെ സംരക്ഷണം? എപ്പിസിയോട്ടമി? എനിക്ക് കുന്തിച്ചിരുന്ന് പ്രസവിക്കാൻ കഴിയുമോ? ആശുപത്രിയിൽ എത്താൻ വൈകുമോ?

ഇങ്ങനെയുള്ള ചോദ്യങ്ങൾ, ഉത്തരങ്ങൾ, ഭർത്താവ്, നേഴ്സ്, വയറ്റാട്ടി, ഡോക്ടർ എന്നിവർ ചുറ്റും ഇരിക്കുമ്പോൾ നിങ്ങൾ ആ കാര്യം ചെയ്തുതീർക്കും. ഒരുകാര്യം ഓർമ്മ വെക്കുക, പ്രക്രിയ എന്തുതന്നെ ആയാലും അത് കുഞ്ഞിനെ നിങ്ങളുടെ അടുത്തെത്തിക്കാൻ സഹായിക്കും.

നിങ്ങൾ എന്തുകരുതുന്നുണ്ടാകും?

മ്യൂക്കസ്പ്ലഗ്

"എന്റെ മ്യൂക്കസ് പ്ലഗ് പുറത്തുവന്നതായി എനിക്ക് തോന്നുന്നു. ഞാൻ ഡോക്ടർക്ക് ഫോൺ ചെയ്യണോ?"

പലപ്പോഴും സർവിക്സ് പരക്കുമ്പോൾ ജെലടിൻ പോലെ വീർത്ത മ്യൂക്കസ് പ്ലഗ് പുറത്തുവരുന്നു. പല സ്ത്രീകൾക്കും ടോയ്ലെറ്റിൽവെച്ച് ഇത് അറിയാൻ കഴിയും. ചിലർക്ക് ഇത് ശ്രദ്ധിക്കാൻ കഴിയാറില്ല. ഇത് നിങ്ങളുടെ ശരീരം പ്രസവത്തിന് തയ്യാറായി വരുന്നു എന്നതിന്റെ അടയാളമാണ്, പക്ഷെ ആ ദിവസം വന്നുകഴിഞ്ഞുവെന്ന് അതിന് അർത്ഥമില്ല. ഈ ബിന്ദുവിൽനിന്ന് പ്രസവ സമയം ഒരു ദിവസമോ രണ്ടുദിവസമോ ചില ആഴ്ചകളോ ദൂരെ ആകാം. ഇതോടൊപ്പം നിങ്ങളുടെ സർവിക്സ് പതുക്കെപ്പതുക്കെ തുറക്കും. അതുകൊണ്ട് ഡോക്ടറെ വിളിക്കുകയോ പരിഭ്രമിക്കുകയോ ചെയ്യേണ്ടതില്ല.

മ്യൂക്കസ് പ്ലഗ് തുറന്നില്ലെങ്കിലും പരിഭ്രമിക്കേണ്ടതില്ല. ഇതിനും നിങ്ങളുടെ പ്രസവ സമയത്തിനും തമ്മിൽ ഒരു ബന്ധവുമില്ല.

രക്തം പോക്ക്

"എനിക്ക് ഇളം റോസ്നിറത്തിലുള്ള മ്യൂക്കസ് സ്രവം പോകുന്നു. പ്രസവസമയം വന്നുവോ?"

ഇതിനെ പ്രസവത്തിന് മുമ്പുള്ള തയ്യാറെടുപ്പെന്ന് പറയാം. രക്തത്തോടൊപ്പം ഇളം റോസ് അല്ലെങ്കിൽ തവിട്ടുനിറത്തിലുള്ള സ്രവം വന്നാൽ സർവിക്സിന്റെ രക്തനാളങ്ങൾ ഉടയുന്നു എന്നാണർത്ഥം. എന്തെന്നാൽ അത് വ്യാപിക്കാൻ തുടങ്ങിയിരിക്കുന്നു പ്രസവത്തിന്റെ പ്രക്രിയ ആരംഭിച്ചു കഴിഞ്ഞു. കുഞ്ഞ് ഒന്നുരണ്ട് ദിവസത്തിനകം നിങ്ങളുടെ അടുത്തെത്തുമെന്ന് വിശ്വസിക്കാം. പ്രസവത്തിന്റെ സമയം തികച്ചും

അനിശ്ചിതമായതുകൊണ്ട് പ്രസവവേദന തുടങ്ങുന്നതുവരെ നമുക്ക് ഒന്നുംപറയാൻ കഴിയുകയില്ല.

ആ സ്രവം പെട്ടെന്ന് കടും ചുവപ്പു നിറത്തിലായാൽ ഡോക്ടറെ കാണാൻ വൈകരുത്.

പന്നീർകുടം ഉടയുക

"പാതിരാത്രിയിൽ നനഞ്ഞ കിടക്കയിലാണ് എന്റെ കണ്ണുതുറന്നത്. ഞാൻ കിടക്കയിൽ മൂത്രമൊഴിച്ചിരിക്കും അല്ലെങ്കിൽ പന്നീർ കുടം ഉടഞ്ഞിരിക്കും"

വിരിപ്പ് മണത്തുനോക്കിയാൽ കുറച്ചൊക്കെ ഊഹിക്കാൻ കഴിയും. അതിന്റെ മണം കടുത്ത അമോണിയ (മൂത്രം) മാതിരി യല്ലെങ്കിൽ അത് അമ്നിയോട്ടിക് ദ്രവം തന്നെയായിരിക്കും. നിങ്ങളുടെ കുഞ്ഞിന്റെ സുരക്ഷാ കവചമായിരുന്ന പന്നീർകുടം ഉടഞ്ഞിരിക്കാം. ഇളം മഞ്ഞനിറത്തിലുള്ള സ്രവം തുടർച്ചയായി ഒഴുകിക്കൊണ്ടിരിക്കുകയും അത് പ്രസവത്തിനുശേഷം നിൽക്കുകയും ചെയ്യും.

നിങ്ങൾ കീഗൽ വ്യായാമം ചെയ്യു. ആ സ്രാവം നിലക്കുകയാണെങ്കിൽ അത് മൂത്രമാണ്. നിന്നില്ലെങ്കിൽ അമ്നിയോട്ടിക് ദ്രവമാണ്.

കിടക്കുമ്പോൾ ഇതിന്റെ ഒഴുക്ക് കൂടുതലാകും. നിൽക്കുമ്പോൾ കുഞ്ഞിന്റെ തല മുന്നിലായിരിക്കുന്നതുകൊണ്ട് ഒഴുക്ക് നിലക്കുന്നു. നിങ്ങളുടെ ഡോക്ടർ നേരത്തെ തന്നെ ഇതിനെക്കുറിച്ച് നിർദ്ദേശങ്ങൾ തന്നിട്ടുണ്ടാകും. എന്തെങ്കിലും സംശയമുണ്ടെങ്കിൽ അദ്ദേഹത്തിന് ഫോൺ ചെയ്യുക.

"പന്നീർകുടം ഉടഞ്ഞിട്ടും പ്രസവവേദന തുടങ്ങിയില്ല. എപ്പോൾ പ്രസവം തുടങ്ങും, അതിനിടയ്ക്ക് ഞാൻ എന്തുചെയ്യണം?"

പ്രസവിക്കാറായ പല സ്ത്രീകൾക്കും പന്നീർകുടം ഉടഞ്ഞശേഷം 12 മണിക്കൂറുകൾക്കുള്ളിൽ പ്രസവവേദന തുടങ്ങും. പക്ഷെ ചിലർക്ക് 24 മണിക്കൂർ എടുത്തെന്നുവരും.

10-ൽ ഒരു കേസിൽ ഈ സമയം കൂടുതൽ നീണ്ടുപോകും. ഈ സമയം നീളുന്നതോടൊപ്പം ആപത്തും അധികമാകും. സംക്രമണത്തിൽനിന്ന് രക്ഷനേടാൻ വേണ്ടി ഡോക്ടർ 24 മണിക്കൂറിനകം പ്രസവം ആരംഭിപ്പിക്കും. ചിലർ 6 മണിക്കൂറെ കാത്തിരിക്കാറുള്ളു.

ചില സ്ത്രീകളും ഈ സ്ഥിതിക്കുശേഷം അധികനേരം കാത്തിരിക്കാൻ ഇഷ്ടപ്പെടില്ല. ആദ്യം പാഡോ ടൗവലോ വെച്ചശേഷം ഡോക്ടർക്ക് ഫോൺ ചെയ്യുക. യോനി വൃത്തിയായി സൂക്ഷിക്കുക. സംക്രമണം ഏർപ്പെടാതിരിക്കാനാണിത്. ഒഴുക്ക് തടയാൻ ടൈംപൂനുപകരം പാഡ് ഉപയോഗിക്കുക. സെക്സ് ചെയ്യരുത്. ഈ സമയത്ത് നിങ്ങളും അത് ഇഷ്ടപ്പെടുകയില്ല. സ്വയം ആന്തരിക പരിശോധന ചെയ്യരുത്. ടോയ്ലെറ്റിൽ പോയാൽ മുന്നിൽനിന്ന് പുറകോട്ട് തുടക്കുക.

പലപ്പോഴും കുഞ്ഞിന്റെ തല പെൽവിസ് ഏരിയായിൽ എത്താതിരിക്കയും ദ്രവത്തോടൊപ്പം നാളം യോനിവരെ എത്തിച്ചേരുകയും ചെയ്യും. അങ്ങനെ വല്ലതും അനുഭവപ്പെട്ടാൽ ഡോക്ടറെ അറിയിക്കുക.

കൂടുതൽ അമ്നിയോട്ടിക് ദ്രവം

"എന്റെ പാട ഉടഞ്ഞുവെങ്കിലും ദ്രവം സ്പഷ്ടമല്ല. ഇത് ഇളം തവിട്ടുനിറത്തിലാണ്. ഇതിന്റെ അർത്ഥമെന്താണ്?"

അമ്നിയോട്ടിക് ദ്രവത്തോടൊപ്പം ഇളം പച്ചയോ തവിട്ടുനിറമോ ഉള്ള മീകോനിയവും വരുന്നുണ്ടാകും. വാസ്തവത്തിൽ അത് കുഞ്ഞിന്റെ ആദ്യത്തെ മലമാണ്, അത് സാധാരണ ജനനത്തിനുശേഷമാണ് ഉണ്ടാകാറുള്ളത്. എന്നാൽ ചിലപ്പോൾ ഭ്രൂണം ഗർഭാശയത്തിൽ പിരിമുറുക്കത്തോടെ ഇരിക്കുമ്പോഴോ വളരെ സമയമാകുമ്പോഴോ ജനനത്തിനുമുമ്പുതന്നെ കുഞ്ഞ് മലവിസർജ്ജനം ചെയ്യും.

ഇത് നിങ്ങളുടെ ഡോക്ടറെ തീർച്ചയായും അറിയിക്കണം. ഇതിനർത്ഥം കുഞ്ഞ് വല്ലാത്ത സമ്മർദ്ദത്തിലാണെന്നാണ്. അദ്ദേഹം പെട്ടെന്ന് പ്രവസിപ്പിക്കാൻ നോക്കുകയും തുടർച്ചയായി കുഞ്ഞിനെ നിരീക്ഷിക്കുകയും ചെയ്യും.

പ്രസവത്തിനിടയിൽ അമ്നിയോട്ടിക് ദ്രവത്തിന്റെ കുറവ്

"അമ്നിയോട്ടിക് ദ്രവം വളരെ കുറവാണെന്നും അത് പൂർത്തിചെയ്യണമെന്നും എന്റെ ഡോക്ടർ പറഞ്ഞു. ഇതിൽ പരിഭ്രമിക്കേണ്ട കാര്യം വല്ലതുമുണ്ടോ?"

ദൈവം ഈ ദ്രവത്തിന്റെ കുറവ് ഏർപ്പെടുത്താറില്ല. കുറവ് ഏർപ്പെട്ടാൽ മെഡിക്കൽ സയൻസിന്റെ സഹായം തേടാം. ഗർഭാശയത്തിൽ സർവിക്സ് വഴിയായി ഒരു കൈഥറേറ്റർ ഉള്ളിലേക്ക് കടത്തുന്നു. അതുവഴി അമ്നിയോട്ടിക് സൈക്കിൾ സലായ്നസൊല്യൂഷൻ പ്രവേശിപ്പിക്കുന്നു. ഈ പ്രക്രിയയെ അമ്നിയോ ഇൻഫ്യൂഷൻ എന്നുപറയും. ഇതിനുശേഷം ഓപ്പറേഷന്റെ സാദ്ധ്യത വളരെ അധികം കുറയുന്നു.

സങ്കോചനത്തിന്റെ ക്രമക്കേട്

"പ്രസവവേദന ക്രമികൃതമാകുകയും ഓരോ അഞ്ചുമിനിറ്റിനുശേഷവും സങ്കുചനം ഏർപ്പെടുകയും ചെയ്താൽ ആശുപത്രിയിലേക്ക് പോകണമെന്നാണ് ചൈൽഡ് ബെർത്ത് ക്ലാസിൽ ഞങ്ങളെ പഠിപ്പിക്കുന്നത്. എന്റേത് അഞ്ചുമിനിറ്റിലും കുറവാണ് പക്ഷെ ക്രമീകൃതമല്ല. ഞാൻ എന്തു ചെയ്യണം?"

രണ്ട് സ്ത്രീകളുടെ ഗർഭാവസ്ഥ ഒരേ മാതിരി അല്ലാത്തതുപോലെ അവരുടെ പ്രസവവും ഒരുപോലെയല്ല. പുസ്തകങ്ങളിലും ചൈൽഡ് ബെർത്ത് സെന്ററുകളിലും അല്ലെങ്കിൽ ഡോക്ടർ മൂലം പറയപ്പെടുന്നതുമായ എല്ലാ കാര്യങ്ങളും എല്ലാവർക്കും അനുഭവപ്പെടണമെന്നില്ല. എന്നാൽ സങ്കുചനം ക്രമബദ്ധമായിരിക്കണമെന്നത് സത്യമാണ്.

നിങ്ങൾക്ക് 20 മുതൽ 60 സെക്കന്റുകൾ ശക്തമായ കോൺട്രാക്ഷൻ ഉണ്ടാകുകയും 5 മുതൽ 7 മിനിറ്റുകളുടെ ഇടവേളയിൽ ഉണ്ടാകുകയും ചെയ്യുന്നുണ്ടെങ്കിൽ അത് ക്രമബദ്ധമല്ലെങ്കിലും കാത്തിരിക്കാതെ ആശുപത്രിയിലേക്കോ ബെർത്ത് സെന്ററിലേക്കോ പോകുക. നിങ്ങൾ എന്തുകേട്ടിട്ടുണ്ടെങ്കിലും വായിച്ചിട്ടുണ്ടെങ്കിലും അത് കാര്യമാക്കേണ്ട. ചിലപ്പോൾ ആശുപത്രിയിൽ എത്തുമ്പോഴേക്കും അത് ക്രമബദ്ധമായി തീരുകയും നിങ്ങൾ പ്രസവത്തിന്റെ സക്രിയമായ ഫേസിൽ എത്തിച്ചേരുകയും ചെയ്തേക്കും.

പ്രസവത്തിനിടയിൽ ഡോക്ടറെ വിളിക്കുക

"എനിക്ക് 3-4 മിനിറ്റിനുശേഷം സങ്കോചനം ഏർപ്പെടുന്നു. ഇത് ഡോക്ടറോട് പറയുന്നത് വിഡ്ഢിത്തമാണെന്ന് എനിക്ക് തോന്നുന്നു. എന്തെന്നാൽ പ്രസവവേദനയുടെ തുടക്കത്തിലെ പല മണിക്കൂറുകൾ വീട്ടിൽതന്നെ ചിലവഴിക്കണമെന്ന് അദ്ദേഹം പറഞ്ഞിട്ടുണ്ട്."

ഇതിൽ തെറ്റൊന്നുമില്ല. ആദ്യമായി അമ്മയാകാൻ പോകുന്ന അമ്മമാർക്ക് പ്രസവവേദന ആരംഭിച്ചശേഷം വളരെ സാവധാനം ആശുപത്രിക്ക് പോകാൻ വേണ്ട ഏർപ്പാടുകൾ ചെയ്യാനും കുഞ്ഞിനുവേണ്ട സാധനങ്ങൾ എടുത്തുവെക്കാൻ കഴിയുമെന്നത് സത്യമാണ്. എന്നാൽ നിങ്ങളുടെ ലേബർ ആ കൂട്ടത്തിൽ പെട്ടതാണെന്ന് തോന്നുന്നില്ല. നിങ്ങൾക്ക് ഓരോ 5 നിമിഷത്തിലും 45 സെക്കന്റുവരെ ശക്തമായ സങ്കോചനം ഉണ്ടാകുന്നുണ്ടെങ്കിൽ നിങ്ങളുടെ പ്രസവവേദനയുടെ അവസാന ഘട്ടം ശക്തമായി ആരംഭിച്ചേക്കാം. നിങ്ങളുടെ പ്രസവത്തിന്റെ ആദ്യഘട്ടം വേദനയില്ലാത്തതായിരിക്കുകയും അതിനിടയിൽ സർവിക്സിന്റെ മുഖം തുറന്നിരിക്കുകയും ചെയ്തിരിക്കാം. നിങ്ങൾക്ക് പെട്ടെന്ന് ആശുപത്രിയിലേക്കോ ബെർത്ത് സെന്ററിലേക്കോ ഓടേണ്ടിവന്നേക്കാമെന്നുമാണ് ഇതിനർത്ഥം.

അതുകൊണ്ട് ഡോക്ടർക്ക് ഫോൺ ചെയ്യാൻ വൈകിക്കാതിരിക്കുക. അദ്ദേഹത്തോട് സങ്കോചനത്തിന്റെ സമയം, ഇടവേള എന്നിവയെക്കുറിച്ച് വ്യക്തമായി പറയുക. ഡോക്ടർ ഫോണിൽകൂടിയുള്ള നിങ്ങളുടെ സംസാരത്തിൽനിന്ന് നിങ്ങളുടെ അവസ്ഥയുടെ ഗൗരവം അനുമാനിക്കാൻ ശ്രമിക്കും, അതുകൊണ്ട് വേദന കടിച്ചമർത്തി ധൈര്യശാലിയാകാൻ ശ്രമിക്കരുത്. കഷ്ടങ്ങളും കാര്യങ്ങളും അദ്ദേഹം അറിയട്ടെ.

ഡോക്ടർ വേണ്ടെന്ന് പറഞ്ഞാൽ അദ്ദേഹത്തിന്റെ ക്ലീനിക്കിൽ പരിശോധനയ്ക്ക് വരാമോ എന്ന് ചോദിക്കുക. നിങ്ങളുടെ ബാഗും കൂടെ കൊണ്ടുപോകുക. ഇനിയും തമാസമുണ്ടെങ്കിൽ വീട്ടിലേക്ക് മടങ്ങാൻ നാണിക്കേണ്ട.

ശരിയായ സമയത്ത് ആശുപത്രിയിൽ എത്താൻ കഴിയാതെ വരുക

"എനിക്ക് ശരിയായ സമയത്ത് ആശുപത്രി യിൽ എത്താൻ കഴിയാതെ വരുമോ എന്ന് പേടി തോന്നുന്നു"

ഭാഗ്യംകൊണ്ട് നിങ്ങൾ ടി.വി.യിൽ കാണുന്ന ഇത്തരത്തിലുള്ള പ്രസവങ്ങ ളൊക്കെ നുണയാണ്. സാധാരണ ആദ്യ മായി അമ്മയാകാൻ പോകുന്ന സ്ത്രീ കൾക്ക് പ്രസവത്തിന്റെ സൂചന വളരെ മുമ്പുതന്നെ കിട്ടുന്നു. പെട്ടെന്ന് താഴ്ഭാഗ ത്തേക്ക് സമ്മർദ്ദം ഏർപ്പെടുകയും മൂത്ര മൊഴിക്കണമെന്ന് തോന്നുകയും ചെയ്യുന്നു. നിങ്ങളും സഹായിയും എമർ ജെൻസി ഡെലിവറിയെപ്പറ്റി അറിഞ്ഞിരി ക്കുന്നത് നല്ലതാണ്. അപ്പോൾ അങ്ങനെ യുള്ള സന്ദർഭം ഏർപ്പെട്ടാൽ സ്ഥിതിഗതി കൾ കൈകാര്യം ചെയ്യാൻ ബുദ്ധിമുട്ടു ണ്ടാവില്ല.

നിങ്ങൾ തനിച്ചാണെങ്കിൽ അടിയന്തിരാവസ്ഥയിലുള്ള പ്രസവം

അങ്ങനെയുള്ള ചുറ്റുപാട് ഏർപ്പെടുക യില്ലെങ്കിലും അതിനെക്കുറിച്ച് അറിഞ്ഞി രിക്കണം.

- ശാന്തമായിരിക്കാൻ ശ്രമിക്കുക.
- ലോക്കൽ എമർജെൻസി നമ്പറിൽ വിളിച്ച് ആശുപത്രിയിൽ വിവരം അറിയിക്കുക.
- ഏതെങ്കിലും അയൽവാസിയുടെ സഹായം തേടുക.
- മുക്കണമെന്ന് തോന്നിയാൽ ശക്തി പ്രയോഗിക്കരുത്.
- കിടക്കയിൽ വൃത്തിയുള്ള വിരിപ്പും ടൗവലും വിരിക്കുകയും കതക് തുറന്നു വെക്കുകയും ചെയ്താൽ പെട്ടെന്ന് ആർക്കെങ്കിലും സഹായിക്കാൻ കഴിയും.
- കുഞ്ഞ് പുറത്തുവരാറായി എങ്കിൽ വേദന ഏർപ്പെടുമ്പോൾ ശക്തമായി മുക്കുക.
- കുഞ്ഞിന്റെ തല പുറത്തുകാണാൻ തുടങ്ങിയാൽ മുക്കുന്നതിനുപകരം പെരിനിയത്തിൽ പതുക്കെ അമർത്തുക തല പെട്ടെന്ന് പിടിച്ചുവലിക്കുന്നതിന് പകരം പതുക്കെപ്പതുക്കെ പുറത്തെ ടുക്കുക.

- കഴുത്തിൽ കൊടി ചുറ്റിയിട്ടുണ്ടെങ്കിൽ പതുക്കെ എടുത്തുമാറ്റുക.
- തല പുറത്തെടുത്തശേഷം ഒരു ചുമൽ പുറത്തെടുക്കുക. തല കുറച്ച് പൊന്തിച്ച് പതുക്കെ ബലം പ്രയോഗി ച്ചാൽ മറ്റേ ചുമലും പുറത്തുവരും.
- ബാക്കിഭാഗം എളുപ്പത്തിൽ പുറത്തു വരും.
- കൊടിയെ ശല്യപ്പെടുത്താതെ കുഞ്ഞിനെ കമഴ്ത്തി കിടത്തുക. ഏതെങ്കിലും വൃത്തിയുള്ള കമ്പിളിയോ ടൗവലോ കൊണ്ട് കുഞ്ഞിനെ പൊതി യുക. കുഞ്ഞിന്റെ വായും മൂക്കും തുണികൊണ്ട് വൃത്തിയാക്കുകയും മൂക്കിലും വായിലും രണ്ടുമൂന്ന് പ്രാവശ്യം ഊതുകയും ചെയ്യുക.
- മറുപിള്ളയെ നിങ്ങൾ പുറത്തെടു ക്കരുത്. അത് പുറത്തുവന്നാൽ ഒരു ടൗവലിൽ ചുറ്റി കുഞ്ഞിന്റെ ലെവലിൽ നിന്ന് കുറച്ച് ഉയരത്തിൽ വയ്ക്കുക. നിങ്ങൾ പൊക്കിൾ കൊടി മുറിക്കരുത്.
- സഹായം ലഭിക്കുന്നതുവരെ നിങ്ങ ളെയും കുഞ്ഞിനെയും ചൂടായിവ യ്ക്കാൻ ശ്രമിക്കുക.

പ്രസവ സമയം കുറയുക

"ഞാൻ എപ്പോഴും വളരെ പെട്ടെന്ന് പ്രസ വിക്കുന്ന സ്ത്രീകളെപ്പറ്റി കേൾക്കുന്നു. ഇത് എത്ര സാധാരണമാണ്?"

അത് നിങ്ങൾ ഉദ്ദേശിക്കുന്ന അത്രയ്ക്ക് പെട്ടെന്നായിരിക്കുകയില്ല. വാസ്തവത്തിൽ പലപ്പോഴും ഗർഭിണികൾക്ക് മണിക്കൂറു കളോ, ദിവസങ്ങളോ, ആഴ്ചകളോ പോലും വേദനയില്ലാത്ത സങ്കോചനം ഏർ പ്പെടുകയും ഗർഭാശയത്തിന്റെ മുഖദ്വാരം പതുക്കെപ്പതുക്കെ തുറക്കുകയും ചെയ്യുന്നു. അവർക്ക് അത് അനുഭവപ്പെ ടുന്നതിനുമുമ്പുതന്നെ പ്രസവത്തിന്റെ അവസാനഘട്ടത്തിൽ എത്തിയിരിക്കും.

സാധാരണ തുറക്കാൻ മണിക്കൂറുക ളോളം സമയമെടുക്കുന്ന സർവിക്സ് പല പ്പോഴും ചില നിമിഷങ്ങളിൽ തുറക്കുകയും അധികം സമയമെടുക്കാതെയും കുഞ്ഞിന്

ഒരു കുഴപ്പവും ഏർപ്പെടാതെയും പ്രസവം നടക്കുകയും ചെയ്യുന്നു.

നിങ്ങൾക്ക് ശക്തമായ സങ്കോചനം ആരംഭിച്ചാൽ ആശുപത്രിക്കോ ബെർത്ത് സെന്ററിലേക്കോ പോകാൻ വൈകരുത്. മരുന്നുതന്ന് അതിന്റെ പ്രഭാവം കുറക്കാൻ കഴിയും, നിങ്ങളിലും കുഞ്ഞിലും അധികം സമ്മർദ്ദം ഏർപ്പെടുകയുമില്ല.

ബാക്ക് ലേബർ

"സങ്കോചനം തുടങ്ങിയശേഷം എന്റെ മുതുകിന്റെ താഴ്ഭാഗത്ത് അസഹ്യമായ വേദന ഏർപ്പെടുന്നു"

നിങ്ങൾക്ക് "ബാക്ക് ലേബറി"ന്റെ പ്രശ്നമായിരിക്കും. ടെക്നിക്കൽ രീതിയിൽ, ഭ്രൂണം പോസ്റ്റീരിയർ പൊസിഷനിലാകുമ്പോഴാണ് ഇങ്ങനെ സംഭവിക്കുന്നത്. അതിന്റെ മുഖം മുകൾ ഭാഗത്തായിരിക്കും. തലയുടെ പിൻഭാഗം പെൽവിസിന്റെ പിൻഭാഗത്ത് സമ്മർദ്ദം ചെലുത്തും. കുഞ്ഞ് ശരിയായ സ്ഥിതിയിലെത്തുന്നതുവരെ തുടർച്ചയായി കഠിനമായ വേദന ഉണ്ടാകും.

ഇങ്ങനെയുള്ള വേദന ഉണ്ടാകുമ്പോൾ കാരണം അന്വേഷിക്കുന്നതിനുപകരം അതു തടയാൻ ശ്രദ്ധിക്കുകയാണ് വേണ്ടത്. വേദന വളരെ കൂടുതലാണെങ്കിൽ എപ്പ്യൂഡ്യൂറൽ ചെയ്യാൻ സമ്മതിക്കുക. നിങ്ങൾക്ക് സാധാരണയേക്കാൾ കൂടുതൽ ഡോസ് തരേണ്ടി വന്നേക്കാം. പലപ്പോഴും നാർക്കോട്ടിക്സ് കൊണ്ടും വേദനക്ക് ആശ്വാസം കിട്ടും. നിങ്ങൾ മരുന്നുകഴിക്കാൻ ആഗ്രഹിക്കുന്നില്ലെങ്കിൽ എന്തെങ്കിലും സാധാരണ വൈദ്യം ചെയ്തുനോക്കുക.

സമ്മർദ്ദം കുറക്കുക:– നിങ്ങളുടെ പൊസിഷൻ മാറ്റാൻ ശ്രമിക്കുക. നടക്കുക, പക്ഷെ ശക്തമായ കോൺട്രാക്ഷൻ ഉണ്ടാകുമ്പോൾ ഇത് സാദ്ധ്യമല്ല. കുന്തിച്ചിരിക്കുക അല്ലെങ്കിൽ സ്റ്റൂൾ മാതിരി കുനിഞ്ഞുനിൽക്കുക, നിങ്ങൾക്ക് സൗകര്യപ്രദമായ ഏതെങ്കിലും പൊസിഷൻ സ്വീകരിക്കുക. കിടക്കുകയല്ലാതെ മറ്റൊന്നും ചെയ്യാൻ കഴിയില്ലെങ്കിൽ മുതുക് ശരിയായ പൊസിഷനിൽവെച്ച് കിടക്കുക.

തണുത്തതോ ചൂടുള്ളതോ:– തണുത്തതോ ചൂടുള്ളതോ ആയ ഫൊമന്റേഷൻ കൊണ്ട് കുറച്ച് ആശ്വാസം കിട്ടും. ഏത് നല്ലതോ അതെടുക്കുക അല്ലെങ്കിൽ രണ്ടുഫൊമന്റേഷനും ചെയ്യുക.

എതിർവശത്ത് സമ്മർദ്ദം അല്ലെങ്കിൽ മാലിഷ്:– ശരീരത്തിന്റെ ഏതുഭാഗത്ത് സമ്മർദ്ദം ചെലുത്തിയാൽ വേദന കുറയുമോ ആ ഭാഗങ്ങളിൽ അമർത്തുവാൻ നേഴ്സിനോടോ ഭർത്താവിനോടൊ പറയുക. ഇതിന് രണ്ട് കൈകൊണ്ടുള്ള ടെന്നീസ്ബാൾ, ബ്യാക്ക് മസാജ് എന്നീരീതികളുടെ സഹായം തേടാവു ന്നതാണ്. മാലിഷ് ചെയ്യുമ്പോഴും ചെറു തായി അമർത്താവുന്നതാണ്. ക്രീം, എണ്ണ, പൗഡർ എന്നിവ കൊണ്ട് മാറ്റിമാറ്റി മസാജ് ചെയ്യാം.

റിക്ലക്സോലജി:– ബാക്ക് ലേബറിനുള്ള ഈ തെറാപ്പിയിൽ കാലിന്റെ ബോളിന്റെ നടുവിൽ വിരലുകൾ കൊണ്ട് ശക്തമായി അമർത്തുന്നു.

മറ്റുമാറ്റ് ഉപായങ്ങൾ:– ഹൈഡ്രോതെറാപ്പി കൊണ്ട് വേദന കുറച്ചുകുറയും. ധ്യാനം, ആത്മമോഹനിദ്ര, മാനസിക ചിത്രണം എന്നിവ ശീലച്ചിട്ടുണ്ടെങ്കിൽ അവയും പരീക്ഷിച്ചുനോക്കുക. അക്യൂപഞ്ചറും ചെയ്യാം. എന്നാൽ ഇതിന് നേരത്തെതന്നെ അക്യൂപഞ്ചർ വിദഗ്ദന്റെ അടുത്തുപോകാൻ സമയം നിശ്ചയിച്ചിരിക്കണം.

പ്രസവം ആരംഭിപ്പിക്കുക

"എന്റെ ഡോക്ടർ പ്രസവം തുടങ്ങാൻ ആഗ്രഹിക്കുന്നു എന്നാൽ ഇനിയും പ്രസവത്തിന്റെ ഡേറ്റ് ആയിട്ടില്ല. പ്രസവത്തിന്റെ ഡേറ്റ് കഴിഞ്ഞശേഷമെ പ്രസവം തുടങ്ങിപ്പിക്കേണ്ട ആവശ്യമുള്ളൂ എന്നാണ് ഞാൻ കരുതിയത്"

ചിലപ്പോൾ ഏതെങ്കിലും ഗർഭിണിയെ അമ്മയാക്കുന്നതിന് പ്രാകൃതികമായ സഹായവും ആവശ്യമായിവരും ഏകദേശം 20% കേസുകളിൽ ഇത് സംഭവിക്കുന്നു. പ്രസവദിവസം കഴിഞ്ഞാലും ഇത് ആവശ്യമായി വരും. താഴെ പറയുന്ന കേസുകളിൽ ഗർഭിണിക്ക് പ്രാകൃതികമായ സഹായം നൽകേണ്ടിവരുമെന്ന് ഡോക്ടർക്ക് തോന്നും.

- നിങ്ങളുടെ പാട ഉടഞ്ഞ് 24 മണിക്കൂറുകൾക്കുശേഷവും പ്രസവവേദന ആരംഭിച്ചില്ലെങ്കിൽ പല ഡോക്ടർമാരും 24 മണിക്കൂറുവരെ കാത്തിരിക്കില്ല.
- പരിശോധനയിൽ നിന്ന്, ഗർഭാശയം നിങ്ങളുടെ കുഞ്ഞിന് സുരക്ഷിതമായ ഒരു വീടല്ലാതായിരിക്കുന്നു എന്നോ അമ്നിയോട്ടിക് ദ്രവത്തിന്റെ തരം കുറഞ്ഞിരി

ക്കുന്നു എന്നോ അല്ലെങ്കിൽ വേറെ എന്തെങ്കിലും കാരണം കൊണ്ടോ.

- കുഞ്ഞ് സാധാരണ പ്രസവത്തിന് പറ്റാത്ത വിധത്തിൽ ദുർബലനാണെന്ന് പഠനങ്ങളിൽ നിന്ന് തെളിഞ്ഞാൽ
- നിങ്ങൾക്ക് ഗർഭകാലത്തെ നീട്ടിയാൽ ആപത്തുണ്ടാക്കുന്ന പ്രീ ക്ലെംപസിയാ, ഗ്യാസ്റ്റേഷണൽ പ്രമേഹം അല്ലെങ്കിൽ എന്തെങ്കിലും ദീർഘകാലരോഗം എന്നിവ ഉണ്ടെങ്കിൽ
- നിങ്ങൾക്ക് പ്രസവവേദന ആരംഭിച്ച ശേഷം ശരിയായ സമയത്തിൽ ആശുപത്രിയിൽ എത്താൻ കഴിയുകയില്ലെന്ന ഭയം ഏർപ്പെടുകയോ, നിങ്ങൾക്ക് പെട്ടെന്ന് പ്രസവിക്കുന്ന റെക്കാർഡ് ഉണ്ടെങ്കിലോ
- നിങ്ങൾക്കുവേണമെങ്കിൽ ഡോക്ടറോട് നേരിട്ട് ഇത് ആവശ്യപ്പെടാം. നിങ്ങൾക്ക് ഈ പ്രക്രിയയെക്കുറിച്ചും അറിവുണ്ടായിരിക്കണം.

പ്രസവ ആരംഭം (ലേബർ ഇൻഡക്ഷൻ) എങ്ങനെ ആയിരിക്കും?

'ലേബർ ഇൻഡക്ഷൻ' വളരെ സമയം വരെ നീണ്ടുനിൽക്കാവുന്ന ഒരു പ്രക്രിയയാണ്.

സാധാരണ ഈ പ്രക്രിയയിൽ പലഘട്ടങ്ങൾ ഉണ്ടായിരിക്കും. നിങ്ങൾക്ക് ആ എല്ലാ ഘട്ടങ്ങളെയും തരണം ചെയ്യേണ്ടിവരണമെന്നില്ല.

- ഏറ്റവും ആദ്യം നിങ്ങളുടെ ഗർഭാശയ മുഖത്തെ മൃദുവാക്കണം. ഇത് ആദ്യം തന്നെ തയ്യാറായിട്ടുണ്ടെങ്കിൽ ആദ്യഘട്ടം കഴിഞ്ഞു എന്നുകരുതാം. അത് വിസ്തൃതമാകാൻ തുടങ്ങിയിട്ടില്ലെങ്കിൽ ഡോക്ടർ നിങ്ങൾക്ക് വെജൈനൽ ജെല്ലിന്റെ രൂപത്തിൽ പ്രോസ്റ്റാഗ്ലൈനഡിൻ ഈ ജെൽ തരും, ഇത് ഇപ്പോൾ ഗുളികയായും വരുന്നുണ്ട്. ഈ വേദനയില്ലാത്ത പ്രക്രിയയിൽ യോനിയിൽ സിറിഞ്ച് കടത്തി സർവിക്സിന്റെ അടുത്ത് ജെൽ എത്തിക്കുന്നു. ചില മണിക്കൂറുകൾക്കുള്ളിൽ ജെൽ തന്റെ ജോലി ചെയ്യാൻ തുടങ്ങും. ജെൽ ജോലിചെയ്യാൻ തുടങ്ങിയോ ഇല്ലയോ എന്ന് ഡോക്ടർ പരിശോധിക്കും. ഇല്ലെങ്കിൽ ജെല്ലിന്റെ രണ്ടാമത്തെ ഡോസ് കൊടുക്കേണ്ടിവരും. ഗർഭാശയ മുഖം തയ്യാറാക്കുകയും സങ്കോചനം ആരംഭിക്കാതിരിക്കുകയും ചെയ്താൽ ഇൻഡക്ഷൻ തുടരുന്നു. പല ഡോക്ടർമാരും ഗർഭാശയത്തിന്റെ മുഖം തയ്യാറാക്കുവാൻ മെക്കാനിക്കൽ ഏജെന്റ് ഉപയോഗിക്കുന്നു. ഉദാ:– ഒരു ബലൂണിനോടൊപ്പം കൈഥേറ്റർ, ഡൈലേറ്റർ അല്ലെങ്കിൽ ബൊട്ടെനിക്കൽ മുതലായവ.
- അമ്നിയോട്ടിക് ബാഗ് ഇപ്പോഴും കൂടെ ഉണ്ടെങ്കിൽ അവർ കൃത്രിമരീതിയിൽ ഇതിനെ വേർപെടുത്താൻ ശ്രമിക്കും. പക്ഷെ ഈ പ്രക്രിയക്കിടയിൽ എപ്പോൾ വേണമെങ്കിലും പന്നീർകുടം ഉടഞ്ഞേക്കാം.
- ഇപ്പോഴും പതിവായുണ്ടാകുന്ന പ്രസവവേദന ആരംഭിച്ചില്ലെങ്കിൽ 'ഇൻട്രാവീനസ് പിറ്റോസിൻ' കൊടുക്കേണ്ടിവരും. ഈ ഹാർമോൺ ഗർഭാവസ്ഥയിൽ ശരീരത്തിൽ തന്നെ തയ്യാറാകുകയും വളരെ മുഖ്യമായ ഭൂമിക നിർവഹിക്കുകയും ചെയ്യുന്നു. ഇതുകൂടാതെ 'മിസോപ്രോസ്റ്റാൾ' എന്ന മരുന്നും കൊടുക്കുന്നു. ഇത് കൊടുക്കുന്നതുകൊണ്ട് ഓക്സിഡോസിനിന്റെ ആവശ്യവും പ്രസവത്തിന്റെ സമയവും കുറയുമെന്ന് ചില പഠനങ്ങളിൽ നിന്ന് അറിയാൻ കഴിഞ്ഞിരിക്കുന്നു.
- പ്രസവത്തിനിടയിൽ നിങ്ങളുടെ കുഞ്ഞിനെ തുടർച്ചയായി നിരീക്ഷിച്ചു കൊണ്ടിരിക്കും. മരുന്ന് കാരണം നിങ്ങൾക്ക് കൂടുതൽ ശക്തമായ സങ്കോചനം ഏർപ്പെടുന്നുണ്ടോ എന്ന് നിങ്ങളെയും ശ്രദ്ധിക്കും. അങ്ങനെ സംഭവിച്ചാൽ മരുന്നിന്റെ അളവ് കുറക്കുകയും പ്രക്രിയ മുഴുവൻ തടയുകയും ചെയ്യും. പ്രസവം ആരംഭിച്ചശേഷം മേൽക്കൊണ്ടുള്ള പ്രക്രിയ സ്വാഭാവികമാകാൻ വേണ്ടി മരുന്ന് നിറുത്തുന്നു.
- 8 മുതൽ 9 മണിക്കൂറുകൾക്കുശേഷവും പ്രസവ വേദന തുടങ്ങിയില്ലെങ്കിൽ ഡോക്ടർ എല്ലാ പ്രക്രിയയും നിറുത്തുകയോ ഓപ്പറേഷൻ ചെയ്യാൻ നിർദ്ദേശിക്കുകയോ ചെയ്യും.

പ്രസവത്തിനിടയിൽ ആഹാരം

പ്രസവത്തിനിടയിൽ ഭക്ഷണം കഴിക്കുന്നത് ശരിയാണോ?

- ഇത് നിങ്ങൾ ആരോടാണ് ചോദിക്കുന്നത് എന്നതിനെ ആശ്രയിച്ചിരിക്കും. ചില ഡോക്ടർമാർ ഇത് ശരിയാണെന്ന്

കരുതുന്നു. എന്നാൽ ചില ഡോക്ടർമാർ കരുതുന്നത് ഇങ്ങനെ ചെയ്താൽ ജെനറൽ അനസ്തീസിയ കൊടുക്കേണ്ടി വരുമെന്നാണ്. അധികം അപകട മില്ലാത്ത ഗർഭാവസ്ഥയിൽ സ്ത്രീകൾക്ക് കുറച്ചെന്തെങ്കിലും കഴിച്ചേക്കാമെന്നാണ് ചില ഡോക്ടർമാർ കരുതുന്നത്. അതുകൊണ്ട് അവരുടെ ഊർജ്ജം വർദ്ധിക്കുകയും ശക്തി കിട്ടുകയും ചെയ്യും. പ്രസവ പീഡക്കിടയിൽ ആഹാരം കഴിക്കുന്ന സ്ത്രീകളുടെ പ്രസവ സമയം 90 നിമിഷങ്ങൾ വരെ കുറയുമെന്നാണ് പഠനങ്ങളിൽ നിന്ന് അറിയാൻ കഴിഞ്ഞിട്ടുള്ളത്. അവർക്ക് വേദന കുറക്കാനുള്ള മരുന്നുകളുടെ അധികം ഡോസ് കൊടുക്കേണ്ടിവരികയുമില്ല. ഇതിനെക്കുറിച്ച് നിങ്ങളുടെ ഡോക്ടറുടെ അഭിപ്രായം ചോദിക്കുക.

- ഡോക്ടർ അനുവാദം തന്നാലും ചിലപ്പോൾ ആ സമയത്ത് നിങ്ങൾക്ക് വിശപ്പ് തോന്നാതിരിക്കാം. നിങ്ങൾക്ക് പോപ്സികൾ, ജെൻ-ഓ എപൽസാസ്, പഴുത്ത പഴങ്ങൾ, സാധാരണ പാസ്താ അല്ലെങ്കിൽ ജാമും ടോസ്റ്റും കഴിച്ച് നിങ്ങളുടെ എനർജി നിലനിർത്താം. ആ സമയത്ത് നിങ്ങൾക്ക് ഛർദ്ദി വന്നേക്കാം. പല സ്ത്രീകളും ഒന്നും ഭക്ഷിക്കാതെ തന്നെ ഛർദ്ദിച്ചേക്കാം.

ആശുപത്രിയിൽ പോകുമ്പോൾ നിങ്ങൾക്ക് ഭർത്താവിന്റെ കാര്യവും ശ്രദ്ധിക്കേണ്ടി വരും. അദ്ദേഹവും കുറച്ച് ഭക്ഷണം കഴിക്കട്ടെ.

എമർജെൻസി ഡെലിവറി - ഭർത്താവിനോ കോച്ചിനോ വേണ്ടി ചില ടിപ്സ്

വീട്ടിലോ ഓഫീസിലോ

- ശാന്തമായിരിക്കാൻ ശ്രമിക്കുകയും അമ്മയ്ക്ക് ആശ്വാസം നൽകുകയും ചെയ്യുക. നിങ്ങൾക്ക് പ്രസവത്തെക്കുറിച്ച് കൂടുതലൊന്നും അറിയുകയില്ലെങ്കിലും കുഞ്ഞും അതിന്റെ അമ്മയും എല്ലാ ജോലിയും ചെയ്തുകൊള്ളും.
- ഫോൺ ചെയ്ത് ഡോക്ടറെ വിളിപ്പിക്കുക.
- സമയമായെങ്കിൽ നിങ്ങളുടെ കൈയ്യും അമ്മയുടെ യോനിയും ഏതെങ്കിലും ആന്റി ബയോട്ടിക്സ് സോപ്പുകൊണ്ട് കഴുകുക.
- സമയമായെങ്കിൽ അമ്മയെ നിതംബങ്ങളുടെ താഴെയുള്ള ഭാഗത്ത് പിടിച്ചുവരാൻ പറ്റുന്ന വിധത്തിൽ കിടക്കയിൽ കിടത്തുക. കാലുകൾവയ്ക്കാൻ കസേര ഇട്ടുകൊടുക്കുക. കുറച്ച് കുഷ്യനോ തലയണയോ മുതുകിന് പുറകിൽവെച്ചു കൊടുക്കുക. അപ്പോൾ പ്രസവത്തിന് അവർക്ക് കുന്തിച്ചിരിക്കാൻ കഴിയും. കുഞ്ഞിന്റെ തല കാണാൻ തുടങ്ങിയിട്ടില്ല. നിങ്ങൾ സഹായിക്കാൻ കാത്തുനിൽക്കുകയാണെങ്കിൽ അമ്മയെ നേരെ കിടത്തുക. പ്രസവത്തിന്റെ പ്രക്രിയ സാവധാനത്തിലാകും.
- ടൗവൽ, പേപ്പർ, വൃത്തിയുള്ള തുണികൾ എന്നിവ കരുതിവെക്കുക. അമ്നിയോട്ടിക് ദ്രവം വെക്കാൻ യോനിക്ക് താഴെ ഒരു പാത്രമോ ഡിഷ് പാനോ വയ്ക്കുക.
- കിടക്കയിലേക്കോ മേശയിലേക്കോ കൊണ്ടുപോകാനുള്ള സമയമില്ലെങ്കിൽ അമ്മയ്ക്ക് താഴെ പേപ്പർ വിരിച്ച് പ്രസവിക്കാനുള്ള സ്ഥലം വൃത്തിയാക്കി വയ്ക്കാൻ ശ്രമിക്കുക.

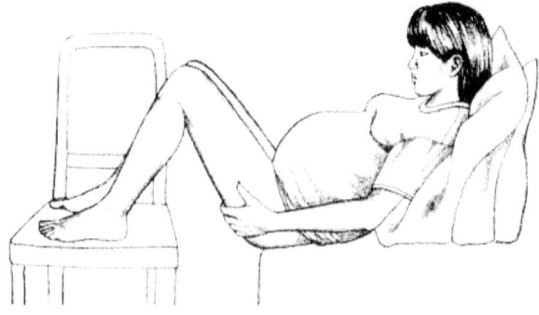

- കുഞ്ഞിന്റെ തല കാണാൻ തുടങ്ങിയാൽ അമ്മയോട് മുക്കരുതെന്ന് പറയണം. അവരുടെ പെരിനിയത്തിൽ പതുക്കെ അമർത്തുക. തല പതുക്കെപ്പതുക്കെ പുറത്തുവരാൻ അനുവദിക്കുക. ബലമായി പിടിച്ചുവലിക്കരുത്. കൊടി കാണാനുണ്ടെങ്കിൽ കുഞ്ഞിന്റെ കഴുത്തിൽ നിന്ന് എടുത്തുമാറ്റുക.
- തലയെ രണ്ടുകൈകൊണ്ടും താങ്ങി പതുക്കെ താഴോട്ടു കൊണ്ടുവരികയും ചുമൽ പുറത്തുവരാനായി അമ്മയോട് മുക്കാൻ പറയുകയും ചെയ്യുക. ഓരോ ചുമലായി പുറത്തുവന്നാൽ ബാക്കി ഭാഗങ്ങൾ പുറത്തുവരാൻ താമസമുണ്ടാവില്ല.
- കുഞ്ഞിനെ അമ്മയുടെ വയറിൽ കിടത്തുക. അതിനെ വൃത്തിയുള്ള ടൗവലിലോ തുണിയിലോ ചുറ്റുക.
- വൃത്തിയുള്ള തുണികൊണ്ട് വായും മൂക്കും തുടക്കുക. തല കാലുകളെക്കാൾ താഴെവെക്കുക. വായിൽ വിരലിട്ട വൃത്തിയാക്കുകയും കുറച്ച് ഊതുകയും ചെയ്താൽ ശിശു ശ്വസിക്കാൻ തുടങ്ങും.
- മറുകുട്ടിയെ പിടിച്ച് വലിക്കാതെ താനെ പുറത്തുവരാൻ അനുവദിക്കുക. നിങ്ങൾ കൊടി മുറിക്കുകയും വേണ്ട.
- കുഞ്ഞിനെയും അമ്മയെയും ചൂടുള്ള അന്തരീക്ഷത്തിൽ വെക്കുക.

ആശുപത്രിയിലേക്ക് കൊണ്ടുപോകുമ്പോൾ

- കാറിൽ കൊണ്ടുപോകുമ്പോൾ പ്രസവം തുടങ്ങിയാൽ കാറ് ഒരു സുരക്ഷിതമായ സ്ഥലത്ത് നിർത്തുക. ഫോൺ കൈവശം വയ്ക്കുക. കാറിന്റെ സിഗ്നൽ ലൈറ്റ് ഓൺ ചെയ്യുക. ടാക്സിയിലാണെങ്കിൽ ഡ്രൈവറോട് ആശുപത്രിയിലേക്ക് ഫോൺ ചെയ്യാൻ പറയുക.

  കാറിന്റെ പിൻസീറ്റിൽ കമ്പിളിയോ ജാക്കറ്റോ വിരിച്ച് അമ്മയെ അതിൽ കിടത്തുക. സഹായമൊന്നും എത്തിയില്ലെങ്കിൽ പേറെടുക്കുക. അതിനുശേഷം അവരെ ആശുപത്രിയിലേക്ക് കൊണ്ടുപോകുക.

റൊട്ടീൻ ഐ.വി.

"പ്രസവത്തിനിടയിൽ ആശുപത്രിയിലെത്തിയതും എനിക്ക് ഐ.വി. തരുമെന്ന് പറയുന്നത് സത്യമാണോ?"

ഇത് നിങ്ങൾ പ്രസവത്തിന് പോകുന്ന ആശുപത്രിയിലെ ചിട്ട അനുസരിച്ചിരിക്കും. ചില ആശുപത്രികളിൽ വന്ന ഉടനെ തന്നെ നിങ്ങളുടെ കൈയ്യിലെ ഞരമ്പിൽ ഒരു മെലിഞ്ഞ കഥേറ്റർ ഘടിപ്പിക്കും. അതുകൊണ്ട് എന്തെങ്കിലും മരുന്നു തരേണ്ടി വന്നാൽ എളുപ്പമാകും. ഇതുകൊണ്ട് ഡീഹൈഡ്രേഷനിൽനിന്നും രക്ഷനേടാം, എമർജൻസി സമയത്ത് മരുന്നുതരാനും എളുപ്പമാകും. പല സ്ഥലങ്ങളിലും ആവശ്യമുണ്ടെങ്കിൽ മാത്രമെ ഐ.വി. കൊടുക്കാറുള്ളു. നിങ്ങൾ ഇതിനെക്കുറിച്ച് നിങ്ങളുടെ ഡോക്ടറോട് ചോദിക്കുക. നിങ്ങൾക്ക് ഇത് വേണ്ടെങ്കിൽ നേരത്തെതന്നെ ഡോക്ടറോട് പറയുക.

എപ്പിഡ്യൂറൽ എടുക്കണമെങ്കിൽ ഇതു ചെയ്തേപറ്റൂ. എപ്പിഡ്യൂറലിനിടയിലും അതിനുശേഷവും ഐ.വി. വഴി ഫ്ലൂയ്ഡ് കൊടുക്കും.

ഇത് അത്രക്ക് ബുദ്ധിമുട്ടുള്ളതൊന്നുമല്ല. ആദ്യം ചെറിയ സൂചി കുത്തുന്ന വേദനയുണ്ടാകും, അതിനുശേഷം നിങ്ങൾ ഇതിനെ ശ്രദ്ധിക്കുകപോലുമില്ല. നിങ്ങൾക്ക് ഇതും പിടിച്ചുകൊണ്ട് ബാത്ത്റൂമിൽ പോകാം, വരാന്തയിൽ ഉലാത്താം. നിങ്ങൾക്ക് ഇത് തീർത്തും വേണ്ടെങ്കിൽ ഡോക്ടറോട് 'ഹിപാരിൻ ലോക്കിനെ'പ്പറ്റി ചോദിക്കുക. ഇതിൽ ഞരമ്പിൽ ഒരു ചെറിയ മെലിഞ്ഞ കൈഥേറ്റർ ഘടിപ്പിച്ച് രക്തം കട്ടിയാകാതിരിക്കാൻ മരുന്നിടുന്നു. പിന്നീട് അത് അടയ്ക്കുന്നു. അതുകൊണ്ട് ആപത്ത് സമയത്ത് ഞരമ്പ് തുറന്നിരിക്കുകയും പെട്ടെന്ന് ഇഞ്ചെക്ഷനോ മരുന്നോ നൽകാൻ കഴിയുകയും ചെയ്യുന്നു. നിങ്ങൾക്ക് ഐ.വി. ചെയ്യേണ്ടിവരുന്നുമില്ല.

കുഞ്ഞിനെ നിരീക്ഷിക്കു

"പ്രസവത്തിനിടയിൽ കുഞ്ഞിന്റെ ഗതിവിധികളെ തുടർന്ന് നിരീക്ഷിക്കുമോ? ഇതുകൊണ്ടെന്താണ് ലാഭം?"

ഒൻപതുമാസം സുഖമായി അമ്മയുടെ ഗർഭാശയത്തിൽ കഴിഞ്ഞ കുഞ്ഞിന് ജനനയാത്ര നിശ്ചയിച്ച് പുറത്തുവരുന്നത്

എളുപ്പമല്ല. ചില കുഞ്ഞുങ്ങൾ വളരെ സുഗമമായി ഈ യാത്ര പൂർത്തിയാക്കും. എന്നാൽ ചില കുഞ്ഞുങ്ങൾ അധൈര്യപ്പെടും. പല ലക്ഷണങ്ങളിൽ നിന്നും അവർക്ക് ക്ഷീണം തോന്നുന്നതായി അറിയാൻ കഴിയും. അവരുടെ ഹൃദയസ്പന്ദനം കുറവാകുന്നു. കുഞ്ഞിന്റെ ശരിയായ അവസ്ഥ മനസ്സിലാക്കാൻ വേണ്ടി ഡോക്ടർ തുടർച്ചയായി കുഞ്ഞിന്റെ ചലനത്തെ നിരീക്ഷിക്കുന്നു. നിങ്ങളുടെ കാര്യത്തിലും ഡോക്ടർക്ക് ശരിയാണെന്ന് തോന്നുകയാണെങ്കിൽ പ്രസവത്തിനിടയിൽ മുഴുവൻ സമയവും ഫാറ്റൽ മോണിട്ടറിങ്ങ് മൂലം കുഞ്ഞിനെ നിരീക്ഷിക്കും.

ഫാറ്റൽ മോണിറ്ററിങ്ങ് മൂന്നുവിധത്തിലുണ്ട്.

പുറത്തുനിന്നുള്ള പരിശോധന

ഇതിൽ വയറിൽ രണ്ടുവിധത്തിലുള്ള ഉപകരണങ്ങൾ ഘടിപ്പിക്കുന്നു. ഒന്ന് അൾട്രാ സൗണ്ട് ട്രാൻസ് ഡ്യൂസർ (ഹൃദയസ്പന്ദനം നിരീ ക്ഷിക്കുന്നു). രണ്ടാമത്തെത് സമ്മർദ്ദം-സമവേദനശീലയന്ത്രം. അത് കോൺട്രാക്ഷന്റെ ആഴവും സമയവും അളക്കുന്നു. ഇത് രണ്ടും മോണിറ്ററിനോട് ബന്ധപ്പെട്ടിരിക്കുകയും കടലാസിൽ ഇവയുടെ റിപ്പോർട്ട് പ്രത്യക്ഷപ്പെട്ടുകൊണ്ടിരിക്കുകയും ചെയ്യുന്നു. ഇതിനിടയിൽ നിങ്ങൾക്ക് കിടക്കയിലോ കസേരയിലോ അനങ്ങാൻ കഴിയും എന്നാൽ അധികം സ്വാതന്ത്ര്യം കിട്ടുകയില്ല.

ലേബറിന്റെ രണ്ടാമത്തെ അവസ്ഥയിൽ സങ്കോചനം ആരംഭവും അവസാനവും അറിയാൻ കഴിയാത്ത അത്രയ്ക്ക് വേഗത്തിലായിരിക്കും. അപ്പോൾ മോണിറ്ററിന്റെ സഹായം തേടാം. ഇതിനിടെ മോണിറ്ററിന്റെ സഹായം സ്വീകരിച്ചില്ലെങ്കിൽ ഡാപ്ലർ കൊണ്ട് കുഞ്ഞിന്റെ ഹൃദയസ്പന്ദനം പരിശോധിക്കും.

ആന്തരിക പരിശോധന

കൂടുതൽ വ്യക്തമായ റിസൾട്ട് ആവശ്യമായിവരുമ്പോഴാണ് ഇത് ചെയ്യുന്നത്. യോനി വഴിയായി കുഞ്ഞിന്റെ തലയോട്ടിൽ ഒരു ചെറിയ ഇലക്ട്രോഡ് ഘടിപ്പിക്കുന്നു. പിന്നീട് ഗർഭാശയത്തിൽ ഒരു കഥീടർ ഇടുകയോ വയറിൽ ഉപകരണം ഘടിപ്പിച്ച് കോൺട്രാക്ഷന്റെ സഹനതയും സമയവും അളക്കുകയോ ചെയ്യും.

വളരെ അത്യാവശ്യമുണ്ടെങ്കിൽ മാത്രമെ ഇത് ചെയ്യാറുള്ളൂ. എന്തെന്നാൽ ഇതുമൂലം സംക്രമണം ഏർപ്പെടാനുള്ള സാദ്ധ്യതയുണ്ട്. കുഞ്ഞിന്റെ തലയിൽ ചെറിയ ചുരണ്ടൽ ഏർപ്പെട്ടേക്കാം. അത് കുറച്ചു ദിവസത്തിൽ ശരിയാകും ഈ സമയത്ത് നിങ്ങളുടെ ഗതിവിധികൾ വളരെ കുറവായിത്തീരും.

ടെലിമെട്രി പരിശോധന

ചില പ്രത്യേക ആശുപത്രികളിൽ മാത്രമെ ഇത് ചെയ്യാനുള്ള സൗകര്യമുള്ളൂ. ഇതിനിടയിൽ നിങ്ങളുടെ തുടയിൽ ഒരു ട്രാൻസ്മീറ്റർ ഘടിപ്പിക്കുന്നതുമൂലം കുഞ്ഞിന്റെ ഹൃദയസ്പന്ദനത്തെപ്പറ്റി അറിയാൻ കഴിയും. ഈ സമയത്ത് നിങ്ങൾ തിരിഞ്ഞാലും പരിശോധന തുടർന്നു കൊണ്ടിരിക്കും.

ഇങ്ങനെയുള്ള പരിശോധനക്കിടയിൽ പലപ്പോഴും തെറ്റായ സൂചനകൾ കിട്ടും. കുഞ്ഞ് തിരിയുമ്പോൾ ഇലക്ട്രോഡ് ഇളകും, മോണിറ്ററിൽ ശരിയായ റിക്കാർഡ് തെളിയില്ല. ഡോക്ടർ ഈ കാര്യങ്ങളെല്ലാം ശ്രദ്ധിച്ച ശേഷമാണ് കുഞ്ഞിന് ആപത്തുണ്ടോ ഇല്ലയോ എന്ന് തീരുമാനിക്കുന്നത്. തുടർച്ചയായി കുഞ്ഞ് ക്ഷീണിക്കുന്നതായി സൂചന ലഭിച്ചാൽ ഓപ്പറേഷനുള്ള ഏർപ്പാട് ചെയ്യുന്നു.

പാട ഉടയുക

"എന്റെ പനീർക്കുടം താനേ ഉടയില്ല ഡോക്ടർക്ക് ഉടക്കേണ്ടിവരും, എനിക്ക് പേടി തോന്നുന്നു. അതുകൊണ്ട് എനിക്ക് വേദന ഉണ്ടാകുമോ?"

ഇല്ല, പലപ്പോഴും അത് കൃത്രിമ രൂപത്തിൽ ഉടയുമ്പോൾ പല സ്ത്രീകൾക്കും അറിയാൻ കഴിയുക പോലുമില്ല. അവർ പ്രസവവേദനയിൽ മുഴുകിയിരിക്കുന്നതുകൊണ്ട് ഈ ചെറിയ കാര്യം അവരുടെ ശ്രദ്ധയിൽപ്പെടുന്നതുപോലുമില്ല. നിങ്ങൾക്ക് പെട്ടെന്ന് വെള്ളം ഒഴുകുന്നതായി അനുഭവപ്പെടും പലപ്പോഴും കുഞ്ഞിന്റെ ആന്തരിക പരിശോധനക്കുവേണ്ടിയും കൃത്രിമമായി പാട കീറേണ്ടിവരും.

ഇതുകൊണ്ട് പ്രസവത്തിന്റെ സമയം കുറയില്ലെന്നാണ് പഠനങ്ങളിൽ നിന്ന് അറിയാൻ കഴിയുന്നത്. എന്നാൽ ചില ഡോക്ടർമാർ പ്രസവത്തിന്റെ വേഗം കൂട്ടാൻ ഇങ്ങനെ ചെയ്യാറുണ്ട്. എന്തെങ്കിലും പ്രത്യേക കാരണമില്ലെങ്കിൽ ഡോക്ടർ അത് സ്വാഭാവികമായി നടക്കാൻ സന്ദർഭം നൽകും.

പലപ്പോഴും കുഞ്ഞും സഞ്ചിയും ഒരുമിച്ച് പുറത്തുവരും. ജനനശേഷവും ഇതിനെ ഉടക്കാം. അതുകൊണ്ട് കുഴപ്പമൊന്നും ഇല്ല.

എപ്പിസിയോട്ടമി

"ഈ ദിവസങ്ങളിൽ എപ്പിസിയോട്ടമി ചെയ്യാറില്ലെന്ന് കേട്ടു (ഇതുശരിയാണോ?)"

നിങ്ങൾ കേട്ടത് ശരിയാണ്. ഇപ്പോൾ യോനിക്കും ഗുദ മാർഗ്ഗത്തിനും നടുവിലുള്ള ഭാഗത്തെ പരത്താൻ വേണ്ടി കീറാറില്ല. ഇപ്പോഴൊക്കെ ഒരു കാരണവുമില്ലാതെ കീറാറില്ല.

എപ്പോഴും ഇങ്ങനെ ആയിരുന്നില്ല. കീറിയശേഷമേ കുഞ്ഞ് പുറത്തുവരാറുള്ളു. എന്നാൽ സാധാരണ പ്രസവത്തിൽ ഇത് ചെയ്യാതെ തന്നെ പ്രസവം നടക്കുമെന്ന് പഠനങ്ങൾ തെളിയിച്ചിട്ടുണ്ട്. അമ്മ രക്തം പോക്കിൽ നിന്നും സംക്രമണത്തിൽ നിന്നും രക്ഷപ്പെടും.

പലപ്പോഴും ഈ മുറി വളരെ വലുതായി അതുകൊണ്ട് ആപത്ത് ഏർപ്പെടാറുണ്ട്. എന്നാൽ ഇപ്പോഴും കുഞ്ഞ് വലുതായിരിക്കുകയോ, ഫോർസപ്പ്സ് അല്ലെങ്കിൽ വ്യാക്വം ഡെലിവറി ചെയ്യേണ്ടിവരികയോ എമർജെൻസി ഏർപ്പെടുകയോ ചെയ്താൽ കീറേണ്ടിവരും.

കീറുന്നതിനുമുമ്പ് വേദന അറിയാതിരിക്കാൻ ഇഞ്ചെക്ഷൻ കൊടുക്കും. കീഴ്ഭാഗം മരവിക്കുന്നതുകൊണ്ട് വേദന അനുഭവപ്പെടുകയില്ല. കുഞ്ഞും മറുപിള്ളയും പുറത്തുവന്നശേഷം ഡോക്ടർ കീറിയ ഭാഗം തുന്നികെട്ടും.

പല വയറ്റാട്ടികളും ഇതിൽ നിന്നുള്ള രക്ഷയ്ക്ക് പെരിനിയം മാലിഷ് ചെയ്യാൻ പറയും. അവരുടെ വിശ്വാസം ആദ്യമായി അമ്മയാകാൻ പോകുന്ന സ്ത്രീകൾക്ക് പ്രസവത്തിന്റെ ചില ആഴ്ചകൾക്കുമുമ്പ് ഈ ഭാഗത്ത് മാലിഷ് ചെയ്യണമെന്നാണ്.

പ്രസവത്തിനിടയിൽ ഡോക്ടർ നിങ്ങളുടെ പെരിനിയത്തിൽ പതുക്കെ അമർത്തി സഹായിക്കും. അതുകൊണ്ട് കുഞ്ഞിന്റെ തല പെട്ടെന്ന് വരുന്നതിനാൽ അനാവശ്യമായി കീറേണ്ടിവരില്ല.

നിങ്ങൾക്ക് ഈ കാര്യത്തിൽ ഡോക്ടറുടെ അഭിപ്രായം ചോദിക്കാം. ആദ്യം തന്നെ എല്ലാം തീരുമാനിക്കാൻ കഴിയുകയില്ലെന്ന കാര്യം ഓർമ്മിക്കുക. പല തീരുമാനങ്ങളും പ്രസവമുറിയിൽ ചെന്നശേഷമായിരിക്കും എടുക്കുന്നത്.

ഫോർസപ്പ്

"എനിക്ക് പ്രസവത്തിനിടയിൽ പോർസപ്പ് വേണ്ടിവരുമോ?"

ഇക്കാലത്ത് ഫോർസപ്പ് മൂലം കുഞ്ഞിനെ പുറത്തെടുക്കുന്നതിനുപകരം നിങ്ങൾ വിഷമിക്കണ്ട. ഫോർസപ്പ്സും വ്യാക്വം കൊണ്ടാണ് എടുക്കുന്നത് അല്ലെങ്കിൽ ഓപ്പറേഷൻ പോലെ തന്നെ സുരക്ഷിതമാണ്.

അമ്മ ബലം പ്രയോഗിച്ച് ക്ഷീണിച്ചിട്ടും കുഞ്ഞ് പുറത്തുവരാതിരിക്കുമ്പോൾ കുഞ്ഞിനെ ബുദ്ധിമുട്ടിൽ നിന്ന് രക്ഷിക്കാൻ ഫോർസപ്പ്സിന്റെ സഹായം തേടാവുന്നതാണ്.

നിങ്ങളുടെ ഗർഭാശയമുഖം പൂർണ്ണമായി തുറന്നിരിക്കണം. പന്നീർകുടം ഉടഞ്ഞിരിക്കണം. പിന്നീട് ലോക്കൽ അനസ്തീഷ്യാമൂലം നിങ്ങളെ മരവിപ്പിക്കും. ചിലപ്പോൾ യോനി മാർഗ്ഗം കീറേണ്ടിവന്നേക്കാം. പലപ്പോഴും ഇതുമൂലം കുഞ്ഞിന്റെ തലയിൽ കീറലോ വീക്കമോ ഏർപ്പെട്ടേക്കാം. അത് കുറച്ചു ദിവസങ്ങളിൽ ശരിയാകും.

ഫോർസപ്പ്സ് ചെയ്യാനുള്ള ശ്രമവും വിജയിച്ചില്ലെങ്കിൽ ഓപ്പറേഷൻ ചെയ്യേണ്ടി വന്നേക്കാം.

വ്യാക്വത്തിന്റെ സമ്മർദ്ദം

"എന്റെ സ്നേഹിതർക്ക് പ്രസവസമയത്ത് വ്യാക്വം എക്സ്ട്രാക്ടർ ഉപയോഗിക്കേണ്ടി വന്നു. ഇതും ഫോർസപ്പ്സ് പോലെ തന്നെയാണോ?"

കുഞ്ഞിന്റെ തലയിൽ പ്ലാസ്റ്റിക്കിന്റെ ഒരു ക്യാപ്പ് ഘടിപ്പിക്കുകയും പതുക്കെ അത്

വ്യാക്വം എക്സ്ട്രാക്ടർ

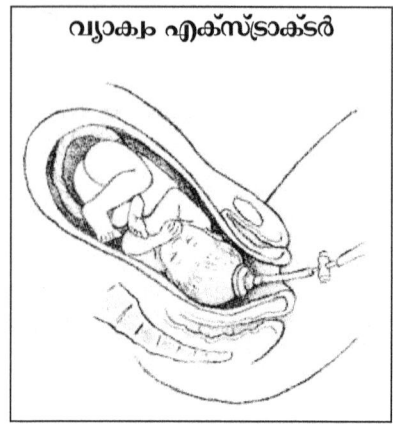

പുറത്തേക്ക് വലിക്കുകയും ചെയ്യുന്നു. ഈ വലിവുകാരണം കുഞ്ഞിനു പുറത്തുവരാൻ സഹായം കിട്ടുന്നു. പല സന്ദർഭങ്ങളിലും ഇത് ഫോർസപ്പ്സും ഓപ്പറേഷനും ഒഴിവാക്കിത്തരും.

വലിവിനിടയിൽ യോനിമാർഗ്ഗത്തിൽ കീറേണ്ടി വരുന്നില്ല. ഇങ്ങനെ ജനിക്കുന്ന ചില കുഞ്ഞുങ്ങളുടെ തലയിൽ ചെറിയ വീക്കം ഉണ്ടാകും, അത് കുറച്ചു ദിവസത്തെ ചികിത്സ കൊണ്ട് ശരിയാകും.

വ്യാക്വം കൊണ്ട് കാര്യം നടന്നില്ലെങ്കിൽ പ്രസവത്തിന് ഓപ്പറേഷൻ വേണ്ടിവരും.

ചിലപ്പോൾ പ്രസവത്തിനിടയിൽ ഡോക്ടർ വിശ്രമിക്കാൻ പറയും. അപ്പോൾ നിങ്ങൾക്ക് മുഴുവൻ ശക്തിയും ഊർജ്ജവും സംഭരിച്ച് വീണ്ടും ബലം പ്രയോഗിക്കാൻ കഴിയും. നിങ്ങൾക്ക് പൊസിഷൻ മാറ്റിയും ശ്രമിച്ചുനോക്കാം. ചില സമയം ഗുരുത്വാകർഷണത്തിന്റെ സഹായം കൊണ്ടും കാര്യം സാധിക്കും.

പ്രസവവേദന ആരംഭിക്കുന്നതിന് മുമ്പു തന്നെ എങ്ങനെയുള്ള സ്ഥിതിയിൽ എന്തു ചെയ്യണമെന്ന് ഡോക്ടറോട് ചോദിച്ച് മനസ്സിലാക്കുക.

പ്രസവ മുദ്രകൾ

"പ്രസവത്തിനിടയിൽ മലർന്നുകിടക്കാൻ കഴിയില്ലെന്ന് എനിക്കറിയാം. ഏതും പൊസിഷനാണ് ശരിയായത്?"

നിങ്ങൾക്ക് പ്രസവത്തിനിടയിൽ മലർന്ന് കിടക്കേണ്ട ആവശ്യമില്ല. ആ രീതി അധികം പ്രയോജനപ്രദമല്ല. ഇങ്ങനെ കിടന്നാൽ പല രക്തനാളങ്ങളിലും സമ്മർദ്ദം ഏർപ്പെട്ടേക്കാം. ഗുരുത്വാകർഷണത്തിന്റെ സഹായവും കിട്ടുകയില്ല. നിങ്ങൾക്ക് ഏത് പൊസിഷനിൽ വേണമെങ്കിലും പ്രസവിക്കുകയും ഇഷ്ടപ്രകാരം പൊസിഷൻ മാറ്റുകയും ചെയ്യാം. പൊസിഷൻ മാറ്റുന്നതുകൊണ്ട് പ്രസവത്തിന്റെ ഗതി വേഗത്തിലാകുകയും കൂടുതൽ നല്ല റിസൾട്ട് കിട്ടുകയും ചെയ്യുന്നു.

നിങ്ങൾക്ക് താഴെ കൊടുത്തിട്ടുള്ളതിൽ നിന്ന് സൗകര്യപ്രദമായ ഏതെങ്കിലും പൊസിഷൻ തിരഞ്ഞെടുക്കാം.

നിന്ന് നടക്കുമ്പോൾ:– നിവർന്ന് നിൽക്കുന്നത് കൊണ്ട് വേദന കുറയുകയും ഗുരുത്വാകർഷണത്തിന്റെ സഹായം കിട്ടുകയും ചെയ്യുന്നു. ഇത് കുഞ്ഞിന് താഴെവരെ വരാൻ സഹായകമായിരിക്കും. പ്രസവവേദന തീവ്രമായി നടക്കാൻ കഴിയാതെ വരുമ്പോൾ കിടക്കാം.

റോക്കിങ്ങ്:– കുഞ്ഞ് ഭൂമിയിൽ എത്തിയിട്ടില്ലെങ്കിലും ആടുന്നത് അതിന് സന്തോഷപ്രദമായിരിക്കും. സങ്കോചനം തുടങ്ങിയശേഷം റോക്കിങ്ങ് ചെയറിൽ ഇരുന്ന് മുമ്പോട്ടും പുറകോട്ടും ആടുക. ഇതുകൊണ്ട് ഗർഭാശയമുഖം തുറക്കുകയും കുഞ്ഞ് താഴോട്ട് വരികയും ചെയ്യും. ഈ പ്രക്രിയയിൽ ഗുരുത്വാകർഷണത്തിന്റെ സഹായവും കിട്ടും.

കുന്തിച്ചിരിക്കു:– കുഞ്ഞ് ജനിക്കാനുള്ള സമയം അടുക്കുമ്പോൾ കുന്തിച്ചിരിക്കുന്നത് ഗുണം ചെയ്യും. ഇങ്ങനെ പെൽവിസ് തുറക്കുകയും കുഞ്ഞിന് താഴെവരെ വരാൻ തുറന്ന സ്ഥലം കിട്ടുകയും ചെയ്യും. ഭർത്താവിനോട് കുന്തിച്ചിരിക്കാൻ സഹായിക്കാൻ പറയണം. നിങ്ങളുടെ കാലുകൾക്കും അധികം കഷ്ടം ഏർപ്പെടുകയില്ല.

ബെർത്തിങ്ങ് ബോൾ:– ബെർത്തിങ്ങ് ബോളിൽ ഇരിക്കുമ്പോൾ കുനിയുന്നതുകൊണ്ട് പെൽവിസ് തുറക്കും. നിങ്ങൾക്ക് വളരെനേരം വരെ ഈ പൊസിഷനിൽ ഇരിക്കാൻ കഴിയും.

ഇരിക്കുക:– നിങ്ങൾക്ക് കിടക്കയിലോ, ഭർത്താവിന്റെ കൈപിടിച്ചോ, ബെർത്ത് ബോളിലോ ഇരിക്കാം. ഇതുകൊണ്ട് ഗുരുത്വാകർഷണത്തിന്റെ സഹായം കിട്ടും.

പ്രസവമുദ്രകൾ

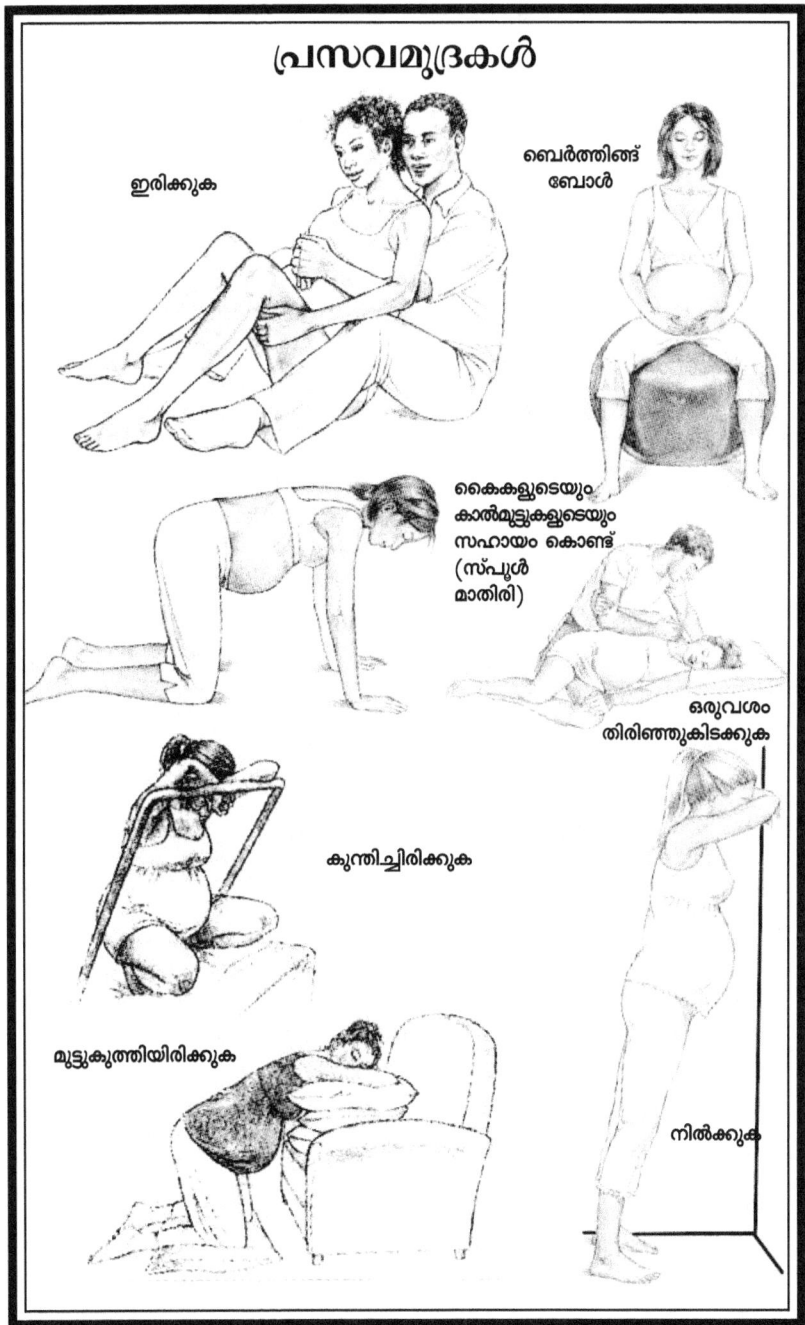

ഇരിക്കുക
ബെർത്തിങ്ങ് ബോൾ
കൈകളുടെയും കാൽമുട്ടുകളുടെയും സഹായം കൊണ്ട് (സ്പൂൾ മാതിരി)
ഒരുവശം തിരിഞ്ഞുകിടക്കുക
കുന്തിച്ചിരിക്കുക
മുട്ടുകുത്തിയിരിക്കുക
നിൽക്കുക

സങ്കോചനം കൊണ്ടുള്ള വേദന കുറയും. ബെർത്തിങ്ങ് ചെയർ കിട്ടുകയാണെങ്കിൽ അത് ഉപയോഗിക്കുക.

മുട്ടുകുത്തി നിൽക്കുക:– ബാക്ക് ലേബ റാണോ? മുട്ടുകുത്തി കസേരയിലേക്കോ ഭർത്താവിന്റെ മടിയിലേക്കോ കുനിയുക. പ്രത്യേകിച്ച് കുഞ്ഞിന്റെ തല നിങ്ങളുടെ നട്ടെല്ലിൽ സമ്മർദ്ദം ചെലുത്തുമ്പോൾ ഇങ്ങനെ ചെയ്യുക. ഇതുകൊണ്ട് സമ്മർദ്ദം കുറയുകയും കുഞ്ഞ് മുൻപോട്ട് വരികയും ചെയ്യും. ജനനസമയത്ത് ഉണ്ടാകുന്ന വേദനയും കുറയും.

കൈയ്യും കാൽമുട്ടുകളും:– ബാക്ക് ലേബറിൽ സ്റ്റൂൾ മാതിരിയുള്ള പൊസിഷനും ഉപയോഗ പ്രദമാണ്. നിങ്ങൾക്ക് എളുപ്പത്തിൽ പെൽ വിക് ട്വിൽറ്റ് ചെയ്യാൻ കഴിയും. അതോടൊപ്പം മുതുകിൽ മാലിഷ് ചെയ്യാനും കഴിയും. പ്രസവം ഏതുവിധത്തിലായാലും ഈ പൊസി ഷനിൽ വേദന കുറയും, ഗുരുത്വാകർഷണ ത്തിന്റെ സഹായം ലഭിക്കുകയും ചെയ്യും.

ഒരുപുറം ചരിഞ്ഞുകിടക്കുക:– ഇരുന്നോ, കുന്തിച്ചിരുന്നോ ക്ഷീണിച്ചുവോ? എങ്കിൽ ഒരു വശത്തേക്ക് ചരിഞ്ഞ് കിടക്കുക. ഇതു കൊണ്ട് ചില പ്രത്യേക രക്തനാളങ്ങളിൽ സമ്മർദ്ദം ഏർപ്പെടുകയില്ല. കോൺട്രാ ക്ഷന്റെ വേദന കുറയുകയും പ്രസവത്തിന്റെ പ്രക്രിയ വേഗത്തിലാകുകയും ചെയ്യും.

പ്രസവത്തിന്റെ ഏറ്റവും നല്ല പൊസി ഷൻ അതാണെന്ന് ഓർമ്മവെക്കുക. ഇത് നിങ്ങൾക്ക് അനുകൂലമായിരിക്കും. വേണ മെന്ന് തോന്നുമ്പോൾ പൊസിഷനിൽ കുറച്ച് മാറ്റം വരുത്താം. തുടർന്ന് നിങ്ങളെ പരിശോ ധിച്ചു കൊണ്ടിരിക്കയാണെങ്കിൽ നടക്കാൻ കഴിയുകയില്ല. എന്നാൽ ഒരേ ഇടത്തിൽ തന്നെ പല പൊസിഷനുകൾ സ്വീകരിക്കാവു ന്നതാണ്. എപീഡ്യൂറനിടയിൽ ഇരിക്കുകയോ ചരിഞ്ഞുകിടക്കുകയോ അല്ലെങ്കിൽ റോക്കിങ്ങ് പൊസിഷൻ സ്വീകരിക്കുകയോ ചെയ്യാം.

കുഞ്ഞിന്റെ ജനനവും സ്ട്രെച്ച്മാർക്സും

"പ്രസവ സമയത്തിനിടയിലെ സ്ട്രെച്ച് മാർക്സിനെ കുറച്ച് ഞാൻ വ്യാകുലയാണ്. എന്റെ യോനി പഴയതുപോലെ ആകുമോ?"

പ്രകൃതി എപ്പോഴും അമ്മയെക്കുറിച്ച് ചിന്തിക്കുകയും അവളുടെ കാര്യത്തിൽ ശുഷ്കാന്തി കാണിക്കുകയും ചെയ്യുന്നു. കുഞ്ഞിന്റെ ജനനസമയത്ത് യോനി ആശ്ചര്യ ജനകമായ രീതിയിൽ വലുതാകുന്നു. 7-8 പൗണ്ട് തൂക്കമുള്ള കുഞ്ഞ് എളുപ്പത്തിൽ അതുവഴി പുറത്തുവരുന്നു. കുറച്ച് ആഴ്ചകളിൽ തന്നെ അത് പഴയരൂപം പ്രാപിക്കുന്നു.

ഗർഭാവസ്ഥയിൽ പെരിനിയത്തിൽ മാലിഷ് ചെയ്യുന്നതുകൊണ്ട് അതിന്റെ വഴങ്ങുന്ന തന്മ കുറച്ച് വർദ്ധിപ്പിക്കാൻ കഴി യും. കീഗൽ വ്യായാമവും യോനിക്ക് പഴയ രൂപം കിട്ടാൻ സഹായിക്കും.

ഗർഭാവസ്ഥയ്ക്കുശേഷം യോനി കുറച്ച് വലുതായതുകൊണ്ട് സെക്സ് ആനന്ദപ്രദായ കമാവുകയും വേദന കുറയുകയും ചെയ്യുന്നു. എന്നാണ് പല സ്ത്രീകളും പറയു ന്നത് ചിലർക്ക് സംഭോഗത്തിലുള്ള ആനന്ദം കുറയുന്നു. അവർ കീഗൽ വ്യായാമം ചെയ്യുകയാണെങ്കിൽ യോനിക്ക് പഴയ രൂപം കിട്ടാൻ അധിക സമയമെടുക്കില്ല. പ്രസവം കഴിഞ്ഞ് ആറുമാസമായിട്ടും അത് പഴയരൂപ ത്തിൽ എത്തിയില്ലെങ്കിൽ ഡോക്ടറുടെ അഭിപ്രായം ആരായുക.

രക്തം കാണുമ്പോൾ

"എനിക്ക് രക്തം കണ്ടാൽ തലചുറ്റും. എനിക്ക് എന്റെ പ്രസവം കാണാൻ കഴിയുമോ എന്നറിയില്ല?"

മാസമുറയുടെ സമയത്ത് ഉണ്ടാകുന്നത്ര രക്തം മാത്രമെ ഈ സമയത്തും പുറത്തുവരൂ. ആ സമയത്ത് നിങ്ങൾ ഒരു കാഴ്ചക്കാരിയല്ല പ്രസവത്തിൽ സജീവമായി പ്രവർത്തിക്കുക യായിരിക്കും. നിങ്ങളുടെ ഊർജ്ജം മുഴുവൻ കുഞ്ഞിനെ പുറത്തോട്ട് തള്ളുന്നതിനുവേണ്ടി ഉപയോഗിക്കുകയായിരിക്കും. സമീപകാല ത്തിൽ അമ്മമാരായ സ്ത്രീകളോട് ഇതിനെ ക്കുറിച്ച് നിങ്ങൾക്ക് ചർച്ച ചെയ്യാം.

എന്നിട്ടും പരിഭ്രമം കുറഞ്ഞില്ലെങ്കിൽ ആ സമയത്ത് മുമ്പിലുള്ള കണ്ണാടിയിൽ നോക്കാതിരിക്കുക. കുഞ്ഞ് പുറത്തേക്ക് വരുന്നത് കാണാൻ കഴിയുന്ന, വയറിന്റെ താഴോട്ടുള്ള ഭാഗത്തേക്ക് ശ്രദ്ധ പതിപ്പിക്കുക. നിങ്ങളുടെ പ്രസവം കാണുന്നതിനുമുമ്പ് വേറെ ആരുടെയെങ്കിലും പ്രസവത്തിന്റെ വീഡിയോ ടേപ് നോക്കുക. അപ്പോൾ നിങ്ങ ൾക്ക് ഭയത്തെക്കാൾ കൂടുതൽ ആശ്ചര്യം തോന്നും. നിങ്ങളുടെ ഭർത്താവും ഇതിനെ ക്കുറിച്ച് ചിന്തിതനാണെങ്കിൽ, പ്രസവ ത്തിന്റെ എല്ലാ വശങ്ങളെയും പറ്റി അദ്ദേ ഹത്തെ പറഞ്ഞ് മനസ്സിലാക്കുക.

ശിശുവിന്റെ ജനനം

കുഞ്ഞിന് ജന്മം നൽകുക എന്നത് ഒരു വളരെ വലിയ വെല്ലുവിളിയാണ്. അതിൽ വൈകാരികമായും ശാരീരികമായും പല കുഴപ്പങ്ങളും ഉണ്ടായിരിക്കും. അനുഭവിച്ച ശേഷം നിങ്ങൾക്ക് സന്തോഷം മാത്രം നൽകുന്ന ഒരു അനുഭവമാണത്. ഭാഗ്യംകൊണ്ട് ഈ പ്രക്രിയയിൽ നിങ്ങൾ തനിച്ചായിരിക്കുകയില്ല.

ശിശുവിന്റെ ജനനത്തിന്റെ അവസ്ഥകളും ഘട്ടങ്ങളും

ഇതിന് മൂന്ന് അവസ്ഥകളുണ്ട് – ലേബർ, കുഞ്ഞിന്റെ ജനനം, മറുപിള്ള പുറത്തു വരുക. ഓപ്പറേഷൻ ചെയ്തില്ലെങ്കിൽ ഈ മൂന്ന് അവസ്ഥകളെയും തരണം ചെയ്യേണ്ടി വരും. ലേബറിന് മൂന്ന് ഘട്ടങ്ങളുണ്ട്. ഇതിനിടയിൽ ഉണ്ടാകുന്ന വേദനയും ലക്ഷണങ്ങളും വെവ്വേറെയാണ്. ആന്തരിക പരിശോധന മൂലം മുന്നേറ്റത്തെക്കുറിച്ച് അനുമാനിക്കാൻ കഴിയും.

ഒന്നാമത്തെ അവസ്ഥ:– ലേബർ (ഏളിലേബർ) ഇതിൽ ഗർഭാശയമുഖം വികസിക്കുന്നു. കോൺട്രാക്ഷൻ 30 മുതൽ 45 സെക്കന്റും 20 മിനിറ്റോ അതിന് കുറവോ ഇടവേളയിലുമായിരിക്കും.

സജീവലേബർ:– ഗർഭാശയത്തിന്റെ മുഖം 7 സെ.മീ. കോൺട്രാക്ഷൻ 40 മുതൽ 60 സെക്കന്റ്, 3 മുതൽ 4 മിനിറ്റിന്റെ ദൂരം.

ട്രാൻസിഷനൽ ലേബർ:– ഗർഭാശയത്തിന്റെ മുഖം പൂർണ്ണമായി തുറക്കുന്നു. സങ്കോചനം 60 മുതൽ 90 സെക്കന്റ്, 2 മുതൽ 3 നിമിഷത്തിന്റെ ഇടവേള.

രണ്ടാമത്തെ അവസ്ഥ:– കുഞ്ഞിന്റെ ജനനം.

മൂന്നാമത്തെ അവസ്ഥ:– മറുപിള്ള പുറത്തുവരുന്നത്.

നിങ്ങൾക്ക് കോച്ചിന്റെയും ഡോക്ടറുടെയും സഹായം ലഭിക്കുമെങ്കിലും നിങ്ങളും എല്ലാം അറിഞ്ഞിരിക്കേണ്ടത് അത്യാവശ്യമാണ്.

9 മാസത്തെ ഗർഭാവസ്ഥയിൽ നിങ്ങൾ പലതും പഠിച്ചിരിക്കാം. എന്നാൽ പ്രസവ വേദനക്കും പ്രസവത്തിനും നടുവിൽ എന്തുസംഭവിക്കും.

ഇത് ഊഹിക്കുന്നത് വളരെ കഷ്ടമാണ്. ഓരോ ഗർഭാവസ്ഥയെയും പോലെ പ്രസവ വേദനയും പ്രസവവും വ്യത്യസ്തമാണ്. എന്നാൽ ഇതിനെക്കുറിച്ചുള്ള അറിവ് നിങ്ങളുടെ ഭയത്തെയും പരിഭ്രമത്തെയും കുറയ്ക്കും. എല്ലാം സാധാരണമായിരിക്കുകയും കുഞ്ഞോമന നിങ്ങളുടെ കൈകളിൽ എത്തുകയും ചെയ്യും.

ലേബർ - ആദ്യഘട്ടം

ആദ്യഘട്ടം - ലേബർ വേഗത്തിലാകുക

ഈ ഘട്ടം വളരെ ദീർഘമായിരിക്കും, എന്നാൽ ഇത് ഗംഭീരമായിരിക്കില്ല. ഇത് പല മണിക്കൂറുകളോ, ദിവസങ്ങളോ ആഴ്ചകളോ നീണ്ടുനിൽക്കും. രണ്ടുമുതൽ ആറ് മണിക്കൂറുകളിൽ കോൺട്രാക്ഷൻ ഇല്ലാതെ തന്നെ ഗർഭാശയമുഖം നേർത്ത് 3 സെ.മീ. വരെ തുറക്കും.

ഈ ഘട്ടത്തിന്റെ സങ്കോചനം അല്ലെങ്കിൽ പ്രസവ വേദന 20 മുതൽ 45 സെക്കന്റു വരെ ഉണ്ടാകും, അത് കുറവായും ഇരിക്കാം. അവ പതുക്കെ, വേഗത്തിൽ, ക്രമബദ്ധമായി അല്ലെങ്കിൽ ക്രമമില്ലാതെ ആയിരിക്കും. അവ പതുക്കെപ്പതുക്കെ അടുത്തുവരാനും തുടങ്ങും.

ഏളിലേബറിൽ താഴെ കാണുന്ന ലക്ഷണങ്ങൾ ഉണ്ടായിരിക്കും:–

- മുതുകുവേദന (തുടർച്ചയായി അല്ലെങ്കിൽ കോൺട്രാക്ഷനോടൊപ്പം)
- മാസമുറപോലെ കോച്ചിവലി.
- വയറിന്റെ താഴെയുള്ള ഭാഗത്ത് സമ്മർദ്ദം.
- ദഹനക്കേട്

- ഡയേറിയ
- വയറിന്റെ താഴെയുള്ള ഭാഗത്ത് ചൂടു തോന്നുക
- രക്തത്തോടൊപ്പം മ്യൂക്കസ് സ്രവിക്കുക.
- അമ്നിയോട്ടിക് പാട ഉടയുക. അത് ഉടഞ്ഞതും സജീവമായ പ്രസവത്തിനിടയിൽ നിങ്ങളുടെ വൈകാരികമായുള്ള ക്രമക്കേട്, ഭയം, ഉത്തേജനം എന്നിവ അറിയാൻ കഴിയും. എന്നാൽ ചില സ്ത്രീകൾ തികച്ചും ശാന്തരായിരിക്കും.

നിങ്ങൾക്ക് എന്തുചെയ്യാൻ കഴിയും:– ഈ സമയത്ത് ഉത്തേജിതയാകുകയോ പരിഭ്രമിക്കുകയോ ചെയ്യുന്നതിനുപകരം ശാന്തമായിരിക്കുക.

- രാത്രി സമയമാണെങ്കിൽ പ്രസവ വേദന ശക്തമാകുന്നതിനുമുമ്പ് കുറച്ചുനേരം ഉറങ്ങാൻ ശ്രമിക്കുക. ഉറക്കം വരുന്നില്ലെങ്കിൽ ശ്രദ്ധ തിരിക്കുവാൻ എന്തെങ്കിലും ജോലി ചെയ്യുക. എന്തെങ്കിലും പാകം ചെയ്ത് ഫ്രിഡ്ജിൽ വയ്ക്കുക. കുഞ്ഞിന്റെ തുണികൾ അടുക്കിവയ്ക്കുക. പകൽ നേരമാണെങ്കിൽ ദിനചര്യകൾ ചെയ്യുക. എന്നാൽ സെൽ ഫോൺ എടുക്കാതെ വീട്ടിൽ നിന്ന് അധിക ദൂരം പോകരുത്. ഉലാത്തുക, ടി.വി. കാണുക, ചങ്ങാതിമാർക്കോ കുടുംബാംഗങ്ങൾക്കോ ഈ-മെയിൽ അയക്കുകയോ ആശുപത്രിക്ക് കൊണ്ടുപോകേണ്ട സാധനങ്ങൾ എടുത്തുവെക്കുകയോ ചെയ്യുക.
- ഭർത്താവ് അടുത്തില്ലെങ്കിൽ അദ്ദേഹത്തെ വിവരം അറിയിക്കുക. നിങ്ങൾ സഹായത്തിന് സ്വന്തക്കാർ ആരെയെങ്കിലും വിളിക്കാൻ ആഗ്രഹിക്കുന്നുണ്ടെങ്കിൽ നേരത്തെതന്നെ അവരെ വിവരം അറിയിക്കുക.
- വിശക്കുന്നുണ്ടെങ്കിൽ ലഘുവായി എന്തെങ്കിലും കഴിക്കുക. അപ്പോൾ ഊർജ്ജത്തിന്റെ ലെവൽ നിലനിൽക്കും. അധികമായി ഒന്നും കഴിക്കരുത്, ദഹിപ്പിക്കുന്നത് കഷ്ടമാകും. ധാരാളം വെള്ളം, ഓറഞ്ച് ജ്യൂസ്, ലെമനേഡ് എന്നിവ കുടിക്കുക.
- വിശ്രമിക്കുക. ഇളം ചൂടുവെള്ളത്തിൽ കുളിക്കുക. മുതുകിൽ ഹീറ്റിങ്ങ് പാഡുകൊണ്ട് ചൂടുപിടിപ്പിക്കുക. സ്വന്തം ഇഷ്ടത്തിന് ഒരു മരുന്നും കഴിക്കരുത്.
- കോൺട്രാക്ഷന്റെ സമയം ശ്രദ്ധിക്കുക. എന്നാൽ കൈയ്യിൽ വാച്ചുവെച്ച് നോക്കിയിരിക്കേണ്ടതില്ല.
- ശിഥിലതാ ടെക്നിക്കുകൾ ഉപയോഗിക്കുക. എന്നാൽ ഇപ്പോൾതന്നെ ശ്വാസ വ്യായാമം ചെയ്യരുത്, അല്ലെങ്കിൽ ഇപ്പോൾതന്നെ ക്ഷീണിക്കും.

ഭർത്താവിന്:– നിങ്ങൾ വന്നുചേർന്നു എങ്കിൽ ഭാവി മാതാവിന് ആശ്വാസം നൽകുവാൻ താഴെ കൊടുത്തിട്ടുള്ള ഉപായങ്ങൾ ചെയ്യുക.

- സങ്കോചനത്തിന്റെ സമയം റിക്കാർഡ് ചെയ്യുക. അത് പത്തുമിനിറ്റിലും കുറവായ സമയത്തിൽ ഉണ്ടാകാൻ തുടങ്ങിയാൽ കൂടുതൽ ശ്രദ്ധിക്കുക.
- ശാന്തി നിലനിർത്തുക. ഭാര്യക്ക് ആശ്വാസം നൽകുക. നിങ്ങളുടെ ഉത്തേ ജനം അവരെയും ബാധിക്കരുത്. പതുക്കെ മാലിഷ് ചെയ്യുകയും സന്തോഷമുള്ള ചുറ്റുപാട് ഏർപ്പെടുത്തുകയും ചെയ്യുക.
- അവർക്ക് കുറച്ച് സഹായവും ആശ്വാസവും നൽകുക. ഈ സമയത്ത് ഇതാണ് ഏറ്റവും കൂടുതൽ ആവശ്യം.
- സമയം കളയാൻ എന്തെങ്കിലും നാട്ടുവർത്തമാനം പറയുക.
- ശ്രദ്ധതിരിക്കാൻ ശ്രമിക്കുക. വീഡിയോ ഗെയിം കളിക്കുക, ടി.വി. കാണുക, ഉലാത്തുകയോ അടുക്കളയിൽ പോയി എന്തെങ്കിലും ഉണ്ടാകുകയോ ചെയ്യുക.
- ശക്തിയും ഊർജ്ജവും നിലനിർത്താൻ വേണ്ടി നിങ്ങളും എന്തെങ്കിലും കഴിക്കുക. ആശുപത്രിയിൽ പോയ ഉടനെ കാന്റീൻ അന്വേഷിക്കേണ്ടിവരികയുമില്ല. നിങ്ങളുടെ വായിൽ നിന്ന് മണം വരുന്നതുമാതിരിയുള്ള സാധനങ്ങളൊന്നും കഴിക്കരുത്.

ഡോക്ടറെ വിളിക്കുക

പകലിൽ പാട ഉടഞ്ഞാലും പ്രസവം ആരംഭിച്ചാലും ഡോക്ടർക്ക് ഫോൺ ചെയ്യുക. ചുവപ്പോ പച്ചയോ സ്രവം ഉണ്ടാകുകയും കുഞ്ഞിന്റെ ചലനം നിലക്കുകയും ചെയ്താൽ ഡോക്ടറെ വിളിക്കുക.

ഇതൊന്നും ഉണ്ടായില്ലെങ്കിലും ഫോൺ ചെയ്ത് അദ്ദേഹത്തിനോട് പറയുന്നതിൽ തെറ്റില്ല.

പ്രസവ വേദനയുടെ പരിമാണം

പ്രസവ സമയത്ത് വേദന ഉണ്ടാകുമെന്നതിൽ സംശയമില്ലെങ്കിലും പലകാരണങ്ങളെ ക്കൊണ്ടും അത് കുറക്കുകയോ കൂട്ടുകയോ ചെയ്യാവുന്നതാണ്. ഇത് ഒരളവുവരെ നിങ്ങളുടെ നിയന്ത്രണത്തിലാണ്. പക്ഷെ നിങ്ങൾ കുറച്ച് പദ്ധതി ആസൂത്രണം ചെയ്യണ മെന്നുമാത്രം.

വേദന വർദ്ധിച്ചേക്കാം	**വേദന കുറഞ്ഞേക്കാം**
തനിച്ചായിരിക്കുന്നതുകൊണ്ട്	പ്രീയപ്പെട്ട, വിശ്വസ്തനായ കൂട്ടുകാര ന്റെയോ അനുഭവസമ്പന്നനായ മെഡി ക്കൽ വിദഗ്ദന്റെയോ കൂടെ ഇരിക്കുന്നതു കൊണ്ട്.
ക്ഷീണം	ക്ഷീണിക്കാതെ നോക്കുക ഒൻപതാം മാസം കഴിയുന്നതും ശരീരത്തിന് വിശ്രമം നൽകുക.
വിശപ്പും ദാഹവും	പ്രസവത്തിന്റെ ആരംഭത്തിൽ എന്തെങ്കി ലും ലഘുവായി കഴിക്കുകയോ കുടിക്കു കയോ ചെയ്യുക. ഡോക്ടർ അനുവദിച്ചാൽ പ്രസവത്തിനിടയിലും എന്തെങ്കിലും കഴിക്കുക.
വേദനയെപ്പറ്റി ചിന്തിക്കുക	നിങ്ങളുടെ ശ്രദ്ധ മറ്റെങ്ങോട്ടെങ്കിലും തിരിക്കുക. സങ്കോചനത്തെ ശ്രദ്ധിക്കുക. അതുകൊണ്ട് വളരെ വേദന ഉണ്ടാകുമെന്ന് കരുതരുത്. ഈ വേദന വളരെ വേഗം അവസാനിക്കാൻ പോകുകയാണ്.
പിരിമുറുക്കവും ഉദ്വേഗ- സങ്കോചനത്തി നിടയിൽ പിരിമുറുക്കം ഏർപ്പെടുക, അജ്ഞാത ഭയം	റിലാക്സ് ആകാനുള്ളതും ധ്യാനത്തിനുള്ള തുമായ ടെക്നിക്കുകൾ സ്വീകരിക്കുക. നിങ്ങളുടെ ശ്വാസത്തിൽ ശ്രദ്ധ പതിപ്പി ക്കുക. അതുകൊണ്ട് വളരെ വേദന ഉണ്ടാ കുമെന്ന് ഓർക്കാതിരിക്കുക. ഈ വേദന അധികം വൈകാതെ അവസാനിക്കു മെന്നും ഓർക്കുക.
ആത്മദയാ	നിങ്ങൾക്ക് ദൈവത്തിന്റെ എത്ര സുന്ദര മായ സമ്മാനം ലഭിക്കാൻ പോകുന്നു എന്ന് മനസ്സിൽ ഓർത്തുനോക്കുക.
നിയനന്ത്രണത്തിന് വെളിയിലാണെന്നും അസഹായയാണെന്നും താനെ അനുഭവ പ്പെടുക.	കുഞ്ഞിന്റെ ജനനത്തിനുള്ള തയ്യാറെടുപ്പു കൾ നേരത്തെ ചെയ്താൽ ആത്മവിശ്വാസ വും ആത്മ നിയന്ത്രണവും നിലനിൽക്കും.

രണ്ടാമത്തെ ഘട്ടം:– സജീവമായ പ്രസവ വേദന (ലേബർ)

ഈ സജീവമായ ഘട്ടം ആദ്യത്തെതിനേക്കാൾ ചെറുതായിരിക്കും. ഇത് രണ്ടുമുതൽ മൂന്നുമണിക്കൂറുകൾ വരെക്കായിരിക്കും. പ്രസവ വേദന മുമ്പിലത്തെക്കാൾ ശക്തമായിരിക്കും. 40 മുതൽ 60 സെക്കന്റിന്റെ കോൺട്രാക്ഷൻ ഉണ്ടാകും. 4 മിനിറ്റിൽ ഒരിക്കൽ സങ്കോചനം ഏർപ്പെടാമെങ്കിലും ഇത് ക്രമബദ്ധമായിരിക്കണമെന്നില്ല. പലപ്പോഴും കോൺട്രാക്ഷനിടയിൽ വിശ്രമിക്കാനോ ശ്വാസം എടുക്കാൻ പോലുമോ സന്ദർഭം കിട്ടാതെ വന്നേക്കാം.

നിങ്ങൾ ആശുപത്രിയിലോ ബെർത്ത് സെന്ററിലോ വേദന അനുഭവിക്കുകയായിരിക്കും. എപിഡ്യൂറൽ ഉപയോഗിച്ചിട്ടുണ്ടെങ്കിൽ വേദന ഉണ്ടാകില്ല.

- സങ്കോചനത്തോടൊപ്പം വേദനയും ബുദ്ധിമുട്ടും വർദ്ധിക്കും.
- മുതുകുവേദന തീവ്രമാകും.
- കാലുകളിൽ വേദനയും ഭാരവും ഏർപ്പെടുക.
- ക്ഷീണം
- രക്തസ്രാവം വർദ്ധിക്കുക
- പന്നീർകുടം ഉടഞ്ഞില്ലെങ്കിൽ ഉടയും അല്ലെങ്കിൽ അതിനെ കൃത്രിമരൂപത്തിൽ ഉടയ്ക്കും.

  നിങ്ങൾ വ്യാകുലയായിരിക്കുകയും പ്രസവവേദനയിൽ മുഴുകിയിരിക്കുകയും ചെയ്യും. നിങ്ങളുടെ ആത്മവിശ്വാസത്തിന് ചലനം ഉണ്ടാകാം. സജീവമായി ചെയ്യേണ്ടകാര്യത്തിന് നിങ്ങളെ സ്വയം തയ്യാറാക്കും.

സജീവമായ പ്രസവ വേദനക്കിടയിൽ നേഴ്സും ഡോക്ടറും ഇടയ്ക്കിടയ്ക്ക് വന്നുനോക്കിപോകുന്നത് ഒഴിച്ചാൽ നിങ്ങളെ തനിച്ചാക്കും. ആ സമയത്ത് ഭർത്താവോ ഏതെങ്കിലും ബന്ധുവോ മാത്രമെ അടുത്തുണ്ടാകൂ. ഡോക്ടർ താഴെപറയുന്ന കാര്യങ്ങൾ പരിശോധിച്ചു കൊണ്ടിരിക്കും

- രക്തസമ്മർദ്ദം
- ഡോപ്ളർ അല്ലെങ്കിൽ മോണിറ്റർ കൊണ്ട് കുഞ്ഞിനെ പരിശോധിക്കും.
- കോൺട്രാക്ഷന്റെ ശക്തിയും സമയവും പരിശോധിക്കും.
- രക്തസ്രാവത്തിന്റെ അളവും ഗുണമേന്മയും.
- എപ്പിഡ്യൂറൽ എടുക്കണമെങ്കിൽ ഐ.വി. കണക്റ്റ് ചെയ്യും.
- പ്രസവവേദന കുറവാണെങ്കിൽ മരുന്നു തന്ന് കൂട്ടുതലാക്കും.
- ഗർഭാശയത്തിന്റെ മുഖത്തെ പരിശോധിക്കാൻ ഇടയ്ക്കിടെ ആന്തരിക പരിശോധന നടത്തും.
- നിങ്ങൾക്കുവേണമെങ്കിൽ എന്തെങ്കിലും വേദന സംഹാരി തരും.
- നിങ്ങൾ എന്തെങ്കിലും ചോദിക്കാൻ ആഗ്രഹിക്കുന്നുണ്ടെങ്കിൽ അവർ അതിനുള്ള ഉത്തരം തരും. ആ സമയത്ത് എന്തു ചോദിക്കാനും സങ്കോചപ്പെടേണ്ടതില്ല.

ആശുപത്രി അല്ലെങ്കിൽ ബെർത്ത് സെന്ററിലേക്ക് പോകുക

നിങ്ങൾ ഇതിനിടയിൽ കോച്ചിനെയോ ഭർത്താവിനെയോ വിളിക്കണം. നിങ്ങൾ നേരത്തെതന്നെ എല്ലാ ഏർപ്പാടുകളും ചെയ്തിട്ടുണ്ടെങ്കിൽ ഒരു ബുദ്ധിമുട്ടും ഉണ്ടാകുകയില്ല. കാറിലോ ടാക്സിയിലോ ഇരുന്ന് സീറ്റ് ബെൽട്ട് കെട്ടുകയും തണുപ്പ് തട്ടാതിരിക്കാൻ കമ്പിളി പുതയ്ക്കുകയും ചെയ്യുക.

- ആശുപത്രിയിൽ എത്തിയതും റെജിസ്റ്റർ ചെയ്യുക. ഈ ഔപചാരികമായ കാര്യം നിങ്ങളുടെ ഭർത്താവ് പൂർത്തി ചെയ്യും. നിങ്ങൾക്ക് പല ഫോറംകളും പൂർത്തി ചെയ്യേണ്ടിവന്നേക്കാം.
- നിങ്ങളുടെ സ്ഥിതിക്കനുസരിച്ച് നേഴ്സ് നിങ്ങളെ ലേബർ അല്ലെങ്കിൽ ഡെലിവറി റൂമിലേക്ക് കൊണ്ടുപോകും. അവിടെ നിങ്ങളുടെ ഗർഭാശയ മുഖത്തെയും ശിശുവിന്റെ ഹൃദയ സ്പന്ദനത്തെയും പരിശോധിക്കും. ചില സ്ഥലങ്ങളിൽ കൂടെ വരുന്നവരെ അകത്ത് പ്രവേശിക്കാൻ അനുവദിക്കുകയില്ല. അവർ മുറിക്ക് പുറത്ത് കാത്തിരിക്കും. ഭർത്താവിനെ എങ്കിലും അകത്ത് പ്രവേശിക്കാൻ അനുവദിക്കുമോ എന്ന് അന്വേഷിച്ചറിയുക. നിങ്ങൾ നേരത്തെ തന്നെ ഇതൊക്കെ അന്വേഷിച്ചിരിക്കുമെന്ന് വിശ്വസിക്കുന്നു. വീട്ടിൽ നിന്ന് കഴിക്കാൻ ഒന്നും കൊണ്ടുവന്നിട്ടില്ലെങ്കിൽ ഫോൺ ചെയ്ത് വരുത്തുക. നിങ്ങളുടെ വസ്ത്രത്തിന് മുകളിൽ ധരിക്കാൻ ഒരു വൃത്തിയുള്ള ഗൗൺ തരും.

- നെഴ്സ് നിങ്ങളോട് അത്യാവശ്യകാര്യങ്ങൾ ചോദിച്ച് മനസ്സിലാക്കും. ഉദാ:- വേദന എപ്പോൾ തുടങ്ങി, കോൺട്രാക്ഷന്റെ സമയം എന്താണ്, നിങ്ങൾ ഭക്ഷണം കഴിച്ചിട്ട് എത്രനേരമായി
- അവർ നിങ്ങളുടെ ഹൃദയസ്പന്ദനം, നാഡി, ടെമ്പറേച്ചർ എന്നിവ നോക്കും. നിങ്ങളുടെ മൂത്രത്തിന്റെ സാമ്പിളും എടുക്കും. അമ്നിയോട്ടിക് ദ്രവം പരിശോധിച്ചശേഷം കുഞ്ഞിനെയും നല്ലപോലെ പരിശോധിക്കും.
- ആശുപത്രിയുടെ നീതിക്കനുസരിച്ച് നിങ്ങൾക്ക് ഐ.വി.യും തരും. ഇടയ്ക്കിടെ ആന്തരിക പരിശോധനമൂലം പുരോഗതിയെക്കുറിച്ച് അനുമാനിക്കും. കൃത്രിമ രൂപത്തിൽ പാടകീറും. ഈ പ്രക്രിയയിൽ വേദനയുണ്ടാവില്ല. നിങ്ങൾക്ക് ചൂടുള്ള വെള്ളം ഒഴുകുന്നതുമാത്രം അനുഭവപ്പെടും.

ഈ സമയത്ത് നിങ്ങൾക്ക് ഡോക്ടറോട് ചോദ്യങ്ങൾ ചോദിക്കാം. നിങ്ങളുടെ ഭർത്താവും നിങ്ങൾക്കുവേണ്ടി ചോദ്യങ്ങൾ ചോദിക്കാം. അതുകൊണ്ട് അദ്ദേഹത്തിനും ആശ്വാസം കിട്ടും.

പ്രസവം സാവധാനത്തിലാകുമ്പോൾ. . .

എല്ലാം പെട്ടെന്ന് കഴിഞ്ഞുകിട്ടണം എന്നായിരിക്കും നിങ്ങളുടെ ആഗ്രഹം. പക്ഷെ പലപ്പോഴും പ്രസവത്തിന്റെ പ്രക്രിയ പതുക്കെയാകും. ഗർഭാശയത്തിന്റെ മുഖം പൂർണ്ണമായി തുറക്കുന്നില്ല. കുഞ്ഞ് പുറത്തേക്ക് വരാൻ തയ്യാറാകുന്നില്ല, അല്ലെങ്കിൽ നിങ്ങൾക്ക് ശരിയായ രീതിയിൽ ബലം പ്രയോഗിക്കാൻ കഴിയുന്നില്ല. പലപ്പോഴും എപ്പിഡ്യൂറലിന് ശേഷവും കോൺട്രാക്ഷൻ സാവധാനത്തിലാകുന്നു. ഇതിൽ വ്യാകുലപ്പെടേണ്ട കാര്യമൊന്നുമില്ല.

- ഏർലി ഡെലിവറിയിൽ ഡോക്ടർ നിങ്ങളോട് ചുറ്റിക്കറങ്ങുവാനോ അല്ലെങ്കിൽ അയവ് വരുത്താനുള്ള ടെക്നിക്കുകൾ സ്വീകരിക്കാനോ പറയും. അത് ഫാൾസ് ലേബറിന്റെ ലക്ഷണമാണോ എന്ന് ഈ സമയത്ത് അദ്ദേഹം കണ്ടുപിടിക്കും.
- ഗർഭാശയ മുഖം തുറന്നിട്ടില്ലെങ്കിൽ ചില മരുന്നുകൾ കുത്തിവെച്ച് അത് തുറക്കാം.
- ലേബറിന്റെ സജീവമായ ഘട്ടത്തിൽ ഗർഭാശയത്തിന്റെ മുഖം മുഴുവൻ തുറക്കാതിരിക്കുകയോ കുഞ്ഞ് താഴോട്ട് വരാതിരിക്കുകയോ, കോൺട്രാക്ഷൻ കുറവായിരിക്കുകയോ ചെയ്താൽ മരുന്നിന്റെ ഡോസ് കൂട്ടേണ്ടിവരും.
- രണ്ടുമണിക്കൂറോളം ബലം കൊടുത്തിട്ടും പ്രസവിച്ചില്ലെങ്കിൽ ഡോക്ടർക്ക് വേറെ ഏതെങ്കിലും തീരുമാനം എടുക്കേണ്ടിവരും. അദ്ദേഹം ഓപ്പറേഷൻ, വ്യാക്വം അല്ലെങ്കിൽ ഫോഴ്സിപ്പ്സിന്റെ സഹായം തേടും.

നിങ്ങളുടെ മൂത്രാശയം കാലിയായി വെക്കുക അല്ലെങ്കിൽ അത് പ്രസവത്തിന്റെ പ്രവർത്തിനത്തിൽ തടസ്സം സൃഷ്ടിക്കും. നിങ്ങളുടെ വയറും വൃത്തിയായിരിക്കണം. പ്രസവത്തിനുവേണ്ടി നിങ്ങളുടെ പൊസിഷൻ മാറ്റിക്കൊണ്ടിരിക്കുക. തള്ളുമ്പോൾ ശരിയായ വിധത്തിൽ ബലം കൊടുക്കുക. നല്ലപോലെ പ്രസവവേദന തുടങ്ങി 20-24 മണിക്കൂറുകൾ കഴിഞ്ഞിട്ടും പ്രസവിച്ചില്ലെങ്കിൽ ഡോക്ടർ ഓപ്പറേഷൻ ചെയ്യാൻ നിർദ്ദേശിക്കും. കുഞ്ഞിന്റെയും അമ്മയുടെയും സ്ഥിതി നന്നായിരിക്കുന്നുണ്ടെങ്കിൽ ചില ഡോക്ടർമാർ കുറച്ചുസമയംകൂടി കാത്തിരിക്കും.

നിങ്ങൾക്ക് എന്തുചെയ്യാൻ കഴിയും?

ഇതെല്ലാം നിങ്ങളുടെ ആശ്വാസത്തിന് വേണ്ടിയാണ് അതുകൊണ്ട്:–

- എന്തുവേണമെന്ന് തോന്നുന്നുവോ അത് ചെയ്യുക. മുതുകിൽ മാലിഷ് ചെയ്യിക്കുക, മുഖം തുടക്കാൻ നനഞ്ഞ തുണി കൊണ്ടുവരാൻ പറയുക, നിങ്ങളുടെ സഹായികളോട് പറയേണ്ടത് നിങ്ങളാണ്.
- നിങ്ങൾ നേരത്തെ തന്നെ തീരുമാനിച്ചിട്ടുണ്ടെങ്കിൽ ശ്വാസ സംബന്ധമായ വ്യായാമങ്ങളും ചെയ്യുക. നേഴ്സിനോട് ഇതിനെപ്പറ്റി അഭിപ്രായം ചോദിക്കുക. ഈ സമയത്ത് ശരീരത്തിന് കൂടുതൽ ആശ്വാസം കിട്ടുന്ന കാര്യങ്ങളെ ചെയ്യാവൂ എന്ന് ഓർമ്മവേണം. വ്യായാമം ചെയ്യുന്നതുകൊണ്ട് ആശ്വാസം കിട്ടുന്നില്ലെങ്കിൽ ചെയ്യരുത്.

ഹൈപ്പർ വെന്റിലേറ്റ് ആകരുത്

ചില സ്ത്രീകൾ ആവശ്യത്തിൽ കൂടുതൽ ശ്വാസമെടുക്കുന്നു. ഇതുകൊണ്ട് രക്തത്തിൽ കാർബൺ ഡൈ ഓക്സൈഡിന്റെ ലെവൽ കുറയുന്നു. തല ചുറ്റുന്നു. കൈ-കാലുകൾ മരവിക്കുന്നു. ഇങ്ങനെയൊക്കെ തോന്നിയാൽ ഡോക്ടറോടോ നേഴ്സിനോടോ പറയുക. നിങ്ങളോട് ഒരു പേപ്പർ ബാഗിനകത്തുവെച്ച് ശ്വാസമെടുക്കാൻ പറയും. കുറച്ചുനേരം അതിനകത്ത് ശ്വാസമെടുത്തശേഷം ആശ്വാസം തോന്നും.

- വേദന തീർക്കുന്ന മരുന്ന് വേണമെങ്കിൽ പറയാനുള്ള ശരിയായ സമയം ഇതാണ്. എപ്പോൾ വേണമെങ്കിലും നിങ്ങൾക്ക് എപ്പിഡ്യൂറൽ തരാൻ കഴിയും.

- നിങ്ങൾ വേദന സംഹാരി ഉപയോഗിക്കാതെയാണ് പ്രസവ വേദന അനുഭവിക്കുന്നതെങ്കിൽ ഓരോ വേദനക്കുശേഷവും കുറച്ച് വിശ്രമിക്കുക. വേദന അടുത്തടുത്തും ശക്തവുമായാൽ പിന്നെ വിശ്രമിക്കാൻ സമയം കിട്ടുകയില്ല. അയവ് വരുത്താനുള്ള ടെക്നിക്കുകൾ ഉപയോഗിക്കുക. അപ്പോൾ നിങ്ങളുടെ ഊർജ്ജത്തിന്റെ ലെവൽ നിലനിൽക്കും.

- നിങ്ങളുടെ ഡോക്ടറോട് ചോദിച്ച് എന്തെങ്കിലും ലഘുഭക്ഷണം കഴിക്കുകയോ കുടിക്കുകയോ ചെയ്യുക. ഡോക്ടർ അനുവദിച്ചില്ലെങ്കിൽ വായ ഈർപ്പമുള്ളതായിരിക്കാൻ ഐസ് ചിപ്സ് ചപ്പിക്കൊണ്ടിരിക്കുക.

- എപ്പിഡ്യൂറൽ ചെയ്തിട്ടില്ല, നിങ്ങൾക്ക് നടക്കാൻ കഴിയും എങ്കിൽ ഉലാത്തുക. അല്ലെങ്കിൽ കുറഞ്ഞപക്ഷം പൊസിഷൻ മാറ്റുക.

- ഇടയ്ക്കിടെ മൂത്രമൊഴിക്കുക. പെൽവിക്കിൽ ഏർപ്പെടുന്ന സമ്മർദ്ദം കാരണം മൂത്രാശയം നിറയുന്നത് നിങ്ങൾക്ക് അറിയാൻ കഴിയില്ല. പക്ഷെ, അതുകൊണ്ട് ബുദ്ധിമുട്ടുണ്ടാകും. എപ്പിഡ്യൂറൽ ചെയ്തിട്ടുണ്ടെങ്കിൽ ഇടയ്ക്കിടെ എഴുന്നേൽക്കേണ്ടിവരില്ല. മൂത്രാശയം കാലിയാക്കാൻ കൈഥീടർ വെച്ചിട്ടുണ്ടാകും.

ഭർത്താവിന് അല്ലെങ്കിൽ കോച്ചിന് എന്തുചെയ്യാൻ കഴിയും?

- നിങ്ങൾക്ക് എല്ലാ മുൻഗണനകളും അറിഞ്ഞിരിക്കണം. അമ്മയ്ക്ക് മരുന്ന് ആവശ്യമാണെങ്കിൽ കൊടുപ്പിക്കുക. അവർ മരുന്ന് കഴിക്കാൻ ഇഷ്ടപ്പെടുന്നില്ലെങ്കിൽ അവരെ അവരുടെ കാര്യം ചെയ്യാൻ അനുവദിക്കുക.

- അവർ ആഗ്രഹിക്കുന്നതെന്തും അവർക്ക് കിട്ടണം. അവരുടെ ആവശ്യങ്ങൾ നിമിഷന്തോറും മാറിയേക്കാം. ഒരുനിമിഷം ടി.വി. കാണാൻ ആഗ്രഹിക്കും, അടുത്ത നിമിഷം ഓഫ് ചെയ്യാൻ പറയും. ഈ സമയത്ത് അവർ നിങ്ങളെ ശ്രദ്ധിക്കാതിരിക്കുകയോ പ്രശംസിക്കാതിരിക്കുകയോ ചെയ്താൽ അത് കാര്യമാക്കേണ്ട. അടുത്ത ദിവസം എല്ലാം ശരിയായശേഷമേ അവർക്ക് നിങ്ങളെ ശ്രദ്ധിക്കാൻ കഴിയൂ.

- അവരുടെയും നിങ്ങളുടെയും മൂഡ് ശ്രദ്ധിക്കുക. മുറിയിൽ ചെറിയ വെളിച്ചം ഉണ്ടായാൽ മതി.

- അവർക്കിഷ്ടമാണെങ്കിൽ പതുക്കെ പാട്ടുകേൾപ്പിക്കാം. കോൺട്രാക്ഷന്റെ ഇടയിൽ അയവിനും ശ്വാസത്തിനുമുള്ള ടെക്നിക്കുകൾ മാറ്റിമാറ്റി ചെയ്യിക്കുക. അവർ അതുചെയ്യാൻ ഇഷ്ടപ്പെടുന്നില്ലെങ്കിൽ നിർബന്ധിക്കരുത്. അവരുടെ ശ്രദ്ധ തിരിക്കാൻ സംസാരിക്കുകയോ വീഡിയോഗെയിം കളിക്കുകയോ ആവാം. അവർക്ക് ഇഷ്ടമുള്ള അളവിനെ ശ്രദ്ധതിരിക്കാവൂ.

- അവരെ ആശ്വസിപ്പിക്കുക. ധൈര്യപ്പെടുത്തുക. ഒരുതരത്തിലും വിമർശിക്കരുത്. ഓരോ വേദനക്കുശേഷവും അവർ കൂടുതൽ കുഞ്ഞിന്റെ അടുത്തേക്ക് എത്തുകയാണെന്ന് ഓർമ്മിപ്പിക്കുക. അവർ കൂടുതൽ ദുഃഖിക്കുകയാണെങ്കിൽ സമാധാനിപ്പിക്കുക.

- സങ്കോചനത്തിന്റെ റിക്കാർഡ് സൂക്ഷിക്കുക. ഇക്കാര്യത്തിൽ നേഴ്സിന്റെ സഹായം സ്വീകരിക്കാവുന്നതാണ്. മോണിറ്ററിൽ നോക്കി വേദന തുടങ്ങാൻ പോകുകയാണെന്ന് പറയാം. മോണിറ്റർ ഇല്ലെങ്കിൽ വയറിൽ കൈവച്ച് വേദന തുടങ്ങാൻ പോകുന്നത് കണ്ടുപിടിക്കുന്നതെങ്ങനെയാണെന്ന് നേഴ്സിനോട് ചോദിച്ച് മനസ്സിലാക്കുക.

- അവർക്ക് ആശ്വാസം കിട്ടാൻ മുതുകിലും വയറിലും മാലിഷ് ചെയ്തുകൊടുക്കുക. ഏതുവിധത്തിൽ മാലിഷ് ചെയ്താലാണ് ആശ്വാസം കിട്ടുക എന്ന് അവരോട് ചോദിക്കുക. അവർക്ക് മാലിഷ് കൊണ്ട് സുഖം കിട്ടുന്നില്ലെങ്കിൽ വെറുതെ സംസാരിച്ച് ആശ്വസിപ്പിക്കുക. ഒരുമിനിറ്റ് മുമ്പേ നല്ലതാണെന്ന് തോന്നിയത് അടുത്ത നിമിഷം കാരണമില്ലാത്ത ദേഷ്യത്തിന് കാരണമാകും, ഇതിന് നേരെ വിപരീതവുമാകാം.
- ഓരോ മണിക്കൂറിന് ശേഷവും അവരെ ബാത്ത്റൂമിൽ പോകാൻ ഓർമ്മിപ്പിക്കുക. മൂത്രാശയം നിറഞ്ഞിരുന്നാൽ പ്രസവത്തിൽ ബുദ്ധിമുട്ടുണ്ടാകും.
- കഴിയുമെങ്കിൽ ഉലാത്താനും പൊസിഷൻ മാറ്റാനും അവരെ സഹായിക്കുക.
- ആഹാരം വല്ലതും കഴിക്കാൻ അനുമതിയുണ്ടെങ്കിൽ എന്തെങ്കിലും കുറച്ച് ലഘു ഭക്ഷണം കൊടുക്കുക അല്ലെങ്കിൽ നുണയ്ക്കാൻ ഐസ് ചിപ്സ് കൊടുക്കുക.
- ഈർപ്പമുള്ള തുണികൊണ്ട് അവരുടെ മുഖവും ശരീരവും തുടച്ചുകൊണ്ടിരിക്കുക.
- കാലുകൾ തണുത്തിരിക്കുന്നുണ്ടെങ്കിൽ സ്റ്റോക്കിൻസ് ഇട്ടുകൊടുക്കുക.
- അവർ വളരെ കഷ്ടം അനുഭവിച്ചുകൊണ്ടിരിക്കുകയാണ്. അതുകൊണ്ട് ശബ്ദം ഉയർത്തി സംസാരിക്കാൻ കഴിയുകയില്ല. അവർ പറയുന്നത് ശ്രദ്ധിച്ചു കേൾക്കുകയും മറുപടി കൊടുക്കാൻ ശ്രമിക്കുകയും ചെയ്യുക. ഡോക്ടറോട് ഓരോ മരുന്നിനെയും പ്രക്രിയകളെയും പറ്റി ചോദിച്ച് മനസ്സിലാക്കുക. അപ്പോൾ അവർക്ക് കൊടുക്കേണ്ട മരുന്നിനെപ്പറ്റി നിങ്ങൾക്കും അറിയാൻ കഴിയും. അവരെപ്പറ്റി എന്തെങ്കിലും സംസാരിക്കാനുണ്ടെങ്കിൽ മുറിക്ക് പുറത്തുപോയി സംസാരിച്ചാൽ അവർക്ക് ബുദ്ധിമുട്ടുണ്ടാകില്ല.

മൂന്നാംഘട്ടം:– സ്ഥാനം മാറിയ പ്രസവം

ഇത് പ്രസവത്തിലെ ഏറ്റവും ബുദ്ധിമുട്ടുള്ളതും ഏറ്റവും ചെറിയതുമായ ഘട്ടമാണ്. പെട്ടെന്ന് വേദന വർദ്ധിക്കുന്നു. അവ 60 മുതൽ 90 സെക്കന്റുകൾവരെ നീണ്ടുനിൽക്കുന്നു. 2 മുതൽ 3 മിനിറ്റുകൾക്കിടയിൽ ഏർപ്പെടുന്നു. മുമ്പ് പ്രസവിച്ചിട്ടുള്ള സ്ത്രീകൾക്ക് അടുത്തടുത്ത് വേദന ഉണ്ടാകും. വേദനയുടെ തിരമാലകൾ ഒരിക്കലും അവസാനിക്കുകയില്ലെന്ന് നിങ്ങൾക്ക് തോന്നിപ്പോകും. നിങ്ങൾക്ക് വിശ്രമിക്കാൻ സമയം കിട്ടുകയില്ല. 7 സെ.മീ. മുതൽ 10 സെ.മീറ്റർ വരെ വിസ്താരവും ശരാശരി 15 മിനിറ്റുമുതൽ 1 മണിക്കൂർ വരെ സമയവും എടുത്തേക്കാം. ചില കേസുകളിൽ 3 മണിക്കൂർവരെ എടുത്തേക്കാം.

നിങ്ങൾ വേദന സംഹാരി ഒന്നും ഉപയോഗിച്ചിട്ടില്ലെങ്കിൽ ഈ ഘട്ടത്തിൽ താഴെ കാണുന്ന ലക്ഷണങ്ങൾ അനുഭവപ്പെടും.

- കോൺട്രാക്ഷനോടൊപ്പം ശക്തമായ വേദന.
- മുതുകിന്റെ പിൻഭാഗത്തും പെരിനിയത്തിലും ശക്തമായ വേദന.
- ഗുദത്തിൽ സമ്മർദ്ദം (ഇത് മലവിസർജ്ജനത്തിന്റെ സമയത്തുണ്ടാകുന്ന സമ്മർദ്ദത്തിൽനിന്ന് കുറച്ച് വ്യത്യസ്തമായിരിക്കും)
- രക്തപ്പോക്ക് വർദ്ധിക്കും.
- വളരെ ചൂടോ തണുപ്പോ അനുഭവപ്പെടുന്നു. കാലുകളിൽ അസഹ്യമായ കോച്ചിവലി.
- കോൺട്രാക്ഷന്റെ ഇടയിൽ ഉറക്കം വരുക.
- കഴുത്തിലോ നെഞ്ചിലോ വിചിത്രമായ പിടുത്തം.
- ക്ഷീണം.

വൈകാരികമായി നിങ്ങൾക്ക് സഹനശക്തിയുടെ നെല്ലിപ്പടികാണുന്നതായി തോന്നും. ഇനിയും തള്ളാനുള്ള സമയമായിട്ടില്ല. അതുകൊണ്ട് നിങ്ങളുടെ മനസ്സിൽ നിരാശ, വ്യാകുലത അല്ലെങ്കിൽ മുൻകോപം ഉണ്ടാകും. ഇതിനെല്ലാം വിപരീതമായി കുഞ്ഞ് അടുത്തെത്താറായ സന്തോഷത്തിൽ നിങ്ങൾക്ക് ഉത്സാഹവും തോന്നിയേക്കാം.

നിങ്ങൾക്ക് എന്തുചെയ്യാൻ കഴിയും

ഈ ഘട്ടത്തിനുശേഷം ഗർഭാശയത്തിന്റെ വായ പൂർണ്ണമായി തുറക്കും. കുഞ്ഞിനെ പുറത്തുകൊണ്ടുവരാൻ നിങ്ങൾക്ക് ശക്തമായി മുക്കേണ്ടിവരും. വരാനിരിക്കുന്ന സമയത്തെക്കുറിച്ച് വ്യാകുലപ്പെടാതെ നിങ്ങൾ എത്ര വലിയ യാത്ര കഴിഞ്ഞാണ് ഇവിടെ വരെ എത്തിയിരിക്കുന്നതെന്ന് നോക്കുക.

സഹായം കിട്ടുന്നുണ്ടെങ്കിൽ പ്രത്യേക ടെക്നിക്കുകൾ തുടരുക. നിർദ്ദേശം ലഭിക്കുന്നതുവരെ ബലം പ്രയോഗിക്കരുത്. അങ്ങനെ ചെയ്താൽ ആ ഭാഗത്ത് വീക്കം ഉണ്ടാകുകയും പ്രസവത്തിൽ താമസം നേരിടുകയും ചെയ്യും.

ഭർത്താവ് തൊടുന്നതുകൊണ്ട് നിങ്ങൾക്ക് അസ്വസ്ഥത തോന്നുന്നുണ്ടെങ്കിൽ പറയാൻ മടിക്കരുത്.

- ചെറിയ ലയത്തോടുകൂടിയ ശ്വാസത്തോടെ സങ്കോചനത്തിനിടയിൽ വിശ്രമിക്കുവാൻ ശ്രമിക്കുക.
- നിങ്ങളുടെ ശ്രദ്ധ കുഞ്ഞിലായിരിക്കട്ടെ. എത്രയും പെട്ടെന്ന് അത് നിങ്ങളുടെ കൈയ്യിലെത്തും.

ഗർഭാശയത്തിന്റെ വായ പൂർണ്ണമായി തുറന്നശേഷം നിങ്ങളെ പ്രസവമുറിയിലേക്ക് കൊണ്ടുപോകും. നിങ്ങൾ ബെർത്തിങ്ങ് ബെഡ്ഡിലാണെങ്കിൽ അതിന്റെ കാലുകൾ മാറ്റി, അത് പ്രസവത്തിന് പറ്റിയ വിധത്തിലാക്കും.

ഭർത്താവ് അല്ലെങ്കിൽ കോച്ചിന് എന്തുചെയ്യാൻ കഴിയും?

അവർ എപ്പിഡ്യൂറലിലാണെങ്കിൽ രണ്ടാമത്തെ ഡോസ് വേണോ എന്ന് ചോദിക്കുക. ഇഞ്ചെക്ഷൻ വേദനയുള്ളതാണ്. ശരിയായ ഡോസ് കിട്ടിയില്ലെങ്കിൽ വേദന ഉണ്ടാകും. മരുന്നുവേണമെങ്കിൽ ഡോക്ടറോട് പറയുക. മരുന്നില്ലാതെയാണ് പ്രക്രിയ നടന്നുകൊണ്ടിരിക്കുന്നതെങ്കിൽ ഈ സമയത്ത് അവർക്ക് ഏറ്റവും ആവശ്യം നിങ്ങളുടെ സാമീപ്യമാണ്.

- അവരുടെ അടുത്തിരിക്കുക, എന്നാൽ അവരിൽ സ്വാധീനം ചെലുത്തരുത്. അവർക്ക് ഇഷ്മില്ലെങ്കിൽ തൊടരുത്. മുതുകിൽ പതുക്കെ അമർത്തിയാൽ സുഖം കിട്ടും. പക്ഷെ അവർക്ക് അതും ഇഷ്ടമല്ലെങ്കിൽ ഒന്നും ചെയ്യരുത്.
- ഈ സമയത്ത് സംസാരിച്ചുകൊണ്ടേ ഇരിക്കരുത്. അവർക്ക് ചെറുതും സ്പഷ്ടവുമായ നിർദ്ദേശങ്ങൾ കൊടുക്കുക. ഇത് കടംകഥ പറയാനുള്ള സമയമല്ല.

  അവർക്ക് ഇഷ്മാണെങ്കിൽ സാന്ത്വനിപ്പിക്കുക. ഈ സമയത്ത് മൃദുവായ സ്പർശം കൊണ്ടോ നോട്ടം കൊണ്ടോ പലതും പറയാൻ കഴിയും.
- കോൺട്രാക്ഷന്റെ ഇടയിൽ ശ്വാസ ടെക്നിക് കൊണ്ട് ആശ്വാസം കിട്ടുന്നുണ്ടെങ്കിൽ അവരെ സഹായിക്കാൻ ശ്രമിക്കുക.
- അവരുടെ വയറ് തൊട്ട് സങ്കോചിക്കുന്നുണ്ടോ എന്ന് കണ്ടുപിടിക്കുക. സങ്കോചനത്തിനിടയിൽ ചെറിയ ലയത്തോടു കൂടി ശ്വസിക്കാൻ അവരെ ഓർമ്മിപ്പിക്കുക.
- സങ്കോചനം പെട്ടെന്നുപെട്ടെന്ന് ഏർപ്പെടാൻ തുടങ്ങുകയും അവർക്ക് മുക്കാൻ തോന്നുകയും ചെയ്താൽ ഡോക്ടറോട് പറയുക. ചിലപ്പോൾ ഗർഭാശയമുഖം പൂർണ്ണമായി തുറന്നിട്ടുണ്ടാകും.
- അവർക്ക് വെള്ളത്തുള്ളികളോ ഐസ് ചിപ്സോ കൊടുത്തുകൊണ്ടിരിക്കുക. മുഖം ഈർപ്പമുള്ള തുണികൊണ്ട് തുടക്കുക, തണുപ്പു തോന്നുന്നുണ്ടെങ്കിൽ കമ്പിളികൊണ്ട് മൂടുകയോ കാലിൽ സ്റ്റോക്കിൻസ് ധരിപ്പിക്കുകയോ ചെയ്യുക.
- രണ്ടുപേരുടെയും ശ്രദ്ധ വരാനിരിക്കുന്ന നിമിഷത്തിൽ കേന്ദ്രിതമായിരിക്കട്ടെ. സന്തോഷത്തിൽ പൊതിക്കെട്ട് നിങ്ങളുടെ കൈയ്യിലെത്തും.

രണ്ടാം ഘട്ടം – തള്ളലും പ്രസവവും

ഈ ഘട്ടം വരെ കുഞ്ഞിന്റെ ജന്മത്തിൽ നിങ്ങളുടെ കാര്യമായ ഭൂമികയൊന്നും ഉണ്ടായിരുന്നില്ല. നിങ്ങളുടെ ഗർഭാശയത്തിന്റെ വായ് ജോലി വളരെ എളുപ്പമാക്കിയിരിക്കുന്നു. എന്നാൽ ഇപ്പോൾ കുഞ്ഞിനെ പുറത്തുകൊണ്ടുവരാൻ നിങ്ങളും സഹായിക്കണം. ഈ പ്രക്രിയക്ക് ഏകദേശം അര മുതൽ ഒരുമണിക്കൂർവരെ സമയമെടുക്കും. ചിലപ്പോൾ 10 മിനിറ്റിലോ അല്ലെങ്കിൽ 2-3 മണിക്കൂറിലോ പൂർത്തിയാകും.

ഇതിനിടയ്ക്കുള്ള കോൺട്രാക്ഷൻ ആദ്യ ഘട്ടത്തിനെ അപേക്ഷിച്ച് അധികം ക്രമബദ്ധമായിരിക്കും. അവ 60 മുതൽ 90 സെക്കന്റായിരിക്കും. എന്നാൽ ചിലപ്പോൾ വേദന കൂടുതലാകും, ചിലപ്പോൾ കുറയും. ഇപ്പോഴും വേദന എപ്പോഴാണ് കൂടുതലാകുക എന്ന് അനുമാനിക്കുന്നത് ബുദ്ധിമുട്ടായിരിക്കും. ഈ സമയത്ത് താഴെ കൊടുത്തിട്ടുള്ള ലക്ഷണങ്ങൾ കാണപ്പെടും.

- സങ്കോചനത്തോടൊപ്പം ചെറിയ വേദന.
- മുക്കാനുള്ള തീവ്രമായ ആഗ്രഹം (എപ്പിഡ്യൂറലിന്റെ കൂടെയല്ല)
- ഊർജ്ജത്തിന്റെ ശക്തമായ ഉത്തേജനം അല്ലെങ്കിൽ ക്ഷീണം.
- ശക്തമായ സങ്കോചന തിരമാലകൾ ഉയരുന്നത് അറിയാൻ കഴിയുക.

- രക്തപ്പോക്ക് അധികമാകുക.
- കുഞ്ഞിന്റെ തല ഉയർന്നുവരുന്നതു കൊണ്ട് യോനിയിൽ നീറ്റൽ, വലിവ് അല്ലെങ്കിൽ അസ്വസ്ഥത (ഇതിനെ 'റിങ്ങ് ഓഫ് ഫയർ' എന്നുപറയും.)
- ചെറുതായി വഴുവഴുപ്പും ഈർപ്പവും അനുഭവപ്പെടുക വൈകാരികമായി നിങ്ങൾക്ക് തള്ളാൻ തുടങ്ങി എന്ന സംതൃപ്തി കിട്ടും. തള്ളുന്നതിലും ബലം ഉപയോഗിക്കുന്നതിലും ഒരുമണിക്കൂറിൽ കൂടുതൽ സമയമെടുത്താൽ നിങ്ങൾക്ക് ക്ഷീണവും ഇച്ഛാഭംഗവും അനുഭവപ്പെടും. ഇപ്പോൾ നിങ്ങളുടെ മനസ്സിൽ, ഇതൊക്കെ എപ്പോൾ അവസാനിക്കുമെന്ന ചിന്ത മാത്രമേ ഉണ്ടാകൂ.

നിങ്ങൾക്ക് എന്തുചെയ്യാൻ കഴിയും

ഈ സമയത്ത് കുഞ്ഞ് പുറത്തുവരണം. അതുകൊണ്ട് നിങ്ങളുടെയും ഡോക്ടറുടെയും സൗകര്യത്തിനനുസരിച്ച് ഏതെങ്കിലും ഒരുപോസിഷൻ തിരഞ്ഞെടുത്ത് അതേ പോസിൽ ബലം പ്രയോഗിക്കുക. പാതി ഇരിക്കുകയോ കുന്തിച്ചിരിക്കുകയോ ചെയ്താൽ പ്രയോജനകരമായിരിക്കും. ഇതിൽ ഗുരുത്വാകർഷണത്തിന്റെ സഹായം കിട്ടും. കുഞ്ഞ് താഴോട്ടുവരും, ഈ പൊസിഷനിൽ നിങ്ങളുടെ താടി നെഞ്ചോട് ചേർത്തുവച്ചാൽ നിങ്ങൾക്ക് മുഴുവൻ ശക്തിയും പ്രയോഗിക്കാൻ കഴിയും. ശക്തി പ്രയോഗിക്കാൻ കഴിയുന്നില്ലെങ്കിൽ പൊസിഷൻ മാറ്റാൻ ശ്രമിക്കുക. കുന്തിച്ചിരിക്കുകയോ കൈകാലുകൾ ഊന്നിയിരിക്കുകയോ ചെയ്യുക.

ബലം പ്രയോഗിക്കേണ്ട സമയം വരുമ്പോൾ മറ്റെല്ലാ കാര്യങ്ങളും മറക്കുക. നിങ്ങൾ തള്ളുവാൻ എത്ര ശക്തി ഉപയോഗിക്കുന്നുവോ അത്രയും വേഗം കുഞ്ഞിന് പുറത്തുവരാൻ കഴിയും. തെറ്റായ രീതിയിൽ ബലം പ്രയോഗിച്ചാൽ ശക്തി വെറുതെ ചിലവാകും, ക്ഷീണിക്കും എന്നതല്ലാതെ മറ്റൊരു പ്രയോജനവും ഉണ്ടാകില്ല.

- നിങ്ങളുടെ ശരീരവും തുടകളും ലൂസായി വിടുക. മലവിസർജ്ജനം ചെയ്യാൻ ഇരിക്കുന്നതുപോലെ മുക്കുക. ശ്രദ്ധ ശരീരത്തിലെ മുകൾ ഭാഗത്തിലല്ല, യോനിയിലും ഗുദത്തിലും കേന്ദ്രീകരിക്കുക. മുഖത്തിലും സമ്മർദ്ദം ചെലുത്തരുത്, നീല പാടുകൾ ഉണ്ടായേക്കാം. കുഞ്ഞിന് പുറത്തുവരാൻ കഴിയുകയുമില്ല.
- ഇങ്ങനെ ബലംപ്രയോഗിക്കുന്നതു കൊണ്ട് മലം പുറത്തുവന്നേക്കാം. അതിനെപ്പറ്റി ഓർത്ത് ലജ്ജിക്കേണ്ടതില്ല. പ്രസവത്തിനിടയിൽ മലമൂത്ര വിസർജ്ജനം വലിയ കാര്യമല്ല. മുറിയിലുള്ള ആരും ഇതിനെ കാര്യമാക്കില്ല, നിങ്ങളും കാര്യമാക്കേണ്ട. പാഡ്കൊണ്ട് എല്ലാം പെട്ടെന്ന് വൃത്തിയാക്കാം.
- വേദന തുടങ്ങാൻ പോകുമ്പോൾ ദീർഘ നിശ്വാസം എടുത്ത് തള്ളുവാൻ തയ്യാറാകുക. വേദന തുടങ്ങിയ ഉടനെ ദിർഘ ശ്വാസമെടുത്ത് മുഴുവൻ ശക്തിയും ഉപയോഗിക്കുക. നേഴ്സിന്റെയോ ഭർത്താവിന്റെയോ സഹായം വേണമെങ്കിൽ അവരോട് പറയുക. തള്ളുന്ന പ്രക്രിയ എത്ര നീണ്ടതായിരിക്കണമെന്നതിന് ഒരു മാജിക് ഫോർമുലയും ഇല്ല. ഓരോ വേദന വരുമ്പോഴും മുക്കണം. എപ്പോൾ മുക്കണമെന്ന് തോന്നിയാലും മുഴുവൻ ശക്തിയുമെടുത്ത് മുക്കുക. കുഞ്ഞ് പുറത്തുവരാൻ താമസമുണ്ടാകില്ല. ചിലപ്പോൾ സ്വാഭാവികമായി മുക്കണമെന്ന് തോന്നുകയില്ല. അപ്പോൾ ഡോക്ടറോ നേഴ്സോ നിങ്ങളുടെ ഏകാഗ്രത നിലനിർത്താൻ സഹായിക്കും.
- കുഞ്ഞിന്റെ തല കണ്ടശേഷം വീണ്ടും മറഞ്ഞാൽ നിരാശപ്പെടേണ്ടതില്ല. പലപ്പോഴും ഇങ്ങനെ സംഭവിക്കാറുണ്ട്. നിങ്ങൾ ശരിയായ ദിശയിലാണ് പോയ്കൊണ്ടിരിക്കുന്നത് എന്നുമാത്രം ഓർക്കുക.
- സങ്കോചനത്തിനിടയിൽ വിശ്രമിക്കുക. നിങ്ങൾ മുക്കുന്നതുകൊണ്ട് ക്ഷീണിച്ചു എങ്കിൽ ഡോക്ടറോട് പറയുക. ചില വേദനകൾക്കിടയിൽ മുക്കണ്ടെന്ന് പറയും, നിങ്ങൾക്ക് നഷ്ടപ്പെട്ട ശക്തി വീണ്ടെടുക്കാൻ കഴിയുകയും ചെയ്യും.
- മുക്കുന്നത് നിറുത്താൻ പറഞ്ഞാൽ നിറുത്തുക. മുക്കണമെന്ന് തോന്നിയാൽ വായ് കൊണ്ട് ഊതുക.
- മുൻപിലുള്ള കണ്ണാടിയിൽ നോക്കുക. കുഞ്ഞിന്റെ പൊന്തിവരുന്ന തല നിങ്ങൾക്ക് മുക്കുവാൻ പ്രചോദനം നൽകും. നിങ്ങൾ ഈ പ്രക്രിയയുടെ വീഡിയോ ടേപ്പിങ്ങ് എടുക്കുന്നില്ലെങ്കിൽ ഇത് റിപ്ലേ ചെയ്ത് വീണ്ടും കാണാൻ അവസരം കിട്ടുകയില്ല.

ഒരു കുഞ്ഞിന്റെ ജനനം

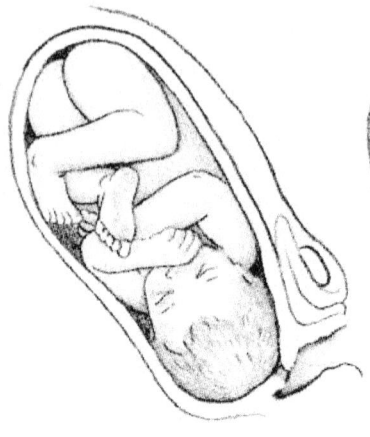

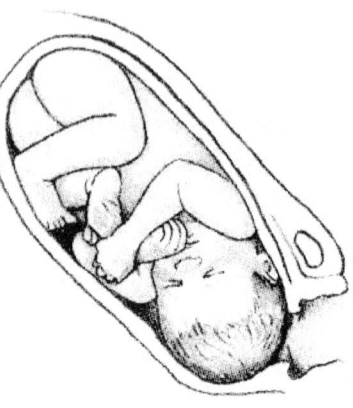

1. ഗർഭാശയത്തിന്റെ വായ കുറച്ച് തുറന്നിരിക്കുന്നു എന്നാൽ ഇനിയും പൂർണ്ണമായി തുറന്നിട്ടില്ല.

2. അമ്മയുടെ പെൽവിസിൽ നിന്ന് തന്റെ തല പുറത്തെടുക്കാൻ വേണ്ടി, കുഞ്ഞ് പ്രസവത്തിനിടയിൽ കുറച്ച് തിരിയുന്നു. ഇവിടെ അത് കാണാൻ കഴിയും.

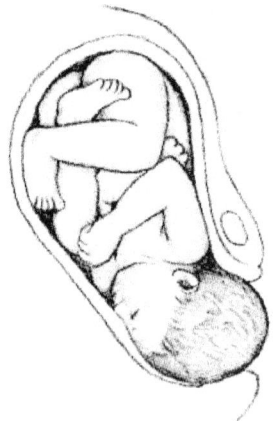

3. ഗർഭാശയത്തിന്റെ വായ പൂർണ്ണമായി തുറന്നുകഴിഞ്ഞു. തല യോനിമാർഗ്ഗത്തേക്ക് തള്ളുന്നു.

4. കുഞ്ഞിന്റെ തല പുറത്തുവന്ന ശേഷം ബാക്കി പ്രസവം വേഗത്തിലും എളുപ്പത്തിലും നടക്കും.

നിങ്ങൾ തള്ളുന്ന പണിയിൽ വ്യാപൃതയായിരിക്കുമ്പോൾ ഡോക്ടർ നിങ്ങളെ സഹായിക്കും. കുഞ്ഞിന്റെ ഹൃദയസ്പന്ദനം ശ്രദ്ധിക്കും. ഓപ്പറേഷനുവേണ്ട സാധനങ്ങൾ തയ്യാറാക്കിവെക്കും. ആന്റിസെപ്റ്റിക് മരുന്ന് തേക്കും. ആവശ്യം ഏർപ്പെട്ടാൽ ചെറുതായി കീറും. വ്യാക്വം അല്ലെങ്കിൽ ഫോർസപ്സ് ഉപയോഗിക്കും.

കുഞ്ഞിന്റെ തല പുറത്തുവന്നാൽ അതിന്റെ മൂക്കിൽ നിന്നും വായിൽ നിന്നും അനാവശ്യമായ മ്യൂക്കസ് എടുത്തുകളയും, അതിനെ പുറത്തെടുക്കാൻ ശ്രമിക്കും. തല പുറത്തുവരാനാണ് സമയമെടുക്കുക. അതിനുശേഷം പതുക്കെ തള്ളിയാൽ മാത്രം മതി. അതിനുശേഷം പൊക്കിൾ കൊടി മുറിച്ച് കുഞ്ഞിനെ നിങ്ങൾക്ക് തരും, അല്ലെങ്കിൽ വയറ്റിൽ കിടത്തും. ഇപ്പോൾ നിങ്ങൾക്ക് കുഞ്ഞിനെ കൈകൊണ്ട് തൊടാം. ജനിച്ച ഉടനെ അമ്മയുടെ ചർമ്മസ്പർശം കിട്ടുന്ന കുട്ടികൾ പിന്നീട് നന്നായി ഉറങ്ങുകയും ശാന്തരായിരിക്കുകയും ചെയ്യുന്നു എന്ന് പഠനങ്ങളിൽ നിന്ന് അറിയാൻ കഴിഞ്ഞിട്ടുണ്ട്.

ഇതിനുശേഷം ഡോക്ടർ കുഞ്ഞിന്റെ സ്ഥിതി നിരീക്ഷിക്കുകയും 'അപ്ഗാർസ്കെയിലിൽ' ഒരു മിനിറ്റിന്റെയും അഞ്ചുമിനിറ്റിന്റെയും കണക്കിൽ പരിശോധിക്കും. അതിന്റെ പുറത്ത് പതുക്കെ തട്ടിക്കൊടുക്കും. നിങ്ങളുടെ മണിബന്ധത്തിലും കുഞ്ഞിന്റെ ഞെരിയാണിയിലും അടയാള ബാൻഡ് കെട്ടിക്കൊടുക്കും. നവജാത ശിശുവിന്റെ കണ്ണുകളിൽ സംക്രമം ഏർപ്പെടാതിരിക്കാൻ മരുന്നൊഴിക്കും. നിങ്ങൾക്ക് വേണമെങ്കിൽ ആദ്യം കുഞ്ഞിനെ എടുക്കണമെന്ന് പറയാം. അതിന്റെ തൂക്കം പരിശോധിച്ചശേഷം അതിനെ ടൗവലിൽ പൊതിയും. ഓരോ ആശുപത്രിയിലും ഓരോ വിധത്തിലാണ് ഇതൊക്കെ ചെയ്യുന്നത്.

കുഞ്ഞിന് പാലുകൊടുക്കാൻ നിങ്ങളുടെ കൈയ്യിൽ ഏൽപ്പിക്കും. ചിലപ്പോൾ സംപൂർണ്ണ പരിശോധനക്കും മറ്റ് ടെസ്റ്റുകൾക്കും വേണ്ടി കുഞ്ഞിനെ നെഴ്സറിയിലേക്ക് കൊണ്ടുപോകും. അതിനുശേഷം നിങ്ങളുടെ മുറിയിലുള്ള തൊട്ടിലിൽ കൊണ്ടുവന്നു കിടത്തും.

ഭർത്താവിനുവേണ്ടി: നിങ്ങൾക്ക് എന്തുചെയ്യാൻ കഴിയും

- തള്ളുമ്പോൾ ശക്തിമുഴുവൻ പ്രയോഗിക്കേണ്ടി വരുന്നതുകൊണ്ട് നിങ്ങൾ അമ്മയെ സഹായിക്കുക. നിങ്ങളുടെ സ്നേഹം കൊണ്ട് ആശ്വസിപ്പിക്കുക. അവർ നിങ്ങളെ ശ്രദ്ധിച്ചില്ലെങ്കിൽ തെറ്റിദ്ധരിക്കരുത്.
- വായയിൽ ഈർപ്പം നിലനിർത്താൻ ഐസ് ചിപ്സ് കൊടുത്തുകൊണ്ടിരിക്കുക.
- അവരുടെ മുതുകിന് പിന്തുണ നൽകുക. മുഖം നനഞ്ഞ തുണികൊണ്ട് തുടക്കുക. അവർ പൊസിഷൻ മാറിയാൽ വീണ്ടും പഴയ പൊസിഷനിലേക്ക് വരാൻ അവരെ സഹായിക്കുക.
- അവരെ ഇടക്കിടെ കണ്ണാടിയിൽ നോക്കാൻ ഓർമ്മിപ്പിക്കുക. കണ്ണാടിയില്ലെങ്കിൽ എല്ലാം നിങ്ങൾ തന്നെ പറഞ്ഞുകൊടുക്കുക.

കുഞ്ഞിനെ ആദ്യം കാണുക

ഒൻപതുമാസം വയറിലിരുന്ന ശേഷം കുഞ്ഞ് വൃത്തിയും വെടിപ്പുമായി ഉരുണ്ട കുട്ടപ്പനായിട്ടല്ല പുറത്തുവരുന്നത്. അതിന് പുറത്തുവരാൻ അദ്ധ്വാനിക്കേണ്ടതുണ്ട്. അതിന്റെ ഫലം കുഞ്ഞിന്റെ രൂപഭാവത്തിലും സ്വാധീനം ചെലുത്തുന്നു. എന്നാൽ ഈ ലക്ഷണങ്ങളൊന്നും ശാശ്വതമല്ല. ആശുപത്രിയിൽ നിന്ന് വീട്ടിലെത്തുമ്പോഴേക്കും കുഞ്ഞിന് ഭംഗിയുള്ള ആകർഷകമായ രൂപം കിട്ടിക്കഴിയും.

വളഞ്ഞുതിരിഞ്ഞ തല:– ചിലപ്പോൾ കുഞ്ഞിന്റെ തല അതിന്റെ നെഞ്ചിനെക്കാളും വലുതായിരിക്കും. പലപ്പോഴും പ്രസവത്തിന്റെ പ്രക്രിയക്കിടയിൽ തലയുടെ ആകൃതി വളഞ്ഞുതിരിഞ്ഞതാകും. തല പുറത്തേക്കുവരുമ്പോൾ തെറ്റായ രീതിയിൽ അമർത്തിയാൽ മുഴയുണ്ടാകും. ഇത് രണ്ടുമൂന്നാഴ്ചകൾക്കകം ശരിയാകും. കുഞ്ഞിന്റെ തല ശരിയായ ആകൃതിയിലാകുകയും ചെയ്യും.

നവജാത ശിശുവിന്റെ തലമുടി:– ചില നവജാത ശിശുക്കളുടെ തല മൊട്ടയായിരിക്കും. ചിലരുടെ തലയിൽ അടർന്ന മുടി ഉണ്ടാകും. ആ മുടിയൊക്കെ പതുക്കെപ്പതുക്കെ കൊഴിഞ്ഞുപോകുകയും പുതിയ നിറവും രൂപവുമുള്ള മുടി വളരുകയും ചെയ്യും.

ശരീരത്തിൽ മെഴുകുപോലത്തെ ലെയർ:– മെഴുകുപോലുള്ള ലെയർ കുഞ്ഞിന്റെ ശരീരത്തിൽ അമ്നിയോട്ടിക് ദ്രവത്തിന്റെ പ്രഭാവം കൊണ്ടാണ് ഉണ്ടാകുന്നത്. എപ്പോഴും മാസം തികയാതെ ജനിക്കുന്ന കുഞ്ഞുങ്ങളുടെ ദേഹത്തിൽ ഇത് കാണുന്നു. പോസ്റ്റുമെച്വർ ശിശുക്കളിൽ ഇത് തീരെ കാണുന്നില്ല.

ജനനേന്ദ്രിയത്തിൽ വീക്കം:– നവജാത ശിശു ആണായാലും പെണ്ണായാലും ജനനേന്ദ്രിയത്തിൽ വീക്കം ഉണ്ടായേക്കാം. മാറിലും വീക്കം ഉണ്ടാകാം. ചിലപ്പോൾ അതിൽനിന്ന് നേർത്ത ദ്രവം പുറത്തുവരും. പെൺകുട്ടികളിൽ മാതൃഹാർമോണുകൾ കാരണം, യോനിയിൽ നിന്ന് നേരിയ സ്രാവവും ഏർപ്പെടാം. ഈ എല്ലാ പ്രഭാവങ്ങളും 7 മുതൽ 10 ദിവസങ്ങൾക്കുള്ളിൽ ശരിയാകും.

കണ്ണുകളിലെ വീക്കം:– ചിലപ്പോൾ നവജാത ശിശുക്കളുടെ കൺപോളകളിൽ വീക്കമുണ്ടാകും ഇതും കുറച്ചുദിവസത്തിൽ ശരിയാകും.

ചർമ്മം:– കുഞ്ഞ് ഇളം വെള്ള, റോസ് അല്ലെങ്കിൽ സ്ലേറ്റ് കളറിലുള്ള ചർമ്മത്തോടെയാണ് ജനിക്കുന്നത്. ജനിച്ച് ചില മണിക്കൂറുകൾവരെ പിഗ്മെന്റേഷൻ തുടങ്ങുന്നില്ല. മുഖത്ത് ശാശ്വതമല്ലാത്ത പുള്ളികളും കാണപ്പെടും. അവരുടെ ചർമ്മം കാറ്റിന്റെ സമ്പർക്കം കാരണം വരണ്ടതും ശുഷ്ക്കവും ആയിരിക്കും.

ലൈംഗോ:– പലപ്പോഴും നവജാത ശിശുക്കളുടെ ചുമലുകൾ, മുതുക്, നെറ്റി എന്നീവിടങ്ങളിൽ ധാരാളം മുടി ഉണ്ടായിരിക്കും. ഇത് സമയത്തിന് മുമ്പോ, സമയം കഴിഞ്ഞോ ജനിക്കുന്ന കുഞ്ഞുങ്ങളിൽ കാണാറുണ്ട്. ഈ മുടി കുറച്ച് സമയത്തിനുശേഷം താനേ കൊഴിഞ്ഞുപോകുന്നു.

ബെർത്ത് മാർക്ക്:– കുഞ്ഞുങ്ങളുടെ ശരീരത്തിൽ ജന്മനാ തന്നെ ചില അടയാളങ്ങൾ ഉണ്ടായിരിക്കും. ഇതിനെ ബെർത്ത് മാർക്ക് എന്നാണ് പറയുന്നത്. തോലിൽ ചെറുതായതോ ആഴമുള്ളതോ ആയ പാടുണ്ടാകും. കൈയ്യിലോ തുടയിലോ കറുത്ത പാടുണ്ടാകും. പലപ്പോഴും ചെറിയ അരിമ്പാറ പോലെ പൊന്തിവരും. ചിലപ്പോൾ ഈ അരിമ്പാറ താനെ പൊഴിഞ്ഞുപോകും. ശരീരത്തിൽ വെവ്വേറെ നിറത്തിലുള്ള തടിപ്പുകളും പിന്നീട് നിറം മങ്ങും, പക്ഷെ പൂർണ്ണമായി മറയുകയില്ല.

മൂന്നാമത്തെ അവസ്ഥ– മറുപിള്ള പുറത്തുവരിക

ചീത്ത സമയമെല്ലാം കഴിഞ്ഞുപോയി. നല്ലത് വരാൻ തയ്യാറായി. കുഞ്ഞിന്റെ ജനനത്തിന്റെ ഈ അവസാന ഘട്ടത്തിൽ ഗർഭപാത്രത്തിൽ നിന്ന് മറുപിള്ള പുറത്തുവരും. ചെറുതായ കോൺട്രാക്ഷൻ തുടരും. എന്നാൽ നിങ്ങൾ നവജാത ശിശുവിൽ മുഴുകിയിരിക്കുന്നതു കൊണ്ട് അത് അറിയുകയേ ഇല്ല. ഗർഭാശയം സങ്കോചിക്കുന്നതുകൊണ്ട് മറുപിള്ള യോനി വരെ വന്നുചേരും. അപ്പോൾ അതിനെ പുറത്തേക്കെടുക്കാം.

ഡോക്ടർ നിങ്ങളോട് ശരിയായ സമയത്ത് മുക്കാൻ പറയുകയും മറുപിള്ളയെ പുറത്തെടുക്കാൻ സഹായിക്കുകയും ചെയ്യും. നിങ്ങൾക്ക് ഇഞ്ചക്ഷൻ വഴി ഓക്സിട്രാസിൻ നൽകും. അതുകൊണ്ട് സങ്കോചനം തീവ്രമാകുകയും മറുപിള്ളക്ക് പുറത്തുവരാൻ കഴിയുകയും ചെയ്യും. ഗർഭാശയം വേഗത്തിൽ പഴയരൂപം പ്രാപിക്കും, രക്തസ്രാവവും വളരെ കുറയും. ഗർഭാശയം ഒന്നുചേർന്നിട്ടില്ലെങ്കിൽ ഗർഭാശയത്തിൽ അതിന്റെ കഷ്ണം ബാക്കി ഉണ്ടോ എന്ന് ഡോക്ടർ പരിശോധിക്കും.

പ്രസവം കഴിഞ്ഞതും നിങ്ങൾക്ക് വളരെ ക്ഷീണം തോന്നുകയോ അല്ലെങ്കിൽ നിറയെ ഊർജ്ജത്തോടുകൂടി കാണപ്പെടുകയോ ചെയ്യും. ചില സ്ത്രീകൾക്ക് തണുപ്പു തോന്നാം, മറ്റുചിലർക്ക് വിശപ്പ് തോന്നിയേക്കാം.

ഈ സമയത്ത് മാസമുറ പോലെയുള്ള രക്തപ്പോക്ക് ഉണ്ടാകും. കുഞ്ഞ് ജനിച്ചശേഷം നിങ്ങൾക്ക് വൈകാരികമായി എന്ത് അനുഭവപ്പെടും. ഓരോ സ്ത്രീയും വ്യത്യസ്തമായ രീതിയിൽ പ്രതികരിക്കും. നിങ്ങൾക്ക് കുഞ്ഞിനോടും ഭർത്താവിനോടും സ്നേഹം തോന്നിയേക്കാം. നീണ്ട പ്രസവത്തിനുശേഷം നീണ്ടുനിവർന്ന് കിടന്നേക്കാം.ചിലപ്പോൾ കുഞ്ഞിനെ തൊട്ടുനോക്കി ആശ്ചര്യപ്പെടുന്നുണ്ടാകും. ചിലപ്പോൾ പുതിയ വിരുന്നുകാരനെ കണ്ട് കുറച്ചുവിഷമമുണ്ടാക്കും. കുഞ്ഞിന് നിങ്ങളുടെ അടുത്തെത്താൻ പല കഷ്ടങ്ങളും സഹിക്കേണ്ടിവന്നിട്ടുണ്ടല്ലോ? നിങ്ങളുടെ പ്രതികരണം എന്തായാലും നിങ്ങൾ കുഞ്ഞിനെ ഗാഢമായി സ്നേഹിക്കും. ഇക്കാര്യങ്ങൾക്കെല്ലാം കുറച്ച് സമയ മെടുക്കും.

നിങ്ങൾക്ക് എന്തുചെയ്യാൻ കഴിയും?

- നിങ്ങളുടെ കുഞ്ഞിനെ അകമഴിഞ്ഞ് സ്നേഹിക്കുക. കുഞ്ഞിന് അമ്മയുടെ ശബ്ദം തിരിച്ചറിയാൻ കഴിയും. അതു കൊണ്ട് കുഞ്ഞിനോട് സംസാരിക്കുക. അതിന്റെ കാതിൽ പതുക്കെ ഏതെങ്കിലും പാട്ടുമൂളുക. അപ്പോൾ കുഞ്ഞിന് ഈ ലോകത്തോട് കുറച്ച് ആത്മീയത അനുഭവപ്പെടും. കുഞ്ഞിനെ നേഴ്സറിയിൽ വച്ചിരിക്കുകയാണെങ്കിൽ കുറച്ചുസമയം കാത്തിരിക്കുക.
- നിങ്ങളുടെ ഭർത്താവിന്റെ കൂടെയും കുറച്ച് സമയം ചിലവഴിക്കുക.
- മറുപിള്ളയെ പുറത്തെടുക്കാൻ സഹായിക്കുക. പലപ്പോഴും തള്ളേണ്ട ആവശ്യം പോലും വരാറില്ല. നിങ്ങൾ എന്താണ് ചെയ്യേണ്ടതെന്ന് ഡോക്ടർ പറയും.
- കീറിയിട്ടുണ്ടെങ്കിൽ അതു തുന്നുന്നതു വരെ വെറുതെ കിടക്കുക.
- നിങ്ങളുടെ നേട്ടത്തിൽ അഭിമാനിക്കുക.
- പെരിനിയത്തിലെ വീക്കം മാറ്റാൻ ഐസ് പാക്ക് കൊണ്ടുവരാൻ പറയുക. നേഴ്സ് പാഡ് വെക്കാൻ നിങ്ങളെ സഹായിക്കും. ഈ സമയത്ത് നിങ്ങൾക്ക് രക്തപ്പോക്ക് ഉണ്ടാകും. നിങ്ങളെ വൃത്തിയാക്കി മുറിയിലെത്തിക്കും.

ഭർത്താവിന് – നിങ്ങൾക്ക് എന്തു ചെയ്യാൻ കഴിയും?

- ഭാര്യയുടെയും കുഞ്ഞിന്റെയും കൂടെ ചിലവഴിക്കാൻ നിങ്ങളുടെ പക്കൽ ധാരാളം സമയമുണ്ടാകും. ബാക്കിയുള്ള കാര്യങ്ങളൊക്കെ നേഴ്സും ഡോക്ടറും നോക്കിക്കോളും.
- നിങ്ങളുടെ കൊച്ചു വിരുന്നുകാരനെയും അമ്മയെയും അഭിനന്ദിക്കുക. അവരോട് സ്നേഹത്തോടെ രണ്ടുവാക്ക് സംസാരിക്കുക.
- കുഞ്ഞിനോട് കുറച്ചുനേരം സംസാരിച്ചാൽ എങ്ങനെ ഉണ്ടാകും, അതിന് നിങ്ങളുടെ ശബ്ദവും തിരിച്ചറിയാം. ഈ അപരിചിതമായ അന്തരീക്ഷത്തിൽ കുഞ്ഞിന് ആത്മീയത അനുഭവപ്പെടും.
- അമ്മയേയും കുറച്ച് ലാളിക്കാൻ മറക്കരുത്.
- അവർക്ക് ജ്യൂസ് വരുത്തിക്കുക. നിങ്ങൾ കൈയ്യിൽ ഷാംപേൻ കരുതിയിട്ടുണ്ടെങ്കിൽ സന്തോഷം കൊണ്ടാടുന്നതിൽ തെറ്റെന്താണ്.
- കൈയ്യിൽ ക്യാമറയോ വീഡിയോയോ ഉണ്ടെങ്കിൽ കൊച്ച് വികൃതികുട്ടന്റെ ചിത്രങ്ങൾ എടുക്കാൻ തുടങ്ങുക.

സിസേറിയൻ ഡെലിവറി

സിസേറിയൻ ഡെലിവറിയിൽ നിങ്ങൾക്ക് സാധാരണ ഡെലിവറിയിലെന്ന പോലെ സജീവമായി പങ്കെടുക്കാൻ കഴിയുകയില്ല. എന്നാൽ ഇതുകൊണ്ട് ചില ലാഭങ്ങളുമുണ്ട്. മുക്കുകയും ബലം പ്രയോഗിക്കുകയും ചെയ്യുന്നതിനുപകരം നിങ്ങൾക്ക് ആശ്വാസമായി കിടക്കാം. എന്നാൽ ഇതിനെക്കുറിച്ച് നിങ്ങൾ അറിഞ്ഞിരിക്കണം. എത്രക്ക് അറിവുണ്ടോ അത്രയ്ക്ക് ആശ്വാസപ്രദമായിരിക്കും. ആദ്യംതന്നെ ഇതിനെക്കുറിച്ച് നിങ്ങൾ അറിഞ്ഞിരിക്കണം. എന്തെന്നാൽ ചിലപ്പോൾ പെട്ടെന്നായിരിക്കും സിസേറിയൻ ചെയ്യാൻ തീരുമാനിക്കേണ്ടിവരിക.

അനസ്തീഷ്യയും ആശുപത്രികളുടെ മാറിവരുന്ന രീതികളും കാരണം മിക്ക സ്ത്രീകൾക്കും അവരുടെ സിസേറിയൻ കാണാൻ കഴിയും. ആ സമയത്ത് അവർ വളരെ ശാന്തരുമായിരിക്കും. സിസേറിയൻ ജനനത്തിൽ താഴെ കൊടുത്തിട്ടുള്ള ഘട്ടങ്ങളുണ്ട്.

- നിങ്ങൾക്ക് അനസ്തീഷ്യ തരും. അല്ലെങ്കിൽ ശരീരത്തിന്റെ താഴ്ഭാഗത്ത് എപ്പിഡ്യൂറൽ തരും. എമർജെൻസിയിൽ കുഞ്ഞിന്റെ ജനനം നടക്കുകയാണെങ്കിൽ ജെനറൽ അനസ്തീഷ്യ നൽകും.
- വയറിന്റെ താഴ്ഭാഗം ആന്റിസെപ്റ്റിക് സൊല്യൂഷൻ കൊണ്ട് കഴുകും. ഡോക്ടർ കഥീറ്റർ കൊണ്ട് നിങ്ങളുടെ ബ്ലാഡറും കാലി ചെയ്യും.
- വയറിന്റെ സമീപം സ്ട്രായൽ ഡ്രേപ് ഘടിപ്പിക്കും. വയറ് കീറുന്നത് നിങ്ങൾക്ക് കാണാൻ പറ്റാത്തവിധം ഒരു സ്ക്രീൻ വെക്കും.
- ആ സമയത്ത് ഭർത്താവിനോ കോച്ചിനെയോ നിങ്ങളെ സഹായിക്കാം. അവർക്ക് ഓപ്പറേഷൻ കാണാനുള്ള സന്ദർഭവും കിട്ടും.

- ഇത് എമർജെൻസി ഓപ്പറേഷൻ ആണെങ്കിൽ പരിഭ്രമിക്കേണ്ട. എല്ലാം ശരിയാകും. ആശുപത്രികളെ സംബന്ധിച്ചിടത്തോളം ഇത് നിത്യസംഭവമാണ്.
- അനസ്തീഷ്യ പണി ചെയ്യാൻ തുടങ്ങിയ ശേഷം നിങ്ങളുടെ വയറ് കീറും. നിങ്ങൾക്ക് ഒരു ജിപ്പ് തുറക്കുന്നമാതിരി അനുഭവപ്പെടും, എന്നാൽ വേദന ഉണ്ടാവില്ല.
- പിന്നീട് ഗർഭാശയത്തിൽ രണ്ടാമത്തെ കീറൽ നടക്കും. അമ്നിയോട്ടിക് ബാഗ് തുറക്കുകയും അതിനകത്തുള്ള ദ്രവം പുറത്തെടുക്കുകയും ചെയ്യും. നിങ്ങൾക്ക് ആ ശബ്ദം കേൾക്കാൻ കഴിയും.
- പിന്നീട് കുഞ്ഞിനെ പുറത്തെടുക്കും. സഹായി അതോടൊപ്പം തന്നെ ഗർഭാശയത്തെ അമർത്തും. എപിഡ്യൂറലിനോടൊപ്പം ചെറിയ അഴുത്തമോ വലിവോ അനുഭവപ്പെടും. കുഞ്ഞിന്റെ വരവ് കാണാൻ ആഗ്രഹിക്കുന്നുണ്ടെങ്കിൽ ഡോക്ടറോട് സ്ക്രീൻ കുറച്ച് താഴ്ത്താൻ പറയുക. നിങ്ങൾക്ക് കുഞ്ഞിനെ മാത്രം കാണാൻ കഴിയും ബാക്കി ഭാഗങ്ങൾ കാണാൻ കഴിയുകയില്ല.
- കുഞ്ഞിന്റെ മൂക്കിൽ നിന്നും വായിൽ നിന്നും മ്യൂകസ് എടുത്തുകളയും. കൊടി മുറിച്ച ഉടനെ നിങ്ങൾക്ക് കുഞ്ഞിനെ കാണാൻ കഴിയും.
- യോനിവഴി ജനിക്കുന്ന കുഞ്ഞിന് ചെയ്യുന്ന ശുശ്രൂഷകളൊക്കെ ഈ കുഞ്ഞിനും ചെയ്യും. ഡോക്ടർ മറുപിള്ള എടുത്തുമാറ്റും.
- കുഞ്ഞിന്റെ റൊട്ടീൻ പരിശോധനക്കു ശേഷം നിങ്ങളുടെ ജനനേന്ദ്രിയങ്ങൾ പരിശോധിക്കും. അലിഞ്ഞുപോകുന്ന സ്റ്റിച്ചുകൊണ്ട് ഗർഭാശയം തുന്നിച്ചേർക്കും. വയറിൽ എടുത്തുമാറ്റേണ്ട തയ്യൽ ഇടും.
- ഗർഭാശയം ചുരുങ്ങാനും രക്തസ്രാവം നിർത്താനും വേണ്ടി ആക്സിടോസിൻ ഇഞ്ചെക്ഷൻ തരും. സംക്രമണം ഏർപ്പെടാതിരിക്കാൻ പലതരത്തിലുള്ള ആന്റി ബയോട്ടിക്സ് തരും.

ചിലപ്പോൾ പ്രസവമുറിയിൽതന്നെ കുഞ്ഞിനെ കൊഞ്ചാനുള്ള സന്ദർഭം കിട്ടിയേക്കാം. എന്നാൽ മിക്ക സ്ഥലങ്ങളിലും സിസേറിയനുശേഷം കുഞ്ഞിനെ നേരെ നെഴ്സറിയിൽ കൊണ്ടുപോയി പല പരിശോധനകളും ചെയ്യും. അതുകൊണ്ട് നിരാശപ്പെടേണ്ട. നിങ്ങൾക്ക് പിന്നീട് കുഞ്ഞിനെ ലാളിക്കാൻ എത്രയോ സമയം കിട്ടും.

അഭിനന്ദനങ്ങൾ! നിങ്ങൾ ഇത് ചെയ്തുകാട്ടി. ഇനി കുഞ്ഞിനോടൊപ്പം ജീവിതത്തിന്റെ ആനന്ദം മുഴുവൻ അനുഭവിക്കുക.

മംഗളാശംസകളോടെ
– ഹൈഡീ

••••

ഭാഗം - 3

ഇരട്ടയോ, മൂന്നോ അല്ലെങ്കിൽ കൂടുതൽ ശിശുക്കളോ

(നിങ്ങൾ ഒന്നിൽ കൂടുതൽ കുഞ്ഞുങ്ങളുടെ അമ്മയാകാൻ പോകുമ്പോൾ)

ഒന്നിൽ കൂടുതൽ കുഞ്ഞുങ്ങൾ

നിങ്ങൾ ഒന്നിൽ കൂടുതൽ കുഞ്ഞുങ്ങളെ ഗർഭം ധരിച്ചിട്ടുണ്ടോ? ഇതുകേട്ടതും നിങ്ങൾക്ക് ദുഃഖവും, സന്തോഷവും ആശ്ചര്യവും ഒരുമിച്ചുണ്ടാകും. ഈ ഭാവങ്ങളോടൊപ്പം ചില ചോദ്യങ്ങളും തല പൊക്കും. എന്റെ കുഞ്ഞുങ്ങൾ ആരോഗ്യവാന്മാരായിരിക്കുമോ? ഞാൻ ആരോഗ്യവതിയായിരിക്കുമോ? ഡോക്ടറെ മാറ്റി ഏതെങ്കിലും സ്പെഷ്യലിസ്റ്റിനെ കാണണോ? എത്ര ഭക്ഷണം കഴിക്കണം? എത്ര തൂക്കം കൂട്ടണം? എന്റെ വയറിൽ രണ്ടു കുഞ്ഞുങ്ങൾക്ക് വേണ്ടത്ര സ്ഥലം ഉണ്ടാകുമോ? എന്റെ വീട്ടിൽ രണ്ടുകുഞ്ഞുങ്ങൾക്ക് വേണ്ടത്ര സൗകര്യങ്ങളുണ്ടോ? എനിക്ക് 9 മാസംവരെ ഗർഭം ചുമക്കാൻ കഴിയുമോ? എപ്പോഴും കിടക്കയിൽ തന്നെ സമയം കഴിക്കേണ്ടിവരുമോ? രണ്ടുകുഞ്ഞുങ്ങൾക്ക് ജന്മം നൽകുന്നത് കഠിനമാണോ?

മൾട്ടിപ്പിൾ പ്രെഗ്നൻസി

ഇക്കാലത്ത് മൾട്ടിപ്പിൾ പ്രെഗ്നൻസി വളരെ കൂടുതലായിട്ടുണ്ട്. എന്തുകൊണ്ടെന്നാൽ 35 വയസ്സിൽ കൂടുതലുള്ള സ്ത്രീകളാണ് അമ്മമാരാകുന്നത്. ഹാർമോണുകളിലുമുള്ള മാറ്റം കാരണം അവർ അധികവും ഇരട്ടകൾക്കാണ് ജന്മം നൽകുന്നത്. ഫെർട്ടിലിറ്റിക്കുള്ള ചികിത്സയും തടി കൂടുതലായിരിക്കുന്നതും ഇതിനുള്ള ഒരു കാരണമായി പറയാം.

നിങ്ങൾ എന്തുവിചാരിക്കുന്നുണ്ടാകും?

മൾട്ടിപ്പിൾ പ്രെഗ്നൻസി കണ്ടുപിടിക്കുക

"എനിക്ക് ഈയിടെ ഞാൻ ഗർഭിണിയാണെന്ന് അറിയാൻ കഴിഞ്ഞു. ഞാൻ ഇരട്ടക്കുട്ടികളുടെ അമ്മയാകാൻ പോകുകയാണെന്ന് തോന്നുന്നു. ഇത് ശരിയാണോ എന്ന് എങ്ങനെ കണ്ടുപിടിക്കും."

പ്രസവമുറിയിൽ ഇരട്ടക്കുട്ടികളെ കണ്ട് അമ്മയും അച്ഛനും ആശ്ചര്യപ്പെടുന്ന കാലം മലകേറിപ്പോയി. ഇപ്പോൾ വളരെ നേരത്തെ തന്നെ അച്ഛനമ്മമാർക്ക് ഈ സന്തോഷ വാർത്ത അറിയാൻ കഴിയും.

അൾട്രാസൗണ്ട്:– അൾട്രാ സൗണ്ടിന്റെ ചിത്രത്തിൽ തെളിവ് നിങ്ങളുടെ മുമ്പിലുണ്ടാകും. നിങ്ങൾക്ക് ശക്തമായ തെളിവ് വേണമെങ്കിൽ അൾട്രാ സൗണ്ടിനേക്കാൾ മെച്ചപ്പെട്ട തെളിവ് വേറെ ഇല്ല. ഒന്നാമത്തെ മൂന്നാം മാസത്തിൽ 6 മുതൽ 8 ആഴ്ചക്കുള്ളിൽ ഒരു അൾട്രാ സൗണ്ട് എടുക്കും. അതിൽ നിങ്ങളുടെ മൾട്ടിപ്പിൾസിന്റെ വിവരം കിട്ടും. എന്നാൽ നിങ്ങൾ ഈ വിഷയത്തിൽ കൂടുതൽ ശക്തമായ അറിവ് ലഭിക്കാൻ ആഗ്രഹിക്കുന്നുണ്ടെങ്കിൽ 12 ആഴ്ചകൾ വരെ കാത്തിരിക്കുക. ആദ്യത്തെ അൾട്രാ സൗണ്ടിൽ രണ്ടുകുഞ്ഞുങ്ങളെയും ഒരുമിച്ച് കാണാൻ കഴിയുകയില്ല.

ഡോപ്ലറ്റ്:– ഏകദേശം 9-ാം മാസത്തിനു ശേഷം ഡോക്ടർ ഡോപ്ലർ കൊണ്ട് കുഞ്ഞിന്റെ ഹൃദയസ്പന്ദനം പരിശോധിക്കും. ഒരേ ഡോപ്ലർ കൊണ്ട് രണ്ട് കുഞ്ഞുങ്ങളുടെ ഹൃദയ സ്പന്ദനം അളക്കുന്നത് കഠിനമാണെങ്കിലും ഡോക്ടർ പരിചയ സമ്പന്നനാണെങ്കിൽ ഇത് സാദ്ധ്യമാണ്, പിന്നീട് അൾട്രാസൗണ്ട് കൊണ്ട് സ്ഥിരീകരിക്കാം.

ഹാർമോണിന്റെ ലെവൽ:– ഗർഭം ധരിച്ച് 10 ദിവസങ്ങൾക്കുശേഷം നിങ്ങളുടെ മൂത്രത്തിൽ പ്രെഗ്നൻസി ഹാർമോണുകളായ എച്ച്.സി.ജി. കാണാൻ തുടങ്ങും. ഇത് ആദ്യത്തെ മൂന്നാം മാസത്തിൽ വളരെ വേഗത്തിൽ വളരും. പലപ്പോഴും ഇതിന്റെ വളർച്ചയുടെ ലെവൽവെച്ച് ഒന്നിൽ കൂടുതൽ കുഞ്ഞുങ്ങൾ ഉണ്ടോ എന്ന് അനുമാനിക്കാൻ കഴിയും. എന്നാൽ ചിലപ്പോൾ ഇരട്ടകളായാലും ഹാർമോണിന്റെ ലെവൽ സാധാരണമായെന്നും വരാം. അതുകൊണ്ട് ഇത് ശരിയായ സൂചനയായി കണക്കാക്കാൻ കഴിയുകയില്ല.

പരിശോധനയുടെ ഫലം:– രണ്ടാമത്തെ മൂന്നാം മാസം ട്രിപൾ അല്ലെങ്കിൽ ക്വൈഡ് സ്ക്രീൻ പരിശോധനയിൽ നിന്ന്, നിങ്ങളുടെ വയറിൽ ഒന്നിൽ കൂടുതൽ കുഞ്ഞുങ്ങളുണ്ടോ എന്ന് ശരിക്ക് മനസ്സിലാക്കാൻ കഴിയും.

നിങ്ങളുടെ അളവ്:– കുഞ്ഞുങ്ങളുടെ എണ്ണം കൂടുന്നതിനനുസരിച്ച് ഗർഭാശയത്തിന്റെ വലിപ്പവും കൂടും. ഗർഭാശയത്തിന്റെ അളവ് കൂടുന്നതിനനുസരിച്ച് ഡോക്ടർ മൾട്ടിപ്പിൾ പ്രെഗ്നൻസി ഉണ്ടെന്ന് അനുമാനിക്കാം. എന്നാൽ എല്ലായ്പ്പോഴും അങ്ങനെ ആകണമെന്നില്ല.

പല കാര്യങ്ങൾ കൊണ്ടും നിങ്ങൾ അനുമാനിക്കുമ്പോൾ അൾട്രാ സൗണ്ടു കൊണ്ട് അത് സ്ഥിരീകരിക്കും.

ഫ്രട്ടേണൽ അല്ലെങ്കിൽ ഐഡെന്റിക്കൽ

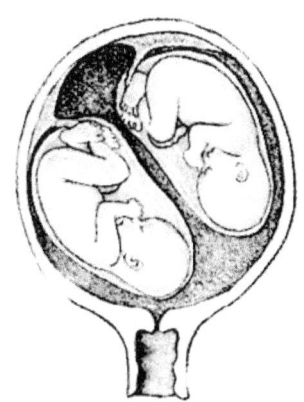

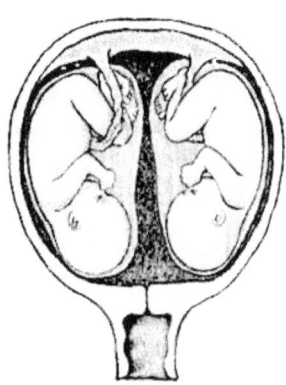

ഫ്രടേണൽ ഇരട്ടകളിൽ രണ്ടുമുട്ടകൾ ഒരുമിച്ച് ഫെർട്ടിലൈസ് ആകും. ഐഡെന്റിക്കൽ ഇരട്ടകളിൽ ഒരേ മുട്ട ഫെർട്ടിലൈസ് ആയി രണ്ട് ഭ്രൂണങ്ങളായി വിഭജിക്കപ്പെടും. ഇവർക്ക് ഒരു മറുകുട്ടിയെ ഉള്ളൂ എങ്കിലും മതിയാകും. ചിലപ്പോൾ വെവ്വേറെയും ഉണ്ടാകും.

സാധാരണ ഫ്രെട്ടേണൽ ഇരട്ടകളാണ് അധികം ഉണ്ടാകുന്നത്. നിങ്ങളുടെ കുടുംബത്തിൽ ഇരട്ടകളുടെ പാരമ്പര്യമുണ്ടെങ്കിൽ നിങ്ങളും ഇരട്ടകൾക്ക് ജന്മം നൽകിയേക്കാം.

ഡോക്ടറെ തിരഞ്ഞെടുക്കൽ

"എനിക്ക് ഇരട്ടക്കുട്ടികൾ ജനിക്കാൻ പോകുന്ന വിവരം ഞാൻ ഈയിടെയാണ് അറിഞ്ഞത്. ഞാൻ എപ്പോഴും പോകുന്ന പ്രസവ വിശേഷജ്ഞന്റെ അടുത്തുതന്നെ പോയാൽ മതിയോ, വേറെ ഏതെങ്കിലും വിശേഷജ്ഞനെ കാണണോ?"

നിങ്ങൾ നിങ്ങളുടെ ഡോക്ടറുടെ ചികിത്സയിൽ സംതൃപ്തയാണെങ്കിൽ ഇരട്ടക്കുട്ടികളാണെന്ന ഒരേ കാരണത്തിനുവേണ്ടി ഡോക്ടറെ മാറ്റേണ്ടതില്ല. നിങ്ങൾ കൃത്യമായി ചെക്കപ്പ് ചെയ്യുക.

ഇതിനുപുറമെ നിങ്ങൾക്ക് കുറച്ചുകൂടുതൽ ശുശ്രൂഷയും വേണമെന്ന് ആഗ്രഹമുണ്ടോ? പലപ്പോഴും ഡോക്ടർമാർ ഇങ്ങനെയുള്ള രോഗികളെ ഉപദേശങ്ങൾക്കും ചർച്ചകൾക്കും വേണ്ടി വിശേഷജ്ഞന്മാരെ കാണാൻ നിർദ്ദേശിക്കാറുണ്ട്. നിങ്ങൾക്കും ഇവർ രണ്ടുപേരെയും ഒന്നുചേർക്കാൻ കഴിഞ്ഞാൽ നന്നായിരിക്കും. എന്തെന്നാൽ ഇരട്ടക്കുട്ടികൾക്ക് ജന്മം നൽകുന്ന അമ്മയ്ക്ക് ചില പ്രത്യേക ആവശ്യങ്ങൾ ഉണ്ടാകും. അവർക്ക് 'പ്രിനെടോലജിസ്റ്റി'ന്റെ ഉപദേശം വളരെ ഉപയോഗപ്രദമായിരിക്കും. നിങ്ങളുടെ ഗർഭാവസ്ഥ ആപത്തിന്റെ ലക്ഷണങ്ങൾ കാട്ടുന്നുണ്ടെങ്കിൽ ഈ ഉപദേശം കൂടുതൽ അത്യാവശ്യമായിത്തീരും.

ഇങ്ങനെയുള്ള വിദഗ്ദനെ തിരഞ്ഞെടുക്കുമ്പോൾ അദ്ദേഹത്തിന്റെ ആശുപത്രിയെയും ശ്രദ്ധിക്കുക. പ്രിമെച്വർ ശിശുക്കളെ പ്രത്യേകം ശുശ്രൂഷിക്കാനുള്ള ഏർപ്പാടുള്ള ആശുപത്രി തിരഞ്ഞെടുക്കണം. എന്തെന്നാൽ സാധാരണ ഇരട്ടകളുടെ കാര്യത്തിൽ അങ്ങിനെയാണ് സംഭവിക്കാറുള്ളത്.

ഡോക്ടറോട് ഇതിനെക്കുറിച്ചുള്ള അവരുടെ പോളിസിയെക്കുറിച്ച് ചർച്ച ചെയ്യുക. 37-38 ആഴ്ചകളിൽ പ്രസവിപ്പിക്കുമോ? എല്ലാം ശരിയാണെങ്കിൽ കാത്തിരിക്കുമോ? യോനിവഴി പ്രസവം നടക്കുമോ? ഇങ്ങനെയുള്ള കേസുകളിൽ ഓപ്പറേഷൻ തന്നെ ചെയ്യേണ്ടിവരുമോ? നിങ്ങൾക്ക് ലേബർ അല്ലെങ്കിൽ ഡെലിവറി റൂമിൽ കുഞ്ഞുങ്ങൾക്ക് ജന്മം നൽകാൻ കഴിയുമോ? സുരക്ഷയെ കരുതി ആദ്യംതന്നെ ഓപ്പറേഷൻ തിയേറ്ററിലേക്ക് കൊണ്ടുപോകുമോ?

ഡോക്ടറെ തിരഞ്ഞെടുക്കുന്നതിനെക്കുറിച്ച് ഈ പുസ്തകത്തിൽ മറ്റുചില സ്ഥലങ്ങളിലും പരാമർശിച്ചിട്ടുണ്ട്.

ഗർഭാവസ്ഥയുടെ ലക്ഷണങ്ങൾ

"ഇരട്ടക്കുട്ടികളാണെങ്കിൽ ഗർഭ ലക്ഷണങ്ങൾ സാധാരണയെ അപേക്ഷിച്ച് ഇരട്ടിയായിരിക്കുമെന്ന് ഞാൻ കേട്ടിട്ടുണ്ട്. ഇത് സത്യമാണോ?"

പലപ്പോഴും ഇരട്ടക്കുട്ടികൾ കാരണം ഗർഭാവസ്ഥയിൽ പല ബുദ്ധിമുട്ടുകളും ഉണ്ടാകും. എന്നാൽ എല്ലായ്പ്പോഴും അങ്ങനെ ആകണമെന്നില്ല.

സിങ്കിൾ പ്രെഗ്നൻസി പോലെതന്നെ മൾട്ടിപ്പിൾ പ്രെഗ്നൻസിയും ഓരോരുത്തർക്ക് ഓരോമാതിരി ആയിരിക്കും. ചിലപ്പോൾ ഒരു കുഞ്ഞുള്ള അമ്മ ഗർഭാവസ്ഥ മുഴുവൻ ഛർദ്ദിച്ചുകൊണ്ടിരിക്കുകയും മൾട്ടിപ്പിൾ പ്രെഗ്നൻസിയുള്ള അമ്മ ഒരിക്കൽപോലും ഛർദ്ദിക്കാതിരിക്കുകയും ചെയ്തേക്കാം. മറ്റ് ലക്ഷണങ്ങളുടെ കാര്യവും ഇതുപോലെ തന്നെയാണ്.

എന്നാൽ കാലുകളുടെ കോച്ചൽ, ഛർദ്ദി, വെരിക്കോസ്‌വെയിൻസ് എന്നിവ ഇരട്ടിയാകുമെന്ന് കരുതേണ്ടതില്ല. നിങ്ങൾക്ക് ഇവ എണ്ണാൻ കഴിയില്ല. ശരാശരി ഗർഭാവസ്ഥയിൽ ഇതൊക്കെ കുറച്ചു കൂടിയേക്കാം.

- ഇങ്ങനെയുള്ള കേസുകളിൽ മോണിങ്ങ് സിക്നസ്, ഛർദ്ദി, മനംപിരട്ടൽ എന്നീ ലക്ഷണങ്ങൾ കൂടുതലായേക്കാം. ഇത് നേരത്തെ തുടങ്ങുകയും വളരെ സമയം വരെ തുടരുകയും ചെയ്യുന്നു. ഹാർമോൺ വർദ്ധിക്കുന്നതിന്റെ ലെവലിന് അനുസരിച്ചായിരിക്കും ഇങ്ങനെ ഉണ്ടാകുന്നത്.
- വയറിൽ എത്രകുഞ്ഞുങ്ങളുണ്ടാകുന്നുവോ അതിനനുസരിച്ച് അജീർണത്തിന്റെ ബുദ്ധിമുട്ടുകളും (നെഞ്ചടക്കുക, അജീർണ്ണം, വയറ് വീർക്കൽ എന്നിവ) വർദ്ധിക്കും.
- 'ക്ഷീണം'. ഇതിനെപ്പറ്റി എന്തുപറയാനാണ്. നിങ്ങൾ ചുമക്കുന്ന ഭാരത്തിനനുസരിച്ച് ക്ഷീണവും കൂടും. നിങ്ങളുടെ ഊർജ്ജം കുറയുന്നതുകൊണ്ടും ക്ഷീണമുണ്ടാകും. വയറുവലുതാകുന്നതുകൊണ്ടും ക്ഷീണമുണ്ടാകും. വയറുവലുതാകുന്നതുകൊണ്ട് നല്ലപോലെ ഉറങ്ങാൻ കഴിയുകയില്ല. അതുകൊണ്ടും ക്ഷീണമുണ്ടാകും.
- മറ്റുള്ള എല്ലാ ശാരീരിക കഷ്ടങ്ങളും ഓരോ ഗർഭാവസ്ഥയിലും ഉണ്ടാകുന്നത് തന്നെയാണ്. ഓരോ ഗർഭാവസ്ഥയും തന്നോടൊപ്പം ദുഃഖങ്ങളും ബുദ്ധിമുട്ടുകളും കൊണ്ടുവരുന്നു. ഇരട്ടക്കുട്ടി

കൾ ഉള്ളപ്പോൾ ഇത് കുറച്ചുകൂടിയേക്കാം. വയറ്റിൽ എത്ര അധികം കുട്ടികളുണ്ടോ അതിനനുസരിച്ച് വയറിൽ എരിച്ചൽ, കാലുകോച്ചൽ, കാലുകളിൽ വീക്കം, വെരിക്കോസ് വെയിൻസ്, ശ്വാസം എടുക്കാൻ ബുദ്ധിമുട്ട് എന്നിവയും വർദ്ധിക്കും.

തെറ്റായി എടുക്കരുത്, കുറച്ചുകൂടുതൽ കഷ്ടപ്പെട്ടാലും നിങ്ങൾക്ക് ഡബിൾ പ്രൈസ് കിട്ടാൻ പോകുകയല്ലേ!

മൾട്ടിപ്പിൾ പ്രെഗ്നൻസിയും ആഹാരവും

"ഞാൻ എന്റെ മൂന്ന് കുഞ്ഞുങ്ങൾക്കു വേണ്ടി ഇപ്പോൾതന്നെ നല്ല ഭക്ഷണം കഴിക്കാൻ തീരുമാനിച്ചു. ഞാൻ മൂന്നിരട്ടി ഭക്ഷണം കഴിക്കണോ?"

മൂന്നുകുട്ടികളുണ്ടെങ്കിൽ അമ്മ എപ്പോഴും കഴിച്ചുകൊണ്ടിരിക്കണമെന്നാണ് അർത്ഥം - എന്നാൽ നിങ്ങൾ നിങ്ങളുടെ ആഹാരം ഇരട്ടിയാക്കിയാൽ മതി. വരാനിരിക്കുന്ന നാളുകളിൽ ഓരോ കുഞ്ഞിനും 150 മുതൽ 300 കലോറി വേണം. ഇരട്ടകളുടെ കാര്യത്തിൽ 300 മുതൽ 600 കലോറിയും മൂന്നു കുട്ടികളുണ്ടെങ്കിൽ 450 മുതൽ 900 കൂടുതൽ കലോറിയും വേണ്ടിവരും. നിങ്ങളുടെ ആഹാരത്തിൽ കണ്ണിൽ കണ്ടതൊക്കെ ചേർക്കുന്ന തിനുമുൻപ് അളവിനോടൊപ്പം ഗുണമേന്മയിലും ശ്രദ്ധവേണം. നല്ലപോഷണത്തിനും മൾട്ടിപ്പിൾ പ്രെഗ്നൻസിക്കും ഗാഢമായ ബന്ധമുണ്ട്. ഈ പുസ്തകത്തിൽ നിന്ന് പ്രെഗ്നൻസി ഡയറ്റിനെപ്പറ്റി നിങ്ങൾക്ക് അറിയാൻ കഴിയും.

ചെറിഭാഗങ്ങളായി:– വയർ വലുതാകുന്നതോടൊപ്പം ഓരോ പ്രാവശ്യം കഴിക്കുന്ന ആഹാരത്തിന്റെ അളവും കുറയും. ദിവസവും 5-6 പ്രാവശ്യം കുറച്ച് കുറച്ച് ഭക്ഷണം കഴിച്ചാൽ വയറിൽ ഭാരം തോന്നുകയില്ല, മൂന്നുപേർക്കും വേണ്ടത്ര പോഷണം കിട്ടുകയും ചെയ്യും.

കലോറിയുടെ അളവ്:– കലോറികൾ ധാരാളമുള്ള ആഹാരം തിരഞ്ഞെടുക്കുക. പോഷകമുള്ള കലോറി കഴിക്കുന്നതുകൊണ്ട് നിങ്ങൾക്കും ശരിയായ സമയത്ത് ആരോഗ്യമുള്ള കുഞ്ഞുങ്ങൾക്ക് ജന്മം നൽകാൻ കഴിയുമെന്ന് പഠനങ്ങളിൽ നിന്ന് അറിയാൻ കഴിഞ്ഞിട്ടുണ്ട്. ജംഗ് ഫുഡ് കൊണ്ട് വയറ് നിറഞ്ഞാൽ പോഷകാഹാരത്തിന് വയറിൽ സ്ഥലമുണ്ടാകില്ല.

കൂടുതൽ പോഷണം കഴിക്കുക:– ആഹാരത്തിൽ കൂടുതൽ പോഷകതത്വം ചേർക്കുക. ഉദാ:– പ്രോട്ടീൻ, കാൽഷ്യം, അയേൺ എന്നിവയുടെ ഓരോ കൂടുതൽ സർവിങ്ങ് വീതം കഴിക്കാൻ തുടങ്ങുക. ഇതിനെപ്പറ്റി ഡോക്ടറോട് അഭിപ്രായം ചോദിക്കുകയും ചെയ്യുക.

അയേണിന്റെ പൂർത്തി:– അയേണിന്റെ സഹായം കൊണ്ട് ശരീരത്തിൽ ചുവപ്പു രക്തകോശാണുക്കൾ ഉണ്ടാകുന്നു. അങ്ങനെ നിങ്ങൾക്ക് അനീമിയായിൽ നിന്ന് രക്ഷപ്പെടാം. റെഡ്മീറ്റ്, ഉണങ്ങിയ പഴങ്ങൾ, മത്തങ്ങയുടെ വിത്ത്, പാലക് എന്നിവയിൽ ധാരാളം അയേൺ ഉണ്ട്. മിച്ചമുള്ള കുറവ് അയേണിന്റെ ഗുളികകൾ കൊണ്ട് പൂർത്തിചെയ്യാം. ഇക്കാര്യവും ഡോക്ടറോട് ചോദിക്കുക.

ധാരാളം വെള്ളം കുടിക്കുക:– മൾട്ടിപ്പിൾ പ്രെഗ്നൻസിയിൽ ഡീഹൈഡ്രേഷന്റെ പ്രശ്നവും ഉണ്ടാകാൻ ഇടയുണ്ട്. അതു കൊണ്ട് ദിവസവും 8-9 ഗ്ലാസ് വെള്ളം കുടിക്കണം.

തൂക്കം കൂടുക

"ഇരട്ടക്കുട്ടികൾക്കുവേണ്ടി എന്റെ തൂക്കവും കൂട്ടേണ്ടിവരും. എന്നാൽ എത്ര കൂട്ടണം?"

തൂക്കം കൂടാൻ തയ്യാറാകുക. ഡോക്ടർമാരുടെ അഭിപ്രായമനുസരിച്ച് ഇരട്ടകളുടെ അമ്മയ്ക്ക് 35 മുതൽ 45 പൗണ്ടും മൂന്ന് കുഞ്ഞുങ്ങളുടെ അമ്മയ്ക്ക് 50 പൗണ്ട് വരെ തൂക്കം കൂട്ടണം. നിങ്ങളുടെ തൂക്കത്തിൽ ആദ്യംതന്നെ ഏറ്റക്കുറച്ചിലുണ്ടെങ്കിൽ ഇതിലും കുറച്ചുമാറ്റം വരുത്തേണ്ടിവരും. തൂക്കം കൂട്ടുന്നത് എപ്പോഴും അത്ര എളുപ്പമല്ല. ഗർഭാവസ്ഥയിൽ തൂക്കം കൂട്ടുമ്പോൾ പല വെല്ലുവിളികളെയും നേരിടേണ്ടിവരും.

ഒന്നാമത്തെ മൂന്നാം മാസത്തെ മോണിങ്ങ് സിക്നസ് ഏറ്റവും ആദ്യം കുറുക്കേ വരും. നിങ്ങൾക്ക് വേണമെന്നു തോന്നിയാലും ഭക്ഷണം കഴികാൻ കഴിയില്ല. ആ സമയത്ത് ഒരാഴ്ചയിൽ ഒരു പൗണ്ട് തൂക്കം കൂട്ടുന്നതായിരിക്കണം ലക്ഷ്യം. കഴിഞ്ഞില്ലെങ്കിൽ നിരാശപ്പെടേണ്ട. വിറ്റാമിൻ ഗുളിക കൾ കഴിക്കുകയും ധാരാളം വെള്ളം കുടിക്കുകയും ചെയ്യുക.

രണ്ടാമത്തെ മൂന്നാം മാസം കുറച്ച് ആശ്വാസകരമായിരിക്കും. അപ്പോൾ കുഞ്ഞുങ്ങൾക്ക് വേണ്ടത്ര പോഷണം നൽകുന്നതോടൊപ്പം നിങ്ങളുടെ തൂക്കവും കൂട്ടാൻ കഴിയും. ആദ്യ മൂന്നാം മാസത്തിൽ ഒട്ടും തൂക്കം കൂടാതിരിക്കുകയോ അല്ലെങ്കിൽ തൂക്കം കുറയുകയോ ചെയ്താൽ ഇരട്ടകൾക്കു വേണ്ടി ഓരോ ആഴ്ചയും 1½ മുതൽ 2

പൗണ്ടും, മൂന്ന് കുഞ്ഞുങ്ങൾക്ക് 2 മുതൽ 2½ പൗണ്ട് തൂക്കം വർദ്ധിപ്പിക്കണമെന്ന് ഉപദേശിച്ചേക്കാം. പ്രോട്ടീൻ, കാൽഷ്യം, തവിടുകളയാത്ത ധാന്യങ്ങൾ എന്നിവയുടെ എക്സ്ട്രാ സെർവിങ്ങ് കഴിച്ച് നിങ്ങളുടെ തൂക്കം വേഗത്തിൽ കൂട്ടണം. അജീർണ്ണമോ നെഞ്ചരിച്ചലോ ഉണ്ടെങ്കിൽ നിങ്ങളുടെ ആഹാരം 6 ഭാഗങ്ങളായി വിഭജിക്കണം.

മൂന്നാമത്തെ മൂന്നാം മാസത്തിൽ 7-ാം മാസംവരെ 1½ മുതൽ 2 പൗണ്ട് തൂക്കം കൂട്ടുന്നത് ലക്ഷ്യമാക്കുക. 32 ആഴ്ചകളാകുമ്പോഴേക്കും നിങ്ങളുടെ ഓരോ കുഞ്ഞും 4 പൗണ്ട് തൂക്കമുള്ളതായിത്തീരും. വയറിൽ കൂടുതൽ ഭക്ഷണത്തിനുള്ള സ്ഥലം ഉണ്ടാകുകയില്ല. എന്നാലും നിങ്ങൾക്ക് കുറെയൊക്കെ കഴിക്കാൻ കഴിയും. സമതുലിത പോഷകാഹാരത്തിൽ അളവിലല്ല ഗുണത്തിലാണ് കൂടുതൽ ശ്രദ്ധിക്കേണ്ടത്. മൾട്ടിപ്പിൾ പ്രെഗ്നൻസ് 40 ആഴ്ചകൾ വരെ നീളുകയില്ലെന്ന കാര്യം ഓർമ്മവയ്ക്കുക.

മൾട്ടിപ്പിൾ പ്രെഗ്നൻസിയിൽ തൂക്കം

ഗർഭാവസ്ഥയുടെ നിലവാരം	ആദ്യത്തെ മൂന്നാം മാസം തൂക്കം	രണ്ടാമത്തെ മൂന്നാം മാസം തൂക്കം	മൂന്നാമത്തെ മൂന്നാം മാസം തൂക്കം	മൊത്ത തൂക്കം
ഇരട്ടകളും തൂക്കക്കുറവും	4-6 പൗണ്ട്	19-23 പൗണ്ട്	17-20 പൗണ്ട്	40-50 പൗണ്ട്
ഇരട്ടകളും സാധാരണയിൽ കൂടുതൽ തൂക്കവും	3-4 പൗണ്ട്	19-22 പൗണ്ട്	13-19 പൗണ്ട്	34-45 പൗണ്ട്
മൂന്നുകുഞ്ഞുങ്ങൾ	4-5 പൗണ്ട്	30+ പൗണ്ട്	11-15 പൗണ്ട്	45+ പൗണ്ട്

മേൾട്ടിപ്പിൾ ടൈം ലൈൻ

നിങ്ങൾക്ക് 40 ആഴ്ചവരെ എണ്ണേണ്ടിവരില്ല. ഇരട്ടക്കുട്ടികളുടെ ഗർഭാവസ്ഥ 37 ആഴ്ചകൾ വരെയേ ഉണ്ടാകൂ. അതായത് 3 ആഴ്ചകൾ മുമ്പേ! മൾട്ടിപ്പിൾ പ്രെഗ്നൻസിയും അച്ഛനമ്മമാരെ അവസാനം വരെ ആശ്ചര്യത്തിൽ വയ്ക്കും, ഒന്നും നിശ്ചയമുണ്ടാകില്ല. ചിലപ്പോൾ 39 ആഴ്ചകൾവരെ താമസിച്ചെന്നുവരാം, അല്ലെങ്കിൽ 37 ആഴ്ചകൾക്ക് മുമ്പേ ജനിച്ചെന്നും വരാം. 37-ാമത്തെ ആഴ്ച വരെ എല്ലാം ശരിയാണെങ്കിൽ ഡോക്ടർ 38-ാമത്തെ ആഴ്ച പ്രസവവേദന തുടങ്ങിപ്പിക്കും. അദ്ദേഹം മൾട്ടിപ്പിൾ പ്രെഗ്നൻസിയുടെ അവസാനത്തിൽ എന്തുമാർഗ്ഗമാണ് സ്വീകരിക്കാൻ ആഗ്രഹിക്കുന്നതെന്ന് ഡോക്ടറോട് നേരത്തെതന്നെ ചോദിച്ചു മനസ്സിലാക്കണം.

വ്യായാമം

"ഞാൻ ഒരു അത്‌ലറ്റാണ് ഇരട്ടക്കുട്ടികൾ ഗർഭത്തിലുള്ളപ്പോൾ എനിക്ക് പ്രാക്ടീസ് തുടരാൻ കഴിയുമോ?"

വ്യായാമം കൊണ്ട് ഗർഭാശയത്തിന് ലാഭം തന്നെയാണ് ഉണ്ടാകുന്നതെങ്കിലും നിങ്ങൾ ഇരട്ടക്കുട്ടികളുടെ അമ്മയാകാൻ പോകുകയാണെങ്കിൽ കുറച്ച് സൂക്ഷിക്കണം. ഡോക്ടർ നിങ്ങൾക്ക് ഓടുന്നതിനു പകരം മറ്റുവല്ല വ്യായാമവും ചെയ്യാനുള്ള നിർദ്ദേശം തരും. സർവിക്സിൽ സമ്മർദ്ദം ഏർപ്പെടുകയോ ശരീരത്തിന്റെ താപനില കൂടുകയോ ചെയ്യുന്ന മാതിരിയുള്ളഒരു വ്യായാമവും ചെയ്യരുത്. അതുകൊണ്ട് പ്രീ-ടേം ലേബർ ഏർപ്പെടാനുള്ള സാദ്ധ്യത വർദ്ധിക്കുന്നു.

നിങ്ങൾക്ക് നീന്തുക, വാട്ടർ ഏറോബിക്, സ്ട്രെച്ചിങ്ങ്, യോഗാ, സൈക്ക്ളിങ്ങ് എന്നിവ തിരഞ്ഞെടുക്കാം. ഇതോടൊപ്പം കീഗൽ ചെയ്യാൻ മറക്കരുത്. അത് നിങ്ങളുടെ പെൽവിക് ഫ്ലോറിനെ ശക്തമാക്കും.

ഏതെങ്കിലും വർക്കൗട്ടിനിടയിൽ ക്ഷീണം തോന്നിയാൽ അവിടെവച്ച് നിർത്തുക. കുറച്ചു വെള്ളം കുടിച്ച് വിശ്രമിക്കുക. സ്വസ്ഥത വീണ്ടുകിട്ടിയില്ലെങ്കിൽ ഡോക്ടർക്ക് ഫോൺ ചെയ്യുക.

സമ്മിശ്രഭാവം

"എല്ലാവരും കരുതുന്നത് ഇരട്ടക്കുട്ടികൾ ഉണ്ടായാൽ നല്ല രസമാണെന്നാണ്. എന്നാൽ ഞങ്ങൾ രണ്ടുപേർക്കും വളരെ നിരാശയും പേടിയുമാണ്. ഞങ്ങൾക്ക് ഇങ്ങനെ ആയതെന്താണ്?"

ഒന്നുമില്ല! സാധാരണകുഞ്ഞ് ജനിക്കുന്നതിന് മുമ്പ് സ്വപ്നത്തിൽ രണ്ടു ചെറിയ കസേരകൾ, തൊട്ടിൽകൾ, കിടക്കകൾ എന്നിവ കാണുന്നില്ല. നിങ്ങൾ ഒരു കുഞ്ഞിനുവേണ്ടിയാണ് ശാരീരികമായും മാനസികമായും തയ്യാറാകുന്നത്. പെട്ടെന്ന് നിങ്ങൾക്ക് രണ്ടുകുഞ്ഞുങ്ങൾ വരാൻ പോകുന്നവിവരം കിട്ടുന്നു. നിരാശ ഉണ്ടാകുകതന്നെ ചെയ്യും. പെട്ടെന്ന് നിങ്ങളുടെ മേൽ ഇരട്ട ചുമതലകൾ വന്നുവീഴുന്നു.

ചില മാതാപിതാക്കൾ ഈ വാർത്ത കേട്ട് വേഗം സാധാരണ നിലയിലെത്തുകയും അവരെ സ്വീകരിക്കാൻ മാനസീകമായി തയ്യാറാകുകയും ചെയ്യുന്നു. നിങ്ങൾ ഇതുകേട്ട് ഞെട്ടിയിട്ടുണ്ടാകും. നമ്മൾ ഒരിക്കലും ഭാവനയിൽ രണ്ടുകുഞ്ഞുങ്ങളെ ഊട്ടുകയും ആട്ടി ഉറക്കുകയും ചെയ്യാറില്ലല്ലോ. ഒന്നല്ല രണ്ടോ മൂന്നോ കുഞ്ഞുങ്ങളാണ് വരാൻ പോകുന്നതെന്ന് പെട്ടെന്ന് അറിയുമ്പോൾ നിരാശ തോന്നുന്നത് സ്വാഭാവികമാണ്. വരാനിരിക്കുന്ന കുഞ്ഞിന്റെ ചുമതലകൾ വർദ്ധിക്കുന്നതിനെ പറ്റിയ പേടിയും ധാരാളം ഉണ്ടാകും.

ഇതിനെപ്പറ്റി ആലോചിച്ച് ലജ്ജിക്കുകയോ പരിഭ്രമിക്കുകയോ വേണ്ട. പ്രസവത്തിന്റെ കുറച്ചുമാസങ്ങൾക്കുമുമ്പ് നിങ്ങളുടെ വിചാരമെല്ലാം വരാനിരിക്കുന്ന കുഞ്ഞുങ്ങളിൽ കേന്ദ്രീകരികരിക്കുക. ഭാര്യാഭർത്താക്കന്മാർ തുറന്നും സത്യസന്ധതയോടും കൂടി തമ്മിൽ സംസാരിക്കുക. ഇതിനെപ്പറ്റി അറിയാവുന്നവരോ ഇരട്ടകളെ പ്രസവിച്ചവരോ ആയ സ്ത്രീകളോട് ഇതിനെപ്പറ്റി സംസാരിക്കുക. ഇതിൽ നിന്ന് ഇരട്ടക്കുഞ്ഞുങ്ങളുടെ അച്ഛനമ്മമാരാകുന്ന ആദ്യത്തെ ദമ്പതികൾ നിങ്ങളല്ലെന്ന് മനസ്സിലാകും. നിങ്ങളുടെ മനസ്സിൽ തന്റെ ഗർഭാവസ്ഥയെക്കുറിച്ച് സന്തോഷം പൊങ്ങുകയും ഇരട്ടക്കുട്ടികൾ ജനിച്ചാൽ ചുമതലയോടൊപ്പം സന്തോഷവും ഇരട്ടിയാകുമെന്ന് നിങ്ങൾക്ക് വിശ്വാസമാകുകയും ചെയ്യും.

സഹാനുഭൂതി ഇല്ലാത്ത വാക്യം

"ഞാൻ എന്റെ സ്നേഹിതയോട് ഇരട്ടക്കുട്ടികളെപ്പറ്റി പറഞ്ഞപ്പോൾ സഹാനുഭൂതി ഇല്ലാത്ത രീതിയിലാണ് പെരുമാറിയത്. അവൾ അങ്ങനെ ചെയ്തത് എന്തുകൊണ്ടാണ്?"

ഒരുപക്ഷെ ഇത് ഇരട്ടക്കുട്ടികളെ ഗർഭം ധരിച്ചശേഷം നിങ്ങൾ അഭിമുഖീകരിച്ച ആദ്യത്തെ സംഭവമായിരിക്കാം. ഇത് ഒടുക്കത്തേതാണെന്ന് കരുതേണ്ട. എല്ലാ സഹജീവനക്കാരും, മിത്രങ്ങളും കുടുംബാംഗങ്ങളും വെവ്വേറെ രീതിയിലായിരിക്കും അവരവരുടെ അഭിപ്രായങ്ങൾ നൽകുന്നത് വെവ്വേറെ വിധത്തിൽ പരിഹസിക്കും.

ഇങ്ങനെയുള്ള വാർത്ത കേൾക്കുമ്പോൾ എങ്ങനെ പ്രതികരിക്കണമെന്ന് അവർക്ക് അറിയുന്നതേ ഇല്ല. അഭിനന്ദനങ്ങൾ! എന്നു പറഞ്ഞാൽ മതി. പക്ഷെ അതിന്റെ കൂടെ എന്തെങ്കിലുമൊക്കെ പറയണമെന്നാണ് അവർ കരുതുന്നത്. അവർക്ക് എങ്ങനെയാണ് ശരിക്ക് പ്രതികരിക്കേണ്ടതെന്ന് അറിയുകയില്ല. അതുകൊണ്ട് അവർ തെറ്റായി എന്തൊക്കെയോ പറയുന്നു. വാസ്തവത്തിൽ അവരുടെ ഉദ്ദേശം തെറ്റായതല്ല.

ഇതിനെ വ്യക്തിപരമായും ഗംഭീരമായും കണക്കാക്കാതിരിക്കുക എന്നതാണ് ഇങ്ങനെയുള്ള ശുഷ്കമായ പെരുമാറ്റത്തിൽ നിന്ന് രക്ഷപ്പെടാനുള്ള മാർഗ്ഗം. അടുത്തുള്ള ആൾ നിങ്ങളുടെ ശുഭകാംക്ഷിയാണെന്ന് ഓർക്കുക. അവർ ഒരിക്കലും നിങ്ങൾക്ക് തിന്മ വരണമെന്ന് ആഗ്രഹിക്കുകയില്ല.

"എന്റെ കുടുംബത്തിൽ ഇരട്ടകൾ തന്നെയാണോ ജനിക്കുന്നത്, അതല്ലെങ്കിൽ ഞാൻ വല്ല പ്രത്യേക ചികിത്സയും ചെയ്തോ എന്നൊക്കെ എല്ലാവരും എന്നോട് ചോദിക്കുന്നു. ഞാൻ മരുന്ന് കഴിച്ചാണ് ഗർഭം ധരിച്ചതെന്ന് പറയുന്നതിൽ എനിക്ക് ഒരു ലജ്ജയുമില്ല. എന്നാൽ ഇക്കാര്യം അപരിചിതരുമായി പങ്കുവെയ്ക്കാൻ ഇഷ്ടപ്പെടുന്നില്ല."

മൾട്ടിപ്പിൾ കണക്ഷൻ

നിങ്ങൾ മൾട്ടിപ്പിൾ കണെക്ഷനിൽ ചേരണം. അതായത് ഇരട്ടകൾക്ക് ജന്മം നൽകിയ അമ്മമാരെ കാണണം. അങ്ങനെ നിങ്ങളുടെ ഭയവും, ശങ്കയും, ജിജ്ഞാസയും ശാന്തമാകും. ഡോക്ടറെ സന്ദർശിക്കുമ്പോൾ ഇതിനെക്കുറിച്ചുള്ള ചോദ്യങ്ങൾ ചോദിച്ച് നിങ്ങളുടെ സംശയങ്ങൾ ദുരീകരിക്കുക.

മൾട്ടിപ്പിൾ പ്രെഗ്നൻസിയെപ്പറ്റിയുള്ള പുസ്തകങ്ങളും ഓൺലൈൻ വിവരങ്ങളും നിങ്ങൾക്ക് ഉപയോഗപ്രദമായിരിക്കും.

ഗർഭിണി എല്ലാവരുടെയും ശ്രദ്ധ ആകർഷിക്കുന്നു. നിങ്ങൾ ഇരട്ടകൾക്ക് ജന്മം നൽകാൻ പോകുന്ന വാർത്ത അതിലും വിശേഷമാണ്. നിങ്ങൾ എല്ലാവരുടെയും കൗതുകവസ്തു ആയിത്തീരുന്നു. അപരിചിതരും നിങ്ങളുടെ വ്യക്തിപരമായ ജീവിതത്തിൽ എത്തിനോക്കാൻ തുടങ്ങും വാസ്തവത്തിൽ അവർ തങ്ങളുടെ കൗതുകം ശമിപ്പിക്കാനാണ് ഇങ്ങനെയുള്ള ചോദ്യങ്ങൾ ചോദിക്കുന്നത് അവർക്ക് ഇതിനെക്കുറിച്ച് സംസാരിക്കേണ്ട സാമാന്യ മര്യാദപോലും അറിയില്ല. ഇങ്ങനെയുള്ള ആരെയെങ്കിലും കണ്ടുമുട്ടിയാൽ ഇക്കാര്യത്തെക്കുറിച്ചുള്ള സാധാരണ കാര്യങ്ങൾ പറയാൻ തുടങ്ങുക. ആദ്യം ഈ മരുന്ന് കഴിച്ചു, ഈ ക്ലീനിക്കിൽ പോയി, ആ ഡോക്ടറെ കണ്ടു എന്നൊക്കെ പറയുമ്പോൾ അവർക്ക് വേഗം മടുക്കാൻ തുടങ്ങുകയും അവിടെനിന്ന് ഓടിപ്പോകുവാൻ നോക്കുകയും ചെയ്യും. നിങ്ങൾ താഴെ കൊടുത്തിട്ടുള്ള ഉത്തരങ്ങളും നൽകാം.

- അതെ, ഇപ്പോൾ കുടുംബത്തിൽ ഇരട്ടകൾ ഉണ്ടാകും. അവർക്ക് ഉത്തരവും കിട്ടും, സ്വന്തമായി ഊഹിക്കാനും തുടങ്ങും.
- ഒരു രാത്രി ഞങ്ങൾ രണ്ടുപ്രാവശ്യം സെക്സ് ചെയ്തു. നിങ്ങൾ ഒരുപക്ഷെ ഹണിമൂണിന്റെ സമയത്തേ അങ്ങനെ ചെയ്തിട്ടുണ്ടാകൂ എങ്കിലും ഈ ഉത്തരം കൊണ്ട് അവർ വായമൂടും.
- ഞാൻ വളരെ സ്നേഹത്തോടെ അവരെ എന്റെ ഗർഭത്തിൽ ചുമക്കുകയാണ്.
- നിങ്ങൾ എന്തിനാണ് ചോദിക്കുന്നത്? ചിലപ്പോൾ ഇതൊക്കെ ചോദിക്കാൻ അവർക്കും എന്തെങ്കിലും ന്യായമായ കാരണം കണ്ടേക്കാം. ഇല്ലെങ്കിൽ അവരുടെ ഒരു ചോദ്യത്തിനും ഉത്തരം നൽകേണ്ടതില്ല.

എന്തെങ്കിലും ഉത്തരം നൽകാനോ പ്രതികരിക്കാനോ ഉള്ള മൂടിലല്ലെങ്കിൽ "ഇതൊക്കെ കുടുംബ കാര്യങ്ങളാണ്. ഞങ്ങളുടെ വ്യക്തിപരമായ വിഷയങ്ങളാണ്" എന്നുപറഞ്ഞ് തട്ടിക്കഴിക്കുക.

സുരക്ഷിതത്വത്തിന്റെ പ്രശ്നം

"ഞങ്ങൾ വളരെ കഷ്ടപ്പെട്ട് ഇരട്ടകൾ ജനിക്കാൻ പോകുന്നു എന്ന സത്യം അംഗീകരിക്കുകയാണ്. ഇതുകൊണ്ട് അവർക്കോ എനിക്കോ എന്തെങ്കിലും ആപത്ത് നേരിടുമോ?"

കൂടുതലായുള്ള കുഞ്ഞ് കുറച്ച് കൂടുതൽ ആപത്തുകൊണ്ടുതന്നെയാണ് വരുക. എന്നാൽ നിങ്ങൾ കരുതുന്ന അത്രയ്ക്കൊന്നും ഇല്ല. ഇങ്ങനെ ഉള്ള ഗർഭാവസ്ഥയെ 'ഹൈ റിസ്ക് പ്രെഗ്നൻസി' എന്നാണ് വിളിക്കുന്നത്. നിങ്ങൾ ഇതിനോട് ബന്ധപ്പെട്ട അപകടങ്ങളെയും കുഴപ്പങ്ങളെയും കുറിച്ച് നേരത്തെ തന്നെ അറിഞ്ഞിരുന്നാൽ ആപത്തുകളെ അഭിമുഖീകരിക്കാൻ നേരത്തെ തന്നെ തയ്യാറായിരിക്കും. അതുകൊണ്ട് ഇതെല്ലാം സുരക്ഷിതം തന്നെയാണ്. നിങ്ങൾ എല്ലാം അറിഞ്ഞിരിക്കണമെന്നുമാത്രം.

കുഞ്ഞിനോട് ബന്ധപ്പെട്ട ആപത്തുകൾ

സമയത്തിന് മുമ്പ് പ്രസവം:– ഇരട്ടക്കുട്ടികൾ സമയത്തിന് കുറച്ചുമുമ്പുതന്നെ ജനിക്കാൻ ഇഷ്ടപ്പെടും. ഒന്നിച്ച് ജനിക്കുന്ന മൂന്ന് കുട്ടികൾ എപ്പോഴും പ്രീമെച്വർ ആയിരിക്കും. സാധാരണ പ്രസവം 39-ാം ആഴ്ചയിലാണെങ്കിൽ ഇരട്ടകളുടെ ജനനം 35 മുതൽ 36 ആഴ്ചകൾക്കുള്ളിലായിരിക്കും. മൂന്നുകുട്ടികളാണെങ്കിൽ 32-ാമത്തെ ആഴ്ച തന്നെ ജനിക്കും. കുഞ്ഞുങ്ങൾ വലുതാണെങ്കിൽ ഗർഭാശയത്തിൽ അവർക്ക് സ്ഥലം മതിയാകാതെ വരും. നിങ്ങൾ പ്രിമെച്വർ ഡെലിവറിയുടെ ലക്ഷണങ്ങൾ അറിഞ്ഞിരിക്കണം. ഇവ കണ്ടുതുടങ്ങിയാൽ ഡോക്ടർക്ക് ഫോൺ ചെയ്യാൻ മടിക്കരുത്.

ജനിക്കുമ്പോൾ തൂക്കത്തിൽ കുറവ്:– മൾട്ടിപ്പിൾ പ്രെഗ്നൻസി മൂലം ജനിക്കുന്ന കുഞ്ഞുങ്ങളുടെ തൂക്കം 5½ പൗണ്ടിൽ കുറവാ യിരിക്കും. എന്നാൽ മെഡിക്കൽ കെയർ കാരണം അവരുടെ ആരോഗ്യം നന്നായി

രിക്കും. കുഞ്ഞിന്റെ തൂക്കം 5 പൗണ്ടിൽ കുറവാണെങ്കിൽ അതിന് ആരോഗ്യസംബന്ധമായ പല ബുദ്ധിമുട്ടുകളും ഏർപ്പെടും. കുഞ്ഞിന് ആപത്ത് വളരെ വർദ്ധിക്കും. നിങ്ങൾ ഗർഭാവസ്ഥയിൽ നിങ്ങളുടെ ഡോസ് ശ്രദ്ധിച്ചാൽ തൂക്കം കൂടുതലുള്ള കുഞ്ഞ് ജനിക്കും.

ട്രിവൺ ടു ട്രിവൺട്രാൻസ് ഫ്യൂഷൻ സിൻഡ്രോം

ഐഡെന്റിക്കൽ ട്രിവൺ പ്രെഗ്നൻസിയിൽ ശിശുക്കൾക്ക് ഒരു മറുപിള്ളയെ ഉണ്ടായിരിക്കുകയുള്ളൂ. ഇതുകൊണ്ട് ഒരു കുഞ്ഞിന്റെ ശരീരത്തിൽ രക്തപ്രവാഹം കൂടുതലും മറ്റൊന്നിന്റെ ശരീരത്തിൽ കുറവും ആയിരിക്കും. ഇത് കുഞ്ഞുങ്ങൾക്ക് ഘാതകമാണ്. നിങ്ങളുടെ കാര്യവും ഇങ്ങനെ ആണെങ്കിൽ ഡോക്ടർ 'അമ്നിയോ സെന്റസിസ്'ന്റെ സഹായം കൊണ്ട് അധികമുള്ള ദ്രവം എടുത്തുമാറ്റും. ഇതുകൊണ്ട് മറുപിള്ളയിലെ രക്തപ്രവാഹത്തിൽ അഭിവൃദ്ധി ഉണ്ടാകും. പ്രീടേം ലേബറിന്റെ സാദ്ധ്യത കുറയുകയും ചെയ്യും.

ഡോക്ടർ ലേസർ സർജറിയും ചെയ്തേക്കാം. മൾട്ടിപ്പിൾ പ്രെഗ്നൻസി കാരണം അമ്മയുടെ ആരോഗ്യത്തിൽ താഴെ പറഞ്ഞിട്ടുള്ള പ്രഭാവങ്ങൾ ഏർപ്പെട്ടേക്കാം.

പ്രീക്ലെംപ്സിയാ:– എത്ര കുഞ്ഞുങ്ങളുണ്ടായിരിക്കുമോ അത്ര മറുപിള്ളകളും ഉണ്ടായിരിക്കും അതുകൊണ്ട് പലപ്പോഴും ബ്ലഡ്പ്രഷർ അല്ലെങ്കിൽ പ്രീക്ലെംപ്സിയ ഉണ്ടാകും. നേരത്തെ തന്നെ അറിയാൻ കഴിഞ്ഞാൽ ചികിത്സമൂലം ഇത് പൂർണ്ണമായി നിയന്ത്രിക്കാൻ കഴിയും.

ഗ്യാസ്റ്റേഷണൽ പ്രമേഹം:– മറ്റ് അമ്മമാരെ അപേക്ഷിച്ച് നിങ്ങൾക്ക് ഗ്യാസ്റ്റേഷണൽ പ്രമേഹം ഉണ്ടാകാനുള്ള സാദ്ധ്യത കൂടുതലാണ്. ഹാർമോണുകളുടെ ലെവൽ കൂടുന്നതുകൊണ്ട് ഇൻസുലിൻ ഉത്പാദനം കുറയുന്നതുകൊണ്ടാണ് ഇങ്ങനെ സംഭവിക്കുന്നത്. ആഹാരം കൊണ്ട് ആശ്വാസം കിട്ടുമെങ്കിലും പലപ്പോഴും കൂടുതൽ ഇൻസുലിൻ എടുക്കേണ്ടിവരും.

പ്ലസന്റൽ പ്രോബ്ലംസ്:– ഇങ്ങനെയുള്ള സ്ത്രീകൾക്ക് പ്ലസന്റാ പ്രീമിയ (മറുപിള്ള താഴെ ആകുക) അല്ലെങ്കിൽ പ്ലസന്റ എറപ്ഷൻ (മറുപിള്ള സമയത്തിന് മുമ്പേ വേറിടുക) എന്നീ പരാതികൾ ഉണ്ടാകും. സൂക്ഷ്മമായ ശുശ്രൂഷമൂലം 'പ്ലസന്റൽ പ്രീവിയാ'യിൽ നിന്ന് രക്ഷനേടാൻ കഴിയും. എറപ്ഷൻ നേരത്തെ അറിയാൻ കഴിയുകയില്ല. എന്നാൽ വരാനിരിക്കുന്ന കുഴപ്പങ്ങളെ നിയന്ത്രിക്കാൻ കഴിയും.

ബെഡ് റെസ്റ്റ്

"ഇരട്ട കുട്ടികളുടെ ഗർഭാവസ്ഥ കാരണം ഞാൻ കിടക്കയിൽ തന്നെ മുഴുവൻ സമയവും ചിലവാക്കണോ?"

കിടക്കയിൽ വിശ്രമിക്കണോ? പല ഇരട്ടകുട്ടികളുടെയും ഭാവി മാതാക്കൾ ഈ ചോദ്യം ചോദിക്കുന്നു.ഡോക്ടർക്ക് എളുപ്പത്തിൽ ഉത്തരം നൽകാൻ കഴിയുകയില്ല. ബെഡ് റെസ്റ്റുകൊണ്ട് പല കുഴപ്പങ്ങളും കുറയുമെന്നാണ് ഇപ്പോഴും ഡോക്ടർമാർ

മൾട്ടിപ്പിൾ ലാഭം

മൾട്ടിപ്പിൾ പ്രെഗ്നൻസിയെ സുരക്ഷിതമാക്കിയതിന് വൈദ്യശാസ്ത്രത്തിന് നന്ദി. ഗർഭാവസ്ഥയുടെ ആരംഭത്തിൽ തന്നെ നിങ്ങൾക്ക് ഇത് അറിയാൻ കഴിയും. വരാനിരിക്കുന്ന കുഞ്ഞുങ്ങൾക്കുവേണ്ട ഏർപ്പാടുകൾ ചെയ്യാൻ വേണ്ടത്ര സമയം കിട്ടുകയും ചെയ്യും. നിങ്ങൾക്ക് ഡോക്ടറുടെ അടുത്ത് പലപ്രാവശ്യം ചെന്ന് നിങ്ങളുടെ ജിജ്ഞാസ ശാന്തമാക്കാം. കുഞ്ഞുങ്ങളെ പരിശോധിപ്പിച്ച് നിശ്ചിന്തയായിരിക്കാം. പല പ്രാവശ്യം അൾട്രാ സൗണ്ടും എടുക്കും. അതുകൊണ്ട് കുഞ്ഞുങ്ങളുടെ ശരിയായ സ്ഥിതി അറിയാൻ കഴിയും. നിങ്ങൾക്ക് ഗർഭാവസ്ഥ മുഴുവൻ കുഞ്ഞുങ്ങളുടെ ആരോഗ്യം സുരക്ഷിതമാണെന്ന ആശ്വാസം കിട്ടിക്കൊണ്ടിരിക്കും.

നിങ്ങളുടെ ആരോഗ്യത്തിൽ പൂർണ്ണശ്രദ്ധ പതിപ്പിക്കാൻ കഴിയും. ഗർഭാവസ്ഥയോട് ബന്ധപ്പെട്ട പല കുഴപ്പങ്ങളും (അനീമിയ, ഹൈപർ ടെൻഷൻ, പ്ലസന്റ എപ്ഷൻ എന്നിവ) പ്രശ്നങ്ങളും തലപൊക്കുന്നതിന് മുമ്പ് നുള്ളിക്കളയാൻ കഴിയും.

കരുതുന്നത്. അതുകൊണ്ട് അവർ പൂർണ്ണ വിശ്രമം എടുക്കാൻ ഉപദേശിക്കും. കുഞ്ഞുങ്ങളുടെ എണ്ണം കൂടുന്നതനുസരിച്ച് വിശ്രമിക്കാനുള്ള നിർദ്ദേശവും ശക്തമാകും. എന്തെന്നാൽ എത്ര കുഞ്ഞുങ്ങളോ അത്രയ്ക്ക് ആപത്ത്.

ഇക്കാര്യത്തിൽ നിങ്ങളുടെ ഡോക്ടറുടെ അഭിപ്രായം ചോദിക്കണം. മൾട്ടിപ്പിൾ പ്രെഗ്നൻസിയിലെ ഓരോ കേസും വ്യത്യസ്തമായിരിക്കും.

വിശ്രമിക്കാൻ നിർദ്ദേശിച്ചിട്ടുണ്ടെങ്കിൽ ശ്രദ്ധയോടുകൂടി അത് പാലിക്കുക. ബെഡ് റെസ്റ്റ് എടുക്കാൻ പറഞ്ഞില്ലെങ്കിലും ജോലി സമയത്ത് കുറച്ചു നേരത്തേക്ക് കാൽ ഉയർത്തിവെച്ച് വിശ്രമിക്കാൻ പറയും, അതിനും തയ്യാറായിരിക്കുക.

വാസിഷിങ്ങ് ട്രിവൺ സിൻഡ്രോം എന്നാൽ എന്താണ്?

അൾട്രാസൗണ്ടുമൂലം മൾട്ടിപ്പിൾ പ്രെഗ്നൻസിയെപ്പറ്റി നേരത്തെ അറിയാൻ കഴിയുന്നത് കൊണ്ട് പല ലാഭങ്ങളും ഉണ്ട്. നിങ്ങൾക്കും ഡോക്ടർക്കും ചേർന്ന് എത്രയും പെട്ടെന്ന് കുഞ്ഞിന്റെ ശുശ്രൂഷ ആരംഭിക്കാമല്ലോ? എന്നാൽ പലപ്പോഴും ഇതുകൊണ്ട് ദോഷവും ഉണ്ടാകാറുണ്ട്. 20 മുതൽ 30 ശതമാനം മൾട്ടിപ്പിൾ പ്രെഗ്നൻസിയിൽ ആദ്യത്തെ മൂന്നാം മാസത്തിൽ ഒരു കുഞ്ഞ് ഇല്ലാതാകുന്നു (അമ്മയ്ക്ക് ഇരട്ടകളാണെന്ന് അറിയാൻ കഴിയുന്നതിന് മുമ്പുതന്നെ). കഴിഞ്ഞ ചില വർഷങ്ങളായി ഇത് വളരെ വർദ്ധിച്ചിട്ടുണ്ട്. 30-ൽ കൂടുതൽ വയസ്സുള്ള സ്ത്രീകൾക്കാണ് ഇങ്ങനെ സംഭവിക്കുന്നത്.

ആദ്യത്തെ മൂന്നാം മാസത്തിൽ ഇത് ഉണ്ടായാൽ ഗർഭാവസ്ഥ സാധാരണമാകുകയും അമ്മയ്ക്ക് ഒരു ആരോഗ്യമുള്ള കുഞ്ഞിന് ജന്മം നൽകുവാൻ കഴിയുകയും ചെയ്യുന്നു. രണ്ടാമത്തെയോ മൂന്നാമത്തെയോ മൂന്നാം മാസത്തിൽ ഇത് സംഭവിച്ചാൽ ജീവിച്ചിരിക്കുന്ന കുഞ്ഞിന്റെ വളർച്ചയ്ക്ക് ആപത്ത് നേരിടുകയോ പ്രീടേം ഡെലിവറി ഏർപ്പെടുകയോ ചെയ്യും. സംക്രമണമോ രക്തസ്രാവമോ ഏർപ്പെട്ടേക്കാം. ഇതിനുശേഷം രക്ഷപ്പെട്ട കുഞ്ഞ് പൂർണ്ണമായി മെഡിക്കൽ നിരീക്ഷണത്തിലായിരിക്കും. ഒരു തരത്തിലുള്ള കുഴപ്പവും ഏർപ്പെടാതിരിക്കാനാണ് ഇങ്ങനെ ചെയ്യുന്നത്.

മൾട്ടിപ്പിൾ ശിശുക്കളുടെ ജന്മം

നിങ്ങളും ഇരട്ടകളുടെയോ അല്ലെങ്കിൽ മൂന്ന് കുഞ്ഞുങ്ങളുടെയോ വരവ് അക്ഷമയോടെ കാത്തിരിക്കുകയായിരിക്കും. ഓരോ കുഞ്ഞിന്റെയും ജനനം ഒരു സംഭവമാണ്. എന്നാൽ നിങ്ങളുടെ കഥ ഇതിൽനിന്ന് സ്വല്പം വ്യത്യസ്തമായിരിക്കും, എന്തെന്നാൽ നിങ്ങളുടെ മുമ്പിൽ പലവിധത്തിലുള്ള കുഴപ്പങ്ങളോ കഷ്ടങ്ങളോ വന്നേക്കാം. നിങ്ങളുടെ കുഞ്ഞുങ്ങൾ ഏതുവിധത്തിൽ നിങ്ങളുടെ അടുത്തെത്തിയാലും അത് അവർക്ക് ഏറ്റവും സുരക്ഷിതവും ആരോഗ്യകരവുമായ രീതിയാണെന്ന് കരുതാം.

ഇരട്ടയോ അതിൽ കൂടുതലോ കുഞ്ഞുങ്ങളേ പ്രസവിക്കുമ്പോഴുള്ള ലേബർ

ഇത് സാധാരണ കുഞ്ഞുങ്ങളെ പ്രസവിക്കുന്നതിൽ നിന്ന് വ്യത്യസ്തമാകുന്നതെങ്ങനെ:

ഇത് മറ്റുള്ളതിനെ അപേക്ഷിച്ച് ചെറുതായിരിക്കും. നിങ്ങൾക്ക് ഇരട്ടക്കുഞ്ഞുങ്ങൾക്ക് വേണ്ടി ഇരട്ടവേദന സഹിക്കേണ്ടിവരുമോ? ഇല്ല! മൾട്ടിപ്പിൾ പ്രെഗ്നൻസിയുടെ ആദ്യഘട്ടം ചെറുതായിരിക്കും. നിങ്ങൾക്ക് മുക്കേണ്ട സമയത്തോടടുക്കാൻ വളരെ കുറച്ചു സമയമേ വേണ്ടിവരൂ. യോനിവഴിയായി പ്രസവിക്കുമ്പോൾ അവസാനഘട്ടത്തിൽ വളരെവേഗം എത്തിച്ചേരും.

- ഇത് ചിലപ്പോൾ ദീർഘവും ആയേക്കാം, എന്തെന്നാൽ മൾട്ടിപ്പിൾ പ്രെഗ്നൻസിയിൽ ഗർഭാശയം ആവശ്യത്തിൽ കൂടുതൽ വലിയുന്നതുകൊണ്ട് കോൺട്രാക്ഷൻ കുറവായി രിക്കുകയും ഗർഭാശയത്തിന്റെ വായ തുറക്കുന്നതിന് അധിക സമയം എടുക്കുകയും ചെയ്യുന്നു.
- ആപത്തിനുള്ള സാദ്ധ്യത അധികമായതുകൊണ്ടാണ് മെഡിക്കൽ രീതിയിൽ നിങ്ങൾക്ക് കൂടുതൽ സംരക്ഷണം തരുന്നത്. പ്രസവ സമയത്ത് രണ്ടുമോണിറ്ററുകൾ ഘടിപ്പിച്ചിരിക്കും. കോൺട്രാക്ഷന്റെ നേരെയുള്ള കുഞ്ഞുങ്ങളുടെ പ്രതികരണം എന്താണെന്ന് കാണാനാണ് ഇത്. ഇടയ്ക്കിടയ്ക്ക് കുഞ്ഞുങ്ങളുടെ ഹൃദയസ്പന്ദനവും അളക്കും.

പ്രസവസമയം അടുക്കുമ്പോൾ ആദ്യം പുറത്തുവരാനിരിക്കുന്ന കുഞ്ഞിനെ ആന്തരീകമായും രണ്ടാമതുവരുന്ന കുഞ്ഞിനെ ബാഹ്യമായും പരിശോധിക്കും. നിങ്ങൾ ആദ്യംതന്നെ ഈ പ്രതികരണങ്ങൾക്ക് തയ്യാറായിരിക്കണം.

- നിങ്ങളുടെ പ്രസവം ഓപ്പറേഷൻ മുറിയിൽ ആയിരിക്കും. സി-സെക്ഷൻ ആവശ്യമായി വന്നാൽ വിഷമിക്കേണ്ടതില്ല. ആദ്യത്തെ ചില മണിക്കൂറുകൾ ഒരു പ്രൗഢിയുള്ള മുറിയിൽ കഴിച്ചശേഷം നിങ്ങളെ അവിടെ കൊണ്ടുവരും.

പൊസിഷൻ / പൊസിഷൻസ്

മൾട്ടിപ്പിൾ പ്രെഗ്നൻസിയിൽ കുഞ്ഞുങ്ങളുടെ പൊസിഷൻ വളരെ മുഖ്യമാണ്. അവരുടെ തല താഴോട്ട് ആണെങ്കിൽ വളരെ എളുപ്പം അവ പുറത്തേക്ക് വരും. പക്ഷെ ഇതിലും സി-സെക്ഷൻ ചെയ്യേണ്ടിവന്നേക്കാം. കുഞ്ഞ് വർട്ടെക്സ് ബ്രീച്ച് പൊസിഷനിലും ആയേക്കാം. ഈ പെസിഷനിൽ ആദ്യത്തെ കുഞ്ഞ് വർട്ടെക്സ് പൊസിഷനിലായിരിക്കും. രണ്ടാമത്തെ കുഞ്ഞിനെ ബ്രീച്ചിൽ നിന്ന് വർട്ടെക്സ് പൊസിഷനിലേക്ക് കൊണ്ടുവരേണ്ടിവരും. അതുകൊണ്ട് ശരിയായ പൊസിഷനിലേക്ക് വരുന്നില്ലെങ്കിൽ ബ്രീച്ച് എക്സ്ട്രാക്ഷൻ ചെയ്യേണ്ടിവരും.

ബ്രീച്ച് / വർടെക്സ് അല്ലെങ്കിൽ ബ്രീച്ച് / ബ്രീച്ച്:– രണ്ടുകുഞ്ഞുങ്ങളും ബ്രീച്ചിലാണെങ്കിൽ ഡോക്ടർ സി-സെക്ഷൻ ചെയ്യാൻ നിർദ്ദേശിക്കും. എന്തെന്നാൽ ഈ സ്ഥിതിയിൽ കൈകൾ കൊണ്ട് കുഞ്ഞിന്റെ പൊസിഷൻ മാറ്റുന്നത് അപകടകരമായിരിക്കാം.

ആദ്യത്തെ ശിശു, ഓബ്ലിക്:– ആദ്യത്തെ ശിശുവിന്റെ തല താഴെയാണ്, പക്ഷെ ഗർഭാശയത്തിന് നേരെ അല്ല. നിതംബത്തിന് നേരെ ആണെങ്കിൽ അതിനെ ഓബ്ലിക് എന്നുപറയും. ഒരു കുഞ്ഞേ ഉള്ളു എങ്കിൽ കൈകൊണ്ട് ശരിയാക്കാൻ ശ്രമിക്കാം. എന്നാൽ ഇരട്ടകളിൽ അങ്ങനെ ചെയ്യുന്നത് ആപത്താണ്. പലപ്പോഴും പ്രസവ വേദനക്കിടയിൽതന്നെ കുഞ്ഞ് ശരിയായ പൊസിഷനിൽ വരും. അല്ലെങ്കിൽ ഡോക്ടർ ആപത്തൊന്നും ഏർപ്പെടാതിരിക്കാൻ സി-സെക്ഷൻ ചെയ്യാൻ നിർദ്ദേശിക്കും.

ട്രാൻസ്‌വർസ് / ട്രാസ്‌വർസ്:– ഈ സ്ഥിതിയിൽ രണ്ടുകുഞ്ഞുങ്ങളും ഗർഭാശയത്തിൽ ട്രാൻസ്‌വർസ് പൊസിഷനിലായിരിക്കും. അപ്പോൾ സി-സെക്ഷനല്ലാതെ മറ്റ് മാർഗ്ഗമൊന്നുമില്ല.

ഇരട്ടക്കുട്ടികളെ പ്രസവിക്കുക:– നിങ്ങൾക്ക് താഴെ കാണുന്ന കാര്യങ്ങൾ പ്രതീക്ഷിക്കാം.

യോനിവഴി പ്രസവം:– പാതിയിൽ കൂടുതൽ ഇരട്ടക്കുട്ടികൾ പാരമ്പര്യരീതിയിൽ തന്നെയാണ് ജനിക്കുന്നത്. എന്നാൽ അവരുടെ അനുഭവം ഒരേ കുഞ്ഞിന് ജന്മം നൽകുന്നതുപോലെയല്ല ആദ്യത്തെ കുഞ്ഞ് ജനിക്കാൻ മൂന്ന് മിനിട്ട് മുതൽ മൂന്ന് മണിക്കൂർവരെ ആയേക്കാം. ഇത് രണ്ടാമത്തെ കുഞ്ഞിന്റെ പൊസിഷനെ കുറെയൊക്കെ ആശ്രയിച്ചിരിക്കും. ഡോക്ടർ പലപ്പോഴും വ്യാക്യത്തിന്റെ സഹായത്തോടെ ഡെലിവറിയുടെ വേഗം കൂട്ടാൻ ശ്രമിക്കും അപ്പോൾ ഡോക്ടർ ഇങ്ങനെയുള്ള അമ്മമാർക്ക് എപിഡ്യൂയൽ നിർദ്ദേശിച്ചേക്കാം. ഗർഭാശയത്തിൽ നിന്ന് കുഞ്ഞിനെ വെളിയിൽ കൊണ്ടുവരാൻ വേദന സംഹാരി മരുന്നില്ലാതെ എങ്ങനെ കഴിയും?

ഇരട്ടകളുടെ ജനനസമയം

നിങ്ങളുടെ മൾട്ടിപ്പിളിന്റെ ജനനത്തിൽ എത്ര വ്യത്യാസമുണ്ടാകും? യോനി മാർഗ്ഗത്തിൽക്കൂടിയുള്ള ജനനസമയത്ത് അവയുടെ ജന്മകാലത്തിൽ 10 മുതൽ 30 മിനിറ്റുവരെ വ്യത്യാസമുണ്ടാകും. എന്നാൽ സി-സെക്ഷനിൽ ഈ വ്യത്യാ സം കുറച്ച് സെക്കന്റുകളോ മിനിറ്റുകളോ ആയിരിക്കും.

മിശ്രിത പ്രസവം:– ചിലപ്പോൾ ഒരു കുഞ്ഞ് യോനി വഴിയായി ജനിച്ചശേഷം രണ്ടാമത്തെ കുഞ്ഞിനെ ഓപ്പറേഷൻ ചെയ്ത് എടുക്കേണ്ടിവരും. അടിയന്തിരാവസ്ഥയിലാണ് ഇങ്ങനെ ചെയ്യുന്നത്. രണ്ടാമത്തെ കുഞ്ഞ് ആപത്തിലായിരിക്കും. ഉദാ:– പ്ലസന്റ എറപ്ഷൻ അല്ലെങ്കിൽ 'കോർഡ് പ്രൊലാപ്സ്'. (ഫാറ്റൽ മോണിട്ടറിൽ ഡോക്ടർക്ക് ഇതെല്ലാം

കാണാൻ കഴിയും.) ഇതെല്ലാം അമ്മയ്ക്ക് തമാശയായിരിക്കില്ല. യോനി മാർഗ്ഗത്തിലൂടെയുള്ള പ്രസവത്തിനുശേഷം ഓപ്പറേഷന്റെ പ്രയാസം! എന്നാൽ കുഞ്ഞിന്റെ സുരക്ഷയുടെ പ്രശ്നം വരുമ്പോൾ മറ്റൊന്നും മുഖ്യമല്ല.

സി-സെക്ഷൻ:– സി-സെക്ഷൻ ചെയ്യുന്ന തീയതി ഡോക്ടറോട് ചോദിച്ച് നേരത്തെ നിശ്ചയിക്കും. പലവിധത്തിലുള്ള ബുദ്ധിമുട്ടുകൾ ഉണ്ടാകുന്നതുകൊണ്ട് മൾട്ടിപ്പിൾ പ്രെഗ്നൻസിയിൽ സി-സെക്ഷൻ ചെയ്യുന്നതാണ് സുരക്ഷിതം. ഈ അവസ്ഥയിൽ നിങ്ങളുടെ ഭർത്താവിനോ കോച്ചിനോ ഓപ്പറേഷൻ ചെയ്യുന്ന മുറിയിൽ സഹായത്തിനുവരാം. ശിശുക്കളുടെ ജനനസമയത്തിൽ സെക്കന്റുകളോ മിനിറ്റുകളോ മാത്രമെ വ്യത്യാസമുണ്ടാകൂ.

പ്ലാൻ ചെയ്യാത്ത സി-സെക്ഷൻ:– ഇങ്ങനെയും കുഞ്ഞിന് ഈ ലോകത്ത് കാല് കുത്താൻ കഴിയും. നിങ്ങൾ പരിശോധനക്ക് പോകുകയും കുഞ്ഞ് അന്നുതന്നെ ജനിക്കാൻ പോകുന്നു എന്ന് അറിയാൻ കഴിയുകയും ചെയ്യുന്നു. തീരുമാനിച്ച ദിവസത്തിന് വളരെ മുൻപുതന്നെ ഇങ്ങനെ സംഭവിച്ചേക്കാം. അതുകൊണ്ട് സാധനങ്ങളൊക്കെ തയ്യാറാക്കിവെക്കുക. കുഞ്ഞുങ്ങളുടെ വളർച്ചയിൽ തടസ്സം വരുകയോ, നിങ്ങൾക്ക് ഉയർന്ന രക്തസമ്മർദ്ദം ഏർപ്പെടുകയോ, പ്രസവവേദന നീണ്ടുപോയിട്ടും പുരോഗമനമൊന്നും ഏർപ്പെടാതിരിക്കുകയോ ചെയ്താൽ ഇങ്ങനെയുള്ള നില ഏർപ്പെടും. 10 പൗണ്ടിൽ കൂടുതൽ തൂക്കമുള്ള കുഞ്ഞുങ്ങൾക്ക് സിസേറിയൻ ഡെലിവറി അല്ലാതെ വേറെ വഴിയില്ല.

രണ്ട് കുഞ്ഞുങ്ങൾക്ക് മുലയൂട്ടുക

നിങ്ങളുടെ കുഞ്ഞുങ്ങൾക്ക് മുലയൂട്ടേണ്ടത് അത്യാവശ്യമാണെന്ന് നിങ്ങൾക്കറിയാമല്ലോ. എന്നാൽ മുലയൂട്ടുന്ന അമ്മമാർക്ക് വളരെവേഗം അവരുടെ നഷ്ടപ്പെട്ട ഫിഗർ തിരിച്ചുകിട്ടുമെന്ന് നിങ്ങൾക്കറിയാമോ? രക്തസ്രാവവും കുറയും. രണ്ട് കുഞ്ഞുങ്ങൾക്ക് മുലയൂട്ടിയാൽ നിങ്ങളുടെ ശരീരത്തിലെ കൊഴുപ്പ് പെട്ടെന്ന് കുറയും. കുഞ്ഞുങ്ങൾ ഐ.സി.യു.വിലാണെങ്കിൽ പരിഭ്രമിക്കേണ്ട. അവർക്ക് വേണ്ടി നിങ്ങളുടെ അമൃതിന് തുല്യമായ പാല് എടുത്തുവെച്ച് ഊട്ടിയാൽ പാൽ ചുരക്കുന്ന പ്രക്രിയയിൽ തടസ്സം ഏർപ്പെടുകയില്ല.

മൂന്ന് കുഞ്ഞുങ്ങളെ പ്രസവിക്കുക:– ഈ ഹൈ റിസ്ക് ഡെലിവറിയിൽ സി-സെക്ഷന്റെ സഹായം തന്നെ സ്വീകരിക്കണം. ഈ കുഞ്ഞുങ്ങൾ ശരിയായ സ്ഥിതിയിലാണെങ്കിൽ യോനിവഴിയായും പ്രസവിക്കാൻ കഴിയുമെന്നാണ് ചില ഡോക്ടർമാരുടെ അഭിപ്രായം. ഇവിടെയും രണ്ടുകുഞ്ഞുങ്ങൾ യോനിവഴി ജനിച്ചശേഷം മൂന്നാമത്തെ കുഞ്ഞിനുവേണ്ടി ഓപ്പറേഷൻ ചെയ്യേണ്ടിവരുന്നത് വളരെ കുറവാണ്. ഏതുവഴിയായാലും നിങ്ങൾ നാലുപേരും പ്രസവമുറിയിൽ നിന്ന് സുരക്ഷിതരായി പുറത്തുവന്നാൽ അതാണ് ഏറ്റവും സഫലമായ വഴിയായി കരുതപ്പെടുന്നത്.

മൾട്ടിപ്പിൾ ഡെലിവറിക്കുശേഷം വിശ്രമം

മൾട്ടിപ്പിൾ ഡെലിവറിക്കുശേഷവും സിംഗിൾ ഡെലിവറിപോലെ തന്നെ വിശ്രമം വേണം. ഈ പ്രസവത്തിൽ താഴെ കൊടുത്തിട്ടുള്ള വ്യത്യാസങ്ങളുണ്ടാകും.

- വയറ് പഴയ നിലയിലാകാൻ കൂടുതൽ സമയമെടുക്കും.
- യോനിയിൽ കൂടി അധികസമയംവരെ രക്തസ്രാവമുണ്ടാകും.
- ഫിഗർ തിരിച്ചുകിട്ടാൻ അധികസമയമെടുക്കും, എന്തെന്നാൽ ഗർഭത്തിന്റെ അവസാന മാസങ്ങളിൽ നിങ്ങളുടെ ശരീരത്തിന്റെ പ്രവർത്തനം പതുക്കെ ആയിരിക്കും.
- നിങ്ങളുടെ ശരീരം വേദനിച്ചുകൊണ്ടിരിക്കും. തൂക്കവും നല്ലപോലെ കൂടിയിരിക്കും. അത് കുറയാൻ അധികസമയമെടുക്കും.

ഭാഗം - 4

ശിശുവിന്റെ
ജനനത്തിനുശേഷം

പ്രസവത്തിനുശേഷം ആദ്യത്തെ ആഴ്ച

അഭിനന്ദനങ്ങൾ! നിങ്ങൾ 40 ആഴ്ചകളായി ഏതുനിമിഷത്തിനുവേണ്ടി കാത്തിരുന്നുവോ അത് വന്നുചേർന്നു. ഗർഭാസ്ഥയുടെ ദീർഘയാത്രയും പ്രസവ പീഡയും നിങ്ങൾ പിന്നിട്ടുകഴിഞ്ഞു. ഇപ്പോൾ നിങ്ങൾ അധികാരപൂർവ്വമായി ഒരമ്മയായി. സന്തോഷത്തിന്റെ ചെറിയപൊതി വയറിൽനിന്ന് പുറത്തുവന്ന് നിങ്ങളുടെ കൈകളിൽ എത്തിക്കഴിഞ്ഞു. എന്നാൽ ഈ ഭ്രമണം കുഞ്ഞിനെ മാത്രമല്ല മറ്റുപലതും തന്നോടൊപ്പം കൊണ്ടുവരുന്നു. പല പുതിയ ലക്ഷണങ്ങൾ, (പ്രസവം കഴിഞ്ഞതിനോട് ബന്ധപ്പെട്ട വേദന, ബുദ്ധിമുട്ടുകൾ എന്നിവ) പല പുതിയ ചോദ്യങ്ങൾ (ഇത്ര വിയർക്കുന്നത് എന്തുകൊണ്ടാണ്? പ്രസവത്തിനു ശേഷവും കോൺട്രാക്ഷൻ ഉണ്ടാകുന്നത് എന്തുകൊണ്ടാണ്?, എനിക്ക് രണ്ടാമത് എപ്പോഴെങ്കിലും ഇരിക്കാൻ കഴിയുമോ? ഇപ്പോഴും എന്നെ കണ്ടാൽ 6 മാസ ഗർഭിണിയാണെന്ന് തോന്നുന്നത് എന്തുകൊണ്ടാണ്? ഈ മാർപകങ്ങൾ ആരുടേതാണ്?) ഇതിൽ പല ചോദ്യങ്ങളുടെയും ഉത്തരം നിങ്ങളുടെ പക്കൽ ആദ്യംതന്നെ ഉണ്ടെന്ന് വിശ്വസിക്കുന്നു. എന്തെന്നാൽ ഒരിക്കൽ അമ്മയായി കഴിഞ്ഞാൽ വായിക്കാനുള്ള ഒഴിവ് ആർക്കാണുള്ളത്.

നിങ്ങൾക്ക് എന്ത് അനുഭവപ്പെടുന്നുണ്ടാകും?

പ്രസവത്തിന്റെ രീതിയെ ആശ്രയിച്ചാണ് പ്രസവത്തിനുശേഷം ആദ്യത്തെ ആഴ്ചത്തെ സ്ഥിതി ഉണ്ടാകുക. ഇതിനു പുറമെ ചില വ്യക്തിഗത ലക്ഷണങ്ങളും ഉണ്ടാകാം.

ശാരീരികമായ ലക്ഷണങ്ങൾ:–

യോനിയിൽ നിന്ന് രക്തം പോകുക (മാസമുറ പോലെ) വയറിന്റെ അടിഭാഗത്ത് ചുളുക്ക് (ഗർഭാശയത്തിന്റെ സങ്കോചനം കാരണം)

- ക്ഷീണം
- തയ്യൽ ഉള്ള സ്ഥലത്തിൽ വലിവ്, വേദന, അസ്വസ്ഥത.
- സി-സെക്ഷനുശേഷം പെരിനിയൽ അസ്വസ്ഥത.
- കീറിയതിന് ചുറ്റും വേദനയോ മരവിപ്പോ.
- എഴുന്നേൽക്കുമ്പോഴും ഇരിക്കുമ്പോഴും വേദനയും കുത്തലും.
- ഒന്നുരണ്ടുദിവസം മലമൂത്ര വിസർജ്ജനത്തിൽ ബുദ്ധിമുട്ട്.
- ശരീരം മുഴുവൻ വേദന.
- ചുവന്ന കണ്ണുകൾ, കണ്ണുകൾക്ക് ചുറ്റും കറുത്ത പുള്ളികൾ.
- രാത്രിയിൽ വളരെ കൂടുതൽ വിയർക്കുക.
- മാർപകങ്ങളിൽ വളരെ വേദന, രക്തം നിറയുക.
- മുലയൂട്ടുമ്പോൾ നിപ്പിളുകളിൽ വേദനയും വിള്ളലും.

വൈകാരികമായ ലക്ഷണങ്ങൾ

- രണ്ടുപേർക്കുമിടയിൽ മൂഡിൽ ഏറ്റ-ഇറക്കം.
- കുഞ്ഞിനെ ശുശ്രൂഷിക്കുന്നതിന് പിരിമുറുക്കം.
- മുലയൂട്ടുന്നതിൽ ബുദ്ധിമുട്ടുണ്ടാകുമ്പോൾ ഉത്കണ്ഠ.
- ശാരീരികവും വൈകാരികവുമായ വെല്ലുവിളികൾ മൂലം തടസ്സം.
- കുഞ്ഞിനോടൊപ്പം പുതിയ ജീവിതം തുടങ്ങുന്നതിനുള്ള ഉത്സാഹം.

നിങ്ങൾ എന്തുകരുതുന്നുണ്ടാകും?

"പ്രസവ സമയത്ത് കുറച്ച് രക്തസ്രാവമുണ്ടാകുമെന്ന് ഞാൻ കരുതി. പക്ഷേ ഞാൻ ആദ്യം കിടക്കയിൽ നിന്ന് എഴുന്നേറ്റപ്പോഴും രക്ത സ്രാവമുണ്ടായി. ഞാൻ പരിഭ്രമിച്ചു."

പ്യാഡ് വച്ചിട്ട് സമാധാനമായിരിക്കുക. ഗർഭാശയത്തിൽ നിന്നും വരുന്ന രക്തവും മ്യൂക്കസും, ടിഷ്യൂവും 'ലോകിയാ' എന്നറിയപ്പെടുന്നു.

ഇത് മാസമുറയേക്കാൾ അധിക അളവിൽ പുറത്തുവരുന്നു. ആരംഭത്തിൽ കിടന്ന് എഴുന്നേൽക്കുമ്പോൾ ശക്തമായ ഒഴുക്ക് അനുഭവപ്പെടും. ഈ സ്രവം ആദ്യം കുറച്ച് ദിവസം കടും ചുവപ്പു നിറത്തിലായിരിക്കും. പിന്നീട് പതുക്കെപ്പതുക്കെ റോസ്, തവിട്ടുനിറം അതിനുശേഷം വെള്ളനിറമായിത്തീരുന്നു. ഒഴുക്ക് തടയാൻ ടൈംപ്യൂനു പകരം പ്യാഡ് ഉപയോഗിക്കുക. ഏകദേശം 6 ആഴ്ചകൾവരെ ഇത് ഉപയോഗിക്കേണ്ടിവരും. ചില സ്ത്രീകൾക്ക് മൂന്നുമാസംവരെ ചെറുതായി സ്രാവം ഉണ്ടായിക്കൊണ്ടിരിക്കും. ഓരോരുത്തർക്ക് ഓരോ രീതിയിലായിരിക്കും.

മുലയൂട്ടുന്നതുകൊണ്ടോ, ഓക്സിട്ടോസിൻ കാരണമോ ഈ സ്രവം കുറയും. ഡെലിവറിക്കുശേഷം ഉണ്ടാകുന്ന കോൺട്രാക്ഷൻ, ഗർഭാശയത്തെ ശരിയായ ആകൃതിയിലെത്തിക്കാൻ സഹായിക്കും. ആശുപത്രിയിൽ നിന്നുതന്നെ നിങ്ങൾക്ക് രക്തപ്പോക്ക് അധികമാണെന്ന് തോന്നിയാൽ നേഴ്സിനോട് പറയുക. വീട്ടിൽ വന്നശേഷം രക്തപ്പോക്ക് വളരെ അധികമായാൽ ഡോക്ടറോട് പറയാൻ വൈകരുത്. അല്ലെങ്കിൽ അടിയന്തിര ചികിത്സാ മുറിയിലേക്ക് പോകുക.

വേദനകൾക്കുശേഷം

"ഞാൻ മുലയൂട്ടുമ്പോൾ വയറിന്റെ അടിഭാഗത്ത് കോച്ചലോട് കൂടിയ വേദന എന്തുകൊണ്ടാണ് അനുഭവപ്പെടുന്നത്?"

ദുർഭാഗ്യവശാൽ വേദന നിറഞ്ഞ സങ്കോചനം പ്രസവത്തിനുശേഷവും അവസാനിക്കുന്നില്ല. ഗർഭാശയം ചുരുങ്ങി $2^1/_3$ പൗണ്ടിൽ നിന്ന് ചില ഔൺസുകളായി മാറണം. ഈ പ്രക്രിയയിൽ വേദന ഉണ്ടാകുകതന്നെ ചെയ്യും. കുഞ്ഞിന്റെ ജനനത്തിനുശേഷം ശരീരം പതുക്കെപ്പതുക്കെ പഴയ രൂപത്തിലേക്ക് മടങ്ങും. നിങ്ങൾക്ക് സ്വയം ഗർഭാശയം ചുരുങ്ങുന്നത്, അനുമാനക്കാൻ കഴിയും.

ഈ വേദനയിൽ ബുദ്ധിമുട്ടുണ്ടെങ്കിലും ലാഭവുമുണ്ട്. ഇതുകൊണ്ട് ഗർഭാശയം ചുരുങ്ങുന്നതോടൊപ്പം രക്തപ്പോക്ക് കുറയും. മുലയൂട്ടുമ്പോൾ ഈ വേദന കൂടുതലാകും. ആ സമയത്ത് ചുരുങ്ങൽ കൂട്ടുന്ന ഓക്സിടോസിൻ ദ്രവം സ്രവിക്കും.

നാലുമുതൽ ഏഴുദിവസങ്ങൾക്കുള്ളിൽ വേദന താനെ കുറയും. അതുവരെ ടൈലിനോൾ കഴിച്ചാൽ ആശ്വാസം കിട്ടും. വേദന കുറഞ്ഞില്ലെങ്കിൽ ഡോക്ടറോട് ചോദിക്കുക. ഏതെങ്കിലും സംക്രമണം ഏർപ്പെട്ടിട്ടുണ്ടാകാം.

പെരിനിയലിന്റെ വേദന

"എനിക്ക് എപിസിയോട്ടമി ചെയ്തില്ല. കീറിയിട്ടുമില്ല. പിന്നെ താഴെയുള്ള ഭാഗത്ത് ഇത്രവേദന ഉണ്ടാകുന്നതെന്താണ് ?"

നിങ്ങൾ 7 പൗണ്ടുള്ള കുഞ്ഞിന്റെ വരവ് കണ്ടില്ലെന്ന് നടിക്കുന്നു. കീറിമുറിച്ചിട്ടൊന്നും ഇല്ലെങ്കിലും ആ ഭാഗത്ത് ചുരണ്ടലും, വേദനയും, വീക്കവുമൊക്കെ ഉണ്ടാകും. ചുമയ്ക്കുമ്പോഴും തുമ്മുമ്പോഴും ഈ വേദന കൂടുതലാകും. വളരെ ദിവസങ്ങളോളം എഴുന്നേൽക്കാനും ഇരിക്കാനുംപോലും ബുദ്ധിമുട്ടുണ്ടാകും. നിങ്ങൾക്ക് അടുത്ത ഭാഗത്ത് കൊടുത്തിട്ടുള്ള ടിപ്പ്സ് ഇവിടെയും പ്രയോഗിച്ചു നോക്കാം. കുഞ്ഞിനെ തള്ളുന്ന പ്രക്രിയക്കിടയിൽ ഈ ഭാഗത്ത് ഹിമറോയ്ഡ്സ് അല്ലെങ്കിൽ ഫിഷർ (വിള്ളൽ) ഏർപ്പെട്ടിട്ടുണ്ടാകും. അത് വളരെ വേദനാജനകവുമാണ്.

"പ്രസവത്തിൽ എനിക്ക് തുന്നൽ ഇടേണ്ടി വന്നു. ഇതിൽ സംക്രമണം ഏർപ്പെടുമോ?"

യോനിയിൽ കൂടി പ്രസവിക്കുമ്പോഴും, നീണ്ട പ്രസവവേദന കാരണവും പെരിനിയൽ ഭാഗത്ത് വേദന ഉണ്ടാകും. എന്നാൽ തുന്നൽ വേണ്ടിവന്നാൽ സ്ഥിതിമോശമാകും. ഏതെങ്കിലും പുതിയ മുറിവുപോലെ തന്നെ ഇത് ഉണങ്ങാനും 7 മുതൽ 10 ദിവസം വരെ സമയമെടുക്കും. ഈ സമയത്ത് വേദന ഉണ്ടായാൽ അതിന് സംക്രമണമുണ്ടെന്ന് അർത്ഥമില്ല. ആ ഭാഗത്തെ പ്രത്യേകം ശുശ്രൂഷിക്കുന്നതുകൊണ്ട് സംക്രമണമുണ്ടാകാൻ ഇടയില്ല. നേഴ്സ് ദിവസവും വീക്കം അല്ലെങ്കിൽ ചുവപ്പുനിറമുണ്ടോ എന്ന് പരിശോധിക്കും. അവർ നിങ്ങൾക്ക് സംക്രമണം ഏർപ്പെടാതിരിക്കാനുള്ള നിർദ്ദേശങ്ങൾ തരും തയ്യൽ ഇട്ടിട്ടില്ലെങ്കിലും ആ നിർദ്ദേശങ്ങൾ പൊതുവായിട്ടുള്ളതാണ്.

- 4 മുതൽ 6 മണിക്കൂറിലൊരിക്കൽ പ്യാഡ് മാറ്റുക.
- ഡോക്ടർ പറഞ്ഞിട്ടുണ്ടെങ്കിൽ ആന്റിബയോട്ടിക് സൊല്യൂഷൻ ഒഴിച്ച ചൂടുവെള്ളം കൊണ്ട് ആ ഭാഗം ആവിപിടിക്കുക. മൂത്രം ഒഴിച്ചശേഷം ആ ഭാഗം നന്നായി കഴുകുക. തുടക്കുമ്പോൾ പ്യാഡ് മുന്നിൽ നിന്ന് പുറകോട്ട് കൊണ്ടുപോകുക. തേയ്ക്കുന്നതിന് പകരം പതുക്കെ ചെയ്യുക.
- ആ ഭാഗം കൈകൊണ്ട് തൊടാതിരിക്കുക.
- തയ്യൽ കാരണം കൂടുതൽ വേദന ഉണ്ടെങ്കിൽ:

ഐസ് വയ്ക്കുക:– വീക്കം കുറക്കാനും ആശ്വാസം കിട്ടാനും ആ ഭാഗത്ത് ഐസ് കൊണ്ട് തടവുക. സർജിക്കൽ കൈയ്യുറയിലോ മാക്സീപാഡിലോ ഐസ് നിറച്ച് പ്യാക്ക് ഉണ്ടാക്കാം. രണ്ടുമണിക്കൂറിലൊരിക്കൽ അതുവെക്കുക.

ചൂടുപിടിപ്പിക്കുക:– സിസ് ബാത്ത് എടുക്കുക. ഇടുപ്പ് കുളിയലിൽ ചൂടുവെള്ളം നിറച്ച ടബ്ബിൽ നിതംബങ്ങൾ മുക്കി ഇരിക്കുന്നു. ബാക്കി ശരീരഭാഗങ്ങൾ വെള്ളത്തിന് പുറത്തായിരിക്കും. ദിവസവും 20 നിമിഷം ചൂടുവെള്ളം കൊണ്ട് ഫൊമെന്റ് ചെയ്യുന്നത് പ്രയോജനകരമായിരിക്കും.

മരവിപ്പിക്കുക:– സ്പ്രേ, ക്രീം അല്ലെങ്കിൽ ട്യൂബിന്റെ രൂപത്തിൽ വരുന്ന ഏതെങ്കിലും വേദന സംഹാരി തേച്ച് ആ ഭാഗം മരവിപ്പിക്കുക. ഇക്കാര്യത്തിൽ ഡോക്ടറുടെ സഹായം തേടുക.

തൂക്കം കുറയ്ക്കുക:– ശരീരത്തിന്റെ താഴെയുള്ള ഭാഗത്തേക്ക് കുറച്ചുഭാരം ചെലുത്തുക. മലർന്നുകിടക്കുന്നതിന് പകരം ചരിഞ്ഞു കിടക്കുക. ഇരിക്കുമ്പോൾ താഴെ തലയണ വയ്ക്കുക. കടയിൽ കിട്ടുന്ന ട്യൂബിൽ ഇരിക്കുന്നതുകൊണ്ട് പെരിനിയലിൽ സമ്മർദ്ദം ഏർപ്പെടുകയില്ല.

അയവായി വിടുക:– ഇറുകിയ അടിവസ്ത്രങ്ങൾ ധരിക്കാതിരിക്കുക. അവ ഉരസുമ്പോൾ വേദന കൂടുതലാകും. അതുകൊണ്ട് ആശ്വാസം കിട്ടാനും കൂടുതൽ സമയമെടുക്കും.

വ്യായാമം ചെയ്യുക:– ആ ഭാഗം മരവിച്ചിരിക്കുന്നതുകൊണ്ട് കീഗൽ വ്യായാമം ചെയ്താൽ അറിയാൻ കഴിയില്ലെങ്കിലും ഇതുകൊണ്ട് തീർച്ചയായും ലാഭം ഉണ്ടാകും. ആ ഭാഗത്തെ രക്തപ്രവാഹവും മസിൽ ടോണും മെച്ചപ്പെടും.

അടിഭാഗത്ത് വീക്കമോ, വേദനയോ, ചുവപ്പുനിറമോ അല്ലെങ്കിൽ ദുർഗന്ധമോ കണ്ടാൽ സംക്രമണത്തിനുള്ള സാദ്ധ്യത ഉണ്ടെന്നാണ് അർത്ഥം. ഡോക്ടറോട് പറയാൻ ഒട്ടും താമസിക്കരുത്.

പ്രസവത്തിന്റെ മുറിവുകൾ

"ഞാൻ ബെർത്തിങ്ങ് റൂമിൽ നിന്നല്ല ബോക്സിങ്ങ് റൂമിൽ നിന്നാണ് പുറത്തുവന്നിരിക്കുന്നതെന്ന് തോന്നുന്നു. ഇങ്ങനെ തോന്നുന്നത് എന്തുകൊണ്ടാണ്?"

നിങ്ങളെ അടിച്ചു പഞ്ചറാക്കി എന്ന് തോന്നുന്നുണ്ടാകും. പ്രസവത്തിനുശേഷം അങ്ങനെ തോന്നുന്നത് സ്വാഭാവികമാണ്. നിങ്ങൾ റിങ്ങിൽ ഗുസ്തി ഇടുന്ന ഗുസ്തിക്കാരെക്കാൾ കൂടുതൽ അദ്ധ്വാനിച്ചിട്ടുണ്ട്. അതുകൊണ്ടാണ് കുഞ്ഞ് ഈ ഭൂമുഖത്തെത്തിയത്. നിങ്ങളുടെ ആ ശക്തമായ സങ്കോചനങ്ങളും ഗാഢമായ തള്ളലുകളും ഈ ശരീരം സഹിച്ചു. കണ്ണുകൾക്ക് താഴെ കരിവളയവും വന്നിട്ടുണ്ടാകാം. വെളിയിൽ പോകുമ്പോൾ കൂളിങ്ങ് ഗ്ലാസ് ധരിക്കുകയും പല പ്രാവശ്യം തണുത്ത വെള്ളം കൊണ്ട് മുഖം കഴുകുകയും ചെയ്യുക. നെഞ്ചുവേദനയും ശ്വാസമെടുക്കാൻ ബുദ്ധിമുട്ടും കാണും. ചൂടുവെള്ളത്തിൽ കുളിക്കുകയോ, ഹീറ്റിങ്ങ് പ്യാഡ് വെക്കുകയോ ചെയ്താൽ ആശ്വാസം കിട്ടും. ടെയിൽ ബോണിന്റെ അടുത്ത് വേദന ഉണ്ടെങ്കിൽ

ചൂടുപിടിപ്പിക്കുന്നത് കൊണ്ടോ മാലിഷ് കൊണ്ടോ ആശ്വാസം കിട്ടും.

മൂത്രമൊഴിക്കാൻ ബുദ്ധിമുട്ട്

"പ്രസവിച്ച് പലമണിക്കൂറുകൾ കഴിഞ്ഞിട്ടും എനിക്ക് മൂത്രമൊഴിക്കാൻ കഴിയുന്നില്ല."

- പ്രസവത്തിന് 24 മണിക്കൂർ മുമ്പ് ചില സ്ത്രീകൾക്ക് മൂത്രമൊഴിക്കാൻ ബുദ്ധിമുട്ടുണ്ടാകും. പല സ്ത്രീകൾക്കും മൂത്രമൊഴിക്കണമെന്ന് തോന്നിയാലും മൂത്രമൊഴിക്കാൻ കഴിയുന്നില്ല. മൂത്രമൊഴിക്കുമ്പോൾ വല്ലാത്ത നീറ്റലും വേദനയും ഉണ്ടാകും. ഇത് പല കാരണങ്ങൾ കൊണ്ടാണ് ഉണ്ടാകുന്നത്.
- ബ്ലാഡറിന്റെ മൂത്രം തടയാനുള്ള ശക്തി വർദ്ധിച്ചിരിക്കുന്നതുകൊണ്ട് നിങ്ങൾക്ക് അടിക്കടി മൂത്രമൊഴിക്കണമെന്ന് തോന്നില്ല.
- ബ്ലാഡറിനോ അല്ലെങ്കിൽ മൂത്രാശയത്തിനോ പ്രസവത്തിനിടയിൽ മുറിവേൽക്കുന്നു, നിറയുമ്പോഴും കാലിചെയ്യാനുള്ള സൂചന നൽകാൻ കഴിയുന്നില്ല.
- എപ്പിഡ്യൂറൽ കാരണവും മൂത്രാശയത്തിന്റെ സമവേദനാശീലത കുറയുന്നു.
- പെരിനിയലിന്റെ വേദനയും വീക്കമും മൂത്രം പോകുന്നതിൽ തടസ്സം സൃഷ്ടിക്കും.
- കീറലോ തയ്യലോ കാരണം മൂത്രമൊഴിക്കുമ്പോൾ നീറ്റലോ വേദനയോ ഉണ്ടാകും. പലപ്പോഴും മൂത്രമൊഴിക്കുന്ന പൊസിഷൻ മാറ്റുന്നതുകൊണ്ട് നീറ്റൽ കുറയും. അല്ലെങ്കിൽ മൂത്രമൊഴിക്കുന്ന സമയത്ത് ചൂടുവെള്ളം കൊണ്ട് ഷവർ ചെയ്താലും ആശ്വാസം കിട്ടും.
- നിങ്ങൾ നീണ്ട പ്രസവത്തിനിടയിൽ തരളപദാർത്ഥങ്ങളൊന്നും കഴിച്ചിട്ടില്ലെങ്കിൽ ഡീഹൈഡ്രേഷൻ കാരണവും ഇങ്ങനെ ഉണ്ടാകും.
- പലപ്പോഴും വേദനയെപ്പറ്റിയുള്ള ഭയം, പ്രൈവസി കുറവ്, വ്യാകുലത, ബെഡ് പാൻ അല്ലെങ്കിൽ ബാത്ത് റൂമിൽ ആരുടെയെങ്കിലും കൂടെ പോകാനുള്ള (മനോവൈജ്ഞാനിക കാരണവും) മടിയും ഇതിന് ഉത്തരവാദിയായിരിക്കും.

പ്രസവത്തിനുശേഷം 6 മുതൽ 8 മണിക്കൂറുകൾക്കുള്ളിൽ നിങ്ങൾ മൂത്രമൊഴിച്ചില്ലെങ്കിൽ സംക്രമണം ഏർപ്പെട്ടേക്കാം. നേഴ്സ് നിങ്ങളോട് ആദ്യത്തെ മൂത്രം ബെഡ് പാനിലോ ഏതെങ്കിലും പാത്രത്തിലോ ഒഴിക്കാൻ പറയും. അവർ മൂത്രത്തിന്റെ അളവുനോക്കി മൂത്രാശയത്തിന്റെ സ്ഥിതി അനുമാനിക്കും. ഇതിന് നിങ്ങൾക്ക് താഴെ പറയുന്ന ഉപായങ്ങൾ പ്രയോഗിക്കാവുന്നതാണ്.

- അധിക അളവിൽ തരളപദാർത്ഥങ്ങൾ കഴിക്കുക.
- മലമൂത്രങ്ങളുടെ പ്രവർത്തനം ക്രമബന്ധമാക്കാൻ, കിടക്കയിൽ നിന്ന് എഴുന്നേറ്റ് കുറച്ചുസമയം ഉലാത്തുക.
- നേഴ്സിന്റെ കൂടെ ബാത്ത് റൂമിൽ പോകാൻ മടി തോന്നുന്നുണ്ടെങ്കിൽ അവരോട് പുറത്ത് നിൽക്കാൻ പറയുക. അവർ പെരിനിയൽ വൃത്തിയാക്കുന്നതിനെക്കുറിച്ച് പിന്നീട് നിങ്ങൾക്ക് പറഞ്ഞുതരും.
- ക്ഷീണം കൊണ്ട് ബെഡ്പാൻ ഉപയോഗിക്കേണ്ടിവന്നാൽ ആ ഭാഗത്ത് ചൂടുവെള്ളം ധാരയായി ഒഴിച്ചാൽ മൂത്രമൊഴിക്കണമെന്ന് തോന്നും. കിടക്കുന്നതിന് പകരം ഇരുന്ന് മൂത്രമൊഴിക്കാൻ ശ്രമിക്കുക. മുറിയിൽ തനിച്ചാണെങ്കിൽ നന്നായിരിക്കും.
- നിങ്ങളുടെ കീഴ്ഭാഗം ചൂടോ തണുപ്പോ ഉള്ള വെള്ളം കൊണ്ട് ഫൊമെന്റ് ചെയ്യുക.
- മൂത്രമൊഴിക്കുമ്പോൾ വെള്ളം ഒഴിച്ചുകൊണ്ടിരുന്നാൽ മൂത്രമൊഴിക്കുന്നത് എളുപ്പമാകും.

എല്ലാ ഉപായങ്ങളും വിഫലമായാൽ ഡോക്ടർക്ക് ട്യൂബുമൂലം മൂത്രാശയം കാലി ചെയ്യേണ്ടിവരും. ഇതിൽ നിന്ന് രക്ഷപ്പെടണമെങ്കിൽ ഞങ്ങൾ പറഞ്ഞ ഉപായങ്ങൾ പരീക്ഷിച്ചുനോക്കുക.

കുറച്ചുദിവസം കഴിഞ്ഞിട്ടും മൂത്രമൊഴിക്കാൻ ബുദ്ധിമുട്ടുണ്ടെങ്കിൽ നിങ്ങൾക്ക് സംക്രമണം ഏർപ്പെട്ടിരിക്കും.

"എനിക്ക് മൂത്രം നിയന്ത്രിക്കാൻ കഴിയുന്നില്ല. അത് താനെ ഒഴുകാൻ തുടങ്ങുന്നു"

കുഞ്ഞിന്റെ ജനനസമയത്ത് ഏർപ്പെടുന്ന ശാരീരിക പിരിമുറുക്കം, ശരീരത്തിന്റെ പലകാര്യങ്ങളും ക്രമബന്ധമല്ലാതാക്കുന്നു. ഒന്നുകിൽ മൂത്രം വരില്ല, അല്ലെങ്കിൽ താനേ ഒഴുകാൻ തുടങ്ങും. പെരിനിയലിന്റെ മസിൽടോൺ കുറയുന്നതുകൊണ്ടാണ് ഇങ്ങനെ ആകുന്നത്. പ്രസവത്തിനുശേഷം കീഗൽ വ്യായമം ചെയ്യുന്നത് വളരെ ഗുണം ചെയ്യും. എന്നിട്ടും ഈ ബുദ്ധിമുട്ട് കുറഞ്ഞില്ലെങ്കിൽ ഡോക്ടറുടെ സഹായം തേടുക.

പ്രസവത്തിനുശേഷം എപ്പോൾ ഡോക്ടറെ വിളിക്കണം

ചില സ്ത്രീകൾ പ്രസവത്തിനുശേഷം ശാരീരികവും മാനസികവുമായി ഫിറ്റ് ആവുകയും വേഗംതന്നെ പൂർവസ്ഥിതിയിൽ എത്തുകയും ചെയ്യുന്നു. എന്നാൽ ചിലരുടെ കഷ്ടങ്ങൾ അവസാനിക്കുന്നില്ല. ഈ അവസ്ഥയിൽ എപ്പോഴാണ് ഡോക്ടറെ വിളിക്കുകയോ ഫോൺ ചെയ്യുകയോ ചെയ്യേണ്ടത്:–

ചിലമണിക്കൂറുകളിൽ തന്നെ രണ്ട്-രണ്ട് പാഡുകൾ മാറ്റേണ്ടിവരും. രക്തസ്രാവം കൂടുതലാണെങ്കിൽ ആശുപത്രിയിലേക്ക് പോകേണ്ട ആവശ്യമുണ്ടോ എന്ന് നേഴ്സിനോട് ഫോൺ ചെയ്ത് ചോദിക്കുക. ഒന്നും ശരിയായില്ലെങ്കിൽ ഐസ്കട്ടി വയ്ക്കാം.

- പ്രസവത്തിന്റെ മുമ്പിലത്തെ ആഴ്ച കടും ചുവപ്പുനിറത്തിലുള്ള സ്രാവം ഉണ്ടായാൽ ഡോക്ടറോട് പറയുക. മാസമുറ പോലെയുള്ള ചെറിയ രക്തപ്പോക്ക് പല ആഴ്ചകൾവരെ തുടരും. മുലയൂട്ടുമ്പോൾ ഇത് കൂടുതലായേക്കാം.
- വൃത്തികെട്ട ഗന്ധമുള്ള രക്തപ്പോക്ക്! ഇതിന്റെ ഗന്ധം സാധാരണ മാസത്തേതു പോലെയെ ഉണ്ടാകാവൂ.
- രക്തം പോകുന്നതിൽ രക്തത്തിന്റെ വലിയ കട്ടകൾ വരുക. എപ്പോഴെങ്കിലും ഒരു ചില കട്ടകൾ വന്നാൽ കുഴപ്പമില്ല.
- ആദ്യത്തെ ചില ദിവസങ്ങളിൽ തികച്ചും രക്തസ്രാവം ഇല്ലാതിരിക്കുക.
- വീക്കമില്ലാത്ത വേദന, വ്യാകുലത, പ്രസവം കഴിഞ്ഞ് കുറച്ചുസമയത്തിനുശേഷം വയറിന്റെ അടിഭാഗത്ത് കോച്ചി വലിക്കുക.
- കുറച്ചുദിവസങ്ങൾക്കുശേഷം പെരിനിയൽ ഭാഗത്ത് തുടർച്ചയായി വേദന.
- 24 മണിക്കൂറിനുശേഷം 100^0 ഫാരൻഹീറ്റിൽ കൂടുതൽ പനി ഉണ്ടാകുക.
- തലചുറ്റുക.
- മനംപിരട്ടലും ഛർദ്ദിയും
- മാറിൽ സംക്രമണത്തിന്റെ ലക്ഷണങ്ങളും വേദനയും.
- കീറിയ സ്ഥലത്തിനടുത്ത് ചെറിയ വീക്കം, ചുവപ്പുനിറം.
- 24 മണിക്കൂറിനുശേഷം മൂത്രമൊഴിക്കാൻ ബുദ്ധിമുട്ട്, വേദന, ദുർഗന്ധമുള്ള മൂത്രം. ഡോക്ടറെ കാണാൻ പോകുന്നതിന് മുമ്പ് ധാരാളം വെള്ളം കുടിക്കുക.
- നെഞ്ചിൽ ശക്തിയായ വേദന, ഹൃദയസ്പന്ദനം വേഗത്തിലാകുക, കാല് നീട്ടുമ്പോൾ വേദന. ഡോക്ടറുടെ അടുത്ത് പോകുന്നതിനുമുമ്പ് കാൽ ഉയർത്തി വെക്കുക.
- ഗ്ലാനത നിയന്ത്രിക്കാൻ കഴിയുന്നില്ലെങ്കിൽ കുഞ്ഞിനോട് ദേഷ്യമോ, ഹിംസാഭാവമോ താന്നിയാൽ. ഇതിനെക്കുറിച്ചൊക്കെ വിശദവിവരം തന്നുകഴിഞ്ഞിട്ടുണ്ട്.

മലവിസർജ്ജനത്തിൽ ബുദ്ധിമുട്ട്

"പ്രസവിച്ച് രണ്ടുദിവസം കഴിഞ്ഞിട്ടും എനിക്ക് മലം വിസർജ്ജിക്കാൻ കഴിഞ്ഞിട്ടില്ല. പോകണമെന്ന് തോന്നുന്നുണ്ടെങ്കിലും തയ്യൽ വിട്ടുപോകുമോ എന്ന പേടിയിൽ പോകാൻ കഴിയുന്നില്ല."

ഓരോ അമ്മയ്ക്കും പ്രസവശേഷം ഈ സ്ഥിതിയൊക്കെ തരണം ചെയ്യേണ്ടിവരുന്നു. നിങ്ങൾ ഇത് തരണം ചെയ്യുന്നതുവരെ വ്യാകുലതയും ഭയവും ഉണ്ടായിരിക്കും.

പലപ്പോഴും ഇത് പല മനഃശാസ്ത്രപരമായ കാരണങ്ങൾ കൊണ്ടായിരിക്കും ഉണ്ടാകുന്നത്. കുഞ്ഞിന്റെ ജനനസമയത്ത് വയറിലെ മാംസപേശികളിൽ അധികം വലിവ് ഏർപ്പെടുന്നതുകൊണ്ട് അവയുടെ പ്രവർത്തന വൈദഗ്ദ്യം കുറയുന്നു. പലപ്പോഴും പ്രസവത്തിന് മുമ്പും പിൻപും മലവിസർജ്ജനം ചെയ്തിരിക്കും. അതിനുശേഷം നിങ്ങൾ കാര്യമായി ഒന്നും കഴിച്ചിട്ടുണ്ടാവില്ല. അതുകൊണ്ട് വയറ് വൃത്തിയായിരിക്കും. എല്ലാത്തിലും വലിയ പേടി മലത്തിനുവേണ്ടി മുക്കിയാൽ വേദനിക്കുകയോ തയ്യൽ പിരിയുകയോ ചെയ്യുമെന്നുള്ളതാണ്. ഹിമറോയ്ഡിന്റെ അവസ്ഥ കൂടുതൽ മോശമാകുമെന്ന് തോന്നും. ആശുപത്രിയിൽ പ്രൈവസിയും കുറവായിരിക്കും.

പക്ഷെ നിങ്ങൾക്ക് എളുപ്പത്തിൽ ഇതൊക്കെ തരണം ചെയ്യാൻ കഴിയും. ഞങ്ങൾ തന്നിട്ടുള്ള ഉപായങ്ങൾ പരീക്ഷിച്ചു നോക്കൂ.

വിഷമിക്കേണ്ട:– ഇക്കാര്യത്തിൽ വിഷമിച്ചിട്ട് ഒരു ലാഭവും ഇല്ല. തയ്യൽ വിടുമെന്ന് പേടിക്കേണ്ട കുറച്ചുദിവസം മലം പോയില്ലെങ്കിലും പരിഭ്രമിക്കേണ്ട.

നാര് സത്തുള്ള വസ്തുക്കൾ:– ആശുപത്രിയിലോ ബെർത്ത് സെന്ററിലോ ആണെങ്കിൽ നിങ്ങളുടെ ഭക്ഷണത്തിൽ പഴങ്ങൾ, പച്ചക്കറികൾ, തവിടുകളയാത്ത ധാന്യങ്ങൾ കൊണ്ട് ഉണ്ടാക്കിയ ഭക്ഷണസാധനങ്ങൾ എന്നിവ കഴിക്കുക, ആപ്പിൾ, പേഴ്സ്, ഉണങ്ങിയ പഴങ്ങൾ എന്നിവ കഴിക്കുന്നതുകൊണ്ട് ഫൈബറിന്റെ കുറവ് തീരും. മലബന്ധം ഏർപ്പെടുത്തുന്ന ഭക്ഷണം കഴിക്കരുത്. കിടക്കക്കെടുത്തുവച്ചിട്ടുള്ള ചോക്കലേറ്റ് ബോക്സ് കൊതിപ്പിക്കു മെങ്കിലും അത് കഴിച്ചാൽ മലബന്ധം ഉണ്ടാകും.

തരളപദാർത്ഥങ്ങളുടെ അളവ്:– ധാരാളം തരള പദാർത്ഥങ്ങൾ കഴിച്ചാൽ മലബന്ധം ഉണ്ടാകുകയില്ല. വെള്ളം കുടിച്ചാലും മതി, തരള ആപ്പിൾ ജ്യൂസും സഹായകമായിരിക്കും. ചൂടുവെള്ളത്തിൽ ചെറുനാരങ്ങ പിഴിഞ്ഞതും കുടിക്കാം.

ചവച്ച് കഴിക്കുക:– ചവച്ചുകഴിക്കുന്നതുകൊണ്ട് ഭക്ഷണം വേഗത്തിൽ ദഹിക്കുകയും ദഹനേന്ദ്രിയം ശരിയായരീതിയിൽ പ്രവർത്തിക്കാൻ തുടങ്ങുകയും ചെയ്യും.

ഉലാത്തുക:– പ്രസവം കഴിഞ്ഞശേഷം നിങ്ങൾക്ക് ഓടാൻ കഴിയില്ലെങ്കിലും പതുക്കെ ഉലാത്താൻ കഴിയും. കിടക്കയിൽ ഇരുന്നുകൊണ്ട് കീഗൽ വ്യായാമം ചെയ്യുക. ഇതുകൊണ്ട് ഗുദത്തിന്റെ മാർഗ്ഗത്തിനും ലാഭം ഉണ്ടാകും. വീട്ടിൽ കുഞ്ഞിനോടൊപ്പം ഉലാത്തുക.

പിരിമുറുക്കം ഉണ്ടാകരുത്:– പിരിമുറുക്കം ഉണ്ടാകാൻ ഇടയാക്കരുത്. അതുകൊണ്ട് തയ്യൽ പിരിയുകയില്ലെങ്കിലും ഹീമറോയ്ഡിന്റെ നില കൂടുതൽ മോശമായേക്കാം. ചൂടോ തണുപ്പോ ആയ ഫൊമന്റേഷൻ ചെയ്യുക.

മലം അയവാക്കാനുള്ള മരുന്ന്:– ആശുപത്രിയിൽ മലം അയവാക്കാനുള്ള മരുന്ന് കിട്ടും. അതുകൊണ്ട് മലവിസർജ്ജനത്തിന് ബുദ്ധിമുട്ടുണ്ടാകില്ല.

ആദ്യം മലവിസർജ്ജനം ചെയ്യുമ്പോൾ കുറച്ചുവേദന ഉണ്ടാകും, പേടിക്കേണ്ട മലം മൃദുവാകുമ്പോൾ നിങ്ങളുടെ ബുദ്ധിമുട്ടും കുറയും. എല്ലാം പഴയതുപോലെ ശരിയാകും.

ആവശ്യത്തിൽ കൂടുതൽ വിയർക്കുക

"ഞാൻ രാത്രി പെട്ടെന്ന് വിയർപ്പിൽ കുളിച്ച് എഴുന്നേൽക്കുന്നു, ഇത് സാധാരണമാണോ?"

ഇത് കുഴപ്പം പിടിച്ച സംഗതിയാണെങ്കിലും സാധാരണം തന്നെയാണ്. പുതിയ അമ്മമാർക്ക് പല കാരണങ്ങൾ കൊണ്ടും വിയർക്കാറുണ്ട്. നിങ്ങൾ ഗർഭിണി അല്ലാത്തതുകൊണ്ട് നിങ്ങളുടെ ഹാർമോണിന്റെ ലെവൽ കുറയാൻ തുടങ്ങിയിരിക്കുന്നു. അടിക്കടി മലവിസർജ്ജനം കൊണ്ട് ശരീരത്തിലുള്ള അനാവശ്യ വസ്തുക്കൾ പുറത്തു പോകുന്നു. വളരെ അധികം വിയർക്കുന്നത് അസൗകര്യമായി തോന്നാം. തലയണയിൽ ടൗവൽ വിരിച്ചുകിടക്കുക. അപ്പോൾ അത് നനയുകയില്ല, നിങ്ങൾക്ക് നന്നായി ഉറക്കം വരികയും ചെയ്യും.

ഈ വിയർപ്പിന്റെ പൂർത്തിക്ക് ധാരാളം തരളപദാർത്ഥങ്ങൾ കഴിക്കണം. നിങ്ങൾ മുലയൂട്ടുന്നുണ്ടെങ്കിലും ഇല്ലെങ്കിലും ഇത് ചെയ്യണം.

പനി

"ഞാൻ ഈയിടെയാണ് ആശുപത്രിയിൽ വന്നത്. എനിക്ക് 101^0 പനിയുണ്ട്. ഞാൻ ഡോക്ടർക്ക് ഫോൺ ചെയ്യണോ?"

പ്രസവത്തിനുശേഷം നിങ്ങളുടെ ആരോഗ്യം ശരിയല്ലെങ്കിൽ ഡോക്ടറോട് പറയുന്നതുതന്നെയാണ് നല്ലത്. പലപ്പോഴും. പ്രസവത്തിനുശേഷമുണ്ടാകുന്ന സംക്രമണം കാരണമാണ് പനിയുണ്ടാവുക. ഇതിന് മറ്റേതെങ്കിലും കാരണവും ഉണ്ടായേക്കാം. പലപ്പോഴും ഉത്തേജനം, ക്ഷീണം എന്നിവ കൊണ്ടും പനിയുണ്ടാകും. മുലയൂട്ടുന്നതിന്റെ ആരംഭ ദിവസങ്ങളിൽ ശരീരത്തിന്റെ താപനില കുറച്ചുകൂടും. എന്നാൽ പ്രസവത്തിന്റെ മുമ്പുള്ള മൂന്നാഴ്ചകളിൽ പനി ഒരു ദിവസത്തിൽ കൂടുതൽ നീണ്ടുനിന്നാൽ ഡോക്ടറെ കാണിക്കുക. ശക്തമായ പനിയോടൊപ്പം ജലദോഷവും ഛർദ്ദിയും ഉണ്ടെങ്കിൽ ഉടനെ ചികിത്സ ആവശ്യമാണ്.

സ്തനങ്ങൾ വലുതാകുക

"എന്റെ മാറ് ചുരന്നു കഴിഞ്ഞു. എന്റെ സ്തനങ്ങൾ സാധാരണയുള്ളതിനേക്കാൾ മൂന്ന് മടങ്ങ് വലുതായിരിക്കുന്നു. ഇവ കഠിനവുമായിരിക്കുന്നു. തൊടുമ്പോൾ വേദനിക്കുന്നു. എനിക്ക് ബ്രാ ധരിക്കാൻപോലും

കഴിയുന്നില്ല. കുഞ്ഞ് പാല് കുടിക്കാൻ തുടങ്ങുന്നതുവരെ ഇങ്ങനെതന്നെ ആയിരിക്കുമോ?''

നിങ്ങൾ ഓർക്കാതെ തന്നെ സ്തനങ്ങൾ വലുതായി. അവ വീങ്ങുകയും തൊട്ടാൽ വേദനിക്കുകയും ചെയ്യുന്നു. വീക്കം കാരണം നിപ്പിളുകൾ ഉള്ളിലോട്ട് കുഴിഞ്ഞുപോയിട്ടുണ്ടെങ്കിൽ മുലയൂട്ടുന്ന സമയത്ത് വേദനിക്കുകയും കുഞ്ഞിന് പാലുകൊടുക്കാൻ ബുദ്ധിമുട്ടാകുകയും ചെയ്യും.

ഇത് വളരെക്കാലം നീണ്ടുനിൽക്കുകയില്ലെന്നതാണ് സന്തോഷ വാർത്ത. പാലിന്റെ പൂർത്തിയും ആവശ്യവും തമ്മിൽ സമതുലനം ഏർപ്പെട്ടതും എല്ലാ കഷ്ടങ്ങളും തീരും.

''ഞാൻ മുലയൂട്ടാൻ ആഗ്രഹിക്കുന്നില്ല. എന്നാൽ പാലുവറ്റിക്കുന്നത് വളരെ കഷ്ടമുള്ള കാര്യമാണെന്ന് കേട്ടിട്ടുണ്ട്.''

പ്രസവിച്ച് രണ്ടുമൂന്ന് ദിവസങ്ങൾക്കുള്ളിൽതന്നെ സ്തനങ്ങളിൽ പാൽ ചുരക്കും. നിങ്ങൾക്ക് ആവശ്യമുള്ളപ്പോൾ മാത്രമേ പാല് ചുരക്കുകയുള്ളൂ. പാൽ ഉപയോഗിച്ചില്ലെങ്കിൽ അത് ചുരക്കുകയില്ല. എന്നാൽ പലദിവസങ്ങളും ആഴ്ചകളുംവരെ പാൽ ഒഴുകിക്കൊണ്ടിരിക്കും. എന്നാൽ കുറച്ച് ദിവസത്തിനുള്ളിൽ തന്നെ സ്തനങ്ങൾ സാധാരണ നിലയിലാകും. ഈ സമയത്ത് നിങ്ങൾക്ക് ഐസ് പ്യാക്കോ സപ്പോർട്ടീവ് ബ്രാവോ ഉപയോഗിക്കാം. നിപ്പിൾ തടവരുത്. പാൽ പീച്ചിക്കളയരുത്. ചൂടുവെള്ളത്തിൽ കുളിക്കരുത്. ഇതുകൊണ്ട് പാൽ ചുരക്കുകയും ബുദ്ധിമുട്ട് തുടരുകയും ചെയ്യും.

പാൽ എവിടെപോയി?

''പ്രസവിച്ച് രണ്ടുദിവസം കഴിഞ്ഞിട്ടും എന്റെ സ്തനങ്ങളിൽ കൊളസ്ട്രോം പോലും ഉണ്ടായിട്ടില്ല. എന്റെ കുഞ്ഞിന് പട്ടിണി കിടക്കേണ്ടി വരുമോ?''

കുഞ്ഞ് പട്ടിണിയാവില്ല. അതിന് ഇപ്പോൾ വിശക്കാൻ തുടങ്ങിയിട്ടില്ല. കുഞ്ഞിന് ജനിക്കുമ്പോൾ തന്നെ വിശപ്പുണ്ടാവില്ല. പ്രസവിച്ച് മൂന്ന്-നാല് ദിവസംവരെ അതിന് വിശക്കുകയില്ല. അതിന് വിശക്കുമ്പോഴേക്കും നിങ്ങളുടെ മാറിൽ അതിനുവേണ്ടി പാൽ ചുരക്കും.

ഇപ്പോഴും നിങ്ങളുടെ സ്തനങ്ങൾ കാലിയല്ല. അതിൽ കുഞ്ഞിന്റെ പോഷണത്തിന് ആവശ്യമായ കൊളസ്ട്രാമിന്റെ അംശം തീർച്ചയായും ഉണ്ടായിരിക്കും. ഈ സമയത്ത് കുഞ്ഞിന് ഒരു സ്പൂൺ കിട്ടിയാലും ധാരാളം മതി. എന്നാൽ സ്തനം പാലുകൊണ്ട് നിറയുന്നതുവരെ കൈകൊണ്ട് ഞെക്കി പാൽ എടുക്കാൻ കഴിയുകയില്ല. ഒരുദിവസം പ്രായമുള്ള കുഞ്ഞ് സ്വയം മുല ചപ്പി തന്റെ വയറ് നിറച്ചുകൊള്ളും.

പരസ്പര സ്നേഹം

''കുഞ്ഞിനെ കണ്ടതും എന്റെ മനസ്സിൽ സ്നേഹം പൊങ്ങിവരുമെന്ന് എനിക്ക് വിശ്വാസമുണ്ടായിരുന്നു. എന്നാൽ ഇപ്പോഴും എന്റെ മനസ്സിൽ അങ്ങനെയുള്ള വിചാരങ്ങളൊന്നും ഉണ്ടായിട്ടില്ല. ഇതെന്തുകൊണ്ടാണ്?''

പ്രസവം കഴിഞ്ഞതും നിങ്ങളുടെ കൈയ്യിൽ തുണിയിൽ പൊതിഞ്ഞ ഒരു പൊതിവന്നു ചേരും. ആ പൊതിക്കകത്തുള്ള കുഞ്ഞിന്റെ ഓമനമുഖം നിങ്ങളുടെ മനസ്സ് കവർന്നെടുക്കും. അത് നിങ്ങളെ നോക്കിയാൽ നിങ്ങൾ അതിനെ ഉമ്മകൾ കൊണ്ട് പൊതിയും. ആ നിമിഷം അമ്മയും കുഞ്ഞും തമ്മിലുള്ള സ്നേഹം ഗാഢമായിതീരും.

ഓരോ ഗർഭിണിയും ഇതാണ് സ്വപ്നം കാണുന്നത്. എന്നാൽ വാസ്തവത്തിൽ അങ്ങനെ സംഭവിക്കുന്നില്ല. പ്രസവത്തിന്റെ നീണ്ട ക്ഷീണത്തിനുശേഷം ചുവന്ന, ചുളിവുകളോടു കൂടിയ മുഖമുള്ള, അല്ലെങ്കിൽ വീങ്ങിയ മുഖമുള്ള കുഞ്ഞിനെ നിങ്ങളുടെ കൈയ്യിൽ തരും. അതിന്റെ മുഖത്ത് നിങ്ങൾക്ക് നിങ്ങളുടെ ഒരു അടയാളവും കാണാൻ കഴിയുകയില്ല. അതിന്റെ മുഖം പരസ്യങ്ങളിൽ കാണുന്ന ഉരുണ്ട സുന്ദരമായ ശിശുക്കളെപോലെയും ഉണ്ടാകില്ല. നിങ്ങൾ എത്ര ശ്രമിച്ചാലും അതിന് നിങ്ങളുടെ മുല കുടിക്കാൻ കഴിയില്ല. വിചിത്രമായ ശബ്ദത്തിൽ കരയും. നമ്മൾക്കിടയിൽ സ്നേഹത്തിന്റെ എന്തെങ്കിലും വികൽപ്പമുണ്ടോ എന്ന് നിങ്ങൾക്ക് സംശയം തോന്നും.

വാസ്തവത്തിൽ ഓരോ അമ്മയ്ക്കും കുഞ്ഞിനുമിടയിൽ സ്നേഹബന്ധം മുളയ്ക്കാൻ വെവ്വേറെ സമയമെടുക്കും. ചില അമ്മമാർക്ക് പ്രസവത്തിൽ ഒരു ബുദ്ധിമുട്ടും ഉണ്ടാവുകയില്ല. അവർ പൂർണ്ണ ഉത്സാഹത്തോടും സന്തോഷത്തോടും കൂടി കുഞ്ഞിനെ സ്വാഗതം ചെയ്യും. മറുവശത്തുനിന്ന് പ്രതിക

വീട്ടിലേക്കുള്ള തിരിച്ചുവരവ്

നിങ്ങളും കുഞ്ഞും പ്രസവത്തിനുശേഷം എപ്പോൾവരെ ആശുപത്രിയിൽ തങ്ങേണ്ടി വരുമെന്നത് നിങ്ങളുടെ സ്ഥിതിയെ ആശ്രയിച്ചിരിക്കും. നിങ്ങളും കുഞ്ഞും ഫിറ്റ് ആണെങ്കിൽ ഡോക്ടറോട് ചോദിച്ച് വേഗം വീട്ടിലേക്ക് പോകാം നേരത്തെതന്നെ അടുത്ത പരിശോധനക്ക് വരേണ്ട ദിവസവും സമയവും നിശ്ചയിക്കണം. വരാനിരിക്കുന്ന ദിവസങ്ങളിൽ നിങ്ങൾക്ക് ഏർപ്പെട്ടേക്കാവുന്ന പ്രശ്നങ്ങളെക്കുറിച്ച് ഡോക്ടറോട് ചോദിച്ച് മനസ്സിലാക്കണം. അടുത്ത പരിശോധനക്ക് മുമ്പുതന്നെ ഡോക്ടർ, കുഞ്ഞിന് മഞ്ഞപ്പിത്തം ഉണ്ടോ? വേണ്ടത്ര പാല് കിട്ടുന്നുണ്ടോ എന്നൊക്കെ അറിയാൻ ആഗ്രഹിക്കും.

നിങ്ങൾ 48 മുതൽ 96 മണിക്കൂറുകൾ വരെ ആശുപത്രിയിൽ കഴിയുകയാണെങ്കിൽ പൂർണ്ണ വിശ്രമം എടുക്കാൻ ശ്രമിക്കുക. വീട്ടിലേക്ക് മടങ്ങിയാൽ നിങ്ങൾക്ക് വളരെ അധികം ഊർജ്ജം ആവശ്യമായിരിക്കും.

രണവും കിട്ടും. എന്നാൽ ചില കേസുകളിൽ അമ്മമാർ കുഞ്ഞിനെ എടുക്കാൻ പോലും കഴിയാത്ത അത്രയ്ക്ക് ക്ഷീണിച്ചിരിക്കും.

നിങ്ങൾക്കും കുറച്ചുസമയം വേണ്ടിവരും. കുഞ്ഞിന്റെ എല്ലാ ആവശ്യങ്ങളും പൂർത്തി ചെയ്യുക. കുഞ്ഞിനെ കൈയ്യിലെടുത്ത് ലാളിക്കുക. അതിനുവേണ്ടി പാടുക, സംസാരിക്കുക, അതിന്റെ കുരുന്ന് കൈ-കാലുകളിൽ മാലിഷ് ചെയ്യുക. പതുക്കെപ്പതുക്കെ കുഞ്ഞിന് നിങ്ങൾക്ക് കുഞ്ഞിന്റെ ശരീരത്തിൽ നിന്നുവരുന്ന ദുർഗന്ധം പോലും ഇഷ്ടമാകാൻ തുടങ്ങും. അധികം വൈകാതെ നിങ്ങൾ ഒരു സ്നേഹസമ്പന്നയായ അമ്മയായി മാറും.

"എന്റെ കുഞ്ഞ് പ്രീമെച്വർ ആയിരുന്നു. അതുകൊണ്ട് ഐ.സി.യു.വിലേക്ക് കൊണ്ടുപോകേണ്ടിവന്നു. കുഞ്ഞിനെ രണ്ടാഴ്ചവരെ അവിടെ വെക്കണമെന്ന് ഡോക്ടർ പറഞ്ഞു. കുഞ്ഞുമായി സ്നേഹബന്ധം സ്ഥാപിക്കാൻ വൈകില്ലേ?"

ജനിച്ച ഉടനെ കുഞ്ഞിനെ ലാളിക്കുന്നതിന്റെ സുഖം ഒന്ന് വേറെ തന്നെ ആണെങ്കിലും കുഞ്ഞിന്റെ ആരോഗ്യം മെച്ചപ്പെട്ടശേഷമേ നിങ്ങൾക്ക് ഈ ഘട്ടം പൂർത്തീകരിക്കാൻ കഴിയൂ. ഇതുകൊണ്ട് കുഞ്ഞിനും അച്ഛനമ്മമാർക്കുമിടയിൽ ദീർഘകാലമായുള്ള ഒരു ബന്ധം തളിരിടും.

കുഞ്ഞിനെ ഐ.സി.യു.വിൽ വച്ചാലും നിങ്ങൾക്ക് കുഞ്ഞിനെ തൊടാൻ കഴിയും. കുഞ്ഞിനോട് സംസാരിക്കാൻ കഴിയും. ആശുപത്രികളിൽ അച്ഛനമ്മമാർക്ക് ഇതൊക്കെ ചെയ്യാനുള്ള ഇളവുണ്ട്. അവിടെയുള്ള നേഴ്സിനോട്, കുഞ്ഞിന്റെ കൂടെ ആധികം സമയം ചിലവഴിക്കുന്നതെങ്ങനെ എന്ന് ചോദിച്ച് മനസ്സിലാക്കണം. നിങ്ങൾ കുഞ്ഞിനോടൊപ്പം വീട്ടിൽ താമസിക്കാൻ തുടങ്ങിയാൽ നിങ്ങൾക്ക് രണ്ടുപേർക്കുമിടയിൽ ഒരു ഗാഢ സ്നേഹം വികസിക്കുമെന്ന കാര്യം ഓർക്കുക.

മുറിയിൽ കുഞ്ഞ്

"ഗർഭാവസ്ഥയിൽ, കുഞ്ഞും പ്രസവത്തിനുശേഷം എന്റെ കൂടെ എന്റെ മുറിയിൽ ഉണ്ടാകുമെന്നോർക്കുമ്പോൾ സന്തോഷം തോന്നിയിരുന്നു. എന്നാൽ ആ സമയത്ത് ക്ഷീണം കാരണം എന്റെ നില എന്തായിരിക്കുമെന്ന് അറിഞ്ഞിരുന്നില്ല. ഇപ്പോൾ ഞാൻ കുഞ്ഞിനെ വേറെ സ്ഥലത്തേക്ക് എടുത്തുകൊണ്ടു പോകാൻ പറയുന്നു. ഞാൻ എത്ര ചീത്ത അമ്മയാണ്."

നിങ്ങൾ വാസ്തവത്തിൽ ഒരു നല്ല അമ്മയാണ്, അമ്മയാകുന്നതിലെ വെല്ലുവിളികൾ അഭിമുഖീകരിച്ചശേഷമെ പിൻവാങ്ങിയിട്ടുള്ളൂ. ഇപ്പോൾ നിങ്ങൾ മറ്റൊരു വെല്ലുവിളി അഭിമുഖീകരിക്കുവാൻ പോകുകയാണ്. ഇതിനിടയിൽ കുറച്ച് വിശ്രമിക്കുന്നത് സ്വാഭാവികമാണ്, അത്യാവശ്യവുമാണ്. പ്രസവത്തിന്റെ ക്ഷീണത്തിൽ നിങ്ങൾക്ക് കുഞ്ഞിനെ ശുശ്രൂഷിക്കാൻ കഴിയാതെ വന്നാൽ ലജ്ജിക്കേണ്ടതില്ല. പ്രസവത്തിനുശേഷം നിങ്ങളുടെ ശരീരം തളർന്നിരിക്കും. നിങ്ങൾ പല മണിക്കൂറുകളായി ഉറങ്ങിയിട്ടില്ല. മരുന്നുകളുടെ ലഹരി തലക്കേറുകയാണ്. ഇങ്ങനെയുള്ള ചുറ്റുപാടിൽ നിങ്ങൾ കുറച്ചുനേരം ഉറങ്ങാൻ ആഗ്രഹിച്ചാൽ അതിൽ തെറ്റൊന്നുമില്ല.

കുഞ്ഞിന്റെ കൂടെ ചിലവഴിച്ച മണിക്കൂറുകളെക്കുറിച്ചല്ല അതിലെ നന്മകളെക്കുറിച്ച് ഓർക്കുക. വീട്ടിലേക്ക് പോയശേഷം ദിവസംമുഴുവൻ കുഞ്ഞ് നിങ്ങളുടെ അടുത്തായിരിക്കും. ഇപ്പോൾ നല്ലപോലെ വിശ്രമി

ക്കുക. പിന്നീട് ഇങ്ങനെയുള്ള സന്ദർഭം കിട്ടിയെന്നുവരില്ല.

സിസേറിയൻ

"സി-സെക്ഷനുശേഷം എനിക്ക് എപ്പോൾ ആശ്വാസം കിട്ടും?"

വയറിൽ എന്ത് ഓപ്പറേഷൻ ചെയ്താലും അത് ശരിയാകാൻ എത്രസമയം എടുക്കുമോ അത്രസമയം തന്നെ നിങ്ങൾക്കും വേണ്ടിവരും. നിങ്ങളുടെ ഗോൾബ്ലാഡറോ, അപ്പെൻഡീക്സോ എടുത്തു മാറ്റില്ല, നിങ്ങളുടെ കൈയ്യിൽ ഒരു കുഞ്ഞോമനയെ കിട്ടും എന്നതുമാത്രമാണ് വിത്യാസം. ഓപ്പറേഷൻ കൊണ്ട് വിശ്രമത്തോടൊപ്പം കുഞ്ഞിന്റെ ജനനം കൊണ്ടുണ്ടായ കഷ്ടങ്ങളിൽ നിന്നും നിങ്ങൾക്ക് ആശ്വാസം കിട്ടും. ക്ഷീണം, ഹാർമോണുകളുടെ മാറ്റം, വിയർപ്പ് എന്നിങ്ങനെ പല ലക്ഷണങ്ങളിൽ നിന്ന് മോചനം കിട്ടും.

താഴെ കൊടുത്തിട്ടുള്ള ലക്ഷണങ്ങൾ ഓപ്പറേഷനോട് ബന്ധപ്പെട്ടവയാണ് –

കീറിയ സ്ഥലത്തിനുസമീപം വേദന:– അനസ്ഥീഷ്യായുടെ പ്രഭാവം കുറഞ്ഞതും കീറിയ സ്ഥലത്തിൽ വേദന തുടങ്ങും. ഈ വേദന പല കാരണങ്ങളെയും ആശ്രയിച്ചിരിക്കും. ഉദാ:- കീറിയത് എത് സ്ഥിതിയിലാണ്, ഇതിനുമുമ്പ് നിങ്ങൾക്ക് സി-സെക്ഷൻ ചെയ്തിട്ടുണ്ടോ? നിങ്ങൾക്ക് വേദന സംഹാരി മരുന്നുകൾ തരുന്നതുകൊണ്ട് ഉറക്കം വരും. നിങ്ങൾ മുലയൂട്ടുന്നുണ്ടെങ്കിൽ പരിഭ്രമിക്കേണ്ട. ഈ മരുന്നുകൾ കൊളസ്ട്രാമിൽ സ്വാധീനം ചെലുത്തുകയില്ല. പിന്നീട് നിങ്ങൾക്ക് കടുത്ത വേദനസംഹാരികളുടെ ആവശ്യം വരില്ല. വളരെ ദിവസങ്ങളോളം വേദന നീണ്ടുനിന്നാൽ വേദന നിവാരണ മരുന്നുകൾ കഴിക്കാം. ആദ്യത്തെ ചില ആഴ്ചകൾ ഭാരക്കൂടുതലുള്ള സാധനങ്ങൾ പൊക്കരുത്.

മനം പിരട്ടുക, ഛർദ്ദി അല്ലെങ്കിൽ ഛർദ്ദിയില്ലാതെ:– ചിലപ്പോൾ നിങ്ങൾക്ക് ഇത് ഉണ്ടാകുകയില്ല. ഉണ്ടായാൽ അതിനുള്ള മരുന്നുതരും.

ക്ഷീണം:– ധാരാളം രക്തം പോയതുകൊണ്ട് നിങ്ങൾക്ക് വളരെ ക്ഷീണം തോന്നും ഓപ്പറേഷന് ചില മണിക്കൂറുകൾക്ക് മുമ്പുതന്നെ ശരിയായ പ്രസവ വേദന തുടങ്ങിയിരുന്നെങ്കിൽ ക്ഷീണം ഇനിയും കൂടുതലായിരിക്കും. സി-സെക്ഷൻ വേണമെന്ന് ആദ്യംതന്നെ തീരുമാനിച്ചിരുന്നില്ലെങ്കിൽ നിങ്ങൾക്ക് വൈകാരികമായും മുറിവേൽക്കും.

സ്ഥിതിയുടെ പതിവായ പരിശോധന:– ഒരു നേഴ്സ് പതിവായി നിങ്ങളുടെ താപനില, നാഡി, രക്തസമ്മർദ്ദം എന്നിവ പരിശോധിക്കും. നിങ്ങളുടെ മൂത്രവും രക്തസ്രാവവും പരിശോധിക്കും.

മുറിയിൽ മടങ്ങിയെത്തിയശേഷം താഴെ പ്പറയുന്ന കാര്യങ്ങൾ ചെയ്യണം.

കൂടുതൽ പരിശോധന:– നേഴ്സ് തുടർച്ചയായി നിങ്ങളുടെ സ്ഥിതി പരിശോധിച്ചുകൊണ്ടിരിക്കും.

മൂത്രത്തിനുള്ള ട്യൂബ് എടുത്തുമാറ്റുക:– മൂത്രം പോകാൻ വേണ്ടി ഇട്ട ട്യൂബ് എടുത്തുമാറ്റും. ആദ്യം മുത്രമൊഴിക്കുമ്പോൾ നിങ്ങൾക്ക് കുറച്ച് ബുദ്ധിമുട്ടുണ്ടാകും. അതിന് ഞങ്ങളുടെ ടിപ്സ് പരിശോധിച്ചുനോക്കുക. ആ ഉപായങ്ങൾ ഫലപ്രദമായില്ലെങ്കിൽ ട്യൂബ് രണ്ടാമതും ഇടേണ്ടിവരും.

സർജറി കഴിഞ്ഞ് 8 മുതൽ 24 മണിക്കൂറുകൾക്ക് ശേഷം:– സർജറി കഴിഞ്ഞ് 8 മുതൽ 24 മണിക്കൂറുകൾക്കുള്ളിൽ നിങ്ങൾ പതുക്കെപ്പതുക്കെ എഴുന്നേറ്റ് ഇരിക്കണം. അതിനുശേഷം നിലത്ത് നിൽക്കാൻ പറയും. തല ചുറ്റിയില്ലെങ്കിൽ നിങ്ങൾക്ക് നിൽക്കുവാൻ കഴിയും. അതിനുശേഷം ചില ചുവടുകൾ നടക്കാൻ പറയും. വേഗം തന്നെ സഹായത്തോടെ എഴുന്നേൽക്കാനും ഇരിക്കാനും നിങ്ങൾക്ക് കഴിയും.

സാധാരണ ആഹാരത്തിലേക്ക്:– പല സ്ഥലങ്ങളിലും സി-സെക്ഷനുശേഷം 24 മണിക്കൂറിന് ശേഷവും ഐ.വി. തന്നെ തുടരും. ആദ്യം ഒന്നു രണ്ടുദിവസം തരള പദാർത്ഥങ്ങളെ തരുകയുള്ളു. അതിനുശേഷം പതുക്കെപ്പതുക്കെ കട്ടിയുള്ള ആഹാരം തരും. ഓരോ ആശുപത്രികളുടെയും ഡോക്ടർമാരുടെയും രീതി ഇക്കാര്യത്തിൽ വ്യത്യസ്ഥമാണ്. നിങ്ങൾക്ക് എപ്പോൾ ഏത് വിധത്തിലുള്ള ഭക്ഷണം തരണമെന്ന കാര്യം നിങ്ങളുടെ ശരീരനില അനുസരിച്ചിരിക്കും. തരളപദാർത്ഥങ്ങൾക്കു ശേഷം നിങ്ങൾക്ക് എളുപ്പത്തിൽ ദഹിക്കുന്ന കട്ടിയുള്ള ആഹാരം തരും. കട്ടിയുള്ള ആഹാരം കഴിക്കാൻ തുടങ്ങിയാലും തരള പദാർത്ഥങ്ങളുടെ അളവ് കുറക്കരുത്. അത് നിങ്ങൾക്ക് അത്യാവശ്യമാണ്.

ശരീര വേദന:– പലപ്പോഴും നിങ്ങൾക്ക് ശരീരത്തിൽ തീവ്രമായ വേദന അനുഭവപ്പെടും, മരുന്ന് കഴിച്ചാൽ അതിന് ശമനം ഉണ്ടാകും.

മലബന്ധം:– അനസ്തീഷ്യായും ഓപ്പറേഷനും കാരണം നിങ്ങളുടെ മലവിസർജ്ജന പ്രക്രിയ പതുക്കെയാകും. അത് ശരിയാകാൻ വളരെ ദിവസങ്ങൾ ആയെന്നുവരാം. മലവിസർജ്ജന പ്രക്രിയ എളുപ്പമാകുവാൻ നിങ്ങൾക്ക് പല മരുന്നുകളും തരും.

വയറിലെ പ്രശ്നങ്ങൾ:– ദഹനേന്ദ്രിയം ശരിക്ക് ജോലിചെയ്യാൻ തുടങ്ങിയാൽ വയറിൽ കൂടി ചേർന്നിട്ടുള്ള ഗ്യാസ് തന്റെ പ്രഭാവം കാണിക്കാൻ തുടങ്ങും. ചിരിക്കു കയോ, ചുമക്കുകയോ, തുമ്മുകയോ ചെയ്താൽ നില കൂടു തൽ മോശമാകും. നേഴ്സോ, ഡോക്ടറോ ആശ്വാസം കിട്ടാനുള്ള വഴി പറഞ്ഞുതരും. ഓപ്പറേഷൻ ചെയ്ത സ്ഥലം കൈകൊണ്ട് താങ്ങി ദീർഘശ്വാസം എടുക്കുകയോ കുറച്ച് ഉലാത്തുകയോ ചെയ് താൽ കുറച്ച് ആശ്വാസം കിട്ടും.

കുഞ്ഞിനോടൊപ്പം സമ യം ചിലവഴിക്കുക:– നിങ്ങളുടെ സ്ഥിതി കുറച്ച് മെച്ചപ്പെട്ടാൽ കുഞ്ഞിന് പാല് കൊടുക്കുന്നത് കൂടാതെ കുറച്ചുകൂടി സമയം ചിലിക്കുക. കുഞ്ഞിനെ ലാളിക്കുക. നിങ്ങളുടെ മുറിയിൽ സഹായത്തിന് ആരെയെങ്കിലും നിർത്തുക. അപ്പോൾ ശ്രദ്ധമുഴുവൻ കുഞ്ഞിൽ കേന്ദ്രീകരിക്കാൻ കഴിയും.

തുന്നൽ പിരിയുക:– തുന്നൽ താനെ പിരിയുകയില്ലെങ്കിൽ പ്രസവിച്ച് നാലഞ്ചുദിവസം കഴിയുമ്പോൾ തുന്നൽ പിരിക്കും. ഇതിൽ വേദന ഉണ്ടാകില്ലെങ്കിലും കുറച്ച് അസ്വസ്ഥതയുണ്ടാകും. തുന്നൽ പിരിച്ചശേഷം കീറിയ സ്ഥലം ശ്രദ്ധിച്ച് നോക്കുകയും അത് എപ്പോൾ ശരിയാകുമെന്ന് ഡോക്ടറോട് ചോദിക്കുകയും ചെയ്യുക. അതിനെ എങ്ങനെ ശുശ്രൂഷിക്കണമെന്നും അതിൽ എന്തെല്ലാം മാറ്റങ്ങൾ വരുമെന്നും ചോദിക്കണം.

പ്രസവം കഴിഞ്ഞ് മൂന്ന്-നാല് ദിവസങ്ങൾക്കുശേഷം നിങ്ങൾക്ക് വീട്ടിലേക്ക് പോകാമെങ്കിലും നിങ്ങൾക്കും കുഞ്ഞിനും ശുശ്രൂഷ ആവശ്യമാണ്. ആരംഭത്തിലെ ചില ആഴ്ചകൾ നിങ്ങളെ നോക്കാൻ ആരെയെങ്കിലും നിയമിക്കുക.

കുഞ്ഞിനോടൊപ്പം വീട്ടിലേക്കുള്ള മടക്കം

"ആശുപത്രിയിൽ നേഴ്സ് എന്റെ കുഞ്ഞിന്റെ ഡയ്ഫർ മാറ്റിയിരുന്നു, കുളിപ്പി ച്ചിരുന്നു, കുഞ്ഞിന് പാലുകൊടുക്കാനുള്ള സമയമായെന്ന് എന്നോട് പറയുമായിരുന്നു. ഇപ്പോൾ ഞാൻ വല്ലാത്ത വിഷമത്തിലാണ്."

കുഞ്ഞ് തന്റെ കൂടെ ഒരു നിർദ്ദേശവും എഴുതികൊണ്ടുവന്നി ട്ടില്ലെന്നത് സത്യമാണ്. എന്നാൽ ആശുപത്രി യിൽനിന്ന് വീട്ടിലേക്ക് മടങ്ങുമ്പോൾ കുഞ്ഞിനെ കുളിപ്പി ക്കുക, പാലുകൊടു ക്കുക എന്നിവയെ പ്പറ്റിയ നിർദ്ദേശങ്ങൾ നിങ്ങൾക്ക് നൽകും. ആദ്യം ഡയഫർ മാറ്റു മ്പോൾ കുറച്ച് കുഴപ്പം ഉണ്ടാകുമെങ്കിലും ഇതി നെപ്പറ്റി പുസ്തകങ്ങളിൽ നിന്നും ഓൺലൈ നിൽ നിന്നും അറിയാൻ കഴിയും. ശിശുവിശേഷജ്ഞനും കുറെ യൊക്കെ മനസ്സിലാക്കിത്തരും. നിങ്ങളുടെ ചോദ്യങ്ങളുടെ ഉത്തരങ്ങൾ മറക്കാതിരി ക്കാൻ എഴുതിവയ്ക്കുക.

അറിവുള്ള മാതാപിതാക്കളാകാൻ സമയമെടുക്കും. അതിന് ധൈര്യവും പരിശീലനവും ആവശ്യമാണ്. കുഞ്ഞിന്റെ ഡയഫർ തിരിച്ച് കെട്ടിക്കുകയോ കുളിപ്പിക്കുമ്പോൾ കാത് വൃത്തിയാക്കാൻ മറക്കുകയോ ചെയ്താൽ കുഞ്ഞ് നിങ്ങളോട് ക്ഷമിക്കും. കുഞ്ഞ് ഫീഡ് ബാക്ക് തരാൻ നാണിക്കുകയില്ല. വിശക്കുമ്പോൾ ഒച്ചവെച്ച് കരയും. കുളിപ്പിക്കുമ്പോൾ വെള്ളത്തിന് കൂടുതൽ തണുപ്പോ ചൂടോ ആണെങ്കിൽ നിലവിളിക്കും. നിങ്ങളുമായി താരതമ്യപ്പെടു ത്താൻ കുഞ്ഞിന് വേറെ ഒരു അമ്മയില്ല.

നിങ്ങൾ കുഞ്ഞിനെ സംബന്ധിച്ചിടത്തോളം ഈ ലോകത്തുള്ള ഏറ്റവും നല്ല അമ്മയാണ്, ആയിരിക്കുകയും ചെയ്യും.

നിങ്ങൾ ക്ഷീണം തീർക്കാൻ വിശ്രമിക്കുകയും ഊർജ്ജത്തിന്റെ ലെവൽ നിലനിർത്താൻ നല്ലപോലെ ഭക്ഷണം കഴിക്കുകയും ചെയ്യുക. പതുക്കെപ്പതുക്കെ കുഞ്ഞിനെ പരിചരിക്കുന്നത് സരളവും സഹജവുമായിത്തീരും. അപ്പോൾ വളരെ എളുപ്പത്തിൽ കുഞ്ഞിനെ ഒക്കത്തുവെച്ച് തുണിതിരുമ്പാനും വ്യാക്വം ക്ലീനർ ഉപയോഗിക്കാനും കഴിയും. നിങ്ങൾക്ക് ഒരേ സമയത്ത് പല ജോലികൾ ചെയ്യാനുള്ള വിദ്യയും കരസ്ഥമാകും.

മുലയൂട്ടലിന്റെ ആരംഭം

കുഞ്ഞിന് മുലയൂട്ടുന്നത് ഒരു സ്വാഭാവികമായ കാര്യമാണ്. എന്നാലും ചില അമ്മമാർക്ക് ഇത് ശരിയായ രീതിയിൽ ചെയ്യാൻ കഴിയുന്നില്ല. പാല് ചുരക്കുക എന്നതും ഒരു സ്വാഭാവിക പ്രക്രിയയാണ്. എന്നാൽ കുഞ്ഞിന്റെ വായിൽ നിപ്പിൾ എങ്ങനെയാണ് വയ്ക്കേണ്ടത് എന്ന വിദ്യ പഠിക്കണം.

ഈ വിദ്യ പഠിക്കുകതന്നെ വേണ്ടിയിരിക്കുന്നു. പലപ്പോഴും ചില ശാരീരിക ബുദ്ധിമുട്ടുകൾ കാരണം ഈ പ്രക്രിയ പൂർത്തിയാകുന്നില്ല. രണ്ടുഭാഗത്തും അനുഭവക്കുറവുണ്ട്. അമ്മയ്ക്ക് മുലയൂട്ടാൻ അറിയുന്നില്ല, കുഞ്ഞിന് പാൽ കുടിക്കാനും അറിയുന്നില്ല.

നിങ്ങൾക്ക് ആദ്യംതന്നെ കുറച്ച് അറിവുണ്ടായാൽ പ്രശ്നം ഒരു പരിധിവരെ പരിഹരിക്കാൻ കഴിയും. ഇതിന് പുസ്തകങ്ങളിൽ നിന്നോ, ക്ലാസുകളിൽ നിന്നോ, ഓൺലൈനിൽ നിന്നോ അറിവുനേടണം.

- ബെർത്തിങ്ങ് റൂമിൽ നിന്ന് തന്നെ മുലയൂട്ടാൻ തുടങ്ങുക. നിങ്ങൾക്കും കുഞ്ഞിനും ആദ്യം തന്നെ ഇതിനുള്ള സന്ദർഭം കിട്ടിയില്ലെങ്കിൽ നിരാശപ്പെടേണ്ട. നിങ്ങൾക്ക് ഇത് ആരംഭിക്കാൻ കഴിയുകയില്ലെന്ന് ഇതിനർത്ഥമില്ല. നിങ്ങൾ രണ്ടുപേരും ഇതിനെക്കുറിച്ച് പലതും പഠിക്കേണ്ടതുണ്ട്.

- കുഞ്ഞിന് വിശക്കുമ്പോൾ നിങ്ങളെ തയ്യാറാകുക. കുഞ്ഞ് വിശന്ന് കരയുമ്പോൾ നിങ്ങൾ ഉറക്കം തൂങ്ങിക്കൊണ്ടിരിക്കാൻ ഇടവരരുത്.

- കഴിയുന്നത്ര മറ്റുള്ളവരുടെ സഹായം തേടുക. ലെക്ടേഷൻ വിദഗ്ദനും ഇക്കാര്യത്തിൽ നിങ്ങളെ സഹായിക്കാൻ കഴിയും. ഈ സൗകര്യമില്ലെങ്കിൽ പരിചയസമ്പന്നയായ നേഴ്സിന്റെയോ ഡോക്ടറുടെയോ സഹായം തേടുക. അവർ നിങ്ങൾക്ക് പ്രയോജനമുള്ള ടിപ്സ് തരും.

- അഭ്യുദയകാംക്ഷികളുടെ തിരക്ക് ഒഴിവാക്കുക. കാണാൻ വരുന്നവർ നിങ്ങളുടെയും കുഞ്ഞിന്റെയും പ്രവർത്തനത്തിൽ തടസ്സമാകാനിടയുണ്ട്. നിങ്ങൾക്ക് സ്വസ്ഥമായ ഒരു ചുറ്റുപാടുണ്ടാക്കണം. ഏകാഗ്രതയോടെ കുഞ്ഞിന് മുലയൂട്ടണം. അപ്പോഴേ രണ്ടുപേർക്കും പൂർണ്ണ സംതൃപ്തി കിട്ടുകയുള്ളൂ.

- ആദ്യം കുഞ്ഞ് പതുക്കെയാണ് കുടിക്കുന്നതെങ്കിൽ നിരാശപ്പെടേണ്ട. കുഞ്ഞിനും പ്രസവത്തിന്റ ക്ഷീണമുണ്ടായിരിക്കും. നവജാത ശിശുക്കൾക്ക് ഉറക്കവും കൂടുതലായിരിക്കും. അവരുടെ കൈയ്യിൽ നേരത്തെതന്നെ കുറച്ച് ദിവസത്തേക്ക് വേണ്ട പോഷകതത്വമുണ്ട്. അതുകൊണ്ട് നല്ലപോലെ വിശക്കുമ്പോൾ വേണ്ടത്ര പാലുകുടിക്കാനുള്ള ശക്തിയും വരും.

- കുഞ്ഞിന് കഴിയുന്നതും കുപ്പിപ്പാല് കൊടുക്കാതിരിക്കുക. മുലപ്പാൽ

മുലയൂട്ടലും കുഞ്ഞ് ഐ.സി.യു.വിലും

നവജാത ശിശുവിനെ എന്തെങ്കിലും കാരണം കൊണ്ട് ഐ.സി.യു. (ഇന്റൻസീവ് കെയർ യൂണിറ്റ്) വിൽ വച്ചിരിക്കുകയാണെങ്കിലും മുലപ്പാൽ കൊടുക്കാതിരിക്കരുത്. പമ്പുകൊണ്ട് പാല് പിഴിഞ്ഞെടുത്ത് ബോട്ടിലിലാക്കി കൊടുക്കുക. പമ്പുകൊണ്ട് പാലെടുക്കുന്നതിനാൽ പാലിന്റെ ആപൂരണവും നിലനിൽക്കും.

കുടിക്കുന്നതിന് മുമ്പുതന്നെ ടിൻപാൽ കുടിച്ച് വയറ് നിറക്കേണ്ട ഗതികേട് വരുത്തരുത്. അത് കുടിക്കുന്നതുകൊണ്ട് കുഞ്ഞിന്റെ വിശ പ്പും മാറില്ല, അതിന് ഉപയോഗപ്രദമായ കൊളസ്ട്രാം കിട്ടുകയുമില്ല. സപ്ലിമെന്റ് ഡോസ് കൊടുക്കുന്നുണ്ടെങ്കിൽ തന്നെ മുലപ്പാൽ കൊടുത്ത ഉടനെ കൊടുക്കരുത്. കുഞ്ഞിന് ബോട്ടിൽ പാൽ ശീലമായി ത്തീരും. അത് ബുദ്ധിമുട്ടാകും. ബോട്ടിലിൽ നിന്ന് പാലുകുടിക്കാൻ കുറച്ച് ശ്രമപ്പെ ട്ടാൽ മതി. അതുകൊണ്ട് കുഞ്ഞിന് മുല കുടിക്കാൻ താൽപ്പര്യം ഇല്ലാതാകും.

- ദിവസവും കുറഞ്ഞത് 8 മുതൽ 12 പ്രാവ ശ്യം പാല് കൊടുക്കണം. പാല് ചുരന്നു കൊണ്ടിരിക്കും. കുഞ്ഞും സന്തുഷ്ടനായി രിക്കും. നാലുമണിക്കൂർ കഴിഞ്ഞ് പാലു കൊടുത്താൽ പാലും ഉണ്ടാവില്ല, മുലക ളിൽ രക്തം നിറയുകയും ചെയ്യും. കുഞ്ഞിന് ശരിയായ പൊസിഷനിൽ മുല കൊടുത്താൽ നിപ്പിളുകളിൽ വീക്കമോ വേദനയോ ഉണ്ടാവില്ല. പൊസിഷൻ ശരി യാണെങ്കിൽ എത്രനേരം വേണമെങ്കിലും സുഖമായി പാലുകൊടുക്കാൻ കഴിയും.
- രണ്ടുമുലകളും ഊട്ടുക. ഒരു മുല കാലി യായശേഷം അടുത്ത മുല വായിൽ വച്ചു കൊടുക്കുക. ഇതുകൊണ്ട് കുഞ്ഞിന്റെ വിശപ്പും മാറും വേണ്ടത്ര പോഷണവും കിട്ടും. കുഞ്ഞിനെ ഒരു മുലയിൽനിന്ന് മുഴുവൻ പാലും കുടിക്കാൻ അനുവദി ക്കുക, അവന് വേണമെങ്കിൽ മാത്രം രണ്ടാമത്തെ മുല കൊടുക്കുക, ബലം പ്രയോഗിച്ച് കൊടുക്കരുത്. രണ്ടാമത്തെ പ്രാവശ്യം കൊടുക്കുമ്പോൾ അടുത്ത മുല കൊടുക്കുക. ഈ ക്രമം തുടരുക.

എങ്ങനെ മുല ഊട്ടണം

- ഒരു ശാന്തമായ സ്ഥലം തിരഞ്ഞെടുക്കുക. ശാന്തമായ സ്ഥലത്ത് നിങ്ങൾക്കും സ്വസ്ഥത കിട്ടും കുഞ്ഞിനും സ്വസ്ഥമായി വയറ് നിറയ് ക്കാൻ കഴിയും.
- കൈയ്യിൽ എന്തെ ങ്കിലും കുടിക്കാനു ള്ളത് വയ്ക്കുക. അത് അധികം ചൂടു ള്ളതായിരിക്കരുത്. അല്ലെങ്കിൽ കുഞ്ഞി ന്റെ മീതെ തുള്ളമ്പി വീണേക്കാം. നിങ്ങ ൾ ഭക്ഷണം കഴിച്ച് വളരെ സമയമായെ ങ്കിൽ എന്തെങ്കിലും പോഷകാംശമുള്ള സ്നാക്സ് കഴിക്കുക.
- കൈയ്യിൽ ഏതെങ്കി ലും പുസ്തകം കരുതിവയ്ക്കുക. മുലയൂട്ടുമ്പോൾ പുസ്തകം വായിക്കുന്നതോടൊപ്പം കുഞ്ഞിനെയും ഇടയ്ക്കിടെ ശ്രദ്ധിക്കുക. ആരംഭ ദിവസങ്ങളിൽ ടി.വി. വയ്ക്കുന്നതു കൊണ്ട് വളരെ ബുദ്ധിമുട്ടുണ്ടാകും. ഫോണും എടുക്കരുത് അത് വോയ്സ് മെയിലിൽ ഇടുക. അല്ലെങ്കിൽ മറ്റാരെ ങ്കിലും ഫോൺ എടുക്കട്ടെ.
- കുഞ്ഞിനെ സൗകര്യപ്രദമായ രീതിയിൽ എടുക്കാൻ മടിയിൽ തലയണവയ്ക്കുക. ഒന്നും ഇല്ലാതെ എടുക്കുന്നതുകൊണ്ട് കൈകളിൽ കോച്ചിവലിയോ, വേദനയോ ഉണ്ടാകാം. കഴിയുമെങ്കിൽ കാലുകളും ഉയർത്തിവയ്ക്കുക.
- കുഞ്ഞിന്റെ വായ നിപ്പിളിനുനേരെ തിരിച്ച് കിടത്തുക. കുഞ്ഞിന്റെ ശരീരം നിങ്ങളുടെ നേർക്ക് തിരിഞ്ഞായിരി ക്കണം. ശരിയായ പൊസിഷനിലാണെ ങ്കിൽ നിങ്ങൾക്കും മുലയൂട്ടുമ്പോഴുള്ള പല ബുദ്ധിമുട്ടുകളും ഒഴിവാക്കാം.
- ആദ്യത്തെ ചില ആഴ്ചകളിൽ രണ്ടുവിധ ത്തിലുള്ള പൊസിഷ നാണ് നല്ലതെന്നാണ് പറയുന്നത്. ഒന്നാമ ത്തെത് 'ക്രോസ് ഓവർ ഹോൾഡ്'– ഒരു കൈ കൊണ്ട് കുഞ്ഞിന്റെ തല താങ്ങിപ്പിടിച്ച് മറ്റെ കൈ കൊണ്ട് ശരീരം പിടി ക്കുക. ശരീരം പിടിച്ചശേ ഷം അതേ കൈകൊണ്ട് നിങ്ങളുടെ നിപ്പിൾ കുഞ്ഞിന്റെ വായിൽ വയ്ച്ചുകൊടുക്കുക. മുല പതുക്കെ അമർ ത്തുക. അതിന്റെ ഭാരം കൊണ്ട് കുഞ്ഞിന്റെ മൂക്ക് അമുങ്ങാതിരി ക്കാനാണ് അങ്ങനെ ചെയ്യുന്നത്. ഇപ്പോൾ നിങ്ങൾ മുലയൂട്ടാൻ തയ്യാറായിക്കഴിഞ്ഞു.

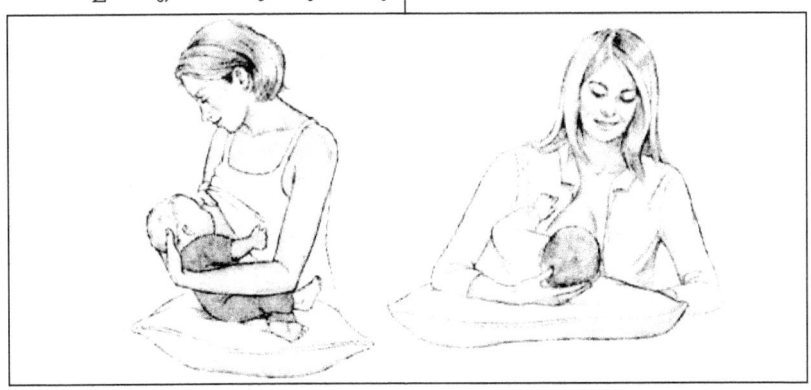

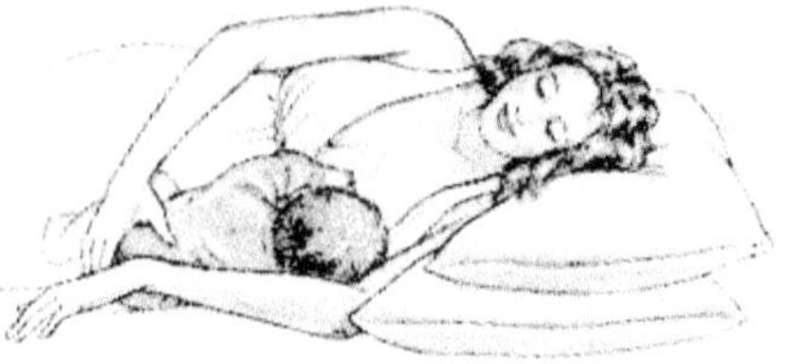

- രണ്ടാമത്തെ പൊസിഷൻ 'ഫുട്ബോൾ ഹോൾഡ്' എന്നുപറയും. സി-സെക്ഷന് ശേഷം അത് വളരെ ഉപയോഗപ്രദമാണ്. ഇതുകൊണ്ട് വയറിന് മുകളിൽ അനാവശ്യമായ സമ്മർദ്ദം ഏർപ്പെടുകയില്ല. നിങ്ങളുടെ സ്തനങ്ങൾ വലുതാണെങ്കിൽ, കുഞ്ഞ് പ്രിമെച്വർ ആണെങ്കിൽ, നിങ്ങൾ ഇരട്ടകൾക്ക് പാല് കൊടുക്കുകയാണെങ്കിൽ, കുഞ്ഞിനെ പകുതി കിടക്കുന്ന പൊസിഷനിൽ കിടത്തുക. കുഞ്ഞിന്റെ കൈകാലുകൾ നിങ്ങളുടെ കൈകൾക്കിടയിലായിരിക്കണം. ഒരു കൈകൊണ്ട് കുഞ്ഞിന്റെ തല താങ്ങുകയും മറ്റെ കൈകൊണ്ട് മുല നിയന്ത്രിക്കുകയും ചെയ്യുക. നിങ്ങൾ നല്ലപോലെ മുലയൂട്ടാൻ പഠിച്ചു കഴിഞ്ഞാൽ ചിത്രത്തിൽ കാണുന്നതുപോലെ 'ക്രേഡിൽ ഹോൾഡ്സ്' ഉം സ്വീകരിക്കാവുന്നതാണ്.
- നിപ്പിൾ കുഞ്ഞിന്റെ മൂക്കിന്റെ അടുത്ത് കീഴ്ചുണ്ടിനുനേരെ കൊണ്ടുപോകുക. അപ്പോൾ കുഞ്ഞിന് നല്ലപോലെ വായ തുറക്കാൻ കഴിയും. ഇങ്ങനെ മുലയൂട്ടുന്നതിനിടയിൽ കുഞ്ഞിന്റെ കീഴ്ചുണ്ട് അമരുകയില്ല. കുഞ്ഞ് തല തിരിച്ചാൽ പതുക്കെ തിരിച്ചുകൊണ്ടുവരുക.
- കുഞ്ഞ് വായ തുറന്നാൽ മുല വായയുടെ അടുത്തേക്ക് കൊണ്ടുപോകുന്നതിന് പകരം കുഞ്ഞിന്റെ തല മുലയുടെ അടുത്തേക്ക് കൊണ്ടുപോകുക. അമ്മ ബലം പ്രയോഗിച്ച് സ്തനം കുഞ്ഞിന്റെ വായിൽ വച്ചുകൊടുത്താൽ പലവിധത്തിലുള്ള ബുദ്ധിമുട്ടുകൾ ഉണ്ടായേക്കാം. മുതുക് നിവർത്തിയിരുന്ന് കുഞ്ഞിനെ മുലയുടെ അടുത്തേക്ക് കൊണ്ടുവരിക.
- നിപ്പിൾ മാത്രം കുഞ്ഞിന്റെ വായിലായാൽ പാൽ കിട്ടുകയില്ല. അതിന്റെ ചുറ്റുമുള്ള കുറച്ചുഭാഗവും കുഞ്ഞിന്റെ വായിൽ പോകണം. അവിടെയാണ് പാൽ ഗ്രന്ഥികൾ ഉള്ളത്, അവയെ അമർത്തുമ്പോഴാണ് പാല് വരുന്നത്. ചില കുഞ്ഞുങ്ങൾ വിശക്കുമ്പോൾ മുലയുടെ ഏതെങ്കിലും ഭാഗം ചപ്പാൻ തുടങ്ങും പാല് വന്നില്ലെങ്കിലും ശരി. ഇതുകൊണ്ട് സ്തനങ്ങളിൽ മുറിവ് ഏർപ്പെടും.
- മുല കാരണം കുഞ്ഞിന്റെ മൂക്ക് അമരുന്നുണ്ടെങ്കിൽ വിരലുകൊണ്ട് മുലയെ പതുക്കെ അമർത്തുക. കുഞ്ഞിനെ കുറച്ച് മേൽപ്പോട്ട് ഉയർത്തി ശ്വസിക്കാൻ അനുവദിക്കുക. എന്നാൽ ഈ പ്രക്രിയയിൽ എരിയോനാ കാരണം കുഞ്ഞിന്റെ പിടി അയയരുത്.
- കുഞ്ഞിന്റെ വായ വീർത്താൽ അതിന്റെ വായിൽ പാൽ നിറയുന്നുണ്ടെന്ന് മനസ്സിലാക്കാം.
- പാൽ കുടിച്ചശേഷവും കുഞ്ഞ് മുല വിടുന്നില്ലെങ്കിൽ പെട്ടെന്ന് വലിക്കുന്നതുകൊണ്ട് നിപ്പിളിൽ വേദന ഉണ്ടാകും. കുഞ്ഞിന്റെ വായിൽ വിരലിട്ട് കുറച്ച് കാറ്റ് വെളിയേറ്റുക. അതിനുശേഷം പതുക്കെ നിപ്പിൾ പുറത്തെടുക്കുക.

- കുഞ്ഞിനെ ഒഴിഞ്ഞ വയറുമായി അധികനേരം ഉറങ്ങാൻ അനുവദിക്കരുത്. കഴിഞ്ഞ നാലുമണിക്കൂറുകളായി കുഞ്ഞ് ഉറങ്ങുകയാണെങ്കിൽ പാല് കൊടുക്കാൻ എഴുന്നേൽപ്പിക്കേണ്ടിവരും. കുഞ്ഞിന്റെ ദേഹത്തുള്ള കട്ടിയുള്ള വസ്ത്രങ്ങൾ അഴിച്ചുമാറ്റിയാൽ കുഞ്ഞ് ഉണരും

മടിയിലെടുത്ത് മുതുകിൽ പതുക്കെ തിരുമ്മുക. കൈ-കാലുകളിൽ മാലിഷ് ചെയ്യുക. അല്ലെങ്കിൽ നെറ്റിയിൽ ഒന്നുരണ്ട് തുള്ളി വെള്ളം ഇറ്റിക്കുക.

കുഞ്ഞ് ഉണർന്നതും പാല് കൊടുക്കാനുള്ള പൊസിഷനിലേക്ക് വരുക. അല്ലെങ്കിൽ ഉറങ്ങുന്ന കുഞ്ഞിനെ നിങ്ങളുടെ നഗ്നമായ മാറിടത്തിൽ കിടത്തുക. നിങ്ങളുടെ മാറിടത്തിന്റെ സുഗന്ധം കുഞ്ഞിനെ ഉണർത്താൻ ധാരാളമാണ്.

- കരഞ്ഞ് ബഹളം വയ്ക്കുന്ന കുഞ്ഞിന് പാല് കൊടുക്കരുത്. വിശക്കുന്ന കുഞ്ഞിന്റെ കരച്ചിൽ മാറ്റാൻ ആട്ടുകയോ വായിൽ വിരലിടുകയോ ചെയ്ത് സമാധാനിപ്പിക്കുക. നിപ്പിൾ വായിൽ വരുമ്പോഴേക്ക് കുഞ്ഞ് കുറെയൊക്കെ ശാന്തനായിത്തീരും.

റെക്കാർഡ് വയ്ക്കുക

ഓരോ പ്രാവശ്യവും പാല് നിറഞ്ഞ മുല കൊടുക്കണം. ഇതിന് നിങ്ങളുടെ കൈയ്യിൽ ഒരു വള അണിയുക. ഒരു മുല കൊടുക്കുമ്പോൾ മറ്റെ കൈയ്യിൽ വള അണിയുക. അടുത്തപ്രാവശ്യം വള അണിഞ്ഞ കൈയ്യുള്ള ഭാഗത്തെ മുല കൊടുക്കുക

- ശാന്തമായിരിക്കുക, മുലയൂട്ടുമ്പോൾ നിങ്ങളും വ്യാകുലപ്പെടരുത്. മുലയൂട്ടാൻ തുടങ്ങുന്നതിന് മുമ്പ് ചുറ്റുമുള്ള അന്തരീക്ഷം ശാന്തമായിരിക്കണം. ദീർഘശ്വാസമെടുക്കുക, പാട്ടുകേൾക്കു. പിരിമുറുക്കം കാരണം പാൽ ഉത്പത്തിയാകുന്ന പ്രക്രിയയിൽ തടസ്സം ഏർപ്പെടും. കുഞ്ഞിന് പിരിമുറുക്കം ഏർപ്പെട്ടാൽ വയറുനിറച്ച് പാൽ കുടിക്കാൻ കഴിയില്ല.
- മുലയൂട്ടൽ ശരിയായ രീതിയിൽ ആരംഭിച്ച ശേഷം കുഞ്ഞിന്റെ പാലുകുടിയുടെ റെക്കാർഡ് വയ്ക്കുക. കുഞ്ഞിന്റെ മഞ്ഞ നിറത്തിലുള്ളതും നനഞ്ഞതുമായ ഡയപർ എത്രയാണ്. കുഞ്ഞ് എത്രപ്രാവശ്യം എത്രനേരം പാൽ കുടിച്ചു. ഈ റെക്കാർഡ് നോക്കി കുഞ്ഞിന് ആവശ്യമുള്ള പോഷണം ലഭിക്കുന്നുണ്ടോ എന്ന് ഡോക്ടർ അനുമാനിക്കും.

  കുഞ്ഞിന്റെ തൂക്കത്തിൽ നിന്നും കുഞ്ഞിന് ആവശ്യമുള്ളത്ര പാൽ കിട്ടുന്നുണ്ടോ എന്ന് നിങ്ങൾക്ക് മനസ്സിലാക്കാൻ കഴിയും. കുറഞ്ഞപക്ഷം 6 ഡയപർ മൂത്രമായതും മൂന്ന് മലമുള്ളതും ഉണ്ടായിരിക്കണം.

സ്തനങ്ങളിൽ രക്തം നിറയുക

കൊളസ്ട്രോം ഉള്ളതുവരെ എല്ലാം ശരിയാണ്. എന്നാൽ അതിനുശേഷം സ്തനങ്ങളിൽ പാൽ ചുരക്കുമ്പോൾ അവ വലുതും കഠിനവുമായി ത്തീരും. തൊടുമ്പോൾ വേദന ഉണ്ടാകും. 24 മുതൽ 48 മണിക്കൂറുകൾക്കുള്ളിൽ ഇത് സാധാരണ നിലയിലാകും. ഇങ്ങനെയുള്ള മുല ഊട്ടുന്നത് അമ്മയ്ക്കും കുഞ്ഞിനും കഷ്ടകരമായിരിക്കും. ഇതിനിടയിൽ ഏർപ്പെടുന്ന ബുദ്ധിമുട്ടുകളിൽ നിന്ന് രക്ഷനേടാൻ താഴെ പറഞ്ഞിരിക്കുന്ന ഉപായങ്ങൾ പ്രയോഗിക്കാവുന്നതാണ്.

- പാല് കൊടുക്കുന്നതിന് മുമ്പ് സ്തനങ്ങളിൽ ചെറുതായി ഫൊമെന്റ് ചെയ്യുക. ഇളം ചൂടുവെള്ളത്തിൽ മുക്കിയ തുണി സ്തനങ്ങളുടെ മേൽ വയ്ക്കുക. അവ മൃദുവാകും.

കുറച്ച് ധൈര്യമായിരിക്കുക

അതെ മുലയൂട്ടലിനോട് ബന്ധപ്പെട്ട കഷ്ടങ്ങൾ അധികസമയം വരെ നിലനിൽക്കുന്നില്ല. അമ്മയുടെ മുല കുടിക്കുന്നത് കുഞ്ഞിന്റെ പ്രകൃതിദത്തമായ അധികാരമാണ്. അത് എളുപ്പത്തിൽ തന്റെ അധികാരം കൈക്കലാക്കുന്നു. നിങ്ങൾ പാല് കുറയാതിരിക്കാനുള്ള വഴികൾ നോക്കണം.

- കുഞ്ഞ് പാലുകുടിക്കുന്ന സ്തനത്തിൽ കൈ കൊണ്ട് പതുക്കെ മാലിഷ് ചെയ്യുക.
- മുലയൂട്ടിയശേഷം ഐസ് പ്യാക്ക് വയ്ക്കുക. സ്തനങ്ങളിൽ തണുത്ത കാബേജ് ഇലകൾ വയ്ക്കുന്നതുകൊണ്ടും ആശ്വാസം കിട്ടും.
- നല്ല നേഴ്സിങ്ങ് ബ്രാ ധരിക്കുക. ഇത് ഇറുകിയതായിരിക്കരുത്. മുലകൾ ഇറുകുന്ന മാതിരി വസ്ത്രങ്ങൾ ധരിക്കരുത്.
- വേദന കാരണം മുല കൊടുക്കാതെ തട്ടിക്കഴിക്കരുത്. കുഞ്ഞ് എത്ര കുറച്ച് പാൽ കുടിക്കുന്നുവോ, വേദന അത്രയ്ക്ക് അധികമാകും.
- ഓരോ സ്തനത്തെയും രണ്ട് കൈകൊണ്ട് അമർത്തി കുറച്ച് പാൽ പീച്ചിക്കളയുക. ഇതുകൊണ്ട് സ്തനം മൃദുവാകുകയും കുഞ്ഞിന് മുലയിൽ പിടിക്കാൻ കഴിയുകയും ചെയ്യും.
- നേഴ്സിങ്ങ് പൊസിഷൻ മാറ്റിക്കൊണ്ടിരിക്കുകയും ഒരു സ്തനം കാലിയായശേഷം മാത്രം അടുത്ത സ്തനം കുഞ്ഞിന്റെ വായിൽ കൊടുക്കുകയും ചെയ്യുക.
- ശക്തമായ വേദനയിൽ നിന്ന് ആശ്വാസം കിട്ടാൻ ടൈലിനോൾ അല്ലെങ്കിൽ മറ്റേതെങ്കിലും വേദന സംഹാരി മരുന്ന് കഴിക്കുക.

മുലയൂട്ടുന്നതിനോട് ബന്ധപ്പെട്ട ആഹാരം

മുലയൂട്ടുന്നതുകൊണ്ട് ഓരോ ദിവസവും 500 കലോറികൾ ചിലവാകുന്നു. അതുകൊണ്ട് നിങ്ങളുടെ ആഹാരത്തിലും 500 കലോറി കൂടുതൽ ഉണ്ടായിരിക്കണം.

ആഹാരത്തിന്റെ അളവിനേക്കാൾ ഗുണത്തിൽ ശ്രദ്ധിക്കുക. കഴിഞ്ഞ ഒൻപത് മാസങ്ങളായി നിങ്ങൾ പോഷക ഗുണമുള്ള ആഹാരത്തെപ്പറ്റിയ പല രീതികളും പഠിക്കുകയും പ്രയോഗിക്കുകയും ചെയ്തുവരുന്നുണ്ടെങ്കിലും ഇപ്പോൾ കുറച്ച് കൂടുതൽ ശ്രദ്ധ പതിപ്പിക്കേണ്ടത് അത്യാവശ്യമാണ്. മുലയൂട്ടുമ്പോൾ കഴിക്കേണ്ട ആഹാരത്തോട് ബന്ധപ്പെട്ട നിയമങ്ങൾ പാലിക്കുക.

പാല് ഒഴുകുക

മുലയൂട്ടുന്നതിന്റെ ചില ആഴ്ചകൾക്കുമുമ്പു തന്നെ സ്തനങ്ങളിൽനിന്ന് പാല് ഒഴുകാൻ തുടങ്ങിയേക്കാം. ചിലപ്പോൾ നിങ്ങളുടെ മുലകളിൽ നിന്ന് സ്പ്രേ പോലെ വെളിവന്നേക്കാം. ഇക്കാര്യം ഒരു മുന്നറിയിപ്പുമില്ലാതെ എപ്പോൾ വേണമെങ്കിലും നടക്കാം. പെട്ടെന്ന് നനവ് തോന്നുകയും സ്വറ്റർ അഴിക്കുകയോ പ്യാഡ് എടുക്കുകയോ ചെയ്യുന്നതിന് മുമ്പു തന്നെ വസ്ത്രങ്ങളിൽ നനവ് കാണാൻ തുടങ്ങും. സങ്കോചപ്പെടുകയോ ലജ്ജിക്കുകയോ ചെയ്യാതെ ഇത് പ്രതീക്ഷിച്ചിരിക്കുക. എന്തെന്നാൽ ഇത് സാധാരണ നടക്കുന്ന കാര്യം തന്നെയാണ്. പലപ്പോഴും ഉറങ്ങുമ്പോഴോ, ചൂടുവെള്ളത്തിൽ കുളിക്കുമ്പോഴോ, കുഞ്ഞ് കരയുമ്പോഴോ പാൽ ഒഴുകാൻ തുടങ്ങും. കുഞ്ഞ് പതിവായി പാൽ കുടിക്കാൻ തുടങ്ങിയാൽ പതിവുസമയത്ത് പാൽ ചുരക്കും. ഒരു മുല കുടിക്കുമ്പോൾ മറ്റേ മുലയിൽ നിന്ന് പാൽ വന്നേക്കാം. എപ്പോഴും അങ്ങനെ ഉണ്ടാകാറില്ല. ചിലപ്പോഴെ ഉണ്ടാകാറുള്ളു. ആദ്യമായി അമ്മയാകുന്ന സ്ത്രീകൾക്കാണ് അധികവും ഇങ്ങനെ ഉണ്ടാകുന്നത്. മുലകുടിക്കുന്ന സമയം ക്രമപ്പെട്ടശേഷം ഈ ഒഴുകൽ കുറയും. ഇതിന് താഴെ പറയുന്ന ഉപായങ്ങൾ സ്വീകരിക്കാം.

- കൈയ്യിൽ നേഴ്സിങ്ങ് പ്യാഡ് വച്ചാൽ പാല് കൊടുത്തശേ,ം നിങ്ങൾക്ക് അത് ഉപയോഗിക്കാം. ഡയഫർ പോലെ ഇതും ഈറനാകുമ്പോൾ മാറ്റണമെന്ന് ഓർമ്മ വയ്ക്കുക. പ്ലാസ്റ്റിക് അല്ലെങ്കിൽ വാട്ടർ പ്രൂഫ് ലൈനിങ്ങുള്ള പാഡ് ഉപയോഗിക്കരുത്. അവയുടെ ഈർപ്പം കാരണം നിപ്പിളുകളിൽ ബുദ്ധിമുട്ടുണ്ടാക്കും. പല സ്ത്രീകളും ഉപയോഗിച്ച് കളയുന്ന തരത്തിലുള്ള പാഡ് ഉപയോഗിക്കുന്നു. ചിലർ പരുത്തി കൊണ്ടുണ്ടാക്കിയ തുണി ഉപയോഗിക്കുന്നു. അത് കഴുകി വീണ്ടും ഉപയോഗിക്കാം.
- നിങ്ങളുടെ കിടക്കയുടെ കാര്യം ശ്രദ്ധിക്കുക. ഉറങ്ങുന്ന സമയത്ത് അധികം പാൽ ഒഴുകുന്നുണ്ടെങ്കിൽ ദിവസവും വിരിപ്പ് മാറ്റണം.
- പാൽ ഒഴുകുന്നതിൽ നിന്ന് രക്ഷപ്പെടാൻ വേണ്ടി പാല് പിഴിഞ്ഞ് കളയരുത്. ഇങ്ങനെ പമ്പ് ചെയ്യുന്നതുകൊണ്ട് കൂടുതൽ പാല് ഉണ്ടാകുകയും കൂടുതൽ ഒഴുകുകയും ചെയ്യും.

ആവശ്യത്തിൽ കൂടുതലുള്ള ഒഴുകൽ തടയാൻ ശ്രമിക്കുക. ആദ്യത്തെ ചില ആഴ്ചകളിൽ അങ്ങിനെ ചെയ്താൽ പാല് കെട്ടിനിൽക്കാൻ സാദ്ധ്യതയുണ്ട്. സ്തനപാനത്തിന്റെ കാര്യം ക്രമബന്ധമായശേഷം ഒഴുകുന്നത് തടയാൻ നിങ്ങൾ മാറിൽ കൈകൾ കെട്ടുകയോ ഒറ്റക്കിരിക്കുമ്പോൾ നിപ്പിൾ അമർത്തുകയോ ചെയ്യാം.

എന്ത് ഭക്ഷിക്കാം

പ്രോട്ടീൻ: 3 സർവിങ്ങ്

ക്യാൽഷ്യം 5 സർവിങ്ങ് അയേൺ കലർന്ന ഭക്ഷണം 1. അല്ലെങ്കിൽ അതിൽ കൂടുതൽ സർവിങ്ങ്. വിറ്റാമിൻ - സി: 2 സർവിങ്ങ്, പച്ചിലകളും മഞ്ഞനിറത്തിലുള്ള പച്ചക്കറികളും പഴങ്ങളും: 3 മുതൽ 4 സർവിങ്ങ്, മറ്റുപഴങ്ങളും പച്ചക്കറികളും: 1 മുതൽ കൂടുതൽ സർവിങ്ങ്. തവിടുകളയാത്ത ധാന്യങ്ങളും കോംപ്ലക്സ് കാബ്: 3-ൽ കൂടുതൽ, ഹൈ ഫാറ്റ് ഉള്ള ആഹാരം: 8 ഗ്ലാസിൽ കൂടുതൽ വെള്ളവും ജ്യൂസ് എന്നിവ കുഞ്ഞിന്റെ സർവ്വാംഗീണ മസ്തിഷ്കത്തിന്റെ വളർച്ചയ്ക്കുവേണ്ടി ഡി.എം. കലർന്ന ആഹാരം. പ്രസവത്തിനു മുമ്പ് വിറ്റാമിൻ കലർന്ന ആഹാരം ദിവസവും കുഞ്ഞ് വളരുന്നതിനനുസരിച്ച് കലോറിയുടെ അളവ് കൂട്ടണം. കുഞ്ഞിന് ടിൻഡ് മിൽക്ക് കൊടുക്കുകയാണെങ്കിൽ നിങ്ങൾക്ക് കലോറിയുടെ അളവ് കുറക്കേണ്ടിവരും.

എന്ത് കഴിക്കരുത്:– മുലയൂട്ടുന്നതിനിടയിൽ മദ്യപാനം ചെയ്യരുത്. കുഞ്ഞിന് പാല് കൊടുത്തശേഷം വേണമെങ്കിൽ ഒരു ഗ്ലാസ് കഴിക്കാം. അടുത്ത ചില മണിക്കൂറുകളിൽ അതിന്റെ പ്രഭാവം കുറയും. കുറച്ചു കാപ്പി രണ്ടാമതും കുടിക്കാൻ തുടങ്ങാം. ഇതിനു പുറമെ ഗ്യാസ് ഉണ്ടാക്കുന്ന ഭാരിച്ച ആഹാരമൊന്നും കഴിക്കരുത്. നിങ്ങൾക്കോ കുടുംബത്തിലെ ആർക്കെങ്കിലുമോ അലർജി ഉണ്ടെങ്കിൽ അലർജി ഉണ്ടാക്കുന്ന ഭക്ഷണം കഴിക്കരുത്. ഏതെങ്കിലും ചെടികൊടികൾ കലർന്ന ഭക്ഷണ സാധനം കഴിക്കുന്നതിന് മുമ്പ് അതിനുള്ള ലേബൽ വായിച്ചുനോക്കുക.

നിങ്ങളുടെ ഭക്ഷണവും കുഞ്ഞും:– കുഞ്ഞിന് അമ്മയുടെ പാലിൽ നിന്നാണ് പലതരത്തിലുള്ള രുചികൾ അറിയാൻ കഴിയുന്നത്. നിങ്ങൾ പലതരത്തിലുള്ള ആഹാരങ്ങൾ കഴിച്ചാൽ കുഞ്ഞ് വലുതാകുമ്പോൾ ഭക്ഷണ കാര്യത്തിൽ വാശിപിടിക്കില്ല. നിങ്ങൾക്ക് ബുദ്ധിമുട്ടുണ്ടാകുന്ന തരത്തിലുള്ള ആഹാരമൊന്നും കഴിക്കരുത്. അത് കുഞ്ഞിനും ദോഷകരമായിരിക്കും.

നിപ്പിളുകളിൽ മുറിവ്

കോമളമായ നിപ്പിളുകൾ കാരണം മുലയൂട്ടൽ പലപ്പോഴും കഷ്ടകരമായിരിക്കും. മിക്ക സ്ത്രീ കളുടെയും നിപ്പിൾ മുലയൂട്ടാൻ പറ്റിയവിധത്തി ലായിരിക്കും. അവർക്ക് ഒരു ബുദ്ധിമുട്ടും ഉണ്ടാകുകയില്ല. മുലയൂട്ടുന്ന സമയത്ത് കുഞ്ഞിനെ ശരിയായ രീതിയിൽ എടുക്കാതിരി ക്കുകയോ അല്ലെങ്കിൽ കുഞ്ഞ് ശക്തിയായി ചപ്പുകയോ ചെയ്യുമ്പോൾ നിപ്പിളുകളിൽ വേദനയും മുറിവും ഏർപ്പെട്ടേക്കാം. ഇതിന് താഴെ കൊടുത്തിട്ടുള്ള ഉപായങ്ങൾ സ്വീകരി ക്കാവുന്നതാണ്.

- കുഞ്ഞിനെ ശരിയായ രീതിയിൽ എടു ക്കുക. കുഞ്ഞിന്റെ മുഖം സ്തനത്തിന് നേരെ ആയിരിക്കണം. മുലയൂട്ടുന്ന പൊസി ഷൻ ഇടയ്ക്കിടെ മാറ്റിയാൽ നിപ്പി ളിന്റെ ചുറ്റുമുള്ള ഭാഗത്ത് ഒരേപോലെ സമ്മർദ്ദം ഏൽക്കും.

- നിങ്ങളുടെ നിപ്പിളു കളെ കുറച്ച് കാറ്റു കൊള്ളാൻ അനുവ ദിക്കുക. വീട്ടിൽ കുറ ച്ചുനേരം തുണിമാറ്റി വേദനയുള്ള നിപ്പി ളുകൾ തുറന്നുവ യ്ക്കുക. കുത്തു ന്നതോ വേദനിക്കു ന്നതോ ആയ വസ് ത്രങ്ങൾ അതിന് മേൽ ഇടാതിരിക്കുക.

- അവയെ ഈർപ്പമില്ലാതെ സൂക്ഷിക്കുക. നേഴ്സിങ്ങ് പ്യാഡ് ഈർപ്പമായാൽ ഉടനെ മാറ്റുക. നേഴ്സിങ്ങ് പ്യാഡിൽ പ്ലാസ്റ്റി ക്കിന്റെ ലൈനിങ്ങ് ഉണ്ടാകരുത്. ഇതു കൊണ്ട് ഈർപ്പം കൂടും. നിങ്ങൾ പുഴുക്ക മുള്ള അന്തരീക്ഷത്തിലാണെങ്കിൽ പാൽ കൊടുത്തശേഷം ചില മിനിറ്റുകൾ മുല കൾ ബ്ലേഡ്രയറിന് മുമ്പിൽ കാട്ടുക. ഇതു കൊണ്ട് നല്ല ആശ്വാസം കിട്ടും. ഇതിനിടെ ആരെങ്കിലും വന്നാലത്തെ കാഴ്ച എന്താ യിരിക്കുമെന്ന് മാത്രം പറയാൻ വയ്യ.

- പാലുകൊണ്ടുതന്നെ ചികിത്സ ചെയ്യുക. മുലപ്പാൽ തന്നെ മുലകളിലെ മുറിവ് ഉണക്കും. മുല കൊടുത്തശേഷം അതിൽ പറ്റിയിരിക്കുന്ന പാൽ തുടച്ചുകളയാതിരി ക്കുകയോ പാല് കൊടുത്തശേഷം ചില തുള്ളികൾ എടുത്ത് നിപ്പിളുകളിൽ തേയ് ക്കുകയോ ചെയ്യുക. ബ്രാ ധരിക്കുന്നതിന് മുമ്പ് നിപ്പിളുകൾ ഉണങ്ങട്ടെ.

- ഇവ തടവുക. നിപ്പിളുകളിലെ വിയർപ്പും എണ്ണ ഗ്രന്ഥികളും കൊണ്ട് സ്വാഭാവിക മായ സുരക്ഷ ഉണ്ടാകും. ഇവ മുലകണ്ണു കളെ എണ്ണമയം ഉള്ളതാക്കിവയ്ക്കും. എന്നാൽ നിപ്പിളുകളിൽ വിള്ളൽ ഏർപ്പെ ട്ടാൽ കടയിൽ കിട്ടുന്ന 'ലെനോലിൻ' ഉപ യോഗിക്കാവുന്നതാണ്. പാൽ കൊടുത്ത ശേഷം 'ലെൻസിനോഹ്' എന്ന മരുന്ന് തടവുക. എന്നാൽ 'പെൻസാലിയം ജെല്ലി' കലർന്ന വസ്തുക്കളോ വ്യാസലീനുകളോ ഉപയോഗിക്കരുത്. നിപ്പിളുകൾ സോപ്പ്, ആൽക്കഹോൾ, വൈൻ എന്നിവ കൊണ്ട് കഴുകുന്നതിന് പകരം വെള്ളം കൊണ്ട് കഴുകുക. കുഞ്ഞ് കീടാണുക്കളിൽ നിന്ന് പൂർണ്ണ സുരക്ഷിതനാണ്. നിങ്ങളുടെ പാൽ കുഞ്ഞിന് അമൃതിന് തുല്യമാണ്.

- നിങ്ങൾ തണുത്ത വെള്ളത്തിൽ മുക്കിയ ടി ബാഗ് ഉപയോഗിക്കുക. അവ നിപ്പിളുകളിൽ വയ്ക്കുക. ചായയുടെ ചാറ് മുറിവിന് ആശ്വാ സം നൽകുകയും മുറിവ് ഉണക്കുകയും ചെയ്യും.

- രണ്ട് സ്തനങ്ങളും ഒരുപോലെ ശ്രദ്ധിക്കുക. നിപ്പിളുകൾ ശക്തമാ ക്കാനുള്ള ഒരേ മാർഗ്ഗം അവ ഉപയോഗി ക്കുക എന്നതാണ്. രണ്ട് മുലകളും ഒരേ പോലെ ഉപയോഗിച്ചാലെ രണ്ടിലും ഒരേപോലെ പാൽ ഉണ്ടാകൂ. ഒരു നിപ്പിളിൽ കൂടുതൽ വേദനയുണ്ടെങ്കിൽ അത് കുറവായി ഉപയോഗിക്കുക. കുറച്ച് ഭേദമായശേഷം രണ്ട് ഭാഗത്തുനിന്നും പാൽ കൊടുക്കുക. ഒരേ ഭാഗത്ത് നിന്ന് പാൽ കൊടുത്താൽ പാലുണ്ടാകുന്നത് കുറയും.

- പാല് കൊടുക്കുന്നതിന് മുമ്പ് കുറച്ചുനേരം ശാന്തമായിരിക്കുക. അപ്പോൾ കുഞ്ഞിന് പാല് കുടിക്കാൻ ബലമായി നിപ്പിൾ ഉറുഞ്ചേണ്ടി വരില്ല. നിങ്ങൾക്ക് അധികം വേദനിക്കുകയുമില്ല.

- മുറിവുകൾക്ക് ആശ്വാസം നൽകാൻ മുല യൂട്ടുന്നതിന് മുമ്പുതന്നെ 'ടൈലിനോൾ' കഴിക്കുക.

- നിപ്പിളുകളിൽ ഉള്ള വിള്ളലുകൾ ശ്രദ്ധിക്കുക. ഇവമൂലം സംക്രമണം ഏർപ്പെടും. വിള്ളലിൽ കൂടി ഏതെങ്കിലും പാൽ ഗ്രന്ഥിയിൽ കീടാണു പ്രവേശിച്ചാൽ സംക്രമണം ഉണ്ടാകും.

മുലയൂട്ടുന്നതിൽ കുഴപ്പം ഏർപ്പെട്ടാൽ

മുലയൂട്ടുന്നത് ഒരിക്കൽ ക്രമബന്ധമായി കഴിഞ്ഞാൽ പിന്നീട് ബുദ്ധിമുട്ടൊന്നുമുണ്ടാകില്ല. എന്നാൽ ചിലപ്പോൾ ചെറിയചെറിയ കുഴപ്പങ്ങൾ ഉണ്ടായേക്കാം.

പാല് കെട്ടുക:– പലപ്പോഴും പാൽ കെട്ടുകയും പാൽ കൂടുതലാകുകയും ചെയ്യും. മുലകളിൽ ചെറിയ ചുവപ്പുമുഴകൾ വരും, ശരിയായി ചികിത്സിച്ചില്ലെങ്കിൽ സംക്രമണം ഏർപ്പെടും. ആ ഭാഗത്തുനിന്ന് കുഞ്ഞിന് പാൽ കൊടുത്ത് ആ മുല മുഴുവൻ കാലിയാക്കുകയാണ് ഏറ്റവും നല്ല ചികിത്സ. കുഞ്ഞിന് കാലി ചെയ്യാൻ കഴിയാതെ വന്നാൽ നിങ്ങളുടെ കൈകൊണ്ടോ, ബ്രസ്റ്റ് പമ്പുകൊണ്ടോ പാൽ എടുത്തുകളയുക.

നിങ്ങളുടെ ബ്രാ ആ മുഴകളെ അമർത്തുന്ന വിധത്തിൽ ഇറുക്കമുള്ളതായിരിക്കരുത്. മുലയൂട്ടുന്ന പൊസിഷനും മാറ്റിക്കൊണ്ടിരിക്കണം. ചൂടുവെള്ളം കൊണ്ട് ഫൊമന്റേഷൻ അല്ലെങ്കിൽ മാലിഷ് ചെയ്താലും ആശ്വാസം കിട്ടും. മുലയൂട്ടുമ്പോൾ കുഞ്ഞിനെ ശരിയായ പൊസിഷനിൽ കിടത്തിയാൽ കുഞ്ഞിന്റെ കവിളുകൾ മൂലവും നല്ല മാലിഷ് കിട്ടും. കുഞ്ഞ് എത്രയധികം പാൽ കുടിക്കുന്നുവോ, മുഴയും അത്രയും വേഗം ഇല്ലാതാകും.

മുലകളിൽ സംക്രമണം:– ചിലപ്പോൾ ഒന്നോ അല്ലെങ്കിൽ രണ്ടുമുലകളിലുമോ സംക്രമണം ഏർപ്പെടും. മുലയൂട്ടുന്ന സമയത്ത് പലപ്പോഴും നിപ്പിളുകളിലുള്ള വിള്ളലിൽകൂടി കീടാണുക്കൾ മുലകളിൽ പ്രവേശിക്കും. പിരിമുറുക്കമുള്ള അമ്മമാർക്കാണ് പെട്ടെന്ന് ഇത് പിടിപെടുന്നത്.

ഇതിന്റെ ലക്ഷണങ്ങളിൽ മുഖ്യമായവയാണ് – ശക്തമായ വേദന, കാഠിന്യം, ചുവപ്പ്, ചൂട്, മുലകളിൽ വീക്കം, ചെറുതായി തണുപ്പു തോന്നുക, 101^0 അല്ലെങ്കിൽ 102^0 വരെ പനിക്കുക. ഈ ലക്ഷണങ്ങൾ കണ്ടാൽ ഉടനെ ഡോക്ടറെ കാണുക, വൈകിക്കരുത്. നിങ്ങൾക്ക് വിശ്രമം, ആന്റിബയോട്ടിക്, വേദനസംഹാരി മരുന്നുകൾ, അധികം തരളപദാർത്ഥങ്ങൾ, ഇളം ചൂടുള്ള ഫൊമന്റേഷൻ എന്നിവ ആവശ്യമാണ്. മരുന്ന് കഴിക്കാൻ തുടങ്ങിയാൽ 2-3 ദിവസങ്ങളിൽതന്നെ ആശ്വാസം കിട്ടും. മരുന്ന് കഴിച്ചിട്ടും ആശ്വാസം കിട്ടിയില്ലെങ്കിൽ ഡോക്ടറോട് പറഞ്ഞ് മറ്റേതെങ്കിലും ആന്റിബയോട്ടിക്സ് മരുന്ന് കഴിക്കുക.

ചികിത്സ നടക്കുമ്പോഴും കുഞ്ഞിനെ മുലയൂട്ടണം.

കുഞ്ഞിന് കീടാണുക്കൾ മൂലമാണ് സംക്രമണം ഉണ്ടായിട്ടുള്ളത്. അതുകൊണ്ട് ഈ മരുന്നുകൾ കാരണം ഒരു ദോഷവും ഉണ്ടാവില്ല. ആന്റിബയോട്ടിക്സ് മരുന്നുകളും സുരക്ഷിതമാണ്. മുലകളിൽ നിന്ന് പാല് കാലിയായിക്കൊണ്ടിരുന്നാൽ പാല് കെട്ടുകയില്ല. മുലയൂട്ടുമ്പോൾ വല്ലാത്ത വേദനയുണ്ടെങ്കിൽ ചൂടുവെള്ളം നിറച്ച ടബ്ബിൽ കിടന്ന് പമ്പുകൊണ്ട് പാലെടുത്തുകളയുക. ഇത് കൊണ്ട് വേദന കുറയും. ആ സമയത്ത് ഇലക്ട്രിക്ക് പമ്പ് ഉപയോഗിക്കരുത്.

ചികിത്സിക്കാൻ താമസിക്കുകയോ ഇടയ്ക്ക് നിർത്തുകയോ ചെയ്താൽ ലക്ഷണങ്ങൾ വളരെ മോശമാകാൻ തുടങ്ങും.

സിസേറിയനുശേഷം മുലയൂട്ടൽ

സിസേറിയൻ കഴിഞ്ഞ് എത്ര മണിക്കൂറുകൾക്ക് ശേഷം മുലയൂട്ടാൻ കഴിയുമെന്നത് നിങ്ങളുടെയും കുഞ്ഞിന്റെയും സ്ഥിതിയെ ആശ്രയിച്ചിരിക്കും. നിങ്ങളും കുഞ്ഞും നന്നായിരിക്കുന്നുണ്ടെങ്കിൽ റിക്കവറി റൂമിൽ തന്നെ മുലയൂട്ടൽ ആരംഭിക്കാൻ കഴിയും. നിങ്ങൾക്ക് അനസ്തീഷ്യാ നൽകിയിട്ടുണ്ടെങ്കിലോ, കുഞ്ഞിനെ നേഴ്സറിയിൽ വച്ചിരിക്കുകയാണെങ്കിലോ നിങ്ങൾക്ക് കാത്തിരിക്കേണ്ടി വന്നേക്കാം. 12 മണിക്കൂർ കഴിഞ്ഞിട്ടും മുലയൂട്ടാൻ തുടങ്ങാൻ കഴിഞ്ഞില്ലെങ്കിൽ പമ്പുവഴി കൊളസ്ട്രോം പുറത്തെടുത്ത് കുഞ്ഞിന് കൊടുക്കാം.

ആദ്യം പാല് കൊടുക്കാൻ കുറച്ച് ബുദ്ധിമുട്ടുണ്ടാകും. കീറിയ സ്ഥലത്ത് സമ്മർദ്ദം ഏർപ്പെടാതിരിക്കാൻ ശ്രദ്ധിക്കുക. കുഞ്ഞിന് താഴെ തലയണവയ്ക്കുക. ചരിഞ്ഞുകിടക്കുക, അല്ലെങ്കിൽ ഫുട്ബോളിനെപ്പോലെ എടുക്കുക. മുലയൂട്ടാൻ തുടങ്ങി കുറച്ച് ദിവസങ്ങളിൽ തന്നെ എല്ലാ ബുദ്ധിമുട്ടുകളും കുറയും.

ഇരട്ട അല്ലെങ്കിൽ അതിൽ കൂടുതൽ കുഞ്ഞുങ്ങൾക്ക് മുലയൂട്ടുക

രണ്ടുകുഞ്ഞുങ്ങൾക്ക് മുലയൂട്ടുന്ന കാര്യം ഒരു വെല്ലുവിളിതന്നെയാണ്. എന്നാൽ ഒരിക്കൽ നിങ്ങൾക്ക് ഇത് ശീലമായാൽ രണ്ടുമൂന്ന് കുഞ്ഞുങ്ങൾക്കുപോലും എളുപ്പത്തിൽ മുലയൂട്ടാൻ കഴിയും.

അതിന് താഴെ കൊടുത്തിരിക്കുന്ന കാര്യങ്ങൾ ശ്രദ്ധിക്കണം –

വളരെ നല്ല ആഹാരം:– ഡയറി ഉത്പന്നങ്ങൾ ധാരാളം കഴിക്കുക. കുഞ്ഞ് വളരുന്നതിനനുസരിച്ച് കലോറിയുടെ അളവും കൂട്ടണം. നിങ്ങളുടെ പാലിനോടൊപ്പം ടിൻ മിൽക്ക് കൊടുക്കുന്നുണ്ടെങ്കിൽ അതിനനുസരിച്ച് കലോറിയുടെ അളവ് കുറക്കുക. ആഹാരത്തിൽ പ്രോട്ടീനിന്റെയും ക്യാൽഷ്യത്തിന്റെയും അളവ് കൂട്ടുക.

പമ്പ് ചെയ്യുക:– കുഞ്ഞ് നേഴ്സറിയിലാണെങ്കിൽ പാലിന്റെ അളവ് കൂട്ടാൻ ഇലക്ട്രിക്കൽ പമ്പ് ഉപയോഗിക്കുക. അപ്പോൾ നിങ്ങൾക്ക് ആശ്വാസത്തോടെ ഉറ ങ്ങാൻ കഴിയും, മറ്റ് കുഞ്ഞുങ്ങൾക്ക് ബോട്ടിൽ വഴി ആ പാല് കൊടുക്കുകയും ചെയ്യും. പമ്പുകൊണ്ട് മുഴുവൻ എടുക്കാൻ കഴിഞ്ഞില്ലെങ്കിൽ നിരാശപ്പെടേണ്ട. ഒരു പമ്പിനും കുഞ്ഞിന്റെ പകരമാകാൻ കഴിയില്ല. ചിലപ്പോൾ പമ്പിന്റെ ഉപയോഗം ലാഭകരമാ യേക്കാം.

രണ്ടുകുഞ്ഞുങ്ങൾക്ക് ഒരേ സമയത്ത് മുലയൂട്ടുക:– നിങ്ങൾ രണ്ട് കുഞ്ഞുങ്ങൾക്കും ഒരേ സമയത്ത് മുലയൂട്ടുവാൻ തയ്യാറാണോ? നേഴ്സിങ്ങ് തലയണയുടെ സഹായത്തോടെ ഇത് എളുപ്പത്തിൽ ചെയ്യാൻ കഴിയും. പകലും രാത്രിയും മാറിമാറി ഓരോ കുഞ്ഞിന് പാൽ കൊടുക്കരുത്. നിങ്ങൾ ക്ഷീണിക്കും. നിങ്ങൾക്ക് രണ്ടുപേർക്ക് ഒരുമിച്ച് മുലയൂട്ടാൻ കഴിയുന്നില്ലെങ്കിൽ മറ്റേ കുഞ്ഞിന് ബോട്ടിൽ പാൽ കൊടുക്കുക. അതിന് മുലയൂട്ടുമ്പോൾ ആദ്യത്തെ കുഞ്ഞിന് ബോട്ടിൽ പാൽ കൊടുക്കുക. നിങ്ങളുടെ കുഞ്ഞ് സാമർത്ഥ്യക്കാരനാണെങ്കിൽ 10-15 മിനിറ്റിനുള്ളിൽ തന്റെ വയറ് നിറയ്ക്കും. ഇത് നിങ്ങൾക്ക് ഒരു വരപ്രസാദം തന്നെ ആയിരിക്കും.

മൂന്ന് കുഞ്ഞുങ്ങൾക്ക് പാൽ കൊടുക്കണോ? കുഞ്ഞുങ്ങൾക്ക് പാല് കൊടുക്കുമ്പോൾ മുല മാറ്റി-മാറ്റി കൊടുക്കാൻ മറക്കരുത്.

വീട്ടുജോലികളിൽ സഹായം തേടുക:– കുട്ടികളെ നോക്കുന്നതിലും വീട്ടുജോലികളിലും ആരു ടെയെങ്കിലും സഹായം തേടുക. അപ്പോൾ നിങ്ങ ളുടെ ഊർജ്ജം നിലനിൽക്കുകയും ധാരാളം പാല് ഉണ്ടാകുകയും ചെയ്യും.

രാത്രി ഭക്ഷണത്തിൽ വൈവിദ്ധ്യം:– നിങ്ങളുടെ രണ്ടുകുഞ്ഞുങ്ങളു ടെയും വിശപ്പിലും രുചി യിലും വ്യത്യാസമു ണ്ടാകും. അതുകൊണ്ട് രണ്ടുപേരെയും തൃപ്തിപ്പെടുത്തണം. നിങ്ങളുടെ രാത്രി ഭക്ഷണം വിവിധ തരത്തിലുള്ളതായിരിക്കട്ടെ. കുഞ്ഞുങ്ങൾക്ക് വയറ് നിറച്ച് പാല് കിട്ടുന്നുണ്ടോ എന്നറിയാൻ അവരുടെ പാലിന്റെ റിക്കാർഡ് വയ്ക്കുക.

രണ്ടുമുലകളിൽ നിന്നും പാലുകൊടുക്കുക:– രണ്ടുമുലകളിൽ നിന്നും മാറ്റി-മാറ്റി പാൽ കൊടുക്കുക അപ്പോൾ അവയിൽ തുടർന്ന് പാൽ ചുരന്നുകൊണ്ടിരിക്കും.

മൾട്ടിനേഴ്സിങ്ങ്

ചില അമ്മമാർ ഒരു സമയത്തിൽ ഇരട്ടകളിൽ ഒരു കുഞ്ഞിന് പാലുകൊടുക്കാനാണ് ഇഷ്ടപ്പെടുന്നത്. ചിലർ രണ്ടുപേർക്കും ഒരുമിച്ച് പാലുകൊടുക്കും. അപ്പോൾ അവർക്ക് ദിവസം മുഴുവൻ ഇതുചെയ്തുകൊണ്ടിരിക്കേണ്ടിവരില്ലല്ലോ! 1. നിങ്ങൾക്ക് ഒരു പൊസിഷനിൽ രണ്ടുപേരെയും ഫുട്ബോൾ ഹോൾഡിൽ പിടിക്കാം. 2. രണ്ടാമത്തെ പൊസിഷനും ഫുട്ബോൾ പൊസിഷനും ക്രേഡിൽ ഹോൾഡും ചേർത്തുചെയ്യാം. സപ്പോർട്ടിന് തലയണ വയ്ക്കുകയും നിങ്ങൾക്ക് സൗകര്യമായി തോന്നുന്ന പോസിഷൻ തിരഞ്ഞെടുക്കുകയും ചെയ്യുക.

കുറച്ചു സമയമെടുക്കും

ഇപ്പോൾ നിങ്ങൾ തിരക്കിലാണ്. മനസ്സും ശരീരവും കോമളമാണ്. കുഞ്ഞിനെ ശാന്തമാക്കുന്നതെങ്ങിനെയാണെന്ന് അറിയില്ല. കുഞ്ഞിനെ കുളിപ്പിക്കാൻ അറിയില്ല. ഡയഫർ മാറ്റുമ്പോൾ കുഞ്ഞ് കാലുകൊണ്ട് അടിയിൽ ചവിട്ടിതേക്കും. ശരിയായ അർത്ഥത്തിൽ അമ്മയാകാൻ നിങ്ങൾക്ക് ഇനിയും സമയം വേണ്ടിവരും. ഇത് കുറച്ച് കഷ്ടമുള്ള കാര്യമാണെങ്കിലും കുറച്ചു സമയത്തിനുള്ളിൽ തന്നെ നിങ്ങൾ എല്ലാം പഠിക്കും. മമ്മാ! നിങ്ങൾ നിങ്ങൾക്കുതന്നെ കുറച്ച് സമയം കൊടുക്കൂ.

പ്രസവത്തിനുശേഷം

ആദ്യത്തെ ആറ് ആഴ്ചകൾ

ഇപ്പോൾ കുഞ്ഞിനെ നോക്കാൻ നന്നായി പഠിച്ചുകഴിഞ്ഞിട്ടുണ്ടാകും. അതോടൊപ്പം നിങ്ങളുടെ മുതിർന്ന കുഞ്ഞുങ്ങളുടെ ആവശ്യങ്ങളും പൂർത്തിചെയ്ത കൊടുക്കുന്നുണ്ടാകും. പക്ഷെ രാത്രിയും പകലും നിങ്ങളുടെ ശ്രദ്ധമുഴുവൻ ചെറിയ കുട്ടിയിലായിരിക്കും. കുഞ്ഞിന് സ്വന്തം കാര്യം നോക്കാൻ കഴിയുകയില്ല. എന്നാൽ നിങ്ങൾ നിങ്ങളുടെ കാര്യം നോക്കരുതെന്ന് കുഞ്ഞ് പറയുന്നില്ല. അമ്മയ്ക്കും ശുശ്രൂഷ ആവശ്യമാണ്. പക്ഷെ ഇപ്പോൾ നിങ്ങളുടെ എല്ലാ ചോദ്യങ്ങളും കുഞ്ഞുമായി ബന്ധപ്പെട്ടതാണ്. എന്നാൽ നിങ്ങൾ നിങ്ങളുടെ കാര്യവും ശ്രദ്ധിക്കണം. നിങ്ങളോട് ബന്ധപ്പെട്ട ചോദ്യങ്ങൾക്കും ഉത്തരം കണ്ടെത്തണം.

നിങ്ങൾക്ക് എന്തുതോന്നുന്നുണ്ടാകും?

ഇതിനെ 'റിക്കവറി പിരീഡ്' എന്നുപറയും. സുഖപ്രസവമായാലും ശരീരത്തിലെ മാംസ പേശികളിൽ ധാരാളം വലിവ് ഏർപ്പെട്ടി രിക്കും. അവ നേരെയാകാൻ കുറച്ചുസമയ മെടുക്കും. ഓരോ പുതിയ അമ്മയും ഭാവി അമ്മമാരെപ്പോലെ തന്നെ വ്യത്യസ്ഥരാണ്. ഓരോരുത്തരുടെ 'റിക്കവറി' യുടെയും സമയം വ്യത്യസ്തമായിരിക്കും. അത് നിങ്ങൾ എത്ര വിശ്രമിക്കുന്നു. നിങ്ങൾക്ക് എത്ര സഹായം കിട്ടുന്നു. എന്നതിനെയും ആശ്രയി ച്ചിരിക്കും. നിങ്ങൾക്ക് താഴെ കൊടുത്തിട്ടുള്ള ലക്ഷണങ്ങൾ അനുഭവപ്പെടുന്നുണ്ടാകും:—

ശാരീരികം

* യോനിയിൽ നിന്ന് ഇളം വെള്ളനിറത്തി ലുള്ള സ്രാവം ഉണ്ടാകും.
* ക്ഷീണം.
* ചെറിയ വേദന, അസ്വസ്ഥത, തയ്യലിട്ട സ്ഥലത്തിൽ കുത്തൽ.

* കീറിയ സ്ഥലത്തിൽ വേദന.
* മലബന്ധം, ഹീമറോയ്ഡ്സിന് ആശ്വാസം കിട്ടും.
* പതുക്കെപ്പതുക്കെ തൂക്കം കുറയും.
* പതുക്കെപ്പതുക്കെ വീക്കം കുറയും.
* മുലകളിലും നിപ്പിളിലും വേദന.
* വയറിലെ മാംസപേശികളുടെ ബല ക്കുറവ്, കുഞ്ഞിനെ മടിയിൽ എടുക്കു ന്നതുകൊണ്ട് മുതുകുവേദന.
* സന്ധികളിൽ വേദന.
* പാർശ്വങ്ങളിലും കഴുത്തിലും വേദന.

വൈകാരികം

* മൂഡിൽ ഏറ്റ-ഇറക്കം.
* വർദ്ധിച്ച ചുമതലകളുടെ ഭാരം.
* സെക്സിൽ താൽപ്പര്യക്കുറവ്.

പ്രസവശേഷമുള്ള പരിശോധന

പ്രസവം കഴിഞ്ഞ് 4 മുതൽ 6 ആഴ്ചകൾക്കിടയിൽ നിങ്ങളെ പരിശോധനക്കായി വരാൻ ഡോക്ടർ നിർദ്ദേശിക്കും. സി-സെക്ഷനാണ് ചെയ്തിരിക്കുന്നതെങ്കിൽ 3 ആഴ്ചയ്ക്കു ശേഷം കീറിയ സ്ഥലം പരിശോധിക്കാൻ വരാൻ പറയും. അദ്ദേഹം തന്റേതായ രീതിയിൽ പരിശോധിക്കും. നിങ്ങളുടെ ചോദ്യങ്ങളൊക്കെ എഴുതികൊണ്ടുപോകുകയും അവിടെ നിന്ന് ഉത്തരങ്ങൾ എഴുതിക്കൊണ്ടുവരികയും ചെയ്യുക. ഡോക്ടർ താഴെ കൊടുത്തിട്ടുള്ള പരിശോധനകൾ ചെയ്തേക്കാം:–

- രക്തസമ്മർദ്ദം.
- തൂക്കം അത് 17 മുതൽ 20 പൗണ്ട് കുറഞ്ഞിരിക്കാം.
- ഗർഭാശയത്തിന്റെ കുറഞ്ഞുവരുന്ന ആകൃതിയും (വലിപ്പം) അതിന്റെ സ്ഥിതിയും.
- ഗർഭാശയമുഖത്തിന്റെ പരിശോധന.
- സി-സെക്ഷനിൽ കീറിയ സ്ഥലം അല്ലെങ്കിൽ എപിസിയോട്ടമിയുടെ പരിശോധന.
- നിങ്ങളുടെ മാർപകങ്ങൾ.
- ഹീമറോയ്ഡ്, വെരിക്കോസ് വെയിൻസ് എന്നിവ.
- നിങ്ങളുടെ ചോദ്യങ്ങളും ജിജ്ഞാസകളും:–

ഈ കൂടിക്കാഴ്ചയിൽ കുടുംബാസൂത്രണത്തിനുള്ള ഉപായങ്ങളെക്കുറിച്ചും ഡോക്ടറോട് ചോദിച്ച് മനസ്സിലാക്കാം. നിങ്ങൾ ഡയഫ്രാം ഘടിപ്പിക്കാൻ ആഗ്രഹിക്കുകയും ഗർഭാശയമുഖം ഇനിയും ശരിയാകാതിരിക്കുകയും ചെയ്താൽ കുറച്ചു കാലത്തേക്ക് കോൺഡോം ഉപയോഗിക്കുക. വേണമെങ്കിൽ കുടുംബാസൂത്രത്തിനുള്ള എന്തെങ്കിലും ഗുളിക എഴുതിത്തരാൻ പറയാം.

നിങ്ങൾ എന്തുകരുതുന്നുണ്ടാകും?

ക്ഷീണം

"പ്രസവശേഷം ക്ഷീണമുണ്ടാകുമെന്ന് എനിക്കറിയാം. എന്നാൽ കഴിഞ്ഞ നാല് ആഴ്ചകളായി എനിക്ക് ശരിയ്ക്ക് ഉറങ്ങാൻ പോലും കഴിയുന്നില്ല. ഇത് നേരമ്പോക്കല്ല."

ഇല്ല, നിങ്ങളുടെ അവസ്ഥ കണ്ട് ആരും ചിരിക്കുന്നില്ല. പുതിയതായി അച്ഛനമ്മമാരായവർക്ക് എന്തെല്ലാം കഷ്ടങ്ങളാണ് അഭിമുഖീകരിക്കേണ്ടിവരുക എന്ന് എല്ലാവർക്കും അറിയാം. കുഞ്ഞിനെ കുളിപ്പിക്കുക, കഴുകുക, ഊട്ടുക, ഉറക്കുക, കളിപ്പിക്കുക എന്നിങ്ങനെ പല കാര്യങ്ങളും നിങ്ങളുടെ ചുമതലയാണ്. വീട്ടിലെ മറ്റ് അംഗങ്ങളും നിങ്ങൾ കഴിക്കുന്നതൊക്കെ കഴിക്കാൻ ആഗ്രഹിക്കുന്നു. നിങ്ങൾക്ക് വീണ്ടും എല്ലാം വാങ്ങേണ്ടിവരുന്നു. ഈ ജോലികളോടൊപ്പം രാത്രിയിൽ 3 മണിക്കൂറാണ് ഉറങ്ങാൻ കിട്ടുന്നത്. പ്രസവത്തിന്റെ ക്ഷീണം ഇനിയും മാറിയിട്ടുമില്ല. ക്ഷീണം തന്നെ ഭയങ്കരമല്ലേ!

ഈ ക്ഷീണം മാറ്റാൻ എന്തെങ്കിലും വഴി ഉണ്ടോ? ഇല്ല, കുഞ്ഞ് രാത്രിയിൽ ശരിക്ക് ഉറങ്ങാൻ തുടങ്ങുന്നതുവരെ നിങ്ങൾക്കും അതിന്റെ കൂടെ ഉണർന്നിരിക്കേണ്ടിവരും. കുഞ്ഞ് പകലിൽ കുറച്ചുനേരം ഉറങ്ങിയാൽ നിങ്ങൾക്കും ഉറങ്ങാം.

കുറച്ച് സഹായം തേടുക:– നിങ്ങളുടെ സഹായത്തിന് ആയയെയോ വേലക്കാരിയെയോ അല്ലെങ്കിൽ അമ്മായിയമ്മയെയോ വരുത്തുക. അവർ കുഞ്ഞിനെ ഉലാത്താൻ കൊണ്ടുപോയാൽ നിങ്ങൾക്കും ഒന്ന് മയങ്ങാൻ സമയം കിട്ടും. നിങ്ങൾക്കും കുഞ്ഞിനും ആവശ്യമായ സാധനങ്ങൾ കടയിൽനിന്ന് അവർ വാങ്ങിക്കൊണ്ടുവരും.

ജോലി പങ്കുവയ്ക്കുക:– നിങ്ങളുടെ ഭർത്താവിനോടൊപ്പം ജോലികൾ പങ്കുവയ്ക്കുക. ഭക്ഷണം, പാത്രം, തുണികൾ, ശുചീകരണം, ജോലികൾക്ക് അവസാനമേ ഇല്ല. രണ്ടുപേരും ചേർന്ന് ജോലികൾ പങ്കുവയ്ക്കുക. നിങ്ങൾ അധികം ക്ഷീണം ഉണ്ടാകുന്ന ജോലികൾ ചെയ്യാതിരിക്കുക.

ശ്രദ്ധകുറച്ചു വഴിതിരിക്കുക:– നിങ്ങൾക്ക് വീട് വൃത്തികേടായിരിക്കുന്നത് ഇഷ്ടമല്ലെന്നത് ശരിതന്നെ. കിടക്കയിൽ ബ്രെഡ്ഡിന്റെയോ ബിസ്ക്കെറ്റിന്റെയോ പൊടിവീണാൽ നിങ്ങൾക്ക് ദേഷ്യംവരും. നിങ്ങളുടെ നഷ്ടപ്പെട്ട ഊർജ്ജം തിരിച്ചുകിട്ടുന്നതുവരെ ഇതൊക്കെ കണ്ടില്ലെന്ന് നടിക്കുക. കുഞ്ഞ് ജനിച്ചതിന് അഭിനന്ദനങ്ങൾ അയച്ചവർക്ക് നന്ദി രേഖപ്പെടുത്താൻ കഴിഞ്ഞില്ലെങ്കിൽ എല്ലാവർക്കും കുഞ്ഞിന്റെ ഫോട്ടോവിനോടൊപ്പം ഈ-മെയിൽ അയയ്ക്കുക. നിങ്ങളുടെ സമയമും ഊർജ്ജവും മിച്ചപ്പെടുത്തിവയ്ക്കുക.

സാധനങ്ങളുടെ ഡെലിവറി:– നിങ്ങൾ പ്രസവിച്ചു കഴിഞ്ഞു. സാധനങ്ങൾ ഫ്രീയായി വീട്ടിൽ

കൊണ്ടുവന്നു തരുന്ന ഏതെങ്കിലും സ്റ്റോർ കണ്ടുപിടിക്കുക. കുറച്ച് പണം ചിലവായാലും സാരമില്ല. വേണ്ട സാധനങ്ങളെല്ലാം ഒന്നിച്ചു വാങ്ങിയാൽ ചെറിയ-ചെറിയ ആവശ്യങ്ങൾക്കുവേണ്ടി കടയിലേക്ക ഓടേണ്ടതില്ല.

കുഞ്ഞിന്റെയൊപ്പം ഉറങ്ങുക:– കുഞ്ഞ് ഉറങ്ങിയശേഷം നിങ്ങൾ ചെയ്യേണ്ട ആയിരം കാര്യങ്ങളുണ്ടെങ്കിലും ഉറങ്ങാൻ ഇതിനെക്കാൾ നല്ല സമയം വേറെ ഇല്ല. 15 മിനിറ്റുമാത്രമേ കിടന്നുള്ളു എങ്കിലും ശരീരത്തിന് വിശ്രമം കിട്ടും.

കുഞ്ഞിനോടൊപ്പം നിങ്ങളും ഭക്ഷണം കഴിക്കുക:– കുഞ്ഞിന് പാലുകൊടുക്കുമ്പോൾ നിങ്ങളും എന്തെങ്കിലും കഴിക്കാൻ മറക്കരുത്. പ്രോട്ടീനും കോംപ്ലക്സ് കാർബണുമുള്ള സ്നാക്സ് കഴിക്കുക. ഫ്രെഷായ പഴങ്ങൾ, ഒരുകപ്പ് തൈര്, ചോക്കലേറ്റ് അല്ലെങ്കിൽ ആരോഗ്യപ്രദമായ സ്നാക്സ് ഊർജ്ജത്തിന്റെ ലെവൽ ഉയർത്തും. വീട്ടിൽ കഴിക്കാനുള്ള സാധനങ്ങൾ സൂക്ഷിച്ചാൽ എപ്പോൾ വേണമെങ്കിലും എളുപ്പത്തിൽ കഴിക്കാം. പെട്ടെന്ന് ഊർജ്ജം വർദ്ധിക്കുന്ന വിധത്തിലുള്ള ആഹാരം കഴിക്കരുത്. കുറച്ചുനേരം കഴിഞ്ഞാൽ ക്ഷീണം വീണ്ടും വർദ്ധിക്കും. തരള പദാർത്ഥങ്ങൾ ധാരാളം കഴിക്കുക. നിങ്ങൾ രണ്ടുപേർക്കുവേണ്ടിയാണ് ഭക്ഷം കഴിക്കുന്നത് എന്ന് ഓർമ്മവേണം.

കൂടുതൽ ശക്തിക്ഷയമോ ക്ഷീണമോ അനുഭവപ്പെട്ടാൽ ഡോക്ടറെ കാണാൻ മറക്കരുത്. പിരിമുറുക്കവും വിഷാദവും ഒഴിവാക്കുക. വേഗം തന്നെ നിങ്ങളുടെ ദിനചര്യ സാധാരണമാകും.

മുടികൊഴിയുക

"എന്റെ മുടി പെട്ടെന്ന് കൊഴിയാൻ തുടങ്ങിയിരിക്കുന്നു. എനിക്ക് കഷണ്ടി ബാധിക്കുകയാണോ?"

നിങ്ങൾക്ക് കഷണ്ടിയാകുകയല്ല. നിങ്ങൾ സാധാരണ നിലയിലേക്ക് തിരിച്ചുവരികയാണ്. സാധാരണ ശരാശരി 100 മുടികൾ കൊഴിയും. അവയ്ക്ക് വളരെ നാളുകളായി കൊഴിയാൻ സന്ദർഭം കിട്ടിയിട്ടില്ല. അതുകൊണ്ട് അവ ഒരുമിച്ച് കൊഴിയുകയാണ്. ഗർഭാവസ്ഥയിലെ ഹാർമോണുകളുടെ മാറ്റം കാരണവും ഇങ്ങനെ ഏർപ്പെടും. ആ സമയത്ത് നിങ്ങളുടെ മുടി നല്ലപോലെ അടർത്തിയായും ബലമായും ഇരുന്നിരിക്കും. ഇപ്പോൾ അവ സാധാരണ നിലയിലേക്ക് തിരിച്ചുവരികയാണ്.

നിങ്ങളുടെ മുടിയെ ആരോഗ്യമുള്ളതാക്കാൻ വിറ്റാമിൻ ഗുളികകൾ കഴിക്കുക. നല്ല ആഹാരം കഴിക്കുക, മുടിയുടെ പോഷണത്തിൽ ശ്രദ്ധിക്കുക. കെട്ടുപിണഞ്ഞ മുടി ഉടയാതിരിക്കാൻ വളരെ കുറച്ച് ഷാംപു ഉപയോഗിക്കുക. മുടിയിൽ പരീക്ഷണമൊന്നും വേണ്ട. എന്നിട്ടും മുടി കൊഴിയുന്നത് കുറഞ്ഞില്ലെങ്കിൽ ഡോക്ടറോട് അഭിപ്രായം ചോദിക്കുക.

മൂത്രത്തിൽ നിയന്ത്രണം

"കുഞ്ഞ് ജനിച്ചശേഷം മൂത്രം നിയന്ത്രിക്കാൻ കഴിയുമെന്നാണ് ഞാൻ കരുതിയത്. എന്നാൽ പ്രസവിച്ച് രണ്ടുമാസം കഴിഞ്ഞിട്ടും ചിരിച്ചാലും ചുമച്ചാലും മൂത്രം ഒഴുകുന്നു. എപ്പോഴും ഇങ്ങനെതന്നെ ആയിരിക്കുമോ?"

അതെ, പ്രസവം കഴിഞ്ഞ് ചില മാസങ്ങൾ വരെ ഇങ്ങനെ ഉണ്ടാകുന്നത് തികച്ചും സ്വാഭാവികമാണ്. ചിരിക്കുമ്പോൾ, ചുമയ്ക്കുമ്പോൾ, തുമ്മുമ്പോൾ, എന്തെങ്കിലും ഭാരിച്ച ജോലി ചെയ്യുമ്പോൾ മൂത്രാശയത്തിൽ സമ്മർദ്ദം ഏർപ്പെടുകയും മൂത്രം ഒഴുകാൻ തുടങ്ങുകയും ചെയ്യുന്നു. പ്രസവത്തിനിടയിൽ മൂത്രാശയത്തിന്റെയും പെൽവിക്കിന്റെയും സമീപത്തുള്ള മാംസപേശികൾ ദുർബ്ബലമാകുന്നതുകൊണ്ട് നിങ്ങൾക്ക് മൂത്രം നിയന്ത്രിക്കാൻ കഴിയാതെവരും. ഗർഭാശയം ചുരുങ്ങുമ്പോൾ മൂത്രാശയത്തിൽ അതിന്റെയും സമ്മർദ്ദം ഏർപ്പെടുന്നു. ഹാർമോണുകളുടെ മാറ്റവും ഇതിന് കാരണമായേക്കാം.

ഈ പ്രക്രിയ അവസാനിക്കാൻ 3 മുതൽ 6 മാസം എടുക്കും. അതുവരെ പ്യാഡ് ഉപയോഗിക്കുക. ടേംപൂൺ ഉപയോഗിക്കുന്നതുകൊണ്ട് പ്രയോജനമില്ല. ഇതിന് പുറമെ താഴെ കൊടുത്തിട്ടുള്ള ഉപായങ്ങളും പ്രയോഗിച്ചുനോക്കാം.

കീഗൽ വ്യായാമം:– കീഗലും പെൽവിക് ഏരീയായോട് ബന്ധപ്പെട്ട വ്യായാമങ്ങളും തുടരുക. ഇത് നിങ്ങൾക്ക് വളരെ സഹായകരമായിരിക്കും.

തൂക്കം കുറക്കുക:– ഗർഭാവസ്ഥയിൽകൂടിയ തടി കുറക്കേണ്ടിവരും. ആ അനാവശ്യമായ തടികാരണം ഇപ്പോഴും മൂത്രാശയത്തിൽ സമ്മർദ്ദം ഏർപ്പെടുന്നുണ്ടാവും.

മൂത്രാശയത്തിനെ പരിശീലിപ്പിക്കുക:– ഓരോ അരമണിക്കൂറിന് ശേഷവും, വേണമെന്ന് തോന്നിയാലും ഇല്ലെങ്കിലും മൂത്രമൊഴിക്കുക. ഇങ്ങനെ പതുക്കെപ്പതുക്കെ ഈ ഇടവേള വർദ്ധിപ്പിക്കുക.

മലബന്ധം ഒഴിവാക്കുക:– മലബന്ധം കാരണവും മൂത്രാശയത്തിലുള്ള സമ്മർദ്ദം വർദ്ധിക്കും. നിശ്ചിത സമയത്ത് മലവിസർജ്ജനം ചെയ്യുക.

തരളപദാർത്ഥം കഴിക്കുക:– ദിവസവും കുറഞ്ഞത് എട്ടുഗ്ലാസ് വെള്ളമെങ്കിലും കുടിക്കുക. കുറച്ച് വെള്ളം കുടിച്ചാൽ മൂത്രം ഒഴുകുന്നത് കുറയുമെന്ന് കരുതേണ്ട, ഡീഹൈജഡ്രേഷൻ കാരണം മൂത്ര സംക്രമണം ഏർപ്പെടും. സംക്രമണം ഏർപ്പെട്ട മൂത്രാശയത്തിൽ നിന്ന് കൂടുതൽ മൂത്രം ഒഴുകും. ഒഴുകുന്ന മൂത്രാശയത്തിൽ എളുപ്പത്തിൽ സംക്രമണം ഏർപ്പെടും.

ഗ്യാസ് പോകുക

"ഈയിടെയായി എനിക്ക് നിറയെ ഗ്യാസ് പോകുന്നു. ഇതുകാരണം എനിക്ക് മറ്റുള്ളവരുടെ മുമ്പിൽ നാണിക്കേണ്ടിവരുന്നു. ഇതെന്തുകൊണ്ടാണ് ?"

പുതിയ അമ്മയായശേഷം ശരീരം സ്വയം ശുദ്ധമാക്കാനുള്ള ജോലിയിൽ മുഴുകിയിരിക്കുകയാണ്. പ്രസവശേഷം അമ്മമാർ ഇങ്ങനെ ഗ്യാസ് വിടാറുണ്ട്. ഇതിൽ ലജ്ജിക്കാനൊന്നുമില്ല. നിങ്ങളുടെ പെൽവിക് ഏരിയായിലെ ചില മാംസപേശികൾ വലിഞ്ഞിരിക്കുകയും ചിലത് നഷ്ടമായിരിക്കുകയും ചെയ്തതുകൊണ്ട് നിങ്ങൾക്ക് ഗ്യാസ് നിയന്ത്രിക്കാൻ കഴിയുന്നില്ല.

ഏതാനും ആഴ്ചകൾക്കുള്ളിൽ മാംസപേശികൾ പഴയ സ്ഥിതിയിലേക്ക് തിരിച്ചെത്തുമ്പോൾ നിങ്ങൾക്ക് താനേ ആശ്വാസം കിട്ടും.

അതുവരെ സ്വസ്ഥമായി ഭക്ഷണം കഴിക്കുക. എത്ര കാറ്റ് ഉള്ളിലേക്ക് പോകുന്നുവോ അത് ഗ്യാസായി പുറത്തുവരും കീഗൽ വ്യായാമം ചെയ്തുകൊണ്ടിരിക്കുക. ഇതുകൊണ്ട് നിങ്ങൾക്ക് ലാഭമുണ്ടാകും.

> **ഡോക്ടറുടെ സഹായം തേടുക**
>
> നിങ്ങൾ എത്ര പരിശ്രമിച്ചിട്ടും ഇതുവരെ മൂത്രം ഒഴുകുന്നത് തടയാൻ കഴിഞ്ഞിട്ടില്ല, സാരമില്ല, നിങ്ങളുടെ ഡോക്ടറോട് പറയുക. അദ്ദേഹം എന്തെങ്കിലും ചികിത്സാമാർഗ്ഗം പറഞ്ഞുതരികയോ, ആവശ്യം ഏർപ്പെട്ടാൽ സർജറി ചെയ്യുകയോ ചെയ്യും. നിങ്ങൾ ധൈര്യം കൈവെടിയേണ്ട.

പ്രസവത്തിനുശേഷം മുതുകിൽ വേദന

"പ്രസവം കഴിഞ്ഞാൽ മുതുകുവേദന മാറുമെന്നാണ് ഞാൻ കരുതിയത്. എന്നാൽ അങ്ങനെ ഉണ്ടായില്ല. അതെന്തുകൊണ്ടാണ്?"

നിങ്ങളുടെ പഴയ ചങ്ങാതിയായ മുതുകുവേദന തിരിച്ചെത്തി. ഹാർമോണുകൾ കാരണം അയഞ്ഞ ലിഗ്മെന്റുകൾ ഇപ്പോഴും അയഞ്ഞുതന്നെയാണ് ഇരിക്കുന്നത്. അവയ്ക്ക് തങ്ങളുടെ ശക്തി തിരിച്ചുകിട്ടാൻ പല ദിവസങ്ങളോ ആഴ്ചകളോ ആയേക്കാം. വയറിലെ ബലഹീനമായ മാംസപേശികളും മുതുകിൽ അവയുടെ പ്രഭാവം കാണിക്കുകയാണ്. കുഞ്ഞിനെ എടുക്കുകയും, ആട്ടുകയും, ഉറക്കുകയും ചെയ്യുന്നതുകൊണ്ട് മുതുകിൽ വേദന ഉണ്ടാകാൻ തുടങ്ങും. കുഞ്ഞ് വലുതാകുകയാണ്. കൂടെതന്നെ മുതുകിൽ സമ്മർദ്ദവും മുറുക്കവും വർദ്ധിച്ചുവരികയാണ്.

സമയത്തോടൊപ്പം നിങ്ങളുടെ മുതുകുവേദനയ്ക്കും ആശ്വാസം കിട്ടും.

- വയറിനോട് ബന്ധപ്പെട്ട വ്യായാമങ്ങളും പെൽവിക് ടിൽറ്റും ചെയ്താൽ മുതുകിനെ സഹായിക്കുന്ന മാംസപേശികൾ ശക്തമാകും.
- സാധനങ്ങൾ എടുത്ത് ഉയർത്തുമ്പോഴും കുനിയുമ്പോഴും മുതുകിന്റെ കാര്യം ശ്രദ്ധിക്കുക.
- ദിവസം മുഴുവൻ കിടന്നുകൊണ്ടിരിക്കരുത്. നിങ്ങളുടെ മുതുകിന് തലയണകൊണ്ട് താങ്ങുകൊടുത്ത് ഇരിക്കുക.

- സന്ദർഭം കിട്ടുമ്പോഴൊക്കെ കാലുകൾക്ക് കുറച്ച് വിശ്രമം നൽകുക. നിൽക്കേണ്ടി വരുമ്പോൾ കാല് ചെറിയ സ്റ്റൂളിൽ കയറ്റിവയ്ക്കുക.
- നിങ്ങളുടെ പോശ്ചറിൽ ശ്രദ്ധവേണം. ചുമലുകൾ നിവർന്നിരുന്നാൽ മുതുക് വേദനിക്കില്ല. കുഞ്ഞ് വലുതാകുമ്പോൾ കുഞ്ഞിനെ എടുക്കുന്ന സമയത്ത് ഒരേ നിതംബത്തിൽ എല്ലാ ഭാരവും ഇടരുത്. അതുകൊണ്ടും മുതുകിൽ വേദന യുണ്ടാകും.
- സാധാരണ അമ്മമാർ കുഞ്ഞിനെ ഒരു കൈകൊണ്ട് പൊക്കി എടുക്കുകയും മറ്റേ കൈകൊണ്ട് ജോലിചെയ്യുകയും ചെയ്യും. നിങ്ങൾ ഇടയ്ക്കിടയ്ക്ക് കൈ മാറ്റണം.
- സമയവും സന്ദർഭവും കിട്ടിയാൽ ഭർത്താവിന്റെ സഹായത്തോടെ മുതുകിലെ മാംസപേശികളിൽ മാലിഷ് ചെയ്യുക.
- കുഞ്ഞിന് പാല് കൊടുക്കുമ്പോൾ മുതുക് ചൂടുപിടിപ്പിക്കുക.

കുഞ്ഞ് കുറച്ച് നല്ലനിലയിലായാൽ നിങ്ങളുടെ ശരീരത്തിന്റെ നഷ്ടപ്പെട്ട ശക്തി തിരിച്ചുകിട്ടും. അപ്പോൾ ഡയഫറിന്റെ ബാഗ് കാലിചെയ്യുകയും പിന്നീട് അത്യാവശ്യമുണ്ടെങ്കിൽ മാത്രം നിറയ്ക്കുകയും ചെയ്യുക.

കുഞ്ഞ് ജനിച്ചശേഷം

"കുഞ്ഞ് ജനിച്ചാൽ എനിക്ക് രോമാഞ്ചമുണ്ടാകുമെന്നാണ് ഞാൻ കരുതിയത്. എന്നാൽ ഇപ്പോൾ എനിക്ക് നിരാശയാണ് തോന്നുന്നത്. ഇതെന്തുകൊണ്ടാണ്?"

ഈ സമയമാണ് ഏറ്റവും നല്ലത്, ഏറ്റവും ചീത്തയും. 60 മുതൽ 80 ശതമാനം അമ്മമാർക്ക് കുഞ്ഞ് ജനിച്ചശേഷം ഇങ്ങനെയാണ് അനുഭവപ്പെടുന്നത്. പ്രസവിച്ച് അഞ്ച് ദിവസങ്ങൾക്കുള്ളിൽ അവർക്ക് നിരാശ തോന്നുന്നു. അവരിൽ ഒരു വിചിത്രമായ ഉദാസീനത വ്യാപിക്കുന്നു, കരയണമെന്ന് തോന്നുന്നു. വ്യാകുലതയും മുൻകോപവും അനുഭവപ്പെടുന്നു.

ഈ സമയത്ത് ഹാർമോണുകളുടെ ലെവൽ മാറുന്നതുകൊണ്ടാണ് ഇതെല്ലാം ഉണ്ടാകുന്നത്. ഗർഭാവസ്ഥയ്ക്കുശേഷം ക്ഷീണിപ്പിക്കുന്ന പ്രസവ വേദനയും പ്രസവവും, പിന്നീട് വീട്ടിലേക്ക് വന്നാൽ കുഞ്ഞിനെക്കുറിച്ചുള്ള ചിന്താ, മുലയൂട്ടലിന്റെ പ്രശ്നങ്ങൾ, നിങ്ങളുടെ മുഖത്തിന്റെ മാറ്റങ്ങൾ, വീടിന്റെ അടുക്കും ചിട്ടയും ഇല്ലായ്മ, ഇതെല്ലാം നിങ്ങളെ വിഷമിപ്പിക്കുന്നു. ചില ആഴ്ചകളിൽ നിങ്ങൾ ഈ അന്തരീക്ഷവുമായി ഇണങ്ങിച്ചേരുമ്പോൾ എല്ലാം ശരിയാകും. അതുവരെ താഴെ കൊടുത്തിരിക്കുന്ന ഉപായങ്ങൾ പരീക്ഷിച്ചു നോക്കുക.

നിങ്ങളുടെ പ്രതീക്ഷകൾ കുറയ്ക്കുക:– ഒരു സമ്പൂർണ്ണമായ അമ്മയെപ്പോലെ കുഞ്ഞിനെയും വീട്ടിലെ ചുമതലകളെയും നിർവഹിക്കാനുള്ളത്ര ശക്തി ഇപ്പോൾ നിങ്ങൾക്കില്ല. ഇപ്പോൾ കുറച്ച് വിശ്രമവും ആരുടെയെങ്കിലും സഹായവും ആവശ്യമാണ്. അതുവരെ നിങ്ങളുടെ പ്രതീക്ഷകൾ കുറക്കുക. ചെയ്യാൻ കഴിയുന്നത്ര ജോലികൾ മാത്രം കൈയ്യിലെടുക്കുക.

ഒറ്റയ്ക്കിരിക്കരുത്:– വീട്ടിൽ അഴുക്കുപാത്രങ്ങളും തുണികളും കുന്നുകൂടി കിടക്കുകയാണ്. കരയുന്ന കുഞ്ഞ്, രാത്രിയിലെ ഉറക്കമിളപ്പ്, ഇങ്ങനെയുള്ള സാഹചര്യത്തിൽ സഹായത്തിന് ആളില്ലാതെ എങ്ങനെ കാര്യം നടക്കും. നിങ്ങളുടെ ഭർത്താവ്, അമ്മ, അമ്മായിയമ്മ, ആയാ, സഹോദരി അല്ലെങ്കിൽ ഏതെങ്കിലും കൂട്ടുകാരിയുടെ സഹായം തേടുക.

സുന്ദരിയായിരിക്കുക:– ഇത് കേൾക്കുമ്പോൾ വിചിത്രമായി തോന്നും. എന്നാൽ സത്യമാണ്. കുറച്ചുസമയം നിങ്ങൾക്കുവേണ്ടിയും ചില വഴിക്കുക. അപ്പോൾ മനസ്സിന് സുഖം കിട്ടും. കുളിച്ച് വൃത്തിയുള്ള വസ്ത്രങ്ങൾ ധരിക്കുക. തലമുടി ചീകികെട്ടുക. കൺസീലർ കൊണ്ട് പാടുകൾ മറച്ച് കുറച്ച് മേക്കപ്പ് ചെയ്യുക.

വീട്ടിൽ നിന്ന് പുറത്തുപോകുക:– വീട്ടിൽ നിന്ന് പുറത്തുപോകുക. കുറച്ച് ചുറ്റിക്കറങ്ങുന്നതുകൊണ്ട് മനോഭാവത്തിൽ മാറ്റം വരും. നിങ്ങളുടെ കണ്ണിന്റെമുമ്പിൽ നിന്ന് ജോലിയുടെ കൂമ്പാരം അകലും. ആഴ്ചയിൽ ഒരിക്കലെങ്കിലും ഇങ്ങനെ ചെയ്യുക. ഏതെങ്കിലും ഫ്രെണ്ട്സിന്റെ വീട്ടിൽ പോകുക. കുഞ്ഞിനെ പാർക്കിലേക്ക് കൊണ്ടുപോകുക. ഏതെങ്കിലും മാലിൽ ചുറ്റിക്കറങ്ങുക.

നിങ്ങൾക്കുതന്നെ വിരുന്നു കൊടുക്കുക:–

സിനിമ കാണുക. ഭർത്താവിന്റെ കൂടെ രാത്രി ഭക്ഷണം പുറത്തുനിന്ന് കഴിക്കുക. കുളിക്കാൻ ധാരാളം സമയമെടുക്കുക. ചിലപ്പോഴൊക്കെ നിങ്ങൾക്കും മുഖ്യത്വം കൊടുക്കുക. ഇതും അത്യാവശ്യമാണ്.

വ്യായാമം ചെയ്യുക:– വ്യായാമം നിങ്ങളുടെ ശരീരത്തെയും മനസ്സിനെയും ചുണയും സാമർത്ഥ്യവുമുള്ളതാക്കും. ഡി.വി.ഡി. നോക്കി വ്യായാമം ചെയ്യുകയോ ക്ലാസിൽ ചേരുകയോ ചെയ്യുക. മറ്റൊന്നും ചെയ്യാൻ കഴിഞ്ഞില്ലെങ്കിൽ നടക്കാനെങ്കിലും പോകാമല്ലോ?

ഭക്ഷണ കാര്യത്തിൽ ശ്രദ്ധിക്കുക:– എപ്പോഴും നിങ്ങളുടെ ഊർജ്ജത്തിന്റെ ലെവൽ നില നിർത്തണം. കുഞ്ഞിന്റെ വയറ് നിറക്കുന്നതോടൊപ്പം നിങ്ങളുടെ ഭക്ഷണകാര്യവും ശ്രദ്ധിക്കുക. ശാരീരികവും മാനസികവുമായ സംതൃപ്തിക്ക് പോഷകതത്വങ്ങളുള്ള ആഹാരം കഴിക്കുന്നത് തുടരണം. അടുത്തുതന്നെ ഊർജ്ജം നൽകുന്നതരത്തിലുള്ള സ്നാക്സ് സൂക്ഷിക്കുക.

ചിരിക്കുക-കരയുക :– കരയാൻ തോന്നിയാൽ മതിവരുവോളം കരയുക. നിങ്ങളുടെ നിയന്ത്രണത്തിന് പുറത്തുള്ള കാര്യങ്ങൾ നോക്കി ചിരിക്കുക. കടയിൽവെച്ച് കുഞ്ഞ് പെട്ടെന്ന് മലവിസർജ്ജനം ചെയ്തു. നിങ്ങളുടെ മുലകളിൽ നിന്ന് പെട്ടെന്ന് പാൽ ഒഴുകാൻ തുടങ്ങി, എന്നിങ്ങനെയുള്ള കാര്യങ്ങൾ! ചിരി ഒരു വലിയ മരുന്നാണ്. അത് ആഴമുള്ള മുറിവുകൾ കൂടി ഉണക്കും.

കുറച്ച് ദിവസങ്ങളിൽ എല്ലാം ശരിയാകുമെന്ന് എല്ലായ്പ്പോഴും സ്വയം ഓർമ്മിപ്പിക്കുക. നിങ്ങളുടെ ജീവിതത്തിൽ സന്തോഷം തിരിച്ചുവരും.

മ്ലാനത വളരെ കൂടുതലായാൽ ഡോക്ടറുടെ സഹായം തേടാൻ മടിക്കരുത്.

"എന്റെ പ്രസവശേഷം നല്ല സന്തോഷം തോന്നുന്നു. ഇത് നിരാശയിൽ പോയി അവസാനിക്കുമോ?"

'ബേബി ബ്ലൂ' സാധാരണമാണെന്ന് സമ്മതിച്ചു. എന്നാൽ എല്ലാ അമ്മമാർക്കും ഇത് അനുഭവപ്പെടുന്നില്ല. നിങ്ങൾ ആദ്യം മുതൽ തന്നെ എല്ലാ കാര്യവും നിയന്ത്രിച്ചിരിക്കുന്നു. ഇത് നല്ല കാര്യമാണ്. ഇതോടൊപ്പം നിങ്ങളുടെ ഭർത്താവിന്റെ കാര്യവും ശ്രദ്ധിക്കേണ്ടതുണ്ട്. പലപ്പോഴും പുതുതായി അച്ഛനാകുന്നവരെയും, മ്ലാനത ബാധിക്കും. അവർ തങ്ങളുടെ വിചാരങ്ങൾ ഒളിക്കാൻ ശ്രമിക്കും.

പ്രസവത്തിനുശേഷം ഡിപ്രഷൻ

"എന്റെ കുഞ്ഞിന് ഒരുമാസം തികഞ്ഞു. ഞാൻ ഇപ്പോഴും ഡിപ്രഷനിലാണ്. ഞാൻ നോർമൽ ആകേണ്ടതല്ലേ?"

പ്രസവത്തിനുശേഷം അവസാദം 'ബേബിബ്ലൂ' എന്നീ സ്ഥിതികളിൽ കുറച്ച് വ്യത്യാസമുണ്ട്. ആദ്യം തന്നെ എപ്പോഴെങ്കിലും അവസാദം ഏർപ്പെട്ടിട്ടുള്ള സ്ത്രീകൾക്ക് ജടില ഗർഭാവസ്ഥയെയും പ്രസവത്തെയും അഭിമുഖീകരിക്കേണ്ടിവരുമ്പോൾ അവസാദം പിടിപെടുന്നത് സരളമായിത്തീരുന്നു.

കരച്ചിൽ വരുന്നത് ഡിപ്രഷന്റെ ഒരു ലക്ഷണമാണ്. ഉറക്കത്തോടും ആഹാരത്തോടും ബന്ധപ്പെട്ട പ്രശ്നങ്ങൾ ആരംഭിക്കുന്നു. നിസ്സംഗതയും നിരാശയും വ്യാപിക്കുന്നു. നിങ്ങൾക്ക് കുഞ്ഞിനെയും നിങ്ങളെയും വേണ്ടവിധത്തിൽ പരിചരിക്കാൻ കഴിയുകയില്ല എന്ന തോന്നലുണ്ടാകും. നിങ്ങൾ സമുദായത്തിൽ നിന്ന് ഒറ്റപ്പെടും. ചിന്തയും പിരിമുറുക്കവും വലയം ചെയ്തിരിക്കും കുഞ്ഞിനോടുള്ള സ്നേഹം പൊന്തിവരുന്നില്ല. ഒറ്റയ്ക്കാണെന്നുള്ള തോന്നലുണ്ടാകുന്നു. ഓർമ്മശക്തി കുറയാൻ തുടങ്ങുന്നു.

നിങ്ങൾ ബേബിബ്ലൂവിനുള്ള ടിപ്സ് പ്രയോഗിച്ചു നോക്കൂ. എന്നിട്ടും ആശ്വാസം കിട്ടിയില്ലെങ്കിൽ ഡോക്ടറെ കാണാൻ വൈകരുത്. നിങ്ങളുടെ തൈറോയ്ഡ് ടെസ്റ്റ് ചെയ്യാം. പലപ്പോഴും തൈറോയ്ഡ് ഹാർമോണുകളുടെ ക്രമക്കേടുകൊണ്ടും വൈകാരികമായ അസ്ഥിരതകൾ ഏർപ്പെടും. ഈ ടെസ്റ്റ് റിസൽട്ട് സാധാരണമാണെങ്കിൽ ഡിപ്രഷനുള്ള ചികിത്സയ്ക്ക് തെറപ്പിസ്റ്റിന്റെ അടുത്തേയ്ക്ക് അയക്കും. അവർ ആന്റി ഡിപ്രഷൻ മരുന്നുകൾ തരും. അവ മുലയൂട്ടുന്ന സമയത്തും കഴിക്കാവുന്നവയാണ്. ലക്ഷണങ്ങൾ വളരെ തീവ്രമാണെങ്കിൽ 'ബ്രൈറ്റ് ലൈറ്റ് തെറാപ്പി' നൽകും. നിങ്ങളെ പകൽ വെളിച്ചം പുറപ്പെടുന്ന ഒരു ബോക്സിന് മുമ്പിൽ കണ്ണുതുറന്ന് ഇരുത്തിക്കും. ഇതുകൊണ്ട് നിങ്ങളുടെ ശരീരത്തിന്റെ ഒരു അനുകൂലമായ ബയോകെമിക്കൽ മാറ്റം ഏർപ്പെടുകയും മസ്തിഷ്കം ശാന്തമാകുകയും ചെയ്യും. വയസ്സിനനുസരിച്ച് തെറാപ്പിസ്റ്റ് പല ചികിത്സകളും കൂട്ടിച്ചേർത്ത് ചെയ്യും.

അവസാദം കാരണം നിങ്ങൾക്ക് കുഞ്ഞിനോട് അടുപ്പം കാണിക്കാനോ അതിനെ സ്നേഹിക്കാനോ ബുദ്ധിമുട്ടുണ്ടാകും. നിങ്ങളുടെ കുടുംബത്തിലെ മറ്റ് അംഗങ്ങളോടുള്ള ബന്ധത്തിലും ഇതിന്റെ പ്രഭാവം കാണാം. ആരോഗ്യവും ശരിയായിരിക്കുകയില്ല. പല സ്ത്രീകൾക്കും ഭയത്തിന്റെ ആക്രമണവും ഉണ്ടായേക്കാം. ചൂടും തണുപ്പുമുള്ള വിയർപ്പ്, നെഞ്ചുവേദന, തലചുറ്റൽ, പരിഭ്രമം എന്നിവയും ഉണ്ടാകും. ഉടനെ ചികിത്സിച്ചില്ലെങ്കിൽ കാര്യം ഗുരുതരമാകും.

അവസാദം പിടിപ്പെട്ടവരിൽ 30% സ്ത്രീകളിലും പി.പി.ഓ.സി.ഡി. (പോസ്റ്റ് പാർട്ടം ഒബ്സസീവ് കമ്പൽസീവ് ഡിസോഡർ) ന്റെ ലക്ഷണങ്ങളും കാണപ്പെടും. അങ്ങനെയുള്ള സ്ത്രീകൾ ഓരോ 15 മിനിറ്റുകൾക്കുശേഷവും കുഞ്ഞ് ശ്വസിക്കുന്നുണ്ടോ എന്ന് നോക്കും, ഏതുനേരവും വീട് വൃത്തിയാക്കലായിരിക്കും. അല്ലെങ്കിൽ മനസ്സിൽ കുഞ്ഞിനെ അപകടപ്പെടുത്താനുള്ള വിചാരം ഉണ്ടാകും. കുഞ്ഞിന് നേരെ അശ്രദ്ധ കാണിക്കാൻ തുടങ്ങും. അങ്ങനെയുള്ള എന്തെങ്കിലും ലക്ഷണമോ വിചാരമോ കണ്ടാൽ ഡോക്ടറെ കാണാൻ ഒട്ടും അമാന്തിക്കരുത്.

പോസ്റ്റ് - പാർട്ടം സൈക്കോസിസിൽ ഭ്രമം വർദ്ധിക്കാൻ തുടങ്ങുന്നു. ആത്മഹത്യാ അല്ലെങ്കിൽ ഹിംസ ചെയ്യണമെന്ന വിചാരം മനസ്സിൽ ഉണ്ടാകാൻ തുടങ്ങുന്നു. വിചിത്ര-വിചിത്രമായ കാര്യങ്ങൾ കാണുകയും കേൾക്കുകയും ചെയ്യാൻ തുടങ്ങുന്നു. സൈക്കോസിസിന്റെ ലക്ഷണങ്ങൾ കണ്ടതും എമർജെൻസി റൂമിൽ പോകാൻ വൈകരുത്. നിങ്ങളുടെ ഭാവനകൾ സാധാരണമാണെന്ന് കരുതരുത്. അവയെ ഗുരുതരമായിതന്നെ കാണുക. സഹായം എത്തുന്നതുവരെ നിങ്ങളും അപകടകരമായ വിചാരങ്ങളെ നിയന്ത്രിക്കുക. അയൽക്കാർ, സ്നേഹിത അല്ലെങ്കിൽ സ്വന്തക്കാരുടെ കൈയ്യിൽ സുരക്ഷിതമായി കുഞ്ഞിനെ ഏൽപ്പിക്കുക.

തൈറോയ്ഡ്ടിസ്

പല അമ്മമാരും ക്ഷീണിക്കുന്നു, തൂക്കം കുറയുന്നു അല്ലെങ്കിൽ അവസാദ ഗ്രസ്തരായതിനാൽ മുടി കൊഴിയുന്നു. പ്രസവത്തിനുശേഷം തൈറോയ്ഡ്ടിസ് ഉണ്ടാകുന്നത് സാധാരണ കാര്യമാണ്. പലപ്പോഴും അടയാളങ്ങൾ തിരിച്ചറിയാൻ കഴിയാത്തതുകൊണ്ട് ശരിയായ ചികിത്സ നൽകാൻ കഴിയുന്നില്ല.

പ്രസവത്തിനുശേഷം ഒന്നുമുതൽ മൂന്ന് മാസത്തിനിടയിൽ എപ്പോൾ വേണമെങ്കിലും ഇത് ആരംഭിക്കും. ഇതിനിടെ രക്തപ്രവാഹത്തിൽ അധിക അളവിൽ തൈറോയ്ഡ് ഹാർമോണുകൾ അലിഞ്ഞുചേരും. രോഗിക്ക് ക്ഷീണം, മ്ലാനത, പരിഭ്രമം എന്നിവ അനുഭവപ്പെടും. രാത്രിയിൽ ഉറക്കം വരാതിരിക്കുകയും ധാരാളം വിയർക്കുകയും ചെയ്യും. ക്ഷീണത്തോടൊപ്പം അവസാദം, മാംസപേശികളിൽ വേദന, മുടികൊഴിച്ചിൽ, ചർമ്മം വരളുക, ഓർമ്മക്കുറവ് എന്നീ ലക്ഷണങ്ങളും കാണപ്പെടുന്നു.

നിങ്ങൾക്കും ഈ ലക്ഷണങ്ങൾ കണ്ടാൽ ഉടനെ ഡോക്ടറെ കാണുക. ചില സ്ത്രീകൾക്ക് പ്രസവം കഴിഞ്ഞ് ഒരു കൊല്ലത്തിനുള്ളിൽ ആശ്വാസം കിട്ടും. എന്നാൽ മറ്റുചിലർക്ക് ജീവിതകാലം മുഴുവനും തൈറോയ്ഡിനുള്ള മരുന്ന് കഴിക്കുകയും ടെസ്റ്റ് എടുക്കുകയും ചെയ്യേണ്ടിവരും. ചിലപ്പോൾ അസുഖം ഭേദമായാലും അടുത്ത ഗർഭാവസ്ഥയിൽ ഈ പ്രശ്നങ്ങളൊക്കെ വീണ്ടും തലപൊക്കും. നേരത്തെ ഈ അസുഖം ഉണ്ടായിട്ടുണ്ടെങ്കിൽ, അതിനെക്കുറിച്ച് ഡോക്ടറോട് നേരത്തെ തന്നെ പറയണം. എന്തെന്നാൽ ഇതുകാരണം ഗർഭധാരണത്തിലും ഗർഭാവസ്ഥക്കിടയിലും ബുദ്ധിമുട്ടുകൾ ഏർപ്പെടാൻ സാദ്ധ്യതയുണ്ട്.

പ്രസവശേഷം തൂക്കം കുറയുക

"പ്രസവിച്ച ഉടൻ ബിക്കനിധരിക്കാൻ കഴിയില്ലെന്ന് എനിക്കറിയാം. എന്നാൽ പ്രസവിച്ച് രണ്ടാഴ്ച കഴിഞ്ഞിട്ടും എന്നെ കണ്ടാൽ 6 മാസ ഗർഭിണിയെപ്പോലെ ഉണ്ട് ഇതെന്തുകൊണ്ടാണ്?"

കുഞ്ഞിന്റെ ജനനസമയത്ത് ഒരേ ദിവസത്തിൽ ഏകദേശം 12 പൗണ്ട് തൂക്കം കുറയുമെങ്കിലും സ്ത്രീകൾക്ക് ഇതും കുറവാണെന്നേ തോന്നൂ. വാസ്തവത്തിൽ പ്രസവമുറിയിൽ നിന്ന് പുറത്തിറങ്ങുമ്പോഴും നിങ്ങളുടെ ഗർഭാശയം നല്ല വലുതായിരിക്കും. അത് ആറ് ആഴ്ചകളിൽ പതുക്കെപ്പതുക്കെ ചെറുതാകും. വയറിലുള്ള തരള പദാർത്ഥങ്ങൾ കാരണവും തടി തോന്നിക്കും. നിങ്ങളുടെ വയറിലെയും ചർമ്മത്തിലെയും മാംസപേശികൾ അയഞ്ഞിരിക്കും. അതും പതുക്കെപ്പതുക്കെയെ സാധാരണ നിലയിലെത്തുകയുള്ളൂ.

ഈ സമയത്ത് ഡയറ്റിങ്ങിനെപ്പറ്റി ചിന്തിക്കരുത്. ആദ്യത്തെ ഈ ആറ് ആഴ്ചകളിൽ നിങ്ങൾ മുലയൂട്ടുകയും ചെയ്യുന്നുണ്ട്. ഊർജ്ജത്തിന്റെ ലെവൽ നിലനിർത്താനും സംക്രമണം ഏർപ്പെടാതിരിക്കാനും നിങ്ങൾക്കുവേണ്ടത്ര പോഷണം കിട്ടണം. ആരോഗ്യ

പ്രദമായ ആഹാരം കഴിച്ചാൽ നിങ്ങളുടെ തൂക്കം പതുക്കെപ്പതുക്കെ കുറയും. കലോറിയുടെ അളവ് കുറച്ചാൽ പാലിന്റെ അളവും കുറയും. പെട്ടെന്ന് കൊഴുപ്പ് കുറക്കാനുള്ള ശ്രമത്തിൽ വിഷാക്തമായ തത്വങ്ങൾ നിങ്ങളുടെ പാലിൽ കലരും. നിങ്ങൾ മുലയൂട്ടുന്നില്ലെങ്കിൽ 6 ആഴ്ചകൾ കഴിഞ്ഞാൽ തികച്ചും സമതുലിതമായ രീതിയിൽ തൂക്കം കുറക്കാനുള്ള ആഹാരം കഴിക്കാവുന്നതാണ്.

പലപ്പോഴും മുലയൂട്ടുന്നതുകൊണ്ടും തൂക്കം കുറയാൻ തുടങ്ങും. നിങ്ങൾക്ക് അങ്ങനെ സംഭവിച്ചില്ലെങ്കിൽ നിരാശപ്പെടേണ്ട. നിങ്ങൾ ഗർഭാവസ്ഥയിൽ എത്ര തൂക്കം കൂട്ടിയോ അതേ കണക്കിൽ ഇപ്പോൾ നിങ്ങളുടെ തൂക്കം കുറയും. നിങ്ങൾ 25 മുതൽ 35 പൗണ്ടുവരെ തൂക്കം കൂട്ടിയെങ്കിൽ പ്രസവം കഴിഞ്ഞ് കുറച്ചുമാസങ്ങളിൽ തന്നെ അതുകുറയും. 35 പൗണ്ടിൽ കൂടുതൽ തൂക്കം കൂട്ടിയിട്ടുണ്ടെങ്കിൽ അത് കുറക്കാൻ കുറച്ച് അദ്ധ്വാനിക്കേണ്ടിവരും. 10 മാസം മുതൽ 2 വർഷംവരെ സമയമായെന്നുവരും. കുറച്ചുസമയം അനുവദിക്കുക. തൂക്കം കൂട്ടാൻ നിങ്ങൾക്ക് 9 മാസങ്ങൾ വേണ്ടിവന്നു എന്ന് ഓർക്കുക. അത് കുറക്കാൻ കുറച്ചുസമയം എടുക്കുകതന്നെ ചെയ്യില്ലേ!

സി-സെക്ഷൻ കൊണ്ട് ദീർഘകാല വിശ്രമം

"സി-സെക്ഷൻ ചെയ്ത് ഒരാഴ്ചയായി. എനിക്ക് പ്രതീക്ഷിക്കാമോ?"

നിങ്ങളുടെ സി-സെക്ഷൻ കഴിഞ്ഞ് ഒരാഴ്ചയായെന്നത് വാസ്തവം തന്നെ. എന്നാൽ പൂർണ്ണ സുഖം പ്രാപിക്കാൻ ഇനിയും കുറച്ച് സമയമെടുക്കും. ഡോക്ടറുടെ നിർദ്ദേശങ്ങൾ അനുസരിക്കുകയും വിശ്രമിക്കുകയും ചെയ്താൽ വേഗത്തിൽ ശരീരം പൂർവസ്ഥിതിയിലെത്തും എന്ന കാര്യം ഓർമ്മവെക്കുക. അതുവരെ താഴെ പറയുന്ന കാര്യങ്ങൾ പ്രതീക്ഷിക്കുക.

കുറച്ച് അല്ലെങ്കിൽ തീരെ വേദനയില്ലാതിരിക്കുക:– ഇപ്പോൾ വേദന കുറഞ്ഞിരിക്കും. കുറഞ്ഞില്ലെങ്കിൽ 'ടൈലിനോൾ' പോലെയുള്ള മരുന്നുകൾ ഉപയോഗിക്കുക.

പുരോഗമോന്മുഖമായ പരിഷ്കരണം:– കുറച്ച് ആഴ്ചകൾ മുറിവിൽ വേദനയും സെൻസിറ്റിവിറ്റിയും ഉണ്ടായിരിക്കും. പതുക്കെപ്പതുക്കെ ആശ്വാസം കിട്ടും. ചെറുതായ ഡ്രെസ്സിങ്ങും തുണി തുറന്നിടലും കൊണ്ട് അസ്വസ്ഥതയും വേദനയും കുറയും. ഈ പ്രക്രിയക്കിടയിൽ കീറിയ സ്ഥലത്തിന് ചുറ്റും ചെറിയ വലിവ്, വേദന അല്ലെങ്കിൽ ചൊറിച്ചിൽ ഉണ്ടാകുന്നത് സാധാരണയാണ്. ഡോക്ടറോട് ചോദിച്ച് എന്തെങ്കിലും ഓയിൻമെന്റ് തടവാവുന്നതാണ്. മുറിവിലെ ടിഷ്യൂക്കളിലെ മുഴകൾ അലിഞ്ഞുപോകും. ഇത് അലിയുന്നതിന് മുമ്പ് ഉണങ്ങി ഇളം റോസ് നിറത്തിലാകും.

വേദന തുടരുകയും ചുറ്റും വീക്കമോ ചുവപ്പോ ഉണ്ടാകുകയോ, മുറിവിൽ നിന്ന് ചലം ഒഴുകുകയോ ചെയ്താൽ മുറിയിൽ സംക്രമണം ഉണ്ടായിട്ടുണ്ടെന്നാണ് അർത്ഥം. കുറച്ച് വെള്ളം പോലെ ഒഴുകിയാലും ഉടനെ ഡോക്ടറെ കാണണം.

സെക്സിന് നാല് ആഴ്ചകൾ കാത്തിരിക്കണം:– നിങ്ങളുടെ കീറിയ സ്ഥലത്തുള്ള മുറിവ് ഉണങ്ങുന്നതുവരെ സെക്സിനു വേണ്ടി കാത്തിരിക്കേണ്ടിവരും.

വ്യായാമം:– വേദന കുറഞ്ഞതും വ്യായാമം ആരംഭിക്കാം. ഈ സമയത്തും കീഗൽ കൊണ്ട് നിങ്ങളുടെ പെൽവിക് ഏരിയായിലെ മാംസപേശികൾക്ക് ആശ്വാസം ലഭിക്കും. വയറ്റിലെ മാംസപേശികൾക്ക് മുറുക്കം കൊടുക്കുന്ന വ്യായാമങ്ങളിൽ ശ്രദ്ധപതിപ്പിക്കുക. നിങ്ങളുടെ ലക്ഷ്യം നിർണ്ണയിക്കുകയും അതിനനുസരിച്ച് പ്രവർത്തിക്കുകയും ചെയ്യുക. നിങ്ങളുടെ പഴയ ഫിഗർ തിരിച്ചു കിട്ടാൻ പല ആഴ്ചകൾ വേണ്ടിവരും.

സെക്സ്

"ഞങ്ങൾക്ക് എപ്പോൾ വീണ്ടും സെക്സ് തുടങ്ങാൻ കഴിയും?"

സ്ത്രീ മാനസികമായി തയ്യാറായാൽ സെക്സ് ചെയ്യാമെന്നാണ് ദമ്പതികൾക്ക് നിർദ്ദേശം നൽകാറുള്ളത്. എന്നാൽ അവർ ശാരീരികമായും ഫിറ്റായിരിക്കണം. ഏകദേശം നാല് ആഴ്ചകൾക്കുശേഷം ഇതിന് പച്ചക്കൊടി കാട്ടാവുന്നതാണ്. ചില ഡോക്ടർമാർ ആറ് ആഴ്ചകൾ കഴിയണമെന്ന് പറയും. ചിലപ്പോൾ ആശ്വാസം കിട്ടാൻ സമയമെടുക്കുകയോ സംക്രമണം ഏർപ്പെ

ടുകയോ ചെയ്യാമെന്നുള്ളതുകൊണ്ടാണ് അങ്ങനെ പറയുന്നത്. ഡോക്ടറുടെ അഭിപ്രായം ചോദിച്ചശേഷമേ ഇതിൽ ഇറങ്ങാവൂ. കുഞ്ഞിന്റെ പരിചരണത്തിൽ സമയം പോകുന്നത് എങ്ങനെയാണെന്ന് പോലും നിങ്ങൾക്ക് അറിയാൻ കഴിയില്ല. അതുവരെ രണ്ടുപേരും പ്രേമലീലകളും സ്പർശവും കൊണ്ട് സന്തോഷിക്കുക, സംഭോഗം ചെയ്യരുത്.

"എന്റെ വയറ്റാട്ടി സംഭോഗം ചെയ്യാമെന്ന് പറഞ്ഞു. പക്ഷെ അതുകൊണ്ട് ബുദ്ധിമുട്ടുണ്ടാകുമെന്നാണ് എനിക്ക് തോന്നുന്നത്. എന്റെ മനസ്സും അനുവദിക്കുന്നില്ല."

ഇനിയും സെക്സ് ടു ഡു ലിസ്റ്റിൽ വരുന്നില്ലെങ്കിൽ സാരമില്ല. ഇപ്പോൾ നിങ്ങൾ പല കാരണങ്ങൾ കൊണ്ടും തിരക്കിലാണ്. നിങ്ങൾ യോനിവഴിയാണ് കുഞ്ഞിന് ജന്മം നൽകിയതെങ്കിൽ അത് ഇപ്പോൾ ഉള്ളിൽനിന്ന് വലിഞ്ഞിരിക്കും. അതിൽ മുറിവുകളും കീറലുകളും ഉണ്ടായിരിക്കും. നിങ്ങൾക്ക് ഇരിക്കുന്ന സമയത്ത് വേദനിക്കുന്നുണ്ടാകും. ശരീരത്തിൽ സ്വാഭാവികമായ മൃദുത്വം തിരിച്ചു വന്നിട്ടുണ്ടാകില്ല. എസ്ട്രോജന്റെ ലെവൽ കുറഞ്ഞതുകൊണ്ട് യോനിയിലെ ടിഷ്യൂക്കളും ദുർബ്ബലമായിരിക്കും.

ഈ സമയത്ത് നിങ്ങളുടെ ശ്രദ്ധ മുഴുവൻ കുഞ്ഞിന്റെ വിശപ്പിലും ഡയ്ഫറിലും ആണ്. നിങ്ങളുടെ വിരിപ്പ് അഴുക്കാണ്. കാലിന് താഴെ ദുർഗന്ധമുള്ള തുണികളുടെ കൂമ്പാരമാണ്. ഇങ്ങനെയുള്ള ചുറ്റുപാടിൽ സെക്സിനുള്ള മൂഡ് എങ്ങനെ വരും?

പതുക്കെപ്പതുക്കെ ജീവിതം അതിന്റെതായ രീതിയിലാകുമ്പോൾ നിങ്ങൾ സ്വയം മാനസികമായും ശാരീരികമായും സെക്സ് ചെയ്യാൻ തയ്യറാകും. അതുവരെ നിങ്ങളെ തയ്യാറാക്കാൻ ഞങ്ങളുടെ ടിപ്സ് പ്രയോഗിച്ച് നോക്കുക.

എണ്ണമയം:– കെ.വൈ. ജെല്ലി ഉപയോഗിക്കുക. വേറെ എന്തെങ്കിലും ലൂബ്രിക്കെന്റ് ഉപയോഗിച്ചാലും വേദന കുറയും.

കുറച്ച് വൈൻ:– ഒരു ഗ്ലാസ് വൈനും നിങ്ങളെ ഇതിന് തയ്യാറാക്കും. കുഞ്ഞിന് പാല് കൊടുത്ത ശേഷമേ വൈൻ കഴിക്കാവൂ. അല്ലെങ്കിൽ മാലിഷ് ചെയ്യിക്കുക.

വാം-അപ്പ്:– ഈ സമയത്ത് നിങ്ങൾക്ക് കുറെ ഫോർ-പ്ലേ ചെയ്യേണ്ടിവരും. ഭർത്താവിനോട് ഈ ആവശ്യത്തെപ്പറ്റി പറയുക. കുഞ്ഞ് ഗാഢ നിദ്രയിലായിരിക്കുമ്പോൾ ഇതിനുള്ള സമയമായി തിരഞ്ഞെടുക്കുക. എന്നാൽ മുഖ്യപ്രക്രിയയ്ക്ക് മുമ്പ് കുഞ്ഞ് ഉണരാൻ ഇടവരാതെ നോക്കുക.

തുറന്ന് സംസാരിക്കുക:– നിങ്ങൾക്ക് എന്താണ് നന്നായി തോന്നുന്നത്, എവിടെ തൊടുമ്പോൾ വേദനിക്കുന്നു എന്നൊക്കെ ഭർത്താവിനോട് പറയുക. അങ്ങനെ നിങ്ങൾക്ക് പൂർണ്ണ ആനന്ദം ലഭിക്കുകയും അദ്ദേഹത്തിന് സന്തോഷം കൊടുക്കാൻ കഴിയുകയും ചെയ്യും.

ശരിയായ പൊസിഷൻ:– പരീക്ഷിച്ചു നോക്കി നിങ്ങളുടെ കോമളമായ അംഗങ്ങളിൽ സമ്മർദ്ദം ഏൽപ്പെടാത്ത വിധത്തിലുള്ള പൊസിഷൻ തിരഞ്ഞെടുക്കുക. മുകൾ അല്ലെങ്കിൽ സൈഡിലുള്ള പൊസിഷനാണ് നല്ലത്. നിങ്ങളുടെ വേഗം കുറവായിരിക്കട്ടെ.

കീഗൽ:– അതെ, കേട്ടുകേട്ട് നിങ്ങൾക്ക് ബോറടിച്ചിട്ടുണ്ടാകും. എന്നാൽ കീഗൽ വ്യായാമം ഇവിടെയും വളരെ പ്രയോജനകരമായിരിക്കും.

മറ്റുവഴികൾ:– നിങ്ങൾക്ക് ലൈംഗീകബന്ധം ചെയ്യാൻ അനുമതി കിട്ടിയില്ലെങ്കിൽ കൈകൊണ്ടുള്ള മൈഥുനമോ, വായ് കൊണ്ടുള്ള മൈഥുനമോ ചെയ്യാം. ഇത് ചെയ്യുന്നത് ഇഷ്ടമല്ലെങ്കിൽ കിടക്കയിൽ അടുത്തടുത്ത് കിടന്ന് സ്നേഹത്തോടെ സംസാരിക്കാം.

ഒന്നുരണ്ട് പ്രാവശ്യം സെക്സ് ചെയ്യുമ്പോൾ ബുദ്ധിമുട്ടുണ്ടായാൽ നിരാശപ്പെട്ട് സെക്സിനെ ഉപേക്ഷിക്കരുത്. എപ്പോഴും ഇതേമാതിരി ആയിരിക്കില്ല. നിങ്ങൾക്ക് വേഗം തന്നെ വീണ്ടും പഴയപോലെ ആനന്ദം അനുഭവിക്കാൻ കഴിയും.

വീണ്ടും ഗർഭിണിയാകുക

"ഞാൻ മുലയൂട്ടിയാൽ ഗർഭം ധരിക്കില്ലെന്ന് കരുതി. എന്നാൽ ഇതിനിടയിലും, മാസമുറ ആരംഭിക്കുന്നതിന് മുമ്പും ഗർഭം ധരിക്കുമെന്ന് ഇപ്പോഴാണ് മനസ്സിലായത്."

നിങ്ങൾ പെട്ടെന്ന് ഗർഭം ധരിക്കാൻ ആഗ്രഹിക്കുന്നില്ലെങ്കിൽ മുലയൂട്ടൽ പോലെയുള്ള കാര്യങ്ങൾ ഗർഭനിരോധമായി കരുതരുത്. മുലയൂട്ടുന്ന അമ്മമാർക്ക് മറ്റ് അമ്മമാരെ അപേക്ഷിച്ച് താമസിച്ചാണ് മാസമുറ വരുന്നത് എന്നത് സത്യമാണ്. മുലയൂട്ടുന്ന അമ്മമാർക്ക് 6 മുതൽ 12 ആഴ്ചകളിലും ഊട്ടാത്തവർക്ക് 4 മുതൽ 6 ആഴ്ചകളിലും മാസമുറ ആരംഭിക്കും. എന്നാൽ ആദ്യത്തെ മാസമുറ ഏർപ്പെടുന്നതെപ്പോഴാണെന്ന് അനുമാനിക്കുന്നത് ബുദ്ധിമുട്ടാണ്. സ്തനപാനത്തിന്റെ കാലാവധിയും തുടർച്ചയും മൂലവും ഇതിൽ പ്രഭാവം ഏർപ്പെട്ടേക്കാം.

ഇക്കാര്യത്തിൽ അധികം കുഴപ്പമടയാതെ ശരിയായ ഗർഭനിരോധനം ഉപയോഗിച്ചാൽ സംശയത്തിന് ഇടമുണ്ടാകുകയില്ല.

നിങ്ങളുടെ ഷേപ്പ് അല്ലെങ്കിൽ ശരിയായ രൂപത്തിലേക്കുള്ള തിരിച്ചുവരവ്

പ്രസവശേഷവും ആറുമാസ ഗർഭിണിയാണെന്ന് തോന്നിക്കുന്നത് എത്ര വിചിത്രമാണ്. പ്രസവിച്ചശേഷം ഇടാൻ വാങ്ങിയ ജീൻസ് അതെപോലെ തിരിച്ചുകൊടുക്കേണ്ടിവരുന്നു. എന്തെന്നാൽ നിങ്ങളുടെ ഇടുപ്പ് ഇപ്പോഴും തടിച്ചുതന്നെ ഇരിക്കുന്നു.

പുതിയ അമ്മ എപ്പോൾവരെ ഭാവി അമ്മയെപ്പോലെ ഇരിക്കും? ഇതിന്റെ ഉത്തരം നാല് കാരണങ്ങളെ ആശ്രയിച്ചിരിക്കുന്നു.

ഗർഭാവസ്ഥയിൽ എത്ര തൂക്കം കൂടിയിരുന്നു. കലോറികളുടെ അളവിൽ എത്ര നിയന്ത്രണം ഉണ്ട്. എത്ര വ്യായാമം ചെയ്യുന്നു അല്ലെങ്കിൽ നിങ്ങളുടെ മെറ്റബോളിക് എത്രയാണ്.

വ്യായാമത്തിന്റെ ആവശ്യമെന്താണ്? കുഞ്ഞിന്റെ ജോലികളോട് ബന്ധപ്പെട്ട ഓട്ടവും, ക്ഷീണവും വ്യായാമമായി കണക്കാക്കുന്ന തെറ്റ് ചെയ്യരുത്. ഇതുകൊണ്ട് നിങ്ങളുടെ പെരിനിയൽ അല്ലെങ്കിൽ വയറ്റിലെ മാംസപേശികൾ തങ്ങളുടെ ശരിയായ രൂപത്തിലേക്ക് മടങ്ങുകയില്ല. നിങ്ങൾ പ്രസവാവസ്ഥയ്ക്കുശേഷം ചെയ്യുന്ന ശരിയായ വ്യായാമങ്ങൾ ചെയ്യണം ഇതുകൊണ്ട് പ്രസവത്തിന്റെ ക്ഷീണം കുറയുകയും നിങ്ങൾക്ക് നിങ്ങളുടെ പഴയ രൂപം തിരിച്ചു കിട്ടുകയും ചെയ്യും. പ്രസവത്തിന്റെ ക്ഷീണം

ആദ്യത്തെ ആറ് ആഴ്ചകൾക്കുള്ള ചില നിയമങ്ങൾ

- സൗകര്യപ്രദമായ വസ്ത്രവും ബ്രായും ധരിക്കുക.
- വ്യായാമ സമയം രണ്ടു-മൂന്ന് ഭാഗങ്ങളായി വിഭജിക്കുക. ഒരേ സമയത്ത് അധികം വ്യായാമം ചെയ്യുന്നതു കൊണ്ട് ദോഷമുണ്ടായേക്കാം.
- ചെറിയ വ്യായാമത്തോടെ സെഷൻ ആരംഭിക്കുക.
- പതുക്കെപ്പതുക്കെ വ്യായാമം ചെയ്യുകയും ഇടയ്ക്കിടയ്ക്ക് വിശ്രമിക്കുകയും ചെയ്യുക.
- ആദ്യത്തെ 6 ആഴ്ചകളിൽ ഏതുവിധത്തിലുള്ള ഉലച്ചലോ, ഷോക്കോ, വേഗത്തിലുള്ള ചലനമോ ഒഴിവാക്കുക. സിറ്റ്-അപ്പ് അല്ലെങ്കിൽ ഡബിൾ ലെഗ് ലിഫ്റ്റ് മുതലായ വ്യായാമം ചെയ്യരുത്.
- നിങ്ങളുടെ ഹൃദയഗതി അറിയുക.
- വ്യായാമത്തിനുശേഷം വേണ്ടത്ര തരള പദാർത്ഥങ്ങൾ കഴിക്കുക.
- ആവശ്യത്തിൽ കൂടുതൽ വ്യായാമം ചെയ്യരുത്. ക്ഷീണം തോന്നിയതും നിറുത്തുക. അല്ലെങ്കിൽ അടുത്ത ദിവസം വ്യായാമം ചെയ്യാൻ കഴിയാതെവരും.
- നിങ്ങളെ നല്ലപോലെ ശ്രദ്ധിക്കുക. കുഞ്ഞിനും അതാണ് നല്ലത്.

ആദ്യത്തെ ആറ് ആഴ്ചയിലെ വർക്ക്-ഔട്ട്

- സപ്പോർട്ട് നൽകുന്ന ബ്രായും സൗകര്യപ്രദമായ വസ്ത്രവും ധരിക്കുക.
- വ്യായാമത്തിന്റെ സെഷൻ ദിവസത്തിൽ രണ്ട് മൂന്ന് ഭാഗമായി വിഭജിക്കുക.
- എളുപ്പമുള്ള വ്യായാമങ്ങളിൽ നിന്ന് തുടങ്ങുക.
- പതുക്കെപ്പതുക്കെ വ്യായാമം ചെയ്യുക. ശരീരത്തിന് ഉലച്ചൽ ഏൽക്കാതെ സൂക്ഷിക്കുക. നിങ്ങളുടെ ലിഗ്മെന്റുകൾ ലൂസാണ്. അതുകൊണ്ട് വ്യായാമവും സൂക്ഷിച്ച് ചെയ്യുക.
- വെള്ളത്തിന്റെ കുറവ് ഏർപ്പെടാതിരിക്കാൻ ധാരാളം തരള പദാർത്ഥങ്ങൾ കഴിക്കുക.
- ആവശ്യത്തിൽ കൂടുതൽ വ്യായാമം ചെയ്യരുത്. ക്ഷീണം തോന്നുന്നതിന് മുമ്പ് നിർത്തുക.
- കുഞ്ഞിനോടൊപ്പം നിങ്ങളുടെ കാര്യവും ശ്രദ്ധിക്കേണ്ടത് അത്യാവശ്യമാണെന്ന കാര്യം ഒരിക്കലും മറക്കരുത്.

ബേസിക് പൊസിഷൻ

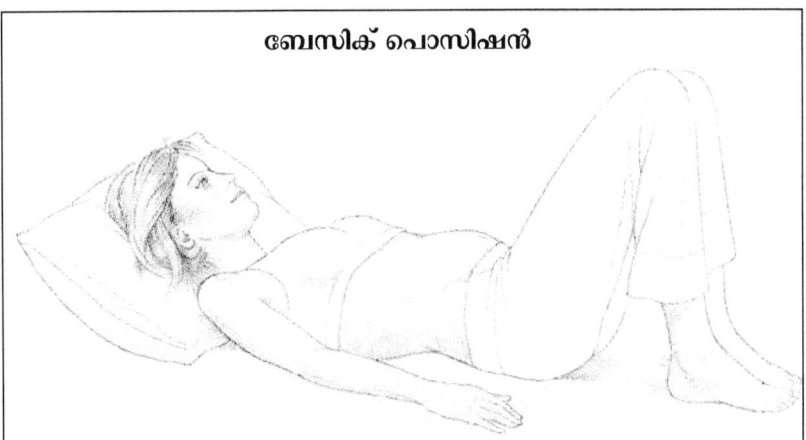

മലർന്ന് കിടന്ന് കാൽമുട്ടുകൾ മടക്കുക, കാൽ ഏകദേശം 12 ഇഞ്ച് ദൂരത്തിലായിരിക്കണം. കാലടികൾ തറയിൽ അമർന്നിരിക്കണം. തലയും ചുമലുകളും തലയണയിലായിരിക്കണം. രണ്ട് കൈകളും രണ്ടുവശത്തുവയ്ക്കുക.

പെൽവിക് ടിൽറ്റ്

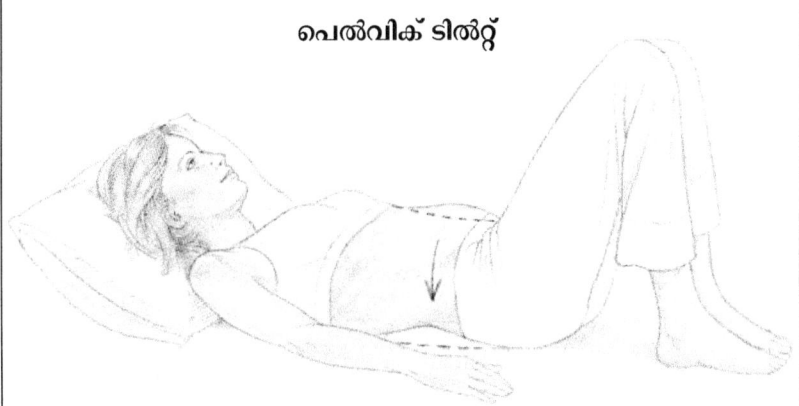

മലർന്ന് ബേസിക് പൊസിഷനിൽ കിടക്കുക. ശ്വാസമെടുക്കുക. ശ്വാസം വിട്ട് മുതുക് തറയിൽ അമർത്തുക. രണ്ടുമൂന്ന് പ്രാവശ്യം ഇത് ആവർത്തിച്ചുകൊണ്ട് 12-പ്രാവശ്യവും പിന്നീട് 24 പ്രാവശ്യവും ചെയ്യുക.

കുറയുകയും നിങ്ങൾക്ക് നിങ്ങളുടെ പഴയ രൂപം തിരിച്ചുകിട്ടുകയും ചെയ്യും. കീഗൽ വ്യായാമം മൂലം മൂത്രാശയത്തിൽ നിയന്ത്രണം വർദ്ധിക്കുകയും സെക്സ് സംബന്ധപ്പെട്ട പ്രശ്നങ്ങൾ ഇല്ലാതാകുകയും ചെയ്യും. ജോലി ചെയ്യാനുള്ള കഴിവ് വർദ്ധിക്കും, മൂഡ് നന്നാവും, പിരിമുറുക്കത്തെ അഭിമുഖീകരിക്കാനുള്ള കഴിവ് വർദ്ധിക്കും. നിങ്ങളുടെ പ്രസവം യോനിവഴിയായി നടക്കുകയും അതിൽ ജടിലതകൾ ഒന്നും ഏർപ്പെടാതിരിക്കുകയും ചെയ്താൽ പ്രസവിച്ച് കുറച്ചു നേരത്തിനുശേഷം തന്നെ വ്യായാമം ആരംഭിക്കാം. ആദ്യം ഡോക്ടറോട് ചോദിക്കാൻ മറക്കരുത്.

ലഗ്സ്ലൈഡ്

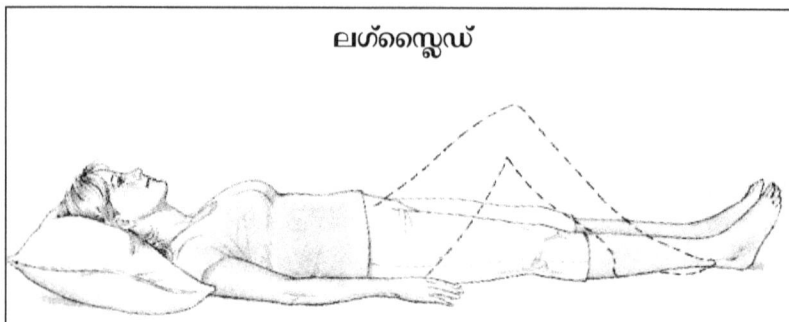

ബേസിക് പൊസിഷനിൽ കിടന്ന് കാലുകൾ തറയിൽ നീട്ടുക. ശ്വാസം എടുത്ത് വലതുകാൽ മേൽപ്പോട്ട് മടക്കുക. ഇടുപ്പ് തറയിൽ ഒട്ടിയമാതിരി വെക്കുക. കാൽ കീഴ്പ്പോട്ട് കൊണ്ടുവന്ന് ശ്വാസം വിടുക. പിന്നീട് ഇടതുകാൽ കൊണ്ട് അതേമാതിരി ചെയ്യുക. പല പ്രാവശ്യം രണ്ടുകാലുകളും മാറ്റിമാറ്റി ഇത് ആവർത്തിക്കുക. ചില ആഴ്ചകൾക്കുശേഷം ഈ വ്യായാമത്തിൽ ചില മാറ്റങ്ങളും വരുത്താം.

ഹെഡ്/ഷോൾഡർ ലിഫ്റ്റ്

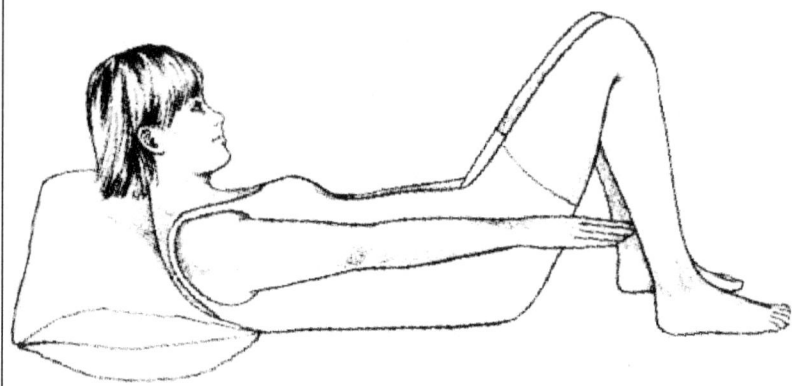

ബേസിക് പൊസിഷനിൽ കിടക്കുക. ദീർഘശ്വാസമെടുത്തുകൊണ്ട് തല പൊക്കി കൈകൾ നീട്ടി ശ്വാസംവിടുക. തല താഴോട്ടാക്കി ശ്വാസം എടുക്കുക. ഓരോ ദിവസവും തല കൂടുതൽ പൊക്കാൻ ശ്രമിക്കുക. ആദ്യത്തെ ആറ് ആഴ്ചകളിൽ വേഗം കുറവായിരിക്കട്ടെ. ഇത് ചെയ്യുന്നതിന് മുമ്പ് വയറിന്റെ 'സെപ്പറേഷൻ' ബിന്ദുവിൽ ശ്രദ്ധിക്കുക.

ഒരേ തള്ളിലോ അല്ലെങ്കിൽ വേഗമായോ വ്യായാമം ചെയ്യരുത്. ശരീരം ഇപ്പോഴും വളരെ ബലഹീനമായതുകൊണ്ട് ഈ വ്യായാമം പതുക്കെപ്പതുക്കെ ചെയ്യണം. കുറച്ച് വ്യായാമം ചെയ്യുക. കുറച്ചുനേരം കുഞ്ഞിനോടൊപ്പം ഉലാത്തുക. താഴെ കൊടുത്തിട്ടുള്ള ഘട്ടങ്ങൾ അനുസരിക്കുക.

ആദ്യത്തെ ഘട്ടം:– പ്രസവിച്ച് 24 മണിക്കൂറിനുശേഷം

കീഗൽ:– പ്രസവശേഷം നിങ്ങൾക്ക് എളുപ്പത്തിൽ കീഗൽ വ്യായാമം ആരംഭിക്കാൻ

സന്തോഷ വാർത്ത

വ്യായാമം ചെയ്യുന്നതുകൊണ്ട് നിങ്ങളുടെ നിപ്പിളുകളിൽ വിയർപ്പ് പൊടിയുന്നതുകൊണ്ട് കുഞ്ഞിൽ പാലിൽ ഒരു പുതിയ രുചി അനുഭവപ്പെടും. അതുകൊണ്ട് ഡോക്ടറുടെ അഭിപ്രായം കേട്ടശേഷം വ്യായാമം ചെയ്യുകയും മുലകൾക്ക് താങ്ങ് കൊടുക്കുന്ന വിധത്തിലുള്ള ബ്രാ ധരിക്കുകയും ചെയ്യുക

തുടങ്ങാം. പക്ഷെ മരുന്നിന്റെ പ്രഭാവം കൊണ്ട് നിങ്ങൾക്ക് അത് അനുഭവപ്പെടുകയില്ല. എന്നാൽ നിങ്ങൾക്ക് തീർച്ചയായും അതിന്റെ ലാഭം കിട്ടും. കുഞ്ഞിന് പാലൂട്ടുമ്പോൾ ഇത് പരിശീലിക്കുക. ദിവസവും നാലുമുതൽ ആറുപ്രാവശ്യം, 25-25 തവണ ചെയ്യുക. ഇതുകൊണ്ട് നിങ്ങളുടെ പെൽവിക്കിന്റെ ആരോഗ്യവും ശരിയാകും സെക്സിൽ നിന്ന് മുഴുവൻ സന്തോഷവും കിട്ടും.

ദീർഘശ്വാസം:– ബേസിക് പൊസിഷനിൽ കിടന്ന് നിങ്ങളുടെ വയറിൽ കൈവെക്കുക, അപ്പോൾ മൂക്കുവഴി ശ്വാസമെടുത്താൽ ഇത് ഉയരുന്നതായി അനുഭവപ്പെടും. രണ്ട് മൂന്ന് ദീർഘശ്വാസങ്ങളെടുത്ത് ഇത് ആരംഭിക്കുകയും പതുക്കെപ്പതുക്കെ അധികമാക്കുകയും ചെയ്യുക. അധികം ചെയ്താൽ തല ചുറ്റുകയോ പരിഭ്രമത്തിന്റെ ലക്ഷണങ്ങൾ കാണുകയോ ചെയ്യും.

രണ്ടാമത്തെ ഘട്ടം:– പ്രസവിച്ച് മൂന്ന് ദിവസങ്ങൾക്കുശേഷം

ആരോഗ്യം അനുവദിച്ചാൽ നിങ്ങൾക്ക് എളുപ്പത്തിൽ ഹെഡ്/ഷോൾഡർ ലിഫ്റ്റ്, ലെഗ്സ്ലൈഡ് അല്ലെങ്കിൽ പെൽവിക്ടിൽറ്റ് ചെയ്യാൻ കഴിയും.

ആദ്യം ഇത് കിടക്കയിൽവെച്ച് ചെയ്യുക. പിന്നീട് കുഷൻവെച്ച് തറയിൽ ചെയ്യുക.

ഗ്യാപ്പ് (വിടവ്) നികത്തുക

നിങ്ങളുടെ വയറിൽ നാഭിക്കടുത്ത് വയറിൽ ഒരു ചെറിയ കാലിയിടം കാണാൻ കഴിയും. ഇതിനെ മെഡിക്കൽ ഭാഷയിൽ ഡാസ്റ്റേറ്റസിസ് എന്നുപറയും. അങ്ങനെ ഉണ്ടെങ്കിൽ വയറുമായി ബന്ധപ്പെട്ട ഒരു വ്യായാമവും ചെയ്യരുത്. ഇത് നികത്താൻ ഒന്നോ രണ്ടോ മാസമെടുത്തേക്കാം. നിങ്ങൾ ബേസിക് മുദ്രയിൽ കിടക്കുകയും തല ഉയർത്തുകയും കൈകൾ കൊണ്ട് നാഭിയുടെ സമീപം അമർത്തുകയും ചെയ്യുക. അവിടെ നിങ്ങൾക്ക് ഒരു കുഴിപോലെ ഉണ്ടെന്ന് തോന്നും. ഇത് നിറക്കാൻ ഏതെങ്കിലും പരിചയ സമ്പന്നനായ വ്യക്തിയോട് ചോദിച്ച് വ്യായാമം ചെയ്യാം.

ഇതെല്ലാംവെച്ച് നിങ്ങളുടെ ഭാവി ആരോഗ്യത്തിന് ലാഭകരമായിരിക്കും. വ്യായാമത്തിന് പായ ഉപയോഗിച്ചാൽ ഇപ്പോൾ നിങ്ങൾക്കും പിന്നീട് നിങ്ങളുടെ കുഞ്ഞിന് അതിൽ സർക്കസ് കളിക്കാനും ഉപയോഗിക്കാം.

മൂന്നാമത്തെ ഘട്ടം:– പ്രസവത്തിന്റെ പരിശോധനക്കുശേഷം

ഡോക്ടറുടെ പരിശോധനക്കുശേഷം നിങ്ങൾക്ക് നിങ്ങളുടെ വർക്ക്ഔട്ട് പ്രോഗ്രാം തീരുമാനിക്കാം. ഇതിൽ ഓടുക, ഉലാത്തുക, സൈക്കിളോടിക്കുക, നീന്തുക, വെള്ളത്തിൽ വ്യായാമങ്ങൾ, ഐറോബിക്സ്, യോഗാ, ഭാരം തൂക്കുക അല്ലെങ്കിൽ ഇങ്ങനെയുള്ള മറ്റേതെങ്കിലും വ്യായാമം കൂട്ടിച്ചേർക്കുക. ഏതെങ്കിലും ക്ലാസിൽ ചേരാം. പക്ഷെ അധികം വേഗം കൂട്ടരുത്. നിങ്ങളുടെ ശരീരത്തെ വഴികാട്ടിയാക്കി അതിനനുസരിച്ച് പ്രവർത്തിക്കുക.

• • • •

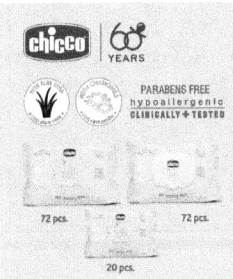

ഭാഗം - 5

അച്ഛന്മാർക്കുവേണ്ടി

അച്ഛനും ഗർഭം ധരിക്കുന്നു....

മെഡിക്കൽ സയൻസും ഹോളിവുഡ് സിനിമകളും പറയുന്നത് വരാനിരിക്കുന്ന കാലങ്ങളിൽ സ്ത്രീകൾ മാത്രമല്ല പുരുഷന്മാരും ഗർഭം ധരിക്കുമെന്നാണ്. അച്ഛനായതുകൊണ്ട്. നിങ്ങളും കുഞ്ഞിനെ ഉണ്ടാക്കുന്ന ഈ ടീമിലെ ഒരു അഭിന്ന അംഗമാണ്. വരാനിരിക്കുന്ന മാസങ്ങളിൽ നിങ്ങളും ആ രോമാഞ്ചം അനുഭവിക്കും. അതിനിടയിലും അതിനുശേഷവും നിങ്ങൾക്കും ഭാര്യക്ക് കിട്ടുന്നത്ര തന്നെ ആശ്വാസത്തിന്റെ ആവശ്യമുണ്ട്.

ഈ അദ്ധ്യായം വിശേഷിച്ച് അച്ഛന്മാർക്കുള്ളതാണ്. ഗർഭാവസ്ഥയുടെ ഈ പ്രക്രിയയിൽ അവരെ കണ്ടില്ലെന്ന് നടിക്കാൻ പറ്റില്ലല്ലോ. ഈ അദ്ധ്യായം മാത്രമല്ല പുസ്തകം മുഴുവൻ നിങ്ങൾ ശ്രദ്ധിച്ചു വായിച്ചാൽ നന്നായിരിക്കും. നിങ്ങളുടെ ഭാര്യ എന്തുമാത്രം മാനസിക/ ശാരീരിക അല്ലെങ്കിൽ വൈകാരിക സ്ഥിതികളിലൂടെയാണ് കടന്നുപോകുന്നതെന്ന് അപ്പോൾ നിങ്ങൾക്ക് മനസ്സിലാക്കാൻ കഴിയും. അങ്ങനെ നിങ്ങൾക്ക് സ്വയം തന്റെ ചുമതലകൾ ഏറ്റെടുക്കാൻ നല്ല വിധത്തിൽ തയ്യാറാക്കാൻ കഴിയും.

നിങ്ങൾ എന്ത് വിചാരിക്കുന്നുണ്ടാകും

അതിന്റെ ലക്ഷണങ്ങളിൽ നിന്ന് നിവൃത്തരാകുക

"എന്റെ ഭാര്യക്ക് ഈ പുസ്തകത്തിൽ പറ ഞ്ഞിട്ടുള്ള എല്ലാ ലക്ഷണങ്ങളുമുണ്ട്. മനം പിരട്ടൽ, ഒന്നും പിടിക്കാതിരിക്കുക, അടി ക്കടി മൂത്രമൊഴിക്കുക എന്നിവ! അവൾക്കു വേണ്ടി എന്തുചെയ്യാൻ കഴിയുമെന്ന് എനിക്ക് അറിയാൻ കഴിയുന്നില്ല"

ഈ സമയത്ത് നിങ്ങളുടെ ഭാര്യ ഗർഭാവസ്ഥ യിലെ ഹാർമോണുകളുടെ പിടിയിലാണ്. അതിനനുസരിച്ച് ശരീരത്തിലും മാറ്റങ്ങൾ വന്നുകൊണ്ടിരിക്കുന്നു. ഇക്കാര്യത്തിൽ അവർക്ക് ഒന്നും ചെയ്യാൻ കഴിയില്ല. നിങ്ങൾക്ക് അവരെ സഹായിക്കാൻ കഴിയില്ല.

നിങ്ങൾക്ക് സഹായിക്കാൻ കുറച്ച് മുമ്പോട്ടു വരാവുന്നതാണ്. അവർക്ക് കുറച്ച് ആശ്വാ സം അനുഭവപ്പെടാൻ സഹായിക്കുക.

മോണിങ്ങ് സിക്നസ്:— മോണിങ്ങ് സിക്നസ് അർത്ഥംവെച്ചു നോക്കിയാൽ പേര് ശരിയല്ല. ഇത് കാലത്ത് മാത്രമല്ല ഉണ്ടാകുന്നത്.

കുറച്ച് തയ്യാറെടുപ്പുകൾ

ഇനിയും കുഞ്ഞിന്റെ വരവിനെക്കുറിച്ച് ആലോചിച്ചിട്ടുപോലുമില്ല. അതിനുമുമ്പ് നിങ്ങൾ നിങ്ങളെയും ഭാര്യയെയും നന്നായി ശ്രദ്ധിക്കണം. ആദ്യത്തെ അദ്ധ്യായത്തിൽ ഇതിനെപ്പറ്റി പറഞ്ഞി ട്ടുണ്ട് അതിനെപ്പറ്റി മനസ്സിലാക്കുകയും അതിനനുസരിച്ച് പ്രവർത്തിക്കുകയും ചെയ്യുക.

നിങ്ങളുടെ ഭാര്യക്ക് ഏതുനേരത്ത് വേണമെങ്കിലും ഛർദ്ദിക്കാൻ ബാത്ത്റൂമിലേക്ക് ഓടേണ്ടിവരും. അവർക്ക് കുറച്ച് ആശ്വാസം കിട്ടാൻ സഹായിക്കുക. അവർക്ക് മണം കേട്ടാൽ ഛർദ്ദിവരുന്ന ആഫ്റ്റർഷേവ് ലോഷൻ തേക്കരുത്. അവരെ പമ്പിൽ ഗ്യാസ് നിറക്കാൻ അയക്കരുത്. കഴിച്ചാൽ മനം പിരട്ടുകയോ ഛർദ്ദിവരുകയോ ചെയ്യാത്ത ആഹാരം ഏതാണെന്ന് അവരോട് ചോദിച്ച് അത്കൊണ്ടുവന്നുകൊടുക്കുക. അവരുടെ മുതുക് തടവി കൊടുക്കുക. കുറച്ച് തണുത്ത വെള്ളം കുടിക്കാൻ കൊടുക്കുക. പകലിൽ പലപ്രാവശ്യം കുറച്ചുകുറച്ച് ആഹാരം കൊടുക്കുക. അവരെ ഇക്കാര്യത്തിന് കളിയാക്കരുത്.

ഇഷ്ടാനിഷ്ടങ്ങൾ:– മുമ്പ് ഒരിക്കലും കഴിക്കാറില്ലാത്ത ഭക്ഷണം ഇപ്പോൾ അവർക്ക് ഇഷ്ടമായേക്കാം. നിങ്ങളുടെ ഇഷ്ടാനിഷ്ടങ്ങൾ മറന്ന് അവരുടെ ഇഷ്ടത്തിനനുസരിച്ച് നടക്കാൻ ശ്രമിക്കുക. രാത്രി അവർക്ക് ഐസ്ക്രീം കൊണ്ടുവരാൻ വേണ്ടി നടന്നു പോകേണ്ടിവന്നാലും സാരമില്ല.

ക്ഷീണം:– രാത്രിയാകുമ്പോഴേക്കും ക്ഷീണിച്ച് പരവശനാകുന്നെന്ന് തോന്നിയാൽ ഭാര്യയെപ്പറ്റി ഓർക്കുക. അവർ ഇപ്പോൾ ശിശു നിർമ്മാണ പ്രക്രിയയിൽ ഏർപ്പെട്ടിരിക്കുകയാണ്. അപ്പോൾ അവർക്ക് എത്ര ക്ഷീണം ഉണ്ടാകും. അവരെ വീട്ടിൽ അധികം അദ്ധ്വാനമുള്ള ജോലികൾ ചെയ്യാൻ അനുവദിക്കരുത്. ടോയ്‌ലെറ്റ് കഴുകുമ്പോൾ ക്ലീനറിന്റെ മണം കാരണം അവർക്ക് തലചുറ്റിയേക്കാം. അങ്ങനെയുള്ള ജോലികൾ നിങ്ങൾ തന്നെ ചെയ്യുക. ഈ സമയത്ത് അവർ സോഫയിലിരുന്ന് നിങ്ങളെ നോക്കുകയായിരിക്കും. അത് വർഷങ്ങളായി നിങ്ങൾക്ക് പിടിച്ച പോസായിരിക്കും.

ഉറക്കം വരായ്ക:– ഈ സമയത്ത് അവർ ഒരു കുഞ്ഞിനെ ഉണ്ടാക്കി കൊണ്ടിരിക്കുകയാണ്. എന്നാൽ അവർക്ക് കുഞ്ഞിനെപ്പോലെ ഗാഢനിദ്ര ഉണ്ടായിരിക്കുകയില്ല. രാത്രി അവർക്ക് ഉറക്കം വരുന്നില്ലെങ്കിൽ അടുത്ത് കിടന്ന് കൂർക്കം വലിക്കുന്നതിനു പകരം കൂടെ ഉണർന്നിരിക്കുക. മുതുക് തടവിക്കൊടുക്കുക. ഒരുകപ്പ് ചൂടുള്ള പാലോ എന്തെങ്കിലും കഴിക്കാനോ കൊടുക്കുക. അവരോട് സംസാരിക്കുക, ലാളിക്കുക. അങ്ങനെ രണ്ടുപേർക്കും സുഖമായി ഉറങ്ങാൻ കഴിയും. ഇതുകൊണ്ട് അവർ സെക്സിന്റെ മൂഡിലേക്ക് വരുമെന്ന് കരുതരുത്. ഈ ദിവസങ്ങളിൽ അവരുടെ മനസ്സ് സെക്സിനോട് നിസ്സംഗത പാലിച്ചേക്കാം.

മൂത്രം:– ആദ്യത്തെ മൂന്നാം മാസം അടിക്കടി മൂത്രം ഒഴിക്കേണ്ടിവരും. അവർക്കുവേണ്ടി എപ്പോഴും ബാത്ത്റൂം കാലിയാക്കിയിടുക. രാത്രിയിൽ ബാത്ത്റൂമിലേക്ക് പോകുന്നവഴിയിൽ സാധനങ്ങളൊന്നും വെക്കരുത്. അവിടെ ഒരു ലൈറ്റ് എപ്പോഴും കത്തിക്കൊണ്ടിരിക്കട്ടെ, അവരുടെ കാല് തെറ്റി വീഴാതിരിക്കാനാണിത്. അവർ മൂവികാണുന്നതിനിടയിൽ മൂന്ന് പ്രാവശ്യമോ നിങ്ങളുടെ അച്ഛനമ്മമാരെ കാണാൻ പോകുമ്പോൾ വഴിയിൽ ആറ് പ്രാവശ്യമോ, മൂത്രമൊഴിക്കാൻ പോയാൽ തെറ്റായെടുക്കണ്ട, അവരുടെ അവസ്ഥ മനസ്സിലാക്കുക.

> **ഞങ്ങളുടെ ഈ പഠനത്തിൽ**
>
> ഈ പഠനത്തിൽ ഞങ്ങൾ ഗർഭിണിയുടെ ഭർത്താവിനെയാണ് സംബോധന ചെയ്തിട്ടുള്ളത്. പക്ഷെ നിങ്ങൾ അവരുടെ സ്നേഹിതനും ആകാം. നിങ്ങൾക്ക് അനുയോജ്യമായ കാര്യങ്ങൾ മാത്രം ഇതിൽ നിന്ന് എടുക്കുക.

സഹാനുഭൂതിയുടെ അടയാളങ്ങൾ

"എന്റെ ഭാര്യ ഗർഭിണിയാണ്. എനിക്ക് മോണിങ്ങ് സിക്നസ് അനുഭവപ്പെടുന്നത് എന്തുകൊണ്ടാണ്?"

നിങ്ങൾക്കും ഗർഭമുണ്ടെന്ന് തോന്നുന്നുണ്ടോ? സാധാരണ അങ്ങനെ ഉണ്ടാകാറുണ്ട്, ഭർത്താവിനും ഭാര്യയ്ക്കുള്ളതൊക്കെ അനുഭവപ്പെടുന്നതുപോലെ തോന്നും. ഇതിനെ 'സിംപതെറ്റിക് പ്രെഗ്നൻസി' എന്നുപറയും. അവർക്ക് മനം പിരട്ടും, ഛർദ്ദിവരും, ഭക്ഷണ സാധനങ്ങളിൽ ഇഷ്ടാനിഷ്ടങ്ങൾ വർദ്ധിക്കും, ക്ഷീണം തോന്നും, മൂഡിൽ ഏറ്റ-ഇറക്കം ഉണ്ടാകും.

ഈ ദിവസങ്ങളിൽ നിങ്ങൾ അവരുടെ ദുഃഖം കാരണം ദുഃഖിതനാണ്. ഹായ് അവളുടെ കഷ്ടം കുറക്കാൻ കഴിഞ്ഞിരുന്നെങ്കിൽ എന്ന് നിങ്ങൾക്ക് അടിക്കടിതോന്നും. വാസ്തവത്തിൽ നിങ്ങളുടെ ഭാര്യയുടെ

ഗർഭാവസ്ഥ ഹാർമോണുകൾ പോലെ നിങ്ങളിലും ഇങ്ങനെയുള്ള ചില ഹാർമോണുകൾ തലപൊക്കാൻ തുടങ്ങിയിരിക്കുന്നു. പക്ഷെ, നിങ്ങളുടെ വയർ വീർക്കുകയൊന്നും ഇല്ല, മാർപകങ്ങൾ വലുതാകുകയോ രാത്രിയിൽ ഫ്രിഡ്ജ് തുറന്ന് കഴിക്കാനെന്തെങ്കിലും തിരയുകയോ ചെയ്യില്ല. എന്നാൽ നിങ്ങൾക്കും മാതൃത്വത്തിന്റെ ഈ വശങ്ങൾ അനുഭവപ്പെടും. ഈ സഹാനുഭൂതിയ്ക്ക് പകരമായി ഭാര്യക്കുവേണ്ടി വീട് വൃത്തിയാക്കുക, ഭക്ഷണം പാകം ചെയ്യുക, അവരോട് സംസാരിക്കുക. അപ്പോൾ നിങ്ങൾ രണ്ടുപേർക്കും എളുപ്പത്തിൽ ഈ യാത്ര പൂർത്തിയാക്കാൻ കഴിയും.

പ്രസവശേഷം ഈ ലക്ഷണങ്ങളൊക്കെ മറയും. എന്നാൽ പ്രസവശേഷം ഉണ്ടാകുന്ന ചില ലക്ഷണങ്ങൾ മുന്നിലെത്തും. നിങ്ങൾക്ക് അങ്ങനെയുള്ള ലക്ഷണങ്ങളൊന്നും ഉണ്ടായില്ലെങ്കിൽ നിരാശപ്പെടേണ്ട. നിങ്ങൾ മറ്റുവിധത്തിൽ നിങ്ങളുടെ വികാരങ്ങൾ പ്രകടമാക്കുന്നുണ്ടാകും. ഓരോ ഭാവി മാതാവിനെയും പോലെ ഭാവി പിതാവും വ്യത്യസ്തനാണ്.

ഏകാന്തത അനുഭവപ്പെടുക

"ഈ ഗർഭാവസ്ഥയ്ക്കും എനിക്കും ഒരു സംബന്ധവും ഇല്ലെന്ന് തോന്നുന്നു. എനിക്ക് ഒറ്റപ്പെട്ടതുപോലെ തോന്നുന്നു."

മിക്ക അച്ഛന്മാർക്കും അങ്ങനെ തോന്നാൻ തുടങ്ങും. ഗർഭാവസ്ഥയിൽ എല്ലാവരുടെയും ശ്രദ്ധയുടെ കേന്ദ്രബിന്ദു ഭാര്യയായിതീരുന്നതുകൊണ്ട് താൻ ഒറ്റപ്പെട്ടതായി ഭർത്താവിന് തോന്നുന്നു അമ്മയ്ക്കും കുഞ്ഞിനും തമ്മിൽ ശാരീരികമായ ബന്ധം ഉണ്ടായിരിക്കും. നിങ്ങളും അച്ഛനാകാൻ പോകുകയാണെന്ന് നിങ്ങൾക്കറിയാം. എന്നാൽ നിങ്ങൾക്ക് അത് പ്രകടമാക്കാൻ കഴിയുകയില്ല.

വിഷമിക്കേണ്ട. ഇതൊക്കെ നിങ്ങളുടെ ശരീരത്തിൽ സംഭവിക്കാത്തതുകൊണ്ട് നിങ്ങൾക്ക് പങ്കുവയ്ക്കാൻ കഴിയില്ലെന്ന് അർത്ഥമില്ല. നിങ്ങൾക്ക് ഭാര്യയോടൊപ്പം നിങ്ങളുടെ ഭാവനകൾ പങ്കുവയ്ക്കാം. നിങ്ങളുടെ വിരസതയുടെ അർത്ഥം തെറ്റായി എടുക്കരുതല്ലോ! നിങ്ങൾക്ക് അവരുടെ ഗർഭാവസ്ഥയിൽ ഒരു താൽപ്പര്യവുമില്ലെന്ന് ഭാര്യക്ക് തോന്നരുതല്ലോ!

ഇതിന് നിങ്ങൾ എന്തുചെയ്യണം.

- ഡോക്ടറെ കാണാൻ പോകുമ്പോൾ നിങ്ങളും കൂടെ പോകണം. അവർക്ക് പൂർണ്ണമായ പിന്തുണ നൽകണം. ഡോക്ടറുടെ നിർദ്ദേശങ്ങൾ ശ്രദ്ധിച്ചു കേൾക്കുക. ഒൻപതുമാസവും ഭാര്യയെയും വരാനിരിക്കുന്ന വിരുന്നുകാരനെയും ശുശ്രൂഷിക്കേണ്ടത് നിങ്ങൾ തന്നെ ആണല്ലോ. ഇതുകൊണ്ട് ഭാര്യയുടെ ശരീരത്തിൽ ഏർപ്പെടുന്ന മാറ്റങ്ങളെപ്പറ്റിയും നിങ്ങൾക്ക് അറിയാൻ കഴിയും.
- നിങ്ങളും ഗർഭാവസ്ഥയോട് ബന്ധപ്പെട്ട നിയമങ്ങൾ പാലിക്കുക. വയറിൽ തലയണ വച്ചുകെട്ടുകയോ 'ഞാൻ ഗർഭിണിയാണ്' എന്ന് എഴുതിയ ടി-ഷർട്ട് ധരിക്കുകയോ വേണ്ട. ഈ ദിവസങ്ങളിൽ മദ്യവും സിഗററ്റും ഉപേക്ഷിക്കുക. നിങ്ങളുടെ ഭാര്യയെ പോഷകാഹാരം കഴിക്കാൻ നിർബന്ധിക്കുക.
- ഗർഭാവസ്ഥ, കുഞ്ഞിന്റെ ജനനം, പരിചരണം എന്നിവയെക്കുറിച്ചുള്ള കാര്യങ്ങൾ അറിഞ്ഞിരിക്കുക. നിങ്ങളുടെ വലിയ ഡിഗ്രികളൊന്നും ഇവിടെ പ്രയോജനപ്പെടില്ല. നിങ്ങളുടെ സ്നേഹിതന്മാരോടും സഹപ്രവർത്തകരോടും ഇതിനെക്കുറിച്ച് സംസാരിക്കുക, നിങ്ങളുടെ ജിജ്ഞാസകൾക്കുള്ള ഉത്തരം കിട്ടും.
- കുഞ്ഞിനോട് സമ്പർക്കം സ്ഥാപിക്കുക. ഭാര്യയുടെ ഗർഭാശയത്തിൽ വളരുന്ന വിരുന്നുകാരനോട് ചങ്ങാത്തം കൂടുക. കുഞ്ഞിനോട് സംസാരിക്കുക, പാട്ടുപാടി കേൾപ്പിക്കുക. അപ്പോൾ പ്രസവം കഴിഞ്ഞതും കുഞ്ഞ് അച്ഛന്റെ ശബ്ദം തിരിച്ചറിയും.
- ഭാര്യയോടൊപ്പം ചേർന്ന് ചെറിയ തൊട്ടിൽ, കിടക്ക എന്നിവ തയ്യാറാക്കി വയ്ക്കുക. കുഞ്ഞിന്റെ പേരിനുവേണ്ടി പുസ്തകങ്ങൾ കൊണ്ടുവരിക കുഞ്ഞിന്റെ വരവിനുവേണ്ട ഏർപ്പാടുകൾ ചെയ്യുക.

സെക്സ്

"എന്റെ ഭാര്യ ഗർഭിണിയായശേഷം സെക്സിൽ വളരെ രുചി കാണിക്കുന്നു. ഇത് സാധാരണമാണോ? ഞാൻ പരാതിപ്പെടുകയല്ല, ഇങ്ങനെ ചെയ്യുന്നത് സുരക്ഷിതമാണോ?"

വാസ്തവത്തിൽ ഹാർമോണുകൾ കാരണം നിങ്ങളുടെ ഭാര്യയുടെ അവയവങ്ങൾ

സെക്സിനെക്കുറിച്ച്

നിങ്ങൾ ഇത് മുമ്പും ചെയ്തിട്ടുണ്ടെങ്കിലും ഇപ്പോൾ പ്രെഗ്നൻസി സ്റ്റൈലിൽ ചെയ്യണം. എല്ലാം വളരെ മാറിവരികയാണ്. അതിനനുസരിച്ച് നിങ്ങളുടെ സ്റ്റൈലും മാറ്റണം.

- ഭാര്യയുടെ മൂഡ് വരുന്നതുവരെ കാത്തിരിക്കുക. ഗർഭിണിയ്ക്ക് മൂഡ് വരാനും പോകാനും അധികം സമയം വേണ്ട.
- വാം-അപ്പ് ചെയ്യേണ്ടത് ആവശ്യമാണ്. ഫോർ പ്ലേ ചെയ്ത് ഭാര്യയെ സെക്സിന് തയ്യാറാക്കണം.
- അവരുടെ നിർദ്ദേശങ്ങൾ ശ്രദ്ധിക്കുക. അവരുടെ ശരീരത്തിന്റെ ഏതെങ്കിലും ഭാഗത്ത് പ്രയാസമോ വേദനയോ ഉണ്ടാകും. അവരോട് ചോദിച്ചശേഷം മുന്നോട്ടു പോകുക.
- അവർക്ക് സൗകര്യപ്രദമായ പൊസിഷൻ തിരഞ്ഞെടുക്കുക. വയറിൽ അധികം സമ്മർദ്ദം ഏൽക്കാതിരിക്കാൻ ശ്രദ്ധിക്കുക. രണ്ടുപേർക്കും സ്പൂനേ മുദ്രയിൽ കിടക്കാം. അപ്പോൾ ഉന്തിയ വയറ് നടുവിൽ വരില്ല.
- നിങ്ങൾക്ക് സംഭോഗത്തിനുള്ള സന്ദർഭം കിട്ടിയെന്ന് വരില്ല. അപ്പോൾ സുഖത്തിനുള്ള മറ്റ് വല്ല മാർഗ്ഗവും തിരഞ്ഞെടുക്കുക. ഉദാ:– കൈകൊണ്ടുള്ള മൈഥുനം, മുഖമൈഥുനം, അല്ലെങ്കിൽ രണ്ടുപേരും മാലിഷ് ചെയ്യുക എന്നിവ.

വീങ്ങിയിരിക്കുകയും അവയിൽ രക്തപ്രവാഹം വർദ്ധിക്കുകയും ചെയ്തിരിക്കുന്നു. അതുകൊണ്ടാണ് അവർക്ക് കാമേച്ഛ ഉണ്ടാകുന്നത്. അവർക്ക് സെക്സിൽ തീരെ രുചിയില്ലാതാകുകയും ചെയ്തേക്കാം. ഡോക്ടർ പച്ചക്കൊടി കാട്ടിയിട്ടുണ്ടെങ്കിൽ ഇതിൽ തെറ്റൊന്നുമില്ല. അവർക്ക് മൂഡ് വരുമ്പോൾ നിങ്ങളും തയ്യാറാകുക. ഈ സമയത്ത് പഴയരീതി തുടരാതെ അവരുടെ ഇഷ്ടാനിഷ്ടങ്ങൾക്ക് അധികം മുഖ്യത്വം കൊടുക്കുക. ഈ മാസങ്ങളിൽ അവരുടെ കാമേച്ഛയിൽ പല മാറ്റങ്ങളും ഏർപ്പെടുകയും നിങ്ങൾക്ക് അവരുടെ മൂഡിനനുസരിച്ച് പ്രവർത്തിക്കേണ്ടിവരികയും ചെയ്യും.

"എന്റെ ഭാര്യ വളരെ സെക്സിയായിരുന്നു. എന്നാൽ ഗർഭാവസ്ഥയെപ്പറ്റി അറിഞ്ഞ ശേഷം സെക്സിലുള്ള രുചി തീരെ ഇല്ലാതായി."

ഈ ദിവസങ്ങളിൽ സാധാരണ പതി-പത്നിയുടെ സെക്സ് ബന്ധത്തിലും വളരെ മാറ്റങ്ങൾ ഏർപ്പെടും. പല ശാരീരികവും മാനസികവുമായ കാരണങ്ങളും സെക്സിന്റെ ഇച്ഛാ, ആനന്ദം പ്രദർശിപ്പിക്കൽ എന്നിവയെ സ്വാധീനിക്കും. ചിലപ്പോൾ ഭാര്യയുടെ നിറഞ്ഞ മാറിയ രൂപം നിങ്ങൾക്ക് മൂഡുണ്ടാക്കിയേക്കാം. അല്ലെങ്കിൽ നിങ്ങൾക്ക് ജനിക്കാൻ പോകുന്ന കുഞ്ഞിന്റെ അമ്മയോട് കൂടുതൽ സ്നേഹം തോന്നിയേക്കാം. ഏതുവിധത്തിലായാലും നിങ്ങളുടെ ഈ ആഗ്രഹം സ്വാഭാവികമാണ്.

അതേപോലെ തന്നെ ഭാര്യക്ക് സെക്സിലുള്ള രുചി കുറയുന്നതും സ്വാഭാവികമാണ്. അവരുടെ മുതുകിലും കാലുകളിലും വേദന ഉണ്ടായിരിക്കും. അവരുടെ ഊർജ്ജം കുറഞ്ഞിരിക്കും. അല്ലെങ്കിൽ അവർക്ക് തന്റെ ഉന്തിയ വയറുകാരണം വെറുപ്പ് തോന്നിയേക്കാം. അല്ലെങ്കിൽ അവർക്ക് അമ്മയുടെയും പ്രേമിയുടെയും റോളുകളിൽ സമതുലനം ഏർപ്പെടുത്താൻ കഴിയുന്നുണ്ടാവില്ല.

അവർക്ക് മൂഡില്ലെങ്കിൽ അതിനെ വ്യക്തിഗതമായി എടുക്കരുത്. അവർക്ക് മൂഡുണ്ടാകുന്നതുവരെ കാത്തിരിക്കുക. അവർ വേണ്ടെന്ന് പറഞ്ഞാലും പുഞ്ചിരിക്കുകയും നിങ്ങൾ അവരെ പണ്ടത്തെപ്പോലെ സ്നേഹിക്കുന്നുണ്ടെന്ന് വിശ്വസിപ്പിക്കുകയും ചെയ്യുക. ഇപ്പോൾ അവരുടെ ബുദ്ധികുഴഞ്ഞിരിക്കുകയാണെന്ന കാര്യം ഓർക്കുക. അവർക്ക് നിങ്ങളുടെ സംഭോഗത്തിനുള്ള ആഗ്രഹത്തിന് അധികം മുഖ്യത്വം നൽകാൻ കഴിയുകയില്ല.

രണ്ടാമത്തെ മൂന്നാം മാസത്തിൽ അവരുടെ ഈ ആഗ്രഹം സ്വാഭാവികമായി തിരിച്ചുവന്നേക്കാം. എന്നാൽ വരാനിരിക്കുന്ന മാസങ്ങളിൽ ഏതെങ്കിലും വിധത്തിലുള്ള മാറ്റങ്ങൾ ഉണ്ടായേക്കാം. നിങ്ങൾക്ക് ശരീരബന്ധം ഇല്ലാതെ തന്നെ പരസ്പര സ്നേഹം നിലനിർത്തേണ്ടതുണ്ട്. നിങ്ങൾ രണ്ടുപേരുടെയും ബന്ധം വെറും ശരീരങ്ങൾ തമ്മിലുള്ളതല്ല മനസ്സുകൾ തമ്മിലും കൂടിയുള്ളതാണെന്ന് അവരെ വിശ്വസിപ്പിക്കണം.

റൊമാൻസും പരസ്പരമുള്ള സംസാരവും ആലിംഗനവും ഒന്നും മറക്കരുത്. ഈ സമയത്ത് അവർക്ക് ഇതൊക്കെയാണ് ഏറ്റവും കൂടുതൽ ആവശ്യം. ഗർഭവതിയാ

ണെങ്കിലും അവർ എത്ര സുന്ദരിയും സെക്സിയുമാണെന്ന് അവരോട് പറയാൻ മറക്കരുത്. ഇതുകേൾക്കുമ്പോൾ അവർക്ക് ഇഷ്ടപ്പെടും.

"ഈയിടെയായി എനിക്ക് സെക്സിൽ താൽപ്പര്യം തോന്നുന്നില്ല. ഇത് സാധാരണമാണോ?"

ഭാവി മാതാക്കളെപ്പോലെ തന്നെ പിതാക്കൾക്കും സെക്സിന്റെ കാര്യത്തിൽ മൂഡിൽ ഏറ്റ-ഇറക്കങ്ങളെ അഭിമുഖീകരിക്കേണ്ടിവരും. നിങ്ങൾക്ക് സെക്സിൽ രുചി കുറയാൻ പല കാരണങ്ങളും ഉണ്ടായേക്കാം. ഒരു പക്ഷെ നിങ്ങൾ രണ്ടുപേരും ഗർഭധാരണത്തെ വളരെ ഗംഭീരമായി തന്നെ കാണുകയും ഇത് കഠിനാദ്ധ്വാനമായി തോന്നാൻ തുടങ്ങുകയും ചെയ്തിരിക്കും. നിങ്ങളുടെ ശ്രദ്ധമുഴുവൻ വരാൻ പോകുന്ന കുഞ്ഞിൽ കേന്ദ്രീകരിച്ചിരിക്കും അല്ലെങ്കിൽ ഭാര്യയുടെ മാറിവരുന്ന രൂപവുമായി നിങ്ങൾക്ക് പൊരുത്തപ്പെടാൻ കഴിയുന്നുണ്ടാവില്ല. സെക്സിനിടയിൽ കുഞ്ഞിനോ ഭാര്യക്കോ മുറിവേൽപ്പിക്കുമോ എന്ന പേടിയും ഉണ്ടാകാം. ഒരു അമ്മയാകാൻ പോകുന്ന സ്ത്രീയുടെ കൂടെ സംഭോഗം ചെയ്യുന്നതെങ്ങനെ എന്ന സംശയവും ഉണ്ടായേക്കാം. പലപ്പോഴും അച്ഛനാകാൻ പോകുന്ന ആളിന്റെ ഹാർമോണുകളിൽ ഉണ്ടാകുന്ന മാറ്റങ്ങളും ഇതിന് കാരണമായേക്കാം.

പലപ്പോഴും തമ്മിൽ സംസാരിക്കുന്നതിന്റെ കുറവ് കൊണ്ട് തെറ്റിദ്ധാരണ ഉണ്ടാകും. അവർക്ക് ഇതിൽ രുചി ഇല്ലെന്ന് കരുതി നിങ്ങൾ ഉൾമനസ്സിൽ നിന്ന് സെക്സിനോടുള്ള താൽപ്പര്യം ഉപേക്ഷിക്കും. നിങ്ങൾക്ക് സെക്സിൽ രുചിയില്ലെന്ന് അവർക്ക് തോന്നുന്നതുകൊണ്ട് അവരും പിന്മാറും.

നിങ്ങളുടെ ബന്ധത്തിൽ സെക്സിനെക്കാൾ ഗുണത്തിന് തൂക്കം നൽകുക. കുറച്ചായാലും അത് സ്വയം പൂർണ്ണമായിരിക്കണം. നിങ്ങൾക്ക് പെട്ടെന്നുള്ള ആലിംഗനം ചുംബനം അല്ലെങ്കിൽ ഭാവ പ്രകടനങ്ങൾ വഴിയും സെക്സിനുള്ള മൂഡ് ഉണ്ടാക്കാം. ഗർഭാവസ്ഥയിൽ ഉണ്ടാകുന്ന ശാരീരികവും വൈകാരികവുമായ മാറ്റങ്ങളുമായി പൊരുത്തപ്പെട്ടശേഷം പെട്ടെന്ന് നിങ്ങൾ രണ്ടുപേർക്കും മൂഡ് വന്നാൽ അതിൽ ആശ്ചര്യപ്പെടാൻ ഒന്നുമില്ല.

ഒൻപതുമാസവും അല്ലെങ്കിൽ അതിനുശേഷവും നിങ്ങൾക്ക് സെക്സിൽ തീരെ രുചി ഏർപ്പെടാതിരുന്നേക്കാം. കുഞ്ഞ് ജനിച്ച് കുറച്ചുമാസങ്ങൾവരെ സാധാരണ ഭാര്യഭർത്താക്കന്മാർ ഇക്കാര്യത്തിൽ ഉദാസീനത കാണിക്കും. ഇതെല്ലാം തികച്ചും സ്വാഭാവികവും നിരന്തരമല്ലാത്തതുമാണ്. അതുവരെ കുഞ്ഞിന്റെ സംരക്ഷണം നിങ്ങൾ രണ്ടുപേരുടെയും ബന്ധങ്ങൾക്കിടയിൽ തടസ്സമായി വരാതെ നോക്കണം. ഇടയ്ക്ക് റൊമാൻസ് ചെയ്യാൻ മറക്കരുത്. നിങ്ങൾക്ക് അവർക്കുവേണ്ടി കാൻഡിൽ ലൈറ്റ് ഡിന്നർ തയ്യാറാക്കാം. അവർക്ക് സെക്സി നൈറ്റിയോ പൂവോ സമ്മാനിക്കാം. നിലാവുള്ള രാത്രികളിൽ നടക്കാൻ പോകാം, കിടക്കയിൽ ഇരുന്ന് ഒരുമിച്ച് ചൂടുള്ള കൊക്കോ കുടിക്കാം. നിങ്ങളുടെ ഭയവും ആശങ്കകളും അവരോടൊപ്പം പങ്കുവയ്ക്കാം. അവരെയും അങ്ങനെ ചെയ്യാൻ പ്രേരിപ്പിക്കാം. ആലിംഗനവും ചുംബനങ്ങളും കൊണ്ട് അവരെ മൂടുക. ഇങ്ങനെ രണ്ടുപേരുടെയും കൂടിച്ചേരൽ നിലനിൽക്കും.

നിങ്ങളുടെ ഭാര്യയുടെ ശാരീരികവും വൈകാരികവുമായ സ്ഥിതികാരണം, സെക്സിലുള്ള നിങ്ങളുടെ രുചി കുറഞ്ഞിട്ടില്ലെന്ന് അവരെ വിശ്വസിപ്പിക്കുക. തന്റെ ഗർഭാവസ്ഥയിലുള്ള രൂപം കാരണം അവർ ആദ്യംതന്നെ വളരെ വിഷമിക്കുന്നുണ്ടാകും. നിങ്ങളുടെ സ്പർശനം കൊണ്ടും വാക്കുകൊണ്ടും അവർ നിങ്ങളുടെ കണ്ണിൽ മുമ്പിലത്തെക്കാളും ആകർഷകവും സുന്ദരിയുമാണെന്ന് അവരെ അറിയിക്കുക.

"ഗർഭാവസ്ഥക്കിടയിൽ സെക്സ് ചെയ്യുന്നത് സുരക്ഷിതമാണെന്ന് ഡോക്ടർ പറഞ്ഞിട്ടുണ്ടെങ്കിലും എന്റെ ഭാര്യക്കോ കുഞ്ഞിനോ മുറിവ് ഏർപ്പെടുമോ എന്ന് എനിക്ക് പേടിയാകുന്നു?"

പല ഭാവി അച്ഛന്മാർക്കും ഈ പേടിയെ അഭിമുഖീകരിക്കേണ്ടിവരാറുണ്ട്. ഇതിൽ ആശ്ചര്യപ്പെടാൻ ഒന്നുമില്ല. ഭാര്യയുടെയും കുഞ്ഞിന്റെയും സുരക്ഷയ്ക്ക് മുഖ്യത്വം കൊടുക്കുന്നത് സ്വാഭാവികമാണ്.

പേടിക്കുന്നതിന് പകരം ഡോക്ടറുടെ വാക്കുകൾ ശ്രദ്ധിക്കുക. ഡോക്ടർ പ്രസവം വരെ സെക്സ് ചെയ്യാനുള്ള അനുമതി തന്നിട്ടുണ്ടെങ്കിൽ പേടിക്കുന്നത് എന്തിന്? കുഞ്ഞിനെ അതിന്റെ ഗർഭാശയമെന്ന വീട്ടിൽ പൂർണ്ണ സുരക്ഷിതമായി സീൽവെച്ച് പൂട്ടിയിരിക്കുകയുമാണ്. അത് നിങ്ങൾക്ക് എത്താൻ കഴിയുന്നതിലും ദൂരത്താണ്. അതിന് നിങ്ങളുടെ ഗതിവിധികൾ അറിയുകയുമില്ല. അതുകൊണ്ട് മുറിവേൽക്കുകയുമില്ല. നിങ്ങളുടെ പതിക്ക് പരമസുഖത്തിനുശേഷം ഏർപ്പെടുന്ന നേരിയ സങ്കോചനം സമയത്തിന് മുമ്പ് പ്രസവം ഏർപ്പെടുത്താവുന്ന അത്രയ്ക്ക്

ശക്തമായിരിക്കുകയില്ല. ഗർഭാവസ്ഥയിലും സെക്സിൽ സക്രീയമായി പങ്കെടുക്കുന്ന സ്ത്രീകൾ സമയത്തിന് മുമ്പ് പ്രസവിക്കുന്നില്ല എന്ന് പഠനങ്ങൾ തെളിയിച്ചിട്ടുണ്ട്.

നിങ്ങളുടെ ഭാര്യക്ക് മുറിവേൽക്കുകയില്ല, അവരുടെ ശാരീരികവും വൈകാരികവുമായ ആവശ്യങ്ങൾ പൂർത്തീകരിക്കപ്പെടുകയും ചെയ്യും. നിങ്ങളോടുള്ള ആത്മീയത കൂടുതലാകും, ഈ സമയത്ത് അവർക്ക് ഏറ്റവും കൂടുതൽ ആവശ്യവും അതാണ്. പക്ഷെ ഈ പ്രക്രിയയിൽ കുറച്ച് ശ്രദ്ധിക്കണം അതല്ലാതെ മറ്റൊന്നും പേടിക്കാനില്ല.

ഇനിയും നിങ്ങളുടെ പേടി മാറിയിട്ടില്ലെങ്കിൽ ഭാര്യയോട് നിങ്ങളുടെ വികാരങ്ങളെപ്പറ്റി സത്യസന്ധമായി തുറന്നുപറയുക.

ഗർഭാവസ്ഥയോട് ബന്ധപ്പെട്ട സ്വപ്നങ്ങൾ

"ഞാൻ വിചിത്രമായ സ്വപ്നങ്ങൾ കാണുന്നു. എനിക്ക് എന്തുചെയ്യണമെന്നറിയുന്നില്ല."

ഈ ദിവസങ്ങളിൽ നിങ്ങളുടെ സ്വപ്നലോകം യഥാർത്ഥത്തെക്കാൾ ഹൃദ്യമായിരിക്കുന്നു. ഗർഭാവസ്ഥ ഭാവി അമ്മയെപ്പോലെ തന്നെ അച്ഛനും ഭാവനകളുടെ കാലമാണ്. ഇതിൽ നല്ലതും ചീത്തയും സന്തോഷപ്രദവുമായ ഭാവനകൾ, റോളർ കോസ്റ്റർ പോലെ മനസ്സിൽ ചുറ്റിക്കൊണ്ടിരിക്കും. ഇവയിൽ പലതും നിങ്ങളുടെ അവചേതന മനസ്സിൽ കുടികൊള്ളുകയും സന്ദർഭം കിട്ടിയതും സ്വപ്നമായി പ്രത്യക്ഷപ്പെടുകയും ചെയ്യും. നിങ്ങൾക്ക് സെക്സിനോട് ബന്ധപ്പെട്ട സ്വപ്നങ്ങൾ വന്നേക്കാം. കുഞ്ഞ് വന്നശേഷം സെക്സ് ജീവിതത്തിൽ എന്ത് പ്രഭാവമാണ് ഉണ്ടാകുക. എന്ന ചിന്ത നിങ്ങളെ അലട്ടുന്നുണ്ടാകും. ഈ പേടിയൊക്കെ സാമാന്യമാണെങ്കിലും ഉപേക്ഷിക്കേണ്ടവയാണ്.

ഇനി വരുന്ന സ്വപ്നങ്ങളിൽ ചിലപ്പോൾ നിങ്ങൾക്ക് കുടുംബം മുഴുവൻ കാണാൻ കഴിഞ്ഞേക്കാം. അച്ഛനമ്മമാരോടൊപ്പം മുത്തച്ഛൻ മുത്തശ്ശിയേയും ചേർത്ത് സ്വപ്നം കണ്ടേക്കാം. ഉൾമനസ്സ് ഭൂതകാലത്തെ ഭാവി സന്തതിയോടുകൂടി ചേർത്ത് കാണാൻ ആഗ്രഹിക്കുന്നുണ്ടാകും. ചിലപ്പോൾ സ്വപ്നത്തിൽ നിങ്ങളെതന്നെ ഒരു കൊച്ചുകുട്ടിയായി കണ്ടേക്കാം. അതിനർത്ഥം നിങ്ങൾ ചിന്തയില്ലാതെ ഭൂതകാലത്തെ ഓർക്കുകയും വരാനിരിക്കുന്ന ചുമതലകളിൽ നിന്ന് പിൻതിരിയുകയും ആണെന്നാണ്. നിങ്ങൾ സ്വയം ഗർഭം ധരിച്ചതുപോലെയും സ്വപ്നം കണ്ടേക്കാം. ഭാര്യയോട് സഹാനുഭൂതി, ഈർഷ്യ എന്നിവ

> **ഇവ നിങ്ങളുടെ ഹാർമോണുകളാണ്**
>
> ഭാവി പിതാക്കന്മാരുടെ ശരീരത്തിലും ഫീമേൽ സെക്സ് ഹാർമോൺ ഉണ്ടാകാൻ തുടങ്ങുന്നതായി അദ്ധ്യയനങ്ങളിൽ നിന്ന് അറിയാൻ കഴിഞ്ഞിട്ടുണ്ട്. സ്ത്രീകൾക്ക് ഗർഭകാലത്തിൽ കാണുന്ന ലക്ഷണങ്ങൾ അവരിലും കാണാൻ തുടങ്ങുന്നു. അവരിൽ ഒരുവിധമായ മൃദുത്വം വന്നുചേരുന്നു.
>
> പ്രസവിച്ച് 3 മുതൽ 6 മാസങ്ങൾക്കു ശേഷം ഹാർമോണുകൾ പഴയ സ്ഥിതിയിലെത്തും. പിന്നീട് സെക്സ് ജീവിതം പഴയതുപോലെയാകും. സെക്സിൽ രുചി വർദ്ധിക്കും.

കാരണമാണ് അങ്ങനെ ഉണ്ടാകുന്നത്, എന്തെന്നാൽ ഇപ്പോൾ അവരാണല്ലോ എല്ലാവരുടെയും ആകർഷണകേന്ദ്രം അതല്ലെങ്കിൽ നിങ്ങൾ ഇനിയും ജനിച്ചിട്ടില്ലാത്ത കുഞ്ഞിനോട് ബന്ധം സ്ഥാപിക്കാൻ ആഗ്രഹിക്കുന്നു. ചിലപ്പോൾ കുഞ്ഞിന്റെ കാർസീറ്റിലെ ബെൽറ്റ് കെട്ടാൻ മറന്നതായി സ്വപ്നം കണ്ടേക്കാം. ഇതിൽ നിന്ന് നിങ്ങളുടെ മനസ്സിലുള്ള അസുരക്ഷാഭാവം മനസ്സിലാക്കാൻ കഴിയും. സ്വപ്നത്തിൽ കുഞ്ഞിന്റെ കാര്യങ്ങൾ നോക്കുന്നതായി കണ്ടാൽ നിങ്ങൾ പുതിയ അന്തരീക്ഷത്തിലേക്ക് വേണ്ട തയ്യാറെടുപ്പുകൾ ചെയ്യാൻ ആഗ്രഹിക്കുന്നു എന്നാണ് അർത്ഥം. ഏകാന്തതയോടും മ്ലാനതയോടും ബന്ധപ്പെട്ട സ്വപ്നങ്ങൾ കാണുന്നത് സാധാരണമാണ്.

ഇതിനുപുറമെ ഏതോ കുട്ടിയെ കിട്ടുകയും അതിന്റെ കൂടെ പാർക്കിൽ നടക്കുകയും ചെയ്യുന്നതുപോലെ സ്വപ്നം കണ്ടേക്കാം. ഇതിൽ നിന്ന് നിങ്ങളുടെ മനസ്സിലെ ഉത്സാഹം മനസ്സിലാക്കാൻ കഴിയും. നിങ്ങൾ മാത്രമല്ല ഇങ്ങനെയുള്ള സ്വപ്നങ്ങൾ കാണുന്നത് എന്നത് തീർച്ചയാണ്. രണ്ടുപേരും പരസ്പരം സ്വപ്നങ്ങൾ പങ്കുവെക്കുന്നതുകൊണ്ട് നിങ്ങൾ തമ്മിലുള്ള സ്നേഹം വർദ്ധിക്കും. നിങ്ങൾ അവയെ അധികം ഗൗരവമായി കണക്കാക്കുകയുമില്ല.

മൂഡിന്റെ ഏറ്റ-ഇറക്കം

"ഗർഭാവസ്ഥയിൽ മൂഡിന്റെ ഏറ്റ-ഇറക്കത്തെപ്പറ്റി ഞാൻ വായിച്ചിട്ടുണ്ട്. എന്നാൽ ഞാൻ അതിന് തയ്യാറായിരുന്നില്ല. ഒരുദിവസം അവരുടെ മൂഡ് നന്നായിരിക്കും, അടുത്ത ദിവസം ചീത്തയാകും. എനിക്ക് ഒന്നും മനസ്സിലാകുന്നില്ല."

ഗർഭാവസ്ഥ വിചിത്ര ഹാർമോണുകളുടെ ലോകത്തേക്ക് നിങ്ങൾക്ക് സ്വാഗതം. അവ

നിങ്ങളുടെ ഭാര്യയുടെ ഗർഭത്തിൽ വളർന്നുകൊണ്ടിരിക്കുന്ന കുഞ്ഞിനെ ഉണ്ടാക്കുന്നതിൽ ആത്മാർത്ഥമായി മുഴുകിയിരിക്കുകയാണ്. അവ നിങ്ങളുടെ ഭാര്യയുടെ ശരീരവും മനസ്സും പൂർണ്ണമായി കീഴ്പ്പെടുത്തിയിരിക്കുകയാണ്. അവരിപ്പോൾ വേണമെങ്കിലും കരയും, ഉത്സാഹവതിയാവും, വളരെ സന്തോഷിക്കും, അല്ലെങ്കിൽ നിരാശയുടെ ചുഴിയിലകപ്പെടും. രണ്ടാമത്തെ മൂന്നാം മാസത്തിൽ ഈ ഹാർമോണുകൾ സെറ്റ് ആകുമെങ്കിലും നിങ്ങൾക്ക് അതിന്റെ വൈകാരിക ഏറ്റ-ഇറക്കങ്ങൾ അഭിമുഖീകരിക്കേണ്ടിവരും. ഈ ചുറ്റുപാടിൽ ഭാവി പിതാവിന് എന്തുചെയ്യാൻ കഴിയും.

ധൈര്യമായിരിക്കുക:– ഗർഭാവസ്ഥ ഒൻപതു മാസങ്ങളിൽ അവസാനിക്കും. ഇത് അവസാനിച്ചതും സന്തോഷം കൊണ്ട് നിറഞ്ഞ പൊതി നിങ്ങളുടെ കൈകളിലുണ്ടാകും. അതുവരെ നിങ്ങൾ ശുഭാപ്തി വിശ്വാസത്തോടുകൂടി ധൈര്യമായിരിക്കുക.

അതേപടി എടുക്കാതിരിക്കുക:– അവരുടെ ഒച്ചയും ബഹളവും അതേരൂപത്തിൽ എടുക്കാതിരിക്കുക. ഇതെല്ലാം അവരുടെ നിയന്ത്രണത്തിന് പുറത്താണ്. ഇതെല്ലാം ഹാർമോണുകളുടെ കളിയാണ്. അവർക്ക് ഇതെല്ലാം അറിയുന്നുണ്ടെങ്കിലും ഒന്നും ചെയ്യാൻ കഴിയുന്നില്ല. ഇതുമാതിരിയുള്ള പെരുമാറ്റത്തിൽ അവരും സന്തുഷ്ടയല്ല, വിവശയാണ്.

സഹായിക്കുക:– അതെ, അവർക്ക് നിങ്ങളുടെ സഹായം ആവശ്യമുണ്ട്. അവരുടെ മൂഡ് ചീത്തയാകുമ്പോൾ എന്തെങ്കിലും കഴിക്കാൻ കൊടുക്കുക. വ്യായാമം ചെയ്യുന്നതുകൊണ്ടും പ്രയോജനം ഉണ്ടാകും. അവരോട് പേടിയെപ്പറ്റിയും സുരക്ഷയെപ്പറ്റിയുമൊക്കെ സംസാരിക്കുക. രാത്രി ഭക്ഷണത്തിനുശേഷം രണ്ടുപേരും നടക്കാൻ പോകുക.

വീട്ടുജോലികൾ:– ലോണ്ടറി, പാത്രങ്ങൾ എന്നിങ്ങനെ എത്ര ജോലികളാണുള്ളത്. അത് നിങ്ങൾക്ക് ചെയ്യാൻ കഴിയും. അവർ നിങ്ങളുടെ ഈ പ്രവർത്തിയെ പ്രശംസിക്കും. അവരുടെ നല്ല മൂഡ് കണ്ടാൽ നിങ്ങൾക്കും സന്തോഷം തോന്നും.

പ്രെഗ്നൻസിയിൽ നിങ്ങളുടെ മൂഡ്

"അവർ ഗർഭിണിയാണെന്ന് അറിഞ്ഞതു മുതൽ എന്റെ മനോനിലയും വിചിത്രമായിരിക്കുന്നു. ഈ ദിവസങ്ങളിൽ അച്ഛനും ഡിപ്രഷൻ ഉണ്ടാകുമെന്ന് എനിക്ക് അറിയുകയില്ലായിരുന്നു"

അച്ഛനും പ്രെഗ്നൻസിയുടെ ഡിപ്രഷൻ അഭിമുഖീകരിക്കേണ്ടിവരും. മുഴുക്കമുഴുക്ക ഹാർമോണുകളെ ഇതിന് കുറ്റക്കാരാക്കാൻ പറ്റുകയില്ല. എന്നാൽ മൂഡിൽ ഏറ്റ-ഇറക്കം ഉണ്ടാകുകതന്നെചെയ്യും. പേടി, പരിഭ്രമം, വ്യാകുലത എന്നിവ നിങ്ങളെയും വെറുതെ വിടില്ല.

നിങ്ങളുടെ ഭാവനകൾ പ്രകടിപ്പിക്കുക. ഓരോ ദിവസവും പരസ്പരം സംസാരിക്കാൻ കുറച്ചു സമയം കണ്ടെത്തുക. പുതിയതായി അച്ഛനായ ഏതെങ്കിലും സുഹൃത്തിനോട് സംസാരിക്കുകയോ ഇതുമായി ബന്ധപ്പെട്ട പുസ്തകങ്ങൾ വായിക്കുകയോ ഓൺ ലൈനിന്റെ സഹായം തേടുകയോ ചെയ്യാം.

- കുറച്ച് വർക്ക്-ഔട്ട് വളരെ ലാഭപ്രദമാണ്. നിങ്ങളുടെ ശരീരത്തിൽ ഉത്പത്തിയാകുന്ന എൻഡോർഫിൻ കൊണ്ട് മൂഡ് മെച്ചപ്പെടും.
- കുഞ്ഞ് വരാൻ പോകുന്നു. അതിന്റെ വരവിനുവേണ്ടിയുള്ള ഒരുക്കങ്ങൾ ചെയ്യുന്നതിൽ കുറച്ചുസമയം ചിലവഴിക്കുക.
- ആൽക്കഹോൾ കഴിക്കരുത്. മദ്യം കാരണമാണ് നിങ്ങളുടെ ഓരോ പ്രഭാതവും പൊള്ളയായും ഫ്രെഷ് അല്ലാതെയും ആയിതീരുന്നത്. മദ്യം മാത്രമല്ല, മറ്റ് ലഹരിസാധനങ്ങളും ഉപയോഗിക്കരുത്.
- ഈ നിർദ്ദേശങ്ങൾ സ്വീകരിച്ചശേഷവും നിങ്ങളുടെ ഡിപ്രെഷൻ കുറയാതിരിക്കുകയും അത് നിങ്ങളുടെ പരസ്പരബന്ധത്തെ ബാധിക്കാൻ തുടങ്ങുകയും ചെയ്താൽ പ്രൊഫെഷനലിന്റെ സഹായം തേടുവാൻ മടിക്കരുത്.

പ്രസവത്തിനെക്കുറിച്ചുള്ള ചിന്താ

"കുഞ്ഞിന്റെ ജനനത്തെക്കുറിച്ച് ഞാൻ വളരെ ഉത്സാഹത്തിലാണ്. എന്നാൽ ഇതുകാരണം ധാരാളം പിരിമുറുക്കവുമുണ്ട്."

ഇതിനെക്കുറിച്ച് പിരിമുറുക്കമില്ലാത്ത അച്ഛന്മാർ കുറവാണ്. ആയിരക്കണക്കിന് പ്രസവം നോക്കുന്ന ഡോക്ടർമാർ പോലും അവരുടെ കുഞ്ഞിന്റെ കാര്യം വരുമ്പോൾ പരിഭ്രമിക്കുന്നു.

എന്നാൽ അവരൊക്കെ തങ്ങളുടെ പരിഭ്രമത്തെ നിയന്ത്രിച്ച് ഭാര്യയെ ശുശ്രൂഷിക്കാൻ പൂർണ്ണമായും തയ്യാറാകുന്നു. നിങ്ങൾ ചൈൽഡ് ബെർത്ത് റൂമിൽ പ്രവേശിക്കുമ്പോൾ നിങ്ങൾക്കും ഭയത്തെയും പരിഭ്രമത്തെയും നിയന്ത്രിക്കാൻ കഴിയും.

നിങ്ങൾക്ക് ഇക്കാര്യത്തിൽ വിദഗ്ദ്ധനാകേണ്ടിവരും, അറിവുകൊണ്ട് പകുതി ഭയം നീങ്ങും. ഇന്റർനെറ്റിൽ നിന്നോ പുസ്തകങ്ങളിൽ നിന്നോ ഇതിനെക്കുറിച്ചുള്ള അറിവ് നേടുക. പ്രസവവേദനയെയും പ്രസത്തിനെപ്പറ്റിയുമുള്ള ഡി.വി.ഡികൾ കാണുക. ആശുപത്രിയിലോ ബെർത്ത് സെന്ററിലോ സമയത്തിനുമുമ്പ് എത്തിയാൽ അവിടത്തെ അന്തരീക്ഷവുമായി പരിചയപ്പെടാൻ കഴിയും. ഇത്രയധികം സമ്മർദ്ദം അനുഭവിക്കാതിരിക്കുക. അവിടെ നിങ്ങൾക്കുപുറമെ ഡോക്ടർ, നേഴ്സ്, വയറ്റാട്ടി എന്നിവരും ഉണ്ടായിരിക്കും. നിങ്ങൾ എന്തെങ്കിലും മറന്നാലും അവർ നോക്കിക്കൊള്ളും. നിങ്ങളുടെ ഭാര്യയും ആ സമയത്ത് നിങ്ങളുടെ ഏതെങ്കിലും പ്രവൃത്തി തെറ്റായി എടുക്കുകയോ ദേഷ്യപ്പെടുകയോ ചെയ്യാനുള്ള നിലയിലായിരിക്കുകയില്ല. നിങ്ങളുടെ സാമിപ്യവും സ്പർശവും തന്നെ അവർക്ക് ആശ്വാസം നൽകും.

ഇപ്പോൾ പ്രദർശനത്തെപ്പറ്റിയ ചിന്തയാണോ? ഏതെങ്കിലും കുടുംബാംഗത്തെ കൂടെ കൂട്ടിക്കൊണ്ടുപോകുക.

"രക്തം കണ്ടാലെ എനിക്ക് പേടിയാണ്. പ്രസവ സമയത്ത് എന്താകും?"

മിക്ക ഭാവിപിതാക്കളും പ്രസവസമയത്ത് കാണുന്ന രക്തത്തെക്കുറിച്ചോർത്ത് പരിഭ്രമിക്കും. എന്നാൽ അങ്ങോട്ട് നിങ്ങളുടെ ശ്രദ്ധ പോകില്ലെന്നാണ് പ്രതീക്ഷ. കുഞ്ഞിനെ കാണാനുള്ള തിരക്കിൽ മറ്റൊന്നും കണ്ണിൽപെടില്ല.

രക്തം കണ്ടാൽ പേടിയാണെങ്കിൽ ഭാര്യയുടെ മുഖത്തേക്ക് നോക്കുക. എല്ലാം ശരിയാകും.

"എന്റെ ഭാര്യയുടെ പ്രസവം സി-സെക്ഷൻ ആയിരിക്കും. ഞാൻ മുൻകൂട്ടി എന്തെല്ലാം ചെയ്യണം?"

സി-സെക്ഷനെപ്പറ്റി എത്രയ്ക്ക് അറിയാൻ കഴിയുന്നുവോ അത്രയ്ക്ക് നല്ലതാണ്. നിങ്ങളുടെ പ്രതികരണം നിങ്ങളുടെ ഭാര്യയിലും പ്രഭാവം ചെലുത്തും. നിങ്ങൾ തന്നെ പേടിച്ച് പരിഭ്രമിച്ചാൽ അവർക്ക് ആര് ധൈര്യം നൽകും. ഇതിനെക്കുറിച്ച് അറിവ് നേടുന്നതാണ് പിരിമുറുക്കം കുറക്കാനുള്ള ഏറ്റവും നല്ല മാർഗ്ഗം. രണ്ടുപേരും ചേർന്ന് ചൈൽഡ് ബെർത്ത് റൂമിലേക്ക് പോകുകയും ഡോക്ടറോട് സംസാരിക്കുകയും ചെയ്യുക.

സി-സെക്ഷൻ പൂർണ്ണമായും സുരക്ഷിതമാണ്. ആശുപത്രികളിൽ ഇത് കൂടുതൽ സഹജമാക്കാനുള്ള പ്രയത്നങ്ങൾ ചെയ്യുന്നു. നിങ്ങൾ ഓപ്പറേഷന്റെ പേര് കേട്ടാൽ പേടിച്ചുവിറക്കാതിരിക്കാനാണ് ഇതൊക്കെ ചെയ്യുന്നത്.

ജീവിതത്തിന്റെ മാറ്റങ്ങളെക്കുറിച്ചുള്ള ഉത്കണ്ഠാ

"അൾട്രാ സൗണ്ട് കണ്ടശേഷം ഞാൻ മകന്റെ ജനനത്തെക്കുറിച്ച് വളരെ ഉത്സാഹത്തിലാണ്. എന്നാൽ കുഞ്ഞിന്റെ വരവിനുശേഷം ഞങ്ങളുടെ ജീവിതത്തിൽ എന്തെല്ലാം ഗംഭീരമായ മാറ്റങ്ങളാണ് വരാൻ പോകുന്നത് എന്ന ചിന്തയും എന്നെ അലട്ടുന്നു."

ചെറിയ കുഞ്ഞ് തന്നോടൊപ്പം വലിയ മാറ്റങ്ങൾ കൊണ്ടുവരുമെന്നതിൽ സംശയമില്ല. എല്ലാ ഭാവി പിതാക്കന്മാരും ഇക്കാര്യത്തിൽ ചിന്തിതരാണ്. അവർ ഗർഭാവസ്ഥയുടെ പ്രക്രിയയിൽ വൈകാരികമായി ഒന്നുചേരുമ്പോൾ അവരുടെ ഭയം ഇല്ലാതാകും. അവർ ഈ മാറ്റങ്ങളെ അംഗീകരിക്കും. നിങ്ങളും പതുക്കെപ്പതുക്കെ ജീവിതത്തിന്റെ ഈ യാഥാർത്ഥ്യങ്ങൾ അറിയാൻ തുടങ്ങും. നിങ്ങൾ താഴെ കൊടുത്തിട്ടുള്ള കാര്യങ്ങൾ കൊണ്ടാണ് ചിന്തിതരാകുന്നതെന്നാണ് ഞങ്ങൾക്ക് തോന്നുന്നത്.

എനിക്ക് ഒരു നല്ല അച്ഛനാണെന്ന് തെളിയിക്കാൻ കഴിയുമോ?:– നിങ്ങൾ ഈ ഭയത്തിൽ നിന്ന് മുക്തനായി, കുഞ്ഞിന് നിങ്ങളല്ലാതെ മറ്റാർക്കും ഇതിനെക്കാൾ നല്ല അച്ഛനാകാൻ കഴിയില്ലെന്ന് സ്വയം വിശ്വസിപ്പിക്കണം.

ബന്ധങ്ങളിൽ മാറ്റം വരുമോ?:– ഓരോ പുതിയ അച്ഛനമ്മമാരുടെ ബന്ധത്തിലും കുറച്ചൊക്കെ മാറ്റം വരുകതന്നെ ചെയ്യും. എല്ലാവർക്കും പ്രസവത്തിനുശേഷം ഏർപ്പെടുന്ന കുഴപ്പങ്ങളും തിരക്കുകളും അഭിമുഖീകരിക്കുകതന്നെ വേണ്ടിവരും. കുഞ്ഞ് വീട്ടിൽ കാല് കുത്തിയതും റൊമാൻസ് രണ്ടാം പക്ഷമാകുകയും നിങ്ങൾ കുഞ്ഞിന് ആവശ്യമായ സാധനങ്ങൾ ചേർക്കുന്നതിൽ മുഴുകുകയും ചെയ്യും. ആ ദിവസങ്ങളിൽ കുഞ്ഞിന്റെ ആഹാരം, ഉറക്കം, മലമൂത്ര വിസർജ്ജനം എന്നിവയ്ക്കുപുറമെ മറ്റൊന്നും തോന്നുകയില്ല. എന്നാൽ നിങ്ങൾ രണ്ടുപേരും ഈ റൊട്ടീനിൽ മുഴുകി കഴിഞ്ഞാൽ തനിക്കുവേണ്ടി സമയം ഒതുക്കാനും ശീലിക്കും.

ഒന്നിച്ചിരിക്കുക

അച്ഛനെന്നരീതിയിൽ പുതിയ ജീവിതം ആരംഭിക്കാൻ പോകുകയാണെങ്കിൽ കുഞ്ഞിനോടൊപ്പം അധികസമയം ചില വഴിക്കാൻ ശ്രമിക്കണം. കഴിയുമെങ്കിൽ ലീവെടുക്കുക. അത് സാദ്ധ്യമല്ലെങ്കിൽ വീട്ടിൽവച്ച് ഓഫീസ് ജോലികൾ ചെയ്യാതിരിക്കുക. ഓവർടൈം ചെയ്യരുത്. വീട്ടിലുള്ള സമയം ഭാര്യക്കും പുതുതായി ജനിച്ച കുഞ്ഞിനും വേണ്ടിയുള്ളതാണ്. നിങ്ങളുടെ സ്വന്ത ജോലികൾ എത്ര ബുദ്ധി മുട്ടുള്ളതാണെങ്കിലും, പുതിയതായി ജനിച്ച കുഞ്ഞിനെ സംരക്ഷിക്കുന്ന ചുമതല അതി നേക്കാൾ വലുതാണ്. വീട്ടുജോലികളിൽ സഹായിക്കുക.

കുഞ്ഞിനോടൊപ്പം ഭാര്യയുടെ കാര്യവും ശ്രദ്ധിക്കുക. ഓഫീസിൽ പോയാലും നിങ്ങൾ അവരെ ഓർക്കുന്നുണ്ടെന്ന് അവരെ മനസ്സിലാക്കുക. ഓഫീസിൽ നിന്ന് വീട്ടിലേക്ക് ഫോൺ ചെയ്യുക. മരുന്ന് കഴിക്കാൻ ഓർമ്മിപ്പിക്കുക. അവർക്ക് പൂവ് കൊടുക്കുകയോ ഏതെങ്കിലും ഇഷ്ടപ്പെട്ട റെസ്റ്റാറന്റിൽ കൊണ്ടുപോയി സർപ്രൈസ് കൊടുക്കുകയോ ചെയ്യാം.

കുഞ്ഞിനെ മറ്റ് കുഞ്ഞുങ്ങൾ ഊട്ടുകയോ, കുഞ്ഞ് രാത്രിയിൽ ഉറങ്ങുകയോ ചെയ്യുമ്പോൾ നിങ്ങൾക്കുവേണ്ടി സമയം കണ്ടെത്തുക. അങ്ങനെ നിങ്ങളുടെ ബന്ധം മുമ്പിലത്തെക്കാളും ഗാഢവും, ദൃഢവും, സ്നേഹം നിറഞ്ഞതുമായിതീരും.

കുഞ്ഞിന്റെ പരിചരണത്തിന്റെ ചുമതല:– കുഞ്ഞിന്റെ പരിചരണത്തിന് അമ്മ-അച്ഛൻ രണ്ടുപേരും മുന്നോട്ടുവരണം. കുഞ്ഞിന്റെ ആദ്യത്തെ ഡയഫർ മാറ്റുമ്പോൾ ആര് മാറ്റണമെന്ന് തർക്കിക്കാതെ അപ്പോൾ തന്നെ ഈ ചുമതല പങ്കുവയ്ക്കാൻ തുടങ്ങുക. ഈ സംസാരം കൊണ്ട് രണ്ടുപേരുടെയും മനസ്സിന്റെ ഭാരം കുറയുകയും കുഞ്ഞിനുവേണ്ടി ഏത് കാര്യമൊക്കെ ചെയ്യണമെന്ന് പ്രായോഗിക ജ്ഞാനം രണ്ടുപേർക്കും കിട്ടുകയും ചെയ്യും.

ജോലി എങ്ങനെ സ്വാധീനം ചെലുത്തും:– ഇത് നിങ്ങളുടെ ജോലിയുടെ റൊട്ടീനെ ആശ്രയിച്ചിരിക്കും. നിങ്ങൾ മണിക്കൂറുകളോളം ജോലി ചെയ്യുന്നുണ്ടെങ്കിൽ അച്ഛന്റെ ചുമതല നിർവഹിക്കാനായി കുഞ്ഞിനെ പരിചരിക്കുന്ന തിന് മുഖ്യത്വം കൊടുക്കണം. വീട്ടുജോലികൾ പങ്കിടാൻ ശീലിക്കുക. ആഫീസ് ജോലികൾ വീട്ടിലേക്ക് കൊണ്ടുവരാൻ ശ്രമിക്കരുത്. കുഞ്ഞ് ജനിക്കുന്നതിന് മുമ്പും ജനിച്ച് കുറച്ചു ദിവസങ്ങൾവരെയും എവിടെക്കും യാത്ര പോകരുത്. കഴിയുമെങ്കിൽ കുഞ്ഞിന്റെ ജനനശേഷം കുറച്ചു ദിവസംവരെ ലീവെടുക്കുക.

ജീവിതരീതിയിൽ മാറ്റം വരുത്തേണ്ടിവരും?:– നിങ്ങളുടെ സാമൂഹ്യ പ്രവർത്തനങ്ങളോട് പൂർണ്ണമായി വിട പറയേണ്ടിവരില്ല. എന്നാൽ കുറച്ചൊക്കെ ഒത്തുതീർപ്പ് നടപ്പാക്കേണ്ടി വരും. ഒരു പുതിയ കുഞ്ഞ് എല്ലാവരുടെയും ആകർഷണ കേന്ദ്രമായിരിക്കും. നിങ്ങൾക്ക് താൽക്കാലികമായി നിങ്ങളുടെ പഴയ ജീവിത ശൈലിയോട് വിട പറയേണ്ടിവരും. കാൻഡിൽ ലൈറ്റ് ഡിന്നറിനോ ഇഷ്ടപ്പെട്ട കളിക്കോ പകരം കുഞ്ഞിന്റെ ചെറിയ-ചെറിയ ആവശ്യങ്ങൾ പൂർത്തിയാക്കുന്നതിൽ മുഴുകിയിരിക്കേണ്ടിവരും. ചങ്ങാതിമാരുടെ വൃത്തവും മാറിയേക്കാം. നിങ്ങൾ ചെറിയ കുട്ടികളുടെ അച്ഛനമ്മമാരോട് ചങ്ങാത്തം കൂടാൻ ആഗ്രഹിക്കും. മുൻകൂട്ടി തീരുമാനിച്ചശേഷം പഴയ ജീവിത ശൈലിയിലേക്ക് മടങ്ങിവരാം.

എനിക്ക് വലിയ കുടുംബത്തിന്റെ ഭാരം വഹിക്കാൻ കഴിയുമോ?:– കുഞ്ഞിന്റെ വർദ്ധിച്ചു വരുന്ന ചിലവുകളെക്കുറിച്ചുള്ള ചിന്ത പല ഭാവി പിതാക്കന്മാരുടെയും ഉറക്കം കെടുത്തുന്നു. എന്നാൽ നിങ്ങൾക്ക് പലവിധത്തിൽ ഈ ചിലവുകളിൽ കുറവുവരുത്താൻ കഴിയും. അമ്മ മുലയൂട്ടുന്നുണ്ടെങ്കിൽ പാൽ ടിന്നിന്റെ ചിലവ് കുറക്കാം. നിങ്ങളുടെ സ്നേഹിതന്മാരോടും ബന്ധുക്കളോടും കുഞ്ഞിന് വേണ്ട സാധനങ്ങൾ കൊണ്ടുവരാൻ പറയുക. കുഞ്ഞിന്റെ കസിൻസിന്റെ സാധനങ്ങളും വസ്ത്രങ്ങളും ഉപയോഗിക്കാം. അധികം ജോലി ചെയ്ത് നാലുകാശ് സമ്പാദിക്കാനുള്ള കുഴപ്പത്തിൽ ചാടരുത്. കുഞ്ഞിനെ ലാളിച്ച് സമയം ചിലവഴിക്കുക. ഇത് ഒരു വലിയ നഷ്ടമാകില്ല.

എല്ലാത്തിനെക്കാളും മുഖ്യമായ കാര്യം നിങ്ങളുടെ ജീവിതത്തിൽ മുഖ്യമായ ഒരാൾ വരാൻ പോകുന്നു എന്ന് നിങ്ങൾ കരുതാൻ തുടങ്ങുന്നതാണ്. അവൻ നിങ്ങളുടെ ജീവിതം കൂടുതൽ നന്നാക്കാൻ വേണ്ടിയാണ് വരുന്നത്.

അച്ഛന്റെ മനസ്സിലെ പേടി

"ഞാൻ ഒരു നല്ല അച്ഛനാകാൻ ആഗ്രഹിക്കുന്നു. എന്നാൽ അതിനെക്കുറിച്ച് ഓർക്കുമ്പോഴേ എനിക്ക് പേടിതോന്നുന്നു. ഞാൻ ഇതുവരെ ഒരു നവജാത ശിശുവിനെയും ശുശ്രൂഷിച്ചിട്ടില്ല"

ആരും ജനിക്കുമ്പോൾ തന്നെ അച്ഛനമ്മമാരായിട്ടല്ല ജനിക്കുന്നത്. പിതൃത്വത്തിന്റെ ഭാവന സ്വാഭാവികമായി തന്നെ ഉണരും. ആദ്യരാത്രിയിൽ കുഞ്ഞിനോടൊപ്പം ഉണരുന്നതും, കുഞ്ഞിനെ കുളിപ്പിക്കുന്നതും, ഡയഫർ മാറ്റുന്നതുമൊക്കെ ഒരു വെല്ലുവിളിയായി നിങ്ങൾക്ക് തോന്നിയേക്കാം. എന്നാൽ പതുക്കെപ്പതുക്കെ നിങ്ങൾ ഈ ജോലികളിലൊക്കെ വിദഗ്ദ്ധനായിത്തീരും. കുറച്ച് രാത്രിയിലെ ഉറക്കം, അദ്ധ്വാനം, ശ്രദ്ധ എന്നിവയുണ്ടെങ്കിൽ നിങ്ങൾ ഒരു നല്ല അച്ഛനാണെന്ന് തെളിയിക്കാം. എന്നാൽ ഇക്കാര്യത്തിന് നേരത്തെതന്നെ പരിശീലനം എടുക്കാൻ കഴിയുകയില്ല. നിങ്ങൾ നിങ്ങളുടെ തെറ്റുകൾവഴി പാഠങ്ങൾ പഠിക്കും. ആദ്യം തന്നെ കുറച്ച് അറിവും തയ്യാറെടുപ്പുമുണ്ടെങ്കിൽ ഒരളവുവരെ എല്ലാം എളുപ്പമാകും.

പരിചയസമ്പന്നനായ ഏതെങ്കിലും അച്ഛനെ കാണുക. അവരുടെ അനുഭവങ്ങൾ മനസ്സിലാക്കുക. നിങ്ങളുടെ മനസ്സിലെ ഭയം ഇല്ലാതാകാൻ അവരുടെ കുഞ്ഞിനെ ഊട്ടുക.

മുലയൂട്ടൽ

"എന്റെ ഭാര്യ കുഞ്ഞിന് മുലയൂട്ടുന്നതിനെക്കുറിച്ച് ആലോചിക്കുന്നു. ഇത് നല്ല കാര്യമാണെങ്കിലും ഞാൻ ഇതെക്കുറിച്ച് വ്യാകുലനാണ്."

ഇതുവരെ ഭാര്യയുടെ മാറിടം നിങ്ങളിൽ കാമേച്ഛ ഉണ്ടാക്കുന്നതായിരുന്നു. എന്നാൽ ഇനി അത് ഒരു സ്വാഭാവിക പ്രക്രിയ ആരംഭിക്കാൻ പോകുകയാണ്. സ്തനങ്ങൾ വെറും സൌന്ദര്യത്തിനും സെക്സിനും ഉള്ളതല്ല. അത് കുഞ്ഞിന് പാല് കൊടുക്കാനുള്ള ഒരു മാധ്യമം കൂടിയാണ്. അമ്മയുടെ പാല് കുഞ്ഞിന് അമൃതിന് തുല്യമാണ്. ഇതുകൊണ്ട് കുഞ്ഞിന്റെ ആരോഗ്യവും ശരിയായിരിക്കും. കുഞ്ഞിന്റെ മസ്തിഷ്കം വേഗത്തിൽ വളരുകയും ചെയ്യും അമ്മയ്ക്കും പ്രസവശേഷം പഴയ ഫിഗറിലേക്ക് തിരിച്ചെത്താൻ അധികം സമയമെടുക്കില്ല. പിന്നീട് ബ്രെസ്റ്റ് ക്യാൻസർ ഉണ്ടാകാനുള്ള സാദ്ധ്യതയും കുറയും.

മുലയൂട്ടുന്നതുകൊണ്ട് നിങ്ങളുടെ കുഞ്ഞിന്റെയും ഭാര്യയുടെയും ജീവിതത്തിൽ നാടകീയമായ മാറ്റങ്ങൾ ഉണ്ടാകുമെന്നതിൽ സംശയമില്ല. ഇക്കാര്യത്തിൽ നിങ്ങളുടെ സമ്മതം വളരെ മുഖ്യമാണ്. ഭർത്താവിന്റെ സമ്മതത്തോടെ കുഞ്ഞിന് മുലയൂട്ടുന്ന അമ്മമാർക്ക് ആ പ്രക്രിയ വളരെ സഹജവും സരളവുമായിരിക്കുമെന്ന് പഠനങ്ങളിൽ നിന്ന് അറിയാൻ കഴിഞ്ഞിട്ടുണ്ട്. ഇതിനെക്കുറിച്ച് നിങ്ങളും അറിവ് സമ്പാദിക്കുക. ഇത് ഒരു സഹജമായ പ്രക്രിയയാണെങ്കിലും അത് പഠിക്കാൻ കുറച്ച് സമയമെടുക്കും. അത് പഠിക്കാൻ കുഞ്ഞിനെയും അമ്മയെയും സഹായിക്കുക. കുറച്ചുസമയംവരെ നിങ്ങൾക്കെല്ലാം ഇതിൽ കുറച്ച് കുഴപ്പമുണ്ടാകും. എന്നാൽ പിന്നീട് ഇത് നൈസർഗ്ഗികവും, സാധാരണവുമായ ഒരു പ്രത്യേക ജോലിയാണെന്ന് കാണാൻ കഴിയും.

"എന്റെ ഭാര്യ പുത്രന് മുലയൂട്ടുന്നു. അവൾക്കും കുഞ്ഞിനുമിടയിലുള്ള അടുപ്പം പങ്കിടാൻ എനിക്ക് കഴിയുന്നില്ല. എനിക്ക് ഏകാന്തത അനുഭവപ്പെടുന്നു."

നിങ്ങൾക്ക് ഗർഭം ധരിക്കാൻ കഴിയില്ല, കുഞ്ഞിന് ജന്മം നൽകാൻ കഴിയില്ല, കുഞ്ഞിനെ മുലയൂട്ടാൻ കഴിയില്ല, എന്നാലും നിങ്ങൾ കുഞ്ഞിന്റെ അച്ഛനാണ്. നിങ്ങൾക്ക് കുഞ്ഞിന്റെ ചെറിയതും വലിയതുമായ എല്ലാ സുഖ-ദുഃഖങ്ങളിലും പങ്കെടുക്കാം. നിങ്ങൾക്ക് ഭാര്യയുടെ ഗർഭാവസ്ഥ, പ്രസവം എന്നിവയോട് ബന്ധപ്പെട്ട അവരുടെ വേദന കുറക്കാൻ കഴിയും. നിങ്ങളുടെ സക്രിയമായ പങ്കാളിത്തം മാത്രം ധാരാളമാണ്.

കുഞ്ഞ് മുലകുടിക്കുമ്പോൾ:– കുഞ്ഞ് മുലകുടിക്കുമ്പോൾ നിങ്ങൾക്ക് ഒരു സഹായവും ചെയ്യാൻ കഴിയില്ല. എന്നാൽ ചിലപ്പോൾ ബോട്ടിൽ പാൽ തയ്യാറാക്കേണ്ടിവരും, അപ്പോൾ സഹായിക്കാൻ തയ്യാറാകുക. അങ്ങനെ അമ്മയ്ക്ക് കുറച്ച് വിശ്രമം ലഭിക്കും, നിങ്ങൾക്ക് കുഞ്ഞിന്റെ സാമീപ്യം കിട്ടാനുള്ള സന്ദർഭവും കിട്ടും!

കുഞ്ഞിന് ബോട്ടിൽ പാൽ കൊടുക്കുന്ന സമയത്ത് നിങ്ങളുടെ ഷർട്ടിന്റെ ബട്ടൺ അഴിക്കുക, അപ്പോൾ കുഞ്ഞിന് നിങ്ങളുടെ ശരീരത്തിന്റെ ഗന്ധവും സ്പർശവും കിട്ടും. പാലുകൊടുക്കുമ്പോൾ ബോട്ടിൽ ശ്രദ്ധ യോടെ പിടിക്കുകയും ശ്രദ്ധ മുഴുവൻ അതിൽ കേന്ദ്രീകരിക്കുകയും ചെയ്യുക.

കുഞ്ഞ് ഉറങ്ങുന്നതിന് മുൻപ് ഉറങ്ങരുത്:– നിങ്ങൾക്ക് കുഞ്ഞിന് മുലയൂട്ടാൻ കഴിയില്ലെ ങ്കിലും കുഞ്ഞ് പാല് കുടിക്കുമ്പോൾ അതിന്റെ കൂടെ ഉണർന്നിരിക്കാനും രാത്രി യിൽ ഡയഫർ മാറ്റാനും കഴിയുമല്ലോ? പാലുകൊടുക്കാൻ അമ്മയുടെ മടിയിൽ കിടത്തുക. കുഞ്ഞ് ഉറങ്ങിയശേഷം തൊട്ടി ലിൽ കിടത്തുക.

മറ്റ് ജോലികളിൽ സഹായം:– കുഞ്ഞിനെ കുളിപ്പിക്കാനും, കഴുകാനും, ഉറക്കാനും, ഭക്ഷണം കൊടുക്കാനുമൊക്കെ സഹായി ക്കാൻ നിങ്ങൾക്ക് കഴിയും.

ബന്ധം

"ഞാൻ മകൾ ജനിക്കാൻ പോകുന്നതു കൊണ്ട് വളരെ ഉത്സാഹത്തിലാണ്. ഞാൻ കുഞ്ഞിന്റെമേൽ ആവശ്യത്തിൽ കൂടുതൽ ശ്രദ്ധ പതിപ്പിക്കുന്നുണ്ടോ എന്ന് തോന്നി പ്പോകുന്നു."

ജീവിതത്തിൽ സ്നേഹവും വാത്സല്യവും ഒരിക്കലും അധികമാകില്ല. നിങ്ങൾ കുഞ്ഞിന്റെ കൂടെ എത്ര സമയം ചിലവഴിക്കു ന്നുവോ അത്രയ്ക്ക് നിങ്ങൾ തമ്മിലുള്ള ബന്ധം ഗാഢവും ദൃഢവുമാകും. അച്ഛ ന്മാർക്ക് പെൺമക്കളോട് കൂടുതൽ സ്നേഹ മുണ്ടാകുമെന്ന് പഠനങ്ങളിൽ നിന്ന് അറി യാൻ കഴിഞ്ഞിട്ടുണ്ട്. അച്ഛനിൽ മാതൃത്വ ഭാവവും ഉണ്ട്. ഈ ബന്ധത്തെ വളർത്തു ന്നതോടൊപ്പം ഭാര്യയുടെ കാര്യത്തിലും ശ്രദ്ധിക്കാൻ മറക്കരുത്. അടിക്കടി അവരെ നിങ്ങൾ എന്തുമാത്രം സ്നേഹിക്കുന്നു എന്ന് ഭാര്യയെ മനസ്സിലാക്കുക. അവരുടെ കാര്യത്തിലും പൂർണ്ണ ശ്രദ്ധ പതിപ്പിക്കുക.

വൈകാരികമായ മാറ്റങ്ങൾ

ജീവിതത്തിൽ വലിയ മാറ്റം ഏർപ്പെട്ടു എന്നത് സമ്മതിച്ചിരിക്കുന്നു. ഒരു കൊച്ചു കുഞ്ഞ് നിങ്ങൾ രണ്ടുപേരുടെയും ജീവിത ത്തിലെ റൊട്ടീൻ മുഴുവൻ മാറ്റിയിരി ക്കുന്നു. നിങ്ങൾക്ക് വൈകാരികമായി വളരെ ബലഹീനത അനുഭവപ്പെടുന്നു. ഈ സമയത്ത് ധൈര്യം കൈവിടരുത്. ഈ മാറ്റം ഒരു ദവിസം വന്നേ തീരൂ. അവസാദ ത്തിൽ നിന്ന് മുക്തനാകുക. കുഞ്ഞിനോ ടൊപ്പം സമയം ചിലവഴിക്കുക, ചിരി ക്കുക, മൂളിപ്പാട്ട് പാടുക. ഓരോ കഠിന മായ യാത്രയെയും പോലെ ഈ സമയവും കടന്നുപോകും. നിങ്ങൾ ചുറ്റുപാടുമായി ഒത്തുതീർപ്പിലെത്താൻ പഠിക്കും.

"കുഞ്ഞ് ജനിച്ച് നാലുദിവസം കഴിഞ്ഞ പ്പോൾ എനിക്ക് അതിനോട് ചെറിയ സ്നേഹം തോന്നി. എന്നാൽ ഇതുവരെ ശരിക്കുള്ള സ്നേഹം ഉണ്ടായിട്ടില്ല."

ആദ്യത്തെ ആലിംഗനം കൊണ്ടുതന്നെ നിങ്ങളുടെ ബന്ധം ഏർപ്പെട്ടുകഴിഞ്ഞു. ഇത് ഒരു ആരംഭമാണ്. സമയം കഴിയുന്നതോ ടൊപ്പം നിങ്ങളുടെ സ്നേഹബന്ധവും ദൃഢമായിക്കൊണ്ടിരിക്കും. കുഞ്ഞിനെ എടുക്കുമ്പോൾ, ഡയഫർ മാറ്റുമ്പോൾ, കുളി പ്പിക്കുമ്പോൾ, കൈയ്യിലെടുത്ത് ഉറക്കു മ്പോൾ, എന്തെങ്കിലും ഊട്ടുമ്പോൾ ഈ ബന്ധവും ആത്മീയതയും വർദ്ധിച്ചുകൊണ്ടി രിക്കും. കുഞ്ഞിനെ മടിയിൽ കിടത്തി ആട്ടുമ്പോൾ നിങ്ങളുടെ ചർമ്മസ്പർശ മുണ്ടാകട്ടെ. ഈ സമ്പർക്കം ആരംഭത്തിൽ ഒരുഭാഗത്തുനിന്നേ ഉണ്ടാകൂ. നിങ്ങൾ മാത്രമെ ചിരിക്കുകയും വർത്തമാനം പറ യുകയും ചെയ്യൂ. എന്നാൽ പതുക്കെ പ്പതുക്കെ കുഞ്ഞും പ്രതികരിക്കാൻ തുടങ്ങും.

നിങ്ങളുടെ ഭാര്യതന്നെ എല്ലാ ജോലി കളും ചെയ്യുമ്പോൾ നിങ്ങളും പങ്കുചേരാൻ മുന്നോട്ട് വരിക. ഭാര്യയ്ക്ക് പുറത്തുപോകേ ണ്ടതുണ്ടെങ്കിൽ നിങ്ങൾ കുഞ്ഞിനെ നോക്കുക. നിങ്ങൾ പുറത്തുപോകുക യാണെങ്കിൽ കുഞ്ഞിനെ സ്ട്രോളറിലോ കാർസീറ്റിലോ ഇരുത്തുക. ഡയഫർ ബാഗ് കൂടെ കൊണ്ടുപോകുക.

പ്രസവത്തിനുശേഷം

"എന്റെ ഭാര്യയുടെ പ്രസവം വളരെ ബുദ്ധി മുട്ടുള്ളതായിരുന്നു. ഇതുകാരണം എനിക്ക് സെക്സിൽ രുചി ഇല്ലാതായെന്ന് തോന്നുന്നു."

പ്രസവത്തിനുശേഷം സെക്സ്

നിങ്ങളുടെ ഭാര്യക്ക് ഡോക്ടർ സെക്സിനുള്ള അനുമതി നൽകിയെങ്കിലും അവരുടെ ശരീരം പൂർണ്ണമായി ശരിയായിട്ടില്ല. അവർ സമ്മതിച്ചാലും എല്ലാം വളരെ സൂക്ഷിച്ച് ചെയ്യണം. അവരുടെ ഭാവനകൾ മനസ്സിലാക്കണം. ഒൻപതുമാസങ്ങൾക്കുള്ളിൽ അവരുടെ ശരീരത്തിൽ വളരെ മാറ്റങ്ങൾ വന്നിട്ടുണ്ട്. അതുകൊണ്ട് അവർക്ക് കുറച്ച് ബുദ്ധിമുട്ടുണ്ടാകും. നിങ്ങൾ അവരുടെ ബുദ്ധിമുട്ട് മനസ്സിലാക്കി മുന്നോട്ട് പോകുകയാണെങ്കിൽ അത് ഒരു പ്രശംസനീയമായ കാൽവെപ്പായിരിക്കും.

സെക്സിൽ മനുഷ്യന്റെ അഭിരുചി ഒരു ലോലമായ സംഗതിയാണ്. കുഞ്ഞിന്റെ ജനനം കണ്ടശേഷം നിങ്ങളുടെ മനസ്സിൽ സെക്സിനോട് വിമുഖത തോന്നിയിരിക്കാം. നിങ്ങൾക്ക് ക്ഷീണം തോന്നുന്നുണ്ടാകാം. കുഞ്ഞ് ഉണരുമോ എന്ന പേടി ഉണ്ടാകാം, നിങ്ങളുടെ മാറിവരുന്ന ഈ ജീവിതയാത്രയിൽ ഊർജ്ജം മുഴുവൻ കുഞ്ഞുമായി ബന്ധപ്പെട്ട കാര്യങ്ങളിൽ മാത്രം കേന്ദ്രീകരിക്കാൻ ആഗ്രഹിക്കുന്നുണ്ടാകാം. നൈസർഗ്ഗികമായി നിങ്ങളുടെ മനസ്സിൽ സെക്സിനോടുള്ള അഭിരുചി കുറഞ്ഞിരിക്കും. അപ്പോൾ നിങ്ങൾക്ക് നിങ്ങളുടെ മുഖ്യ ലക്ഷ്യത്തിൽ ശ്രദ്ധ കേന്ദ്രീകരിക്കാൻ കഴിയുമല്ലോ.

നിങ്ങളുടെ ഭാര്യയും മാനസികമായും ശാരീരികമായും ഇത് ആഗ്രഹിക്കാതിരിക്കുന്നതുകൊണ്ടും നിങ്ങളുടെ ആഗ്രഹം കുറഞ്ഞിരിക്കാം. നിങ്ങൾ രണ്ടുപേരും എപ്പോഴാണ് ഇതിന് സമ്മതം മൂളുക എന്ന് അനുമാനിക്കുക കഠിനമാണ്. ഇത് കുറെയൊക്കെ നിങ്ങളുടെ സ്ഥിതിയെ ആശ്രയിച്ചിരിക്കും. ചില ആഴ്ചകൾക്കുശേഷം എല്ലാം മെല്ലെമെല്ലെ ശരിയാകാൻ തുടങ്ങും. യോനിക്ക് സെക്സ് അല്ലാതെ മറ്റൊരു മുഖ്യമായ കാര്യം കൂടെ ചെയ്യാനുണ്ട്. അത് ചെയ്തശേഷം സെക്സിനുവേണ്ടി തയ്യാറാകാൻ കുറച്ച് സമയമെടുക്കും.

ഇതിനിടയ്ക്ക് ഭാര്യയുമായി വൈകാരിക സാമീപ്യം പുലർത്താൻ ശ്രമിക്കുക. അവർക്ക് സെക്സിൽ രുചിയില്ലെങ്കിലും അവർ സുന്ദരിയും സെക്സിയുമാണെന്ന് പറയുക. കുഞ്ഞ് ഉറങ്ങിയാൽ ഡയപറിന്റെ ദുർഗന്ധം വരാതിരിക്കാൻ അഗർബത്തി കൊളുത്തിവയ്ക്കുക.

മൃദുവായി പാട്ട് കേൾപ്പിക്കുക. രണ്ടുപേരും കുറച്ച് റൊമാന്റിക് ആകുന്നതിൽ തെറ്റില്ല.

"എന്റെ ഭാര്യ മുലയൂട്ടുന്നുണ്ട്. അവരുടെ സ്തനങ്ങൾ ഇപ്പോൾ എനിക്ക് സെക്സിയായി തോന്നുന്നില്ല."

ഇപ്പോൾ സ്തനങ്ങൾ അവയുടെ പ്രായോഗിക രൂപത്തിലാണ്. മുലകൾ കുഞ്ഞിന് പാലൂട്ടുന്ന കാര്യം ചെയ്യുകയാണ്. പല ദമ്പതികൾക്കും ഇങ്ങനെയുള്ള മുലകളെ സെക്സിയായി കരുതാൻ ബുദ്ധിമുട്ടുണ്ടാകും. തങ്ങളുടെ ആനന്ദത്തിനുവേണ്ടി കുഞ്ഞിന്റെ ഭക്ഷത്തോട് കളിക്കരുതെന്ന് അവർക്ക് തോന്നുന്നു.

ഈ തോന്നലുകളൊക്കെ സാധാരണമാണ്. നിങ്ങൾക്ക് ഈ ഭാഗം കാമോത്തേജകമായി തോന്നുന്നില്ലെങ്കിൽ ഭാര്യയോട് വ്യക്തമായി ഇതിനെപ്പറ്റി സംസാരിക്കുക. അതുവരെ ശരീരത്തിന്റെ മറ്റുഭാഗങ്ങളിൽ ശ്രദ്ധപതിപ്പിക്കുക. ഇതിനുവേണ്ടി കുഞ്ഞിനോട് ദേഷ്യം കാട്ടരുത്. നിങ്ങൾക്ക് കുറച്ച് സമയം കാത്തിരിക്കേണ്ടിവരും. എന്നാൽ കുഞ്ഞോമന നിങ്ങളുടെ തന്നെയല്ലേ!

മൂഡ് ശ്രദ്ധിക്കുക

പുതിയ അമ്മ കുഞ്ഞിന്റെ ജോലികളിൽ വ്യാപൃതയായതുകൊണ്ട് ഉണ്ണാനും ഉറങ്ങാൻ പോലും അവർക്ക് സമയം കിട്ടുന്നില്ലെങ്കിൽ അവരെ സഹായിക്കുക. അവരുടെ മൂഡ് ചീത്തയാകാതെ നോക്കുക. അവർ ഡിപ്രെഷനിലാണെങ്കിൽ അവരെ ശ്രദ്ധിക്കുക. അവർ പറഞ്ഞില്ലെങ്കിലും ഡോക്ടറുടെ അടുത്ത് കൊണ്ടുപോകുക. ചികിത്സ കൊണ്ട് അവർക്ക് ആശ്വാസം ലഭിച്ചേക്കാം. അപ്പോൾ അവർ മനസ്സിൽ നിങ്ങളോട് നന്ദി പറയും.

മുത്തശ്ശിയുടെ അഭിപ്രായം

"കുഞ്ഞിന്റെ ജനനശേഷം പരിചരണത്തിനായി ഭാര്യയുടെ അച്ഛനമ്മമാരെ വരുത്തുന്നതിനെക്കുറിച്ച് ഞാനും ഭാര്യയും ചർച്ച ചെയ്യുകയാണ്."

ആ ദിവസങ്ങളിൽ അനുഭവ സമ്പന്നരായ വയസ്സായവരുടെ സഹായം ലഭിച്ചാൽ വളരെ നല്ലതാണ്. നിങ്ങൾക്ക് പലതരത്തിലുള്ള കഷ്ടങ്ങളിൽ നിന്നും രക്ഷ കിട്ടും. അവർ വീട്ടുജോലികളിൽ സഹായിക്കുന്നതോടൊപ്പം നിങ്ങൾക്ക് അറിയാത്ത പല കാര്യങ്ങളും പറഞ്ഞുതരും. പക്ഷെ, ഇതുകൊണ്ട് കുറച്ച് നഷ്ടവും ഉണ്ടാകും. നിങ്ങൾക്ക് നിങ്ങളുടെ രീതിയിൽ കുഞ്ഞിനെ വളർത്താൻ കഴിയുകയില്ല. അവർ പറയുന്നത് കേൾക്കേണ്ടിവരും. തെറ്റ് നിങ്ങൾ ചെയ്താൽ അത് തിരുത്തുവാനുമുള്ള സന്ദർഭം കിട്ടുകയില്ല. വീട്ടിൽ അധികം ആളുകൾക്കുള്ള ജോലി കൊണ്ട് ക്ഷീണം വർദ്ധിക്കും. നിങ്ങളുടെ പ്രൈവസി കുറയും. പുതിയ കുഞ്ഞിന്റെ അമ്മയ്ക്ക് ജോലിയുടെ ഭാരം കൂടുതലാകും. മുത്തശ്ശി ദൂരെയാണെങ്കിൽ കുഞ്ഞ് ജനിച്ച് കുറച്ചു ദിവസം കഴിഞ്ഞ് കൊണ്ടുവരിക. അപ്പോൾ കുഞ്ഞിനും അമ്മയ്ക്കും കുറച്ച് സെറ്റിലാകാൻ സമയം കിട്ടും. അവർക്ക് കൂടുതൽ സമയം നൽകാൻ നിങ്ങൾക്കും കഴിയും.

അവർ അടുത്താണെങ്കിൽപകലിൽ കുറച്ചുനേരത്തേക്ക് വരാൻ പറയുക. ആ നേരത്ത് അവർ കുഞ്ഞിനെ നോക്കും. നിങ്ങൾക്ക് ഒരുമിച്ച് കുറച്ചുസമയം ചില വഴിക്കാൻ കഴിയുകയും ചെയ്യും. വേണമെങ്കിൽ സിനിമയ്ക്ക് പോകാം.

മുത്തച്ഛനെയും മുത്തശ്ശിയെയും കൂടെ വെക്കണോ വേണ്ടയോ എന്ന് തീരുമാനിക്കേണ്ടത് നിങ്ങൾ രണ്ടുപേരുമാണ്. ഇത് നിങ്ങളുടെ കുടുംബത്തിന്റെ ആവശ്യങ്ങളും മുഖ്യത്വവും സ്ഥിതിയും ആശ്രയിച്ചിരിക്കും. നിങ്ങളുടെ അച്ഛനമ്മമാരുമായുള്ള മധുര സംബന്ധവും ഇതിൽ പ്രധാനമാണ്.

• • • • •

ഭാഗം – 6

ഗർഭാവസ്ഥയും
നിങ്ങളുടെ ആരോഗ്യവും

നിങ്ങൾക്ക് അസുഖം പിടിപെട്ടാൽ

നിങ്ങൾക്ക് ഗർഭാവസ്ഥയോട് ബന്ധപ്പെട്ട കഷ്ടകരമായ ലക്ഷണങ്ങൾ; അജീർണ്ണം, ഛർദ്ദി, കാലുകളിൽ കോച്ചിവലി, ക്ഷീണം എന്നിവ അനുഭവപ്പെട്ടേക്കാം. ചുമയും ജലദോഷവും പിടിപെട്ടേക്കാം. ഈ ദിവസങ്ങളിൽ ജലദോഷവും ഇൻഫെക്ഷനും നിങ്ങളെ പിൻതുടരും. നിങ്ങളുടെ രോഗ പ്രതിരോധ ശക്തി കുറച്ചുകുറഞ്ഞിരിക്കും. രണ്ടുകുഞ്ഞുങ്ങളോടൊപ്പം അസുഖം പിടിപെട്ടാൽ ബുദ്ധിമുട്ട് കൂടുതലായി അനുഭവപ്പെടും. ഇതുവരെ നിങ്ങളുടെ രോഗങ്ങൾക്ക് കഴിച്ചിരുന്ന മരുന്നുകൾ അലമാരിയിൽവെച്ച് പൂട്ടേണ്ടിവരും.

ഈ ചെറിയ-ചെറിയ ബുദ്ധിമുട്ടുകളൊന്നും നിങ്ങളുടെ ഗർഭാവസ്ഥയെ ബാധിക്കുകയില്ല. ചികിത്സ ഒഴിവാക്കുന്നതാണ് നല്ലത്. മരുന്ന് കഴിക്കാതിരുന്നതുകൊണ്ട് ജലദോഷമോ ഇൻഫെക്ഷനോ മാറാതിരുന്നാൽ ഉടനെ ഡോക്ടറുടെ മേൽനോട്ടത്തിൽ ചികിത്സ ചെയ്താൽ സുഖം പ്രാപിക്കും.

നിങ്ങൾ എന്തുകരുതുന്നുണ്ടാകും?

ജലദോഷം - ചുമ

"ഞാൻ തുമ്മുകയും ചുമക്കുകയും ചെയ്യുന്നു. എന്റെ തല വേദനകൊണ്ട് പൊളിയുന്നു. ഈ വൃത്തികെട്ട ജലദോഷം എന്റെ കുഞ്ഞിനെയും ബാധിക്കുമോ?"

ഗർഭാവസ്ഥയിൽ രോഗപ്രതിരോധ ശക്തി കുറയുന്നതുകാരണം, സാധാരണ ജലദോഷം പിടിപെടും. നിങ്ങളെ മാത്രമെ അത് ബാധിക്കുകയുള്ളൂ എന്നതാണ് സമാധാനം. കുഞ്ഞിന് ഒരു ദോഷവും ചെയ്യുകയില്ല. എന്നാൽ ജലദോഷത്തിനുവേണ്ടി മരുന്ന് കഴിക്കുമ്പോൾ സൂക്ഷിക്കണം, അവയുടെ പ്രഭാവം കുഞ്ഞിൽ ഏറ്റേക്കാം. ഏതെങ്കിലും മരുന്ന് കഴിക്കുന്നതിനുമുമ്പ് ഗർഭാവസ്ഥയിൽ ഏത് മരുന്ന് കഴിക്കുന്നതാണ് സുരക്ഷിതമെന്ന് ഫോൺ ചെയ്ത് ഡോക്ടറോട് ചോദിക്കുക. അദ്ദേഹം ചില മാറ്റ മരുന്നുകൾ നിർദ്ദേശിക്കും. അതിൽ നിന്ന് ഏതെങ്കിലും തിരഞ്ഞെടുക്കാം. നിങ്ങൾ ഡോക്ടറോട് ചോദിക്കാതെ സ്വന്തം ഇഷ്ടത്തിന് ഒന്നുരണ്ട് ഡോസ് കഴിച്ചു എങ്കിലും പരിഭ്രമിക്കേണ്ടതില്ല, പക്ഷെ ഡോക്ടറോട് തീർച്ചയായും അതിനെക്കുറിച്ച് പറയണം.

ജലദോഷം കഠിനമാകുന്നതിനുമുമ്പു തന്നെ എന്തെങ്കിലും പ്രതിവിധി ചെയ്തില്ലെങ്കിൽ അത് ഭയങ്കര സംക്രമണത്തിൽ

പോയികലാശിക്കും. അത് അടഞ്ഞ ഒഴുകുന്ന മൂക്കുമായി നിങ്ങളെ കിടക്കയിൽ കിടത്തും.

- ആവശ്യമാണെന്നുതോന്നിയാൽ വിശ്രമിക്കുക. വിശ്രമിക്കുന്നതുകൊണ്ട് ജലദോഷം വേഗത്തിൽ ശരിയായില്ലെങ്കിലും ശരീരത്തിന് ആശ്വാസം കിട്ടും. നിങ്ങൾക്ക് പനിയും ചുമയും ഉണ്ടാകുകയുമില്ല. ഇതിനുപുറമെ കുറച്ച് വ്യായാമവും കൂടി ചെയ്താൽ ലാഭമുണ്ടാകും.
- ജലദോഷം കാരണം നിങ്ങൾ പട്ടിണികിടന്ന് കുഞ്ഞിനെയും പട്ടിണിക്കിടരുത്. വിശപ്പ് തോന്നിയില്ലെങ്കിലും പോഷകാഹാരങ്ങൾ കഴിക്കുക. ഇഷ്ടപ്പെട്ട ആഹാരം കുറച്ച് കഴിക്കുന്നതിലും തെറ്റില്ല. വിറ്റാമിൻ - സി ഉള്ള പഴങ്ങൾ അല്ലെങ്കിൽ ജ്യൂസ് കഴിക്കാൻ ശ്രമിക്കുക. എന്നാൽ വിറ്റാമിൻ - സിയുടെ ഡോസ് അധികമാകരുത്. സിങ്ക്, എക്നീഷ്യാ എന്നിവയും അധികമാകാതെ സൂക്ഷിക്കുക.
- തരള പദാർത്ഥങ്ങളുടെ അളവ് കുറക്കരുത്. പനി, തുമ്മൽ, ജലദോഷം എന്നിവ കാരണം നിങ്ങളുടെ ശരീരത്തിൽ തരള പദാർത്ഥങ്ങളുടെ അളവ് കുറയും. ഇളം ചൂടുള്ള തരളപദാർത്ഥങ്ങൾ കഴിച്ചാൽ ആശ്വാസം തോന്നും. ചൂടുള്ള സൂപ്പ് കുടിക്കുക. വെള്ളവും തണുത്ത ജ്യൂസും കുടിക്കാം. നിങ്ങളുടെ രുചിക്കനുസരിച്ച് ഏത് വേണമെന്ന് തീരുമാനിക്കുക.
- ഉറങ്ങുമ്പോൾ തലയണ കൊണ്ട് തല ഉയർത്തിവയ്ക്കുക. മൂക്ക് അടഞ്ഞാലും എളുപ്പത്തിൽ ശ്വസിക്കാൻ ഇത് സഹായിക്കും. 'നേസൽ സ്ട്രിപ്പ്' അടഞ്ഞ മൂക്ക് തുറക്കാൻ സഹായിക്കും. അവ മാർക്കെറ്റിൽ കിട്ടും. അതിൽ ഒരു മരുന്നും ഇല്ല.
- സലൈൻ നേസൽ ഡ്രോപ് ഒഴിച്ച് മൂക്ക് ഈർപ്പമുള്ളതാക്കിവെക്കുക. ഇതും പൂർണ്ണ സുരക്ഷിതമാണ്.
- തൊണ്ടവേദനയോ തൊണ്ട ചൊറിച്ചിലോ ചുമയോ ഉണ്ടെങ്കിൽ ഇളം ചൂടുവെള്ളം കൊണ്ട് ഗാർഗിൾ ചെയ്യുക.
- പനി ഉണ്ടെങ്കിൽ എത്രയും പെട്ടെന്ന് കുറക്കാൻ നോക്കുക.
- ഡോക്ടർ പറയുന്ന മരുന്ന് തീർച്ചയായും കഴിക്കുക. ഗർഭാവസ്ഥയിൽ ഏത് മരുന്നും കഴിക്കുന്നത് ദോഷകരമാണെന്ന് കരുതേണ്ട. അസുഖത്തിന് ചികിത്സിക്കേണ്ടതും അത്യാവശ്യമാണ്.
- ജലദോഷം കാരണം ഭക്ഷണം കഴിക്കാനും ഉറങ്ങാനും ബുദ്ധിമുട്ട്, ചുമയോടൊപ്പം പച്ച-മഞ്ഞ നിറത്തിലുള്ള കഫം വരുക, നെഞ്ചുവേദന, മൂക്കിൽ ബുദ്ധിമുട്ട്, എന്നീ ലക്ഷണങ്ങൾ ഒരാഴ്ചവരെ തുടർന്നാൽ ഡോക്ടറെ കാണുക. ചിലപ്പോൾ ജലദോഷം സംക്രമണമായി മാറിയിട്ടുണ്ടാകാം. അങ്ങനെയാണെങ്കിൽ നിങ്ങളുടെയും കുഞ്ഞിന്റെയും സുരക്ഷയ്ക്കുവേണ്ടി മരുന്ന് കഴിക്കേണ്ടത് അത്യാവശ്യമാണ്.

സൈനസൈറ്റിസ്

"എനിക്ക് ഒരാഴ്ചയായി ജലദോഷമാണ് എന്റെ നെറ്റിയും കവിളുകളും വല്ലാതെ വേദനിക്കുന്നു. ഞാൻ എന്തുചെയ്യണം?"

നിങ്ങളുടെ ജലദോഷം സൈനസൈറ്റിസ് ആയി മാറി എന്ന് തോന്നുന്നു. നെറ്റി, കവിൾ, താടിയെല്ല് എന്നീവിടങ്ങളിൽ വേദനയും മൂക്കിൽ നിന്ന് വൃത്തികെട്ട പച്ച-മഞ്ഞ മ്യൂക്സ് ഒഴുകുകയും ചെയ്യുന്നത് ഇതിന്റെ ലക്ഷണങ്ങളാണ്. ഗർഭാവസ്ഥയിൽ ഇങ്ങനെ ഉണ്ടാകാറുണ്ട്. നിങ്ങളുടെ ഹാർമോൺ മ്യൂക്കസ് മെംബ്രെയ്നിലും വീക്കം ഏർപ്പെടുത്തുന്നതുകൊണ്ടാണ് ഇത് ഉണ്ടാകുന്നത്. ഇതുകൊണ്ട് മൂക്ക് അടയ്ക്കുകയും കീടാണുക്കൾക്ക് തങ്ങാൻ സന്ദർഭം കിട്ടുകയും ചെയ്യുന്നു. ഇമ്മ്യൂൺ കോശങ്ങൾക്ക് എളുപ്പത്തിൽ ഇവയെ സമീപിക്കാൻ കഴിയുന്നില്ല. സൈനസിന്റെ രോഗം വളരെദിവസംവരെ നീണ്ടുനിൽക്കുന്നു. സുരക്ഷിതമായ ആന്റിബയോട്ടിക്സ് മരുന്നുകൾ കൊണ്ട് ഇവയെ നിയന്ത്രിക്കാം.

കോൾഡ് അല്ലെങ്കിൽ ഫ്ലൂ

ഇതുരണ്ടിനുമുള്ള വ്യത്യാസം നിങ്ങൾ മനസ്സിലാക്കണം. തണുപ്പ് തട്ടുമ്പോൾ തൊണ്ടയിൽ വേദനയും ചൊറിച്ചിലും, മൂക്കൊഴുകൽ, തുമ്മൽ എന്നിവ ഉണ്ടാകും. ശരീരത്തിൽ ചെറുതായ ചൂട്, വേദന എന്നിവയും ഉണ്ടാകും.

ഫ്ലൂവിൽ പനി 1040വരെ ഉണ്ടാകും. മാംസപേശികളിൽ വീക്കം, ക്ഷീണം, ശക്തിക്കുറവ് എന്നിവയും അനുഭവപ്പെടും. പലപ്പോഴും ഛർദ്ദിയും ഉണ്ടാകും. തുമ്മലും ചുമയും ഉണ്ടാകും. മരുന്ന് കഴിച്ച് എളുപ്പത്തിൽ സുഖം പ്രാപിക്കാം.

ഫ്ലൂവിന്റെ സീസൺ

"എനിക്ക് ഫ്ലൂ പിടിപെട്ടാലോ? ഇത് ഗർഭാവസ്ഥയിൽ സുരക്ഷിതമാണോ?"

ഈ കാലാവസ്ഥയിൽ നിന്ന് രക്ഷനേടാൻ നിങ്ങൾ ഫ്ലൂ ഷോട്ട് എടുക്കണം. ഗർഭാവസ്ഥയിൽ ഇത് വളരെ അത്യാവശ്യമാണ്. ഇതിനെപ്പറ്റി ഡോക്ടറുടെ അഭിപ്രായം ചോദിക്കുക. ഫ്ലൂ പിടിപെടുന്നതിന് മുമ്പുതന്നെ അത് തടുക്കാനുള്ള മരുന്ന് കഴിക്കുക. ഇത് പൂർണ്ണമായി ഫലം ചെയ്യുകയില്ലെങ്കിലും ഫ്ലൂ വൈറസിൽ നിന്ന് രക്ഷ നൽകും. അങ്ങനെ നിങ്ങൾക്ക് ഫ്ലൂ പിടിപെടാതെ രക്ഷപ്പെടാം. സംക്രമണം തടയാൻ കഴിഞ്ഞില്ലെങ്കിലും അതിന്റെ ലക്ഷണങ്ങളുടെ ശക്തി കുറയും.

'നേസൽ സ്പ്രേ വ്യാക്സി'നുപകരം സൂചിവഴി മരുന്നെടുക്കണം. ഫ്ലൂ ആണെന്ന് തോന്നിയാൽ ചികിത്സ ചെയ്യാൻ താമസിക്കരുത്. അല്ലെങ്കിൽ ഇത് നിമോണിയായി മാറാൻ സാദ്ധ്യതയുണ്ട്. ഇതിനിടിയ്ക്ക് ധാരാളം വെള്ളം കുടിക്കുകയും വിശ്രമിക്കുകയും ചെയ്താൽ ഡീ ഹൈഡ്രേഷൻ ഉണ്ടാകില്ല.

പനി

"എനിക്ക് നേരിയ പനിയുണ്ട്. ഞാൻ എന്താണ് ചെയ്യേണ്ടത്?"

ഗർഭാവസ്ഥക്കിടയിൽ ചെറിയ പനി അധികം ഗംഭീരമായി കാണേണ്ടതില്ല. എന്നാൽ ഇതിനെ അലക്ഷ്യം ചെയ്യുകയും അരുത്. പനി കുറയാൻ പെട്ടെന്ന് എന്തെങ്കിലും ചെയ്യണം. താപനില ശ്രദ്ധിക്കുക.

100.4^{0}F-ൽ കൂടുതൽ താപനില ഉണ്ടെങ്കിൽ, അപ്പോൾതന്നെ ഡോക്ടർക്ക് ഫോൺ ചെയ്യുക. അതിനിടയിൽ പനി കുറക്കാൻ ടൈലിനോൾ കഴിക്കുക. സ്വന്ത ഇഷ്ടത്തിന് മറ്റുമരുന്നുകളൊന്നും കഴിക്കരുത്. കുളിക്കുക, തണുത്ത തരളപദാർത്ഥങ്ങൾ കുടിക്കുക, ഘനം കുറഞ്ഞ വസ്ത്രം ധരിക്കുക എന്നിവ മൂലം താപനില കുറക്കാൻ കഴിയും. ഗർഭാവസ്ഥയിൽ ഡോക്ടറോട് അഭിപ്രായം ചോദിക്കാതെ ആസ്പിരിൻ, ഇബുഫേൻ എന്നീ മരുന്നുകൾ ഒരിക്കലും കഴിക്കരുത്.

ഇതിനുമുമ്പ് കടുത്ത പനി ഉണ്ടായിട്ടുണ്ടെങ്കിൽ അതും ഡോക്ടറോട് പറയുക.

സ്ട്രെപ് ത്രോട്ട്

"മൂന്നുവയസ്സുള്ള എന്റെ കുഞ്ഞിന് 'സ്ട്രെപ്ത്രോട്ട്' രോഗമുണ്ടായി. ഇതുകൊണ്ട് എനിക്കും ജനിക്കാൻ പോകുന്ന കുഞ്ഞിനും സംക്രമണം ഉണ്ടാകുമോ?"

കുഞ്ഞുങ്ങളിലെ രോഗാണുക്കൾ മറ്റുള്ളവരിലേക്ക് പകരുവാൻ അധികസമയം എടുക്കുകയില്ല. ഗർഭാവസ്ഥയിൽ കൂടുതൽ വേഗത്തിൽ നിങ്ങൾ സംക്രമണത്തിന് ഇരയാകും.

കുഞ്ഞ് കുടിച്ച എച്ചിൽ വെള്ളം കുടിക്കരുത്. കുഞ്ഞ് ഭക്ഷിച്ച് ബാക്കിവെച്ച ആഹാരം കഴിക്കരുത്. അടിക്കടി കൈ കഴുകുക. നല്ല പോഷകാഹാരം കഴിക്കുകയും വിശ്രമിക്കുകയും ചെയ്താൽ രോഗപ്രതിരോധശക്തി വർദ്ധിക്കും. നിങ്ങൾക്ക് സംക്രമണം ഉണ്ടാകുമെന്ന പേടി ഉണ്ടെങ്കിൽ ഡോക്ടറുടെ അടുത്ത് ചെന്ന് ത്രോട്ട് കൾച്ചർ ചെയ്യുക. ശരിയായ രീതിയിലുള്ള ആന്റിബയോട്ടിക്സ് കഴിച്ചാൽ കുഞ്ഞിനും സംക്രമണം ഉണ്ടാകില്ല. വീട്ടിൽ കുഞ്ഞിനോ മറ്റാർക്കെങ്കിലുമോ കൊടുത്തിട്ടുള്ള മരുന്ന് നിങ്ങൾ കഴിക്കരുത്.

മൂത്രാശയമാർഗ്ഗത്തിലുള്ള സംക്രമണം (യു.ടി.ഐ.)

"എനിക്ക് മൂത്രാശയമാർഗ്ഗത്തിൽ സംക്രമണം ഉണ്ടായിട്ടുണ്ടോ എന്ന് പേടി തോന്നുന്നു."

നിങ്ങളുടെ ബ്ലാഡറിൽ വളർന്നുവരുന്ന ഗർഭാശയത്തിന്റെ ഭാരം സഹിക്കേണ്ടി വരുന്നു. ഈ ദിവസങ്ങളിൽ സംക്രമണം പരത്തുന്ന കീടാണുക്കൾക്ക് (ബാക്ടീരിയാ) മുന്നേറാനുള്ള സന്ദർഭം കിട്ടുന്നു. അതുകൊണ്ട് യു.ടി.ഐ. ഉണ്ടാകും. ഗർഭാവസ്ഥയിലെ ഹാർമോണുകളും ഇതിൽ തങ്ങളുടെ പങ്ക് നിർവഹിക്കും. പല സ്ത്രീകളിലും ഇതിന്റെ ലക്ഷണം സാധാരണയിൽ നിന്ന് ഗംഭീരമാകാറുണ്ട്. ഉദാ:– അടിക്കടി മൂത്രമൊഴിക്കണമെന്ന തോന്നുക, മൂത്രം ഒഴുകുക, മൂത്രമൊഴിക്കുമ്പോൾ നീറ്റൽ, വേദന, വയറിന്റെ അടിഭാഗത്ത് ഭയങ്കര വേദനയോ സമ്മർദ്ദമോ ഉണ്ടാകുക, മൂത്രത്തിന് ദുർഗന്ധമുണ്ടാകുക.

മൂത്രം പരിശോധിച്ചാൽ ഈ സംക്രമണം എളുപ്പത്തിൽ കണ്ടുപിടിക്കാം. ചുവപ്പ് അണുക്കളിൽ നിന്ന് രക്തസ്രാവവും വെള്ള അണുക്കളിൽ നിന്ന് സംക്രണവും കണ്ടുപിടിക്കാം. ആന്റി ബയോട്ടിക്സിന്റെ ഒരു കോഴ്സ് കഴിച്ചാൽ ഈ രോഗത്തിൽ നിന്ന് രക്ഷനേടാം. ആദ്യംതന്നെ ഇതുവരാതെ നോക്കാൻ ശ്രമിക്കുക. ഇതിനുവേണ്ടി ഗർഭാവസ്ഥയിൽ പല മുൻകരുതലുകളും എടുക്കാവുന്നതാണ്.

- അധിക അളവിൽ തരളപദാർത്ഥങ്ങളും വെള്ളവും കുടിക്കുക. അപ്പോൾ ബാക്ടീരിയ മൂത്രത്തിൽകൂടി പുറത്തുപോകും. ഈ സമയത്ത് കാപ്പി, ചായ, ആൽക്കഹോൾ എന്നിവ കുടിക്കാതിരിക്കുക.
- യോനി മാർഗ്ഗം വൃത്തിയായി സൂക്ഷിക്കുക. സെക്സിന് മുൻപും പിൻപും മൂത്രാശയം കാലി ചെയ്യുകയും വേണം.
- മൂത്രമൊഴിക്കുമ്പോഴൊക്കെ ബ്ലാഡർ മുഴുവൻ കാലിയാക്കണം. മൂത്രം ഒഴിച്ച ശേഷം കുറച്ചുനേരം ഇരുന്നിട്ട് വീണ്ടും ശ്രമിക്കുക. മൂത്രമൊഴിക്കണമെന്ന് തോന്നുമ്പോൾ നിയന്ത്രിക്കാൻ ശ്രമിക്കരുത്. നിയന്ത്രിക്കാൻ ശ്രമിച്ചാൽ സംക്രമണം ഉണ്ടാകാനുള്ള സാദ്ധ്യത കൂടുതലാകും.
- പെരിനിയൽ ഏരിയയിൽ കാറ്റുകിട്ടാൻ അനുവദിക്കുക. കോട്ടൺ അടിവസ്ത്രങ്ങൾ ധരിക്കുക. രാത്രി ഉറങ്ങുമ്പോൾ പൈജാമയുടെ കൂടെ അടിവസ്ത്രം ധരിക്കാതിരിക്കുക.
- യോനി മാർഗ്ഗവും അതിന്റെ അടുത്തുള്ള ഭാഗങ്ങളും വൃത്തിയായും ഈർപ്പമില്ലാതെയും സൂക്ഷിക്കുക.
- മൂത്രമൊഴിച്ചശേഷം മുമ്പോട്ടും പുറകോട്ടും തുടച്ചാൽ ബാക്ടീരിയ യോനി വഴിയായി അകത്തോട്ട് പ്രവേശിക്കുകയില്ല. ബവ്വൽ ബാത്ത്, പെർഫ്യൂമുള്ള പൗഡർ, ഷവർജെൽ, സോപ്പ്, സ്പ്രേ, ഡിറ്റർജെന്റ്, ടോയ്‌ലെറ്റ് പേപ്പർ എന്നിവ ഉപയോഗിക്കാതിരിക്കുക. സ്വിമ്മിങ്ങ് പൂളിലെ വെള്ളം ക്ലോറിൻ കലർന്നതല്ലെങ്കിൽ അത് ഉപയോഗിക്കാതിരിക്കുക.
- പോഷകാഹാരങ്ങൾ കഴിക്കുക, നല്ല പോലെ വിശ്രമിക്കുക. വ്യായാമം ചെയ്യുക. പിരിമുറുക്കം വരാതെ നോക്കുക.
- ചില ഡോക്ടർമാർ ഈ സമയത്ത് തൈര് കഴിക്കാൻ പറയും. അപ്പോൾ ആന്റിബയോട്ടിക്സ് കഴിക്കുന്നതോടൊപ്പം ലാഭദായകമായ ബാക്ടീരിയക്കളിൽ സമതുലനവും നിലനിൽക്കും. ഇതുകൂടാതെ ഡോക്ടറോട് ചോദിച്ച് പ്രോബയോട്ടിക്സും കഴിക്കാവുന്നതാണ്.

മൂത്രാശയത്തിന്റെ കീഴ്ഭാഗത്ത് സംക്രമണം ഉണ്ടായാൽ അത് ഗുരുതരമാണ്. ഇതിന് ചികിത്സിക്കാതെ അവ കിഡ്നിവരെ എത്തിയാൽ അതുകാരണം പ്രീമെച്വർ പ്രസവം, തൂക്കം കുറഞ്ഞ കുഞ്ഞ് എന്നിങ്ങനെ മറ്റ് പല പ്രശ്നങ്ങളും ഉണ്ടാകും. ഇതിന്റെ ലക്ഷണവും അതുതന്നെയാണ്. എന്നാൽ പനി 103^0 യിൽ കൂടുതലായിരിക്കും. കോൾഡ് പിടിക്കും, മൂത്രത്തോടൊപ്പം രക്തം വരും. മുതുകുവേദന, ഛർദ്ദി അല്ലെങ്കിൽ തലചുറ്റൽ എന്നിവ ഉണ്ടാകും. ഈ ലക്ഷണങ്ങൾ കണ്ടുതുടങ്ങിയാൽ ഡോക്ടറെ അറിയിക്കാൻ വൈകരുത്.

ഈസ്റ്റ് സംക്രമണം

"എനിക്ക് ഈസ്റ്റ് ഇൻഫെക്ഷൻ ആണെന്ന് തോന്നുന്നു. എന്റെ ഇഷ്ടത്തിന് എന്തെങ്കിലും മരുന്ന് കഴിക്കാമോ? അതല്ല ഡോക്ടറെ കാണണോ?"

ഗർഭാവസ്ഥയിൽ നിങ്ങളുടെ ഇഷ്ടത്തിന് ഒരു മരുന്നും കഴിക്കരുത്. അത് ഈസ്റ്റ് ഇൻഫെക്ഷനുള്ളതായാലും ശരി. ഇതിന് മുമ്പ് ആയിരം പ്രാവശ്യം നിങ്ങൾക്കുണ്ടായിട്ടുള്ള സംക്രമണമായാലും ശരി. നിങ്ങൾക്ക് ഇതിന്റെ എല്ലാ ലക്ഷണങ്ങളും (മഞ്ഞ-പച്ച നിറത്തിലുള്ള കട്ടിയുള്ള സ്രാവം, ദുർഗന്ധം, ചുവപ്പുനിറം, നീറ്റൽ, വീക്കം, ചൊറിച്ചിൽ എന്നിവ) അറിയാം. നിങ്ങൾ പല പ്രാവശ്യം ഇതിനുള്ള മരുന്ന് കഴിച്ച് സുഖം പ്രാപിച്ചിട്ടുണ്ടെങ്കിലും ഇത്തവണ ഡോക്ടറെ കാണിക്കണം.

നിങ്ങളുടെ ചികിത്സ ഏത് തരത്തിലായിരിക്കണം എന്ന് സംക്രമണം പരിശോധിച്ച ശേഷം ഡോക്ടർ തീരുമാനിക്കും. ഇത് സാധാരണ ഈസ്റ്റ് സംക്രമണമാണെങ്കിൽ ഡോക്ടർ യോനിയിൽ തടവാൻ ജെൽ, ഓയിൽമെന്റ് അല്ലെങ്കിൽ ക്രീം എഴുതിത്തരും. ഗർഭാവസ്ഥയിൽ എ.ടി. ഈസ്റ്റ് സ്നെട് 'ഫ്ലുകോനാസോൾ' മരുന്നും നൽകിയേക്കാം. എന്നാൽ ഇതിന്റെ ഡോസ് കുറവായിരിക്കും രണ്ടുദിവസത്തിൽ കൂടുതൽ കഴിക്കുകയും അരുത്.

ദുർഭാഗ്യവശാൽ ഈ ചികിത്സ നിരന്തരമല്ല. സംക്രണം വീണ്ടും ഏർപ്പെട്ടേക്കാം. പ്രസവം വരെ ഉണ്ടായിരിക്കുകയും ചെയ്യും.

ഇതിനുശേഷം വീണ്ടും ചികിത്സിക്കേണ്ടി വരും.

നിങ്ങളുടെ ശരീരത്തിലെ ഗുപ്തഭാഗങ്ങൾ വൃത്തിയായി സൂക്ഷിക്കാൻ പ്രത്യേകം ശ്രദ്ധിക്കുക. ഇറുകിയ അടിവസ്ത്രങ്ങൾ ധരിക്കാതിരിക്കുക. ഈ ഭാഗങ്ങളിൽ കുറച്ച് കാറ്റ് തട്ടാൻ അനുവദിക്കുക. തൈര് നിങ്ങൾക്ക് ഗുണം ചെയ്യും. ഡോക്ടറോട് ചോദിച്ച് എന്തെങ്കിലും പ്രയോജനകരമായ പ്രോ ബയോട്ടിക്കും കഴിക്കാവുന്നതാണ്. പഞ്ചസാര, ബേക്ക് ചെയ്ത ഭക്ഷണ സാധനങ്ങൾ മൈദ എന്നിവ ഉപയോഗിക്കാതിരുന്നാൽ ആശ്വാസം കിട്ടുന്നുണ്ടെന്ന് പല പഴയ രോഗികളും പറയുന്നു. ഡ്രഷ് ചെയ്യരുത്. ഇതുകൊണ്ട് യോനിയിൽ ബാക്ടീരിയയുടെ സാമാന്യ സമതുലനം നഷ്ടപ്പെടുന്നു.

വയറിലെ പ്രശ്നങ്ങൾ

"എന്റെ വയറിൽ പല പ്രശ്നങ്ങളുമുണ്ട്. ഇതുകൊണ്ട് കുഞ്ഞിന് എന്തെങ്കിലും ദോഷം സംഭവിക്കുമോ?"

വയറിലെ കുഴപ്പവും മോണിങ്ങ് സിക്നസും ഒരുപോലെ ആയതുകൊണ്ട് പലപ്പോഴും അവയെ തിരിച്ചറിയുന്നത് കഠിനമായിരിക്കുന്നു. ഇതുകൊണ്ട് കുഞ്ഞിന് കുഴപ്പമൊന്നും ഉണ്ടാകില്ലെങ്കിലും നിങ്ങൾ ചികിത്സിക്കാതിരിക്കരുത്. നിങ്ങളുടെ വയറിൽ ഹാർമോൺ വൈറസ് കാരണമോ അല്ലെങ്കിൽ മുട്ട സാലഡ് കൊണ്ടോ പ്രശ്നമുണ്ടായേക്കാം. എന്നാൽ രണ്ടിനും ചികിത്സ ഒന്നുതന്നെയാണ്. ശരീരത്തിന് വിശ്രമം നൽകുക. തരളപദാർത്ഥങ്ങൾ അധികം കഴിക്കുക. ഛർദ്ദിയും വയറിളക്കവും കൂടുതലാണെങ്കിൽ അധികം ശ്രദ്ധിക്കണം.

മൂത്രമൊഴിക്കാൻ കഴിയാതെ വരികയോ മൂത്രം കടും നിറത്തിലോ ആണെങ്കിൽ നിങ്ങൾക്ക് ഡീഹൈഡ്രേഷൻ ഏർപ്പെട്ടിട്ടുണ്ടെന്നാണ് അർത്ഥം. പതുക്കെപ്പതുക്കെ കുറച്ചു-കുറച്ച് വെള്ളം കുടിക്കുക. ജ്യൂസ് വെള്ളം ചേർത്ത് കുടിക്കുക, ഇളം ചൂടുവെള്ളത്തിൽ ചെറുനാരങ്ങ നീരുചേർത്ത് കുടിക്കുക. വെള്ളം കുടിക്കാൻ കഴിയുന്നില്ലെങ്കിൽ ഐസ് ചിപ്സ് ചപ്പുക. കട്ടിയുള്ള ആഹാരം കഴിക്കാൻ കഴിയുന്നത്രമാത്രം കഴിക്കുക. വയറിലെ പ്രശ്നങ്ങൾക്ക് ഇഞ്ചി ചേർത്ത ചായയോ മറ്റേതെങ്കിലും വിധത്തിൽ ഇഞ്ചി കഴിക്കുകയോ ചെയ്താൽ സുഖം കിട്ടും. ഛർദ്ദി വരുന്നത് കുറയുമ്പോൾ വിറ്റാമിൻ ഡോസ് കഴിക്കുക. കുറച്ചു ദിവസത്തേക്ക് കഴിക്കാൻ പറ്റാതെ വന്നാലും സാരമില്ല.

ആശ്വാസം കിട്ടുന്നില്ലെങ്കിൽ ഡോക്ടറെ കാണിക്കുക, ശരീരത്തിൽ ജലാംശം കുറഞ്ഞാൽ ബുദ്ധിമുട്ട് വർദ്ധിക്കും. ആന്റി ആസിഡ് മരുന്നുകൾ പ്രയോജനപ്പെടും, പക്ഷെ ഡോക്ടറോട് ചോദിക്കാതെ കഴിക്കരുത്.

വയറിന്റെ പ്രശ്നങ്ങൾ വളരെ സമയത്തേക്ക് നീണ്ടുനിൽക്കില്ലെന്ന് ഓർമ്മവയ്ക്കുക. ശരിയായ മരുന്ന് കഴിച്ചാൽ നിങ്ങൾക്ക് വേഗത്തിൽ ആശ്വാസം കിട്ടും.

ലിസ്റ്റീരിയോസിസ്

"എന്റെ ഒരു സ്നേഹിതയോട് ഗർഭാവസ്ഥക്കിടയിൽ ചില പ്രത്യേക ഡയറി ഉത്പന്നങ്ങൾ കഴിക്കരുതെന്നും അവ രോഗം ഏർപ്പെടുത്തുമെന്നും പറഞ്ഞു. ഇത് സത്യമാണോ?"

പാശ്ചുറൈസ് ചെയ്യാത്ത പാലും അതുകൊണ്ടുണ്ടാക്കിയ ചീസും ഗർഭാവസ്ഥക്കിടയിൽ നിങ്ങളെ രോഗിയാക്കിയേക്കാം. നിങ്ങളുടെ ആഹാരം, മാംസം, ഹോട്ട് ഡോഗ് എന്നിവയിൽ 'ലിസ്റ്റീരിയാ' കാണപ്പെടുന്നു. രോഗപ്രതിരോധശക്തി കുറഞ്ഞ കൗമാര പ്രായക്കാരും ഗർഭിണികളും പെട്ടെന്ന് ലിസ്റ്റീരിയോസിസ് രോഗഗ്രസ്തരാകും. ഇതിന്റെ കീടാണുക്കൾ രക്തപ്രവാഹത്തിൽ കലർന്ന് കുഞ്ഞിന്റെ അടുത്തെത്താൻ അധിക സമയം എടുക്കില്ല. ഇത് തിരിച്ചറിയുന്നത് കഠിനവുമാണ്. സംക്രമണം ഏർപ്പെട്ടിട്ടുള്ള ഭക്ഷണം കഴിച്ച് 12 മുതൽ 30 മണിക്കൂറുഃകൾഃക്കുള്ളിൽ എപ്പോൾ വേണമെങ്കിലും ഇതിന്റെ ലക്ഷണങ്ങൾ പ്രത്യക്ഷപ്പെടും. (വയറുവേദന, പനി, കോച്ചിവലി, മാംസപേശികളിൽ വേദന, മനംപിരട്ടൽ, ഡയേറിയാ) പലപ്പോഴും ഈ ലക്ഷണങ്ങൾ തിരിച്ചറിയാൻ വൈകും. ആന്റി ബയോട്ടിക് കൊടുത്ത് ഈ രോഗം ഗുണപ്പെടുത്താം.

നിങ്ങൾ ഇങ്ങനെയുള്ള ഭക്ഷണ പദാർത്ഥങ്ങൾ കഴിക്കാതിരിക്കുന്നതാണ് നല്ലത്. അപ്പോൾ സംക്രണം ഏർപ്പെടുകയില്ല. ചികിത്സയെക്കാൾ നല്ലത് വരാതെ സൂക്ഷിക്കുന്നതല്ലേ! നിങ്ങൾ അങ്ങനെയുള്ള ആഹാരം കഴിച്ചുകഴിഞ്ഞു എങ്കിൽ അതിനെക്കുറിച്ച് ചിന്തിച്ച് വ്യാകുലപ്പെടേണ്ട.

ടാക്സോപ്ലാസ്മോസിസ്

"പൂച്ചയുടെ കാര്യങ്ങളൊക്കെ നോക്കുന്നത് എന്റെ ഭർത്താവാണെങ്കിലും ഞാൻ അതിന്റെ കൂടെയാണ് ഇരിക്കുന്നത്. അതുകൊണ്ട് ടാക്സോപ്ലാസ്മോസിസിനെക്കുറിച്ച് ഓർക്കുമ്പോൾ എനിക്ക് പരിഭ്രമം തോന്നുന്നു. എനിക്ക് ഈ രോഗം പിടിപെട്ടാൽ എങ്ങനെ അറിയാൻ കഴിയും?"

നിങ്ങൾക്ക് ഈ രോഗമുണ്ടായകില്ലെന്ന് ആശിക്കുക. നിങ്ങൾ വളരെക്കാലമായി പൂച്ചയുടെകൂടെ ആണെങ്കിൽ നേരത്തെ തന്നെ ഇഞ്ചെക്ഷൻ എടുത്തിട്ടുണ്ടാകുമല്ലോ? നിങ്ങളുടെ ശരീരത്തിൽ അതിന്റെ ആന്റിബോഡിസ് ഉണ്ടായിട്ടുണ്ടാകും.

നിങ്ങളിൽ ഈ രോഗ ലക്ഷണങ്ങൾ കണ്ടാൽ ഉടനെ പരിശോധിക്കുക. വീട്ടിൽ പരിശോധിക്കരുത്. അത് വിശ്വസനീയമായി കരുതപ്പെടുന്നില്ല. പരിശോധനയിൽ രോഗമുണ്ടെന്ന് തെളിഞ്ഞാൽ രോഗം കുഞ്ഞിനെ ബാധിക്കാതിരിക്കാൻ നിങ്ങൾക്ക് ആന്റിബയോട്ടിക്സ് തരും.

ഇൻഫെക്ഷൻ ഉണ്ടെങ്കിൽ ഗർഭാവസ്ഥയുടെ ആരംഭത്തിൽ തന്നെ ഇതിനെ തടയും. ഈ രോഗം കുഞ്ഞിനെ ബാധിക്കുന്ന കേസുകൾ വളരെ കുറവാണ്. ഇപ്പോഴൊക്കെ അൾട്രാസൗണ്ട് കൊണ്ട് ഭ്രൂണത്തെ പരിശോധിച്ച് സംക്രമണം ഏർപ്പെട്ടിട്ടുണ്ടോ എന്ന് കണ്ടുപിടിക്കാൻ കഴിയും.

ഏറ്റവും നല്ല ചികിത്സ വരാതെ സൂക്ഷിക്കുന്നതുതന്നെയാണ്.

സൈറ്റോമെഗെലോ വൈറസ് (സി.എം.വി.)

"എന്റെ മകൻ സ്കൂളിൽ 'സൈറ്റോമെഗെലോ വൈറസ്' പരന്നിട്ടുണ്ടെന്ന് നോട്ടുകൊണ്ടുവന്നിരിക്കുന്നു. ഇത് എന്റെ ഗർഭത്തിലുള്ള കുഞ്ഞിനെയും ബാധിക്കുമോ?"

നിങ്ങളുടെ മകനിൽ നിന്ന് ഗർഭസ്ഥ ശിശുവിലേക്ക് സി.എം.വി. വൈറസ് പരക്കുകയില്ല. നിങ്ങൾക്ക് ചെറുപ്പത്തിലേ ഇത് ഏർപ്പെട്ടിരിക്കും. പക്ഷെ ഇത് വീണ്ടും സക്രിയമായേക്കും. നിങ്ങളും ഗർഭാവസ്ഥയിൽ സി.എം. വി.യുടെ പിടിയിൽ അകപ്പെട്ടേക്കാം. എന്നാലും കുഞ്ഞിന് ആപത്തൊന്നും ഉണ്ടാകുകയില്ല. ഇത് നിങ്ങൾക്ക് രണ്ടാമത്തെ പ്രാവശ്യമാണ് വരുന്നതെങ്കിൽ ആപത്ത് ഇനിയും കുറയും.

എന്നാൽ നിങ്ങൾ വരാതെ സൂക്ഷിക്കണം. മകൻ കഴിച്ച് ബാക്കിവെച്ച ആഹാരം കഴിക്കരുത്. അവന്റെ മലം വൃത്തിയാക്കിയശേഷം കൈയ്യ് നല്ലപോലെ കഴുകുക. ശുചിത്വനിയമങ്ങൾ പാലിക്കുക.

ഈ രോഗത്തിന്റെ ലക്ഷണങ്ങൾ പനി, ക്ഷീണം, തൊണ്ടവേദന, ഗ്രന്ഥികളിൽ വീക്കം എന്നിവയാണ്. ഈ ലക്ഷണങ്ങൾ കണ്ടാൽ ഉടനെ ഡോക്ടറെ സമീപിക്കുക. നിങ്ങൾക്ക് കുറച്ച് ചികിത്സ ആവശ്യമാണ്.

ഫിഫ്ത്ത് ഡിസീസ് (അഞ്ചാംപനി)

"ഫിഫ്ത്ത് ഡിസീസ് കൊണ്ടും ഗർഭാവസ്ഥയിൽ ബുദ്ധിമുട്ടുണ്ടാകുമെന്ന് ഞാൻ കേട്ടിട്ടുണ്ട്."

ഇത് 6 രോഗങ്ങളുടെ സമൂഹത്തിൽ 5-ാമത്തെ രോഗമാണ്. ഇതുകാരണം കുഞ്ഞുങ്ങൾക്ക് പനി ഉണ്ടാകും. ഇത് ചിക്കൻ പോക്സിന്റെയും മീസെൽസിന്റെയും സഹോദരിയാണ്. പലപ്പോഴും ഇതിന്റെ ലക്ഷണങ്ങൾ അറിയാൻപോലും കഴിയുകയില്ല. 15 മുതൽ 30 ശതമാനം കേസുകളിൽ മാത്രമെ പനി അറിയാൻ കഴിയും. ഇതിന്റെ ലക്ഷണങ്ങൾ റുബെലായുടെ ലക്ഷണങ്ങൾ പോലെതന്നെയാണ്.

എല്ലാ കുഞ്ഞുങ്ങൾക്കും ചെറുപ്പത്തിൽ തന്നെ ഈ രോഗം പിടിപെട്ടിരിക്കും. സാധാരണ കൗമാര പ്രായത്തിൽ ഈ രോഗം പിടിപെടാറില്ല. നിങ്ങൾക്ക് ഈ രോഗം പിടിപെടുകയും ഭ്രൂണംവരെ സംക്രമണം വ്യാപിക്കുകയും ചെയ്തിട്ടുണ്ടെങ്കിൽ അതിന് അനീമിയയും പിടിപെട്ടിരിക്കും. ഡോക്ടർ അൾട്രാസൗണ്ടിന്റെ സഹായം കൊണ്ട് എല്ലാം മനസ്സിലാക്കും. ഗർഭാവസ്ഥയുടെ ആരംഭഘട്ടത്തിൽ ഈ സംക്രണം ഏർപ്പെട്ടാൽ ഗർഭം അലസാനുള്ള സാദ്ധ്യത കൂടുതലായിരിക്കും.

പക്ഷെ, ഈ സംക്രമണം ഏർപ്പെടാനുള്ള സാദ്ധ്യത വിരളമാണ്. എന്നാൽ ഗർഭാവസ്ഥയിൽ എല്ലാ വിധത്തിലുള്ള മുൻകരുതലുകളും ഏറ്റവും വലിയ മൂലമന്ത്രമാണ്.

മീസെൽസ്

"കുട്ടിക്കാലത്ത് മീസെൽസിനുള്ള വ്യാക്സിനേഷൻ എടുത്തിട്ടുണ്ടോ ഇല്ലയോ എന്ന് എനിക്ക് ഓർമ്മയില്ല. ഞാൻ ഇപ്പോൾ വ്യാക്സിനേഷൻ എടുക്കണോ?"

ഇല്ല, സാധാരണ ഗർഭാവസ്ഥയിൽ ഈ വ്യാക്സിൻ കൊടുക്കാറില്ല. മിക്ക സ്ത്രീകൾക്കും ചെറുപ്പത്തിൽ മീസെൽസ് പിടിപെട്ടിരിക്കും. അല്ലെങ്കിൽ അതിനുള്ള വ്യാക്സിനേഷൻ എടുത്തിട്ടുണ്ടാവും. നിങ്ങളുടെ മെഡിക്കൽ ഹിസ്റ്ററിയിൽ നിന്ന് ഇതിനെപ്പറ്റി അറിയാൻ കഴിയാതിരിക്കുകയോ, അച്ഛനമ്മമാർക്ക് ഇക്കാര്യം ഓർമ്മയില്ലെങ്കിലോ ഡോക്ടർ പരിശോധിച്ച് ഇമ്മ്യൂൺ ആണോ എന്ന് കണ്ടുപിടിക്കും.

നിങ്ങൾക്ക് ഈ സംക്രമണം ഏർപ്പെട്ടിട്ടുണ്ടെന്നു തന്നെവെക്കുക. ലക്ഷണങ്ങൾ കണ്ടതും ഡോക്ടർ അതിനെ നിയന്ത്രിക്കും. ഇതുകൊണ്ട് പ്രീമെച്വർ ലേബർ അല്ലെങ്കിൽ ഗർഭം അലസാനുള്ള സാദ്ധ്യത വർദ്ധിക്കും. എന്നാൽ ജന്മനാ വൈകല്യങ്ങൾ ഏർപ്പെടുമെന്ന് പേടിക്കേണ്ടതില്ല. പ്രസവത്തിനടുത്ത് മീസെൽസ് ഉണ്ടായാൽ കുഞ്ഞിന് സംക്രണമുണ്ടാകുമെന്ന് ഭയപ്പെടേണ്ടതില്ല. ഗാമാഗ്ലോബ്യൂലിനിന്റെ സഹായം കൊണ്ട് സംക്രമണം ഒരളവുവരെ കുറക്കാൻ കഴിയും. ഇത് ഏർപ്പെടാനുള്ള സാദ്ധ്യത വളരെകുറവാണ്.

മംമ്സ്

"എന്റെ ഒരു സഹപ്രവർത്തകന് മംമ്സ് ആണ്. ഞാൻ സുരക്ഷക്കുവേണ്ടി വ്യാക്സിനേഷൻ ചെയ്യണോ?"

ഇത് സംഭവിക്കില്ല. നിങ്ങൾക്കും എം.എം. ആറിന്റെ കുത്തിവെപ്പ് നടത്തിയിരിക്കുമെന്നത് തീർച്ചയാണ്. ഇതിനെക്കുറിച്ച് അച്ഛനമ്മമാരോടും ഫാമിലി ഡോക്ടറോടും ചോദിച്ച് സമാധാനമായിരിക്കുക.

ഒരുപക്ഷെ നിങ്ങൾക്ക് കുത്തിവെച്ചിട്ടില്ലെങ്കിൽ ഇപ്പോൾ ചെയ്യാവുന്നതാണ്. ഇതുകൊണ്ട് ഭ്രൂണത്തിന് ഒരു കേടും സംഭവിക്കില്ല. പക്ഷെ, ഇതുകൊണ്ട് സമയത്തിനു മുമ്പ് പ്രസവമോ, ഗർഭം അലസുകയോ ചെയ്തേക്കാം. അതുകൊണ്ട് ആദ്യത്തെ ലക്ഷണം കണ്ടതും ജാഗരൂകരാകുക. ഇതിന്റെ ലക്ഷണങ്ങൾ - പനി, വിശപ്പില്ലായ്മ, കാതുവേദന, ചവക്കുമ്പോൾ വായ വേദനിക്കുക. എന്നിവയാണ് ഡോക്ടറോട് ഉടനെ ഇതിനെപ്പറ്റി പറയുക, അപ്പോൾ ഒരു ബുദ്ധിമുട്ടും ഏർപ്പെടാതെ കഴിക്കാം. സുരക്ഷയ്ക്കുവേണ്ടി ഗർഭാവസ്ഥക്ക് മുമ്പുതന്നെ എം.എം.ആർ. കുത്തിവെയ്പ്പ് നടത്തുക.

ആരോഗ്യത്തോടെ ഇരിക്കൂ

ഗർഭാവസ്ഥയിൽ മുൻകരുതലാണ് ഏറ്റവും വലിയ മൂലമന്ത്രം. നിങ്ങളുടെ രോഗ എതിർപ്പ് ശക്തി നിലനിർത്താൻ ആദ്യം പോഷകാഹാരം കഴിക്കുക. നന്നായി ഉറങ്ങുക, വ്യായാമം ചെയ്യുക. പിരിമുറുക്കം ഒഴിവാക്കുക. രോഗികളുടെ അടുത്ത് പോകരുത്. നിങ്ങൾക്ക് എളുപ്പത്തിൽ സംക്രമണം ഏർപ്പെട്ടേക്കാം. വീട്ടിൽ നിന്ന് പുറത്തുപോകുമ്പോൾ വായും മൂക്കും മൂടുക. മൂക്കൊഴുകുന്നവർക്ക് കൈകൊടുക്കരുത്. കൈവഴിയാണ് സംക്രമണം ഏർപ്പെടുന്നത്. അതുകൊണ്ട് പല പ്രാവശ്യം ഇളം ചൂടുവെള്ളത്തിൽ കൈകഴുകുക. ഭക്ഷണം കഴിക്കുന്നതിന് മുമ്പ് കൈ കഴുകേണ്ടത് അതിനേക്കാൾ അത്യാവശ്യമാണ്. വീട്ടിൽ സുഖമില്ലാത്ത കുഞ്ഞിന്റെയോ ഭർത്താവിന്റെയോ എച്ചിൽ ഭക്ഷിക്കരുത്. അവരെ ചുംബിക്കുകയും അരുത്. അവരുടെ അഴുക്കുതുണി കഴുകിയശേഷം കൈകഴുകുക. അവർ ചുമക്കുകയോ തുമ്മുകയോ ചെയ്യുമ്പോൾ വായിൽ കൈ വെക്കുന്നതിന് പകരം കൈമുട്ട് വയ്ക്കാൻ പറയുക, എന്തെന്നാൽ കൈകൾ വഴി സംക്രമണം വേഗത്തിൽ പരക്കും. അവർ എവിടെയൊക്കെ കൈവെക്കുമോ (ഫോൺ, ബോർഡ്, റിമോട്ട്) അവിടെയൊക്കെ സ്പ്രേ ചെയ്യുക.

മൂത്ത കുട്ടിക്ക് എന്തെങ്കിലും സംക്രമണമുണ്ടായാൽ ഉടനെ ഡോക്ടറെ കാട്ടുക. നിങ്ങളുടെ വളർത്തുമൃഗങ്ങളെ വൃത്തിയായി വയ്ക്കുക. അവയ്ക്ക് ശരിയായ സമയത്തിൽ കുത്തിവെയ്പ്പിക്കുക. നിങ്ങളുടെ വീട്ടിൽ പൂച്ചയുണ്ടെങ്കിൽ ടാക്സോപ്ലാസ് മോസിസ് വരാതെ സൂക്ഷിക്കുക.

ലൈംഡിസീസ് വരുമെന്ന പേടിയുണ്ടെങ്കിൽ സുരക്ഷാ നടപടികൾ എടുക്കുക.

ടൂത്ത് ബ്രഷ് പോലെയുള്ള സാധനങ്ങൾ പങ്കുവെക്കാതിരിക്കുകയും കുലുക്കുഴിയാൻ ഡിസ്പോസബിൾ കപ്പ് ഉപയോഗിക്കുകയും ചെയ്യുക.

ആഹാരം പോഷകാംശം നിറഞ്ഞതും സ്വാദുള്ളതുമായിരിക്കണം. കടകളിൽ തുറന്നുവച്ച് വിൽക്കുന്ന സാധനങ്ങൾ വാങ്ങിക്കരുത്.

റുബെലാ

"നാട്ടിന് പുറത്ത് യാത്രചെയ്യുമ്പോൾ റുബെലാ ഉണ്ടാകാൻ സാദ്ധ്യതയുണ്ട്. ഇതിനെപ്പറ്റി ഞാൻ വ്യാകുലപ്പെടേണ്ടതുണ്ടോ?"

നിങ്ങൾ ഇതിനെപ്പറ്റി കൂടുതൽ വിഷമിക്കേണ്ടതില്ലെന്നാണ് തോന്നുന്നത്. ഇതിനുള്ള കുത്തിവെയ്പ് കൊണ്ടും നിങ്ങൾക്ക് തൃപ്തിയായിട്ടില്ലെങ്കിൽ ഒരു പരിശോധനകൊണ്ട് മനസ്സിലാക്കാം. റുബെലാ ആന്റിബോഡി ഹീറ്റർ കൊണ്ട് ശരീരത്തിലെ ആന്റിബോഡിയുടെ ലെവൽ പരിശോധിക്കും. ഡോക്ടറെ ആദ്യം കാണുമ്പോൾ തന്നെ ഈ പരിശോധന നടത്തുക. ഇതുവരെ പരിശോധിച്ചിട്ടില്ലെങ്കിൽ ഇപ്പോൾ ചെയ്യുക.

നിങ്ങൾക്ക് ഗർഭിവസ്ഥയിൽ സംക്രമണം ഉണ്ടായാലും, കുഞ്ഞിൽ അതിന്റെ പ്രഭാവം ഏൽക്കുന്നത്, നിങ്ങൾക്ക് എപ്പോൾ സംക്രമണം ഏർപ്പെട്ടു എന്നതിനെ ആശ്രയിച്ചിരിക്കും. ആദ്യത്തെ മാസത്തിലാണെങ്കിൽ കുഞ്ഞിൽ ജന്മനാ വൈകല്യങ്ങൾ ഉണ്ടാകാനുള്ള സാദ്ധ്യത കൂടുതലാണ്. മൂന്നുമാസത്തിന് ശേഷംമാണെങ്കിൽ ആപത്ത് കുറച്ചു കുറവായിരിക്കും.

നിങ്ങൾ ഗർഭം ധരിക്കുന്നതിനുമുമ്പ് ഇതിനുള്ള കുത്തിവെയ്പ് നടത്തിയാൽ ഒരുമാസം വരെ ഗർഭം ധരിക്കരുതെന്ന് നിർദ്ദേശിക്കും. ഇതിനിടെ ഗർഭം ധരിച്ചാലും പരിഭ്രമിക്കേണ്ട ഇതുകൊണ്ട് ഒന്നും പേടിക്കാനില്ല.

ചിക്കൻപോക്സ്

"എന്റെ മൂത്തകുട്ടിക്ക് മറ്റൊരു കുട്ടിയിൽ നിന്ന് ചിക്കൻപോക്സ് പകർന്നു. ഇതുകൊണ്ട് എന്റെ ഗർഭത്തിലുള്ള കുഞ്ഞിന് ആപത്ത് നേരിടുമോ?"

കുഞ്ഞിന് അമ്മയിൽ നിന്നുമാത്രമെ സംക്രമണം ഏർപ്പെട്ടു. നിങ്ങൾക്ക് കുട്ടിക്കാലത്ത് ഇതിന്റെ സംക്രമണം ഉണ്ടായിരിക്കുകയോ, അതിനുള്ള കുത്തിവയ്പ് നടത്തിയിരിക്കുകയോ ചെയ്തിരിക്കുമെന്ന് വിശ്വസിക്കുന്നു. ഇതിനെക്കുറിച്ച് അച്ഛനമ്മാരോടോ ഡോക്ടറോടോ ചോദിക്കുക.

നിങ്ങൾക്ക് ആരിൽ നിന്നെങ്കിലും സംക്രമണം ഏർപ്പെട്ടാൽ 96 മണിക്കൂറിനകം കുത്തിവെയ്പ് നടത്തണം. അങ്ങനെ നിങ്ങൾക്ക് പല ജടിലതകളിൽ നിന്നും രക്ഷപ്പെടാൻ കഴിയും. നിങ്ങളുടെ ലക്ഷണങ്ങൾ കൂടുതൽ ഗുരുതരമാണെങ്കിൽ രക്ഷയ്ക്കുവേണ്ടി ആന്റിവൈറസ് മരുന്നുതരും.

ഗർഭാവസ്ഥയുടെ ആരംഭത്തിൽ ഈ സംക്രമണം ഉണ്ടായാൽ കുഞ്ഞ് ജനിക്കുമ്പോൾ വൈകല്യങ്ങൾ ഉണ്ടായേക്കാം. അതിനുശേഷമാണ് സംക്രമണം ഉണ്ടായതെങ്കിൽ ഇങ്ങനെയുള്ള ആപത്തൊന്നുമില്ല. പ്രസവത്തിനടുത്താണ് സംക്രമണമുണ്ടായതെങ്കിൽ കുഞ്ഞിനും സംക്രണമുണ്ടായേക്കാം. അതിനുവേണ്ടി ഡോക്ടർ ആദ്യംതന്നെ ആന്റിബോഡീസ് തരും.

ഹപ്ർസ് ജാസ്റ്റർ ഏർപ്പെട്ടാൽ അധികം ഭയപ്പെടേണ്ടതില്ല. എന്തെന്നാൽ നിങ്ങൾക്ക് ആദ്യംതന്നെ ആന്റിബോഡീസ് തന്നുകഴിഞ്ഞിട്ടുണ്ടാകും.

നിങ്ങൾക്ക് ഇതിനുള്ള കുത്തിവയ്പ് നടത്തിയിട്ടില്ലെങ്കിൽ പ്രസവിച്ച ഉടനെ ചെയ്യുക. അപ്പോൾ അടുത്ത ഗർഭാവസ്ഥ സുരക്ഷിതമായിരിക്കും. കുത്തിവെച്ച് ഒരുമാസം കഴിയുന്നതുവരെ ഗർഭം ധരിക്കരുത്.

ലൈംഡിസീസ്

"ഞങ്ങളുടെ പ്രദേശത്ത് ലൈംഡിസീസ് ധാരാളമുണ്ട്. ഇത് ഗർഭാവസ്ഥയിൽ കേടുണ്ടാക്കുമോ?"

സാധാരണ കാടിനടുത്തുള്ള പ്രദേശങ്ങളിൽ മാൻ, എലി, മറ്റ് മൃഗങ്ങൾ എന്നിവയുടെ സമ്പർക്കത്തിൽ ജീവിക്കുന്നവരിലാണ് ഈ രോഗം കാണപ്പെടുന്നത്. നിങ്ങൾ പട്ടണത്തിലാണ് ജീവിക്കുന്നതെങ്കിലും ഈ രോഗം പിടിപെട്ടേക്കാം. നിങ്ങളുടെ വീട്ടിലും കൃഷിക്കാരന്റെ വയലിൽ നിന്നുതന്നെയാണല്ലോ പച്ചക്കറികൾ വരുന്നത്.

വരാതെ നോക്കുന്നതാണ് ഏറ്റവും നല്ലത്. ഉള്ളി കൃഷിചെയ്യുന്ന സ്ഥലത്തേക്ക് പോകുന്നതിന് മുമ്പ് നീണ്ട പാന്റ്, ചെരുപ്പ്, സ്റ്റോക്കിൻസ് എന്നിവ ധരിക്കുക. നിങ്ങളുടെ കാലിൽ അട്ടയോ മറ്റോ ഒട്ടിയിട്ടുണ്ടോ എന്ന് നോക്കുക. അത് നിങ്ങളെ കടിച്ചാൽ ക്ഷീണം, തലവേദന, കഴുത്തിൽ പിടുത്തം, പനി എന്നീ ലക്ഷണങ്ങളുണ്ടാകും. ഉടനെ ഡോക്ടറെ കാണുക. നിലമോശമായാൽ ലക്ഷണങ്ങൾ ഗുരുതരമാകും.

ശരിയായ സമയത്ത് ലൈംസംക്രമണത്തിനുള്ള മരുന്ന് കഴിച്ചാൽ കുഞ്ഞിന് ആപത്തൊന്നും ഉണ്ടാവില്ല.

ഹെപ്പെടൈറ്റിസ് - എ

"ശിശുഗൃഹത്തിൽ ഒരു കുഞ്ഞിന് ഹെപടൈറ്റിസ് രോഗമുണ്ട്. ഞാൻ അവിടെയാണ് ജോലി ചെയ്യുന്നത്. എന്റെ ഗർഭത്തിലുള്ള കുഞ്ഞിന് എന്തെങ്കിലും കുഴപ്പമുണ്ടാകുമോ?"

സാധാരണ ഇതിന്റെ ലക്ഷണങ്ങൾ കാണപ്പെടാറില്ല. ഇത് ഭ്രൂണംവരെ എത്താറുമില്ല. നിങ്ങൾക്ക് സംക്രമണം ഏർപ്പെട്ടാലും ഗർഭാവസ്ഥയിൽ ആപത്തൊന്നുമില്ല. എന്നാൽ നിങ്ങൾ ഇതുവരാതെ സൂക്ഷിക്കുക. ആ കുട്ടിയെ ശുശ്രൂഷിക്കുമ്പോൾ അടിക്കടി കൈകഴുകുക. എന്തെങ്കിലും കഴിക്കുന്നതിന് മുമ്പും കൈകഴുകുക. ഇതിന്റെ കുത്തിവെയ്പിനെപ്പറ്റി ഡോക്ടറോട് ചോദിക്കുക.

ഹെപ്പെടൈറ്റിസ് - ബി.

"എനിക്ക് ഹെപ്പെടൈറ്റിസ് - ബി. ഉണ്ട്. ഞാൻ ഗർഭിണിയുമാണ്. ഇതുകൊണ്ട് എന്റെ കുഞ്ഞിന് എന്തെങ്കിലും കുഴപ്പം ഉണ്ടാകുമോ?"

ഇതിന്റെ സംക്രമണം പ്രസവ സമയത്ത് കുഞ്ഞിലേക്കും ഉണ്ടാകും. അതിനുമുമ്പുതന്നെ ഡോക്ടർ അത് തടയാനുള്ള ഏർപ്പാടുകൾ ചെയ്യും. നിങ്ങളുടെ കുഞ്ഞിന് ജനിച്ച് 12 മണിക്കൂറുകൾക്കുള്ളിൽ മരുന്ന് കൊടുക്കുന്നതുകൊണ്ട് കുഞ്ഞിന് സംക്രമണമുണ്ടാകില്ല. കുഞ്ഞിന് എല്ലാ കുത്തിവെയ്പ്പുകളും നടത്തിയശേഷം 12 മുതൽ 15 മാസങ്ങൾക്കുശേഷം ഒരു പരിശോധന നടത്തി ചികിത്സ പൂർത്തിയായോ എന്ന് കണ്ടുപിടിക്കും.

ഹെപ്പെടൈറ്റിസ് - സി

"ഞാൻ ഗർഭാവസ്ഥയിൽ ഹെപ്പെടൈറ്റിസ് - സി. യെക്കുറിച്ച് വ്യാകുലപ്പെടേണ്ടതുണ്ടോ?"

ഇത് പ്രസവസമയത്ത് അമ്മയിൽ നിന്ന് കുഞ്ഞിലേക്ക് പകരാം. എന്നാൽ നിങ്ങൾക്ക് ഇത് ഉണ്ടാകാനുള്ള സാദ്ധ്യത വളരെ കുറവാണ്. ഇതിനുള്ള ചികിത്സ ഗർഭാവസ്ഥക്കുശേഷമെ ചെയ്യാൻ കഴിയൂ.

ബെൽസ് പാൽസീ

"കാലത്ത് എഴുന്നേറ്റപ്പോൾ കാതിന് പിൻവശത്ത് വേദനയും നാവിന് മരവിപ്പും അനുഭവപ്പെട്ടു. നോക്കിയപ്പോൾ മുഖം ഒരു ഭാഗം മുഴുവൻ തൂങ്ങിക്കിടക്കുന്നതുപോലെ തോന്നി. ഇതെന്താണ്?"

ഈ അവസ്ഥയിൽ മുഖത്തുള്ള മാംസപേശികൾക്ക് കേട് സംഭവിക്കുന്നതുകൊണ്ട് ഒരു ഭാഗത്ത് പക്ഷവാതം ഏർപ്പെടുന്നു. ഗർഭാവസ്ഥയുടെ മൂന്നാമത്തെ മൂന്നാം മാസം അല്ലെങ്കിൽ പ്രസവ സമയത്ത് ഇതുണ്ടാകാനുള്ള സാദ്ധ്യത കൂടുതലാണ്. അത് പെട്ടെന്നാണ് ഉണ്ടാകുന്നത് കാലത്ത് ഉറങ്ങി എഴുന്നേറ്റ് നോക്കുമ്പോൾ ഇതുകാണാം.

നിരന്തരമല്ലാത്ത ഈ രോഗത്തിന്റെ കാരണം അറിയുകയില്ല. ഒരു ബാക്ടീരിയയുടെ സംക്രമണം മൂലമാണ്. ഇത് ഉണ്ടാകുന്നതെന്നാണ് കരുതപ്പെടുന്നത്. പലപ്പോഴും പക്ഷവാതത്തോടൊപ്പം കാതിനു പുറകിൽ വേദന, തലവേദന, വായ വരളുക അല്ലെങ്കിൽ സംസാരിക്കാൻ ബുദ്ധിമുട്ട് എന്നീ ലക്ഷണങ്ങളും കാണപ്പെടും.

ഇത് ഗുരുതരമല്ല. ആറുമാസത്തെ ചികിത്സകൊണ്ട് എല്ലാം ശരിയാകും. ഇതുകൊണ്ട് കുഞ്ഞിന് ഒരു ആപത്തുമില്ല. പക്ഷെ ഡോക്ടറോട് തീർച്ചയായും ഇതിനെപ്പറ്റി പറയണം.

ഗർഭാവസ്ഥയും മരുന്നുകളും

ഏത് മരുന്നെടുത്ത് നോക്കിയാലും ഡോക്ടറോട് ചോദിക്കാതെ കഴിക്കരുതെന്ന താക്കീത് അതിൽ എഴുതിയിരിക്കും. മരുന്നുകടയിൽ നിന്ന് മരുന്ന് വാങ്ങിക്കഴിച്ചാൽ അത് സുരക്ഷിതമാണോ എന്ന് എങ്ങനെ അറിയാൻ കഴിയും.

ഒരു മരുന്നും സ്വന്തം ഇഷ്ടത്തിന് കഴിക്കാതിരിക്കുന്നതാണ്. 100% സുരക്ഷിതമെന്ന് സമ്മതിച്ചു. എന്നാൽ ചില മരുന്നുകൾ മാത്രമാണ് ഗർഭാവസ്ഥയിൽ ദോഷം

ചെയ്യുന്നവ. നിങ്ങൾക്കും കുഞ്ഞിനും ഒരു ദോഷവും ഉണ്ടാക്കാൻ സാദ്ധ്യതയില്ലാത്ത പല മരുന്നുകളും ഉണ്ട് വാസ്തവത്തിൽ പലപ്പോഴും ഗർഭാവസ്ഥയിൽ മരുന്ന് കഴിക്കേണ്ട അത്യാവശ്യ നിലവന്നു ചേരാറുണ്ട്.

ഏതെങ്കിലും മരുന്ന് കഴിക്കുന്നതിന് മുമ്പ് അതുകൊണ്ടുള്ള ലാഭത്തോടൊപ്പം നഷ്ടങ്ങളെപ്പറ്റിയും അനുമാനിക്കുക. നിങ്ങളുടെ ഓരോ തീരുമാനത്തിലും ഡോക്ടറെയും പങ്കാളിയാക്കിയാൽ നന്നായിരിക്കും. പലപ്പോഴും മരുന്നുകളുടെ സുരക്ഷ ക്രമമനുസരിച്ച് എ.ബി.സി.ഡി. എന്നിങ്ങനെ തരംതിരിച്ചിരിക്കുന്നു. നിങ്ങൾ ഈ കുഴപ്പത്തിൽ പെടേണ്ട. ഡോക്ടറോടോ, വയറ്റാട്ടിയോടോ ചോദിക്കാതെ ഒരു അലോപ്പതി, ഹോമിയോ, ആയുർവേദ മരുന്നും കഴിക്കാതിരിക്കാൻ മാത്രം ശ്രദ്ധിക്കുക.

സാധാരണ മരുന്നുകൾ

പല മരുന്നുകളും ഗർഭാവസ്ഥയിൽ തികച്ചും സുരക്ഷിതമാണ്. അവ ഒരു നോടികൊണ്ട് ഒഴുകുന്ന മൂക്കും തലവേദനയും മാറ്റിത്തരും. ചില മരുന്നുകൾ ആദ്യത്തെ മൂന്നാം മാസത്തിൽ ദോഷം ചെയ്യും. ചില മരുന്നുകൾ ഗർഭാവസ്ഥ മുഴുവൻ തീരെ കഴിക്കാൻ പാടില്ല.

ടൈലിനോൾ:– എസിടൈമിനോഫേൻ ഗർഭാവസ്ഥ കുറച്ച് സുരക്ഷിതമാണെന്നാണ് കരുതപ്പെടുന്നത്. എന്നാൽ ആദ്യത്തെ ഡോസ് എടുക്കുന്നതിനുമുമ്പ് ഡോക്ടറോട് ചോദിക്കുക.

ആസ്പിരിൻ:– മൂന്നാമത്തെ മൂന്നാം മാസം ഈ മരുന്ന് കഴിക്കരുതെന്നാണ് നിർദ്ദേശിക്കുന്നത്. ഇതുകൊണ്ട് കുഞ്ഞിന് ബുദ്ധിമുട്ടുണ്ടാകും. പ്രസവത്തിനിടയിൽ അധികം രക്തസ്രാവമുണ്ടാകും. ഒരു ചെറിയ ഡോസ് ആസ്പിരിൻ കഴിക്കുന്നത് പ്രിക്ലൈംപ്സിയയിൽ ഗുണം ചെയ്യുമെന്ന് പഠനങ്ങൾ തെളിയിച്ചിട്ടുണ്ട്. എന്നാൽ നിങ്ങൾക്ക് കഴിക്കാമോ എന്ന കാര്യം ഡോക്ടർ തന്നെ തീരുമാനിക്കണം. ഇതോടൊപ്പം രക്തം നേർത്തതാകാനുള്ള മരുന്നും കഴിച്ചാൽ ഗർഭം അലസുക എന്ന ആപത്ത് ഇല്ലാതാകും. നിങ്ങളുടെ സ്ഥിതിയും ഡോക്ടറുടെ ഉപദേശവും അനുസരിച്ച് മുന്നോട്ടുപോകുക.

ഹെർബൽ ചികിത്സ

ഗർഭാവസ്ഥയിൽ ആശ്വാസം തരുന്ന ഓരോ വസ്തുവും നല്ലതാണെന്ന് തോന്നുമെന്നത് വാസ്തവം തന്നെ. എന്നാൽ എല്ലാ പ്രകൃതിദത്തമായ മരുന്നും സുരക്ഷിതമാണെന്ന് കരുതാൻ കഴിയുകയില്ല. ഹെർബൽ മരുന്നുകൾ കഴിക്കുമ്പോൾ പ്രത്യേകം ശ്രദ്ധിക്കണം. ഡോക്ടറുടെ നിർദ്ദേശപ്രകാരം മാത്രമെ അത് കഴിക്കാവൂ. നിങ്ങൾക്ക് പ്രകൃതിദത്തമായ ചികിത്സയാണ് ഇഷ്ടമെങ്കിൽ മരുന്നുകൾക്കുപകരം മാറ്റുചികിത്സമുറകൾ പരീക്ഷിക്കുക. അവയിൽ നിന്ന് ആപത്ത് ഏർപ്പെടുമെന്ന ഭയം ഇല്ല.

എഡ്വിൻ അല്ലെങ്കിൽ മോട്രൻ:– ആദ്യത്തെയും മൂന്നാമത്തെയും മൂന്നാം മാസങ്ങളിൽ ഇബ്റൂഫേൻ, നല്ലപോലെ ആലോചിച്ച ശേഷമെ ഉപയോഗിക്കാവൂ. ഇതിലും ആസ്പിരിനിൽ ഉള്ളതുപോലെ വിരോധ പ്രഭാവം ഉണ്ടായേക്കാം. ഡോക്ടറുടെ അറിവോടുകൂടി മാത്രമെ ഇത് ഉപയോഗിക്കാവൂ.

എലീവ്:– ഇത് ഗർഭാവസ്ഥയിൽ തീരെ ഉപയോഗിക്കാൻ പാടില്ല.

നേസൽ സ്പ്രേ:– അടച്ച മൂക്ക് തുറക്കാൻ നേസൽ സ്പ്രേ ഉപയോഗിക്കാം. ഡോക്ടറോട് ചോദിച്ച് ശരിയായ ബ്രാൻഡ് ഏതാണെന്ന് കണ്ടുപിടിക്കുക. ഇതിനുപുറമെ നേസൽ സ്ട്രിപ്പും ഉപയോഗിക്കാവുന്നതാണ്.

ആന്റി ആസിഡ്:– നെഞ്ചെരിച്ചിൽ ഉണ്ടാകുമ്പോൾ ആന്റി ആസിഡ് ഉപയോഗിക്കാം. പക്ഷെ അതിന്റെ ഡോസ് ഡോക്ടറോട് ചോദിച്ച് നിശ്ചയിക്കണം.

ഗ്യാസ് എഡ്സ്:– ഗ്യാസിനെ ഓടിക്കാൻ മരുന്ന് കഴിക്കാവുന്നതാണ്.

ആന്റിഹിസ്റ്റോമൈൻ:– ചില ആന്റി ഹിസ്റ്റോമൈനുകൾ ഗർഭാവസ്ഥയിൽ സുരക്ഷിതമാണെന്നാണ് കരുതുന്നത്. ബെനാഡ്രിൽ സുരക്ഷിതമാണെന്നാണ് കരുതുന്നത്. പല ഡോക്ടർമാരും ക്ലോർ-ട്രിംസെൻ കഴിക്കാൻ നിർദ്ദേശിക്കുന്നു.

ഉറക്കമരുന്ന്:– ഗർഭാവസ്ഥയിൽ യൂനിസോം, ടൈലിനോൾ, സോമിനെക്സ് എന്നീ മരുന്നുകൾ സുരക്ഷിതമാണെന്ന് കരുതപ്പെടുന്നു. ഡോക്ടർ ചിലപ്പോൾ ഇവ ഉപയോഗിക്കാൻ നിർദ്ദേശിക്കും.

ഡീകാംജെസ്ടെഡ്:– എടുത്തേതീരൂ എന്നുണ്ടെങ്കിൽ ചെറിയ അളവിൽ സൂഡാഫേഡ് ഉപയോഗിക്കുക. ആദ്യം ഡോക്ടറോട് ചോദിക്കുക.

ആന്റിഡയറിയൽ:– ഇവയിൽ ഏത് മരുന്നും ഗർഭാവസ്ഥയിൽ സുരക്ഷിതമായി കരുതപ്പെടുന്നില്ല. അതുകൊണ്ട് ഡോക്ടറോട് ചോദിക്കാതെ ഏതും കഴിക്കരുത്.

ആന്റിബയോട്ടിക്സ്:– ബാക്ടീരിയ ഇൻഫെക്ഷൻ കാരണം ഡോക്ടർ ആന്റി ബയോട്ടിക്സ് തരുന്നുണ്ടെങ്കിൽ അത് പെൻസിലിൻ അല്ലെങ്കിൽ ആന്റി ഫ്രോമൈസിൽ കുടുംബത്തെ ചേർന്ന മരുന്നായിരിക്കണം. നിങ്ങളുടെ ഗർഭാവസ്ഥയെക്കുറിച്ച് അറിയുന്ന ഡോക്ടറിൽ നിന്നുമാത്രമെ ആന്റി ബയോട്ടിക് കഴിക്കാവൂ.

ആന്റി ഡിപ്രസെന്റ്:– ഡിപ്രഷനുള്ള ശരിയായ ചികിത്സ നൽകിയില്ലെങ്കിൽ അത് കുഞ്ഞിൽ ചീത്ത പ്രഭാവം ഏർപ്പെടുത്തും. കുഞ്ഞിന്റെ വളർച്ചക്കനുസരിച്ച് അപ്പപ്പോൾ ഈ മരുന്നുകൾ മാറ്റേണ്ടിവരും.

ആന്റിനോസിയ:– ചില മരുന്നുകൾ കൊണ്ട് മോണിങ്ങ് സിക്നസ് കുറയും. എന്നാൽ അവ കാരണം പകലിൽ ഉറക്കം തൂങ്ങും. അതുകൊണ്ട് നല്ലപോലെ ആലോചിച്ച ശേഷമെ അവ ഉപയോഗിക്കാവൂ.

ടാപിക്കൽ ആന്റിബയോട്ടിക്സ്:– വെക്റ്റിരേസിൻ അല്ലെങ്കിൽ നിയോസ്പ്രിൻ പോലെയുള്ള ടാപിക്കൽ ആന്റി ബയോട്ടിക്സ് മി അളവിൽ കഴിക്കാം.

ടാപിക്കൽ സ്റ്റീറോയ്ഡ്സ്:– മിതമായ അളവിൽ ടാപിക്കൽ ഹൈഡ്രോകാർട്ടിസോൺ കഴിക്കാം.

ഗർഭാവസ്ഥക്കിടയിൽ മരുന്നിന്റെ ഉപയോഗം

ഡോക്ടർ ഗർഭാവസ്ഥയിൽ ഏതെങ്കിലും മരുന്ന് കഴിക്കാൻ പറഞ്ഞാൽ ലാഭം വർദ്ധിപ്പിക്കാനും ആപത്ത് കുറക്കാനും വേണ്ടി താഴെ പറഞ്ഞിട്ടുള്ള മുൻകരുതലുകൾ എടുക്കുക:

- കുറച്ച് സമയത്തേക്ക് കുറഞ്ഞ ഡോസ് കൊണ്ട് കാര്യം നടത്താൻ കഴിയുമോ എന്ന് ഡോക്ടറോട് ചോദിക്കുക.
- ഏറ്റവും കടുതൽ പ്രയോജനകരമായിരിക്കുന്ന സമയത്ത് മാത്രമെ മരുന്ന് കഴിക്കാവൂ. ഉദാ:– കോൾഡിന്റെ മരുന്ന് രാത്രി ഉറങ്ങാൻ പോകുന്ന സമയത്ത് കഴിക്കുക.
- നിർദ്ദേശങ്ങൾ പാലിക്കുക. പാലിൽ കഴിക്കണോ, വെള്ളത്തിൽ കഴിക്കണോ എന്നൊക്കെ വായിച്ച് നോക്കുക. അതുകൊണ്ടുള്ള പാർശ്വഫലങ്ങൾ എന്തൊക്കെയാണെന്നും മനസ്സിലാക്കുക. ഗർഭാവസ്ഥയിൽ കഴിക്കരുതെന്ന മുന്നറിയിപ്പുണ്ടെങ്കിൽ പരിഭ്രമിക്കേണ്ട മിക്ക മരുന്നുകളിലും അങ്ങനെ എഴുതിയിട്ടുണ്ടാകുമെങ്കിലും അവ സുരക്ഷതമാണ്. ഡോക്ടർ ആലോചിക്കാതെ മരുന്ന് തരില്ലല്ലോ.
- വീട്ടിൽ നിന്ന് അലർജി വർദ്ധിപ്പിക്കുന്ന സാധനങ്ങൾ മാറ്റിയശേഷം മരുന്ന് കഴിച്ചാൽ മരുന്നിന്റെ ഫലം കൂടുതൽ കിട്ടും. ഹെർബെൽ മരുന്നുകൾ സുരക്ഷതമാണ്. എന്നാൽ ഡോക്ടറോട് ചോദിക്കാതെ കഴിക്കരുത്.
- ഗുളിക വിഴുങ്ങുന്നതിന് മുമ്പ് ഒരുവായ് വെള്ളം വിഴുങ്ങുക. അപ്പോൾ അത് എളുപ്പത്തിൽ തൊണ്ടയിൽ നിന്ന് താഴോട്ടു പോകും. പിന്നീട് ഒരു ഗ്ലാസ് നിറച്ച് വെള്ളം കുടിക്കുക. അപ്പോൾ അത് ശരീരത്തിൽ അലിഞ്ഞുചേരും.
- ഒരേ കടയിൽ നിന്ന് മരുന്ന് വാങ്ങുക. മരുന്നിന്റെ പേരും ഡോസും പരിശോധിച്ചശേഷം മരുന്ന് കഴിക്കുക. എക്സ്പെയറി ഡേറ്റ് വായിച്ചു നോക്കുകയും ചെയ്യുക. പലപ്പോഴും കെമിസ്റ്റും തെറ്റായ മരുന്ന് തന്നേക്കാം.

ഏതെങ്കിലും മരുന്ന് ഗർഭാവസ്ഥയിൽ പൂർണ്ണ സുരക്ഷിതമാണെങ്കിൽ അത് കഴിക്കാൻ സംശയിക്കേണ്ടതില്ല. അതുകൊണ്ട് കുഞ്ഞിന് ഒരു കുഴപ്പവും ഏർപ്പെടുകയില്ല, നിങ്ങളുടെ ചികിത്സയും നടക്കും.

• • • •

നിങ്ങൾക്ക് എന്തെങ്കിലും പഴയ രോഗം ഉണ്ടെങ്കിൽ

വളരെ പഴക്കമുള്ള രോഗം (ക്രോണിക് സ്റ്റേജ്) ഉള്ളവരുടെ ജീവിതത്തിൽ ധാരാളം ജടിലതകൾ ഉണ്ടായിരിക്കും. അവർക്ക് പ്രത്യേക ആഹാരം, മരുന്ന്, പരിശോധന എന്നിവയുടെ സഹായം കൊണ്ട് ജീവിക്കേണ്ടിവരും. ഇതിനോടൊപ്പം കൂനിന്മേൽ കുരു എന്നുപറഞ്ഞതുപോലെ ഗർഭാവസ്ഥയും കൂടിവന്നുചേർന്നാൽ ആഹാരം, മരുന്ന്, പരിശോന എന്നിവയുടെ റൊട്ടീനിലും മാറ്റങ്ങൾ വരുത്തേണ്ടിവരും. ദൈവത്തിന് നന്ദി! കുറച്ച് ശ്രദ്ധയും ശുശ്രൂഷയും കൊണ്ട് ഇങ്ങനെയുള്ള ഗർഭാവസ്ഥയെയും പൂർണ്ണ സുരക്ഷിതമാക്കാൻ കഴിയും. ഗർഭാവസ്ഥകാരണം രോഗത്തിലും, രോഗം കാരണം ഗർഭാവസ്ഥയിലും എന്ത് പ്രഭാവമാണ് ഉണ്ടാകുക എന്നത് പല കാരണങ്ങളെ ആശ്രയിച്ചിരിക്കും. ഈ അദ്ധ്യായത്തിൽ അങ്ങനെയുള്ള ചില കാരണങ്ങളെപ്പറ്റിയാണ് ചർച്ച ചെയ്തിരിക്കുന്നത്. ഈ ഗൈഡ് കൊണ്ട് ലാഭം തേടുക. എന്നാൽ ഏതെങ്കിലും തീരുമാനം എടുക്കുന്നതിന് മുമ്പ് നിങ്ങളുടെ അഭിപ്രായം ആരായുക. അദ്ദേഹം നിങ്ങളുടെ വ്യക്തിപരമായ ആവശ്യങ്ങൾ കണക്കിലെടുത്ത് ഉപദേശങ്ങളും മരുന്നും തരും.

നിങ്ങൾ എന്തുകരുതുന്നുണ്ടാകും?

ആസ്ത്മ

"എനിക്ക് കുട്ടിക്കാലം മുതൽക്കേ ആസ്ത്മാ രോഗമുണ്ട്. ആസ്ത്മയ്ക്ക് വേണ്ടി കഴിക്കുന്ന മരുന്നുകൾ ഗർഭാവസ്ഥയിൽ സുരക്ഷിതമാണോ?"

നിങ്ങൾക്ക് ഈ അവസ്ഥയിൽ കൂടുതൽ ശുശ്രൂഷ ആവശ്യമാണെന്ന് ഞങ്ങൾക്കറിയാം. ആസ്ത്മ കാരണം ഗർഭാവസ്ഥ ആപത്തുള്ളതായിരിക്കുമെന്നത് സത്യമാണ്. എന്നാൽ ഈ ഭയം പൂർണ്ണമായി അകറ്റാവുന്നതാണ്. നിങ്ങൾ പരിചയ സമ്പന്നനായ വിദഗ്ദൻ, സ്ത്രീ രോഗവിദഗ്ദ മറ്റും വേറെയും ചില ഡോക്ടർമാർ അടങ്ങിയ ടീമിന്റെ മേൽനോട്ടത്തിലാണെങ്കിൽ ഗർഭാവസ്ഥ സാധാരണമാകുകയും നിങ്ങൾക്ക് ആരോഗ്യമുള്ള കുഞ്ഞിന് ജന്മം നൽകാൻ കഴിയുകയും ചെയ്യും.

ആസ്ത്മാ പൂർണ്ണ നിയന്ത്രണത്തിലാണെങ്കിൽ ഗർഭാവസ്ഥയിൽ വളരെ കുറച്ച് പ്രഭാവമെ ഉണ്ടാകൂ. ഇതിന്റെ പ്രഭാവം ഓരോ ഭാവി അമ്മമാരിലും വ്യത്യസ്തമായിരിക്കും. $^1/_3$ കേസുകളിൽ ആസ്ത്മായുടെ സ്ഥിതിയിൽ ഭേദമുണ്ടാകും. ചിലരുടെ നില അതേപോലെ തന്നെ ആയിരിക്കും. ചിലരുടെ നില മോശമാകും. ആസ്ത്മ ഗർഭാവസ്ഥയിലും മുമ്പിലത്തെപോലെ തന്നെയാണെന്ന് നിങ്ങൾക്ക് മനസ്സിലാകും.

ഗർഭം ധരിക്കുന്നതിന് മുമ്പുതന്നെ നിങ്ങളും ആസ്ത്മയെ നിയന്ത്രിക്കുന്നതാണ്

നല്ലത്. ഇത് നിങ്ങൾക്കും വരാനിരിക്കുന്ന കുഞ്ഞിനും നല്ലതാണ്.

നിങ്ങൾ താഴെ പറഞ്ഞിരിക്കുന്ന കാര്യങ്ങൾ പ്രായോഗികമാക്കിയിട്ടെല്ലെങ്കിൽ ഉടനെ ആക്കുക:–

- ചുറ്റുപാടുമുള്ള ആസ്ത്മയും അലർജിയും വർദ്ധിപ്പിക്കുന്ന കാരണങ്ങൾ തിരിച്ചറിയുക. ഏത് വസ്തുകാരണമാണ് നിങ്ങൾക്ക് കൂടുതൽ ബുദ്ധിമുട്ടുണ്ടാകുന്നതെന്ന് നിങ്ങൾ നേരത്തെ തന്നെ അറിഞ്ഞിട്ടുണ്ടാകും. ഗർഭാവസ്ഥയിൽ സ്വതന്ത്രമായി ശ്വസിക്കാൻ ആ വസ്തുക്കളുടെ അടുത്ത് പോകാതിരിക്കുക. പരാഗം, മൃഗങ്ങളുടെ രോമം, പൊടി എന്നിവ ഇതിന് ഉത്തരവാദിയാണ്. പുകയിലയുടെ പുക, സെന്റ്, വീട് വൃത്തിയാക്കുന്ന ഡിറ്റർജെന്റുകൾ എന്നിവയും സ്ഥിതിമോശമാക്കും. നിങ്ങളും ഭർത്താവും പുകവലി നിർത്തണം. നിങ്ങൾക്ക് അലർജിക്കുള്ള മരുന്ന് തന്നിട്ടുണ്ടെങ്കിൽ ഗർഭാവസ്ഥയിലും അത് തുടരണം.
- വ്യായാമം ചെയ്യുമ്പോൾ ശ്രദ്ധവേണം. ശ്വാസം മുട്ടൽ ഏർപ്പെടാതിരിക്കാൻ വർക്ക്ഔട്ടിന് മുമ്പ് മരുന്ന് കഴിക്കുക. ഇതിനെക്കുറിച്ച് ഡോക്ടറുടെ അഭിപ്രായം ആരായുക.
- കോൾഡ്, ജലദോഷം, ഫ്ലൂ, ശ്വാസ സംബന്ധപ്പെട്ട രോഗങ്ങൾ എന്നിവ വരാതെ സൂക്ഷിക്കുക. ആരോഗ്യം സൂക്ഷിക്കുക. ഡോക്ടറുടെ നിർദ്ദേശപ്രകാരം ഫ്ലൂവിനുള്ള മരുന്ന് കഴിക്കുക. സൈനസെറ്റിസ് അല്ലെങ്കിൽ റിഫ്ലക്സിന്റെ അസുഖമുണ്ടെങ്കിൽ ഡോക്ടറോട് പറഞ്ഞ് ചികിത്സിപ്പിക്കുക. അല്ലെങ്കിൽ ആസ്ത്മ നിയന്ത്രിക്കുന്നതിൽ ബുദ്ധിമുട്ടുണ്ടാകും.
- നിങ്ങൾക്കും കുഞ്ഞിനും വേണ്ടത്ര ഓക്സിജൻ കിട്ടാൻ ഡോക്ടറുടെ നിർദ്ദേശങ്ങൾ പാലിക്കുക. നിങ്ങൾക്ക് പീക്-ഫ്ലോമീറ്റർ കൊണ്ട് സ്വയം പരിശോധിക്കാം.
- മരുന്നുകൾ വീണ്ടും ഒരിക്കൽ പരിശോധിക്കുക. ഗർഭാവസ്ഥയിൽ ഡോക്ടർ അനുമതി തന്ന മരുന്നുകൾ മാത്രം കഴിക്കുക. ലക്ഷണങ്ങൾ ചെറുതാണെങ്കിൽ മരുന്നിന്റെ ആവശ്യമില്ല എന്നാൽ സാധാരണയിൽ കവിഞ്ഞ ഗുരുതരമായ ലക്ഷണങ്ങൾ കണ്ടാൽ ഗർഭാവസ്ഥയിൽ സുരക്ഷിതമായ വേറെ മരുന്ന് തന്നേക്കാം. മൂക്കുവഴി എടുക്കുന്ന മരുന്ന് ശരിയായിരിക്കും. മരുന്ന് കഴിക്കുന്നതിൽ പോരായ്മ വരുത്തരുത്. ഇപ്പോൾ നിങ്ങൾക്ക് രണ്ടുപേർക്കുവേണ്ടി ശ്വാസമെടുക്കേണ്ടതുണ്ട്.

ക്യാൻസർ

ഗർഭാവസ്ഥയിൽ ക്യാൻസർ ഉണ്ടാകുന്നത് സാധാരണമല്ല. എന്നാൽ ഇത് ഉണ്ടായെന്നുവരാം. ആ സമയത്ത് ചികിത്സയുടെ സമതുലനം വളരെ അത്യാവശ്യമാണ്. അതിനുള്ള ചികിത്സ, ഗർഭകാലം, ഏതുവിധത്തിലുള്ള ക്യാൻസറാണ്, അതിന്റെ സ്ഥിതി, നിങ്ങളിലുള്ള പ്രതിരോധ ശക്തി എന്നിങ്ങനെ പല കാരണങ്ങളെ ആശ്രയിച്ചിരിക്കും. ആദ്യത്തെ മൂന്നാം മാസം ക്യാൻസറിനുള്ള ചികിത്സ ചെയ്താൽ ഭ്രൂണത്തിന് ആപത്താണ്. അതുകൊണ്ട് ഡോക്ടർ രണ്ടാമത്തെ മൂന്നാം മാസംവരെ കാത്തിരിക്കും. ക്യാൻസറുണ്ടെന്ന് പിന്നീടാണ് അറിഞ്ഞതെങ്കിൽ ഡോക്ടർ പ്രസവശേഷമെ ചികിത്സിക്കൂ.

ആസ്ത്മായുടെ ആക്രമണം ഉണ്ടായാൽ ചികിത്സിക്കാൻ താമസിക്കരുത്. അല്ലെങ്കിൽ കുഞ്ഞിന് ഓക്സിജന്റെ കുറവ് ഉണ്ടാകും. ചെറുതായി സങ്കോചനവും ഉണ്ടാകും. എന്നാൽ രോഗത്തിന്റെ ആക്രമണം അവസാനിച്ചതും അത് നിൽക്കും.

ഗർഭാവസ്ഥയുടെ അവസാനഘട്ടത്തിൽ ഇത് കുറച്ച് കുഴപ്പം പിടിച്ച കാര്യമാണെങ്കിലും വലിയ അപകടകാരിയല്ല. ഈ സമയത്ത് ആസ്ത്മായുടെ ആക്രമണം അധികനേരം നീണ്ടുനിൽക്കാതിരിക്കാൻ ശ്രദ്ധിച്ചാൽ മതി.

ആസ്ത്മായുടെ പ്രഭാവം, പ്രസവത്തിൽ എന്തായിരിക്കും? നിങ്ങൾക്ക് മരുന്നില്ലാതെ കഴിക്കാൻ പറ്റും. എപ്പിഡ്യൂറലിലും പ്രശ്നമൊന്നും ഉണ്ടാകില്ല. എന്നാൽ ഡൈമിറോൾ പോലെയുള്ള നാർക്കോട്ടിക് വേദന സംഹാരികൾ മൂലം ആസ്ത്മായുടെ ആക്രമണം ഉണ്ടായേക്കാം. ആ സമയത്ത് മരുന്നുകൊണ്ട് പ്രയോജനമുണ്ടായില്ലെങ്കിൽ ഡോക്ടർ ഐ.വി. സ്റ്റീറോയ്ഡ് തരും. ഓക്സിജനും പരിശോധിക്കും. അത് കുറവാണെന്ന് കണ്ടാൽ അതിനുള്ള മരുന്ന് തരും. ഇങ്ങനെയുള്ള അമ്മമാരുടെ കുഞ്ഞുങ്ങൾ ജനിച്ച ഉടനെ വളരെ വേഗം ശ്വാസമെടുക്കും. എന്നാൽ ഈ ബുദ്ധിമുട്ട് നിരന്തരമല്ല. ഡെലിവറി കഴിഞ്ഞ് മൂന്ന് മാസങ്ങൾക്കുശേഷം ഗർഭാവസ്ഥയ്ക്ക് മുമ്പുണ്ടായിരുന്ന ആസ്ത്മയുടെ പഴയ ലക്ഷണങ്ങളൊക്കെ വീണ്ടും കാണാൻ തുടങ്ങും.

സിസ്റ്റിക് ഫൈബ്രോയ്ഡ്

"എനിക്ക് സിസ്റ്റിക് ഫൈബ്രോയ്ഡ് ഉണ്ട്. ഇതുകൊണ്ട് ഗർഭാവസ്ഥ എത്ര ജടിലമാകും?"

സി.എഫുമായി ജീവിക്കുന്നത് എങ്ങനെയുള്ള വെല്ലുവിളിയാണെന്ന് നിങ്ങൾക്ക് നേരത്തെതന്നെ അറിയാമല്ലോ! എന്നാൽ ഗർഭാവസ്ഥയിൽ ആ വെല്ലുവിളി കൂടുതലാകും. എന്നാൽ നിങ്ങൾക്കും ഡോക്ടർക്കും ചേർന്ന് ഗർഭാവസ്ഥ സുഖമുള്ളതും സുരക്ഷിതവുമാക്കാൻ കഴിയും.

ഏറ്റവും ആദ്യം നിങ്ങൾ തൂക്കം കൂട്ടണം ഇതിന് ഏതെങ്കിലും ന്യൂട്രിഷ്യന്റെ സഹായം തേടുക. നിങ്ങളുടെയും കുഞ്ഞിന്റെയും വളർച്ച പരിശോധിക്കാൻ പല പ്രാവശ്യം ഡോക്ടറുടെ അടുത്ത് പോകേണ്ടിവരും. നിങ്ങളുടെ ഗതിവിധികൾ സീമിതമാകും. എന്തെന്നാൽ സമയത്തിന് മുമ്പ് പ്രസവം ഏർപ്പെടുക എന്ന ആപത്തുണ്ട്. ആപത്ത് നീങ്ങാനും ശരിയായ സമയത്ത് കുഞ്ഞ് ജനിക്കാനും വേണ്ടി കൂടുതൽ ജാഗ്രത പാലിക്കണം. സമയത്തിന് മുമ്പുതന്നെ ആശുപത്രിയിലേക്ക് പോകേണ്ടിവരും. ജനിക്കാൻ പോകുന്ന കുഞ്ഞിന് സി.എഫ്. പിടിപെട്ടിട്ടുണ്ടോ എന്ന് ജെനറ്റിക്കൽ കൗൺസിലിങ്ങിൽ അറിയാൻ കഴിയും. നിങ്ങളുടെ ഭർത്താവിന് ആ രോഗമില്ലെങ്കിൽ കുഞ്ഞിനും ഉണ്ടായില്ലെന്നുവരാം. എന്നാൽ കുഞ്ഞിന് ആ രോഗമുണ്ടെങ്കിൽ ആപത്ത് കുറച്ചുകൂടും.

ഇതിനിടെ ഡോക്ടർ നിങ്ങൾക്ക് പൾമോണറി സംക്രമണം ഉണ്ടോ എന്നറിയാൻ പ്രത്യേകം ശ്രദ്ധിക്കും. ചില സ്ത്രീകൾക്ക് ഗർഭാവസ്ഥയിൽ ശ്വാസകോശങ്ങളിലെ സംക്രമണം വർദ്ധിക്കും. എന്നാൽ ഇതിന് പ്രത്യേകിച്ച് പ്രതികൂല പ്രഭാവങ്ങളൊന്നുമില്ല.

ഗർഭാവസ്ഥ മുഴുവൻ ഡോക്ടറുടെ മേൽനോട്ടത്തിൽ കഴിഞ്ഞാൽ കുഞ്ഞ് മടിയിലെത്തും. ഒരുവിധത്തിലുള്ള പ്രശ്നവും ഉണ്ടാകുകയുമില്ല.

മ്ലാനത (ഡിപ്രഷൻ)

"എനിക്ക് കഴിഞ്ഞ ചില വർഷങ്ങളായി ക്രോണിക് ഡിപ്രഷൻ (വളരെ നേരത്തേക്ക് നീണ്ടുനിൽക്കുന്ന മ്ലാനത) ഉണ്ട്. അപ്പോൾ മുതൽ എനിക്ക് ചെറിയ ആന്റി ഡിപ്രസെന്റ് മരുന്നുകൾ തരുന്നുണ്ട്. ഗർഭിണിയായാലും ഈ മരുന്നുകൾ കഴിക്കാൻ കഴിയുമോ?"

പല സ്ത്രീകൾക്കും ഗർഭാവസ്ഥക്കിടയിൽ ഡിപ്രഷൻ ഏർപ്പെടാറുണ്ട്. ശരിയായ ചികിത്സമൂലം അവരുടെ ഗർഭാവസ്ഥ സാധാരണ നിലയിലാകും. മരുന്നുകളെ സംബന്ധിച്ചിടത്തോളം കുറച്ച് സമതുലനം പാലിക്കണം ഡോക്ടറോടും മനശാസ്ത്രജ്ഞനോടും ചോദിച്ച് ഏത് വിധത്തിലുള്ള മരുന്നുകളാണ് കഴിക്കേണ്ടതെന്ന് തീരുമാനിക്കണം.

കുഞ്ഞിന്റെ ശാരീരികവും, നിങ്ങളുടെ വൈകാരികവുമായ സ്ഥിതികളെക്കുറിച്ച് ശ്രദ്ധിക്കേണ്ടത് അത്യാവശ്യമാണ്. ഗർഭാവസ്ഥാ ഹാർമോണുകൾ ആരംഭത്തിൽ നിങ്ങളുടെ വൈകാരിക സ്ഥിതിയിൽ സ്വാധീനം ചെലുത്തും. മൂഡിൽ ഒരിക്കലും ഏറ്റ-ഇറക്കം ഉണ്ടാകാറില്ലാത്ത സ്ത്രീകളിൽ പോലും ഈ ഹാർമോണുകൾ മൂലം മ്ലാനത ഉണ്ടാകും. ആദ്യംതന്നെ മ്ലാനത പിടിപെട്ടിട്ടുള്ള സ്ത്രീകളുടെ സ്ഥിതി കൂടുതൽ മോശമാകും. അവർ മരുന്ന് കഴിക്കുന്നത് നിറുത്തുകകൂടി ചെയ്താൽ അവരുടെ സ്ഥിതി എന്തായിരിക്കുമെന്ന് നിങ്ങൾക്ക് സ്വയം അനുമാനിക്കാം.

ഈ മ്ലാനത ആരോഗ്യത്തിലും ചീത്തയായ പ്രഭാവം ഏർപ്പെടുത്തും. മ്ലാനത ബാധിച്ച അമ്മ ശരിക്ക് ഭക്ഷണം കഴിക്കുകയുമില്ല. അവർക്ക് കുഞ്ഞിന്റെ ആരോഗ്യത്തിൽ ശ്രദ്ധപതിപ്പിക്കാൻ കഴിയുകയുമില്ല. അവർ മദ്യത്തിനും പുകവലിക്കും അടിമയാകും. കൂടുതൽ പിരിമുറുക്കവും സമ്മർദ്ദവും കാരണം പലപ്പോഴും സമയത്തിന് മുമ്പ് കുഞ്ഞ് ജനിക്കും. ജനിക്കുമ്പോൾ തന്നെ തൂക്കം കുറവായിരിക്കും, ജനനശേഷം പല പ്രശ്നങ്ങളും ഉണ്ടാകും. ശരിയായ രീതിയിൽ ഡിപ്രഷനുള്ള ചികിത്സ ചെയ്താൽ അമ്മയ്ക്ക് തന്നെയും കുഞ്ഞിനെയും നല്ലപോലെ ശ്രദ്ധിക്കാൻ കഴിയും.

മരുന്നുകൾ നിറുത്തുന്നതിന് മുമ്പ് നല്ലപോലെ ആലോചിക്കുക. ഈ സമയത്ത് ഏതെല്ലാം ആന്റി ഡിപ്രസന്റ് മരുന്നുകൾ നിങ്ങൾക്ക് ശരിയായിരിക്കുമെന്ന് ഡോക്ടറോട് ചോദിച്ച് തീരുമാനിക്കുക. ഡോക്ടർ രാത്രിയും പകലും ഇതുപോലെയുള്ള പ്രശ്നങ്ങൾ പരിഹരിച്ചുകൊണ്ടിരിക്കുന്നതുകൊണ്ട് നിങ്ങൾക്ക് ശരിയായ മാർഗ്ഗനിർദ്ദേശം ചെയ്യും. ചില മരുന്നുകൾ കൊണ്ട് കുറച്ച് പ്രഭാവം ഏർപ്പെട്ടാലും അത് കാര്യമാക്കേണ്ടതില്ല. മ്ലാനതക്കുള്ള ചികിത്സ ചെയ്തില്ലെങ്കിൽ അതിന്റെ ഫലം വളരെ കാലംവരെ അനുഭവിക്കേണ്ടിവരും.

പലപ്പോഴും മരുന്നിനോടൊപ്പം മനോചികിത്സയും വേണ്ടിവരും. മറ്റ് ചികിത്സാരീതി

കളും ഫലം തരും. വ്യായാമം, ധ്യാനം, പൌഷ്ടിക ആഹാരങ്ങൾ എന്നിവയും മഹത്വപൂർണ്ണമാണ്. അതുകൊണ്ട് അവയെയും അലക്ഷ്യം ചെയ്യരുത്.

പ്രമേഹം

"ഞാൻ പ്രമേഹരോഗിയാണ്. കുഞ്ഞിനെയും ഇത് ബാധിക്കുമോ?"

ഇന്നത്തെക്കാലത്തെ പ്രമേഹരോഗികളായ ഗർഭിണികൾക്ക് പല സന്തോഷ വാർത്തകളുമുണ്ട്. മെഡിക്കലും സ്വന്തവുമായ നല്ല ശുശ്രൂഷ ചെയ്താൽ നിങ്ങൾക്കും ആരോഗ്യമുള്ള കുഞ്ഞിന് ജന്മം നൽകാൻ കഴിയും.

പ്രമേഹം ടൈപ്പ് - 1 അല്ലെങ്കിൽ ടൈപ്പ് - 2, ഏതായിരുന്നാലും ഗർഭധാരണത്തിന് മുമ്പ് ബ്ലഡ്ഷുഗർ സാധാരണ ലെവലിൽ എത്തും. ഒൻപതുമാസങ്ങൾവരെ ശരിയായിരിക്കുകയും ചെയ്യും.

നിങ്ങൾക്ക് ആദ്യംതന്നെ പ്രമേഹമുണ്ടെങ്കിലോ, ഗർഭാവസ്ഥക്കിടയിൽ ഗ്യാസ്റ്റേഷണൽ ഡയബറ്റീസ് പിടിപെട്ടാലോ, താഴെ കൊടുത്തിരിക്കുന്ന സഹായങ്ങൾമൂലം സുരക്ഷിതമായി ആരോഗ്യമുള്ള കുഞ്ഞിന് ജന്മം നൽകാൻ കഴിയും.

നല്ല ഡോക്ടറെ തിരഞ്ഞെടുക്കുക:– നിങ്ങളുടെ പ്രസവ ഡോക്ടർക്ക് പ്രമേഹത്തെക്കുറിച്ച് അറിവുണ്ടായിരിക്കുന്നതോടൊപ്പം പ്രമേഹത്തിന് ചികിത്സിക്കുന്ന ഡോക്ടറുമായി ഇതിനെക്കുറിച്ച് ചർച്ച ചെയ്തുനോക്കുകയും വേണം. മറ്റ് അമ്മമാരേ അപേക്ഷിച്ച് നിങ്ങൾക്ക് അധികം പ്രാവശ്യം ഡോക്ടർമാരെ കാണേണ്ടിവരും.

നല്ല ആഹാരവ്യവസ്ഥ:– നിങ്ങൾ ഡോക്ടറുടെയോ ഡയറ്റീഷ്യന്റെയോ സഹായം കൊണ്ട് നിങ്ങളുടെ ആഹാരത്തിനുവേണ്ട ശരിയായ ഏർപ്പാടുകൾ ചെയ്യണം. അപ്പോൾ കുഞ്ഞിനും നിങ്ങൾക്കും പോഷകതത്വങ്ങളുടെ കുറവ് ഉണ്ടാവുകയില്ല. ഇതിൽ കോംപ്ലക്സ് കാർബോ ഹൈഡ്രേറ്റിന്റെ അളവ് കൂടുതലായിരിക്കണം. പ്രൊട്ടീനിന്റെ അളവ് സീമിതവും കൊഴുപ്പും കൊളസ്ട്രോളും കുറവുമായിരിക്കണം. നാരുസത്തുള്ള ആഹാര സാധനങ്ങൾ ധാരാളം ഉണ്ടായിരിക്കണമെന്നതും മുഖ്യമാണ്.

കാർബോ ഹൈഡ്രേറ്റിന്റെ ക്രമക്കേട് ഇൻസുലിന്റെ സഹായം കൊണ്ട് നികത്താം. നിങ്ങളുടെ ശരീരം, ചില പ്രത്യേക കാർബോ ഹൈഡ്രേറ്റുള്ള വസ്തുക്കളോട് എങ്ങനെയാണ് പ്രതികരിക്കുന്നതെന്ന് നോക്കണം. മിക്കരോഗികളും പഴങ്ങൾക്ക് പകരം പച്ചക്കറികൾ, വിത്തുള്ള വസ്തുക്കൾ, തവിടു കളയാത്ത ധാന്യങ്ങൾ എന്നിവ ധാരാളം കഴിക്കുന്നു. ബ്ലഡ്ഷുഗറിന്റെ ലെവൽ സാധാരണമാക്കാൻ കാലത്ത് ധാരാളം കാർബോ ഹൈഡ്രേറ്റ് കഴിക്കുക. സ്നാക്സിലും കോംപ്ലക്സ് കാർബും പ്രോട്ടീനും ധാരാളം ഉണ്ടായിരിക്കണം. ഭക്ഷണം കഴിക്കാതിരുന്നാൽ ബ്ലഡ്ഷുഗറിന്റെ ലെവൽ കുറഞ്ഞേക്കാം. ഓരോ മണിക്കൂറുകൾക്ക് ശേഷവും എന്തെങ്കിലും കുറച്ചുകുറച്ച് കഴിക്കുക. പതിവായി ആരോഗ്യപ്രദവും പോഷകാംശമുള്ളതുമായ സ്നാക്സ് കഴിക്കുന്നതുകൊണ്ട് നിങ്ങൾക്ക് പലബുദ്ധിമുട്ടുകളിൽ നിന്നും രക്ഷനേടാം.

തൂക്കം കൂട്ടുക:– ഗർഭാവസ്ഥക്ക് മുമ്പുതന്നെ അനുകരണീയമായ തൂക്കത്തിലെത്തുക. തൂക്കം കൂടുതലാണെങ്കിൽ കുറക്കാനുള്ള വഴിനോക്കുക. ഡോക്ടറുടെ നിർദ്ദേശപ്രകാരം പതുക്കെപ്പതുക്കെ തൂക്കം കൂട്ടുക. ഡോക്ടർ അൾട്രാ സൗണ്ടുവഴി കുഞ്ഞിന്റെ വളർച്ച പരിശോധിച്ചുകൊണ്ടിരിക്കും.

വ്യായാമം:– നിങ്ങൾക്ക് ടൈപ്പ്-2 പ്രമേഹമുണ്ടെങ്കിൽ വ്യായാമം സീമിതമായേ ചെയ്യാവൂ. ഇതുകൊണ്ട് നിങ്ങൾക്ക് കൂടുതൽ ഊർജ്ജം കിട്ടും. ബ്ലഡ് ഷുഗറിന്റെ ലെവൽ നിലനിൽക്കും. പ്രസവശേഷം പഴയ ഫിഗർ കിട്ടാൻ അധികസമയമെടുക്കില്ല. ഇതിനെ നിങ്ങളുടെ മെഡിക്കൽ പ്ലാനിനോട് പൊരുത്തപ്പെടുത്തി മുന്നോട്ട് പോകുക. നിങ്ങളുടെ ഗർഭാവസ്ഥയിൽ ജടിലതകളൊന്നുമില്ലെങ്കിൽ നിങ്ങളുടെ വർക്ക്ഔട്ടിൽ കുറച്ച് ഉലാത്തുക, നീന്തുക എന്നിവയും ചേർക്കാം. കുഞ്ഞിന്റെ വളർച്ചയോട് ബന്ധപ്പെട്ട എന്തെങ്കിലും പ്രശ്നം കാണപ്പെട്ടാൽ നിങ്ങൾക്ക് അധികം വ്യായാമം ചെയ്യാനുള്ള അനുമതികിട്ടുകയില്ല.

വർക്ക്ഔട്ട് ചെയ്യുന്നതിന് മുമ്പ് ചില കാര്യങ്ങൾ ശ്രദ്ധിക്കാൻ മറക്കരുത്. വർക്ക് ഔട്ടിന് മുമ്പ് എന്തെങ്കിലും കഴിക്കുക. ക്ഷീണിക്കുന്നതുവരെ വ്യായാമം ചെയ്യരുത്. ചൂടുള്ള അന്തരീക്ഷത്തിൽ വ്യായാമം ചെയ്യരുത്. ഇൻസുലിൻ എടുക്കുന്നുണ്ടെങ്കിൽ വർക്ക്ഔട്ട് ചെയ്യുന്ന ശരീരഭാഗങ്ങളിൽ എടുക്കരുത്. ഉദാ:– ഉലാത്തലും കാലുകളും വ്യായാമത്തിന് മുമ്പ് ഇൻസുലിന്റെ അളവ് കുറക്കരുത്.

വിശ്രമം:– മൂന്നാമത്തെ മൂന്നാം മാസം വേണ്ടത്ര വിശ്രമം വളരെ മുഖ്യമാണ്. അധികം ക്ഷീണിക്കാതെ നോക്കുക. ഉച്ചയ്ക്ക് കുറച്ചു നേരം കാലുകൾ പൊക്കിവെച്ചുകിടക്കുകയും ഒന്ന് കണ്ണടയ്ക്കുകയും ചെയ്യാം. ജോലിയുടെ ഭാരം കൂടുതലാണെങ്കിൽ നേരത്തെ തന്നെ ലീവെടുക്കാൻ നിർദ്ദേശിച്ചേക്കാം.

മരുന്നുകൾ:– ആഹാരവും വിശ്രമവും കൊണ്ട് ഫലമുണ്ടായില്ലെങ്കിൽ ഇൻസുലിൻ എടുക്കേണ്ടിവരും. ഇൻസുലിൻ ഇഞ്ചെക്ഷൻ എടുക്കാം. ഇൻസുലിന്റെ ഡോസ് മാറിക്കൊണ്ടേ ഇരിക്കും. നിങ്ങളുടെയും കുഞ്ഞിന്റെയും തൂക്കം കൂടുന്നതിനനുസരിച്ച് ഡോസും പുതിയ രീതിയിൽ തയ്യാറാക്കും. അധികം സീരിയസ് അല്ലാത്ത കേസുകളിൽ 'ഗ്ലൈബുറോയ്ഡ്' മരുന്ന് കഴിക്കുന്നതുകൊണ്ട് ഇൻസുലിന്റെ ആവശ്യം കുറക്കാൻ കഴിയുമെന്ന് പഠനങ്ങളിൽ നിന്ന് അറിയാൻ കഴിഞ്ഞിട്ടുണ്ട്. ഇൻസുലിൻ എടുക്കുമ്പോൾ മറ്റ് മരുന്നുകളെയും ശ്രദ്ധിക്കുക, എന്തെന്നാൽ അവയും ഇൻസുലിന്റെ ലെവലിനെ സ്വാധീനിച്ചേക്കാം. ഡോക്ടറുടെ ഉപദേശ പ്രകാരം സുരക്ഷിതമായ മരുന്നുകൾ മാത്രം കഴിക്കുക.

ബ്ലഡ്ഷുഗർ:– നിങ്ങൾക്ക് ദിവസവും നാലു മുതൽ പത്തുതവണവരെ ബ്ലഡ്ഷുഗർ പരിശോധിക്കേണ്ടിവന്നേക്കാം. നിങ്ങൾക്ക് ടൈപ്പ് - 1 പ്രമേഹമാണെങ്കിൽ ഗ്ലൈക്കോസിലെടിഡ് ഹിമോഗ്ലോബിൻ നോക്കാൻ വേണ്ടിയും രക്തം പരിശോധിക്കേണ്ടിവരും. ഇതിന്റെ ലെവൽ ഹൈ ആണെങ്കിൽ ഷുഗർ ലെവൽ പൂർണ്ണമായി നിയന്ത്രണത്തിലല്ലെന്നാണ് അർത്ഥം. ബ്ലൈഡ് ഗ്ലൂക്കോസിന്റെ ലെവൽ സാധാരണമായി നിലനിർത്താൻ നിങ്ങൾ കൃത്യസമയത്ത് ഭക്ഷണം കഴിക്കണം - ആഹാരത്തിന്റെയും വ്യായാമത്തിന്റെയും കാര്യത്തിൽ ശ്രദ്ധിക്കണം. ആവശ്യം ഏർപ്പെട്ടാൽ മരുന്ന് കഴിക്കേണ്ടിവരും. നിങ്ങൾ ഗർഭാവസ്ഥക്ക് മുമ്പും ഇൻസുലിൻ എടുക്കുന്നുണ്ടെങ്കിൽ നിങ്ങൾ ഹൈപ്പോഗ്ലൈസീമിയാ ഗ്രസ്തയായിരിക്കും. അതുകൊണ്ട് ആദ്യത്തെ മൂന്നാം മാസത്തെ പരിശോധനയിൽ പൂർണ്ണ ശ്രദ്ധവേണം. വീട്ടിൽ നിന്ന് പുറപ്പെടുമ്പോൾ ഭക്ഷണ സാധനങ്ങൾ കൈയ്യിൽ കരുതുക.

മൂത്ര പരിശോധന:– നിങ്ങളുടെ ശരീരത്തിൽ കീടോൺ ഉണ്ടായേക്കാം. അതുകൊണ്ട് ഇതിനിടയിൽ മൂത്ര പരിശോധനയും ചെയ്യണം.

ശ്രദ്ധയോടുകൂടിയ പരിശോധന:– ടെസ്റ്റുകളെക്കുറിച്ച് ചിന്തിച്ച് വിഷമിക്കേണ്ട. നിങ്ങൾക്ക് ഗർഭാവസ്ഥക്ക് പല ആഴ്ചകൾ മുമ്പുതന്നെ ആശുപത്രിയിൽ പ്രവേശിക്കേണ്ടിവന്നേക്കാം. ഇതിനർത്ഥം എന്തെങ്കിലും കുഴപ്പമുണ്ടെന്നല്ല, ഡോക്ടർ നിങ്ങളുടെ പൂർണ്ണ സുരക്ഷ ആഗ്രഹിക്കുന്നതുകൊണ്ടാണ് ഇത്. ടെസ്റ്റുകളും പരിശോധനകളും മൂലം നിങ്ങളെയും കുഞ്ഞിനെയും കുറിച്ചുള്ള ഏറ്റവും പുതിയ അറിവുകൾ കിട്ടിക്കൊണ്ടിരിക്കും. അതുകൊണ്ട് ഡോക്ടർക്ക് ആവശ്യം ഏർപ്പെട്ടാൽ എന്ത് സംരംഭവും ചെയ്യാൻ കഴിയും.

പതിവായി കണ്ണുകളും പരിശോധിക്കണം. പലപ്പോഴും ഗർഭാവസ്ഥയിൽ റെറ്റിനയുടെയും കിഡ്നിയുടെയും പ്രശ്നങ്ങൾ അധികമാകും. ഗർഭാശയത്തിൽ കുഞ്ഞിന്റെ വലുപ്പം വളരെകൂടിയിട്ടുണ്ടെങ്കിൽ യോനിമാർഗ്ഗത്തിൽ കൂടിയല്ലാതെ മാറ്റുവഴിമൂലമുള്ള പ്രസവത്തെപ്പറ്റി ആലോചിക്കും. 10-ാമത്തെയും 22-ാമത്തെയും ആഴ്ചകളിൽ അൾട്രാസൗണ്ടിന്റെ സഹായം കൊണ്ട് വളരെ സൂക്ഷ്മമായി ഭ്രൂണത്തെ പരിശോധിച്ച് എല്ലാം ശരിയാണോ എന്ന് കണ്ടുപിടിക്കും.

21-ാം ആഴ്ചക്കുശേഷം നിങ്ങളോട് ദിവസവും മൂന്നുപ്രാവശ്യം കുഞ്ഞന്റെ ചലനം പരിശോധിക്കാൻ പറയും. പ്രമേഹമുള്ള സ്ത്രീകൾക്ക് പ്രീക്ലൈംപ്സിയാ ഏർപ്പെടുമോ എന്ന ഭയവും ഉള്ളതുകൊണ്ട് ഡോക്ടർ ഇക്കാര്യത്തിലും പൂർണ്ണമായി നിശ്ചിന്തനാകാൻ ആഗ്രഹിക്കും.

ഇലക്റ്റീവ് ഏർളി ഡെലിവറി:– ഗ്യാസ്റ്റേഷനൽ പ്രമേഹമോ, കുറഞ്ഞ ഗംഭീര ലക്ഷണങ്ങളോ ഉള്ള ഗർഭിണികൾ ശരിയായ സമയത്ത് പ്രസവിക്കും. എന്നാൽ മറുപിള്ള വേഗം ദുർബലമാകുകയോ അമ്മയുടെ ബ്ലഡ്ഷുഗറിന്റെ ലെവൻ സാധാരണമല്ലാതിരിക്കുകയോ ചെയ്താൽ കുഞ്ഞ് സമയത്തിന് ഒന്നുരണ്ട് ആഴ്ചകൾക്ക് മുമ്പ് ജനിക്കും. ഡോക്ടർ പരിശോധിച്ച് സി-സെക്ഷൻ ചെയ്യണോ, സാധാരണ പ്രസവത്തിന് കാത്തിരിക്കണോ എന്നുപറയും.

ജനിച്ച ഉടനെ കുഞ്ഞിനെ ഐ.സി.യു.വിൽ വച്ചാൽ പരിഭ്രമിക്കേണ്ടതില്ല. ഇങ്ങനെയുള്ള എല്ലാ ശിശുക്കളെയും അങ്ങനെതന്നെയാണ് വയ്ക്കുന്നത്. അവിടെ അവരുടെ ശ്വാസകോശങ്ങളും പ്രമേഹത്തോട് ബന്ധപ്പെട്ട ലക്ഷണങ്ങളും പരിശോധിക്കും. നിങ്ങൾക്ക് കുഞ്ഞിന് മുലയൂട്ടണമെങ്കിൽ അതിനുള്ള ഏർപ്പാടും ചെയ്തുതരും.

എപ്പിലെപ്സി

"എനിക്ക് എപ്പിലെപ്സി ഉണ്ട്. പക്ഷെ എനിക്ക് അമ്മയാകാൻ ആഗ്രഹമുണ്ട്. എന്റെ ഗർഭാവസ്ഥ സുരക്ഷിതമായിരിക്കുമോ?"

ശരിയായ മേൽനോട്ടത്തിൽ നിങ്ങൾക്കും ആരോഗ്യമുള്ള ഒരു കുഞ്ഞിന്റെ അമ്മയാകാൻ കഴിയും. ഗർഭം ധരിക്കുന്നതിനു മുൻപ് നിങ്ങളുടെ ഡോക്ടറെയും ന്യൂറോ സർജനെയും കാണുകയും അവരുടെ മേൽനോട്ടത്തിലിരിക്കുകയും ചെയ്യുക. അവർ നിങ്ങൾക്ക് ആവശ്യമുള്ള മരുന്നുകളും മുന്നറിയിപ്പുകളും തരും. എപ്പിലെപ്സി, ഗർഭാവസ്ഥയിൽ അധികമാകുന്നില്ലെന്നാണ് മിക്ക ഗർഭിണികളും പറയുന്നത്. രോഗത്തിൽ പ്രത്യേക മാറ്റങ്ങളൊന്നും ഉണ്ടാകുന്നില്ല. ഇങ്ങനെയുള്ള അമ്മമാർക്ക് ഛർദ്ദിയും തലചുറ്റലും കൂടുതൽ ഉണ്ടാകുന്നുണ്ടെന്ന് മാത്രമെയുള്ളൂ. അതുകൊണ്ട് പ്രത്യേകിച്ച് ഗുരുതരമായ പരിണാമങ്ങളൊന്നും ഉണ്ടാകുന്നില്ല.

ഇങ്ങനെയുള്ള അമ്മമാരുടെ കുഞ്ഞുങ്ങളിൽ ജന്മനായുള്ള വൈകല്യങ്ങൾ കാണപ്പെടുന്നു. ഇത് എപ്പിലെപ്സി കാരണമല്ലാ മരുന്നുകൾ ഗർഭാവസ്ഥയിൽ കൊടുത്ത ആന്റിബയോട്ടിക്സ് കാരണമാണെന്നാണ് കരുതുന്നത്.

ഗർഭാവസ്ഥയ്ക്കുമുമ്പ് ഡോക്ടറോട് ഇതിനുള്ള മരുന്നുകളെപ്പറ്റി ചർച്ചചെയ്യുക. രോഗത്തെ നിയന്ത്രണത്തിൽ കൊണ്ടുവന്ന ശേഷമേ മുന്നോട്ട് പോകാവൂ. ഡോക്ടർ ഒന്നോ അതിൽ കൂടുതലോ മരുന്നുകൾ തന്നേക്കാം. അതുകൊണ്ട് ഗർഭാവസ്ഥ സുരക്ഷിതമാകും. ആപത്ത് നേരിടുമെന്ന ഭയത്തിൽ മരുന്ന് കഴിക്കുന്നത് നിറുത്തരുത്. അതുകൊണ്ട് ദോഷം ഏർപ്പെടും.

ഇതിനിടയിൽ അൾട്രാ സൗണ്ടുവഴി സൂക്ഷ്മ പരിശോധനയം ഗർഭാവസ്ഥക്ക് മുമ്പുതന്നെ സ്ക്രീനിങ്ങും ചെയ്യാൻ നിർദ്ദേശിച്ചേക്കാം. നിങ്ങൾ വൈൽ പ്രോഹക് ആസിഡ് കഴിക്കുന്നുണ്ടെങ്കിൽ ഡോക്ടർ 'ന്യൂറൽ ട്യൂബ് ഡിഫെക്റ്റി'നുള്ള പരിശോധനയും ചെയ്യാൻ പറയും.

നിങ്ങൾ നല്ലപോലെ ഉറങ്ങുകയും ധാരാളം പോഷകാഹാരം കഴിക്കുകയും ചെയ്യണം. ധാരാളം തരളപദാർത്ഥങ്ങളും വിറ്റാമിൻ - ഡിയുടെ ഡോസും കഴിക്കുക. ഗർഭാവസ്ഥയുടെ ഒടുവിലത്തെ നാല് ആഴ്ചകളിൽ വിറ്റാമിൻ 'കേ' യുടെ ഡോസ് തരും. ഇതുകൊണ്ട് പ്രസവത്തിൽ പ്രത്യേകിച്ച് കുഴപ്പമൊന്നും ഉണ്ടാകില്ല. നിങ്ങൾക്ക് കുഞ്ഞിന് മുലയൂട്ടുകയും ചെയ്യാം. പാലിൽ മരുന്നകളുടെ നേരിയ പ്രഭാവമെ ഉണ്ടാകൂ.

ഫൈബ്രോമൈൽഗിയാ

"എനിക്ക് കുറച്ചുവർഷങ്ങൾക്ക് മുമ്പ് ഫൈബ്രോമൈൽഗിയാ ഉണ്ടായിരുന്നു. എന്റെ ഗർഭാവസ്ഥയിൽ ഇതിന്റെ പ്രഭാവം എന്തായിരിക്കും?"

നിങ്ങൾക്ക് നിങ്ങളുടെ ഏതെങ്കിലും സ്ഥിതിയെപ്പറ്റി നേരത്തെ അറിയാൻ കഴിഞ്ഞാൽ അതുകൊണ്ട് പല ലാഭങ്ങളും ഉണ്ട്. ഇതിന്റെ ലക്ഷണങ്ങളിൽ വേദന, നീറ്റൽ, മാംസപേശികളിലും ടിഷ്യുകളിലും വേദന എന്നിവ മുഖ്യമാണ്. ഗർഭാവസ്ഥയിൽ ക്ഷീണം കരണം ഇവയെ പെട്ടെന്ന് തിരിച്ചറിയാൻ കഴിയില്ല. ഇതുകാരണം ഉണ്ടാകുന്ന പിരിമുറുക്കവും ഗർഭാവസ്ഥയുടെ ഒരു ലക്ഷണമായാണ് കരുതപ്പെടുന്നത്. കുഞ്ഞിനും ഈ രോഗത്തിന്റെ ഒരു പ്രഭാവവും ഏർപ്പെടുന്നില്ല. പക്ഷെ ഗർഭാവസ്ഥ നിങ്ങളെ സംബന്ധിച്ചിടത്തോളം ജടിലമായിരിക്കും. നിങ്ങളുടെ ശരീരത്തിൽ ക്ഷീണവും വേദനയും അധികമായിരിക്കും. ഇതിൽനിന്ന് രക്ഷനേടാൻ പിരിമുറുക്കം ഉണ്ടാകാതെ നോക്കുക. യോഗാ, ധ്യാനം, വ്യായാമം എന്നിവ ചെയ്ത് ശരീരത്തിന് ആശ്വാസം നൽകുക. തൂക്കം ആവശ്യത്തിൽ കൂടുതൽ വർദ്ധിക്കാതെ നോക്കുക. ഈ സ്ഥിതിയിൽ കഴിക്കാവുന്നതും ഗർഭാവസ്ഥയിൽ സുരക്ഷിതവുമായ മരുന്നുകളെപ്പറ്റി ഡോക്ടറോട് ചോദിച്ച് അവ കഴിക്കുക.

ക്രോണിക്ഫടീഗ് സിൻഡ്രോം

ഗർഭാവസ്ഥയും ആരോഗ്യമുള്ള ശിശുവുമായി ഇതിന് ഒരു ബന്ധവുമില്ല. ഈ സിൻഡ്രോം ഗർഭാവസ്ഥയിൽ എന്ത് സ്വാധീനം ചെലുത്തുന്നു എന്ന് കണ്ടുപിടിച്ചിട്ടില്ല. പല സ്ത്രീകളുടെയും ലക്ഷണം മുമ്പുപോലെത്തന്നെയാണെങ്കിൽ പലരുടെയും സ്ഥിതി വളരെ മോശമായിരിക്കും. നിങ്ങളെയും ഈ സിൻഡ്രോം ബാധിച്ചിട്ടുണ്ടെങ്കിൽ നിങ്ങളുടെ ഡോക്ടർക്ക് ഗർഭാവസ്ഥയെപ്പറ്റി സൂചന നൽകിയാൽ അദ്ദേഹം ആദ്യം മുതൽ കഴിച്ചു വരുന്ന മരുന്നുകളിൽ മാറ്റം വരുത്തി നിങ്ങൾക്ക് മറ്റുവല്ല ഉപദേശവും നൽകിയേക്കാം. അതുകൊണ്ട് നിങ്ങൾക്ക് കുഞ്ഞിനെ പ്രസവിക്കുന്നതിലും പരിചരിക്കുന്നതിലും ഒരു ബുദ്ധിമുട്ടും ഉണ്ടാകില്ല.

മരുന്നുകൾ കൊണ്ടുള്ള ലാഭം

നിങ്ങൾ ദീർഘകാലമായുള്ള രോഗം തടയാൻ മരുന്ന് കഴിക്കുന്നുണ്ടെങ്കിൽ കുറച്ച് ശ്രദ്ധിക്കുക. രാത്രി ഉറങ്ങുമ്പോൾ മരുന്ന് കഴിച്ചാൽ അത് നിങ്ങളുടെ സിസ്റ്റത്തിന് മുഴു വിശ്രമം തരും. കാലത്ത് ഛർദ്ദിക്കുന്നതുകൊണ്ട് മരുന്ന് കഴിച്ചാൽ എല്ലാം പുറത്തുപോകും. ഗർഭകാലത്തിൽ പലപ്പോഴും മരുന്നിന്റെ ഡോസ് മാറ്റേണ്ടിവരും. ഇതിനെക്കുറിച്ച് അപ്പപ്പോൾ ഡോക്ടറുടെ അഭിപ്രായം ചോദിക്കുക. ഇതിനെക്കുറിച്ച് എന്തെങ്കിലും സംശയം തോന്നിയാൽ ഡോക്ടറോട് ആദ്യംതന്നെ ചോദിച്ച് മനസ്സിലാക്കുക.

ഹൈപർടെൻഷൻ

"എനിക്ക് വളരെ വർഷങ്ങളായി ഹൈപർ ടെൻഷൻ ഉണ്ട് ഹൈ ബി.പി. ഗർഭാവസ്ഥയെ എങ്ങനെ സ്വാധീനിക്കും?"

അധികം പ്രായമായശേഷം ഗർഭം ധരിക്കുന്ന സ്ത്രീകളിലെല്ലാം രക്തസമ്മർദ്ദത്തിന്റെ പ്രശ്നം കാണുന്നുണ്ട്. ഇത് വയസ്സ് കൂടുന്തോറും കൂടിക്കൊണ്ടിരിക്കും.

നിങ്ങളുടെ പ്രെഗ്നൻസി ഹൈ റിസ്ക് ആയി കരുതപ്പെടും, അതായത് നിങ്ങൾക്ക് അടിക്കടി ഡോക്ടറെ സന്ദർശിക്കേണ്ടിവരും. രക്തസമ്മർദ്ദം നിയന്ത്രിക്കുക, നല്ല മെഡിക്കൽ സംരക്ഷണം, നല്ല ശുശ്രൂഷ എന്നിവ മൂലം ഗർഭാവസ്ഥ പൂർണ്ണ സുരക്ഷിതമാകുകയും നിങ്ങൾക്ക് ആരോഗ്യമുള്ള കുഞ്ഞിന് ജന്മം നൽകാൻ കഴിയുകയും ചെയ്യും. നിങ്ങൾ താഴെ കൊടുത്തിട്ടുള്ള നിർദ്ദേശങ്ങൾ പാലിക്കുക.

ശരിയായ മെഡിക്കൽ ടീം:– നിങ്ങളുടെ ഡോക്ടർക്ക് ഹൈപർ ടെൻഷനെപ്പറ്റി നല്ല അറിവ് ഉണ്ടായിരിക്കണം. നിങ്ങൾ നിങ്ങളുടെ പ്രസവ വിശേഷജ്ഞക്ക് ഈ ഡോക്ടറെ പരിചയപ്പെടുത്തണം.

മെഡിക്കൽ സംരക്ഷണം:– നിങ്ങൾക്ക് പല പ്രാവശ്യം ഡോക്ടറെ സന്ദർശിക്കേണ്ടിവരും. പലതരത്തിലുള്ള പരിശോധനകളും ചെയ്യേണ്ടിവരും. ഗർഭാവസ്ഥയിൽ പല ജടിലതകൾ കൂടാതെ പ്രീക് ലൈംപ്സിയായും ഉണ്ടാകും. അതുകൊണ്ട് ഡോക്ടർ 40 ആഴ്ചകളും നിങ്ങളുടെ ആരോഗ്യത്തിൽ പ്രത്യേക ശ്രദ്ധ പതിപ്പിക്കും.

റിലാക്സേഷൻ:– ഹൈപർ ടെൻഷനുള്ള മാസങ്ങളിൽ റിലാക്സേഷൻ ടെക്നിക്സ് വളരെ ഗുണം ചെയ്യും. ഈ ടെക്നിക്കുകൾ കൊണ്ട് രക്തസമ്മർദ്ദവും കുറക്കാമെന്നാണ് പഠനങ്ങളിൽ നിന്ന് അറിയാൻ കഴിയുന്നത്.

മറ്റുമാറ്റ് ചികിത്സകൾ:– നിങ്ങളുടെ ഡോക്ടറുടെ അഭിപ്രായം ചോദിച്ച് ബയോഫീഡ് ബ്യാക്ക്, അക്യൂപഞ്ചർ, മാലിഷ് എന്നിങ്ങനെ മാറ്റ് ചികിത്സകളും ചെയ്യാവുന്നതാണ്.

വിശ്രമം:– മാനസികവും ശാരീരികവുമായ പിരിമുറുക്കം ഉയർന്ന രക്തസമ്മർദ്ദത്തിന് കാരണമായിത്തീരും. അതുകൊണ്ട് ഒരു കാര്യവും അധികം ചെയ്യരുത്. പകലിൽ കാല് പൊക്കിവെച്ച് വിശ്രമിക്കുക. ജോലിസ്ഥലത്ത് ഒരുപാട് ജോലി ചെയ്യേണ്ടിവരുന്നുണ്ടെങ്കിൽ കുറച്ച് ദിവസം ലീവെടുക്കുക. നിങ്ങൾക്ക് ഇപ്പോൾ വിശ്രമം അത്യാവശ്യമാണ്. വീട്ടിൽ വേറെയും കുട്ടികളുണ്ടെങ്കിൽ ജോലിയിൽ സഹായത്തിന് ആരെയെങ്കിലും നിയമിക്കുക.

രക്തസമ്മർദ്ദത്തിന്റെ നിരീക്ഷണം:– വീട്ടിൽ നിങ്ങളുടെ രക്തസമ്മർദ്ദത്തിന്റെ റിക്കാർഡ് സൂക്ഷിക്കണം. നല്ലപോലെ റിലാക്സ് ആയിരിക്കുമ്പോഴേ രക്തസമ്മർദ്ദം അളക്കാവൂ.

നല്ല ആഹാരം:– ഗർഭാവസ്ഥയിൽ നല്ല പോഷകാഹാരങ്ങൾ കഴിക്കുകയും ഡോക്ടറുടെ അഭിപ്രായമനുസരിച്ച് അതിൽ മാറ്റങ്ങൾ വരുത്തുകയും ചെയ്യുക. പഴങ്ങളുടെയും പച്ചക്കറികളുടെയും അളവ് കൂട്ടുക, കൊഴുപ്പ് സത്ത് കുറവുള്ള ആഹാരം കഴിക്കുക, തവിടുകളയാത്ത ധാന്യങ്ങൾ കഴിക്കുക, നിങ്ങളുടെ രക്തസമ്മർദ്ദത്തിന്റെ വർദ്ധിച്ച അളവ് കുറയും.

തരളപദാർത്ഥങ്ങൾ:– ദിവസവും കുറഞ്ഞത് എട്ട് ഗ്ലാസ് വെള്ളം കുടിക്കുക. അതുകൊണ്ട് കാലുകളിലും ഞെരിയാണിയിലുമുള്ള വീക്കം കുറയും.

ശരിയായ മരുന്ന്:– ഗർഭാവസ്ഥയിൽ നിങ്ങളുടെ മരുന്നുകൾ മാറുന്നതും മാറാത്തതും ഡോക്ടറുടെ അഭിപ്രായത്തിനനുസരിച്ചിരിക്കും. എന്തെന്നാൽ ചില മരുന്നുകൾ ഗർഭാവസ്ഥയിൽ സുരക്ഷിതമല്ല.

ഇറിട്ടബിൾ ബൗഅൽസിൻഡ്രോം

"എനിക്ക് ഇറിട്ടബിൾ ബൗഅൽസിൻഡ്രോം ഉണ്ട്. ഗർഭാവസ്ഥയിൽ ഇതിന്റെ ലക്ഷണങ്ങൾ കൂടുതൽ വഷളാകുമോ?"

ഇത് വെവ്വേറെ സ്ത്രീകളിൽ വേറെ വ്വേറെ വിധത്തിൽ തന്റെ പ്രഭാവം കാണിക്കും. നിങ്ങളിൽ അതിന്റെ പ്രഭാവം എങ്ങിനെ ആയിരിക്കുമെന്ന് പറയാൻ വയ്യ. ചില സ്ത്രീകളിൽ ഒരു ലക്ഷണവും കാണില്ല, ചിലരുടെ ലക്ഷണങ്ങൾ മുമ്പിലത്തേതിലേക്കാളും മോശമായിരിക്കും.

വാസ്തവത്തിൽ ഗർഭാവസ്ഥയിൽ ചില ലക്ഷണങ്ങൾ ആദ്യം ഉണ്ടാകും. മലബന്ധമോ നേർത്ത വയറിളക്കമോ ഉണ്ടാകും. ഗ്യാസ് കാരണം നില കൂടുതൽ മോശമാകും. ഗർഭാവസ്ഥയുടെ ഹാർമോണുകളുടെ പ്രഭാവം വളരെ ശക്തമായതുകൊണ്ട് 'ഇറിട്ടബിൾ ബൗഅൽസിൻഡ്രോം' നെപ്പറ്റി അറിയുകപോലുമില്ല. ഡയേറിയയുള്ള സ്ത്രീക്ക് പെട്ടെന്ന് മലബന്ധമുണ്ടാകും. മലബന്ധമുള്ള സ്ത്രീക്ക് എളുപ്പത്തിൽ മലവിസർജ്ജനം ചെയ്യാൻ കഴിയും.

ഈ ദിവസങ്ങളിൽ ഒരേ സമയം എല്ലാം ഭക്ഷിക്കുന്നതിനുപകരം കുറേശ്ശെയായി കഴിക്കുക. നാരുസത്തുള്ള ആഹാരങ്ങൾ, വേണ്ടത്ര തരളപദാർത്ഥങ്ങൾ, മസാലയുള്ള ആഹാരം ഒഴിവാക്കുക, അധികം പിരിമുറുക്കം ഏർപ്പെടാതെ നോക്കുക, എന്നിവ അത്യാവശ്യമാണ്. ആഹാരത്തിൽ കുറച്ച് പ്രോബയോട്ടിക്സ് ചേർക്കുക.

ഈ സിൻഡ്രോം കാരണം പ്രിമെച്വർ ഡെലിവറി ഉണ്ടായേക്കാം. ഈ നിലയിൽ സി-സെക്ഷൻ ചെയ്യേണ്ട അവസ്ഥ വന്നേക്കാം.

ലൂപസ്

"ലൂപസ് കാരണം എന്റെ ഗർഭാവസ്ഥയിൽ പ്രഭാവമുണ്ടാകുമോ?"

ഗർഭാവസ്ഥയിൽ പല സ്ത്രീകളിലും ഇതിന്റെ ലക്ഷണങ്ങൾ വളരെ മോശമാണ്. പക്ഷെ പലർക്കും അത് അറിയുകപോലുമില്ല. ഗർഭാവസ്ഥയിൽ ഉണ്ടാകുന്ന ലക്ഷണങ്ങൾ അസ്പഷ്ടമാകണമെന്ന് നിർബന്ധവുമില്ല. രോഗം മാറിയശേഷം ഗർഭം ധരിക്കുന്നതാണ് നല്ലത്. എന്നാൽ നിങ്ങൾ ഗർഭം ധരിച്ചു കഴിഞ്ഞു എങ്കിൽ ഡോക്ടറെ കണ്ട് പരിശോധന, ടെസ്റ്റ്, മരുന്നുകൾ എന്നിവമൂലം സ്ഥിതിമോശമാകാതെ തടയാം. ലൂപസിന് ചികിത്സിക്കുന്ന ഡോക്ടറെ പ്രസവ വിദഗ്ദ്ധന് പരിചയപ്പെടുത്തുക. രണ്ടുപേരും ചേർന്ന് നിങ്ങളെക്കുറിച്ച് ശരിയായ തീരുമാനമെടുക്കും.

മൾട്ടിപ്പിൾസ് സ്ക്ലീറോസിസ്

"എനിക്ക് പലവർഷങ്ങൾക്ക് മുമ്പ് മൾട്ടിപ്പിൾസ് സ്ക്ലീറോസിസ് ഉണ്ടായിട്ടുണ്ട്. എനിക്ക് രണ്ടുപ്രാവശ്യം ചെറിയ ഡോസ് എം.എസ്. തന്നിട്ടുണ്ട്. അതുകൊണ്ട് എന്റെ ഗർഭാവസ്ഥയിൽ എന്തെങ്കിലും കുഴപ്പം ഉണ്ടാകുമോ?"

നിങ്ങൾ രണ്ടുപേർക്കും ഒരു നല്ല വാർത്ത. ഇതുകൊണ്ട് നിങ്ങളുടെ ഗർഭാവസ്ഥയിൽ ഒരു ദോഷവും ഉണ്ടാകില്ല. പ്രസവത്തിന് മുമ്പ് നല്ല ശുശ്രൂഷയും ന്യൂറോളജിസ്റ്റിന്റെ ഉപദേശവും സംരക്ഷണവും നല്ലഫലം ചെയ്യും. പ്രസവവേദനയിലും പ്രസവത്തിലും ഇതുകൊണ്ട് ഒരു പ്രഭാവവും ഉണ്ടാകില്ല. നിങ്ങൾക്ക് എപ്പിഡ്യൂറലും വേദന സംഹാരി മരുന്നുകളും ഉപയോഗിക്കാവുന്നതാണ്.

മിക്ക സ്ത്രീകൾക്കും ഒരു ലക്ഷണവും ഉണ്ടാകാറില്ല. എന്നാൽ ചില സ്ത്രീകളുടെ തൂക്കം കൂടുകയും അതുകൊണ്ട് നടക്കാൻ ബുദ്ധിമുട്ടുണ്ടാകുകയും ചെയ്യുന്നു. അതുകൊണ്ട് ലക്ഷണം കണ്ടാലും ഇല്ലെങ്കിലും ചികിത്സയെക്കാൾ വരാതെ സൂക്ഷിക്കുന്നതാണ് നല്ലത്.

പിരിമുറുക്കം ഏർപ്പെടാതെ സൂക്ഷിക്കുകയും ധാരാളം വിശ്രമിക്കുകയും ചെയ്യുക. ശരീരത്തിന്റെ താപനില വർദ്ധിക്കാൻ അനുവദിക്കരുത്. മൂത്രമാർഗ്ഗത്തിൽ സംക്രമണം ഏർപ്പെടാതെ സൂക്ഷിക്കുക.

ഗർഭാവസ്ഥ കാരണം എം.എസ്സിന്റെ ചികിത്സയിൽ പ്രഭാവം ഏർപ്പെട്ടേക്കാം. ഡോക്ടറെ കണ്ട് ഗർഭാവസ്ഥയിൽ സുരക്ഷിതമായ മരുന്നുകൾ ഉപയോഗിക്കണം.

പ്രസവശേഷം മുലയൂട്ടാൻ അനുമതി കിട്ടിയില്ലെങ്കിൽ നിരാശപ്പെടേണ്ട. ടിൻ പാലും കുഞ്ഞിന് നല്ലതുതന്നെയാണ്. നിങ്ങൾ പെട്ടെന്ന് ജോലി ഭാരം തലയിലേറ്ററുത്. അല്ലെങ്കിൽ അതുകൊണ്ട് പിരിമുറുക്കം കൂടുതലാകും. ഈ രോഗം മൂലം അമ്മയിൽ നിന്ന് കുഞ്ഞിന് ആപത്തൊന്നും ഉണ്ടാകുകയില്ല ഇതിനെക്കുറിച്ച് ടെൻഷൻ വേണ്ട.

ഫിനായിൽ കീടോൺ യൂറിയ

"എനിക്ക് ജന്മനാ പി.കെ.യൂ. രോഗമുണ്ടായിരുന്നു. ഡോക്ടർ കൗമാരപ്രായത്തിൽ എന്നെ ലോ-ഫിനാഇലാലെനാഇൻ ഡയറ്റിൽ വെക്കുകയും ഞാൻ സുഖം പ്രാപിക്കുകയും ചെയ്തു. ഇപ്പോൾ ഗർഭിണിയായപ്പോൾ അതേ ഡയറ്റ് എടുക്കാൻ പറയുന്നു. ഇത് ആവശ്യമാണോ?"

ഇതിൽ മരുന്നിനോടൊപ്പം പഴം, കായ്കൾ, ബ്രെഡ് എന്നീ ആഹാരങ്ങളുടെ സീമിതമായ അളവ് ഉണ്ടാകും. ഹൈ പ്രോട്ടീനുള്ള ആഹാരം കഴിക്കരുത്. ഇത് കഴിക്കുന്നത് എളുപ്പമല്ല. എന്നാൽ ഗർഭാവസ്ഥയിൽ നിങ്ങൾക്ക് ഇത് അത്യാവശ്യമാണ്. നിങ്ങൾ ഈ ഡയറ്റ് പ്രകാരം ആഹാരം കഴിച്ചില്ലെങ്കിൽ കുഞ്ഞിന് പല മെഡിക്കൽ പ്രോബ്ലംസും ഉണ്ടാകാം. നിങ്ങൾ ഗർഭധാരണത്തിന്റെ മൂന്നുമാസം മുമ്പുതന്നെ ഈ ഡയറ്റ് കഴിക്കാൻ തുടങ്ങണം. അപ്പോൾ രോഗം നിയന്ത്രണത്തിലാകും.

വളരെ വർഷങ്ങൾക്കുശേഷം പഴയ ഡയറ്റിലേക്ക് തിരിച്ചുപോകുന്നത് കഠിനമാണെങ്കിലും കുഞ്ഞിന്റെ ആരോഗ്യത്തിനുവേണ്ടി അതുചെയ്യുന്നത് അത്യാവശ്യമാണ്. ഇതിനെക്കുറിച്ച് ഡയറ്റിഷ്യനോട് അഭിപ്രായം ചോദിക്കുന്നത് നല്ലതാണ്.

ശരീര വൈകല്യം

"നട്ടെല്ലിൽ മുറിവേറ്റത് കാരണം ഞാൻ വീൽ ചെയറിലാണ്. ഞാനും ഭർത്താവും വളരെ ക്കാലമായി ഒരു കുഞ്ഞ് വേണമെന്ന് ആഗ്രഹിക്കുന്നു. ഇപ്പോൾ ഞാൻ ഗർഭിണിയാണ്. എന്തുസംഭവിക്കും?"

ആദ്യം തന്നെ നിങ്ങളുടെ അവസ്ഥ പരിഗണിച്ച് ഒരു ശരിയായ ഡോക്ടറെ തിരഞ്ഞെടുക്കണം. അദ്ദേഹം നിങ്ങളെപ്പോലെയുള്ള രോഗികൾക്കുള്ള വിദഗ്ദനായിരിക്കണം. പല ആശുപത്രികളിലും ഇപ്പോൾ ഇക്കാര്യത്തിൽ പ്രത്യേകം ശ്രദ്ധ പതിപ്പിക്കുന്നുണ്ട് .

നിങ്ങളുടെ ശരീരവൈകല്യത്തെ അനുസരിച്ച്, ഗർഭാവസ്ഥയെ ആരോഗ്യപ്രദവും സുഖകരവുമാക്കാൻ എന്താണ് ചെയ്യേണ്ടതെന്ന് തീരുമാനിക്കും.

ശരീരത്തിന്റെ തൂക്കം നിയന്ത്രിക്കുക. ഗർഭാവസ്ഥയുടെ ജടിലതകൾ കുറയ്ക്കുന്ന വിധത്തിലുള്ള ആഹാരം കഴിക്കുക. വ്യായാമം ചെയ്ത് ശരീരത്തിന്റെ ശക്തി കൂട്ടാൻ ശ്രമിക്കുക. നിങ്ങൾക്ക് വാട്ടർ തെറാപ്പി സുരക്ഷിതമായിരിക്കും.

മറ്റ് സ്ത്രീകളെ അപേക്ഷിച്ച് നിങ്ങളുടെ ഗർഭാവസ്ഥ കുറച്ച് ബുദ്ധിമുട്ടുള്ളതായിരിക്കുമെങ്കിലും കുഞ്ഞിന് അങ്ങനെയല്ല. നട്ടെല്ലിന്റെ കേടുകൊണ്ടോ, മറ്റെന്തെങ്കിലും കാരണം കൊണ്ടോ വികലാംഗയായ അമ്മയ്ക്ക് വികലാംഗനായ കുഞ്ഞ് ജനിക്കുമെന്നതിന് തെളിവൊന്നുമില്ല. പക്ഷെ നിങ്ങൾക്ക് കിഡ്നി സംക്രമണം, ബ്ലാഡർ സംബന്ധപ്പെട്ട ബുദ്ധിമുട്ടുകൾ, വിയർക്കുക, അനീമിയ എന്നീ കംപ്ലെയിന്റുകൾ ഉണ്ടായേക്കാം. നിങ്ങളുടെ മുറിവുകാരണം പ്രസവം വേദനയില്ലാത്തതായിരിക്കും. അതുകൊണ്ട് മറ്റുലക്ഷണങ്ങൾ കണ്ട് മനസ്സിലാക്കണം. നിങ്ങളോട് അപ്പപ്പോൾ ഗർഭാശയത്തെ ഫീൽ ചെയ്യാൻ പറയും. നിങ്ങൾക്ക് പ്രസവവേദന തുടങ്ങുന്നത് അറിയാനാണ് ഇങ്ങനെ ചെയ്യുന്നത്.

നിങ്ങളുടെ അവസ്ഥയെക്കുറിച്ച് ആശുപത്രിയിലും അറിയിക്കണം. അപ്പോഴേ പ്രസവസമയത്ത് നിങ്ങളുടെ ആവശ്യങ്ങൾക്കനുസരിച്ച് വേണ്ടത് ചെയ്യാൻ അവർക്ക് കഴിയൂ.

കുഞ്ഞ് ജനിക്കുന്നതിന് മുമ്പുള്ള ചില ആഴ്ചകൾ വെല്ലുവിളി നിറഞ്ഞതും നിങ്ങൾ രണ്ടുപേർക്കും കുറച്ച് ബുദ്ധിമുട്ടുള്ളതുമായിരിക്കും. അതിനനുസരിച്ച് വീട്ടിൽ വേണ്ട ഏർപ്പാടുകൾ ചെയ്യുക. സഹായത്തിന് ആരെയെങ്കിലും വിളിക്കുക. നിങ്ങൾക്ക് കുഞ്ഞിനെ നോക്കുന്നതിൽ ഒരു ബുദ്ധിമുട്ടും വരാത്തവിധത്തിൽ, വീട്ടിൽ സാധനങ്ങൾ അടുക്കിവെക്കുക.

റൂമെറ്റായ്ഡ് ആർഥറൈറ്റിസ്

"എനിക്ക് റൂമെറ്റായ്ഡ് ആർഥറൈറ്റിസ് ആണ്. ഇതുകൊണ്ട് എന്റെ ഗർഭാവസ്ഥയിൽ എന്ത് പ്രഭാവമാണ് ഉണ്ടാകുക."

നിങ്ങളുടെ അവസ്ഥയുടെ ഒരു പ്രഭാവവും ഗർഭാവസ്ഥയിൽ ഉണ്ടാകില്ല. എന്നാൽ ഗർഭാവസ്ഥ നിങ്ങളുടെ അവസ്ഥയെ തീർച്ചയായും സ്വാധീനിക്കും. ഈയിടെയായി നിങ്ങളുടെ സന്ധിവേദനയും വീക്കവും കുറഞ്ഞിരിക്കും. പക്ഷെ പ്രസവശേഷം ഈ ബുദ്ധിമുട്ടുകൾ വർദ്ധിക്കും.

നിങ്ങളുടെ ഗർഭാവസ്ഥയുടെ ദിനങ്ങളിൽ വളരെ മാറ്റങ്ങൾ ഉണ്ടാകും. പഴയ മരുന്നുകൾ ഉപേക്ഷിച്ച് നിങ്ങൾക്ക് പുതിയ സുരക്ഷിതമായ മരുന്നുകൾ കഴിക്കേണ്ടിവരും.

പ്രസവസമയത്ത് സന്ധികളിൽ അധികം സമ്മർദ്ദം ഏർപ്പെടാത്ത വിധത്തിലുള്ള പോസ് സ്വീകരിക്കുക. നിങ്ങളുടെ ഡോക്ടർക്ക് ഇക്കാര്യത്തിൽ മെച്ചപ്പെട്ട ഉപദേശം തരാൻ കഴിയും.

സ്കാലിയോസിസ്

"എനിക്ക് കുട്ടിക്കാലത്ത് സ്കാലിയോസിസ് പിടിപെട്ടു. ഗർഭാവസ്ഥയിൽ എന്റെ നട്ടെല്ലിന്റെ വളവിൽ എന്തെങ്കിലും പ്രശ്നമുണ്ടാകുമോ?"

സാധാരണ നിങ്ങളെപ്പോലുള്ള സ്ത്രീകൾ ആരോഗ്യമുള്ള കുഞ്ഞുങ്ങൾക്ക് ജന്മം നൽകാറുണ്ട്. സ്കാലിയോസിസ് കാരണം പ്രശ്നങ്ങളൊന്നും ഉണ്ടാകില്ലെന്നാണ് പഠനങ്ങളിൽ നിന്ന് അറിയാൻ കഴിയുന്നത്.

സ്കാലിയോസിസ് നിതംബ പെൽവിസിനെയും ചുമതലുകളെയും കൂടി ബാധിച്ചിട്ടുണ്ടെങ്കിൽ ഭാരം എടുക്കുന്നതിലുള്ള കഷ്ടം സഹിക്കേണ്ടിവരും. ആ ദിവസങ്ങളിൽ മുതുകുവേദന വളരെ കൂടുതലാണെങ്കിൽ കാൽ ഉയർത്തിവയ്ക്കുക. ഇളം ചൂടുള്ള വെള്ളത്തിൽ കുളിക്കുക, മുതുകിൽ പതുക്കെ മാലിഷ് ചെയ്യുക. ഫിസിയോതെറാപ്പിസ്റ്റിന്റെ സഹായം തേടാവുന്നതാണ്. എന്നാൽ നിങ്ങൾ ഗർഭിണിയാണെന്ന കാര്യം അവരെ അറിയിക്കണം. നിങ്ങൾ ലേബറിനിടയിൽ എപിഡ്യൂറൽ എടുക്കാൻ ആഗ്രഹിക്കുന്നുണ്ടെങ്കിൽ ഇക്കാര്യത്തെപ്പറ്റി അറിയുന്ന വിദഗ്ദനോട് അഭിപ്രായം ചോദിക്കുക. പരിചയ സമ്പന്നനായ വിദഗ്ദന് കൂടുതൽ നല്ലരീതിയിൽ ഇക്കാര്യം ചെയ്യാൻ കഴിയും.

സികൽസൈൽ അനീമിയാ

"എനിക്ക് സികൽസൈൻ അനീമിയാ ആണ്. ഇപ്പോഴാണ് ഞാൻ ഗർഭിണിയാണെന്ന വിവരം അറിഞ്ഞത്. എന്റെ കുഞ്ഞിന് കുഴപ്പമൊന്നും ഉണ്ടാകില്ലല്ലോ?"

ഇന്നത്തെ കാലത്ത് ഈ വിവരം അത്രയ്ക്ക് ഭയപ്പെടുത്തുന്നതൊന്നുമല്ല. രോഗം ജടിലമാണെങ്കിലും നിങ്ങൾ ആരോഗ്യമുള്ള കുഞ്ഞിന് ജന്മം നൽകും. നിങ്ങളുടെ ഗർഭം ഹൈ റിസ്ക് ആയി കണക്കാക്കും. ഈ അസുഖം കാരണം മിസ്കാരേജ്, പ്രീടേം ലേബർ, പ്രീക്ലെംപ്സിയാ അല്ലെങ്കിൽ കുഞ്ഞിന്റെ വളർച്ച തടസ്സപ്പെടുക എന്നിവ ഏർപ്പെട്ടേക്കാം.

പരിശോധനക്കായി പലപ്രാവശ്യം ഡോക്ടറെ സമീപിക്കേണ്ടിവരും. നിങ്ങൾക്ക് സികൽസൈൽ ഉണ്ടെന്ന കാര്യം ഡോക്ടറും അറിഞ്ഞിരിക്കണം. അപ്പോൾ അതിനനുസരിച്ചുള്ള സംരക്ഷണം നൽകാൻ കഴിയും. മറ്റ് അമ്മമാരെ പോലെ നിങ്ങൾക്ക് യോനിവഴി കുഞ്ഞിന് ജന്മം നൽകാൻ കഴിയും. പ്രസവത്തിനുശേഷം സംക്രമണം ഏർപ്പെടാതിരിക്കാൻ നിങ്ങൾക്ക് ആന്റിബയോട്ടിക്സ് തരും.

നിങ്ങൾക്കും ഭർത്താവിനും ഈ രോഗം ബാധിച്ചിട്ടുണ്ടെങ്കിൽ കുഞ്ഞിനും ഈ രോഗം ഉണ്ടാകാനുള്ള സാദ്ധ്യത വർദ്ധിക്കും. അപ്പോൾ ഏതെങ്കിലും ജെനടിക് അഡ്വൈസറെ കണ്ട് അമ്നിയോ സെന്റസിസ് ചെയ്യിക്കേണ്ടിവരും.

തൈറോയ്ഡ്

"ചെറുപ്പത്തിൽ എനിക്ക് ഹൈപ്പോ തൈറോയ്ഡ് ഉണ്ടായിരുന്നു. ഇപ്പോഴും ഞാൻ തൈറോയ്ഡിനുള്ള മരുന്ന് കഴിക്കുന്നുണ്ട്. ഗർഭാവസ്ഥയിൽ ഇത് സുരക്ഷിതമാണോ?"

ഇത് സുരക്ഷിതമാണെന്ന് മാത്രമല്ല, നിങ്ങളുടെയും കുഞ്ഞിന്റെയും ആരോഗ്യത്തിന് അത്യവാശ്യവുമാണ്. ഹൈപ്പോ തൈറോയിഡിന് ചികിത്സിച്ചില്ലെങ്കിൽ ഗർഭം അലസാനുള്ള സാദ്ധ്യത കൂടുതലാകും. കുഞ്ഞിന്റെ മൂള വളർച്ചയ്ക്കും തൈറോയ്ഡ് ഹാർമോണുകൾ അത്യാവശ്യമാണ്. ആദ്യത്തെ മൂന്നാം മാസത്തിൽ കുഞ്ഞിന് ഈ ഹാർമോണുകൾ കിട്ടിയില്ലെങ്കിൽ അതിന് ജന്മനാ ന്യൂറോ പ്രശ്നങ്ങൾ ഉണ്ടായേക്കാം. ആദ്യത്തെ മൂന്നാം മാസത്തിനുശേഷം കുഞ്ഞിന്റെ ശരീരത്തിൽ ഈ ഹാർമോണുകൾ സ്വയം ഉണ്ടാകാൻ തുടങ്ങും. തൈറോയ്ഡിന്റെ ലെവൽ കുറയുന്നതുകൊണ്ട് ഡിപ്രഷൻ ഏർപ്പെടാനുള്ള സാദ്ധ്യത വർദ്ധിക്കുന്നു. അതുകൊണ്ട് നിങ്ങളുടെ ചികിത്സ തുടരണം.

ശരീരത്തിൽ തൈറോയ്ഡ് ഗ്രന്ഥികളുടെ ആവശ്യത്തിനനുസരിച്ച് ഡോസ് കുറയ്ക്കുകയോ കൂട്ടുകയോ ചെയ്യേണ്ടിവന്നേക്കാം. ഡോക്ടർ ഇടയ്ക്കിടെ പരിശോധിച്ചശേഷം

ഡോസ് നിശ്ചയിക്കും. തൈറോയ്ഡ് കൂടുകയോ കുറയുകയോ ചെയ്യുന്നതിന്റെ സൂചനകൾ തിരിച്ചറിയുകയും ഡോക്ടറെ അറിയിക്കുകയും ചെയ്യണം. പക്ഷെ ഈ ലക്ഷണങ്ങളും ഗർഭാവസ്ഥയുടെ ലക്ഷണങ്ങളും തമ്മിൽ തിരിച്ചറിയുന്നത് ബുദ്ധിമുട്ടാണ്.

അയോഡിന്റെ കുറവ് നികത്താൻ അയോഡൈഡ്സ്ഡ് ഉപ്പും സീ-ഫുഡ്സും കഴിക്കണം.

"എനിക്ക് ഗ്രേവ്സ് രോഗമാണ്. എന്റെ ഗർഭാവസ്ഥയിൽ ഇതിന്റെ പ്രഭാവം ഉണ്ടാകുമോ?"

ഈ രോഗത്തിൽ തൈറോയ്ഡ് ഗ്രന്ഥികളിൽ നിന്ന് അധിക അളവിൽ തൈറോയ്ഡ് ഹാർമോണുകൾ ഉണ്ടാകാൻ തുടങ്ങുന്നു. ചില കേസുകളിൽ ഗർഭാവസ്ഥയിൽ കുറച്ച് ശരിയാകാൻ തുടങ്ങും. എന്നാൽ ശരിയായ രീതിയിൽ ചികിത്സ ചെയ്തില്ലെങ്കിൽ ഗർഭം അലസുകയോ പ്രീടേം ബെർത്ത് ഉണ്ടാകുകയോ ചെയ്യാനുള്ള സാദ്ധ്യത കൂടുന്നതുകൊണ്ട് ശരിയായ ചികിത്സ അത്യാവശ്യമാണ്.

ശരിയായ ചികിത്സ ചെയ്താൽ നിങ്ങൾക്ക് തീർച്ചയായും ഒരു ആരോഗ്യമുള്ള കുഞ്ഞിന്റെ അമ്മയാകാൻ കഴിയും. ഇതിനിടയിൽ നിങ്ങൾക്ക് ആന്റി തൈറോയ്ഡ് മരുന്നുതരും. മരുന്നുകൊണ്ട് പ്രയോജനമുണ്ടായില്ലെങ്കിൽ ഈ ഗ്രന്ഥിയെ എടുത്തുകളയാൻ സർജറി ചെയ്യേണ്ടിവരും.

ആദ്യത്തെ മൂന്നാം മാസത്തിൽ ഗർഭം അലസുമോ എന്ന ഭയമുള്ളതുകൊണ്ട് രണ്ടാമത്തെ മൂന്നാം മാസത്തിലാണ് ഇത് ചെയ്യുന്നത്. ഗർഭാവസ്ഥയിൽ റേഡിയോ ആക്ടീവ് അയോഡിൻ ഉപയോഗിക്കുന്നത് നല്ലതല്ല. നിങ്ങൾ ഗർഭിണി ആകുന്നതിന് മുമ്പ് റേഡിയോ ആക്ടീവ് അയോഡിൻ ചികിത്സ ചെയ്തിട്ടുണ്ടെങ്കിൽ തൈറോയിഡ് റീപ്ലെയ്സ്മെന്റ് തെറാപ്പി തുടരുന്നത് ശരിയായിരിക്കും. ഇത് സുരക്ഷിതം മാത്രമല്ല കുഞ്ഞിന്റെ വളർച്ചയ്ക്ക് ആവശ്യവുമാണ്.

സഹായം സ്വീകരിക്കുക

എല്ലാ ഗർഭിണി അമ്മമാർക്കും ആരുടെയെങ്കിലും സഹായം വേണമെങ്കിലും പഴയ ദീർഘകാല രോഗമുള്ള ഗർഭിണികൾക്ക് ഇത് കൂടുതൽ ആവശ്യമാണ്. നിങ്ങൾക്ക് നിങ്ങളുടെ രോഗത്തെപ്പറ്റി എല്ലാം അറിയാമെങ്കിലും ഗർഭാവസ്ഥയിൽ അതിന്റെ എല്ലാ നിയമങ്ങളും മരുന്നുകളും മാറും. നിങ്ങൾക്ക് താഴെ പറഞ്ഞിരിക്കുന്ന സഹായങ്ങൾ ആവശ്യമായിവരും.

മെഡിക്കൽ സപ്പോർട്ട്:– രോഗത്തെ നിയന്ത്രിക്കാൻ ഗർഭം ധരിക്കുന്നതിനുമുമ്പുതന്നെ ഡോക്ടറെ കണ്ട് അഭിപ്രായം ചോദിക്കണം. പ്രസവ വിദഗ്ദയോടൊപ്പം മറ്റ് ഡോക്ടർമാരുടെ ടീമും ഏർപ്പാടാക്കിയാൽ അവരെല്ലാവരും കൂടി നിങ്ങളുടെയും കുഞ്ഞിന്റെയും കാര്യം ശ്രദ്ധിക്കും. എല്ലാ ഡോക്ടർമാർക്കും പരസ്പരം ഓരോരുത്തരുടെയും ടെസ്റ്റുകളെയും റിപ്പോർട്ടുകളെയും പറ്റി അറിവുണ്ടായിരിക്കണം. ഏതെങ്കിലും ഡോക്ടർ പുതിയ മരുന്ന് കൊടുത്തിട്ടുണ്ടെങ്കിൽ അത് കഴിക്കുന്നതിന് മുമ്പ് മറ്റ് ഡോക്ടർമാരുടെയും അഭിപ്രായം അറിയണം.

എമോഷനൽ സപ്പോർട്ട്:– (വൈകാരിക പിന്തുണ) ഈ സമയത്ത് നിങ്ങൾക്ക് വൈകാരികമായ പിന്തുണ വളരെ ആവശ്യമാണ്. വളരെ മരുന്നുകളും, ടെസ്റ്റുകളും, ഡയറ്റ് പ്ലാനും കാരണം പരിഭ്രമിച്ചിരിക്കുമ്പോൾ തലചായ്ച്ചു കരയാൻ നിങ്ങൾക്കൊരു തോൾ വേണം. നിങ്ങളുടെ ഭർത്താവിന് ഇക്കാര്യത്തിൽ നിങ്ങളെ സഹായിക്കാൻ കഴിയും. ചങ്ങാതിമാരുടെയും ബന്ധുക്കളുടെയും സഹായവും സ്വീകരിക്കാം. ഇതേ രോഗഗ്രസ്തയായിരുന്ന ഏതെങ്കിലും അമ്മയെ കണ്ടുമുട്ടാൻ കഴിഞ്ഞാൽ നിങ്ങളുടെ പല ജിജ്ഞാസകളും ശാന്തമാകും. അവർ നിങ്ങൾക്ക് പല ഉപയോഗപ്രദമായ നിർദ്ദേശങ്ങളും തരും.

ഫിസിക്കൽ സപ്പോർട്ട്:– നിങ്ങൾക്ക് മറ്റുള്ളവരുടെ ശാരീരിക സഹായം ആവശ്യമായിരിക്കും. ഉദാ:– നിങ്ങൾക്കുവേണ്ടി സാധനങ്ങൾ വാങ്ങുക, വീട്ടിൽ ഭക്ഷണം പാകം ചെയ്യുക, അഴുക്ക് തുണികൾ കഴുകുക എന്നിവയ്ക്കും മറ്റുള്ളവരുടെ സഹായം വേണം. ഇങ്ങനെയുള്ള സഹായങ്ങൾ സ്വീകരിക്കാൻ മടിക്കേണ്ട. ഒരു ജോലിക്കാരി/ആയയെ നിയമിക്കാൻ കഴിഞ്ഞാൽ വളരെ നല്ലതാണ്.

• • • • •

ഭാഗം - 7

ജടിലമായ ഗർഭാവസ്ഥ

ജടില ഗർഭാവസ്ഥയ്ക്ക് വേണ്ട തയ്യാറെടുപ്പ്

നിങ്ങളുടെ ഗർഭാവസ്ഥ ജടിലമോ കുഴപ്പം പിടിച്ചതോ ആണെന്ന് കരുതുന്നുണ്ടെങ്കിൽ അതിന്റെ എല്ലാ ലക്ഷണങ്ങളും സൂചനകളും ഈ അദ്ധ്യായത്തിൽ നിങ്ങൾക്ക് കാണാൻ കഴിയും. നിങ്ങളുടെ ഗർഭാവസ്ഥ സാധാരണമാണെങ്കിൽ ഈ അദ്ധ്യായം വായിക്കേണ്ട ആവശ്യമില്ല, ഈ അറിവുകൊണ്ട് നിങ്ങൾക്ക് ലാഭം ഉണ്ടായാലും ഇല്ലെങ്കിലും തീർച്ചയായും ടെൻഷൻ ഉണ്ടാകും. ഇത് വായിച്ച് ആവശ്യമില്ലാത്ത ചിന്ത വിലക്കുവാങ്ങണ്ട.

ഗർഭാവസ്ഥയിലെ ജടിലതകൾ

സാധാരണ ഗർഭാവസ്ഥയിൽ ഈ ജടിലതകൾ ഉണ്ടാകാറില്ല. ഡോക്ടർ ഇത് ഉണ്ടെന്ന് സൂചന തരുകയോ വല്ല ലക്ഷണവും കാണുകയോ ചെയ്താൽ മാത്രം ഇത് വായിച്ചാൽ മതി. ഈ അദ്ധ്യായം വായിച്ച് അതിനെക്കുറിച്ച് അറിഞ്ഞോളൂ. പക്ഷെ, ഏതെങ്കിലും വിദഗ്ദനെ കണ്ട് ഉചിതമായ നിർദ്ദേശങ്ങൾ സ്വീകരിക്കണം.

ഏർളി മിസ്ക്യാരേജ്

ഇതെന്താണ്? ഗർഭാശയത്തിന്റെ ക്രമീകൃതമല്ലാത്ത അവസാനം അതായത് ഗർഭം അലസുന്നതിനെയാണ് മിസ്ക്യാരേജ് എന്ന് പറയുന്നത്. ആദ്യത്തെ മൂന്നാം മാസത്തിൽ ഇതിനെ മിസ്ക്യാരേജ് എന്നുപറയും. 80% മിസ്ക്യാരേജ് ആദ്യത്തെ മൂന്നാം മാസത്തിൽ തന്നെയാണ് ഉണ്ടാകുന്നത്. ആദ്യത്തെ മൂന്നാം മാസത്തിന്റെ ഒടുവിൽ, അതായത് 20-ാമത്തെ ആഴ്ച ഉണ്ടാകുന്ന മിസ്ക്യാരേജിനെ ലേറ്റ് മിസ്ക്യാരേജ് എന്നുപറയും.

ഭ്രൂണത്തിലുള്ള ക്രോമസോമിലെ കേട് അല്ലെങ്കിൽ ജെനറ്റിക്കൽ ഡിസോഡർ കാരണമാണ് ഏർളി മിസ്ക്യാരേജ് ഉണ്ടാകുന്നത്. പക്ഷെ, ഹാർമോണുകൾ കാരണവും മറ്റ് കാരണങ്ങൾ കൊണ്ടും ഇങ്ങനെ സംഭവിച്ചേക്കാം. മിക്കവാറും ഇതിന്റെ കാരണം അറിയാൻ കഴിയാറില്ല.

ഇത് എത്ര സാധാരണമാണ്? ഏർളിമിസ്ക്യാരേജ് സാധാരണ ഉണ്ടാകുന്ന ഒരു കുഴപ്പമാണ്. 40% ഗർഭാധാരണവും മിസ്ക്യാരേജായി മാറുന്നുണ്ടെന്നാണ് പഠനങ്ങൾ അനുമാനിക്കുന്നത്. ഇതിൽ പാതിയിൽ കൂടുതൽ ഗർഭാവസ്ഥയാണെന്ന് സംശയം തോന്നുന്നതിന് മുമ്പുതന്നെ, വളരെ വേഗത്തിൽ ഏർപ്പെടുന്നു. മിസ്ക്യാരേജ് ഏത് സ്ത്രീക്കും സംഭവിച്ചേക്കാം, അതിന് ഹൈറിസ്ക് പ്രെഗ്നൻസി ആയിരിക്കണമെന്നില്ല. പക്ഷെ ചില കാരണങ്ങൾ കൊണ്ട് മിസ്ക്യാരേജ് ഏർപ്പെടാനുള്ള ആപത്ത് വർദ്ധിക്കുന്നു. ആദ്യത്തെ കാരണം വയസ്സ് കൂടുതലാകുന്നതാണ്. രണ്ടാമത്തെത് - വിറ്റാമിന്റെ കുറവ്, തൂക്കം കുറയുകയോ കൂടുകയോ ചെയ്യുക, പുകവലി, ഹാർമോണുകളുടെ സമതുലന ക്കുറവ്, എസ്.ടി.ഡി., ക്രോണിക് സ്ഥിതി എന്നിവയാണ്.

സൂചനകളും ലക്ഷണങ്ങളും എന്തൊക്കെയാണ്? താഴെ പറയുന്നവയും മിസ്ക്യാരേജിന്റെ ലക്ഷണങ്ങളിലും സൂചനകളിലും ചേർക്കാവുന്നവയാണ്.

- കോച്ചിവലി അല്ലെങ്കിൽ വേദന, വയറിന്റെ അടിഭാഗത്തോ മുതുകിലോ കഠിനമായ വേദന ഉണ്ടാകാം.
- മാസമുറപോലെ യോനിയിൽ നിന്ന് ധാരാളം രക്തം പോകുക.
- മൂന്നുദിവസത്തിൽ കൂടുതൽ ചെറിയ കറ കാണുക.
- ഗർഭാവസ്ഥയുടെ ലക്ഷണങ്ങൾ ഇല്ലാതാകുക.

നിങ്ങൾക്കും ഡോക്ടർക്കും എന്തുചെയ്യാൻ കഴിയും? രക്തസ്രാവം ഉണ്ടായാൽ അത് മിസ്ക്യാരേജാണെന്ന് അർത്ഥമില്ല. മറ്റ് പല സന്ദർഭങ്ങളിലും ഇങ്ങനെ ഉണ്ടായേക്കാം. രക്തസ്രാവം കണ്ടതും ഡോക്ടറെ കാണുക. അദ്ദേഹം അൾട്രാ സൗണ്ടിന്റെ സഹായം കൊണ്ട് ഇതുകണ്ടുപിടിക്കും. ഗർഭാവസ്ഥ ഉണ്ടെങ്കിൽ കുറച്ചുകാലത്തേക്ക് ബെഡ് റെസ്റ്റ് എടുക്കാൻ നിർദ്ദേശിക്കും. ഗർഭാവസ്ഥയുടെ തുടക്കമാണെങ്കിൽ ഹാർമോണിന്റെ ലെവൽ നിരീക്ഷിക്കും. രക്തസ്രാവം താനെ നിൽക്കും.

ഡോക്ടർക്ക് ഗർഭാശയമുഖം തുറന്നിട്ടുണ്ടെന്ന് തോന്നിയാലോ, ഭ്രൂണത്തിന്റെ ഹൃദയസ്പന്ദനം കേൾക്കാൻ കഴിയുന്നില്ലെങ്കിലോ, ഇത് മിസ്ക്യാരേജ് ആണെന്ന് കരുതാം. ദുർഭാഗ്യവശാൽ ഇതിന് ചികിത്സയൊന്നുമില്ല.

വിവിധതരത്തിലുള്ള മിസ്ക്യാരേജുകൾ

നിങ്ങൾക്ക് മിസ്ക്യാരേജ് ആയെങ്കിൽ ഈ പേരുകൾ കൊണ്ട് വ്യത്യാസമൊന്നും ഉണ്ടാകാൻ പോകുന്നില്ല. നിങ്ങളുടെ കുഞ്ഞ് നഷ്ടപ്പെട്ടുകഴിഞ്ഞു. എന്നാൽ നിങ്ങൾ ഇതിനെപ്പറ്റി അറിഞ്ഞിരിക്കണം.

കെമിക്കൽ പ്രെഗ്നൻസി:– മുട്ട ഫെർട്ടിലൈസ് ആയിട്ടും ഗർഭാശയത്തിൽ ഇംപ്ലാന്റ് ആയില്ലെങ്കിൽ ഇതുണ്ടാകും. മാസമുറ വരില്ല, ടെസ്റ്റിന്റെ റിസൾട്ടും പോസിറ്റീവായിരിക്കും. പ്രെഗ്നൻസി ഹാർമോണുകളും കാണപ്പെടും, എന്നാൽ മറുപിള്ള തയ്യാറായിട്ടില്ലെന്ന് അൾട്രാ സൗണ്ടിൽ നിന്ന് അറിയാൻ കഴിയും.

ബ്ലൈറ്റെഡ് ഓവം:– ഈ അവസ്ഥയിൽ ഫെർട്ടിലൈസ്ഡ് എഗ് യൂട്രസ്‌വാൽവാൾവിനോടുകൂടി ചേരുന്നു എന്നാൽ ഭ്രൂണമായി തീരുന്നില്ല. അപ്പോൾ ഗ്യാസ്റ്റേഷനൽ സ്യാക് മാത്രം ഉണ്ടാകും.

മിസ്മിസ്ക്യാരേജ്:– ഭ്രൂണം മരിച്ചശേഷവും ഗർഭാശയത്തിൽ തന്നെ ഇരിക്കുന്നു. ഇതിൽ തവിട്ടുനിറത്തിലുള്ള സ്രാവം ഉണ്ടാകും. അൾട്രാ സൗണ്ട് കൊണ്ടേ ശരിക്കുള്ള സ്ഥിതി കണ്ടുപിടിക്കാൻ കഴിയൂ.

ഇൻകംപ്ലീറ്റ് മിസ്ക്യാരേജ്:– പ്ലാസന്റാ യുടെ ചില ടിഷ്യൂക്കൾ ഗർഭാശയത്തിൽ തങ്ങി നിൽക്കുകയും ചിലത് യോനിവഴി രക്തസ്രാവത്തിൽ കൂടി പുറത്തുപോകുകയും ചെയ്യുന്നു. ഇതിൽ കോച്ചിവലിയോടുകൂടി തുടർച്ചയായി രക്തസ്രാവം ഉണ്ടായിക്കൊണ്ടിരിക്കും. അൾട്രാസൗണ്ടിൽ പ്രെഗ്നൻസിയുടെ അംശങ്ങൾ കാണാൻ കഴിയും.

ത്രെട്ടൻഡ് മിസ്ക്യാരേജ്:– യോനിയിൽ നിന്ന് രക്തസ്രാവം ഉണ്ടെങ്കിലും സർവിക്സ് അടഞ്ഞിരിക്കുകയും ഭ്രൂണത്തിന്റെ ഹൃദയസ്പന്ദനം തുടരുകയും ചെയ്യുന്നു. ഇങ്ങനെയുള്ള കേസുകളിൽ പിന്നീട് ഗർഭാവസ്ഥ സാധാരണമാകും.

നിങ്ങൾ അറിയാൻ ആഗ്രഹിക്കും

സാധാരണ ഗർഭാവസ്ഥയിൽ വ്യായാമം, സെക്സ്, ഭാരം എടുക്കുക, വൈകാരിക പിരി മുറുക്കം, വീഴുമെന്ന ഭയം, വയറിൽ അഴുത്തം ഏർപ്പെടുക എന്നിവ മൂലം മിസ്ക്യാരേജ് ഉണ്ടാകുകയില്ല. ഒരിക്കൽ മിസ്ക്യാരേജ് ആയാലും അടുത്ത ഗർഭാവസ്ഥ സാധാരണമായിരിക്കും.

നിങ്ങൾ അറിയാൻ ആഗ്രഹിക്കുന്നുണ്ടോ?

പലപ്പോഴും ആരോഗ്യപൂർണ്ണമായ ഗർഭാവസ്ഥയിലും അൾട്രാ സൗണ്ട് വഴി കുഞ്ഞിന്റെ ഹൃദയസ്പന്ദനം കേൾക്കാൻ സമയമെടുക്കും. സർവിക്സ് അടഞ്ഞിരിക്കുകയോ ചെറിയ കറ കാണുകയോ ചെയ്താലും മോണോഗ്രാഫിൽ ചിത്രം കാണാൻ കഴിയും. നിങ്ങളുടെ എച്ച്.ജി.സി. ലെവലും ശ്രദ്ധിക്കണം

ഇതിനുമുമ്പ് നിങ്ങൾക്ക് മിസ്ക്യാരേജ് ആയിട്ടുണ്ടെങ്കിൽ

ഏർളി മിസ്ക്യാരേജിൽ ഭ്രൂണം സാധാരണ ജീവിതം നയിക്കാൻ അനുയോജ്യമായിരിക്കില്ല. എന്നാൽ അച്ഛനമ്മമാർക്ക് ഇത് ഒരു വൈകാരിക ആഘാതം തന്നെ ആയിരിക്കും. ഇത് ഒരു ദൈവീക പ്രക്രിയയാണ്. ഇതിൽ ജീവിക്കാൻ യോഗ്യമല്ലാത്ത ഭ്രൂണം താനേ നശിക്കും.

ഇതുകൊണ്ട് ദുഃഖമുണ്ടാകുമെങ്കിലും ഇതിൽ നിങ്ങളുടെ ഒരു തെറ്റുമില്ല. നിങ്ങളുടെ ദുഃഖവും മനസ്സിലെ ഭാരവും ആരുടെയെങ്കിലും സഹായം കൊണ്ട് കുറക്കുകയും അദ്ധ്യായം 23-ൽ പറഞ്ഞിട്ടുള്ള ഉപായങ്ങൾ നടപ്പാക്കുകയും ചെയ്യുക.

ചില സ്ത്രീകൾ രണ്ടാമത് വേഗം ഗർഭിണിയാകുന്നതാണ് നല്ലതെന്ന് കരുതുന്നു, എന്നാൽ ആദ്യം ഡോക്ടറിൽ നിന്ന് അനുവാദം വാങ്ങണം സാധാരണ ഒരിക്കലേ ഇങ്ങനെ ഉണ്ടാകാറുള്ളു.

മിസ് ക്യാരേജിന്റെ കാരണം എന്തായാലും ഡോക്ടർ, വീണ്ടും ഗർഭം ധരിക്കാൻ രണ്ടു-മൂന്ന് മാസം കാത്തിരിക്കാൻ ഉപദേശിക്കും. ചിലർ, ശരീരത്തിനെ അതിന്റെ ആവശ്യത്തിനനുസരിച്ച് പ്രവർത്തിക്കാൻ അനുവദിക്കാൻ പറയും. ഡോക്ടർ കാത്തിരിക്കാൻ പറഞ്ഞാൽ വിശ്വാസയോഗ്യമായ ഗർഭനിരോധന വസ്തുക്കൾ ഉപയോഗിക്കുക. ശരീരത്തിന് നഷ്ടപ്പെട്ട ശക്തി വീണ്ടെടുക്കുക.

അടുത്ത തവണ നിങ്ങൾക്ക് ഒരു കുഞ്ഞിന്റെ അമ്മയാകാൻ കഴിയുമെന്ന് പ്രതീക്ഷിക്കാം. മിസ്ക്യാരേജ് നിങ്ങൾക്ക് ഗർഭം ധരിക്കാനുള്ള ശക്തിയുണ്ടെന്നതിന്റെ തെളിവാണ്.

മിസ്ക്യാരേജിനുശേഷം സ്ത്രീകൾ സാധാരണ രീതിയിൽ ഗർഭം ധരിക്കുകയും കുഞ്ഞിന് ജന്മം നലികുകയും ചെയ്യുന്നു.

കോച്ചിവലികൊണ്ട് നല്ല വേദന ഉണ്ടെങ്കിൽ ഡോക്ടർ വേദന മാറാനുള്ള മരുന്നുതരും. നിങ്ങളുടെ സ്ഥിതിയെപ്പറ്റി പറയാൻ മടിക്കരുത്.

ഇതിൽനിന്ന് രക്ഷനേടാൻ കഴിയുമോ?:– ഇത് ഭ്രൂണത്തിലുള്ള കുറവ് കാരണമാണ് ഉണ്ടാകുന്നത്. അതുകൊണ്ട് ഇതിൽ നിന്ന് രക്ഷയില്ല. പക്ഷെ അപായം കുറക്കാൻ താഴെപ്പറയുന്ന കാര്യങ്ങൾ ചെയ്യാം:–

- ഗർഭം ധരിക്കുന്നതിന് മുമ്പ് ക്രോണിക് അവസ്ഥയെ നിയന്ത്രിക്കുക.
- ഫോളിക്ക് ആസിഡും വിറ്റാമിൻ ബിയുടെ മരുന്നുകളും കഴിക്കുക. പല സ്ത്രീകൾക്കും ഇവയുടെ കുറവുകൊണ്ടാണ് ഗർഭാശയത്തിൽ കുഴപ്പങ്ങൾ ഉണ്ടാകുന്നതെന്നാണ് പഠനങ്ങളിൽ നിന്ന് അറിയാൻ കഴിഞ്ഞിട്ടുള്ളത്. ശരിയായ മരുന്ന് കഴിച്ചാൽ അവരുടെ ഗർഭാവസ്ഥ സാധാരണമാകും.
- ഗർഭം ധരിക്കുന്നതിന് മുമ്പ് നിങ്ങളുടെ തൂക്കം അനുകരണീയമാക്കുക. ആവശ്യത്തിൽ കൂടുതലോ കുറവോ തൂക്കം ഗർഭാവസ്ഥക്ക് ആപത്ത് വിളയിക്കും.
- മദ്യവും പുകവലിയും ഉപേക്ഷിക്കുക.
- മരുന്ന് കഴിക്കുമ്പോൾ സൂക്ഷിക്കുക. ഗർഭാവസ്ഥയിൽ സുരക്ഷിതമായ മരുന്നുകൾ മാത്രം കഴിക്കുക.
- സംക്രമണം ഏർപ്പെടാതിരിക്കാൻ മുൻകരുതൽ എടുക്കുക.

രണ്ടുപ്രാവശ്യത്തിൽ കൂടുതൽ മിസ്ക്യാരേജ് ഏർപ്പെട്ടാൽ അതിന്റെ കാരണം കണ്ടുപിടിക്കുക. അതുകൊണ്ട് ഭാവിയിൽ അത് സംഭവിക്കാതെ തടുക്കാൻ കഴിയും.

മിസ്ക്യാരേജിന്റെ ഏർപ്പാടുകൾ

പലപ്പോഴും ആദ്യത്തെ മൂന്നാം മാസത്തിൽ മിസ് ക്യാരേജ് ശരിക്ക് ഉണ്ടാകാതിരുന്നാൽ ഗർഭത്തിന്റെ അംശങ്ങൾ നടുവിൽ തങ്ങി നിൽക്കും. കുഞ്ഞിന്റെ ഹൃദയസ്പന്ദനം കേൾക്കില്ല, രക്തസ്രാവവും ഉണ്ടാവില്ല. ഈ അവസ്ഥയിൽ നിങ്ങൾക്ക് നിങ്ങളുടെ ഗർഭാശയം കാലിയാക്കേണ്ടിവരും. ഇതിന് പലവഴികളുമുണ്ട്.

എക്സ്പെക്റ്റന്റ് മാനേജ്മെന്റ്:– നിങ്ങൾ സ്വാഭാവികമായി ഗർഭാവസ്ഥ അവസാനിക്കാൻ ആഗ്രഹിക്കുനനുണ്ടാകും. അതിന് കുറച്ച് ദിവസം മുതൽ മൂന്ന്-നാല് ആഴ്ചകൾവരെ ആയേക്കാം.

മരുന്നുകൾ:– മരുന്നുകൾ മൂലം ഭ്രൂണത്തിന്റെ ശേഷമുള്ള അംശങ്ങളും മറുപിള്ളയും വെളിയേറ്റാൻ ശ്രമിക്കുന്നു. രക്തസ്രാവം ഉണ്ടാകാൻ കുറച്ച് ദിവസങ്ങളാകും. ഈ മരുന്ന് കാരണം ഛർദ്ദി, മനംപിരട്ടൽ, കോച്ചിവലി, ഡയേറിയ എന്നിവ ഉണ്ടാകും.

സർജറി:– ഡി ആന്റ് സി മൂലം ഡോക്ടർ മെല്ലെ ഗർഭാശയത്തിന്റെ വായതുറന്ന് ഗർഭത്തിന്റെ അവശിഷ്ടങ്ങൾ പുറത്തെടുക്കും. ഇതിനുശേഷം ഒരാഴ്ചവരെ രക്തപ്പോക്ക് ഉണ്ടാകും. ഇതിൽ സംക്രമണം ഏർപ്പെടുമോ എന്ന ഭയമുണ്ട്.

നിങ്ങൾ എന്താണ് ചെയ്യേണ്ടത് എന്ന് തീരുമാനിക്കുന്നത് താഴെ പറയുന്ന കാര്യങ്ങളെ ആശ്രയിച്ചാണ്.

- മിസ്ക്യാരേജ് എത്രസമയം കഴിഞ്ഞാണ് ഉണ്ടായത്. ഇപ്പോഴും രക്തസ്രാവവും കോച്ചിവലിയും ഉണ്ടെങ്കിൽ മിസ്ക്യാരേജ് തുടരുകയാണെന്നാണ് അർത്ഥം. ഇങ്ങനെയുള്ള ചുറ്റുപാടിൽ ഡി ആന്റ് സി ചെയ്യിക്കുകയോ മരുന്ന് കഴിക്കുകയോ ചെയ്യാം.
- ഗർഭം ധരിച്ച് എത്രസമയമായി. ഭ്രൂണത്തിന്റെ ടിഷ്യൂക്കൾ കൂടുതലാണെങ്കിൽ ഡി ആന്റ് സി ചെയ്യേണ്ടത് അത്യാവശ്യമാകും. ഗർഭാശയം നല്ലപോലെ വൃത്തിയാക്കാൻ ഇതുവേണ്ടിവരും.
- നിങ്ങളുടെ ശാരീരികവും വൈകാരികവുമായ അവസ്ഥ എങ്ങനെയുണ്ട് എന്നതിനനുസരിച്ച് തീരുമാനമെടുക്കും.
- ആപത്തും ലാഭവും, ഡി ആന്റ് സി മൂലം സംക്രമണം ഏർപ്പെട്ടേക്കാം. സ്വാഭാവിക രീതിയിൽ എല്ലാം നടക്കാൻ കാത്തിരുന്നാൽ പലപ്പോഴും ഗർഭാശയം പൂർണ്ണമായി കാലിയാകുകയില്ല. അങ്ങനെയുള്ള ചുറ്റുപാടിൽ ഡി ആന്റ് സി ചെയ്യിക്കേണ്ടിവരും.
- ഡി ആന്റ് സി ചെയ്യുമ്പോൾ മിസ്ക്യാരേജിന്റെ കാരണവും കണ്ടുപിടിക്കാൻ കഴിയും.
- രീതി ഏതായാലും സാധാരണ ഭ്രൂണം നഷ്ടപ്പെട്ട ദുഃഖം ഉണ്ടാവുക തന്നെ ചെയ്യും.

ലേറ്റ് മിസ് ക്യാരേജ്

ഇതെന്താണ്? ആദ്യത്തെ മൂന്നാം മാസത്തിലും 20-ാമത്തെ ആഴ്ചയുടെ അവസാനത്തിലും ഉണ്ടാകുന്ന മിസ്ക്യാരേജിനെയാണ് ലേറ്റ് മിസ്ക്യാരേജ് എന്നുപറയുന്നത്. 20-ാമത്തെ ആഴ്ചക്കുശേഷം ഉണ്ടായാൽ അതിനെ 'സ്റ്റിൽ ബെർത്ത്' എന്നുപറയും. ഈ മിസ്ക്യാരേജിന്റെ ബന്ധം, അമ്മയുടെ ആരോഗ്യം, സർവിക്സ് അല്ലെങ്കിൽ ഗർഭാശയത്തിന്റെ ദിശ, ചില പ്രത്യേക മരുന്നുകൾ വിഷാക്തമായ തത്വങ്ങൾ, മറുപിള്ളയുടെ പ്രശ്നങ്ങൾ എന്നിവയോടാണ്.

ഇത് എത്ര സാമാന്യമാണ്?:– 1000-ത്തിൽ ഒരു ഗർഭാവസ്ഥയിൽ ഇത് ഏർപ്പെടുന്നു.

സൂചനയും ലക്ഷണങ്ങളും എന്തെല്ലാമാണ്? ആദ്യത്തെ മൂന്നാം മാസത്തിനുശേഷം പലദിവസങ്ങൾ വരെ ഉണ്ടാകുന്ന റോസ് അല്ലെങ്കിൽ തവിട്ടുനിറത്തുലുള്ള സ്രാവം ഇതിന്റെ സൂചനയാണ്. കൂടുതൽ രക്തസ്രാവത്തോടൊപ്പം കോച്ചിവലി ഉണ്ടെങ്കിൽ ലക്ഷണം തികച്ചും സ്പഷ്ടമാണ്. എന്നാൽ പ്ലാസന്റ്റ പ്രീവിയാ, പ്ലാസന്റ്റ എറപ്ഷൻ, പ്രീമെച്വർ ലേബർ അല്ലെങ്കിൽ യുട്രായ്ൻ ലൈനിങ്ങിൽ കീറൽ ഏർപ്പെടുന്നതു കൊണ്ടും രക്തസ്രാവം ഉണ്ടാകാം.

നിങ്ങൾക്കും ഡോക്ടർക്കും എന്തുചെയ്യാൻ കഴിയും? രക്തസ്രാവം കണ്ടാൽ ഉടനെ ഡോക്ടറെ കാണുക. അദ്ദേഹം രക്തസ്രാവത്തിന്റെ കാരണം കണ്ടുപിടിക്കാൻ അൾട്രാ

സൗണ്ട് ചെയ്യുകയും ഗർഭാശയമുഖം പരിശോധിക്കുകയും ബെഡ് റെസ്റ്റ് എടുക്കാൻ നിർദ്ദേശിക്കുകയും ചെയ്യും. സ്രാവം നിന്നാൽ അത് മിസ്ക്യാരേജ് അല്ലെന്നാണ് അർത്ഥം. പലപ്പോഴും ആന്തരിക പരിശോധനയും സംഭോഗവും കാരണവും ഇതുമാതിരി ഏർപ്പെട്ടേക്കാം. അപ്പോൾ നിങ്ങൾക്ക് സാധാരണ ഗതിവിധികൾ ആരംഭിക്കാമെന്നാണ് അർത്ഥം. വേദനയോ സ്രാവമോ ഇല്ലാതെ ഗർഭാശയമുഖം തുറന്നാൽ അതിനെ 'ഇൻകംപീറ്റന്റ് സർവിക്സ്' കേസ് ആയി കണക്കാക്കും. സ്റ്റിച്ച് ചെയ്ത് ലേറ്റ് മിസ്ക്യാരേജ് തടുക്കാൻ കഴിയും. ശക്തമായ കോച്ചിവലിയോടൊപ്പം രക്തസ്രാവവും ഉണ്ടെങ്കില അത് ലേറ്റ് മിസ്ക്യാരേജിന്റെ ലക്ഷണമാണ്. ഡോക്ടർക്ക് ഒന്നും ചെയ്യാൻ കഴിയുകയില്ല. ഗർഭാവസ്ഥയുടെ അംശങ്ങളൊന്നും ഉള്ളിൽ അവശേഷിക്കാതിരിക്കാൻ ഡി ആന്റ് സി ചെയ്യും.

ഇത് തടയാൻ കഴിയുമോ?:– ഇത് തുടങ്ങിക്കഴിഞ്ഞാൽ തടയുന്നത് അസാദ്ധ്യമാണ്. ഇതിന് മുമ്പും ഇങ്ങനെ ഉണ്ടായിട്ടുണ്ടെങ്കിൽ രക്ഷാമാർഗ്ഗം തേടണം. ഇത് ഇൻകംപീറ്റന്റ് കാരണമാണെങ്കിൽ അത് തടയാനുള്ള ഉപായം ചെയ്യാം. ഹൈപർ ടെൻഷൻ, പ്രമേഹം, തൈറോയ്ഡ് എന്നീ ക്രോണിക് രോഗങ്ങൾ (വളരെ കാലമായുള്ള രോഗം) കാരണമാണെങ്കിൽ ഗർഭധാരണത്തിന് മുമ്പുതന്നെ അവയെ തടയാനുള്ള പ്രയത്നങ്ങൾ ചെയ്യും. ഗംഭീര സംക്രമണത്തിനും ചികിത്സ ഉണ്ട്. ഓപ്പറേഷൻ മൂലം ഗർഭാശയത്തിന്റെ ആകൃതി ശരിയാക്കാം. ആന്റി ബോഡീസ് ഉണ്ടെങ്കിൽ ആസ്പിരിൻ അല്ലെങ്കിൽ ഹിപേറിന്റെ ചെറിയ ഡോസ് കൊടുക്കാം.

മിസ്ക്യാരേജിന്റെ ആവർത്തനം

ഒരിക്കൽ മിസ്ക്യാരേജ് ആയാൽ വീണ്ടും അത് ഉണ്ടാകണമെന്നില്ല. എന്നാൽ ഇത് പല പ്രാവശ്യം ആവർത്തിച്ചാൽ അതിന്റെ കാരണം കണ്ടുപിടിക്കാൻ ശ്രമിക്കുക. വൈദ്യപരിശോധന അത്യാവശ്യമാണ്. മിസ്ക്യാരേജിന്റെ കാരണങ്ങൾ കണ്ടുപിടിക്കാനുള്ള പല ടെസ്റ്റുകളും ഇന്ന് നിലവിലുണ്ട്. ഭാര്യാഭർത്താക്കന്മാരെയും പരിശോധിക്കാവുന്നതാണ്. അൾട്രാസൗണ്ട്, എം.ആർ.ഐ. സ്കാൻ എന്നിവയുടെ സഹായം കൊണ്ട് പല അസാധാരണത്വങ്ങളും കണ്ടുപിടിക്കാൻ കഴിയും.

കാരണം അറിഞ്ഞാൽ ഡോക്ടറോട് മാറ്റ് ചികിത്സകളെപ്പറ്റി ചോദിക്കുക. പലപ്പോഴും സർജറി, തൈറോയ്ഡിനുള്ള മരുന്ന് അല്ലെങ്കിൽ വിറ്റാമിൻ മരുന്നുകൾ എന്നിവ കൊണ്ട് കുറവുകൾ പൂർത്തീകരിക്കും. ഹാർമോൺ ട്രീറ്റ്മെന്റും സഹായകമായിരിക്കും. നിങ്ങൾക്ക് അടിക്കടി മിസ്ക്യാരേജ് ഏർപ്പെട്ടിട്ടുണ്ടെങ്കിലും നിങ്ങൾക്ക് ആരോഗ്യമുള്ള കുഞ്ഞിന് ജന്മം നൽകാനുള്ള കഴിവുണ്ട്. നിങ്ങൾ ഭയത്തെ മാറ്റിനിർത്തി മിസ്ക്യാരേജിന്റെ കാരണങ്ങൾക്കുള്ള ചികിത്സ ചെയ്യുക. ഇക്കാര്യത്തിൽ കുടുംബാംഗങ്ങളുടെ സഹായം തേടുക. ഭർത്താവിൽ നിന്ന് വൈകാരികമായ പിന്തുണ ആവശ്യപ്പെടുക. നിങ്ങളുടെ ഭർത്താവിന്റെ മനസ്സിലെ ഭാവനകൾ പങ്കുവെക്കുക. ഈ പ്രക്രിയയിൽ നിങ്ങൾ രണ്ടുപേർക്കും സമപങ്കുണ്ട്.

ഇക്ടോപ്പിക് പ്രെഗ്നൻസി:– ഇതെന്താണ്? ഇതിനെ ട്യൂബൽ പ്രെഗ്നൻസി എന്നുപറയും. ഇതിൽ ഭ്രൂണം ഗർഭാശയത്തിൽ വളരുന്നതിന് പകരം ഫെലോപിയൻ ട്യൂബിൽ വളരാൻ തുടങ്ങും. അല്ലെങ്കിൽ സർവിക്സ്, ഓവറി അല്ലെങ്കിൽ വയറ്റിലും വളർന്നേക്കാം. നിർഭാഗ്യവശാൽ ഇതിനെ സാധാരണമാക്കാനുള്ള ഒരു വഴിയുമില്ല. ആദ്യത്തെ അഞ്ച് ആഴ്ചകളിൽ തന്നെ അൾട്രാസൗണ്ടിൽ നിന്ന് ഇത് മനസ്സിലാക്കാൻ കഴിയും. എന്നാൽ ആദ്യം അറിയാൻ കഴിയാതെ പോയാൽ ഫെർട്ടിലൈസ്ഡ് എഗ്ഫെലോപ്പിയൻ ട്യൂബിൽ തന്നെ വളരുകുയും ഗർഭാശയത്തെ നശിപ്പിക്കുകയും ചെയ്യും. ഇതിന് ചികിത്സിച്ചില്ലെങ്കിൽ കഠിനമായ രക്തസ്രാവവും വൈകാരിക ആഘാതവും ഉണ്ടാകും, പ്രാണൻപോലും അപഹരിച്ചേക്കും. പക്ഷെ, സർജറികൊണ്ടും മരുന്നുകൊണ്ടും ഉടനെ ആശ്വാസം കിട്ടുകയും ആ സ്ത്രീക്ക് വീണ്ടും അമ്മയാകാൻ കഴിയുകയും ചെയ്യും.

ഇത് എത്ര സ്വാഭാവികമാണ്? ഏകദേശം 2% ഗർഭാവസ്ഥകൾ ഇങ്ങനെയാണ്. എൻഡോമൈട്രോസിസ്, പെൽവിക് ഇൻ എൻഡോമൈട്രോസിസ്, പെൽവിക് ഇൻകലാമിറ്റി അല്ലെങ്കിൽ ട്യൂബൽ സർജറിയുടെ ആപത്തുള്ള സ്ത്രീകളും ഇക്കൂട്ടത്തിൽപ്പെടും.

ഐ.യു.ഡി. ഇട്ടശേഷവും ഗർഭിണിയാകുന്ന സ്ത്രീകളും എസ്.ടി.ഡി. രോഗം ബാധിച്ച അല്ലെങ്കിൽ പുകവലിക്കുന്ന സ്ത്രീകൾക്കും ഇത് സംഭവിക്കാം. എന്നാൽ ഇക്കാലത്ത് വെക്കുക ഐ.യു.ഡി.യിൽ അങ്ങനെയുള്ള അപകടമൊന്നുമില്ല.

ഇക്ടോപ്പിക് പ്രെഗ്നൻസി

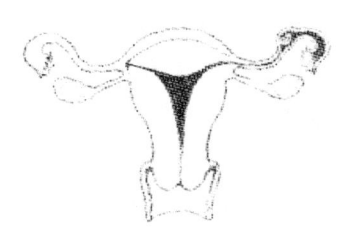

ഈ പ്രെഗ്നൻസിയിൽ ഫെർട്ടിലൈസ്ഡ് എഗ് ഗർഭാശയത്തിന് പകരം മറ്റെവിടെ എങ്കിലും ഇംപ്ലാന്റ് ആകും. ഈ ചിത്രത്തിൽ ഫെലോപ്പിയൻ ട്യൂബിലാണ് ഇംപ്ലാന്റ് ആയിരിക്കുന്നത്.

സൂചനയും ലക്ഷണങ്ങളും എന്താണ്? ഇതിന്റെ സൂചനയും ലക്ഷണങ്ങളും താഴെ കൊടുത്തിരിക്കുന്നു:–

- വയറിന്റെ കീഴ്ഭാഗത്ത് കഠിനമായ വേദനയും കോച്ചിവലിയും. ചുമക്കുകയോ തുമ്മുകയോ ചെയ്താൽ വേദന കൂടുതലാകുക.
- അസാധാരണമായ രക്തസ്രാവം.
- ഇത് അറിയാൻ കഴിയാതിരിക്കുകയും ഫെലോപിയൻ ട്യൂബ് ഉടയുകയും ചെയ്താൽ
- തലചുറ്റലും ഛർദ്ദിയും
- ദൗർബല്യം.
- ഉറക്കം വരുകയോ ബോധക്ഷയമോ ഉണ്ടാകുക.
- വയറിന്റെ കീഴ്ഭാഗത്ത് അസഹ്യമായ വേദന.
- ഗുദത്തിൽ അഴുത്തം.
- ചുമലുകളിൽ വേദന
- യോനിയിൽ നിന്ന് ശക്തമായ സ്രാവം.

നിങ്ങൾക്കും ഡോക്ടർക്കും എന്തുചെയ്യാൻ കഴിയും:– ഗർഭാവസ്ഥയുടെ ആരംഭത്തിൽ നേരിയ കോച്ചിവലിയോ രക്തസ്രാവമോ ഉണ്ടായാൽ കുഴപ്പമില്ല. എക്ടോപ്പിക് പ്രെഗ്നൻസിയുടെ ലക്ഷണങ്ങൾ കണ്ടാൽ ഡോക്ടറോട് പറയാൻ വൈകരുത്. അത് ആരംഭിച്ചുകഴിഞ്ഞാൽ തടയാൻ മാർഗ്ഗമൊന്നുമില്ല. നിങ്ങൾക്ക് മരുന്ന് കഴിക്കുകയോ സർജറി ചെയ്യുകയോ വേണ്ടിവരും. ചില കേസുകളിൽ സർജറിയുടെ ആവശ്യം വരാറില്ല. ട്യൂബിൽ ഗർഭത്തിന്റെ അംശം ഉണ്ടോ എന്ന് നോക്കാൻ എച്ച്.സി.ജി.യുടെ ലെവൽ പരിശോധിക്കുന്ന ഒരു ടെസ്റ്റ് ഉണ്ട്. ഇതിൽ നിന്ന് ട്യൂബിൽ പ്രെഗ്നൻസി അവസാനിച്ചോ എന്ന് അറിയാൻ കഴിയും.

നിങ്ങൾ അറിയാൻ ആഗ്രഹിക്കും

വയറിന്റെ അടിഭാഗത്ത് ചെറിയ കോച്ചി വലി ഇൻപ്ലാന്റേഷൻ കാരണമാണ് ഉണ്ടാകുന്നത്. ലിഗ്മെന്റിന്റെ വലിവിന് അർത്ഥം നിങ്ങൾക്ക് ഇക്ടോപ്പിക് പ്രെഗ്നൻസി ആണെന്നല്ല.

സബ്കോറിയോനിക് ബ്ലീഡ്

ഇതെന്താണ്? ഇതിനെ 'സബ് കോറിയോനിക് ടീമാടോമാ' എന്നും പറയും. ഇതിൽ യൂട്രൈൻ ലൈനിങ്ങിന്റെയും കോറിയന്റെയും നടവിലോ മറുപിള്ളക്കടിയിലോ രക്തം കെട്ടിനിൽക്കുന്നു.

ഈ നിലയിലും മിക്ക സ്ത്രീകളും ആരോഗ്യമുള്ള കുഞ്ഞുങ്ങൾക്ക് ജന്മം നൽകുന്നുണ്ടെങ്കിലും മറുപിള്ളയുടെ അടിയിൽ രക്തം കാരണം പലപ്രശ്നങ്ങളും ഉണ്ടായേക്കാം.

ഇത് എത്ര സാധാരണമാണ്? ഏകദേശം 1% കേസുകളിൽ ഇത് സംഭവിക്കാറുണ്ട്. ആദ്യത്തെ മൂന്നാം മാസത്തിലുണ്ടാകുന്ന രക്തസ്രാവത്തിൽ 20% കേസുകൾ ഇതിന്റെതാണ്.

ഇതിന്റെ സൂചനയും ലക്ഷണവും എന്താണ്? ആദ്യത്തെ മൂന്നാം മാസത്തിലെ രക്തസ്രാവം ഇതിന്റെ ലക്ഷണമാണ്. എന്നാൽ പലപ്പോഴും ഒരു ലക്ഷണവും ഇല്ലാതെയും റൊട്ടീൻ അൾട്രാ സൗണ്ടിൽ നിന്ന് ഇത് അറിയാൻ കഴിയും.

നിങ്ങൾ അറിയാൻ ആഗ്രഹിക്കും

എല്ലാ കോറിയോണിക് രക്തസ്രാവവും കൊണ്ട് കുഞ്ഞിന് ഹാനി ഉണ്ടാകുകയില്ല. ടീമാടോമാ താനേ ശരിയാകും.

നിങ്ങൾക്കും ഡോക്ടർക്കും എന്തുചെയ്യാൻ കഴിയും? ഇങ്ങനെയുള്ള രക്തസ്രാവമുണ്ടായാൽ ഉടനെ ഡോക്ടറെ വിളിക്കുക. എന്തുകൊണ്ട്? എവിടെനിന്നാണ് രക്തസ്രാവമുണ്ടാകുന്നതെന്ന് അദ്ദേഹം പരിശോധിക്കും.

ഹൈപർമെസിസ്ഗ്രേവിഡേറം

ഇതെന്താണ്? ഇത് മോണിങ്ങ് സിക്നസ് മാതിരിയാണ്. എന്നാൽ സ്ഥിതി കൂടുതൽ ഗുരുതരമാണ്. ഇത് 12 മുതൽ 16 ആഴ്ചകൾക്കിടയിലാണ് ഉണ്ടാകുന്നത്. ചിലപ്പോൾ ഗർഭാവസ്ഥ മുഴുവൻ ഉണ്ടായെന്നുംവരാം.

ഇതുകാരണം തൂക്കം കുറയും – പോഷണക്കുറവും ഡീ ഹൈഡ്രേഷനും ഉണ്ടാകും. രോഗിയെ ആശുപത്രിക്ക് കൊണ്ടുപോയി ഐവി ഫ്ലൂയിഡും ആന്റിനോസിയാ മരുന്നും കൊടുക്കേണ്ടിവരും. ഛർദ്ദിയും മനംപിരട്ടലും വളരെ കൂടുതലായിരിക്കും. ഈ ചികിത്സക്കുശേഷമെ നിങ്ങളുടെ കുഞ്ഞ് സുരക്ഷിതനായിരിക്കൂ.

ഇത് എത്ര സമാന്യമാണ്? 200 കേസുകളിൽ ഒന്നുമാത്രമെ ഇങ്ങനെ ഉണ്ടാകാറുള്ളൂ. ആദ്യം അമ്മയാകുന്ന സ്ത്രീകളിലാണ് ഇത് അധികം കണ്ടുവരുന്നത്. ഇതിനുപുറമെ ചെറുപ്രായമുള്ള, തടിച്ച, മൾട്ടിപ്പിൾ ഗർഭാവസ്ഥയുള്ള സ്ത്രീകളിലും കാണുന്നുണ്ട്. കഴിഞ്ഞ ഗർഭാവസ്ഥയിൽ ഇതുണ്ടായിരുന്ന സ്ത്രീകളിലും കാണാം. വൈകാരിക പിരിമുറുക്കം കൊണ്ട് ഇതിലുള്ള ആപത്ത് വർദ്ധിക്കുന്നു. എൻഡോക്രൈനിന്റെ സമതുലനക്കുറവും വിറ്റാമിൻ ബിയുടെ കുറവും ഇതിന്റെ കാരണങ്ങളിലൊന്നാണ്.

ഇതിന്റെ സൂചനകളും ലക്ഷണങ്ങളും എന്താണ്?

- വളരെ കൂടുതൽ മനംപിരട്ടലും ഛർദ്ദിയും.
- കട്ടിയുള്ള ആഹാരമൊന്നും ജീർണ്ണിക്കാതിരിക്കുക.
- ഡീഹൈഡ്രേഷന്റെ ലക്ഷണങ്ങൾ.
- 5% തൂക്കം കുറയുക.
- ഛർദ്ദിയിൽ രക്തം വരുക.

നിങ്ങൾക്കും ഡോക്ടർക്കും എന്തുചെയ്യാൻ കഴിയും? അധികം ലക്ഷണങ്ങൾ കാണുന്നില്ലെങ്കിൽ മോണിങ്ങ് സിക്നസിന് ചെയ്യുന്ന വീട്ടുവൈദ്യം ചെയ്തുനോക്കുക. ഇഞ്ചി, അക്യൂപഞ്ചർ, അക്യൂപ്രഷർ എന്നിവ ചെയ്തിട്ടും കുറവുകണ്ടില്ല എങ്കിൽ ഡോക്ടറെ കണ്ട് മരുന്ന് കഴിക്കുക. എന്നിട്ടും ആശ്വാസം കിട്ടാതിരിക്കുകയും തൂക്കം വേഗത്തിൽ കുറഞ്ഞുകൊണ്ടിരിക്കുകയും ചെയ്താൽ ആശുപത്രിയിൽ പോയി ചികിത്സിക്കേണ്ടിവരും. അവിടെ നിങ്ങൾക്ക് ആന്റിനോസിയാ മരുന്ന് തരും. അതിനുശേഷം നിങ്ങൾ ആഹാരകാര്യത്തിൽ ശ്രദ്ധിക്കണം. എരിവും, മസാലകൾ ഉള്ളതും കട്ടിയായതുമായ ഭക്ഷണം കഴിക്കരുത്. വേണ്ടത്ര തരള പദാർത്ഥങ്ങൾ കഴിക്കുക. ആഹാരം പല ഭാഗങ്ങളായി വിഭജിക്കുക. ഇടയ്ക്കിടെ കുറേശ്ശേ കഴിക്കുക.

> **നിങ്ങൾ അറിയാൻ ആഗ്രഹിക്കും**
>
> ഹൈപർമോസിസ് കാരണം കുഞ്ഞുങ്ങൾക്ക് കുഴപ്പമൊന്നും ഉണ്ടാകുകയില്ല. അവരുടെ ആരോഗ്യത്തിനും കുഴപ്പമുണ്ടാകില്ല.

ഗ്യാസ്റ്റേഷനൽ ഡയബെറ്റിക്സ്

ഇതെന്താണ്? ഇങ്ങനെയുള്ള പ്രമേഹം ഗർഭാവസ്ഥയിൽ മാത്രമെ ഉണ്ടാകൂ. ശരീരത്തിൽ ആവശ്യത്തിന് ഇൻസുലിൻ ഇല്ലാതെ വരും. ഇത് ഗർഭാവസ്ഥയുടെ 24 മുതൽ 28 ആഴ്ചകൾക്കിടയിൽ ആരംഭിക്കും. അതുകൊണ്ടാണ് ഇതിനിടയിൽ ഗ്ലൂക്കോസ് സ്ക്രീനിങ്ങ് ടെസ്റ്റ് ചെയ്യുന്നത്. ഈ രോഗം പ്രസവശേഷവും തുടർന്നേക്കാം.

ഗർഭം ധരിക്കുന്നതിനുമുമ്പ് ഏതെങ്കിലും വിധത്തിലുള്ള പ്രമേഹം ഉണ്ടായിരുന്നു എങ്കിൽ അതിനെ നിയന്ത്രിച്ചാൽ അമ്മയ്ക്കും ഭ്രൂണത്തിനും ഒരു ഹാനിയും ഉണ്ടാകുകയില്ല. എന്നാൽ അമ്മയുടെ രക്തത്തിൽ ആവശ്യത്തിൽ കൂടുതൽ ഷുഗർ കലർന്നിട്ടുണ്ടെങ്കിൽ അത് മറുപിള്ളവരെ എത്തി അമ്മയ്ക്കും കുഞ്ഞിനും ദോഷം ചെയ്യും. കുഞ്ഞ് വലുതായിരിക്കുന്നതുകൊണ്ട് ഗർഭാവസ്ഥയും ജടിലമായിരിക്കും. പ്രീക്ലെംപ്സിയ ഉണ്ടാകാനുള്ള സാദ്ധ്യതയും ഉണ്ട്. പ്രമേഹത്തിന് ചികിത്സിച്ചില്ലെങ്കിൽ കുഞ്ഞിന് ജനിച്ചശേഷം മഞ്ഞപ്പിത്തം, ശ്വാസംമുട്ടൽ, ബ്ലഡ് ഷുഗറിന്റെ ലെവൽ കുറവ് എന്നീ പ്രശ്നങ്ങൾ ഉണ്ടാകും. ഭാവിയിൽ കുഞ്ഞ് കൂടുതൽ തടിക്കുകയും ടൈപ്പ്-2 പ്രമേഹം ബാധിക്കുകയും ചെയ്യും.

ഇത് എത്ര സാധാരണമാണ്? 4 മുതൽ 7 ശതമാനം ഗർഭവതികൾക്ക് ഇത് ഏർപ്പെടാവുന്നതാണ്. തടികൂടുന്നതുകൊണ്ട് ഈ

രോഗവും വർദ്ധിച്ചുവരും. കുടുംബത്തിൽ മുമ്പുതന്നെ പ്രമേഹത്തിന്റെ ഹിസ്റ്ററി ഉണ്ടെങ്കിലോ, അമ്മയ്ക്ക് പ്രായക്കൂടുതൽ ഉണ്ടെങ്കിലോ ജി.ഡി. ഏർപ്പെടാനുള്ള സാദ്ധ്യത കൂടുതലാകും.

ഇതിന്റെ സൂചനയും ലക്ഷണവും എന്താണ്? ഇതിന്റെ ലക്ഷണം അസ്പഷ്ടമാണ്. എന്നാലും

- പെട്ടെന്ന് ദാഹിക്കുക.
- അടിക്കടി മൂത്രം വരുക.
- ക്ഷീണം (ഗർഭാവസ്ഥയിലെ ക്ഷീണത്തിൽ നിന്ന് വ്യത്യസ്തമായ).
- മൂത്രത്തിൽ ഷുഗർ (പരിശോധനയിൽ നിന്ന് അറിയാൻ കഴിയും)

നിങ്ങൾക്കും ഡോക്ടർക്കും എന്തുചെയ്യാൻ കഴിയും?

28-ാമത്തെ ആഴ്ചയിൽ ഗ്ലൂക്കോസ് സ്ക്രീനിങ് ടെസ്റ്റ് ചെയ്യും. ആവശ്യമുണ്ടെന്ന് തോന്നിയാൽ മൂന്ന് മണിക്കൂർ സമയത്തെ ഗ്ലൂക്കോസ് ടോലറൻസ് പരിശോധനയും ചെയ്യും. ഈ പരിശോധനയിൽ ജി.ഡി. ഉണ്ടെന്ന് തെളിഞ്ഞാൽ ഡോക്ടർ നിങ്ങൾക്ക് പ്രത്യേക തരത്തിലുള്ള ആഹാരവും വ്യായാമവും നിർദ്ദേശിക്കും. വീട്ടിൽതന്നെ ഗ്ലൂക്കോസ് മീറ്റർ കൊണ്ട് നിങ്ങളുടെ ഗ്ലൂക്കോസിന്റെ ലെവൽ പരിശോധിക്കണം.

ഡയറ്റുകൊണ്ടും വ്യായാമം കൊണ്ടും ബ്ലഡ്ഷുഗറിന്റെ ലെവൽ നിയന്ത്രണത്തിലായില്ലെങ്കിൽ നിങ്ങൾക്ക് ഇൻസുലിൻ തരേണ്ടിവരും. ഇതിന്റെ ഇഞ്ചെക്ഷനു പുറമെ ഗ്ലോസുറോയ്ഡ് മരുന്നിന്റെ രൂപത്തിൽ തന്നേക്കും.

ശരിയായ രീതിയിൽ ബ്ലഡ്ഷുഗറിന്റെ ലെവൽ നിയന്ത്രണത്തിലായാൽ ഗർഭാവസ്ഥയുടെ ജടിലതകൾ അവസാനിപ്പിക്കാം. നിങ്ങൾക്ക് നല്ല ചികിത്സയും സംരക്ഷണവും ആവശ്യമാണ്.

> **നിങ്ങൾ അറിയാൻ ആഗ്രഹിക്കും**
>
> ഗ്യാസ്റ്റേഷണൽ പ്രമേഹം നിയന്ത്രണത്തിലാണെങ്കിൽ പിന്നെ വിഷമിക്കേണ്ടതില്ല. നിങ്ങളുടെ ഗർഭാവസ്ഥ സാധാരണമായിരിക്കും. കുഞ്ഞിനും ദോഷമൊന്നും ഉണ്ടാവില്ല.

ഇതിൽനിന്ന് രക്ഷപ്പെടാൻ കഴിയുമോ? ഗർഭാവസ്ഥയ്ക്കുമുമ്പും അതിനിടയിലും തൂക്കം ശ്രദ്ധിക്കുക. നല്ല ആഹാരം കഴിക്കണം. പോഷകാഹാരത്തോടൊപ്പം വ്യായാമം ചെയ്യാനും മറക്കരുത്. ഫോളിക്ലെഡ് ധാരാളം കഴിക്കുക. അങ്ങനെ ജനിക്കാൻ പോകുന്ന കുഞ്ഞിനെയും ഭാവിയിൽ പ്രമേഹം ഉണ്ടാകാതെ രക്ഷിക്കാൻ കഴിയും.

ഗർഭാവസ്ഥയിൽ ജി.ഡി. ഉണ്ടായാൽ പിന്നീട് ടൈപ്പ് - 2 പ്രമേഹം ഏർപ്പെടാനുള്ള സാദ്ധ്യത കൂടുതലാണ്. മാതൃകാ ആഹാരം കഴിക്കുക, തൂക്കത്തിൽ ശ്രദ്ധ പതിപ്പിക്കുക, കുഞ്ഞ് ജനിച്ചശേഷവും വ്യായാമം ചെയ്ത് പ്രമേഹം വരാതെ സൂക്ഷിക്കുക.

പ്രീക്ലൈംപ്സിയാ

ഇതെന്താണ്? ഇത് സാധാരണ ഗർഭാവസ്ഥയുടെ 20-ാം ആഴ്ചയ്ക്കുശേഷമാണ് ഉണ്ടാകുന്നത്. രക്തസമ്മർദ്ദം വർദ്ധിക്കുകയും വളരെ അധികം വീക്കം ഉണ്ടാകുകയും മൂത്രത്തിൽ പ്രോട്ടീൻ വരികയും ചെയ്യുന്നു.

> **നിങ്ങൾ അറിയാൻ ആഗ്രഹിക്കും**
>
> ശരിയായ സംരക്ഷണം കൊണ്ട് പ്രീക്ലൈംപ്സിയാ ഗുണപ്പെടുത്താവുന്നതാണ്. ഗർഭിണിയുടെ രക്തസമ്മർദ്ദം സാധാരണ ലെവലിൽ നിലനിൽക്കും.

ചികിത്സിച്ചില്ലെങ്കിൽ സ്ഥിതി കൂടുതൽ ഗുരുതരമാകും. ഇതുകാരണം ഗർഭാവസ്ഥയിൽ മറ്റ് കുഴപ്പങ്ങളും പ്രത്യക്ഷപ്പെടും.

ഇത് എത്ര സാധാരണമാണ്? ഏകദേശം 8% സ്ത്രീകൾ ഈ രോഗഗ്രസ്തരാണ്. 40 വയസ്സിൽ കൂടുതലുള്ള സ്ത്രീകൾ, മൾട്ടിപ്പിൾ കുഞ്ഞുങ്ങളുള്ള അമ്മമാർ, പ്രമേഹമോ രക്തസമ്മർദ്ദമോ ബാധിച്ചിട്ടുള്ള സ്ത്രീകൾ എന്നിവർക്ക് പ്രീക്ലൈംപ്സിയ ബാധിച്ചേക്കാം. ഇതിനുമുമ്പുള്ള ഗർഭാവസ്ഥയിൽ ഇതുണ്ടായിരുന്നു എങ്കിൽ ഈ ഗർഭാവസ്ഥയിലും ഉണ്ടായേക്കാം.

ഇതിന്റെ സൂചനകളും ലക്ഷണങ്ങളും എന്താണ്? ഇതിൽ താഴെ പറഞ്ഞിട്ടുള്ള ലക്ഷണങ്ങൾ ഉണ്ടാകും:–

- കൈകാലുകളിൽ ഭയങ്കരവീക്കം.
- ഞെരിയാണികളിലെ വീക്കം, 12 മണിക്കൂർ വിശ്രമിച്ചശേഷവും പോകുന്നില്ല.
- പെട്ടെന്ന് തൂക്കം കൂടുക.
- തലവേദന മരുന്ന് കഴിച്ചിട്ടും മാറാതിരിക്കുക.
- വയറിന്റെ മുകൾ ഭാഗത്ത് വേദന.
- കണ്ണുമങ്ങുക.
- രക്തസമ്മർദ്ദം വർദ്ധിക്കുക.
- മൂത്രത്തിൽ പ്രോട്ടീൻ.
- ഹൃദയസ്പന്ദനം വേഗത്തിലാകുക.
- മൂത്രത്തിൽ ദുർഗന്ധം.
- കിഡ്നിയുടെ പ്രവർത്തനത്തിൽ ക്രമക്കേട്.
- റിലാക്സ് റിയാക്ഷനിൽ വൃദ്ധി.

നിങ്ങൾക്കും ഡോക്ടർക്കും എന്തുചെയ്യാൻ കഴിയും? ആരംഭത്തിൽതന്നെ നല്ല മെഡിക്കൽ സംരക്ഷണം ആവശ്യമാണ്. മുമ്പു തന്നെ ഈ രോഗം ഉണ്ടായിരുന്ന ചരിത്രമുണ്ടെങ്കിൽ കൂടുതൽ ശ്രദ്ധിക്കണം.

നിങ്ങൾ ബെഡ് റെസ്റ്റ് എടുക്കുകയും വീട്ടിൽ രക്തസമ്മർദ്ദം പരിശോധിക്കുകയും ചെയ്യണം. നില വളരെ മോശമാണെങ്കിൽ അത് അറിഞ്ഞ് മൂന്ന് ദിവസങ്ങൾക്കുള്ളിൽ പ്രസവിപ്പിക്കണം. കുറച്ച് സമയത്തേക്ക് മരുന്ന് കൊടുക്കാമെങ്കിലും ഇതിനുള്ള അവസാന ചികിത്സ പ്രസവം തന്നെയാണ്. കുഞ്ഞ് ശാരീരികമായി പൂർണ്ണ വികാസം പ്രാപിച്ചശേഷം ഡെലിവറി ചെയ്യാൻ നിർദ്ദേശിക്കും. പ്രസവശേഷം 97% സ്ത്രീകളുടെ രക്തസമ്മർദ്ദം സാധാരണഗതിയിലാകും.

പല വിജ്ഞാനികളും ഗവേഷകരും നേരത്തെതന്നെ രോഗത്തെപ്പറ്റി അനുമാനിക്കാനായി മൂത്രത്തിന്റെയും രക്തത്തിന്റെയും പരിശോധനയിൽ പല പരീക്ഷണങ്ങളും ചെയ്യുന്നുണ്ട്. ഇതുകൊണ്ട് പ്രീക്ലെംപ്സിയയുടെ ചികിത്സമേലും എളുപ്പമായിത്തീരും.

ഇതിൽ നിന്ന് രക്ഷപ്പെടാൻ കഴിയുമോ? ഈ കേസുകളിൽ ആന്റി ക്ലോട്ടിങ്ങ് മരുന്നുകൾ കൊണ്ട് വ്യത്യാസം ഏർപ്പെടുമെന്ന് പഠനങ്ങളിൽ നിന്ന് അറിയാൻ കഴിഞ്ഞിട്ടുണ്ട്. അതോടൊപ്പം ധാരാളം പോഷകാഹാരവും കഴിക്കണം. ഇവയിൽ ആന്റി ഓക്സിഡന്റ്, മെഗ്നീഷ്യം, വിറ്റാമിൻ, ഖനിജ പദാർത്ഥങ്ങൾ എന്നിവയും അടങ്ങും. പല്ലുകളുടെ സംരക്ഷണവും ഇതിൽ അടങ്ങും.

പ്രീക്ലെംപ്സിയയുടെ കാരണങ്ങൾ

- ഏതെങ്കിലും ജെനെറ്റിക് ബന്ധം, ഹെറിഡിറ്ററി എന്നീ കാരണങ്ങൾ കൊണ്ട് പ്രിക്ലെംപ്സിയ ഏർപ്പെടുന്നു.
- രക്തനാളങ്ങളിലെ ക്രമക്കേട് കാരണവും ചില സ്ത്രീകൾക്ക് പ്രീക്ലെംപ്സിയ ഉണ്ടാകും.
- ഗർഭിണികൾക്ക് മോണയിൽ രോഗമുണ്ടെങ്കിലും പ്രീക്ലെംപ്സിയ ഉണ്ടാകും എന്നാൽ ഇത് ശരിയായ തെളിവായി എടുക്കാൻ പറ്റില്ല.
- പലപ്പോഴും അമ്മയുടെ ശരീരം കുഞ്ഞിനും മറുപിള്ളക്കും അലർജിയായിരിക്കും. ഇതുകാരണം അമ്മയുടെ ശരീരത്തിൽ പ്രതികരണമുണ്ടാകുന്നു. ഇതുകൊണ്ട് രക്തനാളങ്ങൾക്ക് കേടുപറ്റുന്നു.

ഹെല്ലപ്സിൻഡ്രോം

ഇതെന്താണ്? ഈ രോഗം തനിച്ചോ പ്രീക്ലെപ്സിയയോട് ചേർന്നോ ഒടുവിലത്തെ മൂന്നാം മാസത്തിൽ ഉണ്ടാകുന്നു. ഇതിൽ ചുവപ്പ് രക്താണുക്കളുടെ അളവ് കുറയുകയും ലിവറിന്റെ എൻസൈം കൂടുകയും ചെയ്യുന്നു. രക്തത്തിന് കട്ടിയാകാൻ കഴിയുന്നില്ല, ലിവറിന്റെ പ്രവർത്തന ക്ഷമത കുറയുന്നു.

ഈ സിൻഡ്രോം കാരണം അമ്മയുടെയും കുഞ്ഞിന്റെയും ജീവന് അപകടമുണ്ടായേക്കാം. ശരിയായ സമയത്ത് ചികിത്സിച്ചില്ലെങ്കിൽ കുഴപ്പങ്ങൾ ഉണ്ടാകും, ലിവർതന്നെ നഷ്ടമായേക്കും.

ഇത് എത്ര സാധാരണമാണ്? ഇത് പ്രീക്ലെംപ്സിയയോടൊപ്പം 10-ൽ ഒരുത്തർക്കും സാധാരണ ഗർഭാവസ്ഥയിൽ 500-ൽ ഒരുത്തർക്കും ഉണ്ടാകാറുണ്ട്.

ഇതിന്റെ സൂചനകളും ലക്ഷണങ്ങളും എന്താണ്? മൂന്നാമത്തെ മൂന്നാം മാസത്തിൽ താഴെ കൊടുത്തിട്ടുള്ള ലക്ഷണങ്ങൾ കാണാം:—

- മനം പിരട്ടൽ
- ഛർദ്ദി.
- തലവേദന
- വയറിന്റെ മുകൾഭാഗത്തും വലതുഭാഗത്തും വേദന.
- വൈറൽപോലെയുള്ള സംക്രമണത്തിന്റെ ലക്ഷണം.

രക്തം പരിശോധിച്ചാൽ രക്താണുക്കളുടെ കുറവ് കണ്ടുപിടിക്കാം. ഈ അവസ്ഥയിൽ ലിവർ വേഗത്തിൽ നഷ്ടമായികൊണ്ടിരിക്കും. അതുകൊണ്ട് ചികിത്സിക്കാൻ ഒട്ടും വൈകരുത്.

നിങ്ങൾക്കും ഡോക്ടർക്കും എന്തുചെയ്യാൻ കഴിയും? ഏറ്റവും ശരിയായ ചികിത്സ കുഞ്ഞിനെ പ്രസവിക്കുക എന്നതാണ്. ലക്ഷണങ്ങളെപ്പറ്റി അനുമാനം ഉണ്ടായാൽ ഉടനെ ഡോക്ടറെ കാണുക. നിങ്ങൾക്ക് ചികിത്സയിൽ സ്റ്റീറോയ്ഡും മെഗ്നീഷ്യം സൽഫേറ്റും തരും.

ഇതിൽനിന്ന് രക്ഷയുണ്ടോ? ഇതിനുമുമ്പും ഇങ്ങനെ ഉണ്ടായിട്ടുണ്ടെങ്കിൽ മെഡിക്കൽ സംരക്ഷണം അത്യാവശ്യമാണ്. ദുർഭാഗ്യവശാൽ ഇതിൽ നിന്ന് രക്ഷപ്പെടാൻ ഒരു മാർഗ്ഗവും ഇല്ല.

ഇൻട്രായൂട്രേൻ ഗ്രോത്ത് റിസ്ട്രിക്ഷൻ

ഇതെന്താണ്? സാധാരണ ശിശുക്കളെക്കാൾ ചെറിയ കുഞ്ഞിനെ ഐ.യു.ജി.ആർ. എന്നുപറയും. കുഞ്ഞിന്റെ തൂക്കം ഗർഭാവസ്ഥയിൽ ഉണ്ടായിരുന്നതിനെക്കാൾ 10%ത്തിലും കുറവാണെങ്കിൽ ഐ.യു.ജി.ആർ. ആണെന്നും മനസ്സിലാക്കാം. കുഞ്ഞിന് വേണ്ടത്ര പോഷണം കിട്ടാതെ വരുമ്പോഴാണ് ഈ സ്ഥിതി ഉണ്ടാകുന്നത്.

ഇത് എത്ര സാധാരണമാണ്? ഏകദേശം 60% ഗർഭാവസ്ഥകളിൽ ഇത് ഉണ്ടാകാറുണ്ട്. ഇത് ആദ്യത്തെയും അഞ്ചാമത്തെയും അതിനുശേഷവുമുള്ള ഗർഭാവസ്ഥകളിൽ 17-ൽ കുറവും 25-ൽ കൂടുതലും വയസ്സുള്ള അമ്മമാരിലും, ഇതിനുമുമ്പ് തൂക്കക്കുറവുള്ള കുഞ്ഞുങ്ങൾക്ക് ജന്മം നൽകിയിട്ടുള്ള സ്ത്രീകളിലും, മറുപിള്ളയും യൂട്രൈനും തമ്മിൽ സമാനമല്ലാത്ത സ്ത്രീകളിലും ഉണ്ടാകുന്നു. അമ്മയുടെ തൂക്കവും അവരുടെ ജനനസമയത്ത് കുറവായിരുന്നു എങ്കിൽ കുഞ്ഞിന്റെ ജനനത്തിലെ ആപത്ത് കൂടുതലാകുന്നു. കുഞ്ഞിന്റെ അച്ഛന്റെ തൂക്കവും ജനനസമയത്ത് കുറവായിരുന്നു എങ്കിൽ ആപത്ത് ഇനിയും കൂടുതലാകും.

ഇതിന്റെ സൂചനകളും ലക്ഷണങ്ങളും എന്താണ്? ഭ്രൂണത്തിന്റെ നീളവും ഉയരവും അളക്കുമ്പോൾ ഗർഭാവസ്ഥയോട് താരതമ്യപ്പെടുത്തി നോക്കുമ്പോൾ ശിശു ചെറുതാണെന്ന് ഡോക്ടർക്ക് മനസ്സിലാകും. അൾട്രാസൗണ്ടിൽ നിന്നും വളർച്ചകുറവുള്ള കുഞ്ഞാണെന്ന് മനസ്സിലാക്കാൻ കഴിയും.

> **നിങ്ങൾ അറിയാൻ ആഗ്രഹിക്കും**
>
> ഒരിക്കൽ തൂക്കം കുറഞ്ഞ കുഞ്ഞിന് ജന്മം നൽകിയിട്ടുണ്ടെങ്കിൽ അടുത്ത പ്രാവശ്യവും ഈ ആപത്ത് ഉണ്ടാകാനുള്ള സാദ്ധ്യത കൂടും. ആദ്യത്തെക്കാൾ തൂക്കത്തിൽ കുറച്ച് വിത്യാസമുണ്ടാകുമെങ്കിലും നിങ്ങൾ സൂക്ഷിക്കണം.

നിങ്ങൾക്കും ഡോക്ടർക്കും എന്തുചെയ്യാൻ കഴിയും? ജനനസമയത്തെ തൂക്കത്തിൽ നിന്നാണ് കുഞ്ഞിന്റെ ആരോഗ്യത്തെപ്പറ്റി അറിയാൻ കഴിയുക. കുഞ്ഞിന് തൂക്കം കുറവാണെങ്കിൽ പലവിധത്തിലുള്ള സംക്രമണങ്ങളും ഏർപ്പെടാൻ സാദ്ധ്യതയുണ്ട്. നേരത്തെതന്നെ ഇക്കാര്യം കണ്ടുപിടിച്ച് കുഞ്ഞിന്റെ ആരോഗ്യത്തിൽ ശ്രദ്ധപതിപ്പിക്കേണ്ടത് അത്യാവശ്യമാണ്. എല്ലാവിധത്തിലുള്ള പ്രയത്നങ്ങളും മരുന്നുകളും ചെയ്തശേഷവും കുഞ്ഞ് വളരുന്നില്ലെങ്കിൽ അത് ഒരുവിധം വളർച്ച പ്രാപിച്ച ഉടൻ പ്രസവിപ്പിച്ച് പുറത്തുകൊണ്ടുവന്നശേഷം കൂടുതൽ നല്ല സംരക്ഷണം നൽകാൻ കഴിയും.

ഇതിൽനിന്ന് രക്ഷപ്പെടാൻ കഴിയുമോ? ശരിയായ അളവിൽ പോഷണം, പുകവലി, മദ്യപാനം, ലഹരിസാധനങ്ങളുടെ ഉപയോഗം എന്നീ ചീത്തശീലങ്ങൾ ഉപേക്ഷിക്കുക. രക്തസമ്മർദ്ദം നിയന്ത്രിക്കുക എന്നിവമൂലം ഇതിനെ നിയന്ത്രിക്കാം. ഇങ്ങനെ സംയമനവും ചികിത്സയും ചെയ്തശേഷവും തൂക്കക്കുറവുള്ള കുഞ്ഞ് ജനിച്ചാൽ നിയോനേറ്റൽ സംരക്ഷണം മൂലം കുഞ്ഞിന്റെ സ്ഥിതിയിൽ പുരോഗമനം ഉണ്ടാകാം.

നിങ്ങൾ അറിയാൻ ആഗ്രഹിക്കും

ജനനസമയത്ത് തൂക്കക്കുറവുള്ള 90% കുഞ്ഞുങ്ങളുടെ തൂക്കവും ഒന്നുരണ്ടു വർഷങ്ങളിൽ സാധാരണ കുഞ്ഞുങ്ങളെപ്പോലെ വർദ്ധിക്കും.

പ്ലാസന്റാപ്രീവിയാ

ഇതെന്താണ്? ഈ അവസ്ഥയിൽ മറുപിള്ള സർവിക്സിനെ സ്വൽപ്പമോ പൂർണ്ണമായോ മൂടും. ഏർളി പ്രഗ്നെൻസിയിൽ മറുപിള്ള താഴെത്തന്നെ ആയിരിക്കും. എന്നാൽ ഗർഭാവസ്ഥയോടൊപ്പം ഗർഭാശയത്തിന്റെ വലുപ്പം വർദ്ധിക്കുകയും മറുപിള്ള സർവിക്സിന്റെ മുന്നിൽ നിന്ന് മാറുകയും ചെയ്യും. അത് അവിടെനിന്ന് മാറാതെ സർവിക്സിനെ കുറച്ച് മൂടിയാൽ 'പാർഷ്യൽ പ്രീവിയ' എന്നുപറയും. ഇത് സർവിക്സിനെ പൂർണ്ണമായി മൂടിയാൽ അതിനെ 'ടോട്ടൽ പ്രീവിയാ' എന്നുപറയും. ഇതുരണ്ടും കാരണം യോനിവഴി കുഞ്ഞിന്റെ ജനനം അസാദ്ധ്യമാകും. ഗർഭാവസ്ഥയുടെ അവസാനത്തിലും പ്രസവസമയത്തും ഇതുമൂലം രക്തസ്രാവവും ഉണ്ടാകും. പ്ലാസന്റാ സർവിക്സിന്റെ എത്ര അടുത്താണോ അത്രയ്ക്ക് രക്തസ്രാവത്തിനുള്ള സാദ്ധ്യതയും വർദ്ധിക്കും.

ഇത് എത്ര സാധാരണമാണ്? 200 കേസുകളിൽ ഒന്നുമാത്രമെ ഇങ്ങനെ ഉണ്ടാകാറുള്ളൂ. 20 വയസ്സിൽ കുറവും 30 വയസ്സിൽ കൂടുതലുമുള്ള സ്ത്രീകൾക്കാണ് ഇതുണ്ടാകുന്നത്. ഡി ആന്റ് സിയോ സി-സെക്ഷനോ ചെയ്ത സ്ത്രീകൾക്കും ഉണ്ടാകും. പുകവലിയും ഇരട്ടക്കുട്ടികളുടെ ജന്മവും ഈ ആപത്ത് വർദ്ധിക്കും.

ഇതിന്റെ സൂചനകളും ലക്ഷണങ്ങളും എന്താണ്? സാധാരണ ലക്ഷണം കൊണ്ട് ഇതിനെ തിരിച്ചറിയാൻ കഴിയില്ല. രണ്ടാമത്തെ മൂന്നാം മാസത്തെ അൾട്രാസൗണ്ടിൽ നിന്ന് ഇത് കണ്ടുപിടിക്കാൻ കഴിയും. പലപ്പോഴും മൂന്നാമത്തെ മൂന്നാം മാസത്തിൽ ഉണ്ടാകുന്ന രക്തസ്രാവത്തിൽ നിന്നും സ്ഥിതി മനസ്സിലാക്കാം. ഇതിന്റെ ഒരേ ലക്ഷണം രക്തസ്രാവമാണ്. അതോടൊപ്പം വേദന ഉണ്ടാകുകയുമില്ല.

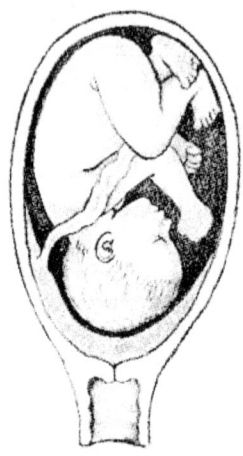

പ്ലാസന്റാ പ്രീവിയാ

ഈ ചിത്രത്തിൽ പ്ലാസന്റ ഗർഭാശയ മുഖത്തെ പൂർണ്ണമായി അടച്ചിട്ടുണ്ട്. അതുകൊണ്ട് യോനിവഴിയുള്ള പ്രസവം അസാദ്ധ്യമാണ്.

നിങ്ങൾക്കും ഡോക്ടർക്കും എന്തു ചെയ്യാൻ കഴിയും? നിങ്ങൾ ഒന്നും ചെയ്യേണ്ടതില്ല. മൂന്നാമത്തെ മൂന്നാം മാസ അവസാനമാകുമ്പോഴേക്കും പ്ലാസന്റാ പ്രീവിയായുടെ പല പ്രശ്നങ്ങളും താനേ ശരിയാകും. പ്രീവിയയോടൊപ്പം രക്തസ്രാവം ഇല്ലെങ്കിൽ പലപ്പോഴും ചികിത്സ വേണ്ടിവരില്ല. രക്തസ്രാവം ഉണ്ടെങ്കിൽ ബെഡ്റെസ്റ്റ് വേണ്ടിവരും. സെക്സ് ചെയ്യാൻ പാടില്ല, നിങ്ങൾക്ക് കൂടുതൽ സംരക്ഷണം നൽകും. സമയത്തിനുമുമ്പ് പ്രസവിക്കുമെന്ന ആപത്ത് ഉണ്ടെങ്കിൽ കുഞ്ഞിന്റെ ശ്വാസകോശങ്ങളുടെ പൂർണ്ണ വളർച്ചയ്ക്ക് സ്റ്റീറോയിഡ് ഇഞ്ചെക്ഷൻ തരും. നിങ്ങൾക്ക് മറ്റ് പ്രശ്നങ്ങളൊന്നും ഇല്ലെങ്കിലും നിങ്ങളുടെ കുഞ്ഞിന്റെ പ്രസവം സി-സെക്ഷൻ മൂലമായിരിക്കും.

പ്ലാസന്റൽ അബ്റപ്ഷൻ

ഇത് എന്താണ്? പ്ലാസന്റാ പ്രസവത്തിന് മുമ്പ്, ഗർഭാവസ്ഥക്കിടയിൽ യൂട്രൈൻ വാൾവിൽ നിന്ന് വേർപെടുന്നതിനെയാണ് പ്ലാസന്റൽ അബ്റപ്ഷൻ എന്നുപറയുന്നത്. ഇത് അധിക അളവിൽ ഇല്ലെങ്കിൽ കുറച്ച് ചികിത്സയും ശ്രദ്ധയും കൊണ്ട് അമ്മയെയും കുഞ്ഞിനെയും കൂടുതൽ ആപത്തില്ലാതെ രക്ഷിക്കാം. ഇത് ഗുരുതരമാണെങ്കിൽ കുഞ്ഞിന് കുറച്ച് ആപത്തുണ്ട്. പ്ലാസന്റാ വേർപെട്ടാൽ കുഞ്ഞിന് ഓക്സിജനും പോഷണവും കിട്ടില്ലെന്നാണ് ഇതിനർത്ഥം.

ഇത് എത്ര സാധാരണമാണ്? ഒന്നിൽ കുറവ് ശതമാനം ഗർഭാവസ്ഥയിലേ ഇത് ഉണ്ടാകാറുള്ളൂ. സാധാരണ മൂന്നാമത്തെ മൂന്നാം മാസത്തിനടുത്താണ് ഇത് ഉണ്ടാകുന്നത്. ഇത് ആർക്കുവേണമെങ്കിലും ഏർപ്പെടാവുന്നതാണ്. എന്നാൽ ഇരട്ടക്കുട്ടികൾക്ക് ജന്മം നൽകാൻ പോകുന്നവർ, ഇതിനുമുൻപും ഇത് ഉണ്ടായിരിക്കുന്നവർ, പുകയില, ലഹരിസാധനങ്ങൾ കഴിക്കുന്നവർ, ഗ്യാസ്റ്റേഷനൽ പ്രമേഹ രോഗികൾ എന്നിവർക്ക് ഇത് ഏർപ്പെട്ടേക്കാം. പ്രീക്ലെംപ്സിയാ, രക്ത സമ്മർദ്ദം എന്നിവ മൂലവും ഇതുണ്ടായേക്കാം.

ഇതിന്റെ സൂചനയും ലക്ഷണങ്ങളും എന്താണ്? അവ താഴെ കൊടുത്തിരിക്കുന്നു:–

- ശക്തമോ കുറവോ ആയ രക്തസ്രാവം.
- വയറിന്റെ കീഴ്ഭാഗത്ത് കോച്ചിവലിയും വേദനയും.
- മുതുക് അല്ലെങ്കിൽ വയറിൽ വേദന.

നിങ്ങൾക്കും ഡോക്ടർക്കും എന്തുചെയ്യാൻ കഴിയും? ഗർഭാവസ്ഥക്കിടയിൽ രക്തസ്രാവമോ വയറിൽ കോച്ചുവലിയോ ഏർപ്പെട്ടാൽ ഉടനെ ഡോക്ടറെ അറിയിക്കുക. രോഗിയുടെ മെഡിക്കൽ ഹിസ്റ്ററി, രോഗിയുടെ സ്ഥിതി, സങ്കോചനം, ശിശുവിന്റെ പ്രതികരണം എന്നിവയെല്ലാം പരിശോധിച്ചശേഷമെ എന്തെങ്കിലും തീരുമാനം എടുക്കാൻ കഴിയൂ. അൾട്രാ സൗണ്ടുമൂലം സഹായം ലഭിച്ചേക്കാം. 25% അബ്റപ്ഷൻ ഇതുമൂലം കണ്ടുപിടിക്കാൻ കഴിയും. പ്ലാസന്റാ പൂർണ്ണമായി വേർപെട്ടിട്ടില്ലെങ്കിൽ നിങ്ങൾക്ക് വിശ്രമിക്കാനുള്ള നിർദ്ദേശം മാത്രമെതരൂ. രക്തസ്രാവം തുടരുകയാണെങ്കിൽ ഐ.വി. ഫ്ലൂയിഡ് തരേണ്ടിവരും. വേഗ ത്തിൽ പ്രസവിപ്പിക്കേണ്ടി വന്നാൽ കുഞ്ഞിന്റെ ശ്വാസകോശങ്ങൾ ശക്തമാകാൻ സ്റ്റിറോയ്ഡ് ഇഞ്ചെക്ഷൻ തരും. എറപ്ഷൻ തുടരുകയാണെങ്കിൽ സി-സെക്ഷൻ തന്നെ ചെയ്യേണ്ടിവരും.

കോറിയോ ആമ്നിയോനിട്ടിസ്

ഇതെന്താണ്? ശിശുവിനെ സംരക്ഷിക്കുന്ന ആമ്നിയോട്ടിക് മെംബ്രെയിനിലും ദ്രവത്തിലും ഏർപ്പെടുന്ന സംക്രമണമാണിത്. ഇത് ബാക്ടീരിയ കാരണമാണ് ഉണ്ടാകുന്നത്.

ഇത് പ്രീമെച്വർ ഡെലിവറിയും മെംബ്രെയിനും കാരണമാണെന്ന് കരുതപ്പെടുന്നു.

ഇത് എത്ര സാധാരണമാണ്?:– ഒന്നോ രണ്ടോ ഗർഭാവസ്ഥയിലെ ഇതുണ്ടാകാറുള്ളൂ. മെംബ്രെയിൻ വേഗത്തിൽ ഉടഞ്ഞശേഷം ഈ സംക്രമണത്തിനുള്ള ആപത്ത് വർദ്ധിക്കുന്നു. യോനിവഴി ബാക്ടീരിയ അകത്ത് പ്രവേശിക്കും. ആദ്യഗർഭാവസ്ഥയിൽ ഈ സംക്രമണം ഏർപ്പെട്ടിട്ടുള്ള സ്ത്രീകൾക്ക് രണ്ടാമത്തെ ഗർഭാവസ്ഥയിലും ഇങ്ങനെ സംഭവിക്കാനുള്ള സാദ്ധ്യത കൂടുതലാണ്.

ഇതിന്റെ സൂചനയും ലക്ഷണങ്ങളും എന്താണ്? സംക്രമണം ഉണ്ടോ എന്നറിയാൻ സാധാരണ ടെസ്റ്റുകളൊന്നും ചെയ്യാറില്ല. ഇതിന്റെ ലക്ഷണങ്ങൾ താഴെ കൊടുത്തിരിക്കുന്നു:–

- പനി
- ഗർഭാശയത്തിൽ വേദന
- കുഞ്ഞിന്റെയും നിങ്ങളുടെയും ഹൃദയ സ്പന്ദനം വേഗത്തിലാകുക.

നിങ്ങൾ അറിയാൻ ആഗ്രഹിക്കും

ശരിയായ സമയത്ത് കോറിയോ ആമ്നിയോട്ടിക് കണ്ടുപിടിച്ച് ചികിത്സ ചെയ്താൽ അമ്മയ്ക്കും കുഞ്ഞിനും ആപത്ത് കുറയും.

- മെംബ്രെയിൻ ഉടയുമ്പോൾ ആമ്നിയോട്ടിക് ദ്രവം ഒഴുകുക.
- മെംബ്രെയ്ൻ ഉടഞ്ഞില്ലെങ്കിൽ ദുർഗന്ധമുള്ള യോനി സ്രാവം.
- ശ്വേത രക്താണുക്കളുടെ എണ്ണം വർദ്ധിക്കുക.

നിങ്ങൾക്കും ഡോക്ടർക്കും എന്തുചെയ്യാൻ കഴിയും? ദുർഗന്ധമുള്ള സ്രാവം ഉണ്ടെന്നു കണ്ടാൽ ഡോക്ടറോട് പറഞ്ഞാൽ സംക്രമണം തടയാൻ ആന്റി ബയോട്ടിക്സ് തരും. വേഗം പ്രസവം നടത്തുകയും അതിനുശേഷവും കുഞ്ഞിനും നിങ്ങൾക്കും ആന്റി ബയോട്ടിക്സ് തരികയും ചെയ്യും. അതുകൊണ്ട്

നിങ്ങൾക്കും കുഞ്ഞിനും വീണ്ടും സംക്രമണം ഏർപ്പെടുകയില്ല.

ഓലിഗോഹൈഡ്രാമനിയോസ്

ഇതെന്താണ്? ഈ അവസ്ഥയിൽ കുഞ്ഞിന് ചുറ്റും അമ്നിയോട്ടിക് ദ്രവത്തിന്റെ കുറവ് ഏർപ്പെടും. ഇത് സാധാരണ മൂന്നാമത്തെ മൂന്നാം മാസത്തിന്റെ അവസാനമായിരിക്കും ഏർപ്പെടുക. പക്ഷെ, അതിന് മുമ്പും ഉണ്ടായേക്കാം. ഈ പ്രശ്നമുള്ള സ്ത്രീകളുടെ ഗർഭാവസ്ഥ സാധാരണമായിരിക്കും. ഗർഭനാളം കാരണം കുറച്ച് ബുദ്ധിമുട്ടുണ്ടാകുമെന്ന് മാത്രം. പലപ്പോഴും ഇതുകാരണം കുഞ്ഞിന്റെ വളർച്ചയിൽ എന്തെങ്കിലും കുറവുണ്ടോ എന്ന് കണ്ടുപിടിക്കാൻ കഴിയും.

ഇത് എത്രസാധാരണമാണ്? സാധാരണ 4 മുതൽ 8 ശതമാനം ഗർഭിണികളിൽ ഈ രോഗം കാണാറുണ്ട്. പ്രസവത്തിന് കണക്കാക്കിയിട്ടുള്ള തീയതി കഴിഞ്ഞുപോയാൽ ഇതിന്റെ സംഖ്യ 12% വരെ എത്തും.

ഇതിന്റെ സൂചനകളും ലക്ഷണങ്ങളും എന്താണ്? അമ്മയിൽ ലക്ഷണമൊന്നും കാണപ്പെടുകയില്ല. എന്നാൽ ഗർഭാവസ്ഥയുടെ ആകൃതി (വയറ്) സാധാരണയിൽ ചെറുതായിരിക്കും. ആമ്നിയോട്ടിക് ദ്രവത്തിന്റെ അളവും കുറവായിരിക്കും. ചില കേസുകളിൽ കുഞ്ഞിന്റെ ചലനവും കുറയും.

നിങ്ങൾക്കും ഡോക്ടർക്കും എന്തുചെയ്യാൻ കഴിയും? ധാരാളം വിശ്രമിക്കുകയും കുറെ വെള്ളം കുടിക്കുകയും ചെയ്യണം. ആമ്നിയോട്ടിക് ദ്രവത്തിന്റെ അളവ് നിരീക്ഷിക്കും. കാര്യം നിയന്ത്രണത്തിലായില്ലെങ്കിൽ ഡോക്ടർ വേഗം പ്രസവിപ്പിക്കാൻ നിർദ്ദേശിക്കും.

ഹൈഡ്രമനിയോസ്

ഇതെന്താണ്? കുഞ്ഞിന് ചുറ്റും ആമ്നിയോട്ടിക് ദ്രവത്തിന്റെ അളവ് ആവശ്യത്തിൽ കൂടുതലാകുന്നു. പക്ഷെ ചികിത്സ ഒന്നും ചെയ്യാതെതന്നെ ഇതിൽ സമതുലനം ഏർപ്പെടും.

ദ്രവം കൂടുതലാണെങ്കിൽ കുഞ്ഞിൽ സ്നായുതന്ത്രം, ഗ്യാസ്റ്റ്രേഷനൽ ക്രമക്കേട് അല്ലെങ്കിൽ പുറത്തുവരാനുള്ള കഴിവ് കുറവ് എന്നിവ സൂചിപ്പിക്കുന്നു. ഇതുകൊണ്ട് മെംബ്രെയിൻ വേഗത്തിൽ ഉടയുക, പ്രീടേംലേബർ, പ്ലാസന്റ്റാ എറപ്ഷൻ, ബ്രീച്ച് അല്ലെങ്കിൽ ഗർഭനാളത്തിൽ പ്രൊലാപ്സ് ഉണ്ടാകുക എന്നീ അപകടങ്ങൾ ഉണ്ടാവാനുള്ള സാദ്ധ്യത വർദ്ധിക്കും.

ഇത് എത്രസാധാരണമാണ്? 4% ഗർഭാവസ്ഥകളിൽ ഇതുണ്ടാകുന്നു. കുഞ്ഞ് ഇരട്ടയാണെങ്കിലും അമ്മയുടെ പ്രമേഹത്തിന് ചികിത്സിച്ചിട്ടില്ലെങ്കിലും ഇതുണ്ടാകും.

ഇതിന്റെ സൂചനയും ലക്ഷണങ്ങളും എന്താണ്? ഇതിന് പ്രത്യേക ലക്ഷണങ്ങളൊന്നുമില്ല.

- കുഞ്ഞിന്റെ ചലനം അധികം അറിയാൻ കഴിയില്ല.
- ഗർഭാശയത്തിന്റെ വലിപ്പം വളരെ കൂടുന്നു.
- വയറിന്റെ കീഴ് ഭാഗത്ത് ബുദ്ധിമുട്ട്.
- അജീർണ്ണം.
- കാലുകളിൽ വീക്കം
- ശ്വാസം എടുക്കാൻ ബുദ്ധിമുട്ട്.
- ഗർഭാശയ സങ്കോചനം.

ഡോക്ടറുടെ ആന്തരിക പരിശോധനകൊണ്ടോ അൾട്രാസൗണ്ടിനിടയിലോ ഇതിനെപ്പറ്റി അറിയാൻ കഴിയും.

നിങ്ങൾക്കും ഡോക്ടർക്കും എന്തുചെയ്യാൻ കഴിയം? ദ്രവം കൂടുതലായിരിക്കുമ്പോൾ തുടർച്ചയായി പരിശോധനക്കുവേണ്ടി ഡോക്ടറുടെ അടുത്തുപോകണം. ദ്രവം വളരെ അധികം ചേർന്നിട്ടുണ്ടെങ്കിൽ ആമ്നിയോ സെന്റസിസ് ചെയ്യിക്കേണ്ടിവരും. പ്രസവവേദന തുടങ്ങുന്നതിന് മുമ്പുതന്നെ പനീർകുടം ഉടഞ്ഞാൽ ഡോക്ടറെ വിളിക്കാൻ വൈകരുത്.

പ്രീടേം പ്രീമെച്വർ റപ്ച്ചർ ഓഫ് മെംബ്രെയ്ൻ

37 ആഴ്ചകൾക്കുമുമ്പ് പനീർകുടം ഉടഞ്ഞാൽ അതിനെ പി.പി.ആർ.ഓ.എം. എന്നു പറയും. ഇതുകാരണം സമയത്തിനുമുമ്പ് കുഞ്ഞ് ജനിക്കുകയോ കുഞ്ഞിന് ഏതെങ്കിലും വിധത്തിലുള്ള സംക്രമണം ഏർപ്പെടുകയോ ചെയ്യും.

ഇത് എത്ര സാധാരണമാണ്? 3%ത്തിലും കുറഞ്ഞ കേസുകളിലെ ഇത് കാണാറുള്ളൂ. പുകവലി, എസ്.ടി.ഡി. രോഗബാധ, യോനിയിൽ നിന്ന് രക്തസ്രാവമുണ്ടാകുന്ന രോഗം, പ്ലാസന്റ എറപ്ഷൻ എന്നീ പ്രശ്നങ്ങളുള്ള സ്ത്രീകൾക്കാണ് ഇത് ഏർപ്പെടാനുള്ള അപായം കൂടുതലുള്ളത്. ഇരട്ടക്കുട്ടികളായിരിക്കുകയോ ബാക്ടീരിയൽ വെജനിയോസിസ് ഉണ്ടായിരിക്കുകയോ ചെയ്താൽ ആപത്ത് കൂടുതലാണ്.

നിങ്ങൾ അറിയാൻ ആഗ്രഹിക്കും

പ്രീമെച്വർ ബേബിയെ ഐ.സി.യു.വിൽ പ്രവേശിപ്പിച്ചാൽ കുറച്ച് ദിവസങ്ങളിൽ ആരോഗ്യമുള്ള നവജാത ശിശുവിനോടൊപ്പം നിങ്ങൾക്ക് വീട്ടിലേക്ക് മടങ്ങാൻ കഴിയം. വൈദ്യശാസ്ത്രത്തിലെ ടെക്നിക്കുകൾക്ക് നന്ദി.

നിങ്ങൾ അറിയാൻ ആഗ്രഹിക്കും

പി.പി.ആർ.ഒ.എം. ശരിയായ സമയത്ത് കണ്ടുപിടിക്കുകയും ചികിത്സിക്കുകയും ചെയ്താൽ അമ്മയും കുഞ്ഞും ആരോഗ്യത്തോടെ ഇരിക്കും. സമയത്തിനുമുമ്പ് ജനിച്ചാലും കുഞ്ഞിനെ ഐ.സി.യുവിൽ വെച്ച് സംരക്ഷിക്കും.

ഇതിന്റെ സൂചനയും ലക്ഷണങ്ങളും എന്താണ്? യോനിയിൽ നിന്ന് ദ്രവം ഒഴുകുക, മൂത്രവും ആമ്നിയോട്ടിക് ദ്രവവും തമ്മിലുള്ള വ്യത്യാസം അറിയാൻ അത് മണത്തു നോക്കുക. മൂത്രത്തിന്റെ ഗന്ധം ആമ്നിയോട്ടിക് ദ്രവത്തിന്റേതുപോലെയല്ല. ദ്രവത്തിൽ സംക്രമണം ഉണ്ടായിട്ടില്ലെങ്കിൽ ദുർഗന്ധമുണ്ടാകില്ല. ഇക്കാര്യത്തിൽ എന്തെങ്കിലും സംശയമുണ്ടെങ്കിൽ ഡോക്ടറോട് പറയാൻ വൈകരുത്.

നിങ്ങൾക്കും ഡോക്ടർക്കും എന്തുചെയ്യാൻ കഴിയും? 34 ആഴ്ചകൾക്കുശേഷം മെംബ്രെയിൻ കീറിയാൽ കുഞ്ഞിനെ പ്രസവിപ്പിക്കും. ഡെലിവറി ചെയ്യിക്കാൻ പറ്റാത്ത നിലയിലാണെങ്കിൽ നിങ്ങളെ ആശുപത്രിയിൽ ചേർക്കുകയും സംക്രമണം ഏർപ്പെടാതിരിക്കാൻ ആന്റിബയോട്ടിക്സ് തരുകയും ചെയ്യും. കുഞ്ഞിന്റെ ശ്വാസകോശങ്ങൾ ശക്തമാകാൻ സ്റ്റീറോയ്ഡും തരും. കുഞ്ഞ് പ്രസവിക്കാൻ പറ്റാത്ത അത്ര ചെറുതാണെങ്കിൽ ഈ പ്രക്രിയ തടയാൻ മരുന്നുകൾ തരും. മെംബ്രെയിൻ താനേ ശരിയാകുകയും ദ്രവം ഒഴുകുന്നത് നിൽക്കുകയും ചെയ്യുന്നത് വളരെ വിരളമാണ്. അങ്ങനെ സംഭവിച്ചാൽ നിങ്ങൾക്ക് വീട്ടിലേക്ക് പോകാൻ അനുവാദം കിട്ടും. കുറച്ച് സൂക്ഷിക്കണമെന്ന് നിർദ്ദേശിക്കുകയും ചെയ്യും.

ഇതിൽനിന്ന് രക്ഷയുണ്ടോ?:– നിങ്ങൾ പി.പി.ആർ.ഓ.എം.ൽ നിന്ന് രക്ഷപ്പെടാൻ ആഗ്രഹിക്കുന്നുണ്ടെങ്കിൽ യോനിയിൽ സംക്രമണം ഏർപ്പെടാതെ സൂക്ഷിക്കുക. യോനി സംക്രമണം കൊണ്ടാണ് ഇതുണ്ടാകുന്നത്.

പ്രീടേം അല്ലെങ്കിൽ പ്രീമെച്വർ ലേബർ

20 ആഴ്ചകൾക്കുശേഷം 37 ആഴ്ചകൾക്ക് മുമ്പ് ഉണ്ടാകുന്ന പ്രസവവേദനയെയാണ് പ്രീടേം ലേബർ എന്ന് പറയുന്നത്.

ഇത് എത്രസാമാന്യമാണ്? ഇത് ഒരു സാധാരണ പ്രശ്നമാണ്. പുകവലി, മദ്യപാനം, ലഹരി പദാർത്ഥങ്ങൾ ഉപയോഗിക്കുക, തൂക്കക്കുറവ്, തൂക്കം കൂടുതൽ, പോഷകക്കുറവ്, മോണകളിൽ സംക്രമണം, എസ്.ടി.ഡി., ലാക്ടീരിയൽ, മൂത്രാശയ മാർഗ്ഗത്തിലും ആമ്നിയോട്ടിക് ദ്രവത്തിലും സംക്രമണം, കഴിവുകുറഞ്ഞ സർവിക്സ്, യൂട്രായ്നിന്റെ കുഴപ്പങ്ങൾ, അമ്മയുടെ ദീർഘകാല രോഗം, പ്ലാസന്റ എറപ്ഷൻ, പ്ലാസന്റാ പ്രീവിയ എന്നിവ മൂലം ഇതിന്റെ സാദ്ധ്യത വർദ്ധിക്കുന്നു. 17-ൽ കുറവും 35-ൽ കൂടുതലും വയസ്സുള്ള സ്ത്രീകൾ, മൾട്ടിപ്പിൾ പ്രെഗ്നൻസിയുള്ള അമ്മമാർ, പ്രീമെച്വർ ഡെലിവറിയുടെ ഹിസ്റ്ററിയുള്ള സ്ത്രീകൾ എന്നിവരിൽ ഈ രോഗത്തിനുള്ള സാദ്ധ്യത കൂടുതലാണ്.

ഇതിന്റെ സൂചനയും ലക്ഷണങ്ങളും എന്താണ്?:– ഇതിൽ താഴെ കൊടുത്തിട്ടുള്ള ലക്ഷണങ്ങൾ കാണാം:–

- മാസമുറയുടെ സമയത്തെപ്പോലെ കോച്ചിവലി.
- ക്രമബദ്ധമായ സങ്കോചനം സ്ഥിതി മാറുമ്പോൾ ശക്തമാകും.
- മുതുകിൽ അഴുത്തം.
- പെൽവിക്കിൽ അഴുത്തം.
- യോനിയിൽ രക്തസ്രാവം.
- മെംബ്രെയിൻ കീറുക.
- സർവിക്സ് തുറക്കുക (അൾട്രാസൗണ്ടിൽ നിന്ന് അറിയാൻ കഴിയും).

നിങ്ങൾക്കും ഡോക്ടർക്കും എന്തു ചെയ്യാൻ കഴിയും? ആരോഗ്യവും സുരക്ഷയും കണക്കിലെടുക്കുമ്പോൾ കുഞ്ഞ് എത്രദിവസം ഗർഭപാത്രത്തിൽ ആയിരിക്കുന്നുവോ അത്രയും നല്ലതാണ്. അതുകൊണ്ട് പ്രസവം തടയുകയാണ്. പ്രാഥമിക ഉദ്ദേശം. സങ്കോചനം ഏർപ്പെടാൻ തുടങ്ങിയിട്ടുണ്ടെങ്കിൽ ഡോക്ടർ സ്ഥിതിക്കനുസരിച്ച്, നിങ്ങൾ വീട്ടിൽ ഇരിക്കണോ, ആശുപത്രിയിൽ ഇരുന്ന് മരുന്നുകളും ഇഞ്ചെക്ഷനും എടുക്കണോ എന്ന് തീരുമാനിക്കാം. നിങ്ങളുടെ സ്ഥിതിക്കനുസരിച്ച് മരുന്നും ഇഞ്ചെക്ഷനും തരും. പ്രസവം തടയുന്നതുകൊണ്ട് നിങ്ങൾക്കും കുഞ്ഞിനും ആപത്ത് ഏർപ്പെട്ടേക്കാമെന്ന് ഡോക്ടർക്ക് തോന്നിയാൽ അദ്ദേഹം ഒരിക്കലും അതിന് ശ്രമിക്കില്ല.

ഇതിൽ നിന്ന് രക്ഷയുണ്ടോ? എല്ലാ പ്രീടേം ബെർത്തുകളും തടയാൻ കഴിയിൽ അവയുടെ കാരണങ്ങൾ നമ്മുടെ നിയന്ത്രണത്തിലല്ല. പ്രസവത്തിന് മുമ്പ് നല്ല ശുശ്രൂഷ, നല്ല ആഹാരം, പല്ലുകളുടെ നല്ല സംരക്ഷണം, കൊക്കേൻ, മദ്യം എന്നീ ലഹരിസാധനങ്ങൾ ഉപേക്ഷിക്കുക. പരിശോധന, സംക്രമണത്തിൽനിന്ന് രക്ഷ, എന്നീ ഉപായങ്ങൾ സ്വീകരിച്ച്, ഡോക്ടറുടെ എല്ലാ നിർദ്ദേശങ്ങളും പാലിച്ചാൽ ഒരളവുവരെ പ്രീടേം ബെർത്ത് തടയാൻ കഴിയും. മുമ്പുതന്നെ ഈ പ്രശ്നം ഉണ്ടായിട്ടുള്ള സ്ത്രീകൾക്കും എന്തെങ്കിലും ഉപായം ചെയ്യാൻ കഴിയും.

പ്രീടേം ലേബർ കണ്ടുപിടിക്കുക

ഇക്കാലത്ത് പലവിധ ടെസ്റ്റുകളുടെയും പരിശോധനകളുടെയും സഹായം കൊണ്ട് പ്രീടേം ലേബറിനെപ്പറ്റി അനുമാനിക്കാൻ കഴിയും. ഗർഭാശയത്തിലെയോ യോനിയിലെയോ സ്രാവം എഫ്.എഫ്.എൻ.-ന്റെ സഹായത്തോടെ ഇത് കണ്ടുപിടിക്കാം. പരിശോധനയുടെ റിസൾട്ട് പോസിറ്റീവാണെങ്കിൽ പ്രീടേം ലേബർ തടയാനുള്ള ശ്രമം നടത്തണം. ഇതിന്റെ ആപത്ത് കൂടുതലുള്ള സ്ത്രീകൾക്കാണ് ഈ ടെസ്റ്റ് ചെയ്യുന്നത്. സർവിക്സിന്റെ നീളം അളക്കാൻ സ്ക്രീനിങ്ങ് ടെസ്റ്റും ചെയ്യും. ഇതിൽ അൾട്രാസൗണ്ടിന്റെ സഹായം കൊണ്ട് സർവിക്സിന്റെ നീളം അളക്കും. അത് ചെറുതായിരിക്കുകയോ തുറന്നിരിക്കുകയോ ചെയ്താൽ അത് തടയാനുള്ള വഴികൾ ചെയ്യും.

സിംഫിസിസ്പ്യൂവിസ് ഡിസ്ഫങ്ഷൻ

ഇതെന്താണ്? എസ്.പി.ഡി. എന്നാൽ, നിങ്ങളുടെ പെൽവിക് ബോണിന്റെ ലിഗ്മെന്റിൽ ധാരാളം വലിവ് ഏർപ്പെടുകയും അതിനാൽ അവയിൽ വേദന ഉണ്ടാകുകയും ചെയ്യുന്നു.

ഇത് എത്ര സാധാരണമാണ്? 300-ൽ ഒരുത്തർക്കെ ഇതുണ്ടാകാറുള്ളു. വിദഗ്ദന്മാരുടെ അഭിപ്രായം 2 ശതമാനത്തിൽ കൂടുതൽ ഗർഭിണികൾക്ക് ഇതുണ്ടാകുന്നു എന്നതാണ്. പക്ഷെ അവർക്ക് അത് തിരിച്ചറിയാൻ കഴിയുന്നില്ല.

ഇതിന്റെ സൂചനയും ലക്ഷണങ്ങളും എന്താണ്? പെൽവിക് ഏരിയായിൽ ശക്തമായ വേദനയും നടക്കാൻ പ്രയാസവും ഉണ്ടാകും. പലപ്പോഴും ഈ വേദന തുടയുടെ മുകൾഭാഗത്തും പെരിനിയൽവരെയും ഉണ്ടാകും. നടുക്കുക, ഭാരം എടുക്കുക അല്ലെങ്കിൽ എന്തെങ്കിലും ജോലി ചെയ്യുന്ന സമയത്ത് ഒരുകാൽ ഉയർത്തുക, എന്നീ സമയങ്ങളിൽ ഈ വേദന കൂടുതലാകുന്നു. പല കേസുകളിലും പെൽവിസ്, അരക്കെട്ട്, നിതംബങ്ങൾ എന്നീവിടങ്ങളിൽ അസഹ്യമായ വേദന ഉണ്ടാകും.

നിങ്ങൾക്കും ഡോക്ടർക്കും എന്തു ചെയ്യാൻ കഴിയും? അധിക ഭാരം എടുക്കാതിരിക്കുക, നടന്ന് സ്ഥിതി അധികം മോശമാക്കാതിരിക്കുക. പെൽവിസിന് താങ്ങ് ലഭിക്കാൻ ബെൽറ്റ് ധരിക്കുക. വിശ്രമിക്കുക. കീഗൽ 9-ഉം പെൽവിക് റ്റിൽട്ടും ചെയ്യുന്നതുകൊണ്ട് മാംസപേശികൾക്ക് ശക്തി കിട്ടും. വേദന അസഹ്യമാണെങ്കിൽ ഡോക്ടറോട് പറഞ്ഞ് വേദന സംഹാരി മരുന്ന് കഴിക്കുക. അല്ലെങ്കിൽ മാറ്റു ചികിത്സാ പദ്ധതി സ്വീകരിക്കുക.

പലപ്പോഴും ഇതുകാരണം യോനിവഴി പ്രസവം കഠിനമായിത്തീരും. അതുകൊണ്ട് ഡോക്ടർ സി-സെക്ഷൻ ചെയ്യാൻ പറയും. പ്രസവശേഷവും ലിഗ്മെന്റ് സാധാരണ അവസ്ഥയിലെത്തിയില്ലെങ്കിൽ ഡോക്ടറോട് പറഞ്ഞ് മരുന്ന് കഴിക്കേണ്ടിവരും.

കാർഡ്നോട്സും ടൈഗെൽസും

ഇതെന്താണ്? പലപ്പോഴും ഗർഭനാളം കെട്ടു പിണയുകയോ അത് കുഞ്ഞിനെ ചുറ്റുകയോ ചെയ്യുന്നു. ചില കെട്ടുകൾ പ്രസവത്തിനിട യിലോ ഗർഭാവസ്ഥയിൽ കുഞ്ഞ് ഇളക്കു ന്നതുകൊണ്ടോ ഉണ്ടാകും. ഈ കെട്ട് ലൂസാണെങ്കിൽ പ്രശ്നമില്ല. എന്നാൽ ഇത് മുറുകിയാൽ കുഞ്ഞിന്റെ രക്തപ്രവാഹ ത്തിലും ഓക്സിജൻ കിട്ടുന്നതിനും ബുദ്ധിമുട്ടാകും. ഇത് വളരെ വിരളമായെ ഉണ്ടാകാറുള്ളൂ. കുഞ്ഞ് ബെർത്ത് കനാൽ വഴി താഴോട്ട് വന്നുകൊണ്ടിരിക്കുമ്പോഴാണ് ഇത് ഉണ്ടാകുന്നത്.

ഇത് എത്ര സാധാരണമാണ്? 100-ൽ ഒരു കേസിലേ ഇങ്ങനെ ഉണ്ടാകാറുള്ളൂ. എന്നാൽ കെട്ട് മുറുകുന്നതുകൊണ്ട് പ്രശ്നങ്ങൾ ഏർപ്പെടാറുണ്ട്. ഇതുകൊണ്ട് കുഞ്ഞിന് ആപത്തൊന്നുമില്ല. ഗ്യാസ്റ്റേഷണൽ ആയുവിൽ കൂടുതൽ ഉള്ള ശിശുക്കൾക്കും ഗർഭനാളം വലുതായിരിക്കുന്നവർക്കും ഇതുണ്ടാകാനുള്ള സാദ്ധ്യത കൂടുതലാണ്. പോഷകാഹാരത്തിന്റെ കുറവ്, ലഹരി വസ്തുക്കളുടെ ഉപയോഗം, ഇരട്ടക്കുട്ടികൾ ഉണ്ടാകുക എന്നിവ മൂലം ഈ ആപത്ത് വർദ്ധിക്കും.

ഇതിന്റെ സൂചനയും ലക്ഷണങ്ങളും എന്താണ്? 37-ാമത്തെ ആഴ്ചക്കുശേഷം കുഞ്ഞിന്റെ ചലനം കുറയുന്നതാണ് ഇതിന്റെ ഏറ്റവും വലിയ ലക്ഷണം. പ്രസവത്തിനി ടയിൽ ഇത് സംഭവിച്ചാൽ മോണിട്ടർവഴി കുഞ്ഞിന്റെ അനിയന്ത്രിതമായ ഹൃദയമിടിപ്പ് മനസ്സിലാക്കാൻ കഴിയും.

നിങ്ങൾക്കും ഡോക്ടർക്കും എന്തുചെയ്യാൻ കഴിയും? നിങ്ങൾ കുഞ്ഞിന്റെ ഗതിവിധികൾ നിരീക്ഷിച്ചാൽ നന്നായിരിക്കും. പ്രസവത്തി നിടയിൽ ഇങ്ങനെയുള്ള കെട്ടുപിണഞ്ഞാൽ ഡോക്ടർ സുരക്ഷിതമായി കുഞ്ഞിനെ ജനിപ്പിക്കാൻ എന്തെങ്കിലും ഉപായം ചെയ്യും. പലപ്പോഴും സി-സെക്ഷൻ തന്നെ യാണ് നല്ല ഉപായമായി കണക്കാക്കുന്നത്.

ടൂ-വെസൽകോഡ്

ഇതെന്താണ്? ഒരു സാധാരണ ഗർഭനാള ത്തിൽ മൂന്ന് രക്തകുഴലുകൾ ഉണ്ടായിരിക്കും. ആദ്യത്തേത് കുഞ്ഞിന് ഓക്സിജനും പോഷണവും എത്തിച്ചു കൊടുക്കുന്നു. മറ്റ് രണ്ടും വ്യർത്ഥപദാർത്ഥങ്ങൾ അമ്മയുടെ രക്തപ്രവാഹം വരെയും മറുപിള്ളവരെയും എത്തിക്കുന്നു. ചില കേസുകളിൽ ഒരുവെയിനും ഒരു ആർട്ടറിയുമേ ഉണ്ടാകൂ.

ഇത് എത്ര സാധാരണമാണ്? ഒരു ശതമാനം സിങ്കിൾ പ്രെഗ്നൻസിയിലും 5% മൾട്ടിപ്പിൾ പ്രെഗ്നൻസിയിലും ഇങ്ങനെ ഉണ്ടാകും. അമ്മയുടെ വയസ്സ് 40-ൽ കൂടുതലായിരിക്കു കയോ അവർക്ക് പ്രമേഹം ഉണ്ടായിരിക്കു കയോ ചെയ്താൽ അപകട സാദ്ധ്യത വർദ്ധിക്കും.

ഇതിന്റെ സൂചനകളും ലക്ഷണങ്ങളും എന്താണ്? ഇതിന് ഒരു സൂചനയും ലക്ഷണവും ഇല്ല. അൾട്രാ സൗണ്ട് പരിശോധനമൂലമേ ഇത് കണ്ടുപിടിക്കാൻ കഴിയൂ.

നിങ്ങൾക്കും ഡോക്ടർക്കും എന്തുചെയ്യാൻ കഴിയും? ഇതുണ്ടെങ്കിലും ഗർഭാവസ്ഥ സാധാരണമായിരിക്കും. കുഞ്ഞിന് ഒന്നും സംഭവിക്കുകയില്ല. അതുകൊണ്ട് വിഷമിക്കേണ്ട. നിങ്ങളുടെ ഗർഭാവസ്ഥയിലും കുഞ്ഞിന്റെ വളർച്ചയിലും കുറച്ചുകൂടുതൽ ശ്രദ്ധപതിപ്പിക്കുക.

അസാമാന്യ ഗർഭാവസ്ഥാ കുഴപ്പങ്ങൾ

ഇങ്ങനെയുള്ള അസാമാന്യതകൾ മിക്ക വാറും ഉണ്ടാകാറില്ല. ശരാശരി ഗർഭിണി സ്ത്രീകൾക്ക് ഇതിനെ അഭിമുഖീകരിക്കേ ണ്ടിവരാറില്ല. നിങ്ങൾക്ക് താഴെപറഞ്ഞിട്ടുള്ള ഏതെങ്കിലും അവസ്ഥയെയോ രോഗ ത്തെയോ അഭിമുഖീകരിക്കേണ്ടിവന്നാൽ മാത്രം ഇത് വായിക്കുക. ഡോക്ടർക്ക് തന്റേതായ രീതിയിൽ ആ രോഗത്തെ ചികിത്സിക്കാൻ കഴിയുമെന്ന് ഓർക്കുക. അവയ്ക്ക് നമ്മളുമായി ഒരു ബന്ധവുമില്ല.

മോളർ ഗർഭാവസ്ഥ

ഇതെന്താണ്? ഈ സ്ഥിതിയിൽ മറുപിള്ള ഒരു സിസ്റ്റ് മാതിരി അസാധാരണ രൂപത്തിൽ വളരുന്നു. പലപ്പോഴും ഭ്രൂണത്തിന്റെ ടിഷ്യൂക്കളായിരിക്കും. പലപ്പോഴും അല്ലാതെയും ഇരിക്കും.

അച്ഛന്റെ രണ്ട് സെറ്റ് ക്രോമോസോമുകൾ അമ്മയുടെ ഒരുസെറ്റ് ക്രോമസോമുമായി കൂടിച്ചേരുമ്പോഴാണ് ഇതുണ്ടാകുന്നത്. ചിലപ്പോൾ അമ്മയുടെ ക്രോമസോമുകൾ തികച്ചും ഉണ്ടായിരിക്കുകയില്ല. ഗർഭം ധരിച്ച് ഒരാഴ്ച കഴിഞ്ഞാൽ ഇത് അറിയാൻ കഴിയും. എല്ലാ മോളർ പ്രെഗ്നൻസിയും മിസ്ക്യാരേജിലാണ് അവസാനിക്കുന്നത്.

ഇത് എത്ര സാധാരണമാണ്? ഇത് ദുർലഭമാണ്. 100-ൽ ഒരു കേസേ ഇങ്ങനെ ഉണ്ടാകൂ. 15-ൽ താഴെയോ 45-ൽ കൂടുതലോ വയസ്സുള്ള സ്ത്രീകളിലും മൾട്ടിപ്പിൾ മിസ്ക്യാരേജ് ഏർപ്പെട്ടിട്ടുള്ളവരിലും മോളാർ പ്രെഗ്നൻസി ഏർപ്പെടാനുള്ള സാദ്ധ്യത കൂടുതലാണ്.

നിങ്ങൾ അറിയാൻ ആഗ്രഹിക്കും

ഒരിക്കൽ മോളാർ പ്രെഗ്നൻസി ഉണ്ടായാൽ വീണ്ടും അതുതന്നെ ഉണ്ടാകണമെന്നില്ല. ഒന്നോ രണ്ടോ ശതമാനം കേസുകളിൽ മാത്രമേ ഇത് സംഭവിക്കാറുള്ളൂ.

ഇതിന്റെ സൂചനകളും ലക്ഷണങ്ങളും എന്താണ്? ഇതിന്റെ ലക്ഷണങ്ങൾ താഴെകൊടുത്തിരിക്കുന്നു –

- തുടർച്ചയായി തവിട്ടുനിറത്തിലുള്ള സ്രാവം
- വല്ലാത്ത മനം പിരട്ടലും ഛർദ്ദിയും
- കോച്ചിവലികാരണം ബുദ്ധിമുട്ട്
- ഉയർന്ന രക്തസമ്മർദ്ദം
- ഗർഭാശയത്തിന്റെ വലുപ്പക്കൂടുതൽ
- ഗർഭാശയം അയഞ്ഞിരിക്കുക
- ഭ്രൂണത്തിന്റെ ടിഷ്യൂ കുറവ്
- അമ്മയുടെ ശരീരത്തിലെ തൈറോയ്ഡ് ഹാർമോണുകളുടെ അളവ് കൂടുക.

നിങ്ങൾക്കും ഡോക്ടർക്കും എന്തു ചെയ്യാൻ കഴിയും? ഇങ്ങനെയുള്ള ഏതെങ്കിലും ലക്ഷണം കണ്ടാൽ ഉടനെ ഡോക്ടറോട് പറയുക. പലപ്പോഴും ഈ ലക്ഷണങ്ങളെ സാധാരണ ഗർഭാവസ്ഥയിലെ ലക്ഷണങ്ങളിൽ നിന്ന് വേർതിരിച്ച് കാണുന്നത് കുറച്ച് ബുദ്ധിമുട്ടായിരിക്കും. എന്നാൽ നിങ്ങളുടെ സഹജ ബുദ്ധിയിൽ വിശ്വസിക്കുക. എന്തെങ്കിലും കുഴപ്പമുള്ളതായി തോന്നിയാൽ ആശ്വാസത്തിന് ഡോക്ടറുടെ അഭിപ്രായം തേടുക.

അൾട്രാസൗണ്ടിൽ നിന്ന് മോളാർ പ്രെഗ്നൻസി ഉണ്ടെന്ന് കണ്ടുപിടിച്ചാൽ ഡി.ആന്റ്.സിയുടെ സഹായം തേടുകയും ഒരുവർഷംവരെ ഗർഭം ധരിക്കരുതെന്ന് നിങ്ങളെ നിർദ്ദേശിക്കും.

കോറിയോ കാർസിനോമാ

ഇതെന്താണ്? ഇത് ഗർഭാവസ്ഥയിലെ ക്യാൻസർ ആണ്. ഇത് പ്ലാസന്റയിലെ സെല്ലുകളിലാണ് ഉണ്ടാകുന്നത്. മോളാർ പ്രെഗ്നൻസി, മിസ്ക്യാരേജ് അല്ലെങ്കിൽ അബോർഷനുശേഷമാണ് ഇത് ഉണ്ടാകുന്നത്. ഭ്രൂണമില്ലാതെതന്നെ പ്ലാസന്റയുടെ ചില ടിഷ്യുക്കൾ വളരാൻ തുടങ്ങുന്നു. 15% കേസുകളിൽ മാത്രമെ സാധാരണ ഗർഭാവസ്ഥയ്ക്ക് ശേഷം ഇങ്ങനെ ഉണ്ടാകാറുള്ളൂ.

നിങ്ങൾ അറിയാൻ ആഗ്രഹിക്കും

കോറിയോ കാർഡിനോമാ ശരിയായ സമയത്ത് കണ്ടുപിടിച്ച് ചികിത്സിച്ചാൽ ഉത്പാദന ക്ഷമത കുറയുകയില്ല. പക്ഷെ ചികിത്സക്കുശേഷം ഒരുവർഷം കഴിഞ്ഞെ ഗർഭം ധരിക്കാവൂ എന്ന് നിർദ്ദേശിക്കും.

ഇത് എത്ര സാധാരണമാണ്? ഇത് വളരെ ദുർലഭമാണ് 4000 ഗർഭിണികളിൽ ഒരുത്തർക്കേ ഇത് ഉണ്ടാകാറുള്ളൂ.

ഇതിന്റെ സൂചനയും ലക്ഷണങ്ങളും എന്താണ്? ഇതിന്റെ ലക്ഷണങ്ങൾ താഴെ കൊടുത്തിരിക്കുന്നു.

- മിസ്ക്യാരേജ് അല്ലെങ്കിൽ മോളാർ പ്രെഗ്നൻസിക്കുശേഷം ആന്തരിക രക്തസ്രാവം.
- പ്രസവം കഴിഞ്ഞിട്ടും എച്ച്.സി.ജി. യുടെ ലെവൽ കുറയാതിരിക്കുക.
- യോനി, ഗർഭാശയം അല്ലെങ്കിൽ ശ്വാസകോശങ്ങളിൽ ട്യൂമർ

നിങ്ങൾക്കും ഡോക്ടർക്കും എന്തുചെയ്യാൻ കഴിയും? ഇങ്ങനെയുള്ള ലക്ഷണങ്ങൾ കണ്ടതും ഡോക്ടറോട് പറയുക. കീമോ തെറാപ്പിയും റേഡിയേഷനും കൊണ്ട് ഈ രോഗം ഗുണപ്പെടുത്താൻ കഴിയും. സ്വസ്ഥത യും കിട്ടും.

ഇംക്ലെംപ്സിയാ

ഇതെന്താണ്? ഇത് പ്രീക്ലെംപ്സിയാ ആയി മാറും. ഏത് അവസ്ഥയിലാണ് അമ്മയ്ക്ക് ഈ രോഗം പിടിപെട്ടത് എന്നതിന് അനുസരി ച്ചായിരിക്കും ഉടനെ പ്രസവം വേണോ എന്ന് തീരുമാനിക്കുന്നത് ശരിയായ മെഡിക്കൽ സംരക്ഷണം ഉണ്ടായാൽ ഈ അവസ്ഥയിലും ആരോഗ്യകരമായ പ്രെഗ്നൻസിയും ഡെലിവറിയും സാദ്ധ്യമാണ്.

ഇത് എത്രസാധാരണമാണ്? 2000 മുതൽ 3000 കേസുകളിൽ ഒന്നിൽ മാത്രമെ ഇങ്ങനെ ഉണ്ടാകാറുള്ളൂ. പ്രത്യേകിച്ച് പ്രസവത്തിന് മുമ്പ് ശരിയായ സംരക്ഷണം കിട്ടാത്ത സ്ത്രീകൾക്ക് ഇതുണ്ടാകും.

> **നിങ്ങൾ അറിയാൻ ആഗ്രഹിക്കും**
>
> പ്രസവത്തിന് മുമ്പ് ശരിയായ സംരക്ഷണം കിട്ടിയാൽ പ്രീക്ലെംപ്സിയാ അല്ലെങ്കിൽ ഇംക്ലെംപ്സിയാ ഉണ്ടാകാൻ സാദ്ധ്യത യില്ല.

ഇതിന്റെ സൂചനയും ലക്ഷണങ്ങളും എന്താണ്? ഡെലിവറിക്കടുത്തും ഡെലിവറി കഴിഞ്ഞ് 24 മണിക്കൂർ കഴിഞ്ഞും അറ്റാക്ക് ഉണ്ടാകുന്നതാണ് ഇതിന്റെ ഏറ്റവും വലിയ ലക്ഷണം.

നിങ്ങൾക്കും ഡോക്ടർക്കും എന്തുചെയ്യാൻ കഴിയും? നിങ്ങൾക്ക് മുമ്പുതന്നെ പ്രീക്ലെം പസിയാ ഉണ്ടെങ്കിൽ ഡോക്ടർ അത് തടയാൻ മരുന്നും ഓക്സിജനും തരും. പ്രസവം ആരംഭിപ്പിക്കുകയോ സി-സെക്ഷൻ ചെയ്യു കയോ ചെയ്യും. സ്ഥിതി നിയന്ത്രണ ത്തിലായാൽ സാധാരണ ഡെലിവറിയും സാദ്ധ്യമാണ്.

ഇതിൽ നിന്ന് രക്ഷയുണ്ടോ? ശരിയായ ശുശ്രൂഷയും പതിവായുള്ള പരിശോധനയും നിങ്ങളെ പ്രീക്ലെംപ്സിയയിൽ നിന്ന് രക്ഷിക്കും. ഈ രോഗമുണ്ടെന്ന് കണ്ടാൽ രക്ഷക്കുള്ള എല്ലാ ഉപായങ്ങളും ചെയ്താൽ ഇംക്ലെംപ്സിയ ഉണ്ടാകില്ല.

കോലിസ്ട്ടേസിസ്

ഇതെന്താണ്? ഈ വിധത്തിലുള്ള ഗർഭാവസ്ഥയിൽ ലിവറിൽ ആമാശയ രസം ഉണ്ടാകാൻ തുടങ്ങുകയും അത് രക്ത പ്രവാഹത്തിൽ കലരുകയും ചെയ്യുന്നു. ഒടുവിലത്തെ മൂന്നാം മാസം ഹാർമോണു കൾ അവയുടെ പരമോന്നത നിലയിലായി രിക്കുമ്പോഴാണ് ഇതുണ്ടാകുന്നത്. പ്രസവ ശേഷം ഇത് ശരിയാകും.

ഇത് എത്ര സാധാരണമാണ്? ഇത് 1000-ൽ ഒന്നോ രണ്ടോ കേസുകളിലെ ഉണ്ടാകാറുള്ളൂ. മൾട്ടിപ്പിൾ പ്രെഗ്നൻസി, ലിവർ രോഗികൾ, കുടുംബത്തിൽ ഇങ്ങനെയുള്ള ഹിസ്റ്ററി യുള്ള സ്ത്രീകൾ എന്നിവർക്കാണ് ഇത് കൂടുതലും ബാധിക്കുന്നത്.

ഇതിന്റെ സൂചനയും ലക്ഷണങ്ങളും എന്താണ്? ഗർഭാവസ്ഥയുടെ അവസാന ദിവസങ്ങളിൽ കൈകാലുകളിൽ ചൊറിച്ച ലുണ്ടാകുന്നു.

നിങ്ങൾക്കും ഡോക്ടർക്കും എന്തുചെയ്യാൻ കഴിയും? ചില മരുന്നുകളോ, ലോഷൻകളോ കൊണ്ട് ഈ ലക്ഷണങ്ങളുടെ പ്രഭാവം കുറക്കാവുന്നതാണ്. പലപ്പോഴും ഈ ആമാശയരസത്തിനുവേണ്ടിയും മരുന്ന് കൊടുക്കേണ്ടിവരും. ഇതുകൊണ്ട് അമ്മ യ്ക്കോ കുഞ്ഞിനോ എന്തെങ്കിലും ആപത്തു ണ്ടെങ്കിൽ വേഗത്തിൽ പ്രസവിപ്പിക്കേണ്ടി വന്നേക്കാം.

ഡീപ് വിനസ് ത്രോംബോസിസ്

ഇതെന്താണ്? ഡി.വി.ടിയിൽ ആഴ്ന്ന ഞരമ്പുകളിൽ രക്തത്തിന്റെ കട്ടകൾ അടിഞ്ഞുകൂടുന്നു. തുടയുടെ അടുത്തുള്ള ഭാഗത്താണ് ഇങ്ങനെ ഉണ്ടാകുന്നത്. പ്രസവത്തിനടുത്തും പ്രസവശേഷവും ഇതുണ്ടാകും. പ്രസവസമയത്ത് കൂടുതൽ രക്തസ്രാവം ഉണ്ടാകുമെന്ന ഭയത്തിൽ പ്രകൃതിതന്നെ ഈ ഭാഗങ്ങളിൽ രക്തം ചേർത്തുവെക്കുന്നു. അതുകൊണ്ട് ശരീരത്തിന്റെ കീഴ്ഭാഗത്തുള്ള രക്തം ഹൃദയത്തിലേക്ക് ചെല്ലുന്നില്ല. ഗർഭാശയത്തിന്റെ വലുപ്പം കാരണവും ഇങ്ങനെ സംഭവിച്ചേക്കാം. ഡി.വി.ടിയ്ക്ക് ചികിത്സ നൽകിയില്ലെങ്കിൽ ശ്വാസകോശങ്ങളിലും രക്തം കട്ടപിടിക്കും. പ്രാണൻതന്നെ അപകടത്തിലായേക്കാം.

ഇത് എത്ര സാധാരണമാണ്? 1000 മുതൽ 2000 കേസുകളിൽ ഒരുത്തർക്കേ ഇതുണ്ടാകാറുള്ളൂ. പ്രസവത്തിനുശേഷവും ഇതുണ്ടായേക്കാം. വയസ്സ് കൂടുതലാകുക, പുകവലി, കുടുംബത്തിൽ ഇതിന്റെ ഹിസ്റ്ററി ഉണ്ടാകുക, ഹൈപർ ടെൻഷൻ, പ്രമേഹം എന്നിവ ഉണ്ടെങ്കിൽ ഇതിന്റെ സാദ്ധ്യത വർദ്ധിക്കും.

ഇതിന്റെ സൂചനയും ലക്ഷണങ്ങളും എന്താണ്? ഇതിന്റെ സൂചനയും ലക്ഷണങ്ങളും താഴെ കൊടുത്തിട്ടുള്ളവയാണ്:–

- കാലുകളിൽ ഭാരവും വേദനയും അനുഭവപ്പെടുക.
- കാൽവണ്ണകളിലും തുടകളിലും ഭാരം തോന്നുക.
- ലേസായതുമുതൽ ഗംഭീരമായ വീക്കം.
- കാലുകളിൽ കോച്ചിവലി.
- രക്തക്കട്ടകൾ ശ്വാസകോശംവരെ എത്തിയിട്ടുണ്ടെങ്കിൽ
- നെഞ്ചുവേദന
- ശ്വാസം മുട്ടൽ
- കഫത്തോടുകൂടിയ ചുമയും കഫത്തിൽ രക്തവും.
- ഹൃദയഗതിയും ശ്വാസഗതിയും വേഗത്തിലാകുക.
- ചുണ്ടും വിരലുകളുടെ അഗ്രവും നീലനിറമാകുക.
- പനി

നിങ്ങൾക്കും ഡോക്ടർക്കും എന്തുചെയ്യാൻ കഴിയും? നിങ്ങൾക്ക് മുമ്പുതന്നെ ഈ രോഗം ഉണ്ടായിട്ടുണ്ടെങ്കിൽ ഡോക്ടറെ അറിയിക്കണം. ഒരുകാലിൽ വീക്കമോ വേദനയോ ഉണ്ടായാൽ ഡോക്ടറോട് പറയാൻ താമസിക്കരുത്.

അൾട്രാസൗണ്ട് അല്ലെങ്കിൽ എം.ആർ.ഐ. കൊണ്ട് രക്തക്കട്ടകൾ കണ്ടുപിടിക്കാൻ കഴിയും. അങ്ങനെയാണെങ്കിൽ രക്തത്തിന്റെ കട്ടി കുറക്കാനുള്ള മരുന്ന് തരും. പ്രസവം അടുത്തിട്ടുണ്ടെങ്കിൽ ഈ മരുന്ന് നിർത്തും. ഒരു മോണിറ്റർ കൊണ്ട് ഇത് പതിവായി അളന്നുകൊണ്ടിരിക്കും.

കട്ടകൾ ശ്വാസകോശംവരെ എത്തിക്കഴിഞ്ഞിട്ടുണ്ടെങ്കിൽ എത്രയും പെട്ടെന്ന് ചികിത്സ നൽകണം.

ഇതിൽനിന്ന് രക്ഷയുണ്ടോ? വേണ്ടത്ര വ്യായാമം ചെയ്യുകയും ശരീരത്തിന്റെ ഗതി നിലനിർത്തുകയും ചെയ്താൽ രക്തം കട്ടപിടിക്കുകയില്ല. ഇതിന്റെ സാദ്ധ്യത കൂടുതലാണെങ്കിൽ കാലിൽ സ്പോർട്ട്സ് ഹോസ് ധരിക്കുക.

പ്ലാസന്റാ അക്രീട്ടാ

ഇതെന്താണ്? പ്ലാസന്റാ അസാമാന്യ രൂപത്തിൽ യൂട്രേൻ വാൽവിനോട് ഒട്ടിച്ചേർന്നിട്ടുണ്ടെങ്കിൽ അതിനെ പ്ലാസന്റാ അക്രീട്ടാ എന്നുപറയും. ഇതുകാരണം പ്ലാസന്റാ പുറത്തുവരുമ്പോൾ ഭയങ്കര രക്തസ്രാവമുണ്ടാകും.

ഇത് എത്ര സാധാരണമാണ്? 2500 കേസുകളിൽ ഒന്നുമാത്രമേ ഇങ്ങനെ ഉണ്ടാകാറുള്ളൂ. പ്ലാസന്റാ അക്രീട്ടയിൽ പ്ലാസന്റാ യൂട്രേനിന്റെ ഭിത്തികളിൽ ആഴത്തിൽ പ്രവേശിച്ചിരിക്കും. എന്നാൽ അതിന്റെ മാംസപേശികളെ ഭേദിക്കുന്നില്ല. പ്ലാസന്റാ പ്രീമിയയിൽ യൂട്രേനിന്റെ ഭിത്തികളെ തുളക്കുക മാത്രമല്ല മറ്റേ ഭാഗത്തിലും തുള ഉണ്ടാക്കി ശരീരത്തിന്റെ മറ്റ് ഭാഗങ്ങളോടും കൂടിച്ചേരുന്നു.

നിങ്ങൾക്ക് മുമ്പ് സി-സെക്ഷൻ ചെയ്തിട്ടുണ്ടെങ്കിലോ, പ്ലാസന്റാപ്രീവിയ ഉണ്ടായിട്ടുണ്ടെങ്കിലോ ഇതുണ്ടാകാനുള്ള സാദ്ധ്യത കൂടുതലാണ്.

ഇതിന്റെ സൂചനയും ലക്ഷണങ്ങളും എന്താണ്? ഇതിന് ഒരു ലക്ഷണവും ഇല്ല. ഡോപ്ലർ അൾട്രാ സൗണ്ടുകൊണ്ടോ ഡെലിവറി മൂലമോ മാത്രമെ ഇത് അറിയാൻ കഴിയൂ.

നിങ്ങൾക്കും ഡോക്ടർക്കും എന്തുചെയ്യാൻ കഴിയും? ദുർഭാഗ്യംകൊണ്ട് ഇക്കാര്യത്തിൽ നിങ്ങൾക്ക് ഒന്നും ചെയ്യാൻ കഴിയുകയില്ല. പ്രസവശേഷം ഓപ്പറേഷൻ വഴി മറുപിള്ളയെ എടുത്തുമാറ്റി രക്തസ്രാവം തടയാം. ചില കേസുകളിൽ എന്തുചെയ്തിട്ടും രക്തസ്രാവം നിലയ്ക്കുന്നില്ലെങ്കിൽ ഗർഭാശയം തന്നെ എടുത്തുകളയേണ്ടിവരും.

വാസാപ്രീവിയാ

ഇതെന്താണ്? ഈ അവസ്ഥയിൽ കുഞ്ഞിനെ അമ്മയോട് ചേർക്കുന്ന ചില രക്തനാളങ്ങൾ ഗർഭാശയത്തിന് പുറത്തുവന്ന് സർവിക്സിന്റെ അടുത്ത് വന്നുനിൽക്കുന്നു. പ്രസവസമയത്ത് സങ്കോചനം കൊണ്ട് ഗർഭാശയമുഖം തുറക്കുമ്പോൾ ഈ രക്തനാളങ്ങൾ ഉടയുകയും അതുകൊണ്ട് കുഞ്ഞിന് ദോഷമുണ്ടാകുകയും ചെയ്യുന്നു. ഡെലിവറിക്ക് മുമ്പുതന്നെ ഈ അവസ്ഥ അറിയാൻ കഴിഞ്ഞാൽ സി-സെക്ഷൻ മൂലം 100% കുഞ്ഞുങ്ങളെയും ജനിപ്പിക്കാം.

ഇത് എത്ര സാധാരണമാണ്? 5200 കേസുകളിൽ ഒന്നുമാത്രമെ ഇങ്ങനെ ഉണ്ടാകാറുള്ളൂ. പ്ലാസന്റ്റാപ്രീമിയ ഉണ്ടാകുകയോ, യൂട്രേൻ സർജറി ചെയ്യുകയോ, മൾട്ടിപ്പിൾ പ്രെഗ്നൻസി ആണെങ്കിലോ ഇതുണ്ടാകാനുള്ള സാധ്യത കൂടുതലാണ്.

ഇതിന്റെ സൂചനകളും ലക്ഷണങ്ങളും എന്താണ്? ഇതിന് ലക്ഷണങ്ങളൊന്നുമില്ല. എന്നാൽ രണ്ടാമത്തെ/മൂന്നാമത്തെ മൂന്നാം മാസത്തിൽ രക്തസ്രാവമുണ്ടാകും.

നിങ്ങൾക്കും ഡോക്ടർക്കും എന്തുചെയ്യാൻ കഴിയും? കളർ ഡാപ്ളർ അൾട്രാസൗണ്ടിന്റെ സഹായം കൊണ്ട് ഈ രോഗം കണ്ടുപിടിക്കാം. പ്രസവവേദന തുടങ്ങാതിരിക്കാൻ ഇതുള്ള സ്ത്രീകൾക്ക് 37-ാമത്തെ ആഴ്ചയ്ക്ക് മുമ്പ് സി-സെക്ഷൻ ചെയ്യും. ലേസർ തെറാപ്പിമൂലം വാസാ പ്രീവിയ ഗുണപ്പെടുത്താൻ കഴിയുമോ എന്ന് ഗവേഷണങ്ങൾ നടത്തിവരുന്നുണ്ട്.

കുഞ്ഞിന്റെ ജനനവും അതിനു ശേഷമുണ്ടാകുന്ന ജടിലതകളും

ഇവയിൽ പല പ്രശ്നങ്ങളും പ്രസവത്തിന് മുമ്പ് പ്രത്യക്ഷപ്പെടുന്നില്ല. അതുകൊണ്ട് നിങ്ങളും നേരത്തെതന്നെ വായിച്ച് വ്യാകുലപ്പെടേണ്ടതില്ല. ബുദ്ധിമുട്ടുകൾ കുഞ്ഞ് ജനിച്ചശേഷമാണ് ഉണ്ടാകുന്നത്. നിങ്ങൾക്ക് ഇതിൽ എന്തെങ്കിലും ബുദ്ധിമുട്ടുണ്ടായാൽ അതിനെപ്പറ്റി നിങ്ങൾ പൂർണ്ണമായി അറിഞ്ഞിരിക്കാൻ വേണ്ടിയാണ് ഇവിടെ അതിനെപ്പറ്റി പറയുന്നത്.

ഫാറ്റൽ ഡിസ്ട്രെസ്

ഇതെന്താണ്? ഗർഭാശയത്തിൽ കുഞ്ഞിനു വേണ്ടത്ര ഓക്സിജൻ കിട്ടാതെവരുമ്പോൾ അതിനെ ഫാറ്റൽ ഡിസ്ട്രെസ് എന്നുപറയും. പ്രസവത്തിന് മുൻപോ, അതിനിടയിലോ ഇതുണ്ടാകും. നിയന്ത്രണമില്ലാത്ത പ്രമേഹം, പ്രീക്ലെംപ്സിയാ, ആമ്നിയോട്ടിക് ദ്രവത്തിന്റെ കുറവ് അല്ലെങ്കിൽ കൂടുതൽ, അമ്മ രക്തനാളങ്ങളെ അഴുത്തുക എന്നീ അവസ്ഥകളിലാണ് ഇതുണ്ടാകുന്നത്. ഇതുകൊണ്ട് കുഞ്ഞിന് ഓക്സിജൻ കുറഞ്ഞ അളവിലേ കിട്ടുകയുള്ളൂ.

ഓക്സിജന്റെ അളവ് കുറയുന്നതുകൊണ്ടോ കുഞ്ഞിന്റെ ഹൃദയഗതി കാരണമോ ഉടനെ സി-സെക്ഷൻ ചെയ്യേണ്ടിവരും. അല്ലെങ്കിൽ കുഞ്ഞിന് ആപത്താണ്.

ഇത് എത്രസാധാരണമാണ്? 100-ൽ ഒരു കേസ് ഇങ്ങനെയാകുന്നു.

ഇതിന്റെ സൂചനയും ലക്ഷണങ്ങളും എന്താണ്? കുഞ്ഞിന് വേണ്ടത്ര ഓക്സിജൻ കിട്ടിയില്ലെങ്കിൽ അതിന്റെ ഹൃദയഗതി കുറയും. ചലനം കുറയും. പ്രസവസമയത്ത് ഗർഭാശയത്തിൽ തന്നെ അത് മല (മൈകോനിയം) വിസർജ്ജനം ചെയ്യും.

നിങ്ങൾക്കും ഡോക്ടർക്കും എന്തുചെയ്യാൻ കഴിയും? കുഞ്ഞിന്റെ ചലനത്തിൽ കുറവു തോന്നിയാൽ ഡോക്ടറോട് പറയുക. ആശുപത്രിയിൽ ഫാറ്റൽ മോണിറ്ററിന്റെ സഹായം മൂലം പരിശോധിക്കും. ഇതിന്റെ ലക്ഷണം കണ്ടാൽ കുഞ്ഞിന്റെ ഹൃദയഗതി സാധാരണമാകാൻ നിങ്ങൾക്ക് ഓക്സിജൻ

തരും, ഐ.വി.ഘടിപ്പിക്കും. ഇടതുവശം ചരിഞ്ഞ് കിടക്കുന്നതുകൊണ്ട് രക്തനാളങ്ങളിൽ സമ്മർദ്ദം കുറയും. ഈ ടെക്നിക്കുകളൊന്നും ഫലിച്ചില്ലെങ്കിൽ പ്രസവിപ്പിക്കേണ്ടിവരും.

കോർഡ്പ്രൊലാപ്പ്സ്

ഇതെന്താണ്? ഗർഭനാളം സർവിക്സിൽ നിന്ന് വഴുതി ബെർത്ത് കനാലിൽ വരുമ്പോഴാണ് കോർഡ് പ്രൊലാപ്സ് ഉണ്ടാകുന്നത്. ഈ സ്ഥിതിയിൽ പ്രസവത്തിനിടയിൽ കുഞ്ഞിന് ഓക്സിജൻ പോരാതെ വരും.

ഇത് എത്ര സാധാരണമാണ്? 300-ൽ ഒരുത്തർക്കേ ഇതുണ്ടാകാറുള്ളൂ. ചില ഗർഭാവസ്ഥാ ജടിലതകൾ കാരണം പ്രൊലാപ്സ് ഉണ്ടാകാനുള്ള സാദ്ധ്യതകൂടും. ഹൈഡ്രംസിമോസ്, ബ്രീച്ച്, പ്രീമെച്വർ ഡെലിവറി എന്നിവ ഇതിൽ ഉൾപ്പെടുന്നു. രണ്ടാമത്തെ ഇരട്ടയുടെ ജനനസമയത്തും ഇതുണ്ടായേക്കാം. കുഞ്ഞിന്റെ തല ബെർത്ത് കനാലിൽ സെറ്റാകുന്നതിന് മുമ്പ് പനീർക്കുടം ഉടഞ്ഞാലും ആപത്ത് വർദ്ധിക്കും.

ഇതിന്റെ സൂചനയും ലക്ഷണങ്ങളും എന്താണ്? പൊക്കിൾകൊടി യോനിവരെ എത്തിയിട്ടുണ്ടെങ്കിൽ നിങ്ങൾക്ക് ഇത് കാണാനും തൊടാനും കഴിയും. ഇത് കുഞ്ഞിന്റെ തലയ്ക്ക് കീഴെ അമുങ്ങിയിരിക്കുകയാണെങ്കിൽ ഫാറ്റൽ മോണിറ്ററിൽ ഫാറ്റൽ ഡിസ്പ്രെസിന്റെ ലക്ഷണങ്ങൾ കാണും.

നിങ്ങൾക്കും ഡോക്ടർക്കും എന്തുചെയ്യാൻ കഴിയും? ഇതിനെക്കുറിച്ച് നേരത്തെ അറിയാനുള്ള ഒരു മാർഗ്ഗവുമില്ല. ഫാറ്റൽ മോണിറ്ററില്ലാതെ ഇത് കണ്ടുപിടിക്കാൻ കഴിയുകയേ ഇല്ല. വീട്ടിൽവച്ച് നിങ്ങൾക്ക് അങ്ങനെ തോന്നുന്നുണ്ടെങ്കിൽ കൈയ്യും കാൽമുട്ടും കുത്തിയിരുന്നാൽ പെൽവിക് ഏരിയായിൽ അധികം അഴുത്തം ഏർപ്പെടുകയില്ല. അത് യോനിവഴി കാണാൻ കഴിഞ്ഞാൽ വൃത്തിയുള്ള ടൗവ്വലുകൊണ്ട് അതിനെ തടയുകയും ശരീരത്തിന്റെ കീഴ്ഭാഗം ഉയർത്തിവച്ച് കിടക്കുകയും ചെയ്യുക. നിങ്ങളുടെ സ്ഥിതിക്കനുസരിച്ച് ഡോക്ടർ വേറെ മുദ്രയിൽ കിടക്കാൻ പറഞ്ഞേക്കാം. ഇതിനുശേഷം ഉടനെ സി-സെക്ഷൻ ചെയ്യേണ്ടിവരും.

ഷോൾഡർ ഡിസ്റ്റോകിയാ

ഇതെന്താണ്? പ്രസവത്തിനിടയിൽ കുഞ്ഞിന്റെ രണ്ട് ചുമലുകളും അമ്മയുടെ പെൽവിക്ബോണിൽ കുടുങ്ങുകയും കുഞ്ഞ് ബെർത്ത് കനാലിൽ കീഴ്പ്പോട്ട് പോകാൻ തുടങ്ങുകയും ചെയ്യുന്നു.

ഇത് എത്ര സാധാരണമാണ്? അധികം തൂക്കമുള്ള കുഞ്ഞുങ്ങൾക്കാണ് സാധാരണ ഇത് ഏർപ്പെടാറുള്ളത്. നിയന്ത്രണമില്ലാത്ത, അല്ലെങ്കിൽ ഗ്യാസ്റ്റേഷണൽ പ്രമേഹം ബാധിച്ചിട്ടുള്ള അമ്മമാർക്കാണ് ഈ സ്ഥിതിയെ അഭിമുഖീകരിക്കേണ്ടിവരുന്നത്. നിങ്ങളുടെ പ്രസവം നിശ്ചയിച്ച തീയതിക്കു ശേഷവും നടക്കാതിരിക്കുകയും ഇതിന് മുമ്പ് ഇതുപോലെ ഉണ്ടായിരിക്കുകയും ചെയ്താൽ വീണ്ടും ഉണ്ടാകാനുള്ള സാദ്ധ്യതയുണ്ട്. ഈ കാരണങ്ങളൊന്നും ഇല്ലെങ്കിലും പ്രസവത്തിനിടയിൽ ഷോൾഡർ ഡിസ്റ്റോക്കിയാ ഉണ്ടായേക്കാം.

ഇതിന്റെ സൂചനയും ലക്ഷണങ്ങളും എന്താണ്? ഈ അവസ്ഥ പ്രസവത്തിനിടയിൽ പെട്ടെന്നാണ് ഏർപ്പെടുന്നത്.

നിങ്ങൾക്കും ഡോക്ടർക്കും എന്തുചെയ്യാൻ കഴിയും? കുഞ്ഞ് സുരക്ഷിതമായി ജനിക്കാൻ വേണ്ടി, അമ്മയുടെ വയറിൽ സമ്മർദ്ദം ചെലുത്തി കുഞ്ഞിന്റെ പൊസിഷൻ മാറ്റാനുള്ള പല ടെക്നിക്കുകളും സ്വീകരിക്കും.

ഇതിൽനിന്ന് രക്ഷയുണ്ടോ? നിങ്ങളുടെ തൂക്കം കൂടാതെ സൂക്ഷിക്കുക. കുഞ്ഞിന്റെ തൂക്കവും കൂടുതലാകരുത്. പ്രമേഹം നിയന്ത്രിക്കുക. പ്രസവ സമയത്ത് ഷോൾഡർ ഡിസ്റ്റോക്കിയ ഏർപ്പെടാത്ത വിധത്തിലുള്ള പൊസിഷൻ സ്വീകരിക്കുക.

സീരിയസ് പെരിനിയൽ ടെയർസ്

ഇതെന്താണ്? പ്രസവത്തിനിടയിൽ കുഞ്ഞിന്റെ വലിയ തല പുറത്തുവരുമ്പോൾ യോനിക്കും ഗുദത്തിനും നടുവിലുള്ള ഭാഗത്തിൽ സമ്മർദ്ദം മൂലം കീറൽ ഏർപ്പെടുന്നു.

ഫസ്റ്റ് ഡിഗ്രി ടെയറിൽ തോലുമാത്രം കിഴിയുന്നു. സെക്കൻഡ് ഡിഗ്രി ടെയറിൽ തൊലിയോടൊപ്പം യോനിയിലെ മാംസപേശികളും കിഴിയുന്നു. എന്നാൽ ഗുരുതരമായി കിഴിയുമ്പോൾ യോനിയിലെ ചർമ്മം, ടിഷ്യൂ, പെരിനിയലിലെ മാംസപേശികൾ എന്നിവയും കിഴിയുന്നു. ഇതുകാരണം പ്രസവശേഷം

വളരെ ബുദ്ധിമുട്ടുണ്ടാകും. പെൽവിക് ക്ഷേത്രത്തോടു സംബന്ധപ്പെട്ട പ്രശ്നങ്ങളും ഉണ്ടാകും. ഗർഭാശയമുഖ ത്തിലും മുറിവ് ഏർപ്പെടും.

ഇത് എത്ര സാധാരാണമാണ്? യോനിവഴി യുള്ള പ്രസവത്തിൽ ഇതിനുള്ള സാദ്ധ്യത കുറെയൊക്കെ ഉണ്ട്. എന്നാൽ മിക്ക സ്ത്രീ കൾക്കും ഗുരുതരമായ മുറിവ് ഏർപ്പെടാറില്ല.

ഇതിന്റെ സൂചനയും ലക്ഷണങ്ങളും എന്താണ്? രക്തസ്രാവം ഉണ്ടാകും. മുറിവ് ഉണങ്ങുന്നതുവരെ ചെറിയ ചൊറിച്ചലും വേദനയും ഉണ്ടാകും.

നിങ്ങൾക്കും ഡോക്ടർക്കും എന്തുചെയ്യാൻ കഴിയും? ഈ മുറിവുകളിൽ തയ്യൽ ഇടും. അതിനുവേണ്ടി ആദ്യം ലോക്കൽ അനസ്ഥീസിയ നൽകും.

മുറിവ് ഏർപ്പെട്ടിട്ടുണ്ടെങ്കിൽ ഇടുപ്പ്, കുളിയൽ, ഐസ് പ്യാക്ക്, ആന്റിസെപ്ടിക്ക് സ്പ്രേ, മരുന്ന്, മുറിവ് കാറ്റുതട്ടുന്ന വിധ ത്തിൽ തുറന്നുവെക്കുക എന്നിവ മൂലം വേഗത്തിൽ ആശ്വാസം കിട്ടും.

ഇതിൽ നിന്ന് രക്ഷയുണ്ടോ? പ്രസവത്തിനു മുൻപ് കീഗൽ വ്യായാമം ചെയ്യുക. പെരിനി യലിൽ മാലിഷ് എന്നിവ മൂലം ആ ഭാഗത്തെ കൂടുതൽസ്ട്രെച്ച് ചെയ്യാൻ കഴിയും. പ്രസവ ത്തിനിടയിൽ ചൂടുവെള്ളം കൊണ്ടുള്ള ഫൊമൻടേഷനും മാലിഷും നല്ലതാണ്.

യൂട്രൈൻ റപ്ച്ചർ

യൂട്രെനിന്റെ ഭിത്തിയിൽ ഏതെങ്കിലും സർജറി, സി-സെക്ഷൻ, ഫൈബ്രോയ്ഡ് റിമൂവൽ എന്നിവ കാരണം ഏതെങ്കിലും ബിന്ദുവിൽ ബലഹീനം ഏർപ്പെട്ടിട്ടുണ്ടെ ങ്കിൽ പ്രസവത്തിനിടയിൽ ആ ഭാഗത്ത് കീറൽ ഏർപ്പെട്ടേക്കാം. ഇതുമൂലം വയറിൽ നിന്ന് നിയന്ത്രണമില്ലാതെ രക്തസ്രാവം ഉണ്ടാ കുകയും പ്ലാസന്റാ വയറിൽ പ്രവേശി ക്കുന്ന ഭാഗത്തേക്ക് ഒഴുകുകയും ചെയ്യും.

ഇത് എത്ര സാധാരണമാണ്? സി-സെക് ഷനോ യൂട്രൈൻ റപ്ച്ചറോ ഉണ്ടായിട്ടില്ലാത്ത സ്ത്രീകൾക്ക് ഈ ബുദ്ധിമുട്ടുണ്ടാകില്ല. സി-സെക്ഷനുശേഷം യോനിവഴി പ്രസവി ക്കുകയോ ഭ്രൂണത്തിന്റെയോ അതിന്റെ മറുപിള്ളയുടെയോ കാര്യത്തിൽ ജടിലതകൾ ഉണ്ടായിരിക്കുകയോ ചെയ്യുന്ന സ്ത്രീകൾക്ക് അപകടം വർദ്ധിക്കുന്നു. ആറിൽ കൂടുതൽ കുഞ്ഞുങ്ങളെ പ്രസവിക്കുകയോ, മൾട്ടിപ്പിൾ പ്രെഗ്നൻസി ആയിരിക്കുകയോ ചെയ്യുന്ന സ്ത്രീകൾക്ക് അപകടം ഉണ്ടായേക്കാം.

ഇതിന്റെ സൂചനകളും ലക്ഷണങ്ങളും എന്താണ്? വയറിൽ ശക്തമായ വേദന ഉണ്ടാകും. ഫാറ്റൽ മോണിറ്ററിൽ കുഞ്ഞിന്റെ കുറഞ്ഞുവരുന്ന ഹൃദയസ്പന്ദനം കാണാൻ കഴിയും. അമ്മയുടെ രക്തസമ്മർദ്ദവും ഹൃദയത്തിന്റെ ഗതിയും കുറയും. ശ്വാസ മെടുക്കാൻ ബുദ്ധിമുട്ടും ബോധക്ഷയവും ഉണ്ടാകും.

നിങ്ങൾക്കും ഡോക്ടർക്കും എന്തുചെയ്യാൻ കഴിയും? നിങ്ങൾക്ക് സി-സെക്ഷനോ സർജറിയോ ചെയ്യുന്നതിനിടയിൽ യൂട്രൈൻ വാൾവ് മുറിച്ചിട്ടുണ്ടെങ്കിൽ ലേബറിന്റെ ശരിയായ മാർഗ്ഗം തിരഞ്ഞെടുക്കേണ്ടിവരും. ഈ ഭയങ്കരം നേരിട്ടാൽ സി-സെക്ഷനു ശേഷം ഗർഭാശയത്തിന്റെ കേടുപാടുകൾ തീർക്കേണ്ടത് അത്യാവശ്യമാണ്. നിങ്ങൾക്ക് സംക്രമണത്തിൽനിന്ന് രക്ഷനേടാൻ ആന്റിബയോട്ടിക്സ് തരും.

ഇതിൽനിന്ന് രക്ഷയുണ്ടോ? ഈ ആപത്തുള്ള സ്ത്രീകൾക്ക് ഫാറ്റൽ മോണിറ്ററിങ് അത്യാവശ്യമാണ്. അതിൽനിന്ന് ഏതെങ്കിലും ജടിലമായ പ്രശ്നമുണ്ടെങ്കിൽ അറിയാൻ കഴിയും. ആദ്യം സി-സെക്ഷൻ ചെയ്ത ശേഷം അവർ യോനിവഴിയായി പ്രസവി ക്കാൻ പോകുകയാണെങ്കിൽ മരുന്നു കൊടുത്ത് പ്രസവം ആരംഭിപ്പിക്കരുത്.

യൂട്രൈൻ ഇൻവെർഷൻ

ഇതെന്താണ്? യൂട്രൈൻ വാൾവ് ഉടയുകയും ഉൾഭാഗം പുറത്തേക്ക് വരുകയും ചെയ്യുന്ന തിനെയാണ്. യൂട്രൈൻ ഇൻവെർഷൻ എന്നുപറയുന്നത്. പലപ്പോഴും ഇത് സർ വിക്സിന്റെയും യോനിയുടെയും പുറ ത്തേക്ക് ഉന്തിവരുന്നു. ഇതിന്റെ എല്ലാ കാരണങ്ങളും അറിയാൻ കഴിഞ്ഞിട്ടില്ലെങ്കിലും ഇതിന് ചികിത്സിച്ചില്ലെങ്കിൽ ഹെമറേജും മാനസി കാഘാതവും ഏർപ്പെടും. പക്ഷെ ആരും ഇത് കണ്ടിട്ടും കണ്ടില്ലെന്ന് നടിക്കുകയും ചികിത്സ ചെയ്യാതിരിക്കുകയും ചെയ്യില്ല.

ഇത് എത്ര സാധാരണമാണ്? 2000 കേസിൽ ഒന്നിലേ ഇങ്ങനെ ഉണ്ടാകാറുള്ളു. കഴിഞ്ഞ ഡെലിവറിയിൽ ഇങ്ങനെ ഉണ്ടായിട്ടുണ്ടെങ്കിൽ, പ്രസവത്തിന്റെ സമയം നീണ്ടുപോയാൽ, പ്രീടേം ലേബർ തടുക്കാൻ മരുന്ന് കൊടുത്തിട്ടുണ്ടെങ്കിൽ അല്ലെങ്കിൽ ആദ്യം യോനിവഴി ഡെലിവറി നടന്നിട്ടുണ്ടെങ്കിൽ ഇതിനുള്ള സാദ്ധ്യത വർദ്ധിക്കുന്നു. ഗർഭാശയം ആവശ്യത്തിൽ കൂടുതൽ അയഞ്ഞാൽ അതും വെളിയിലേക്ക് വന്നേക്കാം. അല്ലെങ്കിൽ ശിശു ജനിക്കുന്നതിന്റെ മൂന്നാം ഘട്ടത്തിൽ കോർഡിനെ അധികം ശക്തിയായി വലിക്കും.

ഇതിന്റെ സൂചനകളും ലക്ഷണങ്ങളും എന്താണ്?

- വയറുവേദന
- ശക്തമായ രക്തസ്രാവം
- അമ്മയ്ക്ക് മാനസികാഘാതമുണ്ടാകാനുള്ള സൂചനകൾ.
- പലപ്പോഴും യോനിയിൽകൂടി ഗർഭാശയം കാണാൻ കഴിയുക.

നിങ്ങൾക്കും ഡോക്ടർക്കും എന്തുചെയ്യാൻ കഴിയും? ആപത്തിന്റെ ലക്ഷണങ്ങൾ തിരിച്ചറിഞ്ഞാൽ ഡോക്ടറെ അറിയിക്കുക. അങ്ങനെ ഉണ്ടായാൽ ഡോക്ടർ ആ ഭാഗം കൈകൊണ്ട് ശരിയായ സ്ഥലത്തിൽ വയ്ക്കാൻ ശ്രമിക്കുകയും മാംസപേശികളുടെ സങ്കോചനത്തിന് മരുന്ന് തരികയും ചെയ്യും. ഇതുകൊണ്ട് പ്രയോജനമുണ്ടായില്ലെങ്കിൽ സർജറി ചെയ്യേണ്ടിവരും. രക്തക്കുറവു നികത്താൻ നിങ്ങൾക്ക് രക്തം കയറ്റേണ്ടിവരും. സംക്രമണം തടയാൻ ആന്റി ബയോട്ടിക്സ് തരും.

ഇതിൽനിന്ന് രക്ഷയുണ്ടോ? നിങ്ങൾക്ക് ഇതിനുമുമ്പും ഇങ്ങനെ ഉണ്ടായിട്ടുണ്ടെങ്കിൽ ഡോക്ടറോട് തീർച്ചയായും പറയുക. ഇത് നിങ്ങൾക്ക് കൂടുതൽ ആപത്കരമായേക്കാം.

പ്രസവത്തിനുശേഷം വളരെയധികം രക്തപ്പോക്ക്

ഇതെന്താണ്? പ്രസവശേഷമുണ്ടാകുന്ന രക്തസ്രാവം സാധാരണമാണ്. എന്നാൽ പലപ്പോഴും പ്രസവശേഷം ഗർഭാശയം വേണ്ടത്ര ചുരുങ്ങുന്നില്ല. അതുകൊണ്ട് മറുപിള്ള ചേർന്നിരുന്ന സ്ഥലത്ത് നിന്ന് ഭയങ്കര രക്തസ്രാവം ഉണ്ടാകുന്നു. ഗർഭാശയത്തിൽ മറുപിള്ളയുടെ അംശം തങ്ങിനിന്നാലും ഇതുണ്ടാകും. ഇതുകാരണം പ്രസവത്തിനുശേഷം ഉടൻതന്നെ സംക്രമണമുണ്ടായേക്കാം.

ഇത് എത്ര സാധാരണമാണ്? 2 മുതൽ 4%വരെ ഗർഭാവസ്ഥകളിൽ ഇതുണ്ടാകും. ദീർഘ പ്രസവകാലത്തിനുശേഷം ഗർഭാശയം തന്റെ സ്ഥാനത്ത് വന്നില്ലെങ്കിൽ, മൾട്ടിപ്പിൾ പ്രെഗ്നൻസി കാരണം അയഞ്ഞിട്ടുണ്ടെങ്കിൽ, കുഞ്ഞ് വലുതാണെങ്കിൽ, ആമ്നിയോട്ടിക് ദ്രവം കൂടുതലാണെങ്കിൽ, മറുപിള്ളയുടെ വലിപ്പം അസാധാരണമാണെങ്കിൽ, ഫൈബ്രോയ്ഡ് ഉണ്ടെങ്കിൽ, പ്രസവ സമയത്ത് അമ്മ ബലഹീനയാണെങ്കിൽ, പോസ്റ്റ്പാർട്ടം ഹെമറേജ് ഉണ്ടായേക്കാം.

ഇതിന്റെ സൂചനകളുടെ ലക്ഷണങ്ങളും എന്താണ്? ഇതിന്റെ സൂചനകൾ താഴെ കൊടുത്തിരിക്കുന്നവയാണ്.

- തുടർച്ചയായി മണിക്കൂറുകളോളം ഭയങ്കര രക്തപ്പോക്ക്.
- കുറച്ചുദിവസം കഴിഞ്ഞശേഷവും ചുവപ്പ് രക്തം പോയിക്കൊണ്ടിരിക്കുക.
- വലിയ രക്തകട്ടകൾ വരുക.
- വയറിന്റെ അടിഭാഗത്ത് വീക്കവും വേദനയും തുടരുക.

രക്തത്തിന്റെ കുറവുകൊണ്ട് ബോധക്ഷയം, തലചുറ്റൽ, ശ്വാസമെടുക്കാൻ ബുദ്ധിമുട്ട് എന്നീ പ്രശ്നങ്ങളും ഉണ്ടായേക്കാം.

നിങ്ങൾക്കും ഡോക്ടർക്കും എന്തുചെയ്യാൻ കഴിയും? പ്ലാസന്റാ പുറത്തുവന്ന ശേഷം ഡോക്ടർ, അതിന്റെ അംശം വല്ലതും അകത്ത് ബാക്കിയുണ്ടോ എന്ന് പരിശോധിക്കും. പിറ്റോസിൻ തരികയും ഗർഭാശയത്തിൽ മാലിഷ് ചെയ്യുകയും ചെയ്യും. ഗർഭാശയം ചുരുങ്ങുവാനും രക്തസ്രാവം അധികം ഉണ്ടാകാതിരിക്കാനുമാണ് ഇത് ചെയ്യുന്നത്. മുലയൂട്ടുന്നതും ഗർഭാശയം ചുരുങ്ങാൻ സഹായിക്കും.

അടിക്കടി തൂക്കം കുറഞ്ഞ കുഞ്ഞിന്റെ ജനനം

ആദ്യം തൂക്കം കുറഞ്ഞ കുഞ്ഞിന് ജന്മം നൽകിയ അമ്മ വീണ്ടും അതേപോലത്തെ കുഞ്ഞിന് ജന്മം നൽകണമെന്നില്ല. രണ്ടാമത്തെ കുട്ടിക്ക് മൂത്ത കുട്ടിയെക്കാൾ കുറച്ചുകൂടുതൽ തൂക്കമുണ്ടാകുമെന്നാണ് പഠനങ്ങളിൽ നിന്ന് മനസ്സിലാക്കാൻ കഴിഞ്ഞിരിക്കുന്നത്. ആദ്യത്തെ കുഞ്ഞിന്റെ തൂക്കക്കുറവ് പല കാര്യങ്ങളെയും ആശ്രയിച്ചാണിരിക്കുന്നത്. ആ കാരണം മനസ്സിലാക്കാൻ കഴിഞ്ഞാൽ പെട്ടെന്ന് പ്രശ്നത്തിന് പരിഹാരം കാണാൻ കഴിയും. ഇങ്ങനെയുള്ള അമ്മ രണ്ടാമത്തെ കുഞ്ഞിന് ജന്മം നൽകുന്നതിനുമുണ്ട് ആപത്ത് സംഭവിക്കാവുന്ന എല്ലാ കാരണങ്ങളെപ്പറ്റിയും ആലോചിക്കണം.

പ്രസവത്തിനുശേഷം ആദ്യത്തെ ആഴ്ച കഠിനമായ രക്തസ്രാവം നിലച്ചില്ലെങ്കിൽ ഡോക്ടറോട് പറയുക. ഈ സ്ഥിതിയിൽ നിങ്ങൾക്ക് രക്തം കയറ്റേണ്ടിവരും.

ഇതിൽ നിന്ന് രക്ഷയുണ്ടോ? അവസാനത്തെ മൂന്നാം മാസം അല്ലെങ്കിൽ പ്രസവശേഷം രക്തം ഉറയുന്നതിന് തടസ്സമായ ഒരു മരുന്നും കഴിക്കരുത്. അതുകൊണ്ട് അസാമാന്യമായ രക്തസ്രാവം ഉണ്ടാവാനുള്ള സാദ്ധ്യത കുറക്കാൻ കഴിയും.

ശിശുവിന്റെ ജനനത്തിനുശേഷമുള്ള സംക്രമണം

ഇതെന്താണ്? കുഞ്ഞിന്റെ ജനനത്തിനുശേഷം അമ്മയുടെ ശരീരത്തിലെ ആന്തരിക അവയവങ്ങൾ പൂർണ്ണമായി അടഞ്ഞിട്ടില്ലാത്തതുകൊണ്ട് പലവിധത്തിലുള്ള സംക്രമണങ്ങളും ഏർപ്പെട്ടേക്കാം. ചിലരുടെ തയ്യൽ മൃദുവായിരിക്കും. കൈഥീറ്റർ കാരണം ബ്ലാഡർ അല്ലെങ്കിൽ കിഡ്നിയിൽ സംക്രമണം ഉണ്ടായേക്കാം. ഗർഭാശയത്തിൽ തങ്ങിനിന്നിട്ടുള്ള മറുപിള്ളയുടെ അംശം കാരണവും സംക്രമണം ഏർപ്പെടാം. എന്നാൽ ഇവയിൽ എൻഡോമൈട്രിറ്റിസ് (യൂടേര്സിന്റെ ലൈനിങ്ങ്)-ന്റെ സംക്രമണമാണ് ഏറ്റവും അധികം സാധാരണ ഉണ്ടാകുന്നത്.

ഈ സംക്രമണങ്ങൾക്കുള്ള ചികിത്സ ചെയ്തില്ലെങ്കിൽ ഇവ ആപത്കാരികളായേക്കും. എന്തെന്നാൽ ഇവ ജോലിചെയ്യാനുള്ള എല്ലാ ഊർജ്ജവും വലിച്ചെടുക്കും, നിങ്ങളെ ക്ഷീണം ചൂഴും. നിങ്ങൾക്ക് പ്രസവശേഷം എളുപ്പത്തിൽ പഴയ ശക്തി വീണ്ടെടുക്കാനോ കുഞ്ഞിനെ പരിചരിക്കാനോ കഴിയാതെവരും.

ഇത് എത്ര സാധാരണമാണ്? ഏകദേശം 8% ഗർഭാവസ്ഥകളിൽ സംക്രമണം ഏർപ്പെടുന്നുണ്ട്. സി-സെക്ഷൻ അല്ലെങ്കിൽ മെബ്റൈൻറെപ്ച്ചർ ഉണ്ടായാൽ സംക്രമണത്തിനുള്ള സാദ്ധ്യത കൂടുതലാകും.

ഇതിന്റെ സൂചനകളും ലക്ഷണങ്ങളും എന്താണ്? ഇവ താഴെ ചേർക്കുന്നു –

- പനി.
- സംക്രമണം ഏർപ്പെട്ട സ്ഥലത്തിൽ വേദന.
- ദുർഗന്ധമുള്ള സ്രാവം.
- തണുപ്പ് തട്ടുക.

നിങ്ങൾക്കും ഡോക്ടർക്കും എന്തുചെയ്യാൻ കഴിയും? 100^{0}-ൽ കൂടുതൽ ശക്തമായ പനി ഉണ്ടെങ്കിൽ ഡോക്ടറെ വിളിക്കാൻ വൈകരുത്. ആന്റിബയോട്ടിക്സ് മരുന്നുകൾ കഴിക്കുന്നതോടൊപ്പം ധാരാളം വിശ്രമിക്കുക. ധാരാളം തരളപദാർത്ഥങ്ങൾ കഴിക്കുക. മുലയൂട്ടുന്നുണ്ടെങ്കിൽ ഡോക്ടറോട് പറയണം. അപ്പോൾ അദ്ദേഹത്തിന് നിങ്ങൾക്കുള്ള മരുന്ന് നിർണയിക്കുമ്പോൾ ശ്രദ്ധിക്കാൻ കഴിയും.

ഇതിൽ നിന്ന് രക്ഷയുണ്ടോ? വൃത്തിയുടെ കാര്യത്തിൽ ശ്രദ്ധിക്കുക. മുറിവുകളിൽ മരുന്ന് വയ്ക്കുക. രക്തസ്രാവത്തിന് ടൈംപൂവിന് പകരം പ്യാഡ് ഉപയോഗിക്കുക. ഇതൊക്കെ ചെയ്താൽ തീർച്ചയായും നിങ്ങൾക്ക് സംക്രമണമുണ്ടാകുകയില്ല.

ബെഡ്റെസ്റ്റ് എടുക്കാൻ നിങ്ങളെ നിർദ്ദേശിച്ചിട്ടുണ്ടെങ്കിൽ

കിടക്കയിൽ പുസ്തകങ്ങളുടെ കൂമ്പാരം, ടി.വി.യുടെ റിമോട്ട് കൈയ്യിൽ, ഇങ്ങനെ കിടക്കുന്നത് കല്പനചെയ്യാൻ എന്തു സുഖം? ഇത് ബെഡ്റെസ്റ്റിനുള്ള നിർദ്ദേശമല്ലാതിരിക്കുന്നതുവരെയെ സുഖകരമായിരിക്കൂ. കിടക്കയിൽ കിടക്കുമ്പോഴെ ഇത്

കളിയല്ലെന്ന് മനസ്സിലാകൂ. നിങ്ങൾക്ക് ഓടിപ്പോയി ഒരുജോലിയും ചെയ്യാൻ കഴിയില്ല. ദിവസം മുഴുവനും സമയംകളയാൻ നിങ്ങളുടെ കിടക്കയ്ക്കരികിൽ ആരും ഉണ്ടായിരിക്കുകയുമില്ല. ഇങ്ങനെയുള്ള ചുറ്റുപാടിൽ, സ്വസ്ഥമായ ഗർഭാവസ്ഥക്കും കുഞ്ഞിനും വേണ്ടിയാണ് ഡോക്ടർ ഇത് നിർദ്ദേശിച്ചിരിക്കുന്നതെന്ന കാര്യം പോലും നിങ്ങൾ മറക്കും.

ബെഡ്റെസ്റ്റ് എടുക്കുന്നതുകൊണ്ട് പല ജടില ഗർഭാവസ്ഥകളിലെയും പ്രശ്നങ്ങൾ കുറയുമെന്നാണ് ഡോക്ടർമാർ കരുതുന്നത്. ഇതുകൊണ്ട് സർവിക്സിൽ അധികം അഴുത്തം ഏർപ്പെടുന്നില്ല, ഹൃദയത്തിൽ അഴുത്തം ഏർപ്പെടുന്നതുകൊണ്ട് കിഡ്നിയിലേക്കുള്ള രക്തപ്രവാഹം വർദ്ധിക്കും, അനാവശ്യമായ തരളപദാർത്ഥങ്ങൾ പുറത്തുപോകുന്നത് എളുപ്പമാകും. കുഞ്ഞിന് വേണ്ടത്ര ഓക്സിജനും പോഷണവും കിട്ടും. നിങ്ങളുടെ രക്തപ്രവാഹത്തിൽ പിരിമുറുക്കത്തിന്റെ ഹാർമോണുകൾ കുറയുന്നതുകൊണ്ട് കോൺട്രാക്ഷൻ ഉണ്ടാകും.

35 വയസ്സിൽ കൂടുതലുള്ള അമ്മമാർ, മിസ് ക്യാരേജിന്റെ ഹിസ്റ്ററിയുള്ളവർ, മൾട്ടിപ്പിൾ പ്രഗ്നൻസിയോ, പ്രഗ്നൻസിയിൽ ജടിലതയോ ഉള്ളവർ, ഏതെങ്കിലും പഴയ രോഗമുള്ളവർ എന്നിവരെ എല്ലാം ബെഡ്റെസ്റ്റ് എടുക്കാൻ നിർദ്ദേശിക്കും.

ഇതുകൊണ്ട് പ്രീടേം ലേബറിന്റെ സാദ്ധ്യതയോടൊപ്പം മറ്റ് കുഴപ്പങ്ങളും കുറയും. ഇതുകൊണ്ട് ചില കുഴപ്പങ്ങളും ഉണ്ട്. നീണ്ട കാലം ബെഡ്റെസ്റ്റ് എടുക്കുന്ന സ്ത്രീകൾക്ക് നിതംബത്തിലും മാംസപേശികളിലുമുള്ള വേദന സഹിക്കേണ്ടിവരും. ചർമ്മത്തിൽ എരിച്ചൽ, തലവേദന അല്ലെങ്കിൽ മ്ലാനത ഉണ്ടാകും. അനങ്ങാത്തതുകൊണ്ട് നെഞ്ചെരിച്ചിൽ, മലബന്ധം, കാലുകളിൽ വീക്കം, മുതുകുവേദന എന്നിവയും ഉണ്ടാകും. വിശപ്പ് ഉണ്ടാവില്ല, ഇത് കുഞ്ഞിന്റെ ആരോഗ്യത്തിന് നല്ലതല്ല.

ഈ ടിപ്സ് കൊണ്ട് നിങ്ങളുടെ പല കഷ്ടങ്ങൾക്കും പരിഹാരം കാണാം.

- കിടക്കയിൽ കുറച്ച് തിരിയുകയും മറിയുകയും ചെയ്യുക. ചരിഞ്ഞുകിടക്കുക, ശരീരത്തിന്റെ സമതുലനം നിലനിർത്താൻ തലയണ വയ്ക്കുക. കുറച്ചുനേരത്തിനുശേഷം തിരിഞ്ഞുകിടക്കുക.
- ഡോക്ടറോട് ചോദിച്ച് സൈഡ് ഇളക്കാനുള്ള വ്യായാമം ചെയ്യുക. ഇരുന്നുകൊണ്ട് ഇളക്കാവുന്ന ശരീരഭാഗങ്ങൾ ഇളക്കുക.
- സ്ട്രെച്ചിങ്ങ് വ്യായാമം ചെയ്യാമോ എന്ന് ഡോക്ടറോട് ചോദിക്കുക. കിടക്കയിൽ കിടന്നുകൊണ്ട് കാലുകൾ ബലം പിടിക്കുകയും ചുഴറ്റുകയും ചെയ്യുക. ഇതുകൊണ്ട് കാലിൽ രക്തം ഉറയാതിരിക്കുകയും മാംസ പേശികളുടെ ശക്തിനിലനിൽക്കുകയും ചെയ്യും.
- നിങ്ങൾ എന്ത്, എത്ര കഴിക്കുന്നുണ്ടെന്ന് ശ്രദ്ധിക്കുക. നിങ്ങൾ പോഷകാഹാരങ്ങൾക്കുപകരം സ്നാക്സ് കൊണ്ട് കാലം കഴിക്കുകയാണെങ്കിൽ അത് കുഞ്ഞിന്റെ തൂക്കത്തെ ബാധിക്കും. ആവശ്യത്തിൽ കൂടുതൽ തൂക്കവും ബുദ്ധിമുട്ടിനുകാരണമാകും. അതുകൊണ്ട് എപ്പോഴും എന്തെങ്കിലും തിന്നുകൊണ്ടിരിക്കുന്ന ശീലം വളർത്തരുത്.
- ധാരാളം തരളപദാർത്ഥങ്ങൾ കഴിക്കുക. ഇതുകൊണ്ട് ദഹനക്കേട്, മലബന്ധം, നെഞ്ചെരിച്ചിൽ എന്നീ ബുദ്ധിമുട്ടുകൾ ഉണ്ടാകില്ല. കിടക്കയ്ക്കരികിൽ വെള്ളവും മറ്റ് പാനീയങ്ങളും ധാരാളം സൂക്ഷിക്കുക.
- അധികം കിടക്കുന്നതുകൊണ്ട് നെഞ്ചിൽ അധികം എരിച്ചൽ ഉണ്ടാകും. കഴിയുമെങ്കിൽ ആഹാരം കഴിക്കുമ്പോൾ കുറച്ചു നേരം ഇരിക്കുക.
- പ്രസവത്തിനുശേഷം പഴയ നിലയ്ക്കുവരാൻ കുറച്ച് സമയമെടുക്കും. അതുകൊണ്ട് അധികം ആഗ്രഹങ്ങൾ വളർത്തരുത്. നിങ്ങളുടെ മാംസപേശികളുടെ നഷ്ടപ്പെട്ട ശക്തി പതുക്കെപ്പതുക്കെയെ തിരിച്ചുവരൂ. സ്വയം ശരിയാകാൻ സമയം കൊടുക്കുക. ഉലാത്തുക, പ്രസവത്തിനുശേഷം യോഗാ, നീന്തൽ എന്നിവ സഹായകരമായിരിക്കും.
- ഫോൺ അടുത്തുതന്നെ വയ്ക്കുക. ചങ്ങാതിമാരോടും സ്വന്തക്കാരോടും സംസാരിച്ച് സമയം പോക്കാമല്ലോ. ലാപ്ടോപ്പ് വച്ചാൽ ഈ-മെയിൽ അയക്കാനും സൗകര്യമായിരിക്കും. കിടക്കയിൽ ഇരുന്നുകൊണ്ടു തന്നെ എല്ലാവരെയും ബന്ധപ്പെടാം.
- കാലത്ത് ഭർത്താവ് പോകുന്നതിന് മുമ്പ് എല്ലാ സാധനങ്ങളും കിടക്കയ്ക്കരികിൽ എത്തിക്കാൻ പറയുക. ഫ്രിഡ്ജിൽ വെള്ളം, പഴങ്ങൾ, തൈര്, ചീസ്, സാൻഡ്വിച്ച് എന്നിവ എപ്പോഴും ഉണ്ടായിരിക്കണം. ഫോൺ, മാഗസീൻ, പുസ്തകങ്ങൾ, ടി.വി. റിമോട്ട് എന്നിവയും അടുത്തുതന്നെ വേണം.
- ദിവസം മുഴുവനുമുള്ള റൊട്ടീൻ തയ്യാറാക്കിയാൽ നിങ്ങൾക്ക് ബോറടിക്കുകയില്ല നിങ്ങൾക്ക് ഭേദമുണ്ടെന്ന് തോന്നും.

പലതരത്തിലുള്ള ബെഡ്റെസ്റ്റുകൾ

ഡോക്ടർ നിങ്ങളുടെ ഗതിവിധികൾ കുറക്കാൻ ആഗ്രഹിക്കുന്നുണ്ടെങ്കിൽ അതിനെ ബെഡ്റെസ്റ്റ് എന്നുപറയും. നിങ്ങൾക്ക് എന്തുചെയ്യാം, എന്തു ചെയ്യാൻ പാടില്ല എന്ന് അദ്ദേഹം പറയും. വരൂ അവയെപ്പറ്റി പറയാം.

ഷെഡ്യൂൾ റെസ്റ്റിങ്:– ചില അമ്മമാർക്ക് ദിവസവും ചില പ്രത്യേക സമയങ്ങളിൽ വിശ്രമിക്കാനുള്ള നിർദ്ദേശം നൽകും. വരാനിരിക്കുന്ന ആപത്ത് തടുക്കാനാണ് ഇത്. ജോലി കുറക്കാനും, പടികൾ കയറി ഇറങ്ങാതിരിക്കാനും വളരെനേരം നിൽക്കാതിരിക്കാനും പറയും.

മോഡിഫൈഡ് ബെഡ് റെസ്റ്റ്:– വീട്ടുജോലി ചെയ്യുക, വണ്ടി ഓടിക്കുക, ഓഫീസിൽ പോകുക എന്നിവയൊന്നും പാടില്ല. വളരെ ചെറിയ ജോലി എന്തെങ്കിലും ചെയ്യാം. കിടക്കയിൽ നിന്ന് സോഫാവരെ നടക്കാം. നിങ്ങൾക്കുവേണ്ടി സാൻഡ്‌വിച്ച് ഉണ്ടാക്കാം. എന്നാൽ പടികൾ കയറുകയോ - ഇറങ്ങുകയോ ചെയ്യാൻ അനുമതി കിട്ടുകയില്ല.

സ്ട്രിക്റ്റ് ബെഡ് റെസ്റ്റ്:– നിങ്ങൾക്ക് സ്ട്രിക്റ്റായി വിശ്രമിക്കാനുള്ള നിർദ്ദേശം കിട്ടും. കുളിക്കാൻ മാത്രമെ കിടക്കവിട്ട് ഇറങ്ങാവൂ. ആരുടെയെങ്കിലും സഹായം കിട്ടാതിരുന്നാൽ അടിക്കടി കിടക്കയിൽനിന്ന് എഴുന്നേൽക്കേണ്ടി വരാതിരിക്കാൻ, ആവശ്യമുള്ള എല്ലാ സാധനങ്ങളും കിടക്കയ്ക്കരികിൽ കൈയ്യെത്താവുന്ന ദൂരത്ത് വയ്ക്കുക.

ആശുപത്രിയിൽ ബെഡ്റെസ്റ്റ്:– നിങ്ങൾക്ക് അടിക്കടി ഐ.വി.യുടെ ആവശ്യമുണ്ടെങ്കിൽ ആശുപത്രിയിൽ വിശ്രമിക്കേണ്ടിവരും. നിങ്ങളുടെ കാലുകൾ തലയുടെതിനെക്കാൾ കുറച്ച് ഉയരത്തിൽ വയ്ക്കും. കുഞ്ഞ് ഗർഭപാത്രത്തിൽ തങ്ങുകയും വളർച്ച പൂർത്തിയാക്കുകയും ചെയ്യാനാണ് ഇത്.

- നിങ്ങൾക്ക് വീട്ടിലിരുന്നുകൊണ്ട് ജോലി ചെയ്യാൻ അനുമതി ലഭിച്ചാൽ ബോസിനോട് നിങ്ങളുടെ പരിധികളെപ്പറ്റി പറയുക. അപ്പോൾ നിങ്ങളുടെ മേൽ ആവശ്യത്തിൽ കൂടുതൽ ജോലിയുടെ ഭാരം ഏൽക്കുകയില്ല.
- വേണമെങ്കിൽ ഓൺലൈനിൽ കുഞ്ഞിനു വേണ്ട സാധനങ്ങൾ വാങ്ങാം. കുഞ്ഞിന്റെ വസ്ത്രങ്ങൾ, തൊട്ടിൽ, കിടക്ക എന്നിവ വാങ്ങാം ബേബി സിറ്ററെ ഏർപ്പാട് ചെയ്യേണ്ടതും നിങ്ങൾതന്നെ ആണല്ലോ!
- ഓൺലൈൻ ഡിന്നർ ഓഡർ ചെയ്ത്, വൈകുന്നേരത്ത് വീട്ടിലെത്തുന്ന ഭർത്താവിനെ ആശ്ചര്യപ്പെടുത്തുക.
- മെയിൽ സർവ്വീസിൽ നിന്ന് ഡി.വി.ഡി. വരുത്തുക. സമയമില്ലാത്തതുകൊണ്ട് ഇതുവരെ കാണാൻ കഴിയാത്ത സിനിമകളൊക്കെ കാണുക. ഇനിയും ഇതുപോലെയുള്ള സന്ദർഭവും കിട്ടുകയില്ല.
- കളിതമാശ ആയിക്കൂടേ! ചങ്ങാതിമാരെ വരുത്തി പിസ്സാ പാർട്ടികൊടുക്കുക. അവർ തന്നെ വൃത്തിയാക്കുകയും ചെയ്യേണ്ടി വരും.
- വരാനിരിക്കുന്ന കുഞ്ഞിനുവേണ്ടി സ്വറ്ററും സോക്സുമൊക്കെ തുന്നുക. സമയവും പോകും നിങ്ങൾക്ക് സന്തോഷവും കിട്ടും.
- ഫോട്ടോ ആൽബം ശരിയാക്കിവയ്ക്കുക. ഫോൺബുക്ക് കംപ്യൂട്ടറിൽ പകർത്തുക. കുഞ്ഞിന് അഭിനന്ദനം, താങ്ക്സ് നോട്ട് എന്നിങ്ങനെയുള്ള എല്ലാ കാര്യവും കംപ്യൂട്ടറിൽ ചെയ്യുക.
- മനസ്സിന് പൂർണ്ണ സന്തോഷം നൽകുക, തലകോതുക, മേക്കപ്പ് ചെയ്യുക. ബ്യൂട്ടി പാർലറിൽ നിന്ന് ആളെ വരുത്തി ബ്യൂട്ടി കെയർ ചെയ്യുക. എന്നെ ആരുനോക്കാനാ, എന്നൊന്നും കരുതരുത്. നിങ്ങൾ കാണാൻ നന്നായിരുന്നാൽ നിങ്ങൾക്ക് സന്തോഷ മുണ്ടാകും.
- കിടക്കവിരി മാറ്റുകയും ചുറ്റുമുള്ള എല്ലാ സാധനങ്ങളും വൃത്തിയായും അടുക്കും ചിട്ടയോടെയും വയ്ക്കാൻ പറയുക.
- വിചാരങ്ങളും ആലോചനകളും ഡയറിയിൽ എഴുതുക. ഈ ഡയറി മനസ്സിന് ശാന്തിതരും. സമയവും പോകും.
- മനസ്സ് മ്ലാനമാവുമ്പോൾ അൽട്രാസൗണ്ടിലുള്ള കുഞ്ഞിന്റെ പടം നോക്കുകയും, കുഞ്ഞിനെ ഈ ലോകത്തേക്ക് കൊണ്ടുവരാൻ വേണ്ടിയാണ് നിങ്ങൾ വിശ്രമിക്കുന്നതെന്ന് ഓർക്കുകയും ചെയ്യുക.

• • • • •

ഗർഭാവസ്ഥയിലുണ്ടായ നഷ്ടങ്ങളെ അഭിമുഖീകരിക്കുക

ഗർഭാവസ്ഥ ഒരു സന്തോഷകരമായ യാത്രയായി കരുതപ്പെടുന്നു. ഇതിൽ രഹസ്യം, രോമാഞ്ചം, ഉത്സാഹം, കുഞ്ഞിനോട് ബന്ധപ്പെട്ട സ്വപ്നങ്ങൾ, ഭയം, പരിഭ്രമം എന്നിവയും ചേർന്നിട്ടുണ്ട്. എന്നാൽ എപ്പോഴും അത് അങ്ങനെ ആകുന്നില്ല. നിങ്ങൾക്ക് ഗർഭാവസ്ഥയിൽ മുറിവ് ഏൽപ്പെടുകയോ നവജാതശിശു താനേ നഷ്ടപ്പെടുകയോ ചെയ്താൽ ആ ദുഃഖം വർണ്ണിക്കാൻ ശബ്ദങ്ങളില്ലെന്ന് നിങ്ങൾക്ക് നല്ലപോലെ അറിയാം. ഈ അദ്ധ്യായം അങ്ങനെയുള്ള അമ്മമാർക്ക് സമർപ്പിക്കുന്നു. നിങ്ങൾക്ക് ഇത്ര വലിയ ദുഃഖത്തിൽനിന്ന് കരകയറാനുള്ള ശക്തി ആർജിക്കാൻ കഴിയട്ടെ.

മിസ്ക്യാരേജ്

ഇത് ഗർഭാവസ്ഥയുടെ ആരംഭത്തിൽ തന്നെ ഉണ്ടാകുന്നു. അതുകൊണ്ട് ഇക്കാര്യത്തിൽ ദുഃഖമുണ്ടാകില്ല എന്നല്ല അതിനർത്ഥം. എത്ര പെട്ടെന്ന് കുഞ്ഞ് നഷ്ടപ്പെട്ടാലും അതുകൊണ്ടുണ്ടാകുന്ന ദുഃഖം യഥാർത്ഥമാണ്. നിങ്ങൾ അൾട്രാസൗണ്ടിൽ കുഞ്ഞിനെ കണ്ടിട്ടില്ലെങ്കിലും അതുമായി ഒരു ആത്മബന്ധം ഏൽപ്പെട്ടുകഴിഞ്ഞിരിക്കും അല്ലേ! ഗർഭമാണെന്ന വാർത്ത അറിഞ്ഞതും നിങ്ങൾ കുഞ്ഞിനെക്കുറിച്ച് സ്വപ്നം കാണാൻ തുടങ്ങുകയും സ്വയം അമ്മയായി കരുതാൻ തുടങ്ങുകയും ചെയ്യും. മാസങ്ങളിലെ ഉത്സാഹവും സന്തോഷവും ഒരുനൊടിയിൽ അവസാനിക്കുന്നു. നിങ്ങൾ മ്ലാനതയിലും നൈരാശ്യത്തിലും മുഴുകുന്നു. എനിക്കുമാത്രം എന്താണിങ്ങനെ എന്നോർത്ത നിങ്ങൾക്ക് ദേഷ്യം വരുന്നു. കുഞ്ഞുങ്ങൾ ജനിച്ചിട്ടുള്ള സ്നേഹിതരോടും ബന്ധുക്കളോടും ഉദാസീനത കാട്ടുന്നു. ആദ്യം ഒന്നും കഴിക്കുകയോ, ഉറങ്ങുകയോ പോലും ചെയ്യില്ല. ചിലപ്പോൾ നിങ്ങൾ ഒരുപാട് കരഞ്ഞേക്കാം. ചിലപ്പോൾ ഒരുതുള്ളി കണ്ണീർ വിട്ടില്ലെന്നും വരാം. ഇതെല്ലാം നൈസർഗ്ഗികവും തികച്ചും സാധാരണവുമാണ്.

ചില ദമ്പതികൾക്ക് ആരംഭത്തിൽ ഏൽപ്പെട്ട ഈ നഷ്ടം സഹിക്കുന്നത് വളരെ ബുദ്ധിമുട്ടായിരിക്കും. എന്തിന്? ചിലർ മൂന്നുമാസംവരെ ആരോടും ഇക്കാര്യം പറയുകപോലുമില്ല, അപ്പോൾ അവർക്ക് ആശ്വാസം നൽകാൻ ആരും ഉണ്ടാകുകയുമില്ല. ആളുകൾ സമാധാനിപ്പിച്ചാലും ഗർഭാവസ്ഥ കഴിഞ്ഞാൽ കിട്ടാവുന്നത്ര സഹാനുഭൂതിയും പിന്തുണയും അവർക്ക് കിട്ടുകയില്ല. അവർ പറഞ്ഞേക്കാം. സാരമില്ല, നിങ്ങൾക്ക് വീണ്ടും പരിശ്രമിക്കാം. സാരമില്ല, ആരംഭത്തിലല്ലേ. നിങ്ങളുടെ കൈയ്യിൽ കുഞ്ഞിന്റെ ഓർമ്മയ്ക്ക് ഫോട്ടോപോലും ഉണ്ടാവുകയില്ല. അതിന്റെ അന്തിമ സംസ്കാരചടങ്ങുകളൊന്നും ചെയ്തിട്ടില്ല. ഇതൊക്കെ ഉണ്ടായിരുന്നെങ്കിൽ ഒരുപക്ഷെ, അച്ഛനമ്മമാരുടെ ദുഃഖം കുറച്ചു കുറഞ്ഞേനേ!

ഈ മിസ്ക്യാരേജിനെക്കുറിച്ച് ദുഃഖിക്കാനും ദുഃഖിക്കാതിരിക്കാനും നിങ്ങൾക്ക് പൂർണ്ണ അധികാരമുണ്ട്. നിങ്ങൾക്ക് ഏതുവിധത്തിൽ വേണമെങ്കിലും മനസ്സിലെ ഭാരം കുറക്കാം.

ചിലപ്പോൾ നിങ്ങൾ രണ്ടുപേരും ഏതെങ്കിലും അടുത്ത ബന്ധുവിന്റെ സഹായം തേടാൻ ആഗ്രഹിച്ചേക്കാം. നിങ്ങൾ ആരോടെങ്കിലും നിങ്ങളുടെ ഭാവനകൾ പങ്കുവയ്ക്കാൻ ആഗ്രഹിച്ചാൽ, മിക്ക സ്ത്രീകൾക്കും അവരുടെ പ്രജനനവർഷ

ഒരു വ്യക്തിപരമായ നടപടി

ഈ അവസ്ഥയിൽ ഒരു വൈകാരിക ഫോർമുലയും ഗുണം ചെയ്യില്ല. ഓരോരുത്തരും അവരവരുടെതായ രീതിയിൽ ഇതിനെ അഭിമുഖീകരിക്കാൻ ആഗ്രഹിക്കും. നിങ്ങൾക്ക് ഈ ദുഃഖത്തിൽനിന്ന് കരകയറാൻ അധികം സമയം വേണ്ടിവന്നേക്കാം. ചിലപ്പോൾ പെട്ടെന്ന് ഈ ആഘാതത്തിൽ നിന്ന് മോചനം ലഭിച്ചേക്കാം. നിങ്ങൾ വേഗംതന്നെ രണ്ടാമതും പ്രയത്നിക്കാൻ ഉത്സുകയായിരിക്കും. നിങ്ങൾക്ക് എന്ത് പ്രതികരണം സാധാരണമാണെന്ന് തോന്നുന്നുവോ അതുതന്നെയാണ് സാധാരണമെന്ന് ഓർമ്മവയ്ക്കുക. സ്വയം നിയന്ത്രിക്കാൻ എന്ത് നല്ലതാണെന്ന് നിങ്ങൾക്ക് തോന്നുന്നുവോ അത് ചെയ്യുക.

ങ്ങളിൽ ഇങ്ങനെയുള്ള മിസ്ക്യാരേജിനെ അഭിമുഖീകരിക്കേണ്ടിവരാറുണ്ടെന്ന് മനസ്സിലാകും. പക്ഷെ, നിങ്ങൾക്ക് അതിനെപ്പറ്റി അറിയില്ലായിരിക്കും. നിങ്ങൾ നിങ്ങളുടെ ദുഃഖം ആരുമായും പങ്കുവയ്ക്കാൻ ആഗ്രഹിക്കുന്നില്ലെങ്കിൽ നിങ്ങളിൽ തന്നെ സൂക്ഷിക്കുക.

നിങ്ങൾക്ക് ആ ദിവസത്തെ ദുഃഖം എപ്പോഴും അല്ലെങ്കിൽ ഓരോ വർഷവും ആ ദിവസം വരുമ്പോൾ ഓർമ്മവരും.

ആ ദിവസം പുതിയ ചെടികൾ നടുക, ശാന്തമായി പിക്നിക്ക് പോകുക, ഭർത്താവിനോടൊപ്പം പുറത്തുപോയി ആഹാരം കഴിക്കുക.

നിങ്ങൾക്ക് നിങ്ങളുടെ ദുഃഖമാചരിക്കാനുള്ള പൂർണ്ണ സ്വാതന്ത്ര്യമുണ്ട്. അപ്പോഴേ അതിന്റെ പ്രഭാവത്തിൽനിന്ന് നിങ്ങൾക്ക് പതുക്കെപ്പതുക്കെ പുറത്തുവരാൻ കഴിയൂ. നിങ്ങൾ ഈ ദുഃഖത്തിൽ നിന്ന് മുക്തയാകാൻ ശ്രമിച്ചില്ലെങ്കിൽ നിങ്ങൾക്ക് ശരിക്ക് ഭക്ഷണം കഴിക്കാനോ ഉറങ്ങാനോ കഴിയുകയില്ല. കുടുംബത്തിൽ നിന്ന് അകന്ന് നിൽക്കും, സ്ഥിതി വളരെ മോശമാകുകയും മനോരോഗവിദഗ്ദന്റെ സഹായം തേടേണ്ടിവരികയും ചെയ്യും.

നിങ്ങൾക്ക് വീണ്ടും ഗർഭം ധരിച്ച് അമ്മയാവാനുള്ള കഴിവുണ്ടെന്ന് സ്വയം വിശ്വസിപ്പിക്കുക.

വീണ്ടും മിസ്ക്യാരേജിനെ അഭിമുഖീകരിക്കുക

ഇതുകൊണ്ട് ദുഃഖത്തിന്റെ അളവ് കൂടും. നിങ്ങൾക്ക് നിരാശയം, ഉത്സാഹമില്ലായ്മയും, പെട്ടെന്ന് കോപം വരികയും ചെയ്യും. നിങ്ങളുടെ ശരീരത്തിനും മനസ്സിനും ഈ ആഘാതത്തിൽ നിന്ന് കരകയറാൻ വളരെ സമയമെടുക്കും. പല ശാരീരിക ലക്ഷണങ്ങളും പ്രത്യക്ഷപ്പെടും. മറ്റുള്ളവരുമായി മനസ്സിലെ ദുഃഖം പങ്കുവയ്ക്കുക. ഇതിൽ നിങ്ങളുടെ ഒരുതെറ്റും ഇല്ലെന്ന് സ്വയം മനസ്സിലാക്കാൻ ശ്രമിക്കുക. ഡോക്ടറുടെ ഉപദേശം തേടുക. ഭർത്താവിന്റെ സഹായം കൊണ്ട് മനസ്സിലെ ദുഃഖം കുറയ്ക്കുക. ഈ ഭാവനകൾ മാറ്റിവച്ച്, ഏതുവിധത്തിലും ഒരു കുഞ്ഞിന്റെ അമ്മയായേ തീരൂ എന്ന് കരുതുക.

ഗർഭാശയത്തിൽ തന്നെ മരണം

നൂറുകണക്കിന് മണിക്കൂറുകൾ കുഞ്ഞിന്റെ ചലനം അറിയാൻ കഴിയാതെ വരുമ്പോൾ മനസ്സിൽ പേടി തോന്നുന്നു. ജനിക്കാനുള്ള കുഞ്ഞ് മരിച്ചുകഴിഞ്ഞു എന്നറിയുമ്പോൾ അതിനെക്കാൾ മോശമായ നില ഏർപ്പെടുന്നു.

കുഞ്ഞിന്റെ ഹൃദയസ്പന്ദനം കേൾക്കാനില്ല, അത് ഗർഭാശയത്തിൽവച്ചേ മരിച്ചുകഴിഞ്ഞു എന്നറിയുമ്പോൾ ഹൃദയത്തിൽ ആഴമായ മുറിവേൽക്കുന്നു. നിങ്ങൾക്ക് പെട്ടെന്ന് അത് വിശ്വസിക്കാൻ കഴിയുന്നില്ല. മേൽകൊണ്ട് എന്താണ് ചെയ്യേണ്ടതെന്ന് നിങ്ങളുടെ അവസ്ഥ അനുസരിച്ചാണ് ഡോക്ടർ തീരുമാനിക്കുന്നത്. നിങ്ങളുടെ ദുഃഖം, ജന്മത്തിനിടയിലോ ജനിച്ച ഉടനെയോ കുഞ്ഞ് മരിച്ച അച്ഛനമ്മമാരുടെ ദുഃഖത്തിൽ നിന്ന് ഒട്ടും കുറവല്ല.

ജനനത്തിനിടയിലോ പ്രസവിച്ച ഉടനെയോ കുഞ്ഞിന്റെ മരണം

പലപ്പോഴും പ്രസവിച്ച ഉടനെ കുഞ്ഞ് മരിക്കുന്നു. മാസങ്ങളോളം കുഞ്ഞിനുവേണ്ടി കാത്തിരുന്നശേഷം നിങ്ങൾ വെറും കൈയ്യോടെ വീട്ടിലേക്ക് മടങ്ങുന്നു. ഇത് നികത്താനാവാത്ത ഒരു ദുഃഖം തന്നെയാണ്. ഈ ദുഃഖത്തിൽ നിന്ന് കരകയറാൻ നിങ്ങൾ സ്വയം ധൈര്യം സംഭരിക്കണം.

- കുഞ്ഞിനെ മടിയിലെടുക്കുക, അതിന് ഒരു പേരിടുക, നിങ്ങളുടെ ദുഃഖത്തെ അംഗീകരിക്കുക. നിങ്ങൾ പേരില്ലാത്ത ഒരു ജീവനുവേണ്ടി എങ്ങനെ ദുഃഖം ആചരിക്കും, അതുകൊണ്ട് അവിടെവച്ചു തന്നെ അതിന് ഒരു പേരിടുക. ഡോക്ടറുടെ അഭിപ്രായത്തിൽ അതിനെ കാണുന്നത് ശരിയായിരിക്കില്ല. എന്തെന്നാൽ അത് നിങ്ങളുടെ ഭാവനയിലുള്ളതുപോലെ ആയിരിക്കില്ല. എന്നാൽ അതിനെ കാണുന്നതുകൊണ്ട് അതിന്റെ മരണം അംഗീകരിക്കുന്നത് എളുപ്പമാകും. നിങ്ങൾക്ക് കുഞ്ഞിന്റെ അന്തിമ സംസ്കാരം ചെയ്യാനും അതിനോട് വിടപറയാനുമുള്ള സന്ദർഭം കിട്ടും. അതിനെ എവിടെ എങ്കിലും കുഴിച്ചിട്ടാൽ പിന്നീട് അവിടെ ചെന്ന് പൂക്കൾ അർപ്പിക്കാൻ കഴിയും.
- കുഞ്ഞിന്റെ ഓർമ്മക്കായി കാലടിയുടെ അടയാളം പോലെ എന്തെങ്കിലും നിങ്ങളുടെ പക്കൽ സൂക്ഷിക്കുക. അതിന്റെ സൗന്ദര്യം മനസ്സിൽ പതിപ്പിക്കുക. ഉദാ:– സുന്ദരമായ മുടി, മെലിഞ്ഞ വിരലുകൾ, റോസ് നിറത്തിലുള്ള കവിളുകൾ എന്നിങ്ങനെ.

പ്രസവത്തിനുശേഷം വിഷാദവും മരണവും

പ്രസവത്തിനുശേഷം വിഷാദവും ഉത്തേജനവും കൊണ്ട് ദുഃഖം കൂടുതൽ ശക്തമാകുന്നു. ഇതും കുഞ്ഞിന്റെ മരണം കൊണ്ടുണ്ടായ വിഷാദവും തമ്മിൽ വേർതിരിച്ചറിയാൻ പ്രയാസമാണെങ്കിലും രണ്ടിലും ചികിത്സ ആവശ്യമാണ്. ആവശ്യം ഏർപ്പെട്ടാൽ വിദഗ്ദസഹായം തേടുവാൻ മടിക്കരുത്. ഡോക്ടറുടെ ഉപദേശപ്രകാരം ഏതെങ്കിലും മനഃശാസ്ത്രവിദഗ്ദനെ കാണുക. തെറാപ്പിയും മരുന്നും കൊണ്ട് ആശ്വാസം കിട്ടും.

കുഞ്ഞിന്റെ മരണശേഷം പാല് വറ്റുക

കുഞ്ഞ് ഇല്ലെങ്കിലും അതിന്റെ ഒരു സ്മാരകം നിങ്ങളുടെ പക്കൽ ബാക്കിയുണ്ടാകും. നിങ്ങളുടെ സ്തനങ്ങളിൽ കുഞ്ഞിനുവേണ്ടി പാൽ നിറഞ്ഞിരിക്കും. കുഞ്ഞില്ലെങ്കിൽ സ്തനങ്ങളിൽ നിറഞ്ഞുനിൽക്കുന്ന പാൽ നിയന്ത്രിക്കുന്നത് ശാരീരികവും മാനസികവുമായി ബുദ്ധിമുട്ടുള്ള കാര്യമാണ്. നിങ്ങൾക്ക് മുലയൂട്ടാനുള്ള സന്ദർഭം കിട്ടിയതേ ഇല്ലെങ്കിൽ മുലകളിൽ രക്തം നിറയും. അപ്പോൾ ചൂടുവെള്ളത്തിൽ കുളിക്കരുത്, നിപ്പിൾ തിരുമ്മരുത്, മുലയിൽ നിന്ന് പാല് പീച്ചിക്കളയരുത് അല്ലെങ്കിൽ വീണ്ടും പാല് ചുരക്കും.

കുറച്ചുദിവസം മുലകുടിച്ചശേഷമാണ് കുഞ്ഞ് മരിച്ചതെങ്കിൽ നെഴ്സിനോടോ ഡോക്ടറോടോ ഉപദേശം ചോദിക്കുക. അവർ പമ്പുകൊണ്ടോ, കൈകൊണ്ടോ പാലെടുക്കാൻ നിർദ്ദേശിക്കും. അതുകൊണ്ട് സ്തനങ്ങളിൽ എത്രപാലുണ്ടാകുന്നുവോ അത്രതന്നെ വീണ്ടും ഉണ്ടാകും. നിങ്ങളുടെ മുലകളിൽ എത്ര പാൽ ചുരക്കുന്നു എന്നത്, കുഞ്ഞ് എത്ര പാലുകുടിക്കുന്നു എന്നതിനെ ആശ്രയിച്ചിരിക്കും. മുല കുടിനിർത്തുകയോ പമ്പ് ഉപയോഗിക്കുന്നത് നിർത്തുകയോ ചെയ്തശേഷവും പല ആഴ്ചകളോ മാസങ്ങളോവരെ മുലകളിൽ നിന്ന് പാലിന്റെ തുള്ളികൾ വരും.

നിങ്ങളുടെ മുലകളിൽ ധാരാളം പാലുണ്ടെങ്കിൽ മിൽക്ക് ബാങ്കിന് ദാനം ചെയ്യാം. ഇതുകൊണ്ട് നിങ്ങളുടെ മനസ്സിന് ശാന്തിയും കിട്ടും.

- ഡോക്ടറുടെ കൈയ്യിൽനിന്ന് കുഞ്ഞിന്റെ റിപ്പോർട്ട് വാങ്ങുക. അപ്പോൾ നിങ്ങൾക്ക് സത്യാവസ്ഥ സ്വീകരിക്കാനുള്ള ധൈര്യം കിട്ടും. ഡെലിവറി റൂമിൽ വച്ചുതന്നെ നിങ്ങളോട് പലകര്യങ്ങളും പറഞ്ഞിട്ടുണ്ടാകും, എന്നാൽ മരുന്നുകളും, ഹാർമോണുകളും നിങ്ങളുടെ സ്ഥിതിയും മാനസികാഘാതവും കാരണം നിങ്ങൾക്ക് എളുപ്പത്തിൽ എല്ലാം മനസ്സിലാക്കാൻ കഴിഞ്ഞില്ലെന്നുവരും.
- നിങ്ങൾ കുഞ്ഞിനെ സ്വീകരിക്കാൻ വേണ്ടി ഒരുക്കിവച്ചിരിക്കുന്നതൊക്കെ അതേ വിധത്തിൽ ഇരിക്കട്ടെ എന്ന് ചങ്ങാതിമാരോടും ബന്ധുക്കളോടും പറയണം. അല്ലെങ്കിൽ വീട്ടിലേക്ക് മടങ്ങുമ്പോൾ ഈ നഗ്നയാഥാർത്ഥ്യം സമ്മതിക്കാൻ നിങ്ങൾക്ക് കൂടുതൽ ബുദ്ധിമുട്ടുണ്ടാകും.
- ദുഃഖം മറക്കാനുള്ള ഈ പ്രക്രിയയിൽ നിങ്ങൾക്ക് ഏകാന്തത, രോഷം, ക്രോധം, വിഷാദം എന്നീ അവസ്ഥകളിലൂടെ കടന്നുപോകേണ്ടി വന്നേക്കാം. ഓരോരുത്തരിലും ഓരോ വിധത്തിലുള്ള പ്രതികരണമാണ് ഉണ്ടാകുക. നിങ്ങൾക്ക്

വ്യത്യസ്തമായ അനുഭവമായിരിക്കും ചിലപ്പോൾ ഉണ്ടാകുക.

- ഈ യാത്ര വളരെ കഠിനമായിരിക്കും. നിങ്ങളുടെ ഊണും ഉറക്കവും നഷ്ടപ്പെടും. ദുഃഖവും വിഷാദവും നിങ്ങളെ ചൂഴ്ന്ന് നിൽക്കും. കുട്ടികളോടും ഭർത്താവിനോടും കാരണമില്ലാതെ ദേഷ്യപ്പെടും. അർദ്ധരാത്രിയിൽ നിങ്ങൾക്ക് ആ കുഞ്ഞിന്റെ കരച്ചിൽ കേൾക്കുന്നതുപോലെ തോന്നും. പ്രിയപ്പെട്ടവരുടെ നടുവിലായിരുന്നിട്ടും തനിച്ചാണെന്ന് തോന്നും. നിങ്ങൾക്ക് സ്വയം ഒരു കുഞ്ഞാകണമെന്നും എല്ലാവരും നിങ്ങളെ ലാളിക്കുകയും താലോലിക്കുകയും തോളോടുചേർക്കുകയും വേണമെന്നും തോന്നും. ഇതെല്ലാം സാമാന്യമാണ്.
- കരയൂ, മതിവരുവോളം കരയൂ.
- അച്ഛനും ദുഃഖിതനാണെന്ന കാര്യം ഓർക്കുക. അദ്ദേഹം കുഞ്ഞിനെ ഒൻപതു മാസം വയറിൽ ചുമന്നിട്ടില്ലെങ്കിലും അദ്ദേഹത്തിന്റെ ദുഃഖം ഒരു വിധത്തിലും നിങ്ങളുടെതിനെക്കാൾ കുറവല്ല. അദ്ദേഹത്തിന്റെ ദുഃഖം മറച്ച് നിങ്ങളുടെ മുന്നിൽ ധൈര്യം അഭിനയിക്കേണ്ടിവരികയാണ്. നിങ്ങൾ രണ്ടുപേരും ഒരുമിച്ച് ഇതിനെക്കുറിച്ച് സംസാരിച്ചാൽ മനസ്സിന്റെ ഭാരം കുറയും.
- രണ്ടുപേരും പരസ്പരം ശ്രദ്ധിക്കുക. നിങ്ങളുടെ ദുഃഖത്തിൽ മുഴുകി മറ്റുള്ള ആളുടെ കാര്യം തികച്ചും മറക്കരുത്. ഇങ്ങനെയുള്ള അവസ്ഥയിൽ പലപ്പോഴും ബന്ധങ്ങളിൽ പിളർപ്പ് ഏർപ്പെടും. നിങ്ങൾ തനിച്ചിരിക്കാൻ ആഗ്രഹിക്കുന്നുണ്ടാവും. പക്ഷെ, ഭർത്താവിന് തന്റെ ദുഃഖം പങ്കിടണമല്ലോ!
- തനിച്ച് ലോകത്തെ അഭിമുഖീകരിക്കരുത്. നിങ്ങൾ ആദ്യം കാണുന്നവരുടെ ചോദ്യങ്ങളിൽ നിന്ന് ഒളിച്ചോടാൻ ആഗ്രഹിക്കുകയാണെങ്കിൽ ഉത്തരം നൽകാൻ ഏതെങ്കിലും സ്നേഹതയെ കൂടെ കൂട്ടുക. അവൾ ഏകദേശം എല്ലാ സ്ഥലത്തിലും ഈ വിവരം എത്തിക്കും, നിങ്ങൾക്ക് ഇതിനെക്കുറിച്ച് വിസ്തരിക്കേണ്ടിവരില്ല.
- പലപ്പോഴും ചങ്ങാതിമാർക്കും ബന്ധുക്കൾക്കും ഈ സമയത്ത് ഖേദം പ്രകടിപ്പിക്കാൻ അറിയില്ല. അവർക്ക് എന്താണ് പറയേണ്ടതെന്നുതന്നെ അറിയില്ല. അവർ പറയുന്ന കാര്യങ്ങൾ ചിലപ്പോൾ മനസ്സിന് മുറിവേൽപ്പിച്ചേക്കാം. ഉദാ:– നിങ്ങൾക്ക് എന്താണ് അനുഭവപ്പെടുന്നതെന്ന് എനിക്കറിയാം. സ്നേഹിക്കാൻ തുടങ്ങുന്നതിന് മുമ്പുതന്നെ കുഞ്ഞ് പോയത് നന്നായി. അവർ നിങ്ങളോടുള്ള സഹാനുഭൂതി പ്രകടിപ്പിക്കാനാണ്. ഇതൊക്കെ പറയുന്നത്. എന്നാൽ ശരിയായ രീതിയിൽ അത് പ്രകടിപ്പിക്കാൻ കഴിയാതെ നിങ്ങളെ ദുഃഖിപ്പിക്കുകയാണ്.
- നിങ്ങളുടെ അടുത്ത ബന്ധുക്കളുടെയും അച്ഛനമ്മമാരുടെയും സഹായം തേടുക. അവർ നിങ്ങളുടെ സ്ഥിതി മനസ്സിലാക്കുകയും പഴയസ്ഥിതിയിലെത്താൻ നിങ്ങളെ സഹായിക്കുകയും ചെയ്യും.
- സൂക്ഷിക്കുക. വൈകാരിക അവസ്ഥ നിങ്ങളുടെ ശാരീരിക അവസ്ഥയ്ക്ക് കേടുവിളയിക്കും. ശരിയായ സമയത്ത് ഉണ്ണുകയും ഉറങ്ങുകയും ചെയ്യുക. വ്യായാമം ചെയ്യേണ്ടതും അത്യാവശ്യമാണ്. ഭക്ഷണം കഴിക്കാൻ ആഗ്രഹമില്ലെങ്കിലും എന്തെങ്കിലും കഴിക്കുക. ഇളം ചൂടുള്ള വെള്ളത്തിൽ കുളിക്കുക. രാത്രി ഭക്ഷണം കഴിച്ചശേഷം ഉലാത്തുക. കുറച്ചുനേരത്തേക്ക് എല്ലാം മറന്ന് സിനിമ കാണുക. അല്ലെങ്കിൽ മിത്രത്തിന്റെ വീട്ടിൽ പോകുക. ജീവിതം ആർക്കുവേണ്ടിയും കാത്തുനിൽക്കുന്നില്ല. നിങ്ങൾക്കും അതോടൊപ്പം മുന്നോട്ട് പോകേണ്ടതുണ്ട്.
- കുഞ്ഞിന്റെ മരണത്തിന്റെ ദുഃഖമാചരിക്കാൻ നിങ്ങളുടേതായ രീതി സ്വീകരിക്കുക. വേണമെങ്കിൽ ഭാര്യക്കും ഭർത്താവിനുമിടയിൽ അല്ലെങ്കിൽ സ്നേഹിതർക്കും ബന്ധുക്കൾക്കുമിടയിലോ സമൂഹത്തിലുള്ള എല്ലാരുമായോ ഈ ദുഃഖം പങ്കുവയ്ക്കാം.
- കുഞ്ഞിന്റെ ഓർമ്മക്കായി എന്തെങ്കിലും നല്ല കാര്യം ചെയ്യുക. ചൈൽഡ് കെയർ സെന്ററിലേക്കുവേണ്ടി പുസ്തകം വാങ്ങാം. അനാധാലയത്തിന് സംഭാവന നൽകാം. വീട്ടിലോ, പാർക്കിലോ പുതിയ മരം നടാം.
- മതപരവും ആദ്ധ്യാത്മീകവുമായ കാര്യങ്ങൾകൊണ്ടും മനസ്സിന് ശാന്തി കിട്ടും.
- ദുഃഖത്തിൽ നിന്ന് മോചനം കിട്ടിയ ശേഷമേ വീണ്ടും ഗർഭിണിയാകുന്നതിനെക്കുറിച്ച് ചിന്തിക്കാവൂ. അപ്പോൾ

മാത്രമെ ഭാവിശിശുവിന്റെ സംരക്ഷണത്തിന് കുറവ് സംഭവിക്കാതിരിക്കുകയുള്ളൂ.

- ഈ ദുഃഖം മറക്കാവുന്നതല്ലെന്നറിയാം. എന്നാൽ ഈ സംഭവം കഴിഞ്ഞ് ആറോ, ഒൻപതോ മാസങ്ങൾ കഴിഞ്ഞിട്ടും നിങ്ങളുടെ ദുഃഖത്തിൽ കുറവുണ്ടാകുന്നില്ല, മനസ്സ് ഏകാഗ്രമാകുന്നില്ല, ജീവിതത്തിൽ ഒരുരസവും തോന്നുന്നില്ല എങ്കിൽ നിങ്ങൾക്ക് വിദഗ്ദസഹായം വേണ്ടിവരും.
- കുറ്റബോധം വളർത്തരുത്. ഇതുകൊണ്ട് നിങ്ങൾക്ക് ദുഃഖത്തിന്റെ പിടിയിൽ നിന്ന് പുറത്തുവരാൻ ബുദ്ധിമുട്ടുണ്ടാകും. നിങ്ങളുടെ പരിചരണത്തിലെ കുറവുകൊണ്ടാണ് കുഞ്ഞ് മരിച്ചതെന്ന് നിങ്ങൾക്ക് തോന്നുന്നുണ്ടെങ്കിൽ വിദഗ്ദ സഹായം തേടിയാൽ ഇതിൽ നിങ്ങളുടെ ഒരു തെറ്റുമില്ലെന്ന് നിങ്ങൾക്ക് മനസ്സിലാകും. മനസ്സിന്റെ ഭാരം കുറക്കാൻ മരിച്ച കുഞ്ഞിന് കത്തെഴുതാം. അതിൽ നിങ്ങളുടെ എല്ലാ വേദനകളും, ദുഃഖങ്ങളും സ്വന്തം പേരിലുള്ള സംശയങ്ങളും അപരാധബോധവും വ്യക്തമാക്കാം.

ഇരട്ടകളിൽ ഒരു കുഞ്ഞിന്റെ മരണം

ഇരട്ടയോ മൂന്ന് കുഞ്ഞുങ്ങളോ ഉള്ള മാതാപിതാക്കളുടെ ഒരു കുഞ്ഞ് മരിച്ചുപോയാൽ അവർക്ക് ദുഃഖവും സന്തോഷവും ഒരുമിച്ച് കൊണ്ടാടേണ്ടിവരും.

- ഒരുകുഞ്ഞ് ജീവിച്ചിരിപ്പുള്ളതുകൊണ്ട് മറ്റേതിന്റെ മരണത്തെക്കുറിച്ചുള്ള ദുഃഖം കുറയുകയില്ല. നിങ്ങളുടെ മനസ്സ് നുറുങ്ങുന്നു. നിങ്ങൾക്ക് ആ കുഞ്ഞിന്റെ മരണദുഃഖം ആചരിക്കാനുള്ള പൂർണ്ണ അധികാരമുണ്ട്. നിങ്ങൾക്ക് ആ കുഞ്ഞിന്റെ മരണം ഒരു യാഥാർത്ഥ്യമായി അംഗീകരിക്കേണ്ടിവരും. അപ്പോഴേ ആ ദുഃഖത്തിൽ നിന്ന് കരകയറാൻ കഴിയുകയുള്ളൂ.
- ജീവിച്ചിരിക്കുന്ന കുഞ്ഞിനോടുള്ള സ്നേഹം മറച്ചുവയ്ക്കരുത്. കുഞ്ഞിന്റെ സഹോദര/സഹോദരിയുടെ മരണത്തിനർത്ഥം ഈ കുഞ്ഞിനും നിങ്ങളുടെ സ്നേഹം കിട്ടാതെ പോകണമെന്നല്ല. ആ കുഞ്ഞിനെ സന്തോഷത്തോടെ സ്വീകരിക്കേണ്ടത് കുഞ്ഞിന്റെ ആരോഗ്യത്തിനും അത്യാവശ്യമാണ്.
- സന്തോഷവും സങ്കടവും ഒരുമിച്ച് വരുമ്പോൾ സന്തോഷം കൊണ്ടാടരുതെന്ന് അർത്ഥമില്ല. നിങ്ങൾക്ക് ഇത് കഷ്ടമായി തോന്നുന്നുണ്ടെങ്കിൽ ആദ്യം മരിച്ച കുഞ്ഞിനുവേണ്ടി ദുഃഖം ആചരിച്ച ശേഷം രണ്ടാമത്തെ കുഞ്ഞിനുവേണ്ടി വിരുന്ന് നൽകുക.
- ചിലപ്പോൾ നിങ്ങളെത്തന്നെ നിങ്ങൾ ഇക്കാര്യത്തിൽ കുറ്റപ്പെടുത്തുന്നുണ്ടാകും. കൂടുതൽ കുഞ്ഞുങ്ങളെ സംരക്ഷിക്കുന്നതിനെപ്പറ്റി വിഷമിച്ചിരുന്നു. അല്ലെങ്കിൽ നിങ്ങൾ പെൺകുട്ടി വേണമെന്ന് ആഗ്രഹിച്ചിരുന്നതേ ഇല്ല എന്നൊക്കെ ഓർക്കും. പക്ഷെ നിങ്ങളുടെ ഇഷ്ടത്തിനോ കൽപ്പനക്കോ ആ മരണവുമായി ഒരു ബന്ധവുമില്ലെന്ന കാര്യം ഓർമ്മവയ്ക്കുക.
- നിങ്ങൾ മാസങ്ങളായി ഇരട്ടക്കുട്ടികളെ സ്വീകരിക്കാനുള്ള ഏർപ്പാടുകൾ ചെയ്യുകയായിരുന്നു എന്നുവയ്ക്കുക. പക്ഷെ നിങ്ങൾക്ക് ഒരു കുഞ്ഞിനെ മാത്രമെ വീട്ടിലേക്ക് കൊണ്ടുവരാൻ കഴിഞ്ഞുള്ളൂ. അങ്ങനെയുള്ള ചുറ്റുപാടിൽ നിരാശ ഉണ്ടാകുന്നത് സ്വാഭാവികമാണ്. എന്നാൽ അത് നിങ്ങളെ കീഴ്പെടുത്താൻ അനുവദിക്കരുത്.
- ഇരട്ടകളിൽ ഒരു കുട്ടി മരിച്ചവിവരം നിങ്ങൾ ആരോടും പറയാൻ ആഗ്രഹിക്കുന്നില്ലെങ്കിൽ ഏതെങ്കിലും സ്നേഹിതയെ കൂടെ കൂട്ടുക. കുറച്ചുകാലം പുറത്തുപോകുമ്പോൾ അവരും കൂടെ ഉണ്ടാകട്ടെ. അപ്പോൾ നിങ്ങൾക്ക് ആളുകളുടെ ചോദ്യത്തിന് ഉത്തരം പറയേണ്ടി വരില്ല.
- ആളുകൾ സഹാനുഭൂതി പ്രകടിപ്പിക്കുന്നതിനും ജീവിച്ചിരിക്കുന്ന കുഞ്ഞിന് ആശീർവാദം നൽകാനും വേണ്ടി പറയുന്ന വാക്കുകൾ ചിലപ്പോൾ നിങ്ങൾക്ക് വേദനയുണ്ടാക്കും. അങ്ങനെയുള്ള സന്ദർഭങ്ങളിൽ നിങ്ങൾക്ക് വളരെ അടുപ്പമുള്ളവരുമായി നിങ്ങളുടെ ഭാവനകൾ പങ്കുവയ്ക്കുക. ജീവിച്ചിരിക്കുന്ന കുഞ്ഞിനെക്കുറിച്ച് സന്തോഷമുണ്ടെങ്കിലും മരിച്ച കുട്ടിയുടെ കാര്യത്തിൽ നിങ്ങൾക്ക് ദുഃഖമുണ്ടെന്ന് അവരോട് പറയുക.

- വിഷാദം നിങ്ങളെ കീഴടക്കാൻ അനുവദിക്കരുത്. അതുകൊണ്ട് നിങ്ങളുടെയും കുഞ്ഞിന്റെയും സംരക്ഷണത്തിന്റെ കാര്യത്തിൽ കുറവ് വന്നേക്കാം. കുഞ്ഞിന്റെ മാനസികവും ശാരീരികവുമായ ആവശ്യങ്ങൾ പൂർത്തീകരിക്കാൻ വേണ്ടി ധൈര്യം സംഭരിക്കുക.

ദുഃഖത്തിനുള്ള ഏർപ്പാട്

പലപ്പോഴും ഡോക്ടർ, മൾട്ടിപ്പിൾ പ്രെഗ്നൻസിയിൽ ഒരു കുഞ്ഞിനെ നശിപ്പിക്കേണ്ടത് അത്യാവശ്യമാണെന്ന് പറയും. അതിന് ജീവിക്കാൻ കഴിയുകയില്ല. അതുകാരണം മറ്റേ കുഞ്ഞും മരിക്കുകയും ചെയ്യും. ഇങ്ങനെയുള്ള ചുറ്റുപാടിൽ മനസ്സിൽ കുറ്റബോധം വേണ്ട. ഡോക്ടറുടെ ഉപദേശം തേടുക. അദ്ദേഹം പറയുന്നത് അനുസരിക്കുന്നതാണ് നിങ്ങൾക്ക് നല്ലത്. ശാന്തമായി ചിന്തിച്ച് തീരുമാനമെടുക്കുക.

ചങ്ങാതിമാരുടെയും ഭർത്താവിന്റെയും സഹായം തേടുക. കരച്ചിൽ വന്നാൽ കരയുക. പക്ഷെ ഒരു കുട്ടിക്കു വേണ്ടി മറ്റേ കുട്ടിയെ ബലികഴിച്ചതായി കരുതരുത്. മതത്തിന്റേയും ആദ്ധ്യാത്മത്തിന്റേയും പിന്തുണ തേടുക. വേണമെങ്കിൽ മറ്റുള്ളവരോട് പറയുക. അല്ലെങ്കിൽ പറയേണ്ടതില്ല.

വീണ്ടും ശ്രമിച്ചുനോക്കുക

ഇങ്ങനെയുള്ള വിഷാദത്തിനുശേഷം വീണ്ടും ഗർഭിണിയാകാനുള്ള തീരുമാനം എടുക്കുന്നത് എളുപ്പമല്ല. ഈ വ്യക്തിഗതമായ തീരുമാനം വളരെ ബുദ്ധിമുട്ടുള്ളതാണ്.

- ഈ പ്രക്രിയയ്ക്ക് തയ്യാറാകുമ്പോൾ സ്വയം അഭിനന്ദിക്കുക, ഇങ്ങനെയുള്ള തീരുമാനമെടുക്കാൻ നല്ല ധൈര്യം വേണം.
- നിങ്ങൾക്ക് ശരിയായതെന്ന് തോന്നുന്ന സമയം തന്നെയാണ് ശരിയായ സമയം.
- നിങ്ങൾക്ക് വൈകാരികമായി തയ്യാറാകാൻ കുറച്ചോ അധികമോ സമയം എടുത്തേക്കാം. നിങ്ങളുടെ മനസ്സുപറയുന്നത് കേൾക്കുക. മറ്റുള്ളവർ പറയുന്നത് കേൾക്കണ്ട, നിങ്ങൾ പൂർണ്ണമായി തയ്യാറായശേഷം മാത്രം ഗർഭം ധരിച്ചാൽ മതി.
- ശാരീരികമായി വീണ്ടും അമ്മയാകാനുള്ള ആരോഗ്യം ഇപ്പോൾ നിങ്ങൾക്കുണ്ടോ എന്ന് ഡോക്ടറോട് ചോദിക്കുക. തയ്യാറല്ലെങ്കിൽ ശാരീരികമായും ഫിറ്റ് ആകുക.
- ഈ ഗർഭാവസ്ഥ മുമ്പിലത്തേക്കാൾ ചിന്തയും പിരിമുറുക്കവും ഉണ്ടാക്കും. എന്തെന്നാൽ എല്ലാ ഗർഭാവസ്ഥയുടെയും അവസാനം സുഖകരമായിരിക്കുകയില്ലെന്ന് നിങ്ങൾക്കറിയാം. നിങ്ങളുടെ മനസ്സിൽ സംഭവിക്കാത്ത കാര്യങ്ങളെപ്പറ്റിയുള്ള ഭയം ഉണ്ടാകും. പുതിയ കുഞ്ഞിനെ പൂർണ്ണമായി സ്വീകരിക്കാൻ നിങ്ങൾ ഭയപ്പെടും. ശരീരത്തിലെ ഓരോ മാറ്റത്തെയും കണ്ട് നിങ്ങൾ വ്യാകുലപ്പെടും, ഇത് സ്വാഭാവികമാണ്. ഈ ഭാവനകൾ കാരണം കുഞ്ഞിന്റെ പോഷണത്തിൽ കുറവ് വരാതെ സൂക്ഷിക്കുക. കഴിഞ്ഞ കാര്യങ്ങളെക്കുറിച്ച് ചിന്തിക്കുന്നതിന് പകരം വരാനിരിക്കുന്ന കുഞ്ഞിൽ ശ്രദ്ധകേന്ദ്രീകരിക്കുകയും ഗർഭാവസ്ഥയിൽ ഒരു കുഞ്ഞ് മരിച്ച ശേഷവും മിക്ക അമ്മമാരും ആരോഗ്യമുള്ള കുഞ്ഞുങ്ങൾക്ക് ജന്മം നൽകാറുണ്ടെന്ന കാര്യം ഓർക്കുകയും ചെയ്യുക. അവരുടെ ഗർഭാവസ്ഥയും തികച്ചും സാധാരണമായിരിക്കും.

എന്തുകൊണ്ട്?

ഈ ചോദ്യത്തിന് എപ്പോഴും ഉത്തരം കിട്ടണമെന്നില്ല. എന്നാൽ നിങ്ങൾ നവജാത ശിശുവിന്റെ മരണകാരണം കണ്ടുപിടിക്കുക തന്നെ വേണം. കുഞ്ഞിന്റെ പൂർണ്ണ പരിശോധനയും ഗർഭാവസ്ഥ ഹിസ്റ്ററിയും അറിഞ്ഞാലേ എന്തുകൊണ്ടുണ്ടായി എന്ന് കണ്ടുപിടിക്കാൻ കഴിയൂ. കുഞ്ഞ് ഭ്രൂണമായിരിക്കുമ്പോൾ തന്നെ മരിക്കുകയോ ജനിക്കുമ്പോൾ തന്നെ മരിച്ചിരിക്കുകയോ ചെയ്താൽ ഒരു നല്ല പെത്തോളജിസ്റ്റിനെ കൊണ്ട് പ്ലാസന്റ്റാ പരിശോധിപ്പിക്കണം. അങ്ങനെ ഭാവി ഗർഭാവസ്ഥ സുരക്ഷിതമാക്കാൻ കഴിയും.

• • • • •

ഭാഗം - 8

നിങ്ങളുടെ അടുത്ത കുഞ്ഞ്

അടുത്ത കുഞ്ഞിന്നുള്ള തയ്യാറെടുപ്പ്

നമ്മുടെ ഇഷ്ടംപോലെ ജീവിതം പ്ലാൻ ചെയ്യാൻ കഴിഞ്ഞിരുന്നു എങ്കിൽ എത്ര നന്നായിരുന്നു. പലപ്പോഴും നമ്മുടെ പ്ലാനുകൾ മിനിറ്റുകൊണ്ട് മണ്ണോടു മണ്ണാകും. നമുക്ക് അത് നിയന്ത്രിക്കാൻ ഒട്ടും കഴിയുകയുമില്ല.

നമ്മൾക്ക് മുഴുവൻ പ്ലാനോടെ ഗർഭം ധരിച്ച് കുഞ്ഞിന് ജന്മം നൽകാൻ കഴിഞ്ഞിരുന്നുവെങ്കിൽ എത്ര നന്നായിരുന്നു. അപ്പോൾ നമ്മുടെ ജീവിതരീതിയെ പരിഷ്കരിക്കാനുള്ള സന്ദർഭവും നമുക്ക് കിട്ടും. എന്നാൽ ഈ സൗകര്യം എത്ര സ്ത്രീകൾക്ക് കിട്ടുന്നുണ്ട്. എന്നാൽ എല്ലാ സ്ത്രീകൾക്കും ആരംഭത്തിൽ വളരെ ശ്രദ്ധിക്കാൻ കഴിയാതിരുന്നിട്ടും ആരോഗ്യമുള്ള കുഞ്ഞുങ്ങൾക്ക് ജന്മം നൽകുന്നുണ്ട്.

ഇപ്പോൾ കുടുംബാസൂത്രണ ടെക്നിക്കുകൾ വളരെ പ്രയോജനമായി വരുന്നുണ്ട്. അതുകൊണ്ട് നിങ്ങൾക്ക് സ്വന്തമായി നിങ്ങളുടെ പ്രെഗ്നൻസിക്ക് വേണ്ട മുഴുവൻ പ്രാനിങ്ങും ചെയ്യാൻ കഴിയും. ഇക്കാര്യത്തിൽ ജാഗരൂകരാകുന്ന ദിവസം മുതൽ നിങ്ങളുടെ ശരീരത്തെ ശ്രദ്ധിക്കാൻ തുടങ്ങുക. ഈ സമയത്ത് ചെയ്യുന്ന ശുശ്രൂഷ കുഞ്ഞിന് മാത്രമല്ല അതിന്റെ സന്താനത്തിനും ലാഭകരമായിരിക്കും.

ഭാവി ശിശുക്കൾ പൂർണ്ണ ആരോഗ്യവാന്മാർ ആയിരിക്കാൻ വേണ്ടി ഭാവി മാതാപിതാക്കന്മാർക്ക് പല വിധത്തിലും അവരുടെ പ്രജനനശക്തി വർദ്ധിപ്പിക്കാവുന്നതാണ്. നിങ്ങൾ ഇതിന് മുമ്പ് ഗർഭവതിയായിട്ടുണ്ടെങ്കിൽ പരിഭ്രമിക്കേണ്ട. ഈ അദ്ധ്യായം ഉപേക്ഷിച്ച് ആദ്യത്തെ അദ്ധ്യായം മുതൽ വായിക്കാൻ തുടങ്ങുക.

ഗർഭധാരണത്തിന് മുമ്പ് അമ്മ എന്തുചെയ്യണം?

സംപൂർണ്ണ ശരീര പരിശോധന:– നിങ്ങളുടെ കുടുംബ ഡോക്ടറെ കാണുക. നേരത്തെ വല്ല പ്രത്യേക പരിശോധനയും ആവശ്യമാണോ എന്ന് സംപൂർണ്ണ പരിശോധനയിൽ നിന്ന് മനസ്സിലാക്കാൻ കഴിയും.

പല്ലുഡോക്ടറെ കാണുക:– പല്ലുഡോക്ടറെ കണ്ട് നല്ലപോലെ പല്ലുകൾ പരിശോധിപ്പിക്കുക. എക്സ്-റേ, ഫില്ലിങ്ങ്, പല്ലിന്റെ സർജറി എന്നിങ്ങനെ എന്തെല്ലാം ആവശ്യമുണ്ടോ അതെല്ലാം ചെയ്യിക്കുക. ഗർഭാവസ്ഥയിൽ ഇതൊന്നും ചെയ്യാൻ പാടില്ല. നിങ്ങളുടെ മോണകളും ആരോഗ്യമുള്ളതായിരിക്കണം. മോണകളിൽ രോഗമുണ്ടെങ്കിൽ പ്രീടേം ബെർത്ത് ഉണ്ടാകാനുള്ള സാദ്ധ്യത കൂടുതലാകുമെന്ന് പഠനങ്ങളിൽ നിന്ന് അറിയാൻ കഴിഞ്ഞിട്ടുണ്ട്. വീട്ടിലുള്ളപ്പോഴും പല്ലുകളെയും മോണകളെയും നല്ലപോലെ സംരക്ഷിക്കുക.

ഡോക്ടറെ കണ്ട് ഗർഭാധരണത്തിന് മുമ്പ് ചെയ്യേണ്ട പരിശോധനകൾ ചെയ്യുക:– ഈ സമയത്ത് ധൃതിയില്ല. അതുകൊണ്ട് എളുപ്പത്തിൽ ഡോക്ടറെ തിരഞ്ഞെടുക്കാം. ഏത് ഡോക്ടർ നിങ്ങൾക്ക് അനുയോജ്യമായിരിക്കുമെന്ന് അടുത്തൊക്കെ അന്വേഷിക്കുക. അതിനുശേഷം അദ്ദേഹത്തിന്റെ അപ്പോയിന്റ്മെന്റ് വാങ്ങുക. നിങ്ങൾ വയറ്റാട്ടിയെ കൊണ്ടാണ് പ്രസവമെടുപ്പിക്കുന്നതെങ്കിലും ഈ സമയത്ത് ഡോക്ടറുടെ പരിശോധന ആവശ്യമാണ്. പരിശോധനക്കുശേഷം നിങ്ങൾ ഹൈ-റിസ്ക് ഗ്രൂപ്പിൽ പെടുന്നില്ലെങ്കിൽ നിങ്ങളുടെ ഇഷ്ടപ്രകാരം ഡോക്ടറെക്കൊണ്ടോ, വയറ്റാട്ടിയെക്കൊണ്ടോ പ്രസവമെടുപ്പിക്കാം. നിങ്ങൾ ഹൈ- ഗ്രൂപ്പിൽ ആണെങ്കിൽ ഏതെങ്കിലും വിദഗ്ദന്റെ സഹായം തേടുന്നതാണ് അമ്മയുടെയും കുഞ്ഞിന്റെയും ആരോഗ്യത്തിന് നല്ലത്.

നിങ്ങളുടെ പ്രെഗ്നൻസി ഹിസ്റ്ററിയിൽ കൂടി കണ്ണോടിക്കുക:– നിങ്ങൾക്ക് മുമ്പ് ഗർഭം അലസുകയോ സമയത്തിന് മുമ്പ് പ്രസവമോ ഉണ്ടായിട്ടുണ്ടോ? അതല്ലെങ്കിൽ ഗർഭാവസ്ഥയിൽ മറ്റുവല്ല ജടിലതകളും

ഉണ്ടായിട്ടുണ്ടോ? ഇക്കാര്യത്തിൽ എന്തെല്ലാം മുൻകരുതലുകളാണ് എടുക്കേണ്ടതെന്ന് ഡോക്ടറോട് ചോദിക്കുക.

നിങ്ങളുടെ അമ്മയുടെ പ്രെഗ്നൻസി ഹിസ്റ്ററി നോക്കുക:– നിങ്ങളും ഡാഷ്ബേബി ആണോ എന്ന് അന്വേഷിക്കുക. 1971 വരെ ഗർഭപാതം തടയാൻ കൊടുത്തിരുന്ന ഡൈഥാ ഇസ്ടിൽ സെസിസ്ട്രൽ എന്ന മരുന്ന് പ്രജനന അവയവങ്ങൾക്ക് കേട് വിളയിച്ചേക്കാവുന്നതാണ്. നിങ്ങളുടെ അമ്മ ആ മരുന്ന് കഴിച്ചിട്ടുണ്ടെങ്കിൽ നിങ്ങൾക്ക് യോനിയുടെയും ഗർഭാശയത്തിന്റെയും മുഖത്തിൽ കൊലോപോസ്കോപ്പി ചെയ്യേണ്ടിവരും.

ടെസ്റ്റ് ചെയ്യുക:– ഗർഭധാരണത്തിന് മുമ്പ് താഴെ പറഞ്ഞിട്ടുള്ള ടെസ്റ്റുകൾ ചെയ്യേണ്ടതാണ്:–

- ഹീമോലോബിൻ അല്ലെങ്കിൽ ഹിമെട്ടോക്രിറ്റ് (അനീമിയയുടെ പരിശോധന).
- ആർഫാറ്റൽ, നിങ്ങൾ നെഗറ്റീവാണെങ്കിൽ ഭർത്താവിനെ പരിശോധിക്കണം. അദ്ദേഹവും നെഗറ്റീവാണെങ്കിൽ വിഷമിക്കേണ്ടതില്ല.
- റുബെലാടിട്ടർ.
- സൈറീമെലാടിട്ടർ.
- പ്രമേഹമുണ്ടോ എന്നറിയാൻ മൂത്രം.
- ട്യൂബർകുലോസിസ്.
- ഹെപ്പിടൈട്ടിസ് ബി - നിങ്ങൾ ഹൈറിസ്ക് ഗ്രൂപ്പിലാണെങ്കിൽ.
- സൈറ്റോമിഗെലോ വൈറസ് എംന്റിബോജ് (ഇതുണ്ടെങ്കിൽ ചികിത്സക്കുശേഷം ആറുമാസം കഴിഞ്ഞേ ഗർഭം ധരിക്കാവൂ).
- ടാംമ്നോ പ്ലാസ്മോസിസ് ടിട്ടർ (നിങ്ങളുടെ പൂച്ച പച്ചമാംസം തിന്നുന്നുണ്ടെങ്കിൽ, നിങ്ങൾ കൈയ്യുറ അണിയാതെ ഗാർഡനിങ്ങ് ചെയ്യുന്നുണ്ടെങ്കിൽ, പാശ്ച്വറൈസ് ചെയ്യാത്ത പാൽ കുടിക്കുന്നുണ്ടെങ്കിൽ, ഈ പുസ്തകത്തിൽ മുമ്പ് കൊടുത്തിട്ടുള്ള നിർദ്ദേശങ്ങൾ പാലിക്കുക.)
- തൈറോയ്ഡ് (ഇത് ഗർഭാവസ്ഥയെയും കുഞ്ഞിന്റെ മാനസികമായ കഴിവി നെയും ബാധിക്കും). ഗർഭാവസ്ഥയിൽ ഇതിനുള്ള പരിശോധന തീർച്ചയായും ചെയ്യണം. കുടുംബത്തിൽ ആർക്കെങ്കിലും ഈ അസുഖം ഉണ്ടായിരുന്നു എങ്കിൽ ഇത് കൂടുതൽ അത്യാവശ്യ മാകും.
- എസ്.ടി.ഡി. (യോനിയോട് ബന്ധപ്പെട്ട രോഗങ്ങൾ). എല്ലാ ഗർഭിണികളും ഈ പരിശോധന ചെയ്യണം. ഇവയിൽ സിഫ്ലിസ്, ഗൊണേറിയ, ക്ലാമീഡിയാ, ഹർമീസ്, ഡ്യൂമൻ പെപ്പിലോമാ വൈറസ്, വൈറ്റീരിയൽ ബൈംജനീറ്റിസ്, എച്ച്.ഐ.വി. എന്നിവയും അടങ്ങും. നിങ്ങൾക്ക് ഇത് ഉണ്ടാകുമെന്ന് നിങ്ങൾ കരുതുകപോലും ചെയ്യില്ലെങ്കിലും പരിശോധിക്കുന്നത് നല്ലതാണ്.

ചികിത്സിക്കുക:– ടെസ്റ്റിൽ ഏതെങ്കിലും രോഗമുണ്ടെന്ന് കണ്ടാൽ ചികിത്സിക്കാൻ ഒട്ടും വൈകരുത്. ഏതെങ്കിലും തരത്തിലുള്ള സർജറിയോ മെഡിക്കൽ ട്രീറ്റ്മെന്റോ വേണ്ടിവന്നാൽ മടിക്കരുത്. ഈ സമയത്ത് ജനനേന്ദ്രിയ സംബന്ധമായ ചെറിയ രോഗങ്ങൾക്കുപോലും നിങ്ങൾക്ക് ചികിത്സ അത്യാവശ്യമാണ്. ഉദാ:–

- യൂട്രൈൻ പോലിപ്സ്, ഫൈബ്രോയ്ഡ് സിസ്റ്റ്, ട്യൂമർ.
- എൻഡോമെട്രിഓസിസ്.
- പെൽവിക്കിനോട് ബന്ധപ്പെട്ട രോഗങ്ങൾ.
- മൂത്രാശയ സംക്രമണം.
- യോനിയോട് ബന്ധപ്പെട്ട രോഗങ്ങൾ ഏതെങ്കിലും കേസിൽ സർജറി വേണ്ടിവന്നാൽ അതുകഴിഞ്ഞ് ആറുമാസംവരെ ഗർഭം ധരിക്കരുത്.

എല്ലാ വ്യാക്സിനേഷനും എടുക്കുക:– കഴിഞ്ഞ പത്തുവർഷങ്ങളായി നിങ്ങൾ ടൈറ്റനസ് - ഡിഫ്തീരിയാ ബൂസ്റ്റർ എടുത്തിട്ടില്ലെങ്കിൽ തീർച്ചയായും എടുക്കണം. എം.എം.ആർ. വ്യാക്സിൻ എടുക്കുകയാണെങ്കിൽ ഗർഭധാരണത്തിന് മൂന്നുമാസം വരെ കാത്തിരിക്കുക. ഹൈപ്ടായിറ്റിസിനെപ്പറ്റിയും ജാഗ്രതയായിരിക്കുകയും ശരിയായ സമയത്ത് ചികിത്സിക്കുകയും ചെയ്യുക.

ക്രോണിക് രോഗങ്ങളിൽ നിയന്ത്രണം ഏർപ്പെടുത്തുക

നിങ്ങൾക്ക് ആസ്ത്മാ, പ്രമേഹം, പക്ഷവാതം, ഹൃദയരോഗം എന്നിവ വളരെക്കാലമായിട്ട് ഉണ്ടെങ്കിൽ ഡോക്ടറോട് ചോദിച്ച്, ഗർഭം ധരിക്കുന്നതിന് മുമ്പ് അവയെ നിയന്ത്രിക്കുകയും സ്വന്തം കാര്യത്തിൽ നല്ലപോലെ ശ്രദ്ധപതിപ്പിക്കുകയും ചെയ്യുക. അലർജിക്കുള്ള ഏതെങ്കിലും മരുന്ന് കഴിക്കേണ്ടതുണ്ടെങ്കിൽ അത് ഇപ്പോൾ തന്നെ കഴിക്കുക. നിങ്ങൾക്ക് ഡിപ്രഷനും ഏർപ്പെട്ടേക്കാം. അതുകൊണ്ട് വലിയ പദ്ധതി ആസൂത്രണം ചെയ്യുന്നതിന് മുമ്പ് ഇവയെ നിയന്ത്രിക്കുക.

ജെനറ്റിക് സ്ക്രീനിങ്ങ്:– നിങ്ങൾക്കോ ഭർത്താവിനോ ഏതെങ്കിലും ജെനറ്റിക് ഡിസോർഡർ (സികൽ, തൈൽ, പൈലാസീമിയാ, ഹിമോഫീലിയാ, സിസ്റ്റിം ഫൈബ്രോസിസ്, പ്രസ്കചുലർ, ഡിസ്ട്രോഫി അല്ലെങ്കിൽ എക്സ്സിൻഡ്രോം എന്നിവ) അല്ലെങ്കിൽ ഡൗൺസിൻഡ്രോം പോലുള്ള ജന്മജാത പോരായ്മകൾ ഉണ്ടെങ്കിൽ, നിങ്ങളുടെ വംശത്തിൽ മുമ്പ് ഇങ്ങനെയുള്ള രോഗം ആർക്കെങ്കിലും ഉണ്ടായിരുന്നു എങ്കിൽ, ജെനറ്റിക് വിദഗ്ദനെ കാണുക. നിങ്ങൾ കാകേഷ്യൻ ആണെങ്കിൽ സിസ്റ്റിക് ഫൈബ്രോസിസ്, യഹൂദ-യൂറോപ്യൻ ആണെങ്കിൽ ടേ-ശേക്, ഫ്രെഞ്ച്-കനഡിയൻ അല്ലെങ്കിൽ ഐറിഷ്-ഇറ്റാലിയൻ അല്ലെങ്കിൽ സൗത്ത് ഈസ്റ്റ് എറ്റിചാ ഇീ അല്ലെങ്കിൽ ഫിലിപ്പിയൻ വംശങ്ങളെ ചേർന്നവരാണെങ്കിൽ ഥൈലാസീമിയാ ഉണ്ടോ എന്ന് പരിശോധിക്കുക. കഴിഞ്ഞ ഗർഭാവസ്ഥയിലും ഇതുപോലെയുള്ള ജെനറ്റിക് പ്രോബ്ലം ഉണ്ടായിരുന്നു എങ്കിൽ തീർച്ചയായും ഡോക്ടറുടെ അഭിപ്രായം ചോദിക്കുക.

കുടുംബാസൂത്രണത്തിനുള്ള ഉപായങ്ങൾ:– ഏതെങ്കിലും ഗർഭനിരോധ ഉപായം കൊണ്ട് അടുത്ത ഗർഭാവസ്ഥയിൽ പ്രഭാവമുണ്ടാകുമെങ്കിൽ അത് മാറ്റുക. ഗർഭനിരോധനത്തിനുള്ള ഗുളികകൾ കഴിക്കുന്നുണ്ടെങ്കിൽ അടുത്ത കുഞ്ഞിനുള്ള പദ്ധതി ആസൂത്രണം ചെയ്യുന്നതിന് വളരെ സമയം മുമ്പുതന്നെ അത് ഉപേക്ഷിക്കണം ഗർഭം ധരിക്കുന്നതിന് മുമ്പ് രണ്ടുമാസമുറ കൃത്യമായി വരണം. മാസമുറ കൃത്യമാകാൻ സമയമെടുത്താൽ വിഷമിക്കേണ്ട. ഐ.യു.ഡി. ഉപയോഗിക്കുന്നുണ്ടെങ്കിൽ അത് എടുത്തുകളയുക. എല്ലാവിധ ഗർഭനിരോധന മരുന്നുകളും കഴിക്കുന്നത് നിർത്തുക. വേണമെങ്കിൽ റചർമ്മിസൈഡ് ഇല്ലാത്ത കോൺഡം ഉപയോഗിക്കാം.

ആഹാരത്തിൽ പരിഷ്കരണം:– ഏറ്റവും മുഖ്യമായ കാര്യം ആഹാരത്തിൽ ഫോളിക് ആസിഡിന്റെ അളവ് കൂട്ടുക എന്നതാണ്. ഗർഭധാരണത്തിന് മുമ്പും ഗർഭാവസ്ഥയുടെ ആരംഭഘട്ടത്തിലും ഗർഭാവസ്ഥയുടെ ആരംഭഘട്ടത്തിലും ഇത് ധാരാളം കഴിച്ചാൽ ന്യൂടൽ ട്യൂബിന്റെ പ്രശ്നം വളരെ കുറയുമെന്ന് പഠനങ്ങളിൽ നിന്ന് അറിയാൻ കഴിഞ്ഞിട്ടുണ്ട്. ഇത് തവിടുകളയാത്ത ധാന്യങ്ങളിലും പച്ചിലകളുള്ള കായ്കളിലും ധാരാണം ഉണ്ട് അതോടൊപ്പം അതിനുള്ള മരുന്നും തരും.

ജങ്ക് ഫുഡ്, റിഫൈൻഡ് ഷുഗർ എന്നിവയുടെ അളവ് കുറക്കുക. തവിടുകളയാത്ത ധാന്യങ്ങൾ, പഴങ്ങൾ, പച്ചക്കറികൾ, കൊഴുപ്പുകുറവുള്ള ഡയറി ഉത്പന്നങ്ങൾ എന്നിവ കഴിക്കാം. സ്യാച്വറേട്ടഡ് കൊഴുപ്പിന്റെ അളവ് കുറക്കുക. ഇത് കാരണം ഗർഭാവസ്ഥയിൽ മനംപിരട്ടൽ, ഛർദ്ദി എന്നിവ കൂടുതലാകും. ഗർഭം ധരിക്കുന്നതിനുമുമ്പ് ദിവസവും രണ്ട് സർവിങ്ങ് പ്രോട്ടീനും മൂന്ന് സർവിങ്ങ് ക്യാൽഷ്യവും കഴിക്കുക.

നിങ്ങൾക്ക് നല്ല ഈറ്റിങ്ങ് ഹാബിറ്റ്സ് ഇല്ലെങ്കിലോ മറ്റേതെങ്കിലും വിധത്തിലുള്ള ഈറ്റിങ്ങ് ഡിസോഡർ പിടിപെട്ടിട്ടുണ്ടെങ്കിലോ ഡോക്ടറുടെ അഭിപ്രായം ചോദിച്ച് പ്രത്യേക തരത്തിലുള്ള ആഹാരം കഴിക്കുക.

മാതൃകാ തൂക്കം:– ആവശ്യത്തിൽ കൂടുതലോ കുറവോ തൂക്കം ഗർഭാവസ്ഥയിൽ പ്രശ്നമായേക്കാം. ആവശ്യമാണെന്ന് തോന്നിയാൽ കലോറിയുടെ അളവ് കുറക്കുക. തൂക്കം കുറയ്ക്കുമ്പോൾ പതുക്കെപ്പതുക്കെയെ കുറക്കാവൂ. ഗർഭധാരണ പ്രക്രിയ രണ്ടു മാസം നീട്ടിക്കൊണ്ടു പോകേണ്ടിവന്നാലും സാരമില്ല. പോഷകക്കുറവ് കൊണ്ടും ഗർഭാധരണം കഠിനമായേക്കാം. നിങ്ങൾ ക്രാഷ് ഡയറ്റിലായിരുന്നെങ്കിൽ സാധാരണ രീതിയിൽ ആഹാരം കഴിച്ച് ശരീരത്തെ അതിന്റെ രൂപത്തിൽ വരാൻ അനുവദിച്ചശേഷം ഗർഭം ധരിക്കുക.

വിറ്റാമിനും മിനറൽ സപ്ലിമെന്റും കഴിക്കുക:– ആഹാരത്തിൽ മാറ്റത്തോടൊപ്പം വിറ്റാമിനും മിനറൽ കലർന്ന സപ്ലിമെന്റും തീർച്ചയായും കഴിക്കുക. ഗർഭം ധരിക്കുന്നതിന് മുമ്പു തന്നെ വിറ്റാമിനും മിനറൽ സപ്ലിമെന്റും കഴിക്കുന്ന സ്ത്രീകൾക്ക് ഛർദ്ദി, മനം പിരട്ടൽ, മോണിങ്ങ് സിക്നസ് എന്നിവ കുറവായി കാണപ്പെടുന്നു എന്നാണ് പഠനങ്ങളിൽ നിന്ന് അറിയാൻ കഴിയുന്നത്. സിങ്ക് കഴിക്കുന്നതും നല്ലതാണ്. ഇവ കൂടാതെ മറ്റ് പോഷക സപ്ലിമെന്റ് കഴിക്കരുത്, ഇവയുടെ അളവ് കൂടിയാലും ദോഷം ചെയ്യും.

ഷേയ്പ്പ് ഉണ്ടാക്കുക, പക്ഷെ പതുക്കെപ്പതുക്കെ:– വ്യായാമം ദിനചര്യയിൽ ഒരു ഭാഗമാക്കിയാൽ ശരീരം ആരോഗ്യമുള്ളതായിരിക്കും. വരാനിരിക്കുന്ന സമയത്തേക്ക് നിങ്ങളെ തയ്യാറാക്കാനും കഴിയും ആവശ്യ

ത്തിൽ കൂടുതലുള്ള തൂക്കവും കുറയും എന്നാൽ അധികം കഠിനമായ വ്യായാമം ചെയ്യരുത്. പലപ്പോഴും ശരീരത്തിന്റെ താപ നില അധികമായാലും ഗർഭധാരണം കഠിന മാകും. അതിസർവത്ര വർജ്ജതേ. അതുകൊണ്ട് വ്യായാമം ചെയ്യുക. പക്ഷെ സാവധാനം.

ഡ്രഗ്സ് ഉപയോഗിക്കരുത്:– കൊക്കേൻ, ക്രേക്ക്, മാജൂആനാ, ഹെറോയിൻ എന്നീ ഡ്രഗ്സ് ഗർഭാവസ്ഥയിൽ ആപത്കാരിക ളാണ്. ഗർഭം ധരിക്കുവാൻ ബുദ്ധിമുട്ടുണ്ടാ കും. ഗർഭാവസ്ഥ ആരംഭിച്ചുകഴിഞ്ഞു എങ്കിൽ ഭ്രൂണത്തിന് ദോഷം ഉണ്ടാകും. മിസ് ക്യാരേജ്, സമയത്തിനുമുമ്പ് കുഞ്ഞിന്റെ ജനനം മുതലായ ആപത്തുകൾ ഏർപ്പെട്ടേ ക്കാം. നിങ്ങൾ എപ്പോഴെങ്കിലുമേ കഴിക്കു ന്നുള്ളൂ എങ്കിൽ അതും നിർത്തണം. നിർ ത്താൻ ബുദ്ധിമുട്ടാണെങ്കിൽ വിദഗ്ദ സഹായം തേടുക.

അനാവശ്യ മരുന്നുകൾ ഒഴിവാക്കുക:– ഗർഭ ധാരണത്തിനുള്ള പദ്ധതി ആസൂത്രണം ചെയ്തശേഷം ഡോക്ടറോട് ചോദിക്കാതെ ഒരു മരുന്നും കഴിക്കരുത്. യോനിയിൽ വയ് ക്കുന്ന മാതിരിയുള്ള മരുന്നും ഡോക്ടറോട് ചോദിക്കാതെ ഉപയോഗിക്കരുത്.

മരുന്നുകൾ പരിശോധിക്കുക:– നിങ്ങൾ വർഷങ്ങളായി ഏതെങ്കിലും രോഗത്തിനു വേണ്ടി കഴിച്ചുവരുന്ന മരുന്ന് ഗർഭാവസ്ഥ യിൽ ഹാനികരമാണോ എന്ന് അന്വേഷി ക്കുക. കുറഞ്ഞത് ആറുമാസങ്ങൾക്കുമുമ്പ് അങ്ങനെയുള്ള മരുന്നുകൾ ഉപയോഗിക്കു ന്നത് നിർത്തുക. കുഞ്ഞ് ജനിച്ചശേഷവും സൂക്ഷിക്കണം, മുലയൂട്ടുന്നതുവഴിയും മരു ന്നിന്റെ പ്രഭാവം കുഞ്ഞിനെ ബാധിക്കും പലപ്പോഴും ഡോസ് കുറക്കുന്നതുകൊണ്ട് പ്രയോജനമുണ്ടാകും.

ചില മരുന്നുകൾ വളരെ ആപത്കരമാ ണെന്ന് തെളിഞ്ഞിട്ടുണ്ട്. അതുകൊണ്ട് അടിക്കടി ഡോക്ടറുടെ അഭിപ്രായം ചോദിക്കുക.

ഹെർബൽ അല്ലെങ്കിൽ മാറ്റുമരുന്നുകൾ:– എല്ലാ ഹെർബൽ മരുന്നുകളും സുരക്ഷിതമാ യിരിക്കണമെന്നില്ല. ചില മരുന്നുകൾ ഗർഭധാരണത്തിൽ തടസ്സം ഏർപ്പെടുത്തി യേക്കാം. അങ്ങനെയുള്ള ഹെർബലോ മറ്റ് മാറ്റുമരുന്നുകളോ ഏത് രൂപത്തിലായാലും ചിലപ്പോൾ ഹാനികരമായിരിക്കും. അതു കൊണ്ട് വേണ്ടത്ര സൂക്ഷിക്കുക.

കഫീനിന്റെ അളവ് കുറക്കുക:– ചായ, കാപ്പി എന്നിവയുടെ അളവ് ഇപ്പോൾ മുതൽ കുറക്കാൻ തുടങ്ങിയാൽ പിന്നീട് ബുദ്ധിമുട്ടു ണ്ടാകുകയില്ല. അധികം കാപ്പി കുടിച്ചാലും ഗർഭധാരണത്തിൽ ബുദ്ധിമുട്ടുണ്ടാകുമെന്ന് ചില പഠനങ്ങളിൽ നിന്ന് അറിയാൻ കഴി ഞ്ഞിട്ടുണ്ട്. ഇതിന്റെ അളവ് കൂടിയാൽ മറ്റു പലവിധങ്ങളിലും ശരീരത്തിന് ഹാനി ഏർപ്പെടും.

മദ്യപിക്കരുത്:– ഗർഭം ധരിക്കണമെന്ന് തീരു മാനിച്ചശേഷം ദിവസവും മദ്യം കഴിക്കുന്നത് ദോഷം ചെയ്യും. മാസമുറയുടെ ചക്രത്തിലും ക്രമക്കേടുണ്ടാകും. അതുകൊണ്ട് ഇത് കഴിക്കുന്നത് തീരെ ഒഴിവാക്കണം.

പുകവലിക്കരുത്:– പുകയില കൊണ്ട് കുഞ്ഞിനും ക്യാൻസർ വരാൻ സാദ്ധ്യത യുണ്ട്. നിങ്ങൾക്കും ഗർഭം ധരിക്കുന്നതിൽ ബുദ്ധിമുട്ടുണ്ടാകും. നിങ്ങളുടെ കുഞ്ഞിന് പുകയില്ലാത്ത അന്തരീക്ഷം സമ്മാനിക്കുക.

റേഡിയേഷന്റെ സമ്പർക്കത്തിൽ അധികം പോകാതിരിക്കുക:– എക്സ്-റേ എടുക്കു ന്നത് അത്യാവശ്യമാണെങ്കിൽ പ്രജനനേന്ദ്രിയ ങ്ങൾ മൂടിയിട്ട് ചെയ്യുക. ഗർഭം ധരിക്കാൻ തീരുമാനിച്ചശേഷം എപ്പോൾ വേണമെ ങ്കിലും നിങ്ങൾ ഗർഭിണി ആയേക്കാമെന്ന കാര്യം ഓർക്കുക. അതുകൊണ്ട് ആദ്യം തന്നെ സൂക്ഷിക്കുക. നിങ്ങളുടെ ഡോക്ട റോടു നേരത്തെതന്നെ വിവരം പറഞ്ഞാൽ അദ്ദേഹത്തിനും നിങ്ങളുടെ കാര്യം പ്രത്യേകം ശ്രദ്ധിക്കാൻ കഴിയും. ഗർഭധാരണത്തിനു ശേഷം ഒഴിച്ചുകൂടാൻ കഴിയാത്ത സാഹചര്യ ത്തിൽ മാത്രമേ റേഡിയേഷൻ ചെയ്യിക്കാവൂ.

ആപത്കരമായ രസായനങ്ങളിൽ നിന്ന് അകന്നു നിൽക്കുക:– ചില രസായനങ്ങൾ ഗർഭധാരണത്തിനും ഭ്രൂണത്തിന്റെ വികാസ ത്തിനും തടസ്സമായിരിക്കും. ജോലിക്കിടയിൽ ഇക്കാര്യം പ്രത്യേകം ശ്രദ്ധിക്കുക. മെഡി സിൻ, ആർട്ട്, ഫോട്ടോഗ്രാഫി, ഫ്രേമിങ്ങ്, ലാൻഡ്സ്കേപ്പിങ്ങ്, ഹെയർഡ്രസ്സിങ്ങ്, കാസ്മെടോലജി, ഡ്രൈക്ലീനിങ്ങ്, ഫാക്ടറി കൾ എന്നീവിടങ്ങളിൽ ജോലി ചെയ്യുന്നവർ പ്രത്യേകം സൂക്ഷിക്കണം. കഴിയുമെങ്കിൽ കുറച്ച് സമയത്തേക്ക് അങ്ങനെയുള്ള സ്ഥലങ്ങളിൽ പോകാതിരിക്കുക. സ്ഥലം മാറ്റം വാങ്ങിക്കുക.

പലപ്പോഴും ലെഡ്ഡിന്റെ അളവ് കൂടിയാലും ദോഷമുണ്ടാകും. അത് ജോലി സ്ഥലത്ത് മാത്രമല്ല വീട്ടിലും വെള്ളത്തിൽ

ഉണ്ടായേക്കാം. വീട്ടിലും വിഷമുള്ള സാധനങ്ങളുടെ സമ്പർക്കം ഒഴിവാക്കുക. നിങ്ങളുടെ രക്തത്തിന്റെ ലെവൽ അധികമാണെങ്കിൽ വിദഗ്ദാഭിപ്രായം ആരാഞ്ഞ് ചികിത്സ ചെയ്താൽ ശരീരത്തിൽ ലെഡ്ഡിന്റെ അളവ് കുറക്കാം.

ആർത്ഥിക ഭദ്രത:– കുഞ്ഞ് ജനിക്കുന്നതിന് മുമ്പുതന്നെ ബഡ്ജറ്റ് തയ്യാറാക്കുക. വരാനിരിക്കുന്ന ദിവസങ്ങളിൽ നിങ്ങൾക്ക് വളരെ അധികം പണം ആവശ്യമായിരിക്കും. ഹെൽത്ത് ഇൻഷ്വറൻസ് ചെയ്യിച്ചാൽ പ്രസവച്ചിലവ് കിട്ടും. ഓഫീസിൽ മെറ്റേർണിറ്റിലീവ് കിട്ടുമോ എന്ന് അന്വേഷിക്കുക. ഇങ്ങനെ നിങ്ങൾക്ക് പിന്നീട് ഏർപ്പെട്ടേക്കാവുന്ന പല പ്രശ്നങ്ങളെയും ഒഴിവാക്കാൻ കഴിയും.

ശ്രദ്ധിക്കാൻ തുടങ്ങുക:– അത്യവാശ്യമായ എല്ലാ ഏർപ്പാടുകളും ചെയ്തശേഷം നിങ്ങളുടെ തീരുമാനത്തിൽ ശ്രദ്ധ ചെലുത്തുക. നിങ്ങൾ മാസമുറയുടെ ചക്രത്തിൽ ഏറ്റവും ഫെർട്ടൽ പിരീഡിൽ സംഭോഗം ചെയ്താൽ പെട്ടെന്ന് ഗർഭം ധരിക്കാനുള്ള സാദ്ധ്യത കൂടും. ഡയറിയിൽ മാസമുറയുടെ ചക്രത്തിന്റെ ആദ്യദിവസം എഴുതി വയ്ക്കുക. നിങ്ങൾക്ക് എപ്പോൾ ഓവലേഷൻ ഉണ്ടായി എന്നും കണ്ടുപിടിക്കണം. സാധാരണ ചക്രത്തിന്റെ നടുവിലാണ് ഓവലേഷൻ ഉണ്ടാകുന്നത്. എന്നാൽ മാസമുറ ക്രമീകൃതമല്ലാത്ത സ്ത്രീകളുടെ മാസമുറക്ക് മുമ്പ് പത്താമതോ അല്ലെങ്കിൽ അതിനുശേഷം പതിനേഴാം ദിവസമോ ഗർഭധാരണം ഏർപ്പെടാനുള്ള സാദ്ധ്യത വർദ്ധിക്കുന്നു. ചില സ്ത്രീകൾക്ക് ഓവലേഷന്റെ സമയം സ്പഷ്ടമായി അറിയാൻ കഴിയും, എന്നാൽ ചിലർക്ക് അറിയാൻ കഴിയുകയില്ല. ഇതിനിടയിൽ നിങ്ങളുടെ യോനിസ്രാവം, മുട്ടയുടെ വെള്ളമാതിരിയും ഒട്ടുന്നതുമായിരിക്കും, അതിനെ വലിക്കാൻ കഴിയും. അതോടൊപ്പം വയറിന്റെ അടിഭാഗത്തും മുതുകിന്റെ ഒരുവശത്തും ചെറിയ വേദന അനുഭവപ്പെടും. ശ്രദ്ധിക്കുകയാണെങ്കിൽ താപനിലയിലുള്ള വ്യത്യാസത്തിൽനിന്നും അതുമനസ്സിലാക്കാൻ കഴിയും. ഇതിന് നിങ്ങൾക്ക് വി.വി.ടി. തെർമോമീറ്റർ ഉപയോഗിക്കേണ്ടിവരും. കാലത്ത് കിടക്കയിൽ നിന്ന് എഴുന്നേൽക്കുന്നതിനുമുമ്പ് താപനില പരിശോധിക്കണം. ഓവലേഷൻ തുടങ്ങുന്നതിനുമുമ്പ് ഇത് ഏറ്റവും കുറവായിരിക്കും, പിന്നീട് വേഗത്തിൽ വർദ്ധിക്കും. നിങ്ങൾക്ക് ഇതെല്ലാം കണ്ടുപിടിക്കാൻ കഴിയുന്നില്ലെങ്കിൽ, നിങ്ങളുടെ ചക്രം ക്രമത്തിലല്ലെങ്കിൽ, നിങ്ങൾ ഏതെങ്കിലും എളുപ്പവഴി കണ്ടുപിടിക്കാൻ ആഗ്രഹിക്കുന്നുണ്ടെങ്കിൽ ഇതിനുവേണ്ടി മാർക്കെറ്റിൽ ഹോം ഓവലേഷൻ പ്രഡിക്ടർ കിറ്റ് കിട്ടും. ഇതിന്റെ സഹയാത്തോടെ നിങ്ങളുടെ പദ്ധതി സഫലമാക്കാൻ കഴിയും. പ്രസവത്തിന്റെ ശരിയായ തീയതി അറിയാനും എളുപ്പമാകും.

വിശ്രമിക്കുക:– അതെ, ഇത് എല്ലാത്തിലും മുഖ്യമാണ്. പിരിമുറുക്കം കൊണ്ട് കാര്യം കൂടുതൽ വഷളാകും. റിലാക്സേഷൻ ടെക്നിക്ക് പഠിക്കുക, ധ്യാനം ചെയ്യുക, പിരിമുറുക്കം ഒഴിവാക്കുക.

വേണ്ടത്ര സമയം കൊടുക്കുക:– ആരോഗ്യപൂർണ്ണമായ ഗർഭാവസ്ഥ ആരംഭിക്കാൻ സാധാരണ ആറുമാസങ്ങൾ എടുക്കും. പെട്ടെന്ന് കാര്യം സാധിച്ചില്ലെങ്കിൽ ടെൻഷൻ വേണ്ട. ഡോക്ടറുടെ അടുത്തുപോകുന്നതിനുമുമ്പ് നിങ്ങൾക്കുതന്നെ വേണ്ടത്ര സമയം കൊടുക്കുക. നിങ്ങൾക്ക് 35 വയസ്സിൽ കൂടുതലായെങ്കിൽ 6 മാസങ്ങൾ പരിശ്രമിച്ചശേഷമേ ഡോക്ടറുടെ അഭിപ്രായം തേടേണ്ടതുള്ളൂ.

ഗർഭധാരണത്തിന് മുമ്പ് അച്ഛൻ എന്തുചെയ്യണം

ഡോക്ടറെ കാണണം:– ശരീര പരിശോധന ചെയ്ത് നിങ്ങൾക്ക് ടെസ്റ്റികൾസിസ്റ്റ്, ട്യൂമർ അല്ലെങ്കിൽ ഡിപ്രെഷൻ എന്നീ രോഗങ്ങളില്ലെന്ന് ഉറപ്പുവരുത്തണം. ഇതൊക്കെ നിങ്ങളുടെ ഭാര്യയുടെ ആരോഗ്യകരമായ ഗർഭധാരണത്തിന് തടസ്സങ്ങളാണ്.

ഏതെങ്കിലും വിധത്തിലുള്ള മരുന്ന് കഴിക്കുന്നതിനുമുമ്പ് അത് നിങ്ങളുടെ ലൈംഗീക യോഗ്യതയെ ബാധിക്കുന്നുണ്ടോ എന്ന് മനസ്സിലാക്കണം. പലപ്പോഴും ഇവ മൂലം പുരുഷബീജത്തിന്റെ എണ്ണം കുറയും. നിങ്ങൾ അങ്ങനെ ഉണ്ടാവാൻ ആഗ്രഹിക്കില്ലെന്ന് വിശ്വസിക്കുന്നു.

ആവശ്യമുണ്ടെങ്കിൽ ജെനെറ്റിക് സ്ക്രീനിങ്ങ് ചെയ്യിക്കുക:– കുടുംബത്തിൽ ആർക്കെങ്കിലും അതുമാതിരി ഉണ്ടായിട്ടുണ്ടെങ്കിൽ തീർച്ചയായും ജെനറ്റിക് സ്ക്രീനിങ്ങ് ചെയ്യിക്കുക.

ബെർത്ത് കൺട്രോളിന്റെ മാർഗ്ഗങ്ങൾ ഉപേക്ഷിക്കുക:– നിങ്ങളുടെ ഭാര്യ ഗർഭനിരോധന മാർഗ്ഗം സ്വീകരിക്കുകയോ അതി

ന്നുള്ള ഗുളിക കഴിക്കുകയോ ചെയ്യുന്നുണ്ടെങ്കിൽ അതെല്ലാം നിർത്തുക. അതില്ലാത്ത രണ്ടുമാസമുറയെങ്കിലും കഴിയട്ടെ. വേണമെങ്കിൽ അതിനിടയിൽ സ്പർമിസൈഡ് ഇല്ലാത്ത കോൺഡം ഉപയോഗിക്കാം.

ആഹാരത്തിൽ പരിഷ്കരണം:– മെച്ചപ്പെട്ട ആഹാരം കഴിച്ചാൽ ഗർഭധാരണത്തിനുള്ള പുരുഷ ബീജവും ആരോഗ്യമുള്ളതായിരിക്കും. ഗർഭധാരണത്തിനുമുമ്പ് അച്ഛനും അമ്മയും പോഷകാഹാരം കഴിക്കണം. നിങ്ങളുടെ ആഹാരത്തിൽ വിറ്റാമിൻ - സി, ഈ, സിങ്ക്, ക്യാൽഷ്യം, വിറ്റാമിൻ-ഡി എന്നിവ ധാരാളം ഉണ്ടായിരിക്കാൻ ശ്രദ്ധിക്കുക. ഗർഭധാരണത്തിന് മുമ്പ് വിറ്റാമിൻ-മിനറലിന്റെ സപ്ലിമെന്റ് കഴിക്കുക. ഇതിൽ കുറച്ച് ഫോളിക് ഈയം കൂടി ഉണ്ടായാൽ നന്നായിരിക്കും. നിങ്ങൾ പ്രമേഹരോഗിയാണെങ്കിൽ ബ്ലഡ്ഷുഗർ നിയന്ത്രിക്കണം.

ജീവിതരീതിയിൽ പരിഷ്കരണം:– ഗർഭധാരണം ചെയ്യിക്കുന്നതിനുമുമ്പ് പുരുഷൻ ഏതെങ്കിലും വിധത്തിലുള്ള ഡ്രഗ്സ് ഉപയോഗിച്ചാൽ അത് അയാളുടെ ലൈംഗീക ക്ഷമതയെ ബാധിക്കുമെന്ന് ഗവേഷണങ്ങളിൽ നിന്നും പഠനങ്ങളിൽ നിന്നും അറിയാൻ കഴിഞ്ഞിട്ടുണ്ട്. ഡ്രഗ്സും മദ്യവും പുരുഷ ബീജത്തിന്റെ നിർമ്മാണത്തിലും ഗുണത്തിലും പ്രഭാവം ചെലുത്തുമെന്ന് മാത്രമല്ല, അതുകൊണ്ട് ടെസ്റ്റോ സെഹറാണിന്റെ ലെവൽ കുറയുകയും ചെയ്യും. കുഞ്ഞിന്റെ തൂക്കം കുറയും. നിങ്ങൾക്ക് ഡ്രഗ്സും മദ്യവും ഉപേക്ഷിക്കാൻ കഴിഞ്ഞാൽ ഭാര്യയ്ക്കും അത് ഉപേക്ഷിക്കുന്നത് എളുപ്പമാകും.

പുകവലിക്കരുത്:– പുകവലിക്കുന്നതുകൊണ്ട് സ്പേമിന്റെ എണ്ണം കുറയുകയും ഗർഭം ധരിപ്പിക്കുന്നതിൽ ബുദ്ധിമുട്ടുണ്ടാകുകയും ചെയ്യുന്നു. ഈ പുക നിങ്ങളുടെ വരാനിരിക്കുന്ന കുഞ്ഞിനും ഭാര്യക്കും ആപത്കരമായിരിക്കും. അതുകൊണ്ട് ഇതിൽനിന്ന് രക്ഷനേടുന്നത് അത്യാവശ്യമാണ്.

ഇവയിൽ നിന്ന് രക്ഷനേടുക:– അതെ, പെയിന്റ്, വാർണിഷ്, മെറ്റൽ ഡീഗ്രീസർ, പെസ്റ്റിസൈഡ്സ് എന്നിവ വളരെ ഹാനികരമാണ്. ഇവമൂലം ഗർഭധാരണം ചെയ്യിക്കുന്നതിൽ ബുദ്ധിമുട്ടുണ്ടാകും. ഇവയെ ഒഴിവാക്കുകയോ, കഴിയുന്നതും ഇവയുടെ സമ്പർക്കം ഏർപ്പെടാതെ നോക്കുകയോ ചെയ്യുക.

അവയെ തണുപ്പായിവയ്ക്കുക:– അതെ, നിങ്ങളുടെ വൃഷണങ്ങളെപ്പറ്റിയാണ് പറയുന്നത്. അവയ്ക്ക് ആവശ്യത്തിൽ കൂടുതൽ ചൂടേറ്റാൽ സ്പേമിന്റെ എണ്ണം കുറയും. ശരീരത്തിന്റെ താപനിലയെ അപേക്ഷിച്ച് കുറച്ച് കൂടുതൽ തണുപ്പാണ് അവയ്ക്ക് നല്ലത്. ഹോട്ട് ടബ്ബ്, ഹോട്ട് ബാത്ത്, സാനാ ബാത്ത്, ഇറുകിയ വസ്ത്രങ്ങൾ, ഉൾവസ്ത്രങ്ങൾ എന്നിവ ഉപയോഗിക്കരുത്. സിന്തറ്റിക് പാന്റ്സ്, അണ്ടർവെയർ എന്നിവ ചൂടുകാലത്ത് കൂടുതൽ ചൂടേൽപ്പിക്കും.

അവയെ സുരക്ഷിതമായിവയ്ക്കുക:– നിങ്ങൾ ഫുട്ബോൾ, ബാസ്കറ്റ്ബോൾ, കുതിര സവാരി എന്നീ കളികളിൽ പങ്കുകൊള്ളുന്നുണ്ടെങ്കിൽ ശരീരത്തിന്റെ ഈ കോമള ഭാഗങ്ങളുടെ സുരക്ഷയിൽ പ്രത്യേകം ശ്രദ്ധവേണം. അധികം സൈക്കിൾ ഓടിക്കുന്നതും ദോഷം ചെയ്യും. അതിൽ തുടർച്ചയായി കീഴ്ഭാഗത്തുള്ള അവയവങ്ങളിൽ സമ്മർദ്ദം ഏർപ്പെടും. ആ ഭാഗം സൈക്കിൾ ഓടിക്കുമ്പോൾ മരവിച്ചാൽ ഗർഭധാരണം ചെയ്യിക്കേണ്ട ദിവസങ്ങളിൽ അവ ഉപയോഗ ശൂന്യമാകും. ബുദ്ധിമുട്ട് കൂടുതലായാൽ ഡോക്ടറെ കാണുക.

ശാന്തമായിരിക്കുക:– ഇത് നിങ്ങൾ രണ്ടുപേർക്കും വളരെ മുഖ്യമായ കാര്യമാണ്. പിരിമുറുക്കം കൊണ്ട് കാര്യം ചെയ്യാനുള്ള ശക്തി കുറയുകമാത്രമല്ല സ്പേമിന്റെ എണ്ണവും കുറയും. ഇതിനെപ്പറ്റി അധികം ചിന്തിക്കേണ്ട. എല്ലാം നൈസർഗ്ഗികമായ രീതിയിൽ നടക്കും.

ഇതിനുശേഷം. . . .? ഒരു പുതിയ തുടക്കത്തിന്റെ സമയമാണ്. ഗർഭധാരണത്തിന് മുമ്പുള്ള ഏർപ്പാടുകൾക്കുശേഷം ഗർഭധാരണം പറ്റിയ അദ്ധ്യായം വായിക്കാൻ തുടങ്ങുകയും മുഴുസന്തോഷവും അനുഭവിക്കുകയും ചെയ്യുക.

• • • • •

അനുബന്ധം

ഗർഭാവസ്ഥക്കിടയിലുള്ള സാധാരണ ടെസ്റ്റുകൾ

നിങ്ങളുടെ വയസ്സിനനുസരിച്ച് ഡോക്ടർ ടെസ്റ്റുകൾ കൂട്ടുകയോ കുറക്കുകയോ ചെയ്യും. ഇത് ഒരളവിന് നിങ്ങളുടെ മെഡിക്കൽ ഹിസ്റ്ററിയും അദ്ദേഹത്തിന്റെ തൊഴിൽ സംബന്ധമായ അഭിപ്രായവും ആശ്രയിച്ചിരിക്കും അധികം അറിയാൻ ഈ പട്ടിക നോക്കുക.

ടെസ്റ്റ് അത് എപ്പോൾ ചെയ്യണമെന്നും	പ്രക്രിയ	കാരണം
ബ്ലഡ്ടൈപ്പ് ആദ്യത്തെ പ്രാവശ്യം	കൈയ്യിൽ നിന്ന് രക്തമെടുത്ത് പരിശോധിക്കും.	ആർ.എച്ച്. ടൈപ്പ് അല്ലെങ്കിൽ കൈയിൽ ഫാക്ടർ പരിശോധിക്കും.
ഹോമെട്ടോക്രിറ്റ് അല്ലെങ്കിൽ ഹീമോഗ്ലോബിൻ ആദ്യത്തെ പ്രാവശ്യവും 20 ആഴ്ചകൾക്കുശേഷം	കൈയ്യിൽ നിന്ന് രക്തമെടുത്ത് പരിശോധിക്കും.	ഇതിൽനിന്ന് അയേണിന്റെ കുറവ്, രക്തക്കുറവ് അല്ലെങ്കിൽ അയേൺ സപ്ലിമെന്റിനെക്കുറിച്ച് അറിയാം.
റുബെലാടിട്ടർ, ആദ്യസന്ദർശനത്തിൽ	കൈയ്യിൽ നിന്ന് രക്തമെടുത്ത് പരിശോധിക്കും.	റുബെലാ (ജർമ്മൻ മീസൈൽസ്) രോഗപ്രതിരോധ ശക്തിയുണ്ടോ എന്ന പരിശോധന.
സിഫിലിസ് ടെസ്റ്റ്, ആദ്യ സന്ദർശനത്തിൽ	കൈയ്യിൽ നിന്ന് രക്തമെടുത്ത് പരിശോധിക്കും.	സിഫിലിസ് ബാധിച്ചിട്ടുണ്ടെങ്കിൽ ഉടനെയുള്ള ചികിത്സ ഭ്രൂണത്തിന് ഹാനി സംഭവിക്കാതെ രക്ഷിക്കും.
എച്ച്.ഐ.വി. പരീശോധന ആദ്യ സന്ദർശനത്തിൽ	കൈയ്യിൽ നിന്ന് രക്തമെടുത്ത് പരിശോധിക്കും.	അറിയാൻ കഴിഞ്ഞാൽ അമ്മയെ ചികിത്സിക്കുന്നത് എളുപ്പമാകും. കുഞ്ഞിന് സംക്രമണമുണ്ടാകാതെ തടുക്കാം.
ഹെപ്പടൈറ്റിസ് സ്ക്രീനിങ്ങ് ആദ്യസന്ദർശനത്തിൽ	കൈയ്യിൽ നിന്ന് രക്തമെടുത്ത് പരിശോധിക്കും.	ഹൈപ്പിടൈറ്റിസ്-ബിയുടെ സംക്രമണം ഏർപ്പെട്ടിട്ടുണ്ടെങ്കിൽ ആദ്യംതന്നെ അമ്മയുടെ പരിശോധനയിൽ നിന്ന് ഭ്രൂണത്തെ ചികിത്സിക്കാൻ കഴിയും.

ടെസ്റ്റ് അത് എപ്പോൾ ചെയ്യണമെന്നും	പ്രക്രിയ	കാരണം
പൈപ് സ്മിയർ ആദ്യ സന്ദർശനത്തിൽ	സർവൈകിളിലിരുന്ന് സ്രാവമെടുത്ത് കോശങ്ങളെ പരിശോധിക്കും.	സർവൈക്കിൽ ക്യാൻസർ അല്ലെങ്കിൽ മറ്റേതെങ്കിലും നിശ്ചയമില്ലാത്ത രോഗങ്ങളെപ്പറ്റി അറിയാനുള്ള പരിശോധന.
ഗോണോറിയ കൾച്ചറും ജെനിറ്റൽ ഹർപ്പീസ്, ആദ്യ സന്ദർശനത്തിൽ	ലാബിൽവച്ച് യോനിസ്രാവം കൾച്ചർ ചെയ്യും.	സംക്രമണം ഏർപ്പെട്ടിട്ടുണ്ടെങ്കിൽ ചികിത്സിക്കും.
ക്ലാമീഡിയ ടെസ്റ്റ് ആദ്യ സന്ദർശനത്തിൽ	സർവിക്സ്, യുറെത്രാ അല്ലെങ്കിൽ റെക്റ്റത്തിന് സമീപമുള്ള ഭാഗങ്ങളുടെ പരിശോധന	സംക്രമണം ഉണ്ടെങ്കിൽ ചികിത്സിക്കും.
മൂത്രത്തിൽ ബാക്ടീരിയ ആദ്യ സന്ദർശനത്തിൽ	മൂത്രത്തിന്റെ സാമ്പിൾ എടുത്ത് പരിശോധിക്കും	ഗർഭാവസ്ഥയിൽ ലഹരി ഉണ്ടാക്കുന്ന മരുന്നുകൾ കഴിക്കുന്നത് ആപത്താണ്. അറിഞ്ഞാൽ ചികിത്സിക്കേണ്ടത് അത്യാവശ്യമാണ്.
ബ്ലഡ്പ്രഷർ ഓരോ സന്ദർശനത്തിലും	ബ്ലഡ്പ്രഷർ അളക്കുന്ന യന്ത്രം കൊണ്ടോ ഏതെങ്കിലും ഇലക്ട്രോണിക് യന്ത്രം കൊണ്ടോ അളക്കും.	ഹൈപ്പർ ടെൻഷൻ അല്ലെങ്കിൽ പ്രീക്ലെംപ്സിയോ ഉണ്ടോ എന്നറിയാം.
മൂത്രത്തിൽ ഗ്ലൂക്കോസ്, ഓരോ സന്ദർശനത്തിലും	മൂത്ര പരിശോധന ഡിപ്സ്റ്റിക് കൊണ്ട് ചെയ്യുന്നു.	അധിക അളവ് ഗ്യാസ്റ്റേഷണൽ ഡയബെറ്റിക്സിന്റെ സൂചന നൽകുന്നു.
മൂത്രത്തിൽ പ്രോട്ടീൻ	മൂത്രത്തിന്റെ പരിശോധന ഡിപ്സ്റ്റിക്കുകൊണ്ട് ചെയ്യുന്നു.	അധിക അളവ് മൂത്രാശയ സംക്രമണം അല്ലെങ്കിൽ പ്രീക്ലെംപ്സിയ ഉണ്ടെന്ന സൂചന നൽകുന്നു.
ട്രിപൽ സ്ക്രീൻ 15 മുതൽ 18 ആഴ്ചയിൽ ഗ്ലൂക്കോസ് ടോളറൻസ് ടെസ്റ്റ് 28-ാമത്തെ ആഴ്ചയിൽ	കൈയ്യിൽ നിന്ന് രക്തമെടുത്ത് പരിശോധിക്കും. ഒരു ഗ്ലൂക്കോസ് ഡ്രിങ്ക് കുടിപ്പിച്ചശേഷം കൈയ്യിൽ നിന്ന് രക്തമെടുത്ത പരിശോധിക്കും.	ഭ്രൂണത്തിന്റെ സ്ക്രീനിങ്ങ് കൊണ്ട് ദോഷങ്ങൾ അറിയാൻ കഴിയും. ഗ്യാസ്റ്റേഷനൽ പ്രമേഹ ത്തിന്റെ പരിശോധന.
ഗ്രൂപ്പിന്റെ സ്റ്റെപ്ടെസ്റ്റ് 37-ാമത്തെ ആഴ്ചക്കടുത്ത്	യോനിയുടെയും കനാൽ മാർഗ്ഗത്തിന്റെയും അടുത്തുള്ള ഭാഗവും മൂത്രവും പരിശോധിക്കുക.	പ്രസവത്തിനിടയിൽ ചികിത്സ ചെയ്യാനും നവജാത ശിശുവിന്റെ സുരക്ഷക്കും.

ഗർഭാവസ്ഥക്കിടയിലെ മാറ്റ് ഉപായങ്ങൾ

ലക്ഷണം	പ്രക്രിയ	കാരണം
മുതുകുവേദന	ചൂടുപിടിപ്പിക്കുക, സംരക്ഷണ ഉപായം.	ഇളം ചൂടുള്ള വെള്ളത്തിൽ കുളിക്കുക. ഹീറ്റിങ്ങ് പ്യാഡ് ചുറ്റി 15 മിനിറ്റ് ഇരിക്കുക. ദിവസവും 3 മുതൽ 4 പ്രാവശ്യംവരെ ഇങ്ങനെ ചെയ്യുക. വ്യായാമം, അനുകൂലമായ ശാരീരിക പോശ്ചർ.
അടിപെടുമ്പോൾ മുഴക്കുക	ഐസ് പാക്ക്, തണുത്ത ഫൊമന്റേഷൻ.	കടയിൽ കിട്ടുന്ന ഐസ് പാക്ക് വെക്കുകയോ, പച്ചക്കറികൾ പാക്കറ്റിലാക്കി തണുപ്പിച്ച് അതുവെയ്ക്കുകയോ ചെയ്യുക. അരമണിക്കൂർ വയ്ക്കുക. സുഖം കിട്ടിയില്ലെങ്കിൽ വീണ്ടും അരമണിക്കൂർവയ്ക്കുക. തണുത്ത ഐസ് വെള്ളത്തിൽ മുക്കിപ്പിടിച്ച് അടിപെട്ട സ്ഥലത്തിൽ വയ്ക്കുക. തണുപ്പ് കുറയുമ്പോൾ വീണ്ടും വെള്ളത്തിൽ മുക്കുക.
കൈയ്യ്, മണിബന്ധം, കാലുകൾ എന്നി വിടങ്ങളിൽ വീക്കം.	തണുത്ത വെള്ളത്തിൽ മുക്കുക.	വെള്ളത്തിൽ ഐസ്ചേർത്ത് തണുപ്പാക്കി അതിൽ കൈ-കാലുകൾ മുക്കുക. വേണമെങ്കിൽ ½ മണിക്കൂർ മുക്കിവയ്ക്കുക.
നീറ്റൽ	തണുത്ത ഫൊമന്റേഷൻ	തണുത്ത ഫൊമെന്റേഷൻ.
തണുപ്പുതട്ടുക, ജലദോഷം	സലൈൻ നോസ്ഡ്രോപ്	കടയിൽ നിന്ന് ഈ മരുന്നുവാങ്ങുകയോ ¼ ചെറിയ സ്പൂൺ ഉപ്പിൽ 1 ഔൺസ് വെള്ളം ചേർത്ത് രണ്ട് മൂക്കിലും ചിലതുള്ളികൾ ഇടുക. 5-10 മിനിറ്റുകൾക്കുശേഷം മൂക്ക് ചീന്തുക.
	വിക്സ്വേപൊരബു് മറ്റുദ്രവങ്ങൾ	തന്നിട്ടുള്ള നിർദ്ദേശപ്രകാരം എല്ലാം ഉപയോഗിക്കുക. ഓരോ മണിക്കൂറിലും 8 ഔൺസ് ദ്രവ പദാർത്ഥം കഴിക്കുക. ഉദാ:– ജ്യൂസ്, വെള്ളം, ചിക്കൻ സൂപ്പ് എന്നിവ. കുറച്ചുദിവസത്തേക്ക് പാലിന്റെ അളവ് കുറക്കുക.
	ഇൻഹലേഷൻ	ആവി പിടിക്കുന്ന കെറ്റിൽ, സ്റ്റീം വേപ്പൊറൈസർ എന്നിവ ഉപയോഗിക്കുകയും തലയ്ക്കുമുകളിൽ തുണി ഇട്ട് മൂടി ആവിപിടിക്കുകയും ചെയ്യുക. 3-4 പ്രാവശ്യം 15 മിനിറ്റുവീതം ആവിപിടിക്കുക. ചൂട് അധികമായാൽ നിർത്തുക.
	നേസൽ സ്ട്രിപ്പ്	കൊടുത്തിരിക്കുന്ന നിർദ്ദേശമനുസരിച്ച്
ചുമ (ജലദോഷം അല്ലെങ്കിൽ അണൽ കാറ്റ് തട്ടുക)	ഇൻഹേലേഷൻ	ജലദോഷം (നോക്കുക)
	അധികം ദ്രവങ്ങൾ കഴിക്കുക.	ജലദോഷം (നോക്കുക)
ഡയേറിയ	അധിക അളവ് ദ്രവം.	ഓരോ മണിക്കൂറും 8 ഔൺസ് വെള്ളം കുടിക്കുക. ജ്യൂസ് അല്ലെങ്കിൽ ക്ലിയർ സൂപ്പ് കുടിക്കുക.

ലക്ഷണം	പ്രക്രിയ	കാരണം
(പനി) 100^{0}-ക്ക് മുകളിലുണ്ടെങ്കിൽ ഡോക്ടറെ വിളിക്കുക. 102^{0}-ക്ക് മുകളിലുണ്ടെങ്കിൽ ഉടനെ ഡോക്ടറെ വിളിക്കുക. മരുന്നുകഴിച്ച് പനി കുറക്കാൻ ശ്രമിക്കുക.	തണുത്ത വെള്ളത്തിൽ കുളിക്കുക. സ്റ്റീം ബാത്ത്. സ്ട്രിജ് ബാത്ത്	ഇളം ചൂടുവെള്ളം നിറച്ച ടബ്ബിൽ ഇരിക്കുക. ഐസ്ക്യൂബുകൾ ഇട്ട് തണുപ്പിച്ചുകൊണ്ടിരിക്കുക. വിറക്കാൻ തുടങ്ങുമ്പോൾ കുളി അവസാനിപ്പിക്കുക. പാത്രത്തിൽ വെള്ളം, ഐസ്ക്യൂബ്, ഡമൂന്റവിങ്ങ്, ആൽക്കഹോൾ എന്നിവ കലർന്ന് അതിൽ ടൗവ്വൽ മുക്കി ശരീരം തുടക്കുക.
ഹിമറായ്ഡ്സ്	സ്റ്റിൽ ബാത്ത്	ഇളം ചൂടുവെള്ളം നിറച്ച ടബ്ബിൽ ദിവസവും 2-3 പ്രാവശ്യം ഇരിക്കുക.
വയറിലോ ചർമ്മത്തിലോ ചൊറിച്ചൽ	രക്ഷാമാർഗ്ഗം	ഡ്രൈസോപ്പ് ഉപയോഗിക്കരുത്. അധികനേരം ചൂടുവെള്ളത്തിൽ കുളിക്കരുത്. ഈറൻ ശരീരത്തിൽ മോയ്സ്ചറൈസർ തടവുക.
കണ്ണുകളിൽ ചൊറിച്ചൽ, വെള്ളം വരുക.	ചൂടുഫൊമന്റേഷൻ.	ഇളം ചൂടുവെള്ളത്തിൽ ടൗവ്വൽ നനച്ച് ഫൊമെന്റ് ചെയ്യുക.
മാംസപേശികളിൽ വീക്കം, മുറിവ്.	ഐസ് പാക്ക്, തണുത്ത ഫൊമന്റേഷൻ, തണുത്ത വെള്ളത്തിൽ നനക്കുക. (24 മുതൽ 48 മണിക്കൂർ)	വീക്കം (നോക്കുക).
മാംസപേശികളിൽ വീക്കം, മുറിവ്.	48 മണിക്കൂറിനു ശേഷം, ചൂടു വെള്ളത്തിൽ മുക്കുക, ചൂടു വെള്ളത്തിൽ കുളിക്കുക, ഹീറ്റിങ്ങ് പ്യാഡ്.	ചൂടുവെള്ളത്തിൽ ടൗവ്വൽ മുക്കി ചുറ്റുക. അതിനെ പ്ലാസ്റ്റിക് ബാഗുകൊണ്ട് മൂടി, മുകളിൽ ഹീറ്റിങ്ങ് പ്യാഡ് വയ്ക്കുക. ദിവസവും രണ്ടുപ്രാവശ്യം ഓരോ മണിക്കൂർവയ്ക്കുക.
മൂക്കടപ്പ്.		ജലദോഷം (നോക്കുക).

ലക്ഷണം	പ്രക്രിയ	കാരണം
സൈനസൈറ്റിസ്	അടിക്കടി ചൂടും തണുപ്പും ഫൊമന്റേഷൻ.	ചൂടുവെള്ളത്തിൽ തുണി മുക്കിപ്പിഴിയുക. വേദന മാറുന്നതുവരെ വയ്ക്കുക. പിന്നീട് തണുത്ത ഫൊമന്റേഷൻ ചെയ്യുക. ചൂടും തണുപ്പും മാറ്റിമാറ്റി ഫൊമന്റേഷൻ ചെയ്യുക.
തൊണ്ടവേദന, തൊണ്ട ചൊറിച്ചൽ	കവിൾ കൊള്ളുക (ഗാർഗിൾ)	ഇളം ചൂടുവെള്ളത്തിൽ കുറച്ച് ഉപ്പിട്ട് 5 മിനിറ്റുവരെ കവിൾ കൊള്ളുക. ആവശ്യമുണ്ടെങ്കിൽ രണ്ടുമണിക്കൂറിലൊരിക്കൽ ചെയ്യുക.

ഗർഭാവസ്ഥയിൽ കലോറിയുടെയും കൊഴുപ്പിന്റെയും ആവശ്യം

ഒരു വ്യക്തിയുടെ തൂക്കം കാര്യത്തിന്റെ ലെവൽ മെറ്റബോളിസം എന്നിവക്കനുസരിച്ചാണ് അവർക്കുവേണ്ട കൊഴുപ്പും കലോറിയും നിർണ്ണയിക്കുന്നത്.

എന്നാലും താഴെ കൊടുത്തിട്ടുള്ള പട്ടികയിൽ നിന്ന് നിങ്ങൾക്ക് ഏകദേശ രൂപത്തിൽ കണക്കാക്കാൻ കഴിയും.

നിങ്ങളുടെ മാതൃകാ തൂക്കം പൗണ്ട്	ഗതിവിധികളുടെ ലെവൽ	ദിവസവും ആവശ്യമായ കലോറികൾ	ഏറ്റവും കൂടുതൽ കൊഴുപ്പിന്റെ ആവശ്യം	ഏറ്റവും കൂടുതലിന് മുമ്പ് കൊഴുപ്പിന്റെ ആവശ്യം
100	1	1500	50	2½
100	2	1800	60	3½
100	3	2500	83	5
125	1	1800	60	3½
125	2	2175	72	4
125	3	3050	101	6
150	1	2100	70	4
150	2	2550	85	5
150	3	3600	120	7½

നിങ്ങളുടെ ഗതിവിധികളുടെ ലെവൽ ഇങ്ങനെ കണക്കിടുക. 1. വിശ്രമം തരുന്നത്. 2. നടുത്തര പ്രവർത്തനം 3. പൂർണ്ണസക്രിയ പ്രവർത്തനം (വളരെ കുറച്ച് സ്ത്രീകളെ മൂന്നാമത്തെ കൂട്ടത്തിൽ വരുന്നുള്ളൂ.)

അമ്മയാകുമ്പോൾ എന്തുചെയ്യണം ?

- എന്റെ ചോദ്യങ്ങൾ

- എന്റെ അനുഭവങ്ങൾ

- എന്റെ അവിസ്മരണീയ നിമിഷങ്ങൾ

ഓരോ ആഴ്ചയും നിങ്ങളുടെ തൂക്കം

ആഴ്ച : 1

ആഴ്ച : 2

ആഴ്ച : 3

ആഴ്ച : 4

ആഴ്ച : 5

ആഴ്ച : 6

ആഴ്ച : 7

ആഴ്ച : 8

ആഴ്ച : 9

ആഴ്ച : 10

ആഴ്ച : 11

ആഴ്ച : 12

ആഴ്ച : 13

ആഴ്ച : 14

ആഴ്ച : 15

ആഴ്ച : 16

ആഴ്ച : 17

ആഴ്ച : 18

ആഴ്ച : 19

ആഴ്ച : 20

ആഴ്ച : 21

ആഴ്ച : 22

ആഴ്ച : 23

ആഴ്ച : 24

ആഴ്ച : 25

ആഴ്ച : 26

ആഴ്ച : 27

ആഴ്ച : 28

ആഴ്ച : 29

ആഴ്ച : 30

ആഴ്ച : 31

ആഴ്ച : 32

ആഴ്ച : 33

ആഴ്ച : 34

ആഴ്ച : 35

ആഴ്ച : 36

ആഴ്ച : 37

ആഴ്ച : 38

ആഴ്ച : 39

ആഴ്ച : 40

ആഴ്ച : 41

ആഴ്ച : 42

ആഴ്ച : 43

ആഴ്ച : 44

ആഴ്ച : 45

ആഴ്ച : 46

ആദ്യത്തെ മാസം

എന്റെ ചോദ്യങ്ങൾ
_____
_____
_____
_____
_____

എന്റെ അനുഭവങ്ങൾ
_____
_____
_____
_____

എന്റെ അവിസ്മരണീയ നിമിഷങ്ങൾ
_____
_____
_____
_____

ആദ്യത്തെ മാസം

എന്റെ ചോദ്യങ്ങൾ
_____
_____
_____
_____

എന്റെ അനുഭവങ്ങൾ
_____
_____
_____
_____

എന്റെ അവിസ്മരണീയ നിമിഷങ്ങൾ
_____
_____
_____
_____

രണ്ടാമത്തെ മാസം

എന്റെ ചോദ്യങ്ങൾ

_____

_____

_____

_____

എന്റെ അനുഭവങ്ങൾ

_____

_____

_____

_____

എന്റെ അവിസ്മരണീയ നിമിഷങ്ങൾ

_____

_____

_____

_____

രണ്ടാമത്തെ മാസം

എന്റെ ചോദ്യങ്ങൾ

_____

_____

_____

_____

എന്റെ അനുഭവങ്ങൾ

_____

_____

_____

_____

എന്റെ അവിസ്മരണീയ നിമിഷങ്ങൾ

_____

_____

_____

_____

മൂന്നാമത്തെ മാസം

എന്റെ ചോദ്യങ്ങൾ

എന്റെ അനുഭവങ്ങൾ

എന്റെ അവിസ്മരണീയ നിമിഷങ്ങൾ

മൂന്നാമത്തെ മാസം

എന്റെ ചോദ്യങ്ങൾ
_____
_____
_____
_____

എന്റെ അനുഭവങ്ങൾ
_____
_____
_____
_____

എന്റെ അവിസ്മരണീയ നിമിഷങ്ങൾ
_____
_____
_____
_____

നാലാമത്തെ മാസം

എന്റെ ചോദ്യങ്ങൾ

_____

_____

_____

_____

എന്റെ അനുഭവങ്ങൾ

_____

_____

_____

_____

എന്റെ അവിസ്മരണീയ നിമിഷങ്ങൾ

_____

_____

_____

_____

നാലാമത്തെ മാസം

എന്റെ ചോദ്യങ്ങൾ

_____

_____

_____

_____

എന്റെ അനുഭവങ്ങൾ

_____

_____

_____

_____

എന്റെ അവിസ്മരണീയ നിമിഷങ്ങൾ

_____

_____

_____

_____

_____

അഞ്ചാമത്തെ മാസം

എന്റെ ചോദ്യങ്ങൾ

എന്റെ അനുഭവങ്ങൾ

എന്റെ അവിസ്മരണീയ നിമിഷങ്ങൾ

അഞ്ചാമത്തെ മാസം

എന്റെ ചോദ്യങ്ങൾ

_____

_____

_____

_____

എന്റെ അനുഭവങ്ങൾ

_____

_____

_____

_____

എന്റെ അവിസ്മരണീയ നിമിഷങ്ങൾ

_____

_____

_____

_____

_____

ആറാമത്തെ മാസം

എന്റെ ചോദ്യങ്ങൾ

_____

_____

_____

_____

എന്റെ അനുഭവങ്ങൾ

_____

_____

_____

_____

എന്റെ അവിസ്മരണീയ നിമിഷങ്ങൾ

_____

_____

_____

_____

ആറാമത്തെ മാസം

എന്റെ ചോദ്യങ്ങൾ
_____
_____
_____
_____
_____

എന്റെ അനുഭവങ്ങൾ
_____
_____
_____
_____

എന്റെ അവിസ്മരണീയ നിമിഷങ്ങൾ
_____
_____
_____
_____

ഏഴാമത്തെ മാസം

എന്റെ ചോദ്യങ്ങൾ

_____

_____

_____

_____

എന്റെ അനുഭവങ്ങൾ

_____

_____

_____

_____

എന്റെ അവിസ്മരണീയ നിമിഷങ്ങൾ

_____

_____

_____

_____

ഏഴാമത്തെ മാസം

എന്റെ ചോദ്യങ്ങൾ

എന്റെ അനുഭവങ്ങൾ

എന്റെ അവിസ്മരണീയ നിമിഷങ്ങൾ

എട്ടാമത്തെ മാസം

എന്റെ ചോദ്യങ്ങൾ
_____
_____
_____
_____

എന്റെ അനുഭവങ്ങൾ
_____
_____
_____
_____

എന്റെ അവിസ്മരണീയ നിമിഷങ്ങൾ
_____
_____
_____
_____

എട്ടാമത്തെ മാസം

എന്റെ ചോദ്യങ്ങൾ

_____

_____

_____

_____

എന്റെ അനുഭവങ്ങൾ

_____

_____

_____

_____

എന്റെ അവിസ്മരണീയ നിമിഷങ്ങൾ

_____

_____

_____

_____

ഒൻപതാമത്തെ മാസം

എന്റെ ചോദ്യങ്ങൾ

എന്റെ അനുഭവങ്ങൾ

എന്റെ അവിസ്മരണീയ നിമിഷങ്ങൾ

ഒൻപതാമത്തെ മാസം

എന്റെ ചോദ്യങ്ങൾ

എന്റെ അനുഭവങ്ങൾ

എന്റെ അവിസ്മരണീയ നിമിഷങ്ങൾ

പ്രസവവേദനയും ജന്മവും

എന്റെ ചോദ്യങ്ങൾ

_____

_____

_____

_____

എന്റെ അനുഭവങ്ങൾ

_____

_____

_____

എന്റെ അവിസ്മരണീയ നിമിഷങ്ങൾ

_____

_____

_____

_____

പ്രസവശേഷം

എന്റെ ചോദ്യങ്ങൾ

എന്റെ അനുഭവങ്ങൾ

എന്റെ അവിസ്മരണീയ നിമിഷങ്ങൾ

www.ingramcontent.com/pod-product-compliance
Lightning Source LLC
Chambersburg PA
CBHW070543030726
47505CB00001B/137